கடைசி முகலாயன் - புகழுரைகள்

பிரிட்டிஷ்

'மிகுந்த தாக்கத்தை ஏற்படுத்தக்கூடிய முக்கியமான புத்தகம்.'

- டயானா ஆட்டில், கார்டியன் புக்ஸ் ஆஃப் தி இயர்

'ஆழ்ந்த உணர்வெழுச்சியை தூண்டக்கூடிய, முழுமையான கவனத்தைக் கோரும் வரலாற்றுப் பதிவு.'

- நியூ ஸ்டேட்ஸ்மேன் புக்ஸ் ஆஃப் தி இயர்.

'கல்விப்புலம் சார்ந்த வரலாற்றாசிரியர்களிடம் அரிதாகவே காணப்படும் உயிரோட்டத்துடன் எழுதியுள்ளார் டேல்ரிம்பிள். கடந்த காலத்துடனான நம்முடைய நெருக்கத்தையும், அதனுடைய வேரில் இருந்தான நம்முடைய விலகலையும் அற்புதமாக ஒன்றிணைக்கின்ற தன்னுடைய தெள்ளத்தெளிவான சித்திரங்களின் ஊடாக ஏறக்குறைய ஒரு புதினத்தன்மையை பெற்றுள்ள வரலாறுதான் இது. தன்னுடைய முன்னோடிகளிடையே தனித்துத் தெரியும் டேல்ரிம்பிள் அளவிலும், நோக்கத்திலும், எழுதும் பாணியிலும் கிப்பன்ஸின் The Decline and Fall of the Roaman Empire (ரோமப் பேரரசின் சரிவும் வீழ்ச்சியும்) என்ற புத்தகத்தின் கீழைத்தேய பதிப்பைப்போல் இந்தப் படைப்பை உருவாக்கியிருக்கிறார்.'

- ஸ்காட்ஸ்மேன் புக் ஆஃப் தி இயர்.

'ஓர் இயல்பான கதைசொல்லியாக டேல்ரிம்பிள் நம்மை வெற்றிகொள்ள இயலாமல் போகும் சாத்தியமே இல்லாதவகையில் உயிரோட்டத்துடனும், உணர்ச்சிப்பெருக்குடனும் 1857 இந்திய கலகத்திற்கு முன்னரும், கலகத்தின் போதும், கலகத்திற்குப் பின்னரும் என முகலாய டெல்லியின் நாடகீய வரலாற்று விவரங்களை நமக்குத் தருகிறார்.'

- சண்டே டைம்ஸ் புக்ஸ் ஆஃப் தி இயர்.

'தற்காலத்திய நிகழ்வுகளின் துயரார்ந்த விழிப்புணர்வின் ஊடாகவும் நமக்குப் புரியவைக்கிறார். அவருடைய கடைசி வார்த்தைகள் தெளிவான எச்சரிக்கை என்பதுடன் தற்போதுள்ள உலகத் தலைவர்களின் படுக்கையறை மேசைகளில்

கடைசி முகலாயன் தனக்கான இடத்தை தவறவிட்டிருக்காது என்றும் நாம் நம்பலாம்.'

- லூஸி மூர், டெய்லி மெயில்

'மிகவும் விரிவான, ஆழமான விவரங்களைக் கொண்ட அவசியம் படிக்கவேண்டிய இந்தப் புதிய புத்தகம் நிபுணத்துவத்தால் பருத்து விரிவடைந்திருக்கிறது. இதுவரை பதிப்பிக்கப்படாத பிரதான மூலாதாரங்களில் இருந்து எடுக்கப்பட்ட இதன் மேற்கோள்களின் பரப்பில்தான் இந்தப் புத்தகத்தின் பலமே அடங்கியிருக்கிறது. தன்னுடைய மூலாதாரத்தை நிறுவுவதற்கு ஒரு வரலாற்று ஆசிரியனுக்கு உரிய இரண்டு அத்தியாவசிய வரங்கள் தனக்கு இருப்பதை டேல்ரிம்பிள் நிரூபித்திருக்கிறார்; விவரங்களை உள்வாங்குதல் மற்றும் அதை ஒரு பெரிய காட்சியாக காணக்கூடிய திறன்.'

- சாரா வீலர், டெய்லி டெலிகிராப்

'மிகப்பிரமாதமான, பல பரிமாணங்கள் கொண்ட இந்தப் புத்தகம் முந்தைய எழுத்தாளர்களின் எளிமையான பிரயத்தனங்களை வெட்கப்பட வைத்துள்ளது.'

- டேவிட் கில்மோர், ஸ்பெக்டேட்டர்

'முழுமையான கவனத்தைக் கோரும் வரலாற்று விவரங்கள்... உயிருருக்கொள்ளும் இந்த புத்தகத்தின் ஜீவனே டெல்லிதான்.'

- எகனாமிஸ்ட்

'ஜாஃபரின் அரசாட்சியை முடிவுக்குக் கொண்டுவந்த நிகழ்வை அதிரவைக்கும் வகையில் மறுமுறை கூறுகிறது இந்தப் புத்தகம் - அதுதான் 1857 இந்தியக் கலகம், "பிரிட்டிஷ் ராஜ்ஜியத்தின் ஸ்டாலின்கிராட்." இந்திய தேசிய ஆவணக் காப்பகத்தில் ஆவணங்களின் அற்புதமான புதையலை அவர் கண்டுபிடித்தார். அத்தகைய வளமான மூலாதாரங்களால் கடைசி முகலாயன் புத்தகம் உயிர்ப்புடன், வண்ணமும் வடிவமுமாக நிரம்பி வழிகிறது. இதுவே தேசபக்தி மிகுந்த வாசகரை இந்தியாவில் பிரிட்டிஷ் ஆட்சியின் விளைவுகள் குறித்து மறுமுறை சிந்திக்க வைக்கிறது. இது ஓர் அற்புதமான புத்தகம். இதனுடைய வலிமைமிகுந்த ஆராய்ச்சி, தனித்துவமான விவரணை மற்றும் கற்பனாபூர்வ அனுதாபம் ஆகியவற்றால் தனித்து நிற்கிறது. டேல்ரிம்பிள் தகிக்கும் கோபத்துடன் எழுதுகிறார். ஆனால், வாசகரிடத்தில் தனக்குள்ள கடமைப்பாட்டின் கண்ணோட்டத்தையும் அவர் தவறவிட்டுவிடவில்லை. இதன் விளைவாக இந்த வருடத்தின் மிகச் சிறந்த வரலாற்றுப் புத்தகங்களுள் ஒன்று நமக்குக் கிடைத்திருக்கிறது.'

- ஈவ்னிங் ஸ்டாண்டர்டு

'டெல்லியுடனான இருபது வருட பழக்கத்தின்போது பெற்றுக்கொண்ட இந்தியாவைப் பற்றிய புரிதலின் காரணமாகவும், பிரதான மூலாதாரங்களை

இடைவிடாமல் தேடிச்சென்றதனாலும், 19 ஆம் நூற்றாண்டில் எந்த ஒரு ஐரோப்பிய சக்தியும் எதிர்கொண்டதிலேயே மிகப்பெரிய ஆயுதப் போராட்ட சவால்கள் குறித்தும், தங்களுக்கு எதிராக கிளர்ந்தெழத் துணிந்தவர்கள் மீது பிரிட்டிஷார் நிகழ்த்திய ரத்தக்களறியான பழிவாங்கல் குறித்தும் நேர்த்தியான சமநிலை விவரங்களை டேல்ரிம்பிளால் வழங்க முடிந்திருக்கிறது.'

- ஃபினான்ஷியல் டைம்ஸ்

'தன்னுடைய சமீபத்திய படைப்பில் பிரமாதப்படுத்தியிருக்கும் டேல்ரிம்பிள் ஒரு மிக அற்புதமான வரம்பெற்ற பயண எழுத்தாளரும், வரலாற்றாசிரியரும் ஆவார். இந்திய மற்றும் பிரிட்டிஷ் கண்ணோட்டத்தில் இந்தக் கதையை சொல்லும் வகையில், இதுவரையில் பதிப்பிக்கப்படாத உருது மற்றும் பாரசீக ஆவணங்களை பயன்படுத்தியிருப்பது இந்தப் புத்தகத்தின் சிறப்பம்சங்களுள் ஒன்று. இது ஒரு கோபக்கார புத்தகம் என்பதுடன் மிகச்சிறந்த புத்தகமும்கூட.'

- மேக்ஸ் ஹேஸ்டிங்ஸ், சண்டே டைம்ஸ்

'நுண்ணிய வேறுபாடுகள் அற்புதமாக எடுத்தாளப்பட்டுள்ளன. கடைசி பேரரசரின் வாழ்க்கையினுடைய சட்டகம் வழியாகப் பார்க்கும் வகையில், இந்தியக் கலகத்திற்கு வழியமைத்த நிகழ்வுகள் மற்றும் அதற்குப் பிந்தைய நிகழ்வுகளை நாம் முன்னெப்போதும் கண்டிராத வகையில் அதன் விவரங்களை எழுதியுள்ளார் டேல்ரிம்பிள். பேரழிவு நடப்பதற்கு முந்தைய நாட்களில் முகலாய தலைநகரத்தின் தெரு வாழ்க்கையை அவர் பளிச்சென்று விவரித்துள்ளார். இந்தக் கதையில் முந்தைய வரலாற்றாசிரியர்கள் தவறவிட்ட ஒவ்வொரு முக்கிய விஷயத்திலும் அவர் மிகத்திறமையோடு கைவைத்துள்ளார். அத்துடன், நான் இதுவரை படித்ததிலேயே மிகவும் தகவல்பூர்வமான அடிக்குறிப்புகளையும் அவர் வழங்கியுள்ளார். எல்லாவற்றிற்கும் மேலாக, உண்மையான வரலாற்றாசிரியன் ஒவ்வொருவரும் அறிந்த வரலாற்று விவரத்தை ஆராய்வதில் உருவான முழுமையான மகிழ்ச்சியையும் அவர் மிகச்சிறப்பான முறையில் நமக்குக் கடத்துகிறார்.'

- ஜெஃப்ரி மூர்ஹவுஸ், கார்டியன்

'1857 எழுச்சியின் மறுகூறல் என்பதற்கு மிகவும் மேலானது. டேல்ரிம்பிளின் முதல்தரமான மூலாதாரங்கள் கொண்ட, அழகாக கோர்க்கப்பட்ட விவரணை முகலாய வம்சாவளியின் வீழ்ச்சியை பின்தொடர்ந்து செல்கிறது. 19 ஆம் நூற்றாண்டின் ஆரம்பகட்ட டெல்லியில் நிலவிய அதனுடைய கலாசாரத்தின் அழிந்துபட்ட நேர்த்தியைக் கொண்டாடுகிறது.'

- பாய்ட் டோன்கின், இண்டிபெண்டண்ட்

'இந்த விஷயத்தில் வில்லியம் டேல்ரிம்பிளுக்கு இருந்த பரவசம்தான் மற்ற தற்காலத்திய இந்திய வரலாற்றாசிரியர்களிடம் இருந்து அவரை வேறுபடுத்திக் காட்டுகிறது. இந்த நாட்டின் மீதான அவருடைய காதலே

இந்தப் புதிய புத்தகத்தின் ஒவ்வொரு பக்கத்திலும் வியாபித்திருக்கிறது. அவருடைய ஆராய்ச்சி வியப்புக்குரியது. அவருடைய உற்சாகம் மற்றவர்களை தொற்றிக்கொள்ளக்கூடியது. அவர் ஒரு ஈடிணையற்ற வழிகாட்டி. பேரார்வத்துடன், தெளிவாகவும் தனித்துவமான பாணியுடனும் எழுதிச் செல்கிறார் டேல்ரிம்பிள்.'

- செபாஸ்டியன் ஷேக்ஸ்பியர், லிட்டரரி ரிவ்யூ

'வரலாற்று சுழற்சிகளை திரும்பக் கூறுவதில் தனித்திறமை, வெட்கிப் போகாமல் இன்றைய தினத்துடனான இணை வரைவை உருவாக்கியது, மத அடிப்படைவாதத்தின் தோற்றுவாய்களிடத்தில் போராட்டம் என கடைசி முகலாயன் ஓர் உணர்ச்சிமிக்க கோபக்கார புத்தகமாக விளங்குவதுடன் இந்தியாவின் மீதுள்ள காதல் மற்றும் தவறான புரிதல்களாலும், அடக்குமுறைகளாலும் ஏற்பட்ட வெறுப்பு ஆகியவற்றின் சரிசமமான வலுவான உணர்வினால் உந்துதல் பெற்றிருக்கிறது இந்தப் புத்தகம்.'

- நிக்கோலா பார், கார்டியன்

'கவனமாக ஆராயப்பட்ட அடர்த்தியான விவரங்களைக் கொண்டது. ஒரு நேர்த்தியான பாரம்பரியத்தின் இழப்பினால் தொலைந்துபோய்விட்ட கொண்டாட்டத்தினால் வருத்தமுறும் டேல்ரிம்பிளின் படைப்பில் அதன் தொணி காவியம் என்பதில் இருந்து இரங்கற்பா என்பதாக மாறி பின்திரும்புகிறது.'

- ஆமீர் ஹுஸைன், இண்டிபெண்டெண்ட்

'மிகத்திறமையோடு எழுதப்பட்ட, தெள்ளத்தெளிவாக ஆராயப்பட்ட வரலாறு.'
- அப்ஸர்வர்

'1857-58 இந்தியக் கலகம் மற்றும் கடைசி முகலாயப் பேரரசர் அப்புறப்படுத்தப்பட்டது ஆகியவை காவிய முக்கியத்துவம் வாய்ந்த நிகழ்வுகள். இலக்கிய நேர்த்தி, புலமை மற்றும் புதிய வளமான மூலாதாரங்களை வைத்து வில்லியம் டேல்ரிம்பிள் இந்த நாடகார்த்த சோகமயமான கதையைச் சொல்லியிருக்கிறார்.'

- சி.ஏ. பெய்லி, வியர் ஹெம்ஸ்வொர்த், இம்பீரியல் அண்ட் நேவல் ஹிஸ்டரி பேராசிரியர்

'இந்தியக் கலகம் நடந்தபோது அதன் படிப்படியான வளர்ச்சியுடனும், உயிரோட்டத்துடனும் நம்மை பெருவெடிப்பிற்கு இட்டுச்சென்ற பதற்றமான சமநிலையை மிகத்திறமையோடு வெளிக்கொண்டு வந்திருக்கிறார். ஏறக்குறைய ஒவ்வொரு விவரத்தையும் வழங்குவதில் டேல்ரிம்பிளின் உச்சகட்ட சாதனை அவருடைய மூலாதாரங்களில்தான் அடங்கியிருக்கிறது. பாரசீக மற்றும் உருது கையெழுத்துப்படிகளை பரந்தகன்ற முறையில் வரித்துக்கொண்ட அவர் இந்தக்

குழப்பங்களை நினைவுக் குறிப்புகள், கடிதங்கள், அதிகாரப்பூர்வ அறிக்கைகள் மூலமாகவும், இந்திய மற்றும் முஸ்லிம் கலாசாரங்களை அடியோடு புரிந்துகொண்டதன் மூலமாகவும் விவரித்துச் செல்கிறார். பிரிட்டிஷாரின் பழிக்குப் பழிவாங்கல் கதையை கோபத்துடனும் திகிலுடனும் கூறுகிறார் டேல்ரிம்பிள்.'

- தி டைம்ஸ்

'புரட்சிகர பாரீஸை சித்தரித்த ரிச்சர்ட் காஃபைப் போல் உணர்வுகளை வெளிக்கொண்டுவரும் வகையில் நகர்ப்புற விவரணையாக உருவாக்கியிருக்கிறார் டேல்ரிம்பிள். வரலாற்று ஆராய்ச்சியின் ஆழம், நேர்த்தியாக உணர்வுகளை வெளிப்படுத்தும் எழுத்து, கடந்தகால முகலாய இந்தியாவின் கலாசார உலகத்தினுடைய அசாதாரணமான ஒத்திசைந்த உறவு என இந்தப் புத்தகத்தில் பாராட்டப்பட வேண்டிய விஷயங்கள் நிறைய இருக்கின்றன. இது பல வழிகளிலும் குறிப்பிடத்தகுந்த வகையில் மனிதநேயத்தையும், எல்லோரும் சமமானவர்கள் என்ற வரலாற்றைக் குறிப்பிடக்கூடியதாகவும் இருக்கிறது. மற்றவர்களின் உள்ளக்கிடக்கையை அறிகின்ற புலமையுள்ள மிகச்சிறந்த படைப்பு. 1857 பற்றிய ஒருசில மறுவிளக்கங்களே இதன் அளவுக்கு துணிச்சலானதாக, கூர்நோக்குமிக்கதாக, அல்லது சவாலானதாக இருக்க முடியும்.'

- டைம்ஸ் லிட்டரரி சப்ளிமெண்ட்

'இந்தப் புத்தகத்திற்கு முன்பு வந்த புத்தகங்கள் எதுவும் அன்றைய தினங்களில் இருந்த டெல்லியின் வரலாற்றிற்குள் இவ்வளவு ஆழமாக ஊடுருவிச் சென்றதில்லை. காலம்சென்ற முகலாய அரண்மனையை இதன் அளவுக்கு சித்தரித்துத் தீட்டியதுமில்லை.'

- மைக் டேஷ், சண்டே டெலிகிராப்

'அற்புதம் - டேல்ரிம்பிளின் சிறந்த புத்தகம். இது ஜாஃபரின் மனம்கவரும் வாழ்க்கை வரலாறு மட்டுமல்ல, உள்ளிருந்தபடியே டேல்ரிம்பிளுக்கு தெளிவாகத் தெரிந்த இந்த சிதைவுற்ற நகரத்தின் சித்தரிப்பு என்பதுடன் மட்டுமல்லாது தன்னுடைய தலைமுறையில் இந்தியாவைப் பற்றிய மிக முன்னோடியான நிபுணர் என்ற ஆசிரியரின் நிலையும் உறுதிப்படுத்தப்பட்டுள்ளது.'

- ஜியோகிராபிக்ஸ்

இந்தியா

'மிகச்சிறந்த விவரணை வரலாறு. பெரும் சுழலில் சிக்கிக்கொண்ட பிரிட்டிஷ் மற்றும் இந்தியர்களின் கண்ணோட்டத்தில் தெரியும் ஓர் இறுக்கமான கதை. அதேநேரம், எழுச்சியின் இயல்பினூடாக பெரும் கூர்நோக்குப்

பார்வையையும் இந்தப் புத்தகம் வழங்குகிறது. டேல்ரிம்பிளின் வரலாற்று விவரம் உணர்வுகளை வெளிக்கொணர்வதும் கூருணர்வுமிக்கதாகும்.'

- ஸ்வபன் தாஸ்குப்தா, தி டெலிகிராப்

'டேல்ரிம்பிள் நம் காலத்தின் மிகச்சிறந்த வரலாற்று ஆசிரியர்களுள் ஒருவர். இந்தப் புத்தகம் இதுவரை அவர் எழுதியதிலேயே சிறந்த புத்தகமாக இருக்கும்.'

- ஏஷியன் ஏஜ்

'டெல்லி கைப்பற்றப்பட்டு வீழ்ச்சியுற்ற கதையை அரிதான மனிதநேயத்துடன் விவரிக்கிறார் டேல்ரிம்பிள். இந்தப் பேரார்வம் எல்லோரையும் தொற்றிக்கொள்ளக்கூடியது. உரைநடையில் அது மிக அழகானதாக, தடுமாற்றமில்லாமல், தங்குதடையின்றி நிரம்பி வழிகிறது.'

- தி ஹிந்து

'1857 எதிர்ப்பின் கவர்ந்திழுக்கும் முனைப்பான வரலாற்று விவரங்கள்... சக்திமிகுந்த வகையில், தெள்ளத் தெளிவாக தொட்டுணரக்கூடிய வகையிலான மறு கதைசொல்லல்.'

- ஹிந்துஸ்தான் டைம்ஸ்

'ஒரு கைதேர்ந்த கதைசொல்லியாக பதற்றமின்றி உற்சாகத்துடன் முகலாயப் பேரரசரின் வலிமிகுந்த உணர்வுகளையும், காரண காரியத்தையும் டேல்ரிம்பிள் கொணர்ந்திருக்கிறார். கடைசி முகலாயன் புத்தகத்தில் வரலாறானது அதன் அடிப்படையிலேயே மனித நாடகமாகிறது.'

- இந்தியா டுடே

'நினைவுச்சின்னம்... உணர்வுப்பூர்வமாக மிகுந்த முழுமை பெற்றது. மூன்று காரணங்களுக்காக கடைசி முகலாயன் நீடித்த மதிப்புகொண்ட புத்தகமாக விளங்கும். முதலாவதாக, இது ஒரு மனம்கவரும் வரலாற்று காலகட்டத்தில் வாழ்ந்த ஒரு தனித்துவமான மனிதரைப் பற்றிய தெள்ளத்தெளிவான சித்தரிப்பு. இரண்டாவதாக, 1857 டெல்லியைப் பற்றி இதுவரை உருவானதிலேயே மிகவும் துல்லியமான படைப்பு. இறுதியாக, மிகுந்த பிடிமானமுள்ள வகையில் வரலாற்றை எழுதுவதற்கு டேல்ரிம்பிளிடம் உள்ள திறமை மீண்டும் ஒருமுறை நிரூபிக்கப்பட்டுள்ளது.'

- பவன் கே. குமார், டிஎன்ஏ

'வரலாறு அதன் ஆவண இயல்பிலேயே மிகச்சிறந்த புரிதலை கொணர்ந்திருக்கிறது. துல்லியமான ஆராய்ச்சியை அற்புதமான எழுத்துப் பாணியுடன் ஒருங்கிணைத்திருக்கிறார் டேல்ரிம்பிள். 1857-க்கு முன்னும் பின்னுமான வரலாற்று காலகட்ட மனநிலைகளை மிகத்திறமையோடு

படம்பிடித்துள்ளார் அவர். எல்லாவற்றிற்கும் மேல், அவர் கடந்தகாலத்தைப் பற்றியதாக மட்டுமல்லாது தற்காலத்திற்கு முக்கியத்துவம் வாய்ந்ததாகவும் இந்தப் புத்தகத்தை உருவாக்கியிருக்கிறார். பிற உள்நாட்டு வெளிநாட்டு இந்திய வரலாற்றாசிரியர்கள் அவரை தங்களுடன் ஒப்பிட்டுக்கொண்டால் மட்டுமே வரலாறு கல்விரீதியானதாக, உணர்வுப்பூர்வமானதாக, அறிவு விளக்கமாக மற்றும் கேளிக்கை மிகுந்ததாக இருக்கும்.'

- ஹிந்து புக்ஸ் ஆஃப் தி இயர்

'வரலாறு எப்படி எழுதப்பட வேண்டும் என்பதை கடைசி முகலாயன் காட்டியிருக்கிறது. அரசர்களின் வறட்டுப் பட்டியலாக, போர்கள் மற்றும் உடன்படிக்கைகளாக அல்லாமல் கடந்தகாலத்தை நிகழ்காலத்திற்கு கொண்டுவர வேண்டும். நீண்டகாலத்திற்கு முன்னரே இறந்துவிட்ட கதாபாத்திரங்களுக்கு உயிர்கொடுக்க வேண்டும். அவர் நம்மிடையே வாழ்கிறார் என வாசகர்களை உணரவைக்க வேண்டும். அவர்களுடைய மகிழ்ச்சியை, வருத்தங்களை, கவலைகளை நாம் பகிர்ந்துகொள்ள வேண்டும். டேல்ரிம்பிளின் புத்தகம் ஆழமான உணர்ச்சிகளைக் கிளர்ந்தெழச் செய்கிறது. இது டெல்லிவாசிகள் அனைவரின் கண்களிலும் கண்ணீரை வரவழைக்கும்.'

- குஷ்வந்த் சிங், அவுட்லுக் இந்தியா

அமெரிக்கா

'ஆழ்ந்து ஆராயப்பட்டு அழகாக எழுதப்பட்டுள்ளது. முழு கவனத்தையும் கோருகின்ற 1857 டெல்லியின் துன்புறச் செய்யும் நிகழ்வுகளின் பதிவு.'

- நேஷன்

'1857 முரண்பாடுகளுக்கு ஓர் அசலான, மிகமுக்கிய பங்களிப்பு.'

- புக்லிஸ்ட்

'தற்காலத்தைய புரிதலுக்குள்ளாக மகத்தான வரலாற்று நிகழ்வுகளை கொண்டுவருவதில் டேல்ரிம்பிள் விஞ்சி நிற்கிறார்.'

- டோபின் ஹார்ஷா, நியூயார்க் டைம்ஸ் புக் ரிவ்யூ

'வில்லியம் டேல்ரிம்பிளின் கவர்ந்திழுக்கும் இந்தப் புத்தகம் மகத்தான வாசிப்புக்குரியது மட்டுமல்ல, தன்னுடைய அந்திமக் காலத்தில் முகலாயப் பேரரசின் தனித்துவமான வரலாற்றை நாம் புரிந்துகொள்வதற்கு மட்டுமல்லாமல் டெல்லியை, இந்தியாவை, இந்து - முஸ்லிம் ஒத்திசைந்த வாழ்வை, ஏகாதிபத்தியம் மற்றும் கலகத்தின் மிக முக்கியமான காலகட்டத்தில் நிலவிய இந்திய - பிரிட்டிஷ் உறவுநிலைகளைப் பற்றிய உறுதியான விவரங்களையும் இது வழங்குகிறது. இப்படிப்பட்ட முழுமையான

நிபுணத்துவமும் கூர்நோக்கும் மிகவும் ஏற்கத்தகுந்ததாக, வாசிப்பதற்கு சுவாரஸியமானதாக இருப்பது உண்மையிலேயே அரிதான விஷயம்தான்.'

- அமர்த்தியா சென்

ஆஸ்திரேலியா

'அசாதாரணமான விவரங்கள் அடங்கிய அதிகமும் வாசிப்புக்கு உகந்த முகலாய டெல்லியின் துயரார்ந்த இறுதி மாதங்களின் சித்தரிப்பு. மிகவும் சகிப்புத்தன்மை மிக்க, பன்மைக் கலாசாரத்தின் உச்சத்தில் இருந்தபோது தன்னை தொலைத்துவிட்ட இஸ்லாமிய நாகரிகத்தைப் பற்றிய வருத்தத்தையும் இது பதிவு செய்கிறது. இந்திய மற்றும் பிரிட்டிஷ் கண்ணோட்டங்களில் இருந்து இந்த எழுச்சியை கொணர்ந்திருக்கிறார் டேல்ரிம்பிள். இந்திய வரலாற்றின் மிக முக்கிய அத்தியாயங்களுள் ஒன்றைப் பற்றிய ஆய்வில் புதிய தளங்களுக்கு இட்டுச்செல்லும் ஒரு நினைவுச்சின்ன படைப்பே இது. 150 வருடங்களுக்கு முந்தையதாக இருந்தாலும் இன்றும்கூட தொடர்புபடுத்திக்கொள்ள முடிகிற வகையில் கிழக்கில் மூர்க்கத்தனமான மேற்கின் அத்துமீறல்கள் மற்றும் குறுக்கீடுகளுடைய ஆபத்துகள் குறித்து இது பாடம் நடத்துகிறது.'

- ஜான் ஜுப்ரிஸ்கி, தி ஆஸ்திரேலியன்

கடைசி முகலாயன்

ஓர் அரசகுலத்தின் வீழ்ச்சி, டெல்லி 1857

வில்லியம் டேல்ரிம்பிள்

தமிழில்:
இரா. செந்தில்

எதிர்
வெளியீடு

கடைசி முகலாயன்

ஓர் அரசகுலத்தின் வீழ்ச்சி, டெல்லி 1857

வில்லியம் டேல்ரிம்பிள்

தமிழில்: இரா. செந்தில்

முதல் பதிப்பு: ஜூலை 2017

எதிர்வெளியீடு,
96, நியூ ஸ்கீம் ரோடு, பொள்ளாச்சி - 642002.
தொலைபேசி: 04259 - 226012, 99425 11302.

வடிவமைப்பு: ஜீவமணி

விலை: ரூ. 900

The Last Mughal

The Fall of a Dynasty, Delhi, 1857
Author: William Dalrymple

Copyright © William Dalrymple 2006

This translation of the Last Mughals 1st edition is Published by Ethir Veliyedu by arrangement with Bloomsbury Publishing Plc.

Translated by: R. Senthil

First Edition: July 2017

Layout: Jeevamani

Published by
Ethir Veliyedu, 96, New Scheme Road. Pollachi - 2.
email: ethirveliyedu@gmail.com
www.ethirveliyedu.in

Price: ₹ 900

ISBN: 978-81-933955-2-3

Printed by: Jothy Enterprises, Chennai.

All rights reserved. No part of this book may be reprinted or reproduced or utilised in any form or by any electronic, mechanical or other means, now known or hereafter invented, including photocoping and recording, or in any information storage or retrieval system, without permission in writing from the Publisher.

வில்லியம் டேல்ரிம்பிள்

ஸ்காட்லாந்தில் பிறந்தவரான வில்லியம் டேல்ரிம்பிள் ஃபிர்த் ஆஃப் ஃபோர்த் என்ற கடற்கரைப் பிரதேசத்தில் வளர்ந்தவர். இவர் வரலாறு மற்றும் பயணம் என ஆறு நூல்களை எழுதியிருக்கிறார். இவற்றில் பெரிதும் பாராட்டப்பெற்று விற்பனையிலும் முத்திரை பதித்த City of Djinns என்ற பயணப்புத்தகம் 1994 ஆம் ஆண்டு தாமஸ் குக் டிராவல் புக் விருதினை வென்றதுடன் சண்டே டைம்ஸ் பத்திரிகை வழங்கும் இளம் பிரிட்டிஷ் எழுத்தாளர் விருதினையும் பெற்றது. இவருடைய முந்தைய நூலான White Mughals பல்வேறு விருதுகளைப் பெற்றுள்ளது. இவற்றில் கௌரவம்மிக்க Wolfson Prize for history 2003 மற்றும் Scottish Book of the Year விருது ஆகியவற்றைக் குறிப்பிட்டுக் கூறலாம். அத்துடன் இது PEN History விருது, Kiriyama Prize மற்றும் James Tait Black Memorial Prize உள்ளிட்டவற்றிலும் தேர்ந்தெடுக்கப்பட்டிருக்கிறது. கிறிஸ்டோபர் ஹாம்ப்ட்டனால் படைக்கப்பட்ட இதனுடைய நாடக வடிவத்தை நேஷனல் தியேட்டர் மற்றும் தமாஷா தியேட்டர் கம்பெனி ஆகியவை இணைந்து தயாரித்துள்ளன.

'பயண இலக்கியத்திற்கு தன்னிகரற்ற பங்களிப்பிற்காக' ராயல் ஸ்காட்டிஷ் ஜியோகிராபிகல் சொஸைட்டி அவருக்கு 2002 மங்கோ பார்க் மெடல் வழங்கி சிறப்பித்திருக்கிறது. தற்காலத்தைய இஸ்லாத்தின் புரிதலுக்கு அவர் வழங்கியுள்ள பங்களிப்பிற்காக 2005 ஆம் ஆண்டு ஆசிய விவகாரங்களுக்கான ராயல் சொஸைட்டியின் ஸைக்ஸ் மெடல் அவருக்கு வழங்கப்பட்டது. அவர் Stones of the Raj, Sufi Soul மற்றும் Indian Journeys ஆகிய மூன்று தொலைக்காட்சி தொடர்களையும் எழுதி வழங்கியிருக்கிறார். இவற்றில் கடைசித் தொடர் சிறந்த ஆவணப்படத் தொடருக்கான கிரைர்ஸன் விருதினை 2002 ஆம் ஆண்டு BAFTA-இல் வழங்கப்பட்டது. 2005 ஆம் ஆண்டு பாகிஸ்தான் மதரஸாக்கள் குறித்து அவர் எழுதிய கட்டுரை, FPA ஊடக விருதுகளில் அந்த ஆண்டின் சிறந்த அச்சுக் கட்டுரைக்கான விருதினை வென்றுள்ளது.

ஓவியரான ஆலிவியா ஃபிரேஸரை இவர் மணம் புரிந்துள்ளார். அவர்களுக்கு மூன்று பிள்ளைகள் உள்ளனர். அவர்கள் தங்களுடைய நேரத்தை லண்டன், ஸ்காட்லாந்து மற்றும் டெல்லி ஆகியவற்றிற்கு இடையில் பிரித்துக்கொண்டுள்ளனர்.

இரா. செந்தில்
மொழிபெயர்ப்பாளர்

பனிரெண்டு வருடங்களுக்கும் மேலாக மொழிபெயர்ப்பாளராக இயங்கிவரும் இரா. செந்தில் தொழில்முறை மொழிபெயர்ப்பாளராகவும் இருந்து வருகிறார். துணையாசிரியராக பங்கேற்ற 'காளான்' என்ற காலாண்டு சிற்றிதழில் மொழிபெயர்க்கத் தொடங்கிய இவர் பின்பு ஆழி பதிப்பக நிறுவனர் திரு. செ.ச. செந்தில்நாதன் அவர்களிடம் மொழிபெயர்ப்பாளராக நான்கு வருடங்களுக்கும் மேல் பணிபுரிந்துள்ளார். ஃப்ரீலேன்ஸராகவும், சிறிதுகாலம் ஊடகத்துறையிலும் தொடர்ந்து மொழிபெயர்ப்பாளராக தன்னுடைய பணியைத் தொடர்கிறார்.

இவரது மொழிபெயர்ப்பில் வெளிவந்த 'டாவின்சி கோட்', 'நரகம்' ஆகிய நூல்களை எதிர் வெளியீடு பதிப்பகம் வெளியிட்டிருக்கிறது.

பத்துக்கும் மேற்பட்ட புத்தகங்களை தமிழாக்கம் செய்திருக்கும் இவருடைய சொந்த ஊர் மயிலாடுதுறை.

இரா. செந்தில்
Email: sen.dcstudio@gmail.com

பொருளடக்கம்

படவிளக்கப் பட்டியல்	14
வரைபடங்கள்	17
முக்கிய ஆளுமைகள்	19
நன்றிகள்	33
அறிமுகம்	37
1 சதுரங்க ராஜா	73
2 மத நம்பிக்கையாளர்களும் அவநம்பிக்கையாளர்களும்	112
3 அசௌகரியமான சமநிலை	146
4 நெருங்கிவந்த புயல்	181
5 சீற்றப் பெருமகனின் வாள்	219
6 அழிவும் அமளியுமான நாள்	282
7 ஆபத்தான நிலை	329
8 ரத்தத்திற்கு ரத்தம்	364
9 திசைமாறிய பேரலை	424
10 எல்லா உயிரும் சுட்டுக் கொல்லவே	476
11 மரண நகரம்	536
12 மகத்தான முகலாயர்களில் இறுதியானவர்	604
குறிப்புகள்	656
புத்தகப் பட்டியல்	703

படவிளக்கப் பட்டியல்

1. The Coronation Portrait of Bahadur Shah Zafar II, by Ghulam Ali Khan, c.1837. Collection of Stuart Cary Welch.
2. The Mughal Emperor Akbar Shah II in procession with his sons and the
3. British Resident, Delhi, c.1811-19. Photograph courtesy of SimonRay, London.
4. The great Friday mosque of Shahjahanabad, Jama Masjid, c.1840. Collec- tion of William Dalrymple.
5. The Red Fort, c.1770. Add.Or.948, © British Library Board.
6. The 'Kootub House', from Sir Thomas Metcalfe's 'Dehlie Book'. Add.Or.5475 82, © British Library Board.
7. Metcalfe House, from Sir Thomas Metcalfe's 'Dehlie Book'. Add.Or.5475 84v-85v, © British Library Board.
8. Bahadur Shah Zafar II as a young man, c.1790. Add.Or.343, © British Library Board.
9. The celebrated blind sitar player, Ustad Himmat Khan, from James Skinner's Tazkirat al-umara. Add 27255 134v, © British Library Board.
10. View from the Lahore Gate, from Mazhar Ali Khan's great Delhi
11. Panorama. Add.Or.4126 3, © British Library Board.
12. A painter with his brushes and materials, from James Skinner's Tazkirat al-umara, c.1830. Add 27255 258v, © British Library Board.
13. Mirza Mughal, by August Schoefft, c.1850. Courtesy of the Lahore Fort. View over the Jama Masjid, from Mazhar Ali Khan's great Delhi
14. Panorama. Add.Or.4126 4, © British Library Board.
15. The Rao of Kotah's visit to Delhi, c.1840. Collection of Stuart Cary Welch.
16. Portrait of Zafar, from Sir Thomas Metcalfe's 'Dehlie Book', c.1845. Add.Or.5475 17, © British Library Board.
17. Zafar presides over his durbar, c.1840. © The Trustees of the Chester Beatty Library, Dublin.

18. Two elephants of state. V&A Images, Victoria and Albert Museum, London.
19. The durbar of the Nawab of Jhajjar in summer dress. Add.Or.4680, © British Library Board.
20. The Nawab of Jhajjar rides around his country garden on his pet tiger.
21. Courtesy of the Cynthia Hazen Polsky Collection.
22. Detail of a Fraser Album page depicting Nine Horse Merchants, Delhi, c.1816-20. Photograph courtesy of Simon Ray, London.
23. A group of four soldiers, from the Fraser Album, attributed to Ghulam Ali Khan, c.1816-20. From the collection of Prince and Princess Sadruddin Aga Khan.
24. Mr Flowery Man, a celebrated Delhi ascetic, and his followers. V&A Images, Victoria and Albert Museum, London.
25. A group of Delhi Sufis and sadhus, yogins and ascetics gather around a fire. Courtesy of Joachim K. Bautze.
26. A dancing girl called Piari Jan, from the Fraser Album, by Lallji or Hulas Lal, 1815. From the collection of Prince and Princess Sadruddin Aga Khan.
27. An accountant working on his registers, from James Skinner's Tazkirat al-umara. Add 27255 96v, © British Library Board.
28. A troupe of dancing girls and musicians. V&A Images, Victoria and Albert Museum, London.
29. A Delhi opium den with recumbent addicts, from James Skinner's Tazkirat al-umara. Add 27255 337, © British Library Board.
30. Portrait of Malageer, a nautch girl, from the Fraser Album, by Lallji or Hulas Lal, 1815. From the collection of Prince and Princess Sadruddin Aga Khan.
31. A group of Delhi storytellers and comedians, from the Fraser Album, c.1820.
32. From the collection of Prince and Princess Sadruddin Aga Khan.
33. Portrait of Zafar, by August Schoefft, c.1854. Courtesy of the Lahore Fort.
34. Hakim Momin Khan, Portrait of the Poet, attributed to Jivan Ram, India, c.1835. © President and Fellows of Harvard College, Harvard University Art Museums.
35. Zinat Mahal, as imagined by the Illustrated London News. P2380, © British Library Board.
36. The Illustrated London News image of Zafar. P1519, © British Library Board.
37. Zinat Mahal, taken by General McMohan, 1872. Add.Or.5475 17v, © British Library Board.
38. Mirza Ahsanullah Khan, the poet Ghalib. P1007h16, © British Library Board.
39. General Archdale Wilson, by John Jabez Edwin Mayall. National Portrait Gallery, London.
40. Brigadier General John Nicholson, by William Carpenter. National Portrait Gallery, London.
41. Harriet and Robert Tytler.

42. William Hodson of Hodson's Horse. P79(2), © British Library Board. The Delhi Field Force advances on the Mughal capital. X271 3, © British Library Board.

43. Hodson's Horse, by Felice Beato. Wilson Centre for Photography. The British attack Kashmiri Gate on 14 September. X271 16, © British Library Board.

44. 'Easy Days': Zafar's Hall of Private Audience, the Diwan-i Khas, 1857.

45. 1261.e.31, © British Library Board.

46. The Bridge of Boats, by Felice Beato, 1858. P193 1, © British Library Board.

47. The Kashmiri Gate, by Felice Beato, 1858. P25 14, © British Library Board

48. The Flagstaff Tower, by Felice Beato, 1858. Wilson Centre for Photo- graphy.

49. Humayun's Tomb, by Felice Beato, 1858. P52 18, © British Library Board.

50. The deposed and broken Emperor, by 'Mr Shepherd the Photographer'. P797 37, © British Library Board.

   Two princes: Mirza Jawan Bakht and Mirza Shah Abbas, by Felice Beato. Courtesy of Jane and Howard Ricketts Collection, London.

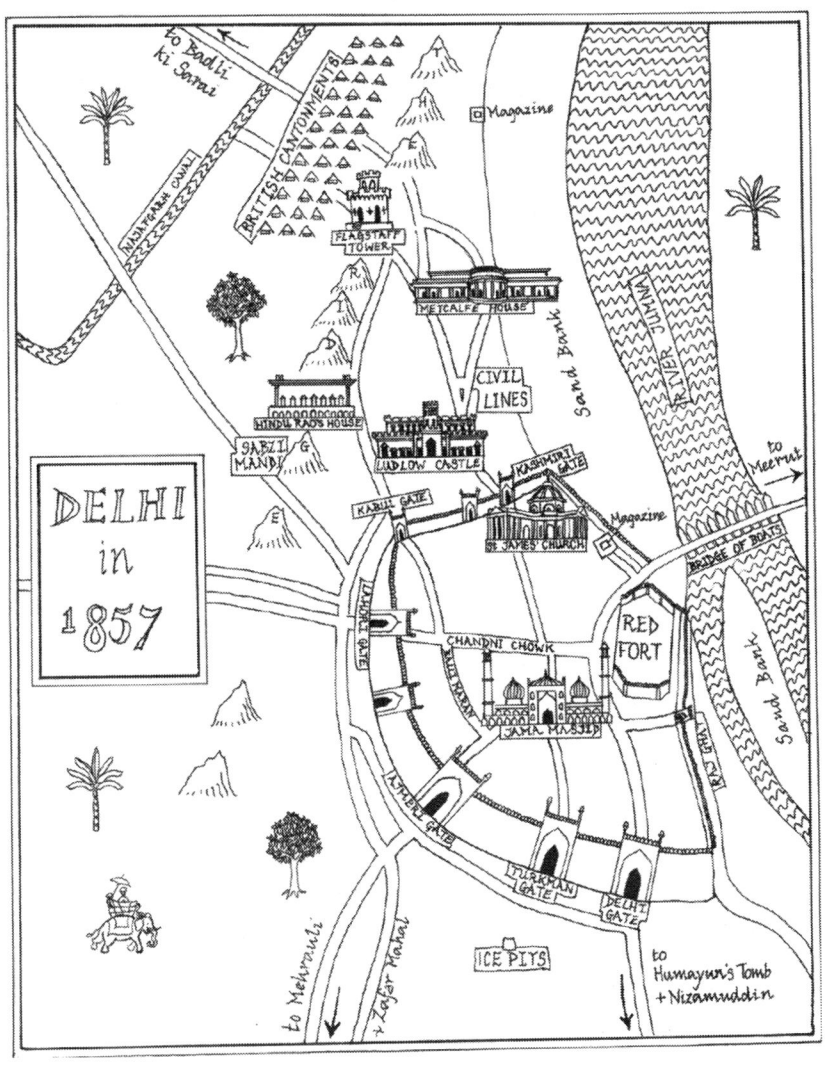

கடைசி முகலாயன் | 17

KASHMIR
PUNJAB
RAJPUTANA
HINDUSTAN
HIMALAYAS
NORTH WEST INDIA IN 1857
Peshawar
Rawalpindi
Sialkot
Jhelum
Amritsar
Lahore
Jullundur
Ferozepore
Simla
Ravi
Multan
Sutlej
Patiala
Ambala
Rurki
Karnal
Panipat
Meerut
Hansi
Rohtak
Badli Ki Sarai
DELHI
Moradabad
Bareilly
Ganges
Shahjahanpur
Mathura
Mainpuri
Agra
Lucknow
Nasirabad
Cawnpore
Tonk
Gwalior
Jumna
Jhansi
Nimach

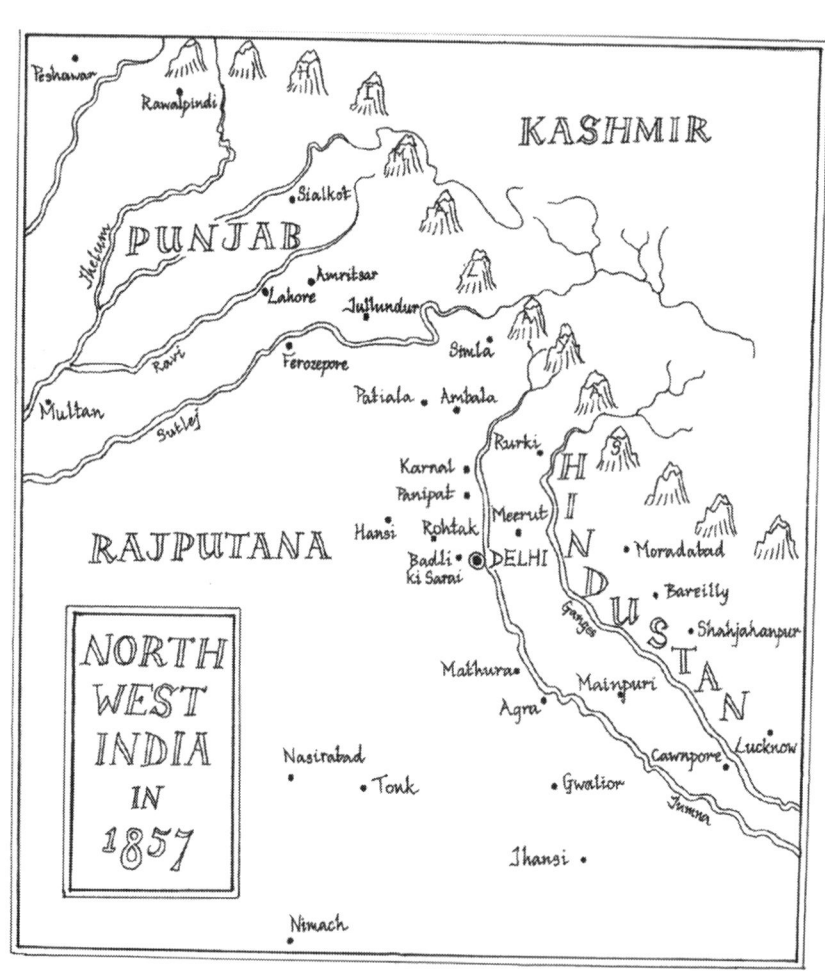

முக்கிய ஆளுமைகள்

முகலாயர்கள்

முகலாய அரச குடும்பம்

பேரரசர் இரண்டாம் பகதூர் ஷா ஜாஃபர் (1775-1862)
மூத்த முகலாய பேரரசரான இவர் - மூத்தவர் என்றாலும் பேரரசர் இரண்டாம் அக்பர் ஷாவின் விருப்பத்திற்குரியவர் அல்ல - ஒரு சித்திர எழுத்துக் கலைஞர், சூஃபி சமய அறிஞர், நுணுக்க ஓவியர்களின் புரவலர், தோட்டங்களை படைப்பவர் மற்றும் ஒரு தீவிர மறைபொருள் கவிஞர். ஆனாலும், 1850 களில் முகலாய வம்சத்துடன் பிணைந்திருந்த புதிரான சூழ்நிலைக்கும் அப்பால் அவர் சிறிதளவு தினசரி அதிகாரத்தையே பெற்றிருந்தார் என்பதுடன் பல வழிகளிலும் அவர் 'ஒரு சதுரங்க ராஜாவாகவே' இருந்துள்ளார். 1857 ஆம் ஆண்டு மே 11 ஆம் தேதி முரட்டுத்தனமான மூர்க்கத்துடன் தன்னுடைய அரண்மனைக்குள் நுழைந்த சிப்பாய்களால் துவக்கத்தில் பயந்துபோனாலும், இறுதியில் அந்த எழுச்சிக்கு தன்னுடைய ஆசியை வழங்க ஜாஃபர் ஒப்புக்கொண்டார். அழிவின் விளிம்பில் இருந்து தன்னுடைய மாபெரும் வம்சாவளியைக் காப்பாற்றுவதற்கு இதுவே ஒரே வழி என்பதையும் அவர் கண்டார். இந்த முடிவுதான் பின்னாட்களில் அவரைக் கசப்புணர்ச்சியுடன் வருத்தம் கொள்ளவைத்தது.

நவாப் ஜீனத் மஹல் பேகம் (1821-82)
ஜாஃபரின் மூத்த மனைவி, அதிகாரவர்க்க பின்னணியைச் சேர்ந்த அவருடைய ஒரே துணைவி. 1840 இல் அவர்களுக்குத் திருமணமானபோது பேகத்தின் வயது பத்தொன்பது, ஜாஃபரின் வயது அறுபத்தி நான்கு. விருப்பத்திற்குரிய மனைவி என்ற நிலையில் இருந்த அவருடைய போட்டியாளர் தாஜ் மஹல் பேகத்தை விஞ்சி முன்னணிக்கு வந்த அவர் மிர்ஸா ஜாவன் பக்த் வடிவில் ஒரு மகனையும் பெற்றெடுத்தார். ஆனாலும் அரைமனதுடனே, ஜாஃபரின் பதினாறு பையன்களில் பதினைந்தாவதான ஜாவன் பக்த் அடுத்த வாரிசாகவும் அறிவிக்கப்பட்டார். ஜாஃபர் முற்றிலும் ஜீனத்தின் செல்வாக்கின் கீழேயே இருந்தார் என்றே பரவலாக குறிப்பிடப்படுகிறது. ஆனால், 1857 இன் போது ஜாஃபர் மீதான பேகத்தின் அதிகாரமானது சட்டென்று வரம்பிற்கு உட்பட்டதானது.

தாஜ் மஹல் பேகம்

ஓர் ஏழை அரசவை இசைக்கலைஞரின் அழகிய மகளாகிய தாஜ், ஜாஃபரின் விருப்பத்திற்குரிய மனைவியாக, அவருடைய அந்தப்புரத் தலைவியாக, 1837 இல் ஜாஃபர் அரியணை ஏறியபோது நடைபெற்ற கொண்டாட்டங்களுக்கு தலைமையேற்றிருந்தார். 1840 இல் பத்தொன்பது வயதான ஜீனத் மஹலை திருமணம் செய்துகொண்டபோது தாஜ் மஹலின் வீழ்ச்சி தொடங்கியது. ஜாஃபரின் சகோதரர் மகனான மிர்ஸா கம்ரானுடன் அவர் கள்ளத்தொடர்பு வைத்திருந்தார் என்ற சந்தேகத்தில் சிறைவைக்கப்பட்ட அவர் அதன் பின்னர் ஜாஃபர் மற்றும் ஜீனத் மஹலிடம் இருந்து ஒதுங்கியே இருந்தார்.

மிர்ஸா ஃபக்ரு என்ற மிர்ஸா குலாம் ஃபக்ருதீன் (1818-56)

ஜாஃபரின் மூத்த மகன் மிர்ஸா தாரா பக்த் 1849 இல் காய்ச்சலால் மரணமடைந்தபோது, ஜாஃபரின் அடுத்த மகனான மிர்ஸா ஃபக்ருதான் அடுத்த வாரிசு என்று பிரிட்டிஷார் அனுமானித்திருந்தனர். மிர்ஸா ஃபக்ரு ஒரு திறமைமிகுந்த பிரபலமான கவிஞராகவும், வரலாற்றாசிரியராகவும் விளங்கினார். ஆனால் ஜீனத் மஹலின் செல்வாக்கினால் ஜீனத்தின் பதினைந்து வயது மிர்ஸா ஜாவன் பக்திற்கு ஆதரவாக அரியணையைப் பெறும் முயற்சியில் ஜாஃபர் தோல்வியடைந்தார். மிர்ஸா ஃபக்ரு 1856 இல் காலராவால் இறந்ததாக சொல்லப்படுகிறது. ஆனால், அந்த மரணம் விஷம் கொடுக்கப்பட்டதால் ஏற்பட்டது என அரண்மனை வட்டாரம் கிசுகிசுத்தது.

மிர்ஸா முகல் (1828-57)

ஜாஃபரின் ஐந்தாவது மகன். ஜாஃபரின் அந்தப்புரத்தில் மூத்தவர், அதிகாரவர்க்கக் குடும்பத்தில் பிறந்து ஷரஃப் உல்-மஹல் சாயிதானி என்று பெயரிடப்பட்ட சாயிதாவுக்குப் [இறைத்தூதரின் வம்சாவளி] பிறந்தவர். 1852 இல் மிர்ஸா ஃபக்ரூவின் கௌரவம் குறைக்கப்பட்ட பின்னர் ஜீனத் மஹலின் ஆதரவில் வளர்ந்த மிர்ஸா முகல், அரசவையில் முக்கியவத்துவம் வாய்ந்த ஒருவரானார் என்பதுடன் கோட்டைக் காவலராகவும் நியமிக்கப்பட்டார். 1856 இல் மிர்ஸா ஃபக்ரூ இறந்தபின்னர் அவர் ஜாஃபரின் எஞ்சியுள்ள சட்டப்பூர்வ மகன்களில் மூத்தவரானார். அதே நேரம் கிழக்கிந்திய நிறுவன ராணுவத்தில் இருந்த அதிருப்தியுற்ற சிப்பாய்களுடன் தொடர்பை ஏற்படுத்திக்கொண்டார். மே 12 இல் இருந்து அவர் ராஜ குடும்பத்தைச் சேர்ந்த முதன்மை கலகத் தலைவரானார் என்பது நிச்சயம். அத்துடன் இந்தக் குழப்பங்கள் மற்றும் முற்றுகைக்கு நடுவே டெல்லியின் நிர்வாகத்தை தக்கவைத்துக்கொள்ளவும் அவர் கடும் உழைப்பைச் செலுத்தினார்.

மிர்ஸா கிஸிர் சுல்தான் (1834-57)

ஜாஃபரின் ஒன்பதாவது மகன். அரண்மனை அந்தப்புரப் பெண்ணுக்கு பிறந்த சட்டத்திற்கு புறம்பான மகன். 1857 இல் இருபத்தி மூன்று வயதான நிலையில் அவருடைய உடல்ரீதியான அழகு, கொஞ்சம் கவிஞனுக்குரிய திறமை மற்றும்

துப்பாக்கிச் சுடுவதில் தேர்ச்சி ஆகியவற்றிற்காக நினைவுகூரப்படுகிறார். ஆனால், 1857 இல் கலகக்காரர்களுடன் சேர்ந்துகொள்ள வேண்டும் என்ற அவருடைய விதியால் அவர் தன்னை சிறிதளவே தனித்துக்காட்ட முடிந்தது என்றாலும் பட்லி கி செராயில் நடந்த போரின்போது பயத்தில் அங்கிருந்து ஓடிவிட்டார்.

இது கலகக்கார வீரர்களிடையே பீதியைக் கிளப்ப காரணமாகிப்போனது. இந்த முற்றுகையின்போது அவர் ஓர் ஊழல்வாதியாகிப் போனார். அத்துடன் அதிகாரம் ஏதும் இல்லாமலேயே கைது நடவடிக்கைகளை மேற்கொண்டது மற்றும் நகரத்தின் வங்கியர்களிடம் வரிவசூல் செய்தது ஆகியவற்றிற்காக விமர்சிக்கப்பட்டார்.

மிர்ஸா அபு பக்கர் (இறப்பு.1857)

மிர்ஸா ஃபக்ருவின் மூத்த மகனும், ஜாஃபரின் முதன்மையான சட்டப்பூர்வ பேரனுமாகிய மிர்ஸா அபு பக்கர் அந்த அரச குடும்பத்தில் ஒரு தலையாய போக்கிரியாகவோ அல்லது மூர்க்கத்தனம் மிஞ்சியவராகவோ இருந்தார். கலகம் வெடித்த சில நாட்களுக்குள்ளாகவே மிர்ஸா அபு பக்கர் பற்றி பேரரசரிடம் பிராது மனுக்களும், புகார்களும் தெரிவிக்கப்பட்டது. அவற்றில் அவர் விபச்சாரம் மற்றும் குடிப்பழக்கத்தில் ஈடுபட்டது, தன்னுடைய பணியாளர்களை விளாசியது, கண்காணிப்பாளர்களை அடித்து உதைத்தது, அவரைக் கட்டுப்படுத்த முனைந்த காவல்துறையினரை சர்வசாதாரணமாக தாக்கியது ஆகியவை அடங்கும். கலகக்கார காலாட்படைக்கு பெயரளவு பொறுப்பேற்றுக்கொண்ட அவர், மே 30 மற்றும் 31 இல் ஹிண்டான் பாலத்தில் தோல்வியில் முடிந்த, பேரழிவுமிக்க மீரட் படையெடுப்புக்கு முன்னர் குர்கான் மற்றும் டெல்லியின் பல்வேறு புறநகர்ப் பகுதிகளைக் கொள்ளையடித்தார்.

மிர்ஸா ஜாவன் பக்த் (1841-84)

ஜாஃபரின் விருப்பத்திற்குரிய மகன். ஜீனத் மஹலுடன் ஜாஃபர் பெற்றுக்கொண்ட ஒரே மகன். தன்னுடைய பதினாறு ஆண்மகன்களில் பதினைந்தாவதாக இருந்தாலும் ஜாவன் பக்தை தன்னுடைய வாரிசாக்க முடிவுசெய்து அதற்கான முயற்சிகளை ஜாஃபர் மேற்கொண்டார். கேடுற்றும், சுயநலமியாகவும் இருந்த மிர்ஸா ஜாவன் பக்திற்கு தன்னுடைய பெற்றோரைத் தவிர்த்து சில ஆதரவாளர்களே இருந்தனர் என்பதுடன் அவர் படிப்பிலும் அவ்வளவாக ஆர்வம் காட்டவில்லை. இந்த எழுச்சியின்போது, சிப்பாய்களின் வீழ்ச்சிக்குப் பின்னர் தன்னுடைய மகன் அரியணை ஏறுவது உறுதியாகிவிடும் என்று நம்பிக்கை கொண்டிருந்த தன்னுடைய தாயாரால் அவர் கலகக்காரர்களிடம் இருந்து விலக்கியே வைக்கப்பட்டார்.

மிர்ஸா இலாஹி பக்ஷ்

மிர்ஸா ஃபக்ருவின் மாமனார். மிர்ஸா அபு பக்கரின் தாத்தா மற்றும் 1857க்கு முன்னரும் பின்னரும் அரண்மனையில் இருந்த பிரிட்டிஷ் ஆதரவுப் பிரிவின் தலைவர்களுள் ஒருவர். இந்த முற்றுகை முழுவதிலுமே வில்லியம் ஹட்ஸனுடன் நெருங்கிய தொடர்பு வைத்திருந்தார். நகரம் வீழ்ந்த பின்னர் ஜாஃபரைச் சரணடையச் சொல்லித் தூண்டியதில் கருவியாக செயல்பட்டவர். அதற்குப் பின்வந்த வாரங்களில், தன்னுடைய உறவினர்களில் யார் யாரெல்லாம் கலகக்காரர்களுக்கு அனுதாபிகளாக இருந்தனர் என்பதை அடையாளம் காட்டும் பொறுப்பை ஏற்றுக்கொண்டார். தன்னுடைய சொந்தப் பேரன் உட்பட தன்னுடைய குடும்பத்தினர் பெரும்பாலானோரின் உயிருக்கு பிரதிபலனாக தன்னுடைய உயிரைக் காத்துக்கொண்ட இவர்தான் 'டெல்லியின் துரோகி' என்று அழைக்கப்பட்டார்.

பேரரசரின் குடும்பம்

ஹகீம் அஷானுல்லா கான்

மிகவும் புத்திசாலித்தனமான, தந்திரம் தெரிந்த பண்பட்ட மனிதரான ஹகீம் ஜாஃபரின் மிகவும் நம்பிக்கைக்குரிய ரகசியக் காப்பாளர் என்பதுடன் அவருடைய பிரதம மந்திரியாகவும், தனி மருத்துவராகவும் நியமிக்கப்பட்டார். 1857க்கு முன்புவரை ஜீனத் மஹலுக்கும் ஹகீமிற்கும் இடையில் ஓர் அசௌகரியமான உறவே நிலவி வந்தது. ஆனால் 1857 இல் இருவருக்கும் பொதுவான ஒரு காரணம் உருவானது. அது கலகக்கார ராணுவத்திற்கு எதிராக ஒன்றிணைவதும், பிரிட்டிஷாருடன் பேச்சுவார்த்தைக்குத் தயாராவதுமாகும். அவருடைய கடிதங்கள் கண்டுபிடிக்கப்பட்டபோது கலகக்கார சிப்பாய்கள் அவரைக் கொன்றுவிட முயற்சித்தனர். ஆனால், அவர் ஜாஃபரால் காப்பாற்றப்பட்டார். கலகக்காரர்களின் கொள்கையுடன் உடன்படுத்திக்கொள்ள வேண்டாம் என்றும், பிரிட்டிஷாரிடம் சரணடைந்துவிடலாம் என்றும் ஹகீம் தொடர்ந்து ஜாஃபரை வற்புறுத்தினார். ஆனால், இறுதியாக அவர் அதையே செய்தபோது ஹகீம் அவருக்கு துரோகமிழைத்தார். தனக்கு வழங்கப்படும் மன்னிப்புக்கு பிரதிபலனாக தன்னுடைய எஜமானருக்கு எதிரான ஆதாரங்களை அவர் சமர்ப்பித்தார்.

மஹ்பூப் அலி கான் (இறப்பு.1857)

அரண்மனையின் பிரதான திருநங்கை. அந்தப்புரத்தின் சுவர்களுக்கு அப்பாலும் ஜீனத் மஹலின் பிரபலமான இரக்கமற்ற 'செல்வாக்குள்ளவர்'. தன்னுடைய எஜமானியைப் போன்றே இந்த எழுச்சி குறித்து அவர் ஆழமான சந்தேகம் கொண்டிருந்தார். கலகம் வெடித்ததற்குப் பின்னர் அரண்மனையில் இருந்த பிரிட்டிஷ் ஆதரவுப் பிரிவின் முன்னணி உறுப்பினராகவும் இருந்தார். நீண்டநாள் நோயுற்றிருந்த பின்னர் ஜூலை 1857 இல் மரணமடைந்தார்.

ஆனால், அந்த மரணம் விஷம் தரப்பட்டதால் ஏற்பட்டதென்று பரவலான வதந்தி பரவியது.

மிர்ஸா அஸாதுல்லா கான் - 'காலிப்' (1797-1869)

உருது மொழியில் மிகச்சிறந்த கவிஞர். தன்னுடைய பெரிய எதிரியான ஸாக் இறந்தபின்னர் 1854 இல் இருந்து அரசவைக் கவிஞராக இருந்தார். மனப்பற்றின்படி அவர் ஒரு மாயாதீத சூஃபி. சுயஉணர்வின்படி சுயமைத்தனமும், இயல்பிலேயே அதிகார வர்க்கத்தினராகவும் இருந்தார். 1857 இல் முகலாய டெல்லியானது முற்றுகையிடப்பட்டு வீழ்ச்சியுற்றபோது அந்த நகரத்தின் அழிவைப் பற்றி மிகவும் அறிவுப்பூர்வமான மற்றும் சோகமயமான பதிவுகளைத் தன்னுடைய எழுத்துகளில் காலிப் பதிவு செய்திருக்கிறார்.

ஜாகிர் தேலவி (1835-1911)

முகலாய அரசவையில் ஜாஃபரின் உதவியாளராக விளங்கிய இவர் தன்னுடைய பதிமூன்றாவது பிறந்தநாளில் இருந்தே இந்தக் கோட்டையில் பணிபுரிந்து வந்தார். 1857 இன் போது அவருடைய இருபத்தி இரண்டாவது வயதில் மஹி மராதீபின் தரோகா அல்லது முகலாயர்களின் வம்சாவளி மீன்கொடி பாதுகாவலராக பதவி உயர்வு அளிக்கப்பட்டார். ஸாக்கின் மாணவர்களுள் ஒருவரான அவர் அதிகம் செறிவுபெற்ற, பண்பட்ட அரசவையினராகவும் கவிஞராகவும் விளங்கினார். முன்னதாக மொழிபெயர்க்கப்படாத அல்லது இந்த எழுச்சியைப்பற்றிய, ஆங்கில விவரிப்பில் பயன்படுத்திக் கொள்ளப்படாத அவருடைய தஸ்தானி-காதிர், அரண்மனையின் கண்ணோட்டத்தில் இருந்து முற்றுகை மற்றும் எழுச்சி சென்ற திசையை மிகவும் செம்மையான விவரங்களுடன் எழுதப்பட்ட பதிவுகளைக் கொண்டிருக்கிறது.

கலக ராணுவம்

ஜெனரல் பக்த் கான்

1857க்கு முன் ஆயுதப் படைப்பிரிவிற்கு சுபேதாராக இருந்த பக்த் கான் ஆப்கானிய போர்களில் மிகவும் வெற்றிகரமானவராகவும் போரில் கடுமை காட்டுபவராகவும் அறியப்பட்ட அனுபவசாலியாவார். உயரமான, கம்பீரம்மிக்க மற்றும் கனத்த உடற்கட்டுடன், முறுக்கிய மீசையும், தடிமனான கிருதாக்களுடன் காணப்பட்ட பக்த் கான் பரேலி படையினரால் ஜெனரலாக தேர்ந்தெடுக்கப்பட்டு, ஒரு நிர்வாகி மற்றும் திறன்மிக்க ராணுவத் தலைவர் என்ற பெருமையுடன் டெல்லிக்கு வந்தார். 1857, ஜூலை 2 அன்று முற்றுகையின் பாதிவழியில் அவர் டெல்லிக்கு வந்தபோது, துவக்கத்தில் பக்த் கானும் அவருடைய 3,000 படைவீரர்களும் விரைவான வெற்றியைப் பெற்றுத் தந்துவிடுவார்கள் என்பதைப் போல் தோன்றியது. ஆனால், பிற கலகத்தலைவர்களிடத்தில், குறிப்பாக மிர்ஸா

முகலிடத்தில், போர்த்தந்திரமற்ற முறையில் நடந்துகொண்டதானது அவருடைய 'வஹாபி' மதக் கண்ணோட்டத்தின்படி விரைவிலேயே அவருக்கு எதிரிகளைத் தேடித்தந்துவிட்டது. ஆகஸ்ட் மத்தியப் பகுதியில் பிரிட்டிஷ் பாதுகாப்பரண்களை உடைக்கச் செய்வதில் அவருக்கு ஏற்பட்ட தோல்வி அவருடைய முதன்மை கலகப் படைத்தளபதி என்ற பதவியில் இருந்து கீழிறங்கச் செய்துவிட்டது.

ஜெனரல் சுதாரி சிங் மற்றும் பிரிகேட் மேஜர் ஹைரா சிங்

நிமாக் பிரிகேடின் தலைவர்கள் மற்றும் பக்த் கானின் முதன்மைப் போட்டியாளர்கள். பக்த் கானின் தலைமையை ஏற்க மறுத்த இவர்கள் அவரை பதவியிறக்கம் செய்ய குழிதோண்டினார்கள். குறிப்பாக ஆகஸ்ட் 25 இல் நஜப்கரில் நிக்கல்ஸனின் படையால் மறைந்திருந்து தாக்கப்பட்டபோது, தங்களுடைய படைவீரர்களை அவர்களின் தலைவிதியே என்று அவர்கள் கைவிட்டனர்.

பிரிகேட் மேஜர் கௌரி ஷங்கர் சுகுல்

ஹரியானா ரெஜிமெண்டின் தலைவர், மிக முக்கிய பிரிட்டிஷ் உளவாளி மற்றும் கலகத் தலைவர்களுக்குள்ளாக பகைமையைத் தூண்டியவர்.

மௌலவி சர்ஃபராஸ் அலி

பக்த் கானின் ஆன்மீக குருவும், 'வஹாபி' போதகருமான மௌலவி விரைவிலேயே 'முஜாஹிதீன் தலைவராகவும்' அறியப்படலானார். இந்த எழுச்சிக்கு முன்னர், அவர் டெல்லியில் பல வருடங்கள் வாழ்ந்திருக்கிறார் என்பதுடன் அரசவையுடனும், அந்த நகரத்துடனும் அவருக்கு நல்ல தொடர்பும் இருந்தது. கலகம் வெடிக்கும்வரையிலுமான நாட்களில் பிரிட்டிஷாருக்கு எதிரான ஜிகாத்தை பிரச்சாரம் செய்த முதல் மதகுருமார்களுள் ஒருவராவும் அவர் இருந்திருக்கிறார். முற்றுகை முன்னேற்றமடைந்தபோதும், ஜிகாதிகள் அதிகரித்துக் கொண்டிருந்தபோதும் ஒரு கலகத்தலைவராக அவருடைய செல்வாக்கு பெருகிக்கொண்டே இருந்தது.

பிற டெல்லிவாசிகள்

முன்ஷி ஜீவன் லால்

இந்த எழுச்சி வெடித்தெழும் முன்பாக பிரிட்டிஷ் குடியிருப்பில் உள்ள சர் தாமஸ் மெட்கால்ஃபின் பிரதான உதவியாளரான ஜீவன் லால் பெருத்த உருவமுடைய மனிதராகவே இருந்து வந்துள்ளார். தன்னுடைய நிலவறைக்குள்ளேயே இருக்கும்படி கட்டுப்பாடு விதிக்கப்பட்டபோதிலும், முற்றுகையின் பெரும்பாலான சமயங்களில் தன்னுடைய மறைவிடத்தில் இருந்தபடியே மிகவும் திறன்மிக்க உளவு நடவடிக்கைகளை மேற்கொண்டார். ஒவ்வொருநாளும் 'இரண்டு பிராமணர்களையும், இரண்டு ஜாட்டுகளையும்

வெளியே அனுப்பிவைக்கும் அவர் எல்லாத் திசைகளில் இருந்தும் கலகக்காரர்கள் மேற்கொள்ளும் நடவடிக்கைகள் குறித்த விவரங்களைத் திரட்டிவரச் செய்தார்'. அவற்றை மலைத்தொடரில் உள்ள பிரிட்டிஷ் உளவுப்பிரிவுத் தலைவராக இருக்கும் வில்லியம் ஹட்ஸனிடம் உரிய முறையில் அளித்துவிடுவார்.

முஃப்தி சத்ருதீன் கான் - 'அஸுர்தா' (இறப்பு.1868)

ஜாஃபர் மற்றும் காலிப்பின் நெருங்கிய நண்பரான முஃப்தி சத்ருதீன் அஸுர்தா, டெல்லியில் பிரிட்டிஷார் ஏறுமுகத்தில் இருந்த ஆரம்பநாட்களில் பிரிட்டிஷ் மற்றும் முகலாய மேட்டுக்குடியினரிடையே ஒரு முக்கிய பாலமாக செயல்பட்டார். முப்பது வருடங்களாக டெல்லியில் ஒரு முஸ்லிம் நீதிபதியாகவும் (சாதிர் அமின்), அரசவையில் கற்றறிந்த முன்னணியினராகவும், சற்றே ஆங்கில அனுதாபியாகவும், முக்கியமான மதரஸா ஆசிரியராகவும் தன்னுடைய பாத்திரங்களைச் சமநிலையில் தக்கவைத்துக்கொண்டவர். ஆனால், 1857 இல் மிஷனரிகளின் ஊக்கத்தால் கம்பெனியரால் கைவிடப்பட்ட அவர் தன்னுடைய விதியை கலகக்காரர்களின் கையில் ஒப்படைத்துவிடும் நிலைக்குத் தள்ளப்பட்டார். ஓர் இயல்பான மத்தியஸ்தராக, 1857 ஆகஸ்ட் 1 ஆம் தேதி ஈகைத் திருநாளில் நடந்த பசுக்கொலை குறித்த சச்சரவின்போது ஜிகாதிகள், அரசவை மற்றும் சிப்பாய்களை ஆறுதல்படுத்தியதற்கு பொறுப்பேற்றார். இதன்மூலம் கலக வீரர்களிடையே நிகழவிருந்த உள்நாட்டு யுத்தம் தவிர்க்கப்பட்டது.

முயின் உதின் ஹுஸைன் கான்

எழுச்சி பரவியபோது, சுவர்சூழ்ந்த அந்த நகரத்தின் சிறிய தென்மேற்குப் பகுதியில் அமைந்திருந்த பாகர்கன்ஞ் காவல் நிலையத்தின் தனாதார் அல்லது தலைமைக் காவல் அதிகாரியாக முயின் உதின் ஹுஸைன் கான் பணியாற்றிவந்தார். முயின் உதின் பிரபுக்குல லஹரு குடும்பத்தின் ஒரு சிறு பிரிவைச் சேர்ந்தவராவார். அவருடைய ஒன்றுவிட்ட சகோதரர்களில் காலிப் மற்றும் நவாப் ஜியா உதின் கான் ஆகியோரும் அடங்குவர். தியோ மெட்கால்ஃபின் உயிரைக் காப்பாற்ற உதவிய அவர், கலகக்காரர்களுடன் இணைந்துகொண்டதுடன் எழுச்சியின் பெரும்பாலான நேரங்களில், சயித் முபாராக் ஷாவால் பதிலீடு செய்யப்படும் முன்னர்வரை கோட்வால் (முதன்மை நிர்வாகி) பதவிக்கு உயர்த்தப்பட்டார். எழுச்சி அடக்கி ஒடுக்கப்பட்ட பின்னர் இந்த இரண்டு கோட்வால்களுமே உயிருடன் இருந்தார்கள் என்பதுடன், முற்றுகை காலகட்டங்களின்போது அந்த நகர வாழ்க்கை எப்படி இருந்தது என்பதுபற்றி உருது மொழியில் அற்புதமான விவரங்களை இருவருமே எழுதியிருக்கின்றனர்.

சர்வார் உல்-முல்க்

இளம் முகலாய பிரபு. கலகம் வெடித்தபோது ஏறத்தாழ அவருக்கு பனிரெண்டு வயதே இருக்கும். இந்தப் போராட்டத்தின்போது, அவருடைய ஆப்கானிய ஆசிரியர் ஒரு ஜிஹாதியானார். அவருடைய தந்தையோ கொள்ளையடிக்கும் சிப்பாய்களின் தாக்குதலில் இருந்து தன்னுடைய குடும்ப வீட்டைக் காப்பாற்ற வேண்டியிருந்தது. செப்டம்பர் 14 ஆம் தேதிக்கு பின்னரே தப்பிச்செல்ல முடிந்த இந்தக் குடும்பத்தினர் பாதுகாப்பாக ஹைதராபாத் சென்றடைந்தனர். அங்கு "என் வாழ்க்கை" என்ற பெயரில் சர்வார் உல்-முல்க் எழுதிய தன்னுடைய சுயசரிதையில் இந்த முற்றுகையைப்பற்றிய அருமையான விவரணையை எழுதியிருக்கிறார்.

பிரிட்டிஷாரும் மெட்கால்ஃப்களும்

சர் சார்லஸ் மெட்கால்ஃப் (1785-1846)

டெல்லிக்கு வந்த மெட்கால்ஃப்களில் முதலாமவர். தன்னுடைய முதல் வருகையின்போது - ஆரம்பத்தில் 1806 இல் சர் டேவிட் ஆக்டர்லோனிக்கு உதவியாளராக வந்து, 1811 இல் ஆளுநர் ஆனார் - சார்லஸ் மெட்கால்ஃப் தன்னுடைய தலைவரின் தொனிக்கு ஏற்ப தன்னைப் பொருத்திக்கொண்டார். முகலாய ஷாலிமார் தோட்டங்களில் தனக்கென்று ஒரு மாளிகையைக் கட்டிக்கொண்ட அவர் 'இந்திய சம்பிரதாயப்படி' தான் திருமணம் செய்துகொண்ட சீக்கிய பீபியின் மூலம் மூன்று மகன்களுக்குத் தந்தையானார். 1826 இல் அவர் ஓர் ஆளுநராக டெல்லிக்கு மீண்டும் வந்தபோது, தன்னுடைய பீபியை கைவிட்ட அவர் இந்தியா குறித்தும் அதன் முகலாய ஆட்சியாளர்கள் குறித்தும் மிகவும் மாறுபட்ட கண்ணோட்டத்தைக் கொண்டவரானார். 'தைமூர் மாளிகைக்கென்று முன்னர் எனக்கிருந்த கடமைப் பொறுப்புகளை நான் துறக்கிறேன்' என்று 1832 இல் பெண்டின்க்ட் பிரபுவுக்கு எழுதிய கடிதத்தில் அறிவித்த அவர் டெல்லியை விட்டு புறப்பட்டதுமே கல்கத்தா கவுன்சிலின் உறுப்பினர் என்ற பதவியைப் பெற்றுக்கொண்டார்.

சர் தாமஸ் மெட்கால்ஃப் (1795-1853)

தன்னுடைய மூத்த சகோதரர் சர் சார்லஸ் மெட்கால்ஃபின் உதவியாளராக 1813 இல் டெல்லிக்கு வந்த சர் தாமஸ் தன்னுடைய வாழ்நாள் முழுவதிலும் அங்கேயே தங்கிவிட்டார். 1835 இல் தன்னை ஆளுநராக உயர்த்திக்கொண்டார். மிகவும் திட்டவட்டமான, எளிதில் திருப்தியுறாத இந்த மெட்கால்ஃபினின் தொழில்முறை வாழ்க்கையானது, ஜாஃபரின் மரணத்தை ஒட்டி செங்கோட்டையில் இருந்து ராஜ குடும்பத்தை வெளியேற்றுவதற்கு கம்பெனியார் இழப்பீடு தருவது குறித்த விஷயத்திற்காக தொடர்ந்து பேச்சுவார்த்தை நடத்துவதற்கென்றே அர்ப்பணித்த ஒன்றாகியது. அவருக்கு சிறிதளவு பாசம் உண்டு என்றாலும் தைமூரிய வம்சாவளியில் இவர்தான் கடைசியாக இருக்கவேண்டும் என்று தீர்மானித்த மனிதரின் மீது அவருக்கு

கொஞ்சமே மரியாதை இருந்தது. ஜாஃபரின் முகத்திற்கு நேராக தன்மையுடன் நடந்துகொண்டாலும், தனிப்பட்ட முறையில் அவர் சிறிதளவே இரக்கம் கொண்டவராக இருந்தார். '[ஜாஃபர்] மென்மையானவர், திறமையானவர். ஆனால், வருந்தத்தக்க வகையில் பலவீனமானவர் மற்றும் தயக்க குணமுள்ளவர் என்பதுடன் தன்னுடைய சொந்த முக்கியத்துவத்தின் மீது மிகவும் பிழையான அபிப்பிராயம் கொண்டவர்' என்று அவர் எழுதியுள்ளார். முகலாயர்கள் செங்கோட்டையில் இருந்து வெளியேற வேண்டும் என்பது தவிர்க்க இயலாதது என்ற வாரிசுரிமை உடன்பாட்டை மிர்ஸா ஃப்ரூவுடன் அவர் செய்துகொண்ட பின்னர், மெட்கால்ஃப் 1853 இல் செரிமானக் கோளாறினால் மரணமடைந்தார். அவருடைய மருத்துவர்கள் அவருக்கு விஷம் கொடுக்கப்பட்டதாக நம்பினார்கள். அவருடைய குடும்பத்தினரோ அது ஜீனத் மஹலின் உத்தரவின்பேரில் செய்யப்பட்டிருக்கலாம் என்று நம்பினார்கள்.

சர் தியோபிலஸ் மெட்கால்ஃப் - 'தியோ' (1828-83)

1857 இல் கம்பெனி சேவையில் ஓர் இளநிலை நீதிபதியாக இருந்த தியோ மெட்கால்ஃப், தன்னுடைய தந்தையிடம் இருந்து மிகவும் மாறுபட்டவராகவும் இருந்தார். சர் தாமஸ் அதிகம் பேசாதவராகவும், திட்டவட்டமானவராகவும் இருக்க, தியோ மிகவும் சகஜமானவராக திறந்த மனமுடையவராக இருந்தார். அவர் விரும்பியபோதெல்லாம் மிகவும் வசீகரமானவராக காணப்பட்டார். தந்தை தனிமையையும், பொழுபோக்கை விரும்பாதவராகவும் இருக்க, தியோ மிகவும் ஆரவாரமிக்க உல்லாச விரும்பியாக இருந்தார். அவர் விருந்துகள், குதிரைகள் மற்றும் நாய்களை ஓட்டிச்செல்வதை மிகவும் விரும்பி அனுபவித்தார். அவருடைய தந்தை சுயஒழுக்கம் கொண்டவராகவும், சட்டத்திற்கு கீழ்படிகிறவராகவும் இருக்கையில், தியோ இந்த எல்லைகளை உடைத்து தன்னுடைய தந்தையார் 'உதிர்ந்துபோனவை' என்று விவரித்த விஷயங்களில் தன்னை ஈடுபடுத்திக்கொண்டார். 1857, மே 11 இல் எழுச்சி வெடித்தபோது, கோட்டையின் சுவர்களுக்குள்ளிருந்து வெற்றிகரமாக தப்பிச்சென்ற ஒரே பிரிட்டிஷ் அதிகாரி தியோதான். டெல்லி ஃபீல்டு ஃபோர்ஸில் இணைந்தபின்னர் இரத்த வெறிபிடித்த பழிவாங்கும் வேலையில் இறங்கினார்.

சர் எட்வர்ட் கேம்ப்பல் (1822-82)

சர் தாமஸ் மெட்கால்ஃபின் மருமகனும், டெல்லியின் முற்றுகை காலகட்டத்தில் பிரைஸ் ஏஜெண்ட்டாகவும் [போரில் கைப்பற்றியவற்றிற்கு தலைவர்] இருந்தவர். இந்திய பிரிட்டிஷ் ராணுவத்தின் முன்னாள் தலைவரும், சர் தாமஸ் மெட்கால்ஃபுடன் கடுமையான உடன்பாடின்மை கொண்டிருந்தவருமான சர் சார்லஸ் நேப்பியரின் பாதுகாப்பில் வளர்ந்தவர் கேம்ப்பல். மேலும், அவருக்கு பட்டம் இருந்தபோதிலும் கேம்ப்பல் கையில் காசில்லாதவராக இருந்த காரணத்தினால் சர் தாமஸ் ஆரம்பத்தில்

தன்னுடைய மகள் ஜியார்ஜினாவுக்கும் கேம்பலுக்கும் நடக்க இருந்த திருமண நிச்சயத்தை தடுத்து நிறுத்த முயற்சித்தார். 60 ஆவது ரைஃபிள் என்ற கேம்பலின் ரெஜிமண்ட் புதிய என்ஃபீல்டு ரைஃபிளை முயற்சித்துப்பார்த்த முதலாவது பிரிவுகளில் ஒன்றாகும். அவருடைய ரெஜிமெண்ட் கலகத்தில் ஈடுபட்ட பின்னர், மலைமுகட்டில் இருந்த டெல்லி ஃபீல்டு ரைஃபிள் படைப்பிரிவில் கேம்ப்பல் சேர்ந்தார். முற்றுகையின் முடிவில் பிரைஸ் ஏஜெண்ட்டாகவும் தேர்ந்தெடுக்கப்பட்ட அவருக்கு கைப்பற்றப்பட்ட நகரத்தை சட்டப்பூர்வமாக கொள்ளையடிப்பதை நிர்வகிக்கும் பொறுப்பு வழங்கப்பட்டது, இந்த வேலை அவருடைய மென்மையான மற்றும் மதம்சார் இயல்பிற்கு சற்றும் பொருத்தமில்லாதிருந்தது.

டெல்லி பிரிட்டிஷார்

ரெவரண்ட் மிட்கெலே ஜான் ஜென்னிங்ஸ் (இறப்பு.1857)

1832 இல் இந்தியாவிற்கு வந்த பாதிரி ஜென்னிங்ஸ், துவக்கத்தில் பல்வேறு அமைதியான மலைப்பிரதேசங்களில் பதவி வகித்தாலும், டெல்லியில் ஒரு மிஷனரியைத் தொடங்கவேண்டும் என நீண்டநாள் கனவு கண்டிருந்தார் என்பதுடன் 'நாகரிகமற்றவர்களுக்கான மிஷனரி' என்பதாக சில சீரிய பணிகளில் தம்மை ஈடுபடுத்தியும் கொண்டார். 1852இல் முகலாய தலைநகரத்தில் மதகுரு வேலையைப் பெற்றுக்கொண்டு நேரடியாக செங்கோட்டைக்கே வந்த அவருக்கு லாகூர் வாயிலில் இருந்த அரண்மனைக் காவல் தளபதியான கேப்டன் டக்ளஸினால் வரவேற்கப்பட்டு தங்கவைக்கப்பட்டார். அவருடைய மென்மையான, தந்திரமற்ற நடத்தை அவர் சில நண்பர்களைப் பெற்றுத்தந்தது. மேலும் அவர் டெல்லியில் இருந்த பிரிட்டிஷ் சமூகத்தினர் பெரும்பாலானோரால் 'மதவெறி' கொண்டவர் என்றும் குறிப்பிடப்பட்டார். அதற்கும் மேலாக டெல்லி மக்கள் அவரை வெறுத்தனர், குறிப்பாக 1852 இல் அவர் மிக முக்கியத்துவம் வாய்ந்த மாஸ்டர் ராமச்சந்திரா மற்றும் சீமன் லால் என்ற இரண்டு டெல்லி ஹிந்துக்களை மதம்மாறச் செய்தபோது, கம்பெனியானது தேவைப்பட்டால் கட்டாயப்படுத்தியேனும் அவர்களை மதம்மாறச் செய்யும் என்று டெல்லிவாசிகள் பலரையும் ஒப்புக்கொள்ளச் செய்ததற்கு தனிப்பட்ட முறையில் ஜென்னிங்ஸே பொறுப்பாவார்.

ராபர்ட் மற்றும் ஹேரியட் டைட்லர் (ராபர்ட் இறப்பு.1872, ஹேரியட் இறப்பு.1907)

38 ஆவது உள்நாட்டு ஆயுதப் படைப்பிரிவில் அனுபவம் பெற்றவரான டைட்லர் பழமைவாதியும், தன்னுடைய சிப்பாய்களுக்கு நெருக்கமானவராக இருந்தவருமாவார். சிப்பாய்களின் நல்வாழ்வு குறித்து அக்கறைகொண்டிருந்த அவர் ஹிந்துஸ்தானியில் முழுமை பெற்றவராவார். டைட்லர் ஒரு மென்னுணர்வுள்ள தன்மையான மனிதராகத் தோன்றினார். மனைவியை இழந்து இரண்டு சிறு குழந்தைகளுக்குத் தகப்பனாக இருந்த அவர்

அப்போதுதான் மறுதிருமணம் செய்திருந்தார். இந்தமுறை அவர் சுறுசுறுப்பான, நெகிழ்வுத்திறனுள்ள ஹேரியட்டைத் திருமணம் செய்திருந்தார். ஹேரியட்டிற்கு அவருடைய வயதில் பாதியே இருக்கும். தன்னுடைய கணவரைப் போலவே அவரும் இந்துஸ்தானியில் பரிச்சயம் பெற்றிருந்தார். இந்த இரு டைட்லர்களும் இணைந்து தங்களுடைய தொழில்முறையல்லாத கலை ஈடுபாடுகளைத் தொடங்கினர் - எதிர்பாராதவிதமாக இருவரும் ஒரு ராணுவத் தம்பதியர் - பின்னர் முன்னோடி புகைப்படக் கலைஞர்கள் ஆயினர். எழுச்சிப் பரவலின்போது, டெல்லியில் இருந்து அம்பாலாவிற்குத் தப்பிச்சென்ற இந்தத் தம்பதியினர் டெல்லி ஃபீல்டு ஃபோர்ஸில் இணைந்துகொண்டனர். டெல்லி முற்றுகையின்போதும், வீழ்ச்சியுற்ற பின்னர், அந்த நகரத்தின் தலைவிதி குறித்தும் மலைமுகட்டில் நிலவிய வாழ்க்கை குறித்ததுமான ஹேரியட்டின் நினைவுக்குறிப்புகள் சிறந்த மூலாதாரங்களுள் ஒன்றாக விளங்குகிறது.

எட்வர்ட் வைபர்ட்

1857 இல் 54 ஆவது பெங்கால் உள்நாட்டு ஆயுதப்படைப்பிரிவைச் சேர்ந்த எட்வர்ட் வைபர்ட், பத்தொன்பதே வயதான, இந்திய ராணுவக் குடும்பத்தைச் சேர்ந்த டெல்லியின் கம்பெனி கமாண்டர் ஆவார். அவருடைய தந்தை கான்பூரில் காலாட்படை அதிகாரியாக இருந்தவர். எழுச்சியின்போது, கான்பூர் படுகொலையில் அவருடைய தந்தை கொல்லப்பட்டார். அதேநேரம் அவருடைய மகன் எழுச்சிப் பரவலின்போது அந்த நகரத்தில் இருந்து மயிரிழையில் உயிர்பிழைத்து முற்றுகையில் பங்கேற்றபோது மீண்டும் பிடிபட்டார். அவருடைய நினைவுக்குறிப்புகள், குறிப்பாக அவருடைய கடிதங்கள், அந்த நகரத்தை கைப்பற்றியபோதும், அதைத்தொடர்ந்து நிகழ்ந்த நீடித்த பழிவாங்கும் நடவடிக்கைகளின்போதும் பிரிட்டிஷார் நடத்திய அட்டூழியங்கள் குறித்த சிறந்த மூலாதாரங்களாக விளங்குகின்றன.

டெல்லி கொத்தளப் படை

ஜெனரல் சர் ஆர்ச்டேல் வில்ஸன் (1803-74)

அறுபது வயதான, சிறிய தோற்றமும், நேர்த்தியான மற்றும் எச்சரிக்கை உணர்வும்கொண்ட கோமகனான ஆர்ச்டேல் வில்ஸன் கலகம் பரவிய காலகட்டத்தின்போது மீரட்டின் ஸ்டேஷன் கமாண்டர்களுள் ஒருவராக இருந்தார். பின்னர் மே மாதம் 30 மற்றும் 31 ஆம் தேதிகளில் ஹிண்டால் பாலத்தில் மிர்ஸா அபு பக்கரைத் தோற்கடித்த கேரிசனைச் சேர்ந்த படைப்பிரிவு ஒன்றை வழிநடத்தினார். ஜூன் 8 ஆம் தேதி பட்லி கி செராய் போரில் சண்டையிடுவதற்கு சற்றுமுன்னர் அலிபோரில் உரிய நேரத்தில் டெல்லி ஃபீல்டு ஃபோர்ஸை எதிர்கொண்டார். ஜெனரல் பெர்னார்ட்டின் மரணம் மற்றும் ஜெனரல் ரீடின் பதவி விலகலைத் தொடர்ந்து, ஜூலை 17 ஆம் தேதி முதல் டெல்லி முற்றுகையில் பிரிட்டிஷ் படைகளுக்குத் தலைமையேற்றார். அந்தக் காலகட்டத்தில் அவர் விரைந்து அமைத்துக்கொண்ட பாதுகாப்பு

வியூகம் மிகவும் விமர்சிக்கப்பட்டது. ஆனால், செப்டம்பர் 14 ஆம் தேதியில் நடந்த தாக்குதலுக்கு சற்றுமுன்பாக உதவிப்படைகள் வந்துசேரும்வரை அந்த வியூகமானது பிரிட்டிஷாரின் பலத்தை வெற்றிகரமாக தக்கவைத்தது. நகரத்தை கைப்பற்றும் நேரத்தில் அவருடைய துணிச்சல் அவரைக் கைவிட்டது. ஒருகட்டத்தில் பின்வாங்க உத்தரவிட்டால் அவரைச் சுட்டுவிடப்போவதாக ஜான் நிக்கல்ஸனே அவரை மிரட்டினார்.

பிரிகேடியர் ஜெனரல் ஜான் நிக்கல்ஸன் (1821-57)

ஆரவாரமில்லாத அல்ஸ்டர் புராட்டஸ்டண்ட் கிறிஸ்துவரான நிக்கல்ஸன் ஓர் உள்ளூர் கொள்ளைக்கூட்டத் தலைவரின் தலையை தனிப்பட்ட முறையில் கொய்து அதனை தன்னுடைய மேசைமேலேயே வைத்துக்கொண்டவர் என்று சொல்லப்படுகிறது. அவர் கட்டளை இடுபவருக்குரிய உடல்வாகும், ஆறடி இரண்டு அங்குல உயரமும், நீளமான கருத்த தாடி கொண்டவராகவும் இருந்தார். கருத்த விழிகளுடன் காணப்பட்ட அவருடைய இருளார்ந்த பழுப்புநிறக் கண்கள் விரியும்போது ஒரு புலியின் பரவசம் அதில் காணப்படும். 'நிகல் செய்ன்' என்ற மதப்பிரிவினர் அவரை விஷ்ணுவின் அவதாரம் என்று வழிபடுவதற்கான காரணங்கள் இப்போதுவரை தெளிவாகத் தெரியவில்லை. எழுச்சியின்போது இந்தியாவில் இருந்த பிரிட்டிஷாரிடையே நிக்கல்ஸன் மிகவும் புகழ்பெற்று விளங்கினார். பழமைவாதம், தீவிர முனைப்பு மற்றும் துணிச்சல் ஆகியவற்றின் கலவையாக விளங்கிய அவருடன், உச்சபட்ச குரூரத்திற்கான கருணையற்ற திறனும் இணைந்துகொண்டதால் மலைமுகட்டில் இருந்த பிரிட்டிஷ் வீரர்களுக்குத் தேவைப்பட்ட மனோதிடத்தை வழங்குவதற்குரிய துல்லியமான குணாதிசயங்களாக அவை விளங்கின. இந்த மாபெரும் பேரரச மனப்பிறழ்வாளரின் கதாநாயக வழிபாட்டினால் பீடிக்கப்படாத சிலரும் இருந்தனர். முற்றுகைக்கு அவர் வந்துசேர்ந்த சற்றைக்கெல்லாம் ஆகஸ்ட் 25 ஆம் தேதியன்று நஜப்கரில் இருந்த சிப்பாய்களின் படைவரிசையை மறைந்திருந்து தாக்க கட்டாய படையெடுப்பை நிகழ்த்தினார். செப்டம்பர் 14 அன்று தனிப்பட்ட முறையில் அந்த நகரத்தின் மீது தாக்குதல் தொடுத்தபோது அதே நாளிலேயே மரணமடையும் அளவிற்கு காயமடைந்தார்.

வில்லியம் ஹட்ஸன் (1821-58)

1857க்கு முன்னர் வில்லியம் ஹட்ஸன் தன்னுடைய சகபணியாளர்களில் பெரும்பான்மையினரால் கறுப்பு ஆடு என்றே குறிப்பிடப்பட்டு வந்தார். ஹட்ஸன் ஒரு பிரகாசமான, பல்கலைக்கழகத்தில் பயின்ற, அரசியல்வாதி ஒருவரின் மகனுமாவார். அத்துடன் புதிய ஆயுதப்படைப் பிரிவிற்கு சட்டென்று துணைத்தளபதியானார். அதே வேகத்தில் தன் புகழையும் அவர் சட்டென்று இழந்தார். 1854 இல் படைப்பிரிவின் நிதிகளை கையாடல் செய்தமைக்காக விசாரிக்கப்பட்ட பின்னர் ஹட்ஸன் தன்னுடைய தலைமைப் பொறுப்பில்

இருந்து விடுவிக்கப்பட்டார். எழுச்சியின்போது ஹட்ஸன் ஹார்ஸ் என்று அழைக்கப்பட்ட முறைப்படுத்தா காலாட்படைப்பிரிவு ஒன்றை அமைத்தார். டெல்லி மலைமுகட்டில் இருந்தபடியே குறிப்பிடத்தகுந்தவகையில் திறன்மிக்க பிரிட்டிஷ் உளவுப்பிரிவு சேவையையும் நடத்தினார். தன்னுடைய சொந்த அதிகாரத்தின்கீழ் அவர் ஜாஃபர் மற்றும் ஜீனத் மஹலின் சரணடைவுக்கு பேரம் பேசினார். செப்டம்பர் 21 அன்று அவர்களை டெல்லிக்குள் பிடிபட்டவர்களாக அழைத்துவந்தார். அடுத்த நாளே திரும்பச்சென்ற அவர் மிர்ஸா முகல், கிஸிர் சுல்தான் மற்றும் அபு பக்கர் ஆகிய இளவரசர்களையும் கொண்டுவந்தார். பின்னர், அவர்களுடைய தொண்டர்களிடம் இருந்து பிரித்து அவர்களை நிராயுதபாணியாக்கினார். அவர்களுடைய ஆடைகளைக் களைந்து நிர்வாணமாக்கச்செய்த அவர், நெற்றிப்பொட்டில் துப்பாக்கியை வைத்து மூவரையும் சுட்டுக்கொன்றார். சில மாதங்கள் கழித்து லக்னோ முற்றுகையின்போது 1858, மார்ச் மாதம் அவர் கொல்லப்பட்டார்.

பிற பிரிட்டிஷ் அதிகாரிகள்

கேனிங் பிரபு (1812-62)

அழகானவரும், கடும் உழைப்பாளியுமான - ஒருவகையில் அதிகம் பேசாதவருமான - கேனிங் தன்னுடைய நாற்பதுகளின் தொடக்கத்தில் டோரி அரசியல்வாதியாக இருந்தவர். லண்டனில் சீனியர் கேபினட்டில் இடம்பெற தொடர்ந்து தோல்வியுற்றதன் அதிருப்தியின் காரணமாக மட்டும் இந்தியாவின் கவர்னர் ஜெனரல் பதவிக்கு ஒப்புக்கொண்டவர். அவர் புறப்படுவதற்கு முன்னர் இந்தியாவின் மீது அவருக்கு அவ்வளவாக ஆர்வம் இல்லை. ஜூலை மாதம்வரை அவர் கல்கத்தாவின் வெப்பம் மற்றும் குப்பைக்கூளங்களிலிருந்து புறப்படத்தான் இருந்தார். இருப்பினும், 'முகலாய மனுதாரர்களின் கேலிக்கூத்தை' நம்பிக்கையுடன் தள்ளுபடி செய்யும் மனப்போக்கில் இருந்து இவை எதுவும் அவரைத் தடுக்கவில்லை. அத்துடன் தான் வந்துசேர்ந்த சிலவாரங்களிலேயே முகலாயர்களை அப்புறப்படுத்துவதற்கான திட்டங்களை அவர் செயல்படுத்த ஆரம்பித்துவிட்டார். கலகம் அடக்கப்பட்டதும் ரத்தவெறிபிடித்த பிரிட்டிஷ் பழிவாங்கும் நடவடிக்கைகளை மட்டுப்படுத்த அவர் செய்த முயற்சிகளுக்கு கலவையான முடிவுகளே கிடைத்தன.

சர் ஜான் லாரன்ஸ் (1811-79)

சர் ஹென்றி லாரன்சின் இளைய சகோதரரும், 1857 இல் 'அவத்'தில் முதன்மை ஆணையராக இருந்தவருமான சர் ஜான் டெல்லியில் சர் தாமஸ் மெட்கால்ஃபின் முன்னாள் உதவியாளராகவும் இருந்தவராவார். ஜான் லாரன்ஸ் தன்னுடைய கடும் உழைப்பு மற்றும் திறனுக்கு கிடைத்த கௌரவத்தின் காரணமாக கம்பெனியின் சிவில் சர்வீஸ் பதவிகளில் வேகமாக உயர்ந்தார். 1853 இல் புதிதாக வெற்றிகொள்ளப்பட்ட பஞ்சாபின் முதன்மை ஆணையராகவும் ஆனார். வெப்பமான காலநிலையின் காரணமாக மலைப்பிரதேசங்களுக்குச்

செல்லும் தன்னுடைய அதிகாரிகளின் வழக்கத்திற்கு தடைவிதித்தார். 1857 இல் பிரிட்டிஷ் அதிகாரிகளிலேயே மிகவும் திறன்மிக்கவர் என்பதை அவர் நிரூபித்தார். கலகக்கார சிப்பாய்களை நிராயுதபாணியாக்கியது, புதிய முறைப்படுத்தா ரெஜிமெண்டுகளை அதிகப்படுத்தியது மற்றும் பஞ்சாப்பை சீக்கிரத்திலேயே அமைதிப்படுத்தியது ஆகியவற்றால் அதிக எண்ணிக்கையிலான துருப்புகளை அவரால் டெல்லி மலைமுகட்டிற்கு அனுப்பிவைக்க முடிந்தது. நகரம் வீழ்ச்சியுற்ற பின்னர் பழிவாங்கும் நடவடிக்கைகளின் அளவைக் குறைப்பதற்கு அவர் கடுமையாக முயற்சி செய்தார். முழு நகரத்தையும் சமன்படுத்துவதில் இருந்து தனிப்பட்ட முறையில் முகலாய டெல்லியைக் காப்பாற்றினார்.

நன்றிகள்

என்னுடைய சக தோழர் மஹ்மூத் ஃபரூக்கின் கல்விப் புலமையும், அவருடைய கடும் உழைப்பும் இல்லாமல் இந்தப் புத்தகத்தை எழுதி முடித்திருக்கச் சாத்தியமே இல்லை. நாங்கள் கடந்த நான்கு வருடங்களாக இந்தப் புத்தகத்திற்காக ஒன்றாக இணைந்து பணியாற்றியிருக்கிறோம். இதில் மிகவும் முக்கியத்துவம் வாய்ந்தது என்னவென்றால் சிலநேரங்களில் விளங்கிக்கொள்ளவே முடியாத, கலக ஆவணங்களில் இருந்த உருது கோப்புகளின் சிகாஸ்தாக்களை அவர் மொழிபெயர்த்து அளித்தது மிகவும் குறிப்பிடப்படவேண்டிய ஒன்று - இது அவருடைய அர்ப்பணிப்பு, விடாமுயற்சி மற்றும் திறமையின் விளைவேயாகும். அவருடைய அடுத்த பணி சிறப்பாக அமைய வேண்டும் என்று நான் அவரை வாழ்த்துகிறேன். அசாதாரணமான செழுமையும், ஏறக்குறைய பயன்படுத்தவேபடாத ஆவணங்களின் கல்விப்புலம் சார்ந்த பதிப்பை அவர் வெளியிடப் போகிறார். அற்புதமான அறிவாற்றல் மற்றும் கற்பனைபூர்வமான மதிப்பீடுகளையும் மஹ்மூத் எப்போதுமே வழங்கி வந்திருக்கிறார். கரீமின் கெபாப், ஒரு கபஷிரா பிரியாணி அல்லது மிகவும் வழக்கம்போல் தேசிய ஆவணக்காப்பக இனிப்பான, சூடான ஒரு கோப்பைத் தேநீர் ஆகியவற்றுடன் இந்தப் புத்தகத்தின் ஒவ்வொரு துண்டையும் இணைத்ததும் பகதூர் ஷா ஜாஃபர் குறித்து ஆராய்வதன் மிகவும் மகிழ்ச்சியான அம்சங்களுள் ஒன்று.

புரூஸ் வான்னல், யூனுஸ் ஜாஃபரி, அஸ்ரா கித்வாய் மற்றும் அர்ஜுமண்ந்த ஆரா ஆகிய பாரசீக மற்றும் உருதுமொழி அறிஞர்களின் மதிப்பிட முடியாத உதவிக்காகவும், லட்சோபலட்சம் வழிகளில், ஒப்பீடே இல்லாத சுப்ரமணியம் கவுதமின் உதவிக்காகவும் அவர்களுக்கு நன்றி சொல்ல விரும்புகிறேன். மார்கிரிட் பெர்னாவ், ருத்ரங்ஷு முகர்ஜி மற்றும் சாவுல் டேவிட் ஆகியோர் நான் கையில் எடுத்துக்கொண்ட மூலாதாரங்களால் படிப்படியாக என்னுள் பயம் அதிகரித்துக் கொண்டிருந்தபோது பரந்த மனதுடன் அறிவுரை வழங்கி என்னை எப்போதுமே ஊக்கப்படுத்தி வந்திருக்கிறார்கள்.

இறுதியில், கொலம்பியாவைச் சேர்ந்த பேராசிரியர் ஃபிரான் பிரிச்செட் இந்தப் புத்தகத்தைச் சரிபார்த்துத் தொகுப்பதற்குத் தாமாகவே முன்வந்தார்.

அது நான் இதுவரையிலும் திருத்தப்பட்டு திரும்பப்பெற்ற என்னுடைய கையெழுத்துப் படிகளிலேயே மிகவும் சிறப்பானது. அவருடைய குறிப்புகள், மேம்படுத்திய மொழிபெயர்ப்புகள் மற்றும் பரிந்துரைகளை சேர்த்துக்கொள்ள எனக்கு இரண்டு வாரங்கள் ஆனது. அதனால் இவற்றைத் தயார்செய்வதற்கு அவர் தன்னுடைய மதிப்புமிக்க நேரத்தை எவ்வளவுதூரம் விட்டுக்கொடுத்திருப்பார் என்பதை என்னால் கற்பனை செய்துதான் பார்க்க முடிகிறது.

ரங்கூன் ஆவணக்காப்பகத்திற்கு என்னைக் கூட்டிச்செல்ல விக்கி போமன் தன்னால் ஆன எல்லாவற்றையும் செய்தார். அதேசமயம் எஃப்.எஸ்.அய்ஜாசுதீன் இதே சேவையை எனக்கு லாகூரில் செய்துகொடுத்தார். லாகூர் கோட்டையில் உள்ள அற்புதமான, பதிப்பிக்கப்படாமல் இருந்த ஜாஃபரின் தைலவண்ண ஓவியம் குறித்து அய்ஜாஸ்தான் என்னிடம் கூறினார். ஒருமுறை அல்லாமல் மூன்றுமுறை சென்று இந்தப் புத்தகத்திற்கான அட்டைப்படத்திற்காக அந்த ஓவியத்தை புகைப்படம் எடுத்துக்கொண்டோம்.

இன்னும் பலர் அறிவுரைகள், தங்களுடைய புலமை அல்லது நட்பு ஆகியவற்றால் எனக்கு உதவி செய்திருக்கிறார்கள். அவர்களுடைய பெயர்களை நான் குறிப்பிட்டே ஆகவேண்டும்.

இங்கிலாந்தில் சார்லஸ் ஆலன், கிரிஸ் பெய்லி, ஜொனாதன் பாண்ட், ஜான் ஃபால்கனர், எம்மா ஃப்ளாட், கிறிஸ்டோபர் ஹாம்ப்டன், கிறிஸ்டோபர் ஹிபர்ட், அமீன் ஜாஃபர், எலினார் ஓ'கீஃப், ரோஸி லைவெலின் ஜோன்ஸ், ஜெர்ரி லோஸ்ட்டி, ஆவ்ரில் பவல், ரால்ஃப் ரஸல், சூஸன் ஸ்டிராங், வெரோனிகா டெஃப்லர், ஃபிலப்பா வேகன் மற்றும் பிரிஜித் வாடம்ஸ் ஆகியோரும் என்னை லண்டனுக்கும் டெல்லிக்கும் பறக்கவைத்த அற்புதமான கிரீஸ் டிராவல்ஸின் மெஹ்ரா டால்டனுக்கும் குறிப்பிட்டு நன்றி சொல்லியாக வேண்டும். அத்துடன் ஸ்காட்லாந்தில் இருக்கும் என்னுடைய சகோதரர்களுக்கும் பெற்றோருக்கும் நன்றி.

அமெரிக்காவில், இந்திராணி சாட்டர்ஜி, நியால் ஃபெர்குஸன், கிலன் ஹோரோவிட்ச், நவீனா ஹைதர், ரூபி லால், பார்பரா மெட்கால்ஃப், எல்ப்ரன் கிம்மல்மேன், டிரேஸி ஜாக்ஸன், சல்மான் ருஷ்டி, சில்வியா ஷார்டோ மற்றும் ஸ்டூவர் கேரி வெல்ச்.

இந்தியாவில் சீமா அலவி, பாப்வோ பார்த்தல்மியூ, மறைந்த மிர்ஸா ஃபரித் பெக், ராணா பெஹல், குர்ச்சரண் தால், சந்தீப் தூகல், ஜான் ஃபிரிட்ஜ், நாராயணி குப்தா, எட் லூஸ், மறைந்த வீணா கபூர், ஏ.ஆர். கலீல், ஜீன் மேரி லேஃப்ராண்ட், ஸ்வப்னா லிடில், ஷிரீன் மில்லர், கெயில் மினால்ட், சமீனா மிஸ்ரா, ஹர்பன்ஸ் முகியா, வீணா ஆல்டன்பெர்க், பிரதீப் கிருஷேன், ஜியார்ஜ் மிச்சேல், அஸ்லம் பர்வேஷ், அருந்ததி ராய், கௌஷிக் ராய், ஆராதனா சேத், ஃபெயித் சிங், மாலா சிங், மன்விந்தர் சிங் மற்றும் பவன் வர்மா. டாக்டர் சோப்ராவின் பண்ணையில் நாங்கள்

எல்லோரும் ஒரே இடத்தில் இருக்கும் வகையில் ஸ்டேன்லி, ஸ்டெல்லா மற்றும் தூகல் ஆகியோர் சிறப்பாகச் செயல்பட்டனர்.

டேவிட் காட்வின் என்னுடைய புத்தகம் புளூம்ஸ்பெரிக்கு வந்துசேர பெரிதும் (சாமர்த்தியமாக) முயற்சித்தார். அத்துடன் எப்போதும் எனக்கு விசுவாசமாகவும், அறிவார்ந்த நண்பராகவும் இருந்திருக்கிறார். என்னுடைய பதிப்பாளர்கள் பலரும் சிறந்த அறிவுரை வழங்கினார்கள். புளூம்ஸ்பெரியைச் சேர்ந்த அலெக்ஸாண்டிரா பிரிங்கில், நைஜல் நியூட்டன் மற்றும் டிராம்-ஆன் டோன், நாஃப்-ஐச் சேர்ந்த பெங்குயின் இந்தியாவைச் சேர்ந்த சன்னி மேத்தா, பெங்குயின் இந்தியாவின் தாமஸ் ஆப்ரஹாம், ரவி சிங், டேவிட் தவீதர் மற்றும் ஹேமாலி ஸோதி, ரிஸோலியின் பாவ்லோ ஜமினோனி, புஷெட் கேஸ்டலின் மார்க் பேரண்ட். இவர்களில் எனக்கு இருபது வருடங்களுக்கு முன்னர் இருந்த ஹார்ப்பர் காலின்ஸுக்கும், பின் *In Xanadu* புத்தகம் எழுத ஒப்பந்தம் அளித்த பின்னர் சரியாக இருபது வருடங்கள் கழித்து புளூம்ஸ்பெரியில் பரந்த மனதுடன் எடிட்டராகவும், நண்பராகவும் இருந்துவரும் மைக்கேஷ் ஃபிஷ்விக்கிற்கும் நான் நன்றி சொல்லியாக வேண்டும்.

புத்தகம் எழுதுதல் என்பது குடும்பங்களில் பெரும்பான்மையான பொறுமையின் மீது நெருக்கடியைத் திணிப்பதாகும். ஆனால் இந்த விஷயத்தில் நான் அதிர்ஷ்டசாலி. இந்தப் புத்தகத்திற்காக நான் ஆராய்ச்சி செய்துகொண்டிருக்கையில் அவர்கள் லண்டன் பள்ளிகள் மற்றும் வீடுகளில் இருந்து புலம்பெயர்ந்து டெல்லிக்கே வந்துவிட்டனர். நான் எழுதும் நேரத்தில் இரவுநேரக் கதைகளை சாமும் ஆடமும் இழந்தார்கள். என்னுடைய மென்மையான, அழகான மற்றும் இனிய சுபாவமுள்ள ஒலிவியா விசேஷமான நுட்பத்திறன் கொண்டவர் என்பதுடன், அவருடைய கணவன் ஆறுமாதங்களாக தன்னுடைய குடும்பத்தாரிடம் இருந்து விலகி, முகலாய அரசவையின் முற்றங்களில் தன்னை புதைத்துக்கொண்டபோது அந்த இழப்பைச் சகித்தும் கொண்டவர்.

குறிப்பிடத்தகுந்த வகையில் உணர்ச்சிகரமானது என்னவென்றால் என்னுடைய பதினோரு வயது மகள் இபி இந்த முழு திட்டப்பணியிலும் ஆர்வம் காட்டியதுதான். தன்னை தலைமை எடிட்டிராக நியமித்துக் கொண்ட அவள், அவளே சொல்வதுபோல் அவளுடைய அப்பா ‘நிறைய வார்த்தைகளை’ பயன்படுத்த விரும்பும் எண்ணத்தை கடுமையாக விமர்சித்தாள். இந்தப் புத்தகம் பெரியதாக இருந்துவிடாமல், ஒருவகையில் சிறியதாக இருப்பதற்கு அவளே காரணம் - என்னுடைய எல்லாவித அன்போடும் அவளுக்கே இந்தப் புத்தகத்தைச் சமர்ப்பிக்கிறேன்.

அறிமுகம்

பருவமழை முடிந்த சற்றைய பின்னாட்கள், 1862 ஆம் ஆண்டு, நவம்பர் மாதம், ஈரப்பதம் மிகுந்த ரங்கூனின் பிற்பொழுது. அன்று மாலை நான்கு மணிக்கு மூடிச் சுருட்டப்பட்ட ஓர் இறந்த உடல் சிறு பிரிட்டிஷ் காவலர் குழுவின் பாதுகாப்புடன் சுவர்கள் சூழ்ந்த அந்த சிறைச்சாலையின் பின்பகுதியில் இருந்த ஓர் அநாமதேய கல்லறைக்கு எடுத்துச் செல்லப்பட்டது.

அந்தச் சுற்றுச் சுவரானது ஷுவேடகான் பௌத்த ஆலயத்தின் பொன்னிற ஒளிவீசும் மாபெரும் கோபுரம் அமைந்திருந்த மலையடிவாரத்தில், சேறும் சகதியுமாக பழுப்புநிற தண்ணீரைக் கொண்டிருந்த ரங்கூன் ஆற்றை நோக்கியபடி அமைந்திருந்தது. சிறையின் சுற்றுச் சுவரைச் சுற்றி அந்தத் துறைமுகப்பகுதியில் புதிதாக கட்டமைக்கப்பட்ட ராணுவ முகாம் நிறுவப்பட்டிருந்தது. கப்பல்கள் நங்கூரமிட்டு நிற்கின்ற அந்தப் புனித யாத்திரை நகரத்தை பத்து வருடங்களுக்கு முன்னர்தான் பிரிட்டிஷார் கைப்பற்றி, அதனை தீக்கிரையாக்கி பின்னர் ஆக்கிரமிப்பு செய்திருந்தனர். அந்த அரசியல் கைதியின் - இறந்தவர் அப்படித்தான் குறிப்பிடப்பட்டார் - பாடையுடன் அவருடைய இரண்டு மகன்களும், தாடி வைத்த முல்லா ஒருவரும் வந்தனர். அதில் கலந்துகொள்ள பெண்கள் அனுமதிக்கப்படவில்லை. அந்தச் சிறைவாசி மரணமடைந்துவிட்டதை எப்படியோ கேள்விப்பட்டு குழுமிவிட்ட பஜாரைச் சேர்ந்த சிறு கூட்டத்தை ஆயுதம் ஏந்திய காவலர்கள் தடுத்து நிறுத்தியிருந்தனர். இருந்தபோதிலும், ஓரிருவர் எப்படியோ தடுப்பரணை உடைத்துக்கொண்டு, அந்த உடல் கல்லறையில் இறக்கி வைக்கப்படும் முன்னதாக தொட்டுவிட்டுச் சென்றனர்.

அந்தச் சடங்கு சுருக்கமானதாக இருந்தது. கல்லறை தோண்டப்பட்டு விட்டதா என்பதை மட்டுமல்லாமல், பாடையும் அந்த உடலும் வேகமாக சிதைந்துபோவதற்கு உத்திரவாதமளிக்கும் வகையில் போதுமான அளவு சுண்ணாம்பு கையிருப்பில் இருக்கிறதா என்பதையும் பிரிட்டிஷ் அதிகாரிகள் முன்னதாகவே உறுதிப்படுத்திக் கொண்டனர். சுருக்கமான இறுதிச்சடங்கு பிரார்த்தனைகள் தொடங்கின. துக்ககரமான பிரார்த்தனைகளோ அல்லது புகழுரை வாசிப்போ அனுமதிக்கப்படவில்லை. சுண்ணாம்பு தூவப்பட்ட

அந்தப் புல்தரை கவனமாக மாற்றியமைக்கப்பட்டது. இதன்மூலம் ஒரு மாதத்திற்குள்ளாகவே அந்த இடத்தில் இறந்த உடல் ஒன்று புதைக்கப்பட்டதற்கான எந்தத் தடயமும் இருக்காது. ஒரு வாரம் கழித்து, பிரிட்டிஷ் கமிஷனரான கேப்டன் ஹெச்.என். டேவிஸ் அங்கு நடந்த விஷயங்களைப்பற்றி எழுதி லண்டனுக்கு அனுப்பிய அறிக்கையில் பின்வரும் விஷயங்களையும் சேர்த்திருந்தார்.

> *அதிகாரத்திற்கு உட்படுத்தப்பட்ட ஆசிய அந்தப்புரத்தின் குப்பைக் கூளங்களான மீதமுள்ள அரசியல் கைதிகளை பார்வையிட்டதில், எல்லாம் சரியாக இருப்பது தெரிகிறது. படுக்கையில் கிடந்து உயிர்விட்ட அந்தக் கிழவருக்காக அவருடைய குடும்பத்தினர் யாரும் பெரிதாக பாதிக்கப்பட்டதுபோல் தெரியவில்லை. அவருடைய மரணம் முற்றிலும் முதுமைத் தளர்ச்சி, அவரது தொண்டைப்பகுதியில் ஏற்பட்ட முடக்குவாதம் ஆகியவற்றினாலேயே ஏற்பட்டதென்பது உறுதியாகிறது. இறுதிச்சடங்கு நடைபெற்ற அன்றைய தினம் காலை 5 மணிக்கு அவர் உயிர் நீத்திருக்கிறார். இந்த முன்னாள் அரசரின் மரணமானது, ரங்கூனில் இருக்கும் முகம்மதியர் பகுதியில் எந்த விளைவையும் ஏற்படுத்தவில்லை என்று சொல்லலாம். அநேகமாக இறுதிச்சடங்கைப் பார்த்த சில மத அடிப்படைவாதிகள் இஸ்லாத்தின் இறுதி வெற்றிக்காக பிரார்த்தனை செய்ததை மட்டும் விதிவிலக்காகக் கூறலாம். குறிப்பிட்ட தொலைவுவரை அந்த கல்லறையைச் சுற்றி மூங்கில் வேலி அமைக்கப்பட்டிருக்கிறது. அந்த வேலி தளர்ந்து விழும்போது புற்கள் அந்த இடத்தை முறைப்படி மூடியிருக்கும். மகத்தான முகலாயர்களில் இறுதியானவர் எங்கே ஓய்வெடுக்கிறார் என்பதைக் காட்டுவதற்கு எந்த அறிகுறியும் இருக்காது.*[1]

டேவிஸ் குறிப்பிடும் அந்த அரசாங்க கைதி ஜாஃபர் என்ற புனைப் பெயரால் அறியப்படுகின்ற, மிகவும் முறைப்படி இரண்டாம் பகதூர் ஷா என்று அழைக்கப்பட்டவர் ஆவார். ஜாஃபர் என்றால் வெற்றி. ஜாஃபர்தான் கடைசி முகலாயப் பேரரசர். செங்கிஸ்கான், தைமூர், அக்பர், ஜஹாங்கீர் மற்றும் ஷாஜஹானின் நேரடி வம்சாவளி. ஒப்பீட்டளவில் பிரிட்டிஷ்காரர்கள் அதிகாரம் குறைவாகவும், இந்தியாவின் கடற்கரைப் பகுதியில் அதிகாரம் மிக்கவர்களாகவும் வளர்ந்து கொண்டிருந்த 1775 ஆம் ஆண்டில்தான் அவர் பிறந்தார். அச்சமயத்தில், மூன்று முக்கிய கடற்கரைப் பிரதேசங்களில் இருந்தும் பிரிட்டிஷார் உள்நாட்டு அதிகாரத்தைக் கைப்பற்ற முயற்சித்துக் கொண்டிருந்தனர். தன்னுடைய வம்சாவளி அவமானகரமான முறையில் முக்கியத்துவம் ஏதுமின்றி குறைந்துகொண்டே வருவதை ஜாஃபர் கண்கூடாகக் கண்டார். அதேநேரத்தில் பிரிட்டிஷ்காரர்கள்

பாதுகாப்பற்ற வியாபாரிகள் என்ற நிலையில் இருந்து மூர்க்கத்தனமாக ஆட்சிப்பரப்பை விரிவாக்க வேண்டும் என்ற கோட்பாடு கொண்ட ராணுவ பலம் மிக்கவர்களாக மாறிக்கொண்டிருந்தனர்.

முகலாயர்களின் அரசியல் வீழ்ச்சியை மீட்டெடுப்பது சாத்தியமில்லாமல் ஆகிவிட்ட நிலையில், தன் தந்தைக்குப் பின்னர், மிகத் தாமதமாக, தன்னுடைய அறுபதுகளின் மத்தியப் பகுதியில்தான் ஜாஃபர் மகுடம் சூட்டிக்கொண்டார். இருப்பினும், டெல்லியில் தன்னைச் சுற்றி மிகவும் திறமைமிக்க அரசவையை உருவாக்குவதில் அவர் வெற்றிகண்டார். தனிப்பட்ட முறையில் அவரது வம்சாவளியில் மிகவும் திறமைமிக்கவராகவும், சகிப்புத்தன்மை கொண்ட, எல்லோராலும் விரும்பப்படக்கூடிய ஒருவராகவும் இருந்தார். ஒரு திறமைமிக்க சித்திர எழுத்துக்காரர், சூஃபிஸம் குறித்து ஆழ்ந்து எழுதக்கூடியவர், மினியேச்சர் ஓவியர்களின் தனித்துவமான புரவலர், தோட்டங்களை உருவாக்குவதில் உத்வேகமும், கட்டிடக்கலை படைப்பதில் ஆர்வமும் கொண்டவர். மிகவும் முக்கியத்துவமானது என்னவென்றால், உருது மற்றும் பாரசீக மொழியில் மட்டுமல்லாமல், பிரஜ் பாஷா மற்றும் பஞ்சாபியிலும் எழுதக்கூடியவரான அவர் மிகவும் தீவிரமான மாயாதீத கவிஞர் ஆவார். அத்துடன், அவருடைய வள்ளல்குணம் காரணமாகத்தான் நவீன இந்திய வரலாற்றில் மாபெரும் இலக்கிய மறுமலர்ச்சி ஏற்பட்டது என்ற வாதமும் முன்வைக்கப்படுகிறது. பெரும் வசீகரத்துடனும், தனித்திறனுடனும் கஸல் எழுத்தாளராகவும் இருந்த ஜாஃபர் இந்தியாவின் மிகப்பெரிய இசைக் கவிஞர்களான காலிப் மற்றும் அவருடைய போட்டியாளரான ஸாக் ஆகியோரின் திறமைகளை வெளிக்கொண்டுவந்தார்.

பிரிட்டிஷார் முகலாய பேரரசின் அதிகாரத்தை மேலும் மேலும் கைப்பற்றுகையில் நாணயங்களில் இருந்து அவருடைய பெயரை நீக்கினர். டெல்லி முதலாக முழுமையான கட்டுப்பாட்டை பிடுங்கிக்கொண்டனர். இறுதியில் செங்கோட்டையில் இருந்தும் முகலாயர்களின் அதிகாரத்தை நீக்குவதற்கு திட்டம் தீட்டத் தொடங்கியிருந்தனர். அச்சமயத்தில் அந்த அரசவையானது கஸலை மிகவும் முழுமையான உருது ஈரடிச் செய்யுளாக மாற்றும் தேடலால் ஆட்டிப்படைக்கப்பட்டு மிகவும் பரபரப்பாக காணப்பட்டது. அரசியல் வானம் இருளடையத் தொடங்குகையில் இலக்கிய மற்றும் மதம்சார் நம்பிக்கையானது அரசியல் சீரின்மையை பதிலீடு செய்யும் என்பதுபோல் தோட்டங்களில், ஆசைநாயகிகளிடத்தில், முஷைராக்களில் அல்லது கவிதைப்பூர்வ விவாதங்களில், சூஃபி பக்தியில் மற்றும் ஆலயங்களுக்குச் சென்றுவருதில் உள்ள மகிழ்ச்சியில் அந்த அரசவை தன்னைப் புதைத்துக்கொண்டது.[2]

இந்தக் காலகட்டத்தில் மிகவும் நெருக்கமாக கவனம் செலுத்தப்பட்ட செங்கோட்டையின் பதிவு என்று பிரிட்டிஷ் ஆளுநருக்கான செய்தி எழுதுனராக இருந்த ஒருவரால் பராமரிக்கப்பட்ட அரசவைக் குறிப்புகளை

சொல்லலாம். தற்போது இந்திய தேசிய ஆவணக் காப்பகத்தில் இருக்கும் அவை ஜாஃபர் வாழ்க்கையினுடைய தினசரி காட்சிகளின் விவரத்தைக் கொண்டிருக்கிறது. அந்தக் கடைசிப் பேரரசர், பிரிட்டிஷ்காரர்களால் உச்சபட்ச குரூரத்துடன் நடத்தப்பட்டபோதிலும், மாசற்ற அடக்க குணத்துடன் கனிவானக் கிழவராகக் காட்சியளிக்கிறார். வலிகளைத் தணித்துக்கொள்ள தினமும் அவர் தன் கால்களில் ஆலிவ் எண்ணெய் கொண்டு தேய்த்துக்கொள்வார். அவ்வப்போது தாமாகவே எழுந்து தோட்டத்தைப் பார்வையிடுவார், வேட்டைக்கு செல்வார் அல்லது முஷைரா நடத்துவார். மாலைப்பொழுதுகள் ‘நிலவொளியை ரசிப்பதிலும்’, பாடகர்கள் பாடுவதைக் கேட்பது அல்லது புத்தம்புது மாம்பழங்களை ருசிப்பதில் கழியும். அதேநேரத்தில் தன்னுடைய இளம் ஆசைநாயகிகளின் துரோகங்களை கட்டுப்படுத்தவும் இந்த மூப்படைந்த பேரரசர் முயற்சித்துக் கொண்டிருந்தார். அந்த ஆசைநாயகிகளில் ஒருவர் அரசவைப் பாடகர்களில் மிகவும் மரியாதைக்குரிய ஒருவரால் கர்ப்பமானார்.[3]

பின்னர், 1857 ஆம் ஆண்டு மே மாதம் திங்கள்கிழமை காலை வேளையில் மீரட்டில் இருந்து வந்த முன்னூறு கிளர்ச்சிக்கார சிப்பாய்களும்* காலாட்படை வீரர்களும் டெல்லிக்குள் நுழைந்து, அந்த நகரத்தில் தங்களுடைய கண்களுக்குத் தென்பட்ட கிறிஸ்துவ ஆண்கள், பெண்கள் மற்றும் குழந்தைகள் என அனைவரையும் படுகொலை செய்துவிட்டு, ஜாஃபரை தங்களுடைய தலைவராகவும் பேரரசராகவும் அறிவித்தனர். தன்னுடைய பரம்பரைச் சொத்தை பறித்துக்கொண்ட, ஏறக்குறைய தினமும் தன்னை அவமானத்திற்கு உள்ளாக்கி வருகின்ற பிரிட்டிஷாருக்கு ஜாஃபர் ஒன்றும் நண்பர் அல்ல. இருப்பினும், அவர் இயல்பிலேயே கிளர்ச்சிக்காரரும் அல்ல. துவக்கத்தில் இருந்தே அவர் மிகவும் வலுவாக சந்தேகம் கொண்டிருந்தபடி அவருடைய விதியை சீல் வைத்து மூடிவிடும்படியான இந்த எழுச்சிக்குத் தன்னைப் பெயரளவு தலைவராக அடையாளம் காண்பதில் பெரும் தயக்கத்துடனும், முடிவெடுப்பதற்குச் சிறிதளவே வாய்ப்புகள் இருந்த நிலையிலுமே அது நடந்தேறியது. ஒரு குழப்பமான, தலைமைகள் ஏதுமற்ற, ஊதியம் ஏதும் இல்லாத இந்தக் குடியானவ வீரர்கள் உலகின் மாபெரும் ராணுவ பலத்திற்கு எதிராகத் திரண்டிருந்தனர். இருப்பினும் அவர்கள் தங்களுடைய இந்தியப் படைவீரர்களில் மிகப் பெரும்பான்மையினரையும் பெங்கால் ராணுவத்தில் இழந்திருந்தனர்.

வியக்கவைக்கும் கலாசார மலர்ச்சியின் மத்தியில் இருந்த இந்த மாபெரும் முகலாய தலைநகரமானது ஒரே இரவில் போர்க்களமாக

* சிப்பாய் என்பவர் இந்திய ஆயுதப்படை பிரிவைச் சேர்ந்தவர், இந்த இடத்தில் பிரிட்டிஷ் கிழக்கிந்திய நிறுவனத்தின் ஊழியர். சிப்பாய் என்ற வார்த்தை பெர்ஸிய மொழியில் வீரன் என்று பொருள்படும் சிப்பாஹி என்ற வார்த்தையில் இருந்து பெறப்பட்டது.

மாறிப்போனது. இந்தக் கலகக்காரர்களிடத்தில் குறுக்கிட்டு அவர்களுக்கு உதவிசெய்யும் நிலையில் எந்த அயல் ராணுவமும் இல்லை. கிளர்ச்சியாளர்களிடமும் குறைவான ஆயுதங்களே இருந்தன என்பதுடன் பணமும் கிடையாது, அத்தியாவசியப் பொருள்களும் கிடையாது. நாட்டுப்புறப் பகுதியில் கிளர்ந்தெழுந்த குழப்பங்களும் கலகங்களும், தங்களுடைய பாதுகாப்பு அரண்களில் இருந்தபடி அந்த நகரத்தை முற்றுகையிட முயற்சித்துக் கொண்டிருந்த பிரிட்டிஷ்காரர்களைக் காட்டிலும் டெல்லிக்கு தடையரணாக விளங்குவதில் சிறந்து விளங்கின என்பது நிரூபணமானது. உணவுகளின் விலை அதிகரித்தது. அத்தியாவசியப் பொருள்கள் வேகமாக குறைந்துபோயின. விரைவிலேயே, டெல்லி மக்களும் சிப்பாய்களும் பட்டினி கிடக்கும் நிலைக்குத் தள்ளப்பட்டனர்.

டெல்லியை முற்றுகையிடுவது பிரிட்டிஷாரின் ஸ்டாலின்கிராட் ஆகிப்போனது. இரண்டு சக்திகளுக்கு இடையிலான சாகும்வரையிலான போராட்டமான இதில் ஒருவரும் பின்வாங்க முடியாது. கற்பனைக்கும் எட்டாத மரணங்கள் நிகழ்ந்தன. இரு தரப்பிலுமே சண்டையிட்டவர்கள் அனைவரும் உடலாலும் மனதாலும் தங்களால் தாக்குப்பிடிக்கக்கூடிய நிலையின் விளிம்பிற்கே தள்ளப்பட்டனர். இறுதியாக, 1857 ஆம் ஆண்டு செப்டம்பர் 14 அன்று, பிரிட்டிஷ் மற்றும் அவசரகதியில் அமைக்கப்பட்ட சீக்கிய ராணுவம் மற்றும் பதான் தடையரண்களால் தாக்குதல் நடத்தப்பட்டு அந்த நகரம் கைப்பற்றப்பட்டது. முகலாய தலைநகரம் சூறையாடப்பட்டது. அந்நகர மக்களில் பெரும்பாலானோர் படுகொலை செய்யப்பட்டனர். குச்சா செலான் என்ற ஒரே ஒரு முஹல்லாவில்* மட்டும் 1,400 டெல்லி குடிமக்கள் வெட்டிக் கொல்லப்பட்டனர். இதனை பின்வருமாறு பதிவு செய்திருக்கிறார் பத்தொன்பது வயது பிரிட்டிஷ் அதிகாரியான எட்வர்ட் வைபர்ட்.

> ஒவ்வொருவரையும் சுட்டுக்கொல்ல வேண்டும் என்பதே உத்தரவு. நேரடியாகச் சொல்லவேண்டுமானால் இது படுகொலைதான்! பின்னாளில் ரத்தக்களரியாகவும், பயங்கரமாகவும் காட்சியளித்த பலவற்றையும் நான் கண்டேன். ஆனால், நேரடியாக நான் பார்த்த ஒரே ஒரு காட்சியை மட்டும் இனி ஒருபோதும் காணக்கூடாது என்று பிரார்த்தனை செய்துகொண்டேன். பெண்கள் கொல்லப்படாமல் விடப்பட்டனர். ஆனால் வெட்டிவீசப்பட்ட தங்களுடைய கணவர்கள் மற்றும் பிள்ளைகளைப் பார்த்து அவர்கள் கதறிய கதறல்தான் மிகவும் வலிமிகுந்தது. எனக்கு எந்த இரக்க உணர்வும் இல்லை என்று கடவுளுக்குத் தெரியும். ஆனால், சில நரைத்த தாடிவைத்த கிழவர்கள் இழுத்துவரப்பட்டு உங்களுடைய கண்களுக்கு முன்னாலேயே சுட்டுக் கொல்லப்படும்போது, எந்தவித

---

* முஹல்லா என்பது ஒரு முகலாய நகரத்தின் தனித்துவமான குடியிருப்புப் பகுதி. அதாவது இரவில் பூட்டப்படும் வகையில் ஒரே வாசல் கொண்ட குடியிருப்புத் தொகுதி.

கருணையும் இல்லாமல் அதைப் பார்க்கும் ஒரு மனிதனின் இதயம் கல்லாய் இறுகிப்போகுமென்றே நான் நினைக்கிறேன்.[4]

இந்தப் படுகொலையில் இருந்து தப்பித்த நகரவாசிகள் தங்களைத் தற்காத்துக்கொள்ள நாட்டுப்புறப் பகுதிகளை நோக்கிச் சென்றனர். டெல்லி வெறுமையான சிதிலங்களுடன் கைவிடப்பட்டது. அரச குடும்பமானது அமைதியான முறையில் சரணடைந்தாலும், பேரரசரின் பதினாறு மகன்களில் பெரும்பாலானோர் கைதுசெய்யப்பட்டு, விசாரணை செய்யப்பட்டு தூக்கிலிடப்பட்டனர். மூன்றுபேர் குரூரமாக சுட்டுக் கொல்லப்பட்டனர். முதலில் எந்தவித நிபந்தனையும் இன்றி ஆயுதங்களை ஒப்படைத்த அவர்களிடம் ஆடைகளைக் களைந்து நிர்வாணமாகும்படி உத்தரவிடப்பட்டது. '24 மணிநேரத்தில் தார்த்தாரிய தைமூர் மாளிகையின் பிரதான உறுப்பினர்களை அப்புறப்படுத்தினேன்' என்று அதற்கு அடுத்த நாளே கேப்டன் வில்லியம் ஹட்ஸன் தன்னுடைய சகோதரிக்கு எழுதிய கடிதத்தில் குறிப்பிட்டுள்ளார். 'நான் குரூரமானவன் அல்ல; ஆனால், இந்த ஈனர்களை, இந்தப் பூமியில் இருந்து பிடுங்கியெறியக் கிடைத்த வாய்ப்பினை நான் மகிழ்ச்சியுடன் ஏற்றுக்கொண்டேன் என்பதையும் ஒப்புக்கொள்ளத்தான் வேண்டும்.'[5]

ஜாஃபரும் பார்வையாளர்கள் முன்பு காட்சிக்கு வைக்கப்பட்டார். ஒரு பிரிட்டிஷ் அதிகாரி சொல்வதுபோல் அவரைக் 'கூண்டில் அடைக்கப்பட்ட மிருகம்' என்பதைப் போல் காட்டினார்கள்.[6] அந்தப் பார்வையாளர்களிடையே டைம்ஸ் பத்திரிகையின் செய்தித் தொடர்பாளரான ஹோவார்ட் ரஸலும் இருந்தார். அந்தச் சிறைக்கைதிதான் மேற்கத்திய காலனி ஆதிக்கத்தை எதிர்த்த மிகக் கடுமையான ஆயுதப் போராட்டத்தின் மூளை என்று அவரிடம் சொல்லப்பட்டது. இது குறித்து பின்வருமாறு எழுதியிருக்கிறார் அவர்.

அவர் ஒரு வெளிறிய, அலைபாயும் கண்களுடைய, கனவுகாணும் கிழவராக, தொங்கிப்போன உதடுகளுடனும், பற்களற்ற வாயுடனும் காணப்பட்டார். உலக வரலாற்றிலேயே மிகப்பெரிய கிளர்ச்சியை தூண்டிவிட்டு, மாபெரும் சாம்ராஜ்ஜியத்தை மீட்டெடுக்க விரிவான திட்டம் தீட்டியது உண்மையிலேயே இவர்தானா? அவருடைய உதடுகளில் இருந்து எந்த வார்த்தையும் வரவில்லை. தன்னுடைய கண்கள் தரையையே பார்த்தபடி இருக்க, இரவும் பகலும் அமைதியாக உட்கார்ந்திருக்கிறார். ஆனாலும், தான் எந்த நிலையில் வைக்கப்பட்டிருக்கிறோம் என்று அவருக்குத் தெள்ளத்தெளிவாக தெரிகிறது. மிகவும் முதிய வயதின் பிரதிபலிப்பு அவருடைய சோர்ந்துபோன கண்களில் தெரிகிறது. அவர், தான் இயற்றிய பாடல்களில் இருந்து சில வரிகளை மேற்கோள் காட்டிக்

> *கூறுவதாகவும், எரிந்த குச்சியின் கரியை வைத்து சுவற்றில் கவிதை எழுதுவதாகவும் சிலர் கேள்விப்பட்டிருக்கின்றனர்.*[7]

ஜாஃபருக்கு எதிராகச் சுமத்தப்பட்ட குற்றச்சாட்டுகள் குறித்து சந்தேகம் எழுப்புவதில் ரஸல்தான் பொருத்தமானவராகத் தெரிகிறார்.

> *தன்னுடைய நலன் விரும்பிகளுக்கு எதிராக கிளர்ந்தெழுந்த நன்றிகெட்டவர் என்றே அவர் அழைக்கப்பட்டார். அவர் ஒரு பலவீனமான, குரூர மனிதர் என்பதில் சந்தேகமில்லை. ஆனால், நன்றிகெட்டத்தனம் என்பதைப் பார்க்கும்போது, தன்னுடைய வெற்றுப் பட்டம், காலியான கஜானாவின் காவலர் என்பதைத் தவிர தன் முன்னோர்களிடம் இருந்து தனக்கு கிடைத்த எல்லாவிதமான கட்டுப்பாடுகளும் தன்னிடம் இருந்து படிப்படியாக பறிக்கப்பட்டு, கையில் பைசா காசு இல்லாத இளவரசிகளால் அந்த அரண்மனை நிரம்பியிருக்கும் நிலையில் வைத்து அவரைப் பார்த்தால் அது முழுக்க முழுக்க எந்தத் தர்க்கத்திலும் அடங்காத ஒன்றுதான்.*[8]

எது எப்படி இருந்தாலும், அவருடைய சிதிலமடைந்த பழைய அரண்மனையில் வைத்தே ஜாஃபர் மீது விசாரணை நடத்தப்பட்டது. அவரை நாடுகடத்த உத்தரவிடப்பட்டது. தன்னுடைய அன்புக்குரிய டெல்லியில் இருந்து அவர் மாட்டுவண்டியில் புறப்பட்டார். தன் நேசத்திற்குரிய எல்லாவற்றில் இருந்தும் துண்டிக்கப்பட்டு, மனமுடைந்துபோன மாபெரும் முகலாயர்களில் கடைசியானவர், எண்பத்தேழு வயதான நிலையில், 1862 ஆம் ஆண்டு நவம்பர் மாதம் 7 ஆம் தேதி வெள்ளிக்கிழமை அன்று ரங்கூனில் ஓர் அகதியாக உயிர்துறந்தார்.

ஜாஃபரின் இறுதிப் புறப்பாட்டை தொடர்ந்து, அவர் உண்மையுடன் வளர்த்தெடுத்து விரிவாக்கிய பலவீனமான அரசவைக் கலாசாரம் முற்றிலுமாக சிதைந்தது. காலிப் குறிப்பிடுவதைப் போல்: ‘அரசர் ஆட்சி புரிந்ததுவரை மட்டுமே இவை அனைத்தும் நீடித்திருந்தன.’[9] ஜாஃபர் மரணித்தபோது, அவருடைய அரண்மனையான செங்கோட்டையானது அவர் நேசித்து அழகூட்டிய முகலாய டெல்லியின் மாபெரும் பகுதிகளுடன் சேர்ந்து முன்னதாகவே பாழ்பட்டுவிட்டது. அதேநேரத்தில், முன்னணி குடியேற்றக்காரர்களில் பெரும்பான்மையினரும், அரசவையைச் சேர்ந்த கவிஞர்கள், இளவரசிகள், முல்லாக்கள், வியாபாரிகள், சூஃபிக்கள் மற்றும் கல்வித்துறை நிபுணர்கள் என அனைவரும் வேட்டையாடப்பட்டு தூக்கிலிடப்பட்டனர் அல்லது அப்புறப்படுத்தப்பட்டு நாடுகடத்தப் பட்டனர். அவர்களில் பலரும் பிரிட்டிஷ் அரசிற்காக தனித்தன்மையுடன் கட்டப்பட்ட அந்தமான் தீவுகளில் உள்ள சிறை முகாம்களுக்கு அனுப்பிவைக்கப்பட்டனர். விட்டுவைக்கப்பட்டவர்கள் அவமானத்திற்கு ஆளாக்கப்பட்டு, வறுமையில் வாடும்படி விடப்பட்டனர். பழைய

அரசவையில் இருந்து உயிர் பிழைத்தவர்களுள் ஒருவரான காலிப் பின்வருமாறு வருத்தத்துடன் குறிப்பிடுகிறார், 'பதவிநீக்கம் செய்யப்பட்ட அரசரின் ஆண் வாரிசுகளுக்கு, அதாவது கத்தி முனையில் இருந்து உயிர் தப்பியவர்களுக்கு, மாதம் ஐந்து ரூபாய் பஞ்சப்படி வழங்கப்பட்டது. பெண் வாரிசுகள் வயதானவர்களாக இருந்தால் விபச்சாரத்தை நடத்துபவர்களாகவும், இளையவர்களாக இருந்தால் விலைமாதர்களாகவும் ஆக்கப்பட்டனர்.'[10]

> அந்த நகரம் பாலைவனமானது. இறைவா, டெல்லி இனியும் ஒரு நகரமல்ல, அது ஒரு முகாம்; ராணுவ முகாம். கோட்டையோ, நகரமோ, கடைத்தெருக்களோ, தண்ணீரோ இல்லை. நான்கு விஷயங்கள்தான் டெல்லியை உயிர்ப்புடன் வைத்திருந்தன - கோட்டை, ஜமா மசூதியில் தினசரி கூடும் கூட்டம், யமுனா பாலத்தை நோக்கி நடத்தப்பெறும் வாராந்திர நடைப்பயணம் மற்றும் வருடாந்திர மலர்க் கண்காட்சி. இவை எதுவும் இப்போது எஞ்சவில்லை, அப்படியென்றால் டெல்லி எப்படி பிழைத்திருக்க முடியும்? ஆம் [இப்படித்தான் சொல்லவேண்டும்] இந்திய ராஜ்ஜியத்தில், ஒரு காலத்தில் அந்தப் பெயரில் ஒரு நகரம் இருந்தது.

> நாம் ஒயின் கோப்பைகளையும் பூச்சாடிகளையும் நொறுக்கிவிட்டோம்;
> இப்போது என்ன செய்யலாம்
> சொர்க்கத்தில் இருந்து பெய்யும் மழையனைத்தும்
> ரோஜாநிற சிவப்பு ஒயினாக மாறிவிட வேண்டுமா?[11]

கடைசி முகலாயரான இரண்டாம் பகதூர் ஷாதான் இந்தப் புத்தகத்தின் மையம் என்றபோதிலும், தன்னுடைய அங்கமாகவே அவர் பாவித்த டெல்லியின் சித்தரிப்பு அளவிற்கு இது ஜாஃபரின் சுயசரிதை அல்ல. இது முகலாய தலைநகரத்தினுடைய கடைசி நாட்களைப் பற்றிய விவரணையும், 1857 இல் ஏற்பட்ட இறுதிப் பேரழிவு குறித்த சித்தரிப்புமே ஆகும். இதுதான், கடைசி நான்கு ஆண்டுகளாக ஆராய்ந்து எழுதுவதற்கு நான் அர்ப்பணித்த கதை. ஜாஃபரின் கடிதங்கள் மற்றும் அவருடைய அரசவைப் பதிவுகளைக் கொண்டிருக்கும் ஆவணங்களை லண்டன், லாகூர் மற்றும் ரங்கூனில் உள்ள காப்பகங்களில்கூட காணமுடியும். ஆனாலும், இந்த ஆவணங்களில் பெரும்பாலானவை ஜாஃபரின் முன்னாள் தலைநகரான டெல்லியில் இப்போதும் உள்ளன. இந்த நகரம்தான், இப்போதுவரை கடந்த இருபது ஆண்டுகளாக என்னை ஆட்டுவித்து அலைக்கழித்துக் கொண்டிருக்கிறது.

பனிமூட்டம் மிகுந்த குளிர்கால இரவில், 1984 ஆம் ஆண்டு ஜனவரி 26 ஆம் தேதி நான் முதன்முதலில் டெல்லிக்கு வந்தபோது என்னுடைய வயது பதினெட்டு. போர்வைக்குள் முடங்கியபடி சுருண்டுகிடந்த மனிதர்களால் அந்த விமான நிலையம் சூழப்பட்டிருந்தது. ஆச்சரியப்படும் வகையில் அந்நகரம் குளிராகவும் இருந்தது. அப்போது எனக்கு இந்தியாவைப் பற்றி எதுவுமே தெரியாது.

என்னுடைய குழந்தைப்பருவம் நாட்டுப்புற ஸ்காட்லாந்தில் இருக்கும் கழிமுகத்திற்கு வெளிப்புறத்தில் உள்ள கடற்கரைப் பிரதேசத்தில் கழிந்தது. அநேகமாக என் நண்பர்கள் வட்டாரத்திலேயே குறைந்தபட்சம் நன்றாக பயணம் மேற்கொண்டது நானாகத்தான் இருப்பேன். கற்பனை செய்யக்கூடியதிலேயே மிகவும் அழகான இடத்தில் தாங்கள் வசிக்கிறோம் என்று தங்களுக்குள் சமாதானமாகிக்கொண்ட என்னுடைய பெற்றோர், விடுமுறை தினங்களில் எப்போதாவதுதான் வெளியே அழைத்துச் செல்வார்கள். ஆனால், வீட்டில் இருப்பதைவிட இன்னும் குளிராகவும் ஈரப்பதமாகவும் இருக்கும் ஸ்காட்டிஷ் மேட்டுநிலத்தின் முகட்டிற்கு வருடாந்திர இளவேனிற்பருவ வருகை மட்டும் இதில் விதிவிலக்கு. ஒருவேளை இதன் காரணமாகத்தானோ என்னவோ, பிற காஸ்மாபாலிட்டன் நகரங்கள் பதின்பருவத்தினர் மீது ஏற்படுத்தும் தாக்கத்தைக் காட்டிலும் டெல்லியானது மிகப்பெரிய அளவில் ஆட்கொள்ளக்கூடிய விளைவை என் மீது ஏற்படுத்தியிருக்கலாம். ஆரம்பத்தில் இருந்தே இந்த நகரம் என்னை கொத்தி எடுத்துக்கொண்டது என்பது மட்டும் நிச்சயம். முதுகில் பையைச் சுமந்துகொண்டு சில மாதங்கள் கோவாவில் சுற்றித்திரிந்தேன். ஆனால், விரைவிலேயே டெல்லிக்குத் திரும்பும் வழியைக் கண்டுகொண்ட நான், பழைய டெல்லிக்கும் அப்பால், அந்நகரத்தின் வடக்குப் பகுதியில் அமைந்திருக்கும் அன்னை தெரஸா இல்லத்தில் ஒரு வேலையையும் வாங்கிக்கொண்டேன்.

பிற்பொழுதுகளில், நோயாளிகள் தங்கள் பகல்நேர உறக்கத்தில் ஆழ்ந்த பின்னர் அங்கிருந்து வெளியேறி வழக்கமான தேடலில் இறங்கிவிடுவேன். பழைய நகரத்தின் உள்ளார்ந்த பகுதிகளுக்குச் செல்ல நான் ரிக்சா எடுத்துக்கொண்டேன். அதில் இருந்தபடி வாய்க்கால்கள் மற்றும் சந்துகளின் குறுகலான பாதை வழியாகவும், ஒற்றையடிப்பாதைகள் மற்றும் முட்டுச்சந்துகள் மூலமாகவும் செல்லும்போது அந்த வீடுகள் யாவும் என்னைச் சுற்றிலும் நெருக்கமாக இருப்பதை உணர்வேன். இதில் குறிப்பிட்டு சொல்லவேண்டியது என்னவென்றால், எஞ்சியிருந்த ஜாஃபரின் அரண்மனையான மாபெரும் முகலாயர்களின் செங்கோட்டையானது என்னைப் பின்னோக்கி இழுத்துக்கொண்டே சென்றது. அதனால் ஏதேனும் ஒரு புத்தகத்துடன் தொடர்ந்து அங்கே நழுவிச்செல்லும் நான் குளிர்ச்சியான கூடார நிழலில் பிற்பொழுதுகள் முழுவதையும் செலவிட்டேன். பின்னர் முகலாயர்களைப் பற்றி மிகுந்த

ஆர்வத்துடன் படிக்கத் தொடங்கினேன். இங்குதான் முகலாயர்களின் வரலாற்றை எழுதவேண்டும் என்ற எண்ணம் எனக்கு முதன்முதலாக தோன்றியது. அந்த யோசனை இப்போது நாற்தொகுதிகளாக விரிந்திருக்கிறது. நான் எதிர்பார்க்கும்படியான முகலாய வம்சத்தைப் பற்றி எழுதிமுடிக்க எனக்கு இன்னும் மற்றொரு இருபதாண்டுகள் வேண்டும்.

நான் அடிக்கடி செங்கோட்டைக்குச் சென்றுவந்தேன் என்றபோதிலும் அது என்னை எப்போதும் துயர்படுத்தவே செய்தது. 1857 இல் பிரிட்டிஷார் அதைக் கைப்பற்றியபோது பிரமாண்டமான அந்தப்புர குடியிருப்புகளை அழித்தெறிந்தனர். அவை இருந்த இடங்களில் மிகப்பெரிய திறந்தவெளிப் பகுதிக்கான முன்மாதிரியை அமைப்பதுபோல் அங்கே வரிசையாக பாசறைகளை ஏற்படுத்தினர். அந்தக் காலகட்டத்தில்கூட அந்த அழிப்பானது அராஜகமான ஆக்கிரமிப்பு என்று குறிப்பிடப்பட்டது.[12] மாபெரும் விக்டோரியன் கட்டிடக்கலை வரலாற்றாசிரியரான ஜேம்ஸ் ஃபெர்குஸன் ஒன்றும் பெரிய லிபரல்வாதி அல்ல. ஆனால், தன்னுடைய இந்திய மற்றும் மேற்கத்திய கட்டிடக்கலை வரலாறு என்ற புத்தகத்தில், இதுகுறித்து அவருக்கு ஏற்பட்ட திகிலை பின்வருமாறு பதிவு செய்திருக்கிறார். ‘அச்சம்தரக் கூடிய இந்த அழித்தொழிப்பை மேற்கொண்டவர்கள், தாங்கள் எதை அழித்துக் கொண்டிருக்கிறோம் என்பது குறித்து சிந்தித்துக்கூடப் பார்க்கவில்லை அல்லது இந்த உலகிலேயே மிகவும் நேர்த்தியான இடத்தைப்பற்றிய பதிவைக்கூட அவர்கள் விட்டுவைக்கவில்லை. அரண்மனையின் உட்புறப் பகுதிகளை நீக்கி அழிப்பதன் மூலம் தங்களால் அவர்களுடைய பாசறைப் பகுதியைச் சுற்றிச் செலவே இல்லாமல் ஒரு சுவற்றை உருவாக்கிக்கொள்ள முடியும் என்பதை உணர்ந்திருப்பர். அத்துடன், இதற்காகவோ அல்லது பொருளாதாரத்தின் பாவப்பட்ட வேறு சில நோக்கத்திற்காகவோ அந்த அரண்மனை பலிகொடுக்கப்பட்டது என்பதே உண்மை.’ மேலும்: ‘இதனுடன் ஒப்பிட்டுப் பார்க்கக்கூடிய ஒரே ஒரு நவீன நடவடிக்கை பீகினில் உள்ள கோடைகால அரண்மனை அழிக்கப்பட்டதுதான். இது எப்படியிருந்தாலும் ஓர் உடனடியாக மேற்கொள்ளப்பட்ட போர் நடவடிக்கைதான். அநாவசியமான அராஜக செயல்பாட்டினால் வேண்டுமென்றே மேற்கொள்ளப்பட்ட ஒன்றுதான்.’

அந்தப் பாசறைகளும்கூட பல வருடங்களுக்கு முன்பே சிதைந்து விழுந்திருக்க வேண்டியவைதான். ஆனால், அந்தக் கோட்டையின் தற்போதைய உரிமையாளர்களான இந்திய அகழ்வாராய்ச்சித் துறையினர், பிரிட்டிஷார் தொடங்கிவைத்த அழிவை மிகவும் நேசத்துடன் தொடர்ந்து செயல்படுத்தி வருகின்றனர். வெள்ளை பளிங்குக் கற்கள் நிறம் மங்கிப்போய்விட்டன. பிளாஸ்டர் வேலைப்பாடுகள் சிதைந்து விழுந்துவிட்டன. வெடித்துப் பிளந்திருக்கும் நீர்வழிப்பாதைகளில் புதர்கள்

மண்டிவிட்டன. நீரூற்றுகள் வறண்டுவிட்டன. பாசறைகள் மட்டுமே நன்றாக பராமரிக்கப்படுவதைப் போல் காணப்படுகின்றன.

கடந்த இருபது வருடங்களுக்கும் மேலாக என்னுடைய நேரத்தை லண்டனுக்கும் டெல்லிக்குமாக நான் பிரித்து வைத்திருக்கிறேன். இந்தியத் தலைநகரம்தான் என்னுடைய விருப்பத்திற்குரிய நகரமாக இப்போதுவரை இருந்து வருகிறது. எல்லாவற்றிற்கும் மேலாக கடந்தகாலத்துடன் இந்த நகரத்திற்கு இருக்கும் உறவுதான் என்னை இன்னமும் கிளர்ச்சியூட்டிக் கொண்டிருக்கிறது. உலகில் உள்ள மகத்தான நகரங்களிலேயே ரோம், இஸ்தான்புல் மற்றும் கெய்ரோ ஆகிய நகரங்கள் மட்டுமே டெல்லியின் மிக நேர்த்தியான அளவு மற்றும் வரலாற்று மீதங்களின் அடர்த்தி ஆகியவற்றோடு போட்டிபோட முடியும். சிதைந்துவிழும் கல்லறைக் கோபுரங்கள், பழமையான மசூதிகள் அல்லது புராதன கல்லூரிகள் எதிர்பாராத இடங்களில் உங்களைக் குறுக்கிடும். சுற்றுப்பாதைகளிலோ அல்லது நகராட்சி பூங்காக்களிலோ சட்டென்று தோன்றும் அவை, சாலைப் போக்குவரத்தை திசைதிருப்பி, நீண்டநெடிய கால்ஃப் மைதானங்களில் மறைந்துகொண்டிருப்பவை போல் காணப்படும். புது டெல்லி புதிய டெல்லி அல்ல. பதிலாக, மனித அவதாரங்களின் ஊடாக எந்த ஒரு வரலாற்று ஆசிரியனையும் பரபரப்பாகவே வைத்திருக்கும் அளவுக்கு போதுமான சிதைவுகளைக் கொண்ட அது தேம்பி விசும்பிக் கொண்டிருக்கும் ஒரு கல்லறைத் தோட்டம்.

இந்த இடத்தில் நான் அவ்வப்போது தனித்து விடப்படுவதாக உணர்கிறேன். டெல்லியின் சிதைவுகள் என்பவை பார்வையாளர்களுக்கு ஆச்சரியமூட்டும் ஏதோ ஒன்றாகவே இருக்கிறது. குறிப்பாக, இந்த நகரம் அதன் அழிவின் உச்சத்திலும், அதன் மனநிலை மிகவும் சலிப்புற்றும் காணப்பட்ட பதினெட்டாம் நூற்றாண்டில் ஏற்பட்டதாகவும் இருக்கலாம். ஒவ்வொரு திசையிலும் பல மைல்கள் தொலைவுக்கு பாதி இடிந்தும், புதர்மண்டியும், கொள்ளையடிக்கப்பட்டும், மறுஆக்கிரமிப்புக்கு உள்ளாகியும், எல்லோராலும் புறக்கணிக்கப்பட்டும் கிடக்கின்ற, இந்தியர் அல்லாதோரின் அறுநூறு வருட பேராட்சியின் மீதங்கள்தான் இவை. கான்ஸ்டாண்டைன்நோபிள் மற்றும் கேண்டன் ஆகியவற்றிற்கு இடையில் மாபெரும் நகரமாக டெல்லி விளங்கிய காலகட்டத்தைச் சேர்ந்த சிதிலமடைந்த நினைவுச்சின்னங்கள், குளியலறைகள், பூங்காக்கள் சூழ்ந்த அரண்மனைகள், ஆயிரம்கால் மண்டபங்கள் மற்றும் கம்பீரமான கல்லறைக் கோபுரங்கள், வெறுமையான மசூதிகள் மற்றும் கைவிடப்பட்ட சூஃபி கோயில்கள் என காலத்தின் குப்பைக் கூளங்களுக்கு முடிவே இல்லாததுபோல் டெல்லி காணப்படுகிறது. 'டெல்லியை கூர்ந்து நோக்கினால் கண்ணுக்கு எட்டிய தொலைவு வரை, தோட்டங்கள், அரங்கங்கள், மசூதிகள் மற்றும் கல்லறைத் தோட்டங்களின் சிதைவுற்ற மீதங்களே மூடியிருக்கின்றன' என்று 1795 இல் லெப்டினெண்ட் வில்லியம்

ஃபிராங்க்ளின் எழுதியுள்ளார். 'ஒரு காலத்தில் மிகுந்த கவர்ச்சிகரமாகவும், கொண்டாட்ட நகரமாகவும் இருந்த இந்த நகரம் இப்போது எந்த வடிவமும் இல்லாத சிதைவுகளின் குவியலைப்போல் காட்சியளிக்கிறது.'[13]

பதினெட்டாம் நூற்றாண்டின் இறுதியில் இந்த சிதைவுகளில் குடியேறிய முதல் கிழக்கிந்திய கம்பெனி அதிகாரிகள், இன்றளவும் டெல்லி பிரதிநிதித்துவம் செய்கின்ற, உயர்மாண்புமிகுந்த கலாசாரத்தினால் கவர்ந்திழுக்கப்பட்ட அக்கறை மிகுந்தவர்களாகவும், குறிப்பிடத்தகுந்த வகையில் வழக்கத்திற்கு மாறான ஆளுமை கொண்டவர்களாகவுமே இருந்திருக்கிறார்கள். இந்தியாவில் புதிதாக நியமிக்கப்பட்ட பிரிட்டிஷ் முதன்மைத் தளபதியின் மனைவியான, அதிகாரம் மிகுந்த சீமாட்டி மரியா நூஜண்ட் டெல்லியைப் பார்வையிட்டபோது அங்கே பார்த்த காட்சிகளால் அவர் மிகுந்த அச்சத்திற்கு ஆளானார். பிரிட்டிஷ் ஆளுநரையும் அவருடைய உதவியாளர்களையும் 'காணாமல்போன பூர்வகுடிகள்' என்று தன்னுடைய குறிப்பேட்டில் அவர் தெரிவித்திருக்கிறார்.

> இப்பொழுதும்கூட எங்கள் தரப்பைச் சேர்ந்த திருவாளர்கள் கார்டனர் மற்றும் ஃபிரேஸர் குறித்து என்னால் சில வார்த்தைகள் கூறமுடியும். அவர்கள் இருவருமே அடர்த்தியாக தாடிவைத்திருப்பார்கள். இருவரில் யாரும் மாட்டுக்கறியோ பன்றிக்கறியோ சாப்பிட்டதில்லை. கிறிஸ்துவர்களைப் போலவே இந்துக்களாகவும் இருந்தனர். இருவருமே திறமைசாலிகளும் புத்திசாலிகளும் ஆவர். ஆனால், விசித்திரமானவர்களும்கூட! இந்த நாட்டிற்கு அவர்கள் முன்னமே வந்துவிட்டபடியால் அவர்களை பூர்வகுடிகள் ஆக்கிவிடும் அளவிற்கு இதைப்பற்றிய அபிப்பிராயங்களையும் முன்தீர்மானங்களையும் அவர்கள் உருவாக்கியிருந்தனர்.[14]

இன்னொரு பக்கம் பார்க்கப்போனால், என்னுடைய மனைவி ஒலிவியாவின் தூரத்து ஒன்றுவிட்ட சகோதரர்தான் ஃபிரேஸர். பதினைந்து வருடங்களுக்கு முன்னர் நான் டெல்லியைப் பற்றி City of Djinns என்ற தலைப்பில் எழுதும்போது இந்தக் காலகட்டம்தான் எனக்கு ஆர்வத்தை தூண்டக்கூடிய எதிர்பாராத காலகட்டமாக அமைந்தது. அத்துடன், பதினெட்டாம் நூற்றாண்டின் இறுதியில் இந்திய கலாசாரத்தால் ஆகர்ஷிக்கப்பட்ட பல்வேறு பிரிட்டிஷ்காரர்களைப் பற்றியும் நான் கடைசியாக எழுதிய புத்தகமான வெள்ளையின முகலாயர்கள் (White Mughals) என்ற புத்தகத்திற்கு இதுவே தீப்பொறியாகவும் விளங்கியது. ஆகவேதான், கடைசி முகலாயன் என்ற இந்தப் புத்தகம் இந்த தலைநகரத்தால் உத்வேகம் பெற்ற என்னுடைய மூன்றாவது புத்தகமாகவும் ஆகிப்போயிருக்கிறது. ஃபிரேஸரின் காலகட்டத்தில் தெள்ளத்தெளிவாக காணப்பட்ட, ஒப்பீட்டு ரீதியில் சுலபமாக இருந்த இந்திய-பிரிட்டிஷ்

உறவானது பத்தொன்பதாம் நூற்றாண்டின்போது உச்சத்தில் இருந்த பிரிட்டிஷ் ராஜ்ஜியத்தின் வெறுப்புகளுக்கும், இனவாதத்திற்கும் எவ்வாறு அடிகோலியது என்ற கேள்வி இதன் மையப்பகுதியில்தான் உறைந்திருக்கிறது. இந்த எழுச்சி அந்த மாற்றத்தின் விளைவாக உருவானதுதானே தவிர, அதன் காரணத்தால் அல்ல.

இந்தச் சுலபமான உடனொத்த வாழ்க்கைமுறைக்கு இரண்டு விஷயங்கள்தான் காரணமாகியிருக்கும் என்று தோன்றுகிறது. ஒன்று பிரிட்டிஷ் அதிகாரத்தின் எழுச்சி. சில வருடங்களிலேயே பிரிட்டிஷார் பிரெஞ்சுக்காரர்களை மட்டுமல்லாது தங்களுடைய இந்தியப் போட்டியாளர்களையும் வெற்றிகண்டனர். பெர்லின் சுவர் வீழ்ந்தபின்னர் அமெரிக்கர்கள் செய்யாததைப் போன்று அல்லாமல், அதிகார சமநிலையில் ஏற்பட்ட மாற்றமானது நேரடியான பேரரச அகங்காரமிக்க மனோபாவமாக விரைவில் மாறிப்போனது.

மற்றொரு விஷயம் என்னவென்றால், எவன்ஜிலிக்கல் கிறிஸ்துவத்தின் ஏறுமுகமும், பிரிட்டிஷ் மனோபாவத்தில் அது ஏற்படுத்திய ஆழமான மாற்றமும் ஆகும். இந்தியப் பெண்களை திருமணம் செய்துகொள்வது அல்லது இந்திய மனைவிகள் அல்லது பீபிக்களுடன் உடனிழைந்து வாழும் முறையானது காணாமலேயே போய்விட்டதை கம்பெனி பணியாளர்களால் எழுதப்பட்ட உயில்களில் காணமுடிகிறது. தங்களுடைய மனைவிகள் அல்லது ஆங்கிலோ-இந்திய பிள்ளைகள் சீர்திருத்தம் செய்யப்பட்டவர்கள் என்று மிக முக்கியமான பதினெட்டாம் நூற்றாண்டு பிரிட்டிஷ் இந்திய கோமகன்களின் நினைவுக் குறிப்புகளில் குறிப்பிடப்பட்டிருக்கிறது. இதனால் பிற்காலத்தில் அவருடைய உற்ற துணைகள் நீக்கப்பட்டனர். இந்தியர்கள் ஒருகட்டத்திற்குமேல் மேன்மை தாங்கியோரின் வம்சாவளியினராக பார்க்கப்படவில்லை. மேலும், பதினெட்டாம் நூற்றாண்டின் மேதைகளான சர் வில்லியம் ஜோன்ஸ் மற்றும் வாரன் ஹேஸ்டிங் நம்பியதைப் போல் அவர்கள் புராதான ஞானம் கொண்டவர்களும் இல்லை. இதற்குப் பதிலாக ‘பாவப்பட்ட நாகரிகமற்ற மக்கள்,’ அல்லது ‘சட்டத்திற்கு கீழ்படியாத மதமற்றவர்கள்’ என்றுகூட குறிப்பிடப்பட்ட அவர்கள் மதமாற்றத்திற்காக ஆர்வத்துடன் காத்துக் கொண்டிருந்தனர்.

இங்கே ஒரு முக்கியமான விஷயத்தையும் கவனிக்க வேண்டும். வரலாற்றாசிரியர்கள் பலரும் தெள்ளத்தெளிவாக இனம்காணக்கூடிய அர்த்தத்தைக் கொண்ட வார்த்தை என்பதுபோல் ‘காலனியாதிக்கம்’ என்ற வார்த்தையைப் பயன்படுத்துகின்றனர். இப்போதுவரை, அந்த காலகட்டத்தில் பல்வேறு முறைமையிலான, மிகவும் தனித்துவமான பகுதிகளாக காலனியாதிக்கம் இருந்துவந்திருக்கிறது என்பதே உண்மை. மிகவும் திடமற்ற பிரிட்டிஷ்தனம் என்ற கருத்தாக்கத்தினால் ஏற்பட்ட

குடியேற்றம், செயலாக்கம் மற்றும் விதிமீறல் என்பனவற்றிலும் பல்வேறு வகைகள் இருந்திருக்கின்றன.

1850 களின் தொடக்கத்தில் முகலாய அரசவையை நீக்கிவிட்டு, இந்தியாவின் மீது பிரிட்டிஷ் சட்டதிட்டங்கள் மற்றும் தொழில் நுட்பத்தை மட்டுமல்லாது கிறிஸ்துவத்தையும் திணிக்க பல்வேறு பிரிட்டிஷ் அதிகாரிகளும் திட்டம் தீட்டிக்கொண்டிருந்தனர். இந்த அக்கறையின்மையினுடைய நிதானமான, படிப்படியான வளர்ச்சியினுடைய எதிர்வினையே 1857 இல் மாபெரும் கலகமாக வெடித்தது. ஆசியாவின் மிகப்பெரிய நவீன ராணுவமாகிய வங்காள ராணுவத்தின் 1,39,000 சிப்பாய்களில் 7,796 பேர்களைத் தவிர்த்து அனைவருமே தங்களுடைய பிரிட்டிஷ் எஜமானர்களுக்கு எதிராகத் திரும்பினர்.[15] அவத் (அல்லது அவுத்) போன்ற இந்தியாவின் சில வடக்குப் பகுதிகளில் இந்த சிப்பாய்களுடன் மக்கள்தொகையில் மிகப்பெரும் பகுதியினர் இணைந்துகொண்டனர். இரண்டு தரப்பிலுமே அராஜகங்கள் மிதமிஞ்சி இருந்தன.

டெல்லி இந்த எழுச்சியின் பிரதான மையமானது. கலகக்கார படைவீரர்கள் வடஇந்தியா முழுவதிலும் இருந்து டெல்லியில் குவிந்தனர் - நானா சாகிப் தங்களுடைய பிரிட்டிஷ் அதிகாரிகளைத் தாக்கத் தொடங்கியபோது திசைதிரும்பும் வரைகூட கலகக்காரர்களின் படைகள் நேராக டெல்லியை நோக்கியே சென்றுகொண்டிருந்தன - பிரிட்டிஷார் டெல்லியை மீண்டும் கைப்பற்றியாக வேண்டும். அல்லது நிரந்தரமாக தங்களுடைய இந்திய சாம்ராஜ்ஜியத்தை இழக்க வேண்டியிருக்கும் என்பது ஆரம்பம் முதலே தெளிவாகத் தெரியத் தொடங்கியிருந்தது. அதற்கு இணையாக சிப்பாய்களும் பகதூர் ஷாவின் மணிமகுடத்தை நோக்கி விரையத் தொடங்கியிருந்தனர். ஹிந்துஸ்தானத்தின் அதிகாரப்பூர்வமான ஆட்சியாளர் அவர்தான் என்று நம்பிய அவர்கள், டெல்லியை தாங்கள் இழந்துவிட்டால் எல்லாவற்றையும் இழந்துவிடுவோம் என்பதையும் உணர்ந்திருந்தனர். இருக்கின்ற பிரிட்டிஷ் படைவீரர்கள் அனைவரும் டெல்லி முனையை நோக்கி அனுப்பப்பட்டனர். அத்துடன், இந்தியக் கோடைக்காலத்தின் மிகவும் வெப்பமான நான்கு மாதங்களுக்கும், ஆயிரக்கணக்கான அப்பாவி பொதுமக்கள் இந்த பயங்கரங்களுக்கும் நடுவில் மாட்டிக்கொண்டிருக்கும் நிலையில், பிரிட்டிஷ் ஆயுதப்படையானது டெல்லியில் குண்டுமழை பொழிந்துகொண்டிருந்தது.

எழுச்சியின் முதல் வாரத்தில் ஹிந்துஸ்தானத்தின் எல்லாப் பகுதிகளில் இருந்தும் படைவீரர்கள் டெல்லிக்கு வரத் தொடங்கியிருந்தபோது, அதன்பிறகான நகரமானது, குறிப்பாக முற்றுகையில் மாட்டிக் கொண்டவர்கள், மற்ற இடங்களில் ஏற்பட்டிருக்கும் முன்னேற்றம் குறித்த தகவல்தொடர்பு ஏதும் இல்லாதவர்களாகவே இருந்துள்ளனர். இந்தவகையில் பார்க்கப்போனால், டெல்லியின் முற்றுகை என்பது

போருக்குள் ஒரு போர் என்பதாகவும், தெற்கு மற்றும் கிழக்கில் ஏற்பட்ட விளைவுகளுடன் ஒப்பீட்டுரீதியில் தனித்துவமானதாகவும் இருந்திருக்கிறது. ஜூலை மாதம் முடியும்வரை, டெல்லி முனையில் இருந்த பிரிட்டிஷார் கான்பூரில் இருக்கும் ஜெனரல் வீலரின் படையினர் தங்களை விடுவிக்க வருவார்கள் என்று எதிர்பார்த்துக் கொண்டிருந்தனர். ஆனால் அதற்கு ஒரு மாதத்திற்கும் முன்னதாக, ஜூன் 27 ஆம் தேதி அன்றே, தென்கிழக்கில் 300 மைல்களுக்கும் குறைவான தூரத்தில் இருந்த ஜெனரல் வீலரின் ராணுவம் சரணடைந்து, அதன் கடைசி ஆண்கள் வரை அனைவரும் முற்றிலுமாக கொன்றொழிக்கப்பட்டதைப்பற்றி அவர்களுக்கு ஏதும் தெரியவில்லை. இதற்கு சற்றும் குறைவில்லாமல், இல்லவே இல்லாத இரண்டு பாரசீக ராணுவத்தினரால் தாங்கள் காப்பாற்றப்படுவோம் என்று டெல்லியை பாதுகாத்தவர்கள் தங்களுக்குத் தாங்களே சமாதானப்படுத்திக் கொண்டனர். அந்த இரண்டு ராணுவத்தினரில் ஒரு படைப்பிரிவு கைபர் கணவாய் வழியாக வரும் எனவும், மற்றொன்று பாம்பேயின் கடற்கரையில் இறங்கி வடகிழக்கை நோக்கி வரும் என்றும் நம்பிக்கொண்டிருந்தனர்.

1857 ஆம் ஆண்டு குறித்த பெரும்பாலான விவரிப்புகள் டெல்லி, லக்னோ, ஜான்சி மற்றும் கான்பூர் ஆகிய நகரங்களுக்கிடையே முன்னும் பின்னுமாக வெட்டிச்செல்கின்றன. அவை இந்த எழுச்சியின் பல்வேறு மையங்களுக்கு இடையில் உண்மையில் இருந்ததைக் காட்டிலும் அதிகப்படியான தொடர்பு மற்றும் தகவல் பரிமாற்றத்தைக் குறிப்பிடும் வகையில் அமைந்திருக்கின்றன. இந்தப் புத்தகத்தில் எங்கெங்கிருந்தோ வந்ததாக குறிப்பிடப்படும் முன்னேற்றங்கள் குறித்த குறிப்பிடல்களை வரம்பிற்கு உட்படுத்தியிருக்கிறேன். இதில் மாபெரும் முகலாய தலைநகரத்தைக் கட்டுப்படுத்துவதற்கான போரில் ஈடுபட்ட முற்றுகையிட்டவர்கள் மற்றும் முற்றுகையிடப்பட்டோர்களால் உணரப்பட்ட கடுமையான தனிமைப்படுத்தல் மற்றும் தனியாக மாட்டிக்கொண்டு தாக்குதலுக்கு உள்ளாதலின் உணர்வை மீட்டளித்தல் என்ற வகையில் டெல்லியில் பங்கேற்றவர்கள் வெளிப்படையாகவே அவற்றைத் தெரிந்துவைத்திருந்தார்கள் என்ற விஷயங்களில் இருந்து மட்டும் இது விதிவிலக்கு.

கடந்த நான்கு வருடங்களாகவே, நானும் என்னுடைய சக தோழர்களான மஹ்மூத் ஃபரூக்கி மற்றும் புரூஸ் வான்னலும், கலக ஆவணங்கள் எனப்படுகின்ற, 1857 ஆம் வருடத்தின் டெல்லியோடு தொடர்புடைய, ஏறத்தாழ பயன்படுத்தவேபடாத, இந்திய தேசிய ஆவணக் காப்பகத்தில் நாங்கள் கண்டுபிடித்த 20,000 பாரசீக மற்றும் உருது ஆவணங்களை ஆராய்ந்திருக்கிறோம்.[16] இது 1857 ஆம் ஆண்டு டெல்லியானது

இதுநாள் வரை பிரிட்டிஷார் அளித்த மூலாதாரங்களின் அடிப்படையில் மட்டுமல்லாது முதல்முறையாக முற்றிலும் இந்தியர்களின் பார்வையில் எப்படி இருந்துள்ளது என்பதைப் பார்க்க எங்களுக்கு உதவியாக இருந்தது.

தேசிய ஆவணக் காப்பகத்தில் இருந்த முழு அளவிலான ஆவணங்களைக் கண்டுபிடிப்பதே இந்த முழு திட்டப்பணியின் முக்கிய அம்சம். அது இந்திய மூலாதாரங்கள் இல்லாமைக்காக நொந்துகொள்கின்ற 1857 பற்றிய புத்தகங்களின் பொதுவிடம் என்பதுடன், அது சம்பந்தப்பட்ட விஷயங்களுக்கு பெரும் அளவில் சுலபமாக அணுகக்கூடிய பிரிட்டிஷ் ஆவணங்களை நம்பியே இருந்தது - நினைவுக் குறிப்புகள், பயணக் குறிப்புகள், கடிதங்கள், வரலாற்றுக் குறிப்புகள் - ஆகியவை அப்போதைய நிகழ்வுகளைப் பற்றிய பிரிட்டிஷ் பதிவுகள் மட்டுமல்லாது முழுமையான எழுச்சியைப் பற்றிய பிரிட்டிஷாரின் எண்ணப்போக்குகள் மற்றும் முன்தீர்மானங்களையும் கொண்டிருந்தன. இந்த வகையில் 1923 ஆம் ஆண்டு வின்சென்ட் ஸ்மித் ‘இந்த விஷயம் ஒருபக்க சார்பாக மட்டுமே பதிவு செய்யப்பட்டிருக்கிறது’ என்று புகார் தெரிவித்தபோது சிறிதளவு மாற்றமடைந்தது.[17]

இருந்தாலும், வரலாற்றின் எந்தக் காலகட்டத்திலும், எந்த இந்திய நகரத்திற்கும் உள்ளதைப் போலவே டெல்லியில் நடந்த நான்கு மாதகால எழுச்சியின் விவரமான ஆவணமாக்கல் தேசிய ஆவணக் காப்பகத்தில் உள்ளது - இவற்றில் துண்டுக் குறிப்புகள், வாதாடல்கள், உத்தரவுகள், மனுக்கள், புகார்கள், வரவுச்சீட்டுகள், வருகைப் பதிவுகள் மற்றும் காயம்பட்டவர்களின் பட்டியல்கள், வெற்றி குறித்த முன் அனுமானங்கள் மற்றும் விசுவாசப் பிரமாணங்கள், சந்தேகத்திற்குரிய நம்பகத்தன்மை கொண்ட உளவாளிகளின் குறிப்புகள் மற்றும் ஓடிப்போன காதலர்களிடம் இருந்து வந்த குறிப்புகளின் மிகப்பெரிய கனத்த மலையே உண்டு - இவை அனைத்துமே நேர்த்தியான ஒரே இழையில் கட்டப்பட்டு, குளிர்ச்சியான, அமைதியான குளிரூட்டப்பட்ட அறையில் இந்தியத் தேசிய ஆவணக் காப்பகத்தின் பெட்டியில் வைக்கப்பட்டுள்ளன.

இதில் மேலும் கிளர்ச்சியூட்டக்கூடிய விஷயம் என்னவென்றால், இந்த ஆவணங்களில் பெரும்பாலானவை தெரு அளவிலான இயல்பையும் கொண்டிருக்கின்றன என்பதுதான். இவை அனைத்துமே வெற்றிபெற்ற பிரிட்டிஷாரால் அரண்மனையில் இருந்தும், ராணுவ முகாம்களில் இருந்தும் சேகரிக்கப்பட்டிருந்தாலும், அவற்றில் டெல்லியின் சாதாரண குடிமக்களிடம் இருந்தும் வந்த மனுக்கள் மற்றும் கோரிக்கைகள் பெரும் அளவில் இருந்தன. அவர்கள் அனைவருமே வரலாற்று ஆசிரியனின் வலையில் இருந்து வழக்கம்போல் நழுவிச் சென்றுவிடுகின்ற மட்பாண்டம் செய்பவர்கள் மற்றும் அந்தப்புர ஊழியர்கள், இனிப்புப் பண்டம் செய்பவர்கள் மற்றும் அதிக உழைப்பை கொடுத்தது தண்ணீர் சுமப்பவர்கள் போன்ற வகையைச் சேர்ந்தவர்களாவர். அந்தக் கலக ஆவணங்கள் யதார்த்த

வாழ்க்கையின் சுருக்கக் குறிப்புகளால் நிரம்பி வழிகின்றன. பறவை பிடிப்பவர்கள் மற்றும் சுண்ணாம்பு தயாரிப்பவர்களின் படுக்கை விரிப்புகள் சிப்பாய்களால் திருடப்பட்டன. டெல்லியின் புறநகர்ப் பகுதியில் பொருள்களை விற்றுவிட்டு தன்னுடைய பைநிறைய பணத்துடன் வீட்டிற்குச் சென்றுகொண்டிருந்த ஹரியானாவைச் சேர்ந்த குதிரை வியாபாரி ஒருவர் குஜார்களால் வழிப்பறி செய்யப்பட்டார். அப்போதுதான் சிதிலமடைந்திருந்த வீட்டில் சீட்டாட்டம் ஆடிக்கொண்டிருந்தவர்கள் பக்கத்து வீட்டுப் பெண்ணை வெறித்துப் பார்த்துக்கொண்டிருந்தனர். அது அங்கு வசித்த குடும்பத்திற்குப் பெரும் அச்சுறுத்தலாகிப்போனது. இனிப்புப் பண்டம் செய்பவர்கள் தங்களுடைய கடைசிச் சிப்பத்திற்கும் பணம் செலுத்தப்படும்வரை தங்களுடைய இனிப்புகளைக் குத்ஸியா பாகிற்கு எடுத்துச்செல்ல மறுத்தனர்.[18]

நடனக்கலைஞரான ஹாஸ்னி போன்றோரையும் நாம் இங்கே சந்திக்கலாம். இத்காவில் பிரிட்டிஷாரின் தாக்குதலைப் பயன்படுத்திக் கொண்ட அவர் தன்னுடைய கணவருடன் தான் தங்கியிருந்த விடுதியில் இருந்து தன் காதலனுடன் ஓடிப்போய்விட்டார். அல்லது பண்டிட் ஹரிச்சந்திராவை எடுத்துக்கொண்டால், டெல்லியில் வசிக்கும் இந்துக்கள் தங்கள் கடைகளை விட்டு இந்தச் சண்டையில் பங்கேற்க வேண்டும் என்று வலியுறுத்திய அவர் மகாபாரதத்தில் இருந்து உதாரணங்களை சுட்டிக்காட்டியுள்ளார் அல்லது ஹபீஸ் அப்துர் ரஹ்மானை எடுத்துக்கொண்டால், பசுவதை தடைசெய்யப்பட்டிருந்தபோது மாட்டுக்கறி கபாப் செய்ததால் பிடிபட்டு ஜாஃபரிடம் கருணைகேட்டு கெஞ்சியுள்ளார் அல்லது ஆசைநாயகியான மங்லோவின் சகோதரி சந்தனை எடுத்துக்கொண்டால், தன்னுடைய சகோதரி குதிரைப்படை வீரரான ரஸ்தம் கான் என்பவரால் கடத்திச்செல்லப்பட்டு பலாத்காரம் செய்யப்பட்டதாக பேரரசருக்கு முன்பாக சென்று முறையிட்டிருக்கிறார். ‘அவளை சிறைப்படுத்திய அவர், தனக்கு உதவி செய்ய யாருமே இல்லையா என்று கெஞ்சிக் கதறியபோதும் அவளை அடித்திருக்கிறார். உயர் மாண்புமிக்கவரின் குடிமக்கள் அழிந்துபோகும்வரை இந்த அராஜகமும், அநீதியும் நீடிக்க வேண்டுமா.’[19]

தினசரி நிகழ்வுகளின் மூலாதாரமாக, கலகக்காரர்களுக்கான உத்வேகத்திற்காக, அவர்கள் எதிர்கொண்ட பிரச்சினைகளுக்காக, நகரத்தில் ஏற்பட்ட பெருங்குழப்ப நிலைகள், நகரத்தின் முகலாய மேட்டுக்குடியினர் மற்றும் இந்து வியாபார வர்க்கம் ஆகிய இரு தரப்பினரின் எளிதில் புரிபடாத, நிச்சயமற்ற எதிர்வினைகள் என இந்த கலக ஆவணமானது தனித்துவமான ஆவணமாக்கலின் ஈடிணையற்ற தொகுப்பைக் கொண்டிருக்கிறது. ஒட்டுமொத்தமாகப் பார்க்கப்போனால் இந்தத் தொகுப்பில் அடங்கியிருக்கும் கதைகள் யாவுமே தேசியவாதம், ஏகாதிபத்தியவாதம், கிழக்கத்தியவாதம் அல்லது இதுபோன்ற அரூபமான

வாதங்கள் ஏதும் இன்றி இந்த எழுச்சியை பார்ப்பதற்கு நமக்கு உதவியாக இருக்கின்றன. ஆனால், அதற்குப் பதிலாக அவை அனைத்தும் மிகத் தனித்துவமான, துயரார்ந்த மற்றும் ஏறுக்குமாறான முடிவுகளைக் கொண்ட மனித நிகழ்வுகளாக இருக்கின்றன. அத்துடன் இவை, வரலாற்றிலேயே மாபெரும் கிளர்ச்சிகளுள் ஒன்றில் எதிர்பாராதவிதமாக சிக்கிக்கொண்ட சாதாரண தனிநபர்களின் தலைவிதியை உயிர்த்தெழச் செய்யவும் நமக்கு உதவுகின்றன. எல்லாவற்றிற்கும் மேல் பொதுமக்கள், அரசியல் மற்றும் தேசிய அளவிலான துயரங்கள் தனிப்பட்ட, குடும்பரீதியான மற்றும் தனிநபர் துயரங்களின் பேரளவு எண்ணிக்கையையும் உள்ளடக்கியதாக இருக்கின்றன. இது, குறிப்பிடத்தகுந்த வகையில் பதினெட்டாம் நூற்றாண்டின் மத்தியப்பகுதி, இந்தியாவை நம்மிடம் இருந்து பிரிக்கின்ற மகத்தான காலத்தின் அதளபாதாளத்திற்கும், புரிதலுக்கும் இடையில் சிறந்த முறையில் பாலம் அமைத்துத் தருகின்ற இந்தத் தனிநபர்களின் வெற்றிகள், போராட்டங்கள், துயரம், கடும்சீற்றம் மற்றும் அவநம்பிக்கையின் மனிதக் கதைகள் ஊடாக செல்வதாகும்.

கலக ஆவணங்களில் இருந்து கிடைக்கின்ற அளவும், விவரமும் மெல்லத் தெளிவடையத் தொடங்கிய நிலையிலும், 1857 இல் அவை சேகரிக்கப்பட்டதுமுதல் பெரும்பாலான ஆவணங்கள் அணுகப்பட முடியாத நிலையில் இருப்பது தெளிவடைந்த நிலையிலும், அல்லது குறைந்தபட்சம் 1921 இல் அவை மறுகண்டுபிடிப்பு செய்யப்பட்டு கல்கத்தாவில் உள்ள பெரிய பெரிய சேகரிப்பிடங்களில் வரிசைக்கிரமமாக சேர்த்துவைக்கப்பட்டது முதலாக பார்க்கப்போனால், இத்தகைய பெரும் திரளான அற்புத ஆவணங்களை யாருமே ஏன் முழுமையாக பயன்படுத்தவில்லை என்ற கேள்விக்கு பதிலளிப்பது மிகவும் கடினமாகிக்கொண்டே செல்கிறது.[20] ஒரு காலத்தில் கிழக்கத்தியவாதம், காலனியாதிக்கம் மற்றும் பிற என்பது பற்றிய கற்பிதங்கள் குறித்து விவரிக்கும் பத்தாயிரம் விரிவுரைகளும், ஒரு முழு அலமாரி அளவுக்கான விளிம்புநிலை மக்கள் ஆய்வுகள் குறித்த ஆய்வுளும் (இவை அனைத்துமே எந்தவித வேறுபாடும் இன்றி நிகழ்கால வினையெச்சம் மற்றும் தெளிவற்ற அர்த்தத்தைத் தரும் நவீன பெயர்ச்சொற்களில் தலைப்புகளைக் கொண்டிருந்தன - அவை காலனிய முறைமையை இனம்காணுதல், கற்பிதம் செய்யப்பட்ட பிறவற்றை கட்டமைத்தல், கற்பிதம் செய்த கட்டமைப்பை பிறவாக்குதல் என்பன போன்ற பெயரில் இருந்தன) வெளிவந்துகொண்டிருந்த நிலையில் இந்தக் கலக ஆவணங்களில் இருந்து ஒரு முனைவர்பட்ட ஆய்வுகூட மேற்கொள்ளப்படவில்லை, அதன் உள்ளடக்கத்தை வெளிக்கொணரும் வகையில் முறைப்படியான எந்த ஒரு பிரதான ஆய்வும் ஒருபோதும் நடத்தப்பட்டதில்லை.

இந்தக் கையெழுத்துப்படிகளின் சிதாஸ்தா (நேரடியாக சொல்லப்போனால் ‘பிளவுபட்ட எழுத்து’) எழுத்துமுறையானது

படிப்பதற்குச் சிக்கலானது. பிற்காலத்திய முகலாயக் குறிப்புரை வடிவில் தெளிவற்று எழுதப்பட்டிருக்கும் இதில் உச்சரிப்புக்குறிகள் பலவும் விடுபட்டுள்ளன என்பது மட்டும் நிச்சயம். அப்போதில் இருந்து அவை வெளிறிப்போய்விட்டன என்பதுடன் பெரும்பாலான ஆராய்ச்சியாளர்களுக்குச் சவால்விடுக்கும் வகையில் புரிந்துகொள்ள முடியாததாகவும் இருக்கின்றன. மேலும், இத்தகைய உடைந்த துண்டுகளில் பெரும்பாலானவை, குறிப்பாக உளவாளிகளின் தகவல்கள் யாவும் உடையில் வைத்து தைத்துக்கொள்ளும் வகையிலோ அல்லது உளவாளியின் உடலுக்குள் மறைத்து வைத்துக்கொள்ளும் வகையிலோ வடிவமைக்கப்பட்ட மிகச்சிறிய துண்டுக் காகிதங்களில் நுண்ணிய எழுத்தாக எழுதப்பட்டுள்ளன. ஆனாலும், இந்தத் தொகுப்பானது நன்கறியப்பட்ட அல்லது மிக எளிதாக அணுகக்கூடிய ஆவணங்களாக இல்லை - இந்தியாவின் தேசிய ஆவணக்காப்பகம் பிரமாண்டமான லுத்யன்-கால கட்டிடங்களில் அமைந்திருக்கிறது - இந்த வரலாற்றுக்கால கட்டிடம் இந்தியாவின் தலைநகரத்தின் மையத்தில் உயர்ந்து நிற்கிறது. கலக ஆவணங்களை பயன்படுத்துவதும், 1857 ஆம் ஆண்டுக்கான மூலாதாரமாக அவற்றை முறையாக அறுவடை செய்வதும் சில நேரங்களில் விசித்திரமாகவும் பதற்றமூட்டக்கூடியதாகவும் இருந்தது. உண்மையிலேயே, பிரெஞ்சு புரட்சி குறித்த முழுப் பதிவுகளையும் காண பாரீஸிற்கு சென்று அங்குள்ள பிப்லியோதிக் நேஷனேல் நூலகத்தில் உள்ள பயன்படுத்தப்படாத அலமாரிகளில் அவற்றைக் கண்டுபிடிப்பதைப் போன்றது அல்ல இது.

டெல்லியின் இரண்டு பிரதான உருது மொழி செய்தித்தாள்கள் கண்டுபிடிக்கப்பட்டது எந்தவகையிலும் உற்சாகத்திற்கு குறைவில்லாதது. அற்புதமான அபிப்பிராயங்களை தெரிவித்த டிஹ்லி உர்து அக்பர் மற்றும் உறுதியான, கட்டுப்பாட்டிற்கு உள்ளாக்கப்பட்ட அரசவை சுற்றறிக்கையான சிராஜ் உல்-அக்பர் ஆகியவை இந்த எழுச்சி நடைபெற்ற காலகட்டம் முழுவதிலும் ஓர் இதழ்கூட தவறவிடப்படாமல் தொடர்ந்து பதிப்பிக்கப்பட்டிருக்கின்றன. இரண்டு பத்திரிகைகளுமே ஏறத்தாழ அவற்றின் முழுமையான தொகுதிகளுடன் தேசிய ஆவணக் காப்பகத்தில் உள்ளன. ஆயினும் இவற்றின் துண்டுதுண்டான மொழிபெயர்ப்புகள் மட்டுமே முன்னதாகக் கிடைத்திருக்கின்றன.[21]

தேசிய ஆவணக்காப்பகத்திற்கு வெளியே, டெல்லியில் உள்ள பிற நூலகங்களும் அதற்கு இணையாக குறிப்பிடும்படியான புதையல்களைக் கொண்டிருக்கின்றன. மெஹ்ருலியில் உள்ள ஜாஃபரின் கோடைக்கால அரண்மனையில் இருந்து சற்றுத் தொலைவில் இருக்கும் டெல்லி ஆணையர் அலுவலக ஆவணக்காப்பகம் புதுப்பிக்கப்பட்ட பிரிட்டிஷ் நிர்வாகத்தின் முழு ஆவணங்களையும் கொண்டிருக்கிறது. இவற்றில் டெல்லிவாசிகளை வெளியேற்றும் வேலையை செவ்வனே

செய்துகொண்டிருந்த அதிகாரிகளின் நடவடிக்கைகள், இந்த எழுச்சியில் சம்பந்தப்பட்டவர்கள் என்று அவர்கள் சந்தேகித்தவர்களை சுற்றிவளைத்து தூக்கிலிட்டது மற்றும் நகரத்தின் மாபெரும் சுற்றுச்சுவர்களை அழித்தது உள்ளிட்ட விவரங்கள் அடங்கியிருக்கின்றன. 1857 இல் பதிலடி கொடுத்த பிரிட்டிஷாரின் அட்டூழியங்கள் மற்றும் கொடூரங்களை முழு அளவில் முறையாகப் புரிந்துகொள்வதற்கு முதல்முறையாக இந்த ஆவணங்களே உதவியிருக்கின்றன. முகலாய மேட்டுக்குடியினரைப் பொறுத்தவரையில், இன அழிப்பாக அவர்களை நெருங்கிவந்த ஏதோ ஒன்றினாலேயே டெல்லி வீழ்ச்சியுற்றது. இன்று பலவகைகளிலும் குரூர போர்க்குற்றங்கள் என்று வகைபிரிக்கக்கூடிய இதுபோன்ற முழுமையான அதிகாரவர்க்க தொனியுள்ள பதிவுகளை விக்டோரியன் பிரிட்டிஷார் மட்டுமே பாதுகாத்திருப்பார்கள் என்பதை ஒருவர் உணரலாம்.

முன்னதாக ஆங்கிலத்தில் மொழிபெயர்க்கப்படாத, டெல்லியில் 1857 ஆம் வருடத்திய சில தெளிவான முதலாவது முகலாயக் குறிப்புகளும் கண்டுபிடிக்கப்பட்டுள்ளன. இவற்றில் மிகவும் நினைவுகூரத்தக்கது, தனிநபர்களின் முழு உலகமும் அழிக்கப்பட்டதன் தினசரி விவரங்கள் இளம் கவிஞரும், அரசவையினருமான ஜாகிர் தேலவியின் *தஸ்தான் இய்-காதிரில்* அடங்கியிருக்கின்றன என்பதுதான். பல வருடங்களுக்குப் பின்னர் ஹைதராபாத்தில் அவருடைய மரணப்படுக்கையில் எழுதப்பட்ட இது, நிச்சயமாக ஆரம்பகால குறிப்புகளை அடிப்படையாகக் கொண்டதே. 1857 இல் இருந்த வேறுபல எழுத்தாளர்களைப் போல் அல்லாமல் நடந்த விஷயங்களில் எவை உண்மை என்று அவர் நம்பினாரோ அவற்றைப் பதிவு செய்வதில் அவர் எந்தக் கழிவிரக்கமும் காட்டவில்லை. அத்துடன், அதற்கு சமமாக முகலாய அரசவையின் வீழ்ச்சி, சிப்பாய்கள் மற்றும் பிரிட்டிஷ்காரர்களைப் பற்றியும் வெளிப்படையாகவே பேசுகிறார்.

நீண்டகாலம் வேலைசெய்ததில், வரலாற்றாக்கியலில் உண்மையிலேயே இரண்டு இணையான போக்குகள் இருக்கின்றன என்பது தெளிவாகியது. இதற்காக, ஏறத்தாழ முற்றிலும் வேறுபட்ட மூலாதாரங்களின் தொகுதிகளைப் பயன்படுத்தித் தீர்க்கவேண்டியிருந்தது. பிரிட்டிஷ் வரலாற்றாசிரியர்களும், பின்காலனிய இந்தியாவில் ஆங்கிலத்தில் எழுதிய ஆச்சரியப்படுத்தும் வகையிலான எண்ணிக்கையில் இருந்தவர்களும், ஆங்கில-மொழி மூலாதாரங்களை மட்டுமே பயன்படுத்த விழைந்துள்ளனர். இடைவெளிகளை இட்டு நிரப்பியுள்ளனர். ஒரு சமீபத்திய ஆய்வில்கூட, பின்-சையதிய கோட்பாடு மற்றும் பிதற்றல்களின் இறுக்கமான மூடிமறைப்புகள் மேற்கொள்ளப்பட்டுள்ளன. மற்றொருபக்கம் இந்தியாவிலும் பாகிஸ்தானிலும் உள்ள தற்கால முஸ்லிம் அறிஞர்களால் எழுதப்பட்ட உருது வரலாறுகள் முற்றிலும் மாறுபட்ட, மிகவும் செழுமையான உருது மூலாதாரங்களைப் பயன்படுத்தவே விழைகின்றன. மேலும், டெல்லியை எடுத்துக்கொண்டால் இரண்டாம்நிலை அறிஞர்கள்

எழுதிய அற்புதமான படைப்புகளும் இருக்கின்றன. உதாரணத்திற்கு, ஜாஃபரின் வாழ்க்கை வரலாறு குறித்த அஸ்லம் பர்வேஸின் உருது மொழிப் படைப்பானது இப்போதும் ஆங்கிலம் பேசும் வாசகர்களிடத்தில் அறியப்படாமலேயே இருக்கிறது. இந்தப் புத்தகத்தின் பிரதான நோக்கங்களில் ஒன்று பெரும் தொகுதியாக இருக்கும் பாரசீக மற்றும் உருது மொழியைச் சேர்ந்த, 1857 ஆம் ஆண்டு டெல்லியைப் பற்றிய முதல்நிலை மற்றும் இரண்டாம்நிலை மூலாதாரங்களை முதல்முறையாக ஆங்கில மொழி வாசகர்களுக்கு முன்பாக வைப்பதுதான்.

ஆனால், புதிய ஆவணங்களின் பெரும் குவியலைக் கொண்டிருப்பது டெல்லி மட்டும் அல்ல. தெற்கு மற்றும் தென்கிழக்கு ஆசியாவிலும் ஏறக்குறைய பயன்படுத்தவேபடாத ஆவணக்காப்பகங்கள் இருக்கின்றன. லாகூரில் இருக்கும் நேர்த்தியான பஞ்சாப் ஆவணக்காப்பகம். இங்கே பேரரசர் ஜஹாங்கீரின் விருப்பத்திற்குரிய நடனப் பெண்ணின் கல்லறைக்குள்ளாக இருப்பது அனார்கலியின் இறுதி ஓய்விடம் மட்டுமல்ல, டெல்லியில் இருந்த பிரிட்டிஷ் ஆளுநரின் கலகத்திற்கு முந்தைய முழுமையான பதிவுகளும் உள்ளன. இந்த ஆவணங்கள் யாவும் 1857 இல் அழிந்துவிட்டன என்றே வரலாற்றாசியர்கள் அனுமானித்து வந்துள்ளனர்.[22]

முகலாய அரசவைக்கு முடிவுகட்டுவதற்கான தங்களுடைய திட்டங்களைப்பற்றி கல்கத்தாவில் இருந்த பிரிட்டிஷ் ஆளுநர் மற்றும் அவர்களுடைய மூத்த அதிகாரிகளுக்கு இடையே நடந்த தகவல்தொடர்பு குறித்தும் நம்மால் இங்கே படிக்க முடியும். இந்த ஆவணங்களில் 1857 ஆம் ஆண்டைச் சேர்ந்த பெரும்பாலான தகவல்கள் அடங்கியிருக்கின்றன. இவற்றில் உளவாளிகளின் அறிக்கைகளுடைய தொகுதிகள் மட்டுமல்லாது மே 11 ஆம் தேதியன்று டெல்லியில் இருந்து அனுப்பப்பட்ட இரண்டு புகழ்பெற்ற தந்திச் செய்திகளும் அடங்கும். அந்தச் செய்திகளில் லாகூரில் இருந்த பிரிட்டிஷாருக்கு, அப்போது நடந்த விஷயங்கள் பற்றி எச்சரிக்கை விடுக்கப்பட்டிருந்தது. இதன்மூலம் மீரட் மற்றும் டெல்லியில் நடந்த நிகழ்வுகளைப்பற்றி தெரிந்துகொள்ளும் முன்னரே பஞ்சாபில் இருந்த சிப்பாய்களின் ஆயுதங்களை பிரிட்டிஷார் பறித்து வைத்துக்கொண்டனர். இன்று பஞ் சாப் தலைமைச் செயலகக் கட்டிடத்தின் ஒரு பகுதியாக இருக்கும் இந்தக் கல்லறையில்தான் 1857 இல் டெல்லியை மீண்டும் கைப்பற்றுவதற்கான பிரிட்டிஷாரின் பிரயத்தனங்கள் குறித்தத் திட்டங்களுக்கு ஜான் லாரன்ஸ் தலைமையேற்றிருந்தார். அனார்கலி கல்லறையில் இருக்கும் டெல்லி ஆளுநர் மாளிகை ஆவணங்களை நான் ஆராய்ந்து கொண்டிருந்தபோது, அந்த பளிங்குக் கல்லறையில் இருந்து பத்து அடிகள் தள்ளியிருந்த மேசையில், தலைசிறந்த பாலிவுட் திரைப்படமான முகல்-இ ஆஸம் படத்தில் அந்த அரசவை அணங்கு சாகாவரம் பெற்றிருக்கிறாள் என்று

நான் கிறுக்கிக் கொண்டிருப்பதை உணர்ந்தேன். அந்த அலுவலகத்தின் இருநூறு அடிகளுக்கு அப்பால்தான் தன்னுடைய சிப்பாய்களின் கலகத்தை அடக்கி, வட இந்தியாவில் பிரிட்டிஷ் கட்டுப்பாட்டை நிலைநாட்டுவதற்கு தன்னுடைய நடவடிக்கைகள் குறித்த திட்டத்தை ஜான் லாரன்ஸ் வகுத்துக் கொண்டிருந்தார்.

ரங்கூனில் (அல்லது ராணுவ அரசாங்கத்தால் மறுகிறிஸ்துவமாக்கம் செய்யப்பட்டதுபோல் யாங்கூன்) உள்ள தேசிய ஆவணக் காப்பகம் இன்னும் பெரிய ஆச்சரியத்தை அளித்தது. ஜாஃபரின் நாடுகடத்தல் மற்றும் மரணம் நிகழ்ந்த இடத்தைப் பார்ப்பதற்காகத்தான் நான் ரங்கூன் சென்றேன். ஒரு வகையில் அவருடைய வழிபாட்டாளர்கள் அவருடைய ஆசிகளைப் பெற இப்போதும் பிரார்த்தித்துக் கொண்டிருக்கும் அவரது ஆலயத்தின் தேடலாகவும் அது இருந்திருக்கலாம். அந்த ஆவணக் காப்பகத்தின் இயக்குநரைத் தெரிந்த ஒருவருக்கு தெரிந்த ஒருவரை தனக்குத் தெரியும் என்று ஒரு நண்பரால் தூண்டப்பட்டதாலேயே இந்த ஆவணங்களை பார்வையிட முயற்சிக்கலாம் என்று நினைத்தேன். ஆனால், அங்கே ஜாஃபரின் எல்லாவித சிறைப் பதிவுகளும் திறன்மிக்க வகையில் பட்டியலிடப்பட்டு, ஸ்கேன் செய்யப்பட்டு, டிஜிட்டல் முறையில் ஆக்ரோபாட் பிடிஎஃப் கோப்புகளாக சேகரித்து வைக்கப்பட்டிருந்தன - இது பிரிட்டிஷ் லைப்ரரி இதுவரை செய்யத் தவறிய ஒன்றுதான் என்பதில் சந்தேகமில்லை - எனவே, ஒருநாள் காலை வேளையில், ஒரு அலமாரி முழுவதும் நிரம்பியிருந்த ஆராய்ச்சியை உள்ளடக்கிய ஒரே ஒரு பளபளக்கும் சிடி-யுடன் என்னால் அங்கிருந்து புறப்பட முடிந்தது.

இவை அனைத்தின் முடிவிலும் நான் கண்டுபிடித்தது 1857 ஆம் ஆண்டு பற்றி சமீபத்தில் பல வரலாற்றாசிரியர்களிடத்திலும் அதிகரித்துவரும் ஒப்புதல்களே. ஒரே ஒத்திசைவான கலகமோ அல்லது தேசபக்தப் போரோ விக்டோரிய மற்றும் இந்திய தேசியவாத வரலாற்றாய்வியலாக இருப்பதற்கு பதிலாக, யதார்த்தத்தில் மிகவும் வேறுபட்ட எழுச்சிகளின் தொடர் நிகழ்வாகவும், எதிர்ப்பு நடவடிக்கைகளாகவும் இருந்திருக்கின்றன. அவற்றின் வடிவமும் தலைவிதியும் உள்ளூர் மற்றும் பிராந்திய சூழ்நிலைகளாலும், உணர்ச்சிகள் மற்றும் துயரங்களாலுமே தீர்மானிக்கப் பட்டிருக்கின்றன.

எல்லாமே வெவ்வேறு இடங்களில் வெவ்வேறு வடிவங்களை எடுத்திருக்கின்றன. இது ஏதோ ஒரு வகையில், நடந்து முடிந்து 150 வருடங்களுக்குப் பின்னர் அந்தப் பழங்கதையை ஆய்வாளர்கள் ஏன் இன்னமும் 1857 ஒரு கலகமா, விவசாயிகளின் கிளர்ச்சியா, ஒரு

நாட்டுப்புற புரட்சியா அல்லது சுதந்திரப் போரா என்று வாதிட்டுக் கொண்டிருக்கிறார்கள் என்பதற்கு விளக்கமளிக்கலாம். சொல்லப்போனால், இவை அனைத்துமேதான் என்பதே இதற்கான பதில். இன்னும் மேற்கொண்டு நிறைய விஷயங்களும் உள்ளன. இது ஒரே ஒரு ஒருங்கிணைந்த இயக்கம் அல்ல, பரவலாக மாறுபடும் காரணங்கள், நோக்கங்கள் மற்றும் இயல்புகளைக் கொண்ட பல இயக்கங்கள்! எரிக் ஸ்டோக், ருத்ரங்ஷு முகர்ஜி மற்றும் தாப்தி ராய் போன்றோரின் பிராந்திய அளவிலான ஆய்வுகளின் காரணமாக முஸாபர்நகர் மற்றும் தோப், லக்னோ மற்றும் பண்டேல்கண்டில் இருந்த சூழ்நிலைகள் எவ்வாறு மாறுபட்டிருந்தன என்பதை ஆய்வாளர்கள் முன்னமே கண்டிருக்கின்றனர்.[23] டெல்லியில் 1857 எடுத்த வடிவம் மற்ற பகுதிகளில் நிகழ்ந்த எழுச்சிகளைக் காட்டிலும் முற்றிலும் தனித்துவமானது.

நாட்டின் பிற பகுதிகளைக் காட்டிலும் தானே உயர்நிலை என்ற விஷயத்தில் டெல்லி எப்போதுமே தெளிவாக இருந்துள்ளது. அது மகத்தான முகலாயரின் இருக்கை என்பதுடன் பெரும்பாலும் தூய உருது மொழி பேசப்பட்ட இடமாகவும் இருந்து வந்துள்ளது. இங்குதான் பார்ப்பதற்கு அழகான பெண்களும், அருமையான மாம்பழங்களும், மிகத் திறமைவாய்ந்த கவிஞர்களும் இருந்தனர் என்று நம்பப்பட்டது. முகலாயர்களை மீண்டும் பதவியில் அமர்த்தி, வெறுக்கத் தகுந்த காஃபிர்களை (மத துவேஷிகள்) வெளியேற்றும் தங்களுடைய பெருமுயற்சியில் அந்த நகரத்தில் இருந்த பலரும் ஆரம்பத்தில் சிப்பாய்களை வரவேற்றனர். இருந்தபோதும், பெரும் அளவிலும், ஒழுக்கக்கேடானவர்களை கொண்டதாகவும் இருந்த ஒழுங்குமுறையற்ற ராணுவத்தையும், பிஹார் மற்றும் கிழக்கு உத்திரபிரதேசத்தில் இருந்து வந்த கட்டுக்கடங்காத விவசாயிகளையும் வரவேற்று உபசரிப்பதில் ஷாஜஹானாபாத்* மக்கள் விரைவிலேயே சோர்ந்துபோனார்கள். அவத் மக்களுக்கு சிப்பாய்கள் யாவரும் உள்ளூர் மக்களே. அவர்களைப் பொறுத்தவரை 1857 என்பது அந்தப் பிரதேசம் முழுவதையும் உணர்ச்சிக் கொந்தளிப்பில் ஆழ்த்திய நேர்மையான வெகுஜன எழுச்சியே.[24] இதற்கு மாறாக, டெல்லியைப் பொறுத்தளவில் மாறுபட்ட பேச்சுவழக்கு, பேசும்தொனி மற்றும் பழக்கவழக்கங்களால் உள்ளே வந்த சிப்பாய்கள் யாவரும் அந்நியர்களாகவே தோன்றினர். டெல்லி

* சுவர்கள் சூழ்ந்த நகரமான ஷாஜஹானாபாத் தற்போது பழைய டெல்லி என்று அழைக்கப்படுகிறது, ஐந்தாவது முகலாயப் பேரரசரான ஷாஜஹானால் (1592–1666) கட்டப்பட்ட இது அவருடைய புதிய தலைநகரமாக 1648 இல் திறக்கப்பட்டது.

மூலாதாரங்களில் அவர்கள் 'திலங்காக்கள்' அல்லது 'புர்பியாக்கள்'* என்றே விவரிக்கப்பட்டுள்ளனர் - மொத்தத்தில் அவர்கள் வெளியாட்கள். அவத் மூலாதாரங்களில் இந்த வார்த்தைகளைப் பயன்படுத்தி எந்த ஒரு சிப்பாயும் விவரிக்கப்படவில்லை.

சிப்பாய்களின் மாறிவரும் மனோபாவங்கள் மௌலவி முகம்மது பக்காரின் மாறுபட்ட கண்ணோட்டங்களில் சுருக்கமாக குறிப்பிடப்பட்டுள்ளன. இவர் *டிஹ்லி உர்து அக்பர்* என்ற பத்திரிகையின் பேச்சுத்திறமையுள்ள, நேர்மையான பத்திரிகை ஆசிரியரும், உருது கவிஞரும் விமர்சகருமான முகம்மது ஹுஸைன் ஆசாத்தின் மகனுமாவார். எழுச்சி பரவிக் கொண்டிருந்த சமயத்தில், 1857 மே மாதத்தில், புதிய அரசாட்சிக்கு உற்சாகமான ஆரவார வரவேற்பளித்தவர்களுள் முக்கியமானவரான இவர், தன்னுடைய பத்திரிக்கைப் பத்திகளில் இந்தியாவில் உள்ள மதங்களை அழித்தொழிக்க திமிருடன் திட்டம் தீட்டிய இந்த காஃபிர்களை தண்டிப்பதற்கு இந்தக் கிளர்ச்சி கடவுளால் அனுப்பிவைக்கப்பட்டிருக்கிறது என்று எழுதினார். பிரிட்டிஷாரால் பாதிப்புக்குள்ளான இந்தத் தலைகீழ் மாற்றத்தின் வேகமும் செம்மையும் அற்புதமான தெய்வீகக் குறுக்கீட்டிற்கான நிரூபணம் என்பதுடன் இதுபோன்ற நிகழ்வுடன் கனவுகளும் தொலைநோக்குப் பார்வைகளும் சேர்ந்தே இருக்கும் என்பதில் ஆச்சரியம் எதுவுமில்லை என்று அவர் எழுதினார்:

> *நம்முடைய இறைத்தூதரான முகம்மது - எல்லாப் புகழும் அவருக்கே - இயேசுவிடம், 'உங்களுடைய பற்றாளர்கள் என்னுடைய பெயரை வைத்து எதிரிகளாகிவிட்டார்கள், என்னுடைய மார்க்கத்தை அழித்துவிடவும் விரும்புகிறார்கள்' என்று சொல்வதாக ஒரு பெருமதிப்பிற்குரிய மனிதர் கனவுகண்டார். இதற்கு இயேசு பெருமான், 'பிரிட்டிஷார் என்னுடைய பற்றாளர்கள் அல்ல, அவர்கள் என்னுடைய பாதையைப் பின்பற்றவில்லை, அவர்கள் சாத்தானின் பற்றாளர்களுடன் சேர்ந்துவிட்டார்கள்' என்று பதிலளிக்கிறார். படைவீரர்கள் இங்கே வந்தபோது அவர்களுக்கு*

* 'திலங்கா' என்பது நேரடியாக தெலுங்கானா என்பதையே குறிப்பிடுகிறது. பதினெட்டாம் நூற்றாண்டில் நிகழ்ந்த கர்நாடகப் போர்களில் பிரிட்டிஷார் உண்மையில் இங்கிருந்துதான் தங்களுடைய படைவீரர்களை வேலைக்கு எடுத்துக்கொண்டார்கள். பிரிட்டிஷாரால் பயிற்றுவிக்கப்பட்ட படையினருக்கு டெல்லி என்ற பெயர் பட்டப்பெயராகவே தோன்றியதுபோல் தெரிகிறது. இருந்தாலும், தெலுங்கானாவிற்கு பதிலீடாக அவத்தையே பிரிட்டிஷார் நீண்டகாலமாக ஆள்சேர்ப்புத் தளமாக பயன்படுத்தி வந்தனர். அதனால் 1857 இல் பெரும்பாலான சிப்பாய்கள் நவீன உத்தரபிரதேசத்தில் இருந்தும், பிஹார் பகுதிகளில் இருந்தும் வந்திருந்தனர். 'திலங்காக்களுக்கு' மாற்றாக டெல்லி பயன்படுத்திய 'புர்பியாஸ்' என்ற வார்த்தை கிழக்கத்தியர்கள் என்பதைக் குறிப்பதாகும். இரண்டு வார்த்தைகளுமே 'கிழக்கிலிருந்து வந்த வெளிநாட்டவர்கள்' என்ற அடிப்படையில் வெளிநாட்டவர்கள் என்பதற்கான குறிப்பாலுணர்த்தும் சொற்களாகும்.

முன்பாக பச்சை மேலங்கி அணிந்தவர்கள் ஒட்டகங்களில் சவாரி செய்து கொண்டிருந்தனர். சட்டென்று பார்வையில் இருந்து இந்தப் பச்சைநிற சவாரிக்காரர்கள் மறைந்துபோக, படைவீரர்கள் மட்டுமே எஞ்சியிருந்தனர். அவர்கள் தங்கள் கண்களில்பட்ட ஆங்கிலேயர்களைக் கொன்று குவித்தனர். அவர்களை கேரட்டுகள் அல்லது முள்ளங்கிகளைப் போல் வெட்டி வீழ்த்தினர்.[25]

ஆயினும், இரண்டே வாரங்களுக்குப் பின்னர், மே 24 ஆம் தேதி பதிப்பில், ஊதியம் பெறாத சிப்பாய்கள் டெல்லி பஜார்கள் பெரும்பாலானவற்றை கொள்ளையிட்டு, டெல்லி கல்லூரி நூலகத்தை அழித்து, தன்னுடைய நண்பர்களின் மாளிகைகளைத் தாக்கி, நகரத்தில் இருந்த மிகவும் விரும்பத்தகுந்த ஆசைநாயகிகள் அனைவரையும் உரிமையாக்கிக் கொண்டனர் என்று எழுதிய பக்காரின் தொனி முற்றிலும் மாறிப்போயிருந்தது: 'இந்த மக்கள் கொள்ளை மற்றும் சூறையாடலால் பெருமளவு துன்புறுத்தப்படலுக்கும், பாதிப்புக்கும் ஆளாகியிருக்கின்றனர். இந்த நகரத்தின் மரியாதைக்குரிய மேன்மக்கள் அனைவருமே பெரும் அபாயத்தை எதிர்நோக்கியிருக்கின்றனர். இந்த நகரம் சூறையாடப்படுகிறது.'[26] பிஹாரி சிப்பாய்களின் சோம்பேறித்தனமும், மூர்க்கத்தனமும் டெல்லியின் ஆடம்பரங்களையும் சுகபோகங்களையும் அவர்கள் கண்டுகொண்ட பின்னர் அமைதியடைந்துவிட்டதை தான் பார்த்த வகையிலேயே அதைப்பற்றிய விவரங்களை அவர் டிஹ்லி உர்து அக்பரின் ஆகஸ்ட் மாத பத்திரிகையில் எழுதினார்.

அவர்கள் இந்த நகரத்தின் தண்ணீரை அருந்துவிட்டு, சாந்தினி செள்க்கை வலம்வந்து ஜமா மசூதியை சுற்றிப்பார்த்துவிட்டு, காண்டவாலாக்களின் [மிகப் பிரபலமான டெல்லி இனிப்பு பலகாரக் கடை] இனிப்புப் பலகாரங்களை சுவைத்துப் பார்த்த கணமே எதிரியுடன் போரிட்டு அவர்களைக் கொல்ல வேண்டும் என்ற எல்லாவிதமான தூண்டுதலையும், உறுதிப்பாட்டையும் கைவிட்டுவிட்டார்கள். எல்லாவித வலுவையும் தீர்மானத்தையும் இழந்துவிட்டார்கள். விலைமாதர்களின் வீடுகளில் இரவுகளை செலவிட்ட பின்னர் குளிக்காமலேயே அவர்கள் சண்டைக்கு செல்வதாக நிறையபேர் தெரிவித்திருக்கிறார்கள். அவர்களை பாதிப்புக்குள்ளாக்கிய பின்னடைவுகளும், நாம் சகித்துக் கொண்டிருக்கும் பொதுவான காயங்களும் ஒருவகையில் இந்த சகிக்க முடியாத பழக்கவழக்கங்களின் விளைவுகளே ஆகும்.*[27]

* உடலுறவு வைத்துக்கொண்ட பின்னர் முஸ்லிம்கள் குளித்துவிடுவார்கள், இந்தப் புகார் சுகாதாரம் என்ற அளவிற்கு சடங்கு ரீதியிலும் தூய்மையற்றதே.

இச்சமயத்தில்தான், பக்கார் ஏற்கனவே ரகசியமான முறையில் தன் சார்புநிலையை மாற்றிக்கொண்டு பிரிட்டிஷ் தகவலாளியுமானார். மலைத்தொடரில் இருந்த பிரிட்டிஷ் முகாமிற்கு கடத்திச்செல்லப்பட்ட அவருடைய உளவு அறிக்கைகள் இப்போதும் டெல்லி ஆணையர் அலுவலகத்தின் ஆவணக்காப்பகத்தில் உள்ளன.

கலக ஆவணங்களில் பெரும்பாலானவை சிப்பாய்களால் பாதிக்கப்பட்டோர்களிடம் இருந்து வந்த மனுக்களாக இருக்கின்றன. அதிகரித்துவந்த திலங்காக்களின் மூர்க்கத்தனத்தில் இருந்து தங்களைக் காப்பாற்றக்கூடியவர் ஜாஃபர்தான் என்று நம்பிக்கை கொண்டவர்களிடம் இருந்து வந்த அவை, எந்தவித மாற்றமும் இன்றி ஜாஃபரிடம் நேரடியாக தெரிவிக்கும் நோக்கத்திலேயே எழுதப்பட்டுள்ளன. இதில் குறிப்பிடத்தகுந்த விஷயம் என்னவென்றால், அரசவைக்கு எழுதப்பட்ட மனுக்களில், 1857 இல் நடந்தவை குறித்து விவரிக்க டெல்லியின் சாமானிய மக்களால் எழுதப்பட்ட வார்த்தைகளில் *காதிர்* (கலகம்) என்ற வார்த்தை இல்லை, இன்னும் சொல்லப்போனால் *ஜங்-இ ஆஸாதி* (சுதந்திரப் போராட்டம் அல்லது, மிகவும் நேரடியாக சொன்னால் சுதந்திரத்திற்கான போர்) என்ற வார்த்தைகளும் இல்லை. அவற்றில் எல்லாமே *ஃபஸாத்* (கலவரம்) மற்றும் *டங்கா* (தொந்தரவுகள் அல்லது கூச்சல் குழப்பங்கள்) என்ற வார்த்தைகளே பயன்படுத்தப்பட்டுள்ளன. டெல்லி மக்களைப் பொறுத்தவரையில் 1857 இன் தினசரி நிகழ்வுகள் வன்முறை, நிச்சயமின்மை மற்றும் பட்டினி எனும் அளவுக்கு தானேயொழிய விடுதலை என்பதாக இல்லை. உண்மையிலேயே, கலக ஆவணங்களைப் படித்துப் பார்க்கையில் டெல்லியின் முற்றுகை என்பது மும்முனைப் போட்டியாக மாறிவிட்டிருப்பது தெரியவருகின்ற நேரங்களும் உண்டு. ஒருபக்கம் சிப்பாய்களும் பிரிட்டிஷாரும் அதற்காக சண்டையிட்டுக் கொண்டிருந்தனர். டெல்லி மக்கள் அதற்கு மத்தியில் இருந்தார்கள். அவர்களின் வாழ்க்கையோ இந்த இருதரப்பினரின் வன்முறையால் சிதைந்து கொண்டிருந்தது. இதனால் *ஃபிராங்கி* (வெளிநாட்டவர்கள்) மற்றும் திலங்கா ஆகிய இருவர்களிடம் இருந்தும் டெல்லி மக்களைக் காப்பாற்றுவதே தன்னுடைய பணி என்பதை ஜாஃபர் தெளிவாகக் கண்டுகொண்டார்.

மூலாதாரங்களில் மிகவும் தெளிவாகக் குறிப்பிடப்பட்டுள்ளதன்படி, டெல்லி மக்களுக்கும் சிப்பாய்களுக்கும் இடையில் இருந்த பள்ளம் பெரிதாகிக்கொண்டே சென்றாலும், இன்றுவரை எந்த ஒரு வரலாற்றாசிரியரும் அதை தெளிவுபட எழுதியதில்லை. பேரரச பிரிட்டிஷாருக்கு டெல்லி முற்றுகை என்பது நன்றிகெட்ட, வேறுபடுத்திப்பார்க்கவியலாத பெருந்திரளான குடிமக்களுக்கு எதிராக நடத்திக்காட்டப்பட்ட பிரிட்டிஷ் வீரத்தின் மகத்தான தருணம். சுதந்திரம் பெற்றது முதலாக தேசியவாத வரலாற்றாசிரியர்களுக்கு 1857 என்பது கொடுமைக்கார ஏகாதிபத்தியவாதிகளுக்கு எதிராக வீரஞ்செறிந்த சுதந்திரப்

போராட்டக்காரர்களால் தொடுக்கப்பட்ட ஒருங்கிணைந்த மாபெரும் தேசபக்திப் போராட்டம். ஆனால், மாறாக, யதார்த்தம் அவ்வளவு சுலபமாக புரிந்துகொள்ளக்கூடியதல்ல. டெல்லி அதிகார வர்க்கத்தினருக்கு உரிய எல்லாவிதமான அகம்பாவத்துடனும் இந்தச் சிப்பாய்களை வெறுமனே தொந்தரவு தரக்கூடிய, நடத்தைகெட்ட ‘கறுப்பர்களாக’ பார்த்தது நிச்சயம் காலிப் மட்டுமேயல்ல.[28]

இருந்தபோதிலும், 1857 க்கு தெளிவற்ற டெல்லி எதிர்வினைகளில் இருந்த ஐயப்பாட்டைப் பொறுத்தவரையில் இந்த எழுச்சிக்கு டெல்லி எவ்வாறு மிகவும் மையமாக விளங்கியது என்பது தெளிவாகிறது. சிதறிப்போய் முறிந்துவிழுகின்ற இயல்பைக் கொண்டிருந்தாலும் இந்த எழுச்சியின் பல்வேறு ஆக்கக்கூறுகள் ஒரே ஒரு செயல்திட்ட வரைவை குவிமையமாகக் கொண்டிருந்தன. அது முகலாயப் பேரரசை மீண்டும் நிறுவுவது.

டெல்லியில் குவிந்த சிப்பாய்கள் முகலாயப் பேரரசை புதுப்பிக்கவே வந்தனர் என்பது விரும்பத்தகாத ஒன்று என்ற கருத்தாக்கத்தைக் கொண்டிருந்த தேசியவாத வரலாற்றாசிரியர்களால் இந்த உண்மை ஒரு நூற்றாண்டு காலத்திற்கு மறைக்கப்பட்டது. *இந்திய சுதந்திரப் போர், 1857* என்ற வி.டி. சாவர்க்கரின் புத்தகம் 1909 இல் பதிப்பிக்கப்பட்டு வெளிவந்ததில் இருந்தே, பாரக்பூரில் வெடித்துப் பரவிய கலகமே இந்தக் கிளர்ச்சியின் முக்கிய நிகழ்வாக பார்க்கப்படுகிறது. இதன் மையம் மங்கள் பாண்டே. இந்த நிலைதான் ஆங்கில மொழி வெளியீட்டில் *தி ரைஸிங்* என்றும், இந்தியில் வெறுமனே *மங்கள் பாண்டே* என்றும் பெயரிடப்பட்ட பாலிவுட் திரைப்படத்தில் கட்டமைக்கப்பட்டது. இருந்தாலும், மே மாதம் மீரட்டில் தொடங்கிய இந்தக் கலகத்திற்குப் பின்னர் இரண்டு மாதங்கள் கழித்துதான் மங்கள் பாண்டே நிகழ்வு நடக்கிறது என்பதால் இந்த எழுச்சியின் பரவலுக்கு அது ஏறக்குறைய தொடர்பில்லாததாகவே காணப்படுகிறது.[29]

மீரட் கிளர்ச்சியாளர்கள் நேராக டெல்லிக்குச் செல்வதற்குப் பதிலாக, இந்துஸ்தானம் முழுவதும் சட்டப்பூர்வமாக அங்கீகரிக்கப்பட்ட தெளிவான தோற்றுவாயான மகத்தான முகலாய அரசவையை நோக்கி விரைந்தனர்.[30] பதினெட்டாம் நூற்றாண்டின் பிற்பகுதியில் இருந்து டெல்லிக்கு எதிராக கிளர்ச்சி செய்துவரும் லக்னோவில்கூட சிப்பாய்கள் இந்தப் பேரரசரின் பெயரால் எழுச்சியடைந்தனர். அராதி அரசவையில் இருந்து அனுப்பிவைக்கப்பட்ட தூதுவர், அடுத்த இளம் வாரிசான பிர்ஜிஸ் குவாதிருக்கு வாஸிர் என்ற பட்டத்தை உறுதிப்படுத்துமாறு ஜாஃபரைக் கேட்டுக்கொண்டார். அத்துடன், பிர்ஜிஸ் குவாதிர் ஏற்கனவே

பேரரசரின் பெயரால் தன்னுடைய நாணயங்களையும் உருவாக்கியிருந்தார். கான்பூரிலும் இதே விஷயம்தான் நடந்தது. அங்கிருந்த கலகப்படையினர் தங்களுடைய வெற்றியாகவே இதைக் கொண்டாடினர்.'[31]

மங்கள் பாண்டேதான் சிப்பாய்களுக்கு உத்வேகம் அளித்தார் என்றால் நிச்சயமாக அவர்கள் இதில் இணைந்திருக்க மாட்டார்கள். அன்றியும், பாரக்பூரையோ அல்லது கல்கத்தாவையோ நோக்கித்தான் விரைந்திருப்பார்கள். அதற்குப் பதிலாக டெல்லியைக் கைப்பற்றுவதே இந்த எழுச்சி சரியான திசையில் செல்வதற்கான அறிவார்ந்த நடவடிக்கையாக இருந்திருக்கிறது என்பதில் சந்தேகமில்லை. உண்மையில், சிப்பாய்களுக்கு ஜாஃபர் தனது மௌனமான சம்மதத்தைத் தந்ததால்தான் இது உடனடியாக ஒரு ராணுவக் கலகமானது - கம்பெனியின் நிர்வாகத்தின் கீழ் நடந்த கலகங்கள் மற்றும் ஆயுத எதிர்ப்புகளிலேயே இதுதான் மிகவும் பெரியது - இந்தியாவின் பிரிட்டிஷ் ஆதிக்கத்திற்கும் இதுவே பெரியதொரு சவாலாக மாறிப்போனது. அதுதான் பத்தொன்பதாம் நூற்றாண்டின் போக்கில், இந்த உலகின் மீதான ஏகாதிபத்தியத்திற்கு எதிராக மிகத்தீவிரமான ஆயுதப்போராட்ட சவாலாக வேகமாக மாறுவதற்கான தீப்பொறியையும் பற்றவைத்திருக்கும்.

பல்வேறு வழிகளிலும் அதிகாரமற்றவராக இருந்தாலும் ஜாஃபர்தான் அப்போதும் கலீஃபாவாக இருந்தார். அதாவது அவர்தான் பூமியில் இறைவனின் ஆட்சிக்காவலர். டெல்லி மக்கள் சத்தியப்பிரமாணம் எடுத்துக்கொள்ளும்போதுகூட அவர்கள் புனித நூல்களுக்கு பதிலாக 'பேரரசரின் மகுடத்தின் கீழ்' என்றே சத்தியம் செய்தனர்.[32] தன்னுடைய சகோதரரும் கவர்னர் ஜெனரலுமான ஆக்லேண்ட் பிரபுவுடன் டெல்லிக்குச் சென்ற எமில் ஈடன் கவர்னர் ஜெனரலின் பரிவாரங்கள்கூட, அவர்கள் ஹிந்துக்களாக இருந்தாலும் சரி முஸ்லிம்களாக இருந்தாலும் சரி, பேரரசருக்கு முன்பாக தலைவணங்கியபடியே இருந்ததைக் கண்டார். 'எங்களுடைய பணியாளர்கள் அனைவருமே ஆழ்ந்து மரியாதை செலுத்தும் நிலையிலேயே இருந்தனர். உள்ளூர் மக்கள் டெல்லியின் அரசரை தங்களுடைய சட்டப்பூர்வமான இறைவனாகவே பார்த்தனர், அவரும் அப்படித்தான் என்றே நான் நினைக்கிறேன்' என்று எழுதியுள்ளார் எமிலி.

அவருடைய மகுடம் சூட்டுவிழா ஓவியம் ஒன்று விவரிப்பதைப்போல், 'அவர் தெய்வீக மாண்புள்ளவர், காலங்களின் காலிஃப், ஜாம்ஷெட் போல் புகழ்பெற்ற பாதுஷா, அவர் தேவதைகளின் விருந்தோம்பலால் சூழப்பெற்றவர், இறைவனின் நிழல், இஸ்லாத்தின் மீட்பர், முகம்மதிய மதத்தின் பாதுகாவலர், தைமூர் குடும்பத்தின் ஆண்மகன், மகத்தான பேரரசர், அரசர்களுக்கெல்லாம் மேலான அரசர், பேரரசரின் பேரரச மகன், சுல்தான்களின் சுல்தான்.' இந்தக் கண்ணோட்டத்தில் இருந்து பார்க்கையில் கிழக்கிந்திய கம்பெனிதான் நிஜமான கலகக்காரர்கள். இரண்டு நூற்றாண்டுகளாக கூட்டு வைத்துக்கொள்ள உறுதியேற்றுக்

கொண்ட அவர்கள்தான் தங்களுடைய மானிய எஜமானருக்கு எதிராக கிளர்ச்சி செய்த குற்றத்திற்கு உள்ளானவர்கள். எல்லாவற்றிற்கும் மேல் பெங்காலில் முகலாயரின் வரி வசூலிப்பவர்களாக இருந்தது கம்பெனிதான். சமீபத்தில்கூட முகலாயரின் வாடகைதாரர் என்று சொல்லிக் கொண்டுதான் தங்களுக்கான முத்திரையையும் நாணயங்களையும் அவர்கள் உருவாக்கிக்கொண்டனர்.[34]

இந்தக் காரணத்தினால்தான், பிரிட்டிஷாரில் பெரும்பாலானோர் ஆச்சரியப்படும் வகையில், நீண்டகாலமாகவே அவர்கள் தீவிரமாக கணக்கில் எடுத்துக்கொள்வதை நிறுத்திக்கொண்ட ஒருவரான ஜாஃபரின் கோரிக்கைக்கு வட இந்தியாவில் இருந்த பெரும்பாலான சாமானிய மக்கள் எதிர்வினை ஆற்றியிருந்தனர். இந்தியாவின் அபிப்பிராயத்துடன் முற்றிலுமாக தொடர்பை இழந்திருந்த அவர்கள் ஜாஃபரின் அழைப்பிற்கு ஹிந்துஸ்தானம்* எவ்வாறு எதிர்வினை ஆற்றியது என்பதைக் கண்டு வியப்பிலாழ்ந்தனர். முகலாயர்களின் பெயர் அப்போதும் வட இந்தியாவில் இருந்த இந்துக்கள் மற்றும் முஸ்லிம்கள் ஆகிய இருவரையும் எந்த அளவிற்கு பிடித்தாட்டிக் கொண்டிருக்கிறது என்பதை ஜாஃபரின் அதிகாரமின்மையை மட்டுமே வைத்து பிரிட்டிஷார் அறியத் தவறிவிட்டனர். மதுராவில் இருந்த பிரிட்டிஷ் கலெக்டரான மார்க் தோர்ன்ஹில், இந்தக் கலகம் டெல்லியைக் கைப்பற்றிய சற்றைக்கெல்லாம் தனக்கேற்பட்ட ஆச்சரியத்தைத் தன்னுடைய நாட்குறிப்பில் பதிவு செய்துள்ளார்:

> *அவர்களுடைய பேச்செல்லாம் அரண்மனையின் விழாக்கோலம் பற்றியும், அதனை எவ்வாறு புதுப்பிப்பது என்பது பற்றியதுமாகவே இருந்தது. பிரதம அமைச்சர் யாராக இருப்பார் என்பது பற்றியும், பல்வேறு வாயில்களையும் பாதுகாக்கப்போகின்ற ராஜபுதன தலைவர்கள் யார் யார் என்பது பற்றியும், ஐம்பத்தி இரண்டு ராஜாக்களில் பேரரசரை அரியணையில் அமரச் செய்யப்போவது யாராக இருக்கும் என்பது பற்றியதாகவே இருந்தது. நான் அவற்றைக் கவனிக்கையில், இந்தப் புராதன அரசவையின் அற்புதப் பெருமையானது வெகுமக்களின் கற்பனையில் எந்த அளவுக்கு தாக்கமேற்படுத்தியிருக்கிறது என்பதையும், அந்தப்*

* *ஹிந்துஸ்தானம் என்பது நவீன இந்திய மாநிலங்களான ஹரியானா, டெல்லி, உத்திரப் பிரதேசம் மற்றும் மத்தியப் பிரதேசத்தின் சில பகுதிகள் மற்றும் பிஹார் ஆகியவற்றைச் சூழ்ந்த பிரதேசங்களைக் குறிக்கிறது. நவீன இந்திய ஆவணங்களில் அந்தப் பகுதி 'பசு பட்டை' என்றே குறிப்பிடப்படுகிறது. ஒப்பீட்டுரீதியில் 'இந்தியா' என்ற சொற்பதம் பத்தொன்பதாம் நூற்றாண்டு உருது ஆவணங்களில் அரிதாகத்தான் பயன்படுத்தப்பட்டுள்ளது என்ற நிலையில் இந்துஸ்தானத்தின் இருப்பே ஒருங்கிணைந்ததாக இருந்திருக்கிறது. டெல்லியே அதன் அரசியல் மையம் என்ற வலுவான எண்ணமே இருந்து வந்துள்ளது. இந்தப் பகுதிதான் 1857 இல் மிகக் கடுமையாக உலுக்கப்பட்டது.*

பாரம்பரியங்கள் அவர்களுக்கு எந்தளவுக்கு நெருக்கமாக இருந்திருக்கிறது, நாமெல்லாம் அறிந்திராத வகையில் எந்தளவுக்கு உண்மையுடன் அவர்கள் இதைப் பாதுகாத்து வந்திருக்கின்றனர் என்பதையும் நான் இதற்கு முன்னர் உணரவே இல்லை என்பதைத் தெரிந்துகொண்டேன். நூறு வருடகால செயலின்மைக்குப் பின்னரும் ஒருவகையான மாய வாழ்வை தொடங்கியிருக்கும் முகலாயப் பேரரசில் ஏதோ ஒருவித வசியம் இருக்கத்தான் செய்கிறது.[35]

முகலாயப் பேரரசரின் கோரிக்கை அரசியல் அளவுக்கு மதம்சார்ந்த முக்கியத்துவம் பெற்றதாகவும் பலருக்குத் தோன்றியது. இந்தியப் பங்கேற்பாளர்களைப் பொறுத்தவரையில் இந்த எழுச்சியானது தவிர்க்க இயலாதவாறு மதத்திற்கான போர் என்றே குறிப்பிடப்பட்டது. இந்தியாவில் வேகமாக ஊடுருவிக்கொண்டிருக்கும் மிஷனரிகளுக்கும், கிறிஸ்துவத்திற்கு எதிரான பாதுகாப்பு நடவடிக்கையாகவும், வெளிநாட்டு ஆக்கிரமிப்பில் இருந்து விடுதலை பெறுவதற்கான மிகவும் பொதுமைப்படுத்தப்பட்ட சண்டையாகவும் இது கருதப்பட்டது. 1960 கள் மற்றும் 1970 களைச் சேர்ந்த மார்க்சிய வரலாற்றாசிரியர்களால் இந்த மாபெரும் கலகமானது பிரிட்டிஷாரின் சமூக மற்றும் பொருளாதாரக் கொள்கைகளுக்கு எதிராக, மற்ற எல்லாவற்றையும்விட நிலத்தின் மீதான உரிமை இழப்பு மற்றும் வேலைவாய்ப்பிற்கு உள்ள உரிமைகளை இழந்தது ஆகியவற்றிற்கு எதிராகக் கிளர்ந்தெழுந்த நகர்ப்புற மற்றும் நாட்டுப்புற விவசாயிகளின் கிளர்ச்சி என்றே குறிப்பிடப்பட்டு வந்திருக்கிறது. இந்த எழுச்சியின் இந்தியப் பங்கேற்பாளர்கள் தங்களுடைய கிளர்ச்சிக்கான காரணத்தைத் தெளிவுபடக் கூறினாலும் - இவை கலக ஆவணங்களில் தொடர்ச்சியாகவும் நீளமாகவும் குறிப்பிடப்பட்டிருந்தாலும் - எல்லாவற்றிற்கும் மேலாக, இந்தியாவில் கிறிஸ்துவத்தையும், கிறிஸ்துவ சட்டதிட்டங்களையும் கம்பெனியார் திணித்ததையே எதிர்த்தோம் என்று எந்தவித மாற்றமும் இன்றி குறிப்பிட்டுள்ளனர் - இது எவன்ஜிலிக்கல் ஆங்கிலேயர்கள் உண்மையிலேயே பரிசீலனையில் எடுத்துக்கொண்ட ஒன்று.

'நம்முடைய மதத்தையும், நம்பிக்கையையும் காப்பாற்றுவதற்கு நாங்கள் கரம் கோர்த்துள்ளோம்,'[36] என்று 1857, மே 11 அன்று சிப்பாய்கள் ஜாஃபரிடம் கூறினர். பின்னர் டெல்லியின் முக்கிய வீதியான சாந்தினி சௌக்கில் நின்ற அவர்கள் மக்களிடம் கேட்டனர்: 'சகோதரர்களே, உங்களுக்கும் அந்த நம்பிக்கைகள் இருக்கின்றனவா?'[37] இஸ்லாத்திற்கு மதம் மாறிய பிரிட்டிஷ் ஆண்களும் பெண்களும் - டெல்லியில் அப்போது அவர்கள் ஆச்சரியப்படவைக்கும் எண்ணிக்கையில் இருந்தனர் - தாக்கப்படவில்லை. ஆனால், கிறிஸ்துவத்திற்கு மதம்மாறிய இந்தியர்கள் உடனடியாக வெட்டி வீசப்பட்டனர். பின்னாளில், பிரிட்டிஷாரின் வரவிருக்கும் தாக்குதலுக்கு எதிராக அணிதிரளும்படி டெல்லி மக்களுக்கு

அழைப்பு விடுக்கப்பட்டபோது, ஜாஃபரின் பெயரால் வெளியிடப்பட்ட ஓர் அறிவிப்பில் வெறுமனே பின்வருமாறு கூறப்பட்டிருந்தது, 'இது மதத்திற்கான போர். இது நம்பிக்கையை அடிப்படையாக வைத்து நடத்தப்படுகிறது. அது இந்த மாட்சிமை பொருந்திய நகரத்தில் உள்ள ஹிந்துக்களுக்கும் முஸ்லிம்களுக்கும், அல்லது நாட்டிலுள்ள கிராமத்தினருக்கும்... தங்களுடைய நம்பிக்கைகள் மற்றும் சமயக் கோட்பாடுகளுக்கும் இன்றியமையாத ஒன்று.'[38] 'மதம்' (முஸ்லிம்களுக்கு தீன்) என்ற வார்த்தையானது மிகவும் பொதுப்படையான தர்மம் என்ற விரிவான கண்ணோட்டத்தில் பயன்படுத்தப்படுவதை ஒருவர் ஏற்றுக்கொண்டாலும்கூட, - இதனால் தங்களுடைய தர்மத்தைக் காப்பாற்றவே தாங்கள் கிளர்ந்தெழுந்தோம் என்று சிப்பாய்கள் கூறும்போது தங்களுடைய குறுகலான மத அடையாளத்தைப் போலவே தங்களுடைய வாழ்க்கை முறையையும் குறிப்பிடுகிறார்கள் - உருது மூலாதாரங்கள் பிரிட்டிஷ்காரர்களை அங்கரேஸ் (ஆங்கிலேயர்கள்) அல்லது கோராக்கள் (வெள்ளையர்கள்) அல்லது ஃபிராங்கிகள் (வெளிநாட்டவர்கள்) என்று அழைத்திருந்தால் அது மிகவும் குறிப்பிடத்தகுந்த ஒன்றாக இருந்திருக்கும், மாறாக அவற்றில் பிரிட்டிஷார் காஃபிர்கள் (மதநம்பிக்கையற்றவர்கள்) மற்றும் நஸ்ரானி (கிறிஸ்துவர்கள்) என்றே அழைக்கப்பட்டனர்.

சிப்பாய்களில் பெரும்பான்மையினர் ஹிந்துக்களாக இருந்தாலும், டெல்லியில் உள்ள பிரதான மசூதியில் ஜிகாத் கொடி ஏற்றப்பட்டதுடன் கிளர்ச்சிக்காரர்கள் பலரும் தங்களை முஜாஹிதீன், காஸிக்கள் மற்றும் ஜிகாதிகள் என்றே அழைத்துக்கொண்டனர். உண்மையில், அந்த முற்றுகையின் முடிவில், ஊதியம் பெறாமல் பட்டினி மற்றும் மனச்சோர்வினால் குறிப்பிடத்தகுந்த அளவிலான சிப்பாய்கள் காணாமல் போய்விட்டபோது டெல்லியில் ஜிகாதிகளின் எண்ணிக்கை மொத்தப் படையிலும் கால்பங்கு அதிகரித்திருந்தது. அதில், தாங்கள் இனி சாப்பிடப்போவதில்லை என்றும், காஃபிர்களின் கைகளால் மரணத்தைச் சந்திக்கும்வரையில் சண்டையிடப்போவதாகவும், 'சாக வந்திருப்பவர்களுக்கு உணவு தேவையில்லை' என்றும் சத்தியப்பிரமாணம் எடுத்துக்கொண்ட குவாலியரைச் சேர்ந்த 'தற்கொலைப்படை காஸிக்களின்' படைப்பிரிவும் இருந்தது.[39]

டெல்லியைச் சேர்ந்த ஒருவர் குறிப்பிட்டுள்ளபடி, 'பிரிட்டிஷார் மதரஸாக்களை மூடியதும்' கிளர்ச்சிக்கான காரணங்களுள் ஒன்று.[40] இந்த வார்த்தைகளின் பிரதிபலிப்புகள் எதுவுமே 1960 களைச் சேர்ந்த வரலாற்றாசிரியர்களிடத்தில்கூட இல்லை. இப்போதோ, துன்பகரமான வகையில், 9/11 மற்றும் 7/7 ஆகியவற்றிற்குப் பிந்தைய காலகட்டங்களில் அந்தச் சொற்களை நாம் நன்றாகப் புரிந்துகொண்டிருக்கிறோம். மூலாதார கையெழுத்துப் படிகளின் தூசுபடிந்த பக்கங்களில் அலறிக்கொண்டிருக்கும் ஜிகாத் போன்ற வார்த்தைகள் நம் கவனத்தைக் கவருகின்றன.

இவை எல்லாவற்றிற்கும் தற்காலத்தில் வலுவான எதிரொலிகள் இருந்தாலும், மற்ற எல்லா வழிகளில் இருந்தும் இன்றைய டெல்லியானது தன்னுடைய முகலாய கடந்தகாலத்திலிருந்து வெகுவேகமாக நகர்ந்து சென்றுவிட்டதை உணர்ந்திருக்கிறது. இன்றைய நவீன டெல்லியில் வளர்ந்துவரும் செழிப்பான பஞ்சாபி மத்தியதர வர்க்கம் தற்போது ஷாப்பிங் மால்கள், எஸ்பெரஸ்ஸோ பார்கள் மற்றும் மல்டிபிளெக்ஸ்களின் தீராத ஆசைகளுடன் வாழ்ந்துவருகின்றனர். இந்திரா காந்தி சர்வதேச விமான நிலையத்தில் இருந்து 20 கிலோமீட்டர்கள் தொலைவில் இருக்கும், டெல்லி முற்றுகையின்போது நடந்த மிக முக்கியமான சண்டைக்களமான நஜப்கருக்கு சென்றுவந்ததில், அந்த சண்டையைப்பற்றியோ அல்லது அதைப்பற்றிய, அதில் சம்பந்தப்பட்ட குடும்பத்தினரின் நினைவுகளோ அங்குள்ள யாருக்கும் இல்லை என்பதைத் தெரிந்துகொண்டேன். அதற்குப் பதிலாக கால் சென்டர்களுக்கான வேலைவாய்ப்பு சுவரொட்டிகளே அந்த நகரத்தில் கடைசியாக எஞ்சியிருக்கும் முகலாய சிதைவாகிய டெல்லி வாயிலில் ஒட்டப்பட்டிருந்தன.

எல்லாப் பக்கங்களிலும் உருவாகிக்கொண்டிருந்த புதிய புறநகர்ப் பகுதிகள், பேக்-ஆபீஸ் தொகுதிகள், மென்பொருள் நிறுவனங்கள் மற்றும் ஆடம்பர தொகுப்பு வீடுகள் என அனைத்தும், இரண்டே வருடங்களுக்கு முன்னர், குளிர்கால கோதுமைப்பயிர்கள் அலைவீசிக் கொண்டிருந்த நிலத்தில் வேகவேகமாக முளைத்துவிட்டன. வேகமாக வளர்ந்துவரும் இந்த மத்தியதரவர்க்க இந்தியாதான் ஒரு நாடு உறுதியாக கண்பதித்திருக்கின்ற எதிர்காலம். நாட்டின் வளர்ந்துவரும் சர்வதேச தகுதியானது, நீண்டகால அடுத்தடுத்த ஊடுருவல்கள் மற்றும் வெளிநாட்டினரின் கரங்களால் ஏற்பட்ட தோல்விகள் என்று உணரப்பட்டிருக்கின்ற கடந்தகாலத்தை ஈடுசெய்யும் என்ற உறுதியான நம்பிக்கையை எல்லாவிடத்திலும் காணமுடிகிறது. எது எப்படியோ, இதன் விளைவு டெல்லியின் வசீகரமான கடந்தகாலம் துயரார்ந்த வகையில் புறக்கணிக்கப்பட்டுள்ளது என்பதுதான். சிலநேரங்களில், இந்த உலகின் வேறு எந்த மாபெரும் நகரமும் இந்தளவுக்கு குறைவாக நேசிக்கப்படவோ, அல்லது இந்தளவுக்கு குறைவாக கவனிக்கப்படுவதாகவோத் தெரியவில்லை. கவிஞர் ஸாக்கின் கல்லறை நகராட்சி கழிப்பிடத்தின் கீழே காணாமல் போய்விட்டது என்றோ அல்லது அவருடைய போட்டியாளரான காலிப்பின் மாளிகை முற்றம் நிலக்கரி சேமிப்பிடமாக மாறிவிட்டது என்றோ அவ்வப்போது கண்டனக் குரல்கள் கேட்கும். ஆனால், வழக்கம்போல் இந்த இழப்புகள் பதிவுசெய்யப்படாமலேயே போய்விடும்.

என்னை மனமுடையச் செய்த ஒரு விஷயம் இருக்கிறது. நான் அடிக்கடி சென்றுவரும் விருப்பமான நினைவிடங்களுள் ஒன்று ஏதோ ஒரு சேரி அல்லது கண்டெய்னர் நிறுத்துமிடத்தால் ஆக்கிரமிக்கப்பட்டிருந்தது. அது சற்றும் கருணையே இல்லாமல் இந்திய அகழ்வாராய்ச்சித் துறையால் மறுசீரமைப்பு அல்லது மறுகட்டமைப்பு செய்யப்பட்டது. வழக்கமான முறையில் சொன்னால் அது அழிக்கப்பட்டது. பழைய டெல்லியின் தொண்ணூற்றி ஒன்பது சதவிகித மாளிகை முற்றங்கள் அல்லது முகலாய மாளிகைகள் அழிக்கப்பட்டிருக்கின்றன. அதேபோல் நகரச் சுவர்களின் சுற்றுப்பகுதிகள் நினைவுகளில் மறைந்துவிட்டன. வரலாற்றாசிரியரான பவன் வர்மாவின் கூற்றுப்படி, பத்து வருடங்களுக்கு முன்னர் அவர் எழுதிய *அந்திமக்கால மாளிகைகள் (Mansions at Dusk)* என்ற புத்தகத்தில் பதிவு செய்திருந்த கட்டிடங்களில் பெரும்பான்மையானவை இப்போது இல்லை. கடந்தகாலத்தை புறம்தள்ளுவதில் கலாசார காரணிகளும் காரணங்களாக இருக்கலாம். பழமை விரும்பியான ஒருவர் சமீபத்தில் என்னிடம் கூறினார், 'ஹிந்துக்களாகிய நாங்கள் இறந்தவற்றை எரித்துவிடுவோம் என்பதை நீங்கள் புரிந்துகொள்ள வேண்டும்' என்றார். ஏதோ ஒருவகையில் டெல்லியின் கடந்தகாலம் என்பது பதிலீடு செய்யப்பட முடியாத ஒன்று. எதிர்கால சந்ததி, இந்த இருபத்தி ஒன்றாம் நூற்றாண்டின் ஆரம்பகட்டத்தினுடைய பழமையை பாதுகாப்பதில் ஏற்பட்ட தோல்வியை ஆழ்ந்த துயரத்துடன் திரும்பிப் பார்க்கும் என்பது தவிர்க்க இயலாத ஒன்று.

சிலநேரங்களில், குளிர்கால மதியப்பொழுது நடையின்போது, என்னுடைய டெல்லி வீட்டில் இருந்து சற்று தொலைவில் இருக்கும் மெஹ்ருலியில் உள்ள ஜாஃபரின் கோடைக்கால வசிப்பிடத்தின் விரும்பத்தகுந்த, ஆழ்ந்த சிதைவுகளை காணச் செல்வேன். அப்போதெல்லாம், ஜாஃபர் இதையெல்லாம் எதற்காக உருவாக்கினார் என்று நினைத்துக் கொள்வேன். அவருடைய அரண்மனையை ஒட்டியிருக்கும் சூஃபி ஆலயத்தில் இருந்து கீழே பார்க்கையில், அவருடைய உலகில் கடைசியாக மீதமிருப்பவற்றை விரைவாக விஞ்சிக்கொண்டிருக்கும் வேகமாக மாறிவருகின்ற அவுட்சோர்ஸிங், கால்சென்டர்கள் மற்றும் மென்பொருள் பூங்காக்களின் சைபர்-இந்தியாவுடன் அவர் ஏதோ ஒரு வகையில் சமாதானம் செய்து கொண்டுவிட்டாரோ என்று நான் சந்தேகப்படுகிறேன். மேலும், யதார்த்தமும், ஏற்றுக்கொள்ளுதலும் எப்போதுமே ஜாஃபரிடம் சிறந்து விளங்கிய குணங்கள். தன்னுடைய வாழ்க்கையில் எத்தகைய துயரங்கள் ஏற்பட்டபோதிலும், இந்த உலகம் தொடர்ந்து மாறிக்கொண்டே இருப்பதை அவரால் பார்க்க முடிந்தது. நாய்கள் எவ்வளவுதான் குரைத்தாலும் வாழ்க்கை எனும் மகத்தான கூண்டுவண்டி நகர்ந்து கொண்டேதான் இருக்கிறது. ஜாஃபர் சிறைவைக்கப்பட்ட சில நாட்களில்

அவர் எழுதியதாக சொல்லப்படும் அவருடைய கவிதை வரிகளிலேயே கூறினால்,

பட்டு உடைகளில் வந்து உன்னுடைய வசந்தத்தின்
அழகினால் நீ என்னை சிலிர்ப்பூட்டினாய்
என்னுடைய ஆன்மாவுக்குள் காதலை பூக்கச்செய்ய
நீ ஒரு மலரைக் கொண்டுவந்தாய்.

மூச்சோடு மூச்சாக, எனக்குள் ஒன்றாக
என்னை விட்டு விலகாமல் என்னுடன் வாழ்ந்தாய்
இப்போது காலத்தின் சக்கரம் திரும்பிவிட்டது
நீயோ போய்விட்டாய் –
மகிழ்ச்சியும் காத்திருக்கவில்லை.

நீ என் உதட்டோடு உதடு பதித்தாய்
துடிக்கும் என் இதயத்தின் மீது உன் இதயம் இருந்தது
மறுபடியும் காதலில் விழ எனக்கு ஆசையில்லை, காதல் துயரத்திற்கு
நிவாரணத்தை விற்றவர்கள்
தங்கள் கடைகளை மூடிவிட்டனர்
நான்தான் வீணாக தேடிக்கொண்டிருக்கிறேன்.

என்னுடைய வாழ்க்கை ஒளிவீசவில்லை
என் இதயத்திற்கோ கண்களுக்கோ என்னால் ஆறுதல்
தரமுடியவில்லை.
தூசோடு தூசாக இப்போது
நான் யாருக்கும் பயனற்ற ஒருவனாகிவிட்டேன்.

டெல்லி, ஒருகாலத்தில் சொர்க்கமாக இருந்தது
அங்கு காதல் நீடித்த ஆட்சி புரிந்தது;
ஆனால் அதன் வசீகரம் இப்போது நாசப்படுத்தப்பட்டு
சிதைக்கப்பட்டவை மட்டுமே எஞ்சியுள்ளன.

உடலை மூடாமலேயே பொதுவான கல்லறைகளில்
அவர்கள் புதைத்தபோது கண்ணீர் சிந்தப்படவில்லை;
மேதகையினர் மரணத்தின்போது பிரார்த்தனைகள் இல்லை
கல்லறைகளிலும் எந்தக் குறிப்பும் இல்லை.

இதயம் நிராதரவாகிப்போனது, சதை கிழிக்கப்பட்டது,
மனம் பற்றியெரிந்தது, பெருமூச்சு எழுந்தது;
ரத்தம் சிந்தப்பட்டது, இதயம் நொறுங்கியது,
கண்சிமிட்டலில் கண்ணீரே சிந்தியது.

ஆனால் இனி எதுவும் எஞ்சியிருக்காது ஜாஃபர்,
இனி யாரால்தான் சொல்ல முடியும்?
இறைவனின் மகத்துவமான கருணையாலும்,
இறைத்தூதராலும்
இனி அனைத்தும் நன்றாயிருக்கலாம்.[41]

வில்லியம் டேல்ரிம்பிள்
புது டெல்லி, ஜனவரி 2006

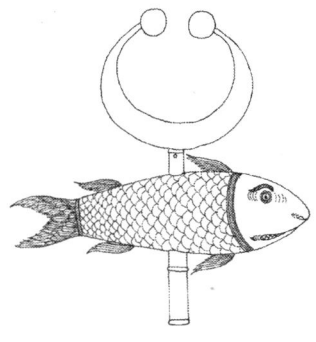

1

சதுரங்க ராஜா

இளவரசர் ஜாவன் பக்தின் திருமண ஊர்வலம் 1852 ஆம் ஆண்டு வெப்பம் மிகுந்த கோடைக்காலமான ஏப்ரல் 2 ஆம் தேதி செங்கோட்டையின் லாகூர் வாயிலில் இருந்து புறப்பட்டது.

பாதுகாவல் சுவற்றில் நிறுத்தி வைக்கப்பட்டிருந்த ஒரு பீரங்கியின் முழக்கத்துடன், கோட்டையின் வண்ணமயமான விளக்கொளிகள் ஏற்றப்பட்ட சிறு கோபுரத்தின் மீதிருந்து புறப்பட்ட பட்டாசுகள் மற்றும் வாணவெடிகளின் கேளிக்கையுடன், சாந்தினி செளக்கினுடைய மாபெரும் நெடுஞ்சாலையின் இரு எதிரெதிரான வாயிற்கதவுகளும் சுழன்று திறந்தன.

முதலில் வெளியே வந்தவர்கள் சாப்தார்கள் அல்லது ஈட்டிக்காரர்கள். டெல்லி மக்கள் தடுப்பரண்களால் தாங்கள் தடுத்து நிறுத்தப்படுவதை பெரிதும் விரும்புவதில்லை. அத்துடன், திருமண ஊர்வலம் செல்லும் வழிப்பாதைக்கு ஒளியூட்டிக்கொண்டிருக்கும் விளக்குகளுடன் கூடிய மூங்கில் வேலியை உடைத்துக்கொண்டு நுழையும் பழக்கம் உள்ளவர்களாகவும் இருந்தனர். அப்படிப்பட்ட நிலையில், பரவசமடைந்த கூட்டத்தின் ஊடாக வழியை சரிசெய்வதுதான் சாப்தார்களின் வேலை. அதையும்கூட, இந்தப் பட்டாசு வேடிக்கைக்கு நடுவே எப்படி நடந்துகொள்ளும் என்று முன்னூகிக்க முடியாத ராஜாங்க யானைகள் வாயில்களில் இருந்து முழு பலத்துடன் வெளியே வருவதற்கு முன்னரே அவர்கள் செய்தாக வேண்டும்.

குதிரையில் அமர்ந்திருந்த இரண்டு மதகுருமார்கள் ஊர்வலத்தை முறைப்படி தொடங்கிவைத்தனர். குதிரைகளின் பிடரியின் ஊடாக கனமான ஆபரணங்கள் தொங்கவிடப்பட்டிருந்தன. அவற்றின் கழுத்துகள் மற்றும் பாத மயிர்க்கற்றைகளில் மணிச்சங்கிலிகள் சுற்றப்பட்டிருந்தன. அவை சவாரி செய்யத் தொடங்கியதும் அதில் இருந்த மதகுருமார்களைச் சுற்றி புங்காக்களுடன் (விசிறிகள்) வேலைக்காரர்கள் உடன் வந்தனர்.

பின்னர், முகலாய காலாட்படையானது பளபளப்பான கருநிற கேடயம் மற்றும் வளைவான வாட்கள், நீளமான ஈட்டிகள் மற்றும் பச்சை நிறத்திலும், பொன் நிறத்திலுமான பளபளக்கும் கொடிகளை ஏந்தி வந்தது.

அதைத் தொடர்ந்து முதல் ஆறு பேரரச யானைகள் வந்தன. அவை பேரரசரின் லட்சினையால் பூவேலைப்பாடு செய்யப்பட்டு பொன்னிறத்திலும், குங்குமப்பூ நிறத்திலும் ஆன தலைக்கவசத் துணிகளால் அலங்கரிக்கப்பட்டிருந்தன. ஹவுடாக்களில்* அமர்ந்திருந்த அதிகாரிகள் மூன்று நூற்றாண்டுகளுக்கு முன்னர் முகலாயர்கள் இந்தியாவிற்கு வந்தது முதல் அவர்கள் பயன்படுத்திய அந்த வம்சாவளியின் லட்சினையை உயர்த்திப் பிடித்திருந்தனர். முதலாவது யானையில், கதிர்விடும் சூரியனின் முகம்; இரண்டாவது யானையில், பொன்னிற அம்பின் இரண்டு முனைகளிலும் தொங்கிக்கொண்டிருக்கும் இரண்டு தங்க மீன்கள்; மூன்றாவது யானையில், சிங்கம்போன்ற மிருகத்தின் தலை; நான்காவது யானையில், ஃபாத்திமாவின் தங்கக்கரம்; ஐந்தாவது யானையில் ஒரு குதிரையின் தலை; ஆறாவதும் கடைசியுமான யானையில், *சாத்ரி* அல்லது பேரரச குடை. தங்கத்தால் ஆன இவை அனைத்தும் அசைந்தாடும் பட்டுக் கொடிகளுடன் கூடிய பளபளப்பான பொன்னிற கம்பங்களில் மேலே உயர்த்திப் பிடிக்கப்பட்டிருந்தன.

அதற்கு அடுத்தபடியாக செந்நிற மேலாடை அணிந்த அரண்மனை ஊழியர்கள் மூடிவைக்கப்பட்ட உணவுத் தட்டுகளையும், மணமகளின் குடும்பத்திற்கான பரிசுப் பொருள்களையும் சுமந்து வந்தனர். துப்பாக்கியால் மேலே சுட்டபடியும், மத்தள ஒலி எழுப்பியபடியும் ஒட்டக படைப்பிரிவு ஒன்று வந்தது. அரண்மனைக் காவலர்களின் தளபதியான கேப்டன் டக்ளஸ் ஒரு சிறிய பிரிட்டிஷ் சிப்பாய் படைப்பிரிவிற்கு தலைமையேற்று வந்தார். அவர்கள் அனைவரும் இறுக்கமான ரோமத்தொப்பிகள் அணிந்துகொண்டு நீலம் மற்றும் குங்குமப்பூ சீருடைகளில் இரண்டு லேசுரக பீரங்கிகளுக்கு காவல் காத்தபடி வந்துகொண்டிருந்தனர். குதிரைப்படை பிரிவில் இருந்த வீரர்கள் மஞ்சள்நிற மேலாடையும், செந்நிற இடுப்புப் பட்டையும் அணிந்து மேலுடலின் மீது மார்புக் கவசங்கள் அணிந்துகொண்டும், தலையில் மத்தியகால தலைக்கவசம் அணிந்தும் வந்துகொண்டிருந்தனர். மாடுகள் இழுத்துச் செல்லும் ரதங்களில் முகலாய மத்தள வாசிப்பாளர்கள், ஷெனாய் வாசிப்பாளர்கள், டிரெம்பெட் மற்றும் கிண்கிணி வாசிப்பவர்களின் இசைக்குழு அமர்ந்திருந்தது. நீலநிற வர்ணம் பூசப்பட்ட ஐரோப்பிய நான்குசக்கர குதிரைவண்டியில் மூத்த இளவரசர்கள் குழு அமர்ந்திருந்தது. அவர்களின் பொன்னிற பட்டாடை வெடித்துச் சிதறும் வாணவெடிகளின் ஒளியில் மின்னி ஒளிர்ந்தது.

* ஹவுடா என்பது யானையின் முதுகில் வைக்கப்பட்டிருக்கும் இருக்கை அல்லது அம்பாரி. அது விதானத்தால் மூடப்பட்டிருக்கும்.

ஒவ்வொரு குழுவினருக்கும் பின்னால் தீப்பந்தங்களை உயர்த்திப் பிடித்தபடி ஒரு கூட்டம் வந்துகொண்டிருந்தது. அவர்களிடையே மணி வடிவிலான ஜாடிகளில் மெழுகுவர்த்திகளை ஏந்தியவர்களும் வந்துகொண்டிருந்தனர். இந்த ஊர்வலத்தால் கோடைக்கால புழுதிப்படலம் எழும்பிவிடாமல் இருக்க சாலையில் தண்ணீரைத் தெளித்தபடி சில கும்பல்கள் வந்துகொண்டிருந்தன.

கூண்டுவண்டிக்கு அடுத்தபடியாக, இளவரசிகள் அடங்கிய சிறுகுழு ஒன்று வந்துகொண்டிருந்தது. குதிரையின்மேல் அமர்ந்தபடி வந்து கொண்டிருந்த அவர்களுக்கு மத்தியில் மணமகள் வந்துகொண்டிருந்தார். மிர்ஸா ஜாவன் பக்திற்கு அப்போது பதினோரு வயதே ஆகியிருந்தது. தங்களுடைய சந்ததியினரை பதின்பருவத்தின் துவக்கத்திலேயே திருமணம் செய்விக்க விழையும் சமூகத்தைப் பொறுத்தவரைகூட அவர் ஓர் இளம் மணமகன்தான். இளவரசருக்குப் பின்னால் அசைந்தாடி வந்துகொண்டிருந்த யானையின் மீது பேரரசர் வீற்றிருந்தார். தன்னுடைய பொன்னிற ஹவுடாவில், வியர்த்து வழியச்செய்யும் இரவுநேர வெப்பத்திலும், தன்னுடைய அரச மேலாடை, அணிகலன்களுடன் காண்பவரைக் கவரும்படியாக நன்றாக உடை அமைத்திருந்தார். அவருடன் வந்த தனி வேலையாள் மயிலிறகு விசிறியால் விசிறிக்கொண்டிருந்தான். அவர்களுக்குப் பின்னால் நடந்துவந்த மீதமிருந்த அரசவையினர் கோட்டையின் மிக மத்தியில் இருக்கும் நகார் கானா தர்வாஸா அல்லது மத்தள மாளிகை எனப்படும் இடம்வரை, சாட்டா சவுக் வழியாக நீண்டவரிசையில் வந்துகொண்டிருந்தனர்.[1]

இதற்குக் கொஞ்ச நாட்களுக்கு முன்னர்தான் ஆஸ்திரிய ஓவியர் அகஸ்ட் ஸ்காஃப்ட்[2] ஓவியம் தீட்டும் வகையில் பேரரசரும், ஜாவன் பக்தும் அமர்ந்திருந்தனர். ஜாஃபரின் ஓவியம் அவரை அமைதியானவராகவும், நேர்த்தியாக வளைந்த மூக்குடனும், கவனமாக கத்தரிக்கப்பட்ட தாடியுடனும் இருக்கும் கிழவராகச் சித்தரித்தது. அவர் உயரமானவராகவும், ஆச்சரியப்படும் வகையில் பரந்தகன்ற தசைப்பிடிப்பு உள்ளவராகவும் இருந்தபோதிலும், வழக்கத்திற்கு மாறாக நீண்ட புருவங்களுடன் காணப்பட்ட அவருடைய பெரிய பழுப்புநிற நீர்தேங்கிய கண்கள் ஆழ்ந்த மென்மையும், உணர்ச்சி மிகுந்ததாகவும் தோற்றமளித்தது.

ஒரு பதின்பருவ இளவரசராக, சற்றே துணுக்குற்றவராகவும், சந்தேகம் கொண்ட உருவமாகவும், பருத்துப்போய் அசௌகரியமாகவும், லேசான தாடி வைத்தவராகவுமே ஜாஃபர் அவருடைய ஓவியங்களில் காணப்பட்டார். இளமைப்பருவம் நடுத்தர வயதுக்கு வழிவிட்டதும் அவருடைய தோற்றங்களும் வளர்ச்சியுற்றது. வயதான பின்புதான் அவர் - வழக்கத்திற்கு மாறாக - முன்னெப்போதும் இல்லாத வகையில் நல்ல தோற்றமுள்ளவராகக் காணப்படுகிறார். இப்போது தன்னுடைய எழுபதுகளில் அவருடைய கன்னங்கள் வெளிறிப்போய்விட்டன.

மூக்கு கவனிக்கப்படும் ஒன்றாகிவிட்டது. அவர் நடந்துகொள்ளும் விதம் கம்பீரமடைந்திருந்தது. இருப்பினும், இந்த வயதான அரசர் மண்டியிட்டு அமர்ந்து, சோர்வுடன் தன் தொழுகைமணியில் விரல்களைப் பதிக்கும்போது, அவருடைய கருத்தக் கண்களில் எஞ்சியிருக்கும் வெளிப்பாடு நிச்சயம் மனச்சோர்வுமிக்க ஒன்றுதான். அவருடைய உதடுகளில் அப்போதும் துயரம் தோய்ந்திருந்தது. ஆரம்பகால ஓவியங்களில், அவரிடம் அமைதியான பணிவைக் காணமுடியும். ஜாஃபரை அலங்கரித்திருக்கும் பொன்னிற பட்டாடைக்குள் அவர் மறைந்திருப்பதைப்போல ஸ்காஃப்ட் அவரைக் காட்டியிருக்கிறார். அத்துடன் கவுதாரிப் பறவையின் முட்டை அளவுள்ள பெரிய முத்துமாலைகளாலும், ரத்தச்சிவப்பான மரகதக்கற்களாலும் எடையேறிப் போயிருக்கும் அவருடைய அலங்கார நகைகள் அவர் கழுத்தைச் சுற்றி கனத்துத் தொங்கிக்கொண்டிருக்கும். அது தன்னுடைய அலுவலகத்தால் அலங்கரிக்கப்பட்டு சிறைவைக்கப்பட்ட ஒரு மனிதரின் சித்தரிப்பே.

இதற்கு முரணாக, பேரரசரின் விருப்பத்திற்குரிய மகனாகிய இளம் ஜாவன் பக்த் தன்னுடைய தந்தை அளவுக்கு மட்டுமீறிய அலங்காரத்துடன் முத்துகள், மணிக்கற்கள், அலங்காரம்மிக்க கத்திகள் மற்றும் வாட்களை அணிந்துகொண்டு அவற்றை மகிழ்ச்சியுடன் அனுபவிப்பரைப்போல் காணப்படுகிறார். அவருடைய பாவனையும்கூட வேறுவிதமாக இருக்கிறது. பதினொரு வயதுப் பையனாக அழகாக காணப்படும் அவர் விசித்திரமான வகையில் பெருமை கொண்டவராகவும், நம்பிக்கை மிகுந்தவராகவும் காணப்படுகிறார். அவருடைய தந்தை எந்தளவுக்கு சோர்வுற்றும் உறுதியற்றவராகவும் காணப்படுகிறாரோ அதே அளவுக்கு ஜாவன் பக்த் உறுதிமிக்கவராக தோன்றுகிறார்.[3]

இந்த இரண்டு ஓவியங்களிலும், திருமண ஊர்வலத்திலும்கூட காணப்படாத ஒருவர் இந்தத் திருமணத்தை நடத்துவதைத் தவிர வேறு எதைப்பற்றியும் கவலைப்படாத ஒரு பெண். பல மாதங்களாகவே ஜாஃபரின் விருப்பத்திற்குரிய மனைவியான ஜீனத் மஹல் இந்த நாளுக்காகத்தான் தன்னை தயார்படுத்திக் கொண்டிருந்தார். முகலாய பாரம்பரியப்படி, திருமண ஊர்வலத்திற்கு மணமகனை அழைத்துவரும் பணியில் பெண்கள் கலந்துகொள்வதில்லை - தாயார்களும் ராணிகளும்கூட கலந்துகொள்வதில்லை. -ஆனால் இந்த ஊர்வலத்தின் ஒவ்வொரு அம்சத்தையும் அவரே திட்டமிட்டிருந்தார். மிர்ஸா ஜாவன் பக்த், ஜீனத் மஹலின் ஒரே மகன் என்பதற்காக தன்னுடைய வாழ்நாள் முழுவதும் ஜீனத் கொண்டிருந்த ஒரே லட்சியம் என்னவென்றால், ஜாஃபரின் பதினைந்தாவது மகனாகிய ஜாவன் பக்திற்கு அவருடைய தந்தை மரணிக்கும் தறுவாயில் மகுடம் சூட்டிவிடவேண்டும் என்பதே.

இத்தகைய மட்டுமீறிய ஆடம்பரத்துடன் அவர் இந்தத் திருமணத்தை திட்டமிட்டதன் உள்நோக்கமே இளவரசரின் ஆளுமையை உயர்த்துவதும்,

இந்த வம்சத்தில் தன்னுடைய நிலையைத் திடப்படுத்திக் கொள்வதுமே ஆகும். திருமணத்தின்போது பத்து வயதுக்கும் மிகாத ஜாவன் பக்தின் மணமகளான நவாப் ஷா ஜமானி பேகம்* ஜீனத்தின் சகோதரர் மகள். ஜமானி பேகத்தின் தந்தையான மலாகரைச் சேர்ந்த வாலிதாத் கான் இந்த ராணியின் முக்கிய கூட்டாளியாவார். மிகவும் இளைய தம்பதியர்களாக இருந்த நிலையில் ஒன்று அல்லது இரண்டு வருடங்களுக்குத் தங்களுடைய திருமணத்தை நிறைவேற்றிக்கொள்ளவோ அல்லது சேர்ந்து வாழவோ அவர்களால் எதிர்பார்க்க முடியாது. இந்த ஜோடி தங்களுடைய பூப்பெய்தும் வயதுவரை காத்திருக்காமல், திருமணத்தை உடனடியாக நடத்தியாக வேண்டும் என்பதற்கு அரசியல் நிர்பந்தங்களே காரணம்.

ஜீனத்தின் மனதில் உருவான மிர்ஸா ஜாவன் பக்தின் திருமணம் டெல்லியில் நடத்தப்பட்ட திருமணங்களிலேயே ஜீவனுள்ள, நினைவில் இருக்கும்படியான, ஈடிணையற்ற திருமணமாக இருந்தது. அது ஜாவன் பக்தின் மூத்த சகோதரர்களுடைய திருமணங்கள் அனைத்தையும் விஞ்சிவிட்டது. மஹி மராதீப் அல்லது மீன்கொடிக் கம்பத்தை** மேற்பார்வையிடும் பணியை செய்துகொண்டிருந்த இளம் அரசவையினரான ஜாகிர் தேலவி, ராஜாங்க சமையலறையில் இருந்து எடுத்துவரப்பட்டு அரண்மனை அலுவலகங்கள் அனைத்திற்கும் அனுப்பிவைக்கப்பட்ட உணவுத் தட்டுகளின் மணத்தையும், முக்கிய கொண்டாட்டத்திற்கு முந்தைய கண்களைக் கவரும் களியாட்டங்களையும் அறுபது வருடங்களுக்குப் பின்னரும் நினைவில் வைத்திருந்தார். ‘இதுபோன்ற அழகையும் பிரமாண்டத்தையும் நான் அதற்கு முன் என் வாழ்நாளில் பார்த்ததே இல்லை. அது என்னால் மறக்கவே முடியாத ஒரு கொண்டாட்டம்’ என்று நாடுகடத்தப்பட்டு ஹைதராபாத்தில் இருந்தபோது பல வருடங்களுக்குப் பின்னர் எழுதினார்.[4]

வாலிதாத் கான் மாளிகையில் இருந்து பட்டாசுகள் வெடித்துச் சிதற, பிரதான திருமணப் பரிசுகளைச் சுமந்தபடி அரண்மனை நோக்கிப் புறப்பட்ட ஊர்வலத்துடனான இந்தத் திருமணத்திற்கு மூன்று நாட்களுக்கு முன்பாகவே விழாக்கோலம் துவங்கிவிட்டது. ‘அது யானைகள்,

* நவாப் என்பது உண்மையில் வைஸ்ராய் அல்லது ஆளுநர் என்பதைக் குறிக்கிறது, ஆனால், பிற்காலத்தில் இது வழக்கமாக ஆண்களுக்கான சிறப்பு பட்டமானது. ஆனால், அவ்வப்போது – இந்த இடத்தைப் பொறுத்தவரை – பெண்களுக்கானது. (Duke அல்லது Duchess (கோமகள் அல்லது கோமகனின் மனைவி) என்பது இதற்கு நெருக்கமான ஆங்கில சொற்கள். உண்மையில் இது ஆளுநர் என்று பொருள்படும் Dux என்ற லத்தீன் வார்த்தையில் இருந்து வந்ததாகும்.)

** மஹி மராதீப், தங்கநிற அல்லது ஒரு ஜோடி மீன் சின்னம் ஒரு நீளமான பொன்னிற கொடிக் கம்பத்தில் உயர்த்தப்பட்டிருப்பது முகலாய வம்சாவளியின் மிக முக்கிய அதிகாரச் சின்னமாகும். ஆனால் ஜாகிருக்கு மஹி மராதீபின் தரோகா (மேற்பார்வையாளர்) என்ற பெரிய பட்டம் இருந்தபோதிலும் பேரரசரின் அழைப்புக்குத் தன்னடக்கத்துடன் அவர் முன் தோன்றுவதே அவருடைய தினசரிக் கடமையாக இருந்தது.

ஒட்டகங்கள், குதிரைகள் மற்றும் ஒவ்வொரு மதத்தினரின் அற்புத அணிவகுப்பு' என்கிறது டெல்லி கெஸட் பத்திரிகை.⁵ இதற்கு அடுத்ததாக மெஹந்தி. திருமண ஜோடி மற்றும் அரண்மனையில் இருந்த எல்லாப் பெண்களும் உட்பட அவர்களுடைய விருந்தினர்களின் கைகள் அனைத்தும் மருதாணியால் அலங்கரிக்கப்பட்டன. அத்துடன் அந்தத் திருமணக் கொண்டாட்டமானது திருமணம் முடிந்த பின்னரும் மேற்கொண்டு ஏழு நாட்களுக்குத் தொடர இருந்தது.

பெரிய ஊர்வலத்தின் அந்த மாலைப்பொழுதில், ரட்ஜகா என்ற இரவுநேர கண்விழிப்பின் தொடக்கத்தில் செஹ்ரா எனப்படும் முத்துமணிகளாலான திருமண முகத்திரையை ஜாவன் பக்திடம் ஜாஃபர் வழங்கினார். மேதகைமையை அதிகப்படுத்திக் காட்டும் அடுத்தடுத்த விருந்துகள் அரண்மனையில் வெவ்வேறு பதவியில் இருந்தவர்களுக்காக பிரத்யேகமாக ஏற்பாடு செய்யப்பட்டிருந்தன. ஒவ்வொரு விருந்திற்கும் என்று பிரத்யேக இசைக்கலைஞர்களும், நடனப்பெண்களும் இருந்தனர். தேர்ந்தெடுக்கப்பட்ட நகரமக்கள் ஒரு முற்றத்தில் இருந்தனர். அரண்மனையின் குழந்தைகளும் மாணவர்களும் மற்றொன்றில் இருந்தனர். மூத்த அதிகாரிகள் மூன்றாவது முற்றத்திலும், இளவரசர்கள் நான்காவது முற்றத்திலும் இருந்தனர்.⁶

ஜாஃபரின் நிதி ஆதாரம் அவருடைய செலவுகளுக்கு ஏற்புடையதாக இல்லாத நிலையில், திருமணத்தின் முதல்வேலையாக கடன்களுக்கு ஏற்பாடு செய்யும் ஆரம்பகட்ட வேலைகளை அவருடைய மனைவி ஜீனத்தே தனியாக பார்த்துக்கொண்டார். தங்களுடைய பணத்தை மீண்டும் எப்போது பார்ப்போம் என்பதை அனுபவத்தின் மூலம் தெரிந்து வைத்திருந்த டெல்லி கடன்காரர்களிடம் இருந்து ஜீனத் கடன் ஏற்பாடு செய்தார். டிசம்பர் மாதத்தில் இருந்தே தேவைப்பட்ட பெரும் அளவிலான பணத்தைத் திரட்டுவதற்கு ஜீனத் மேற்கொண்ட முயற்சிகள் அனைத்தும் அரசவை நடவடிக்கைகளுக்கான பிரிட்டிஷ் ஆளுநர் மாளிகையின் குறிப்பேட்டில் நிறைந்திருக்கின்றன. இறுதியில் அரண்மனையின் பிரபலமான, இரக்க குணமற்ற தலைமை திருநங்கையான மஹ்பூப் அலி கானின் உதவியுடன் ஜீனத் அந்தப் பணத்தை ஏற்பாடு செய்துகொண்டார்.⁷ அரண்மனை சீர்செய்யப்பட்டது. சுவர் வெடிப்புகள் சரிசெய்யப்பட்டு விளக்குகள் கொண்டு பிரமாதமான முறையில் அலங்கரிக்கப்பட்டது.⁸ போதுமான அளவுக்கு வசீகரமான வாணவேடிக்கைகளைப் பெறுவது மற்றொரு பிரதான கவலையானது. ஜனவரி மற்றும் பிப்ரவரி மாதம் முழுவதும் ஹிந்துஸ்தானம் முழுவதிலும் இருந்த பட்டாசு வித்தைக்காரர்கள் அரண்மனைக்கு வரவழைக்கப்பட்டு அவர்களுடைய திறமைகள் பரிசோதிக்கப்பட்டன.⁹

திருமண ஊர்வலமானது மேற்குப்பக்கமாக, மரங்களும் மத்திய கால்வாயும் விளக்கொளிகளில் மின்னிக் கொண்டிருந்த சாந்தினி சௌக்கை

நோக்கி மெதுவாக நகர்ந்து கொண்டிருக்கையில் ராக்கெட்டுகள், கையெறி வெடிகள் மற்றும் ரோமானிய மெழுகுவர்த்திகள் அப்போதும்கூட அந்தக் கோட்டையின் நேர்த்திவாய்ந்த செந்நிற வெளிப்புறச் சுவர்களில் ஒளிவீசிக்கொண்டிருந்தன. அது சமீபத்தில் புதிய டெல்லி வங்கியால் கையகப்படுத்தப்பட்ட பேகம் சும்ருவின் மாளிகை முற்றத்தின் தோட்டங்களுக்கு அருகாமையில் வளைந்து நெளிந்து சென்றது. பின்னர் குச்சா புலாகி பேகத்தில் வரிசையாக அமைந்திருக்கும் அரசவையைச் சேர்ந்தவர்களின் கோத்திக்களை (நகர வீடுகள்) நோக்கி இடதுபக்கம் விரையும் முன்னர் தாரிபா - அப்போது தூசுப்படலத்தின் பத்தாயிரம் மெழுகுவர்த்திகள் மற்றும் கூண்டு விளக்குகள் ஒளிவீசிக்கொண்டிருந்தன - வழியாக சென்றது.

ஊர்வலம் கடந்துசென்றதும் ஜமா மசூதியின் வெண்ணிற பளிங்கு குவிகைமாடங்கள் மீண்டும் நிலவொளிக்கே திரும்பின. மிகவும் சிறியதாகவும், ஆனால் அழகுடன் பளிச்சிடும் ஒளியேற்றப்பட்ட சுனேஹரி மசூதியின் குவிகைமாடங்களை நோக்கித் திரும்பி தர்யாகன்ஜிற்கு ஃபைஸ் பஜார் வழியாக செல்லும் முன்னர் அந்த ஊர்வலம் காஸ் பஜாருக்குள் நுழைந்தது. இங்குதான் நகரத்தின் அதிகார வர்க்கத்தினருடைய அரண்மனைகள் இருந்தன. ஜஜ்ஜார் நவாபின் புகழ்பெற்ற கோதியும் அதில் ஒன்று. கல்கத்தாவில் இருந்த ஆங்கிலேய மதகுருவான பிஷப் ஹெபரின் கூற்றுப்படி, அது 'மாஸ்கோவில் காணப்படும் எதையும்விட வசீகரத்தின் உச்சத்தில் இருந்தது.' அவற்றில் ஊர்வலத்தின் சேருமிடமான வாலிதாத் கானின் மாளிகைமுற்றமும் ஒன்று.[10]

அரண்மனை நாட்குறிப்பின்படி, வரும் வழியில் 'மாட்சிமை பொருந்தியவரின் அதிகாரிகள் தங்களுடைய குடியிருப்புகளை ஊர்வலம் கடந்து செல்கையில் *நாஸிர்களை* [திருமணவிழா பரிசுகள்] அளித்தனர்' அதேநேரம், சாலையின் ஒளியமைப்புகளை மாட்சிமை பொருந்தியவர் பார்வையிட்டுக் கொண்டிருந்தார்.[11] அந்த ஊர்வலம் கடந்துகொண்டிருந்த குறிப்பிடத்தக்க வகையில் செழிப்பான தெருக்கள்யாவும் முகலாயர்களின் உருவாக்கமே. 150 வருடங்களில் வீழ்ச்சியும், அரசியல் மாற்றங்களும் நிகழ்ந்தபோதிலும் 1852 இல் டெல்லி மீண்டும் ஒருமுறை இந்தியாவில் உள்ள மிகப்பெரிய காலனியாதிக்கத்திற்கு முந்தைய நகரமானது - அந்த நிலையை அது சமீபத்தில்தான் லக்னோவிடம் இருந்து மீண்டும் பெற்றது - அத்துடன் முகலாயர்களின் மையமாகிய தர் உல்-முல்க் ஒரு நேர்த்தியான முகலாய தலைநகரத்தின் இணைப்பாகியது. 'இந்த அழகான நகரத்தில் தெருக்கள் வெறும் தெருக்கள் மட்டுமல்ல, அது ஓர் ஓவியரின் ஆல்பம் போன்றது' என கவிஞர் மீர் எழுதியுள்ளார்.[12] இதேபோன்ற கருத்தை அதேகாலகட்டத்தைச் சேர்ந்த மற்றொரு டெல்லி எழுத்தாளர், படவிளக்கத்துடன் கூடிய கையெழுத்துப்படியில் இருக்கும் பளபளப்பான விளிம்புடன் டெல்லி தோட்டங்களின் கால்வாய்களுடைய

தண்ணீரை ஒப்பிட்டிருக்கிறார். ‘பாதரசத்தைப் போன்ற அதன் தண்ணீர், தூய வெள்ளியின் ஜத்வால் [விளிம்பு] பாறை முழுவதையும் நனைத்துச் செல்கிறது.’[13]

அதே நேரத்தில், முர்ஷிதாபாத் மற்றும் லக்னோவின் ஆளும் குடும்பங்கள் மேற்கத்திய நாகரிகங்கள் மற்றும் மேற்கத்திய பாரம்பரிய கட்டிடக்கலை ஆகியவற்றில் பரிசோதனை செய்துகொண்டிருக்கையில் டெல்லி விடாப்பிடியாகவும், பெருமையுடனும் முகலாய பாணியின் மையமாக வீற்றிருந்தது. லக்னோவில் உள்ள நவாபின் அரசவையில் நடப்பதாக கேள்விப்பட்டதைப் போல் ஜாஃபர் ஒரு பிரிட்டிஷ் அட்மிரல் போலவோ அல்லது இங்கிலாந்து தேவாலயத்தின் பாதிரியார் போலவோ உடையணிந்து தன்னுடைய தர்பாருக்கு (அரசவை) வருவாரா என்ற கேள்விக்கே இடமில்லை. முந்தைய முகலாய பேரரசர்களால் நிறுவப்பட்ட கட்டிடங்களில் மேற்கத்திய கட்டிடக்கலையின் தாக்கத்தின் சுவடுகளைக்கூட எங்கும் அதிகம் காணமுடியாது. ஜாஃபரின் கோடைக்கால அரண்மனையான ஜாஃபர் மஹாலில் உள்ள அவருடைய புதிய நுழைவாயில், செங்கோட்டையின் வாசம்மிக்க இரவுநேர தோட்டமாகிய மெஹ்தாப் பாகில் உள்ள அவருடைய மிதக்கும் தோட்ட பார்வையாளர்கூடம் ஆகிய இரண்டுமே முழுமையாக ஷாஜஹானின் முகலாய பாணியில் கட்டப்பட்டவை.

அரசவை குறித்து எது உண்மையோ நகரத்திலும் அதுவே உண்மை! இதற்கு டெல்லி வங்கி மட்டுமே ஒரே விதிவிலக்காக - முன்னதாக பேகம் சம்ருவின் பல்லாடியன் பாணி அரண்மனை - இருக்கும் நிலையில் அந்தத் திருமண ஊர்வலம் கடந்துகொண்டிருந்த கட்டிடங்கள் மேற்கத்திய பாரம்பரிய முக்கோண முகப்புகளுடனான சிறு பரிசோதனையைக் காட்டிக்கொண்டிருந்தன. இருப்பினும் இதுபோன்ற கலப்பு முயற்சிகள் நீண்டகாலமாகவே லக்னோவிலும், ஜெய்ப்பூரிலும் சாதாரணமானவையாக இருந்தன. 1852 இல் டெல்லியின் சுவர்களுக்குள் பிரிட்டிஷார் சேர்த்துக்கொண்டவை ஒரு குவிமாட தேவாலயம், ஒரு பாரம்பரிய ஆளுநர் மாளிகை சமீபத்தில் டெல்லி கல்லூரியாக மாற்றப்பட்டது மற்றும் உறுதியாக பாதுகாக்கப்பட்ட ஆயுதச்சாலை என வரம்பிற்கு உட்பட்டிருந்தது. இவையனைத்துமே கோட்டையின் வடக்குப்பகுதியில் அமைந்திருந்தன என்பதுடன் ஊர்வலத்தில் பார்வையில் படாமலும் இருந்தன. மேலும், ஒப்பீட்டுரீதியில் அப்போதும் சில ஐரோப்பியர்கள் மட்டுமே டெல்லியில் இருந்தனர் - அநேகமாக நூறுக்கும் கீழான எண்ணிக்கையில் இருக்கலாம் - இதுபற்றி கவிஞரும், இலக்கிய விமர்சகருமான ஆஸாத் பின்னாளில் குறிப்பிடுகையில், ‘அந்த நாட்களில் ஓர் ஐரோப்பியரை டெல்லியில் பார்த்துவிட்டால், கடவுளின் கைப்படைப்பில் ஓர் அசாதாரணமான மாதிரி என்றே கருதினர். ஒருவரிடம்

ஒருவர் அவரைச் சுட்டிக்காட்டி, "அதோ பார், ஓர் ஐரோப்பியர் போகிறார்" என்று கூறுவர்.'[14]

மற்றவர்களோ அனுதாபமான பார்வை பார்த்துவிட்டுச் செல்வார்கள் என்பதும் உண்மைதான். ஆங்கிலேயர்கள் மனிதக்குரங்கிற்கும், ஸ்ரீலங்கா பெண்களுக்கும் (அல்லது மாற்றாக 'மனிதக் குரங்குகள் மற்றும் வீட்டுப் பன்றிகள்') விதிமுறைக்குப் புறம்பான வகையில் உருவானவர்கள் என்ற நம்பிக்கை டெல்லிவாசிகளிடம் மிகவும் பரவலாகக் காணப்பட்டது. இதற்கு ஃபத்வா அளித்த நகரத்தின் முன்னணி சமயஅறிஞரான ஷா அப்துல் ஆஸிஸ், இதுபோன்ற கண்ணோட்டத்திற்குக் குரான் அல்லது ஹதீத்துகளில் எந்த அடிப்படையும் இல்லை என்ற தன்னுடைய அபிப்பிராயத்தைத் தெரிவித்திருந்தார். இருப்பினும், ஃபிராங்கிகள் விசித்திரமானவர்களாக நடந்துகொண்டாலும், அவர்கள் கிறிஸ்துவர்கள் என்பதால் அவர்களும் புனிதநூலில் சொல்லப்பட்டிருப்பவர்களே ஆவர்.[15] ஒயினும், பன்றிக்கறியும் பரிமாறப்படாதவரை அவர்களுடன் கலப்பதற்கும், (அப்படிச் செய்ய விநோதமான காரணம் இருந்தாலும்) அவ்வப்போது அவர்களுடைய உணவுகளைப் பகிர்ந்துகொள்ளவும் முழுமையான அனுமதி உண்டு.*

ஐரோப்பியர்களுடன் சீரான தொடர்பு வைத்துக்கொள்ளாததன் விளைவாக டெல்லி ஓர் ஆழ்ந்த தன்னம்பிக்கைமிக்க இடமாகவும், தனக்கேயுரிய தனித்திறமையுடன் சௌகரியமான அமைதியுடனும், தனது தாஸிப்புடன், கலாசார மேன்மையுடன், மெருகேறிய நகர்ப்புறத் தன்மையுடன் இருந்து வந்தது. இந்த நகரம்தான் பரவத்தொடங்கியிருந்த கட்டுப்பாடில்லாத காலனியாதிக்கத்தினால் தவிர்க்க இயலாதவாறு ஏற்பட்ட சுயநம்பிக்கை சிதைவினால் இதுவரை பாதிக்கப்படாமல் இருந்தது. பதிலாக, ஏற்கனவே வேகமாக மாறத்தொடங்கிவிட்ட இந்தியாவில் டெல்லி பல்வேறு வழிகளிலும் பழமைவாத முகலாய பாரம்பரியவாதத்தின் நீர்க்குமிழியாகவே இருந்தது. ஷாஜஹானாபாத்தில் இருக்கும் ஒருவர் நகரத்தில் இருக்கும் மற்றொருவருக்கு பாராட்டு தெரிவிக்க விரும்பினால் அவர் மத்தியகால இஸ்லாமிய ஆரவார

---

* கிறிஸ்துவர்களிடம் வேலைவாய்ப்பைப் பெற்றுக்கொள்ள முஸ்லிம்களுக்கு ஷரியாவில் சட்டப்படி அனுமதி வழங்கப்பட்டிருப்பதாகவும் ஷா அப்துல் ஆஸிஸ் தீர்மானித்தார். மற்றொருபுறம், பிரிட்டிஷாரின் அறிவுப்பூர்வத் திறன்களில் சிறிதளவே நம்பிக்கை வைத்திருந்த ஷா அப்துல் ஆஸிஸ், முஸ்லிம் சமயநெறியின் மிகவும் ஆரம்பகட்ட நுணுக்கங்களைக்கூட புரிந்துகொள்ள இயலாமைக்காக அவர்களை வெறுத்தார். ஒவ்வொரு இனத்திற்கும் தனக்கே உரித்தான ஒரு குறிப்பிட்ட திறமை இருப்பதாகவும் அவர் எழுதினார். 'இந்துக்களுக்கு கணிதத்தில் தனிப்பட்ட பற்றுதல் இருக்கிறது. பிரெஞ்சுக்காரர்களுக்கு தொழில்துறை மற்றும் தொழில்நுட்பத்தில் தனிப்பட்ட பற்றுதல் இருக்கிறது. ஆனால், சில விதிவிலக்குகள் போக அவர்களுடைய மனதால் தர்க்கம், சமயநெறி மற்றும் தத்துவத்தின் அற்புதமான அம்சங்களை புரிந்துகொள்ள முடிவதில்லை.' Quoted in Khalid Masud, 'The World of Shah Abdul Aziz, 1746-1824', p. 304, in Jamal Malik (ed.), Perspectives of Mutual Encounters in South Asian History, 1760-1860, Leiden, 2000.

சொற்களின் புராதன அளவுகோலுக்காக காலத்தால் உதிர்ந்துபோன கவித்துவ உருவகங்களையே நாடிச்செல்வார். டெல்லி பெண்கள் உயரமாகவும், சைப்ரஸ் மரங்களைப்போல் மெலிந்தும் காணப்பட்டனர். டெல்லி ஆண்கள் ஃபெரிதுன் அளவுக்கு தன்மையானவர்களாக, பிளாட்டோ அளவிற்கு கற்றறிந்தவர்களாக, சாலமன் அளவுக்கு சாதுர்யமானவர்களாக இருந்தனர். அவர்களின் மருத்துவர்கள் கேலன் அளவிற்கு திறமைசாலிகளாக இருந்தனர். தன்னுடைய சொந்த நகரத்தின் குணாம்சத்தைப்பற்றியும் அதனுடைய குடியேறிகள்பற்றியும் முற்றிலும் தெளிவுபடத் தெரிந்துவைத்திருந்த ஒருவர் இளம் சையத் அகமத் கான்* ஆவார். 'டெல்லியின் தண்ணீர் மிகவும் இனிமையானது, காற்று அற்புதமானது, நோய்கள் என்பதே மிகவும் அரிதானது' என்று அவர் எழுதியுள்ளார்.

> *இறைவனின் கருணையால் இங்கு குடியேறியுள்ளவர்கள் அழகானவர்களாகவும், பார்ப்பதற்கு நன்றாகவும் இருக்கின்றனர். அவர்களின் இளமை தனித்துவமான கவர்ச்சியைக் கொண்டிருக்கிறது. மற்ற நகரத்தைச் சேர்ந்த எவரையும் இதே அளவுக்கு மதிப்பிட முடியாது. குறிப்பாக, இங்குள்ள ஆண்கள் கலைகளைக் கற்று அவற்றை வளர்த்தெடுக்கவும், இரவும் பகலும் படிக்கவும் எழுதவும் செலவிடுகின்றனர். ஒவ்வொருவரின் குணாதிசயத்தையும்பற்றி விவரிக்க வேண்டுமென்றால் அது நல்லியல்பு குறித்த ஆய்வாகவே மாறிவிடும்.[16]*

நவீன நியூயார்க்கர்களைப் போன்று, பத்தொன்பதாம் நூற்றாண்டின் ஆரம்பகால டெல்லிவாசிகளும் தங்களுடைய பெயர்பெற்ற, அன்புக்குரிய நகரங்களுக்கு வெளியே இருக்கும் உலகத்தைப்பற்றி சிறிதளவே அக்கறை கொண்டவர்களாக இருந்தார்கள் என்பதுடன், மற்ற இடங்களில் வாழ விரும்புகிறவர்களைப்பற்றி கற்பனை செய்வதே அவர்களுக்கு கடினமாக இருந்தது. கவிஞர் ஸாக் குறிப்பிடுவதைப் போல், 'கோன் ஜெயே ஸாக் பார் டில்லி கி கேலின் சோர் கார்' (ஒருவரால் எப்படி டெல்லியையும் அதன் சந்துபொந்துகளையும் கைவிட்டுச் செல்லமுடிகிறது - ஸாக்) அவர் மிகைப்படுத்தித்தான் கூறுகிறார். ஆனால், இதுபோன்ற எழுத்துக்குப் பின்னால் இருப்பது என்னவென்றால், அரசியல் அனுகூலங்கள் வீழ்ச்சியுற்ற பின்னரும்கூட கற்றறிவதன் மையமானதும், உயர்வான கலாசார மற்றும் ஆன்மீக மேன்மைகளைக் கொண்டதுமான மாபெரும் நாகரிமடைந்த நகரத்தில் அசலான, சந்தேகத்திற்கு அப்பாற்பட்ட பெருமை இருக்கவே செய்கிறது என்பதுதான்.

---
* எதிர்காலத்தில் சர் சயீத் அஹமது கான் என்று அழைக்கப்பட்ட இவர் முஸ்லிம் சீர்திருத்தவாதியும், அலிகார் முஸ்லிம் பல்கலைக்கழகத்தின் நிறுவனரும் ஆவார்.

இந்த நகரம் ஒரு விஷயத்தில் மிகவும் நம்பிக்கை வைத்திருக்கிறது என்றால் அது அதனுடைய மொழியும், அதன் அழகும் நேர்த்தியும்தான். எல்லாவற்றிற்கும் மேல், உருது டெல்லியில்தான் பிறந்தது.* கவிஞரும் வரலாற்றாசிரியருமான ஆஸாத் குறிப்பிடுவதுபோல், இந்த மொழி 'ஷாஜஹானாபாத் கடைத்தெருக்களில் திரிந்து கொண்டிருந்தபோது கண்டெடுக்கப்பட்ட ஆதரவற்ற குழந்தை.'[17] மௌலவி அப்துல் ஹாக் கூற்றுப்படி, 'டெல்லியில் வசிக்காத எவரையும் உருது மொழியில் நிபுணத்துவம் பெற்றவர் என்று கருதமுடியாது. ஜமா மசூதியின் படிக்கட்டுகள்தான் இந்த அற்புதமொழிக்கான பள்ளி.' இதுபோன்ற நகரம் வேறு எதுவுமே கிடையாது. டெல்லியின் கவிமொழியானது 'ஒவ்வொரு வீட்டிலும் விவாதிக்கப்பட்டது'. 'பேரரசரேகூட ஒரு கவிஞரும், கவிதையில் புலமையும் பெற்றவருமாவார்'. மேலும், 'வானளாவப் புகழப்பட்ட அந்தக் கோட்டையின் மொழியே நேர்த்தியின் சாராம்சமாக இருந்தது.'[18]

டெல்லியின் மொழிமீது கொண்ட மயக்கம் ஆண்கள் பெண்கள் என இருதரப்பினரிடமும் பொதுவானதாகவே இருந்திருக்கிறது - பெண்கள் வசிப்பிடங்களில் மட்டுமே பயன்படுத்தப்பட்ட டெல்லி உருதுவின் தனித்துவமான பேச்சுவழக்கும் உண்டு - சொல்லப்போனால் மிகவும் ஆச்சரியமளிக்கும் வகையில் எல்லா வகுப்பினரிடமும் இருந்திருக்கிறது. கவிதை என்பது மேட்டுக்குடியினரை மட்டும் ஆட்டிப்படைக்கவில்லை. குறிப்பிடத்தகுந்த அளவுக்கு சாமானிய மக்களையும் ஆட்டுவித்தது. மிர்ஸா ஜாவன் பக்தின் திருமணத்திற்கு மூன்று வருடங்களுக்கு முன்னர் பதிப்பிக்கப்பட்ட உருதுக் கவிதைத் தொகுப்பான கவிதைத் தோட்டம் *(The Garden of Poetry)* டெல்லியைச் சேர்ந்த 540 க்கும் குறைவில்லாத கவிஞர்களை உள்ளடக்கியிருக்கிறது. இவர்களில் பேரரசர் முதல் அவருடைய குடும்பத்தின் ஐம்பது உறுப்பினர்களில் இருந்து சாந்தினி சௌக்கை சேர்ந்த ஓர் ஏழைத் தண்ணீர் விற்பனையாளர், பஞ்சாபி கத்ராவில் உள்ள ஒரு வியாபாரி, வயதான ஜெர்மன் யூத கூலிப்படை வீரரான '்ஃபெரஸு' - இவர் ஆச்சரியப்படவைக்கும் வகையில் முகலாய கலாசாரத்தை ஏற்றுக்கொண்டு டெல்லியில் வசித்த ஐரோப்பியர்களுள் ஒருவர் - மற்றும் ஓர் இளம் மல்யுத்த வீரர், அரசவையைச் சேர்ந்த ஒருவர் மற்றும் ஒரு முடிதிருத்துநர் ஆகியோரும் அடங்குவர்.[19] குறைந்தபட்சம் இதில் உள்ள மூன்று கவிஞர்களாவது இந்துப் பெயரைக் கொண்டிருந்தனர் என்பதில் சந்தேகமில்லை.

ஆகவே, அன்றிரவு திருமண விழாவிற்காக டெல்லியில் இருந்த சிறந்த நடனக் கலைஞர்களை வாலிதாத் கான் கொண்டு வந்திருந்தாலும், மிக நீண்டநாட்களுக்கு நினைவில் கொள்ளப்பட்டதும், மிகுந்த ஆர்வத்துடன் விவாதிக்கப்பட்டதும் அந்தத் திருமண விழாக்கோலங்களோ அல்லது

* தக்காணத்தைப் பெற்றோராகக் கொண்டிருந்தபோதிலும்.

விருந்தோ அல்லது வாணவேடிக்கைகளோ அல்ல, பதிலாக கவிதைப் புலமைபெற்ற ஸாக் மற்றும் அவரது போட்டியாளரும், இப்போது காலிப் என்ற புனைப்பெயரால் அறியப்பெறுபவருமான மிர்ஸா நவுஷா ஆகியோரால் வாசிக்கப்பட்ட கவிதைப் பாடல்களே அவை.

வெளியொருவரின் பார்வைக்கு, அதாவது வாலிதாத் கானின் மாளிகைமுற்றம்வரை இந்தத் திருமண ஊர்வலத்தில் உடன்வந்த, அரண்மனைக் காவலாளிகளின் புதியதளபதியாக பதவியேற்ற கேப்டன் டக்ளஸ் போன்றோருக்கு இந்தத் திருமணமானது காட்சிரீதியான விருந்தாகவும் மகிழ்ச்சியான, ஒத்திசைவான நிகழ்ச்சியாகவுமே தோன்றியது. உண்மையில், அரண்மனைக் குறிப்பின் பதிவின்படி, இந்த ஒட்டுமொத்த கொண்டாட்டத்திலுமே ஒவ்வாமைக்கு உள்ளாக்கிய ஒரே ஒரு நிகழ்வு அடுத்தநாள் காலை பத்து மணிக்கு நடந்த திரும்பிச்செல்லும் பயணத்தின்போது நிகழ்ந்ததுதான்.

தன்னுடைய விருந்தினர்களுக்கு அப்போதுதான் வாலிதாத் கான் மணப்பெண்ணின் வரதட்சணையைக் கொடுத்திருந்தார் - ‘80 தட்டுக்களில் உடை, இரண்டு தட்டுகளில் நகை, ஒரு பொன்னிற படுக்கை மற்றும் விதானம், வெள்ளிப்பாத்திரங்கள், ஒரு யானை மற்றும் அலங்கார வேலைப்பாடுகள் செய்யப்பட்ட குதிரைகள் மற்றும் இரண்டு ஒட்டகங்கள் உள்ளிட்டவை.’ மணமகன் மற்றும் மணமகளுடன் தன்னுடைய அரண்மனைக்குத் திரும்ப ஜாஃபர் ஏற்பாடு செய்துகொண்டிருந்தபோது, ‘ஒரு ரொட்டி செய்பவர் மிர்ஸா ஜாவன் பக்த் அமர்ந்திருந்த யானையிடம் இரண்டு மூன்று ரொட்டித்துண்டுகளை வீசியெறிந்தார்.’ அந்த யானை சற்றே மிரட்சியுற்றது. ரொட்டி சுடுபவர் நகர சிறைச்சாலைக்குக் கொண்டு செல்லப்பட்டார்.[20]

இருந்தபோதிலும், அங்கு காணப்பட்ட நம்பிக்கையும், ஒத்திசைவும் பெருமளவுக்கு ஏமாற்றமளிக்கக்கூடியதே. பெரும்பாலான குடும்பத் திருமணங்களில் உள்ளதுபோன்றே, வெளியுலகிற்கு செல்வச்செழிப்பாக, ஒற்றுமையான குடும்பமாக காணப்பட்டாலும், அதன் மேற்பரப்பிற்கு சற்று கீழே கடுமையான கொந்தளிப்பு காத்திருந்தது. இந்தத் திருமண ஊர்வலத்தில் ஜாஃபரும் ஜீனத்தும் வலியுறுத்திய விஷயம் அதனளவில் மிகவும் முக்கியத்துவம் வாய்ந்தது. முகலாயர்கள் எப்போதுமே ஊர்வலங்களை தங்களுடைய அதிகாரத்தின் முக்கியமான பொது அறிவிப்புகளாகவே கருதினர் என்பது நிச்சயமான ஒன்று. இருநூறு வருடங்களுக்கு முன்னர், பிரெஞ்சு பயணியும், எழுத்தாளருமான பிரான்சுவா பெர்னிர், 1640 களில் ஷாஜஹானின் மகளான ரவுஷனாரா

பேகம் கோடைக்கால விடுமுறைக்காக காஷ்மீர் சென்றபோது நடத்தப்பட்ட ஊர்வலத்தின் பிரமாண்டமான பகட்டாரவாரத்தைப்பற்றி விவரித்துள்ளார். 'இதற்கும் மேலாக கம்பீரமான அல்லது பிரமாண்டமான ஒன்றை உங்களால் நினைத்துக்கூடப் பார்க்க முடியாது. ஒருவகையான தத்துவார்த்த அக்கறையின்மையுடன் இந்த பிரமாண்டமான காட்சியை நான் குறிப்பிட்டிருக்கிறேன் என்றால் பெரும்பாலான இந்தியக் கவிஞர்களுக்கு உந்துதலாக இருக்கும் கற்பனைத்திறனால் நான் பரவசத்திற்கு உள்ளாகியிருக்க வேண்டும்.'[21] இருப்பினும், முகலாயர்கள் காஷ்மீரின் கட்டுப்பாட்டை இழந்து நீண்டகாலம் ஆகிறது. உண்மையில், டெல்லிக்கு வெளியே எங்கு வேண்டுமானாலும் முகலாயர்களால் செயல்பட முடியும் என்ற நிலை ஒரு நூற்றாண்டுக்கு முன்னரே முடிந்துவிட்டது. இதை ஒரு புகழ்பெற்ற கவிதை வரி இவ்வாறு குறிப்பிடுகிறது,

ஷா ஆலமின் ராஜ்ஜியம்
டெல்லி முதல் பாலம்* வரை தொடர்கிறது.

அரண்மனையிலேயும்கூட, செங்கோட்டையின் மாபெரும் செல்வங்கள் 1739 இல் நாதிர்ஷா என்ற பாரசீக ஊடுருவல்காரரின் படையெடுப்பில் கொள்ளையடிக்கப்பட்டுவிட்டது. அதற்கு அரைநூற்றாண்டுகளுக்குப் பின்னர் 1788 இல், ஜாஃபர் பதிமூன்று வயது சிறுவனாக இருக்கும்போது, இந்த நகரத்தைக் கைப்பற்றிய கொள்ளையன் குலாம் காதிர் தனிப்பட்ட முறையில் ஜாஃபரின் தாத்தாவான இரண்டாம் ஷா ஆலமின் கண்களை குருடாக்கினான். வருங்கால பேரரசரான இரண்டாம் அக்பர் ஷாவை தன்னுடைய மகிழ்ச்சிக்காக நடனமாட வைத்தான். பின்னர் அவன் வெந்தபுண்ணில் வெந்நீர் ஊற்றுவதுபோல் ஷா ஆலமின் அற்புதமான நூலகத்தை அப்படியே எடுத்துச் சென்றான். பேரரசரைச் சீற்றம்கொள்ள வைக்கும் வகையில் அவற்றில் பெரும்பாலானவற்றை அவத் நவாப்பிடம் விற்றுவிட்டான்.[22] குருடாகிப்போன பேரரசர் சிதைந்துபோன தன்னுடைய அரண்மனையில் இருந்தபடியே ஆட்சி செய்ய வேண்டியிருந்தது. ஆஸாத் குறிப்பிடுவதுபோல், 'அவர் வெறும் சதுரங்க ராஜா.'[23]

இரண்டாம் ஷா ஆலமின் மரணத்திற்குப் பின்னர் முகலாயர்களின் அதிகாரம் மேலும் சுருங்கிப்போனது. இதனால் பாலம் வரைகூட ஜாஃபரால் கட்டுப்பாட்டைப் பெற இயலவில்லை. பதிலாக அவருடைய நிஜமான அதிகாரமானது, தன்னுடைய வாடிகன் நகரத்திற்குள் இருக்கும் இந்திய போப்பின் அதிகாரம் என்பதைப்போல் செங்கோட்டைக்குள்ளேயே முடங்கிப்போனது. ஏதோ சில வகைகளில்

---

* பாலம் என்பது நவீன சர்வதேச விமான நிலையத்திற்கு அருகாமையில், செங்கோட்டையில் இருந்து பத்து மைல்கள் தொலைவில் இருக்கிறது. இந்த வரிகளில் இரண்டு முகலாய ஷா ஆலம்களில் எவரைப்பற்றி குறிப்பிடப்படுகிறது என்ற வாதமோ அல்லது உண்மையிலேயே சயீத் வம்சாவளியைச் சேர்ந்த முகலாயர்களுக்கு முந்தைய ஷா ஆலமைக் குறிக்கிறதா என்ற வாதமோ முன்வைக்கப்படுகிறது.

கடைசி முகலாயன் | 85

அது சுற்றிவளைக்கப்பட்டுவிட்டது. பிரிட்டிஷ் ஆளுநரான* சர் தாமஸ் மெட்கால்ஃப் நட்புடன் இருந்தாலும், ஜாஃபரின் தினசரி வாழ்க்கைமுறை மீது உறுதியான கண்பதித்திருந்தார் என்பதுடன் பேரரசர் என்பவர் தெய்வாம்சம் பொருந்தியவர் என்பதற்குள்ள உரிமைகளுக்கு அவர் எப்போதுமே தடைவிதித்து வந்தார்.

உதாரணத்திற்கு, டெல்லிக்கு வெளியில் இருந்து மேதகைமை உள்ள எவரும் மெட்கால்ஃபின் அனுமதியின்றி செங்கோட்டைக்குள் நுழைய முடியாது.[24] தன்னுடைய சொந்த நிலங்களை வாடகைக்கு விடுவதற்குக்கூட பிரிட்டிஷ் நீதிமன்றங்களில் ஜாஃபர் விண்ணப்பிக்க வேண்டியிருந்தது.[25] ஆளுநருக்குத் தெரிவிக்காமல் தன்னுடைய மணிமகுடத்தில் இருக்கும் நகைகளை தன்னுடைய குடும்பத்தினருக்குக்கூட அவரால் பரிசளிக்க இயலாது அவ்வப்போது அவமானப்படுத்தும் வகையில், அங்கீகரிக்கப்படாத பரிசை அவருக்கு யாராவது வழங்கியிருப்பது அங்குள்ள உளவாளிக்குத் தெரியவந்தால் அதைத் திருப்பி அளிக்குமாறும் அவரிடம் சொல்லப்பட்டது.[26] மெட்கால்ஃப் சொன்னால் தவிர டெல்லிக்கு வெளியிலிருந்து வரும் மேதகைமையினர் யாருக்கும் ஜாஃபர் கிலாத்துகளை (கௌரவ மேலங்கி, நிலக்கிழார் சின்னங்கள்) பரிசாக அளிக்க முடியாது. ஜாவன் பக்தின் திருமணத்திற்கு அடுத்தநாள் கோலேசூரைச் சேர்ந்த ராஜா குலாப் சிங் அரசவைக்கு வருகை தந்தார். அவர் நாஸிராக (அல்லது விசுவாச கொடையாக) ‘ஒரு குதிரை மற்றும் 7 மோஹர்களை அளித்தார்’. அதற்குப் பதிலாக ஜாஃபர் அவருக்கு ஒரு கிலாத் அளித்தார். ஆனால், மெட்கால்ஃப் உடனடியாக அதை ராஜாவிடம் இருந்து திருப்பித் தரச் செய்தார். ஆளுநரின் பார்வைக்கு ராஜா பிரிட்டிஷ் ஆட்சிக்கு உட்பட்டவர். அதனால், அவர் விசுவாசத்தை பொது இடத்தில் ஒரு வெளிநாட்டு அரசருக்கு அளிக்க வேண்டியதில்லை.[27]

இந்த நிகழ்வினால் தான் அடைந்த அவமானத்தை ஜாஃபர் எந்தளவுக்கு உணர்ந்தார் என்பது அவருடைய கவிதை வரிகளிலேயே தெளிவாகத் தெரிகிறது. ஆழ்ந்த விரக்தியும், சிறைவைக்கப்பட்டதுமான அந்த உணர்வுகளை அவர் மடைமாற்றக் கற்றிருந்தார். அவருடைய கஸல்களில் சிறைப்பிடிக்கப்பட்ட பறவையான புல்புல் தன்னுடைய சிறைக்கம்பிகளின் வழியாக தோட்டத்தைப் பார்த்து ஏங்குவதைப் போன்ற கற்பனைகள் நிறைந்திருக்கின்றன:

என்னுடைய சிறகுகளின் சிறகடிப்பால்
இந்தக் கூண்டுக் கம்பிகளை உலுக்க வேண்டும்.

* ஆளுநர் என்பவர் துவக்கத்தில் முகலாய அரசவைக்கான கவர்னர் ஜெனரலின் தூதர் என்ற அளவிலேயே செயல்பட்டு வந்தார். ஆனால், பிரிட்டிஷாரின் அதிகாரம் அதிகரித்து, முகலாயர்களின் செல்வாக்கு குறையத் தொடங்குகையில் அவருடைய அதிகாரமானது டெல்லியின் ஆளுநர் என்று அனுமானிக்கும் அளவுக்கு அதிகரித்தது.

ஆனால் ஓவியத்தில் சிறைபிடிக்கப்பட்ட ஒரு பறவை
சுதந்திரமாக இருக்க சாத்தியமே இல்லையே.

காலைநேர தென்றல், தோட்டத்திடம் சொல்கிறது –
இலையுதிர்க் காலமும், இளவேனிற் காலமும் எனக்கு ஒன்றேதான்.

எனக்கு எப்படித் தெரியும்,
ஒன்று வந்துவிட்டது, மற்றொன்று போய்விட்டது என்று?[28]

எல்லா இடத்திலுமே அவர் இதே எண்ணத்தைதான் வெளிப்படையாகக் காட்டுகிறார்.

இந்தத் துயரார்ந்த அரண்மனைக்குள் நுழைபவர்களின் வாழ்நாள்
ஐரோப்பிய சிறைவாசிகளாகவே எஞ்சிவிடுகிறது.[29]

ஜாஃபர் எதிர்கொண்ட கட்டுப்பாட்டின் மீதான இழப்பின் அளவு முற்றிலும் புதியது. ஹிந்துஸ்தானத்தின் பெரும்பாலானவற்றில் தலைவர்களாக இருந்து, மராட்டியக் கூட்டமைப்பை வெற்றிகொண்டு, "முதல்முதலாக டெல்லிக்கு 1803 இல் பிரிட்டிஷார் வந்தபோது" அவர்கள் ஷா ஆலமின் பாதுகாவலர்களாகவும் மீட்பர்களாகவுமே தங்களைக் காட்டிக்கொண்டனர்.* இதுகுறித்து எழுதியுள்ள கவர்னர் ஜெனரல் வெல்லஸ்லி பிரபு, 'மாட்சிமை பொருந்தியவரானவர் நிஜமான அதிகாரம், ஆளுகை மற்றும் அங்கீகாரத்தை முழுவதுமாக இழந்துவிட்டாலும், ஏறக்குறைய இந்தியாவில் உள்ள எல்லா அரசுகளும், எல்லா வர்க்கங்களும் அவருடைய பெயரளவிலான ஆளுகையை ஏற்றுக்கொண்டிருந்தார்கள். நிறுவப்பட்ட எல்லா அதிகாரங்களிலும் தற்போதுள்ள நாணயத்தில் ஷா ஆலமின் பெயரே பொறிக்கப்பட்டுள்ளது.'[30]

கிழக்கிந்திய கம்பெனியின் ரூபாயில்கூட இது சேர்க்கப்பட்டது. மேலும் சொல்லப்போனால், கம்பெனியின் முத்திரையில்கூட அதனுடைய நிலை முகலாயர்களின் சட்டப்பூர்வ சேவகர் என்பது நேரடியாகத் தெரிவிக்கப்பட்டு, ரூபாயின் இறுதியில், 'ஃபித்வி ஷா ஆலம்' (ஷா ஆலமின் அர்ப்பணிப்புள்ள பாதுகாவலர்) என்று பொறிக்கப்பட்டிருந்தது உண்மைதான் என்றாலும்கூட, அதை அவர் இந்தக் கூற்றுடன் சேர்த்துக் கூறவில்லை. 'முகலாயர்களின் மணிமகுடத்தின் மீது குறிப்பிடத்தகுந்த அல்லது மறைமுகமான வகையில் கிழக்கிந்திய கம்பெனியை நிறுவிவிட வேண்டும்' என்று விரும்பிய வெல்லஸ்லி பிரபு, 'இங்கிலாந்தில் சந்தேகத்திற்கு ஆளாவோம் என்பதால் அந்தச் சிந்தனையில் இருந்து பின்வாங்கிவிட்டேன்' என்று எழுதியுள்ளார். அத்துடன், வயதான அரசருக்குத் தன்னுடைய 'விசுவாசத்தைப் போற்றுதல் மற்றும் கவனத்தை' காட்டவேண்டும் என்று லேக் பிரபுவிடம் அவர் அறிவுறுத்தவும்

* *மராட்டியர்கள் மட்டுமல்லாமல், ரொஹில்லாக்களும் உண்டு.*

செய்திருக்கிறார். 'ஹிந்துஸ்தானத்தின் பேரரசர்கள் என்று கருதப்படும்' வகையிலேயே எல்லாவகையிலும் நடந்துகொள்ள வேண்டும் என புதிய ஆளுநருக்குக் கடுமையாக அறிவுறுத்தப்பட்டது.[31]

இந்தத் தேனிலவு அதிகநாள் நீடிக்கவில்லை. முகலாயர்களின் தகுதிநிலையை படிப்படியாக அழிக்கத்தொடங்கியது தாமஸ் மெட்கால்ஃபிற்கு பின்னர் ஆளுநராக பதவிக்கு வந்த அவருடைய விறைப்பான மூத்த சகோதரர் சர் சார்லஸ். 'தைமூர் குடும்பத்தினருடன் எனக்கு முன்னதாக இருந்த விசுவாசத்தை நான் துறக்கிறேன்' என்று 1832 இல் எழுதிய ஒரு கடிதத்தில் அவர் குறிப்பிட்டுள்ளார். ஒருமனதாக, கவர்னர் ஜெனரல் பதவியை ஏற்க இணங்குவதற்கு முன்னர், பேரரசரின் சேவகர் என்ற பிரிட்டிஷாரின் நிலையை பொதுவில் உறுதிப்படுத்துவதைக் குறிக்கும் பதவியேற்பு பரிசு அல்லது நாஸிரை பேரரசருக்கு தரும் பழம் பாரம்பரியம் முடிவுக்கு வந்துவிட்டதாக அவர் அறிவித்தார். பிரிட்டிஷார் உண்மையில் முகலாயர்களைக் காட்டிலும் உரிமை வகையில் அவர்களுக்குக் கீழேயே இருந்தனர் என்பதை ஒப்புக்கொள்ளும் சார்லஸ் மெட்கால்ஃப், தற்போது நிலவும் பிரிட்டிஷ் அதிகாரம் மற்றும் முகலாயர்களின் பலவீனத்தை வைத்துப் பார்க்கும்போது இது அதிக காலத்திற்குப் பொதுமக்களிடத்தில் நீடித்திருக்கக்கூடாது என தீர்மானித்தார். 'ஒட்டுமொத்தமாக நாங்கள் ஆரம்பத்தில் இருந்தே அரசரிடம் இணக்கமாகவே நடந்துகொண்டோம். அவரை பகுத்தறிவற்றவராக பார்க்கவோ அல்லது அனுமானிக்கவோ முடியவில்லை' என்று கவர்னர் ஜெனரலுக்கு எழுதிய கடிதத்தில் குறிப்பிட்ட அவர், புதிய யதார்த்த சூழ்நிலைகளை பேரரசர் ஏற்றுக்கொள்ள மறுத்தால், 'நாம் அவருடைய கண்ணியத்தை தக்கவைத்துக்கொண்டிருப்பதற்கு பதிலாக ஒரு முக்கியத்துவமற்றவர் என்ற நிலையில் அவரைத் தள்ளிவிடுவதே எதிர்காலத்தில் நம்முடைய சிறந்த கொள்கையாக இருக்க வேண்டும்' என குறிப்பிட்டுள்ளார்.[32]

அதற்கடுத்த வருடமே பேரரசரின் பெயர் ரூபாய் நோட்டுகளில் இருந்து நீக்கப்பட்டது. ஆக்லேண்ட் பிரபு டெல்லிக்கு வந்தபோது பேரரசர் இரண்டாம் அக்பர் ஷாவின் மரியாதை நிமித்தமான அழைப்பை பொருட்படுத்தக்கூட இல்லை.

1850 இல் அவருக்கு அடுத்தபடியாக வந்த டல்ஹௌசி பிரபு, முகலாயர்கள் தரும் எந்த ஒரு பட்டத்தையும் பிரிட்டிஷ் ஆளுகைக்கு உட்பட்டவர்கள் ஏற்றுக்கொள்வதை தடைசெய்தார். 'ஆங்கிலேயர்களை முகலாய மரியாதைப் போர்வைக்குள் மூடுவது ஒரு துன்பியல் நகைச்சுவை' என்று அறிவிக்கப்பட்டது.[33]

இது வெல்லஸ்லி பிரபுவால் அளிக்கப்பட்ட உறுதிப்பாட்டில் இருந்து மாறுபட்ட அணுகுமுறையாக இருந்தது என்பதுடன் தங்களுடைய நிலக்கிழார் என்ற தகுதியில் இருந்து ஆளுகைக்கு

உட்பட்ட மேதகைமையினர் என்ற நிலைக்கு அவர்களை கீழிறக்கும் அளவுக்கு பிரிட்டிஷார் முயற்சி மேற்கொள்ளும் நிலைக்கு வந்துசேர்ந்தது. அதிலிருந்து, மேலும் மேலும் முகலாயர்களின் உரிமைகளும் சலுகைகளும் பறிக்கப்பட்டன. 1852 வரை தன்னுடைய அரண்மனை மற்றும் நீண்டகால வம்சாவளியின் கௌரவத்தைத் தவிர ஜாஃபருக்கு எதுவும் விட்டுவைக்கப்படவில்லை.

ஆனால், எப்படி இருந்தபோதிலும் ஜாஃபர் அப்போதும் தன்னுடைய ஊர்வலங்களுக்கு அனுமதிக்கப்பட்டார். அவருடைய புலப்படாத இறையாண்மையானது மேலும் பல்வேறு வழிகளில் பறிக்கப்பட்டாலும் இந்த உரிமையில் உள்ள முழு அனுகூலத்தையும் அவர் பயன்படுத்திக்கொண்டார். ஜாஃபருடைய அரசாட்சியின் மினியேச்சர்கள்கூட நிறைய ஊர்வலங்கள் நடத்தப்பட்டதற்கான ஆவணங்களைக் கொண்டிருக்கிறது. சூஃபி ஆலயங்களுக்கு பயணம், மெஹ்ருலியில் உள்ள கோடை வாசஸ்தலத்திற்கான வருடாந்திர புறப்பாடு, பழைய ஈத் கா இல் ஈகைப் பெருவிழாவைக் கொண்டாடுவதற்கான பயணங்கள், ஜாக் மாயா கோயில் மற்றும் குதுப் சாஹிப் சூஃபி ஆலயத்தில் நடக்கும் புல்வாலன் கி செய்ர் என்ற பூ விற்பனையாளர்களின் கண்காட்சியைப் பார்க்கச் செல்லுதல் ஆகியவை இதில் அடங்கும்.

இந்தக் கண்ணோட்டத்தில் இருந்து பார்க்கையில், ஜாவன் பக்தின் இந்தக் கண்கொள்ளா திருமண ஊர்வலமானது நோய்முற்றிப்போன வம்சாவளியின் கடைசி முயற்சி என்பதைக் காட்டிலும் அவர்களுடைய வலிமை குறைந்துபோனதற்கான குறியீடுதான்.

திருமணம் குறித்து எஞ்சியுள்ள அதிகாரப்பூர்வ பதிவுகள், அன்றைய இரவின் போக்கில் நடந்திருக்கக்கூடியது என்று நமக்குத் தெரியவருகின்ற சில சில்லறைத் தகராறுகளால் ஈர்க்கப்பட்டிருக்காது என்பது புரிந்து கொள்ளக்கூடியதுதான்.

அவ்வளவாக ஆச்சரியப்படுத்தாத வகையில் நடந்த சச்சரவுகளில் ஒன்று அரசவையின் இரண்டு பெரும் கவிஞர்களான காலிப் மற்றும் ஸாக் ஆகிய இருவரிடையே நடந்ததுதான். இந்த இருவரின் பாணிகள் மற்றும் பின்னணிகள் ஏறத்தாழ அனைத்துமே உடன்பாடின்மைக்கான அத்தனை சாத்தியங்களையும் கொண்டிருந்தன. மலைக்க வைக்கும் எளிமையுடன் ஸாக் தன்னுடைய கவிதை வரிகளை எழுதினார். காலிப்பின் வரிகளோ

சிக்கல் தன்மைக்கு பெயர்பெற்றவை.* ஸாக் ஒரு சாமானிய பின்னணியில் இருந்து வந்தவர் - அவருடைய தந்தை ஒரு சாதாரண காலாட்படை வீரர் - ஆனால், தன்னுடைய பிரக்ஞையிலேயே அதிகாரத் தொனியை கொண்டிருந்த காலிப்பை போல் அல்லாமல், அவர்தான் ஜாஃபரின் உஸ்தாத்** ஆனார். முகலாய டெல்லியின் அரசவைக் கவிஞரும் அவரே.

மேலும், ஸாக் அமைதியான எளிய வாழ்க்கை வாழ்ந்தவர். விடியலில் இருந்து அந்திசாயும்வரை கவிதை எழுதியவர். தான் வேலைசெய்யும் முற்றத்தில் இருந்து எப்போதாவதுதான் வெளியே செல்வார். காலிப்போ தன்னுடைய தீயநெறிகளுக்குக் கிடைத்த பெயரினால் மிகவும் பெருமை கொண்டவர். இந்தத் திருமணத்திற்கு ஐந்து வருடங்களுக்கு முன்னர்தான் காலிப் சூதாட்டத்தில் ஈடுபட்டதற்காக சிறைவைக்கப்பட்டார். அடுத்தடுத்து அவர் இந்த விவகாரத்தையே - அந்த சமயத்தில் மிகவும் அவமானகரமான ஒன்று - தன்னுடைய கௌரவ சின்னமாக அணிந்துகொண்டவர். ஒருமுறை அவர் இருக்கும் சமயத்தில், பயபக்தியுள்ள ஷேக் ஷாபாய் என்ற கவிஞரை ஒருவர் பாராட்டியபோது அதற்கு காலிப், 'ஷாபாய் எப்படிக் கவிஞராவார்? அவர் ஒயினை சுவைத்ததே இல்லை, சூதாட்டத்தில் ஈடுபட்டதும் இல்லை; காதலிகளிடம் அவர் செருப்படி வாங்கியதில்லை, ஒருமுறைகூட அவர் சிறையில் இருந்ததில்லை' என்று பதிலடி கொடுத்தார்.[34] தன்னுடைய கடிதங்களில் எங்கெங்கிலும் தான் ஒரு பெண்பித்தன் என்பதை பெருமையுடன் காட்டிக்கொள்கிறார். அவருடைய நெருக்கமான நண்பர் ஒருவர் தன்னுடைய மனைவி இறந்துபோய்விட்டதை நினைத்து ஆழ்ந்த துயரத்துடன் காலிப்பிற்கு கடிதம் எழுதினார், அதற்கு அவர் அளித்த பதில்:

> *மிர்ஸா சாகிப், நீங்கள் செல்லும் பாதை எனக்குப் பிடிக்கவில்லை. என்னுடைய காமம் பெருக்கெடுத்த இளமைக்காலத்தில் முழுமையான அறிவுபடைத்த ஒருவர் எனக்கு ஓர் ஆலோசனை கூறினார், 'சுய கட்டுப்பாட்டை நான் ஏற்றுக்கொள்ள மாட்டேன்.*

* இதைக்குறித்து கவிஞர் அப்துர் ரஹ்மான் ஹுத் ஒரு பிரபலமான நையாண்டிக் கவிதையை எழுதியுள்ளார்:

சொர்க்க அச்சின் வட்டம்
தண்ணீரின் விளிம்பில் இல்லை
வானவில்லின் வளைவு போன்ற விரல்நகம்
இசைக்கருவியை மீட்டும் உலோகமல்ல.

இதனை மற்றொரு கவிஞரும் ஒப்புக்கொள்கிறார்:

நாங்கள் மிர்–இன் கவிதையையும், மிர்ஜாவின் மொழியையும் பின்பற்றினோம்,
ஆனால், அவருடையதை [காலிப்] – அவரால்தான் பின்பற்ற முடியும்,
அல்லது இறைவனால் மட்டும்தான் முடியும்.

** உஸ்தாத் என்றால் கலையின் குரு. இந்த இடத்தில் உஸ்தாத் என்பவர் ஷாகிர்துகள் அல்லது மாணவர்களை ஏற்றுக்கொள்ள அங்கீகரிக்கப்பட்ட தலைமைக் கவிஞர்.

ஒழுக்கக்கேட்டை நான் தடுக்க மாட்டேன். ஆனால், அறிவார்ந்த பூச்சி சர்க்கரையில்தான் உட்காருமே தவிர தேனில் அமராது.' ஆம், நான் அவருடைய அறிவுரையின்படிதான் எப்போதுமே நடந்துகொள்கிறேன். நீ உனக்காகவே வாழும்வரை மற்றவர்களின் மரணித்திற்காக உன்னால் துக்கப்பட முடியாது. உனக்கு கிடைத்திருக்கும் சுதந்திரத்திற்காக இறைவனுக்கு நன்றி சொல், துயரப்படாதே. நான் சொர்க்கத்தைப் பற்றி நினைக்கையில், என்னுடைய பாவங்கள் மன்னிக்கப்பட்டு, ஒரு ஹௌரியுடன் இருக்கவிடப்படும்போது, அந்தத் தகுதிவாய்ந்த பெண்ணுடன் என்றென்றும் வாழ்ந்துவிடமாட்டேனா என்ற என்னுள் கலக்கமும் அச்சமும் நிரம்புகிறது... அவளை அங்கே கண்டுபிடிப்பது எவ்வளவு சோர்வூட்டக்கூடியது தெரியுமா? - ஒரு மனிதனால் சுமக்க முடிந்ததைக் காட்டிலும் அதிகசுமை அது. மரகதக் கற்களால் செய்யப்பட்ட அதே பழைய அரண்மனை. நிழல்வீசிக் கொண்டிருக்கும் அதே பழ மரம். என் கைகளில் அதே ஹௌரி - அவளுக்கேற்படும் துன்பங்களில் இருந்து இறைவன் அவளைக் காப்பாராக - உனக்குப் புரிந்ததா சகோதரா, மற்றொன்றை பெற்றுக்கொள்.*

ஒவ்வொரு வசந்தத்திலும் புதிய பெண்ணை அடைந்துவிடு
கடந்த வருட பதிப்பு சற்றும் பயனற்றது.[35]

திருமணத்தின்போது நடந்த சிறு சச்சரவு காலிப்பின் செஹ்ராவில் (அல்லது திருமண உரை[36]) இருந்த ஒற்றை வரியைப் பற்றியது. அதில் அவர் அங்கு கூடியிருந்த யாராலும் தன்னைப்போல் ஈரடிச்செய்யுள் இயற்றமுடியாது என்பதுபோல் கூறியிருப்பார். இது மிகவும் நியாயப்படுத்தப்பட்ட தற்புகழ்ச்சி என்று பெரும்பாலான விமர்சகர்கள் இன்று வாதிட்டாலும், அந்த நேரத்தில் அது ஸாக் மட்டுமல்லாது ஒரு குறிப்பிடத்தகுந்த கவிஞரான ஜாஃபராலும் லேசாக எடுத்துக்கொள்ளப்படவில்லை. ஜாஃபரும் ஸாக்கினுடைய உயர் திறமையின் மீதுள்ள நம்பிக்கையில் தன்னுடைய கவிதைகளைச் சரிபார்ப்பவராக அவரையே நியமித்துக் கொண்டார். ஜாஃபர் தன்னுடைய கண்ணோட்டத்தை விரைவாக தெளிவுபடுத்த விரும்பி ஸாக்கிற்கு கிலாத் ஒன்றை வழங்கி தன்னுடைய அரண்மனைத் தோட்டத்தின் மேற்பார்வையாளர் என்ற கௌரவப் பதவியை வழங்கினார். அதேநேரம் வேண்டுமென்றே எந்த வகையான கௌரவத்தையும் காலிப்பிற்கு வழங்குவதைப் புறக்கணித்தார்.[37] காலிப்பின் எரிச்சலூட்டாத கேலிப்பேச்சுக்கு பதிலடி தரும்படியும் ஸாக்கை ஜாஃபர்

* இஸ்லாமிய நம்பிக்கையின்படி சொர்க்கத்தில் முஸ்லிம் ஆண்களை கவனித்துக் கொள்கின்ற இளம் கன்னிப்பெண். (மொழிபெயர்ப்பாளர் குறிப்பு)

உற்சாகப்படுத்தினார். அரசவைக் கவிஞரின் நேர்த்தியான செஹ்ரா காலிப்பையே திருப்பியடிக்கும் ஒரு ஈரடிச் செய்யுளில் வந்து முடிந்தது.

தனக்கு கவிதைத்திறன் உள்ளதாக சொல்பவரிடம்,
இதனை எடுத்துக் கூறுங்கள்,
'இதோ பார் – ஒரு கவிஞன் இப்படித்தான்
அசலான திருமண முகத்திரையை நெய்கிறான்.'

ஸாக்கின் மாணவரும், அவருடைய பாசமிகு ஆதரவாளருமான ஆஸாத் குறிப்பிடுவதைப் போல், 'பாடகர்கள் வந்துசேர்ந்தார்கள், இந்த வரி உடனடியாக அவர்களிடம் தரப்பட்டது. அதே இரவில் இது நகரத்தின் ஒவ்வொரு தெருவிலும், ஒவ்வொரு சந்திலும் பரவியது. அடுத்தநாள் இது செய்தித்தாள்களில் பிரசுரமானது.'[38]

இரண்டு கவிஞர்களுக்கு இடையிலான இந்தக் குறிப்பிட்ட விரோதச் சுற்று ஸாக் வசமானது.

ஜாஃபரின் முதுமைப்பருவத்தில் அவருக்கு ஏற்பட்ட முதன்மையான சோதனைகளுள் ஒன்று அவருடைய பல்வேறு ராணிகள் மற்றும் ஆசைநாயகிகளுக்கு இடையே நிலவிய பதட்டங்களே ஆகும். அது, அவர்கள் அனைவருமே இளம் ஆண்களுடன் நீடித்த கள்ளஉறவு வைத்திருந்தனர் என்பதாகத் தெரிகிறது. 1852 இல் நடந்த திருமணக் கொண்டாட்டங்களில் வலுவான அடியோட்டமாக நிலவியது இந்தத் தீவிர பதட்டங்களே.

பதினைந்து வருடங்களுக்கு முன்னர், 1837 இல் ஜாஃபர் மகுடம் சூட்டிக்கொள்ள இருந்த நேரத்தில் அவருடைய முதன்மை மனைவியாக இருந்தவர், எளிமையான அரசவை இசைக்கவிஞரின் அழகிய மகளான தாஜ் மஹல் பேகம். ஜாஃபரின் மகுடம் சூட்டு விழாக்களுடன் இணைந்த கொண்டாட்டங்களை நடத்தியவரும் இவர்தான்.[39] இருப்பினும், இந்த நிலையை அவரால் நீண்டகாலத்திற்கு தக்கவைத்துக்கொள்ள முடியவில்லை. மூன்றே வருடங்களில், அதிகார வர்க்கத்தைச் சேர்ந்த பத்தொன்பது வயது ஜீனத் மஹல் ஜாஃபருக்கு பரிசளிக்கப்பட்டார். ஜாஃபருக்கு அப்போது வயது அறுபத்து நான்கு. அவரைத் திருமணம் செய்துகொண்ட சில மாதங்களுக்குள்ளாகவே, அந்தப்புரத் தலைவி என்ற தாஜ் மஹலின் நிலையை ஜீனத் எடுத்துக்கொண்டார்.

அதன்பின்னர், ஜாஃபர் மரணமடையும்வரை அவருடைய விருப்பத்திற்குரிய மனைவி என்ற நிலையை ஜீனத் மஹல் தக்கவைத்துக் கொண்டார். இருப்பினும், அடுத்து வந்த வருடங்களில் மேற்கொண்டு

நான்கு திருமணங்கள் செய்துகொள்வதில் இருந்து எழுபது வயது கிழவரான ஜாஃபரை இது ஒன்றும் தடுத்து நிறுத்திவிடவில்லை. அவர்கள் அனைவருமே கீழ்நிலை தகுதிகொண்டவர்கள், அத்துடன் அவர் மேலும் சில ஆசைநாயகிகளையும் சேர்த்துக்கொண்டார். 1853 இல் ராஜாங்க படுக்கையறையில் ஐந்து பெண்களாவது சேர்த்துக் கொள்ளப்பட்டதுபோல் தெரிகிறது, இதை வைத்துப் பார்க்கையில் அவர்களுடைய படுக்கைக்காக அந்த வருடம் ஜூலை மாதம் ஜாஃபருக்கு ஐந்து ஜோடி வெள்ளிக் கால்மாட்டுகள் செய்யப்பட்டிருக்கின்றன.[40] ஜாஃபரின் அந்தப்புரம் எப்போதும் பரபரப்பாகவே இருந்திருக்கிறது. பேரரசரின் எண்பதுகளின் தொடக்கத்தில்கூட பதினாறுக்கும் குறைவில்லாத மகன்கள் மற்றும் முப்பத்தி ஒன்றுக்கும் குறைவில்லாத மகள்களுக்கு ஜாஃபர் தந்தையாகியிருந்தார். அவருடைய கடைசி மகனான மிர்ஸா ஷா அப்பாஸ் 1845 இன் இறுதியில் கருத்தரித்தபோது ஜாஃபர் எழுபது வயதை நிறைவுசெய்திருந்தார்.

ஆசைநாயகிகளில் எவருக்கும் எதிராக ஜீனத் மஹல் எந்த ஒரு நடவடிக்கையும் எடுத்ததாக பதிவுகள் இல்லை. அவர்களில் ஒரு பெண் அரசவை இசைக் கலைஞரான தன்ரஸ் கான் என்பவரால் கர்ப்பமடைந்தபோது ஜீனத் அதில் தலையிட்டு கடுமையான தண்டனையில் இருந்து அந்தப் பெண்ணை விடுபடச் செய்தார்.[41] ஆனால், தாஜ் மஹல் பேகத்துடன் மட்டும் தொடர்ந்து சண்டையிடும் நிலையிலேயே அவர் இருந்திருக்கிறார். ஒரு கட்டத்தில், ஜாஃபரின் ஒன்றுவிட்ட சகோதரரான மிர்ஸா கம்ரானுடன் தொடர்பு வைத்திருந்தார் என்ற சந்தேகத்தின் அடிப்படையில் தாஜ் மஹலை எப்படியோ அவர் சிறையிலும் தள்ளிவிட்டார்.[42] தாஜ் இந்த குற்றச்சாட்டை மறுத்தார். ஆனால் அவருடைய நடத்தை சந்தேகத்திற்குரியது என்று பரவலாக நம்பப்பட்டது. அரண்மனைக் குறிப்புகளில் இருந்து பார்க்கையில் நகரத்தில் இருந்த தன்னுடைய வீட்டிலேயே அவர் அதிக நேரத்தைச் செலவிட்டிருக்கிறார் என்பது நிச்சயமாகத் தெரிகிறது. முறையான ஒழுகலாறை பின்பற்றுவது என்பதைப் பொறுத்தவரையில் இரவு நேரத்தில் அதிகமும் பின்பக்கம் வழியாக வந்துசெல்வதே ஒரு ராணிக்கு விவேகமுள்ள ஒன்றாக இருந்திருக்கிறது.[43]

ஒழுக்கம் மற்றும் பாதுகாப்பைப் பொறுத்தவரையில் ஜாஃபரின் அந்தப்புரம் பொதுவாகவே அலட்சியத்திற்கு பெயர்போனது. பியா பாயை எடுத்துக்கொள்வோம். தன்ரஸ் கானால் கர்ப்பமான அவரும், வேறுசில ஆசைநாயகிகளும் பல்வேறு சமயங்களிலும் 'ஒழுக்கம்கெட்டவர்கள்' என்று பொதுவிடத்திலேயே குற்றம்சாட்டப்பட்டனர். ஏதேனும் ஒரு விதிமீறிய கர்ப்பமாவது ஏற்பட்டது. ஜாவன் பக்தின் திருமணத்திற்கு இரண்டு மாதங்களுக்கு முன்னர், அரண்மனைக்கு சற்றுக் கீழே இருக்கும் யமுனை ஆற்று முனையில் உள்ள நீர்த்தேக்க நிலையத்தின்

சிப்பாய்களுள் ஒருவர், ஜாஃபரின் ஆசைநாயகிகளுள் ஒருவர் என்று நன்கறியப்பட்ட, பெயர்தெரியாத அடிமைப்பெண் ஒருத்தியுடன் கள்ள உறவு வைத்துக்கொள்ள அந்த நிலையத்தை பயன்படுத்திக்கொண்டார். அவருக்கு 'கசையடியும் சிறைவாசமும் வழங்கப்பட்டது.' அந்தப் பெண்ணுக்கு லேசான தண்டனை. அதாவது அவளுக்கு வெறுமனே 'மாவாட்டும் தண்டனை' கிடைத்தது.[44]

அந்த அடிமைப்பெண் கர்ப்பமாகிவிட்டாள் என்று கண்டுபிடிக்கப்பட்ட மூன்று நாட்களுக்குப் பின்னரே வேறு சிலரும் காவல்கார திருநங்கைகளுக்கு அடங்காமல் இருந்திருப்பது தெரியவந்திருக்கிறது. 1852, பிப்ரவரி 1 ஆம் தேதி குறிப்பேட்டின்படி, ஜாஃபர் உடனடியாக கருவூலக் காவலரை அழைத்து அவரிடம், 'ஜெனானா [அந்தப்புரம்] ஏற்பாடுகளால் தான் மிகவும் மகிழ்ச்சியற்று இருப்பதாகவும், சாக்கிதார்கள் [காவலாளிகள்] மற்றும் சாப்தார்கள் [ஈட்டிக்காரர்கள்] அங்கு இருப்பதில்லை எனவும், ஜானன்-கானாவுக்குள் அந்நியர்கள் பிரவேசிப்பதாகவும், சாந்த் பாய் என்ற திருநங்கையர் தடுத்து நிறுத்தியபோதிலும் சுல்தான் பாயின் மாளிகைக்குள் நபி பக்ஷ் என்பவர் அத்துமீறி நுழைந்ததாக அவர் தன்னிடம் தெரிவித்ததாகவும்...' கூறினார். முழுமையான குழப்பம் என்பதே இதற்கான முழு அர்த்தம். அதாவது, ஒருகாலத்தில் மாபெரும் அமைப்பாக இருந்த ஒன்றினால் சூழ்நிலைகள் சாதகமாக அமையாதபோது அடிப்படை ஒழுகலாறுகளை தக்கவைத்துக்கொள்ள முடியவில்லை. கிழக்கத்திய புராணிகத்தின்படி தீவிர பாதுகாவலுக்கு உட்பட்ட, ஊடுருவ முடியாத முகலாய அந்தப்புரம் குறித்து இது மிகவும் வேறுபட்ட கண்ணோட்டத்தை நமக்கு வழங்குகிறது என்பதில் எந்தச் சந்தேகமும் இல்லை. ஜாஃபரின் பிற குணவியல்புகள் எப்படிப்பட்டதாக இருந்தாலும் இந்தக் கிழப்பருவத்தில் செங்கோட்டையின் குடும்ப விவகாரங்களை நடத்துவது அவருடைய திறமைகளுக்குள் அடங்காத ஒன்று என்பது மட்டும் நிச்சயம்.

மூத்த இளவரசிகளின் வாழ்க்கை முழுக்க முழுக்க மிகவும் சௌகரியமானதாக இருந்திருக்க வேண்டும். ஜாஃபரின் சொந்தப் பிள்ளைகள் தங்களுடைய வாழ்க்கையை வாழவும், தங்களுக்கு விருப்பமானவை மற்றும் கேளிக்கைகளின் பின்னால் செல்லவும் உரிய அளவுக்கு சுதந்திரம் வழங்கப்பட்டிருந்தது. இவை கல்வியியல் மற்றும் கலைத்துறைப் பக்கமாக இருந்தாலும் சரி அல்லது வேட்டையாடுதல், புறாவிடுதல் மற்றும் கௌதாரி பறவைகளின் சண்டைகளாக இருந்தாலும் சரி. ஆனால், இளநிலை சலாதின் அல்லது அரண்மனையில் பிறந்த இளவரசர்கள் மற்றும் இளவரசிகளுக்கு இந்த வாய்ப்புகள் முற்றிலும் வரம்பிற்கு உட்பட்டவையாக இருந்தன - அங்கே அந்த முடியாட்சியை சேர்ந்த இரண்டாயிரம் ஏழை இளவரசிகளும் இளவரசர்களும், பேரன்களும், கொள்ளுப்பேரன்களும், கொள்ளுப்பேரன்களின் பேரன்களும் இருந்தனர் - அவர்கள் அனைவரும் ஜாஃபராலும் அவருடைய

குடும்பத்தினராலும் ஆக்கிரமிக்கப்பட்ட இடத்திற்கு தென்மேற்கில் இருந்த, சுவர்கள் சூழ்ந்த குடியிருப்புகளில் தங்கள் வாழ்க்கையை ஏழ்மையில் வாழ்ந்துகொண்டிருந்தனர்.[45] இது அந்த செங்கோட்டையின் இருண்ட பகுதி, அதனுடைய மிகப்பெரிய வெட்கக்கேடு. இந்தக் காரணத்தினால்தான் பெரும்பாலான சலாதின்கள் அந்தக் கோட்டையின் வாயிலுக்கு வெளியே செல்ல அனுமதிக்கப்படவில்லை. சொல்லப்போனால் தர்யகஞ்சில் மிகவும் பொதுப்படையான விழாக்களுக்குகூட அவர்கள் செல்ல அனுமதிக்கப்படவில்லை. ஒரு பிரிட்டிஷ் ஆய்வாளர் கூற்றுப்படி:

> *சலாதின் குடியிருப்பைச் சுற்றி யாரும் எட்டிப்பார்த்துவிடாத வகையில் மிகவும் உயரமான சுவர் எழுப்பப்பட்டிருந்தது. இதற்குள்ளாகவே இந்தப் பாவப்பட்ட பிறவிகள் வாழ்வதற்கான கோரைப்புல் குடிசைகள் எண்ணிறைந்து காணப்பட்டன. வாசல் திறக்கப்படும்போது அந்தப் பாவப்பட்ட, அரைநிர்வாணமான, பசியால் வாடிய உயிர்களின் கூட்டம் எங்களைச் சூழ்ந்துகொள்ளும். ஏறக்குறைய 80 வயதாவது இருக்கின்ற அவர்களில் சிலர் கிட்டத்தட்ட இயற்கையின் விதிமுறைக்கு உட்பட்டவர்களாகக் காணப்பட்டனர்.*[46]

வேறுசில கவலைகளில் மூழ்கியிருந்த ஜாஃபர் தன்னுடைய தூரத்து உறவினர்களின் துன்பங்கள் மற்றும் தவறான நடத்தைகளால் பொறுமையிழந்து காணப்பட்டார். அரண்மனைக்குள் நடக்கும் பெரும்பாலான திருட்டுகள் மற்றும் தொந்தரவுகளுக்கு அவர்களே காரணம் என்று அவர் நம்பினார். ஒருசமயம், செங்கோட்டையின் சுவர்களில் வேகமாக ஏறிக்கொண்டிருந்தபோது ஒரு திருடன் கண்டுபிடிக்கப்பட்டான். ஜாஃபர் அதைக்குறித்து குறிப்பிடுகையில் 'இது சலாதின்களில் ஒருவராகத்தான் இருக்க வேண்டும்' என்றார். மற்றொரு சமயம், 'சலாதின்கள் ஒருவரிடம் ஒருவர் திருடும் பழக்கத்தை கற்றுக்கொண்டுவிட்டார்கள். குடிக்கவும் தொந்தரவு செய்யவும் பழகிவிட்டார்கள்' என்று குறிப்பிட்டார்.[47] இளநிலை சலாதின்களில் ஒருவரான, 'மிர்ஸா முகம்மது சுல்தானுக்கு பைத்தியம் பிடித்துவிட்டது. அவர் இரவு நேரத்தில் அரண்மனையைச் சுற்றிச்சுற்றி வருகிறார்' என்று ஜாஃபரிடம் தெரிவிக்கப்பட்டபோது, 'அவரைக் காலில் சங்கிலியால் பூட்டி சிறையில் அடையுங்கள்' என்று உத்தரவிட அவர் தயங்கவே இல்லை.[48]

இருப்பினும், அவ்வப்போது தங்களுடைய மௌனத்தைக் கலைத்த சலாதின்கள் மிகக்கடுமையான அவப்பெயர்களை ஜாஃபருக்கு உருவாக்கினார்கள். தங்களுடைய அடிப்படை உரிமைகள் நிந்திக்கப்படுவதாகக்கூறி அவர்கள் இரண்டுமுறை பெரும் எண்ணிக்கையிலான மனுக்களை பிரிட்டிஷ் ஆளுநரிடம் அளித்தார்கள்.

ஜா ஃபர் ஆளத்தொடங்கிய பத்து வருடங்களுக்குள்ளாக, 1847 இல் தாங்கள் அடக்கி ஒடுக்கப்படுவதாக புகார் தெரிவிக்கும் மனுவை நூறு சலாதின்கள் கையெழுத்திட்டு மெட்கால்ஃபிற்கு அளித்தனர்:

தன்னுடைய சேவகர்களையும், மோசமான அறிவுரையாளர்களையும் கட்டுப்படுத்தவேண்டிய டெல்லி அரசரின் குணவியல்பு மற்றும் நடத்தையால் எங்களுடைய நிலை உச்சகட்ட அவமானத்திற்கும் ஏழ்மைக்கும் தள்ளப்பட்டிருக்கிறது. கீழ்நிலை குடும்ப உறுப்பினர்கள் அனைவருமே மெஹ்பூப் அலி கான் [தலைமை திருநங்கையர்] மற்றும் அரசரின் விருப்பத்திற்குரியவர்களால் தரம்தாழ்த்தப்பட்டு அவமானத்திற்கு ஆளாகிறார்கள்.'[49]

சலாதின்களின் இரண்டாவது கிளர்ச்சி அதற்கு ஒரு வருடம் கழித்து, வடமேற்கு பிராந்திய பிரிட்டிஷ் லெப்டினெண்ட் கவர்னரின் டெல்லி வருகை சமயத்திலும் நடந்தது. இந்தமுறை, பாதுகாப்பு கேட்டும், தங்களுடைய வருத்தங்களைப்பற்றி ஆலோசிக்க மெட்கால்ஃபை சந்திக்கவிடாமல் வருங்கால வாரிசை ஜாஃபர் தடுத்து நிறுத்த முயல்வதாகவும் கூறி ஒரு பெரிய உறையில் 150-க்கும் மேற்பட்ட சலாதின்களின் முத்திரைகள் அடங்கிய மனு ஆளுநரிடம் அளிக்கப்பட்டது.[50]

இந்த இரண்டாவது மனு ஜாஃபரின் குடும்ப நிலைமைக்குள் இருந்த மிகவும் நுண்ணிய பதற்றங்களைப்பற்றியதாக இருந்தது. பிரிட்டிஷார் ஜாஃபர் மீது விதித்த எல்லாத் தடைகளையும் பொறுத்தவரை, தன்னுடைய அடுத்த வாரிசைத் தேர்ந்தெடுப்பதற்கு உள்ள ஜாஃபரின் உரிமையை ரத்து செய்ததே அவற்றில் எல்லாம் மிகவும் முதன்மையானது. பதிலாக, முதலாவதாக பிறந்தவருக்கே முன்னுரிமை என்ற அயல்தேச ஐரோப்பிய அபிப்பிராயத்தை முகலாயர்கள் மீது பிரிட்டிஷார் விதித்திருந்தனர்.

ஜாஃபரின் வயதான மூத்த மகன் மிர்ஸா தாரா பக்த் 1849 இல் காய்ச்சலால் காலமானபோதுதான் தன்னுடைய அடுத்த வாரிசைத் தீர்மானிப்பதில் அவருடைய முயற்சிகள் மேலெழும்பத் தொடங்கின. ஜாஃபரின் அடுத்த மகனும், திறமைமிக்க பிரபல கவிஞரும், சித்திர எழுத்துக்காரருமான மிர்ஸா ஃபக்ருதான் தாராவிற்கு பதிலாக அடுத்த வாரிசாக வருவார் என்று பிரிட்டிஷார் நினைத்திருந்தனர். ஆனால், ஜீனத் மஹலின் அதிகரித்துவரும் ஆதிக்கத்தின் நெருக்கடியால், எட்டு வயதே ஆகியிருந்த, ஜாஃபரின் பல மகன்களில் பதினைந்தாவது மகனாகிய மிர்ஸா ஜாவன் பக்தை அடுத்த வாரிசாக நியமிக்க வேண்டிய நிர்ப்பந்தத்திற்கு ஜாஃபர் ஆளானார்.[51] இதனை லெப்டினெண்ட் கவர்னருக்கு எழுதிய கடிதத்தில் அவர் பின்வருமாறு குறிப்பிடுகிறார்:

என்னுடைய பல மகன்களில், இயல்பிலேயே நல்ல குணங்களைக் கொண்டுள்ளவர் என்று நான் நினைக்கின்ற மிர்ஸா ஜாவன் பக்த்

அளவிற்கு என்னுடைய அலுவல்களை கவனித்துக்கொள்ள யாரும் தகுதியானவர்களாக இல்லை. அவர் முதிர்பருவத்தை அடையவில்லை என்பதுடன் நேர்மையில்லாதவர்களுடன் பழக அவர் அனுமதிக்கப்படவும் இல்லை. மேலும், அவர் மிகவும் உயர் குடும்பத்தைச் சேர்ந்த என்னுடைய சட்டப்பூர்வ மனைவியான நவாப் ஜீனத் மஹலுக்குப் பிறந்தவர். ஆகவே, இத்தகைய சூழ்நிலைகளில், அடுத்த வாரிசு என்ற உயர் அலுவலுக்கு அவரே தகுதியானவர் என்பதுடன் அவர் என்னுடைய கண்காணிப்பின் கீழேயே இருப்பார். மேலும், அவர் கல்வித்துறையின் பல்வேறு பகுதிகளையும் கற்றுத்தேர்வதில் தன்னுடைய நேரத்தை செலவிட்டு வருகிறார். என்னுடைய விருப்பத்திற்கு மாறாக அவர் எதையும் செய்யமாட்டார் என்று நான் திருப்திகரமான வகையில் உணர்கிறேன்.[52]

மூத்த மகனுக்கே உரிமை என்பதற்கான ஜாஃபரின் ஆட்சேபணை முரண்பாடான ஒன்று. ஏனென்றால் பிரிட்டிஷாரின் இந்தக் கொள்கை வலியுறுத்தலால்தான் ஜாஃபரேகூட தன்னுடைய தந்தை இரண்டாம் அக்பர் ஷாவின் பெருத்த எதிர்ப்பையும் தாண்டி அரியணையில் அமர்ந்தார். ஜாஃபருக்கு பதிலாக ஒழுக்கக்கேடான அவருடைய இளைய சகோதரர் மிர்ஸா ஜஹாங்கீரைத்தான் இரண்டாம் அக்பர் ஷா அரியணையில் அமர்த்த தீவிர முயற்சி செய்தார். இந்த நடவடிக்கைகள் தீவிரமடைந்தபோது அவருடைய மூத்த மகனுக்கு ஆட்சேபணைத் தெரிவித்து 1807, மார்ச் 21 அன்று அப்போது பிரிட்டிஷ் ஆளுநராக இருந்த ஆர்ச்சிபால்ட் செடான் என்பவருக்கு அவர் எழுதிய கடிதத்தில்: 'என்னுடைய மூத்த மகனுக்கு [ஜாஃபர்] இந்த அரியணையில் அமர எந்தத் தகுதியும் இல்லை' என்று எழுதினார். அத்துடன் அவர் எந்தவித ஆதாரமோ அல்லது விவரங்களோ இல்லாமல் ஜாஃபரை குற்றம்சாட்டியிருந்தார். 'இயல்புக்கு மாறான குற்றத்திற்கு எங்களிடம் விளக்கம் கேட்டால் அது மிகவும் சிக்கலானது என்பதை நாங்கள் ஒப்புக்கொள்கிறோம்.'* நாற்பத்தி

* இந்தக் குற்றச்சாட்டுகள் பொருத்தமற்றவையாக இருக்கின்றன என்று தற்செயலாக நினைத்த செடான், இளம் அபு ஜாஃபர் 'மிகவும் மரியாதைக்குரிய குணம் கொண்டவர்.' ஆனால், விருப்பத்திற்குரிய மகனாக இல்லாத காரணத்தினால் அவர் அரசால் 'மிகவும் புறக்கணிக்கப் படுகிறார்.' மாறாக, அக்பர் ஷா 'விசுவாசப் பிணைப்புள்ளவர்' என்று கூறி மிர்ஸா ஜஹாங்கீரிடமே தன்னுடைய கவனத்தை குவித்துள்ளார் என்று செடான் கூறினார். ஜாஃபருக்கு செடானிடம் இருந்த ஆதரவால் எரிச்சலடைந்த மிர்ஸா ஜஹாங்கீர் செங்கோட்டையில் இருந்த கொத்தளத்தில் இருந்து ஆளுநரை நோக்கித் தாறுமாறாகச் சுட்டார். ஆளுநரின் தொப்பி காற்றில் பறந்தது. 1809 இல் அலகாபாத்திற்கு நாடுகடத்தப்பட்ட அவர், 1821 இல், முப்பத்தி ஒன்றே வயதான நிலையில் 'அதிகப்படியாக மது அருந்திய' காரணத்தால் மரணமடைந்தார். ஜாஃபரை அவருடைய இளம்வயதில் அக்பர் ஷா ஏளனமாக நடத்தியதே ஜாஃபரிடம் வாழ்நாள் முழுவதும் நீடித்த சந்தேக குணம் மற்றும் பாதுகாப்பற்ற உணர்வுகளுக்கான காரணம் என்பதில் எந்தச் சந்தேகமும் இல்லை. [தொடர்ச்சி அடுத்த பக்கத்தில்]

இரண்டு வருடங்களுக்குப் பின்னர் இதேபோன்றதொரு கடிதத்தைத்தான் தன்னுடைய மூத்தமகன் மிர்ஸா ஃபக்ரு குறித்து பகதூர் ஷா எழுதினார்.

இப்போது தன்னுடைய தந்தை தனக்கு செய்ததைப் போன்றே நடந்து கொண்ட ஜாஃபர், தொடர்ந்து மிர்ஸா ஜாவன் பக்தை முன்னிலைப்படுத்தி வந்தார். அதேசமயம், அவருடைய மறைந்த மூத்த மகனான மிர்ஸா ஃபக்ரு, தன்னுடைய ஆங்கிலேய அபிமானம் உள்ள மாமனார் மிர்ஸா இலாஹி பக்ஷ் உடன் சேர்ந்து ஆங்கிலம் கற்றுக்கொள்ளத் தொடங்கியிருந்தார். அத்துடன் மெட்கால்ஃப் மற்றும் டெல்லியில் அமைந்திருந்த பிரிட்டிஷ் ராணுவ நிலைய மூத்த அதிகாரிகளுடன் அவரே வலியச் சென்று நட்பு பாராட்டத் தொடங்கிவிட்டார். இறுதியில் அது ஒரு வெற்றிகரமான பிரச்சாரமாக முடிவுற்றது. பெரிய பேச்சுவார்த்தைக்குப் பிறகு, இந்தத் திருமணத்திற்கு மூன்று மாதங்களுக்கு முன்னர் மிர்ஸா ஃபக்ரு 1852, ஜனவரி மாதத்தில், மெட்கால்ஃபையும், லெப்டினெட் கவர்னரையும் சந்தித்துப் பேச, அவர்கள் ரகசிய புரிதல் ஒப்பந்தத்தில் கையெழுத்திட்டனர். அடுத்த வாரிசாக, அவருடைய தந்தையின் விருப்பத்திற்கு மாறாக அவரை முறைப்படி அங்கீகரிக்க பிரிட்டிஷார் ஒப்புக்கொண்டனர். ஆனால், இதற்குப் பிரதியுபகாரமாக மிர்ஸா ஃபக்ரு சிலவற்றைத் தரவேண்டியிருந்தது. இரண்டு நூற்றாண்டுகளுக்குப் பின்னர், மிர்ஸா ஃபக்ரு செங்கோட்டையில் இருந்து தொலைவில் இருக்கும் மெஹ்ருலியின் புறநகர்ப் பகுதிக்கு தன்னுடைய அரசவையை மாற்றிக்கொண்டு, ராணுவப் பாசறையாகவும், ஆயுதச்சாலையாகவும் பிரிட்டிஷார் பயன்படுத்திக்கொள்ள பழைய ஷாஜஹான் கோட்டையை அவர்களிடம் ஒப்படைத்துவிட வேண்டும். மேலும், அவர் பேரரசர் ஆனதும், முகலாயர்கள் நீண்டகாலமாக தக்கவைத்திருக்கின்ற, எல்லோருக்கும் மேலானவர் என்ற தகுதியை பிரிட்டிஷ் கவனர்னர்

[முன்பக்கத் தொடர்ச்சி] உதாரணத்திற்கு, ஒரு கட்டத்தில் தன்னுடைய உதவித்தொகையை அதிகரித்துக் கொள்ளவும், அச்சமயத்தில் கம்பெனியார் தொடர்ந்து அவருடைய தகுதியைக் குறைத்து வருவதற்கு எதிர்ப்பைத் தெரிவிக்கவும் தன்னுடைய தூதுவராக ராஜாராம் மோகன் ராயை அவருடைய தந்தை இங்கிலாந்திற்கு அனுப்பிவைத்தபோது, அந்தச் செயல்திட்டம் தன்னுடைய வாரிசுரிமை நீக்கத்தை இலக்காகக் கொண்டது என்று யூகித்த ஜாஃபர், கவர்னர் ஜெனரல் மற்றும் ராய் ஆகிய இருவருக்குமே கோபத்துடன் கடிதம் எழுதினார். ஜாஃபரின் குற்றச்சாட்டுகளை அமைதியாக மறுத்து ராய் எழுதிய கடிதத்தில் சற்று புண்படுத்தும் வகையிலான ஒரு விஷயத்தையும் சேர்த்திருந்தார், 'தன்னுடைய நன்மை தீமைகளை அடக்கியாள முடியாதவர்களால் மற்றவர்களுடைய நன்மை தீமைகளையும் அடக்கியாள முடியாது.' ஜாஃபரின் சிக்கலான இளமைப்பருவம் மற்றும் அரியணையில் ஏறுவதற்கான வாய்ப்பு குறித்த சிறந்த விவரங்கள் 'பெர்ஸிவல் ஸ்பியரின் டிவைலைட் ஆஃப் தி முகல்ஸ்' நூலில் காணக்கிடைக்கின்றன *(Percival Spear's Twilight of the Moghals (Cambridge, 1951), p. 41ff)*; மேலும் அஸ்லாம் பர்வேஸின், ஜாஃபர் குறித்த உருதுமொழி சரிதையிலும் காணப்படுகின்றன. மேலும் பார்க்க: *The far less comprehensive English language volume by S.M. Burke and Salim al-Din Quraishi, Bahadur Shah: Last Mogul Emperor of India, Lahore, 1995, pp. 43-50.*

ஜெனரலிடம் தந்துவிட்டு அவரை சரிசமமான நிலையிலேயே சந்திக்க வேண்டும்.[53]

இந்த உடன்படிக்கையின் நிபந்தனைகள் குறித்த வதந்திகள் ஜாஃபருக்கு தெரியவந்தபோது ஆக்ரோஷத்துடன் அதற்கு எதிர்வினையாற்றிய அவர், தன்னுடைய மகன் முகலாய கௌரவத்தின் முக்கியமான இரண்டு புனித அஸ்திவாரங்களை விலைபேசிவிட்டதாக நம்பினார். 'பொன்னிற நாயை நரியின் சகோதரன் என்று தவறாக நினைத்துவிடலாம்' என்று அவருடைய அலுவலர்களிடம் ஒருவகையான புதிரான கோபத்துடன் கத்தினார்.[54] மிர்ஸா ஃபக்ரு சட்டென்று அரசவையில் இருந்து புறக்கணிக்கப்பட்டார். 'மிர்ஸா ஃபக்ருவுடன் நட்பு பாரா' டுகின்ற எவரும் என்னுடைய எதிரி' என்று ஜாஃபர் அறிவித்தார் - அரசவையில் மிர்ஸா ஃபக்ருவிற்கு இருந்த பல்வேறு பதவிகள், அவருடைய பஞ்சப்படிகள், மாளிகைகள் மற்றும் தோட்டங்கள் என அனைத்தும் ஒன்றன்பின் ஒன்றாக அவருடைய இளைய சகோதரர்களுக்கு வழங்கப்பட்டன. இவர்களில் குறிப்பிடத்தக்கவர் லட்சியவாதியும், கடுமையான உழைப்பாளியும், இளவரசர்களிலேயே மிகுந்த ஆங்கிலேய வெறுப்பு கொண்டிருந்தவருமான இளைய சகோதரர் மிர்ஸா முகல் ஆவார்.[55]

இருப்பினும், பிரிட்டிஷாரின் நிலைப்பாட்டை எதுவும் மாற்றப் போவதில்லை என்பது படிப்படியாக தெளிவடையத் தொடங்கியபோது, ஜாஃபர் விரக்தியடைந்தார். அச்சமயங்களில் அவர் பலவீனமான இருளில் மூழ்கிப்போவது அதிகரிக்கத் தொடங்கியது. தன்னுடைய விருப்பங்கள் வெளிப்படையாகவே புறக்கணிக்கப்பட்டால், பதவியைத் துறந்துவிட்டு ஹஜ் பயணத்திற்கு போய்விடவே அவர் விரும்பினார். 'இது வெறுமையானது. இந்த மாளிகைக்கு அதற்கு உள்ள பெயரைத் தவிர வேறு எதுவுமே கிடையாது' என்று அவர் மெட்கால்ஃபிற்கு எழுதினார்.

> *என்னுடைய விருப்பங்கள் அரசாங்கத்தின் அனுமதிக்கு உட்பட்டதாக இல்லை என்பது வருத்தத்திற்குரியது. இந்த வகையில் நான் மிகவும் மன உளைச்சலுக்கு ஆளாகியிருக்கிறேன். அதனால் கவலைகொண்டுள்ள நான் இந்த அரசாங்கத்திற்கு மேலும் தொந்தரவாக இருக்கப்போவதில்லை என்பதுடன் மெக்காவிற்குப் புனித யாத்திரை செல்லப்போகிறேன். என்னுடைய மீதமுள்ள வாழ்க்கையை அங்கேயே கழிக்க விரும்புகிறேன். இந்த உலகத்தை இழந்துவிட்டதாக எனக்குத் தோன்றுவதால், [ஆனால்] மற்றொரு உலகத்தை நான் இழக்கவில்லை என்றும் நினைப்பதால், என்னுடைய முதிய வயதில் துன்பத்தால் பாதிக்கப்பட நான் விரும்பவில்லை.*[56]

இதற்கு எப்படி எதிர்வினையாற்றுவது என்று குழம்பிப்போன மெட்கால்ஃப் ஜீனத் மஹலின் தவறான செல்வாக்கையே

குற்றம்சாட்டினார். 'இதுவரை நான் அவருடன் தனியாக இருக்கையில் அவரை நம்பத்தகுந்தவராகவும், பகுத்தறிவுள்ளவராகவுமே கண்டிருக்கிறேன்' என்று கல்கத்தாவிற்கு எழுதிய கடிதத்தில் மெட்கால்ஃப் குறிப்பிட்டார். 'ஆனால், அவர் தன்னுடைய விருப்பத்திற்குரிய மனைவியிடமும், அவருடைய ரகசிய ஆலோசகரான திருநங்கை மஹ்மூப் அலி கானிடமும் முழுவதுமாக சரணடைந்துவிட்டார். அதனால் அவர் நியாயமற்ற பல காரியங்களையும் செய்யத் தூண்டப்படுகிறார்.'[57]

இருப்பினும், 1852 மார்ச் மத்தியப் பகுதியில், ஜாஃபர் சற்று மகிழ்ச்சியாக இருந்ததுபோல் தெரிகிறது. ஏனென்றால், அச்சமயத்தில் அவர் ஆளுநரின் மனதை மாற்றுவதற்கான தன்னுடைய ஒரே கடைசி முயற்சியின்மீது எல்லா எதிர்பார்ப்புகளையும் வைத்திருந்தார். ஹஜ் செல்வதாக இருந்த தன்னுடைய திட்டத்தைக் கைவிட்ட அவர், ஜாவன் பக்தின் திருமண ஏற்பாடுகளில் தன்னை முழுவதுமாக ஈடுபடுத்திக்கொண்டார். இந்தத் திருமணம் மட்டும் பிரமாண்டமான முறையில் நடந்துவிட்டால் அது மணமகனுக்கு கௌரவமாக அமையும் என்றும், வாரிசை நியமிப்பதில் ஜாஃபருக்குள்ள தேர்வை தீவிரமாக எடுத்துக்கொள்ள பிரிட்டிஷாரை நிர்ப்பந்திக்க முடியும் என்றும் அவர் நம்பியதுபோல் தெரிகிறது அல்லது இவ்வாறு நம்பும்படி ஜீனத் மஹல் தூண்டியிருக்கலாம். இந்தப் பிரமாண்டமான திருமணமானது ஜாவன் பக்தை அங்கீகரிக்க மெட்கால்ஃபை தூண்டுவதற்கான ஜாஃபரின் கடைசிகட்ட முயற்சி என்றும், அதன் விளைவாகத்தான் டெல்லி கெஸெட் பத்திரிகை இந்த இளம் மணமகன்தான் அடுத்த வாரிசு என்று வெளிப்படையாகச் செய்தி வெளியிட்டது என்றும் தற்கால வரலாற்றாசிரியர்கள் அனுமானிக்கின்றனர்.[58]

இருப்பினும் அதன் முடிவில், இந்த வீணான செலவுபிடிக்கும் முழு உத்தியும் - திருமணம் எனும் திட்டம்தான் - ஒரு படுமோசமான தோல்வியைச் சந்தித்தது. என்ன நடக்கிறது என்று தெரிந்துவைத்திருந்த மெட்கால்ஃப் எந்த ஒரு சமயத்திலும், அந்தத் திருமணம் நடந்த பனிரெண்டு நாட்களிலும் அதில் ஒருமுறைகூட கலந்துகொள்ளவில்லை. இதனால் இந்த மொத்த விவகாரத்தையும் அவர் வேண்டுமென்றே மட்டம் தட்டினார்.

1852 ஆம் ஆண்டோடு சர் தாமஸ் தியோபிலஸ் டெல்லிக்கு வந்து ஏறக்குறைய நாற்பது வருடங்கள் ஆனது. அவருக்கு இந்த நகரத்தைப் பற்றியும் அதன் ஆட்சியாளரைப் பற்றியும் நன்றாகத் தெரிந்திருந்தது.

அவர் எச்சரிக்கையும், அறிவுக்கூர்மையும் உள்ள, ஒல்லியான, கூருணர்வுள்ள உருவத்தைக் கொண்டிருந்தார். தலை வழுக்கையாகவும்,

கண்கள் பிரகாசமான நீலநிறத்துடனும் இருந்தன. அவருடைய மகள் எமிலி, 'அவரை அழகானவர் என்று சொல்ல முடியாது' என்று நினைத்தாலும் அவற்றை மறைக்கின்ற சிறப்பம்சங்கள் அவரிடம் இருந்ததாகவே நம்பினார். 'அவருக்கு அழகான சிறு கைகளும் கால்களும் அமைந்திருந்தன' என்கிறார் அவர். மகிழ்ச்சிப்படுத்த கடினமான ஒருவர்தான்! பெண்கள் பாலாடைக்கட்டி சாப்பிடுவதைத் தாங்கிக்கொள்ள முடியாத அளவுக்கு அவருடைய உணர்வுகள் நுட்பமாக இருந்தன. மேலும், பெண்கள் ஆரஞ்சுப்பழங்களையோ மாம்பழங்களையோ சாப்பிடவேண்டும் என்று வற்புறுத்தினால் அதை அவர்கள் தங்களுடைய குளியலறைகளில் அந்தரங்கமாகத்தான் சாப்பிட்டுக்கொள்ள வேண்டும் என்றும் அவர் நினைத்தார்.

அவருடைய முன்னவர்களில் சிலர் செய்ததைப் போன்று முழுமையான முகலாய பக்ரி அல்லது ஜாமாவை அணிந்துகொள்வதைப் பற்றி அவரால் கற்பனைகூட செய்ய முடியாது. இன்னும் சொல்லப்போனால் முகலாய அரசவையில் பிரிட்டிஷ் ஆளுநராக இருந்த சர் டேவிட் ஆச்டர்லோனியை உதாரணமாக பின்பற்றுவதை அவரால் நினைத்துக்கூட பார்க்க முடிந்திருக்காது. தினமும் மாலை நேரத்திலும் தன்னுடைய பதிமூன்று இந்திய மனைவியர்களையும் அழைத்துக்கொள்ளும் ஆச்டர்லோனி அவர்கள் ஒவ்வொருவரையும் தனித்தனி யானையில் ஏற்றிக்கொண்டு செங்கோட்டையின் சுவர்களைச் சுற்றி வலம்வருவார் என்று சொல்லப்படுவதுண்டு.[59] பதிலாக, மனைவியை இழந்த ஒருவராக தனியாக வசித்த தாமஸ் தன்னுடைய லண்டன் தையல்காரர்களை நவநாகரிக ஆங்கில உடைகளுக்காக தொடர்ந்து டெல்லிக்கு அனுப்பி வைப்பார்.

இந்திய ரசனைக்கு ஏற்ப அவர் விட்டுக்கொடுத்த ஒரே விஷயம் வெள்ளி ஹுக்காவில் புகைபிடிப்பதுதான். இதனை அவர் தினமும் காலைநேர உணவுக்குப் பின்னர் சரியாக அரைமணி நேரங்களுக்கு செய்வார். தங்களுக்கு விதிக்கப்பட்ட வேலையில் இருந்து அவருடைய பணியாளர்கள் தவறிவிட்டால், மெட்காஃப் ஒரு ஜோடி வெண்ணிற கையுறைகளை எடுத்துவரும்படி கூறுவார். பின்னர் அந்த வெள்ளித் தாம்பாளத்தில் இருந்து ஒன்றைத் தேர்ந்தெடுக்கும் அவர் அதில் தன்னுடைய மென்மையான வெள்ளைநிற விரல்களை மெல்ல நுழைப்பார். பின்னர், 'மரியாதைக்குரிய கண்ணியத்துடன்' அந்தப் பணியாளரின் தவறு குறித்து விரிவுரையாற்றிய பின்னர், 'அவருடைய காதைப்பிடித்து மென்மையாக, ஆனால், உறுதியாகத் திருகுவார்' பின்னர் அவரை விட்டுவிடுவார் - இந்தக் கடுமையானது முழு பலனளித்தது.[60]

சர் தாமஸ் திருமண வாழ்க்கையின் அருமையை உணர்ந்தவர்தான். ஆனால், அவருடைய முப்பத்து நான்கே வயதான மனைவி ஃபெலிசிட்டி, 1842, செப்டம்பர் மாதம் விளங்கமுடியாத காய்ச்சலால் திடீரென்று

மரணமடைந்துவிட்டார். அதைத் தொடர்ந்துவந்த பத்தாண்டுகளில், அவருடைய ஆறு குழந்தைகளும் இங்கிலாந்தில் உள்ள போர்டிங் பள்ளிகளில் படித்துக்கொண்டிருக்க, மெட்கால்ஃப் தன்னுடைய துயரத்தைத் தனக்குள்ளேயே வைத்துக்கொண்டார். 1850 களின் ஆரம்பத்தில் அவருடைய பிள்ளைகள் இந்தியாவிற்கு வரத்தொடங்கியிருந்தபோது அவர் தன்னுடைய வாழ்க்கை முறையில் மிகவும் பிணைப்புற்றவர் ஆகிவிட்டார். அவர்கள் தங்களுடைய தந்தை கடுமையான ஒழுக்கத்தையும், நேரம் தவறாமையை பின்பற்றுகிறவராக ஆகிவிட்டதையும், தன்னுடைய வழக்கமான கடமைகளில் ஏற்படும் எந்த ஒரு தொந்தரவையும் கசப்புணர்ச்சியோடு எதிர்கொள்கிறவராகவுமே கண்டனர். 1850 களின் முற்பகுதியில் அவருடைய இந்த வழக்கமானது கல்லில் இறுக்கமாக உறைந்தபோன ஒன்றாகிவிட்டது. இதுகுறித்து அவருடைய மகள் எமிலி குறிப்பிடுகையில்,

> *அவர் வழக்கமாக காலை ஐந்து மணிக்கெல்லாம் எழுந்துவிடுவார். தன்னுடைய மேலங்கியை அணிந்துகொண்டு முற்றத்திற்குச் செல்லும் அவர் சோட்டா ஹஸிரியை [காலை சிற்றுண்டி] முடிப்பார். பின்னர் முற்றத்தில் முன்னும் பின்னுமாக அவர் நடந்து கொண்டிருக்கையில் அன்றைய தினத்திற்கான உத்தரவுகளைப் பெற அவருடைய பணியாளர்கள் வந்துசேர்வார்கள். ஏழு மணிக்கு முற்றத்தின் மூலையில் இருக்கும் நீச்சல்குளத்தில் குளிக்கச் செல்வார். பின்னர் முறைப்படி உடையணிந்து பிரார்த்தனை முடித்த பின்னர் எட்டு மணிக்கு காலை உணவுக்கு தயாராகிவிடுவார்.*
>
> *எல்லாமே சரியான நேர அளவில் உத்தரவிடப்பட்டிருந்தது. வீடு சம்பந்தப்பட்ட எல்லா ஏற்பாடுகளும் கடிகாரம் நகர்வதைப் போல் நடக்கும். காலை உணவை முடித்தவுடன் அவருடைய ஹுக்கா கொண்டுவரப்பட்டு அவருக்குப் பக்கத்தில் இருக்கும் நாற்காலியில் வைக்கப்படும். அவர் புகைத்து முடித்த பின்னர், வண்டி தயாராக இருப்பது அறிவிக்கப்படும்வரை தன்னுடைய அறைக்குச் சென்று கடிதங்கள் எழுதுவார். இதனை எப்போதுமே சரியாக பத்து மணிக்கு முற்றத்தின் கீழே இருக்கும் இடத்தில் காணலாம். அவர் புறப்படுகையில் பணியாளர்கள் வரிசையாக நிற்பார்கள் - ஒருவர் அவருடைய தொப்பியை வைத்திருப்பார், அடுத்தவர் அவருடைய கையுறைகளை வைத்திருப்பார், அதற்கும் அடுத்தடுத்து இருப்பவர்கள் அவருடைய கைக்குட்டை, தங்கப் பிடியிட்ட கைத்தடி மற்றும் செய்திப்பெட்டி போன்றவற்றை வைத்திருப்பர் - இவையனைத்தும் அவருடைய வண்டியில் ஏற்றப்படும்.*

அவருடைய ஜமாதார் வண்டியோட்டியின் அருகில் ஏறிக்கொள்ள, பின்னால் குதிரை லாயத்தைச் சேர்ந்த இருவர் ஏறிக்கொள்வர்.[61]

குடும்பம் இல்லாதது மற்றும் சமூகத்தின் இரைச்சலை விரும்பாதது ஆகியவற்றால் தன்னை சாந்தப்படுத்திக்கொள்ள முடியாத மெட்கால்ஃப் தன்னுடைய வேலையிலேயே மூழ்கிப்போனார். குறிப்பாக, ஜாஃபரின் மரணத்தின்போது செங்கோட்டையில் இருந்து அரச குடும்பத்தை வெளியேற்றுவதற்கு கம்பெனிக்கு உதவும் வகையிலான வாரிசுரிமை தீர்வுகுறித்த பேரத்தில் தன்னை முழுதாக ஈடுபடுத்திக்கொண்டார். அவருக்கு ஜாஃபர் மீது சற்று பாசம் இருந்தாலும், உண்மையில் சிறிதளவே நிஜமான மரியாதை வைத்திருந்த அவரே தைமூர் வம்சாவளியின் கடைசியானவராக இருக்க வேண்டும் என்பதில் தீர்மானமாக இருந்தார். ஜாஃபரின் முகத்திற்கு நேராக அவர் மிகவும் தன்மையாக நடந்துகொண்டாலும், பேரரசருக்கு எழுதுகையில், 'என்னுடைய அரச மேதகையினரான நண்பருக்கு... உங்களுடைய மேதகைமை காரணமாக நான் அனுபவிக்கும் மரியாதையைத் தங்களிடம் எடுத்துரைக்க விரும்புகிறேன் என தங்கள் மேன்மைதாங்கிய நண்பனாகிய நான் கேட்டுக்கொள்கிறேன்' என்று எழுதினாலும், தனிப்பட்ட முறையில் அவர் அவ்வளவு தன்மையானவர் அல்ல.[62] இதுகுறித்து அவர் எமிலிக்கு எழுதிய கடிதத்தில், '[ஜாஃபர்] மென்மையானவர், திறமைசாலிதான், ஆனால், வருந்தத்தக்க வகையில் அவர் பலவீனமானவர், தயக்க குணம் கொண்டவர் என்பதுடன் தனக்கேயுரித்தான முக்கியத்துவம் குறித்து மிகவும் தவறான கருத்து கொண்டவர். தன்னைத்தானே எரிச்சலூட்டும் வகையில் நடந்துகொண்டு அவ்வப்போது உள்ளூர் அதிகாரிகளுக்கும் மிகவும் பிரச்சினை தரக்கூடியவர்' என்று குறிப்பிட்டுள்ளார்.[63]

ஆயினும், இது குறிப்பிடுவதைக் காட்டிலும் டெல்லி மற்றும் பேரரசர் குறித்தான மெட்கால்ஃபின் மனப்போக்கு மிக மிகத் தெளிவற்ற ஒன்று. ஜாஃபரால் தனக்கு வழங்கப்பட்ட பாரசீகப் பட்டங்களை அவர் மிகவும் பெருமையுடன் ஏற்றுக்கொண்டார். அவற்றின் பல்வேறு கையெழுத்துப்படிகளையும் உருவாக்கச் செய்து பின்னர் அவற்றை தன்னுடைய ஆல்பத்தில் இணைத்துக்கொண்டார்.* மேலும், தன்னுடைய சிறப்புவாய்ந்த உள்ளுணர்வுகளுக்கு மாறாக அவர் தலைமையேற்றிருந்த இந்த அற்புத நகரத்தின்பால் மெல்ல ஈர்க்கப்பட்டவரானார். இதுகுறித்து எழுதிய அவர்,

* *தன்னுடைய செய்தித்தொடர்பாளர்களிடம் அவர் அவ்வப்போது நினைவுபடுத்துவதுபோல் அவருடைய முழுமையான பட்டங்களில், 'சாகிப்–இய்–வாலா, மனாக்யூப் அலி மான்சீப், ஃபர்ஸாந்த் அர்ஜ்மாண், பைவந்த்–இ–சுல்தானி, முவாஸம் உத்தௌலா, அமீன் உல்முல்க் சர் தாமஸ் மெட்கால்ஃப், பாரன் பகதூர், ஃபிரோஸ் யுங், ஷாஜஹானாபாத்தின் சாகிப் கலான் பகதூர் ஆகியவை அடங்கும்.'*

ஒருதலைபட்சமான நிலைக்கு செல்ல முடியாதவாறு இந்த ஊரில் ஏதோ இருக்கிறது. எல்லாத் திசையிலும் பல மைல்களுக்கு நீண்டுசெல்லும் பெருமிதத்தின் சிதைவுகள் தீவிரமான பிரதிபலிப்பால் நிரப்பியிருக்கின்றன. அரண்மனைகள் தூசுக்களாக சிதைந்துவிட்டன. எண்ணிறைந்த பிரமாண்ட கல்லறைகள் ஒவ்வொன்றும் இறுக்கமான அதன் குடியேறிகளின் அழிவற்ற புகழை எதிர்கால சந்ததியினரிடம் தெரிவிக்கும் நோக்கம் கொண்டவையாக இருக்கின்றன. அவை அனைத்தும் இப்போது அறியப்படாமலும் கவனிக்கப்படாலும் சுலபமாக கடந்து செல்லப்படுகின்றன. இத்தகைய விஷயங்களை ஒருதலைப்பட்சமாக பார்க்க முடியாது.[64]

உரிய நேரத்தில், நகரத்தின் பல்வேறு புராதன இடங்களுக்கும் படிப்படியாக வருகைபுரிந்த மெட்கால்ஃப், டெல்லியின் நினைவுச் சின்னங்களுக்குப் பின்னால் இருக்கும் வரலாற்றை வெளிக்கொண்டு வருவதற்கென்றே டெல்லி அகழ்வாராய்ச்சிக் கழகத்தை நிறுவினார். இதில்தான் இளம் சயீத் அகமது கான் ஓர் உற்சாகம் மிகுந்த, சுறுசுறுப்பான உறுப்பினராக இருந்தார். அந்தக் கழகத்திற்கென்று ஒரு பத்திரிக்கையும் இருந்தது. அதில் இடம்பெற்ற பெரும்பான்மையான கட்டுரைகள் நகரத்தில் உள்ள அறிவுஜீவிகளிடம் இருந்து மெட்கால்ஃப் தனிப்பட்ட முறையில் பெற்றவை. அவற்றையும்கூட உருதுவில் இருந்து ஆங்கிலத்திற்கு அவரே மொழிபெயர்த்தார்.

பெரும்பாலான பிரிட்டிஷ் அதிகாரிகளைப் போல் அல்லாமல் - அதாவது, இந்தியாவில் தாங்கள் தங்கியிருப்பதை தற்காலிக விஷயமாக பார்த்த, தாங்கள் சேமித்த செல்வத்தை மீண்டும் பிரிட்டனுக்கே எடுத்துச்சென்று சேர்க்கத் தக்க தருணத்திற்காக ஆவலுடன் காத்திருந்தவர்கள் - தன்னுடைய குடும்பச் சொத்துகள் அனைத்தையும் இந்தியாவிற்கே கொண்டுவருவதென்று மெட்கால்ஃப் முடிவெடுத்தார். நகரத்தின் வடக்கே, நகர சுவர்களுக்கு வெளியில், புதிதாக கட்டப்பட்ட பிரிட்டிஷ் அரசு அதிகாரிகள் குடியிருப்பில் கட்டப்பட்ட லட்லோ கோட்டை* என்ற தன்னுடைய புதிய ஆளுநர் அலுவலகம் போக டெல்லியில் அவர் தனக்காக ஒன்றல்லாமல் இரண்டு நாட்டுப்புற மாளிகைகளைக் கட்டிக்கொண்டார்.

தன்னுடைய கடிதங்களில், மெட்கால்ஃப் சிலசமயங்களில் தன்னை ஆங்கில நாட்டுப்புற பண்ணையாராக கற்பனை செய்துகொள்வதுண்டு. இருப்பினும், யதார்த்தத்தில் சிறிதளவே உயர்லட்சியங்கள் கொண்டவரைப் போன்றே காணப்பட்ட மெட்கால்ஃப், ஒரு குறிப்பிட்ட அளவுவரை

* ஷ்ரோப்ஷைரில் உள்ள கோட்டை போன்று இருப்பதனால் அல்லாமல் அதனுடைய அசலான வடிவமைப்பாளரான டாக்டர் லட்லோவின் நினைவாகவும், அதன் கோட்டைபோன்ற கோதிக் காவலரண் காரணமாகவும் இதற்கு விளையாட்டாக இந்தப் பெயர் வைக்கப்பட்டது.

தன்னுடைய இடத்தை முகலாயர்களுக்கு இணையான மெட்கால்ஃப் வம்சத்தினர் என்பதாக, ஜாஃபரின் அரசவைக்கு போட்டியாக அமைத்துக்கொண்டார். நகரத்தின் வடக்கே, யமுனை ஆற்றங்கரையில் பரந்தகன்ற, அரண்மனை போன்ற பல்லாடிய பாணியிலான பங்களாவான ஜாஹன் நுமா ('உலகின் தோற்றம்') என்றும் அழைக்கப்பட்ட மெட்கால்ஃப் மாளிகையானது, செங்கோட்டைக்கு மறைமுக சவால் விடுக்கக்கூடியதாக அமைந்திருந்தது. செங்கோட்டை தன்னகத்தே பளிங்கு குவிமாடங்களைப் பெற்றிருந்ததென்றால், அதனுடைய வாசம் மிகுந்த இரவுத் தோட்டங்கள் அதற்கேயுரிய நுரைததும்பும் நீரோட்டங்களையும், மிதக்கும் பார்வையாளர் கூடங்களையும் பெற்றிருந்தது என்றால், மெட்கால்ஃபின் மாளிகையில் தனக்கென்று ஆங்கிலேய மலர்க்கூட்டத்துடன் கூடிய மலர்ப்படுக்கைகள் இருந்தன. அதற்கென்று பளிங்குத்தூண்களும், நீச்சல்குளங்களும் இருந்தன. சைப்ரஸ் மர நிழற்சாலைகளும் ஆரஞ்சு மரத்தோட்டங்களும் இருந்தன. 25,000 புத்தகங்களைக் கொண்ட நூலகம், நேர்த்தியான தைலவண்ண ஓவியங்கள் மற்றும் ஜியார்ஜிய ரோஸ்வுட் மரச்சாமான்கள் இருந்தன. அதில் இருந்த போனபார்ட்டின் நினைவுகளைக் குறிக்கும் நெப்போலியன் காட்சியகத்தில் பேரரசர் நெப்போலியன் அமைத்திருந்த வைர மோதிரம் உட்பட, கெனோவா வரைந்த ஓவியமும் அடங்கும்.

டெல்லிக்குத் தெற்கே மெட்கால்ஃப் தனது இரண்டாவது நாட்டுப்புற மாளிகையான தில்குஷாவை (அல்லது மனதை மகிழ்விப்பவர்) அமைத்துக்கொண்டார். மெஹ்ருலிக்கு அருகாமையில் மாற்றியமைக்கப்பட்ட எண்கர முகலாய கல்லறையில் அமைந்திருந்த அது அருகாமையில் இருந்த ஜாஃபரின் முகலாய கோடைக்கால அரண்மனைக்கு மெட்கால்ஃப் அளித்த பதிலாகும். கல்லறை மாளிகைக்கு முன்பாக இணையானது என்பதை வலியுறுத்தும் வகையில் முகலாயத் தோட்டம் ஒன்றும் - நான்கு பாக *சார்-பாக்* - அமைக்கப்பட்டது. மெட்கால்ஃபின் இரண்டு மாளிகைகளுமே நீளமான எஸ்டேட்டுகளால் சூழப்பட்டிருந்தன. வாயில்கள் பிரமாண்டமான ஜியார்ஜிய பாணி நுழைவாயில்களைக் கொண்டிருந்தன. இரண்டுமே பொழுதுபோக்கு அம்சங்களால் அலங்கரிக்கப்பட்டன. தில்குஷாவில் ஒரு கலங்கரை விளக்கம், ஒரு சிறிய கோட்டை, புறாக்கூண்டு, படகோட்டும் குட்டை மற்றும் அலங்காரமான பிரமிடு வடிவ அமைப்புக்கூட இருந்தன.

ஜாஃபரைப் போலவே, மெட்கால்ஃபும் டெல்லி ஓவியர்களின் புரவலராக விளங்கினார். 1842 மற்றும் 1844 க்கு இடைப்பட்டக் காலத்தில் மஜர் அலி கான் என்ற டெல்லி ஓவியரைப் பணியில் அமர்த்திய அவர் நினைவுச் சின்னங்கள், சிதைவுகள், அரண்மனைகள் மற்றும் நகர ஆலயங்கள் அனைத்தையும் ஓவியமாக வரையச் செய்தார். அத்துடன், மஜர் அலி கான், ஜாஃபருக்கும் ஆஸ்தான ஓவியர் என்பது

குறிப்பிடத்தக்கது. மெட்காஃல்ப் அந்த ஓவியங்களை தி டெஹ்லி புக் என்று தலைப்பிட்ட தன்னுடைய ஆல்பத்தில் இணைத்துக்கொண்டார், அதன் பின்னிணைப்பாக நீளமான விவரண உரையையும் எழுதிவைத்தார். இதனை, ஆங்கிலப் பள்ளியில் இருந்து டெல்லியில் உள்ள தன்னுடைய தந்தையுடன் சேர்ந்துகொள்வதற்காக தயாராகிக்கொண்டிருந்த தன்னுடைய மகள் எமிலிக்கு உரிய நேரத்தில் தாமஸ் அனுப்பிவைக்கவும் செய்தார். அவர் தனித்துவமான கண்ணோட்டத்துடன் கூடிய 20 அடி நீளமுள்ள ஆவணச்சுருள் ஒன்றையும் தயார்செய்தார். இந்த இரண்டு உத்தரவுகளுமே, அப்போது இருந்துவந்த கலகத்திற்கு முந்தைய டெல்லியின் மிகவும் முழுமையான காட்சித் தொகுப்பாக எஞ்சியிருக்கின்றன.[65]

இந்த உத்தரவுகளின்படி உருவான மகா கலைப்படைப்புகள் அவருடைய தனிப்பட்ட உரிமையின்கீழ் மேற்கொள்ளப்பட்டவை. மஜர் அலி கான் பழம் முகலாய உத்திகளில் தேர்ச்சிபெற்றிருந்தார் என்பதில் சந்தேகமில்லை. ஆனால் மெட்காஃல்பிற்கு பணிபுரிகையில், ஆங்கில நீர்வண்ணங்களை ஆங்கிலேய காகிதத்தில் பயன்படுத்தியது மற்றும் தன்னுடைய மாதிரிகளில் ஆங்கிலேயே கட்டிடக்கலையின் கம்பீரத்தை எடுத்துக்கொண்டது ஆகியவற்றால் ஆங்கிலேய, இந்திய ஓவியக்கலையின் தனிச்சிறப்பான கலவையின் உத்வேகம் உருவாகத் தொடங்கியது. இந்தக் கலப்பு, இன்று கம்பெனி ஸ்கூல் என்று அறியப்படுகின்ற புதிய வகை ஓவியத்திற்கு வித்திட்டது.

வண்ணங்களின் அற்புதமும் எளிமையுமாக, நுணுக்கங்களில் உன்னிப்பான, ஏறக்குறைய மனம்மயக்கும் கவனம், ரத்தினக்கல் போன்ற சிறப்புக்கூறுகள், அந்த ஓவியம் மின்னுகின்ற முறை என எல்லாமே மஜர் அலி கானின் முகலாய அனுபவத்தை எந்தப் பிழையும் இன்றி அவை சுட்டுகின்றன. இன்றும்கூட ஒரு சிறிய அழகான வாணவேடிக்கைக் காட்சியைப் போல் வீற்றிருக்கும் அதில் உள்ள வியப்பிலாழ்த்தும் வகையிலான வண்ணக்கலவைகளை பயன்படுத்துவதைப் பற்றி எந்த ஆங்கிலேயராலும் நினைத்துக்கூடப் பார்த்திருக்க முடியாது. மேம்சாஹிப்பின் நீர்வண்ணத்தினுடைய பரிசோதனைப்பூர்வமான முயற்சிகள் இந்தப் படைப்பில் இருந்து முற்றிலும் மாறுபட்டவை. நுணுக்கமான விவரங்களில் முகலாயர்கள் செலுத்திய உச்சபட்ச கவனமானது, கட்டிடத்தின் குணாம்சங்களை கூர்ந்து கவனிக்கவும் உணரவும் செய்யும் கட்டிடக்கலை ஓவியத்தை உருவாக்குவதற்கு அறிவியல்பூர்வ ஐரோப்பிய பகுத்தறிவுவாதத்துடன் கலந்துகொண்டது. டெல்லி கல்லூரி கட்டிடத்தில் காஸி உத்தீன் கல்லறையினுடைய ஓவியமானது, அதற்குப் பின்னால் இருக்கும் மசூதியின் முகலாய குவிமாடங்களுடைய விகிதாச்சாரங்களும் நுணுக்கங்களும் நுண்ணிய அளவில் மறுபடைப்பு செய்யப்பட்டிருக்கின்ற அதே நேரத்தில், அந்தக் கட்டிடக் கலைஞன் இலக்காக நிர்ணயித்துள்ள லேசான மற்றும்

மென்மையான கற்பனையையும் அந்த ஓவியர் புரிந்துகொண்டிருக்கிறார். அதனாலேயே அது அந்தக் கட்டிடத்தின் பிம்பத்தை நுண்ணியதாகவும் மென்மையானதாகவும் உருவாக்கியிருக்கிறது. மூச்சுக்காற்றில் பறந்துவிடும் அளவுக்கு அது மென்மையானதும் லேசானதுமாக இருந்தது.

ஆனால், கலைகளின் புரவலராக இருந்தது மட்டுமே சர் தாமஸிற்கும், ஜாஃபருக்கும் இடையில் இருந்த பொதுவான அம்சம் அல்ல. பல வழிகளிலும் அவர்களுடைய சூழ்நிலைகள் எதிர்பாராத நிகழ்வுகளால் நிரம்பியிருப்பவை. அரசியல்ரீதியாக ஏதோ ஒருவகையில் புறக்கணிக்கப்படுவதான தெளிவற்ற உணர்வு அவர்கள் இருவரிடமுமே இருந்தது. மெட்கால்ஃப் டெல்லியின் முஹல்லாக்கள் வழியாக மிடுக்கான கம்பீரத்துடன் கடந்து செல்லக்கூடியவர் என்றாலும், உண்மை என்னவென்றால் மெட்கால்ஃபின் ஜூனியர்கள் பலரும் கம்பெனியின் சேவையில் அவரைக் கடந்து சென்று கொண்டிருந்தனர். உதாரணத்திற்கு, ஒருகாலத்தில் மெட்கால்ஃபின் உதவியாளர்களுள் ஒருவராக இருந்த ஜான் லாரன்ஸ் அப்போது அவரைவிட சில பதவிகள் மேலே உயர்ந்து புதிதாக வெற்றிகொள்ளப்பட்ட பஞ்சாபின் ஆளுநர் ஆகிவிட்டார். அதில் மிகவும் எரிச்சலூட்டக்கூடியது என்னவென்றால், டெல்லியில் அவருக்கு முன்பாக ஆளுநராக இருந்த மெட்கால்ஃபின் மூத்த சகோதரர் சார்லஸ் அப்போது பிரபுக்குல தகுதியைப் பெற்றதுடன், கல்கத்தாவின் பெயரளவு கவர்னர் ஜெனரல் என்ற பதவியிலிருந்து உயர்ந்து கனடாவின் அசலான கவர்னர் ஜெனரல் பதவிக்குச் சென்றுவிட்டார். அதேநேரம், தாமஸ் மெட்கால்ஃப் டெல்லியில் தன்னுடைய பழைய பதவியையே விடாப்பிடியாக பிடித்துக்கொண்டிருந்தார். ஹிந்துஸ்தானத்தின் தலைநகரம் மற்றும் முகலாயர்களின் மையம் என்ற நீண்ட வரலாற்றை டெல்லி பெற்றிருந்தாலும், கம்பெனியின் சிவில் சேவையில் அது ஒரு நல்ல, ஆனால் அரிதான மூத்த பதவியே. 1833 க்குப் பின்னர், ஆக்ராவைச் சேர்ந்த லெப்டினெண்ட் கவர்னரால் நிர்வகிக்கப்பட்ட வடமேற்கு பிராந்தியங்களுக்கான புதிய தலைமை உருவாக்கப்பட்ட பின்னர், டெல்லி ஆளுநரின் அதிகாரம் மேற்கொண்டு குறைக்கப்பட்டபோதும் இப்படித்தான் நடந்தது.*

* *அதேசமயத்தில், ஆளுநர் என்ற பெயர், ஏஜெண்ட் என்றும், பின்னர் ஆணையர் என்றும் மாற்றப்பட்டது. இருப்பினும், புரிந்துகொள்ள எளிதாக இருக்கும் வகையில் இந்தப் புத்தகம் முழுவதும் நான் ஆளுநர் என்ற பதவிப் பெயரையே பயன்படுத்தப்போகிறேன். ஆளுநரானவர், துவக்கத்தில் முகலாய அரசவைக்கான கவர்னர் ஜெனரலின் தூதுவர் என்பதாகவே செயல்பட்டு வந்தார். ஆயினும், 1850 களில் ஏஜெண்ட்டானவர் தன்னுடைய மேலதிகாரியான, பிரிட்டிஷ்–முகலாய உறவுகளின் தினசரி விஷயங்களை கவனித்துவந்த, ஆக்ராவில் உள்ள வடமேற்கு பிராந்தியங்களுக்கான ஆளுநருக்கு உட்பட்டவராக இருந்தார், அத்துடன் கல்கத்தாவில் உள்ள கவர்னர் ஜெனரலிடம் மிகவும் தீவிரமான விஷயங்களை மட்டுமே – வாரிசுரிமை போன்றவை – கலந்தாலோசித்தார்.*

மேலும், மெட்கால்ஃப் மற்றும் ஜாஃபரின் குடும்பச் சூழ்நிலைகளும் பல வகையில் ஆச்சரியப்படும்படியான ஒற்றுமையைப் பெற்றிருந்தன. தன்னுடைய மூத்த மகனும் வாரிசுமானவருடன் ஜாஃபருக்கு ஏற்பட்ட சச்சரவுகள் அதிகரித்துக்கொண்டே சென்றன என்றால், மெட்கால்ஃபிற்கும் அதுவே பிரச்சினை. கம்பெனி சேவையில் ஜூனியர் மாஜிஸ்ட்ரேட்டும், இங்கிலாந்து பள்ளியில் படித்துவிட்டு பத்து வருடங்களுக்குப் பின்னர் இந்தியாவிற்குத் திரும்பியவருமான மெட்கால்ஃபின் மகன் தியோபிலஸ் (அல்லது தியோ) தன்னுடைய தந்தையின் ஆளுமையில் இருந்து முற்றிலும் மாறுபட்டவராக இருந்தார். சர் தாமஸ் அதிகம் பேசாதவராகவும், குறிப்பிட்ட விஷயங்களில் மட்டுமே கவனம் செலுத்துபவராகவும் இருந்தால், தியோ மிகவும் சகஜமானவராக, பரந்த மனம் கொண்டவராகவும் இருந்ததுடன், அவர் விரும்பியபோதெல்லாம் அதிகபட்ச வசீகரத்துடனும் காணப்பட்டார். தந்தை தனிமை விரும்பியாகவும், மனமகிழ் விஷயங்களை விரும்பாதவராகவும் இருந்தார் என்றால், தியோ ஆரவாரமானவராகவும், குதூகலமானவராகவும் இருந்ததுடன் விருந்துகள், குதிரையேற்றம் ஆகியவற்றில் அனுபவித்து கலந்துகொண்டார். அவருடைய தந்தை உறுதியான சுயஒழுக்கம் கொண்டவராக, சட்டத்திற்கு கீழ்படிந்தவராக இருந்தால், தியோ தடையை மீறும் உந்துதல் உள்ளவராக, அவருடைய தந்தை ‘குப்பைக்கூளங்கள்’ என்று குறிப்பிடுவனவற்றில் ஈடுபடுபவராக இருந்தார்.[66] ஆகவே, இவர்கள் இருவரும் ஓர் இறுக்கமான உறவுநிலையிலேயே இருந்ததில் ஆச்சரியப்பட ஒன்றுமில்லை.

இந்தக் காரணத்தினால்தான், ஜாவன் பக்தின் திருமணத்திற்குச் சரியாக ஒரு வருடம் முன்னர், 1851, ஏப்ரல் மாதம் தியோ தனக்கு டெல்லியில் வேலை கிடைத்திருப்பதாக தெரிவித்தக் கடிதம் ஒன்றைப் பெற்றபோது சர் தாமஸ் சற்றே கலக்கமடைந்தார். அந்தக் குடும்பத்தில் ஜிஜி என்று அழைக்கப்பட்ட தன்னுடைய இரண்டாவது மகள் ஜியார்ஜினாவுக்கு சர் தாமஸ் எழுதிய கடிதத்தில் பின்வருமாறு குறிப்பிட்டுள்ளார்.

> *‘நம்முடைய மறு ஒன்றுகூடலை நினைத்து நான் பயப்படுகிறேன் என்பதை உனக்கு வெளிப்படையாகவே சொல்லிவிடுகிறேன். என்னுடைய வாழ்நாளில் எனக்கே உரித்தான வழிமுறையை விட்டுவிட்டு என்னுடைய வீட்டிலேயே இரண்டாம் தரப்பினராக இருக்க முடியாது. என்னுடைய அனுபவத்தில் இருந்து எனக்குத் தெரிந்த உன்னுடைய சகோதரன்! எல்லாம் அவர் விருப்பத்திற்கு வழிவிட்டாக வேண்டும். என்னுடைய கோபமோ கடுமையானது. அதை நான் எப்போதுமே என் கட்டுப்பாட்டில்தான் வைத்திருக்கிறேன். ஆனால், [இதன் விளைவான] முடிவை என்னால் உணர முடிகிறது. [மேலும்] அவருக்குநான் குதிரை வண்டியையும் குதிரைகளையும் ஏற்பாடு செய்யவேண்டியிருக்கும்.*

இந்த விஷயத்தில் ஒருநாள் என்னைக் கடிந்துகொண்ட என்னுடைய நண்பன் கூறினான் - 'தன்னுடைய ஊதியத்திற்குள்ளாகவே வாழ்க்கையை அமைத்துக்கொள்ள வேண்டும் என்று நீ அவனை வலியுறுத்தவில்லை என்றால் அவன் முற்றிலும் உன்னைச் சார்ந்தே இருந்துவிடுவான்.' இது ஒரு [எழுதுவதற்கு] சங்கடமான கடிதம்தான் - ஆனால் என்னுடைய கசப்புணர்ச்சி காணாமல் போய்விடும்.'[67]

இருப்பினும், அதன் பின்குறிப்பில் மெட்கால்ஃபின் தொனி மிகவும் கவலைக்குரிய ஒன்றாக மாறியிருந்தது:

அன்புக்குரிய ஜிஜி, நேற்று உனக்கு கடிதம் எழுதிய பின்னர், டெல்லி கெஸட் பத்திரிகை வந்தது. அதில் இருந்த 'கல்கத்தா செய்தித் தொடர்பாளர்' எழுதியிருந்த ஒரு பத்தியில், குடிமைப் பண்புகளின் சட்டவிரோத செயல் என்பதற்கான மறைகுறிப்பு உன்னுடைய சகோதரனைக் குறிப்பதுதானோ என்று எனக்கு பயமாக இருக்கிறது. அப்படியிருந்தால் அவர் டல்ஹௌசி பிரபுவை கோபப்படுத்துவதோடு மட்டுமல்லாமல் அவரை நீக்கியும் விடுவார்கள். ஆனால், எல்லா சாத்தியப்பாடுகளையும் பொறுத்தவரையில் அவர் மீது உச்சநீதிமன்றத்தில் வழக்கு தொடுக்கப்படலாம். சேதங்களுக்காக 10,000 அல்லது 12,000 ரூபாய்கள் வரை அபராதமாக விதிக்கப்படலாம். அதை செலுத்தத் தவறினால் அவர் சிறைக்கு செல்வதைத்தவிர வேறு வழியிருக்காது. என்னால் [இங்கிலாந்தில் இருந்து] உன்னுடைய சகோதரியை அழைத்துக்கொள்ள இயலாது. தியோவால் எச்சரிக்கையுடனும் தீர்மானமாகவும் நடந்துகொள்ள முடியவில்லை என்றால் இது எந்தளவுக்கு பயமுறுத்தக்கூடியதாக இருக்கும் என்று யோசித்துப் பார். அவருடைய ஊதாரித்தனம் மிகவும் மோசமானது.[68]

சர் தாமஸ் தன் மகன்களுடனான உறவுநிலையைக் காட்டிலும் தன்னுடைய மகள்களுடனான உறவுநிலையே சுலபமாக இருப்பதாக நினைத்தார். எமிலி மற்றும் ஜிஜி ஆகியோருடனான அவருடைய செய்தித்தொடர்பு எந்தவித மாற்றமும் இன்றி இதமானதாகவும், மனதிற்கு நெருக்கமானதாகவும் இருந்தது. இருப்பினும் 1852 இல், தன்னுடைய அந்தப்புரத்தில் நடந்த விவகாரங்களுடன் ஜாஃபர் போராடிக்கொண்டிருந்த அதே நேரத்தில், இருபத்தோரு வயதான ஜியார்ஜினாவின் உணர்ச்சிகரமான காதல் விவகாரத்தை தடை செய்வதற்கான முயற்சியில் தாமஸ் பரபரப்பாக இருந்தார்.

மெட்கால்ஃப் மிகவும் பயந்தது போலவே, சர் எட்வர்ட் கேம்ப்பல் என்ற, இளம் ஸ்காட்லாந்து ராணுவ கேப்டனிடத்தில் ஜியார்ஜினா காதலில்

விழுந்தார். கேம்ப்பல் தன்னுடைய சக ஸ்காட்லாந்துக்காரரான சர் சார்லஸ் நேப்பியரின் முன்னாள் ஏடிசி (ADC) என்பதுடன் நேப்பியரின் காப்பாளரும் அவரே. இந்தியாவில் உள்ள பிரிட்டிஷ் ராணுவத்தின் முன்னாள் தலைமைத் தளபதியான நேப்பியருடன் சர் தாமஸிற்கு கடுமையான உடன்பாடின்மை நிலவி வந்தது. இதை இன்னும் அதிகமாக்கும் வகையில், பதவிப்பட்டம் இருந்தபோதிலும் கேம்ப்பல் அப்போது ஏதோ ஒருவகையில் ஒரு பைசாக்கூட இல்லாத நிலையில் இருந்தார். அவரும், ஜியார்ஜினாவும் டெல்லியில் உள்ள கம்பெனியின் மருத்துவ அதிகாரியான டாக்டர் கிராண்டின் வீட்டில் ஒருநாள் காலை சந்தித்தபோது ஜிஜி பியானோவில் வாசித்துக்கொண்டிருந்தார். அன்று மாலை அரண்மனைக் காவலர்களின் தளபதியான கேப்டன் டக்ளஸ் முன்னிலையில் அவர்கள் இருவரும் இணைந்து வரவேற்புப் பாடல்களைப் பாடினர்.[69]

இந்த விவகாரத்தைப்பற்றி சர் தாமஸ் தெரிந்துகொண்டு, அவர்கள் தொடர்புகொள்வதை தடைசெய்த உடனேயே ஜிஜி பட்டினிப் போராட்டத்தில் இறங்கினார். சூழ்நிலையை மாற்றும்விதமாக முஸோரியில் புதிதாக கட்டப்பட்ட மலை வாசஸ்தலத்திற்கு மெட்காஃப் அவரை அழைத்துச்சென்றபோது, தன்னுடைய காதலரின் கடிதங்களுக்காக அவர் காத்திருக்கத் தொடங்கினார். அந்தக் கடிதங்கள் ஒவ்வொன்றும் வரும் வேளையில் அவருடைய தந்தை அதனை முன்பாகவே பறிமுதல் செய்தார். இரவில் அவருடைய தந்தை உறங்கச் சென்றபின்னர், தன்னுடைய முஸோரி படுக்கையறையில் இருந்தபடி காதல் நோயுற்ற ஜிஜி கேம்பலுக்கு எழுதினார்,

> *அன்பிற்கினியவரே, உங்களிடம் இருந்து வரும் கடிதங்களைப் பார்ப்பதும், அவை வந்திருக்கின்றன என்று தெரிந்தும் என்னால் அதைப் பார்க்கவோ அல்லது படிக்கவோ முடியவில்லை என்று நினைப்பதும் கஷ்டமாக இருக்கிறது! எட்வர்ட்! என்னால் எழுத முடிந்து, உங்களிடமிருந்தும் சில வார்த்தைகள் கேட்க முடிந்தால் நான் முழு மகிழ்ச்சியடைவேன்! இதுபோன்ற ஒரு சூழ்நிலையில் இப்படி ஒரு விஷயத்தில் ஒருவரால் எப்படி ஆர்வம் காட்ட முடிகிறது என்பதை வெட்கக்கேடானதாக என்னால் பார்க்கவும் முடியவில்லை. அது புரிந்துகொள்ள முடியாத ஒன்றாகவும் எனக்குத் தோன்றவில்லை. நம்மால் உறுதியாக சொல்லமுடியாதா? ஆம், இப்போது சொல்ல முடியும்.*[70]

தைமூர் மாளிகையில் இருக்கும் பல இளவரசிகளையும் கட்டுப்படுத்துவதில் மிகவும் திறமைசாலியான மெட்காஃப், ஒரே ஒரு இருபத்தியோரு வயது பெண்ணின் வலி மற்றும் துன்பத்திற்கு முன்னால் தன்னை வலிமையிழந்தவராகவே கண்டார். மலைப்பகுதியிலேயே ஜிஜி-

யை விட்டுவிட்டு டெல்லிக்குத் திரும்பிய அவர், தில்குஷாவில் இருந்து பின்வருமாறு கடிதம் எழுதினார்,

இந்த அற்புதமான காலநிலை உன்னை மகிழ்ச்சியாக வைத்திருப்பதற்கு நீ அனுமதிப்பாய் என்றும், நீ சாப்பிட்டு, உன்னை நேசிக்கின்ற ஒரு தந்தை இருக்கிறார் என்பதை நீ நினைவில் நிறுத்திக்கொள்வாய் என்றும் நம்புகிறேன். அத்துடன் உடலளவிலும் மனதளவிலும் நீ இப்போது இருந்துகொண்டிருக்கும் நிலையைப் பார்த்தும், நேர்மையான பாசம் மற்றும் கடமையுணர்ச்சியினால் உன்னுடைய தந்தையிடமிருந்து தோன்றிய எந்த ஒரு விஷயம் உன்னை துன்புறுத்தியிருந்தாலும் நான் அதற்காக வருத்தப்படுகிறேன். எந்த ஒரு தந்தையராலும் இதற்கும் மேலாக செய்துவிட முடியாது.[71]

2

மத நம்பிக்கையாளர்களும் அவநம்பிக்கையாளர்களும்

டெல்லியில் இருக்கும் கிறிஸ்துவ மக்களின் மதகுருவான ரெவரண்ட் மிட்கெலே ஜான் ஜென்னிங்ஸ் தன்னுடைய மனதில்படுவதை பேசத் தயங்காதவர்.

ஜாவன் பக்தின் திருமணத்திற்கு மூன்று மாதங்களுக்கு முன்னர் டெல்லிக்கு வந்ததில் இருந்தே டெல்லி மக்களை கிறிஸ்துவத்திற்கு மதமாற்றம் செய்யும் திட்டம் குறித்த வேலையில் அவர் இறங்கிவிட்டார். இருளில் கிடக்கும் இளவரசரின் பூமியிலுள்ள கடைசிக் கோட்டை என்பதைத் தவிர இந்த முகலாய தலைநகரம் ஒன்றுமே இல்லை என்பதாக ஜென்னிங்ஸ் முடிவுக்கு வந்தார். இதுகுறித்து பின்வருமாறு எழுதிய அவர்,

> *அதன் சுவர்களுக்குள் பெருமிதமான வாழ்வு, கண்களில் ஆசைகளும், உடல் தசைகள் முழுவதிலும் நிரம்பியிருக்கும் எல்லாவிதமான காமங்களும் முழு அளவில் பரவி மகிழ்ச்சியில் திளைக்கின்றன. இந்தப் பூமியின் இந்தப் பகுதியில் இருக்கும் ராஜ்ஜியங்களின் புகழ் அனைத்தும் ஒழுக்கக்கேடான ஒருவரிடம் இருந்து மற்றொருவரிடம் கைமாறுகிறது. இதைப்பார்த்தால் சாத்தான் ஒன்று தான் விரும்பிய யாரிடத்திலும் தன்னுடைய தற்பெருமையை சரிபார்த்துக் கொள்ளவாவது அதைத் தந்துகொண்டிருப்பதுபோல் தெரிகிறது. ஆனால், அமைதியாகவும் நியாய உணர்வுடனும் இதைப் பார்த்தாலும்கூட அங்கு அதிகாரம் என்பதே இல்லை.*[1]

இந்தியாவின் தவறான நம்பிக்கைகள் என்று குறிப்பிடப்படுவனவற்றை, தேவைப்பட்டால் கட்டாயப்படுத்தியேனும் களைந்தெறிவதே ஜென்னிங்ஸின் திட்டம். 'புராதன மதங்களின் வேர்கள் எல்லாப் பழைய இடங்களைப் போலவே இங்கும் ஆழமாக வேரூன்றியிருக்கின்றன. அவற்றைப் பிடுங்கியெறிவதற்கு மனிதர்கள் ஆழ்ந்து

ஆராயக்கூடியவர்களாக இருக்க வேண்டும்.'[2] அவருடைய செயல்முறை எளிதானது. இந்தக் காட்டுமிராண்டிகளை மதமாற்றம் செய்வதை நோக்கி, அதிகரித்து வரும் பிரிட்டிஷ் பேரரசின் - 'இறைவனின் மகத்துவத்தினுடைய மாயாதீத செல்வாக்கின்' கருவியாக - அதிகாரத்தைப் பயன்படுத்திக்கொள்வது என்பதே அது.

தான் முன்மொழியும் டெல்லி செயல்திட்டத்திற்கான தொலைநோக்குப் பார்வையில், பிரிட்டிஷ் மணிமகுடமானது, ஒருகாலத்தில் இந்தியாவின் மிகப்பெரிய வம்சாவளியாக இருந்த முகலாயர்களின் சொத்தாகிய கோஹினூர் வைரத்தை சொந்தம் கொண்டிருக்கிறது என்று ஜென்னிங்ஸ் வாதிடுகிறார். அதற்குப் பிரதிபலனாக, பிரிட்டிஷார் இப்பொழுது இந்தியாவை மதமாற்றம் செய்யும் மிகப்பெரிய முயற்சியில் இறங்கியாக வேண்டும். இதன்மூலம், "பெரும் மதிப்புமிக்க முத்தினை [கிறிஸ்துவ நம்பிக்கை]" அவர்களால் திருப்பித்தர முடியும். இது நம்முடைய பேரரசு. அதன் போக்கில் இந்தியாவின் கிழக்கில் இருந்து அதன் மேற்கு நோக்கிய தன்னுடைய பயணத்தை அற்புதமாக தொடங்கியிருப்பதற்கானது. இதனால், ஆங்கிலேயர்களுக்கான துணைக்கண்டத்தை வெற்றிகொண்டு ஒரே உண்மையான கடவுளை நிறுவ பிரிட்டிஷார் தயாராக வேண்டும்.[3] இதன் மூலமாக பொய்யான மதங்களுடன் எந்தச் சமரசமும் செய்துகொள்ள வேண்டியதில்லை என்று அவர் நம்பினார்.

ஜென்னிங்ஸ் 1832 இல் இந்தியாவிற்கு வந்தபோது விரைவிலேயே மரியாதைக்குரிய ஒருவரானார். அவருடைய மகளின் வார்த்தைகளில் சொன்னால், 'அது மதரீதியான அனுசரிப்புகளில் காட்டப்படும் அக்கறையின்மை மற்றும் அலட்சியத்தை எதிர்த்துப் போராடுவதற்கானதாகும்.' ஆரம்பத்தில் தொந்தரவில்லாத பல மலைப்பகுதிகளில் வேலைக்கு அமர்த்தப்பட்ட அவர் அங்கிருந்த கிறிஸ்துவ இடுகாடுகளுக்கு பொருத்தமான எளிய கல்லறைகளை வடிவமைப்பதில் கவனம் செலுத்தவே நிர்பந்திக்கப்பட்டார். ஆனால், அவரோ டெல்லியில் மிஷனரி ஒன்றைத் தொடங்கி, 'மதமற்றவர்களுக்கான மிஷனரியாக' அதைச் செயல்படுத்த தீவிர முயற்சி எடுக்க வேண்டும் என்றே கனவு கண்டுகொண்டிருந்தார்.[4] இறுதியில் அவர் 1852 இல் டெல்லியில் மதகுருமார் பணியைப் பெற்றுக்கொண்டு நேரடியாக செங்கோட்டையின் எல்லைக்கே வந்துவிட்டார். அங்கே அவர் 'விசித்திரமான மேதகையினரான' கேப்டன் டக்ளஸ் மற்றும் அவருடைய நோய்வாய்ப்பட்ட மனைவியின் வரவேற்பை ஏற்று அவர்களுடைய லாகூர் வாயில் தங்குமிடத்தை பகிர்ந்துகொண்டார். இவரைத்தான் ஜென்னிங்ஸ் 'என்னைப்போல் தேவாலய விவகாரங்களில் ஆர்வம் கொண்டவர். மிஷனரிக்கு அன்பான ஆதரவாளர்' என்று குறிப்பிட்டுள்ளார்.[5]

டக்ளஸ்கள் ஒருபுறமிருக்க, அவசரப்படக் கூடியதாகவும், அசட்டையானதாகவும் இருந்தாலும் ஜென்னிங்ஸின் மென்மையாக

நடந்துகொள்ளும் விதமானது - பார்செஸ்டர் குறிப்புகளில் (பழைய ஏற்பாட்டின் இரண்டு தொகுப்புகளில் ஒன்று) வரும் அபேதியா ஸ்லோப்பின் (ஆறாம் நூற்றாண்டு இறைத்தூதர்) பாத்திரத்தைப் போன்றே கவர்ச்சியானது - அவருக்குச் சில நண்பர்களையும் பெற்றுத் தந்தது. அவரை மெட்கால்ஃபுகள் தீவிரமாக வெறுத்தனர். சர் தாமஸ் அவரை 'போலியானவர்' என்றும் மோசமான நடத்தையுள்ளவர் என்று குறிப்பிட்டார் ('டக்ளஸ் மூலமாக என்னுடைய புத்தகத்தைக் கொடுத்தனுப்பிய அவர் ஒரு வார்த்தைக்கூட நன்றி சொல்லவோ அல்லது ஒரு வரிகூட எழுதித்தரவோ இல்லை'). அதேநேரம் தியோ அவரை வெறுமனே 'ஒரு குருட்டுப் பிடிவாதக்காரர்' என்று கருதினார்.[6] சர் தாமஸும், தியோவும் மிக அரிதாக முழு மனதுடன் உடன்பட்டு குறிப்பிடுகின்ற ஒருவர் ஜென்னிங்ஸ் என்றால், மிகவும் பிரிட்டிஷ்தனமான ஆங்கிலமொழி பத்திரிகையான டெல்லி கெஸட் மற்றும் முழு மனதுடன் முகலாய ஆதரவுகொண்ட உருதுமொழி பத்திரிகையான டிஹ்லி உர்து அக்பர் ஆகிய இரண்டும் உடன்பட்டு குறிப்பிடுகின்ற ஒருவராகவும் அவர் இருந்திருக்கிறார் என்பதுதான் ஆச்சரியம்.

டிஹ்லி உருது அக்பரின் ஆசிரியரான மௌலவி முகம்மது பக்கார் ஜென்னிங்ஸை ஒரு 'மத அடிப்படைவாதி' என்று கருதியதில் பெரிய ஆச்சரியமில்லை எனும் நிலையில், டெல்லி கெஸட் பத்திரிகையோ ஜென்னிங்ஸின் மிஷனரி செயல்பாடுகளை மிகைப்படியான ஆர்வக்கோளாறாக கண்டது.[7] மேலும், ஹிந்துக்களின் மிகப்பெரிய திருவிழாவான கும்பமேளாவிற்கு ஜென்னிங்ஸ் சென்றபோது, கங்கைக்கரையில் கூடியிருந்த மில்லியன் கணக்கான ஹிந்து புனித யாத்ரீகர்களை மதம்மாற்ற முயற்சிசெய்கையில் ஹிந்துக்களுடைய வழிமுறையை அவர் வெளிப்படையாகவே 'சாத்தானிய வழிபாடு' என்று கண்டித்தார். இதுகுறித்து குறிப்பிட்ட டெல்லி கெஸட், ஜென்னிங்ஸும் அவருடைய இரண்டு உதவியாளர்களும் தங்களுடைய அணுகுமுறையை சற்று அடக்கி வாசித்திருக்கலாம் என்று சுட்டிக்காட்டியது. மேலும், 'இந்த நாகரிகமற்ற பெருங்கூட்டத்தை தங்களுடைய பெருமுயற்சிக்கான மேடையாக தேர்ந்தெடுத்ததில் மிஷனரிகளின் உற்சாகம் அவர்களுடைய விவேகத்தைவிட அதிகப்படியானதாக இருக்கிறது' என்றும் கெஸட்டில் எழுதினார் ஒரு செய்தித்தொடர்பாளர்.

'அவர்கள் அந்தக் கூட்டத்தினரிடையே தினமும் மதபோதனை செய்தனர். ஆனால் வெற்றியின் நிழலைக் காண்பதற்குக்கூட அவர்கள் - வர்த்தகம், குற்றம், இன்பம் மற்றும் சிலைவழிபாடு ஆகிய - நான்கு முக்கியமான எதிர்-கிறிஸ்துவ சக்திகளுடன், அதன் எல்லாவகையான மூர்க்கத்தனங்களுடனும் போராடியாக வேண்டும்.' குறிப்பாக ஜென்னிங்ஸால் கோபத்திற்கு ஆளானவர்கள் தீவிரவாத நாக சாதுக்கள், 'இயல்பிலேயே உடை உடுத்தாத, எதற்கும் கீழ்படியாத பரதேசிகள்! அந்த

அடர்த்தியான கூட்டத்தில் அவர்களை எங்காவதுதான் காணமுடியும். அத்துடன் அவர்கள் ஹிந்துக்கள் அல்லாத அத்துமீறி நுழைந்தவர்களை அவமானப்படுத்தவோ அல்லது அங்கிருந்து விரட்டியடிக்கவோ செய்தனர்.'[8]

ஜென்னிங்ஸ் தன்னுடைய மக்களிடம்கூட அதிகமாக பிரபலமடையவில்லை. சர் தாமஸின் கூற்றுப்படி, செயிண்ட் ஜேம்ஸ் தேவாலயத்தில் நிலவும் குளிர்காலத்தின் மிகைப்படியான குளிர் குறித்து புகார் தெரிவித்த ஒரு வயதான பெண்ணிடம், 'அவளுடைய மனம் கதகதப்பாக இருந்தால் அவளுக்கும் அப்படியே இருக்கும்' என்று அவர் கூறியிருக்கிறார்.[9] ஜென்னிங்ஸ் ஒரு வசீகரமான போதகராகவும் டெல்லியில் அறியப்படவில்லை. இந்தக் காலகட்டத்தைச் சேர்ந்த ஒரு பிரிட்டிஷ் மாஜிஸ்ட்ரேட் எழுதியுள்ளபடி,

> *'அந்தத் தேவாலயத்தின் மாலைநேரப் பிரார்த்தனைகளுக்கு நான் செல்வேன். ஜென்னிங்ஸின் முகத்தில் ஒரு தீர்மானகரமான பாவனை காணப்படும்.' இதனை ஒருவர் இப்படித்தான் சொல்லமுடியும். 'இது கொஞ்சம் சுமையானதுதான். ஆனால், நீ அதைத் தாங்கித்தான் ஆகவேண்டும்.' [அச் சமயத்தில் அவர் நீளமான உரையில் மூழ்கியிருந்தார்] அப்போது இருட்டிக் கொண்டிருந்தது. விரைவிலேயே ஒரு மெழுகுவர்த்தி அனுப்பிவைக்கப்பட்டது. இருளடைந்துவரும் தேவாலயத்தில் இந்த மெல்லிய, ஒற்றை விளக்கொளியும், அந்தச் சிறிய ஒளிவட்டையும் பாதி ஆக்கிரமித்துக் கொண்டிருக்கும் உருவத்திடம் இருந்து வந்த சத்தமான வாக்கியங்களும்கூட மிகவும் தனித்துவமான விளைவைக் கொண்டிருந்தது. தாமதமாகிவிட்டாலும் ஒரு வார்த்தை கூடக் குறைத்துக்கொள்ளாமல் அவர் ஆற்றிய அந்தப் போதனையானது வாழ்க்கையின் எதிர்பாராத மாற்றங்களில் நிலைகொண்டிருந்தது எனக்கு நினைவில் இருக்கிறது. அத்துடன் எதிர்காலத்தின் முழுமுற்றான நிச்சயமின்மைக்கு முன்பாக பாவ விமோச்சனத்தை தள்ளிப்போடுவது எந்தளவுக்கு அறிவார்ந்த செயல் அல்ல என்பதையும் அது எனக்கு வலியுறுத்தியது. அச்சமயத்தில் நான் விளங்கிக்கொள்ள முடியாத ஆன்மாக்கள் மூழ்கிக்கொண்டிருப்பதாக உணர்ந்தேன்.'[10]*

அவருடைய தனிப்பட்ட தோல்விகள் எதுவாக இருந்தாலும், ஜென்னிங்ஸின் கண்ணோட்டங்களும் கூர்நோக்கும் இந்தியாவில் இருந்த பிரிட்டிஷாரால் பகிரப்படுவது அதிகரிக்கவே செய்தது. பிடிவாதமான இந்திய அபிமானம் கொண்ட ஃபென்னி பார்க்கின்ஸ் பத்தாண்டுகளுக்கு முன்னர் ஹிந்துஸ்தானத்திற்கு வந்திருந்தபோது மனப்போக்குகள் மாறிவிட்டதையும், தீவிரமான மதவாதமானது கான்பூரில் மிக வேகமாக

பரவிவருவதையும் கண்டார். நடன விருந்துகள், விளையாட்டுகள், பந்தயங்கள் அல்லது நடனமாட சாத்தியமுள்ள வேறு எந்த விருந்துக்கும் செல்வது மிகவும் தவறானது என்று சிலசமயங்களில் இளம்பெண்கள்கூட கூறினார்கள். இதே அபிப்பிராயங்களைக் கூறிக்கொண்ட அதிகாரிகளும்கூட தங்களுக்குள் புதிய ஒளியைப் பாய்ச்சிக்கொண்டார்கள்.[11]

மதவாத பிரிட்டிஷ் எவன்ஜிலிக்கள்களால் 1840 மற்றும் 1850 களின் இந்தியா மெதுவாக நிரம்பத் தொடங்கியது. அவர்கள் இந்தியாவை ஆண்டு நிர்வகிப்பது மட்டுமல்லாமல் அதனைப் பாவத்திலிருந்து விடுவித்து மேம்படுத்தவும் விரும்பினர். கல்கத்தாவில் ஜென்னிங்ஸின் சக பணியாளரான திரு எட்மண்ட்ஸ், கம்பெனி தன்னுடைய அதிகாரத்தைப் பயன்படுத்தி இந்தியாவை மதம்மாற்றம் செய்வதற்கு கட்டாயப்படுத்த வேண்டும் என்பதை தெரியப்படுத்த அதுகுறித்து மிகவும் வெளிப்படையாகவே பேசினார். பரவலாக வாசிக்கப்பட்ட அவர் எழுதிய ஒரு சுற்றறிக்கையில் ‘எல்லோரும் ஒரு மத அமைப்பை ஏற்றுக்கொண்டாலும், இல்லாவிட்டாலும், மக்களிடத்தில் தீவிர அக்கறை காட்டும்போது அதற்குண்டான காலம் வரும். ரயில்வேக்கள், நீராவி வாகனங்கள் மற்றும் மின்னணு தந்தி ஆகியவை பூமியில் இருக்கும் எல்லா தேசங்களையும் விரைவாக இணைத்து வருகின்றன. இந்த நிலம் மாற்றியமைக்கப்படுகிறது. ஹிந்துயிஸம் எல்லாவிடத்திலும் வலுவிழக்கச் செய்யப்படுகிறது’ என்று எழுதினார்.[12]

இந்தியாவை மதம்மாற்ற கனவுகண்டவர்கள் மிஷனரிகள் மட்டுமல்ல. டெல்லியின் வடமேற்குப் பகுதியில் பெஷாவரின் ஆணையராக இருந்த ஹெர்பர்ட் எட்வர்ட்ஸ், ஆங்கில புராட்டஸ்டண்டின் நற்பேறுகள் காரணமாக ஒரு பேரரசே பிரிட்டிஷாருக்கு வழங்கப்பட்டிருக்கிறது என்று உறுதியாக நம்பினார். ‘பேரரசுகளை வழங்குபவர் கடவுள் மட்டுமே’ என்று அவர் எழுதியதுடன் ‘கிறிஸ்துவ மதத்தை அதன் தூய்மையான அப்போஸ்தலிய வடிவத்தில் காப்பாற்றுவதற்கு பெருமுயற்சி செய்வது இங்கிலாந்துதான் என்பதால்’ கடவுள் அந்தப் பேரரசை பிரிட்டனுக்கு வழங்கியுள்ளார்.[13] இதைத்தொடர்ந்து, தூய நம்பிக்கை, அதிக இறைநம்பிக்கை ஆகியவை பேரரசை கட்டமைக்கும் அவர்களுடைய முயற்சிகளுக்கு ஆதரவாய் இருக்கிறது என நிறைய பிரிட்டிஷார் பெரும் முயற்சியுடன் பிரச்சாரம் செய்தனர். இந்த வேகத்தில், ஃபதேபூர் மாவட்ட நீதிபதியான ராபர்ட் டக்கர் பெரிய கற்தூண்களை நிறுவி, அதில் பத்து கட்டளைகளையும் பாரசீகம், உருது, ஹிந்தி மற்றும் ஆங்கில மொழிகளில் பொறித்தார். அத்துடன் ‘வாரத்தில் இரண்டு அல்லது மூன்று முறையாவது, அவருடைய பிரசங்கத்தைக் கேட்க, அவருடைய வளாகத்தில் கூடியிருக்கும் பெரும் எண்ணிக்கையிலான பூர்வகுடியினர் மத்தியில் பைபிளை ஹிந்துஸ்தானியில் வாசித்துக்காட்டினார்.’[14]

இத்தகைய எவன்ஜிலிக்கல் உத்வேகமானது இந்தியாவில் இருந்த பிரிட்டிஷ் ராணுவத்திடமும் பரவியது. டிராகூன் கார்ட்ஸைச் சேர்ந்த ஒரு படைவீரர் குறிப்பிடுவதுபோல், 'ஒரு மதவாத பித்து பரவத்தொடங்கி மேலாட்சி புரிந்தது. துணைத்தளபதியும் சர்ஜெண்ட் மேஜரும் பழமைவாதிகளாயினர். அவர்கள் தினசரி காலை வேளைகளில் மதவாத கூட்டங்களில் கலந்துகொண்டனர்.'[15] 'பிரார்த்திக்கவும் போரிடவும் கூடியவர்களைவிட மற்ற படைவீரர்கள் தோற்கடிக்கப்பட கூடியவர்களே' என்பது இதுபோன்ற ரெஜிமெண்டுகளில் கோஷமாகவே ஆகிவிட்டது.[16] கம்பெனியின் சொந்த ராணுவத்திலும்கூட இதே கதைதான். 34 வது உள்ளூர் ஆயுதப்பிரிவின் தளபதியான கர்னல் ஸ்டீவன் வீலர் போன்ற அதிகாரிகள் தங்களுடைய சிப்பாய்களிடத்தில் பைபிளை படித்துக்காட்டும் பழக்கம் கொண்டவர்களானார்கள். அத்துடன் 'எல்லாப் பிரிவுகளையும் சேர்ந்த பூர்வகுடியினரை, நெடுஞ்சாலைகளில், நகரங்களில், கடைத்தெருக்களில் மற்றும் நகரங்களில் தன்னுடைய அயலார்களை இறைவனுக்கு மதம்மாற்றுவதற்கான மகிழ்ச்சியான கருவியாக கடவுள் அவனை மாற்றுவார் அல்லது வேறுவகையில் சொன்னால் நிரந்தரமான சாபத்தில் இருந்து அவனைக் காப்பாற்றுவார்' என்று அவர்களை மதம்மாறச் செய்தார்.[17]

கம்பெனி இயக்குநர்களிடையே, அதிகரித்துவரும் எவன்ஜிலிக்கல்கள் குழுவினரிடமும் இதேபோன்ற கண்ணோட்டங்களே பிரதிபலித்தன, இவர்களில் முதன்முதலானவர் சார்லஸ் கிராண்ட். 'தங்களுடைய மூடநம்பிக்கைகளில் மிக முழுமையாக பிணைப்புற்றுக் கிடக்கும் இவர்களை [ஹிந்துக்கள்] புரிந்துகொள்வது மிகவும் கடினம்' என்று நம்பிய கிராண்ட், 'ஒட்டுமொத்தமாக சீரழிந்துபோன, குருடர்கள் ஆகிவிட்டதைப்போல் தரம் கெட்டுப்போன காட்டுமிராண்டிகள்' என்று அவர் வர்ணித்தவர்களை மதம் மாற்றுவதற்கு அவர் பெரிய அளவில் மிஷனரிகளின் செயல்பாட்டை அதிகப்படுத்தினார்.[18] இறையுணர்வு, ஒரு உயர்வான நோக்கத்திற்காகவே பிரிட்டிஷாரை இந்தப் பாவச்செயலை மூழ்கடிக்க கொண்டுவந்திருக்கிறது என்று அவர் நம்பினார்:

> *இந்த ஆசியப் பிராந்தியம் நம்மிடம் வழங்கப்பட்டிருப்பது நாம் அதிலிருந்து வருடாந்திர லாபத்தைப் பெறுவதற்குத்தான், ஆனால், நீண்டகாலமாக இருளிலும், சீரழிவிலும், துன்பத்திலும் மூழ்கிக்கிடக்கின்ற அவர்களிடத்தில் நாம் விரிவாகப் பரவி, உண்மையின் ஒளியையும், தயையையும் அவர்களிடத்தில் பாய்ச்ச வேண்டியது அவசியமில்லையா?*[19]

இந்தியாவிற்குள்ளேயே மிஷனரிகளின் முக்கியக் கூட்டாளியாக விளங்கியர் கல்கத்தாவின் பிஷப்பான ரெஜினால்ட் ஹெபர். பிரிட்டிஷ் கட்டுப்பாட்டில் உள்ள பிரதேசம் முழுவதிலும் மிஷனரிகள் பரவும்

வகையில் இந்தியா முழுவதிலும் இருந்த பல்வேறு மிஷனரிகளை உற்சாகப்படுத்தியதுடன், கம்பெனி அதிகாரிகளின் ஒத்துழைப்புடன் அவை பரவுவதற்கும் ஊக்கமளித்தார். கம்பெனி சட்டத்தால் 1813 இல் வெளிப்படையாகவே தடைசெய்யப்பட்ட இது எவன்ஜிலிக்கலால் லண்டனில் தோற்றுவிக்கப்பட்ட 'புராட்டஸ்டண்ட் சமூகக் குழு' இங்கிலாந்து பாராளுமன்றத்தில் பெரும்திரளான மனு அளிப்பில் ஈடுபட்ட பின்னர் மாற்றியமைக்கப்பட்டது. அந்த மனுவில் 'கிழக்கத்திய பிராந்தியங்கள் முழுவதையும் வேகமான மற்றும் ஒட்டுமொத்த கிறிஸ்துவப் பரவலாக்கலுக்கு அனுமதிக்க வேண்டும்' எனும் வகையில் கம்பெனி சட்டம் மாற்றியமைக்கப்பட வேண்டும் என கோரப்பட்டிருந்தது.

இந்த விதிமுறை அமலாக்கப்படுவதை மேற்பார்வையிட்டவர் ஹெபர்தான். தன்னம்பிக்கையுள்ள புதிய மிஷனுக்காக அணிவகுப்பு பாடல்களாக இருக்கும் வகையில் தொடர்ச்சியான ஸ்தோத்திரங்களையும் அவர் எழுதியுள்ளார். இன்றும்கூட பாடப்பெறுகின்ற அவருடைய எழுச்சியூட்டும் பாடல்கள் கிறிஸ்துவ படைவீரர்கள் விமோசனம் மற்றும் நன்மைக்காக 'ஆபத்து, துன்பம் மற்றும் வலியினூடாக' போரிடுவதாகவும், முழுக்க முழுக்க புனிதப் போர் மற்றும் கிறிஸ்துவ ராணுவமயமாக்கம் ஆகியவற்றின் கற்பனையால் நிரம்பியிருந்தன. 'இறைவனின் குழந்தைகள் போருக்குச் செல்கிறார்கள், அவருடைய ரத்தச்சிவப்பான கொடி வெகுதொலைவிற்குப் பறக்கிறது' என்று தொடங்குகிறது ஒரு ஸ்தோத்திரம். ஹெபரின் ஸ்தோத்திரங்கள் தாங்கள் மதம்மாற்ற சாத்தியமுள்ளவர்களை நோக்கிய மிஷனரிகளின் மனப்போக்குகளை வெளிப்படுத்துபவையாக அமைந்திருந்தன.

கிரீன்லாந்தின்
பனிசூழ்ந்த மலைத்தொடர்களில் இருந்து,
இந்தியாவின் பவழப்பாறை கடற்கரையில் இருந்து...
தங்களுடைய நிலத்தை பிழைகளின் சங்கிலியிலிருந்து
விடுவிக்க எங்களை அழைக்கிறார்கள்.

எப்படிப்பட்ட வாசமான தென்றல்
சிலோன் தீவினூடாக வீசினாலும்,
எல்லா நம்பிக்கைளும் மகிழ்ச்சியுற்றாலும்,
மனிதன் மட்டும் மோசமாகிவிட்டான்.

எல்லாவித பரந்த கருணையும் வீண்போக
இறைவனின் பரிசுகள் சிதறடிக்கப்படுகின்றன.
காட்டுமிராண்டி தன் குருட்டுத்தனத்தினால்
மரத்திற்கும் கல்லுக்கும் முன்னால் மண்டியிடுகிறான்.

இந்தியாவின் இழிநிலை காட்டுமிராண்டிகள் குறித்த ஹெபரின் பார்வை பாதிரி ஜென்னிங்ஸிடமும் துல்லியமாக பிரதிபலித்தது. ‘எங்காவது ஓரிடத்தில் ஒரு வலுவான தாக்குதல் நடத்தப்படத்தான் வேண்டும். அது இங்கேயே நடத்தப்படலாம் என்று நான் நம்புகிறேன்’ என்று டெல்லிக்கு வந்த உடனேயே எழுதினார் ஜென்னிங்ஸ்.[20]

துவக்கத்தில், கற்றறிந்த முஸ்லிம் *உலாமா** பதினெட்டாம் நூற்றாண்டின் இறுதியில் ஹிந்துஸ்தானத்திற்கு பிரிட்டிஷார் வந்து சேர்ந்ததற்கான தங்களுடைய எதிர்வினைகளில் தெளிவின்றி இருந்துள்ளனர். ஹிந்துஸ்தானம் தற்போது தார்-உல்-ஹர்ப், அதாவது போரின் உறைவிடமாகிவிட்டதோ என்ற கருத்தை ஒரு சாரார் விவாதித்துக் கொண்டிருந்தனர். அதனால், முஸ்லிம் ஜிகாதிகளிடத்தில் சட்டப்படியான கவனம் செலுத்தினர். இவர்களில் பெரும்பாலானோர் வட இந்தியாவில் தங்களுக்கு நேரடி ஆதிக்க சக்தியாக இருந்துவரும் ஹிந்து மராட்டியர்களுக்கு மத்தியில் பிரிட்டிஷார் தங்களுக்கான ஒரு முன்னேற்றமாகவே இருப்பார்கள் என்ற பார்வையைக் கொண்டிருந்ததால், கம்பெனியின் வேலைவாய்ப்பில் வழக்குரைஞர்களாக, முன்ஷிக்களாக மற்றும் ஆசிரியர்களாக வேலைகளை வாங்கிக்கொண்டனர்.[21]

முன்னணி மௌலவிகளுக்கும் (முஸ்லிம் மதகுருமார்கள்) பிரிட்டிஷ் பெண்களுக்கும் வெளிப்படையாகவே பல திருமணங்கள் நடந்தன. இந்தப் பெண்களில் பெரும்பாலானோர் இஸ்லாத்திற்கு மதம் மாறினர்.[22] டெல்லியின் கற்றறிந்த வட்டாரங்களில் கிறிஸ்துவத்தில் நேர்மையான அறிவுஜீவி ஆர்வமும் இருந்திருக்கிறது. 1807 இல் பைபிள் புதிய ஏற்பாட்டின் அரபி மொழிப்பதிப்பைப் பெற்றுக்கொள்வதில் முகலாய அரசவை பெருமகிழ்ச்சி கொண்டது. இது பிரிட்டிஷார் டெல்லிக்கு வருகைபுரிந்த கொஞ்சநாட்களிலேயே நடந்ததால் ‘தங்களுடைய மகிழ்ச்சியை தெரிவித்த அவர்கள் இது தொடரவேண்டும் என்று கோரிக்கையும் வைத்தனர்.’[23]

மேலும், பிரிட்டிஷார் ஏறுமுகத்தில் இருந்த ஆரம்பகாலங்களில் பிரிட்டிஷ் ஆளுநர் மாளிகையில் நிறைந்திருந்த, குறிப்பிடத்தகுந்த வகையில் இந்தியப்பற்று கொண்டிருந்த அதிகாரிகளுடன் பல்வேறு

* அரபி மொழியில் ‘உலாமா’ என்றால் பன்மைப் பெயரில் ‘அறிவு பொருந்தியவர்கள் என்று அர்த்தம்,’ அவ்வகையில் இது ‘கற்றறிந்தோர் சமூகமாகும்.’ அதன் விளைவாக, இது இஸ்லாமிய மதகுருமார்கள், மதவிவகாரங்களில் குரான், சுன்னா மற்றும் ஷரியாவில் போதுமான அறிவு பொருந்தியவர்களின் அமைப்பு. கற்றறிந்தவர் என்பதைக் குறிப்பதற்கான ‘இதன் ஒருமைப் பெயர் ஆலீம்’ என்பதாகும்.

டெல்லி 'உலாமாவும் விரைவிலேயே நட்பு வைத்துக்கொண்டனர். உதாரணத்திற்கு, தன்னுடைய பாரசீக மற்றும் அராபிய மொழியறிவை மேம்படுத்துவதற்கு வாரம் இருமுறை தன் வீட்டிற்கு வருகைபுரிந்த சர் டேவிட் ஆச்டர்லோனியின் உதவியாளரான வில்லியம் ஃபிரேஸர் என்பவருடன் ஷா அப்துல் ஆஸிஸ் மிக நெருக்கமான பாசப்பிணைப்பினை ஏற்படுத்திக்கொண்டார்.[24] உள்ளுக்குள் ஒரு மொழியியலாளராகவும், அறிஞராகவும் இருந்த ஃபிரேஸர், டெல்லி முறைப்படி தன்னுடைய மீசையை வெட்டிக்கொண்டதுடன் தன்னுடைய அந்தப்புரத்தில் இருந்த 'ஆறு அல்லது ஏழு சட்டப்பூர்வ [இந்திய] மனைவியர்களுடன்' 'பாரசீக மன்னரைப் போல் விரும்பியபடி குழந்தைகள் பெற்றுக்கொண்டார்.'[25] முஸ்லிம் வழிமுறைகளை பரிவுணர்ச்சியுடன் புரிந்துகொண்ட ஃபிரேஸர் மீது கொண்ட ஆர்வத்தால் பெஷாவர் செல்லும் வழியில் எத்தகைய ஆலயங்களை தரிசிக்க வேண்டும் என்றும், ஷரியா சட்டத்தில் உள்ள சிறந்த விஷயங்களையும் குறித்து அப்துல் ஆஸிஸ் அவருக்கு ஆலோசனை வழங்கினார்.[26]

ஃபிரேஸரும் இந்தப் பாசத்தை திருப்பிக்கொடுத்தார். டெல்லிக்கு வந்த உடனேயே அவர் 'கற்றறிந்த அம்மண்ணுக்குரியோரை தேடத் தொடங்கினேன், அவர்களில் சிலரே இருந்தபோதிலும் அவர்களும் வறுமையில் வாடினர். ஆனால், நான் சந்தித்தவர்கள் அனைவருமே நிஜமான புதையல்கள்.'[27] இவர்களில் கவிஞர் காலிப்பும் ஒருவர். பின்னாட்களில் ஃபிரேஸர் கொல்லப்பட்டபோது 'தந்தை இறந்தது போன்ற வருத்தத்தை உணர்கிறேன்' என்று இவர்தான் எழுதினார்.[28] ஃபிரேஸர் பன்றிக்கறி, மாட்டுக்கறி சாப்பிடுவதை கைவிட்டார். இதன்மூலம் அவரால் இந்து மற்றும் முஸ்லிம் விருந்தினர்களுடன் தன் உணவு மேசையை பகிர்ந்துகொள்ள முடிந்தது. முகலாயர் பாணி உடைகளையும் விரும்பி அணிந்த அவர் முழுமனதுடன் முகலாய பாணியிலேயே வாழ்ந்தார். இதற்கு முன்னரே, 'ஏறக்குறைய எல்லோருமே அந்த அரசவை மாண்பினுடைய சிதைவுகள் எனப்பட்ட முகலாய வம்சாவளி முஸல்மான்களாகிய, டெல்லியின் வெளுத்த தாடிக்காரர்களை அரவணைத்தவர்...' என்று அவர் பெயர்பெற்றிருந்தார்.[29] பிரெஞ்சு பயணியும், தாவரவியலாளருமான விக்டர் ஜாக்குவாமாண்ட் இதுகுறித்து பின்வருமாறு குறிப்பிடுகிறார்:

> *[ஃபிரேஸர்] தன்னுடைய பழக்கவழக்கங்களில் பாதி ஆசியராக இருந்தார். ஆனால், மற்ற வகைகளில் அவர் ஸ்காட்லாந்து மலைப்பிரதேசத்தைச் சேர்ந்தவர். சுய சிந்தனையில் பெரும் அசல்தன்மையைக் கொண்ட அருமையான மனிதர். மேலும் அவர் ஒரு மனோதத்துவவாதியும் ஆவார். சொந்த ஊர்க்காரர்களைப் போன்ற பழக்கவழக்கங்களும் கருத்தாக்கங்களும் கொண்டிருக்கும் மற்ற எந்த ஐரோப்பியர்களைக் காட்டிலும் தன்னுடைய வாழ்க்கை*

முறைக்காக அவர் பெயர்பெற்றிருந்தார். அவர்களுடைய உள்ளார்ந்த வாழ்க்கையை உண்மையாகவும் ஆழமாகவும் புரிந்து கொண்டிருந்தார். அதாவது, அவர் மற்ற சிலரால் ஆட்கொள்ளப்பட்டிருந்தார். ஹிந்துஸ்தானியும் பாரசீக மொழியும் அவருடைய இரண்டு சொந்தத் தாய்மொழிகளைப் போன்றவை.[30]

தன்னுடைய வீட்டிற்கு, டெல்லியைப் பற்றி முதல்முறையாக விவரித்து 1806, பிப்ரவரி 8 ஆம் தேதி ஃபிரேஸர் எழுதிய கடிதத்தில், 'எல்லோரையும் அரவணைத்துக் கொள்கிற அளவுக்கு என்னுடைய சூழ்நிலை விரும்பத் தக்கதாக இருக்கிறது. இந்த மொழிகளை மகிழ்ச்சியுடன் படித்து கற்றுவருகிறேன். என்னுடைய கேளிக்கைக்கு அவைகளே பிரதான மூலாதாரமாக இருக்கின்றன. [மேலும்] டெல்லியில் நிறைய [வேறு] உணவு வகைகளும் உள்ளன. கீழைத்தேச கையெழுத்துப்படிகளின் சிறந்த தொகுப்பையும் நான் உருவாக்கி வருகிறேன்.'[31]

முகலாய உற்சாகத்தில் திளைத்தவர் அவர் மட்டுமே அல்ல. ஃபிரேஸரின் மேலதிகாரியான சர் டேவிட் ஆச்டர்லோனியும் டெல்லியின் உடனொத்த கலாச்சாரத்தினால் அதே அளவுக்கு மகிழ்ச்சியுற்றிருந்தார். ஹுக்கா புகைப்பது, நாட்ச் பெண்கள்* மற்றும் இந்திய ஆடையலங்காரத்தில் அவருக்கிருந்த பிணைப்பினால் ஆச்டர்லோனி, பிஷப் ஹெபரையே திடுக்கிடச் செய்தார். அவர்கள் இருவரும் ராஜஸ்தான் காடுகளில் யதேச்சையாக சந்திக்க, ஆச்டர்லோனி தன்னுடைய தங்குமிடத்திற்கு வருமாறு ஹெபருக்கு அழைப்பு விடுத்தார். அங்கே ஆச்டர்லோனி ஹிந்துஸ்தான் பாணியில் பைஜாமாவும், டர்பனும் அணிந்து அமர்ந்திருந்தார். அதேநேரம் அவருடைய வேலையாட்கள் மயிலிறகால் ஆன விசிறியால் அவருக்கு சாமரம் வீசிக்கொண்டிருந்தனர். ஆச்டர்லோனி தங்கியிருந்த கூடாரத்திற்கு ஒரு பக்கத்தில் ஆச்டர்லோனியின் பெண்கள் உறங்கும் சிவப்புநிற பட்டுக்கூடாரம் இருந்தது. மற்றொரு பக்கம் அவருடைய மகள்களுக்கான முகாம் இருந்தது. இதைக்கண்டு வியந்துபோன பிஷப் 'எல்லாமே சிவப்புத் துணிகளாக தொங்கிக் கொண்டிருந்தன. அதனால், தெய்வநிந்தனையுள்ள கண்களில் இருந்து பாதுகாக்கப்பட்டன. அது ஏதோ ஒரு கிழக்கத்திய இளவரசர் பயணம் செய்வதைப்போல் இருந்தது.'[32]

பதிமூன்று மனைவிகளைக் கொண்டிருந்தமைக்காக ஆச்டர்லோனி பெயர் பெற்றிருந்தார். ஆனால், இவர்களில் ஒருவர் புனேயைச் சேர்ந்த பிராமண நடனப் பெண். இஸ்லாத்திற்கு மதம் மாற்றப்பட்ட இவரை ஆச்டர்லோனி தன்னுடைய உயிலில் 'பீபி மெஹ்ருட்டன் மூபாரக் உல் நிஸா பேகம் என்ற பேகம் ஆச்டர்லோனி, என்னுடைய இளைய குழந்தைகளின் தாய்' என்று குறிப்பிட்டுள்ளார்.[34] அதனால் அவர் மற்ற எல்லோரையும்விட முன்னுரிமை எடுத்துக்கொண்டார்.

* தொழில்முறை நடன மற்றும் அந்தப்புரப் பெண்கள்.

ஆச்டர்லோனியைவிட மிகவும் இளையவரான அவர் இந்த முதிய ஜெனரலுடன் உறவு பாராட்டுகையில் கை ஓங்கியவராக இருந்திருப்பார் போல் தெரிகிறது. இதுகுறித்து ஒரு கண்காணிப்பாளர் குறிப்பிடுகையில் 'சர் டேவிட்டை [டெல்லியின்] கமிஷனராக வைத்திருத்தல் என்பது ஜெனரலி பேகத்தை உருவாக்குவது என்றாகிவிட்டது.'[35]

இதுபோன்ற கலவையான குடும்பங்களில் இஸ்லாமிய பழக்க வழக்கங்களும், மென்னுணர்வுகளும் தெளிவாக புரிந்துகொள்ளப்பட்டு அவற்றிற்கு மரியாதை அளிக்கப்பட்டது. உதாரணத்திற்கு, ஒரு கடிதத்தில் 'ஆச்டர்லோனி சீமாட்டி மெக்காவிற்கு ஹஜ் பயணம் செல்ல விடுமுறைக்கு விண்ணப்பித்துள்ளார்' என்று பதிவு செய்யப்பட்டிருக்கிறது.[36] உண்மையில், ஆச்டர்லோனி தன்னுடைய குழந்தைகளை முஸ்லிம்களாக வளர்ப்பது குறித்தே பரிசீலித்திருக்கிறார். அதேநேரம் முபாரக் பேகத்திற்கு பிறந்த குழந்தைகள் வளர்ந்துவிட்டபோது முன்னணி டெல்லி முஸ்லிம் குடும்பங்களுள் ஒன்றான லஹாரு நவாப்களின் குடும்பத்தில் இருந்து ஒரு குழந்தையையும் தத்தெடுத்துக்கொண்டார்.[37] முபாரக் பேகத்தால் வளர்க்கப்பட்ட அந்தப் பெண் இறுதியில் தன்னுடைய ஒன்றுவிட்ட மாமன் மகனும், காலிப்பின் சகோதரி மகனுமான ஒருவரை மணந்துகொண்டார்.[38]

பிரிட்டிஷ் மாளிகையின் கலப்புக் குடும்பங்களுக்கும் மேலாக டெல்லி சுற்றுப்புறங்களில் இஸ்லாம் மற்றும் கிறிஸ்துவத்திற்கு இடையே, முகலாயர்கள் மற்றும் பிரிட்டிஷ் கலாச்சாரத்திற்கு இடையே இருந்த இடைவெளிக்கு பாலம் அமைக்க முயற்சிசெய்து வெற்றியடைந்த நிலவுடைமை வம்சாவளியினர் பலரும் இருந்தனர். ஹன்ஸி ஸ்கின்னர்கள், காஸ்குன்ஞ் கார்டனர்கள் மற்றும் சர்தானா பேகம் சும்ருவின் வட்டாரத்தைச் சேர்ந்தவர்கள் அனைவரும் டெல்லி முகலாய மேட்டுக்குடியினரை திருமணம் செய்துகொண்டு, உயர்வான வாழ்க்கைமுறையை ஏற்படுத்திக்கொண்ட, பதினெட்டாம் நூற்றாண்டு ஐரோப்பிய படைவீரர்களைச் சேர்ந்த வம்சாவளியினரே. இதன்மூலம் அவர்களால் முகலாய அரசவை உலகம் மற்றும் கம்பெனியின் ஆளுநர் உலகம் ஆகியவற்றிற்கு இடையில் நடுநிலையான பகுதியில் ஆங்கிலோ-முகலாயர் மற்றும் இஸ்லாமிய-கிறிஸ்தவர் என்ற வகையை உருவாக்கிக்கொள்ள முடிந்தது. இந்த மூன்று வம்சாவளியினருமே பெயரளவிற்கு கிறிஸ்துவத்தை பின்பற்றிய அதேசமயம் பாரசீக மற்றும் ஹிந்துஸ்தானி மொழியே பேசினர். முற்றிலும் இஸ்லாமியமயப்பட்ட முகலாய பாணியிலேயே வாழ்ந்தனர்.

இத்தகைய நாகரிகங்களின இணைப்பு சிலநேரங்களில் குழப்பமான தாகவும் இருந்திருக்கலாம். அமெரிக்காவில் பிறந்த வில்லியம் லின்னேஸ் கார்டனர், கேம்பேயைச் சேர்ந்த பேகம் ஒருவரை மணந்துகொண்டார். அதேநேரம் அவருடைய மகன் ஜேம்ஸ், ஜாஃபரின் முதல் அத்தை மகளான முக்தார் பேகத்தை மணந்துகொண்டார். இருவரும்

இணைந்து ஒரு ஆங்கிலோ-முகலாய வம்சத்திற்கு பெற்றோர் ஆயினர். இவர்களில் பாதி குடும்ப உறுப்பினர் முஸ்லிம்களாகவும், பாதி உறுப்பினர் கிறிஸ்துவர்களாகவும் இருந்தனர். உண்மையிலேயே, ஜேம்ஸ் ஜஹாங்கீர் ஷிக்கோ கார்டனர் போன்ற சிலர் ஒரே நேரத்தில் இருதரப்பினராகவும் இருந்திருக்கின்றனர் என்று தெரிகிறது.*[39] 1820 இல், சர் டேவிட் ஆச்டர்லோனியை மத்தியஸ்தராக வைத்து, பேகம் சும்ருவின் வம்சாவளியுடன் திருமண உறவு வைத்துக்கொள்ளும் பேச்சுவார்த்தைக்காக கார்டனரின் பேகம் டெல்லிக்கு வருகை புரிந்தார்.

> *ஆனால், அந்த ரகசியத்தில் நான் இல்லை என்று எதையும் என்னால் நிச்சயமாக சொல்ல முடியாது. திருநங்கையர்களும், வயதானவர்களும் தினமும் [இரண்டு குடும்பங்களுக்கும் இடையில்] சென்றுவருகிறார்கள். எனக்குப் போதுமான சக்தி இல்லாததால் முழு அரச குடும்பமும் ஷாதிக்கு [திருமணத்திற்கு] வரும் விஷயத்தில் எனக்குள்ள தடுத்து நிறுத்தும் உரிமையில் மட்டுமே நான் குறுக்கிட்டேன்.*

இறுதியாக எல்லாம் ஏற்பாடு செய்தாகிவிட்டதுபோல் தெரிகையில் பேகம் சும்ருவின் வட்டாரத்தில் மரணம் ஒன்று ஏற்பட்டது. இதற்கு அவர் முஸ்லிம் முறைப்படி நாற்பது நாட்கள் துக்கம் அனுசரிக்கவேண்டும் என்று அறிவிக்க சற்றும் தயங்கவில்லை. 'மிகவும் செலவுமிகுந்த, சோர்வூட்டக்கூடிய முறைப்படியான துக்க அனுசரிப்பைப் பற்றியே இந்தக் கிழட்டுப் பேகம் நினைத்துக் கொண்டிருக்கிறார்' என்று தெரிவித்துள்ளார் எரிச்சல் அதிகமாகிக்கொண்டே சென்ற ஒரு கார்டனர். 'மேலும் தன்னை விளாசிக்கொள்வதற்கும் மேலாக டெல்லிக்கே உணவளித்தே அவர் சர் டேவிட் ஒரு ஹகீமாக, 40 நாட்களின் முடிவில் தன்னுடைய சோகாவை [துக்க அனுசரிப்பு உடைகள்] எடுத்துவிட வேண்டும் எனவும் எதிர்பார்த்திருந்தார்.' ஆச்டர்லோனி, உரிய முறையில் இந்தத் துக்கச்சடங்கிற்கு தன்னாலான ஆதரவை வழங்கினார். ஆனால், ஒரு நண்பரிடம் மட்டும் பின்வருமாறு கூறியிருக்கிறார். 'இந்த கிழ பேகம் கிறிஸ்துவ பழக்கங்களை ஹிந்துஸ்தானி பழக்கங்களுடன் ரொம்பவுமே குழப்பிக்கொள்கிறார். ஆனால், இந்தக் கிழவியை எது மகிழ்ச்சிப்படுத்தியிருந்தாலும், தனக்கு என்ன வேண்டும் என்றே அவளுக்குத் தெரியவில்லை என்பதுதான் உண்மை.'[41]

* கார்டனர்கள் மற்றும் ஸ்கின்னர்கள் ஆகிய இருவருமே தங்களுடைய குழந்தைகளுக்கு முகலாய மற்றும் ஐரோப்பிய பெயர்களை இடத்தொடங்கினர் – ஜெனானாவில் சூஸன் கார்டனரின் பெயர் சுபியா பேகம். ஸ்கின்னர் குடும்பத்தில் நிலவிய இந்தக் குடும்பப் பிரிவுமுறையை அவர்கள் இன்றுவரை பின்பற்றி வருகின்றனர். மீரட்டில் ரிக்ஷா வாடகைத் தொழிலை கவனித்துவரும் ஃபிராங்க் ஸ்கின்னர் தன்னுடைய விசிட்டிங் கார்டின் பின்பகுதியில், உருது மொழியில் தன்னுடைய முகலாயப் பெயரான சுல்தான் மிர்ஸா என்பதை எழுதி பதிவு செய்திருக்கிறார்.

கிறிஸ்துவத்திற்கு மாறியவர்கள் தங்களுடைய பழைய முகலாய பழக்கவழக்கங்களை விடாப்பிடியாக தொடர்ந்துகொண்டிருந்தது எல்லோரும் ரசிக்கக்கூடியதாக இல்லை. பேகம் சும்ருவின் மதகுருவாக அனுப்பிவைக்கப்பட்ட, கப்பூச்சின் ஃபாதர் ஆஞ்ஜெலோ டி கெரவாகியோ இதை ஒரு குறிப்பிடத்தகுந்த போராட்டமாகக் கண்டார். 'சர்தானாவில் நான் நான்கு வருடங்கள் இருந்ததில் ஒரு தேவாலயமும் வீடும் கட்டப்பட்டதைக் கண்டேன்' என்று ரோமில் இருக்கும் தன்னுடைய மூத்த அதிகாரிகளுக்கு அவர் கடிதம் எழுதினார். 'என்னால் முஸ்லிம் பழக்கவழக்கங்களை கைவிடச்செய்ய முடியவில்லை என்பதாலும், அதில் எந்த முன்னேற்றத்தையும் காணமுடியவில்லை என்பதாலும், குழந்தைகளுக்கு கல்வி கற்பிப்பது என்பதற்கே என்னை அர்ப்பணித்துக்கொள்வதென்ற முடிவை எடுத்திருக்கிறேன். நான் செய்திருக்கும் பெருமுயற்சிகளைப் பார்க்கையில், முஸ்லிம்களின் பழக்கவழக்கங்கள் மீது கிறிஸ்துவம் எந்தவித தாக்கத்தையும் ஏற்படுத்தவில்லை. [இறுதியாக] நான் குழந்தைகளுடன் ஆக்ராவுக்கே திரும்புகிறேன்.'[42]

ஃபாதர் ஆஞ்ஜெலோவின் மிதமான எரிச்சலுக்கு முரணாக இத்தகைய தீர்மானகரமான கலப்பு நிலப்பகுதியில் ஜென்னிங்ஸ் மற்றும் அவருடைய வெளிப்படையான இஸ்லாமிய எதிர்ப்பு செயல்திட்டம் முற்றிலும் புதியது. அது அந்தச் சூழ்நிலையை சட்டென்று மாற்றிப்போட்டது. கிறிஸ்துவர்களுடன் உழைப்புசார்ந்த உறவை உருவாக்கிக்கொள்ள பெரும் முயற்சி மேற்கொண்ட முகலாய மேட்டுக்குடியினரிடத்தில் நிலவிய நம்பிக்கைகளை இது பலவீனப்படுத்திவிட்ட அதேநேரத்தில், அவநம்பிக்கைவாதிகளான காஃபிர்களுடன் சேர்ந்திருப்பதற்கான எந்த ஒரு முயற்சிக்கும் எதிராக வாதிட்டு வந்தவர்களின் முன்தீர்மானங்களையும் அது உத்தரவாதப்படுத்தியது.

பத்தொன்பதாம் நூற்றாண்டு வாக்கில் பல்வேறு மிஷனரிகள் டெல்லியின் வழியாக கடந்துசென்று, மதபோதனை செய்து, விவாதங்களில் ஈடுபட்டு, துண்டுப்பிரசுரங்களை விநியோகித்திருந்தாலும், ஜென்னிங்ஸ் போல் யாருமே தெளிவாக எதிர்கொள்ளும் அணுகுமுறையைப் பின்பற்றியதில்லை. எஸ்பிஜி-க்கான (Society for the Propagation of the Gospel) தன்னுடைய முதல் அறிக்கையிலேயே டெல்லியின் '261 மசூதிகள் மற்றும் 200 கோயில்களை' கைப்பற்றுவதில் தனக்குள்ள மகிழ்ச்சியைப் பற்றி ஜென்னிங்ஸ் பேசியிருக்கிறார். இஸ்லாத்தையும், இறைத்தூதரையும் வெளிப்படையாக தாக்குவதற்குத் தனக்கிருந்த விருப்பம் குறித்து அவர் ரகசியம் காக்கவே இல்லை.[43] இதற்கு முந்தைய மிஷனரிகள் யாரும் ஜென்னிங்ஸ் அளவுக்கு அதேவிதமான அதிகாரப்பூர்வ ஆதரவைப் பெற்றதும் இல்லை. சொல்லப்போனால் தன்னுடைய மிஷன் கமிட்டியில் வடமேற்கு பிராந்தியங்களுக்கான ஆளுநர் மற்றும் பஞ்சாப் ஆணையர்

உள்ளிட்டோரையும் அவர் வைத்திருந்தார். டெல்லி கிறிஸ்துவ மதகுரு என்பதைப் பொறுத்தவரை அவர் அதற்குண்டான சம்பளத்தையும், பயண ஏற்பாடுகளுக்கான செலவையும் கம்பெனியிடம் இருந்து பெற்றுக்கொண்டார்.

மேலும், ஜென்னிங்ஸ் டெல்லிக்கு வந்தபோது, பிரிட்டிஷார் தங்களுடைய புதிய அதிகாரத்தைப் பயன்படுத்தி, முன்னதாக சட்டப்பூர்வ மத நடவடிக்கைகள் என்று குறிப்பிடப்பட்ட விஷயங்களை தங்களிடம் இருந்து பறித்துவிட்டு, மூர்க்கத்தனமாகவும், தற்போக்காகவும் கிறிஸ்துவத்தை மேம்படுத்த தொடங்கிவிட்டதன் அளவை நினைத்து ஹிந்துக்கள் மற்றும் முஸ்லிம்கள் ஆகிய இருதரப்பினரிடமும் அச்சம் நிலவத் தொடங்கியிருந்தது. ஹிந்து விதவைப்பெண்களை அவர்களுடைய இறந்துபோன கணவர்களுடன் சேர்த்து எரித்துவிடும் சதி என்ற சடங்கு 1829 இல் சட்டவிரோதமாக அறிவிக்கப்பட்டதால் பல பழமைவாத ஹிந்துக்கள் அச்சம்கொண்டனர். ஹிந்து விதவைப்பெண்கள் மறுமணம் செய்துகொள்ள அனுமதிக்கும் மற்றொரு சட்டமோ மேலும் அதிகமானோரை அச்சுறுத்தியது. அப்போதில் இருந்தே பிரிட்டிஷார் தங்களுடைய அரசாங்க ஆதரவற்றோர் இல்லங்களைப் பயன்படுத்தி பெற்றோர் இல்லாத குழந்தைகளை மதமாற்றம் செய்கிறார்கள் எனும் வகையிலான கதைகள் உலவத் தொடங்கியிருந்தன. மேலும், 1832 இல் அரசியல் சட்டத்தால் அறிமுகப்படுத்தப்பட்ட, மதம் மாறியவர்கள் தங்கள் வாரிசுரிமையுள்ள முன்னோர்களின் சொத்தை பெற்றுக்கொள்ளலாம் என்ற, ஷரியாவால் மிகவும் வெளிப்படையாகவே விலக்கப்பட்ட ஒன்றான ஒரு சட்டம் அந்த எண்ணத்தை உறுதிப்படுத்துவதாக அமைந்தது. கம்பெனிச் சிறைகளில் (நேரடியாக) பிடித்து வைக்கப்பட்டவர்களிடம் மதபோதனை செய்ய மிஷனரிகளுக்கு சுதந்திரம் வழங்கப்பட்டுள்ளது என்று சொல்லப்பட்டது. அந்தப் பிரதேசத்திற்கான சிறைகளின் மேற்பார்வையாளர் ஜென்னிங்ஸின் கமிட்டியில் இருந்தார் என்பதால் இது ஒன்றும் சாத்தியமில்லாத குற்றச்சாட்டு அல்ல.[44]

இன்னும் மிகத்தீவிரமான விஷயம் என்னவென்றால், ஹிந்துஸ்தானத்தை வெற்றிகொண்டதைத் தொடர்ந்து பிரிட்டிஷ் குடியேற்றப் பகுதிகளில் இருந்த நூற்றுக்கணக்கான கோயில்கள், மசூதிகள், மதரஸாக்கள் மற்றும் சூஃபி ஆலங்கள் தங்களுடைய நன்கொடைகளை திருப்பியளித்தன - கட்டாயப்படுத்தி பிடுங்கப்பட்டன - இதற்கு பல்வேறு சாக்குப்போக்குகள் சொல்லப்பட்டன. அத்துடன் நன்கொடை பெறுபவரின் உரிமைகளை நிரூபிக்கும் ஆவணங்கள் எங்கிருந்தாலும் அவை சமர்ப்பிக்கப்படவே இல்லை. இவற்றில் நிலக்கொடைகளை திருப்பி வழங்கியதில் டெல்லியில் உள்ள ஒன்பதுக்கும் குறைவில்லாத மசூதிகள் அடங்கும். வேறு சில விஷயங்களும் நடந்தன. மரியாதைக்குரிய கோயில்களையும் மசூதிகளையும் சாலைகள்

அமைப்பதற்காக கம்பெனியானது சர்வசாதாரணமாக இடித்தழித்தது - இது செல்வாக்குமிக்க இறையியலாளரான ஷா அப்துல் ஆஸிஸை குறிப்பிடத்தக்கவகையில் விரக்தியடையச் செய்தது.* சில இடங்களில் மசூதிகளிடம் இருந்து எடுத்துக்கொள்ளப்பட்ட நிலங்கள் தேவாலயங்கள் கட்டுவதற்காக மிஷனரிகளுக்கு வழங்கப்பட்டன. வேறு சில நிகழ்வுகளில், அதிரவைக்கும் அசட்டை மனப்பான்மையுடன், பிடுங்கப்பட்ட அல்லது அழிக்கப்பட்ட மசூதிகள் மிஷனரிகளுக்கும், சாதாரண கிறிஸ்துவ மதகுருமார்களுக்கும் குடியிருக்க வழங்கப்பட்டன.[46]

மிஷனரிகளைப் பொதுவாகப் பார்க்கையில் வட இந்தியாவில் மதமாற்றத்தில் இறங்கிய அவர்களின் முயற்சி குறிப்பிடத்தகுந்த அளவுக்கு தோல்விதான் என்றாலும், முற்றிலும் அப்பாவி பிரிட்டிஷ் ஆதரவாளர்கள்கூட அபாயக்குரல் எழுப்பத்தொடங்கும் அளவுக்கு இது அதிகரித்தது. மிஷனரிகள் மீதுள்ள பயத்தினால் உருவான சந்தேகத்திற்குரிய சூழ்நிலை என்றே இதைச் சொல்ல வேண்டும். டெல்லிக்கு வடக்கே உள்ள ஷஹாரன்பூரில் ஒரு மருத்துவமனை கட்டப்பட்டது. முகத்திரை அணிந்த பெண்களை வீட்டிலேயே வைத்து வைத்தியம் பார்க்கப்படுவதற்குப் பதிலாக அங்கேதான் செல்ல வேண்டும் என்று கேட்டுக்கொள்ளப்பட்டது. இது, பிரிட்டிஷார் பர்தா அணியும் முறையை ஒழிக்கப்போகிறார்கள் என்ற அச்ச அலைக்கு காரணமானது. இதேபோன்றே, பிரிட்டிஷ் பள்ளிக்கூடங்கள் மற்றும் கல்லூரிகள் எல்லாமே மிஷனரி செயல்பாட்டின் மறைமுக உறுப்புகள் என்றே குறிப்பிடப்பட்டன.[47]

ஜென்னிங்ஸ் டெல்லிக்கு வந்த 1852 ஆம் ஆண்டு சமயத்தில் டெல்லி உலாமா-வினால் அறிவுப்பூர்வமான எதிர்தாக்குதலுக்கு ஆளாகக்கூடிய முதலாவது அறிகுறிகள் தோன்றியது ஒன்றும் எதேச்சையான நிகழ்வுகள் அல்ல. அந்த வருடத்தில்தான் கற்றறிந்த மௌலான ரஹ்மத் அல்லா

* பிரிட்டிஷாருக்கு எதிராகப் போராடத் தன்னை எது வழிநடத்தியது என்பதைக் குறித்து லக்னோவின் பேகம் ஹஸ்ரத் மஹல் விளக்கியபோது இதுவும் முதன்மைப் புகார்களுள் ஒன்றாக இருந்தது. எழுச்சியின் இறுதிக்காலங்களில் அவர் வெளியிட்ட தன்னுடைய அறிவிப்பில் இறைவணக்கத்திற்கு சுதந்திரம் அளிப்பதாக பிரிட்டிஷார் ஏற்றுக் கொண்டிருப்பதை அவர் கேலிக்கு உட்படுத்தினார்: 'பன்றிகளைத் தின்று ஒயின் குடிக்கவும், விலங்கு கொழுப்பு தடவப்பட்ட துப்பாக்கி உறைகளைக் கடிக்கவும்' இனிப்புகளில் பன்றிக் கொழுப்பை கலக்கவும், சாலைகள் போடுகிறோம், தேவாயலங்கள் கட்டுகிறோம் என்ற பெயரில் ஹிந்து கோயில்கள், முஸ்லிம் ஆலயங்களை அழிக்கவும், தெருக்களுக்கு மதகுருமார்களை அனுப்பி கிறிஸ்துவ மதத்தைப் போதிக்கவும், ஆங்கிலப் பள்ளிகளை அமைத்து மக்கள் ஆங்கில அறிவியல்களைப் படிக்க உதவித்தொகைகள் வழங்கவும் செய்கின்ற அதே நேரத்தில் ஹிந்துக்கள் மற்றும் முஸல்மான்களின் வழிபாட்டுத்தலங்கள் இன்றைய தினத்தில் முற்றிலுமாக புறக்கணிக்கப்பட்டிருக்கின்றன. இவை எல்லாவற்றையும் வைத்துப் பார்க்கையில் மதமானது குறுக்கீட்டிற்கு ஆளாகாது என்று மக்கள் எப்படி நம்புவார்கள்?' *Proclamation of Begum Hazrat Mahal; the translation of the original is in the NAI, Foreign Department, Political Consultation 17 December 1858, from J.D. Forsyth Sec. to Chief Commr Oudh, To G.J. Edmonstone, Sec. GOI, For. Dept, Dt Lucknow, 4 December 1858.*

கெயிர்நவி மிகவும் பரவலாக சுற்றுக்கு விடப்பட்ட இஸாரத் அல்-அவ்ஹாம் (சந்தேகங்களைத் தீர்ப்பவன்) என்ற சுற்றறிக்கையை எழுதினார். இதில் அவர் மிகவும் தெளிவாக, இஸ்லாமின் பாதுகாப்பு மற்றும் ஜெர்மானிய பைபிள் அறிஞர்களின் புதிய கண்டுபிடிப்புகளை வைத்து கிறிஸ்துவ பிரசங்க்ங்களில் இருக்கும் எழுத்தின் சீரற்றத்தன்மை மற்றும் சீர்கேடு குறித்த விவரங்களை வழங்கியிருந்தார். இதுகுறித்து மௌலானவே பின்வருமாறு விளக்குகிறார்:

> *அந்த நேரத்தில் சாதாரண முஸ்லிம்கள் [மிஷனரிகளின்] மதபோதனையில் இருந்து தங்களைத் தவிர்த்துக்கொண்டனர் என்பதுடன் அவர்களுடைய புத்தகங்கள் மற்றும் துண்டுப் பிரசுரங்களை படிப்பதில் இருந்தும் விலகிக்கொண்டனர். இதனால் இந்திய உலாமா இந்தத் துண்டுப் பிரசுரங்கள் தவறென மறுக்கும் எதிலும் கவனம் செலுத்தவில்லை. ஆனால், சிறிதுகாலம் கழித்து இவர்களில் சிலரிடத்தில் பலவீனம் உருவாகத் தொடங்கிவிட்டது. மேலும், படிக்காத முஸ்லிம்கள் சிலர் அதில் சிக்கிக்கொள்ளும் ஆபத்தில் இருந்தனர். அதனால், எங்களைப் போன்ற இஸ்லாமிய அறிஞர்கள் சிலர், தவறெனக் கூறும் அவர்களின் வாதங்களின்பால் எங்கள் கவனத்தைத் திருப்பினோம்.*[48]

எவன்ஜிலிக்கல்களின் (பைபிள் புதிய ஏற்பாட்டைப் பின்பற்றுபவர்கள்) இந்தப் புதிய மனப்போக்குகள் அதிகாரம் அதிகரித்துக்கொண்டேவரும் பிரிட்டிஷாரின் மிகவும் பரவலான மற்றும் கண்ணுக்குத் தெரிந்த திமிர்த்தனத்தின் ஒரு பகுதியாக மட்டுமே இருந்தது. 1849 இல் சீக்கியர்கள் மீது போர்தொடுத்து அவர்களை வெற்றிகொண்டதில் இருந்தே பிரிட்டிஷார் தங்களை தெற்காசியாவின் எஜமானர்கள் என்று கருதிவந்தனர். அவர்களுடைய ராணுவப் போட்டியாளர்கள் அனைவரும் அப்போது தோற்கடிக்கப்பட்டிருந்தார்கள் - பெங்காலில் 1757 இல் சிராஜ் உத்-தவுலா, 1761 இல் பிரெஞ்சுக்காரர்கள், மைசூரில் 1799 ஆம் ஆண்டு திப்புசுல்தான், 1803 மற்றும் இறுதியாக 1819 இல் மராட்டியர்கள் என சொல்லிச் செல்லலாம்.

தொழில்நுட்ப ரீதியாகவும், பொருளாதார ரீதியாகவும், அரசியல் ரீதியாகவும் மற்றும் கலாச்சார ரீதியாகவும் இந்தியாவிடம் இருந்து பிரிட்டிஷார் கற்றுக்கொள்ள எதுவுமேயில்லை, கற்றுக்கொடுக்கத்தான் நிறைய இருக்கிறது என்ற எண்ணம் முதல்முறையாக உருவானது. இத்தகைய பேரரச திமிர்த்தனம் உருவாவதற்கு அதிககாலம் தேவைப்படவில்லை. இந்தத் திமிர்த்தனம், எவன்ஜிலிக்கல் கிறிஸ்துவத்தின் எழுச்சியுடன் இணைந்து, பிரிட்டிஷாருக்கும் இந்தியர்களுக்கும் இடையே இருந்த உறவுகளின் எல்லாவித அம்சங்களையும் மெல்ல பாதிக்கத் தொடங்கியது.

ஆரம்பத்தில் மேற்கத்திய பல்கலைக்கழகம் என்பதற்கும் மேலாக மதரஸா என்பதாகவே இருந்துவந்த டெல்லி பல்கலைக்கழகம் 1828 இல் கம்பெனியரால் மறுவடிவமைப்பு செய்யப்பட்டு, கிழக்கத்திய ஆய்வுகள் என்பதையும் தாண்டி ஆங்கில மொழியிலும் இலக்கியத்திலும் கல்வி கற்பிக்கப்பட்டது. இதன் நோக்கம் 'கல்வி கற்காத மற்றும் பாதி காட்டுமிராண்டி இந்திய மக்கள்' என்று புதிய கல்லூரி கமிட்டி தற்போது யாரையெல்லாம் பார்க்கிறதோ அவர்களை 'கைதூக்கிவிடுவதே' ஆகும். இந்த நடவடிக்கைக்குப் பின்னால் தாமஸ் பாபிங்டன் மெக்காலேயின் ஒன்றுவிட்ட சகோதரரும், அவருடைய மாணவருமான சார்லஸ் டிரெவெல்யன் இருந்தார். இதே மெக்காலேதான் தன்னுடைய பதிவு ஒன்றில் குறிப்பிட்டபடி 'ஒரு நல்ல ஐரோப்பிய நூலகத்தின் ஒரே ஒரு அலமாரிகூட இந்தியா மற்றும் அரேபியாவின் மொத்த மண்சார்ந்த இலக்கியத்திற்கும் சமமானது' என்று அறிவித்து பிரபலமானார்.

சமஸ்கிருதத்தில் எழுதப்பட்டுள்ள எல்லாப் புத்தகங்களில் இருந்தும் சேகரிக்கப்பட்ட வரலாற்றுத் தகவல்கள் இங்கிலாந்தில் உள்ள ஆரம்பநிலைப் பள்ளிகளில் பயன்படுத்தப்படும் மிகவும் அடிப்படையான குறிப்புகளில் காணப்படுவதைக் காட்டிலும் குறைவான மதிப்பு கொண்டவையே. மேற்கத்திய ஐரோப்பாவின் மொழிகளே ரஷ்யாவை நாகரிகப்படுத்தின. தார்த்தாரிய இனத்திற்கு அவை செய்தவற்றை, ஹிந்துக்களுக்கும் செய்யும் என்பதில் எனக்கு சந்தேகமில்லை.

டிரெவெல்யன் இதேபோன்ற கண்ணோட்டத்தையே டெல்லி கல்லூரியிலும் நடைமுறைப்படுத்தினார். 'ஆங்கில இலக்கியத்தின் தூய மூலாதாரத்தால் மட்டுமே மத உணர்வுகளால் ஊட்டமளிக்கப்படும் பழக்கவழக்கம் மற்றும் முன்தீர்மானங்களின் ஊடுருவமுடியாத தடையை எதிர்த்து முன்னேற முடியும்.'[49] சற்று பின்னர் 1837 இல் அரசு மொழியாக இருந்த பாரசீக மொழியை நீக்கிய பிரிட்டிஷார் அதனை ஆங்கிலத்தால் பதிலீடு செய்தனர் (அவ்வப்போது பிராந்திய மொழியாக்கவும் செய்தனர்). அப்போதில் இருந்தே, இந்த நிகழ்ச்சிநிரலை அமைக்கத் தொடங்கிவிட்ட பிரிட்டிஷார் தங்களுடைய ரசனை, பாரம்பரியம் மற்றும் தீர்மானங்களின் அடிப்படையிலேயே இந்தியா ஆளப்படவேண்டும் என்பதில் தெளிவாகிவிட்டனர்.

புதிய ஆங்கிலக் கல்லூரியில் கல்வி கற்றபோதும் ஆங்கிலேயரால் தாங்கள் நடத்தப்படும் விதத்தில் மிகச்சிறிய அளவே முன்னேற்றம் இருப்பதை இந்தியர்கள் கண்டுகொண்டனர். டெல்லி கல்லூரியில் ஆங்கிலம் கற்பிக்கப்பட்டபோது முதல் தொகுதி மாணவர்களில் ஒருவராகச் சேர்ந்த மோகன்லால் காஷ்மிரி சொல்வதன்படி, 'ஆங்கிலச் சீமான்களின் பொதுப்பண்பினால் நாங்கள் நடத்தப்பட்டவிதம் மிகவும் அந்நியமானதாக,

அவமதிக்கத்தக்க வகையிலானதாக இருந்தது. அது எங்களுடைய மனதைப் புண்படுத்தி பிரிட்டிஷ் ஆட்சியின் ஆசீர்வாதங்களை மறந்துவிடுமாறு கட்டாயப்படுத்தியது.' மேலும், அவர் ஒரு எச்சரிக்கையும் தருகிறார்: 'உங்களுக்கு கீழேயுள்ள இந்த மக்களை நசுக்கி அவர்களை அச்சுறுத்தி உங்கள் கைகளில் வைத்திருக்கலாம். ஆனால், நீங்கள் மக்களின் மனங்களை வெற்றிகொள்ளாதவரை, யதார்த்தத்தைக் காட்டிலும் அமைதி மற்றும் நேசம் என்பவை மனப்பூர்வமாக சொல்லப்பட்ட வார்த்தைகளாக இருக்காது.'[50]

இரண்டு கலாசாரங்களுக்கும் இடையில் பாலம் அமைக்க நினைத்த வெள்ளையின முகலாயர்களைப் பொறுத்தவரை பிரிட்டிஷாரின் தொனியில் ஏற்பட்டுள்ள மாற்றம் மற்றும் முழுமையாக வளர்ந்துகொண்டேயிருக்கும் முரட்டுத்தனம் ஆகியவை அவர்களுக்கு ஆழ்ந்த மனச்சோர்வை ஏற்படுத்தியது. வில்லியம் கார்டனர் முகலாயர்களின் சகிப்புத்தன்மை மற்றும் கலப்பு அரசவைக் கலாசாரத்தில் தன்னை ஆழமாக பிணைத்துக்கொண்டவர். விரும்பாத இந்தியாவின் மீது தங்களுடைய பழக்கவழக்கங்கள் மற்றும் மதங்களைத் திணிக்கும் ஜென்னிங்ஸ் போன்ற மிஷனரிகளின் முயற்சிகள் அவரால் விளங்கிக்கொள்ள முடியாத அளவுக்கு அச்சம்தரக்கூடியதாக இருந்தது. இந்திய அபிப்பிராயத்துடன் பிரிட்டிஷார் தொடர்பை இழந்துவிட்டதன் அளவைக் கண்டு அவர் எரிச்சலடைந்தார். தன்னுடைய அத்தை மகனுக்கு எழுதிய கடிதத்தில், 'பூர்வீக மக்களிடம் அறிவை வளர்க்க அநீதி மற்றும் அடக்குமுறையானது எந்த ஓர் அரசாங்கத்திடமும் மிதமிஞ்சிப் போய்விடக்கூடாது. ஆனால், இந்தத் தவறையே பிரிட்டிஷார் திரும்பத்திரும்ப செய்துவருகின்றனர்' என்று குறிப்பிட்டுள்ளார்.[51] அவருடைய உணர்வை ஆச்டர்லோனி புரிந்துகொண்டார். முதிய வயதான பேரரசரையும் அவருடைய குடும்பத்தினரையும் தன்னுடைய இளம் பணியாளர்கள் நடத்தும் விதத்தைக் கண்டு அவரும் அதே அளவுக்கு அச்சமுற்றிருந்தார். 'குறைந்தபட்ச மரியாதையையாவது பெறமுடியும் என்று நினைத்துக்கூடப் பார்க்க முடியாத நிலையில் தைமூர் குடும்பம் இருக்கிறது' என்று அக்கறைகொண்ட வில்லியம் ஃபிரேஸருக்கு அவர் பின்வருமாறு எழுதினார், 'அவர்கள் மிகவும் அவமரியாதைக்குரிய நிலையில் மூழ்கிக்கொண்டிருக்கிறார்கள். இப்படிப்பட்ட தரம்தாழ்த்தும் செயல்பாட்டின் மூலம் பூர்வீக மக்களிடையே நம்மால் எந்த நற்பெயரையும் பெறமுடியாதோ என்று எனக்கு பயமாக இருக்கிறது.'[52]

ஃபென்னி பார்க்கின்ஸ் டெல்லியில் இருந்தபோது, செங்கோட்டையின் ஜெனானாவில் இருந்த கார்டனர்களின் அத்தை மகளான முதிய இளவரசி ஒருவரைக் காணச் சென்றிருந்தார். பிரிட்டிஷாரின் அதிகார ஏற்றத்தின் துவக்கத்தின்போது இதுபோன்ற வருகைகள் வழக்கமான ஒன்றுதான். அவற்றின் மீது குறிப்பிட்ட கவனம் செலுத்தப்பட்டதில்லை.

ஆனால், 1840 களில் டெல்லியில் இருந்த பிரிட்டிஷ் சமுதாயத்தினரின் எதிர்வினையோ ஏறக்குறைய குரூரமான ஒன்றாக இருந்தது. 'இளவரசியை சென்று பார்த்ததில் நான்தான் மிகுந்த குற்றச்சாட்டிற்கு ஆளானதாகக் கேள்விப்பட்டேன்' என்று அதன்பிறகு அவர் எழுதினார்.

> *அந்த ஏழ்மையைப் பாருங்கள், அது பேரரசர்களின் வாரிசுகளுடைய பாவப்பட்ட ஏழ்மை! முந்தைய காலங்களில் முத்து மாலைகளும், மதிப்புமிக்க ஆபரணங்களும் தங்களைக் காண வந்துசெல்லும் வருகையாளர்களின் கழுத்துகளில் அணிவிக்கப்படும். தன்னுடைய செல்வம் அனைத்தையும் இழந்த நிலையில் இருந்த இளவரசி ஹயத்-ஊல்-நிஸா புதிதாக பறிக்கப்பட்ட மல்லிகைப் பூக்களைக் கொண்டு செய்யப்பட்ட கழுத்தணியை எனக்கு அணிவிக்க என் தலைக்கு மேலாக கொண்டுசென்றபோது இந்த பிரபஞ்சத்திற்கே அவர்தான் மகாராணி என்பதுபோல் நான் அவருக்கு தலை தாழ்த்தினேன். மற்றவர்கள் இவர்களை பாவப்பட்டவர்களாக பார்க்கலாம், என்னால் முடியாது. அவர்கள் யாரென்று பாருங்கள். அவர்கள் எப்படி இருந்தார்கள்? ஒருநாள் ஒரு சீமான் இந்த இளம் இளவரசர்களுள் ஒருவரின் பகட்டாரவாரத்தைப்பற்றி என்னிடம் பேசிக்கொண்டிருந்தார். எப்போதும் கடனிலேயே இருந்தபோதிலும் அவர் தனக்களிக்கப்பட்ட பஞ்சப்படியை வைத்துக்கொண்டு ஒருபோதும் வாழ்ந்ததே இல்லை என்றும் அவர் குறிப்பிட்டார். அந்த இளவரசருக்கு தரப்பட்ட பஞ்சப்படி ஒரு மாதத்திற்கு பனிரெண்டு ரூபாய்! இது தலைமைப் பணியாளரின் கூலியைவிட மிகக் குறைவானது.*[53]

1830 களில் ஃபிரேஸர், கார்டனர் மற்றும் ஆச்டர்லோனி போன்ற வெள்ளை முகலாயர்கள் மிகச்சிலரே அரிதாக காணப்படக்கூடியவர்களாக இருந்தனர். அவர்களும், அவர்களுடைய வாழ்க்கை முறையும் மெல்ல அழியத் தொடங்கியிருந்தன. இந்த காலகட்டத்தைச் சேர்ந்த கம்பெனி அதிகாரிகளின் உயில்களில்தான் இந்திய மனைவிகள் அல்லது பீபிக்களின் (இணைகள் அல்லது தோழிகள்) எண்ணிக்கை குறையத் தொடங்கியிருந்தது காணப்படுகிறது. 1780-95 காலகட்டத்தைச் சேர்ந்த மூன்று உயில்களில் ஒன்று இந்த நடைமுறை தீவிர வீழ்ச்சியடைந்துவிட்டதைக் காட்டுகிறது. 1805 மற்றும் 1810 க்கு இடையில், நான்கு உயில்களில் ஒன்றில் மட்டுமே பீபிக்கள் காணப்படுகின்றனர். 1830 வாக்கில் அது ஆறில் ஒன்றானது. அந்த நூற்றாண்டின் மத்தியில் அவர்கள் அனைவருமே காணாமல் போயினர்.[54]

இதுபோன்ற உறவுகளின் வீழ்ச்சியினுடைய வேகம் இந்தியாவிற்கு வந்த வெள்ளையினப் பெண்களின் எண்ணிக்கையைக் காட்டிலும் விஞ்சிச் சென்றது. இவர்களின் எண்ணிக்கை 1857 க்குப் பின்னரே வேகமடையத் தொடங்கியது. இது கம்பெனியின் ஆள்சேர்ப்பு முறையில் ஏற்பட்ட

மாற்றத்தின் விளைவாக நிகழ்ந்ததாகும். 1856 இல் மேற்கொள்ளப்பட்ட சிவில் சர்வீஸ் மறுசீரமைப்பினால் 1857 க்குப் பிந்தைய சிவில் சேவகர்கள் தங்களுடைய இருபதாம் வயதுகளின் மத்தியில் வரத்தொடங்கினர். பல்கலைக்கழகத்திற்குப் பின்னர் போட்டித்தேர்வுகளை முடித்தபிறகு வரத்தொடங்கிய அவர்கள் திருமணமானவர்களாகவே இந்தியாவிற்கு வந்தனர். இதில் முரண்பாடு என்னவென்றால் அதற்கு முந்தைய காலகட்டங்களில் இளம் ஆண்கள் தங்களுடைய பதினாறு வயதுக்கு முன்னரே கம்பெனியில் சேர விண்ணப்பித்துவிடுவார்கள். அதனால் அவர்கள் எதையும் ஏற்றுக்கொள்ளக்கூடிய பந்தபாசமற்ற நிலையில் இருப்பார்கள். பல தலைமுறைகளாக பள்ளிக் குழந்தைகளுக்கு பாடம் சொல்லித்தரப்பட்டிருக்கிறது என்பதால் இத்தகைய விலகலுக்கு மேம்சாஹிப்புகளை குற்றம்சாட்ட முடியாது.

இருபதுக்கும் மேற்பட்ட வருடங்களுக்கு முன்னரே, 1830 களின் ஆரம்பத்தில் இந்திய மனைவிகளை அல்லது பழக்க வழக்கங்களை ஏற்றுக்கொண்ட ஆங்கிலேயர்கள் முன்னதாகவே திடுக்கிடலுக்கும், கிண்டல்களுக்கும் ஆளாகத் தொடங்கியிருந்தார்கள். பத்தொன்பதாம் நூற்றாண்டின் மத்தியப்பகுதியில், 'தாடியை வளரவிட்டுக்கொண்டும், டர்பன்கள் அணிந்துகொண்டும் முஸல்மான்களைப் போல் நடந்துகொண்டவர்கள் கம்பெனி ஊழியர்களால் கிண்டலுக்கு ஆளாவது அதிகரித்தது.' பத்தொன்பதாம் நூற்றாண்டு கல்கத்தாவிலும் மெட்ராஸிலும் சாதாரண உடையாக இருந்த பைஜாமாக்கள் ஆங்கிலேயர்களால் பகல்பொழுதில் அணிந்துகொள்ளப்படுவதைக் காட்டிலும் தூங்குவதற்கே பயன்படுத்தப்பட்ட ஒன்றாகிவிட்டது. இதுகுறித்து 1856 டெல்லி கெஸட் பத்திரிகையில் பின்வருமாறு குறிப்பிடப்பட்டிருக்கிறது:

> *இந்தியாவிற்கு தங்களுடைய ஆரம்ப காலங்களிலேயே வந்து, காலப்போக்கில் முழுவதுமாக இந்தியமயமாகிவிட்ட ஆங்கிலேயர்களைப்பற்றிய விவரங்கள் நமக்குத் தெரியும். பூர்வீக மக்களுடன் அவர்களுடைய பழக்கவழக்கங்கள் மற்றும் உணர்வுகளுடனும் தங்களுடைய ஐரோப்பிய சமூகத்தின் எல்லாவித மகிழ்ச்சியையும் இழந்துவிடும் அளவுக்கு தங்களை அடையாளப்படுத்திக்கொண்ட அவர்கள் முஸ்லிம்களிடையே தங்களுடைய கூட்டாளிகளையும் தொடர்புகளையும் தேர்ந்தெடுத்துக் கொண்டனர். எல்லாவகையிலும் முஸல்மான்களைப் போலவே வாழ்ந்தனர். வெளிப்படையாகவோ அல்லது சொல்லிக்கொள்ளாமலோ முஸல்மான்களின் நம்பிக்கைகளை ஏற்றுக்கொண்டார்கள். ஏதோ ஒரு வகையில் கிறிஸ்துவத்தின் மீதான தங்கள் ஆர்வத்தை வெளிப்படையாகவே கைவிட்டார்கள். இவற்றை எல்லாம் காட்டிலும் மிகவும் மேன்மைதாங்கிய திறன்மிக்கவர்களாக இருந்தார்கள். பூர்வீக மக்களின் வழிமுறைகள்*

குறித்த அவர்களுடைய அறிவு சந்தேகத்திற்குரியதாகவோ அல்லது நடைமுறைக்கு ஒவ்வாததாகவோ அல்லாமல் வெற்றிக்கே வழிகோலியது.

அத்தகைய காலகட்டம் காணாமலேயே போய்விட்டதென்றாலும், நாம் அவர்களுடைய அபிப்பிராயங்களால் தவறாக வழிநடத்தப்படுவது குறித்து கவனத்துடன்தான் இருந்தாக வேண்டும் என்றாலும் இது அவர்களுடைய தினசரி வேலைகளுடன் பொருந்திப் போகக்கூடியதுதான். வேகமாக மறைந்து வருகின்ற இதுபோன்ற பிரிவினரின் தற்காலத்தைய நடைமுறை செல்வாக்கானது இந்தியாவின் அறிவின் முன்னேற்றத்தைத் தாமதப்படுத்தவும், தன்னுடைய புராதன வழிமுறைகளுடன் பிணைந்திருப்பதில் பூர்வீகத்தினரை உற்சாகப்படுத்தவும், கீழைத்தேய பழமைவாதத்தின் பழம் கருத்தாக்கங்களை விடாப்பிடியாக பிடித்துக்கொள்ளுமாறு அவர்களை வைத்திருக்கவும், புத்துருவாக்கத்திற்கு எதிராக இருக்கும்படியுமே செய்யும் என்பது இப்போது தெளிவாகத் தெரிகிறது.[55]

தன்னுடைய அறைகளில் சௌகரியமாக இருந்துகொண்ட பாதிரி ஜென்னிங்ஸ் இதுபோன்ற ஒழுக்கங்கெட்ட மனப்போக்குகளை துடைத்தெறிவதற்கான புதிய துடைப்பமாகவே தான் இருக்கிறோம் என்பதை தன் மனதில் தெளிவுபடுத்திக்கொண்டார். நீண்டநாட்களுக்கு முன்பாக அவர் இரண்டு இளநிலை உதவியாளர்களை வேலைக்கு அமர்த்தினார். அதில் ஒருவர் முஸ்லிம்களை இலக்காக வைத்து உருது மற்றும் பாரசீக மொழிகளைக் கற்றுக்கொண்டார். மற்றொருவர் இந்துக்களை இலக்காக கொண்டு சமஸ்கிருதம் கற்றுக்கொண்டார். அதிகாரப்பூர்வமாக மதச்சார்பற்ற டெல்லி கல்லூரியில் ரகசிய பைபிள் வகுப்புகளைத் தொடங்கியதன் மூலம் பரவிய அச்சங்களையும் சந்தேகங்களையும் டெல்லி மேட்டுக்குடியினர் விரைவிலேயே உணரத் தொடங்கிவிட்டனர்.[56]

இருப்பினும், சில மாதங்கள்வரை குறிப்பிடத்தகுந்த வகையில் மதமாற்றங்கள் எதுவும் நிகழவில்லை. அப்படி சிலரை உருவாக்குவதற்கான ஜென்னிங்ஸின் முயற்சிகளுக்கு எதிர்ப்பும் அதிகரித்தது. பின்னர் 1852 ஜூலை மாதம், ஜாவன் பக்தின் திருமணத்திற்கு நான்கு மாதங்களுக்குப் பின்னர் ஜென்னிங்ஸ் ஒரு முக்கியமான அரசியல் கலகத்தை அடக்கினார். இரண்டு முக்கியமான டெல்லி ஹிந்துக்களான ஜாஃபரின் தனி மருத்துவர் டாக்டர் சமன் லாலும், அவருடைய நண்பரும், டெல்லி கல்லூரியின் திறமைவாய்ந்த கணிதவியல் விரிவுரையாளருமான மாஸ்டர் ராமச்சந்திராவும் தாங்கள் மதம்மாற விரும்புவதாக அறிவித்தனர்.

இதற்கு மிகுந்த ஆவலுடன் இணங்கிய ஜென்னிங்ஸ் ஜூலை 11, ஞாயிற்றுக்கிழமை அன்று, செயிண்ட் ஜேம்ஸ் தேவாலயத்தில் மிகப்பெரிய பொது நிகழ்ச்சியில் ஞானஸ்நானம் செய்விக்க ஏற்பாடு செய்தார். அதன்பிறகு விரைவில் எஸ்பிஜி-க்கு ஜென்னிங்ஸ் எழுதிய கடிதம் சுயதிருப்தி நிறைந்த அறிக்கையாக இருந்தது,

> *மிஷனரிக்கான களப்பணியாளரின் முயற்சிகள் இதைவிட சிறப்பானதாக இருந்துவிடாது. இவர்களுக்கு டெல்லியில் பல தொடர்புகள் உண்டு என்பதுடன் அவர்கள் உயர் சிறப்பு வாய்ந்தவர்கள். இந்த ஞானஸ்நானம் நகரம் முழுவதிலுமே தொடர்ந்து மாபெரும் பரவசத்திற்கு காரணமாக அமையும். மொத்த ஹிந்து மக்களும் தேவாலயத்தைச் சுற்றி ஞாயிற்றுக்கிழமை மாலை கூடுவார்கள்.*[57]

ஏதேனும் பிரச்சினை ஏற்படலாம் என்பதற்காக படைவீரர்களும் கையோடு அழைத்துவரப்பட்டனர். ஆனால், அங்கு உடனடியான அமளி எதுவும் ஏற்படவில்லை. ஆனாலும், அதன்பின்னர் பல நாட்களுக்கு ‘நகரம் முழுவதிலும் ஒரு வன்மமான கொந்தளிப்பு நிலவியது.’[58] ராமச்சந்திரா வேலைசெய்த கல்லூரியில் இருந்து மரியாதைக்குரிய குடும்பத்தினர்கள் தங்களுடைய பிள்ளைகளின் படிப்பை நிறுத்திக்கொண்டனர். அதேநேரம் பிரிட்டிஷாருக்கு மிகவும் அனுசரணையாக இருந்த உலாமா இப்போது ராணுவரீதியில் பலம்வாய்ந்தவர்களாக வளர்ந்துவரும் தங்களுடைய கிறிஸ்துவ எஜமானர்கள் குறித்து மறுபரிசீலனை செய்யத்தொடங்கியது.

இவர்களில் ஜாஃபர் மற்றும் காலிப் ஆகிய இருவருக்குமே நெருங்கிய நண்பராக இருந்த முஃப்தி சஹ்ருதீன் அஸர்தாவும் ஒருவர். இவர்தான் டெல்லியில் பிரிட்டிஷார் அதிகாரம் பெற்றுவந்த சமயத்தில் பிரிட்டிஷாருக்கும், முகலாய மேட்டுக்குடியினருக்கும் இடையில் பாலமாகச் செயல்பட்டு முக்கியப் பங்காற்றினார். அத்துடன் சர் டேவிட் ஆச்டர்லோனியின் மொழி ஆசிரியராகவும் இருந்தவர். முப்பது வருடங்களாக அஸர்தா டெல்லியில் முதன்மை முஸ்லிம் நீதிபதி *(சாதிர் அமின்)* மற்றும் முன்னணி இலக்கிய ஆளுமை, அரசவையின் முஃப்தி என்பதுடன் லேசான ஆங்கிலேய அபிமானம் கொண்டவர் என்ற தன்னுடைய நிலையை தக்கவைத்துக் கொண்டிருந்தார். ஓர் இயல்பான மத்தியஸ்தர், முஸ்லிம் சட்டப்படி கம்பெனியால் வழங்கப்படும் வேலைவாய்ப்பு முற்றிலும் ஏற்கத்தக்கது என்றும், பிரிட்டிஷார் முழு மத சுதந்திரத்தையும் அனுமதித்திருக்கும் நிலையில் ஜிகாத் என்ற சிந்தனையே முற்றிலும் பொருத்தமற்றது எனவும் வாதிட்டவர்.[59] இருப்பினும், அப்போது, பிரிட்டிஷ் கொள்கை கொண்டுசெல்லும் திசை குறித்து தீவிர சந்தேகம்கொள்ளத் தொடங்கியிருந்த அஸர்தா, டெல்லி கல்லூரியின் ‘கிறிஸ்துவ போதனை’ குறித்து ஆர்வம் காட்டவேண்டாம்

என்று தன்னுடைய மாணவர்களிடம் அமைதியாக வலியுறுத்தி வந்தார். மற்றவர்களோ மிகவும் வெளிப்படையாக பேசக்கூடியவர்கள். ஒரு மிஷனரியின் கூற்றுப்படி, 'முஸ்லிம்கள் மகிழ்ச்சியுடன் ஆங்கிலத்தை தூக்கியெறிந்தனர். அவர்கள் [எங்களிடம்] வெளிப்படையாகவே, "நீங்கள் ஆட்சியாளர்கள் இல்லையென்றால் உங்களுடைய மதபோதனைகளை நாங்கள் வேகமாக மௌனிக்கச் செய்துவிடுவோம். வாதங்களால் அல்ல, வாட்களால்!" என்று கூறினர்.'[61]

1850 களின் ஆரம்பத்தில் பிரிட்டிஷாரிடையே தீவிரவாத கிறிஸ்துவர்கள் வளர்ந்துவரும் சக்தியாக இருக்கையில் டெல்லி முஸ்லிம்களிடையேயும் அதற்கு இணையாக அதேபோன்று மற்றவர்களின் நம்பிக்கைக்கான முழு உறுதிப்பாட்டையும் கண்டனத்தையும் காட்டும் தீவிர அடிப்படைவாதமும் வளர்ந்துவந்தது. அத்துடன் அவநம்பிக்கைவாதிகளுக்கு* எதிராக தங்களுடைய சக்தியைக் காட்டும் அதே விருப்பார்வமும் தெரிந்தது.

மாபெரும் அடிமைத்தளை ஒழிப்பாளரான வில்லியம் வில்பர்போர்ஸ் மற்றும் கிளாப்ஹேம் செக்ட் ஆகியோர் ஆங்கிலேய கிறிஸ்துவத்தில் அடிப்படைவாத எவன்ஜலிக்கல் மனப்போக்கின் பரவலை உருவாக்க உதவிக்கொண்டிருந்தனர். முஸ்லிம் பக்கத்திலோ பதினெட்டாம் நூற்றாண்டின் டெல்லி புனிதரும், அடிப்படைவாத இஸ்லாமிய மறுசீரமைப்பின் தந்தையுமான ஷா வலியுல்லா படிப்பதற்காக ஹெஜாவில் உள்ள மெதினாவிற்கு சென்றிருந்த அதே நேரத்தில் அரேபிய வஹாபிஸத்தின்** நிறுவனரான இபின் அப்த் அல்-வஹாபும் அங்கு வந்திருக்கிறார். இருவரும் சந்தித்தார்களா என்பதற்கு எந்த ஆதாரமும் இல்லாவிட்டாலும், இருவருமே ஏறக்குறைய ஒரேவிதமான மத

* ஆர்ய சமாஜம் போன்ற ஹிந்து மறுசீரமைப்பு இயக்கங்கள், இஸ்லாம் மற்றும் கிறிஸ்துவத்தில் மறுசீரமைப்பு நோக்கங்கள் உருவாகிக் கொண்டிருந்த அதே நேரத்தில்தான் அவற்றிற்கு இணையாக உருவாகின என்றாலும் அவை டெல்லியை இருபது ஆண்டுகளுக்குப் பின்னர் 1870–களில்தான் வந்துசேர்ந்தன. ஜாஃபரின் டெல்லியில் முக்கியத்துவம் வாய்ந்த ஹிந்துக்கள் இருந்த அதேநேரத்தில் மிஷனரிகள் மற்றும் உலாமாவுடன் சீரான எதிர் சமநிலையாக உருவாவதற்கு அந்த நேரத்தில் அந்த நகரத்தில் ஒருங்கிணைந்த ஹிந்து தலைமை எதுவும் இல்லை. இருப்பினும் பெங்காலில் துடிப்பான ஹிந்து மறுசீரமைப்பு இயக்கங்கள் இருந்தன. 1857, ஜனவரியில் பாரக்பூரில் இருந்த ஜெனரல் ஹெர்ஸே 'கல்கத்தாவில் மதவாத ஹிந்து கட்சியின் சில தொண்டர்கள் இருக்கிறார்கள் (இது "தர்ம சபா" என்று அழைக்கப்படுகிறது என்று நினைக்கிறேன்) அவர்கள் சிப்பாய்களை மதமாற்றும் நோக்கத்துடன் அரசாங்கம் இருக்கிறது என்பது போன்ற வதந்திகளைப் பரப்பி வருகின்றனர்.' பார்க்க இர்பான் ஹபீப், "The Coming of 1857', Social Scientist, vol. 26, no. 1, January - April 1998, p.11.'

** பதினெட்டாம் நூற்றாண்டில், மெதினாவில் இபின் அப்த் அல்–வஹாபினால் முதன்முறையாக பயிற்றுவிக்கப்பட்ட தூய்மைவாத மறுசீரமைப்பு இஸ்லாமை பின்பற்றுபவர்கள்.

சிந்தனையால் உந்தப்பட்டிருந்தனர். ஷா வலியுல்லா இந்தியாவிற்குத் திரும்பிய உடனேயே டெல்லியில் நெறிதவறியதாக தோன்றிய, அங்கு கடைபிடிக்கப்பட்டு வந்த இஸ்லாம் குறித்த விதிமுறை மீறிய விளக்கங்கள் என்று தான் கண்டறிந்தவற்றின் மீது போரை அறிவித்தார்.

ஷா வலியுல்லாவும் அவருடைய மகன்களும் - இதில் குறிப்பிடத்தகுந்தவர் வில்லியம் ஃபிரேஸரின் நண்பரான ஷா அப்துல் ஆஸிஸ் - புனிதர்கள் என்று கூறிக்கொண்டு சூஃபிக்கள், உருவ வழிபாட்டை விரும்புகிறவர்களாக இருப்பதால் அவர்கள் போற்றப்படுவதற்கு கடுமையான எதிர்ப்பு தெரிவித்தனர். குறிப்பாக, இந்திய முஸ்லிம்கள் தங்களுடைய ஹிந்து அயலார்களிடம் நெருக்கம் காட்டுவதாக நம்பியதால் மத சமரசம் குறித்து வெளிப்படையாகவே பேசினர். ஹிந்துக்களின் புனிதத் தலங்களுக்கு யாத்திரை செல்வது, ஹிந்து ஜோசியக்காரர்களிடம் ஆலோசிப்பது, மூக்குத்திக் குத்திக்கொள்வதற்காக பெண்களின் மூக்குகளை கிழிப்பது, கல்லறைகளின் மீது விளக்கேற்றுவது, புனிதத் தலங்களில் இசைப்பது, ஹிந்து பண்டிகைகளைக் கொண்டாடுவது போன்றவை இதில் அடங்கும். வாழை இலைகளில் சாப்பிடுவதுகூட கண்டிப்புக்கு ஆளானது. இஸ்லாம் அல்லாத கூடுதலாக சேர்க்கப்பட்ட விஷயங்களும், புத்துருவாக்கங்களும் நீக்கப்பட வேண்டும். அதற்குப் பதிலாக இறைவனை மட்டுமே நேரடியாக குறிப்பதான பிரார்த்தனைகள் கண்டிப்பாக குரானிய முறைப்படி இறைவன் ஒருவனே என்பதாக இருக்க வேண்டும் என்பதற்கு முக்கியத்துவமளித்தல் மட்டுமல்லாது புனிதத் தரகர்கள் மூலமாக செல்லுதல் என்பதும் கூடாது என்பவைகளே ஷாவின் தீர்வாக இருந்தது.[63]

மனித பகுத்தறிவின்படி தீர்மானிப்பதனால் தெய்வீக மெய்மையை தாமாகவே அடைந்துவிட முடியாது என்ற ஷா வலியுல்லா தெய்வீக புலப்பாட்டின் வெளிப்படுதலினுடைய முக்கியத்துவத்தை வலியுறுத்தியதோடு, குரான் மற்றும் ஹதீஸ்களுக்கு (இறைத்தூதர் முகம்மதுவின் வாக்குகளும் செயல்களும் அடங்கிய தொகுப்பு - இஸ்லாமிய விதிகளின் மிக முக்கிய மூலாதாரம்) திரும்ப வேண்டும் என்றும் வற்புறுத்தினார். இந்த உரைகள் சாதாரண மக்களுக்கும் சுலபமாக கிடைக்கவேண்டும் என்பதற்காக ஷா அவற்றை பாரசீக மொழியில் மொழியாக்கம் செய்ய, பின்னர் அவருடைய மகன்கள் அதனை உருது மொழியில் மொழியாக்கம் செய்து இரண்டையும் டெல்லி அச்சகங்களின் மூலமாக விநியோகம் செய்தனர்.[64] வஹாபிக்களைப் போன்று ஷா வலியுல்லாவும் தன்னுடைய வாழ்நாளில் காணப்பட்ட சீர்கெட்ட முஸ்லிம் ஆட்சியாளர்களுக்கு எதிரானவராகவே இருந்தார். மதரஸா இய்-ரஹிமியாவில் இருக்கும் தன்னுடைய குடும்ப அரணில் இருந்தபடி அவரும் அவருடைய மகன்கள் மற்றும் பேரன்களும் முகலாயர்களின் சீரழிவு என்று உணர்ந்தவைகளுக்கு மறுப்பு தெரிவிக்கும்படியும்,

‘தங்களுடைய மூக்குகளில் சங்கிலிகள் மாட்டப்பட்ட ஒட்டகங்களைப் போல் நடந்துகொள்ள வேண்டாம்’ எனவும் டெல்லிவாசிகளை உற்சாகப்படுத்தினார்.[65]

முகலாயர்களை ஷா வலியுல்லா விரும்பாதது அரசியல்ரீதியானது என்பதைவிட அது அதிகமும் மதசிந்தனை சார்ந்தது. பல தலைமுறைகளாக முகலாய பேரரசர்கள் இந்துப் பெண்களை கலப்புத் திருமணம் செய்துகொண்டிருந்தனர் - ராஜபுதனரை தாயாக கொண்டிருந்த ஜாஃபர் முற்றிலும் இந்த வகைமாதிரியானவர் - இந்துக் கருத்தாக்கங்கள் மற்றும் பழக்க வழக்கங்களின் இந்த மெதுவான கசிவு அந்தப்புரத்திலிருந்து மீதமிருந்த அரண்மனைக்கும் பரவியதால் அது பின்னால் வந்த முகலாயப் பேரரசர்கள் குறிப்பிடத்தகுந்த வகையில் சகிப்புத்தன்மையும், மத நல்லிணக்கமும் கொண்டிருந்த, சுதந்திரமான சிஸ்தி சகோதரத்துவத்துடன் இசைந்துபோகின்ற, ஷா வலியுல்லாவின் கடுமையான கண்ணோட்டங்களில் இருந்து மதசிந்தனைப்படி முற்றிலும் எதிர்முனையில் இருந்த சூஃபி இஸ்லாம் வடிவத்தின் ஆதரவாளர்களாக அவர்களை ஆக்கிட வழியமைத்தது. இதுபோன்ற சுதந்திரவாத கண்ணோட்டங்கள் மத அவநம்பிக்கையாளர்களின் எல்லையைத் தொடுகிறது - குஃபிர்[66] - என்று பல அடிப்படைவாதிகளும் கருதினர்.

பழமைவாத இஸ்லாமில், படைக்கப்பட்டவரின் நோக்கம் என்பது இறைவனை வழிபடுவதே ஆகும் - அதாவது இறைவனுக்கு கீழ்படியும் உறவு என்பது இறைவன் ஒரு எஜமானன், பக்தன் ஒரு அடிமை என்பதுதான். இந்த உறவு மிகவும் வெளிப்படையான ஒன்று. முறையான வழியில் நீ இறைவனை வணங்கினால் உனக்கு உரிய பரிசு கிடைக்கும் - தீர்ப்பு நாளின்போது நீ சொர்க்கத்திற்குச் செல்வாய் - அப்படிச் செய்யவில்லை என்றால் நீ நரகத்திற்குச் செல்வாய். முகலாய அரசவையைச் சேர்ந்த சூஃபி மனநிலை கொண்ட கவிஞர் - இளவரசர்களும், டெல்லி அஷ்ரஃப் மேட்டுக்குடியில் உள்ள அவர்களின் வட்டாரமும் இந்தக் கருத்தாக்கத்தை முற்றிலுமாக மறுத்தனர். இறைவன் நமக்கு கட்டளை இடுவதால் மட்டுமல்லாது ஒரு நேசத்திற்குரியவர் என்பதாலுமே நாம் அவரை வணங்க வேண்டும். அதனால், எல்லாப் பாரம்பரியங்களும் சகித்துக்கொள்ளப்பட வேண்டும். அவர் மீதுள்ள தன்னுடைய நேசத்தை எவரொருவரால் வெளிப்படுத்த முடிந்தாலும், அந்தத் திறனானது சமூக முறைப்படி மதம்சார் பிணைப்புகள், பாலினம் அல்லது ஒருவருடைய நிலையைக் கடந்துசெல்லும். அரசவையில் சூஃபி இஸ்லாம் மிக உற்சாகத்துடன் பின்பற்றப்பட்டு, நகரம் முழுவதும் பிரபலமானதற்கான காரணங்களுள் இதுவும் ஒன்று. அத்துடன், அரசவை வட்டாரம் மிகவும் தீவிரமாக, மிகவும் பழமைவாத உலாமாவால் கண்டனத்திற்கு உள்ளானதற்கும் இதுவே காரணம்.

டெல்லியின் புராதன சூஃபி ஆலயங்களுக்குச் சென்றுவருவது - அவை இப்போது உள்ளதைப் போலவே அப்போதும் டெல்லி முஸ்லிம்களாலும் டெல்லி ஹிந்துக்களாலும் முழுமையாக வழிபட்டு வரப்பட்டிருக்கிறது - ஏறக்குறைய ஜாஃபரின் அரசாட்சியில் ஒரு வாராந்திர நிகழ்வு என்று அரசவை குறிப்பேட்டில் பதிவாகியிருக்கிறது. அத்துடன் மசூதிகளுக்குச் சென்றுவருவது குறைவான எண்ணிக்கையிலேயே குறிப்பிடப்பட்டிருக்கிறது. ஜாஃபரும்கூட ஆலய காப்பாளர்கள் அரசவைக்கு வரும்போதெல்லாம் வாரி வழங்கினார். புனிதர்களின் கல்லறைகள் மீது வைக்கப்பட்ட பூக்கள் அவருக்கு வழங்கப்பட்டன. இதையும்கூட ஷா வலியுல்லா பள்ளி எவ்வகையிலும் ஏற்றுக்கொள்ளவில்லை.[67]

உண்மையில் ஜாஃபர் தன்னைத்தானே சூஃபி பிர் என்று குறிப்பிட்டுக் கொண்டதோடு, மாணவர்கள் அல்லது மூரிட்களை ஏற்றுக் கொண்டிருக்கிறார்.[68] விசுவாசமுள்ள டிஹ்லி உர்து அக்பர் பத்திரிகை இன்னும் சற்று மேலே சென்று அவரை, ‘நம் காலத்தின் முன்னணி புனிதர்களுள் ஒருவர், தெய்வீக அரசவையால் ஏற்றுக்கொள்ளப்பட்டவர்’ என்றது.[69] ஜாஃபர்கூட அப்படியே உடையணியவும் செய்தார். தன்னுடைய இளம் வயதில், ஆட்சிப் பொறுப்பேற்பதற்கு முன்னதாக அப்படியே வாழ வலியுறுத்தி ஓர் ஏழை அறிஞர் மற்றும் இஸ்லாமிய நோன்புத் துறவியைப் போன்றே காணப்பட்டார். இது கவரும்படியாக உடையணியும் அவருடைய இளம் சகோதரர்களான மிர்ஸாஸ் ஜஹாங்கீர், சலீம் மற்றும் பாபுர் ஆகியோருக்கு முற்றிலும் முரணானது. ‘அவர் ஒரு மெல்லிய உருவம்கொண்ட, வெறுமையான உடை அணிகின்ற, ஏறக்குறைய வறுமையில் இருப்பதுபோன்று தோற்றமளிப்பவர்’ என்று மேஜர் ஆர்ச்சர் அவரைப்பற்றி 1828 இல் குறிப்பிட்டபோது ஜாஃபரின் வயது ஐம்பத்து மூன்று, மேலும் அவர் இன்னும் பத்து வருடங்களில் மகுடம் சூட்டிக்கொள்ளவிருந்தார். ‘அவருடைய தோற்றம் ஓர் ஏழ்மையான முன்ஷி அல்லது மொழி ஆசிரியரைப் போன்று இருக்கும்.’[70]

ஜாஃபரின் சூஃபிஸம் மிகத் தனித்துவமான இரண்டு வடிவங்களை தன்னகத்தே கொண்டிருந்தது. ஒரு கவிஞராகவும், நோன்புத் துறவியாகவும் மாயாவாத சூஃபி எழுத்தின் உயர்வான நுணுக்கங்களை அவர் உள்வாங்கியிருந்தார். ஆனால், வெகுஜன இஸ்லாமின் மாந்திரீக மற்றும் மூடநம்பிக்கை பழக்கம் குறித்து அவர் ஆழ்ந்த சந்தேகம் கொண்டிருந்தார். உதாரணத்திற்கு, அவர் தன்னுடைய மக்கள் பலரும் நம்பியதைப் போன்றே, சூஃபி அறிஞர் மற்றும் பேரரசர் என்ற தன்னுடைய நிலை தனக்கு புலப்படக்கூடிய தெய்வீக சக்திகளை வழங்கியுள்ளதாக நம்பினார். இவ்வகையில், அவருடைய மாணாக்கருள் ஒருவரைப் பாம்பு கடித்தபோது, ‘ஒரு பீஸோர் மெழுகுகொண்டும் [விஷமுறிவுக்கான கல்] தான் மூச்சுவிட்ட

தண்ணீர் கொண்டும்' அவரை குணப்படுத்த முயற்சித்த அவர், அந்தத் தண்ணீரை அவருக்குக் குடிக்கக் கொடுத்தார்.[71]

மந்திர உச்சாடனங்கள் அல்லது தாவிஸில் பேரரசர் பெரும் நம்பிக்கை வைத்திருந்தார். குறிப்பாக தன்னுடைய நீண்டகால மூலநோயை தணிப்பதற்கு அல்லது தீய சக்திகளால் கவரப்படுவதைத் தவிர்க்கும் விஷயங்களுக்காக.[72] உடல்நலமில்லாத காலகட்டத்தில், முன்னணி சூபி பிர்களின் குழுவைக் கூட்டிய அவர் அவர்களிடம் 'யாரோ சிலர் என் மீது தீயசக்தியை ஏவிவிட்டிருப்பதாக சில பேகம்கள் நினைக்கின்றனர் என்றார். அதன் காரணமாக ஏற்படும் தீங்குகளை நீக்குவதற்கு அதற்கான நிவாரணத்திற்கு நடவடிக்கை எடுக்கும்படி கேட்டுக்கொண்டார். அதற்கு அவர்கள், தங்களுடைய மாட்சிமை பொருந்தியவருக்காக சில மந்திர உச்சாடனங்களை எழுதித்தருகிறோம் என்றனர். அவற்றை தண்ணீரில் கலந்து அவர் பருகும்போது அது தீய சக்திகளிடமிருந்து அவரைக் காப்பாற்றும் என்றனர்.'[73] இதுபோன்ற பிர்கள், அற்புதம் நிகழ்த்துபவர்கள் மற்றும் ஹிந்து ஜோசியக்காரர்கள் தொடர்ச்சியாக அரசரைப் பார்த்து வந்தனர். அவர்களின் அறிவுரையின்படி அவர் தொடர்ச்சியாக எருமைகளையும் ஒட்டகங்களையும் பலிகொடுத்து வந்தார். முட்டைகள் புதைக்கப்பட்டன. சூனியக்காரர்கள் என்று கருதப்பட்டவர்கள் கைதுசெய்யப்பட்டனர். அத்துடன் செரிமானமின்மையை குணமாக்க ஒரு சிறப்பு மோதிரம் ஒன்றும் அவருக்கு அணிவிக்கப்பட்டது.[74] மேலும், அவர்களுடைய அறிவுறுத்தலின்படி, ஏழைகளுக்குப் பசுக்களையும், சூஃபி ஆலயங்களுக்கு யானைகளையும், ஜமா மசூதியின் காதிம்களுக்கு (மதகுருமார்கள்) குதிரைகளையும் தானமாக வழங்கினார்.[75]

இருந்தாலும், ஜாஃபரின் கவிதையானது இதைவிட உயர்வான தெளிவுபடத்தக்க நிலையில் இருந்தது. அந்தக் காலகட்டத்தில் இருந்த பெரும்பாலான பாடல்களைப் போன்றே அவை காதல் குறித்த சூஃபிஸ கருத்துகளால் ஆழ நிரம்பியதாக இருக்கிறது. அதாவது, இறைவன் சொர்க்கத்தில் காணப்படுவதில்லை. மாறாக அவர் மனிதனின் ஆழ்மனதில் இருக்கிறார் என்பதால் அன்பு மட்டுமே கடவுளை அடைவதற்கான உறுதியான பாதை. இதயத்தின் உலகம் சூஃபிஸத்தின் மையத்தில் நிலைகொண்டுள்ளது என்றால் பிற்காலத்திய முகலாய டெல்லியில் உருவான முதன்மை இலக்கிய வடிவமான கஸலில் அது தன்னுடைய அடித்தளத்தைக் கொண்டிருக்கிறது எனலாம். கஸல் என்ற பெயர் 'காதலைப்பற்றி பெண்ணுடன் பேசுதல்' என்று பொருள் கொண்ட அரேபிய வார்த்தையில் இருந்து பெறப்பட்டது. கஸல் கவிஞனின் காதல் என்பது தெளிவற்றது. வெவ்வேறு அர்த்தங்கள் கொண்டது. கவிஞன் குறிப்பிடுவது புனிதத்தன்மையா அல்லது இம்மைக்குரியதா என்று அரிதாகத்தான் தெளிவுபடுத்தப்பட்டிருக்கிறது. இந்தத் தெளிவற்ற தன்மை ஆழமான ஒன்று. இறைவனுடன் ஐக்கியமாவதற்கான ஆன்மாவின்

ஏக்கம் மட்டுமே நேசத்திற்குரியவருக்கான காதலின் ஏக்கம் அளவுக்கு வலியுறுத்தப்படுகின்ற எல்லாவற்றையும் உள்ளடக்கியது. இரண்டு காதல்களுமே பித்தநிலைக்கு கொண்டுசெல்வது அல்லது ஃபானா என்று சூஃபிக்கள் அழைக்கின்ற சுயஅழிவு மற்றும் நேசத்திற்குரியவரிடம் மூழ்கிப்போவதைக் குறிப்பதாகும்.[77] சூஃபி கவிஞர்களின் பார்வையில் தனக்குள்ளாக இறைவனைத் தேடுவது, குறுகிய பழமைவாத இஸ்லாத்தின் கட்டுப்பாடுகளில் இருந்து தேடுபவரை விடுவிக்கிறது. விதியின் எழுத்திற்கு அப்பால் அதன் மாயாவாத சாராம்சத்தைப் பார்க்க பக்தனை ஊக்கப்படுத்துகிறது. காலிப் குறிப்பிடுவதுபோல்,

> *என்னுடைய பிரார்த்தனையின் நோக்கம் அறிந்துணர்தல் அடையும் இடத்திற்கும் அப்பால் இருக்கிறது. அதை பார்க்கின்றவர்களுக்கு, காபா என்பது ஒரு திசைமாணி என்பதைத் தவிர வேறொன்றுமில்லை.*[78]

அவர் பழமைவாதிகளிடம் சொல்வதை ஆழமாகப் பாருங்கள்: "நீ மட்டும்தான் அவருடைய இசையைக் கேட்க முடியாமல் தனித்திருக்கிறாய்." அவருடைய காலத்தைச் சேர்ந்த டெல்லி கவிஞர்களைப் போல் காலிப்பால் ஆழமான மதம்சார் கவிதையை எழுதியிருக்க முடியும். ஆனால், அவர் முஸ்லிம் சமயப் புத்தகத்தின் இலக்கியரீதியான வாசிப்புகள் குறித்து சந்தேகம் கொண்டிருந்தார். குறிப்பிட்டு சொல்ல வேண்டும் என்றால் சொர்க்கத்தில் செய்யப்படும் தியானங்களை அவர் கேலிசெய்தார். இதனை தன்னுடைய நண்பர் ஒருவருக்கு எழுதிய கடிதத்தில்: 'சொர்க்கத்தில் குரானில் குறிப்பிடப்பட்டிருக்கும் தூய்மையான ஒயினை அதிகாலையில் நான் அருந்தக்கூடும்' என்று கூறியபடி அவர் பின்வருமாறு எழுதிச் செல்கிறார்,

> *ஆனால், சொர்க்கத்தில் போதையேறிய நண்பர்களுடன் இரவு நேரத்தில் நீண்ட நடைபயணம் செய்ய முடியுமா? அல்லது குடிகார கூட்டம்தான் மகிழ்ச்சி ஆரவாரமிடுமா? அங்கே பருவமழைக்கால மேகங்கள் தரும் போதையை நான் எங்கே சென்று காண்பது? இலையுதிர்க்காலம் இல்லாத இடத்தில் இளவேனிற்காலம் எப்படி இருக்கும்? அங்கேதான் அற்புதமான மணித்தியாலங்கள் இருக்கின்றன என்றால், பிரிவின் துயரமும், ஒன்றுசேர்தலின் மகிழ்ச்சியும் எங்கே இருக்கும்? நாம் முத்தமிடப்போகும் நேரத்தில் நம்மிடமிருந்து தப்பி காணாமல் போய்விடுகின்ற பெண்ணை நான் எங்கே தேடுவது?*[79]

காலிப்பின் கவிதையில் உள்ள அதே உத்வேகத்தைப் போன்றே பழமைவாத ஷேக் எப்போதுமே குறுகிய மனநிலையையும், பாசாங்கு செய்வதையுமே வெளிப்படுத்துகிறார்.

மதுக்கூடத்தின் வாசலில் ஷேக் சுற்றித்திரிகிறார்
ஆனால் என்னை நம்பு காலிப்
நான் போய்விட்டபடியால்
அவர் உள்ளே நழுவிவிட்டார் என்று உறுதியாக சொல்வேன்.

தன்னுடைய கடிதங்களில்கூட உலாமாவின் குறுகிய விதிமுறைகளுடன் காலிப் முரண்படுகிறார். ‘பனியாக்களுக்கும் சேட்டைக்கார குழந்தைகளுக்கும் கற்றுத்தருவது, மாதவிடாய் மற்றும் கர்ப்பத்திற்குப் பிந்தைய ரத்தப்போக்கு குறித்த பிரச்சினைகளில் உழல்வது’ நிஜமான ஆன்மீகம் என்றால் நீங்கள் ‘மாயாதீதத்தின் செயல்பாட்டை ஆராய்ந்து, கடவுளின் மெய்மைக்கும், அவர் எல்லா விஷயங்களிலும் வெளிப்படுவதையும் ஒவ்வொருவரின் மனதிற்கும் நீங்கள் புரிய வைக்கவல்லவா வேண்டும்.’[80]

மீதமுள்ள அரசவை வட்டாரத்தைப் போல், இந்த நுண்ணோக்குப் பார்வையை அதனுடைய இயல்பான அனுமானத்திற்குக் கொண்டுசெல்ல காலிப் தயாரானார். இறைவன் உள்ளுக்குள்தான் இருக்கிறார், அவரை சமயச் சடங்குகளைவிட அன்பினால்தான் அதிகமாக அடையமுடியும் என்றால் முஸ்லிம்களைப் போலவே ஹிந்துக்களாலும் அடைந்துவிட முடியும். ஆகவேதான், அவர் பனாரஸிற்கு சென்றபோது, அரைத் தூண்டுதலில் தான் அங்கேயே நிரந்தரமாக இருந்துவிடலாம் என்று யோசித்ததாக வேடிக்கையாக எழுதியிருக்கலாம். அத்துடன் அவர் ‘நம்பிக்கையை துறந்திருக்க வேண்டும் என்று விரும்பினேன். மதரீதியான குறியீட்டை என் நெற்றியில் இட்டுக்கொண்டேன். என்னுடைய இடுப்பைச் சுற்றி புனிதக் கயிற்றை கட்டிக்கொண்டேன். அத்துடன் நானாகவே சென்று கங்கைக் கரையில் அமர்ந்தேன். இதனால் என்னுடைய இருப்பின் மூலம் ஏற்பட்ட களங்கங்களைக் கழுவிவிட்டு, அந்த ஆற்றின் ஒரு துளியானேன்.’[81]

ஹிந்துத்துவம் குறித்த இந்த மனப்போக்கைத்தான் ஜாஃபரும் - அவருடைய முகலாய முன்னோர்கள் பலரும் - கொண்டிருந்தனர். இதன்மூலம் தன்னுடைய ஹிந்து மக்களை காப்பாற்றவேண்டிய பொறுப்புள்ளவராகவும், உச்சபட்ச முஸ்லிம் கோரிக்கைகள் மற்றும் உலாமா பலவற்றின் சில்லிடவைக்கும் தூய்மைவாதத்தின் நடுநிலையாளராகவும் ஜாஃபர் தன்னை உள்ளாரக் கண்டார் என்பது தெளிவாகிறது.[82] ஜாஃபரின் பாடல்களுள் ஒன்று மிகவும் வெளிப்படையாகவே ஹிந்துத்துவமும் இஸ்லாமும் ‘ஒரே சாராம்சத்தையே பகிர்ந்துகொள்கின்றன’ என்கிறது. அவருடைய அரசவையும் இதே மதநல்லிணக்க தத்துவத்தின்படியே நடந்தன. இருவருமே எல்லா மட்டத்திலும் இந்த ஒன்றுபட்ட ஹிந்து - முஸ்லிம், இந்தோ - இஸ்லாமிய நாகரிகத்தைக் கொண்டாடி ஏற்றுக்கொண்டனர். நிஜாமுதீன் சூஃபி ஆலயத்திற்குச் சென்ற டெல்லியின் ஹிந்து மேட்டுக்குடியினர் ஹபீஸை

துதித்து பாரசீக மொழி கவிதையில் பிணைப்புகொண்டனர். அவர்களின் குழந்தைகள் - குறிப்பாக நிர்வாகம் செய்யும் காத்ரி மற்றும் கயாஸ்த் சாதிகளின் குழந்தைகள் - மௌலவிகளிடம் பயின்றார்கள். மிகவும் சுதந்திரவாத மதரஸாக்களில்* சேர்ந்தனர். ஹிந்து பண்டிகைகளின்போது தங்களுடைய ஆசிரியர்களுக்கு உணவு வகைகளை வழங்கினர்.[83] முஸ்லிம்களும் அவர்களின் பங்கிற்கு இந்துப் புனிதர்களுக்கு மரியாதை செலுத்துவது என்ற பேரரசரின் வழியைப் பின்பற்றினர். அதேநேரம் அரசவையில் இருந்த பலரும், ஜாஃபர் உட்பட, பழைய முகலாய பழக்க வழக்கங்களைப் பின்பற்றினர். அவர்கள் மேல்சாதி ஹிந்துக்களிடம் இருந்து பெற்ற கங்கை நதியின் நீரை மட்டுமே அருந்தினர்.[84] ஜாஃபரின் ஒரு பெரிய ஹிந்து ஜோசியக்கார குழு அவரிடமிருந்து எப்போதாவதுதான் தள்ளியிருந்தது.[85]

இளவேனிற்கால ஹோலி பண்டிகையை ஜாஃபர் எவ்வாறு கொண்டாடினார் என்று அரசவைக் குறிப்பு பதிவு செய்திருக்கிறது. மனைவிகள் மற்றும் ஆசைநாயகிகள் உள்ளிட்டோர் மீது பல்வேறு வண்ணங்களைத் தெளித்தும், ஏழு கிணறுகளின் தண்ணீரில் குளித்தும் இந்தக் கொண்டாட்டங்களை அவர் தொடங்கிவைப்பார்.[86] இலையுதிர்கால ஹிந்து பண்டிகையான தஸராவானது ஜாஃபரின் ஹிந்து அதிகாரிகளுக்கு பரிசுகளை வழங்குதல் மற்றும் நாஸிர்கள் வழங்குதல் மூலமும், (மிகவும் எதிர்பாராத விதத்தில்) அரச லாயத்தில் இருக்கும் குதிரைகளை வண்ணமயமாக்குதல் மூலமும் தொடங்கும். அன்று மாலை அரசர், ஹிந்துக் கடவுளரைக் கொண்டாடும் ராம்லீலா பார்ப்பார். இது தீயவனான ராவணன் வடிவத்தில் இருக்கும் தீமையை ராஜா ராமன் வெற்றிகொள்ளும் கதையாகும். வருடாந்திரக் கொண்டாட்டமான இது ராவணன் மற்றும் அவனுடைய சகோதரர்களின் கொடும்பாவிகளை எரித்து டெல்லியில் கொண்டாடப்படும்.[87] ராம்லீலா ஊர்வலத்தின் பாதையை மாற்றும்படிகூட ஜாஃபரிடம் கேட்டுக்கொள்ளப்பட்டது. இதனால் அது தன்னுடைய முழுமையான புகழை பறைசாற்றும் வகையில் அரண்மனை சுற்றுச்சுவர் முழுவதையும் சுற்றிவர முடியும்.[88] தீபாவளி அன்று ஜாஃபரின் எடைக்கு எடை வழங்கப்படும் 'ஏழு வகையான தானியங்கள், தங்கம், பவழங்களை ஏழைகளுக்கு வழங்கிவிடும்படி சொல்லப்பட்டது.'[89]

ஹிந்து உணர்வுகளுக்கு மதிப்பளிக்கும் வகையிலான நிகழ்வுகள் நாட்குறிப்பு முழுவதும் நிரம்பியிருக்கின்றன. ஒருநாள் மாலை, ஜாஃபர் காற்று வாங்குவதற்காக ஆற்றின் கரையில் சென்றுகொண்டிருந்தபோது அங்கு காத்திருந்த ஒரு ஹிந்து, தான் ஒரு முஸல்மானாக மாற

* சந்தேகத்திற்குரியது மற்றும் மதவாதம் கொண்டது என்ற இன்றைய மதரஸாக்களுக்குள்ள பெயரை வைத்துப் பார்க்கையில், மிகவும் திறமைவாய்ந்த ஹிந்துத்துவ சிந்தனையாளர்கள், உதாரணத்திற்கு மாபெரும் சீர்திருத்தவாதியான ராம் மோகன் ராய் (1772–1833) உள்ளிட்டவர்கள் மதரஸாக்களின் தயாரிப்புகளே என்பதை நினைவில் கொள்வது சாலச்சிறந்தது.

விரும்புவதாக தெரிவித்தார். அதற்கு ஜாஃபரின் பிரதம மந்திரியான ஹக்கீம் அஷானுல்லா கான், இது அவருடைய கோரிக்கையை தெரிவிக்கும் முறையல்ல என்றும், அந்த இடத்தில் இருந்து சென்றுவிடும்படியும் அவரிடம் தெரிவித்தார்.[90] புராதான ஜோக் மாயா கோயில் மற்றும் மெஹ்ருலியில் உள்ள சூஃபி ஆலயமான குத்ப் சாகிப்பில் வருடாந்திர பூ விற்பனையாளர்கள் கண்காட்சியான புல்வாலன் கீ சேர் நடந்து கொண்டிருந்தபோது, 'சூஃபி ஆலயத்திற்குள் பன்க்காவை எடுத்துச் செல்வதில்லை என்பதால் கோயிலுக்குள்ளும் எடுத்துச் செல்லப் போவதில்லை' என்று ஜாஃபர் அறிவித்தார்.[91] மற்றொரு சமயம், இந்தப் பண்டிகையின்போது பசுக்களை - இந்துக்களுக்கு புனிதமானது - கொல்ல அனுமதி வழங்க வேண்டும் என்ற கோரிக்கையுடன் இருநூறு முஸ்லிம்கள் அரண்மனையில் திரண்டபோது, ஜாஃபர் அவர்களிடம் மிகவும் தீர்மானமான, கோபமான தொனியில், 'முஸல்மான்களின் மதம் பசுக்களை பலியிடுவதை சார்ந்தில்லை' என்று கூறினார்.[92] காலிப்பை போலவே, ஜாஃபரும் குறுகிய மனப்பான்மை கொண்ட ஷேக்குகளை வெறுத்து ஒதுக்கினார். ஒருநாள் மாலை அரண்மனையில் நடைபெற்ற கேளிக்கையின்போது 'அரசர் இருக்கும்போதே காதிர் பக்ஷ் என்ற நடிகர் ஒரு மௌலவியைப்போல் [இஸ்லாமிய மதகுரு] நடித்துக்காட்டினார். அதனால் மகிழ்ச்சியுற்ற மேன்மைதாங்கியவர் அவருக்கு வழக்கமான பரிசை வழங்கும்படி மெஹ்பூப் அலி கானிடம் [தலைமை திருநங்கை] உத்தரவிட்டார்.'[93]

அரசவையின் இந்த ஏளனம் உலாமாவை அரசவை நோக்கித் திருப்பியது. சர் சயீத் அகமது கானின் கூற்றுப்படி, 'டெல்லி மௌலவிக்களில் பெரும்பாலானவர்களும் அவர்களுடைய தொண்டர்களும், மதக் கொள்கைக்கு மாறாக நடந்துகொள்பவரைக் காட்டிலும் அரசர் சற்று மேம்பட்டவராக இருந்திருக்கலாம் என்று கருதினர். அவர் எப்போதும் செல்கின்ற, அவருடைய ஆதரவின்கீழ் இருக்கின்ற மசூதிகளுக்கு மட்டும் சென்று தொழுவது சரியல்ல என்ற அபிப்பிராயமும் அவர்களிடத்தில் இருந்தது.'[94] குறிப்பாக, இமாம் அலியுடனான ஜாஃபரின் மதம்சார் ஈடுபாடானது பழமைவாத சன்னி முஸ்லிம்களை புண்படுத்துவதாக இருந்தது. ஷியாக்களின் முஹரம் பண்டிகையானது - உறுதியான சன்னி ஷா வலியுல்லாவின் பார்வையில் இது இஸ்லாத்திற்கு மாறான உருவ வழிபாடு - ஜாஃபர் மர்சியா துக்கப் பாடல்களை கேட்டுக்கொண்டிருக்க - அரண்மனையில் உற்சாகத்துடன் கொண்டாடப்பட்டது. ஜாஃபர் ஷியிஸத்திற்கு உண்மையிலேயே மாறிவிட்டார் என்று நீடித்து நிலவிய வதந்திகளுக்கு இதுவும் ஒரு காரணம். அந்த வதந்தி மட்டும் உண்மை என்று நிரூபிக்கப்பட்டால், வெள்ளிக்கிழமை தொழுகைகளில் இருந்து அவருடைய பெயரை நீக்கிவிடும்படியான உச்சபட்ச தண்டனை அளிக்கப்படும் என்ற

அச்சுறுத்தலை டெல்லி உலாமாவைச் சேர்ந்த சில பிரதிநிதிகளிடம் இருந்து பேரரசர் பெறுவதற்கும் அது காரணமாக அமைந்தது.[95]

பத்தொன்பதாம் நூற்றாண்டு கடந்துகொண்டிருக்கையில், இதுபோன்ற கடுமையான பழமைவாத கண்ணோட்டங்கள் டெல்லியில் வலுவடைந்து, உலாமாவின் நிலை உறுதிப்பட்டது. அதனால் 1850 களில், தற்போது எவன்ஜிலிக்கல் பிரிட்டிஷாராக இறுகிப்போனவர்களிடையே முன்பிருந்த வெள்ளை முகலாயர்களின் கலப்பு வாழ்க்கைமுறைகள் மற்றும் திறந்த மனதுடனான மதக்கண்ணோட்டங்கள் மாற்றமடைந்துவிட்டதைப் போன்றே ஜாஃபரின் சகிப்புத்தன்மையுள்ள சூஃபி வழிமுறையும் அவருடைய அரசவையும், மெதுவாக பழம் முறையினதாகவும், காலத்தால் நீர்த்துப் போனவையாகவும் மாறிவிட்டன.

ஜாஃபரின் வைதீக முறையற்ற ஆன்மீகத்திற்கான அடிப்படைவாதிகளின் எதிர்ப்பிற்கு வலுவான வர்க்கப் பார்வை நோக்கமும் உண்டு.

சூஃபிஸமும், கஸல் எழுதுவதும் அரசவை மற்றும் உயர் ஷரிஃப் கலாசாரத்தின் அடையாளங்கள் என்றால், இஸ்லாமிய சீர்திருத்தவாத இயக்கத்திற்கு ஆதரவளிப்பது பஞ்சாபி, முஸ்லிம் வியாபார வர்க்க எழுச்சியின் குறியீடாகிப்போனது. பணக்காரர்களாகவும், படித்தவர்களாகவும் இருந்த பஞ்சாபி முஸ்லிம்கள் அரசவையின் மேட்டுக்குடி சூஃபி இலக்கியத்தில் இருந்து தங்களைத் தாங்களே விலக்கிக்கொண்டனர். ஷா வலியுல்லாவின் சமயப்பற்றாளர் மகனான ஷா அப்துல் ஆஸிஸ் ஃபத்வாக்கள் அல்லது சட்டப்பூர்வ அபிப்பிராயங்கள் அளிப்பதில் ஆக்கப்பூர்வமானவர். அவரிடம் அபிப்பிராயம் கேட்டு வருகிறவர்களின் கோரிக்கைகள் பெரும்பாலும் பொருளாதாரம் சம்பந்தப்பட்ட விஷயங்களாகவே இருக்கும் - கடன் விண்ணப்பக் கடிதங்களுக்கான அனுமதி அல்லது அடிமை வர்த்தகத்தில் வருமானம் பெறுவது போன்றவை - என்பதை குறிப்பிட்டு சொல்லியாக வேண்டும், அதாவது அவருடைய அபிப்பிராயத்தை கோருகிறவர்களின் கோரிக்கைகள் பெரிய அளவுக்கு தொழில் மற்றும் வர்த்தகம் சம்பந்தப்பட்டவையாகவே இருந்திருக்கின்றன. பணக்கார பஞ்சாபி முஸ்லிம் வர்த்தகர்கள்தான் டெல்லியின் அடிப்படைவாத மதரஸாக்களுக்கு நிதியளித்திருக்கின்றனர் என்பது நிச்சயமான ஒன்று. குறிப்பாக இதில், காஃபிர்களுக்கு எதிராக ஜிகாத்திற்கு அழைப்புவிடுப்பவர்கள் மற்றும் இஸ்லாம் அல்லாது இணைத்துக் கொள்ளப்பட்ட அம்சங்களைக் கழித்துவிட்டு இஸ்லாமிய சமூகத்தை உருவாக்கும் குறிக்கோள் கொண்டவர்கள் அடங்குவர்.[96]

இவர்களில் எல்லோரிலும் மிகவும் வெளிப்படையாக பேசக் கூடியவரும், மதரஸா இய்-ரஹிமிய்யாவின் முன்னாள் தீவிரவாத மாணவருமான சயீத் அகமது பாரல்வி, 1830 இல் வடமேற்கு எல்லையில் சீக்கியர்கள் மற்றும் பிரிட்டிஷாருக்கு எதிராக ஒரு தோல்வியில் முடிந்த ஜிகாத்தை தொடங்கினார். இங்கிருந்தபடியே மத்திய ஆசியாவின் ஆட்சியாளர்களுக்கு கடிதம் எழுதிய அவர், அவர்களிடம் பிரிட்டிஷ் ஆட்சியின் கீழ் 'கிறிஸ்துவர்களால் களங்கப்படுத்தும் இஸ்லாம் கலாசாரத்தையும், பிளவுபடுத்த முயற்சிக்கப்படும் இஸ்லாமிய வாழ்க்கை முறையையும்' மீட்டெடுத்து, முகலாய அரசவையின் இஸ்லாம் அல்லாத வழிமுறைகளில் இருந்து இந்தியாவை விடுதலை செய்ய வேண்டும் என்று கேட்டுக்கொண்டார்.[97] இருப்பினும், ஆப்கானியர்களால் துரோகமிழைக்கப்பட்ட பாரல்வி 1831 இல் தன்னுடைய ஜிகாதிகளுடன் சீக்கியர்களின் வாட்களால் கொல்லப்பட்டார். மீதமிருந்த அவருடைய முஜாஹிதீன் அமைப்பு பெஷாவர், அம்பாலா, டெல்லி மற்றும் ஜிகாதிகளின் பிற முதன்மை மையங்களில் தலைமறைவு இயக்கமானது.

மிர்ஸா ஜாவன் பக்தின் திருமணத்திற்கு ஐந்து மாதங்கள் கழித்தும், மாஸ்டர் ராமச்சந்திரா மற்றும் டாக்டர் சமன் லால் ஆகியோர் ஜென்னிங்ஸால் மதமாற்றம் செய்துவைக்கப்பட்டதற்கு இரண்டு மாதங்கள் பின்னரும், 1852 செப்டம்பர் மாதம், டெல்லியில் இருந்த மெட்கால்ஃபின் காவல்துறையினருக்கு முஜாஹிதீன் அமைப்பு தன்னை புதுப்பித்துக்கொள்ளத் தொடங்கியிருக்கிறதோ என்ற சந்தேகம் அதிகரித்துக்கொண்டே இருந்தது. ஒரு துப்பு கிடைத்ததை அடுத்து, தீவிரவாதிகள் என்று தெரியவந்த பலரின் வளாகங்களை காலைநேர திடீர் சோதனை நடத்தி, டெல்லியில் 'வஹாபி சதித்திட்டம்' என்று அவர்கள் நம்பியதற்கான ஆதாரங்களைக் கண்டுபிடித்ததுடன், பிரிட்டிஷாருக்கு 'எதிரான புனிதப்போர் குறித்து போதித்த அடிப்படைவாத மௌலவிகளின் செய்தித் தொடர்பாளர்களையும்' கைதுசெய்தனர்.[98] இந்த சதியாலோசனையின் மையம் பஞ்சாப் வர்த்தக சமூகத்தை சேர்ந்தவரும், மதரஸா இய்-ரஹிமிய்யா வட்டாரத்தில் மிகவும் அடிப்படைவாத இமாம்களுடன் நெருக்கமான கூட்டு வைத்திருந்தவருமான பிரபல டெல்லி வர்த்தகர் ஷேக் ஹுசைன் பக்ஷ் ஆவார்.

அதே அடிப்படைவாத மதரஸாவின் உலாமாதான் மீண்டும் ஜென்னிங்ஸ் மற்றும் அவருடைய மிஷனரிகளுக்குமான எதிர்ப்பை வழிநடத்தியது. குறிப்பாக, ராமச்சந்திரா மற்றும் சமன் லாலுக்கு ஞானஸ்நானம் செய்விக்கப்பட்ட பின்னர், 1853 மே மாதம், 'நல்ல குடும்பத்தைச் சேர்ந்த ஒரு பெயர் குறிப்பிடப்படாத சாயிதை மதம்மாற்றுவதில் பாதிரி ஜென்னிங்ஸ் வெற்றிபெற்றபோது அது இன்னும் வலுப்பெற்றது.'[99] மிஷனரிகள் முஸ்லிம்களின் அச்சத்தை திடப்படுத்தியதால், பிரிட்டிஷ் ஆட்சிக்கு எதிரான எதிர்ப்பை

அதிகப்படுத்தியதால், பழமைவாதிகளை மாபெரும் பழமைவாதத்திற்குத் தள்ளி ஜிகாதிகளுக்கான அரசமைப்பை உருவாக்கச் செய்ததால், 'வஹாபி சதியாலோசனையின்' இருப்பு என்பது இதுபோல் ஆழ வேரூன்றிவிட்ட 'முஸ்லிம் தீவிரவாதிகளை' சமாளிக்க 'வலுவான தாக்குதல்' தேவைப்படுகிறது என்ற ஜென்னிங்ஸ் மற்றும் அவருடைய ஆதரவாளர்களின் நம்பிக்கையை வலுப்படுத்துவதாக அமைந்தது.

இஸ்லாமிய அடிப்படைவாதம் மற்றும் ஐரோப்பிய ஏகாதிபத்தியத்தின் வரலாறுகள் மிகவும் நெருக்கமாகவும், ஆபத்தானதாகவும் ஒன்றோடு ஒன்று பிண்ணிப்பிணைந்துள்ளன. ஓர் ஆர்வம்மிக்க, ஆனால் மிகவும் திடமான முறையில், இரண்டு நம்பிக்கைகளின் அடிப்படைவாதிகளுமே ஒருவர் மற்றொருவருடைய முன்தீர்மானங்களையும், வெறுப்புகளையும் வலுப்படுத்திக் கொள்ளவே பரஸ்பரம் தேவைப்படுகிறார்கள். ஒருவரின் நஞ்சு மற்றொருவருக்கான உயிர் ரத்தத்தை அளிக்கிறது.

3

அசௌகரியமான சமநிலை

1852 இல் பிரிட்டிஷாரும் முகலாயர்களும் ஒரே நகரத்தில் குடியேறி, சில சமயங்களில் ஒருவருக்கொருவர் உடல்சார் நெருக்கங்களுடன் வாழ்ந்துவந்த போதிலும், இருசாராருமே மேலும் மேலும் விலகிச் சென்றுகொண்டுதான் இருந்தனர்.

கலப்புத்திருமணம் - அல்லது குறைந்தபட்சம் உடன்வசித்தல் - என்பது டெல்லியில் இருந்த சிறிய பிரிட்டிஷ் சமூகத்தினரிடையே சாதாரணமானதாக இருந்திருக்கிறது. இப்போதோ ஏறக்குறைய ஒருவகையான இனப்பாகுபாடே நிலவியது. தினசரி தொடர்புகள் மிகவும் குறைந்துபோயின. பரஸ்பர புரிதலுக்கான முயற்சியும் அருகிப்போனது. டெல்லியின் இரண்டு முன்னணி செய்தித்தாள்களைக் காட்டிலும் வேறு எங்கும் இது தெள்ளத்தெளிவாக காணப்படவில்லை; உண்மையில், பிரிட்டிஷாருக்கும் இந்தியக் குடிமக்களுக்கும் இடையில் இந்த நேரத்தில் தொடங்கிய புரிதலின்மையின் பிளவு பெரிதாகிக்கொண்டே செல்வதைச் சுட்டிக்காட்டுவதற்கு இந்த இரண்டு செய்தித்தாள்களின் எளிய பத்திகளினுடைய ஒப்பீட்டைக் காட்டிலும், வேறு எதுவுமே சிறப்பானதாகவும் இல்லை. டிஹ்லி உர்து அக்பர் மற்றும் டெல்லி கெஸட் ஆகிய இரண்டும் பாதிரி ஜென்னிங்ஸின் தீவிர மிஷனரி செயல்பாடுகள் குறித்து ஒரே உடன்பாட்டிற்கு வந்திருந்தன என்றால், அவர்கள் மேற்கொண்டு உடன்படுவதற்கும் வேறு சில விஷயங்கள் இருந்தன. 1852 ஆம் ஆண்டின் நிகழ்வுகளைப்பற்றிய இந்த செய்தித்தாள்களின் கட்டுரைகளைப் படிக்கையில் அவை இரண்டுமே முற்றிலும் வெவ்வேறான நகரங்களின் செய்திகளைத்தான் பதிவு செய்திருக்கின்றனவோ என்று நினைப்பதற்கு சாத்தியமுள்ள தருணங்களும் உண்டு.

டிஹ்லி உர்து அக்பர் தன்னுடைய வாசகர்களை 'நல்லவைகளை கிரகித்து தீயவைகளை தவிர்த்திட வேண்டும்' என ஊக்கப்படுத்துவதே தங்களுடைய வேலை என்று அதிகாரப்பூர்வமாக குறிப்பிட்டது.[1] மற்றவர்கள் வேறு வழியை தேர்ந்தெடுத்தனர். இதன் போட்டி உருதுப் பத்திரிகை ஒன்றின் கூற்றுப்படி, 'இது ஒரு மோசமான பத்திரிகை. இந்தப் பத்திரிகை ஆசிரியருடன் மத சம்பந்தமான விஷயங்களில் உடன்படாத மரியாதைக்குரியவர்களை தாக்கும் வகையில் தனிப்பட்ட கிசுகிசுக்களே இதில் இடம்பெறுகின்றன.'[2] இரண்டு முரண்நிலையிலான கூற்றுகளுமே தங்களுடைய தோற்றுவாயில் ஒரேவித மனப்பாங்கையே கொண்டிருந்தன. வெளிப்படையாகப் பேசும் ஷியா ஆசிரியரான மௌலவி முகம்மது பக்காரின் கீழ் செயல்படும் *டிஹ்லி உர்து அக்பர்* பத்திரிகையானது அரசவையிலும், உலாமாவுக்கு மத்தியிலும், சொல்லப்போனால் பிரிட்டிஷ் அரசாங்கத்திலும் நடைபெறும் ஊழலுக்கு எதிராகவும் பேசியது.

ஜா∴பருக்கு உறுதியான ஆதரவாளராக இருந்த அந்தப் பத்திரிகை, மாதாந்திர ஊக்கத்தொகை வழங்குவதை தாமதப்படுத்தி ஊழல்ரீதியாக செயல்பட்டதற்காக அரண்மனை நிர்வாகத்தைக் கண்டித்திருந்தது. ('பேரரசரை அணுகக்கூடியவர்கள் மட்டும், அதாவது முக்தார் அல்லது ராஜாங்க மருத்துவர் மட்டுமே தங்களுக்கு உரித்தான ஊதியத்தைப் பெறுகின்றனர்') அத்துடன், மிக மோசமாக நடந்துகொள்ளும் இளவரசர்கள் தங்களுக்கு உரித்தான தண்டனைகளைப் பெற்றது குறித்த தனது மகிழ்ச்சியையும் அந்தப் பத்திரிகை வெளியிட்டிருந்தது - உதாரணத்திற்கு, குதாம் ஷரீ∴பின் ஆலயத்திற்கு சென்றுகொண்டிருக்கையில் ர∴பீஷ் மிர்ஸா ஷாரூக் டெல்லி வட்டிக்காரர்களால் பதுங்கியிருந்து தாக்கப்பட்டார்.[3]- துறவிபோன்ற பேரரசரின் கண்களை ஏமாற்றும் அரசவையினரின் சதித்திட்டங்களைத் தவறான நடத்தைகள் என்று அந்தப் பத்திரிகை விமர்சித்தது.[4]

மௌலவி முகம்மது பக்கார் ஒரு டெல்லிவாசி. டெல்லி கல்லூரியின் முன்னாள் மாணவரான அவர் சிறிது காலம் அங்கேயே வேலைபார்த்த பின்னர் குறைவான சம்பளம் காரணமாக அங்கிருந்து விலகிவிட்டார். வெளிநாட்டு வியாபாரிகளுக்காக லாபகரமான பஜார் ஒன்றை கட்டும் முன்னர் சிறிதுகாலம் அவர் பிரிட்டிஷாருக்காக வேலை செய்தார். பின்னர் ஷியா மதக்கூடமான ஓர் இமாம்பராவை கட்டினார். இங்கே சில சமயங்களில் அவர் மதபோதனைகளும் செய்ததுண்டு.[5]

அவருடைய சொந்த அபிப்பிராயங்களைப் பிரதிபலிக்கும் வகையில் *டிஹ்லி உர்து அக்பர்* பத்திரிகையின் அக்கறைகள் அனைத்தும் உள்ளூர் அரசியல் மற்றும் மதம்சார்ந்த விஷயங்களையே மையமாகக் கொண்டிருந்தது. அது மாஸ்டர் ராமச்சந்திராவின் மதமாற்றத்தைப் பற்றிப் பேசியது. சூ∴பி ஆலயங்களில் சமீபத்தில் கண்ட அற்புதங்களைப் பற்றி விவரித்தது. மேலும், டெல்லி திருவிழாக்கள் மற்றும் அவ்வப்போது

நடக்கும் கலவரங்கள், அதாவது 1852 இல் முஹரம் பண்டிகையின்போது நடந்த சன்னி-ஷியா கலவரங்கள் குறித்தும் தகவல் வெளியிட்டது. மேலும், அரண்மனைப் பணிப்பெண்களுக்கு 'பாலியல் குற்றங்களுக்காக' வழங்கப்பட்ட தண்டனைகள் குறித்த கிசுகிசுக்களையும் எழுதியது.[6]

பக்காரின் மகனும், ஆஸாத் என்ற புனைப்பெயரில் எழுதிய எழுத்தாளருமான முகம்மது ஹுஸைன் இந்தப் பத்திரிகையை நடத்துவதில் தந்தைக்கு உதவியாக இருந்துவந்தார். டிஹ்லி உர்து அக்பர் இலக்கியம் சம்பந்தமான விஷயங்களை எழுதுவதிலும் தீவிர ஆர்வம் கொண்டிருந்தது என்பதுடன் மிகவும் பாராட்டுதல் பெற்ற, முஷைராக்களில் வாசிக்கப்பட்ட புதிய கஸல்களை மறுபதிப்பும் செய்தது. மேலும் பக்காரின் நண்பரும் ஆஸாத்தின் உஸ்தாதுமான (குரு) ஸாக்கிற்கு பக்கபலமாகவும் அவருடைய போட்டியாளர் காலிப்பிற்கு எதிராகவும் நின்றது. காலிப், சூதாடிய குற்றத்திற்காக கைது செய்யப்பட்டபோது அந்த விவகாரம் டிஹ்லி உர்து அக்பர் பத்திரிகையால் மகிழ்ச்சியுடன் வெளியிடப்பட்டது. அந்தப் பத்திரிகை டெல்லியின் சுவர்களுக்கு அப்பால் உள்ள வெளியுலகைப் பற்றிய செய்தி எதையேனும் வெளியிட்டிருக்கும் என்றால் அது ஹிந்துஸ்தானத்தை சுற்றியுள்ள நகரங்கள் மற்றும் கல்கத்தா வரை நீண்டுசெல்லும் பகுதி மட்டுமே. பிரிட்டனைப்பற்றி இந்த பத்தி எழுத்துகளில் எப்போதாவதுதான் குறிப்பிடப்பட்டிருக்கிறது - 1840கள் முழுவதிலுமே கம்பெனியின் சொந்த ஊர் பற்றி ஏழே குறிப்புகள்தான் இடம்பெற்றிருந்தன. அதைத்தவிர்த்து பண்பார்ந்த, நாகரிகமடைந்த முஸ்லிம் நாடுகளாகிய எகிப்து அல்லது பாரசீகம்தான் அதில் இடம்பெற்றது. பாரசீகத்தில்தான் பக்காரின் குடும்ப வம்சாவளி தோன்றியது.[7]

இதற்கு முரணாக, டெல்லி கெஸட்டின் கவனமோ செல்டன்ஹாமை சுற்றியுள்ள பசுமையான மலைகளைப்பற்றி முடிவேயில்லாமல் கனவு காணும் பூஞ்சடைந்த கண்களைக் கொண்ட புலம்பெயர்ந்தவர்கள் மீதே இருந்தது. சாந்தினி சௌக்கில் உள்ள கால்வாயின் ஒளியமைப்பு குறித்தோ அல்லது டெல்லி கெஸட்டின் காஷ்மீரி வாயில் அலுவலகங்களுக்கு அருகாமையில் உள்ள சாலையில் இருக்கும் மண் அரிப்புகள் பற்றிகூட அதன் பத்தி எழுத்துகளில் அவ்வப்போது சில குறிப்புகள் வந்ததுண்டு.[8] 'மிகவும் துணிச்சலான கொள்ளையர்கள்' பற்றியும் அவ்வப்போது கவலையுடன் குறிப்பிடுவதுண்டு. கல்கத்தா கிரிக்கெட் அணியிடம் சோகமான முறையில் தோற்றுப்போன டெல்லி அணி பற்றிய செய்திகள் மற்றும் டெல்லி டெர்பியிடம் இருந்து வந்த குதிரைப்பந்தயத்தின் இறுதி முடிவுகள் ஆகியவையும் இடம்பெறும். இவற்றில் வருடாந்திர வாகனப் பந்தயம் பற்றிய அறிவிப்பும் இடம்பெறும். 'நம்பகமான கைவண்டிக்காரர்கள் அந்தந்த ரெஜிமெண்டுகளின் பேண்ட் பாய்ஸ்களால்

பயிற்றுவிக்கப்படுவார்கள். ஒரு பேண்ட் பையன் ஒவ்வொரு வண்டியிலும் அமர்ந்திருப்பார். வெற்றியாளருக்கு 8 ரூபாய் பரிசாக கிடைக்கும்.'[9]

அவ்வப்போது நடக்கும் மிகவும் சிறப்பான நிகழ்வுகள் வெவ்வேறாக பிரிந்த பிரிட்டிஷ் மற்றும் முகலாயர்களின் உலகத்தை ஒன்றுசேர்க்கும். ஆனால், பிரிட்டிஷார் ஏறுமுகத்தில் இருந்த ஆரம்பநாட்களில் பிரிட்டிஷாரும் இந்தியர்களும் முகலாய அரசவையில் நடக்கும் விழாக்களில் பரஸ்பரம் பங்கேற்பதன் மூலம் ஒன்றாக இருக்கவே விரும்புவார்கள். 1850களிலோ இந்தத் தொடர்பானது ஐரோப்பிய நிபந்தனைகளின்படியே நடத்தப்பட்டன. டெல்லி குதிரைப்பந்தயங்களில், முகல் கோப்பையில்[10] பங்கேற்க தங்களுடைய கிராமப்புற எஸ்டேட்டுகளில் இருந்துவரும் உள்ளூர் மேதகையினர் வருகை புரிகையில் டெல்லி ரகசிய சங்க தங்குமிடங்களிலேயே அவர்கள் சேர்த்துக் கொள்ளப்பட்டனர்.[11]

ஊர்ஊராக பயணம் மேற்கொள்கின்ற கண்காட்சிக் குழுவான மெஸர்ஸ் டுரூட் அண்ட் கோ., டெல்லிக்கு வந்ததுகூட இதுபோன்ற ஒரு நிகழ்வுதான். இந்தக் கண்காட்சியில் சில நுண்ணோக்கிகளும் இடம்பெற்றிருந்தன. இதைத் தெரிவித்த டெல்லி கெஸட் 'தங்களுடைய கண்களால் தாங்கள் பார்த்த ஆச்சரியப்படும்படியான காட்சிகளால் தோன்றிய பேரார்வத்தால் உள்ளூர் கோமகன்களிடையே பெருவியப்பு ஏற்பட்டது'[12] என்று எழுதியது. மற்றொரு நிகழ்வு மான்செர் ஜோர்டைன் மற்றும் அவருடைய பயணப்படும் சர்க்கஸ்.

> *மேடேம் ஜோர்டைனின் நேர்த்தியும் அழகும் வாய்ந்த குதிரையேற்றமும், நடனமும் ஐரோப்பிய பகுதி பார்வையாளர்களிடம் இருந்து திரும்பத் திரும்ப பாராட்டுதலைப் பெற்றுக் கொண்டிருந்தது. அதேநேரம் உள்ளூர்க்காரரர்கள் தங்களுடைய மகிழ்ச்சியை 'வாவ் வாவ்' என்று கத்தியபடி வெளிப்படுத்தினார்கள். மான்செர் ஜோர்டைன் வியப்பூட்டும் வலிமையுடன் உள்ளூர்க்காரரர்களால் மட்டுமல்லாது எல்லா பார்வையாளர்களையும் திகைப்பூட்டினார். அதேநேரம் நடன அரங்கில் மான்செர் ஆலிவரின் புத்துணர்ச்சியான வலிமை, வட்டத்திற்குள் அவர் சுழன்று திரும்பும்விதம், சாய்தளத்தில் ஏறி உச்சியில் தன்னை சமன்படுத்திக்கொள்ளும் அவருடைய திறமை பெரும் பாராட்டுதலைப் பெற்றுத் தந்தது.*[13]

ஆகவே, டெல்லி கெஸட்டின் மனம், அதன் வாசகர்களைப் போன்றும், சொல்லப்போனால் அதனுடைய ஓய்வறியாத ஆசிரியர் ஜார்ஜ் வேகன்டிரைபரைப் போன்றும் உண்மையிலேயே வேறு எங்கோதான் இருந்தது. பிரிட்டிஷ் பேரரசின் விரிவாக்கம்பற்றிய செய்திகள் அதில் தொடர்ந்து வந்து கொண்டிருந்தன - பீரங்கிகள்

முழங்க இரண்டாம் ஆங்கிலேய - பர்மிய யுத்தம் முடிவுக்கு வந்தது, பேகு மற்றும் ரங்கூனின் இணைப்பு, கிரீமியா, ஆப்கானிஸ்தான் மற்றும் பெர்ஷியாவில் இருந்த பேரரசின் முன்வரிசைகளில் இருந்து படைகள் கலைப்பு. இருப்பினும், இவற்றில் எல்லாம் பெரும்பான்மையானது, அந்தப் பத்திரிகையின் செய்திகள் அனைத்தும் அதன் தாய்நாட்டைச் சேர்ந்தவையாக இருந்தபோதிலும் அதன் விளம்பரங்களோ பிரிட்ஜ் வியூ மற்றும் ரோஸ்வில்லே என்று பெயரிடப்பட்ட, சிம்லா மற்றும் முஸோரியில் இருக்கும் நகலான - ஆங்கில குடில்கள் பற்றியதாகவும்; சஸெக்ஸில் இருக்கும் இனிமையான குடும்பங்களின் குழந்தைகள் இந்திய உச்சரிப்பை பெற்றுவிடுவதை தவிர்க்கும் வகையில் கல்வி கற்பிக்கும் விளம்பரங்களாகவும் இருந்தன.[14] ஓர் இதழில் ‘பெற்றோர்கள் பாதுகாவலர்களுக்கு’ என்று குறிப்பிட்டுள்ள ஒரு விளம்பரத்தில், ‘இங்கிலாந்திற்கு திரும்பிச்செல்லும் ஒரு சீமாட்டி கட்டண அடிப்படையில் சில குழந்தைகளை அழைத்துச்செல்ல இருக்கிறார். பெற்றோர் திரும்பி வரும்வரை அவர்களைப் பாதுகாப்பாக பார்த்துக்கொள்வார்’ என்று குறிப்பிடப்பட்டுள்ளது.[15] மற்றொரு விளம்பரத்தில் ‘சாமர்ஷெட்ஷைரின் சுகாதாரமான பகுதியில் வசிக்கும் ஒரு திருமணமான அரசியல்வாதி 60 கினியாக்கள் முதல் 100 பவுண்டுகள் கட்டணத்தில் தன்னுடைய சொந்தப் பொறுப்பில் குழந்தைகளை பார்த்துக்கொள்ள விரும்புகிறார்’ என்று குறிப்பிட்டிருக்கிறது.[16]

புலம்பெயர்ந்தவர்களில் வறியவர்களாக இருந்தவர்களின் துன்பங்களையும், ஏக்கங்களையும் எவ்வாறு ஆற்றுப்படுத்துவது என்று சரியாகத் தெரிந்த ஒரே பத்திரிகை இது மட்டுமே. ஆனால் டெல்லி மக்கள், அவர்களைக் கண்டால் ஆழமான பரிவுணர்ச்சியுடன் 1850 களில் மட்டுமே அவ்வப்போது அவர்களை ‘பூர்வகுடிகள்’ அல்லது ‘நம்முடைய கறுப்பின சகோதரர்கள்’ என்று குறிப்பிட்டனர்.[17] ஆனாலும், வேகன்டிரைபரின் மனோபாவமோ இத்தகைய சொற்பதங்கள் குறிப்பிடுவனவற்றைக் காட்டிலும் சற்று அதிக சிக்கலானதாகவே இருந்திருக்கிறது. இத்தனைக்கும் ஸ்கின்னர்ஸ் ஹார்ஸ் படைப்பிரிவுக்காக புகழ்பெற்றவரும், டெல்லியில் இருந்த வெள்ளை முகலாயர்களின் தூணுமாகிய ஜேம்ஸ் ஸ்கின்னரின் ஆங்கிலோ - இந்திய மகளான எலிசபெத்தைத்தான் அவர் திருமணம் செய்திருந்தார்.

ஜேம்ஸ் ஸ்கின்னர் ஸ்காட்லாந்து வாடகைப் படைவீரரான ஹெர்குலிஸ் ஸ்கின்னர் என்பவரின் மகனாவார். ஹெர்குலிஸ் ஸ்கின்னரேகூட மாண்ட்ரோஸ் தலைவரின் மகனுமாவார். அவருடைய அம்மா ‘போஜ்பூர் நாட்டைச்’ சேர்ந்த ராஜபுதன ஜமீன்தார்* ஒருவரின் மகளாகிய ராஜபுதனியாவார்.[18] மராட்டியர்களுக்காக வீரத்துடன் போரிட்ட ஸ்கின்னர் தன்னுடைய பிரிட்டிஷ் தந்தையரின் காரணமாகவே தான் பதவியிறக்கம்

* ஜமீன்தார் என்பவர் நிலக்கிழார் அல்லது உள்ளூர் ஆட்சியாளர்.

செய்யப்பட்டிருப்பதை உணர்ந்தார். பின்னாளில் பிரிட்டிஷாருக்காக சண்டையிட்ட அவர் தன்னுடைய இந்திய ரத்தம் காரணமாக கிழக்கிந்திய கம்பெனியால் அதிகப்படியான பாகுபாட்டிற்கு ஆளானார். இதுகுறித்து தன்னுடைய நினைவுக்குறிப்புகளில் அவர் பின்வருமாறு எழுதியுள்ளார்: 'இனம் அல்லது நிறத்திற்கு எதிரான எந்தவித பாகுபாடும் இல்லாதவர்களுக்காக சேவைபுரிவதாகவே நினைத்திருந்தேன். ஆனால், அது தவறு என்பதை நானாகவே தெரிந்துகொண்டேன்.' அவருடைய கலப்பு பாரம்பரியமானது, 'அது எனக்கு எதிராகவே திரும்பிவிடும் வகையில் செய்யப்பட்ட இருமுனைக் கத்தி போன்றது' என்ற முடிவுக்கு அவரை வரச்செய்தது.

தன்னுடைய மதத்தில் தீவிர ஈடுபாடு கொண்டவராக விளங்கிய கிறிஸ்துவரான ஸ்கின்னர் தன் வாழ்க்கையின் இறுதிக்காலத்தில் டெல்லியின் முதலாவது தேவாலயமான செயிண்ட் ஜேம்ஸ்* தேவாலயத்தைக் கட்டினார். அத்துடன் டெல்லியில் இருந்த ஆங்கிலிக்கன் சமூகத்தின் தூணாகவும் விளங்கினார். ஆயினும், பெரிய எண்ணிக்கையில் பீபிக்களை வைத்துக்கொள்வதில் இருந்து இதுகூட அவரைத் தடுத்துவிடவில்லை - 'பெரும் எண்ணிக்கையில் அழகான திருமதி ஸ்கின்னர்கள் இருந்தனர்' என்று எழுதியிருக்கிறார் ஃபென்னி ஈடன். ஒரு மதிப்பீட்டின்படி அவர்களுடைய எண்ணிக்கை பதினான்கு பேர்.[21] அவர்களிடையே இருந்த முஸ்லிம்களுக்காக தன்னுடைய டெல்லி மாளிகை முற்றத்திற்கு அருகாமையில் அழகான முகலாய மசூதி ஒன்றையும் ஸ்கின்னர் மறுநிர்மாணம் செய்தார். அத்துடன் (டெல்லி வாய்வழிக் கதைகளின்படியாவது) ஹிந்து நம்பிக்கை கொண்டவர்களுக்காக ஒரு கோயிலையும் கட்டினார். இவரைப்பற்றி ஃபென்னி ஈடன் பின்வரும் வகையில் விவரிக்கிறார்,

> ஒரு பூர்வகுடி கர்னல், மிகவும் கருப்பானவர் [மற்றும்] நாங்கள் இங்கே சந்தித்ததிலேயே எந்தவொரு வெள்ளையின கர்னல்களைக் காட்டிலும் சிறந்த சமூக மேட்டிமையாளர். அத்துடன் போர் சார்ந்து பல அற்புதங்களை நிகழ்த்தியவர். அந்த நேர்த்தியான கிழவர் இங்கேதான் தங்கியிருக்கிறார். அவர் கட்டிய தேவாலயத்திற்கு நாங்கள் ஞாயிற்றுக்கிழமை சென்றிருந்தோம். அதற்கு அருகாமையிலேயே அவர் ஒரு மசூதியையும் கட்டியிருக்கிறார்.

* ஒரு சிறிய மற்றும் அவ்வளவாக அறியப்பெறாத ஆர்மீனிய இறுதிச்சடங்கு ஆலயமான அது செயிண்ட் ஜேம்ஸிற்கு ஒரு நூற்றாண்டு அல்லது அதற்கும் முன்பாக கட்டப்பட்ட கிஷன்கஞ்சில் இருக்கும் பழைய ஆர்மீனிய இடுகாட்டுடன் இணைக்கப்பட்டிருந்தது. கிஷன்கஞ்ச் ரயில் நிலையத்திற்கு அருகாமையில் இப்போதும் பயன்பாட்டில் உள்ள இந்த ஆலயமானது, பின்னாளைய சப்ஜி மண்டிக்கு அருகாமையில் கடந்தகால முகலாய காலகட்டத்தில் நிர்மாணிக்கப்பட்ட ஐரோப்பிய வாடகைப் படைவீரர்களின் புறநகரான பழைய ஃபிராங்கிபுராவின் கடைசியாக எஞ்சியிருக்கும் பகுதியைப்போல் காணப்படுகிறது.

கடவுள் இருக்குமிடத்தில்தான் மதம் இருக்கிறது என்று அவர் எங்களிடம் கூறினார். ஆனால், நான் அவர் தன்னைத்தானே முஸல்மான் என்று கூறிக்கொள்பவர் என்றே நினைத்திருந்தேன்.[22]

ஈடன் செய்திருந்த இந்த அனுமானம் தவறானது. ஆனால் ஸ்கின்னர் முற்றிலும் முகலாய பாணியிலேயே வாழ்ந்தவர் என்பதாலும், அவருடைய ஆங்கிலம் செயற்கையானதாக, இலக்கணமற்று[23] இருந்ததால் இந்தத் தவறை நம்மால் புரிந்துகொள்ள முடியும். அவருடைய பிரதான மனைவி - வேகன்டிரைபரின் மாமியாருமானவர் - ஒரு முஸ்லிம்தான். அவருடைய பெயர் அஷுரி கானம். அவரும்கூட தனக்கேயுரிய உரிமைப்படி ஒரு நிலக்கிழாரும் ஆவார். அதிகாரம்படைத்த ஹரியானா ஜமீன்தாரான மிர்ஸா அஜீம் பேக் என்ற பெயருடைய அவருடைய தந்தை ஹன்ஸியில் இருந்த ஸ்கின்னரின் வரையறா காலாட்படை ரெஜிமெண்டின் பாசறையில் ஸ்கின்னரின் நிர்வாகியாக இருந்தார்.[24]

சிக்கந்தர் சாகிப்பின் மரணத்திற்குப் பின்னர் 'எல்லாவிதமான சாயல்களிலும் நிறங்களிலும் இருந்த' அவருடைய வெவ்வேறு குழந்தைகளும் டெல்லியில் முக்கியமான நிலக்கிழார்களாகவும், அரசவையினராகவும் இருந்தனர். அத்துடன் முகலாய அரசவைக்கும் பிரிட்டிஷ் சமூகத்திற்கும் இடையில் பெரிதாகிக்கொண்டே சென்ற பிளவிற்குப் பாலம் அமைக்கும் சிக்கலான பணியிலும் ஈடுபட்டிருந்தனர். ஆனால், விசித்திரமான உடையணியும் ரசனை கொண்டிருந்த அந்தக் குடும்ப உறுப்பினர்களுக்கு அது அவ்வளவு சுலபமானதாக இல்லை. சிக்கந்தரின் சகோதரரான ராபர்ட் ஸ்கின்னரால் வில்லியம் கார்டனரைக்கூட மகிழ்ச்சிப்படுத்த முடியவில்லை. 'ராபர்ட் ஸ்கின்னர் மிகப்பெரிய பகட்டு ஆடையலங்கார விரும்பி. தன் கழுத்தில் மேக்டெட்பர்க் டன்ஜனில் வரும் பேரன் ஃபிரான்க்கைவிட அதிகப்படியான தங்க, வெள்ளிச் சங்கிலிகளை தன்னைச் சுற்றி அணிந்திருப்பார்.'[25] ஸ்கின்னர்களில் சிலர் இந்த இரண்டு உலகங்களுக்கு இடையில் தாங்கள் தொங்கிக்கொண்டிருப்பதை கடும் இறுக்கமாகவே உணர்ந்தனர். ஒருகட்டத்தில், 'திருவாளர் ஜேம்ஸ் ஸ்கின்னர் இரண்டு மாதங்கள் மற்றும் 14 நாட்களாக தெளிவில்லாத போதைப் பரவசத்தில் இருக்கிறார்' என்று தியோ மெட்கால்ஃப் தன்னுடைய சகோதரி ஜியார்ஜினாவுக்கு (அல்லது எல்லோரும் குறிப்பிடுவதைப் போல் ஜிஜி-க்கு) தெரிவித்துள்ளார்.[26] அப்போதிலிருந்தே, தன்னுடைய மனைவியின் சொந்தக் குடும்பமே ஒரு முக்கிய பகுதியாக இருந்த வெள்ளை முகலாயர்களின் காலகட்டம் முடிவுக்கே வந்துவிட்டது என்று தெளிவுபட நம்பிய வேகன்டிரைபர், அந்த வெள்ளை முகலாயர்களின் காலகட்டத்திற்கு விடைகொடுத்து அனுப்பும் வகையில் அவர் கெஸட்டில் பதிப்பித்தவற்றில் இத்தகைய சிக்கலான அடியோட்டங்களை காணமுடிகிறது.

கொஞ்சகாலம் முன்புவரைகூட 'முழுவதும் இந்தியமயமான' இந்தக் குடும்பத்தினருடன் வைத்திருந்த தொடர்பிற்காக அவர் மிகவும் நன்றிக்கடன்பட்டவராக இருந்திருப்பார் என்றாலும், அவருடைய மனைவியின் கருத்த தோலின் நிறம், அவருடைய சரளமான ஹிந்துஸ்தானி மற்றும் புடவை கட்டிக்கொள்ளும் அவருடைய திறமை என - இவை எல்லாம்தான் வேகன்டிரைபருக்கும், அவருடைய நீண்டநாளாக நோயுற்றிருக்கும் மனைவிக்கும் இப்போது ஒரு லேசான, ஆனால் சந்தேகத்திற்கு இடமற்ற சங்கடத்தை ஏற்படுத்துவதற்குக் காரணமாக இருந்தது.

1850 களின் தொடக்கத்தில், பிரிட்டிஷாரும் முகலாயர்களும் வெவ்வேறு மன உலகங்களில் மட்டுமல்லாது, வெவ்வேறு நேரமண்டலங்களில் வாழ்ந்து கொண்டிருக்கிறார்களோ என்பதுபோன்றும் சில நேரங்களில் தோன்றியதுண்டு.

டெல்லி குடியிருப்புப் பகுதியில், காலை 3.30 மணிக்கு கொம்பூதும் சத்தம் கேட்கும்போது முதலில் எழுகிறவர்கள் பிரிட்டிஷார்தான். அந்நேரத்தில் முகலாயர்களின் கவித்துவ முஷைராக்கள் செங்கோட்டையில் முழுவீச்சில் நடந்துகொண்டிருக்கும். சாவ்ரி பஜாரில் இருந்த ஆசைநாயகிகளின் கோத்திகளில்* நடனமும் கஸல் பாட்டுகளும் முடிவுக்கு வரும். பெண்கள் தங்கள் கடமைகளின் மிகவும் அன்னியோன்மான நிலைக்கு முன்னேறிக்கொண்டிருப்பர். முகலாய கவிஞர்களும், ஆசைநாயகிகளும் தங்களுடைய பல்வேறு லயங்களில் திளைத்துக்கொண்டிருக்கும்போது, தூக்கக் கலக்கத்துடன், கொட்டாவி விட்டபடி காணப்படும் ஆங்கிலேயர்களான 38 ஆவது உள்ளூர் ஆயுதப்படையைச் சேர்ந்த, ஐம்பது வயதுடைய மூத்த கேப்டன் ராபர்ட் டைட்லரோ அல்லது இந்தியாவிற்கு புதிதாக வந்துசேர்ந்த பதினெட்டு வயதான எதோனியன் லெப்டினண்டான ஹாரி கேம்பியர் போன்ற ஆங்கிலேயர்களோ தங்களுடைய பணியாளர்கள் தங்களுக்குச் சவரம் செய்தபடியும், அவர்களுடைய உள்ளாடைகளை கழற்றியபடியும் இருக்க படுக்கையில் எழுந்து உட்கார்ந்திருப்பார்கள்.[27] ராணுவ முகாமில் ஒரு நீண்டநேர அணிவகுப்பு அவர்களுக்காகக் காத்திருக்கும்.

இரண்டுமணி நேரம் கழித்து, யமுனை நதிக்கு மேலே சூரியன் எழும்பத் தொடங்குகையில் கவிஞர்கள், ஆசைநாயகிகள் மற்றும் அவர்களின் வாடிக்கையாளர்கள் தங்களுடைய நீண்ட இரவுநேர கண்விழிப்பை தூங்கிக் கழிப்பதற்கு படுக்கை நோக்கி செல்வார்கள்.

* ஒரு முக்கியத்துவம் வாய்ந்த நகர மாளிகை, வரிசையான அரச மாளிகை முற்றங்களை நோக்கியபடியே அமைந்திருக்கும்.

பிரிட்டிஷ் வீரர்கள் மட்டுமல்லாது பிரிட்டிஷ் மக்களும் விழித்தெழுந்து தங்களுடைய உடற்பயிற்சியைத் தொடங்குவார்கள். சுறுசுறுப்பானவரும், அறிவாளியும், ராபர்ட்டின் மனைவியுமாகிய ஹேரியட் டைட்லர் அல்லது ஆங்கிலச் சமூகத்திலேயே பேரழகான பெண்ணாகிய இளம் ஆன்னி ஃபாரஸ்ட் - முன்னதாக இவரைப் போற்றி ஹாரி கேம்பியர் கடிதங்கள் எழுதியிருக்கிறார் - போன்ற பெண்கள் அச்சமயத்தில் ராணுவ முகாமைச் சுற்றி தங்களுடைய காலைநேர குதிரை சவாரியை முடித்துவிட்டு திரும்பியிருப்பார்கள். பெண்ணின் தோல்நிறத்தைப் பாதுகாப்பதற்கு சூரியன் உதித்த பின்னர் குதிரையில் சவாரி செய்வது அறிவார்ந்தது அல்ல என்று கருதப்பட்டது.[28]

ஆறு மணிக்கெல்லாம், திரையால் மூடி இருளாக்கப்பட்ட மாளிகையில் தன்னுடைய பெரும் எண்ணிக்கையிலான பணியாட்களை மேற்பார்வையிடுவதில் ஹேரியட் பரபரப்பாகியிருப்பார். பெரும் அளவில் காலைநேரச் சிற்றுண்டி தயாரிப்பதுதான் அன்றைய முதல் வேலை. விக்டோரியன் இந்தியாவில் அது இல்லாமல் அன்றைய தினத்தை எந்த ஆங்கிலேயரும் தொடங்குவதில்லை. மிகவும் குறைவாக சொன்னால்கூட 'வெட்டப்பட்ட கறித்துண்டுகள், மூளை கட்லெட்டுகள், மாட்டுக்கறி, சிறுநீரகக் கறி, முழுதாக சுடப்பட்ட கோழிக்கறி, டக் ஸ்டூஸ், ஐரிஷ் ஸ்டூஸ், மட்டன் கறிகள், தலைக்கறி ஆகியவற்றுடன் இந்திய வகைப்பட்ட ஜிஹால் ஃபிரேஸி, பிரான் டோபியாஸா, சிக்கன் மலாய் மற்றும் பீஃப் ஹூஸைனே ஆகியவையும் அதில் அடங்கும். இத்துடன் ஆங்கிலோ - இந்திய வகைப்பட்ட மெட்ராஸ் பாணி கிட்னி டோஸ்ட், மெட்ராஸ் ஃபிரிட்டர்ஸ், இஞ்சியும் பச்சை மிளகாயும்[29] கலந்து செய்யப்பட்ட மசிக்கப்பட்ட கறித்துண்டு வகையறாக்களும் அடங்கும். பின்னர் ஈடிணையற்ற ஆங்கிலோ இந்திய சிற்றுண்டியாகிய, ஆண்டு முழுவதும் செய்யப்படும் கெட்கீரியையும் இதில் சேர்த்துக்கொள்ள வேண்டும், இருப்பினும் டெல்லியில்கூட அந்த உச்சபட்ச கோடைக்காலத்தில் அதை சாப்பிடக்கூடாது என்றே பெரும்பாலும் கருதப்பட்டது.*

* மிகைப்படியாக சாப்பிடுவது 1947 வரை இந்தியாவில் இருந்த பிரிட்டிஷ் வாழ்க்கை முறையில் ஒரு முக்கிய கருத்தாக்கமாகவே இருந்திருக்கிறது. 1926இல்தான் ஆல்டஸ் ஹக்ஸ்லி பேரரச பிரிட்டிஷாரால் நுகரக்கூடிய உணவின் அளவு குறித்து ஆச்சரியமுற்றார். 'ஒரு நாளைக்கு ஐந்துவேளை உணவு என்பது – இரண்டு சிற்றுண்டிகள், மதிய உணவு, பிற்பொழுது தேநீர் மற்றும் இரவு உணவு – இந்தியாவில் பொதுவானதாக இருக்கிறது. தாமதமாக இரவில் உண்பதை நியாயப்படுத்தும் வகையில் பெரிய நகரங்களில் நடைபெறும் அரங்குகள் மற்றும் நடன விருந்துகளோடு சேர்த்துக்கொண்டால் அது ஆறாகிறது. இந்தியர்கள் அதிகபட்சமாக ஒருநாளைக்கு இரண்டு வேளை மட்டுமே சாப்பிடுகிறார்கள். சில நேரங்களில் அது ஒருவேளைதான் – நிறைய நேரங்களில் எதுவுமே கிடையாது – என்பது அவருடைய தாழ்ந்தநிலையை உணர்ந்துகொள்ள அவரைக் கட்டாயப்படுத்தியது. சாப்பிடுவதில் நமக்குள்ள திறமையால் இந்தியர்கள் கவரப்பட்டிருக்கிறார்கள். அளவுக்கதிகமாக சாப்பிடுவதிலும் நம்முடைய கௌரவும் கட்டுண்டு கிடக்கிறது. [தொடர்ச்சி அடுத்த பக்கத்தில்]

அணிவகுப்பு களத்தில் இருந்து தன்னுடைய ஆட்கள் திரும்பி வருவதற்காக ராணுவ முகாமின் மேம்சாகிப்புகள் காத்திருக்கையில், நகர சுவர்களுக்குள் இருக்கும் பாதிரி ஜென்னிங்ஸ், செயிண்ட் ஜேம்ஸ் தேவாலயத்தில் அதிகாலை நேரத்து பிரார்த்தனையை அமைதியாக நடத்தத் தொடங்கியிருப்பார். கல்லறையின் ஒருபக்கத்தில் இருக்கும் முற்றங்களும் சீக்கிரத்திலேயே உயிர்ப்பெறும். இரண்டு முதன்மை மாஜிஸ்ட்ரேட்டுகளான ராஸ் ஹட்சின்ஸன் மற்றும் சார்லஸ் லெ பாஸ் ஆகியோர் முன்னதாகவே தங்களுடைய அலுவலகத்திற்கு வந்திருப்பார்கள். அதேபோல் அவர்களுடைய திறமைமிக்க உதவியாளர் ஆர்தர் காலவே மற்றும் அஸுர்தா என்ற பட்டப்பெயரால் அறியப்பெற்ற சாதிர் அமின் முஃப்தி சத்ருதீன் ஆகியோரும் வந்திருப்பார்கள். அதேநேரத்தில் காஷ்மீரி வாயிலின் வழியாக தான் முடித்திருக்க வேண்டிய அளவுக்கான அறிக்கைகளை தயார் செய்யாத, தன்னுடைய தந்தையைப் போல் காலையில் சீக்கிரம் எழுந்துவிடும் பழக்கமில்லாத தியோ மெட்கால்ஃப் அன்றையதின வேலைக்குத் தாமதமாக செல்வதால் வருத்தப்பட்டிருப்பார். அவருடைய தந்தையோ தன்னுடைய தினசரி வேலைகளை முன்னதாகவே செய்து முடித்துவிட்டு, நீச்சல் பயிற்சி முடித்து, வீட்டையும் நிர்வகித்துவிட்டு, செய்தித்தாள்களைப் படித்து முடித்திருப்பார். ஜியார்ஜ் வேகன்டிரைபர்கூட படுக்கையில் இருந்து எழுந்திருப்பார். தியோவைப் போல் காலைநேர விடைபெறுதலுக்காக தன்னுடைய மனைவியை முத்தமிட்ட அவர் அன்றைய தினம் சமீபத்திய வெளியீட்டிற்கான எழுத்து மற்றும் பிழைதிருத்தும் வேலையை முடிப்பதற்கு டெல்லி கெஸட்டின் காஷ்மீரி வாயில் அலுவலகத்தை நோக்கி குடியிருப்பிடத்தில் இருந்து புறப்பட்டிருப்பார்.

டெல்லி மக்களில், ஏழைகளே பணக்காரர்களைக் காட்டிலும் முன்னதாக விழித்தெழுந்தனர். சூரியன் உதிக்கத் தொடங்குகையில், பிரிட்டிஷார் தங்களுடைய காலைநேர குதிரை சவாரியில் இருந்து திரும்பி வந்து தங்களுடைய சிற்றுண்டிக்காக தயாராகையில், குவாதம் ஷரீஃபின் ஆலயத்திற்கு அருகாமையில் முதலாவது பறவை பிடிப்பவர்கள் தங்களுடைய காலைநேர உணவுக்காக வலைகளை விரித்து வைத்து சிறு தானியங்களை இரையாகப் போட்டிருப்பார்கள். அவர்களுக்கு

[முன்பக்க தொடர்ச்சி] பேரரசு சத்தியமாக, உண்மையான தேசபக்தன் தன்னுடைய கல்லீரலையும், பெருங்குடலையும் தியாகம் செய்ய வேண்டியிருப்பது எதிர்காலத்தில் குடற்பகுதி செயலிழப்பது மற்றும் புற்றுநோய்களுக்கு வழியேற்படுத்தி கொடுத்துவிடும். இந்தியாவில் இருந்தபோது என்னால் ஆனவற்றை நான் செய்துவிட்டேன். ஆனால், எங்களுடைய கௌரவத்தைக் குறைத்துவிடுகின்ற, பேரரசக் கட்டுமானம் முழுவதையும் குலைத்துவிடக்கூடிய அபாயத்தினால் நான் தனிப்பட்ட முறையில்தான் அவ்வப்போது ஒருவேளை உணவை தவிர்த்திருக்கிறேன். மனம்தான் செய்யலாம் என்கிறது. அய்யோ, சதை பலவீனமானதாயிற்றே.' *Aldous Huxley, Jesting Pilate, London, 1926, p. 108.*

அருகாமையில் இருந்த தூசுபடிந்த சாலையில் பழம், காய்கறி விற்பவர்கள் வருவார்கள். அவர்களில் சிலர் மாட்டு வண்டிகளிலும், பெரும்பாலானவர்கள் கால்நடையாகவும் அலிப்பூர் சாலை வழியாக டோப் கிராமங்களிலிருந்து திரண்டு வருவார்கள். டெல்லிக்கு வடமேற்கே இருக்கும் காபூல் வாயிலுக்கு சற்று வெளியே இருக்கும் புதிய புறநகர்ப் பகுதியான சப்ஜி மண்டிக்கும் தங்களுடைய சரக்குகளை எடுத்து வருவார்கள்.

ராஜ்காட் வாயிலில் சீக்கிரமாக எழுந்துவிடும் ஹிந்துமத நம்பிக்கை கொண்டவர்கள் - நாளின் அந்த நேரத்தில் பருத்தியாலான புடவைகள் அணிந்திருக்கும் பெண்களின் எண்ணிக்கை ஆண்களைவிட அதிகமாக இருக்கும் - யமுனை ஆற்றில் கூட்டம் கூடிவிடுவதற்கு முன்னதாகவும், டோபிக்கள் வந்துவிடுவதற்கு முன்பாகவும் தங்களுடைய பூஜைகளை செய்யவும், காலைநேர நீராடலுக்கும் கூட்டமாக சென்றுவருவர். இந்த அதிகாலை நேரத்தில் பண்டிதர்கள் மட்டுமே தொடர்ந்து அங்கே அவர்களுக்குத் துணையாக இருப்பார்கள். ஆற்றின் கரைகளில் வரிசையாக அமைந்திருக்கும் சிறிய ஆலயங்கள் நிகாம்பத் காட் வரை நீண்டுசெல்லும். டெல்லி புராணக்கதைப்படி இங்குதான் வேதங்கள் நீரிலிருந்து எழுந்து வந்தன. இப்போது கேட்கும் மணிகளின் ஓசை காலைநேர பிரம்ம யக்ஞத்திற்கானது. அது இந்த உலகம் உருவானதையும், மறுபடி மறுபடி, ஒவ்வொரு நாள் காலையும் உருவாகிக்கொண்டே இருப்பதையும் கொண்டாடுகிறது. சமஸ்கிருத மந்திரங்களுக்கு மாறுபட்ட விதத்தில் மணிகள் ஒலியெழுப்பும்போது கருவறைக்குள் இருக்கும் இருளில் விஷ்ணுவின் உருவத்தைச்சுற்றி கற்பூர விளக்குகள் சுழலும். கருநிற சிவலிங்கங்களின் மீது பொன்னிற மலர்கள் தூவப்படும்.

நகரத்தின் வெகு உட்புறத்தில் - அதாவது தெற்கில் காஷ்மீரி காத்ரா மசூதியில் இருந்து மேற்கில் ஃபதேபுரி மசூதி முதலாக, மாபெரும் ஜமா மசூதி வரையிலும், நேர்த்தியான ஆற்றோர ஜீனத் உல் மசூதியின் ஸ்தூபிக்களினூடாக - விடியல்நேர ஆஸனின் கடைசி அழைப்பை இப்போது கேட்க முடியும், ஒவ்வொரு அழைப்பிலும் அதன் முந்தைய அழைப்பைவிட சிறிதுநேரமே இடைவெளி விடப்பட்டது, இதனால் ஆன்மீகப் பெருவிருப்பமும், அறிவிப்பும் ஆற்றங்கரையில் இருந்து அலையலையாக அடுத்தடுத்து கேட்பவரின் காதுகளில் விழுந்துகொண்டே இருக்கும். ஒரு சிறிய இடைவெளிக்குப் பின்னர் தொழுகைக்கான கடைசி அழைப்பு ஒலிக்கும். டெல்லி பறவைகளின் முதலாவது பாடல்கள் சட்டென்று கேட்கத் தொடங்கும். சலம்பன்களின் சச்சரவான கீச்சிடல்கள், மைனாக்களின் கூர்மையான உரையாடல், செந்நாரப் பைங்கிளிகளின் கீச்சொலிகள், அக்கா குருவிகளின் பெருங்கூச்சல் ஆகியவற்றுடன் ரௌஷனாரா பாக் மற்றும் திஸ் ஹஸாரியில் உள்ள ஜாஃபரின்

தோட்டங்களில் உள்ள பழமரங்களுக்கு நடுவில் இருந்து மரங்களடர்ந்த வெப்பநிலையில் குயில்களின் கூவல் எதிரொலித்துக்கொண்டிருக்கும்.

இப்போது, அந்த நகரத்திலேயே அரசவையினரான ஜாகிர் தேலவிக்கு மதியா மஹாலில் இருப்பதைப் போன்ற பெரிய மாளிகைகளுடைய சுவர்சூழ்ந்த அந்தரங்கத்தில் வசிக்கும் பணியாளர்கள் தங்களுடைய தொண்டைகளைக் கனைத்தபடியே எழுந்திருக்கத் தொடங்குவார்கள். பின்பக்கத் தோட்டங்களில் இருக்கும் வாய்க்கால்களிலும், நீரூற்றுகளிலும் தண்ணீரைத் திறந்துவிடுவதற்கு மூங்கில் அடைப்புகள் திறக்கப்படும். காலைச் சிற்றுண்டிக்கு தயார்படுத்தும் வகையில் முற்றங்களில் விரிக்கப்பட்டிருக்கும் திண்டுகளும், விரிப்புகளும் அப்புறப்படுத்தப்படும். - காலைச் சிற்றுண்டியில் ஹிந்துக்களுக்கு மாம்பழங்களோ ஆலு பூரிக்களோ இடம்பெற்றிருக்கும் அல்லது முஸ்லிம்களுக்காக சில மட்டன் ஷர்பாக்களும் இருக்கலாம். பணியாளர்கள் கிணற்றில் இருந்து நீரை இறைப்பார்கள் அல்லது சப்ஜி மண்டியில் இருந்து புதிய பூசணிக்களை வாங்கச் சென்றிருப்பார்கள். சில பணக்கார வீடுகளில் காஃபி தயார் செய்யப்படலாம்.

மாளிகையின் ஆண்கள் இருக்கும் பகுதியில் இருந்து ஹுக்கா உறிஞ்சப்படும் முதல் சத்தம் கேட்கும். ஜெனானாவில் இருக்கும் குழந்தைகள் சோலிக்கள், காக்ராக்கள் மற்றும் அங்கியாக்கள் அணிவிக்கப்பட்டு சரிகைகள், பெஷ்வா மற்றும் புடவைகள் கொண்டு சுற்றப்பட்டிருப்பார்கள். சமையலறையில் தினசரி சடங்குகளான வெங்காயம், மிளகாய் மற்றும் இஞ்சி ஆகியவை வெட்டப்படத் தொடங்கும். பட்டாணிகளும், சன்னா தாலும் ஊறவைக்கப்படும். எங்குபார்த்தாலும், ஜெனானாவில் வசிப்பவர்கள் பலரும் அவர்களுடைய தினசரிப் பிரார்த்தனைகள், தையல் வேலைகள், பூவேலைப்பாடுகள், சமையல் மற்றும் விளையாட்டுகளை தொடங்கியிருப்பார்கள்.

மனமார குரானை மனப்பாடம் செய்வதற்காகவோ, அதன் புதிர்த் தன்மைகளை மௌலவிகள் விளக்குவதைக் கேட்பதற்காகவோ பள்ளிப்படிப்பை முடித்தவர்கள் அன்றைய நாளின் ஆராய்ச்சியைத் தொடங்குவதற்குச் சரியான நேரத்தில் மதரஸாக்களுக்கு செல்வதற்காக அப்போதுதான் புறப்பட்டிருப்பார்கள். அல்லது அன்றைய நாள் தத்துவத்தை, இறைசாஸ்திரத்தை மற்றும் பேச்சுத்திறன் கலைகளை குறித்து ஆராய்வதற்கான நாளாகவோ இருக்கலாம். சலிப்பேற்படுத்தும் வழக்கமான வேலையில் இருக்கும் பலருக்கும் இது ஒரு சிலிர்ப்பூட்டும் வேலை. கிராண்ட் டிரங்க் சாலையில் இருக்கும் ஒரு சிறிய நகரத்தில் இருந்து வந்த ஓர் ஆர்வம்மிக்க மாணவர் குழுவினர் கொட்டும் பருவகால மழையிலும், தங்களுடைய புத்தகங்கள் நனைந்துவிடாதபடி பாதுகாப்பாக மண்சட்டியில் வைத்துக்கொண்டு மதரஸா இய்-ரஹீமியாவில் நடக்கும் விரிவுரைகளைக் கேட்கச் செல்வார்கள்.[30] வயதானவரான சகானுல்லா

டெல்லி கல்லூரியில் தனக்குப் புதிதாகக் கற்பிக்கப்பட்டவற்றை - குறிப்பாக கணிதத்தை - கற்றுக்கொள்வதில் தனக்கு ஏற்பட்ட பரவசத்தால் ஷாஜஹானாபாத் சந்துகளின் ஊடாக தலைதெறிக்கும் வேகத்துடன் சென்றதை நினைவுகூர்கிறார். முரடர்களை அடக்குவதில் பெயர்பெற்றவரும், இந்திய அரசவைகள் குறித்த முன்னணி விமர்சகருமான கர்னல் வில்லியம் ஸ்லீமன்கூட டெல்லி மதரஸாக்களில் வழங்கப்பட்ட கல்வி முற்றிலும் தனிச்சிறப்பானது என்பதை ஒப்புக்கொள்ளத்தான் வேண்டியிருந்தது. 'இந்தியாவில் உள்ள முகம்மதியர்களைக் காட்டிலும் மிக இயல்பாக பரவியிருக்கும் கல்விமுறையைக் கொண்ட சமூகங்கள் இந்த உலகில் மிகச்சிலவே இருக்கக்கூடும்' என்று முகலாய தலைநகரத்திற்கு வருகைபுரிந்த அவர் எழுதியுள்ளார்.

> *பொதுவாகவே மாதம் இருபது ரூபாய் சம்பளத்திற்கு அலுவலகத்தில் பணிபுரியும் ஒருவரால் பிரதம மந்திரிக்கு சமமான கல்வியைத் தன்னுடைய மகன்களுக்கு வழங்கிவிட முடியும். நம்முடைய கல்லூரிகளில் உள்ள இளைஞர்கள் கிரேக்கம் மற்றும் லத்தீன் மொழிகளின் வழியாக கற்றுக்கொள்கின்ற - அதாவது இலக்கணம், பேச்சுத்திறன் மற்றும் தர்க்கம் போன்றவற்றை - அதே அளவுக்கு அரபி மற்றும் பாரசீக மொழிகளின் வழியாக அவர்களும் கற்றுக்கொள்கின்றனர். தன்னுடைய ஏழு வருடப் படிப்பிற்குப் பின்னர் ஓர் இளம் முகம்மதியன், ஆக்ஸ்போர்டில் இருந்து ஓர் இளைஞன் கற்றுக்கொள்ளும் அளவுக்கு இத்தகைய துறைகளில் பெற்ற அறிவால் நிரம்பிய தலைப்பாகையை தன்னுடைய தலையில் கட்டி வைத்துக்கொள்கிறான் - அவனால் சாக்ரடீஸ் மற்றும் அரிஸ்டாட்டில், பிளாட்டோ மற்றும் ஹிப்போகிரேட்டஸ், கேலன் மற்றும் எவிசென்னா ஆகியோரைப் பற்றி சரளமாக பேசமுடியும். அவன் கற்றுக்கொண்ட மொழிகளும், அவன் தெரிந்து கொண்ட அறிவும்தான் தன் வாழ்நாளில் அவனுக்கு மிகவும் தேவைப்படுகின்ற ஒன்று என்பதே இந்தியாவில் இருப்பதன் அனுகூலமாகும்.*[31]

தன்னுடைய திருமணத்தை கைவிட்டுவிட்டு பானிபட்டில் இருந்து டெல்லிக்கு 53 மைல்களுக்கு கையில் காசில்லாமல், கட்டாந்தரையில் படுத்துறங்கி, அந்த புகழ்பெற்ற கல்லூரியில் படிக்க வேண்டும் என்று விரும்பிய கவிஞர் அல்டாஃப் ஹுஸைன் ஹலியின் கனவை நனவாக்கிக்கொள்ளும் முயற்சிக்கு டெல்லி மதரஸாக்களின் பெருமையே அவருக்குப் போதுமானதாக இருந்தது. 'எல்லோருமே என்னை வேலை தேடிக்கொள்ளச் சொன்னார்கள். ஆனால், கற்றுக்கொள்வதில் எனக்கிருந்த பேரார்வமே என்னை வெற்றிகொண்டது' என்று பின்னாளில் எழுதியுள்ளார் அவர்.[32] எல்லாவற்றையும்விட டெல்லி ஒரு புகழ்பெற்ற

அறிவுலக மையமாக விளங்கியது. 1850 களின் துவக்கத்தில் அது கலாசார ஆற்றலின் உச்சத்தில் இருந்தது. அங்கு புகழ்பெற்ற ஆறு மதரஸாக்கள் இருந்தன. குறைந்தது நான்கு சிறிய மதரஸாக்களாவது இருந்தன. உருது மற்றும் பாரசீக மொழியில் ஒன்பது செய்தித்தாள்கள் வெளிவந்தன. டெல்லி கல்லூரிக்கு வெளியிலும் ஐந்து அறிவுசார் பத்திரிகைகள் பதிப்பிக்கப்பட்டன. கணக்கில்லாத பதிப்பகங்கள் மற்றும் பதிப்பாளர்கள் இருந்தனர். 130 க்கும் குறையாத யுனானி மருத்துவர்கள் இருந்தனர்.[33] இங்குதான் மேற்கத்திய அறிவியலால் கண்டுபிடிக்கப்பட்ட பல புதிய அற்புதங்கள் முதல்முறையாக அராபிய மற்றும் பாரசீக மொழிகளில் மொழிபெயர்க்கப்பட்டன. பல கல்லூரிகளிலும் மதரஸாக்களிலும் அறிவுலகத்தினரின் திறந்த மனமும், பரவசமுமான சூழல் தெள்ளத்தெளிவாகக் காணப்பட்டது.[34]

ஆனால், இவையெல்லாவற்றைக் காட்டிலும் மிகவும் கவரக்கூடிய விஷயம் அங்கு காலிப், ஸாக், ஷாபாய் மற்றும் அஸுர்தா போன்ற கவிஞர்களும் அறிவுஜீவிகளும் இருந்தனர் என்பதுதான்! 'சில நற்பேறுகளால் தலைநகரான டெல்லியில் மிகவும் திறமைவாய்ந்தவர்களின் குழு சந்தித்துக்கொள்வதும், ஒன்றுகூடுவதும்தான் அக்பர் மற்றும் ஷாஹகான் தினங்களை நினைவுகூர வைப்பதாக இருந்தது' என்று எழுதியுள்ளார் ஹலி.[35] ஹலியின் குடும்பத்தினர் இறுதியில் அவரைக் கண்டுபிடித்துவிட்டனர். ஆனால் அவரைக் கண்டுபிடித்து புறநகரில் அவரைத் திருமண வாழ்க்கைக்கு இழுத்துச் செல்லும் முன்பாகவே 'மிகவும் விசாலமான அழகிய' ஹுஸைன் பக்ஷின் மதரஸாவில் அவர் தனக்கான இடத்தைப் பெற்று அங்கே படிக்கவும் தொடங்கியிருந்தார். 'டெல்லியில் படிப்பதில் உள்ள கடைசி பிரகாசத்தையும் நான் என் கண்களால் கண்டேன். இப்போது அதைப்பற்றி நினைத்தாலே என்னுடைய மனம் வருத்தத்தால் பிளவுண்டு போகிறது.'[36]

அதேநேரம், சாந்தினி சௌக்கில் டெல்லி வங்கியின் மேலாளரான திரு பெர்ஸ்போர்ட் காலை ஒன்பது மணியில் இருந்தே வேலை செய்துகொண்டிருக்கிறார் எனும்போது கடைக்காரர்களில் சிலர் முதலாவதாக தங்களுடைய கடைகளைத் திறக்கத் தொடங்கியபோது மணி பதினொன்று. அவர்கள் தங்களுடைய வாயில்களைத் திறந்து, கூண்டில் இருக்கும் தங்களுடைய கேனரி பறவைகளுக்கும் பைங்கிளிகளுக்கும் உணவளித்த பின்னர் யாசகம் கேட்டு வரும் பிச்சைக்காரர்கள் மற்றும் பரதேசிகளுக்கு அவர்களுடைய கிண்ணங்களில் நாணயங்களை விட்டெறிந்து அனுப்பி வைப்பார்கள். இவர்களில் சிலர் டெல்லியில் நன்கறியப்பட்ட மற்றும் மரியாதைக்குரியவர்கள் ஆவர். உதாரணத்திற்கு மஜுப் (புனிதப் பித்தர்) தீன் அலி ஷாவை எடுத்துக்கொள்ளலாம். 'அவர் இந்த உலக விவகாரங்களைப்பற்றி கவலைப்படாதவர். அவர் பெரும்பாலான நேரங்களில் நிர்வாணமாகவே

காணப்படுவார். அவரைச் சுற்றிக் கூட்டம் கூடிவிட்டால் மட்டுமீறிய புரியாத மொழியைப் பயன்படுத்தத் தயங்கமாட்டார். ஆனால், ஓர் ஆர்வமிக்க ஒருவர் அந்த வார்த்தைகளை கூர்ந்து நோக்கினால் அவற்றின் மேலோட்டமான அர்த்தமின்மைகளுக்கு பின்னால் அவர்களுடைய கேள்விகளுக்கான தெளிவான பதில் இருக்கும்.' என்று தன்னுடைய டெல்லியின் மிகப்பிரபலமான குடிமகன்களின் ஓவியங்கள் என்ற புத்தகத்தில் எழுதியுள்ளார் சயீத் அஹமது கான்.[37] மரியாதைக்குரிய பரதேசிகளில் பாய்ஜி போன்ற பெண்களே அதிகம். 'தனித்துவமான திறமை கொண்டிருந்த அவர் தன்னுடைய வாழ்நாள் முழுவதையும் ஷாஜஹானாபாத்தின் பழைய இத்காவிற்கு அருகாமையில் உள்ள வைக்கோல்போரிலேயே கழித்திருந்தார். அவர் உரையாடும்போது குரானிய பாடல்களை மேற்கோள் காட்டுவார். அவர் சொல்வதெல்லாம் முன்னூகித்து கூறியதுபோல் அப்படியே நடந்தன.'[38]

அந்த நடைவழிகளுக்கு வெளியே, மிகவும் ஏழ்மையான நிலையில் இருக்கும் வியாபாரிகள் இப்போது தாங்கள் பிடித்துவைத்த இடங்களில் நிரம்புவார்கள். இவர்களில், தங்களுடைய காது குடையும் கருவிகளுடன் காதுகளை சுத்தம்செய்பவர்கள், வேப்பங்குச்சிகளுடன் பற்களை சுத்தம் செய்பவர்கள், தன்னுடைய ஜோதிட அட்டைகள் மற்றும் கிளியுடன் ஜோசியக்காரர்கள், தன்னுடைய பல்லிகள் மற்றும் கருநிறத்தில் பாட்டிலில் அடைக்கப்பட்டிருக்கும் பாலியல் எண்ணெய்களுடன் நாட்டு மருத்துவர்கள், பறவை வியாபாரிகள் தங்களுடைய பறவைகள் மற்றும் வண்ணப் புறாக்கள் ஆகியவற்றுடன் கடை விரிப்பவர்களும் அடங்குவர். அதேநேரத்தில், முக்கியத் தெருவின் முன்பக்கத்தில் இருந்து, பாதசாரிகளின் கண்களுக்குத் தெரியாதவண்ணம் நகை செய்பவர்கள் தங்களுடைய மரகதக் கற்கள் மற்றும் வெண்கற்கள், ரத்தினக்கற்கள் மற்றும் வைரங்கள், பர்மாவில் இருந்து வந்த மாணிக்கக்கற்கள், பதாக்ஷாவைச் சேர்ந்த பளிங்குக்கற்கள் மற்றும் ஹிந்துகுஷ்ஷை சேர்ந்த நீலக்கற்கள் ஆகியவற்றை தயார்செய்து கொண்டிருப்பார்கள். செருப்புத் தைப்பவர்கள் பதப்படுத்தப்பட்ட தோல்களை மடித்து அதன் கால்விரல் முனைகளை சுருட்டி விட்டுக்கொண்டிருப்பார்கள். வாள் செய்பவர்கள் தங்களுடைய உலையை மூட்டிக்கொண்டிருப்பார்கள். துணி வியாபாரிகள் தங்களுடைய துணிகளை விரித்து வைப்பார்கள். வாசனைப் பொருள் வியாபாரிகள் ஆரஞ்சுப் பொன் வண்ணத்தில் இருக்கும் மஞ்சளை மலைபோல் குவித்து வைத்திருப்பார்கள்.

இந்தப் பெரிய கடைகளை எல்லாம் காட்டிலும், ஈட்டிக்காரர்களின் பாதுகாவலுடன், டெல்லியின் பெரிய ஜெயின் மற்றும் மார்வாரி கடன்தாரர்கள் தங்களுடைய குடும்பக் கடன் அமைப்புகளுடன் சேர்ந்து வட்டித்தொழிலை நடத்திக்கொண்டிருப்பார்கள். மூச்சுமுட்ட அடைத்துவைக்கப்பட்டிருக்கும் அவர்களுடைய கணக்குப் பதிவுகளில்

கடனாளிகளின் பெயர்கள் இடம்பெற்றிருக்கும். அவற்றில் மிர்ஸால் ஜாவன் பக்தின் திருமணத்திற்குப் பின்னர் ஜாஃபரின் பெயரும் இடம்பெற்றது. லாலா சாலிகிராம், பவானி சங்கர் போன்றவர்கள் தங்களுடைய திண்டுகளில் சாய்ந்தபடியே செங்கோட்டையைச் சேர்ந்த, கையில் பணமில்லாத இளவரசர்களுக்கு ஆராய்ந்துபார்க்காமல் தந்துவிட்ட, திரும்பி வருமா என்று சந்தேகப்பட வைக்கும் பணத்தை மீட்பதற்கான திட்டங்கள் குறித்து கற்பனை செய்துகொண்டிருப்பார்கள். மேலும், தன்னுடைய பிரமாண்டமான செல்வச்செழிப்புமிக்க காத்ரா நில் மாளிகையில் இருப்பவரும், திரு பெர்ஸ்போர்டின் டெல்லி வங்கியின் ஒரே பெரிய முதலீட்டாளருமான லாலா சுன்னா மால்தான் இவர்கள் எல்லோரையும்விட பெரிய பணக்காரர் ஆவார்.[39]

சாந்தினி சௌக் விழித்துக்கொண்டதைப் போலவே அதற்கு வடக்கே 2 மைல்கள் தொலைவில் இருந்த ராணுவ முகாமில் வேலை நாளானது ஏறக்குறைய முடிய இருந்தது. படைவீரர்களின் பெரும்பாலான கடமைகள் முன்னதாகவே முடிந்துவிட்டது. சிறிய பேச்சுலர் பங்களாக்களில் வெப்பமானது தாங்கிக்கொள்ள முடியாததாகிவிடும் முன்னர் ஒரு குளியல், செய்தித்தாள்கள் படிப்பது, ஒன்றிரண்டு மணிநேரங்களுக்குப் பில்லியர்ட்ஸ் ஆடுவது ஆகியவை நடந்துகொண்டிருந்தன. பிற்பொழுதுவரை அவர்கள் செய்வதற்கு மீதமிருந்ததெல்லாம் ‘பாதி உடையணிந்துகொண்டு படித்துக்கொண்டும், அரட்டையடித்துக்கொண்டும், உறங்கிக்கொண்டும்’ கைகால்களை நீட்டிவைத்துக்கொண்டும் அங்கே கிடப்பதுதான்.[40] நாளின் பெரும்பொழுதில் அவர்களுக்கு வேலை ஏதும் இல்லாததால் பெரும்பாலான சலிப்புற்ற பிரிட்டிஷ் படைவீரர்கள் தங்களுடைய முதன்மை எதிரியை இந்தியாவில் எதிர்கொண்டனர். ‘என்னுடைய வெட்கக்கேடான சோம்பேறித்தனம் என்னைத் திகைப்படைய வைக்கிறது’ என்று இந்த காலகட்டத்தில் தன்னுடைய நாட்குறிப்பில் எழுதியுள்ளார் 5 ஆவது பெங்கால் பூர்வகுடி ஆயுதப்பிரிவைச் சேர்ந்த ஆலன் ஜான்ஸன். ‘என்னால் கடந்த பத்து நாட்களில் ஒரு புத்தகத்தைத் திறக்கவோ அல்லது ஒரு வரியாவது எழுதவோ முடியவில்லை. சொல்லப்போனால் அப்படியே கிடப்பது மற்றும் சோம்பித்திரிவதைத் தவிர நான் வேறு ஒன்றுமே செய்யவில்லை என்பதுதான் உண்மை. இப்போது ஒரு புத்தகத்தை எடுத்து அதை ஆர்வமே இல்லாமல் பார்த்துக்கொண்டிருக்கிறேன் அல்லது என்னுடைய படுக்கையில் உருண்டு புரண்டுகொண்டிருக்கிறேன். வீட்டிற்காக சம்பாதிப்பது மற்றும் பூர்வகுடிகளையும், பூர்வகுடி அம்சங்களையும் வெறுத்தொதுக்குவது மட்டுமே எனக்கு நிர்ணயிக்கப்பட்ட கருத்தாக்கமாக இருக்கிறது.’[41]

குடியிருப்பு தொகுதியில் இருக்கும் லட்லோ கோட்டையின் ஆளுநர் அலுவலகத்திற்கு சற்று தெற்கே இருந்த சர் தாமஸ் மெட்கால்ஃபிற்கும் அன்றைய நாளின் வேலைகள் ஏறக்குறைய முடிந்துவிட்டன. அவருடைய

பல்வேறு சந்திப்புகளும் முடிந்துவிட்டன. கோட்வால்* மற்றும் நீதிமன்றங்கள் கேட்டிருந்த அனைத்திற்கும் பதில் சொல்லியாயிற்று. அவருடைய கடிதங்கள் எழுதப்பட்டுவிட்டன. அரண்மனையைச் சேர்ந்த செய்திகளையும் படித்து முடித்து, அவை சுருக்கப்பட்டு ஆக்ராவிற்கும் கல்கத்தாவிற்கும் அனுப்பி வைக்கப்பட்டுவிட்டன.

மதியம் ஒருமணிக்குப் பின்னர் சர் தாமஸ் தன்னுடைய வண்டியில் மெட்கால்ஃப் மாளிகைக்கு புறப்பட்டபோது அவருடைய அன்றைய நாளின் வேலைகள் முடிந்திருந்தன. ஆனால் செங்கோட்டையிலோ அப்போதுதான் எல்லாம் நடக்கத் தொடங்கியிருந்தன. தன்னுடைய எழுபதுகளின் பிற்பகுதியில் ஜாஃபர் மிகவும் அனுபவித்து மகிழ்ந்த வேட்டைக்குச் செல்லவேண்டும் என்றால் அவர் அதிகாலையிலேயே படுக்கையில் இருந்து எழுந்துவிடுவார்.** ஆனால், ஒரு முஷைரா (கவிதை அரங்கம்) அல்லது ஒரு மெஃபிலுக்கு (மாலைநேர அரசவை கேளிக்கை) பின்னர் அவர் நீண்டநேரம் படுக்கையில் இருக்கவே விரும்புவார். அவருடைய நாள் 'வெள்ளித் தாம்பாளத்தையும், வெள்ளிக்குடத்தையும் கொண்டுவரும் பெண்களின் வருகையுடன் தொடங்கும். அவர்கள் ஒரு பாயை (துணி அல்லது தோலால் செய்யப்பட்டது) விரித்துவைத்து அதில் தாம்பாளத்தையும் தண்ணீர்க் குடத்தையும் வைப்பார்கள். பின்னர் நாப்கின்களை வைத்திருக்கும் பெண்கள் அரசரின் முகத்தையும் கால்களையும் கழுவிவிட்டு, துவாலைகள் மற்றும் கைக்குட்டைகளால் அவருடைய மூக்கையும் சுத்தம் செய்வார்கள்.'42

டாக்டர் சாமன் லால், ஜாஃபரின் பாதங்களில் கைகளாலேயே ஆலிவ் எண்ணெயைத் தேய்த்துவிட்ட பின்னர் காலைநேர பிரார்த்தனைகள் தொடங்கும்.43 அந்த மருத்துவர் கிறிஸ்துவத்திற்கு மதம் மாறிய பின்னர் அவரை நீக்கிவிட வேண்டும் என்று உலாமா வலியுறுத்தி வந்தது. ஆனால், மருத்துவரின் நம்பிக்கை அவருடைய தனிப்பட்ட விஷயம் என்றும், 'அவர் செய்த காரியத்திற்காக வெட்கிப்போக வேண்டிய

---

* இந்திய நகர காவல்துறைத் தலைவர். கோட்வால் முதன்மை நீதிபதியாகவும், சில முகலாய நகரங்களில் முதன்மை நிர்வாகியாகவும் இருப்பார். கோட்வாலின் அலுவலம் கோட்வாலி என்று அழைக்கப்பட்டது.

** குளிர்காலத்தின்போது ஜாஃபர் காலை 3 மணிக்கு வேட்டைக்குப் புறப்படுவார். அவருடன் சிகாரிகள், தாளமிடுபவர்கள் மற்றும் தீப்பந்தம் சுமப்பவர்கள் என அறுபது பேர் உடன்செல்வார்கள் என ஒரு டெல்லி தகவல் விவரித்துள்ளது. அந்த விவரத்தின்படி, மத்தளமிடுபவர்கள் இரை விலங்குகளை ஜாஃபரை நோக்கி விரட்டியடிக்கும்போது அவர் தன்னுடைய பல்லக்கில் இருந்தபடியே அவற்றை சுடுவார் அல்லது வாத்து மற்றும் நீர்க்கோழிகளை அவர் தேடினால் அவற்றை அவர்கள் கரைக்கு விரட்டியடிப்பார்கள். பார்க்க: Arsh Taimuri, Qila-i Mua'lla ki Jhalkiyan, ed. Dr Aslam Parvez, Urdu Academy, Delhi, 1986. இதிலுள்ள ஜாஃபரின் வேட்டைப் பயணம் குறித்த பகுதியானது ஜாஃபர் ஒரு உற்சாகம் மிகுந்த ஆற்றல்மிக்க விளையாட்டு வீரர் என்பதுபோன்ற பிம்பத்தை நமக்குத் தருகிறது, ஆனால், ஜாஃபர் நாடுகடத்தப்பட்டு ஒரு தலைமுறை கடந்து இது எழுதப்பட்டுள்ளதால் இதனுடைய துல்லியத்தன்மை சந்தேகத்திற்குரியதாக இருக்கலாம்.

காரணம் எதுவுமில்லை' என்றும் ஜாஃபர் பதிலளித்தபடியால் அந்த மருத்துவர் அவருக்கான தினசரி மருத்துவத்தை அரண்மனையில் தொடர்ந்தார்.[44] அதைத்தொடர்ந்து ஒரு லேசான காலைச் சிற்றுண்டியை சம்மணம்போட்டு அமர்ந்தபடி சாப்பிட்டுக் கொண்டிருக்கையில் மாலைநேர முஷைராவிற்கான கவிதையின் அளவு மற்றும் ஒலியியைபு (தாரா) பற்றியும்கூட விவாதிக்கப்படும்.* பின்னர், ஜாஃபர் அரண்மனையில் ஒரு விரைவுச்சுற்று சென்று வருவார். அவருக்குக் காவலாக அவருடைய அபிஸீனிய, துருக்கிய மற்றும் தார்த்தாரிய பெண் காவலாளிகள் சூழ வரும். அவர்கள் அனைவருமே ராணுவ உடையில் இருப்பார்கள் என்பதுடன் வில் மற்றும் அம்பறாத்தூணிகளையும் வைத்திருப்பார்கள்.[45]

அதன்பிறகு ஜாஃபர் மனுக்களை விசாரிப்பார். தன்னுடைய தோட்டக்காரர்கள், ஷிகாரிக்கள் மற்றும் மீனவர்களை சென்று பார்த்து அவர்களுடைய பரிசுகளைப் பெற்றுக்கொள்வார். குற்றச்செயலில் ஈடுபட்ட அடிமைப்பெண்கள் அல்லது திருடும்போது பிடிபட்ட சலாதீன்களுக்கு நீதி வழங்குவார். பின்னர் தன்னுடைய சமீபத்திய பாடல்களை சரிசெய்ய உதவும் தன்னுடைய உஸ்தாத்தான ஸாக்கை வரவேற்பார். அவ்வப்போது தன்னுடைய மாணவர்கள் இயற்றியதைப் பெற்று அவற்றைச் சரிசெய்யவும் உதவுவார். உதாரணத்திற்கு மார்ச் மாதத்தில் ஒருநாள் அவர் 'ஒரு காஸ்புர்தாரையும் ஒரு பெண்ணையும் - பைரம் ஜான் - தன்னுடைய கவிதை மாணாக்கர்களாக சேர்த்துக்கொண்டதை அரசவைக் குறிப்பு பதிவுசெய்துள்ளது.'**[46] பேரரசரின் ஒருநாள் பொழுதில் பலமணிநேரங்கள் கவிதைகள் எழுதுவதிலும் அவற்றை சரிபார்ப்பதிலும் கழிந்திருக்கின்றன என்பதில் சந்தேகமில்லை. ஆஸாத் மிக எளிமையாக குறிப்பிட்டிருப்பது போல், ஜாஃபர் 'கவிதையில் கண்மூடித்தனமாக காதல் கொண்டவர்.'***[47]

* தன்னுடைய அரசவையில் சிக்கலான கவிதைப் பணிகளை மேற்கொள்வதற்கும் ஜாஃபர் பெயர் பெற்றிருந்தார். கவிஞர்கள் தங்களுடைய ஈரடிச்செய்யுள்களில் பாடல்களின் இயல்பு மற்றும் லயம் மாறிவிடாமல் கூடுதலாக மூன்றாவது வரிகளை இணைக்கின்ற தாஸ்மின் என்ற சிக்கலான கலையில் அரசவைக் கவிஞர்களை பயிற்சி பெறவைப்பதில் அவருக்கு பெரும் ஈடுபாடு இருந்ததாக ஆஸாத் குறிப்பிட்டிருக்கிறார். பார்க்க: Muhammad Husain Azad (trans. and ed. Frances Pritchett and Shamsur Rahim Faruqi), *Ab-e Hayat: Shaping the Canon of Urdu Poetry*, New Delhi, 2001, p. 377.

** பெயரை வைத்துப் பார்த்தால் பைரம் ஜான் ஓர் ஆசைநாயகி என்பதுபோல் தோன்றலாம். முகலாய டெல்லியில் உள்ள சிறந்த ஆசைநாயகிகள் உயர் சமூக அந்தஸ்திற்கு தகுதியானவர்கள் என்பதை வெளிப்படையாக குறிப்பிட்டுக் காட்டவே ஜாஃபர் இதற்கு தயார் செய்தார் என்பதே உண்மை. அத்துடன் அவர்களுடைய கவிதைத் திறமைகளுக்காக அவர்களில் பலர் பிரபலமாகவும் விளங்கினர்.

***ஜாஃபரின் கவிதைத்திறன் தகுதிகள் குறித்து நவீன உருது விமர்சகர்கள் வேறுபடுகிறார்கள். ஆனால், ஜாஃபரின் கவிதைப் புலமைகள் குறித்த அந்தக் காலத்திய விவரணைகள் மிகைப்படுத்தலுக்கே வழியமைக்கின்றன. 'அவருடைய கவிதைகளில் காணப்படும் சரணாகதி மஸ்முன்கள் [கருப்பொருள்கள்] தற்பெருமைக்கும் பாசாங்குத் தனத்திற்கும் சமமானவை' என்று விமர்சகர் சபீர் 1855 இல் எழுதியுள்ளார். See Pritchett, *Nets of Awareness*, p. 11.

அதேநேரம், அரண்மனையின் ஆற்றோரத்தில் உள்ள ஷா புர்ஜ் கோபுரத்திற்குள் இருக்கும் தன்னுடைய வசிப்பிடங்களின் ஏதோ ஓரிடத்தில் மிர்ஸா ஃபக்ரு தன்னுடைய சித்திர எழுத்துப்பணியிலோ அல்லது தன்னுடைய அரசர்கள் மற்றும் தீர்க்கதரிசிகளின் வரலாற்றை எழுதுவதிலோ பரபரப்பாக இருப்பார். அதேநேரத்தில் அவருடைய இளைய சகோதரர்களோ, முகலாயர்கள் மிகவும் தீவிரமான விஷயமாக கருதிய தங்களுடைய பள்ளிக்கூட பாடங்களைத் தொடங்கியிருப்பார்கள். 'எல்லோருமே தங்களுடைய பாடங்களை இடைவிடாது படித்துக் கொண்டிருப்பார்கள், அவர்கள் எச்சரிக்கையாக கண்காணிக்கப்படவும் செய்வார்கள்' என்கிறார் ஒரு பார்வையாளர். '[டெல்லி] அரச குடும்பத்தைச் சேர்ந்த யாருடனும் அவர்களுடைய கல்வித் தகுதிகளுடன் மட்டுமல்லாது, மன இயல்பு, இயற்கையாக கிடைத்த வரம் மற்றும் ஒரு நல்ல நேர்மையான கல்வியின் விளைவுகளுடனும் இந்தியாவில் உள்ள வேறு எந்த இளவரசரும் போட்டிபோடக்கூட முடியாது.'[48]

இந்தக் காலகட்டத்திலான இளவரசர்களின் கல்வியில் தர்க்கம், கணிதம், வானியல், சட்டம் மற்றும் மருத்துவம் ஆகியவை பெரும் முக்கியத்துவம் பெற்றிருந்தன. மறுமலர்ச்சிக்கால ஐரோப்பிய அரசவைகளைப் போன்றே, உண்மையிலேயே நாகரிகமடைந்த எந்த இளவரசருக்கும் பாடல்கள் இயற்றும் திறன் இருக்க வேண்டும் எனவும் எதிர்பார்க்கப்பட்டது. அத்துடன் 1850 இல் தயாரிக்கப்பட்ட கவிதைத் தோட்டம் [Garden of Poetry] என்ற உருதுக் கவிஞர்களின் வாழ்க்கை வரலாற்று அகராதியில் ஜாஃபரின் குடும்பத்தைச் சேர்ந்த ஐம்பதுக்கும் அதிகமானோர் இடம்பெற்றிருக்கின்றனர். இவர்களில் சிலர் பெண்கள் என்பதுடன், அரண்மனைப் பெண்களின் கல்விக்கு ஜாஃபர் அளித்த முக்கியத்திற்காக பிஷப் ஹெபர் இதனை சுட்டிக்காட்டியுள்ளார்.[49]

ஒரு தீவிரமான முகலாயக் கல்வி உருவாக்க நினைக்கும் வகையில் எல்லாவிதமான துறைகளையும் கற்றுத்தேர்ந்த ஒரு மறுமலர்ச்சி கால மனிதராகவே ஜாஃபர் தன்னுடைய இளம் வயதில் இருந்திருக்கிறார். அவர் உருது, அரபி மற்றும் பாரசீக மொழியில் சரளமாக பேசக்கூடியவர் என்பதுடன் கவிதை எழுதக்கூடிய அளவுக்கு பிரஜ் பாஷா மற்றும் பஞ்சாபி மொழியையும் கற்றுத்தேர்ந்தார்.*[50] தன்னுடைய முப்பத்தி மூன்றாவது வயதிலேயே அவர் தன்னுடைய தேர்ந்தெடுத்த கவிதைத் தொகுப்பு, சாயிதியின் குலிஸ்தான் (ரோஜா தோட்டம்) குறித்த பாடலுக்கு எழுதிய விளக்கவுரை, 'மூன்று தொகுதிகள் கொண்ட கவிதை யாப்பிலக்கணம்' மற்றும் தக்காண மொழி குறித்த திறனாய்வு ஆகியவற்றைப்பற்றிய புத்தகங்களை பதிப்பித்துவிட்டார்.[51] தன்னுடைய இளமைப்பருவத்தில் குதிரையேற்றம், வாட்சண்டை மற்றும் அம்பு

* தன்னுடைய ஐந்து மொழிகளுள் நான்கில் ஜாஃபர் கவிதைப்பாடல் தொகுதிகளை இயற்றியிருக்கிறார். அரபி மொழி மட்டுமே விதிவிலக்கு.

விடுதலில் பிரபலமானவராகவும் இருந்திருக்கிறார். அத்துடன் முதிய வயதிலும் துப்பாக்கிச் சுடுவதில் சிறந்து விளங்கினார்.[52] சர் தாமஸின் மூத்த சகோதரரான சர் சார்லஸிற்கு முகலாய அரசவையைப் பிடிக்காது. ஆனால், அவர்கூட ஜாஃபரை 'இளவரசர்களிலேயே மிகவும் மரியாதைக்குரிய திறமைசாலி' என்று குறிப்பிட்டிருக்கிறார்.[53]

படிப்பதில் சிறிதும் ஆர்வம் காட்டாத ஒரே முகலாய இளவரசர் மிர்ஸா ஜாவன் பக்த் மட்டும்தான். அவர் தொடர்ச்சியாக பாடங்களை தவிர்த்துவிட்டு எப்போதும் துப்பாக்கிச் சுடுதலிலேயே தன்னை ஈடுபடுத்திக்கொண்டார். அவையும்கூட எப்போதுமே மகிழ்ச்சியான விளைவுகளை ஏற்படுத்தியதில்லை. ஒரு சமயம், 'இளவரசர் ஒரு புறாவை குறிவைத்து துப்பாக்கியால் சுட்டார். ஆனால், அந்த இரண்டு தோட்டாக்களுமே யமுனை ஆற்றில் குளித்துக்கொண்டிருந்த ஒருவருடைய காலிலேயேபட்டது. இதனால் துன்பமுற்ற மாட்சிமை பொருந்தியவர் காயம்பட்டவருக்கு 6 ரூபாய்கள் கொடுத்துவிட்டு, இளவரசர் தன்னுடைய பாடங்களைப் படிக்கத் தூண்டும் வகையில் அவர் வசம் இருந்த துப்பாக்கிகள், பிஸ்டல்கள் மற்றும் தல்வார்களை [வாட்கள்] தன்னிடம் அனுப்பி வைக்குமாறு மெஹ்பூப் அலி கானுக்கு உத்தரவிட்டார்.'[54]

செங்கோட்டையில் லேசான காலைநேர சிற்றுண்டிக்கான நேரமும், ராணுவ முகாமில் பரிமாறப்படும் மதிய உணவு நேரமும் மதியம் 1 மணியாகவே இருக்கும் - முகலாய மதிய உணவானது காலை மற்றும் இரவுநேர ஆங்கிலோ - இந்திய வகைப்பட்ட உணவுகள் மேசையில் வரிசையாக இருபுறமும் வைக்கப்பட்டிருக்கும் மிதமிஞ்சிய அளவோடு ஒப்பிடுகையில் மிகவும் தன்னடக்கத்துடன் தீயில் வாட்டப்பட்ட கோழிக்கறியாகவே இருக்கும். இருப்பினும், மெட்காஃபின் மாளிகையிலோ சர் தாமஸால் நிர்ணயிக்கப்பட்ட, அதற்கேயுரிய தினசரி முறைப்படி அமைந்திருக்கும். இங்கே இரவு உணவானது வழக்கத்திற்கு மாறான நேரமாகிய பிற்பகல் 3 மணிக்கு பரிமாறப்படும். சர் தாமஸ் இதுதான் 'தன் ஆரோக்கியத்திற்கு ஏற்றது' எனக் கருதினார். அதன் பின்னர் நெப்போலியன் கேலரியில் அவர் சிறிதுநேரம் படித்துக்கொண்டிருப்பார். பிறகு தனியாக விளையாடும் பில்லியர்ட்ஸ் விளையாட்டை ஆடுவதற்கு குளிர்ச்சியான நிலவறைக்கு இறங்கிச் செல்வார். 'அந்த விளையாட்டு அவருக்குப் பெரும் கேளிக்கையையும், அவருக்குத் தேவையான உடற்பயிற்சியையும் தரக்கூடியதாக இருந்தது.' அத்துடன் அன்றைய நாளின் மோசமான வெப்பத்தில் இருந்தும் அதுதான் அவரைப் பாதுகாத்தது.[55]

வருடத்தின் ஏழு மாதங்களில் மூன்றுமணி நேரத்திற்கு டெல்லியின் பிற்பொழுது வெப்பம் நகரத்தையே வெறுமையாக்கி வெறிச்சோடிப்போக வைத்துவிடும். ஒரு பளிச்சென்ற வெள்ளை நள்ளிரவு சந்துக்களையும், காலிக்களையும் காலிசெய்துவிட்டு அமானுஷ்யமான அமைதியில் வைத்திருக்கும். ராணுவ முகாம்களில் வியர்த்துவழியும் இளம்

படைவீரர்கள் தங்களுடைய படுக்கைகளில் உருண்டு புரண்டபடி வெளியில் இருக்கும் புன்க்காவாலாக்களை வேகமாக இழுக்கும்படி சத்தம்போடுவார்கள்.

இருப்பினும், அந்த நகரத்தில் உயரமான கூரைகள் கொண்ட மாளிகை முற்றங்களின் கூடங்களுடைய குளிர்ச்சியான நிழலில் வாழ்க்கை சாதாரணமாகப் போய்க்கொண்டிருக்கும். வாசனைப் புற்களால் வேயப்பட்டிருக்கும் வாசல் திரைச்சீலைகளில் வாசனை நீர் தெளிக்கப்பட்டு, வளைமுகட்டு பாதைவழிகளில் தொங்கவிடப்பட்டிருக்கும். அழகாக நெய்யப்பட்ட ஷாமியானாக்கள் பராதரி கூடாரங்களின் துருத்திய முனைகளில் செருகப்பட்டிருக்கும் உலோகப் பட்டைகளின் வழியாக செல்லும் கயிறுகளால் மேலே தூக்கி உயர்த்தப்படும். குளிர்ச்சியான பாதாள அறைகளில் இருந்தவர்கள் அங்கே திரும்பி வருவார்கள். அங்கிருந்தபடியே தங்களுடைய தினசரி வேலைகளை - தைப்பது, கடிதம் எழுதுவது மற்றும் சின்னக் குழந்தைகளுக்குப் பாடம் நடத்துவது - தொடர்வார்கள். அங்கே புகைபிடித்தல், சீட்டாட்டம் மற்றும் சதுரங்கங்கள் போன்ற கேளிக்கைகளும் இடம்பெறும். இந்தப் பாதாள அறைகளுள் ஒன்றிற்கு அழைத்துவரப்பட்ட ஒரு பிரிட்டிஷ் பயணி தான்பார்த்த காட்சிகளால் வியப்புற்று பின்வருமாறு எழுதியிருக்கிறார்:

டை-குவானா காற்றுமண்டலம் மற்றும் தரைக்கு மேலே இருக்கும் அறையின் காற்றுமண்டலத்திற்கு இடையில் பனிரெண்டு மற்றும் பதினான்கு டிகிரி வரையிலும் வெப்பநிலை குறைந்திருப்பது கண்டுபிடிக்கப்பட்டது. அவை எப்போதாவதுதான் பத்து டிகிரிகளுக்கும் கீழே குறைந்தன. குடியிருப்பிடத்திற்கு ஏறக்குறைய முப்பது அடிகளுக்குக் கீழே அதே அளவுக்கு ஆச்சரியமும் ஆனந்தமும் அளிக்கின்ற அழகான அறைகள் நேர்த்தியாக நிர்ணயிக்கப்பட்டிருந்தன. பளிங்கைப் போன்ற வர்ணத்தில் நம்முடைய கண்கள் ஏமாந்துவிடும். அதே ஏமாற்றம் மேற்புறத்தில் உணரக்கூடிய எப்போதுமே சோர்வுற வைக்கும் வெப்பநிலைக்கு மாறாக சில்லென்று காணப்படும் அந்த இடத்திலும் தொடர்கிறது.

நீளமான நடுக்கூடங்கள் வண்ணமயமான சுவர்களாலும், பிற அலங்காரப் பொருள்களாலும் அலங்கரிக்கப்பட்ட பல்வேறு குடியிருப்பிடங்களுக்கு இட்டுச் செல்கின்றன. டெல்லி பிரபலங்களின் அற்புதமான ஓவியங்களைக் கொண்ட இடங்கள் மற்றும் அதனுடைய சேர்ந்த இடங்கள் இந்த அற்புத அரண்மனைக்கு அழகு சேர்க்கின்றன. ஒளியானது மேலே இருந்து மட்டுமே வருகிறது. ஏப்ரல், மே மற்றும் ஜூன் ஆகிய மாதங்களில் இதுபோன்ற சொகுசான ஓய்விடத்தை

வார்த்தைகளால் விவரித்துவிட முடியாது. மேலும், எல்லாவிதமான முன்னெச்சரிக்கைகளும் மேற்கொள்ளப்பட்டுள்ளன. படிக்கட்டுகளின் மேலே இருக்கும் வெப்பநிலைமானி எண்பத்தைந்து டிகிரிக்கு கீழேயே காட்டும். எப்போதாவதுதான் தொண்ணூறை எட்டிப் பிடிக்கும்.[56]

மதியத்திற்குப் பின்னர் ஐந்து மணிக்குத்தான் மேலே உள்ள தரைத்தளத்தில் நிலைமை மாறத்தொடங்கி டெல்லி தெருக்களின் உயிரோட்டம் திரும்பும். பிஸ்திக்கள்தான் முதலில் வெளியே வருவார்கள். ஆட்டுத்தோலில் இருக்கும் தண்ணீரைத் தூசுக்களும் குப்பைகளும் மூடிய சாலைகளில் காலி செய்வார்கள். பான்வாலாக்கள் தங்களுடைய சிறு பெட்டிக்கடைகளில் அமர்ந்தபடி வெற்றிலைகளைத் தயார்செய்வார்கள். காக்கர்வாலா அல்லது ஹுக்காக்காரர் தாபாக்களில் சுற்றிவரத் தொடங்குவார். ஓபியம் கடைகளும் தங்களுடைய விற்பனையைத் தொடங்கும்.* சூஃபி ஆலயங்களிலும் வேகம் அதிகரிக்கும். அங்கு மதியப்பொழுதில் மெலிதாக இருக்கும் பக்தர்களின் கூட்டம் மாலைநேரத்தில் பெரிதாகியிருக்கும். அருகாமையில் இருக்கும் ரோஜாப்பூ விற்பவர்கள் தூக்கத்திலிருந்து விழிப்பார்கள். கவ்வால்கள் தங்களுடைய தபலாக்களுடன் ஒத்திசைந்த குரலில் கவ்வாலிகளை இசைக்கத் தொடங்குவார்கள்: ‘அல்லாஹு, அல்லாஹு, அல்லாஹு …’

செங்கோட்டையில் இருந்த சலாதீன்களைப் பொறுத்தவரை வில்வித்தையைப் பயிற்சி செய்வதற்கும், கவுதாரி, ஆடு அல்லது சேவல் சண்டைக்கும், ஃபால்கன் மற்றும் புறா பறக்கவிடும் பந்தயங்களுக்கும் இதுதான் சரியான சமயம்.[57] கோடைக்காலத்தில் அரண்மனைக்குக் கீழே இருக்கும் யமுனை ஆற்றில் சிலர் நீச்சல் பயிற்சிக்கோ அல்லது மீன்பிடிக்கவோ செல்வார்கள். ஆனால், இதிலும் ஆபத்துகள் இருந்தன. உதாரணத்திற்கு, மே மாதம் ஒன்றில், பதினேழு வயதே ஆன ‘மிர்ஸா கவுஸ் ஷேகாவை ஒரு முதலை இழுத்துச் சென்றுவிட்டது.’ மூன்று வாரங்களுக்கு முன்னர்தான் நடனம், பட்டாசுகள் என ஆரவாரத்துடன் அவருக்கு திருமணம் நடந்திருந்தது.[58] பருவகாலத்தில் ஆண்கள் பட்டம் விடுவார்கள். பெண்கள் ஊஞ்சலாட்டம் ஆடுவார்கள். அதேநேரம், தன்னுடைய குடியிருப்பிடத்திற்கு தன் யானைகள் குளிப்பதையோ அல்லது ‘மீனவர்கள் மீன்பிடி வேலையில்’ இருப்பதையோ பார்த்துக்

* வட இந்தியாவில், ஓபியம் புகைக்கப்படுவதற்கு பதிலாக அருந்தப்பட்டது. இந்த காலகட்டத்தைச் சேர்ந்த ஓவியங்களில் காணப்படும் ஓபியம் கடைகளின் எண்ணிக்கையை வைத்துப் பார்க்கும்போது ஓபியம் அடிமைத்தனம் ஒரு பெரிய பிரச்சினையாக இருந்திருக்கும்போல் தோன்றுகிறது. இந்தப் பொருளை பயிர் செய்வது மற்றும் விற்பதற்கான சர்வாதீன உரிமையை கம்பெனி எடுத்துக்கொண்டதில் இருந்தே 1850 களில் அது இந்தியாவில் இருந்து செய்யப்படும் அவர்களுடைய ஏற்றுமதியில் திகைக்க வைக்கும் அளவுக்கு 40 சதவிகிதமாக இருந்திருக்கிறது. இந்தப் பிரச்சினையை கட்டுப்படுத்துவதற்கான முயற்சியும் மேற்கொள்ளப்படவில்லை.

கொண்டிருப்பதை தன்னுடைய மாலைநேர வேலையாகவே வைத்திருந்தார் ஜாஃபர்.[59]

இதைத்தொடர்ந்து ஆரஞ்சு மரங்களுக்கிடையே சிலபோது கால்நடையாகவும், சிலபோது பல்லாக்கிலும் காற்று வாங்கச் செல்வதும் உண்டு.[60] முகலாயர்களுக்கு தோட்டங்கள் என்பவை சொர்க்கத்தை பிரதிபலிப்பவை என்பதுடன் தாவரங்கள் மற்றும் வாசனைகளில் நிபுணத்துவம் பெறுவதென்பது ஒரு நாகரிகமடைந்த மனதின் முக்கிய தனியியல்பாகவும் கருதப்பட்டது. அதைக் கடந்துசெல்கையில் அங்கு நடைபெறும் வேலைகளை ஆய்வுசெய்யும் ஜாஃபர் 'மாமரக் கன்றுகளை ஹயாத் பக்ஷ் பாகிற்கு அனுப்பும்படியோ' அல்லது ஆரஞ்சுக் கன்றுகளையும், வாழைக் கிழங்குகளையும் ஒரே கூட்டமாக வைக்கச்சொல்லும் அவர் அவற்றைத் தனிப்பட்ட முறையில் தன்னுடைய குடியிருப்பிடத்திற்கு கீழேயுள்ள ஆற்றங்கரையில் நடுவதற்கென்று திட்டமிட்டிருப்பார்.*[61]

அவ்வப்போது, ஜாஃபர் மிகுந்த உற்சாகத்தில் இருந்தால் அவர் ஆற்றங்கரைக்கு இறங்கிவந்து மீன்பிடிக்கச் செல்வார். அல்லது சாலிம்காருக்கு அருகாமையில் இருக்கும் மணற்கரையில் பட்டம் விடுவார்.[62] சிலநேரங்களில் தன்னுடன் மகிழ்ந்திருக்குமாறு காலிப்பையும் அவர் அழைத்துச் செல்வார். இருந்தாலும் காலிப் இதனை பெரிதாக அனுபவித்து மகிழக்கூடிய அரசவையினர் இல்லை என்பதுடன் இந்த முழு அனுபவமுமே அவருக்குச் சோர்வூட்டக்கூடியதாகவே இருந்தது. இதுகுறித்து 1856 இல் ஒரு செய்தித்தொடர்பாளருக்கு எழுதிய கடிதத்தில், 'நண்பரே, உங்கள் தலைமீது சத்தியம் செய்து சொல்கிறேன், ஒரு தொழிலாளியின் சோர்வுடன் அன்றிரவு [அரசவையில் நிகழ்ந்த மட்டுமீறிய முகஸ்துதிகளுக்குப் பின்னர்] படுத்துத்தூங்குகிறேன்.'**[63]

மேலே இருக்கும் ராணுவ முகாமில், அதிகாரத் தோரணைமிகுந்த சில கர்னல்கள் மாலைநேர அணிவகுப்பிற்கு உத்தரவிடுவார்கள். சிலர் அந்தத் தொந்தரவில் இருந்து தப்பித்து நேராக உணவத்திற்கு செல்வார்கள். அதேநேரம், தன்னுடைய நடுவர் நீதிமன்றத்தில் இருந்து தன்னை விடுவித்துக்கொள்ளும் தியோ மெட்கால்ஃப் தனக்குப்

* அவரைப் பார்க்கவந்த இரண்டு மேதகையினர் ஜாஃபரை மகிழ்விக்கும் வகையில் 'லக்னோவில் இருந்து வரவழைக்கப்பட்ட வண்டிகள் நிறைய பழங்கள், மரங்கள் மற்றும் பூக்களுடன்' அவரை சந்தித்தனர். அவர்களுக்கு நாஸிர்கள் வழங்கப்பட்டதுடன், அவர்கள் இருவருக்குமே உடனடியாக அரசவையில் மூத்த பதவிகளும் வழங்கப்பட்டன. பார்க்க: *NAI, Precis of Palace Intelligence, entry for 2 August 1852.*

** இதற்கான காரணங்களுள் ஒன்று, ஜாஃபர் பட்டம் விடும்போது கூடிவிடுகின்ற பெருங்கூட்டமாக இருக்கலாம். 1857 ஆம் ஆண்டுக்கு சற்று முன்னர் தீபேந்திரநாத் தாகூர் டெல்லிக்கு வருகை புரிந்தபோது நகரத்தை நெருங்குகையில் அவர் பார்த்த முதல் விஷயமே அங்கு ஒரு பெருங்கூட்டம் 'பட்டம் விடும் பேரரசரின் ஆற்றலைக் காண்பதற்காக' கூடியிருந்ததுதான். பார்க்க: *Narayani Gupta, Delhi between Two Empires 1803-1931, New Delhi, 1981, p. 13.*

பின்னர் நாய்கள் விரைந்துகொண்டிருக்க வடக்குப்புற ஆற்றங்கரையில் இருக்கும் மெட்கால்ஃப் மாளிகைக்குச் சென்றுகொண்டிருப்பார். அப்போது அவருடைய தந்தை தலைவராக இருக்கும், வருடாந்திர வட இந்திய வேட்டைநாய் மன்றக்கூட்டத்தில் (கடும் போட்டியாளர்களாக ஸ்கின்னர்களை பின்னுக்குத் தள்ளி) பரிசை வெல்வதாகக் கனவு காண்பார். ஒவ்வொரு குளிர்காலத்தின்போதும் சிறந்த நாய்க்குட்டிகளுக்காக நடத்தப்பெறும் வருடாந்திர போட்டியானது, *டெல்லி கெஸட்* பத்திரிகை தன்னுடைய ஒரு முழு பதிப்பையும் அதற்கென்றே அர்ப்பணிக்கும் அளவுக்கு பிரிட்டிஷ் சமூகத்தினரிடையே முக்கியத்துவம் பெற்றிருந்தது.[64] அதேநேரம், தன்னுடைய ஆற்றங்கரையோர முற்றத்தில் அமர்ந்திருக்கும் சர் தாமஸ் மாலைநேர உணவுக்காகவும், சீக்கிரமாக தூங்கச்செல்வதற்காகவும் காத்திருப்பார். அந்த முற்றம்தான் அவருடைய விருப்பமான இடம் என்பதுடன், அந்த நேரத்தில் அதுதான் அவருக்கு மிகுந்த புத்துணர்ச்சியை அளித்தது. 'அந்த முற்றத்தைச் சுற்றி மூன்று நான்கு நாற்காலிகள் போடப்பட்டிருக்கும். இரவு உடை அணிந்து இரவு உணவுக்காக நேரம் வரும்வரை அவர் அங்கேயே இரண்டு மணிநேரங்களுக்கு அமர்ந்திருப்பார். அச்சமயத்தில் அவருடைய நண்பர்கள் அங்கு வந்து அவருடன் பேசிக்கொண்டிருப்பது வழக்கம்.'

சூரியன் அஸ்தமிக்கும்போது, தேவாலயங்கள், மசூதிகள் மற்றும் கோயில்கள் மீண்டும் நிரம்பத் தொடங்கும். மாலைநேர ஆராதனைக்காக மணிகள் ஒலிக்கும். ஸ்தூபங்களில் இருந்து தொழுகைக்கான இறுதி அழைப்பு விடுக்கப்படும். செயிண்ட் ஜேம்ஸ் தேவாலயத்தில் பாதிரி ஜென்னிங்ஸின் மாலைநேர பிரார்த்தனைப் பாடலானது இசைக்கருவிகளின் வாசிப்புடன் நிறைவுபெறும். இவை எல்லாமும் குறுகலான காஷ்மீரி வாயில் வழியாக குடியிருப்பிடங்களை நோக்கி விரையும் பிரிட்டிஷ் கூண்டுவண்டிகளின் தடதடப்பில் ஒன்றுகலந்திருக்கும் - இந்த காஷ்மீரி வாயிலில் இரண்டாவதாக அமைந்திருக்கும் இரண்டு வளைமுகட்டு வாயில்களின் கட்டுமானம்பற்றி *டெல்லி கெஸட்டில்* தொடர்ச்சியாக புகார் தெரிவிக்கப்பட்டு வந்தது.[65]

இருள் அடரத்தொடங்கியதும் தப்பட்டைகள், டிரெம்பெட்டுகள் மற்றும் குழலூதிகள் சேர செல்லும் விளக்கேந்திகளின் அணிவகுப்பால் செங்கோட்டையில் விளக்குகள் ஏற்றிவைக்கப்படும். அதே நேரத்தில் நகரத்திற்கு வெளியே அரையிருளில் அன்றைய நாளின் கடுமையான படிப்பு மற்றும் மனனம் செய்வதால் சோர்ந்துபோன டெல்லி கல்லூரி மாணவர்களும் மதரஸா பையன்களும் கூடுவார்கள்.[66] இருந்தாலும், இந்த இரண்டு கூட்டத்தினரும் எப்போதாவதுதான் கலந்திருப்பார்கள். பலவருடங்களுக்குப் பின்னர் ஹாலி இதுகுறித்து நினைவுகூர்கிறார்:

> *பழைய டெல்லிக் கல்லூரி அதன் புகழில் திளைத்திருந்தாலும் கற்றல் என்பது அராபிய மற்றும் பாரசீக அறிவை மட்டுமே*

அடிப்படையாக கொண்டிருக்க வேண்டும் என்று நம்பிய சமூகத்தில்தான் நான் வளர்ந்தேன். ஆங்கிலக் கல்வியைப் பற்றி யாராலும் நினைத்துக்கூட பார்க்க முடியாது. அதன் மீது யாருக்காவது அபிப்பிராயம் இருக்கும் என்றால் அது அரசு வேலையைப் பெறுவதற்காகத்தானே தவிர எந்த வகையிலும் அறிவைப் பெறுவதற்கானது அல்ல. மற்றொரு பக்கம், எங்களுடைய மதம்சார் ஆசிரியர்களோ ஆங்கிலப் பள்ளிகளை காட்டுமிராண்டித்தனமானது என்றே அழைத்தனர்.[67]

ஆங்கிலேயர்களுக்கு, சூரிய அஸ்தமனம் என்பது அன்றைய நாளின் முடிவினுடைய தொடக்கமாகும். மிளகுத்தண்ணீரில் ஊறும் மற்றொரு பெரிய உணவு அவர்களுக்காக காத்திருக்கிறது. 'பெரிதாக வளர்ந்த வான்கோழி (பருத்ததே சிறந்தது), பெரிய சுட்ட கோழி, மேசைக்கு மேலே மாட்டின் இடுப்புப்பகுதி பெரிய இறைச்சித் துண்டு, அடிப்புறத்தில் ஆட்டிறைச்சி, அவற்றின் கால்கள், கோழிக்கறிகளுடன் வாத்துகள், புறாக்கறி, துண்டங்களாக்கப்பட்ட ஆடு மற்றும் கோழி இறைச்சிகள்' என அவற்றுடன் வேட்டை விளையாட்டாளர்கள் அன்று வேட்டையாடிக் கொண்டுவந்தவையும் அந்த உணவுப்பட்டியலில் இடம்பெறும்.* ஆனால், அதன்பிறகு பெரிதாக எதையும் எதிர்பார்க்க முடியாது.[68] ஃபிரெஞ்சு பயணியான விக்டர் ஜாக்குவமண்ட் டெல்லியின் பிரிட்டிஷ் சமூகம் அளிக்கும் இரவு உணவுக்குப் பிந்தைய கேளிக்கைகளில் பெரிதாக ஈடுபாடுகொள்ளவில்லை. '[டெல்லி] விருந்துகளில் இந்த சோம்பேறிகளிடையே சிறிதளவு மகிழ்ச்சிக்கான அறிகுறியைக்கூட பார்க்க முடியவில்லை. பாரீஸில் ஒரு நடன ஆட்டத்தை மகிழ்ச்சிகரமான விஷயமாக்குகின்ற எந்த சூழ்நிலையும் டெல்லியில் உள்ள பிரிட்டிஷ் சமூகத்தாரிடம் இல்லை' என்று அவர் எழுதியுள்ளார்.[69]

டெல்லியில் இருந்த பிரிட்டிஷ் சமூகம் ரொம்பவே விநோதமானவர்கள் என்பது நிச்சயம் உண்மைதான். குறிப்பாக, எமிலி மெட்கால்ஃப் பொது மருத்துவரான டாக்டர் ராஸ் ('பருத்துப்போய் குள்ளமாக, அசிங்கமான ஒருவர். ஓர் அதிர்ச்சிதரும் மோசமான டாக்டர்') என்பவரின் மூன்று நிரந்தர பரிந்துரைகளான அட்டைகள், அழுக்கான 'கறுப்பு பியர் பாட்டில்களில்' அடைக்கப்பட்ட ஆவாரை மற்றும் ஒரு கரடுமுரடான மரப்பெட்டியில் இருக்கும் பெரிய மாத்திரைகள் ஆகியவற்றைக் கண்டு அதிர்ச்சிக்கு ஆளானார்.[70] டெல்லிக் கல்லூரி முதல்வரான டாக்டர் அலோய் ஸ்பெரங்கர் என்பவரின் மனைவி (எமிலியின் கூற்றுப்படி 'மதிப்பானவர் என்றாலும்

* ஒரு பிரிட்டிஷ் இந்தியா சமையல் புத்தகத்தில் 'நீங்கள் எதை வேண்டுமானாலும் கறி செய்யலாம்' என்று அறிவுறுத்துகிறார் கிரீன்விச்சை சேர்ந்த திரு ஆர்னெட். 'பழைய ஷூக்கள் கூட சுவைமிகுந்தவையாக இருக்கும். சில எண்ணெய் பிசுக்கேறிய ஆடை அல்லது படிக்கட்டு கம்பளங்கள்கூட பெரும் அதிருப்தியை தந்துவிடாது (கையுறைகள் என்றால் எந்தளவுக்கு அணியப்பட்டதோ அந்தளவுக்கு செழிப்பானது).' பார்க்க: David Burton, *The Raj at Table*, p. 76.

சாதாரணமானவர்') தன்னுடைய கணவர் தன்னைத் தனியாக விட்டுவிட்டு மாலைநேரத்தில் வெளியே சென்றுவிடுவதைத் தடுப்பதற்காக அவருடைய கால்சராய்களை மறைத்துவைத்துவிடும் பழக்கம் கொண்டிருந்தார்.[71]

டெல்லியில் இருந்த பிரிட்டிஷார் குறிப்பிட்ட அளவுவரை மிகவும் ஆங்கிலமயப்பட்ட நிலையமாகிய மீரட்டைத்தான் எப்போதுமே நாடிவந்திருக்கிறார்கள் என்பதே நிச்சயம். அது பெரிய ராணுவக் குடியிருப்பு மற்றும் பெரிய ஆங்கில சமூகத்துடன் தன்னுடைய நாடகம் மற்றும் பெரிய அளவிலான ரெஜிமெண்ட் நடன விருந்துகளுக்காக பெயர் பெற்று விளங்கியது. ஆனால், டெல்லிக்கு ஏறத்தாழ அவை எதுவுமே கொண்டுவரப்படவில்லை. 'இங்கே ஒரு சிறிய சமூகம்தான் இருக்கிறது' என்று புகார் கூறியுள்ள ஓர் இளநிலை ஆளுநர் மாளிகை அதிகாரி, தன்னுடைய நீதிமன்ற வேலை முடிந்தவுடன் தன்னுடைய கிளாஸிக்கல் நூலகத்தின் துணையுடன் அடைக்கலம் ஆவதைத் தவிர வேறு வழியில்லை என்றும் கூறியிருக்கிறார். 'நான் பழைய லத்தீனை முற்றிலுமாக மறந்துவிடவில்லை - கிரேக்கத்தை மறந்து நெடுநாள் ஆகிறது - ஆனால் லிவியும், டாஸிடஸும் அல்லது சீஸரும் இப்போதுகூட பலமணி நேரங்களுக்கு ஆக்கிரமித்திருக்கிறார்கள் என்பதையும் ஒப்புக்கொள்ளத்தான் வேண்டும். அத்துடன் விர்ஜிலும், ஹோரேஸும் பலமுறை எட்டிப் பார்ப்பார்கள்.'[72]

இத்தகைய கிளாஸிக்கல் ஆராய்ச்சிகளில் நேரத்தை வீணடிக்காத தியோ மெட்காஃப் வேறு களியாட்டங்களை நாடிச்சென்றார். இரவு உணவுக்குப் பிந்தைய இசையை சில பிரிட்டிஷ் சமூகத்தைச் சேர்ந்த பெண்களுடன் சேர்ந்து அவர் முயற்சித்துப் பார்த்தார். 'நான் ஃபில்ஹார்மோனிக் சங்கத்தில் சேர்ந்துவிட்டேன். அருமையான மாலைப்பொழுதுகளை கழிக்கிறேன் - அந்த ஹார்மோனியின் ஒரே பின்னடைவு கரகரப்பான குரல்களைக் கொண்டவர்கள்தான். ஒருநாள் ஹெலினார் என்னை தன்னுடைய பச்சைக் கண்களால் ஒரு கோபம்கொண்ட நாயைப்போல் உற்றுப்பார்த்தாள். அன்று மாலை முழுவதும் எதுவுமே பேசாமல் இருந்த அவளால் மகிழ்ச்சியாக இருந்திருக்க முடியாது. அதேசமயம் மிஸ் ஃபாரஸ்ட் 5 லெப்டினெண்ட்டுகள் மற்றும் 3 ராணுவ அதிகாரிகளால் ஆராதிக்கப்பட்டார். திருமதி பால்ஃபர் [மருத்துவரின் மனைவி] மிகவும் ரசனையற்ற முறையில் அவர்களை உற்சாகப்படுத்திக் கொண்டிருந்தார்.' என்று ஜிஜி-க்கு எழுதிய கடிதத்தில் கூறியுள்ளார் அவர்.[73] தியோவின் சகோதரி ஜிஜி-யும் மாலைநேர இசையை ரசித்தார். அவருடைய விஷயத்தைப் பொறுத்தவரையில் பியானோ வாசிப்பதென்பது அவருடைய மணமகன் எட்வர்ட் கேம்ப்பலை பார்ப்பதற்கான வெறும் சாக்குப்போக்கு மட்டுமே. எட்வர்ட் பாடும் பாணி தன்னுடைய ரசனைக்கு சற்றே மெதுவான ஒன்று என அவர் நேர்மையாக ஒப்புக்கொள்கிறார். இருப்பினும் அவருடைய மத்திம தொனியை அவர் மிகவும் விரும்பினார்.[74]

டெல்லி அமெச்சூர் நாடகங்களையும் தியோ முயற்சித்துப் பார்த்தார். கஷ்டப்பட்டுக்கொண்டிருந்த 'ஸ்காட்லாந்து மலைவாசிகள் மற்றும் தீவுவாசிகளுக்கு' நிதி திரட்டுவதற்காக *Who's the Dope?* மற்றும் The Polka Mania ஆகிய நாடகங்களில் அவர் பங்கேற்றார். இருப்பினும் டெல்லி கெஸட்டின் கூற்றுப்படி, 'அந்த அரங்கத்தை சிரிப்பால் அதிரவைத்தது ஜிம்மியாக நடித்த ராபின் ரஃபெக்ட்தானே தவிர அவர் அல்ல... மனப்பூர்வமான பாராட்டுதல் மற்றும் கைதட்டுதலுடன் திரை விழுந்தது.'[75]

இப்படிப்பட்ட எந்த விஷயமும் சர் தாமஸின் ரசனைக்கு ஏற்றதாக இல்லை. முதலில் அவர் படுக்கைக்கு செல்லவே விரும்பினார். 'அன்றைய மாலைப்பொழுதில் அவர் மட்டுமே மிகவும் லேசான உணவு உண்டார்' என நினைவுகூர்கிறார் அவருடைய மகள் எமிலி:

> *சீக்கிரமாகவே படுக்கைக்குச் சென்றுவிடுவதற்காக இரவு எட்டு மணிக்கெல்லாம் உணவு மேசையைவிட்டுச் சென்றுவிடுவதே அவருடைய மாற்றமில்லாத பழக்கம். அவருடைய நடவடிக்கைகளைப் பார்ப்பதே பெரும் வேடிக்கையாக இருக்கும். இறுதிச்சங்கு ஊதும்போதே கடிகாரம் எட்டு மணியில் நிற்கும். தான் ஹுக்கா புகைத்துக்கொண்டிருக்கும் நாற்காலியில் இருந்து சட்டென்று எழுந்திருக்கும் அவர் மேசையில் அமர்ந்திருக்கும் எல்லோருக்கும் இரவு வணக்கம் சொல்வார். தன்னுடைய கழுத்துப்பட்டையை அவிழ்த்துவிட்டு கதவை நோக்கிச் செல்லும்போதே அதைத் தரையில் வீசியெறிவார். தன்னுடைய இடுப்பணியின் பொத்தான்களை அவிழ்த்துவிட்டு திரும்பி தன்னுடைய அறைக்குள் சென்று திரைச்சீலைக்குப் பின்னால் மறைந்துவிடுபவரைப் போல் கையசைப்பார்.[76]*

இருந்தாலும், டெல்லி மக்களைப் பொறுத்தவரை அன்றைய நாளின் சிறந்த பொழுது அதன்பின்னர்தான் வரவிருக்கிறது. சூரியன் மறைந்த பின்னரே சாந்தினி சௌக் உயிர்பெறும். நடைபாதைகள் புறநகர்ப் பகுதியைச் சேர்ந்த அகன்ற விழிகளைக் கொண்ட பையன்களாலோ அல்லது ஹரியானாவில் உள்ள கிராமங்களைச் சேர்ந்த ஜாட் விவசாயிகள் அல்லது குஜார் கால்நடை மேய்ப்பர்களாலோ நிரம்பியிருக்கும். கோட்வாலுக்கு வெளியே பந்தயங்களில் மாட்டிக்கொண்ட சூதாடிகளை உற்றுப் பார்த்துக் கொண்டிருப்பார்கள் அல்லது ஆசிகள் மற்றும் நல்வாழ்த்துகளைப் பெற நகரத்தின் பரபரப்பான சூஃபி ஆலயங்களின் கூட்டத்தை நோக்கிச் சென்றிருப்பார்கள். எங்குபார்த்தாலும் தங்களுடைய தனித்துவமான கால்பகுதி அகலவிரிந்த பைஜாமாக்களில் லக்னோவில் இருந்து வந்த கோமகன்களைப் பார்க்க முடியும். பெஷாவர் மற்றும் அம்பாலாவில் இருந்து தாடிவைத்த பதான் குதிரை வியாபாரிகள் புத்துணர்ச்சியுடன் வந்திருப்பார்கள். சராய்களிலும் காண்ட்வாலாக்களிலும் நிரம்பி

வழிவார்கள். புகழ்பெற்ற இனிப்பு பண்ட கடையான காண்ட்வாலாவின் லட்டுகள் ஹிந்துஸ்தானத்திலேயே சிறந்தவையாக கருதப்பட்டன. காஃபி கடைகள்கூட - காவா கானாக்கள் - அப்போது நிரம்பி வழியும். கவிஞர்கள் சில மேசைகளில் அமர்ந்து தங்களுடைய பாடல் வரிகளை உச்சரித்துக்கொண்டிருப்பார்கள். அறிஞர்கள் மற்றவர்களுடன் விவாதத்தில் ஈடுபட்டிருப்பார்கள்.

ஜமா மசூதியின் படிக்கட்டுகளில் கதைசொல்லிகள் தங்களுடைய வேலையை ஆரம்பித்திருப்பார்கள். அது சிறிய இடைவெளியுடன் ஏழு அல்லது எட்டு மணிநேரங்கள் வரைகூட நீளக்கூடியது. இந்தக் கதைகளில் எல்லாம் மிகவும் பிரபலமானது *தஸ்தான் இய்-அமீர் ஹம்ஸா* ஆகும். ஒரு குறிப்பிடத்தகுந்த ரொமாண்டிக் காவியமான அது பலவிதப்பட்ட கதைகள், சொல்கதைகள், மதம்சார் உரையாடல்கள் மற்றும் பழைய நகைச்சுவைக் கதைகள் ஆகியவற்றை உள்ளடக்கியிருக்கும் என்பதுடன் அவை இறைத்தூதரின் மாமாவாகிய ஹம்ஸாவின் பயணக் கதைகளைச் சுற்றி பல காலகட்டங்களாக உருவானதாகும். ஒருகட்டத்தில் அந்தக் கதைகளுக்கு இருந்திருக்கக்கூடிய உண்மையான பின்னணி பல நூற்றாண்டுகளாக துணைக்கதைகள் மற்றும் டிராகன்கள், அசுரர்கள், சூனியக்காரர்கள், இளவரசர்கள் மற்றும் மாயாவித்தைக்காரர்கள் பயணிப்பதற்கு பயன்படுத்தும் பறக்கும் கம்பளங்கள், பறக்கும் பானைகள் போன்றவற்றுடன் *ஹம்ஸா*வில் நிரம்பியிருந்தது.

முழு அளவில், இந்தக் கதையானது பெரிய அளவுக்கு இருபதனாயிரம் தனிக் கதைகளைக் கொண்ட பெரும் தொகுப்பாக வளர்ச்சிபெற்றது. இந்தக் கதைகளை சொல்லிமுடிக்க இரவு முழுவதுமான பொழுதுகளாக பல வாரங்கள் ஆகும். அச்சிடப்பட்ட பதிப்பு நாற்பத்தாறு தொகுதிகளாக நிரம்பியிருந்தது. அழகிய, துணிச்சலான மற்றும் மாண்புமிக்க ஹம்ஸாவைப்பற்றியும், அவருடைய அழகான பாரசீக இளவரசிக் காதலிகள் மற்றும் ஹம்ஸாவின் பயங்கரமான சூனியக்கார சாத்தானிய எதிரி ஜுஃம்முருத் ஷாவைப் பற்றியும் சொல்லிக் கொண்டிருக்கும் *தஸ்தான்-கோ*-வைச் சுற்றி பார்வையாளர்கள் கூடியிருப்பர். படிக்கட்டின் மற்றொரு பக்கத்தில் பிரபலமான கெபாப் சுடுபவரான ஜனி தன்னுடைய கரித்துண்டு நெருப்பை இப்போது கிளறிக் கொண்டிருப்பார். டெல்லிவாசிகள் வெளியில் இருந்து வந்திருக்கும் தங்களுடைய பார்வையாளர்களை ஆச்சரியப்படுத்துவதற்கு ஜனி தன்னுடைய கெபாப்களை ஊறவைக்கும் 'காரமான மிளகாய்ப் பானை' பற்றி அவர்களிடம் சொல்லாமலேயே அங்கு சாப்பிட அழைத்துவரும் பழக்கத்தைக் கொண்டிருந்தனர். மௌலவி முகம்மது பக்காரின் மகனும் இளம் கவிஞருமான ஆஸாத் நகரத்திற்குப் புதியவரான ஒருவரின் கதையை விவரித்திருக்கிறார். 'நாள் முழுவதும் சாப்பிடாமல் இருந்த நகரத்திற்கு புதியவரான ஒருவர் தன்னுடைய தாடைகளை அகலத்திறந்து அதில் கெபாப்பை போட்டார். உடனே, அது

ஏதோ அவருடைய மூளைதான் துப்பாக்கியால் வாய்க்கு வெளியே இருந்து வந்துவிட்டதோ எனும்படி ஆகிவிட்டது. அவர் ஊளையிட்டபடியே பின்னால் சாய்ந்தார். [ஆனால், அவரை அழைத்துவந்த டெல்லிவாசிகள் அவரிடம்] "இந்த நறுக்கென்ற சுவைக்காகத்தான் இங்கே வாழ்ந்து கொண்டிருக்கிறோம்" என்று கூறியிருக்கின்றனர்.'[77]

பெரும்பாலான பிரிட்டிஷார் முன்னதாகவே தங்களுடைய படுக்கைகளில் போர்த்திச் சுருண்டிருக்கும் நேரமான இரவு 10.30க்கு முன்பாக தன்னுடைய இரவு உணவைத் தொடங்கிடாத ஜாஃபர்கூட தன்னுடைய உணவில் சிறுமிளகாயைச் சேர்த்துக்கொள்வதில் விருப்பம் கொண்டிருந்தார். சுட்ட கவுதாரி, மான்கறி, ஆட்டு சிறுநீரகங்கள் ஆகியவற்றுடன் *ஷிர் மால், யாக்னி* எனப்படும் ரொட்டிகள், மீன் கெபாபுகள் மற்றும் ஆரஞ்சு பழங்களுடன் சமைக்கப்பட்ட உணவு ஆகியவை ஜாஃபரின் விருப்பமான உணவு வகைகள், இருப்பினும் விழாக்காலங்களில் செங்கோட்டையின் சமையலறைகள் முகலாய சமையலின் மலைக்கவைக்கும் அளவிலான வகை வகையான உணவுகள் பிரமாண்டமான அளவுகளில் சமைக்கப்படும். ஒரு விருந்தில் இருபத்தி ஐந்து வகையான ரொட்டிகள், இருபத்தி ஐந்து வகையான புலாவ்கள் மற்றும் பிரியாணிகள், மசாலா பொருள்கள் கொண்ட இருபத்தி ஐந்து வகையான சுட்ட கறிகள், ஐம்பது வகையான பிட்டுகள் மற்றும் குறிப்பிடத்தகுந்த வகையிலான பல்வேறு ஊறுகாய்கள் என எல்லாமும் பாடகர்கள் பாடிக்கொண்டிருக்கும் கஸல் ஒலிகளுக்கு ஏற்ப உண்ணப்படும். அதேநேரத்தில் கஸ்தூரி, குங்குமப்பூ, சந்தனம் மற்றும் பன்னீரின் மணம் காற்றில் நிரம்பியிருக்கும் என *பாஸிம் இய்-அக்கிர்* விவரிக்கிறது.[78]

உணவுவகை எதுவாக இருந்தாலும் அதில் ஜாஃபருக்கு பலமான மசாலா சேர்ந்திருக்க வேண்டும் - அவருடைய நண்பரும், பிரதம மந்திரியும், தனி மருத்துவருமான ஹகீம் அஷானுல்லா கான் 1852 ஆகஸ்ட் மாதத்தில், ஜாஃபருக்கு தொடர்ச்சியாக ஏற்பட்ட செரிமானக் கோளாறுகளைத் தொடர்ந்து அவர் 'கேயென் மிளகை' சாப்பிடக்கூடாது என்று தடைவிதித்தபோது அவர் மிகவும் மனமுடைந்துபோனார்.[79] ஜாஃபரின் பிற மகிழ்ச்சிகளுள் ஒன்று மாம்பழ ஜாம், அதுவும்கூட அவர் அதை மிதமிஞ்சிய அளவில் எடுத்துக்கொண்டால் வயிற்றுப்போக்கை ஏற்படுத்தும் என்று ஹகீமால் தடைசெய்யப்பட்டது. ஜாஃபர் தொடர்ந்து அவருடைய அறிவுரையை ஏற்க மறுத்து, மோசமான வயிற்றுப் பிரச்சினைகளால் அவதிப்பட்டபோது அந்த ஹகீம், 'மிகவும் எரிச்சலுற்று, அரசர் இப்படியே நடந்துகொண்டால் தான் உடனடியாக அந்த வேலையில் இருந்து விலகிவிடுவதாக கூறியிருக்கிறார்.' மாட்சிமை பொருந்தியவர் இதற்காக வருத்தம் கோரியதுடன் இனிமேல் சுயக் கட்டுப்பாட்டுடன் இருப்பதாகவும் வாக்களித்தார்.[80]

காலிப்பிற்கு மாலைப்பொழுதுகள்கூட மாம்பழம் சம்பந்தப்பட்ட மகிழ்ச்சிகளில் திளைத்திருப்பதுதான், குறிப்பாக அருமையான சிறிய, இனிப்பான ச்சாஸா மாம்பழத்தின் சுவையை கடந்தகாலத்திலும் நிகழ்காலத்திலும் அவர் வேறு பல குறிப்பிடத்தகுந்த டெல்லிவாசிகளுடன் பகிர்ந்துகொண்டிருக்கிறார். ஒரு கூட்டத்தில், ஒரு சிறந்த மாழ்பழத்திற்கு எத்தகைய குணங்கள் இருக்கவேண்டும் என ஓர் அறிவுஜீவிகள் குழு விவாதித்துக்கொண்டிருந்தது. ‘என்னுடைய பார்வையின்படி, மாம்பழங்களுக்கு இரண்டே சாராம்சங்கள்தான் உள்ளன - அவை இனிப்பாக இருக்க வேண்டும், அதுவும் ஏராளமாக இருக்க வேண்டும்’ என்று கூறியிருக்கிறார் காலிப்.[81] தன்னுடைய முதிய வயதில் தனது விருப்பத்திற்குரிய பழத்திற்கு உண்டான பசியைத் தான் இழந்து கொண்டிருப்பது பற்றிக் கவலைப்பட்ட அவர் தன்னுடைய கவலைகள் குறித்து ஒரு நண்பருக்கு எழுதவும் செய்திருக்கிறார். தன்னுடைய செய்தித்தொடர்பாளரிடம் கூறியுள்ளபடி, அவர் மாலை உணவுகளை சாப்பிடுவதில்லை. ‘அதற்குப் பதிலாக வெப்பமான கோடைக்கால இரவுகளில் என்னுடைய உணவு முற்றிலும் செரித்தவுடன் மாம்பழங்களை சாப்பிட உட்கார்ந்துவிடுவேன். அபரிமிதமான அளவில் என்னுடைய வயிறு பருத்துப்போய், மூச்சுவிட முடியாத அளவுக்கு அவற்றை சாப்பிடுவேன். இப்போதும்கூட அதே நேரத்தில்தான் அவற்றைச் சாப்பிடுகிறேன். ஆனால் பத்து பனிரெண்டுக்கு மேலாக அல்லது அவை அளவில் பெரியதாக இருந்தால் ஆறு அல்லது ஏழுக்கு மேலாக சாப்பிட முடிவதில்லை.’*[82]

இருளின் போர்வைக்காக காலிப்பிற்கு மற்றொரு பெரிய மகிழ்ச்சியும் இருந்தது. ‘உணவகத்தில் பதினேழு சிறந்த ஒயின் பாட்டில்கள் இருக்கின்றன. அதனால் நான் பகல் முழுவதும் படிப்பேன். இரவு

* ஒரு பிரபலமான கதை இருக்கிறது. ஒருநாள் மாம்பழங்கள் பழுத்துக் காணப்படும் காலகட்டத்தில் ஜாஃபருடன் செங்கோட்டையில் உள்ள மெஹ்தாப் பாகில் காலிப் நடந்து சென்றுகொண்டிருந்தார். அந்த மாம்பழங்கள் அரச குடும்பத்திற்காக ஒதுக்கி வைக்கப்பட்டிருந்தன. ஆனால் அவர்கள் நடந்துகொண்டிருக்கையில் பெரும் கவனக் குவிப்புடன் காலிப் தொங்கிக்கொண்டிருந்த அந்த மாம்பழங்களையே தலையைத் தூக்கிப் பார்த்துக் கொண்டிருந்தார். ‘அரசர் அவரிடம் கேட்டார் “மிர்ஸா, மிகவும் கவனமாக எதைப் பார்த்துக் கொண்டிருக்கிறாய்?” அதற்கு காலிப் தன்னுடைய கைகளை கட்டியபடியே, “பிரபு, ஒரு பழங்கால கவிஞன் எழுதியிருக்கிறான்

ஒவ்வொரு பழத்தின் மீதும் தெளிவாக விதிமுறைப்படி எழுதப்பட்டுள்ளது, இது
3 என்பவரின் மகனாகிய 2 என்பவரின் மகனாகிய 1 என்பவரின் சொத்து என்று!

அதனால்தான் இங்கிருக்கும் எவற்றிலாவது என்னுடைய பெயரோ அல்லது என்னுடைய அப்பா மற்றும் தாத்தாவின் பெயராவது எழுதப்பட்டிருக்கிறதா என்று பார்க்க முயற்சிக்கிறேன்” என்று கூறினார். இதற்கு புன்னகைத்த அரசர் அன்றே ஒரு பெரிய கூடையில் சிறந்த மாம்பழங்களை அவருக்கு அனுப்பி வைத்தார்.’ பார்க்க: *Ralph Russell and Khurshid Islam, Ghalib: Life and Letters, New Delhi, 1994, p. 98.*

முழுவதும் குடிப்பேன்' என்று தன்னுடைய முழுமை குறித்த கருத்தாக்கத்தை விவரித்து ஒரு நண்பருக்கு எழுதியுள்ளார் அவர்.[83]

காலிப் தன்னுடைய மாம்பழங்களை சாப்பிட்டுவிட்டு ஒயின் பாட்டிலை தேடிச் செல்லும்போது,* இரவு நேரத்தில் முஹல்லாவின் வாயில்கள் சாத்தப்படுவதற்கு முன்பாக கிராமங்களில் உள்ள தங்கள் வீடுகளுக்குச் சோர்வுற்ற தொழிலாளர்கள் புறப்பட்டிருப்பார்கள். சாலிகிராம் போன்ற கடன்தாரர்கள் சாந்தினி சௌக்கில் உள்ள தங்களுடைய கடைகளை இறுதியாக மூடத் தொடங்கியிருப்பார்கள். அதனால் கோட்டையின் இரவு உணவுக்கான நேரமும் நெருங்கியிருக்கும். இது ஜாஃபரின் ஹுக்கா கொண்டுவரப்படுவதற்கான சமிக்ஞை. பின்னர் இரவுநேர கேளிக்கை தொடங்கும். இது பலதரப்பட்ட வடிவங்களில் இருக்கும். தன்ராஸ் கானின் கஸல்கள், சாரங்கி வாத்தியக்குழுவின் இசை அல்லது அரசவை கதைசொல்லிகள் கதைசொல்வது மற்றும் கோட்டையைச் சேர்ந்த நடனப் பெண்களின் நிகழ்ச்சி. இவர்கள் எல்லோரிலும் மிகவும் பிரபலமானவர், ஜாஃபரின் விருப்பத்திற்குரிய பார்வையற்ற சிதார் இசைக்கலைஞரான ஹிம்மத் கான் ஆவார். 'துருபதத்தில் (இசை வகைமை) இவருக்கு அருகாமையில்கூட யாரும் வரமுடியாது' என்று கருதினார் சர் சயீத் அஹமது கான்.

> *அக்பரின் மகத்தான இசைக்கலைஞரான தான்ஸேன் மட்டும் உயிருடன் இருந்திருந்தால் அவர் இவருக்கே ஒரு தன்னடக்கம் வாய்ந்த மாணாக்கராகத்தான் இருந்திருப்பார். எல்லா மூலையில் இருந்தும் ஆட்சியாளர்கள், முக்கியஸ்தர்கள் என பலரும் அவரைத் தங்கள் சேவைக்கு அழைத்தனர். பெரும் பணத்தை கொட்டிக் கொடுத்தனர். ஆனால், அவர் டெல்லியில் இருந்து நகர மறுத்துவிட்டார். சுயகட்டுப்பாடும், சுயதிருப்தியும் கொண்டுள்ள இந்த இடம்தான் ஒரு கலைஞனை பாதுகாத்திடும் இடம் என அவர் நினைத்தார். ஷாஜகானாபாத்திற்கு வரும் தனித்துவமானவர் என்று சொல்லப்படும் எந்த ஒரு பாடகரும் அவருடைய இசையின் ஒரே ஒரு கோர்வையை மட்டும் கேட்டாலே தங்களுடைய சுர் மற்றும் தால் [ராகம் மற்றும் தாளம்] ஆகியவற்றை மறந்துவிட்டு அவருடைய காலடித் தூசியை எடுத்து நெற்றியில் இட்டுக்கொள்வார்கள். அவருடைய உள்ளார்ந்த வலியும், மகிழ்ச்சியுமான புனித ஞானம் அவருடைய தனித்துவமான, சுயஅழிவுப் பாடலில் பெருக்கெடுத்து ஓடும்.[84]*

* பல எழுத்தாளர்களைப் போல் காலிப்பும் பகல் நேரத்தில் குடிப்பதை முற்றிலுமாக தவிர்த்தவரில்லைதான். ஆனால் குடிக்கவேண்டும் என்ற தூண்டுதல் ஏற்படும் சமயங்களில் அதனை பன்னீரில் கலந்து வைத்துக்கொண்டு, எழுதும்போது ஒவ்வொரு மிடறாக மெதுவாக குடிப்பார்.

ஜாஃபருக்கு அமைதி தேவைப்படுகின்ற மற்ற சமயங்களில் அவருடைய மிகப்பெரிய மகிழ்ச்சிகளுள் ஒன்று நிலவு தோன்றும்வரை காத்திருக்கும் சமயத்தில் சதுரங்கம் ஆடுவதாகும். பிற சமயங்களில் இரவு உணவுக்குப் பின்னர் வெறுமனே அமர்ந்தபடி 'நிலவொளியை ரசித்துக் கொண்டிருப்பார்.'[85]

இரவு வெகுமுன்பாகவே ஜாஃபர் மகிழ்ச்சியடைய விரும்பினால் - அதாவது நள்ளிரவில் முடிந்துவிடக்கூடியது என்றால் - பாடகர்கள் அவருடைய படுக்கையறைக்கே வந்துவிடுவார்கள். அங்கே திரைச்சீலைக்கு பின்னால் இருந்தபடி அவர்கள் பாடிக்கொண்டிருக்க, அவருடைய மஸாஜ் செய்பவர்கள் அவர் தலையிலும் காலிலும் தங்கள் பணியை செய்துகொண்டிருப்பார்கள். அபிசீனிய காவலாளிகள் கதவருகில் காவல் காப்பார்கள்.[86] 1852 இல், தன்ராஸ் கான் அவமரியாதையுடன் நடத்தப்பட்டதால் 'கானம் பாடகி' என்று குறிப்பிடப்படும் பெண்ணுக்கு ஜாஃபர் முன்னுரிமை அளித்தார்.[87] சிலநேரங்களில் இந்தப் பெண்கள் அவருடைய படுக்கையறை திரைச்சீலைக்கு பின்னால் இருந்தும் வருவார்கள். ஜாஃபரின் கடைசி திருமணங்களுள் ஒன்று பாடகியாகிய மான் பாய் என்பவருடன் நடந்தது. பின்னாளில் அக்தர் மஹல் என்றும் அழைக்கப்பட்ட அவரை 1847 இல் ஜாஃபர் திருமணம் செய்தபோது அவருடைய வயது எழுபத்தி இரண்டு.

இதுபோன்ற இரவுகளில் ஜாஃபர் சீக்கிரமாகவே படுக்கைக்கு சென்றுவிடும்போது, கோட்டையில் எல்லாம் அமைதியடைந்திருக்கும் என்பதால் இளவரசர்கள் பலரும் அப்போதுதான் நகரத்திற்கு கிளம்புவார்கள். சிலர் சாவுரி பஜாரின் கோத்திக்களுக்கு காதலிகளைப் பார்க்கச் செல்வார்கள். அங்கு மேல்தளத்தில் இருக்கும் கிராதிகளுக்கு பின்னால் இருந்தபடி விளக்குகளையும், நடன அசைவுகளையும் காண முடியும், தபலா மற்றும் பாடலின் ஒலியை சாந்தினி சௌக் வரையிலும் கேட்க முடியும். 'பெண்கள் பளபளப்பாக ஆடையணிந்து நேரடியாகவோ அல்லது தரகர்கள் வழியாகவோ ஆண்களின் கவனத்தைக் கவரும் மையப்புள்ளிகளில் நின்று கொண்டிருப்பார்கள். பெருங்காமமும், புலனின்ப வேட்கைக்குமான ஒரு சூழல் அங்கே நிலவும். இரவுகளில் அங்கே கூடுபவர்கள் அதில் தங்களை அமிழ்த்திக்கொள்வார்கள்' என்று குறிப்பிட்டுள்ளார் ஒரு பார்வையாளர்.[88] டெல்லியின் ஆசைநாயகிகளுடைய அழகும், அவர்கள் ஆண்களை மயக்குவதும் பெயர்பெற்று விளங்கிய ஒன்று. ஒரு நூற்றாண்டுக்கு முன்பு வாழ்ந்த பிரபலமான ஆசைநாயகி அத் பேகம் என்பவரைப்பற்றி மக்கள் அப்போதும் பேசிக்கொண்டார்கள். விருந்துகளில் முழு நிர்வாணமாக தோன்றுவதற்கு அவர் பெயர்பெற்றிருந்தார். ஆனால், யாரும் கவனிக்க முடியாதபடி சாமர்த்தியமாக வர்ணம் பூசியிருப்பார். 'உண்மையிலேயே அமைந்திருப்பது என தோன்றும் வகையில் பைஜாமாக்கள் பாணியில்

தன்னுடைய கால்களில் ஓவியம் தீட்டிக்கொண்டிருப்பார். மணிக்கட்டுப் பகுதியில் உடையணிந்திருப்பது போன்றே பூக்கள் மற்றும் பூவிதழ்களால் வரைந்திருப்பார்.' அவருடைய பெரும் போட்டியாளர் நூர் பாய் என்பவராவார். ஒவ்வொருநாள் இரவும் அவருடைய வீட்டிற்கு வெளியே கூடும் முகலாய மேதகையினரின் யானைகளால் அந்தத் தெருவே அடைபட்டுவிடும் எனும் அளவிற்கு அவர் பெயர்பெற்றிருந்தார். ஆயினும், மிகமூத்த மேதகையினர்கூட 'அவர் ஏற்றுக்கொள்ளும் வகையில் பெரும் பணத்தை அனுப்பிவைப்பார்கள். அவருடைய காதலைப் பெற்றவர்கள் அவருடைய தேவைகளின் சுழலில் சிக்கிவிடுவார்கள். பின்னர் அவருடைய வீட்டைத்தான் அவர்கள் பெயர்த்துவந்து தரவேண்டியிருக்கும். ஆனால், அவருடன் இருப்பதன் சந்தோஷம் அவருக்கு வேண்டியதை செய்துகொடுக்கும் அளவுக்கு வசதி இருக்கும்வரையே நீடிக்கும்.'[89]

இருப்பினும், 1852 இல் ஸாக்கும் காலிப்பும் தங்களுடைய புலமையின் உச்சத்தில் இருந்தபோது பெரும் கவர்ச்சியாக திகழ்ந்தது ஆசைநாயகிகள் அல்ல. கவிஞர்களின் *முஷைராக்*களே கவர்ந்திழுத்தன. குறிப்பாக, அஜ்மீரி வாயிலுக்கு சற்று வெளியில் இருக்கும் பழைய டெல்லி கல்லூரியின் முற்றத்தில் கூடுகிறவர்கள் அல்லது முஃப்தி சத்ருதீன் அஸுர்தாவின் மாளிகையில் கூடுகிறவர்களை அவைகளே கவர்ந்திழுத்தன.

ஃபர்ஹத்துல்லா பெய்கின் *டெஹ்லி கி அக்ரி ஷாமா (டெல்லியின் கடைசி முஷைரா)* என்பது புனைவாக்கப்பட்ட, ஆனால் ஜாஃபரில் டெல்லியில் நடந்த கடைசி மகத்தான *முஷைராக்*களில் என்னவெல்லாம் விவாதிக்கப்பட்டது என்பது பற்றிய சிறந்த விவரங்களைத் தருகிறது. சர் டேவிட் ஆச்டர்லோனியின் விதவை பீபியான முபாரக் பேகத்தின் ஒளியூட்டப்பட்ட முற்றத்தில் அரசமாளிகையைச் சேர்ந்த கவிஞர் - இளவரசர்களும், அஸுர்தா, மோமின், ஸாக், ஆஸாத், தாக், ஷாபாய், ஷெஃப்தா, மிர் உள்ளிட்ட நாற்பது கவிஞர்களும், பிரபல மல்யுத்த வீரரான யால் மற்றும் காலிப் உள்ளிட்டோரும் கூடியிருப்பர். அதில் கடைசி வெள்ளை முகலாயரான அலெக்ஸ் ஹெதர்லியும் உண்டு. 'உருது மொழியின் சிறந்த கவிஞர்களுள் ஒருவர்' என ஒரு விமர்சகரால்[90] குறிப்பிடப்பட்ட அவர் ஸ்கின்னர்களின் உறவினரும், எலிஸபெத் வேகன்டிரைபரின் ஒன்றுவிட்ட உறவினரும் ஆவார்.

> *அந்த முற்றம் நிரம்பி வீட்டின் பீடம் வரையில் கூட்டம் நிறைந்திருக்கும். மரப்பலகைகளில் பருத்தி ஜமுக்காளங்கள் விரிக்கப்பட்டிருக்கும். அந்த மாளிகையே ஒரு குவிமாட விளக்காக மாறிப்போகும் அளவுக்கு அங்கே கூரையில் தொங்கும் கூண்டு விளக்குகள், மெழுவர்த்தி தாங்கிகள், சுவர் விளக்குகள், தொங்கும் விளக்குகள் மற்றும் சீனக் கைவிளக்குகள் அபரிமிதமான அளவுக்கு காணப்படும். கூரையில் நடுவே மல்லிகைப் பூக்களால் அலங்கரிக்கப்பட்டிருக்கும். அந்த மாளிகை முழுக்கவே கஸ்தூரி,*

மஞ்சள் மற்றும் கத்தாழைகளின் மணம் நிரம்பியிருக்கும். கம்பளத்திற்கு நெடுக ஒரு குறுகிய இடைவெளியில் பளபளப்பான ஹுக்காக்கள் ஏற்பாடு செய்யப்பட்டிருக்கும்.

உட்காருவதற்கான முறையும் ஏற்பாடு செய்யப்பட்டிருக்கும் என்பதால் லக்னோ அரசவையுடன் சம்பந்தப்பட்டவர்கள் தலைமைக் கவிஞரின் வலதுபுறத்தில் உட்கார நிர்ணயிக்கப் படுவார்கள். இடதுபுறத்தில் டெல்லி குருக்களும் அவர்களுடைய மாணாக்கர்களும் அமர்ந்திருப்பர். கோட்டையில் இருந்து வந்திருப்பவர்கள் தங்களுடைய கையில் இறகுப்பேனாக்களை வைத்திருப்பார்கள். அந்த நேரத்தில் கவுதாரி மற்றும் சேவல் சண்டையின் மீதான ஈர்ப்பு மிகவும் வலுப்பட்டிருந்ததும் அதற்கு ஒரு காரணம்.[91]

மிகவும் சிக்கலான கவிதை அளவும், அசையின் வடிவங்களும் முன்னதாகவே நிர்ணயிக்கப்பட்டுவிடும். பங்கேற்பாளர்களில் பலரும் ஒருவரை ஒருவர் அறிவார்கள். நட்புரீதியான போட்டிகள் ஊக்குவிப்பட்டன. ஹுக்காக்களும், பான் மற்றும் இனிப்புகளும் கைமாறி சென்றுகொண்டிருக்கும். பின்பு தலைவர் - இந்த இடத்தில் மிர்ஸா ஃபக்ரு - *பிஸ்மில்லா கூறுவார்,*

இந்த அறிவிப்பின்போது குண்டூசி விழுந்தால்கூட கேட்டுவிடும் அளவுக்கு அமைதி நிலவும். அவையில் கூடியிருக்கும் விருந்தினர்கள் தங்களுடைய இறகுப்பேனா பையில் பேனாக்களை வைத்து அதனை இருக்கைகளுக்கு பின்னால் வைத்துவிடுவார்கள். தண்ணீர் குழாய்களை நீக்கிவிடும் சேவகர்கள் அவற்றின் இடத்தில் [வெற்றிலை போடுபவர்களுக்காக] எச்சில் தொட்டிகளை வைப்பார்கள். வெற்றிலையுடன் கஸ்தான்கள் மற்றும் வாசனைப் பொருள்கள் கொண்ட தட்டுகள் ஒவ்வொரு விருந்தினருக்கு முன்பாகவும் வைக்கப்படும். அதேநேரத்தில் அரசரின் தனிப் பிரதிநிதி அரசரின் கஸல்களுடன் அங்கு வந்துசேர்வார். அவருடன் சில அறிவிப்புகளும் சேர்ந்துவரும். அவர் அந்த கஸலை படிப்பதற்கு அனுமதி கேட்பார். மிர்ஸா ஃபக்ரு தன்னுடைய அனுமதிக்கு தலையசைப்பார்.

இந்த இடத்தில் இருந்துதான் கவிஞர்கள் தங்களுடைய உச்சாடனத்தை தொடங்குவார்கள். ஈரடிச்செய்யுள்களை முன்னும் பின்னுமாக கொண்டுபோவார்கள். பாதி பாடியபடியும், பாதி உச்சாடனம் செய்தபடியும் இருக்க அவர்களின் புத்திகூர்மை அல்லது நேர்த்தியான வரிகளுக்கான பாராட்டுதலையும் பெறும்போது அந்தக் கனத்த அமைதியில் மனநிறைவை

உணர்வார்கள். இந்தப் பாடல் படிப்பது விடியும்வரை தொடரும். அப்போதுதான் அந்த இரவை உச்சத்திற்கு கொண்டுசெல்லும் வகையில் ஸாக்கும் காலிப்பும் தங்கள் முறைக்கு வருவார்கள். ஆனால், அதற்கும் வெகுமுன்னரே, வடக்கில் இருந்து காலைநேர சங்கொலி தொலைவில் கேட்டுவிடும். இரண்டு மைல்கள் தள்ளியிருக்கும் பிரிட்டிஷ் ராணுவக் குடியிருப்புகளில் மிகவும் மாறுபட்ட அன்றைய தினம் தொடங்கும்.

1852 ஆம் ஆண்டில்தான் பிரிட்டிஷாரும் முகலாயர்களும் ஒரு அசௌகரியமான சமநிலையில் இருப்பதை உணர்ந்தார்கள். சமநிலைக்கு எதிர்நிலையில் இருந்தாலும் இணையானவர்களாகவே வாழ்ந்துவந்தார்கள். அடுத்த வாரிசு யார் என்ற பதற்றம் நிலவியபோதிலும், மிர்ஸா ஃபக்ருவின் வாரிசுரிமையை ஜீனத் மஹல் எதிர்த்தபோதிலும் அரண்மனைக்கும் ஆளுநர் மாளிகைக்கும் இடையில் ஒரு தற்காலிக போர்நிறுத்தம் பின்பற்றப்பட்டு வந்தது.

இருப்பினும், இந்தச் சமநிலையானது 1853 இல் மிகவும் திடீரென்று ஏற்பட்ட தொடர்ச்சியான மரணங்களால் நிலைகுலைந்து போனது. அந்த வருடத்தின் முடிவில், மிர்ஸா ஃபக்ருவுடன் வாரிசுரிமை உடன்பாட்டில் கையெழுத்திட்ட மூன்று பிரிட்டிஷ் அதிகாரிகளும் மர்மமான சூழ்நிலைகளில் மரணமடைந்தனர். இவர்களில் மிகவும் மர்மமானது - அவருக்கு சிகிச்சையளித்த மருத்துவர்களின் கூற்றுப்படி விஷமளிக்கப்பட்டதாக கூறப்பட்ட - மெதுவாகவும், நீண்டகாலமாகவும் நடந்தேறிய சர் தாமஸ் மெட்கால்ஃபின் மரணம்.

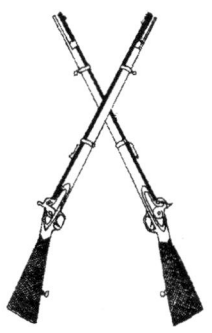

4
நெருங்கிவந்த புயல்

1853 ஆம் ஆண்டு கோடைக்காலத்தின் முடிவில் சர் தாமஸ் தனக்கு விஷமளிக்கப்பட்டதாக சந்தேகப்படத் தொடங்கினார்.

அவர் சாதாரணமாக உடல்நலக்கோளாறினால் பாதிப்புக்குள்ளாகும் மனிதர் அல்ல. கவனத்துடன் முறைப்படுத்தப்பட்ட திட்டப்படியான வாழ்க்கைமுறையில் இருந்து விலகாதது, மிதமான அளவு உணவு உண்பது மற்றும் அரிதாகவே வெளியில் செல்வது அல்லது எப்போதாவது மட்டுமே நீண்டநேரம் வெளியே தங்கிவிடுவது ஆகியவற்றால் அவர் திடகாத்திரமனவராகவும் ஆரோக்கியத்துடனுமே இருந்தார். பின்னர், 1853 ஆம் ஆண்டு பருவமழைத் தொடங்கியபோது திடீரென்று அவர் மிகப்பயங்கரமான முறையில் நோயுற்றுவிட்டதாக நினைத்தார். அதன்பின்னர் அவருக்கு வாந்தி வரத்தொடங்கிவிட்டது. ஒரு வார முடிவில் தன்னால் எந்த உணவையும் சாப்பிட முடியவில்லை என்பதை உணர்ந்தார். இந்த வேகத்தில் அவர் நோய்வாய்ப்படுவதைக் கண்டு அவருடைய மகள் எமிலி பயந்துபோனார். ‘அவர் மெலிந்துபோய் உடல்நலமற்று காணப்பட்டார் - மிகவும் வெளிறிப்போயிருந்தார்’ என்று அவரைப் பார்த்தபின்னர் அவர் எழுதியுள்ளார். ‘அவர் தொடர்ந்து நோயால் பாதிக்கப்படுகிறார் - தண்ணீர் தண்ணீராக எரிச்சலுடன் வாந்தியெடுக்கிறார். அவருடைய முகத்தில் பெரியம்மைத் தழும்புகள் காணப்படுகின்றன. பொதுவாகவே அமைதியான சுபாவமுள்ள அவர் இப்போது நிறையவே கத்துகிறார். அவர் நோயுற்றிருக்கிறார் என்பது சுலபமாகத் தெரிகிறது என்றாலும் அவர் எந்த வலியாலும் இதுவரை பாதிக்கப்பட்டதேயில்லை.’[1]

முந்தைய டிசம்பர் மாதத்தில்தான் அவருடைய குடும்பம் முழுவதும் மெட்கால்ஃபின் வீட்டில் ஆர்ப்பரிக்கும் மரநெருப்புக்கு மத்தியில் டெல்லியில் கிறிஸ்துமஸை கொண்டாடுவதற்காக கூடியிருந்தனர். தியோவும் அங்கே இருந்தார். வழக்கத்திற்கு மாறாக, தன்னுடைய

கணவர் டெல்லிக்கு மாற்றப்பட்ட பின்னர் சிம்லாவிலேயே தங்கிவிடுவது என்றிருந்த அவருடைய மனைவி சார்லெட்டும் அங்கு வந்திருந்தார். மெட்கால்ஃப் வீட்டிற்கான இந்தப் பயணத்தின்போதுதான் அவர்களுடைய முதல் குழந்தையைக் கர்ப்பம் தரித்திருந்தார். மேலும் அந்த வீட்டில் ஜியார்ஜினாவும் இருந்தார். எட்வர்ட் கேம்ப்பலுடன் தொடர்புகொள்ள தன்னுடைய தந்தையை வற்புறுத்தும் வகையில் அவர் மேற்கொண்ட உண்ணாவிரதப் போராட்டம் இறுதியில் அவர் விரும்பிய முடிவை அடைந்திருந்தது. அதற்குப் பின்னர் கொஞ்சநாளிலேயே அவர் சர் எட்வர்டின் திருமணக் கோரிக்கையை ஏற்றுக்கொண்டார். ஜியார்ஜினாவின் மகிழ்ச்சி மற்றும் மீதமுள்ள குடும்பத்தினரின் மனநிம்மதிக்காக அவருடைய தந்தை இறுதியாக தன்னுடைய ஒப்புதலைத் தந்திருந்தார். ஜியார்ஜினாவின் மூத்த சகோதரி எமிலியும் டெல்லியில் இருந்தார். கங்ராவில் இருந்து வந்திருந்த அவர் தன்னுடைய புதிதாக பிறந்த குழந்தை ஆன்னி மற்றும் கணவர் எட்வர்ட் ஆகியோருடன் வந்திருந்தார். எட்வர்ட்டிற்கு அப்போதுதான் மிகவும் வேண்டப்படும் வேலை கிடைத்திருந்தது. அதாவது குளிர்ச்சியான அழகிய மலைப்பிரதேசத்தின் ஆணையர் ஆகியிருந்தார் அவர். 'ஒரே ஒருமாத விடுமுறைக்காக இது மிக நீண்ட பயணம்' என்று எழுதினார் எமிலி.

> *ஆனால், நாங்கள் வந்துதான் ஆகவேண்டும் என்று அப்பா முடிவுசெய்துவிட்டார். எங்களுக்கு அங்கே மிக மகிழ்ச்சியான சந்திப்பு நிகழ்ந்தது, அது ஒரு மிக மகிழ்ச்சியான கிறிஸ்துமஸ்... அன்பிற்கினிய அப்பா தன்னுடைய பேரன்களால் மிகுந்த பெருமையடைந்தார். மோட்டி ஆன்னிதான் [எமிலியின் பெண் குழந்தை] அவர் பார்த்ததிலேயே மிகவும் அழகான குழந்தை. உண்மையில், அவள் மிகவும் நேசத்திற்குரிய குழந்தை. வீட்டில் வேறு சில விருந்தினர்களும் இருந்தனர். எல்லோருமாக சேர்ந்து மிகப்பெரிய விருந்தைக் கொண்டாடினோம். அது மிகவும் மகிழ்ச்சியான ஒன்று. அப்பா மிகவும் நன்றாக இருக்கிறார். ஒரே நேரத்தில் அவருடைய நிறைய பிள்ளைகள் அங்கே இருந்ததால் உற்சாகத்துடன் காணப்பட்டார். காலநிலை அருமையாக இருந்ததால் நிறைய குதிரையேற்றம், வண்டியோட்டம் மற்றும் பிக்னிக்குகளுக்கு சென்றோம். இரவு விருந்துகளும் நடந்தன. ஆனால் என்ன! இதுதான் கடைசி கிறிஸ்துமஸ்.*[2]

கொண்டாட்டம் நடந்துகொண்டிருந்தபோதே தான் மிகவும் நம்பிக்கை வைத்திருக்கும் மிர்ஸா ஃபக்ருவுடனான ரகசிய உடன்படிக்கையின் விவரங்களை எமிலியிடமும் அவருடைய கணவரிடமும் சர் தாமஸ் கூறிவிட்டார்.

வெளியுறவு செயலாளர் சர் ஹென்றி எலியட், லெப்டினெண்ட் கவர்னர் மிஸ்டர் தாமேஸன் மற்றும் டெல்லி ஆளுநரான என்னுடைய தந்தை, சர் தாமஸ் ஆகியோர் வழியாகத்தான் இந்தப் பேரங்கள் நடத்தப்பட்டன. இறுதியாக அடுத்த வாரிசானவர் தனக்கு வழங்கப்பட்ட நிபந்தனைகளை ஒப்புக்கொள்ளும்வரை ஒரு வருடம் ஆறு மாதங்களுக்கும் மேலாக இந்த பேரங்கள் நடந்தன. இதுவரை என்னுடைய தந்தை எதிர்பார்த்ததைக் காட்டிலும் எல்லா விஷயங்களும் அதிக சாதகமாகவே நடந்துகொண்டிருக்கின்றன. ஏனென்றால், அந்த அரண்மனையில் மிகவும் அதிகாரம் மிகுந்த குழு ஒன்று இருப்பதும், அவர்கள் தங்களுக்குள்ள எல்லாவித முயற்சிகளையும் பயன்படுத்தி அடுத்த வாரிசானவர் தன்னுடைய ஒப்புதலை அரசாங்கத்தின் முன்மொழிவுக்கு கொடுப்பதை தடுப்பார்கள் என்றும் அவருக்குத் தெரியும். அந்தக் குழுவுக்கு மகாராணியார்தான் தலைமை தாங்கினார் - அவர் ஒரு புத்திசாலியான, தீயகுணம் கொண்ட பெண். ஆகவே, அடுத்த வாரிசானவர் வரம்பிற்குட்படாத ஏற்பாடுகளுக்கு தன்னுடைய ஒப்புதலை அளித்துவிட்டார் என்று கேட்கும்போது அவளுடைய சீற்றம் பழிவாங்கத் தீர்மானித்துவிடும் என்றும் அவருக்குத் தெரியும். அவளுடைய குணாம்சத்தைப்பற்றி என்னுடைய தந்தைக்கு நன்றாகத் தெரியும். அதனால் தன்னுடைய லட்சியத்திற்கு தடையாக இருக்கும் எதையும் அவள் விட்டுவைக்க மாட்டாள். அவளுடைய பழிவாங்கும் உணர்வை தடுத்து நிறுத்தமுடியாது என்பதும் என் அப்பாவுக்குத் தெரியும். அவர் எங்களிடம் கூறினார், 'நாடகத்தின் முதல் காட்சி நடந்து முடிந்துவிட்டது - அடுத்து என்னவாக இருக்கும்?'[3]

இதனால்தான் சர் தாமஸ் 1853 ஆம் ஆண்டு இலையுதிர்க்காலத்தில் தன்னுடைய செரிமான அமைப்பு சிதைந்துபோனது குறித்து வலுவான சந்தேகம்கொண்டார். இருந்தாலும், அவரிடம் அதற்கு எந்த ஆதாரமும் இல்லை. சர் ஹென்றி எலியட் மற்றும் மிஸ்டர் தாமேஸன் ஆகியோருக்கும் இதேபோன்ற அறிகுறிகள் இருந்ததாக தெரியவந்தபோது அவர் அதற்காக ஆச்சரியப்படவில்லை. நோயுற்றிருந்தபோதும், அக்டோபர் மாதம் சிம்லாவில் நடக்கவிருந்த ஜியார்ஜினாவின் திருமணத்திற்கு சென்றுவருவது என்ற வாக்குறுதியை நிறைவேற்றுவதில் அவர் தீர்மானமாக இருந்தார். குறிப்பாக இந்தப் பயணம் தியோவின் புதிய குழந்தையை, எதிர்கால குடும்ப வாரிசைப் பார்க்கும் வாய்ப்பாகவும் அவருக்கு அமையும். அவர் ஒரே ஒரு நிபந்தனைதான் விதித்தார். அவருடைய மனைவி ஃபெலிசிட்டி பத்தாண்டுகளுக்கு முன்னர், செப்டம்பர் 26 அன்று சிம்லாவில் காலமானார். அதனால், அவர் அந்த நினைவுநாள் கடந்துபோகும்வரை அந்த நகரத்திற்கு செல்ல விருப்பமில்லை என்றார்.

ஆகஸ்ட் மாத இறுதியில் அந்தக் குடும்பம் சிம்லா தேவாலயத்திற்கு அருகாமையில் இருந்த தியோ மற்றும் சார்லட்டின் வீட்டில் குழுமத் தொடங்கியது. வெப்பமான காலநிலை தொடங்கியதில் இருந்தே ஜியார்ஜினா அங்குதான் இருந்துவந்தார். அத்துடன் கர்ப்பமான தன்னுடைய சகோதரரின் மனைவியைக் கவனித்துக்கொண்டிருந்தார். எமிலி அந்த மாதம் 31 ஆம் தேதி காங்ராவில் இருந்து புறப்பட்டு அவர்களுடன் சேர்ந்துகொண்டார். ஒரு வாரம் கழித்து, தியோ தன்னுடைய வேலையை முடித்துவிட்டு டெல்லியில் இருந்து வருவதற்கு முன்னர் சற்றே முதிர்வுறாத நிலையில், சார்லெட் ஓர் ஆரோக்கியமான ஆண்குழந்தையைப் பெற்றெடுத்தாள். 'அந்தச் சிசு அழகாகவும், வேகமாக தேறி வருவதற்கான முழு நம்பிக்கையையும் தருவதுபோல் காணப்பட்டது' என்று எழுதியுள்ளார் எமிலி.

குழந்தை பிறந்து எட்டாவது நாளுக்குப் பின்னர் எதிர்பாராத வகையில் தியோ வந்துசேர்ந்தபோது சார்லெட் மிகவும் நன்றாகத்தான் இருந்தார். அவளுக்கும் இது ஆச்சரியம்தான் என்றாலும், தங்களுடைய குழந்தையால் இருவரும் பெருமகிழ்ச்சி அடைந்தனர். ஒன்பதாவது நாள், அவள் ஒரு சோஃபாவிற்கு இடம் மாறினாள். நான் அவள் அருகில் தியோவை உட்காரவைத்துவிட்டு ஒருமணிநேரம் வெளியே சென்றிருந்தேன். நான் வீட்டிற்கு திரும்பியபோது, அவளுக்கு வலிப்பு வந்ததாகச் சொன்னார்கள். அவளைப் பார்க்கையில் உடல்நிலை சரியில்லாதவள்போல் தெரியவில்லை. ஆனால், அந்த மாலை நேரத்தில் இருந்து என்ன நடக்கிறது என்று புரிந்துகொள்வதில் அவளுடைய நினைவாற்றல் குறைந்துகொண்டே சென்றது. தன்னுடைய குழந்தையிடமும் அவள் கவனம் செலுத்தவில்லை. பெருமளவு மயக்கத்திலேயே இருந்தாள். உணவு உண்ணக்கூட அவள் விழிப்பதுபோல் தெரியவில்லை.

மருத்துவர்கள் நாளுக்குநாள் தீவிரம் காட்டினர். அவள் ஒரே விஷயத்தையே திரும்பத்திரும்பக் கேட்டுக்கொண்டிருந்ததைக் கேட்டு அவர்களுமே என் அளவுக்கு அதிர்ச்சியடைந்தார்கள் - இன்று என்ன நாள்? உன்னுடைய அம்மா செப்டம்பர் 26 அன்று மரணமடைந்தார்கள் இல்லையா? இது ஒன்றுதான் அவளுடைய சிந்தனைகளை நிரப்பியிருந்தது. இருப்பினும் மருத்துவர்களின் உத்தரவுப்படி அந்த நாள் கடந்துபோய்விட்டது என்பதை நாங்கள் அவளிடம் உறுதிப்படுத்த முயற்சித்துக்கொண்டே இருந்தோம். அப்படி எதுவும் நடக்கவில்லை - 'இல்லை' என்றாள் அவள். 'உன்னுடைய அம்மா அன்று இறந்துபோயிருந்தால், நானும் 26 அன்றே இறந்திருப்பேன்.'

செப்டம்பர் 22 அன்று அவள் உடல்நிலை மிகவும் மோசமடைந்தது. அவளுக்கு கிறிஸ்துவின் இறுதி விருந்து உரை வாசிக்கப்பட்டது. தியோ உடைந்து அழுதார். அடுத்த நாள் அவள் நினைவு தப்பிவிட்டது. தன்னுடைய படுக்கையில் அவள் திரும்பவோ, எதையும் கவனிக்கவோ இல்லை. கடைசியாக மருத்துவர்கள் தியோவிடம் வந்து, அவளுக்கு உங்களிடம் சொல்ல ஏதேனும் குறிப்பிட்ட ஆசை அல்லது குழந்தையைப்பற்றி சொல்ல ஏதாவது இருக்கிறதா என்று கேட்குமாறு கூறினர். அவள் வெறுமனே தலையை ஆட்டினாள். அவளுக்கு அது புரியவில்லையோ என்று நினைத்த தியோ அவளிடம், - 'அன்பே, நான் யாரென்று உனக்குத் தெரிகிறதா?' அவள் தியோவைப் பார்த்து இனிமையான புன்னகையுடன் - 'ஆம், எனக்குத் தெரியும், நீங்கள் சின்னப் பாப்பாவின் அப்பா' என்றாள். பாவம் தியோ! அவர் கதறி அழுதேவிட்டார். தாங்கமுடியாத துயரத்துடன் அவரை அந்த அறையில் இருந்து அழைத்துச் சென்றார்கள்.

பின்னர் அங்கே ஏற்பட்ட கூச்சல்குழப்பம் பலமணிநேரங்களுக்கு நீடித்தது. அவளை மிகவும் அன்புடன் நேசித்தவர்கள் பயந்து போயிருந்தனர். இறுதியாக, அவள் அமைதியடைந்தபோது என் பக்கம் திரும்பிக் கூறினாள் - 'ஆன்னி, உனக்கு அது கேட்கவில்லையா?' நான் சொன்னேன் - 'நீ எதைக்கேட்டாய் அன்பே?' அதற்கு அவள், 'தேவதைகள் கம்பி வாத்தியம் இசைத்தபடி பாடிக்கொண்டிருக்கிறார்கள். என்னால் அவற்றை அப்படியே கேட்க முடிகிறது' என்றாள். சற்று நேரம் கழித்து நள்ளிரவு நேரத்தில், என்னிடம் மறுபடியும் திரும்பிய அவள் - 'ஆன்னி செப்டம்பர் 26 என்றைக்கு?' என கேட்டாள். அந்த நாள் கடந்துபோய்விட்டது என்று நான் மருத்துவர்களின் உத்தரவுகளின்படி அவளை அமைதிப்படுத்த முயன்றேன். அவள் மனதில் படிந்துவிட்ட இந்த எண்ணமே அவளைக் கொன்று கொண்டிருக்கிறது என மருத்துவர்கள் கூறினர். ஆனால், எல்லாமே மரணிக்கத்தான் போகிறது என்றாலும் அவளுடைய மனம் அந்த விஷயத்தில் தெளிவாக இருந்தது. நள்ளிரவிற்குப் பின்னர் கூச்சல்குழப்பம் மீண்டும் தொடங்கியது.

சூரியன் எழுந்து அவளுடைய படுக்கைக்கு ஒளியூட்டியபோது அவள் சட்டென்று தன்னுடைய படுக்கையில் இருந்து எழுந்து உட்கார்ந்து மிகவும் காட்டுத்தனமான, புரிபடாத பாடல் ஒன்றைப் பாடினாள். அதில் ஒரு வார்த்தைகூட இல்லை - இசை மட்டுமே இருந்தது - எங்களால் அமைதியாக பார்த்து அதிசயிக்க மட்டுமே

முடிந்த அளவுக்கு அவளுடைய முகத்தில் மகிழ்ச்சி ஒளி வீசியது. அவள் பல நாட்களுக்கு அசையவே இல்லை. ஆனாலும், ஓர் இயல்புமீறிய வலிமையுடன் அவள் சட்டென்று தானாகவே எழுந்தாள். தியோ அவளுக்கு உதவியாக கைகளை நீட்டியபடி விரைந்தார் - அவள் தியோவைக் கவனிக்கவில்லை. அவளுடைய பாடல் முடிவுற்றபோது மீண்டும் படுக்கையில் விழுந்த அவள் மறுபடி அசையவே இல்லை. செப்டம்பர் 26 அன்று பிற்பகல் 3 மணிக்கு அவள் உயிரிழந்தாள். அன்புக்குரிய சார்லெட், 1853, செப்டம்பர் 28 அன்று, சிம்லாவில் உள்ள பழைய இடுகாட்டில் என்னுடைய அம்மா புதைக்கப்பட்ட இடத்திற்கு அருகாமையில் புதைக்கப்பட்டாள். அவளுடைய இழப்பு தியோவின் வாழ்வை சிதைத்துப்போட்டது.[4]

இந்தச் செய்தி சர் தாமஸிற்கு தெரிவிக்கப்பட்டது. அப்போது கல்கா சமவெளியின் முகட்டில் அவர் முகாமிட்டிருந்தார் என்பதுடன் சிம்லா வரை சாலையில் நடந்தே வந்து அவருடைய மனைவியின் நினைவுநாள் கடந்துபோய்விட்ட செய்திக்காகக் காத்திருந்தார். அவரும்கூட கடுமையாக நோய்வாய்ப்பட்டிருந்தார். வெளிறிப்போய் சோர்வுற்றிருந்த அவரால் லேசான சூப்பைத் தவிர வேறு எதையும் சாப்பிட முடியவில்லை. குடும்பத்தினர் அவரைக் கண்டபோது, ஜியார்ஜினாவுக்கும் எட்வர்ட் கேம்பலுக்கும் திட்டமிட்டிருந்த பிரமாண்டமான திருமணத்தை ரத்து செய்தனர். பதிலாக தியோவின் அறையில் அவர்கள் துக்கம் அனுசரித்துக்கொண்டிருந்தனர். ஒரு வாரம் கழித்து, சிம்லாவிற்கு அப்பால் இருக்கும் மலைப்பகுதிக்கு புதிய மணமக்கள் தேனிலவுக்கு சென்ற பின்னர், சந்தேகம் கொண்டிருந்த சர் தாமஸ் துயரத்துடன் இருந்த தியோவுடன் டெல்லிக்குத் திரும்பினார். அவர்களுடைய முன்னேற்றம் மெதுவானதாக இருந்தது. சர் தாமஸ் இப்போது இறந்துகொண்டிருக்கிறார் என்பது தெளிவாகியது. எமிலியின் கூற்றுப்படி,

அவருக்கு வலி ஏதும் இல்லை. அடுத்தடுத்த வாந்தி மற்றும் குமட்டல் காரணமாக பலவீனமடைந்து கொண்டிருந்தார். என்னால் முடிந்தவரை நான் அவரைப் பார்த்துக்கொண்டேன். ஆனால் அம்பாலாவை அடைந்தவுடன் எனக்கு தியோவிடம் இருந்து வந்த கடிதத்தில், நவம்பர் 3 ஆம் தேதியன்று என்னுடைய நேசத்திற்குரிய தந்தை அமைதியாக [மெட்கால்ஃப் வீட்டில்] மரணமடைந்துவிட்டார் என்று கூறப்பட்டிருந்தது. சந்தேகமில்லாமல் பயன்படுத்தப்பட்டிருந்த அந்த விஷம் எந்தத் தடயத்தையும் விட்டுச்செல்லாத வகையில் காய்கறிகளால் [அடிப்படையில்] தயாரிக்கப்பட்டிருந்தது. ஆனாலும், அவை தங்கள் வேலையை மெதுவாகவும் உறுதியாகவும் செய்துகொண்டிருந்தன

- *ஹகீம்களுக்கு (பூர்வீக இஸ்லாமிய பாரம்பரிய மருத்துவர்கள்) தெரிந்த ரகசியம் அது.*[5]

சர் தாமஸிற்காக தயார் செய்யப்பட்ட அரசவையின் தினசரி குறிப்பின்படி, கடைசி இரவின்போது, சீற்றம்கொண்ட அதிரடியான தியோ, 'எந்தக் காரணத்தினால் அவர் இந்த பாதிப்புக்கு ஆளானார் என்பதை நிச்சயப்படுத்த முடியுமா' என்பதைப் பார்க்க ஜாஃபரின் தனி மருத்துவரான ஹகீம் அஷனுல்லா கானை அழைத்தார். அழைப்பை ஏற்று மெட்கால்ஃபின் வீட்டிற்கு வந்தார் அந்த ஹகீம், ஆனால், 'அங்கு இருந்த அறுவை சிகிச்சையாளர், அவரைக் கலந்தாலோசிக்க வேண்டிய அவசியம் இல்லை எனக்கூறியதால் அவர் [ஹகீம்] அங்கிருந்து போய்விட்டார்.'[6] இந்த அவசரகதியிலான சூழ்நிலையை சுலபமாக கற்பனை செய்துவிடலாம். சர் தாமஸ் மரண அவஸ்தையில் இருந்தார். தன்னுடைய தந்தையை ஏதாவது செய்து காப்பாற்றிவிட தியோ முயற்சித்தார். ஆனால் டாக்டர் ரோஸ், சர் தாமஸின் மரணத்துடன் சம்பந்தப்பட்டவர் என்று உறுதியாக சந்தேகப்பட்ட நபரை அனுமதிக்க மறுத்துவிட்டார்.

அந்த வருடத்தின் இறுதியில், சர் தாமஸ் ஹென்றி எலியட் மற்றும் மிஸ்டர் தாமேஸன் ஆகிய இருவருமே இறந்துபோயினர். இருப்பினும் சர் தாமஸுடன் சேர்த்து அவர்களுடைய சந்தேகத்திற்குரிய அறிகுறிகளைத் தவிர்த்து, அவர்களுக்கும் விஷமளிக்கப்பட்டதற்கான எத்தகைய உறுதியான ஆதாரமும் இல்லை.[7] பல வருடங்கள் கழித்து அவருக்கு அட்லிபிடம் மூலம் விஷம் அளிக்கப்பட்டதா என்று ஹேரியட் டைட்லர் கேட்டபோது, அதற்கு ஹகீம் அஷனுல்லா கான் தற்பெருமையுடன் கூறினார்: 'என்னால் முடியும். நீங்கள் சாகடிக்க விரும்புவரை காட்டுங்கள், பின்னர் அவர் எப்போது சாகவேண்டும் என்று சொல்லுங்கள். ஒரு வருடத்திற்குள்ளாகவா? ஒரு மாதம் அல்லது ஒரு நாளுக்குள்ளாகவா? அவர் இறந்துவிடுவார். இன்னும் ஒரு விஷயம் என்னவென்றால், அவருடைய மரணத்திற்கு என்ன காரணம் என்று உங்களுடைய மருத்துவர்களால் கண்டுபிடிக்கவே முடியாது.'[8] உண்மையோ பொய்யோ, மெட்கால்ஃபிற்கு விஷம் கொடுக்கப்பட்டது, ஜீனத் மெகலின் மீது சுமத்தப்பட்ட குற்றச்சாட்டு ஆகியவை கம்பெனி வட்டாரங்களில் பரவலாக நம்பப்பட்டது என்பதுடன், அது முன்னெப்போதும் இல்லாத அளவுக்கு கம்பெனி அதிகாரிகள் முகலாய குடும்பத்தினரை சந்தேகக் கண்ணுடனே பார்க்கவைக்க காரணமாக அமைந்தது.

இறப்பதற்கு முன்னர், மிர்ஸா ஃபக்ரு அதிக நாட்கள் உயிர்வாழ மாட்டார் என்று சர் தாமஸ் முன்னூகித்திருந்தார். அவரும் அதன்பின்னர் ஏறக்குறைய இரண்டரை வருடங்கள் மட்டுமே உயிர்வாழ்ந்தார் என்பது எல்லோருக்குமே ஆச்சரியமளிக்கக்கூடிய விஷயமாகவே இருந்தது என்றாலும், தன் வாழ்வின் உச்சத்தில் இருந்தபோது 1856 ஜூலை 10 ஆம்

தேதியன்று காலராவால்தான் இறந்தாரே தவிர, விஷமளிக்கப்பட்டதால் இல்லை.

புதிதாக வந்த ஆளுநர் சர் தாமஸின் முகலாய அரசவை குறித்த கொள்கைக்கு மாறாக இருப்பார் என்று அரண்மனையில் இருந்த எவரும் எதிர்பார்த்திருந்தால் விரைவிலேயே ஏமாந்துதான் போயிருப்பார்.

சைமன் ஃபிரேஸர், ஆக்டர்லோனியின் பழைய உதவியாளர் வில்லியம் ஃபிரேஸரின் தூரத்து உறவுக்காரர். ஆனால், கற்பனை செய்யக்கூடியதைக் காட்டிலும் வித்தியாசமான மனிதர். நட்புடன் பழகக்கூடிய, மதநம்பிக்கையுள்ள, தொனதொனவென்றும், மனைவியை இழந்து தனிமைப்பட்ட முதியவரான அவர் பாடுவதில் ஈடுபாடும், தன்னுடைய நண்பர்களுக்காக மாலை நேரங்களில் சிறு இசைக் கச்சேரியை ஏற்பாடு செய்வதையே தன்னுடைய பிரதான மகிழ்ச்சியாகவும் கொண்டிருந்தார். முதலில் அவர் தனக்கு இந்தியாவில் வேலைவாங்கித்தர உதவிய எவன்ஜெலிக்கல் கிழக்கிந்திய கம்பெனி இயக்குநர் சார்லஸ் கிராண்டின் அத்தை மகனாவார். பாதிரி ஜென்னிங்ஸின் மிஷனரிக்கு ஆதரவாளராக வர ஃபிரேஸர் ஒப்புக்கொண்டார். ‘இருப்பினும் அவருடைய பல அபிப்பிராயங்களிலும் எனக்கு உடன்பாடு கிடையாது. அவர் ஒரு நல்ல கிறிஸ்துவர். எனக்கு அவர்மீது மிகுந்த ஈடுபாடு உண்டு’ என்றே அவர் எழுதினார்.[9]

அதற்கு சற்று பின்னர் செயிண்ட் தாமஸ் தேவாலயத்தின் இசைப் பாடகர்களுடன் அவர் சேர்ந்துகொள்ளவிருந்தார். அது அச்சமயத்தில் புதிதாக வந்துசேர்ந்த ஜென்னிங்ஸின் மகளால் ஏற்பாடு செய்யப்பட்டிருந்தது. ஆன்னி என்ற பெயர்கொண்ட அவர் அழகான, உற்சாகம் நிரம்பிய, பொன்னிற கேசம்கொண்ட இருபத்தொரு வயதுப் பெண். ஆன்னியும், அவருக்கு இணையான கவர்ச்சி நிரம்பிய அவருடைய தோழி மிஸ் கிளிஃபோர்டும் அந்தப் பாடலுக்கான ஏற்பாடுகளை செய்துகொண்டிருந்தார்கள் என்பதால் ராணுவ முகாம்களில் இருந்து செயிண்ட் ஜேம்ஸ் சர்ச்சின் நீளமான ஞாயிற்றுக்கிழமை ஜெபத்திற்கு வந்த படைவீரர்களின் எண்ணிக்கை குறிப்பிடத்தக்க அளவு அதிகரித்திருந்திருந்தது. அதற்கு மிக முன்பாகவே அற்புதமான முறையில் அந்த இசைக்குழுவின் உச்சஸ்தாயி மற்றும் கீழ்ஸ்தாயி பகுதிகள் அற்புதமாக ஒன்றுகலந்துவிட்டன என்பதுடன் மட்டுமல்லாது, கீழ்ஸ்தாயி கலைஞருள் ஒருவரான பெங்கால் என்ஜினியர்ஸ் பிரிவைச் சேர்ந்த லெப்டினென்ட் சார்லி தாமேஸன் அந்தப் பாதிரியின் மகளுக்கு நிச்சயம் செய்யப்பட்டிருந்தார்.[10]

சர் தாமஸைப் போன்றே, சைமன் ஃபிரேஸரின் மனைவியும் இளம் வயதிலேயே இறந்துவிட்டார். ஆனால் மெட்காஃபை போன்று அல்லாமல் அவரால் தன்னுடைய குழந்தைகளுடன் மீண்டும் சேரமுடியவில்லை. ஆங்கில போர்டிங் பள்ளிகளில் படித்துவந்த அவர்கள் இங்கிலாந்திலேயே இருக்க விரும்பினர். பணம் கேட்பதைத் தவிர்த்து தங்களுடைய தந்தையுடன் எப்போதாவதுதான் தொடர்புகொண்டனர். அவர் தன்னுடைய மூத்த மகனை கண்டிக்கையில், 'உன்னுடைய தனிப்பட்ட வாழ்க்கையைப்பற்றி எனக்கு எதுவுமே தெரியாது. இது மிகவும் அதிருப்தியான ஒரு விவகாரம் என்பதில் எந்த சந்தேகமும் இல்லை. ஆனால், கடிதம் மூலம் தகவல்தொடர்பில் உள்ள திகில் என்னவென்றால் நம்முடைய குடும்ப உறுப்பினர்களின் குணாதிசயங்கள் பற்றி எதுவுமே எனக்குத் தெரிய வருவதில்லை என்பதுதான்.'[11] அவருடைய மற்றொரு மகனான ரெவரண்ட் சைமன் ஜே ஃபிரேஸர் இந்தியாவிற்கு பணிநிமித்தமாக அனுப்பப்பட்டபோது ஃபிரேஸர் அவரைக் காணச்சென்றார். ஆனால், இருவருமே ஒருவருக்கொருவர் யாரென்று தெரியாமல் கடந்து சென்றனர்.[12]

தன்னைப்பற்றி எந்தவகையிலும் பெரிய அளவுக்குத் தனித்துக் காட்டிக்கொள்ளாமல் கம்பெனியின் சேவைகளிலேயே ஃபிரேஸர் தன்னுடைய வாழ்நாளைக் கழித்தார். டெல்லிதான் அவர் கடைசியாக வேலைக்கமர்த்தப்பட்ட இடம் என்பதால் அவருக்கும் மேற்கொண்டு எந்த லட்சியங்களும் இல்லை. தன்னுடைய வாழ்க்கையை மகிழ்ச்சியுடன் நிர்மாணித்த அவர் இந்தப் பதவி வழங்கிய எல்லா வாய்ப்புகளையும் பயன்படுத்திக்கொண்டார். 'என்னுடைய பதவியால் நான் மிகுந்த மகிழ்ச்சியுடன் இருக்கிறேன்' என்று அவருடைய மகன் சைமனுக்கு 1854 இல் எழுதிய கடிதத்தில் அவர் குறிப்பிட்டுள்ளார்.

> *டெல்லி என்னுடன் பொருந்திப்போகிறது, என்னை உடல்நல மின்றிச் செய்யும் சில விஷயங்களை தவிர்த்துவருகிறேன். பின்னர், நாங்கள் மிகப்பெரிய முயற்சியுடன் [இசைக்குழுவில்] இன்றைய காலத்துக்கு பொருத்தமுடைய ஓர் அழகிய தேசிய கீதத்தை உருவாக்கினோம். தவறாக எதுவும் நடக்க வில்லை. தேவாலயத்திற்கு செல்லும் எங்களுடைய சமூகம் இந்த முயற்சியினால் தங்களுடைய பெருமகிழ்ச்சியை வெளிப்படுத்தியிருக்கிறார்கள். இந்த இடத்தில் எங்களுக்கு ஒன்றிரண்டு மிக அழகான பாடகர்களும் கிடைத்திருக்கிறார்கள். வெப்பமான காலநிலை முழுவதிலும் என்னால் இரண்டு வாரத்திற்கு ஒருமுறை ஒரு சிறிய மதச்சார்பற்ற இசைக்காக மக்களை ஒருங்கிணைக்க முடியும். இருந்தாலும், மொத்தப் பிரச்சினையும் இந்தக் கொண்டாட்டங்களின் தலைவர் என்ற முறையில் என்மீதே சுமத்தப்பட்டுவிடுகின்றன. இந்த ஒன்றுகூடல்*

என் வீட்டில் நடந்தாலும் சரி, வேறு எங்கு நடந்தாலும் சரி, அவர்களுக்காக ஏற்பாடு செய்கின்ற எல்லாவற்றிலும் அவர்கள் பங்கேற்றாலும்கூட அதுகுறித்து மிகவும் அக்கறையற்றே இருக்கின்றனர். இப்போதும்கூட அவர்கள் தங்களுக்குத் தாங்களே ஏற்பாடு செய்வதில் இருக்கும் பிரச்சினையை ஏற்கத் தயாராக இல்லை என்பதுடன் இசை என்பது பயிற்சி இல்லாவிட்டால் முறையாக இருக்காது.[13]

தன்னுடைய கூட்டுப்பாடல் பயிற்சியில் பரபரப்பாக இருந்த ஃபிரேஸருக்கு, தன் அலுவலகப் பணிகளுக்குத் தேவையான நேரத்தைவிடக் கூடுதலான நேரம் தேவைப்பட்டால்கூட தன்கடமைகளை கைவிடும் நோக்கம் இருந்ததில்லை. பேரரசரை பார்க்கச் செல்வது குறித்து அக்கறைகொள்ளும் முன்னர் டெல்லியில் ஒரு மாதம் முழுவதையும் அவர் செலவிட்டார். முகலாய தோட்டமான ரௌஷனரா பாக்கில் 1853, டிசம்பர் 1 ஆம் தேதி ஜாஃபரால் ஏற்பாடு செய்யப்பட்டிருந்த அவருடைய முதல் வரவேற்பில் கலந்துகொள்ளவும் அவர் தவறியிருந்தார். அந்த வரவேற்பு விழாக்களின்போது தோட்டத்து முகாமிற்கு வந்த ஜாஃபரின் பேகம்கள் ‘அதிகப்படியான குளிர்’ என்று புகார் செய்ய, மற்ற சில ஆசைநாயகிகளோ ‘அந்த தோட்டத்தில் இருக்கும் சிப்பாய்கள் முறையற்ற சொற்களால் வம்பிழுக்கிறார்கள்’ என குற்றம் சாட்டினர்.[14]

மிர்ஸா ஃபக்ரு மரணமடைந்த செய்தி வந்துசேர்வதற்கு இரண்டு நாட்களுக்கு முன்பாக தன்னுடைய சேவையில் இருந்து ஓய்வுபெறப்போகும் தகவலை ஃபிரேஸர் அறிவித்தார். இந்தப் புதிய வாரிசுரிமை குழப்பத்திற்கான அவருடைய எதிர்வினையானது, தன்னுடைய அமைதியான உறக்கம் கலைக்கப்பட்ட ஒரு முதிய மனிதனுக்குண்டான எல்லாவித அறிகுறிகளையும் கொண்டிருந்தது.‘அரசரின் மீதமுள்ள வாரிசுகளுக்கு மேதகைமையின் எந்தவித அடையாளங்களோ அல்லது பூர்வீக மக்களின் அனுதாபத்தைக் கவரக்கூடிய வகையிலான குறிப்பிட்ட பரிந்துரைகளோ எதுவுமில்லை’ என்று அவர் புதிய கவர்னர் ஜெனரலான கேன்னிங் பிரபுவுக்கு எழுதினார். இருப்பினும், அவர்களை கைதுசெய்து கல்கத்தாவிற்கு அழைத்துச் செல்லும் முன்னர் அவர்களில் யாரையும் சந்திப்பதற்கு ஃபிரேஸர் உண்மையிலேயே கவலை கொண்டிருந்தார் என்பதற்கு எந்தப் பதிவும் இல்லை.[15]

மிர்ஸா ஃபக்ரு இறந்ததற்கு மறுநாள், தன்னுடைய இரங்கலைத் தெரிவித்துக்கொள்ள தான் எப்போதாவதுதான் அரண்மனைக்கு சென்று வந்ததாக ஃபிரேஸர் தன்னுடைய கடிதத்தில் குறிப்பிட்டுள்ளார். துக்கப்பட்டுக் கொண்டிருப்பார்கள் என்று தான் எதிர்பார்த்த காட்சிக்கு மாறாக, மிர்ஸா ஜாவன் பக்தின் வாரிசுரிமையை மீண்டும் ஒருமுறை வலியுறுத்தும் விதத்தில் தயாராக எழுதிவைக்கப்பட்டிருந்த கடிதத்தை கவர்னர் ஜெனரலுக்கு தருவதற்காகக் காத்திருந்த வறண்டுபோன

கண்களையுடைய பேரரசரையே அவர் கண்டார். மேலும், மிர்ஸா ஃபக்ருவின் உடல் முன்னதாகவே மெஹ்ருலியில் உள்ள குதுப் சாகிப் சூஃபி ஆலத்திற்கு அருகாமையில் புதைக்கப்பட்டுவிட்டதாகவும் அவர் கேள்விப்பட்டார். ஜாவன் பக்த் இந்தப் பதவிக்கு தகுதியானவர் என்று ஜாஃபரின் கடிதம் வாதிட்டது. அவருடைய பிறப்பு சட்டப்படியானது என்பதுடன் குறைந்தபட்சம் அவருடைய தந்தையின் பார்வைப்படி, 'எல்லாவிதமான திறமைகளுடனும், தகுதிகளுடனும், ஓர் இளவரசருக்கு வேண்டிய அத்தியாவசிய நற்பழக்கங்களையும் கொண்டிருக்கிறார் என்பதுடன், என்னுடைய வழிகாட்டுதலின்கீழ் முழுமையான கல்வியும் பெற்றிருக்கிறார். மீதமுள்ளவர்களை [என்னுடைய மகன்களை] அவருடன் ஒப்பிட்டுப்பார்க்கவே முடியாது. அவர் [மட்டுமே] என்னுடைய விருப்பத்திற்குரிய தகுதி பெற்றவர்' என்று ஜாஃபர் குறிப்பிட்டிருக்கிறார்.[16]

இருப்பினும், ஃபிரேஸருக்கு வேறு சில கருத்துகள் இருந்தன. இளவரசர்களில் வேறு யாருமே அடுத்த வாரிசாக அங்கீகரிக்கப்படக்கூடாது - முக்கியமாக ஜாவன் பக்த் - என்று அவர் கேன்னிங்கை வலியுறுத்தினார். அத்துடன், ஐந்து மாதங்களுக்கு முன்னர்தான் 1856, பிப்ரவரியில் செழிப்புமிக்க சுதந்திர ராஜ்ஜியமான அவத்தின் முக்கியத்துவம் வாய்ந்த இணைப்பு நடந்த சமயத்தில், மிர்ஸா ஃபக்ருவின் மரணமானது முகலாயர்களின் வம்சாவளியை அடியோடு அழித்தொழிப்பதற்கான சரியான சந்தர்ப்பத்தை வழங்கிருக்கிறது என்றார். இது ஜாஃபரின் மரணத்தோடு - இப்போது அது வெகுதொலைவில் இல்லை - நடந்தாக வேண்டும் என்று நம்பிய அவர், 'தன் மகன்களில் யாரையும் அவர் அடுத்த வாரிசாக அறிவிப்பது தனக்குப் பொருத்தமானதாகத் தோன்றவில்லை' என்று கூறியதுடன், 'பொதுவாகவே இளவரசர்கள் யாருக்கும் தனிப்பட்ட செல்வாக்கோ அல்லது உயர்வான தனிப்பட்ட குணவியல்போ இல்லை. குடும்பச் சொத்துகளின் மீதுதான் அவர்களுக்கு ஆர்வம் உள்ளது. அந்தக் குடும்பம் மற்றும் நாட்டுக்காக, மாறிவரும் சூழ்நிலைக்கேற்ப மாற்றங்களை புகுத்துவதற்கு, அந்தக் குடும்பத்தில் இருந்து மிகவும் மரியாதைக்குரிய உறுப்பினரை நீக்குவதன் மூலம் நமக்கு சாதகமான சூழ்நிலையை கொண்டுவர முடியும்' என்ற முடிவுக்கும் அவர் வந்தார்.[17]

இந்த யோசனைக்குப் புதிய லெப்டினெண்ட் கவர்னரான சி.பி. தோர்ன்ஹில் முழுமனதுடன் ஆதரவளித்தார். நைனிடாலில் கோடைக்காலத்தைக் கழித்துக்கொண்டிருந்த அவர் கல்கத்தாவிற்கு எழுதிய கடிதத்தில் ஃபிரேஸரின் ஆலோசனைப்படி அந்தத் தருணத்தைப் பயன்படுத்திக்கொள்ளுமாறு கேன்னிங்கை வலியுறுத்தினார். மேலும், 'இருக்கின்ற அனுகூலத்தை சாதகமாக பயன்படுத்திக்கொள்ளாவிட்டால் அது மிகவும் வருத்தத்திற்குரிய ஒன்றாகிவிடும். இந்தியப் பேரரசருக்கு மட்டுமல்லாது இளவரசர்களுக்கும் நலன் பயக்கக்கூடிய இந்த யதார்த்த நிலையில் நிச்சயம் பொருந்திப்போகக்கூடிய மாற்றத்தைப் புகுத்துவதற்கு

இதுவே தக்க சமயம்.' முகலாய இளவரசர்கள் தங்கள் மாளிகையில் இருந்து வெளியேற்றப்படுவதுதான் அவர்களுக்கு நல்லது என்று தான் ஏன் நம்புகிறேன் என்பதை விளக்கிய அவர், அவர்களுடைய அரச மானியங்கள் - அவர்களுடைய ஒரே வருமானம் - உடனடியாக நிறுத்தப்பட வேண்டும் என்கிறார். 'அரச தகுதியின் பெயர்கள் மற்றும் இயல்புகளை அழிப்பது வெட்டியாக பொழுதைக் கழிக்கும் பழக்கங்களில் இருந்து அவர்களை உடனடியாக விடுவிக்கும் என்று நியாயமாக நம்பலாம். மேலும், மோசமான மற்றும் அவப்பெயர் ஏற்படுத்தக்கூடிய வகையிலான சின்னத்தனங்களால் இதுவரையிலான அவர்களுடைய வாழ்க்கை வீணாகிவிட்டது.'

அவர் அளித்த அறிவுறுத்தலை ஏற்றுக்கொள்ள கேன்னிங் பிரபு தயங்கவில்லை. மேலும், தன்னுடைய முன்னவரான டல்ஹௌசி பிரபுவின் பொறுப்பை ஏற்றுக்கொள்ள அவர் ஐந்து மாதங்களுக்கு முன்னர்தான் இந்தியாவிற்கு வந்திருந்தார். தன்னுடைய நாற்பதுகளின் ஆரம்பகாலத்தில் கேன்னிங் ஓர் அழகானவராக, தொழில்முறையாளராக, ஒரு வகையில் அமைதியான டோரி அரசியல்வாதியாகவும் இருந்தார். லண்டனில் மூத்த கேபினட் அவையில் இடம்பெற முயற்சித்து தொடர் தோல்வியுற்றதன் விரக்தியினாலேயே கவர்னர் ஜெனரல் பதவியை ஏற்றுக்கொள்ள ஒப்புக்கொண்டார். இந்தியாவிற்குப் புறப்படும்வரை அவருக்கு முன்னதாக அதைப்பற்றி எந்த ஆர்வமும் இல்லை என்பதுடன் ஜூலை மாதம் வரைகூட அவர் கல்கத்தாவின் வெப்பம் மற்றும் குப்பைக்கூளங்களிலிருந்து புறப்பட இருந்தார். உண்மையில், இந்தியாவில் ஏறக்குறைய அவருடைய முதல் சில மாதங்களில் பார்ப்பதற்கு வெளிப்புறத்தில் பிரமாண்டமானதாகவும், 'மோசமாக உள்வேலைப்பாடு' செய்யப்பட்ட, ஒரு தண்ணீர்க் குழாய்கூட இல்லாத அரசாங்க மாளிகையில் (இது அவர் குறிப்பிடவே பயப்படும் ஓர் இடம்) சிறைவைக்கப்பட்டவராகவே தன்னை உணர்ந்தார். 'கல்கத்தாவில் கழிவுநீர் கால்வாய் என்பதே இல்லை' என்று குறிப்பிட்ட அவரைச்சுற்றி வெளியூர்களுக்கு அனுப்பிவைக்கவேண்டிய பெட்டிகள் மலைபோல் குவிந்திருந்தன. அவருக்கு இந்த வாழ்க்கை 'கப்பலில் வேலை செய்யும் அடிமையின் வாழ்க்கையைவிட சற்றே மேலானது' என்று அவர் விவரித்ததைப் போன்றதுதான்.[18]

இருப்பினும், இவை எதுவுமே 'முகலாய போலிப் பகட்டுகளின் கேலிக்கூத்திடம்' உறுதியான ஆணவப்போக்கோடு நடந்துகொள்வதில் இருந்து அவரைத் தடுக்கவில்லை. 'அரசாட்சியுடன் சம்பந்தப்பட்ட பூர்வீக மக்களுடைய மனநிலையில் இருக்கும் அதிகார அறிகுறிகள் அனைத்தையும் அரச காரணங்களுக்காக ஏற்கனவே டெல்லியின் கிரீடத்திடம் இருந்து எடுத்துக்கொண்டாயிற்று' என ஃபிரேஸரின் பரிந்துரைகளுக்குப் பதிலளித்து எழுதிய அவர், இதுகுறித்து மேலும் குறிப்பிடுகையில்,

குலாம் அலி கான் வரைந்த இரண்டாம் பகதூர் ஷா ஜாஃபரின் மகுடம்சூட்டு விழா ஓவியம். இது அநேகமாக 1837 இல் அவர் அரியணையில் ஏறிய உடனேயே வரையப்பட்டிருக்கலாம். வலதுபுறத்தில் இளம் மிர்ஸா முகல் நிற்கிறார். பின்னால் இருக்கும் ஒப்பனைப் பட்டையில் ஜாஃபரின் பட்டங்கள் பொறிக்கப்பட்டிருக்கின்றன: "தெய்வீக மாட்சிமை பொருந்தியவர், இந்த யுகத்தின் காலிப், ஜாம்ஷெட்டைப் போல் புகழ்பெற்ற பாட்ஷா, தேவதைகளின் கூட்டத்தால் சூழப்பட்டவர், இறைவனின் நிழல், இஸ்லாத்தின் புகலிடம், முகம்மதிய மார்க்கத்தின் பாதுகாவலர், தைமூர் மாளிகையின் சிசு, மகத்தான பேரரசர், அரசர்களிலெல்லாம் மாட்சிமைமிக்க அரசர், பேரரசரின் பேரரச மகன், சுல்தான்களுக்கெல்லாம் சுல்தான்."

டெல்லி தெருக்களின் வழியே நடக்கும் முகலாய அரசவையின் ஊர்வலம், 1818. மகுடம் சூட்டிய இளவரசர் அபு'இல் ஜாஃபர் சிராஜ் உத்–தீன் (இங்கே காணப்படாத – இரண்டாம் அக்பர் ஷாதான் அப்போதும் பேரரசராக இருந்தார்); அவருக்குப் பின்னால் இருப்பவர் அவருடைய இளைய சகோதரர்களுள் ஒருவர், அநேகமாக மிர்ஸா சலீமாக இருக்கலாம்.

டெல்லி தெருக்களின் வழியே நடக்கும் முகலாய அரசவையின் ஊர்வலம், 1818. பிரிட்டிஷ் ஆளுநர் மாளிகையைச் சேர்ந்த ஒரு குழு. தலையில் தொப்பியுடனும் கிருதாக்களுடனும் இருப்பவர் ஆளுநர் சர் சார்லஸ் மெட்கால்ஃபாகத்தான் இருக்க வேண்டும், அதேநேரம் அவருடைய உதவியாளரும் இளம் சகோதரருமான தாமஸ் (பின்னாளில் சர் தாமஸ்) நீளமான தொப்பி அணிந்து அவருக்குப் பக்கத்தில் உட்கார்ந்திருக்கிறார்.

பெருவெள்ளி மசூதி, ஜமா மசூதி, 1840.

செங்கோட்டை. 1770.

மெட்கால்ஃபின் போட்டி அரசவை. "குதுப் மாளிகை". தில்குஷா ("மனதை மகிழ்விப்பவள்") என்றும் அழைக்கப்பட்ட இது ஒரு மாற்றியமைக்கப்பட்ட கல்லறையாகும். ஒருகாலத்தில் அக்பரின் வளர்ப்புச் சகோதரருடைய ஓய்விடமாக விளங்கியது.

மெட்கால்ஃபின் போட்டி அரசவை. மெட்கால்ஃப் மாளிகை. யமுனை ஆற்றங்கரையில் செங்கோட்டைக்கு வடக்கே அமைந்திருந்தது. இது ஜாஹன் நுமா ("உலகின் காட்சி") என்றும் அழைக்கப்பட்டது.

இளம் பருவத்தில் பகதூர் ஷா ஜாஃபர். 1790.

பிரபலமான கண்தெரிய சிதார் இசைக்கலைஞரான உஸ்தாத் ஹிம்மத் கான் ("துருபதத்தில் (இசை வகைமை) இவருக்கு அருகாமையில்கூட யாரும் வரமுடியாது," என்று கருதினார் சர் சயீத் அஹமது கான்)

சர் தாமஸ் மெட்காஃல்ஃபின் உதவியுடன் மஜர் அலி கான் வரைந்த டெல்லியின் பரந்தகன்ற காட்சி, 1850. அகழி மற்றும் சலாதீன் குடியிருப்புகளுக்கு மேலாக தோன்றும்படியாக லாகூர் வாயிலில் இருந்து தெரியும் காட்சி.

தன்னுடைய தூரிகை மற்றும் வண்ணங்களுடன் உள்ள ஓவியர் – இது மஜர் அலி கானின் சுய-ஓவியமாக இருக்க வாய்ப்பிருக்கிறது. 1830.

மிர்ஸா முகல். 1850.

சாந்தினி சௌக்கிற்கு (வலதுபக்கம்) மேலாக ஜமா மசூதி மீதான காட்சி. கோட்டைச் சுவர்கள் மற்றும் ஜமா மசூதியைத் தவிர்த்து ஏறக்குறைய இரண்டு பக்கங்களிலும் காணப்படுகின்ற எல்லாக் கட்டிடங்களுமே, எழுச்சியின் இறுதியில் நகரம் மறுபடியும் கைப்பற்றப்பட்டதைத் தொடர்ந்து தூய்மையாக்கத்தின்போது பிரிட்டிஷாரால் அழிக்கப்பட்டுவிட்டன.

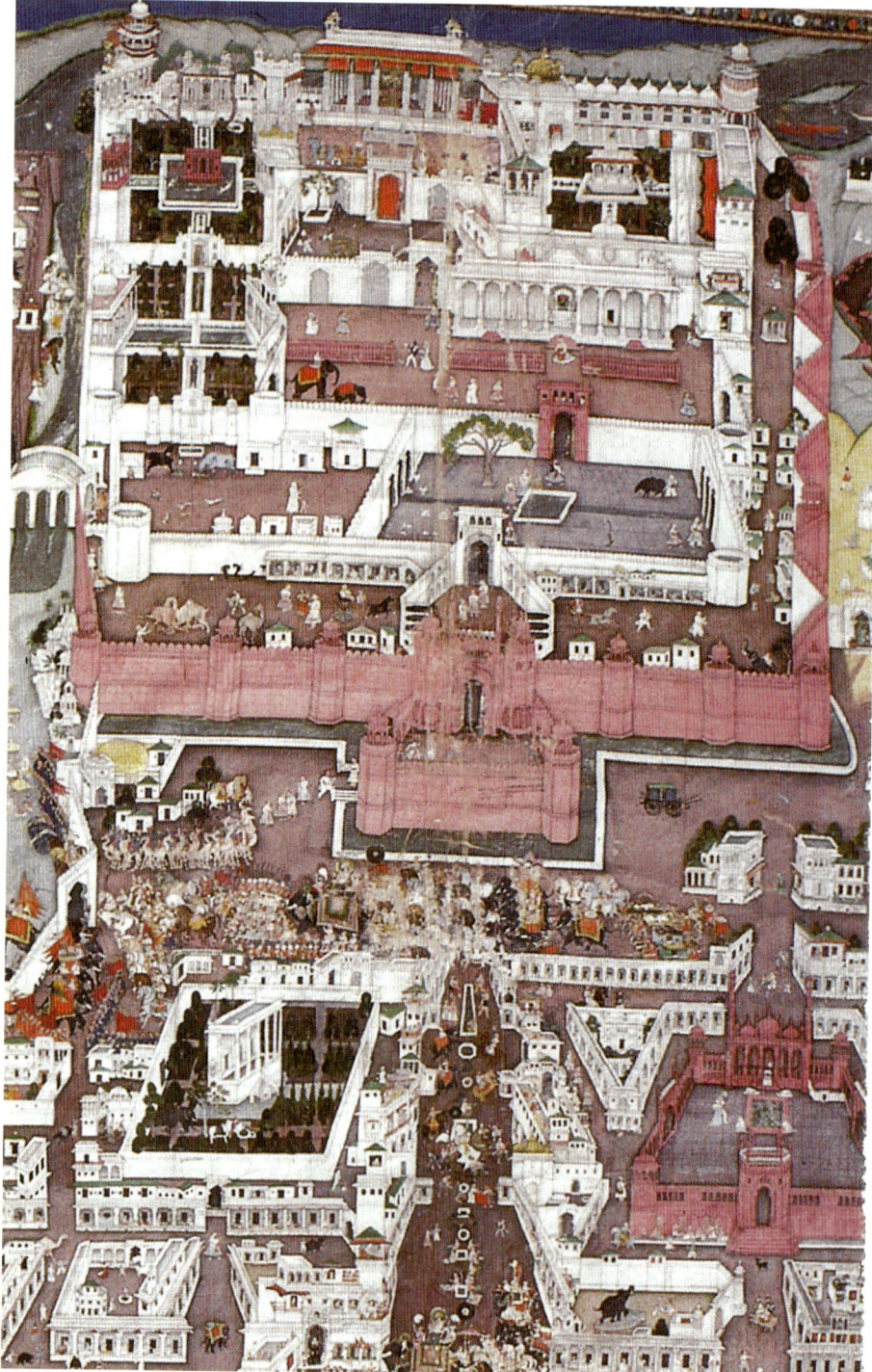

டெல்லிக்கு வருகைபுரியும் கோட்டா ராவ், 1840. தொலைநோக்கி வழியாக பார்த்துக்கொண்டிருப்பதாக காணப்படும் ஜாஃபர், தன்னுடைய ஒட்டகங்கள் மற்றும் வண்டிகளுடன் ராவ் வந்துகொண்டிருப்பதை மேல்புற இடதுபக்க கோபுரத்தில் இருந்தபடி பார்த்துக்கொண்டிருக்கிறார்.

ஒரு காலத்தில் கவர்னர் ஜெனரலாலும், தலைமைத் தளபதியாலும் அரசருக்கு வழங்கப்பட்டு வந்த பரிசுகள் நிறுத்தப்பட்டுவிட்டன. நாணயங்களில் அவருடைய சின்னம் இடம்பெறும் சலுகை தற்போது அவருக்கு மறுக்கப்பட்டுவிட்டது. கவர்னர் ஜெனரலின் முத்திரை இனிமேலும் அவர் ஒரு குத்தகைதாரர் என்பதாக இருக்காது. அப்படி ஒன்றை பயன்படுத்துவதற்கு பூர்வீக தலைவர்களுக்குக்கூட தடை விதிக்கப்பட்டுள்ளது. பிரிட்டிஷாரே உண்மையான மற்றும் உறுதியான அதிகாரம் படைத்தவர்கள் என்ற அடிப்படையில், அவர்கள் இனியும் பணிந்தவர்கள் மற்றும் செவிசாய்க்கிறவர்கள் என்ற தோற்றங்களை தொடர்ந்து பின்பற்ற முடியாது என தீர்மானிக்கப்பட்டுவிட்டது. டெல்லியின் அரசர் என்ற பட்டத்துடன் சேர்ந்திருக்கும் ஒப்புயர்வற்ற இறையாண்மை என்பது வெறும் கற்பனையே என்றுகூட சொல்லலாம்.*[19]

இந்திய அனுபவம் இல்லாதபோதிலும், முன்னூறு வருடங்களுக்கும் மேலாக வட இந்தியாவை ஆட்சிசெய்த முகலாய வம்சாவளியை அகற்றுவதற்கு உடனடி மற்றும் வரலாற்று நடவடிக்கை எடுப்பதற்கான தருணம் இதுதான் என்பதில் கேன்னிங் முற்றிலும் தெளிவாக இருந்தார். முதல் முகலாயரான பாபர் டெல்லியைக் கைப்பற்றிய அதே சமயத்தில்தான் எட்டாம் ஹென்றி இங்கிலாந்தில் தன்னுடைய ஆட்சியைத் தொடங்கியிருந்தார். பிரிட்டனின் இந்தியப் பேரரசு என்று எழுதிய கேன்னிங் ஒருபோதும் வலிமையானவராகவோ, பாதுகாப்பானவராகவோ அல்லது மிகவும் மகிழ்ச்சியடைந்தவராகவோ இருந்ததில்லை. 'கடந்த கடைசி சில வருடங்கள் பிரிட்டிஷ் விரிவாக்கத்தை மட்டுமல்லாது, இந்தியாவில் அதன் அதிகாரம் குறிப்பிடத்தகுந்த அளவு வலுவடைந்திருப்பதையும் கண்டிருக்கிறது. அதன் மேலாதிக்கம் மிகவும் சீரானதாகவும், பேரரசின் ஆரம்பகட்ட வரம்புகளுக்குள்ளாக பிளவுபடாத ஒன்றாகவும் இருக்கிறது.' இந்தக் காரணத்தினால்தான் 'ஹிந்துஸ்தானத்தின் மேலாதிக்க அரசர் என்ற வெற்றுப்பட்டத்தை தக்கவைத்திருப்பதாலேயே முன்னெப்போதும் இல்லாத அளவிற்கு அது நெறிதவறிப் போயிருக்கிறது' என்றதுடன் ஃபிரேஸரின் கண்ணோட்டத்துடன் உடன்படும் அவர், முகலாய இளவரசர்கள் யாரும் இப்போதைக்கு அடுத்த வாரிசாக கருதப்படமாட்டார்கள் என்ற முடிவுக்கு வந்தார். இறுதியாக அவர், '1849 அல்லது 1850 இல் இருந்ததைப் போல் அல்லாமல் இந்தியாவின் மேல்மட்ட பிராந்தியங்கள் இப்போது நிலையற்றதாகவும், அசௌகரியமான சூழ்நிலையிலும் இருந்தன. டெல்லியில் அரச

* *ஹிந்துஸ்தானத்தின் மக்கள் ஜாஃபரை எப்போதுமே பாத்ஷா அல்லது பேரரசர் என்று அழைத்தாலும், அவரை தகுதிக்குறைவான வகையில் டெல்லியின் அரசர் என்றே பிரிட்டிஷார் அழைத்தனர்.*

மாளிகையின் இருப்பு என்பது முகமதியர்களுக்குக்கூட ஆர்வமில்லாத ஒரு விஷயமாகிவிட்டதாகவே தோற்றமளிக்கிறது’ என்கிறார்.[20]

அவருடைய சூழ்நிலை மற்றும் சமீபத்தில் அவர் இந்தியாவிற்கு வந்ததை வைத்துப் பார்த்தால், இன்னும்கூட நன்றாக புரிந்து கொண்டிருக்கலாம் என்று கேன்னிங்கிடம் எதிர்பார்க்க முடியாது. ஆனால், நிகழ்வுகள் வெளிப்படத் தொடங்கிவிட்டதால், வட இந்தியாவின் சூழ்நிலைபற்றிய முழுமையான தவறான புரிதலையே அவர் கொண்டிருந்தார் எனும் வகையில் அவருடைய குறிப்பேட்டில் அது ஒற்றைப்பத்தியில் அடங்கிவிடும் அளவுக்கே இடம்பெற்றிருந்தது. இப்போது பிரிட்டிஷார் தங்களுடைய இந்திய குடிமக்களிடம் இருந்து மிகவும் விலகிவிட்டனர். இந்திய அபிப்பிராயங்களுக்கு மதிப்பளிக்கப்படவில்லை. அதனால், தங்களைச் சுற்றியுள்ள கெட்ட சகுனங்களை கவனிக்கும் திறனை அல்லது எந்த வகையிலும் தங்களுடைய நிலையை துல்லியமாக பகுப்பாய்வு செய்யும் திறனையும் அவர்கள் இழந்துவிட்டனர். அகம்பாவம் மற்றும் மாட்சிமைக்குரிய சுய நம்பிக்கை ஆகியன இந்த நாட்டின் நிலை பற்றிய துல்லியமான தகவலைப் பெறுவதற்கான அல்லது யதார்த்தத்தை புரிந்துகொள்வதற்கான அவர்களுடைய ஆர்வத்தை குறைத்துவிட்டது.

மிகவும் குறிப்பிட்டுச் சொல்லவேண்டும் என்றால், டெல்லியை பொறுத்தவரை, அரச மாளிகையில் இருக்கும் இளவரசர்களில் யாருக்காவது ஜாஃபருக்கு அடுத்தபடியாக வாரிசாக வந்துவிடலாம் என்று தோன்றுகின்ற மங்கலான நம்பிக்கையைக்கூட அழித்துவிட்டதன் மூலம் அரச குடும்பத்தில் உள்ள யாருக்கும் இனி இழப்பதற்கு எதுவுமில்லை என்ற சூழ்நிலையை பிரிட்டிஷார் உருவாக்கினார்கள். அத்துடன், அவர்களும்கூட தங்களுடைய நிலையை காப்பாற்றிக்கொள்ள எத்தகைய ஆபத்தையும் எதிர்கொள்வதற்கு போதுமான அளவு அதிருப்தியுற்றிருந்தனர். இந்த அபாயகரமான பிழைக்காகத்தான் பிரிட்டிஷார் விரைவிலேயே அதிக விலை கொடுக்கவிருந்தனர்.

டெல்லியில் அதிகரித்துவரும் குழப்பநிலைக்கான ஓர் அறிகுறி மிர்ஸா ஃபக்ருவின் மரணத்திற்குப் பின்னர் எட்டு மாதங்கள் கழித்து தன்னை வெளிக்காட்டியது. தியோவின் கூற்றுப்படி, அது 1857 ஆம் ஆண்டு மார்ச் 18 அன்று காலை காணப்பட்ட ஒரு துண்டுப்பிரசுரம் - ‘உறையில் இருந்து உருவப்பட்ட வாளும் கேடயமும் ஒரு சிறிய காகிதத்தில் சித்தரிக்கப்பட்டிருந்தது.’ அது டெல்லியில் உள்ள ஜமா மசூதியின் பின்புறச் சுவற்றில் ஒட்டப்பட்டிருந்தது.[21] இரானிய ஷாவின் அறிவிப்பாக

பொருள்படத்தக்க வகையில் காணப்பட்ட அது, பிரிட்டிஷ் வெளிநாட்டுப் படையானது இப்போதுதான் பாரசீகத்தில் மிகப்பெரிய தோல்வியால் பாதிக்கப்பட்டது என்றும், பாரசீக ராணுவமானது ஆப்கானிய எல்லையைக் கடந்து, தற்போது ஹெராட்டில் இருந்து புறப்பட்டு வந்து கிறிஸ்துவ ஆதிக்கத்தில் இருக்கும் டெல்லியை விடுவிக்கப்போவதாகவும் அறிவித்தது.

> *இறைவன் விருப்பப்படி, ஹிந்து நிலத்தில் நான் இறங்கி, அவ்விடத்தின் ஆட்சியாளர்கள் மற்றும் குடிமக்கள் ஆகிய இருதரப்பினரையும் உற்சாகத்திற்கும் மகிழ்ச்சிக்கும் ஆளாக்கப் போகும் நாள் வெகுதொலைவில் இல்லை. உணவிற்கும், வசதிக்கும் அந்தக் குடிமக்கள் எந்தளவிற்கு ஆங்கிலேயர்களால் பஞ்சத்தில் தள்ளப்பட்டிருக்கிறார்களோ அதே அளவிற்கு அந்த மக்கள் தங்களுக்கான செல்வத்தை அதிகரிக்கச்செய்ய நான் சிரத்தை எடுத்துக்கொள்வேன். அத்துடன், யாருடைய மதத்திற்கும் நான் ஆட்சேபணை தெரிவிக்க மாட்டேன் என்பதையும் தெரிவித்துக் கொள்கிறேன். மார்ச் 6 ஆம் தேதி 900 இரானிய வீரர்கள் தங்களுடைய மூத்த அதிகாரிகளுடன் இணைந்து இந்தியாவில் நுழைவார்கள். ஏற்கனவே 500 படைவீரர்கள் உடையிலும், தோற்றத்திலும் மாறுவேடத்தில் டெல்லியில் மறைந்திருக்கிறார்கள். [அதே சமயம்] முஸ்லிம்கள் கிறிஸ்துவர்களுக்கு உதவுவது அல்லது ஆதரவளிப்பதில் இருந்து தங்களை விலக்கிக்கொண்டு, தங்களுடைய சக முஸ்லிம்களிடத்தில் விசுவாசமாகவும் உண்மையாகவும் நடந்துகொள்ள வேண்டும்.*[22]

மூன்றுமணி நேரமாக அங்கே ஒட்டப்பட்டிருந்த அந்த அறிவிப்பைப் படிப்பதற்கு பெரிய கூட்டம் கூடிவிட்டது. அச்சமயத்தில் அவ்விடத்தை கடந்துசெல்ல நேர்ந்த தியோ மெட்கால்ஃப் அங்கு வந்து அதைக் கிழித்தெறிந்தார். இருப்பினும், அடுத்தநாளே அந்த அறிவிப்பின் சாராம்சங்கள் அரசவை செய்தித்தாளான சிராஜ் உல்-அகுபர் பத்திரிகையில் முழுதாக மறுபதிப்பு செய்யப்பட்டதால் அது நகரம் முழுவதிலும் பதற்ற அலை உருவாவதற்கு காரணமானது. இருப்பினும் அந்தப் பத்திரிக்கையே அந்த அறிக்கையின் உண்மைத்தன்மை குறித்தும், பிரிட்டிஷாரை வெற்றிகொண்டதாக பாரசீகர்கள் கூறிக்கொள்வதில் உள்ள நிஜத்தைக் குறித்தும் - சரியாக - கேள்வி எழுப்பியிருந்தது.

ஏற்கனவே, ஹிந்துஸ்தானம் முழுவதிலும் கிராமம் கிராமமாக, இரவுநேரக் காவலாளிகளால் மாய்மால சப்பாத்திகள் (அல்லது டெல்லி செய்தித்தாள்கள் குறிப்பிட்டதுபோல் 'பொறித்த பூரிக்கள்') கொண்டு செல்லப்பட்டன என்ற சுருக்கமான செய்தி உருதுப் பத்திரிக்கைகளில் தெரிவிக்கப்பட்டிருந்தன. பிப்ரவரியில், நூரி-இய் மக்ரெபி பத்திரிக்கையில் வெளிவந்த ஒரு செய்தியில் புலாந்த்ஷார் அருகாமையில் உள்ள சில

கிராமங்களுக்கு இடையே அவர்கள் கடந்துசென்றிருந்தனர். மார்ச் மாத துவக்கத்தில் ஆக்ரா பிரதான சாலையில் அவர்கள் மதுராவை அடைந்தனர். ஆனால், இதைத்தவிர அவர்கள் யாரும் டெல்லிக்கு அருகாமையில் புலப்படவில்லை. அத்துடன் அவர்களின் முக்கியத்துவம்* என்னவென்று யாரும் புரிந்துகொண்டதாகவும் தெரியவில்லை. டெல்லி பத்திரிக்கைகளைப் பொறுத்தவரை, மெட்ராஸில் ஃபத்வா அறிவிக்கப்பட்டதைக் காட்டிலும் இதற்கு மிகக்குறைவான இடமே தரப்பட்டது என்பது நிச்சயம். அந்த ஃபத்வாவில், 'மதநம்பிக்கை அற்றவர்களுக்கு எதிராக மதநம்பிக்கை உள்ளவர்களுக்கு அழைப்பு... இதுபோன்ற போரில் கலந்துகொள்கிறவர்கள் தியாகியாவார்கள்' என்று குறிப்பிடப்பட்டிருந்தது. அத்துடன், ரஷ்ய அல்லது பாரசீக ராணுவம் அல்லது இரண்டுமே சேர்ந்துகூட டெல்லியை நோக்கித் திரண்டு அங்கு தோன்றப்போகிறார்கள் என்ற கிளர்ச்சியூட்டும் புரளிகள் நிலவின.

இவற்றில் முக்கியத்துவம் வாய்ந்தவை, மார்ச் மாத பிற்பகுதியில் பெங்கால் ராணுவத்தில் தோன்றத் தொடங்கியிருந்த, குறிப்பாக பெர்ஹாம்பூர் மற்றும் பாரக்பூரில் நிலவிய குழப்பமான சூழ்நிலை பற்றிய செய்திகளாகும். தியோவின் கூற்றுப்படி, 1857 ஆம் ஆண்டு இளவேனிற்காலத்தில், டெல்லி மக்கள் 'சிப்பாய் ராணுவத்தில் மதநம்பிக்கை இருக்கவேண்டியதன் அவசியம் குறித்து அறிந்திருந்தார்கள். இந்த விஷயம் தொடர்ச்சியான விவாதத்திற்கும் உள்ளானது.'[23]

டெல்லியில் அதிகரித்துவந்த இந்த குழப்பநிலையானது குறைந்தபட்சம் முந்தைய ஆண்டின் இளவேனிற்காலத்தில், 1856 பிப்ரவரி 7 ஆம் தேதியில் இருந்தே வேர்கொண்டிருக்கிறது. அச்சமயத்தில்தான் செல்வச்செழிப்புமிக்க ராஜ்ஜியமான அவத் (அல்லது பிரிட்டிஷார் அழைப்பதுபோல் அவுத்) பிரிட்டிஷாரால் ஒருதலைபட்சமாக கிழக்கு டெல்லியுடன் இணைத்துக் கொள்ளப்பட்டது. இதற்கு சொல்லப்பட்ட காரணம், அதன் நவாப்பான, கவிஞர், நடனக்கலைஞர் மற்றும் உணவுப்பிரியரான வஜ்த் அலி ஷா மிதமிஞ்சிய வகையில் ஒழுக்கக்கேடானவராக ஆகிவிட்டார் என்பதாகும்.** பிரிட்டிஷார் நவாபுகளை அவமானப்படுத்தி

* இந்தப் புகழ்பெற்ற சப்பாத்திகள் அல்லது பூரிக்களின் துல்லியமான முக்கியத்துவம் என்னவென்பது இப்போதுவரை தெளிவில்லாமலேயே இருக்கிறது. அந்த நேரத்தில் பல்வேறு நகரங்களிலும் கிராமங்களிலும் தரப்பட்ட பல்வேறு விளங்கங்களை வைத்துப் பார்க்கையில் அவற்றிற்கு அந்தப் பிரதேசத்தில் வெவ்வேறுவிதமாக விளக்கங்கள் தரப்பட்டன. திடீர் கிளர்ச்சிகள் ஹிந்துஸ்தானம் முழுவதிலும் நடக்கப்போகின்றன என்பதற்கான அறிகுறியே அவை என்று பலரும் நிச்சயம் புரிந்துகொண்டிருப்பார்கள். ஆனால், அவை டெல்லி மக்களின் உணர்நிலைகளில் தாக்கம் ஏற்படுத்தியதற்கான எந்த ஆதாரமும் இல்லை.

** அவத் இணைப்பை நியாயப்படுத்துவது கடினம்தான் என்றாலும், வஜ்த் அலி ஷா ஒன்றும் வெட்கக்கேடானவர் அல்லாமல் இல்லை. விண்ட்ஸ்கர் கோட்டையில் உள்ள ராயல் லைப்ரரியில் இஷ்க் நாமா (காதல் வரலாறு) ஆஃப் வஜ்த் அலி கான் என்று தலைப்பிட்ட பெரிய புத்தகத் தொகுதியில் ஒரு பக்கத்திற்கு ஒருவர் என அவருடைய [தொடர்ச்சி அடுத்த பக்கத்தில்]

அவர்களை ஏமாற்றிக் கொள்ளையடிப்பதை டெல்லி மக்கள் ஐம்பது வருடங்களாகப் பார்த்துவருகின்றனர். ஆனால், இந்த ராஜ்ஜியம் அடியோடு இணைத்துக்கொள்ளப்பட்டது ஏதோ வகையில் பிரிட்டிஷார் உணர்ந்திருக்க வேண்டிய அல்லது உண்மையிலேயே எதிர்பார்த்திருக்க வேண்டிய மிக அதிகமான அபாய கட்டத்தை வட இந்தியா முழுவதிலும் ஏற்படுத்திவிட்டது. அத்துடன் முகலாயர்களின் நிலையினுடைய பாதுகாப்பின்மை குறித்த விழிப்புணர்வையும் அது அதிகரிக்கச் செய்தது. இதில் மிகவும் முக்கியமானது, நாட்டுப்புற அவத்தைச் சேர்ந்த மேல்சாதி இந்துக்குடும்பங்களைச் சேர்ந்தவர்களே பெரும்பாலும் கம்பெனி ராணுவத்தில் சேர்க்கப்பட்டிருந்ததால் இது அவர்களை ரொம்பவே நிலைகுலையச் செய்தது. இப்போது அவர்கள், தங்களுடைய சொந்த நாடு தங்களுக்கே வாடகை நிலமாகிவிட்டதைத் தெரிந்துகொள்ள வேண்டிய கட்டாயத்திற்கு ஆளானார்கள்.

விலை கொடுத்தும், அவ்வப்போது குரூரமான முறையிலும் மேற்கொள்ளப்பட்ட இந்த இணைப்பானது திட்டவட்டமான மனவேதனைக்குக் காரணமானது. நடந்து முடிந்த விஷயங்கள் எல்லாமே கௌரவத்திற்குரிய கம்பெனியின் வரலாற்றில் மிகவும் கௌரவத்திற்குரிய அத்தியாயங்கள் அல்ல என்பது பிரிட்டிஷ் அதிகாரிகளுக்குக்கூட தெரிந்திருந்தது. கம்பெனி ஊழியர்களுள் ஒருவரான ராபர்ட் பேர்ட் இன்னும் சற்று மேலே சென்று *மேதகைமையினரில் கொள்ளையர்கள் (Dacoitee in Excelsis) அல்லது கிழக்கிந்திய கம்பெனியால் சீரழிக்கப்பட்ட அவுத் (Spoilation of Oude by the East India Company)* என்று தலைப்பிடப்பட்ட அநாமதேய புத்தகத்தை தயாரித்து வெளியிட்டார்.[24] நடந்தவற்றில் சம்பந்தப்பட்டவரான பேர்ட், அவத்தின் இணைப்பை நெருக்குவதற்கு கம்பெனிக்குள் இருந்த ஆர்வம்மிக்க தரப்பினரால் திரட்டிச் சேர்க்கப்பட்ட பேரளவு கற்பனையான ஆவணத்தொகுப்பின் அளவு எப்படிப்பட்டது என்பதை - இறுதியில் இது பாராளுமன்ற *அவுத் புளூ புக்* [அதாவது நீலநிற உறையிடப்பட்ட அதிகாரப்பூர்வ அரசாங்க ஆவணங்கள்] என்று பதிப்பிக்கப்பட்டது - வெளிக்கொணர்கிறார். அந்த ஆவணத்தொகுப்பு, ‘முடமாகிப்போய், ஊழல்மயமாகிவிட்ட ஓர் அரசாங்கத்தின் தவறான ஆட்சியினால் குற்றங்கள், குழப்பங்கள் மற்றும் அராஜகத்திடம் சரணடைந்துவிட்ட’ ஒரு பிரதேசத்தைச் சித்தரிக்கிறது. இந்தப் பிம்பமானது ‘ஓர் அதிகாரப்பூர்வ எழுத்துக்கலைஞனால் உருவாக்கப்பட்ட புனைவு, [ஒரு] கீழைத்தேச கற்பனைக்கதை’ அத்துடன் ‘ஓர் எளிய உறுதியான உண்மையால்கூட’ நிரூபிக்கப்படாத ஒன்று - அவத் மக்கள் ‘பேராசைகொண்ட ரோஸ் நிற கம்பெனி அரசாங்கத்தைவிட அவதூறுக்கு

[முன்பக்க தொடர்ச்சி] வெவ்வேறு காதலிகளின் பலநூறு சித்தரிப்புகள் அடங்கியிருக்கின்றன. மேலும் அதில் ஒவ்வொருவரின் காதல் உணர்ச்சியின் திறமைகள் மற்றும் குணவியல்புகளைப் பாராட்டும் சிறிய கவிதைகளும் இடம்பெற்றுள்ளன.

ஆளான நவாபின் ஆட்சிக்கே முக்கியத்துவம் அளித்தனர்' என்பது தெளிவாகத் தெரிகிறது என பேர்ட் எழுதினார்.

பேர்ட் திட்டவட்டமாக சுட்டிக்காட்டுவது, 'இரண்டின் [அரசாங்கங்களின்] கீழும் வாழ்ந்தவர்களில் கம்பெனியால் சிப்பாய்களாக வேலைக்கமர்த்தப்பட்ட ஏறக்குறைய 50,000 பேர் இரண்டு ஆட்சிகளிலும் இருந்த வித்தியாசத்தை உணர்ந்து, குறிப்பாக தீவிர மனக்கசப்பு கொண்டனர்.'

> *இந்த இணைப்பானது முற்றிலும் நியாயப்படுத்த முடியாத வன்முறை மற்றும் சிதைவுகளை விட்டுச்சென்றது மட்டுமல்லாமல், எந்த ஒரு நாகரிக ஆட்சியின்கீழும் கேள்விப்பட்டிர முடியாத அளவுக்கு சொத்துகள் அனைத்தின் அடித்தளங்களும் வீழ்ச்சியுற்றன. எல்லாப் பகுதிகளிலும் இருந்த நில உடைமையாளர்கள் உரிமைநீக்கம் செய்யப்பட்டனர் என்று நாங்கள் கேள்விப்பட்டோம். சுருக்கமாக சொல்லப்போனால் இந்த பிராந்தியத்தை கம்பெனி நடத்திய விதமானது அவை வருமானத்திற்கு உரிமையுள்ளவை என்பதாக மட்டுமல்லாமல், அதனுடைய சொத்துகள் அனைத்தும் தன்னுடைய வில்லுக்கும் அம்பிற்கும் கிடைத்த போர்ப் பரிசுகள் என்பதாகவே அமைந்திருந்தது. உண்மையில், அது யாரும் குடியேறாத புதிதாக கண்டுபிடித்த நிலமாகவும், அதைக் கண்டுபிடித்தவர்களே தாங்கள் நினைத்ததை அங்கு செய்ய உரிமை பெற்றவர்கள் என்பதைப் போன்றும் காணப்பட்டது.*[25]

ஏற்கனவே பல சிறிய ராஜ்ஜியங்கள் சத்தமின்றி, லாபகரமான முறையில் கம்பெனியால் இணைத்துக் கொள்ளப்பட்டன. பிறழ்வுக் கோட்பாடு எனப்படும் கவர்னர் ஜெனரல் டல்ஹௌசியின் (1812-60) கொள்கையானது, தத்தெடுக்கப்பட்ட பிள்ளைகள் தங்களுடைய தந்தையின் பதவிக்கு வருவது என்ற பழமையான ஹிந்து வாரிசுரிமை நடைமுறையை தடைசெய்தது. அவ்வளவாக வெளியில் தெரியாத, ஆழமான மனக்கசப்பை உருவாக்கிய இணைப்புகளான 1848 இல் சதாரா, 1853 இல் ஜான்சி மற்றும் 1854 இல் நாக்பூர் ஆகியவற்றிற்கும் இந்தக் கொள்கையே வழிவகுத்தது. அவத் இணைப்பு என்பது மற்ற இணைப்பு முயற்சிகளில் இருந்து மிகவும் வேறுபட்ட அளவினதாக இருந்தது. அது அங்கீகரிக்கப்பட்ட வாரிசு இல்லை என்ற பெயரளவு நியாயப்படுத்தல்கூட இல்லாமல் 'ஓர் உண்மையான எதிர்ப்பற்ற கூட்டாளியை' உருவாக்கிக்கொள்வது குறித்த ஓர் ஒத்திகையாகவே மேற்கொள்ளப்பட்டது. 'கற்பனையான குற்றச்சாட்டுகள்' மற்றும் 'அவுத் நீலப்புத்தகத்தின் போலி வாதங்கள்' மட்டும் இதில் விதிவிலக்கு.[26]

அவத்தின் இணைப்பு மற்றும் மிர்ஸா ஃபக்ருவின் மரணத்திற்குப் பின்னர் முகலாய வம்சாவளியின் முடிவு நெருங்கிக்கொண்டிருப்பது தெளிவானது.

இப்போது எண்பத்தோரு வயதாகும் ஜாஃபருக்கு இது குறிப்பிடத்தக்கதொரு அதிர்ச்சியே. தனக்கு வாரிசுரிமையாக கிடைத்த கொஞ்சத்தையும் பாதுகாத்து, கைமாற்றிவிட வேண்டும் என்பதைத் தவிர தனக்கு வேறு எந்த ஆசையும் இல்லை என்பதை அவர் நீண்டகாலத்திற்கு முன்பே தெளிவுபடுத்திவிட்டார். 1843 ஆம் ஆண்டு முற்பகுதியில் அவர் விக்டோரியா ராணிக்கே நேரடியாக கடிதம் எழுதி அனுப்ப முயற்சித்தார். அதில் அவர் பின்வரும் அளவுக்காவது தனக்கு வேண்டும் எனக் கேட்டிருந்தார்.

துரதிர்ஷ்டவசமான சூழ்நிலைகளால் என்னுடைய ராஜ்ஜியத்தின் பூக்கள் வாடிவிட்டன. இந்த மாளிகையின் ஆட்சி உங்கள் வசம் ஒப்படைக்கப்பட்டுள்ளது. அதன் கண்ணியத்தைக் குறைப்பதும் பெரிதாக்குவதும் உங்கள் கைகளில்தான் உள்ளது. எனக்கு இப்போது வயதாகிவிட்டது. உயர்நிலையைப் பெறும் லட்சியம் எதுவும் எனக்கு இல்லை. என்னுடைய வாழ்க்கை முழுவதையும் நான் என்னுடைய மதத்திற்காக ஒப்படைத்துவிட்டேன். ஆனால், என்னுடைய முன்னோர்களின் பெயர் மற்றும் கண்ணியம் காப்பாற்றப்படுமா என்றும், பிரிட்டிஷ் அரசாங்கத்தினால் உருவாக்கப்பட்டுள்ள அசல் ஒப்பந்தங்களின்படி அவை முழுமையாக என்னுடைய குழந்தைகளிடத்தில் வழங்கப்படுமா என்றும் நான் கவலைப்படுகிறேன்.[27]

தன் கண்களுக்கு முன்னால் நிகழ்ந்த அவத்திற்கு ஏற்பட்ட நிலையை உதாரணமாக வைத்து ஜாஃபர் தன்னுடைய கவனத்தை வெகுவாக குறைத்துக்கொண்டார். அவத்தின் இணைப்பு குறித்து கேள்விப்பட்டதும் அவர் செய்த முதல் வேலை, டல்ஹௌசிக்கு தொடர்ச்சியாக கெஞ்சல் கடிதங்கள் எழுதியதுதான். அவற்றில் அவர் ‘இந்தப் பூமியில் எங்களுடைய புனிதயாத்திரை முடிவுக்கு வரவிருக்கிறது. [மேலும்] எண்பது வயதுகளை எட்டிவிட்ட ஒருவரின் வாழ்க்கை மீது நம்பிக்கை வைத்திருக்க முடியாது என்பதால், சமீபத்திய காலங்களில் எங்களுடைய குடும்பத்தின் எதிர்கால நல்வாழ்வு குறித்த விஷயங்களில் மட்டுமே நாங்கள் ஈடுபட்டிருக்கிறோம். குறிப்பாக நவாப் ஜீனத் மஹல் பேகம் மற்றும் அவருடைய மகன் இளவரசர் மிர்ஸா ஜாவன் பக்த் பகதூர் ஆகியோருக்கு எத்தகைய மனவேதனையும், கஷ்டகாலமும் ஏற்பட்டுவிடக்கூடாது’ என்று கோரிக்கை

விடுத்திருந்தார். தன்னுடைய மரணத்திற்குப் பின்னர் அவர்கள் இருவரும் நன்றாக பார்த்துக்கொள்ளப்பட வேண்டும் என்ற உத்திரவாதத்தை மட்டுமே ஜாஃபர் கேட்டுக்கொண்டார். இருப்பினும் டல்ஹௌசியின் பதிலோ, அவருடைய குணவியல்பின்படி அகம்பாவத்துடனும் கருணையற்றும் இருந்தது. தன்னுடைய செயலாளர்களில் ஒருவர் மூலமாக அதற்கு பதிலளித்த அவர், 'பேகம்களுக்கும் இளவரசருக்கும் மாட்சிமை பொருந்தியவர் கேட்டிருக்கும் சலுகைகளை நீட்டிக்க முடியாது. அவை மாட்சிமை பொருந்தியவரின் வாழ்நாளில் வழங்கப்படும், ஆனால், அதன் பின்னர் நீட்டிக்க இயலாது. இது முந்தைய நடைமுறைக்கு முரணானது.'[28]

இத்தகைய அபாயத்தில் இருந்தது ஜாஃபர் மட்டுமல்ல, முகலாயர்கள் மற்றும் அவர்களுடைய அரசவையின் அந்திமக் காலமானது டெல்லி முழுவதிலுமே மேகப்படலத்தை உருவாக்கியது. அவர்களில் பெரும்பாலானோர் செங்கோட்டையில் இருந்து செல்வத்தையும் சலுகையையும் நேரடியாகவோ அல்லது மறைமுகமாகவோ பெற்றவர்களாவர். முகலாயர்களின் முடிவுடன் நகரத்தில் இருந்த பெரும்பாலானவர்கள் வேலையிழக்க இருந்தனர். அரசவையை சேர்ந்தவர்கள், அரண்மனை பொது ஊழியர்கள், நகை செய்பவர்கள், சமையல்காரர்கள் மற்றும் பல்லக்கு சுமப்பவர்கள், காவலாளிகள் மற்றும் திருநங்கையர்கள், இசைக் கலைஞர்கள் மற்றும் நடனப் பெண்கள் ஆகியோர் இதில் அடங்குவர். இவர்களில் யாரும் பிரிட்டிஷ் ஆட்சியின்கீழ் வேலைவாய்ப்பை எதிர்பார்க்க முடியாது. ஏனென்றால், வடமேற்கு பிராந்தியங்களுக்கான நிர்வாகிகள் ஆக்ராவிற்கு தெற்கே 150 மைல்கள் தள்ளியிருந்தனர்.

இது அரசவைக் கவிஞர்களுக்கும் மிகுந்த கெட்ட சகுனமாக அமைந்தது. 'அவத் மற்றும் அதன் விவகாரங்களுக்கு நான் முற்றிலும் அந்நியன் என்றாலும் அந்த ராஜ்ஜயத்தின் அழிவு என்னை மிகவும் விரக்தியடையச் செய்துவிட்டது' என்று 1856 பிப்ரவரி 23 அன்று எழுதிய காலிப், மேலும் இதுகுறித்து குறிப்பிடுகையில் 'அது என்னை எல்லாவகையிலும் அதிக மனச்சோர்வுறச் செய்திருக்கிறது.' அத்துடன் நான் 'எல்லாவிதமான நீதியுணர்வையும் இழந்துவிடாத இந்தியனாக வேறுமாதிரி உணர்கிறேன்.' 29 நவாபிடம் இருந்து காலிப் பெற்றுவந்த சிறு தொகையை பிப்ரவரியில் நடந்த இணைப்பின்போது காலிப் இழந்துவிட்டார். கவிதையில் அவரது மாணவரான மிர்ஸா ஃபக்ரு ஜூலை மாதம் இறந்துபோனபோது அவருடைய வருமானம் மேலும் குறைந்துபோனது. இதுகுறித்து 1856, ஜூலை 27 ஆம் தேதி ஒரு நண்பருக்கு எழுதிய கடிதத்தில்,

> அடுத்த வாரிசின் மரணம் எனக்கு பேரிடியாக அமைந்துவிட்டது என்பதை நீ மனதில் வைத்துக்கொள். அரசவையுடனான எனது உறவுகள் அரசர் உயிர்வாழும் வரை மட்டும்தான் என்பதே இதற்கு அர்த்தம். புதிய அடுத்த வாரிசு யார் என்பது இறைவனுக்குத்தான்

தெரியும். என்னுடைய மதிப்பை உணர்ந்தவர் இறந்துவிட்டார். இப்போது என்னை யார் அங்கீகரிக்கப் போகிறார்கள்? என்னுடைய நம்பிக்கையை என்னைப் படைத்தவரிடம் ஒப்படைத்துவிட்டு அவருடைய விருப்பப்படியே விலகிக்கொள்கிறேன். மேலும், உடனடி இழப்பு என்றால் அது இதுதான். அவர் [மிர்ஸா ஃபக்ரு] என்னுடைய [இரண்டு தத்தெடுக்கப்பட்ட] மகன்களுக்கு பழங்கள் வாங்கித்தர எனக்கு மாதம் பத்து ரூபாய் அளித்து வந்தார். அதை இப்போது யார் தரப்போகிறார்கள்?[30]

மற்ற எழுத்தாளர்களைப்போல் அப்போதிலிருந்தே செலவுமிகுந்த ரசனைகள் மற்றும் தன்னுடைய மதிப்பின்பால் தானே கொண்டிருந்த உயர்வான எண்ணம் ஆகிய இரண்டிற்காகவும் எதுவுமே செய்துகொள்ள முடியாத வகையில் நிதி ஆதாரமின்மையால் காலிப்பும் பாதிக்கப்பட்டார். எப்போதுமே பாதுகாப்பற்ற நிலையில் இருந்த அவருடைய நிதி ஆதாரமானது டெல்லி கல்லூரியில் பாரசீக மொழி பேராசிரியராக சேர்வதற்குக் கிடைத்த ஆதாயமுள்ள வாய்ப்பையும் அவருடைய தனிப்பட்ட கௌரவு உணர்வால் மறுத்துவிட்ட பின்னர் மேலும் பிரச்சினைக்கு ஆளானது. புதிய பதவிக்கு விண்ணப்பிப்பதற்காக காலிப் தன்னுடைய பல்லக்கில் டெல்லி கல்லூரிக்கு வந்தார். ஆனால், கல்லூரி வாயிலை அடைந்ததும், தன்னுடைய உயர்குடித் தகுதியைச் சுட்டிக்காட்டி செயலாளரான திரு. தாமேஸன் அங்கு வந்து தனக்கு வரவேற்பு அளிக்கும் வரையில் உள்ளே வரப்போவதில்லை என்று மறுத்துவிட்டார். நீண்டநேரம் அங்கேயே இருந்தபின்னர்,

தனிப்பட்ட முறையில் அங்கு வந்த தாமேஸன், கவர்னர் தர்பாருக்கு செல்லும்போது அவருக்கு முறைப்படியான வரவேற்பு அளிக்கப்படும் என்றும், வேலைவாய்ப்பிற்கான ஒரு விண்ணப்பதாரராக வந்திருக்கும் இந்த நிலையில் அவருக்கு வரவேற்பு அளிக்க இயலாது என்றும் விளக்கினார். அதற்கு பதிலளித்த காலிப், 'அரசு நியமனத்தை ஏற்றுக்கொள்ளும்போது இப்போது நான் பெறுவதைக் காட்டிலும் அதிக கௌரவத்தைப் பெறுவேன் என்று நினைத்திருந்தேனேத் தவிர, ஏற்கனவே எனக்குள்ள கௌரவத்தைக் குறைத்துக்கொள்வதாக அல்ல' என்று கூறினார். அதற்கு செயலாளர், 'என்னுடைய நெறிமுறைகளை நான் பின்பற்றியாக வேண்டும்' என்றார். 'அப்படியென்றால் நீங்கள் என்னை மன்னிக்க வேண்டும்' என்று கூறிய காலிப் அங்கிருந்து சென்றுவிட்டார்.[31]

இதுபோன்ற சூழ்நிலையில், ஜாஃபர் தன்னை அவ்வளவாக மதிக்கவில்லை என்ற காலிப்பின் எரிச்சல் அதிகமானது. பதிலாக

ஜாஃபருக்கு மிகவும் விருப்பமான, இரண்டாம் தரமானவரான ஸாக்கிற்கே கைநிறைய ஓய்வூதியமும், சலுகையும் சென்றுசேர்ந்தது. இது காலிப் புரிந்துகொள்ள முடியாத ஒன்று. இதை ஜாஃபரிடமே அவர் துணிச்சலுடன் கேட்டுவிட்டார்.

'தீயின் அத்தனை சக்தியையும் கொண்ட பாடலை எழுதும் காலிப் போன்ற ஓர் அடிமையை பெரும் செல்வமாகப் பெற்றிருப்பதற்காக நீங்கள் நிச்சயம் பெருமைப்படுவீர்கள் என்று நான் சத்தியம் செய்கிறேன். என்னுடைய திறமைக்குத் தேவைப்படுகிறது என்பதால் உங்களுடைய கவனத்தை என்மீது திருப்புங்கள். உங்களுடைய விருப்பத்திற்குரிய புதையலாக என்னைப் பார்த்து உங்கள் இதயவாசலை திறந்துவையுங்கள். என்னுடைய முழுமையை, என்னுடைய திறமையைப் பாருங்கள். பேரரசர் அக்பர் தினத்தன்று கவிஞர்களைப்பற்றி ஏன் பேசுகிறோம்? உங்கள் காலத்தில் அவரையும் விஞ்சிவிட்டீர்கள் என்பதற்கு நான் மட்டுமே சாட்சியாய் இருக்கிறேன்' என்று எழுதினார்.[32]

1854 இல் ஸாக் இறந்தபோது ஜாஃபர் இறுதியில் தன்னுடைய உஸ்தாத்தாக (குரு அல்லது ஆசிரியர், இந்த இடத்தில் கவிதை ஆசிரியர்) காலிப்பை நியமித்துக் கொண்டார். அதன் மூலம் கிடைத்த ஊதியத்தால் காலிப் (குறைந்தபட்சம் டெல்லி பாரம்பரியப்படி) சற்று நிம்மதிப் பெருமூச்சுவிட முடிந்தது என்பதுடன் அதன்பின்னர் 'சுற்றித்திரியும் மனிதனின் மொழி' அவரிடம் அற்றுப்போனது.[33] காலிப்பின் திறமைகளிடத்தில் ஜாஃபர் காட்டிய அக்கறை போதுமானதல்ல என்றாலும் காலிப் சார்ந்திருந்த நிதி மூலாதாரம் அரசவை மட்டுமே. 1852 முற்பகுதியில் அரசருக்கு உடல்நலக்குறைவு ஏற்பட்டபோது காலிப் கவலையுடன் எழுதினார், 'இப்போது என்ன நடக்கப்போகிறது? அவருடைய சுவற்றின் நிழலில் உறங்கிக் கொண்டிருக்கும் நான் என்னவாகப் போகிறேன்?'[34] கொஞ்ச நாள் கழித்து அவர் மேலும் குறிப்பிடுகையில், 'செங்கோட்டையில் குழுமியிருக்கும் முகலாய இளவரசர்கள் தங்களுடைய கஸல்களைப் பாடுகிறார்கள். இந்த அரசவை ரொம்பநாள் நீடிக்கப்போவதில்லை. அது எப்படி நிரந்தரமாக இருக்கும்? அவர்கள் நாளை சந்திப்பார்களா என்று யாருக்குத் தெரியும், அப்படிச் சந்தித்தார்கள் என்றால் எங்கே சந்திப்பார்கள்? இந்தக் கூட்டம் எந்தக் கணத்தில் வேண்டுமானாலும் காணாமல் போகலாம்.'[35]

காலிப்பின் சந்தேகத்திற்கு உண்டான காரணங்களுள் ஒன்று, டெல்லியில் உள்ள பலரையும் போன்று அல்லாமல் அவர் மேற்குலகம் அடைந்துள்ள அறிவியல் முன்னேற்றங்கள் பற்றியும் அறிந்து வைத்திருந்தார். அதனை அவர் 1827 இல் கல்கத்தாவிற்கு சென்றபோதே நேரடியாகக் கண்டார். பேரரசர் அக்பரின் அரசவை நிகழ்வுகளை

கொண்டாடும் புத்தகமான *அய்ன் இ-அக்பரியின்* பதிப்பு ஒன்றுக்கு அறிமுக உரை எழுதுகையில் சயித் அகமது கான் அதில் காலிப்பை ஈர்க்க முயற்சித்தபோது அதற்கு காலிப் எழுதிய பதிலுரையில் முகலாயர்களின் பழைய வாழ்க்கையையே கான் எப்போதும் பார்த்துக்கொண்டிருக்ககூடாது எனவும், எதிர்காலத்தையும் அரவணைத்துச் செல்லவேண்டும் என்றும் எழுதினார்.

> *இங்கிலாந்து சாஹிப்புகளைப் பாருங்கள். அவர்கள் நம்முடைய கீழைத்தேச முன்னோர்களைவிட மிகவும் முன்னோக்கி இருக்கிறார்கள். காற்றையும் அலைகளையும் அவர்கள் பயனற்றதாக்கிவிட்டார்கள். தங்களுடைய கப்பல்களை அவர்கள் நெருப்பாலும் நீராவியாலும் இயக்குகிறார்கள். மிஸ்ராப் [இசைக்கருவியை மீட்டும் சாதனம்] உதவி இல்லாமலேயே அவர்கள் இசையை உருவாக்குகிறார்கள். அவர்களுடைய மாயாஜாலத்தால் வார்த்தைகளும் பறவைகளைப் போல் காற்றில் மிதக்கின்றன. காற்று தீப்பற்றுகிறது. எண்ணெய் விளக்குகள் இல்லாமலேயே நகரங்கள் ஒளியூட்டப் பெறுகின்றன. புதிய விதி பழைய விதிகளை வழக்கொழியச் செய்கிறது. முத்துப் புதையல் களஞ்சியமே உங்கள் காலடியில் கிடக்கும்போது பழைய காலத்து களஞ்சியத்தில் இருக்கும் வைக்கோல்பிரிகளை ஏன் தேடிக்கொண்டிருக்கிறீர்கள்?*[36]

அச்சமயத்தில் மிர்ஸா ஃபக்ருவின் மரணம் மற்றும் அவத்தின் இணைப்பிற்குப் பின்னர், வருமானத்திற்கான மற்றவழிகளைத் தேடும் உடனடி நடவடிக்கை குறித்து காலிப் சிந்தித்துப் பார்த்தார் என்பதே நிஜம். அதேநேரம் அரசவைக் கலாசாரமே இல்லாத ஆங்கிலேயர்களுக்கு அதை அவர் கற்றுக்கொடுக்கவும் செய்தார். இதன் முடிவில் அவர் கேன்னிங் வழியாக பாரசீக சிந்துப்பாடல் அல்லது குவாஸிதா ஒன்றை ராணி விக்டோரியாவுக்கு அனுப்பிவைக்கவும் செய்தார். ராணியானவர் 'நட்சத்திரங்களைப் போல் ஒளிவீசுபவர்' என்றும் அவருடைய கவர்னர் ஜெனரல், 'அலெக்ஸாண்டரைப் போல் கம்பீரமும், ஃபெரிதுனைப்போல் நேர்த்தியும் உள்ளவர்' என்றும் துதிபாடிய பின்னர் காலிப் தன்னுடைய முக்கிய விஷயத்திற்கு வந்தார். அதாவது, கவிதை வரிகளில் ஆட்சியாளர்களை அமரத்துவம் பெறச்செய்வதற்கு பிரதிபலனாக அவர்கள் கவிஞர்களை ஆதரிக்க வேண்டும் என்று ராணியாருக்கு நினைவுபடுத்தினார்.

இந்த விஷயங்களின் மென்மையான ஆசாரங்களின்பால் லண்டனின் மாட்சிமை பொருந்திய சீமாட்டியார் அவ்வளவாக ஈடுபாடு காட்டாத நிலையில் அவருக்கு அனுப்பிய கடிதங்களில் காலிப் தன்னை இன்னும் வெளிப்படையானவராகக் காட்டிக்கொண்டார். வரலாற்றின் உண்மையான ஆட்சியர்கள் என்று ராணி விக்டோரியாவுக்கு நினைவுபடுத்திய அவர்,

‘தங்களுடைய கவிஞர்களின் வாய்களை முத்துகளால் நிரப்பியும், அவர்களுக்கு எடைக்கு எடை தங்கம் வழங்கியும், அவர்களுக்கு கிராமங்களை வழங்கி கைம்மாறு செய்தும் அவர்களுக்கு பரிசளித்திட வேண்டும்’ என்று எழுதினார். அதே வகையில், ‘மேன்மைதாங்கிய மகாராணியார் இந்த மனுதாரரான காலிப்பிற்கு *மிஹ்ர்-க்வான்* என்ற பட்டத்தையும், கௌரவ மேலங்கியையும் மற்றும் தன்னுடைய செழிப்பான மேசையில் இருந்து சில துண்டங்களை, அதாவது நேரடியான ஆங்கிலத்தில் சொன்னால் “ஓய்வூதியம்” வழங்கியும் கௌரவிக்க வேண்டும்’ என்றும் கேட்டுக் கொண்டார்.[37]

ராணியாரின் தயைகூர்ந்த பதிலுக்காகவும், கருணையுள்ள உதவித்தொகை பரிசுக்காகவும் காலிப் ஆவலுடன் காத்திருந்தார். அது வரவே இல்லை. ஆனால் அந்த சிந்துப்பாடலானது அவருடைய உயிரைக் காப்பாற்றும் மிக முக்கியமான வேலையை விரைவிலேயே செய்யவிருந்தது.

காலிப்பிற்கு 1856 ஆம் ஆண்டானது 1857 ஆம் ஆண்டிற்கு ஆழமாக கவலை கொள்ளவும் மனச்சோர்வுறவும் வைக்கும் வகையில் வழியமைத்தது என்றால் தியோ மெட்கால்ஃபும்கூட மிகவும் மோசமான நிலையில்தான் இருந்தார்.

சட்டென்று தன் மனைவியையும் தந்தையையும் இழந்துவிட்ட பின்னர் தன்னுடைய வேலைகளிலும், டெல்லியில் இணை மேஜிஸ்ட்ரேட்டாக பணியாற்றுவதிலும் தன்னை மூழ்கடித்துக்கொள்ளவே அவர் முயற்சித்தார். ஆனால், தாமாகவே தன்னுடைய குழந்தையை வளர்ப்பதில் உள்ள மன அழுத்தம் மற்றும் தன்னுடைய தந்தையின் நூலகத்தை விற்கின்ற மனச்சோர்வடைய வைக்கும் வேலை ஆகியவற்றுடன் மெட்கால்ஃப் மாளிகையின் பிற விவகாரங்களையும் கவனித்துக்கொள்ள வேண்டிய தேவை ஆகிய எல்லாமும் சேர்த்து அவர் மீது பெரும் சுமையாக விழுந்தது. தன்னுடைய மனைவியின் கடைசி நினைவாகவே அவர் தன்னுடைய மகனைவிட்டுப் பிரியாதிருந்தார். ‘என்னால் அவனைவிட்டுப் பிரியவே முடியவில்லை. தினசரி அவனைப் பலமணி நேரங்கள் பிரிந்திருப்பதால் எனக்கு பெரும் துன்பமாக இருக்கிறது. என் மனைவியின் துணையில்லாமல், என்னுடைய சிறுபிராயத்தில் எனக்கு கிடைத்திராத, இழந்தவற்றிற்காக நான் எப்போதுமே வருந்திவந்த பாசத்தை அவனிடம் காட்ட என்னாலான எல்லாவகையிலும் முயற்சி செய்கிறேன்’ என்று 1856 இல் அவர் ஜியார்ஜினாவுக்கு எழுதினார்.[38]

இருப்பினும், 1856 ஆம் ஆண்டு கடந்துகொண்டிருக்கையில் அவருடைய மனநிலையில் ஏற்பட்ட அழுத்தமானது அவருடைய உடல்மீதும் தன்

பாதகமான விளைவைக் காட்டத் தொடங்கியது. குறிப்பாக அவர் கண்களின் மீது! இதனை அவர் மீரட்டில் இருந்து 1856, ஆகஸ்ட் மாதம் ஜியார்ஜினாவுக்கு எழுதிய கடிதத்தில் தெரிவித்துள்ளார்.

'என்னுடைய இடதுகண் பல மாதங்களாகவே வலியாலும் பலவீனத்தாலும் பாதிக்கப்பட்டுள்ளதைக் கேட்டால் நீ வருத்தப்படுவாய். அதைப் பயன்படுத்தும்படியான எல்லா வேலைகளையும் கைவிட வேண்டியிருக்கிறது. வேலையை விட்டுவிட்டு மூன்று மாதங்களாவது ஓய்வெடுக்கும்படி கட்டாயப்படுத்துகிறது. இந்த ஓய்வும்கூட அதனை முழுமையாக மீட்டெடுக்க போதுமானதாக இருக்காது என்றே தோன்றுகிறது. என்னை இருட்டு அறையில் விட்டுவிடும்படி உத்தரவிட்டிருக்கிறேன். அதனால் என் முன்னே எதிர்பார்ப்புகள் நிரம்பாது. தற்போது டெல்லிக்கு சென்று அப்பாவின் பொருள்களை [மெட்கால்ஃபேப் வீட்டில்] ஒழுங்குபடுத்தப் போகிறேன். ஒரு மாதத்திற்குப் பின்னர் என்னுடைய கண்கள் வலுவடைந்ததாக உணர்ந்தால் மலைப்பிரதேசங்களுக்கு பயணம் செல்லலாம் என்றிருக்கிறேன். தனியாளை கவனித்துக்கொள்ள விரும்பும் விதவைப் பெண் யாரையாவது உனக்குத் தெரியுமா? என்னால் எனக்கே உதவமுடியவில்லை. நான் படிப்பதும் எழுதுவதும்கூட தடைபட்டிருக்கிறது.'[39]

கோடைக்கால பயணத்தில், காஷ்மீரில் இருந்த ஜியார்ஜினா உடனடியாக தியோவின் மகன் சார்லியைப் கவனித்துக்கொள்ள உடன்பட்டார். தயக்கத்துடனும், நன்றியுடனும் தியோ அதற்கு ஒப்புக்கொண்டார். ஜமா மசூதியின் சுவர்களில் இருந்த சுவரொட்டியை கிழித்த சற்றைக்கெல்லாம் தன்னுடைய மைத்துனரான எட்வர்ட் கேம்ப்பலுக்கு தனக்கு ஏன் விடுமுறை தேவைப்படுகிறது என்று மீண்டும் ஒருமுறை குறிப்பிட்டு கடிதம் எழுதிய அவர் அதிர்ஷ்டவசமாக 1857, மே மாதம் மலைப்பிரதேசத்தில் விடுமுறையைக் கழிக்க ஜியார்ஜினாவுடன் சேர்ந்துகொண்டார். 'என் மீது பெரும் பாரமாக இறங்கி, கையறுநிலைக்குத் தள்ளிய மரத்துப்போன உணர்வுகளை என்னால் நினைத்துக்கூட பார்க்க முடியவில்லை. எல்லாவிதமான வேலைகளில் இருந்தும் விடுபடாமல், ஒரு நீண்ட முழுமையான விடுமுறை இல்லாமல் என்னால் மீண்டு எழவே முடியாது என்றே நினைக்கிறேன்' என்று வருத்தத்துடன் அவர் எட்வர்டிற்கு எழுதினார்.[40]

தியோவின் துன்பத்திற்கு ஜியார்ஜினாவைக் காட்டிலும் எட்வர்டிற்கு சிறிதளவே அனுதாபம் இருந்தது. கல்கத்தாவில் உள்ள வில்லியம் கோட்டை தலைமையகத்தில் எட்வர்ட் ஏடிசி-ஆக பணிபுரிந்த சர் சார்லஸ் நேப்பியர் அவருடைய காப்பாளரும் ஆவார். அவர்

இந்தியாவில் இருந்து புறப்பட்டுச் சென்றதைத் தொடர்ந்து எட்வர்டின் வாழ்க்கை ஏற்ற இறக்கமாகவே இருந்தது. அவரும், அவருடைய 60 ஆவது ரைபிள்ஸ் கம்பெனியும் அவ்வளவு முக்கியத்துவமோ அல்லது முக்கியமானதோ அல்லாத பஞ்சாப் - சிந்து எல்லையில் அமைந்திருக்கும் முல்தான் பகுதியைச் சுற்றிலும் அளவெடுக்கும் வேலையைச் செய்துகொண்டிருந்தனர். அந்தப் பகுதி அந்த துணைக்கண்டத்திலேயே மிகவும் வெப்பமான பகுதி என்று பெயர்பெற்றது. அது வில்லியம் கோட்டையின் ஆடம்பரங்களில் இருந்து முற்றிலும் விலகியிருக்கும் ஒன்று என்பதில் சந்தேகமில்லை. தன்னுடைய சொற்ப வருமானத்தில் பெரும்பகுதி தியோவின் குழந்தைக்கும் அவருடைய காப்பாளருக்குமே செலவாகிவிடுவதை கேள்விப்பட்டபோது அவர் மிகவும் கோபத்திற்கு ஆளானார். இதுகுறித்து அவர் காஷ்மீரில் இருக்கும் ஜியார்ஜினாவுக்கு எழுதிய கடிதத்தில்,

'நான் தியோவால் மிகவும் வெறுத்துப்போயிருக்கிறேன். வாடகையைப் பொறுத்தவரை அவரிடம் கேட்பதில் எந்தப் பயனும் இல்லை என்று நினைக்கிறேன். அவற்றைத் தருவதற்கான எண்ணம் அவருக்கு கொஞ்சமும் இல்லை என்றே தோன்றுகிறது. நாம் ஒரு சிறிய நினைவூட்டுக் கடிதம் எழுதி, திருமதி பாக்ஸ்டர் மற்றும் சார்லி நம்முடன் இருப்பதால் ஆகும் அசல் செலவுகளை அதில் குறிப்பிடுவோம். பின்னர் அவற்றிற்காவது அவரை பணம் கொடுக்கச் சொல்வோம்.'[41]

ஆனால், தன்னிடம் பணம் இல்லாதது மற்றும் தன்னுடைய மைத்துனரின் அலட்சியம் ஆகியவற்றையும் தாண்டி கேம்ப்பலை எரிச்சலடைய வைப்பதற்கு காரணமான வேறுபல கவலைகளும் இருந்தன. ராணுவமானது தங்களுடைய நவீன மற்றும் மிகவும் மேம்பட்ட புதிய ஆயுதத்தை வைத்து பஞ்சாபில் இருக்கும் படையினருக்கு பயிற்சியளிக்கும் பொறுப்பை அவரிடம் ஒப்படைத்திருந்தது. இதுகுறித்து அவர் ஜியார்ஜினாவுக்கு எழுதிய கடிதத்தில்,

'படைப்பிரிவின் விவகாரங்கள் அனைத்தையும் நானே தீவிரமாக கவனிக்க வேண்டியிருக்கிறது. புதிய என்ஃபீல்டு ரைபிள்ஸ் பிரிவை நிர்வகிக்கும் விஷயத்தில் நானே முன்னணி பங்கு வகிக்கிறேன். பழைய ரைபிள்களைப் போல் புதியதை எங்களுடைய ஆட்கள் விரும்பவில்லை. அவர்கள் சீக்கிரத்திலேயே விரும்பத் தொடங்குவார்கள் என்று நினைக்கிறேன் என்றாலும் தற்போதைக்கு எப்படி என்றுதான் தெரியவில்லை. எங்களால் நினைத்தபோதெல்லாம் அவற்றை வெடிப்பொருள் நீக்கி சுத்தம் செய்ய முடியாததால் இது மிகவும் அசௌகரியமான

சூழ்நிலையாக இருக்கிறது. சில சுற்றுக்கள் சுட்ட பின்னர் அவை மிகவும் அடைப்புகளுக்கு ஆளாகி தோட்டாக்களை நிரப்ப கடினமாகிவிடுகின்றன.'[42]

தொழில்நுட்ப விவரங்களைக் குறிப்பிட்டு எட்வர்ட் தன்னுடைய மனைவியைத் தொந்தரவுசெய்ய விரும்பவில்லை. ஆனால், புதிய என்பீல்டு துப்பாக்கிகளின் பிரச்சினை என்னவென்றால், அவை அதன் முன்னோர்களைப் போல் மென்மையான குழல்கொண்ட பிரவுன் பெஸ் மஸ்கட்ஸ் போன்று அல்லாமல் வரிப்பள்ளங்கள் (அல்லது சுருள்வெட்டுகள்) கொண்ட குழல்களாக இருந்தன. இவை அவற்றை மிகமிகத் துல்லியமாக நீண்டதூரத்திற்கு சுடக்கூடியவை ஆக்கினாலும் அவற்றில் தோட்டாவை நிரப்புவதற்கு மிகவும் கடினமாக இருந்தது. ரவைகளை குழல்களுக்குள் செலுத்த நிறைய பசையெண்ணெய் தேவைப்படுவதுடன் உள்ளே அழுத்துவதற்கும் நிறைய பிரயத்தனம் தேவைப்பட்டது. தன்னுடைய படையினருக்கு எட்வர்ட் கற்றுத்தந்த பயிற்சியில் அந்த தோட்டா உறையின் மேல்பகுதியை கடித்து இழுத்து, ரைபிளுக்குள் அந்தத் தூளைக் கொட்டி பின்னர் ரவையை உள்ளே திணிப்பது மற்றும் மீதமுள்ள கொழுப்பு உறையை அதன் கம்பியுடன் கீழே வைப்பது ஆகியவையும் அடங்கும்.[43]

இது ஒரு புதிய தொழில்நுட்பம் என்றாலும், இந்த வகையான வெடிப்பொருளை தயாரித்த அனுபவமில்லாத கல்கத்தாவில் உள்ள டம்டம் ஆயுதத் தொழிற்சாலையிடம் அதன் துப்பாக்கி உறைகளை தயாரிக்கச் சொல்வது என கம்பெனி ஆராய்ந்து பார்க்காமலேயே முடிவு செய்திருந்தது. இதன் விளைவாக தவிர்க்க முடியாமல் பல்சார்ந்த பிரச்சினைகள் எழுந்தன. குறிப்பாக டம்டம் தயாரித்த முதல் சில தொகுதி உறைகளில் அதிகப்படியான பசையெண்ணெய் தடவப்பட்டிருந்தது. இது இரண்டு விளைவுகளை உருவாக்கியது. முதலில், எட்வர்ட் ஜியார்ஜினாவுக்கு எழுதியதுபோல், அதிகப்படியான கொழுப்பினால் குழல்கள் சிக்கிக்கொள்கின்றன. அதனால், அவற்றைத் தொடர்ந்து சுத்தப்படுத்த வேண்டியிருக்கிறது.[44] உறையின் பிசுபிசுப்பான மேல்பூச்சை வாயில் வைக்கையில் அது விரும்பத்தகாத ஒன்றாக இருப்பதுடன் துப்பாக்கி வீரர்கள் அனைவருமே அதனால் எரிச்சல் அடைந்தனர்.

இந்த வளமான மண்ணில்தான் ஒரு வதந்தி வேர்விட்டது. பயன்படுத்தப்படும் பசையெண்ணையின் அளவு விரும்பத்தகாத ஒன்று மட்டுமல்லாமல் அவை உண்மையில் அசுத்தமானவையும், பசுவின் கொழுப்பு (மேல்சாதி மற்றும் சைவ ஹிந்துக்களாக இருந்த பெரும்பான்மையினரான சிப்பாய்களுக்கு இது தவறான ஒன்று, அத்துடன் மிகவும் போற்றி வணங்கப்படுகின்ற பசுவை வதைப்பதற்கு காரணமாக அமையும் எதையும் தொடுவதால் அவர்கள் மிகுந்த மன உளைச்சலுக்கு ஆளாகியிருந்தனர்) மற்றும் பன்றியின் கொழுப்பு (ஹிந்துக்கள் மற்றும்

முஸ்லிம்கள் ஆகிய இருவருக்குமே மிகவும் அசுத்தமான விலங்கு) ஆகியவற்றின் கலவையால் அது செய்யப்பட்டிருப்பதாகவும் கூறப்பட்டது.

இந்த வதந்திகளும்கூட உண்மையின் அடிப்படையில் அமைந்ததாகவே காணப்பட்டன. துவக்கத்தில் அந்த விரும்பத்தகாத பசையெண்ணையானது, பின்னாளில் கேன்னிங் பிரபு ஒப்புக்கொண்டதுபோல், அசுத்தமான இடுபொருள்களைக் கொண்டுதான் செய்யப்பட்டன.[45] பின்னர் அந்தப் பசையெண்ணையின் இடுபொருள்கள் உடனடியாக மாற்றப்பட்டன. நிறைய இடங்களில் தேன்மெழுகு, சுத்தப்படுத்தப்பட்ட வெண்ணெய் ஆகியவற்றைப் பயன்படுத்தி தங்களுக்கு ஏற்ற உயவு எண்ணையை தயாரித்துக்கொள்ள சிப்பாய்களுக்கு அனுமதி அளிக்கப்பட்டது. ஆனாலும், தீங்கிழைக்கப்பட்டது இழைக்கப்பட்டதுதான்! அது பெரும்பான்மையான சிப்பாய்கள் புதிய ரைபிள்களை தொட முழு மறுப்பு தெரிவிக்கவும் காரணமானது. அந்தக் கருத்தாக்கத்தின் மேலும் அதிகப்படியான ஆபத்து என்னவென்றால், அது எதிர்பாராதவிதமாக நடந்ததல்ல என்றும், பெரிய அளவிலான மதமாற்றத்திற்கு முன்னர் சிப்பாய்களை ஜாதி மற்றும் சமயச் சடங்குரீதியான தூய்மை ஆகியவற்றால் பிரிக்க நினைத்த கம்பெனியின் மிகப்பெரிய திட்டத்தினுடைய ஒரு பகுதி எனவும் கருதப்பட்டதுதான்.

மிஷனரிகளின் வியூகமற்ற வறட்டு நடவடிக்கைகள் மற்றும் ராணுவத்திலும் அதன் நிர்வாகத்திலும் இருந்த எவன்ஜிலிக்களிடையே அவர்களுக்கு இருந்த ஆதரவாளர்களால் இந்த வதந்திகளுக்கு கொஞ்சம் நேர்மையான நம்பகத்தன்மையும் கிடைத்தது. கம்பெனி தங்களுடைய சிப்பாய்களை கீழ் சாதிகளிடம் இருந்து பெற தீர்மானித்திருந்தால் அதற்கு குறைந்தளவு முக்கியத்துவமே அளிக்கப்பட்டிருக்க வாய்ப்புள்ளது. ஆனால், சடங்குரீதியான உணர்ச்சியுள்ள உயர்சாதியைச் சேர்ந்தவர்களை, குறிப்பாக அவத், பிஹார் மற்றும் பெனாரஸை சுற்றியுள்ள பகுதிகளைச் சேர்ந்த ஹிந்துக்களை படையில் சேர்க்க வேண்டும் என்பது நீண்டகாலமாகவே பிரிட்டிஷ் கொள்கையாக இருந்து வந்துள்ளது. பிரிட்டிஷாரால் தங்களைத் தாங்களே மேட்டுக்குடியினர் என்று குறிப்பிட்டுக்கொள்ள ஊக்கமளிக்கப்பட்ட வட இந்திய விவசாயக் குடிமக்களில் பலர் சிப்பாய்கள் ஆனபோது தங்களுடைய உணவைத் தாங்களே தயாரித்து உண்ணுதல், சாதிய உணர்வு ஆகியவற்றில் மிகவும் திட்டவட்டமாகவே இருந்தனர். அதாவது இந்தியா பாரம்பரியமாகவே ஒப்பீட்டுரீதியில் நெகிழ்வுத்திறனுடன் இருந்தாலும் அதன் அடியோட்டத்தில் இறுகிக் கொண்டிருந்தது அல்லது சில அறிஞர்கள் 'சமஸ்கிருதமயமாக்கல்' என்று அழைப்பதன்படி, இதுபோன்ற விவகாரங்கள்தான் தங்களுடைய

சுயமரியாதை கருத்தாக்கங்களின் மையம் என்று அந்த சிப்பாய்கள் புரிந்துகொள்ளத் தொடங்கியிருந்தனர்.*

இவற்றை மேலும் மோசமாக்கும் விதமாகவும், சூழ்நிலையை மேலும் பற்றியெரியச் செய்யும் விதமாகவும் ராணுவமானது முற்றிலும் தனித்தனியான - மிகவும் மதம்சாராத வகையில் - ஊதியம் மற்றும் நெறிமுறைகள் குறித்த பிரச்சினைகளால் ஏற்கனவே கலகத்தில் ஈடுபடும் நிலையில்தான் இருந்தது. இதைப் புரிந்துகொண்ட மூத்த அதிகாரிகளுள் மிகவும் முதலாமவர் எட்வர்ட் கேம்ப்பலின் முன்னாள் தலைவரான சர் சார்லஸ் நேப்பியர்தான். டல்ஹௌசி பிரபு முழுமையாக புரிந்துகொள்ளாமல் அலட்சியப்படுத்தியதால், தன்னுடைய சொந்த சிப்பாய்களிடையே உருவான கொந்தளிப்பின் விளைவாக பிரிட்டிஷ் இந்தியா 'மிகப்பெரிய ஆபத்தில் இருக்கிறது' என்று அவரிடத்தில் கவலைகள் அதிகரித்ததன் காரணமாக 1850 இல் தலைமைத் தளபதி பதவியில் இருந்து ராஜினாமா செய்துவிட்டார். 'இந்தியா ஆபத்தில் இருக்கிறது என்று அலறுவதற்கு எந்த நியாயப்படுத்தலும் இல்லை' என்று நேப்பியரின் அறிக்கைக்கு பதிலளித்த டல்ஹௌசி பின்வருமாறு எழுதினார். 'அதனுடைய எல்லாவிதமான அச்சுறுத்தல்களில் இருந்தும், அதனுடைய புதிய குடிமக்களின் பாதுகாப்பான, அடிபணிதல்கள் மூலமாக, அதன் கிளர்ச்சிக்குள்ளிருந்து விடுபட்டுள்ள இந்தியாவிற்கு ராணுவத்தின் பதவிவரிசைகளில் காணப்படும் பகுதியளவு கிளர்ச்சியினால் ஒருகணம்கூட ஆபத்தில் இல்லை.'[46]

நேப்பியருடன் நெருக்கமாக இருந்ததாலும், அதிருப்தியின் அளவைப்பற்றி நன்றாகவே தெரிந்திருந்ததாலும் இந்த புதிய அச்சுறுத்தல் தந்திருக்கும் ஆபத்தை எட்வர்ட் கேம்ப்பல் நன்றாக உணர்ந்துகொண்டார். மேலும், சிப்பாய்களின் உச்சபட்ச மகிழ்ச்சியின்மைக்கு ஏற்கனவே மிகப்பல நல்ல காரணங்கள் இருந்தன. ஹிந்துஸ்தானத்தைச் சேர்ந்த சிப்பாய் குடும்பங்களின் மகன்களில் பலருக்கும் ராணுவத்தில் வேலை மறுக்கப்பட்டது. ஏனென்றால், பத்தொன்பதாம் நூற்றாண்டின் முற்பகுதி மற்றும் மத்தியப்பகுதியில் நடந்த கூர்க்கா மற்றும் சீக்கியப் போர்களில்

* சில கம்பெனி ரெஜிமெண்டுகளில் உயர்சாதி ஹிந்துக்கள் 80 சதவிகிதம் இருந்தனர். ஆனால் பிறவற்றில் இந்த விகிதாச்சாரமானது 1857 இல் சற்றே குறைந்துபோனது. இதுதான் அதிருப்திக்கு பிரதான காரணமானது. பெங்கால் ஆயுதப்படையில் ஒட்டுமொத்த உயர்சாதி இந்துக்கள் கிளர்ச்சியின்போது 65 சதவிகிதமாக இருந்தனர். இந்த சாதி 1842 இல் குலைந்தது. இதற்கு விவரமான எண்ணிக்கைகள் காணக்கிடைக்கின்றன. அவை பின்வருமாறு: ராஜபுதனர்கள் 27,993 (34.9 சதவிகிதம்); பிராமணர்கள் 24,480 (31 சதவிகிதம்); கீழ்சாதி இந்துக்கள் 13,920 (17.3 சதவிகிதம்); முஸ்லிம்கள் 12,411 (15.4 சதவிகிதம்); கிறிஸ்துவர்கள் 1,076 (1.3 சதவிகிதம்). கம்பெனி ராணுவத்தைப்பற்றியும், ராணுவத்தில் 'சமஸ்கிருதமயமாக்கம்' குறித்தும் மேலும் அறிந்துகொள்ள பார்க்கவும்: ஆலவியின் மிகமுக்கியமான ஆய்வாகிய *The Sepoys and the Company: Tradition and Transition in Northern India 1770-1830, New Delhi, 1995.* மேலும் பார்க்க, *Saul David, The Indian Mutiny, which is especially good on the military aspects of 1857.*

தங்களுடன் நெருக்கமாக இணைந்து போரிட்டதால் கூர்க்காக்களுடைய சண்டையிடும் திறமை பிரிட்டிஷாரை மிகவும் ஈர்த்துவிட்டது. அதனால் ராணுவப் பதவிகளில் அவர்களை அமர்த்த கம்பெனி முனைப்புக் காட்டியது. மேலும், சிப்பாய்களாக பதவி பெற்றவர்களுக்கும் உயர்பதவிக்கு செல்ல சிறிதளவே வாய்ப்பு கிடைத்தது. பல வருட வீரம்செறிந்த, உண்மையான சேவைக்குப் பின்னரும்கூட எந்த ஓர் இந்தியருக்கும் சுபேதார் (அல்லது பத்து பேருக்கான தலைமை அதிகாரி) அல்லது சுபேதார்-மேஜர் (ஒரு ரெஜிமெண்டிற்கு ஒருவர் என்ற மூத்த அதிகாரி) என்ற பதவியைத் தவிர வேறு ஒன்றும் தரப்படவில்லை. நிஜமான அதிகாரம் முழுவதும் பிரிட்டிஷார் வசமே இருந்தது.[47]

மேலும், ஒருகாலத்தில் தங்களுடைய ஆட்களுடன் இணைந்து செயல்பட்ட - அந்த ஆட்களின் சகோதரிகளுடன் தொடர்ச்சியான உறவு வைத்திருந்த - பிரிட்டிஷ் அதிகாரிகளின் விலகலும், முரட்டுத்தனமும், மரியாதையின்மையும் அதிகரித்துக்கொண்டே சென்றது. தங்களுடைய ஆட்களை தங்களுடைய மல்யுத்தம் அல்லது நடனத்தில் சேர்த்துக்கொண்ட மற்றும் பக்கத்து கிராமத்தில் இருக்கும் சிறந்த சதுரங்க விளையாட்டு வீரரை தயாராக காத்திருக்கச் செய்யுமாறு அவர்களை தங்களுக்கு முன்பாக அனுப்பிவைத்த வெள்ளை முகலாயர்களின் காலம் மலையேறிவிட்டது. 1857க்குப் பின்னர் தன்னுடைய நினைவுக்குறிப்புகளை எழுதிவைத்த சீதாராம் பாண்டேயின் கூற்றுப்படி,

> அன்றைய நாட்களில் இன்று இருப்பதைக் காட்டிலும் எங்களுடைய மொழியை சாஹிப்புகள் நன்றாகப் பேசினார்கள். எங்களிடையே அதிகம் கலந்திருந்தார்கள். ஆனால், இன்றைக்கோ மொழித் தேர்வில் அதிகாரிகள் வெற்றிபெற வேண்டியிருக்கிறது. அதற்காக புத்தகங்களை படிக்க வேண்டியிருக்கிறது. எங்களுடைய மொழியை அவர்கள் புரிந்துகொள்ளவே இல்லை. சாஹிப்புகள் தங்கள் ரெஜிமெண்டிற்கு நடன விருந்து அளித்தனர். ஆண்களின் விளையாட்டுகள் அனைத்திலும் கலந்துகொண்டனர்.

> வேட்டைக்குச் செல்லும்போது அவர்கள் எங்களை உடன் அழைத்துச் செல்வார்கள். இப்போதோ, அவர்களுடைய பாதிரி சாகிப்புகள் அவை தவறு என்று அவர்களிடம் சொல்லியிருப்பதால் தொடர்ந்து நடன விருந்துகளுக்கும் வருவதில்லை. இந்தப் பாதிரி சாகிப்புகள் செய்தவற்றில், செய்துகொண்டிருப்பனவற்றில் பலவும் தங்களுடைய சிப்பாய்களிடம் இருந்து பிரிட்டிஷ் அதிகாரிகளை அந்நியப்படுத்தவே செய்தது. நான் சிப்பாயாக இருந்த என்னுடைய படைப்பிரிவின் தலைவரைச்சுற்றி அவருடைய வீட்டில் எப்போதுமே சிலர் இருந்துகொண்டிருப்பார்கள். நாள் முழுவதும்

அவர் அவர்களுடன் பேசிக்கொண்டே இருப்பார். இப்போது எங்களிடத்தில் சாகிப்புகளின் மனப்போக்கில் ஏற்பட்டிருக்கும் பெரும் மாற்றங்களைப் பார்க்கும் காலத்தில் வாழ்கிறேன். இன்றைய நாட்களில் தேவைப்பட்டால் மட்டுமே தங்களுடைய ஆட்களுடன் கம்பெனி அதிகாரிகள் பலரும் பேசுகிறார்கள். அத்துடன், இந்த வேலை எரிச்சலூட்டுவதாக இருப்பதாகவும், முடிந்தவரை சீக்கிரமாகவே சிப்பாய்களை விலக்கிவிட வேண்டும் எனவும் வெளிக்காட்டிக் கொண்டனர். எங்களிடம் என்ன சொல்வதென்றே தனக்குத் தெரியவில்லை என்று ஒரு சாகிப் எங்களிடமே கூறினார். நான் ஓர் இளம் படைவீரனாக இருந்தபோது முந்தைய சாகிப்புகள் எங்களிடம் என்ன சொல்லவேண்டும் என்றும், எப்படிச் சொல்ல வேண்டும் என்றும் நன்றாகவே தெரிந்துவைத்திருந்தனர்.[48]

அவர்களுடைய மகிழ்ச்சியின்மையை அதிகரிக்கும்விதமாக, சிப்பாய்களுக்கான ஊதியத்தின் ஒப்பீட்டு மதிப்பும் கடுமையாக வீழ்ச்சியுற்றது - இலவச அஞ்சல்தலை, பாட்டா எனப்படும் போர்க்கால கூடுதல் பஞ்சப்படி போன்ற மதிப்புமிக்க அனுகூலங்கள் மெல்ல மெல்ல குறைக்கப்பட்டன - இருப்பினும் ராணுவ சேவையின் நிலைமை முன்னெப்போதும் இல்லாத வகையில் கடுமையாகிப் போனது. சிப்பாய்கள் பலருடைய சொந்த ஊராகிய அவத்தை கம்பெனி இணைத்துக்கொண்ட அதேநேரத்தில், பெரிய அளவுக்கு தெரியவராத பொதுச் சேவை ஆள்சேர்ப்பு சட்டத்தையும் நிறைவேற்றியது. அந்த சட்டத்தின்படி சிப்பாய்கள் அனைவரும் வெளிநாட்டில் சேவைசெய்ய தயாராக இருக்க வேண்டும். 'கடல்நீரைக் கடந்துசெல்வது' பழமைவாத உயர்-சாதி ஹிந்துக்களுக்கு விலக்கப்பட்டிருந்ததால், கம்பெனியானது தங்களுடைய தகுதியையும், மதத்தையும் பிடுங்கிக்கொள்ள சுறுசுறுப்பாக சதித்திட்டம் தீட்டிவருகிறது என்ற சிப்பாய்களின் அச்சத்தை உறுதிப்படுத்துவதற்கு இதுமட்டுமே போதுமானதாக அமைந்தது.

மே 1885 இல் டெல்லி கெஸட் பத்திரிகையில் ஒரு நீளமான கட்டுரை பதிப்பிக்கப்பட்டது. அது 'அப்போதுதான் ஓய்வுபெற்ற, மீதமுள்ள வாழ்க்கையை கழிக்க தன்னுடைய கிராமத்தில் குடியேறிய ஒரு சிப்பாய் அதிகாரியால்' எழுதப்பட்டதாக சொல்லப்பட்டது. ஆனால், உண்மையில் அது ஓர் ஆங்கிலேய அதிகாரியால் எழுதப்பட்டதுதான். அந்தக் கட்டுரை ஆசிரியர் குறிப்பிடுவதன்படி பார்த்தால் 'எந்தச் சமயத்தில் வேண்டுமானாலும் கடற்படையாக மாறக்கூடிய ஒரு ராணுவத்தில்' சேர்ந்துகொள்ள அந்த கிராமத்தில் உள்ள திறன்மிக்கவர்கள் யாருமே விரும்பவில்லை. அத்துடன், கம்பெனியானது கீழ்சாதியினரை வேலைக்கமர்த்தி அவர்களை மேம்படுத்துவதில் இப்போது முனைப்பு காட்டுவதனால் ராணுவத் தொழில் என்பது அதனுடைய தகுதி மற்றும் மரியாதையை இழந்துவிட்டதற்கான தன்னுடைய பெரும் கவலைகளையும்

அந்த அதிகாரி அதில் தெரிவித்திருந்தார். இதுபோன்ற ஆட்கள் பிரச்சினை தராதவர்கள் என்றும், சடங்குரீதியில் மிகையான அக்கறையற்றவர்கள் என்றும் கம்பெனியின் உயர் அதிகாரிகள் இப்போது குறிப்பிட்டு வருகின்றனர். ஆனால், இப்போதிருக்கும் துருப்புகளில் 'அவர்கள் எங்களுக்குத் தெரியாதவர்கள் என்பதுடன் கிராமத்தில் உள்ள 1120 பேர்களில் 1000 பேர் அவர்களை வெறுத்து ஒதுக்குகின்றனர்' என்றும் அந்த அதிகாரி குறிப்பிட்டுள்ளார். பெயரிலும் வளத்திலும் பெரிதாக இருக்கும் அளவிற்கு சாதிரீதியான சார்புநிலையில் கம்பெனி வலுவானதாக இல்லை.'[49]

டெல்லி கெஸட் பத்திரிகையின் எழுத்தாளர்களில் மிகவும் திடமான ஒருவர் ராபர்ட் டைட்லர்.

டைட்லர் 38 ஆவது பூர்வீக ஆயுதப்படையின் மூத்த அனுபவசாலி, அத்துடன் தன்னுடைய சிப்பாய்களுடன் நெருக்கம் காட்டுகின்ற, அவர்களுடைய நல்வாழ்வு குறித்து அக்கறை செலுத்துகின்ற, ஹிந்துஸ்தானியில் சரளமாக பேசக்கூடிய பழம் முறையிலானவர். ஒரு தன்மையான, கூருணர்வுள்ள மனிதரான டைட்லர் மனைவியை இழந்தவர். இரண்டு சிறு குழந்தைகளுக்கு தந்தையான அவர் சமீபத்தில்தான் மறுமணம் முடித்திருந்தார். சுறுசுறுப்பானவரும் உற்சாகமானவருமான ஹேரியட்டைத்தான் அவர் திருமணம் செய்திருந்தார். ஹேரியட்டிற்கு அவருடைய வயதில் பாதிதான் இருக்கும். அவரும் தன்னுடைய கணவரைப் போல் ஹிந்துஸ்தானியில் சரளமாக பேசக்கூடியவர். தன்னுடைய ராணுவ குழந்தைப் பருவத்தில் அதை அவர் தன்னுடைய வளர்ப்புப் பெண்ணிடம் இருந்து தன்னுடைய முதல் மொழியாக கற்றுக் கொண்டிருந்தார். இரண்டு டைட்லர்களும் ஒன்றிணைந்து தங்களுடைய கலையார்வத் தேடலைத் தொடங்கினர் - இது எந்த ஒரு ராணுவ தம்பதியரிடத்திலும் அமைந்திராத ஒன்று - பின்னாளில் முன்னோடி புகைப்படக் கலைஞர்களாக குறிப்பிடப்பட்ட அவர்கள் டெல்லியின் நினைவுச் சின்னங்களை கவனமாக ஆவணப்படுத்தினர். அவற்றில் பலவும் அதற்கு முன்பு புகைப்படம் எடுக்கப்பட்டதில்லை.

பல வருடங்களுக்கு முன்னர், இரண்டாம் ஆங்கில - பர்மிய போரின்போது ரங்கூனுக்கு செல்ல கடலைக் கடக்குமாறு டைட்லரின் ரெஜிமெண்டிற்கு உத்தரவிட்டார் டல்ஹெளசி - ஹேரியட்டின் கூற்றுப்படி டல்ஹெளசி 'மிகவும் தலைக்கணம் பிடித்த ஸ்காட்லாந்துக்காரர்.' - இதைத் தன்னுடைய சிப்பாய்களிடம் தெரிவிக்க வேண்டிய தயக்கத்தினால் டைட்லர் எரிச்சலடைந்தார். இதுகுறித்து தன்னுடைய நினைவுக் குறிப்புகளில் எழுதியுள்ள ஹேரியட், 'அவர்கள் அவத்தை சேர்ந்த மிகவும்

உயர்சாதிப் பிரிவைச் சேர்ந்தவர்கள். அவர்களை கடல்வழியாக பர்மாவுக்கு செல்லும்படி செய்தால் அது கலகத்திற்கே வழிவகுக்கும். அவர்கள் தன்னார்வலர்களைத்தான் கேட்டிருக்க வேண்டும். என்னுடைய கணவர் கூறினார், "உத்தரவிட்டால் என்னுடைய ஆட்கள் போகவே மாட்டார்கள் என்று எனக்குத் தெரியும். ஆனால், அரசாங்கம் அவர்களிடத்தில் தன்னார்வலர்களாக கேட்டிருந்தால் எல்லோருமே சென்றிருப்பார்கள்" என்றார்.'

டைட்லர் அதைப் புறம்தள்ளினார். கடல்வழியாக செல்வதற்கான உத்தரவு பிறப்பிக்கப்பட்டது. தாங்கள் போகிறோம் என்றும், ஆனால் கடல் வழியாக அல்ல என்பதே சிப்பாய்களின் பதிலாக இருந்தது. அதற்குத் தண்டனையாக, அந்த முழு ரெஜிமெண்டும் நிலத்தின் வழியாக செல்லுமாறு டல்ஹௌசியால் உத்தரவிடப்பட்டது. ஆனால், அது ரங்கூனுக்கு அல்ல, டாக்காவுக்கு! அது இந்தியாவில் இருந்த மிகவும் மோசமான நிலைகளுள் ஒன்று. ஐந்து மாதங்களுக்குள்ளாகவே ரெஜிமெண்டில் இருந்த மூன்றுபேரைத் தவிர எல்லோருமே இறந்துபோனார்கள் அல்லது மருத்துவமனையில் சேர்க்கப்பட்டார்கள். ஹேரியட்டின் கண்ணோட்டத்தில், 'தங்களுடைய மத உரிமைகளில் பற்றுதலுடன் இருந்த ஒரே காரணத்திற்காக நாய்களைப் போல் சாகுமிடத்திற்கு அவர்களை அனுப்பிவைக்க விரும்பிய இந்தச் செயல் கிறிஸ்துவத்திற்கு ஏற்புடையதே அல்ல.'[50]

தன்னுடைய சிப்பாய்களின் மத உணர்வுகளைப் புரிந்துகொண்டு அனுதாபப்பட்ட டைட்லர் புதிய என்ஃபீல்டு ரைபிள்கள் பற்றிய வதந்திகளைக் கேள்விப்படத்தொடங்கிய சிப்பாய்கள் அவரிடம் அதுகுறித்த உண்மைகளை கேட்டபோது மிகவும் கவலைகொண்டார். 1857 வசந்த காலத்தின்போது, டெல்லி ராணுவ முகாம்களில் இருந்த துருப்புகளுக்கு அவற்றில் எதுவும் வழங்கப்படவில்லை. ஆனால், உரிய நேரத்தில், டெல்லியில் இருந்த ஒவ்வொரு ரெஜிமெண்டிலும் இருக்கின்ற இரண்டு பிரிவினரும், கிராண்ட் டிரங்க் சாலையில் 100 மைல்கள் தள்ளியிருக்கும் அம்பாலாவில், இந்த புதிய துப்பாக்கிகளில் பயிற்சி எடுத்துக்கொள்ள அனுப்பிவைக்கப்பட வேண்டும் என்ற உத்தரவுகள் வந்தன. இதுகுறித்து எழுதியுள்ள ஹேரியட், 'எங்களுடைய ஆட்கள் அந்த நிலையத்தை நோக்கி அணிவகுத்தனர். ஆயினும், டெல்லியைவிட்டுக் கிளம்புவதற்கு முன்னர் கீழ்பணியாமைக்கான சில அறிகுறிகளையும் வெளிப்படுத்தினர். அப்போதும்கூட நாங்கள் அவர்களுடைய சாதியை அழித்து அவர்களைக் கிறிஸ்துவர்களாக மாற்றப்போவதில்லை என்பதைக் கண்ட உடனேயே இதெல்லாம் கடந்து சென்றுவிடும் என்றே நம்பியிருந்தனர்' என்று குறிப்பிட்டுள்ளார்.[51] அந்த நம்பிக்கை விரைவிலேயே ஏமாற்றத்திற்குள்ளானது.

என்ஃபீல்டு ரைபிள்களையும் அதனுடைய எண்ணெய்ப் பசையிட்ட தோட்டா உறைகளையும் பயன்படுத்துவதில் அவர்கள் பெரும் அதிருப்தியைக் காட்டுகிறார்கள் என்ற செய்திகள் அம்பாலாவில் இருந்து பிரிகேடியருக்கு வந்தவண்ணம் இருந்தன. என்னுடைய கணவர் எப்போதுமே என்னிடம் சொல்வார், 'நம்முடைய பூர்வீக மக்கள் நமக்கு எதிராக கலகம் செய்தால் இந்தியா நம்மிடமிருந்து தொலைந்துபோகும்.' நாட்கள் கடந்துசெல்ல, அதிருப்திக்கான அறிகுறிகள் எங்குபார்த்தாலும் தன்னை வெளிக்காட்டிக் கொள்வதைக் கண்டு அவர் உண்மையிலேயே மிகுந்த கவலைக்கு ஆளானார்.[52]

அதிருப்தியின் அறிகுறிகள் மிகமிக உறுதியாக தெளிவுபடத் தொடங்கின. பெங்காலில் உள்ள பாரக்பூரில் மார்ச் 29 அன்று, மங்கள் பாண்டே என்ற ஒரு சிப்பாய் தன்னுடைய சக சிப்பாய்களிடம் எழுச்சி பெறுமாறு அழைப்புவிடுத்து, இரண்டு அதிகாரிகளை துப்பாக்கியால் சுட்டுக் காயப்படுத்தினார். அவர் உரிய முறையில் விசாரிக்கப்பட்டு தூக்கிலிடப்பட்டார். விரைவில், அதன்பிறகான அம்பாலாவில், டைட்லர் தெரிந்துவைத்திருந்ததைப் போலவே, புதிய ரைபிள்களை திரும்பப் பெற வேண்டும் என்ற பிரிட்டிஷ் அதிகாரிகளின் தாழ்மையான கோரிக்கைகள் தலைமைத் தளபதி ஜெனரல் ஆன்ஸனால் அலட்சியப்படுத்தப்பட்டன. 'ஐரோப்பாவிலேயே சிறந்த சீட்டாட்டக்காரர்' என்று பெயர் பெற்றிருந்த ஆன்ஸன், வெறும் 120 பிரிட்டன் பவுண்டுகளுக்கு[53] தான் வாங்கிய குதிரையை வைத்து 1842 ஆம் ஆண்டு டெர்பி கோப்பையை வென்றிருந்தார். இருப்பினும், சிப்பாய்களுடன் அவருக்கிருந்த தொடர்பு பந்தயக் குதிரைகளிடத்தில் அவருக்கிருந்த உணர்வுகளைக் காட்டிலும் நிச்சயம் குறைவானதுதான். துருப்புகள் கலகத்தில் ஈடுபடுவதற்கான விளிம்பு நிலையில் இருக்கையில் 'அவர்களுடைய மிருகத்தனமான அபிப்பிராயங்களுக்கு என்னால் விட்டுத்தர முடியாது' என்றார் ஆன்ஸன்.[54] இதன் விளைவாக, அன்றைய மாலை நேரத்தில் இருந்து மே மாதம் வரை, அந்த அம்பாலா ராணுவ முகாம்கள் தீவைப்பு நடவடிக்கைகளால் தாக்குதல்களுக்கு ஆளாகின. அதேநேரம் அந்தத் தோட்டா உறைகளை பல்லால் கடிக்கின்ற எந்த ஒரு சிப்பாயும் அவருடைய சகாக்களால் விலக்கி வைக்கப்பட்டு, கிறிஸ்தவன் என கேலி செய்யப்பட்டார். 'எவ்வளவு மோசமாக இருக்க முடியுமோ அவ்வளவு மோசமான உணர்வு அது' என்று எழுதியுள்ளார் அந்த நிலையத்தின் தளபதியான கேப்டன் இ.எம். மார்ட்டினே.

பொருத்தமான தீர்வை கஷ்டப்பட்டாவது கண்டுபிடித்துவிட முடியாத அளவுக்கு விஷயங்கள் எல்லைமீறி போய்விட்டன. தற்சமயத்தில் பூர்வீக ராணுவம் முழுவதிலுமே ஒரு வழக்கத்திற்கு

மாறான கொந்தளிப்பு ஊடுருவியிருப்பது எனக்குத் தெரியும். ஆனால், அது எதில் கொண்டுபோய் முடியும் என்பதைத்தான் என்னால் சொல்ல முடியவில்லை. புயல் நெருங்கி வந்துவிட்டதை என்னால் காணமுடிகிறது. சூறாவளியின் முனகலை என்னால் கேட்க முடிகிறது. ஆனால் எப்படி, எப்போது, எங்கே அது தாக்கும் என்பதை மட்டும் என்னால் சொல்ல முடியாது. தாங்கள் என்ன செய்யப்போகிறோம் என்று அவர்களுக்குத் தெரியும் என்றோ அல்லது தங்களுடைய மதம் மற்றும் தங்களுடைய நம்பிக்கை மீதான ஆக்கிரமிப்பிற்கு எதிர்ப்பு தெரிவிப்பதைத் தவிர்த்து அவர்களிடம் வேறு ஏதேனும் செயல்திட்டம் வைத்திருக்கிறார்கள் என்றோ நான் நினைக்கவேயில்லை.[55]

ஏப்ரல் மாத இறுதியில் இந்தப் பிரச்சினை மீரட்டிற்கும் பரவியது. அங்கே 3 ஆவது லேசுரக ஆயுதப்படையினர் அந்த தோட்டா உறையைப் பயன்படுத்துவதற்கு எதிர்ப்புத் தெரிவித்தனர். குழுத்தலைவர்கள் கைது செய்யப்பட்டனர். மே மாதம் முதல் வாரத்தின் முடிவில், டைட்லரின் சுபேதார் மேஜரும் அவருடைய நெருங்கிய நண்பருமான மன்சூர் அலி டெல்லியில் இருந்து பயணித்து ராணுவ நீதிமன்றத்தில் தலைவர் பதவியில் அமர்ந்தார். அவர் புறப்படும் முன்னர் ராபர்ட்டிடம், "சார், அவர்கள் குற்றவாளிகள் என்று நான் கண்டுபிடித்தால் என்னுடைய அதிகாரத்திற்கு உட்பட்டு நான் அவர்களுக்கு கடுமையான தண்டனை அளிப்பேன்" என்று கூறினார்.

அவர் தான் சொல்லும் வார்த்தைக்கு உண்மையாக நடந்துகொள்பவர். மே மாதம் 9 ஆம் தேதி, மன்சூர் அலி ரெஜிமெண்டின் எண்பத்தைந்திற்கும் குறையாத சிப்பாய்களுக்கு பத்து வருடங்கள் கட்டாய உழைப்பு தண்டனையை வழங்கினார். அதேநாளன்று மாலையே, கிறிஸ்துவர்களுக்கு எதிராக கிளர்ந்தெழுந்து அவர்களைக் கொன்றொழிக்க அழைப்பு விடுக்கும் சுவரொட்டிகள் மீரட் பஜார்களில் காணப்பட்டன.[56]

1857 மே மாதம் பத்தாம் நாள் திணறவைக்கும் வெப்பம் மற்றும் புழுதியுடன் விடியலைக் கண்டது டெல்லி. அது அப்போது கோடைக்கால வெப்பத்தின் உச்சத்தை அடைந்திருந்தது. அத்துடன் 1857 ஆம் வருடமானது வழக்கத்திற்கு மாறான வெப்பமும் வறட்சியுமான வருடம் என்பதையும் நிரூபித்துக் காட்டியது.

தங்களுடைய வழக்கப்படி டைட்லர் தம்பதியினர் செயிண்ட் ஜேம்ஸ் தேவாலயத்தில் காலைநேரப் பிரார்த்தனைக்காக ராணுவ

முகாம்களில் இருந்து சென்று கொண்டிருந்தனர். போகும் வழியில் அம்பாலாவில் ரைபிள் பயிற்சியை முடித்துவிட்டு அப்போதுதான் திரும்பிக்கொண்டிருந்த அவர்களுடைய சக அதிகாரிகளுள் ஒருவரை சந்தித்தனர். 'என்னுடைய கணவர்தான் பேசினார்: "நல்லது பரோவ்ஸ், நம் ஆட்கள் எப்படியிருக்கிறார்கள்?" அதற்கு அவர் அளித்த பதில், "இப்போது அவர்கள் பரவாயில்லை டைட்லர், அவர்களும் திரும்பி வந்துகொண்டிருக்கிறார்கள்" என்றார்.

இருப்பினும், கவலைகொண்டவராகவே காணப்பட்ட ராபர்ட் எச்சரிக்கையானார். அன்று மாலை அவர் 'தக் கேரியின் [அஞ்சல் வண்டி] அழைப்போசை [சிப்பாய்கள்] அணிவரிசையில் ஊதப்படுவதைக் கேட்டார். பூர்வீக வீரர்கள் தக் கேரியில் பயணிப்பதில்லை என்பதால் அது மிகவும் வழக்கத்திற்கு மாறானதாக இருந்தது. அது எங்களுடைய சுபேதார் மேஜரான மன்சூர் அலி ராணுவ நீதிமன்றத்தில் இருந்து திரும்பி வந்திருப்பதனால் இருக்கும் என்ற முடிவுக்கு வந்தார் என்னுடைய கணவர். அச்சமயத்தில் மன்சூர் அலி வரவில்லை. ஆனால் மீரட்டில் இருந்து அந்த ராணுவ அணிவரிசையில் இருக்கும் தங்களுடைய நண்பர்களைக் காணச் சிலர் வந்திருந்தனர். அது விநோதமாக இருப்பதாக என் கணவர் நினைத்தாலும் அதற்கு அவர் பெரிதாக முக்கியத்துவம் தரவில்லை.'[57]

மீரட்டுடன் சம்பந்தப்பட்ட வகையிலான விசித்திரமான நிகழ்வுகளை கவனித்தது டைட்லர் மட்டுமே அல்ல. தேவாலயத்திற்கு சென்று கொண்டிருக்கையில் டைட்லர்கள் நகரத்தின் தந்தி அலுவலகத்தை கடக்க வேண்டியிருந்தது. அது காஷ்மீரி வாயிலுக்கு வெளியே இருந்த பொதுமக்கள் குடியிருப்பில் அமைந்திருந்தது. உள்ளே சார்லஸ் டோட் மற்றும் அவருடைய இரண்டு இளம் உதவியாளர்களான பிரெண்டிஷ் மற்றும் பில்கிங்டன் ஆகியோர் மீரட் தந்தி அலுவலகத்தில் இருக்கும் தங்களுடைய நண்பர்களுடன் உரையாடிக்கொண்டிருந்தனர். அந்த நகரத்தில் பெரும் அமளியும் கொந்தளிப்பும் ஏற்பட்டிருப்பதாக அவர்கள் கேள்விப்பட்டனர். அதற்கு அப்போதுதான் வழங்கப்பட்டிருந்த தண்டனைகளே காரணம். ஒன்பது மணிக்கெல்லாம் அன்றைய நாளின் மிகவும் வெப்பமான பொழுதின் காரணமாக இரண்டு அலுவலகங்களும் மூடப்பட்டன.

தன்னுடைய மதியநேர தூக்கத்தின் முடிவில் மாலை நான்கு மணிக்கு திரும்பிவந்த டோட், மீரட் உடனான தகவல்தொடர்பு துண்டிக்கப்பட்டிருப்பதைக் கண்டார். இதற்கு கம்பிஇணைப்பில் இருந்த பலவீனமான பகுதியே காரணமாக இருக்கும் என்று அவர் சந்தேகப்பட்டார். அந்தக் கம்பிஇணைப்புப் பகுதி யமுனை ஆற்றிற்கு கீழே சென்றது. அதன் காரணமாக 'கம்பிகள் செய்யப்பயன்படுத்தப்பட்ட மூலப்பொருள்களில் அரிப்பு ஏற்பட்டு தொடர்ச்சியான பிரச்சினை ஏற்பட்டது.' பிரெண்டிஷ் மற்றும் பில்கிங்டன் ஆகியோர் அதைச்

சரிபார்க்கச் சென்றனர். யமுனை ஆற்றின் கிழக்குக்கரை வரையிலும் கம்பிகள் நன்றாய் இருந்தது அவர்களுக்கு ஆச்சரியமளித்தது, அத்துடன் அங்கிருந்து டோடிற்கு சமிக்ஞை அனுப்புவதிலும் அவர்களுக்கு பிரச்சினை இல்லை. மீரட்டை நோக்கிச் செல்லும் வழியில்தான் ஏதோ பிரச்சினை இருப்பது தெளிவானது. ஆனால், அச்சமயத்தில் மாலை ஆறுமணி ஆகியிருந்தபடியால் அதற்கு மேல் எதையும் செய்ய முடியாது. அதனால் 'அடுத்தநாள் காலை தானே சென்று தகவல்தொடர்பை மறுசீரமைப்பதற்கான ஏற்பாடுகளைச் செய்தார்.' பின்பு அவர் அலுவலகத்தை மூடிவிட்டு இரவு உணவிற்காக தன்னுடைய மாளிகைக்குப் புறப்பட்டார்.[58]

டோட் அலுவலகத்தை மூடுகையில் ஜியார்ஜ் மற்றும் எலிசபெத் வேகன்டிரைபர் ஆகியோர் ஜென்னிங்ஸின் மாலைநேர ஜெபத்தை முடித்துத் திரும்பிக் கொண்டிருந்தனர். அன்றிரவு அவர்களைக்காண ஒருவர் வந்திருந்தார். அது மிகவும் வழக்கமானதுதான். அது டெல்லியின் மிக முக்கியமான மேதகையினரான, லஹாரூவின் நவாப் ஜியா உதீன் கான். காலிப்பின் ஒன்றுவிட்ட சகோதரரான அவருடைய தந்தை எலிசபெத்தின் தந்தையான ஜேம்ஸ் ஸ்கின்னரின் தொழில் கூட்டாளியும், சிறந்த நண்பருமாவார். அவர்களுடைய மகள் ஜூலியா குறிப்பிடுவதுபோல்,

> *ஜியார்ஜும் எலிசபெத்தும் அந்த நவாபுடன் உரையாடுவதற்காக முற்றத்தில் அமர்ந்தனர். ஆனால், உள்ளூர் வருகையாளர்களை சந்திக்க நான் வெளியே செல்வதில்லை என்பதால் உடனடியாக உள்ளே சென்ற நான் அதன் பிறகு வெளியே வரவில்லை. ஆனால், அவர் சென்றபோது எச்சரிக்கை மிகுந்த சில வார்த்தைகளை அவர்கள் பேசினர். அது மீரட் சிறையில் அடைக்கப்பட்ட துருப்பினரைப்பற்றி விடுக்கப்பட்ட எச்சரிக்கை வார்த்தைகளாக இருந்தன, அவை 'இது அறிவுப்பூர்வமான கொள்கையல்ல, அரசாங்கம் இதற்காக வருத்தப்பட வேண்டியிருக்கும்' என்பதாக இருந்தது. நவாபின் சாடைமாடையான குறிப்புகளை சர் தியோ மெட்கால்ஃபிடம் சொல்லிவிடுவதுதான் நல்லது என்று அவர்கள் நினைத்தனர். அன்று இரவே என்னுடைய தந்தை அவருக்கு ஒரு கடிதத்தை அனுப்பினார்.*[59]

இருப்பினும், தியோ தன்னுடைய விடுமுறையை கழிப்பதற்காக தயார்செய்யும் வேலைகளில் ஈடுபட்டிருந்தார். காஷ்மீரில் இருக்கும் ஜிஜி மற்றும் அவருடைய மகன் சார்லி ஆகியோரை சந்திக்க அன்று காலைதான் அவர் புறப்பட இருந்தார். அத்துடன் அவர் அன்றிரவு வந்த கடிதத்தின் தாக்கத்தினால் சோர்வுற்றும் மன அமைதி இல்லாதவராகவும் இருந்தார்.

வேகன்டிரைபர்களை நவாப் சந்தித்த அதே நேரத்தில், செயிண்ட் ஜேம்ஸ் தேவாலயத்தில் மாலைநேர ஜெபத்தை முடித்துவிட்டு வெளியே

வந்த சைமன் ஃபிரேஸரிடம் மற்றொரு கடிதம் கொடுக்கப்பட்டது. ஆனால், அன்று ஞாயிற்றுக்கிழமை. ஃபிரேஸரின் மனமோ அவருக்கு மிகவும் பிடித்தமான வாராந்திர கூட்டுப்பாடலிலே நிலைத்திருந்தது என்பதில் எந்த சந்தேகமும் இல்லை. எது எப்படியோ, அந்த உறையை தன்னுடைய சட்டைப்பையில் வைத்துக்கொண்ட அவர் அடுத்தநாள் காலைவரை அதைப்பற்றிய ஞாபகமற்றவராகவே இருந்துவிட்டார்.[60]

தன்னுடைய காலைநேர சிற்றுண்டியின்போது இறுதியாக ஃபிரேஸர் பிரித்த படித்துப்பார்த்த அந்தக் கடிதம் மீரட்டில் சிப்பாய்கள் எழுச்சிபெறுவதென்று இறுதியாக முடிவுசெய்துவிட்டார்கள் என்பதையும், அவர்கள் ஞாயிற்றுக்கிழமை மாலையில், அந்த நிலையத்தில் இருக்கும் கிறிஸ்துவ மக்கள் அனைவரையும் படுகொலை செய்யும் நோக்கமுள்ளவர்களாக காணப்படுகிறார்கள் என்பதையும் தெரிவித்த எச்சரிக்கையாகும். கலவரமடைந்த ஃபிரேஸர் உடனடி நடவடிக்கை எடுப்பதற்காக தன்னுடைய குதிரை வண்டியை அழைத்தார். ஆனால் அப்போது, ஆம்! அதற்குள் காலம் கடந்துவிட்டது.

மீரட் சிப்பாய்கள் எழுச்சிபெற்று படுகொலையை நிகழ்த்தியதோடு நிறுத்திக்கொள்ளவில்லை. அன்றிரவு தென்கிழக்கு பகுதியை நோக்கி அவர்கள் விரைந்தனர். அதே தருணத்தில் அவர்கள் படகுப் பாலத்திலும், சுவர்சூழ்ந்த நகரத்திற்குள்ளும் தங்குதடையின்றி பாய்ந்து சென்றனர். தங்களுடைய பேரரசரைத் தேடி!

5

சீற்றப் பெருமகனின் வாள்

கிறிஸ்துவ நாட்காட்டிப்படி *1857*, மே *11* திங்கள்கிழமை என்பது முஸ்லிம்களுக்கான நோன்பு மற்றும் பிராயச்சித்த காலமான ரமலான் மாதத்தின் பதினாறாவது நாள்.

இந்த இஸ்லாமிய நோன்பு காலத்தின்போது நகர வாழ்க்கையின் இயல்பான லயம் சட்டென்று மாறிவிடுகிறது. அந்த மாதம் மிக விரைவிலேயே தொடங்கிவிட்டது. அப்பொழுது சூரிய உதயத்திற்கு முன்னதாகவே, வானத்து நிலவு உச்சியில் இருக்கும்போதே ஜமா மசூதியின் காண்டாமணி ஒலி திரும்பத் திரும்ப ஒலிக்கத் துவங்கும். விளக்குகள் ஏற்றப்பட்டு உணவுகள் விரைவாக தயார்செய்யப்படும். அச்சமயத்தில் உறங்கிக்கொண்டிருப்பதுபோல் காணப்படும் யார் ஒருவரின் வீட்டின் கதவையும் தட்டி பிச்சைக்காரர்களால் சில பைசாக்களை தானமாக பெற்றுக்கொள்ள முடியும். அன்றைய தினத்தில் சூரியன் அஸ்தமிக்கும் பனிரெண்டு மணிநேரத்திற்கு முன்பாக சாப்பிட்டு புத்துணர்ச்சி அடைந்துகொள்ள அதுவே கடைசி வாய்ப்பு - பழமைவாதிகளுக்கு ஒரு சொட்டுத் தண்ணீர் அருந்துவதற்கும் அதுவே கடைசி சந்தர்ப்பம்.[1]

அப்போது கோடைக்காலத்தின் உச்சகட்டம். பயங்கரமான, நாவறண்டு போகவைக்கும் டெல்லியின் வெப்பம் அதன் மோசமான உச்சநிலையில் இருந்தது. விடிவதற்கு முந்தைய பளபளப்பில், டெல்லி முழுவதிலும் உள்ள வெளிமுற்றங்களில் முஸ்லிம் குடும்பங்கள் வெளியே அமர்ந்து, திண்டுகளில் சாய்ந்தபடி தங்களுடைய *சாஹ்ரியை* உண்பார்கள். அது நோன்புக்கு முந்தைய உணவாகிய *சய்வயான்* (ரவா இனிப்பு). அன்று அதிகாலை நேரத்திலேயே கெபாப் உள்ளிட்ட உணவுகளுடன் தங்களுடைய பசியை ஆற்றிக்கொள்ளக்கூடியவர்கள் சூரியன் அடிவானத்தில் தோன்றத் தொடங்கிவிட்டான் என்பதை அறிவிக்கும் வகையில் கோட்டையில் இருந்து பீரங்கி முழக்கம் கேட்கும் முன்பாக உணவு வகைகளை வேகமாக

உண்டு முடிப்பார்கள். நாள் முழுவதும் அனல்காற்று வீசும் அந்த காலகட்டத்தில் அதிகாலை நேரம் மட்டுமே அன்றைய தினத்தின் தென்றல் காற்றின் வசீகரத்தைக் கொண்டிருக்கும்.

காலை 7 மணிக்கு சிற்றுண்டியை முடித்த ஜாஃபர் தன்னுடைய காலை நேரப் பிரார்த்தனைகளை ஆற்றின் முன்பாக இருக்கும் தாபிஷ் கானா எனப்படும் தன்னுடைய வழிபாட்டிடத்தில் செய்து முடித்தார். அவர் எழுந்து கைப்பிடியைப் பிடித்தபடி நிமிர்ந்தபோது தனக்கு இடதுபக்கம் சற்று தொலைவில், வளைந்து நெளிந்து செல்லும் ஆற்றிற்கு அப்பால் உள்ள படகுப்பாலத்தின் கடைக்கோடியில் இருக்கும் சுங்கச்சாவடியில் இருந்து மேலெழுந்த புகைத்தூணை கவனித்தார். உதித்துக்கொண்டிருக்கும் சூரியனின் ஒளியில் அது ஒருமுறை மறைந்து மீண்டும் தெரிந்தது. அது மிகவும் தீக்குறியாக காணப்பட்ட நிலையில் யமுனை ஆற்றின் கடைக்கோடிக் கரையும்கூட மேலெழுந்துவந்த தூசுப்படலத்தால் மூடப்பட்டிருந்தது. அவருடைய இளம் உதவியாளரான ஜாகிர் தேலவி கூற்றுப்படி, ஜாஃபரை அரண்மனையின் காலைநேர உலாவுக்கு அழைத்துச் செல்ல வழிபாட்டு மண்டபத்திற்கு வெளியே தயாராக காத்திருந்த தன்னுடைய பல்லக்குதூக்கித் தலைவரான மிர் ஃபதே அலியை அவர் சத்தம்போட்டு அழைத்தார். அங்கே உருவான நெருப்பு மற்றும் அதிகரித்துவரும் தூசுப்படலத்திற்கான காரணத்தை தெரிந்துகொண்டு வர ஒரு துரிதமான ஒட்டகத் தூதுவனை அனுப்புமாறு ஜாஃபர் அவரிடம் கூறினார்; அத்துடன் தன்னுடைய பிரதம மந்திரி ஹகீம் அஷானுல்லா கான், அரண்மனைக் காவலாளிகளின் தளபதியும், அரண்மனையில் உள்ள குடியிருப்பின் பாதுகாப்பிற்கு பொறுப்பாளருமான கேப்டன் டக்ளஸ் ஆகியோரையும் அவர் அழைத்தார்.[2]

ஹகீமும் தளபதியும் வந்துசேர்ந்த நேரத்தில் தூதுவன் திரும்பி வந்திருந்தான். அவனால் சிலஆயிரம் அடிகள் தூரம் இருக்கும் சலீம்கார் காவலரண் வரை மட்டுமே செல்லமுடிந்தது. அங்கிருந்து பார்க்கையில் தங்களுடைய கம்பெனி சீருடையில் படகுப்பாலம் முழுவதும் நிறைந்திருந்த இந்திய காலாட்படை வீரர்கள் (அல்லது சாவர்கள்) உருவிய வாட்களுடன் கூச்சலிட்டுக்கொண்டிருந்தனர். ஆற்றின் கிழக்குக் கரையில் இருந்த சுங்கச்சாவடியை கைப்பற்றிய அவர்கள் அதைக் கொள்ளையடித்து தீக்கிரையாக்கியிருந்தனர். அவர்கள் சுங்கச்சாவடி காவலரையும், நகர தந்தி அலுவலக அதிகாரியையும் தாக்கி கொலை செய்துள்ளனர். தந்திநிலைய அதிகாரியான சார்லஸ் டோட், மீரட்டிற்கு செல்லும் தந்திவழியில் ஏற்பட்ட தடங்கலை சரிசெய்வதற்கான முயற்சியில் அரைமணி நேரத்திற்கு முன்னர்தான் அங்கு சென்றிருக்கிறார். அங்கு கடந்து சென்று கொண்டிருந்த பிரிட்டிஷ் அதிகாரிகளின் வேலையாட்கள் சிலரும் வெட்டிக் கொல்லப்பட்டிருந்தனர். மேலும், அதிகாலை நேரத்தில் குளிக்கச் சென்றவர்கள் ஆற்றங்கரையில் இருந்து திகிலுடன் ஓடிவந்து

அரண்மனையின் வடக்குப் பக்கத்தில் இருக்கும் கல்கத்தா வாயிலின் வழியாக நகரத்திற்குள் நுழைய குழப்பத்துடன் கூடியிருக்கிறார்கள் என்றும் அந்தத் தூதுவன் கூறினான். இதைக் கேள்விப்பட்டவுடன், நகரம் மற்றும் கோட்டையின் வாயில்களை உடனடியாக மூடும்படி ஜாஃபர் உத்தரவிட்டார். மிகவும் தாமதமாகிவிடவில்லை என்றால் பாலத்தை நொறுக்கிவிட வேண்டும் என்றும் கூறினார்.[3]

கேப்டன் டக்ளஸூம், அஷானுல்லா கானும் எச்சரிக்கையடைந்தார்கள் என்றாலும், ஜாஃபரின் இந்த எதிர்பாராத செய்தியினால் அவ்வளவு ஆச்சரியப்படவில்லை. ராணுவத்தில் ஏற்பட்டிருக்கும் கலகம் குறித்த வதந்திகள் மட்டுமல்ல, பின்னாட்களில் அது உறுதியாகவும் துல்லியமாகவும் அதிகரித்துக்கொண்டிருக்கிறது என்ற செய்தி சில மாதங்களாகவே அரண்மனை வட்டாரங்களில் உலவிக்கொண்டிருந்தன.[4] இருபது நிமிடங்களுக்கு முன்னர்தான், தனி காலாட்படை வீரர் ஒருவர் தொந்தரவு செய்துகொண்டிருக்கிறார் என்ற செய்தியுடன் கோட்டையின் லாகூர் வாயில் காவலாளிகள் டக்ளஸை அழைத்திருந்தனர். டக்ளஸ் உடனடியாக பாதிரி ஜென்னிங்ஸூடன் தங்கியிருந்த அந்த வாயிலுக்கு தன்னுடைய குடியிருப்பில் இருந்து நேரடியாக வந்துசேர்ந்தார். அந்த வீரரிடம் என்ன வேண்டும் என்று கேட்டபோது அதற்கு அந்த சாவர் தான் மீரட்டில் கலகத்தில் ஈடுபட்டதாகவும், தானும் தன்னுடைய சகோதரர்களும் இனி கம்பெனிக்கு சேவை செய்யப் போவதில்லை என்றும் அலட்சியத்துடன் பதிலளித்துவிட்டு, தாங்கள் கொண்ட நம்பிக்கைக்காக போராடவேண்டிய நேரம் வந்துவிட்டது என்றான். ஆனால் அப்போதுதான் டெல்லிக்கு வந்திருந்த அவன் குழாயைத்தேடி தண்ணீர் குடிப்பதற்காகவே கோட்டைக்குள் வந்திருந்தான். அதை டக்ளஸா சென்று தேடித்தர முடியும்? அந்தத் திமிர்ப்பிடித்த சாவரைப் பிடித்துவருமாறு தன்னுடைய காவலாளிகளுக்கு டக்ளஸ் உத்தரவிட்டார். ஆனால், அவர்கள் அதைச் செய்யும் முன்னதாகவே அவன் சிரித்துக்கொண்டே தப்பி ஓடிவிட்டான்.[5] ஜாஃபரிடம் இருந்து அழைப்பு வந்தபோது ஹகீம் அந்தப் பிரச்சினையைப்பற்றி விசாரிக்க கோட்டையின் மூடப்பட்டிருந்த பஜாருக்கு அப்போதுதான் வந்திருந்தார். அவர்கள் இருவரும் ஒன்றாகவே பேரரசரின் வழிபாட்டிடத்திற்கு வந்துசேர்ந்தனர்.

இதற்கு எந்தவிதமான நடவடிக்கை எடுக்கலாம் என்று மூவரும் கலந்தாலோசிக்கையில், ஆற்றில் இருந்து அரண்மனையைப் பிரிக்கும் பகுதியை நோக்கி இருபது பேர் அடங்கிய காலாட்படை குழு அமைதியாக வீறுநடை போட்டுக்கொண்டிருந்தது. ‘அவர்களில் சிலர் வாட்களை உருவியிருந்தனர். மற்றவர்களின் கைகளில் கைத்துப்பாக்கிகளும், கார்பைன்களும் இருந்தன. பாலத்தை நோக்கி நிறையபேர் வரத் தொடங்கியிருந்தனர். அவர்களுடன் மணமக்கள் என்று தோன்றத்தக்க வகையில் வந்தவர்களின் தலைகளில் சுமைகள் ஏற்றப்பட்டிருந்தன.’[6]

மத்திம தொலைவில் 'மீரட் சிறையைச் சேர்ந்த குற்றவாளிள் மற்றும் குஜார்* பழங்குடியினர் மற்றும் டெல்லியைச் சுற்றியுள்ள கிராமங்களைச் சேர்ந்த பிற பத்மாஷாக்கள் (முரட்டு அடியாட்கள்)' கூட்டமாக வந்துகொண்டிருந்தனர். அவர்கள் அனைவருமே சிப்பாய்கள் தெற்குநோக்கி முன்னேறுகையில் அவர்களைப் பின்தொடர்ந்தவர்கள் என்பதை அனுமானிக்க முடிந்தது.[7] பல நூற்றாண்டுகளாக முகலாயர்கள் மனுதாரர்களைச் சந்திக்க வருகின்ற இடமாகிய சாமன் புர்ஜின் பளபளப்பான குவிமாடத்தின் திரைச்சீலைகளுக்கு கீழே ஒன்றுகூடிய அவர்கள் பேரரசரை சத்தம்போட்டு அழைக்கத் தொடங்கினர். அந்த நிகழ்வைப்பற்றிய ஜாஃபரின் பதிவின்படி, 'மீரட்டில் இருந்து வரும் நாங்கள் அங்கிருந்த ஆங்கிலேயர்கள் அனைவரையும் கொன்றுவிட்டோம். ஏனென்றால் பசுவின் கொழுப்பும் பன்றியின் கொழுப்பும் தடவப்பட்டிருந்த துப்பாக்கித் தோட்டாக்களை பல்லால் கடித்து இழுக்க வேண்டும் என்றார்கள், இது ஹிந்து முஸ்லிம் இருவருடைய நம்பிக்கையையும் சீரழிக்கிறது' என அவர்கள் கூறினர்.[8]

இந்நிலையில், கீழே சென்று அவர்களுடன் பேச்சுவார்த்தை நடத்த டக்ளஸ் விழைந்தார். ஆனால், அதைத் தடுத்த பேரரசர், அவர் நிராயுதபாணியாக இருப்பதாகவும், அவர்கள் கொலைகாரர்கள் என்பதால் நிச்சயம் அவரைக் கொன்றுவிடுவார்கள் என்றும் கூறினார். 'நான் அவரைப் போகவிடவில்லை. பின்னர் குயில்தார் பகதூர் [டக்ளஸ்] ஜன்னலுக்கு சென்று அவர்களிடம் பேசினார்.' அவர் அவர்களிடம்,[9] "இங்கே வராதீர்கள். இவை அரண்மனைப் பெண்கள் இருக்கும் தனி குடியிருப்புகள்.

* குஜார்கள் என்போர் ஹிந்து கால்நடை மேய்ப்பர்கள் மற்றும் இடையர்கள். அவர்களில் பெரும்பாலானோர் பாதி–நாடோடிகள். பல நூற்றாண்டுகளாக தங்களுடைய கால்நடைகள் மற்றும் குதிரைகளுடன் வட–மேற்கு இந்தியாவில், குறிப்பாக ராஜஸ்தானில் சுற்றித்திரிபவர்கள். அவர்களுக்கென்று பிரத்யேகமான பாரம்பரியங்களும், கடவுள்களும் இருந்தனர். அத்துடன் மேய்ப்பர்குல நாயகன் தேவ் நாராயண் குறித்த, தங்களுடைய தோற்றுவாய் குறித்த வாய்வழிக் கதையும் அவர்களுக்கு உண்டு. ஆஜ்மீருக்கு அருகாமையில் உள்ள சவாய் புஜ்ஜில் நடக்கும் இந்த தேவ் நாராயண் திருவிழாவானது பல்வேறு குஜார் வம்சாவளியினர் அவர்களுடைய கால்நடைகளுடன் இங்கே ஒன்றுகூடுவதற்காக – இன்றும்கூட – நடத்தப்படுகின்ற ஒன்று. பிரிட்டிஷார் அவர்களை நாடோடிகளாக பார்க்கத் தொடங்கிய அதே நேரத்தில், குஜார்கள் எப்போதுமே நகர்ப்புற அயலார்களால் திருடர்கள் மற்றும் குற்றவாளிகள் என்ற சந்தேகத்துடனே பார்க்கப்பட்டு வந்திருக்கிறார்கள். முகலாய டெல்லியில் இருந்த சாக்கிதார்கள் அல்லது காவலாளிகள் குஜார் பின்னணியில் இருந்து வந்தவர்களே. இதற்கு முன்னாள் திருடன் இந்நாளில் சிறந்த காவலாளியாக இருப்பான் என்பதே அடிப்படை. குஜார்களையும், மேவாட்டிகளையும் அமைதிப்படுத்தி, சமூகமயப்படுத்தியது டெல்லியில் இருந்த ஆரம்பகால பிரிட்டிஷ் நிர்வாகத்தின் மிகப்பெரிய சாதனையாகும். இதை செய்யத் தவறிய கலகக்காரர்களின் தோல்விக்கும் இதுவே பெரிய காரணம். ஏனென்றால் குஜார்களும் மேவாட்டிகளும் நகரத்தின் உள்ளே நுழைபவர்களையும் வெளியே செல்பவர்களையும் தடையேற்படுத்தி கொள்ளையடித்தனர். இவ்வகையில் பிரிட்டிஷாரால் நடத்த முடியாத ஒன்றை குஜார்கள் வெற்றிகரமாகச் செய்துமுடித்தனர். நகரம் முற்றுகையிடப்பட்டது.

அவர்களுக்கு எதிராக நீங்கள் நிற்பது அரசரை அவமதிப்பதாகும்'' என்றார். இந்நிலையில் அவர்கள் படிப்படியாக, ஒருவர்பின் ஒருவராக ராஜ்கட் வாயில் [தெற்கு வாயில்] இருக்கும் திசையை நோக்கிச் சென்றனர்.'[10]

ஜாஃபரின் கூற்றுப்படி, 'அதன் பின்னர், குயில்தார் கூறினார், ''நான் சென்று இதை கவனித்துக் கொள்கிறேன். இப்போது கிளம்புகிறேன்'' என்றார்.'[11]

உத்தரவுகளைத் தொடர்ந்து நகரத்தின் பல வாயில்களும் மூடப்பட்டிருக்கின்றனவா என்பதை உறுதிப்படுத்துவதற்காக 'ஒருவித பரபரப்புடன்' டக்ளஸ் ஓடினார். ஆனால் ஒருசில நிமிடங்களுக்குள்ளாகவே தெற்குப் பக்கத்தில் இருந்து, சுவர்களுக்குள்ளாகவே பெரிய கரும் புகைமூட்டங்கள் எழுவதை தன்னுடைய மேடையில் அமர்ந்திருந்தபடியே ஜாஃபரால் பார்க்க முடிந்தது. அது அந்த நகரத்தின் மிகச்சிறிய குடியிருப்பு பகுதியான தர்யகன்ஜில் இருந்து வந்தது. அங்குதான் ஐந்து வருடங்களுக்கு முன்னர் தன்னுடைய குடும்பத்தினருடன் மிர்ஸா ஜாவன் பக்தின் திருமண ஊர்வலத்தை ஜாஃபர் நடத்தியிருந்தார்.

ஜாஃபரால் வெறுமனே பார்த்துக்கொண்டிருக்கத்தான் முடிந்தது. சிப்பாய்கள் இப்போது அவருடைய நகரத்திற்குள் இருந்தனர்.[12]

தியோ மெட்கால்ஃபை பொறுத்தவரை மே 11 அன்று காஷ்மீரில் இருப்பதென்பது செய்துகொண்டிருந்த வேலையில் இருந்து விடுபட்டு ஆறுமாத காலத்திற்கு ஓய்வெடுத்துக் கொள்வதற்கான தொடக்கம்.

அவர் சோர்வினாலும் மனக்கவலையினாலும் பாதிக்கப்பட்டிருந்தார். தீவிரமான 'பாரமாக இறங்கிய மரத்துப்போன உணர்வுகள் அவை.' மேலும் அவருடைய இடது கண்ணில் ஏற்பட்ட கடுமையான வலியினால் கண்ணை மறைக்கும் பட்டை ஒன்றையும் அணிந்திருந்தார். உண்மையில், டெல்லி மக்கள் அப்போது அவரை 'ஒற்றைக்கண் மெட்கால்ஃப்' என்று அழைக்கத் தொடங்கியிருந்தனர். இந்தியாவில் நிலவும் சூழ்நிலையின் சிக்கலான இயல்பு குறித்த எந்தவித மாயத்தோற்றமும் அவரிடம் இல்லை. அவர் சமீபத்தில்தான் இங்கிலாந்திற்கு திரும்பிக்கொண்டிருந்த ஒரு நண்பரிடம் பின்வருமாறு கூறியிருந்தார்: 'நீங்கள் சொந்த ஊருக்கு அதிர்ஷ்டசாலியாக செல்கிறீர்கள். எங்களுக்கோ ஒன்று நாங்கள் இந்தியாவில் இருந்து விரட்டியடிக்கப்படுவோம் அல்லது எங்களுடைய இருப்பிற்காக நாங்கள் சாகும்வரை சண்டைபோடுவோம்.' அவருக்கு அவசியம் விடுமுறை தேவைப்பட்டது. இப்போது அவரால் குளிரான இமாலய மலைகளின் பசும்பள்ளத்தாக்கில் இருக்கும் ஜியார்ஜினாவுடனும், அவருடைய மகனுடனும் கொண்டுசேர்க்கும் தாக் பல்லக்குக்கூட காத்திருக்க

முடியவில்லை. ஏழு வருடங்களுக்கு முன்னர் இந்தியாவிற்கு வந்ததில் இருந்தே இதுதான் அவர் முறைப்படியாக எடுத்துக்கொள்ளும் முதல் விடுமுறை.[13]

சீக்கிரமே எழுந்துவிட்ட அவர் மெட்காஃப் மாளிகையை மூடிவிட்டு காலை 7 மணிக்கு புறப்பட்டபோது, தனக்கு அடுத்து பதவிக்கு வருபவருக்கான பொறுப்பை கையளிப்பதற்காக காஷ்மீரி வாயிலுக்கு உள்ளே இருக்கும் கச்சேரி கோர்ட் ஹவுஸில் உள்ள தன்னுடைய அலுவலக ஓய்வறைக்கு விரைந்தார். அங்கே மண்டபங்கள் காலியாக இருப்பதைக் கண்டு ஆச்சரியமடைந்தார்.

> *அங்கே துணை மேஜிஸ்ட்ரேட் [ஆர்தர் காலவே] மட்டுமே இருந்தார். காத்திருந்த அவருக்கும்கூட என்ன செய்வதென்று தெரியவில்லை. அரசாங்கம் தங்களுடைய மதத்தில் தேவையில்லாமல் மூக்கை நுழைத்துவிட்டதாகவும், 'எது நடக்குமோ, அதுவே நடக்கும்' என்று கருவூலக்காவலர் தற்செயலாக கேள்விப்பட்டதாகவும் கூறப்பட்டது. அந்த செய்தியும்கூட [மீரட்டைச் சேர்ந்த] கலகக்காரர்கள் நகரத்தை நோக்கி விரைந்துகொண்டிருப்பதாக யமுனா நதி பாலத்தைச் சேர்ந்த தரோகாவிற்கு [அதிகாரி] கிடைத்தத் தகவலை அடுத்தே தரப்பட்டிருந்தது.*[14]

தியோ தன்னுடைய அலுவலகத்தின் பின்பகுதியில் இருக்கும் முன்னாற்றங்கரை ஜன்னலின் வழியாக வெளியே பார்த்தார். அங்கிருந்து ஆற்றங்கரையின் வெகுதொலைவில், தூசுப்படலம் மறைத்திருந்தாலும் ஒரு சாவர்கள் குழுவால் வழிநடத்தப்பட்ட, படகுப்பாலத்தை நோக்கி விரையும் ஒரு பெரும் படைப்பிரிவு ஆற்றைக் கடக்கத் தயாராக இருப்பதைத் தெளிவாக பார்க்க முடிந்தது.

தன்னுடைய சாரட் வண்டிக்கு தாவிய தியோ தெற்குப் பக்கமாக, டெல்லி கல்லூரியின் புதிய வளாகத்திற்கு அடுத்து அமைந்திருந்த பாதுகாப்பரண் சூழ்ந்த ஆயுதக்கிடங்கை நோக்கி விரைந்தார் - அந்த ஆயுதக்கிடங்கு முன்னதாக ஷாஜஹானின் மகன் தாரா சுகோவின் முகலாய மாளிகை முற்றமாகவும் இருந்தது.*[15] - அங்கே அவருடைய நண்பரும், அந்த ஆயுதக்கிடங்கின் பொறுப்பாளருமான பெங்கால் ஆயுதப்படைப் பிரிவைச் சேர்ந்த லெப்டினண்ட் ஜார்ஜ் வில்லோபியை சந்தித்தார். அதைக் கடந்து செல்வதில் இருந்து கலகக்காரர்களை தடுக்கும் விதமாக பாலத்தின் இரு முனையிலும் இரண்டு பீரங்கிகளை நிறுத்தும்படி வில்லோபியை

* ஆயுதக்கிடங்கிற்கான இந்த வாயிலானது – பழைய டெல்லியில் உள்ள மிண்ட்டோ சாலையில் இருக்கும் டிராஃபிக் ஐலேண்டில் பொதுமக்கள் சிறுநீர் கழிக்குமிடமாக இன்றும் நீடித்திருக்கிறது – தாரா சுகோவின் மாளிகை முற்றத்திற்கான மாபெரும் வாயில் இருந்த இடத்தைக் குறிக்கிறது என்று சில்வியா சார்ட்டோ தன்னுடைய ஆய்வில் ஒப்புக்கொள்ள வைக்கும் வகையில் வாதிடுகிறார். பார்க்க *Sylvia Shorto, Public Lives, Private Places, British Houses in Delhi 1803-57, unpublished dissertation, NYU, 2004.*

தியோ கேட்டுக்கொண்டார். ஆனால், வெளிச்சுவரின் பின்பக்கத்தில் இருந்த ஆற்றுப்பக்க கொத்தளத்திற்கு மேலிருந்து நேரடியாக அந்தப் பாலத்தைப் பார்த்ததில், அது மிகவும் காலம்கடந்த செயல் என்பதை இருவருமே கண்டுகொண்டனர். பலநூறு கிளர்ச்சியாளர்கள் அப்போது அந்தப் பாலத்தின் மீது வரிசையாக அணிவகுத்து வந்தனர். மிகவும் முன்னால் வந்துகொண்டிருந்த சிப்பாய்கள், யமுனை ஆற்றின் டெல்லி கரையை ஏற்கனவே கைப்பற்றியிருந்தனர்.[16] அந்த ஆயுதக்கிடங்கை மூடிவிட்டு தடுப்பரணை ஏற்படுத்துவதைத் தவிர வில்லோபிக்கு வேறு வழியில்லாத நிலையில், அந்தப் பாலத்தில் இருந்து நகரத்திற்குள் செல்ல வழியமைக்கும் கல்கத்தா வாயிலை மூடுவதற்கு இனியும் வழியிருக்கிறதா என்பதைக் காண தியோ அதிவேகமாக விரைந்தார்.

இங்கே தியோ சரியான நேரத்தில் வந்து சேர்ந்தார். ஆளுநர் சைமன் ஃபிரேஸர், தியோவின் மூத்த சகாக்களும், டெல்லியின் இரண்டு முதன்மை மேஜிஸ்ட்ரேட்டுகளுமான ஜான் ராஸ் ஹட்சின்ஸன் மற்றும் சார்லஸ் லீ பாஸ் ஆகியோரும் எப்படியோ வாயிலுக்கு வந்து சிப்பாய்கள் உள்ளே நுழைந்துவிடும் முன்னர் அதனை மூடினர். அங்கிருந்த சிப்பாய்கள் அந்த வாயிலை தள்ளித் திறக்கமுடியாமல் திரும்பிச்செல்லும் காலடியோசைகளை தியோவால் கேட்க முடிந்தது. அவர்கள் இப்போது நகரத்திற்குள் செல்வதற்கான மாற்றுவழியை கண்டுபிடிக்கும் முயற்சியில், மணற்பாங்கான ஆற்றங்கரையோரமாக தெற்கு நோக்கிச் சென்றனர். வாயிலின் காவலரணில் நின்றுகொண்டிருந்த அந்த நான்கு ஆங்கிலேயர்களும் தங்களுடைய தொலைநோக்கிகள் வழியே சிப்பாய்களைக் கவலையுடன் பார்த்துக்கொண்டிருந்தனர். அவர்களுக்குப் பின்னால், குளிக்கச்செல்வதாக இருந்தவர்களும், பதற்றத்துடன் காணப்பட்டவர்களும் அந்த வாயிலுக்கும், ஜாஃபரின் அன்புக்குரிய திராட்சைத் தோட்டமான ஆங்குரி பாகிற்கும் இடையில் குவிந்திருந்தனர், 'ஏற்கனவே தொந்தரவுக்குரியவர்களாக இருந்த கூட்டத்தினருடன் நகரத்தின் விரும்பத்தகாதவர்களும் ஒவ்வொரு கணமும் கூடிக்கொண்டே சென்றனர்.'[17]

சிப்பாய்கள் இப்போது நகரத்தின் ராஜ்காட் அல்லது ஜீனத் உல்-மஸ்ஜித் வாயில்கள் வழியாக நுழையத் திட்டமிட்டிருக்கலாம் என்று யூகித்த ஃபிரேஸர், அந்த இரண்டு வாயில்களும் மூடப்படுவதற்கான உத்தரவைப் பெற்று அவை நிறைவேற்றப்பட்டனவா என்பதை உறுதிப்படுத்திக் கொள்வதற்கு முடிந்தவரை விரைவாக அரண்மனையின் தெற்குப் பக்கத்திற்கு செல்ல முடியுமா என்று தியோவிடம் கேட்டார். தன்னுடைய சேணத்தில் வந்தமர்ந்த தியோ அரண்மனை சுவர்களைச் சுற்றிப்பார்த்தார். ஆனால், இரண்டாயிரம் அடிகள் தொலைவில், சாந்தினி சௌக்கில் இருக்கும் குறுக்குச்சாலை வழியாக அரண்மனையின் மிகப்பெரிய லாகூர் வாயிலை நெருங்கியபோது, அவர் தனக்கு எதிரே வந்துகொண்டிருந்த

கலகக்கார படைப்பிரிவினரை எதிர்கொண்டார். முன்னதாக, அவர்கள் இந்த சாமன் புர்ஜின் கீழே இருந்து ஜாஃபரிடம் கோரிக்கை விடுத்த அதே சாவர்களாக இருக்கலாம். எப்படியோ அவர்கள் வெற்றிகரமாக நகரத்தில் நுழைந்துவிட்டார்கள். தாங்கள் பார்க்கும் கிறிஸ்துவர்கள் அனைவரையும் விரட்டிக் கொன்றார்கள். தியோவின் சகோதரி எமிலி மெட்கால்ஃபின் நினைவுக்குறிப்பின்படி,

> *காற்றில் அவர்களுடைய வாட்கள் அலறின. குதிரைச் சேணத்தின் மீது அமர்ந்திருந்த சர் தியோபிலஸைப் பார்த்தவுடன் அவரை நோக்கி விரைந்த சிலர் அவரையும், அவருடைய குதிரையையும் தாக்க முயற்சித்தனர். ஆனால், [தன்னுடைய சாட்டையால் அவர்களை விளாசிய தியோ] அவர்களுடைய தலைக்கவசத்தை மட்டுமே விளாச முடிந்தது. அரண்மனைக்கு முன்பாக இருந்த வெட்டவெளியில் எண்ணிலடங்கா கூட்டம் கூடிவிட்டதை சர் தியோபிலஸ் கவனித்தார். அவர்கள் அனைவரும் ஏதோ திருவிழாவை எதிர்பார்த்தது போல் வெள்ளைநிற உடையணிந்திருந்தனர். அதனால் அவர் தன்னுடைய குதிரையை அவர்களுக்கிடையில் முழு வேகத்தில் விரட்டினார். அப்போது கலகக்கார கூட்டத்தினால் தான் துரத்தப்படுகிறோம் என்பதைக்கண்ட அவர் அந்தக் கலவரக் கூட்டத்தின் மத்தியில் பாய்ந்தார்.*[18]

இவ்விடத்தில் தன்னுடைய கருத்த மேல்கோட்டை வீசியெறிந்துவிட்டு, கால்சராய்களையும் தியோ கழற்றியதால் கூட்டத்தினரிடம் இருந்து அவரை வேறுபடுத்திப் பார்க்க முடியவில்லை.[19]

> *தன்னுடைய உள்ளாடைகளை இறுகப் பிடித்தபடி அந்தக் கூட்டத்தினூடாக நெருக்கியடித்துச் சென்ற அவர் சில மரங்களுக்கு கீழே காவல்துறை குழுவினர் கூடியிருந்த இடத்தை அடைந்தார். ஒரு இணை மாஜிஸ்ட்ரேட்டாக அவர்கள் அவருடைய கட்டளைகளுக்கு கீழ்பணிந்தவர்கள் என்பதால் கலகக்காரர்களைத் தாக்குமாறு அவர்களுக்கு உத்தரவிட்டார். ஆனால், அவர்கள் அசையவே இல்லை. அதனால் முதன்மை அதிகாரியை அவருடைய குதிரையில் இருந்து கீழே இழுத்து தள்ளிவிட்டு (சர் தியோபிலஸ் மிகவும் பலசாலியான மனிதர்) அதில் தானே ஏறி அமர்ந்தார். சுக்கானை இழுத்துப்பிடித்த அவர் கோட்வாலை [பூர்வீக காவல்துறையினரின் தலைவர்] பார்க்க நகரின் மையப்பகுதிக்கு விரைந்தார்.*

அச்சமயத்தில் மொத்த நகரமுமே கூச்சல் குழப்பத்திற்கு ஆளாகியிருந்தது. கடைக்காரர்கள் தங்களுடைய கடைகளை மூட முயற்சித்துக் கொண்டிருந்தனர். சில பஜார்கள் ஏற்கனவே கொள்ளையடிக்கப்

பட்டிருந்தன. தர்யகன்ஜில் இருக்கும் ஐரோப்பிய மாளிகைகளில் இருந்து புகை எழும்பிக்கொண்டிருந்தது. மேலும், மீரட்டில் இருந்து பிரிட்டிஷ் படைகள் எதுவும் கலகக்காரர்களை தேடி வந்ததுபோல் தெரியவில்லை - அப்படி வருவார்கள் என்றே தியோ அனுமானித்திருந்தார். இருப்பினும், நீண்டநேரத்திற்கு முன்பே, வடக்கில் டெல்லி ராணுவ முகாமில் உள்ள இந்தியப் படையினர் காஷ்மீரி வாயிலை அடைந்துவிட்டனர் என்றும், அவர்கள் எதிர்தாக்குதலுக்கு அணிவகுத்து நிற்கின்றனர் என்றும் தியோ கேள்விப்பட்டிருந்தார். அப்போது வெறும் ‘சட்டையும் உள்ளாடையும்’ மட்டுமே அணிந்தபடி தன்னுடைய குதிரையில் திரும்பவும் ஏறி, மேடுபள்ளமான குழப்பமான வழியில், காஷ்மீரி வாயிலின் பின்பக்க தெருக்கள் வழியாக சென்ற அவர் அங்கிருக்கும் படைவீரர்கள் தன்னைக் காப்பாற்றுவார்கள் என்று நம்பினார்.

இருப்பினும், அவர் மசூதியை நோக்கி விரைகையில், மேல்புற ஜன்னலில் இருந்து வீசப்பட்ட ஒரு பெரிய செங்கல் அவருடைய முதுகிலும் கழுத்திலும் பலமாகத் தாக்கியது. தன்னுடைய குதிரையில் இருந்து விழுந்த தியோ ஒரு பள்ளத்திற்குள் உருண்டார், சலனமே இல்லாமல்.[20]

தியோ குதிரையில் விரைந்துசென்ற சற்றைக்கெல்லாம், துப்பாக்கி சுடும் சத்தத்தையும், நகரத்திற்கு உள்ளேயிருந்து சாவர்களின் கூக்குரல்கள் வருவதையும் சைமன் ஃபிரேஸர் கேட்டார்.

சிப்பாய்கள் அனைவரும் சுவர்களுக்குள்ளாகத்தான் இருக்கிறார்கள் என்பதை உணர்ந்துகொண்ட அவரும் அவருடைய சக தோழர்களும் கம்பிக் கதவுக்கு பின்பக்கத்தில் மாட்டிக்கொண்டார்கள். மிகுந்த கோபத்துடனிருந்த 500 பேர் அடங்கிய கும்பல் ஒரு தெரு தள்ளித்தான் இருந்தது. அப்போது ஃபிரேஸர் காவலரணில் இருந்து கீழே இறங்கினார். அவர் தன்னுடைய சிறிய மெய்க்காவல் படையினரிடத்தில் - ஆங்கிலேய அபிமானமுள்ள ஜஜ்ஜார் நவாபால் வழங்கப்பட்டதாக கருதப்படுவது - வாட்களை உருவிக்கொண்டு, தெருவைப் பார்த்து நிற்கும்படி உத்தரவிட்டார். நிராயுதபாணிகளாக இருந்த ஹட்சின்ஸன், லெ பாஸ் மற்றும் கேப்டன் டக்ளஸ் ஆகியோர் வாயிலின் அடிப்பகுதியில் ஒருவரை அடுத்து ஒருவராக நின்றுகொண்டனர். அந்தக் கூட்டத்தில் இருந்த செய்தி அறிவிப்பாளரான சன்னி என்ற நேரடி சாட்சியின் கூற்றுப்படி:

> *ஏழு படைவீரர்களும், ஒட்டகத்தில் ஏறிவந்த இரண்டு நபர்களும் தர்யகன்ஞ் இருந்த பக்கத்திலிருந்து அரண்மனையை ஒட்டியுள்ள சாலையின் வழியாக விரைந்து வந்தனர். அங்கு வந்த உடனேயே*

> *கைத்துப்பாக்கியால் சுடும் தொலைவில் இருந்தபடி அவர்கள் அனைவரும் வாயிற்பகுதியிலேயே அந்த ஆங்கிலேயர்களை நோக்கிச் சுட்டனர். அதற்கு ஜஜ்ஜார் சாவர்கள் எந்த எதிர்ப்பும் காட்டாமல், திரு ஃபிரேஸரை அங்கேயே விட்டுவிட்டு ஓடிவிட்டனர்.*[21]

மூத்த மாஜிஸ்ட்ரேட்டான ஹட்சின்ஸனுக்கு வலது முழங்கைக்கு மேலே காயம் ஏற்பட்டது.[22] காவலறைக்கு ஓடிய ஃபிரேஸர், ஒரு காவலாளியின் கையில் இருந்த மஸ்கட் துப்பாக்கியை பறித்து ஒரு படைவீரரைச் சுட்டுக்கொன்றார். அந்த சாவர் சரிந்ததைப் பார்த்து தெருவில் ஒன்றுகூடிவிட்ட அந்தக்கூட்டம் கோபமடைந்து அவர்களை அபாயகரமான முறையில் நெருங்கிவந்தது. ஃபிரேஸரின் மெய்க்காவலர்களால் கைவிடப்பட்டு, வாயிற்கதவுக்கு பின்னால் மாட்டிக்கொண்ட டக்ளஸூம் ஹட்சின்ஸனும் அரண்மனை அகழியில் குதித்தனர். முன்னவர் மிக மோசமாக குதித்து தன்னுடைய கணுக்காலை முறித்துக் கொண்டதுடன் பின்பக்கத்திலும் பலத்த அடிபட்டது. அவருக்கு அடுத்தபடியாக குதித்த அவருடைய முத்திரைத்தடி சுமப்பவரான மக்கானின் உதவியுடன் தவ்வித்தவ்வி நகர்ந்தபடியே டக்ளஸ் லாகூர் வாயிலை நோக்கிச் சென்றார். அவருக்கு மற்றொரு பக்கம் காயம்பட்டு ரத்தம் சொட்டிக்கொண்டிருந்த ஹட்சின்ஸன் உதவிக்கொண்டிருந்தார்.

அதேசமயம், தாவிக்குதிக்க முடியாத அளவுக்கு பருமனாக இருந்த ஃபிரேஸர் தன்னுடைய சேணத்தில் இருந்தபடி கூட்டத்தினரை நோக்கி தாக்கத் தொடங்கியபோது அவரே ஆச்சரியப்படும் வகையில் வெகுதொலைவிற்கு வந்திருந்தார். அவருக்கும் அரண்மனைக்கும் அரைமைல் தூரமே இருக்கையில் அவர் மீண்டும் சில சாவர்களின் கைத்துப்பாக்கித் தாக்குதலுக்கு ஆளானார். ஆனால், தோட்டாக்கள் தவறிப்போயின. அதனால், ஆஜுநரானவர் அரண்மனையின் லாகூர் வாயிலுக்கு பத்திரமாக வந்துசேர்ந்தார்.[23]

முத்திரைத்தடி சுமப்பவரான மக்கான் காயம்பட்ட இருவரையும் பள்ளத்தில் இருந்து மீண்டுவர உதவினார். பின்னாளில் அவர் அளித்த சாட்சியத்தின்படி, டக்ளஸ் 'குறிப்பிடத்தக்க அளவு காயம்பட்டிருந்தார். அவருக்கு ஏற்பட்டிருந்த அதிர்ச்சியில் இருந்து சற்றேனும் மீண்டு வரும்வரை அவரை குலியாத் கானாவிற்கு எடுத்துச்செல்லும்படி கேட்டுக் கொள்ளப்பட்டது. அதேநேரத்தில், ரெவரண்ட் ஜென்னிங்ஸ் அவரைப் பார்க்க வந்தார். அவரும் திரு ஹட்சின்ஸனும் அவரை வாயிலுக்கு மேலே இருந்த குடியிருப்பிற்கு கொண்டுசென்றனர்.'[24] அங்கே ஆன்னி ஜென்னிங்ஸூம், மிஸ் கிளிஃபோர்டும் டக்ளஸை படுக்கையில் கிடத்தி அவருக்குத் தேநீர் அளித்தனர். பின்னர் அவருடைய கணுக்காலுக்கு கட்டு போட்டுவிட்டு ஹட்சின்ஸனை கவனிக்கச் சென்றனர்.

கேப்டன் டக்ளஸ் மேல்தளத்திற்கு எடுத்துச்செல்லப்பட, கீழேயே இருந்த ஃபிரேஸர் லாகூர் வாயிலைக் காப்பதற்கான முயற்சிகளை மேற்கொண்டார். வாயில்கள் சாத்தப்பட்டே இருக்கவேண்டும் என்று உத்தரவிட்ட அவர் இரண்டு பீரங்கிகளையும், ஒரு ஆயுதம் தரித்த படைப்பிரிவையும் கேட்டு ஜாஃபருக்கு ஆள் அனுப்பினார். ஆன்னி ஜென்னிங்ஸ் மற்றும் அவருடைய நண்பரை அரச ஜெனானாவுக்கு கூட்டிச்செல்ல இரண்டு பல்லக்குகளையும் கேட்டிருந்தார். ஆனால்,

> *அந்தக் குழப்பத்தில் காவலாளிகளோ, பல்லக்கு தூக்கிகளோ அதற்கு முன்வரவில்லை. தரப்பட்ட உத்தரவுகளுக்கு எந்த கவனமும் செலுத்தப்படவில்லை. கீழ்படிதல் இல்லை. அரசரின் பணியாளர்கள் கலகக்காரர்களாகிவிட்டனர். கீழ்படிய மறுத்துவிட்டனர். பல்லக்குத் தூக்கிகளுக்காக ஃபிரேஸர் சிறிதுநேரம் காத்திருந்தார். தன்னுடைய உத்தரவுகளுக்கு யாரும் செவிசாய்ப்பதுபோல் தெரியவில்லை என்பதைக் கண்ட அவர் கேப்டன் டக்ளஸின் வீட்டிற்குள் செல்வதுபோல் திரும்பிக்கொண்டார். கூட்டத்தினரின் நெருக்கடியால் அவர்களை அப்படியே நிற்குமாறு அவர் உத்தரவிட்டார். அந்தப் பாதைவழியானது பூர்வீக ஆயுதப்படைப்பிரிவால் பாதுகாக்கப்பட்டிருந்தது. அதனை இழுத்து மூடும்படி அவர் உத்தரவிட்டிருந்தார். ஆனால், அவர்கள் அதற்கு மறுத்துவிட்டனர். பின்னர் திரு ஃபிரேஸர் அவர்களின் நடத்தைக்குக் கண்டனம் தெரிவித்தார். அப்படியும் அவர்கள் மௌனம் காத்தனர்.*[25]
>
> *அந்த நேரத்தில் கூடிய ஆண்களும் பையன்களுமான மாபெரும் கூட்டம் ஒன்று அங்கு நடந்தவற்றை ஆரவாரத்துடன் வரவேற்கும் விதமாக தங்களுடைய கைகளைத் தட்டினர். இந்தப் பகைமை உணர்ச்சியின் குறியீட்டைக்கண்ட ஃபிரேஸர் கேப்டன் டக்ளஸின் குடியிருப்பிடத்திற்குத் திரும்பத் தொடங்கினார். படிக்கட்டின் அடிப்பகுதியை அவர் அடைந்த நேரத்தில் சித்திர வேலைப்பாடுகள் செய்யும் ஹாஜி என்பவன் அவரை வெட்டுவதற்கு தன்னுடைய வாளை உயர்த்தினான். தன் கையில் உறையிலிட்ட வாளுடன் இருந்த ஃபிரேஸர் சட்டென்று திரும்பி அந்த உறையால் அதைத் திருப்பினார். பின்னர் வாயில்காப்போனாக இருந்த ஹவில்தாரிடம், 'என்ன மாதிரியான செயல் இது?' என்றார். அதையடுத்து அந்த ஹவில்தார் கூட்டத்தினரை விரட்டுவதுபோல் பாவனை செய்தான். ஆனால், திரு ஃபிரேஸர் பின்னால் திரும்பியதற்கு சற்றைக்கெல்லாம், ஹாஜியிடம் அவன் தன்னுடைய தாக்குதலை நடத்தலாம் என்பதுபோல் தலையால் சமிக்ஞை காட்டினான் அந்த ஹவில்தார். இதனால் உற்சாகமடைந்த ஹாஜி ஃபிரேஸரை*

நோக்கி விரைந்து சென்று அவருடைய வலது கழுத்தில் கத்தியைச் செருகி ஆழமான, சாகும்படியான காயத்தை ஏற்படுத்தினான். திரு ஃபிரேஸர் சட்டென்று கீழே சரிந்தார். அதற்கு அடுத்திருந்த சிற்றில்லத்தில் இருந்து வந்த மற்ற மூன்று பேர் தங்களுடைய வாட்களால் அவருடைய தலையிலும், முகத்திலும், மார்பிலுமாக அவர் சாகும்வரை வெட்டினர்.[26]

'நான் படிக்கட்டுகளின் மேலே நின்றுகொண்டிருந்தேன், இது அவற்றின் கீழே நடந்தது' என்று வாக்குமூலம் அளித்தார் மக்கான்.

கேப்டன் டக்ளஸ், மிஸ்டர் ஹட்சின்சன் மற்றும் மிஸ்டர் ஜென்னிங்ஸ் ஆகியோர் ஓய்வெடுத்துக்கொண்டிருந்த குடியிருப்பின் மேல்பகுதியை நோக்கி அந்தக் கும்பல் விரைந்தது. அவர்களை வாட்களால் தாக்கிய அவர்கள் உடனடியாக அவர்களையும் இரண்டு இளம் பெண்களையும் கொலைசெய்தனர். [இரண்டாவது படிக்கட்டிற்கு சென்று தப்ப நினைத்த பாதிரி ஜென்னிங்ஸ் கதவை நோக்கி எவ்வளவு தூரம் சென்றாரோ அவ்வளவு தூரமும் வெட்டப்பட்டார்]. பின்பு கேப்டன் டக்ளஸ் இருந்த அறைக்கு சென்றபோது அவர் முழுவதுமாக இறந்துவிடவில்லை என்பதைக் கண்டேன். அரசரின் வேலையாளான மம்தாஹூம் இதைத் தெரிந்துகொண்டு அவருடைய நெற்றியில் தடியால் அடித்து அவரை உடனடியாக கொன்றான். நான், அந்த இரண்டு பெண்கள் உட்பட மற்ற உடல்களையும் கண்டேன். மிஸ்டர் ஹட்சின்ஸன் ஓர் அறையில் கிடந்தார். கேப்டன் டக்ளஸ், மிஸ்டர் ஜென்னிங்ஸ் மற்றும் வேறு இரண்டு பெண்களின் உடல்களும் மற்றொரு அறையில் கிடந்தன. கேப்டன் டக்ளஸின் உடல் மட்டும் படுக்கையில் கிடந்தது.

எல்லா கொலைகளும் மிஸ்டர் ஃபிரேஸரின் மரணத்திற்கு கால்மணி நேரத்திற்குள்ளாகவே நடந்தேறின. அப்போது நேரம் 9.10. அந்தக் கோமகன்களின் மரணத்திற்குப் பின்னர் அந்தக் கும்பல் அவர்களுடைய சொத்துகளைச் சூறையாடியது. என்னுடைய உயிருக்கு பயந்துபோன நான் நகரத்தில் இருந்த என்னுடைய சொந்த வீட்டிற்கே ஓடிவிட்டேன். பின்னர் அரண்மனைக்குத் திரும்பவே இல்லை.[27]

பாதிரி ஜென்னிங்ஸ் வெட்டப்பட்டபோது அவர் மதம்மாற்றம் செய்திருந்த இருவரில் ஒருவரும் கொல்லப்பட்டார். சாவர்கள் முதலில் ராஜ்காட் வாயில் வழியாக தாக்கத் தொடங்கியபோது டாக்டர் சாமன் லால் மருத்துவமனையில் தன்னுடைய நோயாளிகளைப் பார்த்துக்கொண்டிருந்தார். இந்தக் கிளர்ச்சியை கேள்விப்பட்ட அவர் அதுகுறித்து விசாரிக்க மருத்துவமனைக்கு வெளியே சென்றார். உடனடியாக 'ஒரு படைவீரர் அவரை கீழே இழுத்துத் தள்ளி அவருடைய மார்பில் ஏறி உட்கார்ந்து அவர் எந்த மதத்தைச் சேர்ந்தவர் என்று கேட்டார். தான் ஒருவர் கிறிஸ்துவர் என்று டாக்டர் லால் பதில் கூறியபோது அந்த சாவர் தன்னுடைய பிஸ்டலால் நெற்றிப்பொட்டில் வைத்து அவரைச் சுட்டான். பின்னர் அந்தக் காலாட்படையினர் கிளினிக்கை கொள்ளையிட்டு தீவைத்தனர்.'[28]

இந்த எழுச்சியின் மதம்சார் இயல்பானது உடனடியாக தெளிவானது. இஸ்லாத்திற்கு மதம் மாறிய பிரிட்டிஷ் ஆண்களும் பெண்களும் விட்டுவைக்கப்பட்டனர். கிறிஸ்துவத்திற்கு மதம்மாறிய இந்தியர்கள் - ஹிந்து அல்லது முஸ்லிம் - தேடித்தேடி வேட்டையாடப்பட்டனர். சாமன் லால் முதல் பலியாக இருக்கையில், ஜென்னிங்ஸுடனும், சாந்தினி செளக்கிற்கு தப்பியோடுகையில் பிடிபட்ட அவருடைய இரண்டு உதவியாளர்களும் வெட்டி வீசப்பட்டனர். ஆங்கிலோ - இந்திய கிறிஸ்துவரான திருமதி ஆல்டுவெல் எப்படியோ தன்னைக் காப்பாற்றிக்கொண்டார். ஏனென்றால் இஸ்லாமிய நம்பிக்கை மீதான உறுதிமொழியாகிய கலீமா அவருக்குத் தெரிந்திருந்ததால் தன்னைப் பிடித்தவர்களிடம் அவர் தன்னை முஸ்லிம் என்று கூறினார். அதற்கு பதிலளித்த படைவீரர்கள் தாங்கள் ஒரு முஸ்லிமை கொல்வதாக இருந்தால் 'அவர்கள் [தங்களுக்குள்ளாகவே] மதநம்பிக்கையற்றவர்களாக இருப்பார்கள். ஆனால், அவர்கள் கிறிஸ்துவர்கள் அனைவரையும் கொல்வதென்று தீர்மானித்துவிட்டார்கள்' என்றனர்.[29]

இஸ்லாத்திற்கு மதம்மாறிய, அப்துல்லா பெக் என்று பெயர் வைத்துக்கொண்ட ஒரு முன்னாள் கம்பெனி படைவீரர் அந்த எழுச்சி முழுவதிலுமே பிரிட்டிஷ் ஆட்சிக்கு எதிரான சுறுசுறுப்பான கிளர்ச்சியாளராக விளங்கினார். மே 11 அன்று, 'கிளர்ச்சிக்காரர்களின் வருகையை ஒட்டி, அவர் உடனடியாக அவர்களுள் ஒருவராக தன்னை அடையாளப்படுத்திக் கொண்டதுடன் ஏறக்குறைய ஒரு தலைவராகவும் ஆலோசகராகவுமே ஆகிவிட்டார்.' பின்னாளில் அவர் கலகப் படையினருக்கு ஆள்சேர்க்கும் வேலையையும் கவனித்துக்கொண்டார். இதில் அவருக்கு உதவியாக மற்றொரு மதம்மாறியான, 'உயரமான, உறுதியான தோற்றமும், இயல்பிலேயே அழகான முகமும், வெயிலில் கருத்துப்போன, ஒரு படைவீரருக்கே உரித்தான உருவமும் கொண்ட' மேஜர் கார்டன் என்பவரும் சேர்ந்துகொண்டார். அவருடைய முஸ்லிம்

நம்பிக்கையை பரிசீலனையில் எடுத்துக்கொண்ட சிப்பாய்கள், ஷாஜகான்பூரில் நடந்த கிறிஸ்துவர்கள் படுகொலையின்போது அவரை விட்டுவைத்தனர். அதேசமயம் டெல்லிக்கு அழைத்துச் செல்லப்பட்ட அவரிடம் நகரத்தின் வடக்குப் பகுதியில் துப்பாக்கி ஏந்திய படைவீரர்களை நிறுத்தி வைக்கும்படி சொல்லப்பட்டது.*[30]

காரணங்கள் எதுவாக இருந்தாலும், இந்த எழுச்சிக்கு கிடைத்த வரவேற்பு வர்க்கங்களிடையே பிளவை உண்டாக்கியது. மே 11 ஆம் தேதியில் இருந்து, டெல்லி மக்களிடையே இருந்த மிகவும் உத்வேகமுள்ள கிளர்ச்சியாளர்கள் கீழ் நடுத்தர வர்க்கத் தொழிலாளர்களாகவும் - குறிப்பாக முஸ்லிம் நெசவாளர்கள் மற்றும் ஜவுளி வணிகர்கள் - அதேபோல் நீண்டகாலமாக முஜாஹிதீன் இயக்கத்தை ஆதரித்துவரும் பஞ்சாபி இஸ்லாமியர்கள் உற்பத்தியாளர்களாகவும் வணிகர்களாகவும் இருந்தனர். இவர்கள்தான் ஆரம்பத்தில் மிகவும் சிறிய எண்ணிக்கையில் முகலாய தலைநகரத்திற்கு வந்த சிப்பாய்களுக்கான தகுதிகளை உடனடியாக உயர்த்தி, பீதியை உருவாக்கி ஏழை டெல்லிவாசிகள் பலரையும் கொள்ளையில் ஈடுபட வைத்து களியாட்டம் போட வைத்தனர்.**

இதற்கு மாறாக ஹிந்து மற்றும் முஸ்லிம் மதத்தைச் சேர்ந்த டெல்லி மேட்டுக்குடியினர் இந்த எழுச்சியில் தங்கள் தகுதிகளுக்கு ஏற்ப பிரிந்து நின்றனர். துவக்கத்தில் இருந்தே ஹிந்துஸ்தானத்தின் கிழக்கில் இருந்து வந்த அதிரடியான, மூர்க்கமான சிப்பாய்களின் பெரும் எண்ணிக்கையை உபசரிப்பதற்கு அவர்கள் தயங்கினர். ஒரு கோபக்கார நேரடி சாட்சியும், மேதகையினருமான அப்துல் லத்தீஃபின் கூற்றுப்படி, ‘எல்லா மதங்களின் பாடங்களும் புறக்கணிக்கப்பட்டன. ஏழைப் பெண்களும் குழந்தைகளும்கூட விட்டுவைக்கப்படவில்லை. நகரத்தின் மேட்டுக்குடியினரும், மேதகைமையினரும்கூட இந்தச் செயல்களால்

* அந்த எழுச்சியின் பிற்பகுதியில், முராதாபாத் அஞ்சல் அதிகாரியான மிஸ்டர் பவல் மற்றும் நான்கு ஆங்கிலேயர்கள் இஸ்லாத்திற்கு மதம்மாறியதாக கருதப்பட்டனர் (அல்லது ‘படைப்பிரிவு அவர்களை முகம்மதியர்கள் ஆக்கியது’ எனலாம்). ஆனால், கலகக்காரர்களுக்காக சண்டையிட மறுத்துவிட்ட அவர்கள் ஷாஜகான்பூரில் கலகம் செய்த படைவீரர்களுடன் டெல்லிக்கு அழைத்துவரப்பட்டனர். முற்றுகைக்காலம் முழுவதிலும் அவர்கள் கோட்வாலில் உள்ள ஜிஹாதிகளின் ஆயுதம் ஏந்திய காவலர்களின் பிடியில் இருந்தனர். ஆனால், காயப்படுத்தப்படாத அவர்கள் இறுதியில் செப்டம்பர் மாதம் பிரிட்டிஷார் தாக்குதல் நடத்தியபோது தப்பிச்சென்றனர். பார்க்க: *See OIOC, Eur Mss B 138, Account of Said Mobarak Shah.*

** நேரடி சாட்சியான மோகன் லால் காஷ்மீரி என்பவரின் சாட்சியத்தின்படி: ‘அவர்களுடன் [சிப்பாய்கள்] நகரத்தின் மோசமான குணவியல்பு கொண்டவர்களும் சீக்கிரத்திலேயே சேர்ந்துகொண்டனர். சிறைவாசிகள் சிறையில் இருந்து விடுவிக்கப்பட்டது இத்தகைய ஒழுக்கக்கேடுகளின் எண்ணிக்கையை அதிகரித்தது. கானம் பஜார் மற்றும் நாஹுர்வாசிகள் [பஞ்சாபி முஸ்லிம்கள் அதிகமாக இருக்குமிடம்] கலக வரிசையின் முன்னணியில் இருந்தார்கள். இதன் பின்னர் அவர்கள் கிறிஸ்துவர்களையும் அவர்களை சார்ந்தவர்களையும் சூறையாடி படுகொலை செய்தனர்.’ *OIOC, Home Miscellanous, 725, pp. 389-422,* நவம்பர் 8 ஆம் தேதி, பிரிகேடியர் சேம்பர்லினுக்கு முன்ஷி மோகன் லால் எழுதிய கடிதம் *1857 at DEHLIE.*

[கிளர்ச்சியாளர்களின் செயல்களால்] அதிர்ச்சியுற்றதுடன் அவர்களிடம் கெஞ்சவும் செய்தனர். அய்யோ! மொத்த உலகமும் அழிந்துவிட்டது. இந்தப் பாவங்களின் விளைவாக தீமையின் கண்களால் இந்த நகரம் நசுக்கப்பட்டுவிட்டது.'[31] நடந்த விஷயங்களைப் பார்க்க விரும்பவில்லை என காலிப்பும் தெளிவாக குறிப்பிட்டுள்ளார். 'டெல்லி வாயில்களின் வழியாக பெருங்கூட்டமாக நுழைந்த போதையேறிய குதிரைவீரர்களும், வெறுங்காலில் வந்த வீரர்களும் நகரத்தை பலாத்காரத்திற்கு உட்படுத்தினர்' என்று எழுதிய அவர், இதுகுறித்து மேலும் குறிப்பிடுகையில்,

> *என் அறையை மூடி உள்ளே உட்கார்ந்துகொண்டு சத்தங்களையும் கூச்சல்களையும் கேட்டேன். எல்லாப் பக்கங்களில் இருந்தும் அலையலையாக காலாட்படை வீரர்கள் ஓடுவதும், குதிரைப்படை வீரர்கள் வருவதுமான சத்தங்களும் கேட்டன. வெளியே பார்த்தால், கையளவு ரத்தக்கறை படியாத தூசுப்படலமே கிடையாது. சிதைந்துகிடந்த அழகான பெண்கள்தான் பாவம்! அவர்களுடைய முகங்கள் நிலவைப்போல் ஒளிவீச உடல்களோ புதிதாத வெட்டியெடுக்கப்பட்ட வெள்ளியைப் போல் மின்னியது! மான் மற்றும் கவுதாரியைவிட மிக அழகான கால்களைக் கொண்டிருந்த கொல்லப்பட்ட குழந்தைகள் ஆயிரம் மடங்கு பாவம்! எல்லோருமே மரணத்தின் சுழலால் உறிஞ்சப்பட்டு ரத்தக்கடலில் மூழ்கிப்போயினர்.*[32]

காலிப்பை பொறுத்தவரை, இந்த எழுச்சி பிரிட்டிஷாரின் வீழ்ச்சிக்கானது என்பதைவிட கீழ்த்தட்டு வர்க்கத்தின் கும்பலுடைய எழுச்சிக்கானது என்பதாகவே தெரிந்தது. சந்தேகத்திற்குரிய வம்சாவளியைச் சேர்ந்த படிக்காத பொறுக்கிகளின் கூட்டத்திடம் தன் சொந்த அரசவை மேட்டிமைத்தனம் கட்டுப்பாட்டை இழந்துவிட்டதே இந்த புரட்சியின் மிகப்பயங்கரமான விஷயமாக அவருக்குத் தெரிந்தது. இதுகுறித்து அவர் பின்வருமாறு எழுதியுள்ளார்,

> *மேதகையினரும், மாபெரும் அறிஞர்களும் அதிகாரத்திலிருந்து வீழ்ந்தனர். பெயரோ, வம்சாவளியோ, ஆபரணங்களோ, தங்கமோ இல்லாத பெயரற்றவர்கள் தற்போது கௌரவத்தையும் வரம்பில்லாத செல்வத்தையும் பெற்றவர்களானார்கள். லேசான காற்றுக்குக்கூட பறந்துவிடுபவர்களைப் போல் தெருக்களில் அழுக்கேறி சுற்றிக்கொண்டிருந்தவர்கள் காற்றை தங்களுடைய அடிமை என்றனர். வெட்கமே இல்லாமல் கீழ்த்தரமானவர்கள் தங்களுடைய கையில் வாளை ஏந்தி கூட்டம் கூட்டமாக சென்றுகொண்டிருந்தனர். நாள் முழுவதும் அந்தக் கலகக்காரர்கள் நகரத்தைக் கொள்ளையடித்தனர். இரவில் பட்டுப் படுக்கைகளில்*

உறங்கினர். டெல்லி நகரம் அதன் ஆட்சியாளர்களின்றி வெறுமையானது. மக்கள் கடவுளை ஏற்காத கடவுளின் ஜந்துக்களானார்கள் - அது தோட்டக்காரன் இல்லாத தோட்டம். பழங்களே இல்லாத மரங்களால் ஆனது. அவர்களை விரட்டியடிக்க பேரரசர் அதிகாரமற்றவர் ஆனார். அவர்களுடைய படை அவரைச் சூழ்ந்துவிட்டது. அவர்களுடைய கட்டாயத்திற்கும் அவர் ஆளானார். கிரகணத்தால் விழுங்கப்படும் நிலவைப் போல் அவர் விழுங்கப்பட்டார்.[33]

இளம் முகலாய மேதகையினரான, ஏறக்குறைய பனிரெண்டு வயதே ஆகியிருந்த சர்வார் உல்-முல்க்கும் அதே அளவுக்கு தான் கண்ட காட்சியினால் பயந்துபோயிருந்தார். அவரை ஜமா மசூதிக்கு அருகாமையில் குச்சான் புலாகி பேகமில் இருக்கும் அவருடைய அத்தை வீட்டிற்கு அவருடைய வேலைக்காரர் ரஹீம் பக்ஷ் கூட்டிச்சென்றார். அவர்கள் சாந்தினி சௌக்கில் இருக்கும் தாரிபாவை கடக்க இருந்த நேரத்தில்,

பயந்துபோயிருந்த மக்கள் எல்லாத் திசைகளிலும் ஓடுவதைக் கண்டோம். பலசாலியான ரஹீம் பக்ஷ் சட்டென்று என்னை முதுகில் ஏற்றிக்கொண்டு இறுகப் பிடித்துக்கொண்டார். என்னுடைய அத்தை வீட்டை நான் அடைந்தபோது அதன் வாயில் மூடப்பட்டிருந்தது. ஆனால், அதன் கதவுகளை உடைத்த ரஹீம் பக்ஷ் அதே வேகத்தில் உள்ளே நுழைந்தார். உள்ளே சென்றதும் நாங்கள் இருவருமே தரையில் விழுந்து மோசமான காயமடைந்தோம். 'புர்பயாக்கள் [கிழக்கத்திய சிப்பாய்கள்]' எல்லோருமே தாங்கள் யாருடைய உத்தரவின்படியும் செயல்படுகிறவர்கள் அல்ல என தங்களைக் கருதிக் கொண்டார்கள். அவர்களுடைய வருகைக்குப் பின்னர், எங்களுடைய வீடுகளை நன்றாக காவலிட்டுக்கொண்டோம்.'[34]

ஜாகிர் தேலவிக்கு ஜாஃபர் விடுத்த அழைப்பில் இந்தக் கலகப்பரவலின் தீவிர எச்சரிக்கையும் அடங்கும். சிப்பாய்கள் நெருங்கிவருவதை முதலில் கண்டபோதே அரசர் தன்னுடைய சேவகர்கள் அனைவரையும் அழைத்துவிட்டார். தன்னைச்சுற்றி தெருக்கள் எரிந்துகொண்டிருக்கையில், 'பல வருடங்களாக பயன்படுத்தப்படாமல் அப்படியே இருந்த' தன்னுடைய வாளையும் கத்தியையும் இடுப்பில் கட்டிக்கொண்ட ஜாகிர், பேரரசரின் அழைப்புக்கு கீழ்பணிய அந்தக் குழப்பங்களினூடாக புகுந்து சென்றார். வெளியே, துப்பாக்கி சுடும் சத்தத்தை ஜாகிரால் கேட்க முடிந்தது. சற்று தொலைவில் வன்முறையில் ஈடுபட்டுக்கொண்டிருந்த கலவரக்கும்பல் கிறிஸ்துவர்களை வேட்டையாடி, செழிப்பான கடைகளை கொள்ளையடித்துக் கொண்டிருந்தது. தன் நரம்புகள் புடைக்க குதிரையில்

ஏறிய அவர் கைவிடப்பட்டு, மூடிக்கிடக்கும் மதியா மஹலின் முஹல்லா வழியாக, ஜமா மசூதியை நோக்கிச் சென்றார்.

நான் அந்த சிறிய வாயிலை அடைந்ததும், குர்தாக்கள் மற்றும் வேட்டிகளில், தங்களுடைய தலைகளில் சிறிய துண்டைக் கட்டிக்கொண்டு, இடுப்பில் வாட்களைச் சுமந்தபடி, பீபல் மரத்தின்கீழ், கால்வாய் சுவற்றைப் பார்த்தபடி மூன்று அல்லது நான்கு வீரர்கள் குதிரையில் அமர்ந்திருப்பதைக் கண்டேன். ஹிந்து ஆண்கள் அவர்களிடம் பேசிக்கொண்டும், அவர்களை மகிழ்ச்சிப் படுத்தியபடியும் இருப்பதைப் பார்த்தேன். சிலர் அவர்களுக்குப் புதிதாகப் பொரித்த பூரிகளைக் கொண்டுவந்தனர். சிலர் இனிப்புகளை கொண்டுவந்தனர். சிலர் அவர்களுக்கு தண்ணீர் கொண்டுவந்தனர். நான் அவர்களிடம் கவனம் செலுத்தாமல் கோட்டையை நோக்கி விரைந்தேன்.

பின்னர் விரைவிலேயே பத்மாஷாக்கள் கும்பல் ஒன்று மல்யுத்த வீரர்போல் காணப்பட்ட ஒரு பருத்த மனிதரால் வழிநடத்தப்படுவதைக் கண்டேன். குர்தா வேஷ்டி அணிந்து, தலையில் தொப்பியும், தோள்பட்டையில் ஒரு நீண்ட மூங்கில் லத்தியும் வைத்திருந்த அவர் அதேபோல் உடையணிந்திருந்த பெரும் கூட்டத்திற்கு தலைமையேற்றிருந்தார். அஷ்ரஃப் பேக் வீட்டிற்கு அருகாமையில், அந்தத் தலைவர் சாலையோர விளக்கை தன்னுடைய மூங்கில் கம்பினால் அடித்து உடைத்தார். அது சாலையில் சிதறி விழுந்தது. தன்னுடைய நண்பர்களை நோக்கிச் சிரித்த அவர், 'ஏய் இங்கே பார், நான் இன்னொரு காஃபிரை கொன்றுவிட்டேன்' என்றார். பின்னர் ஒரு ஜவுளி வியாபாரியின் கடையின் பூட்டை அவர்கள் உடைக்கத் தொடங்கினர். நான் என்னுடைய குதிரையில் விரைந்து சென்றுவிட்டேன்.

கோட்வாலிக்கு அருகில் பெரும் கயவர் கூட்டம் ஒன்று கூடியது. அவர்கள் செல்லும் வழியில் இருந்த எல்லாக் கடைகளும் கொள்ளையடிக்கப்பட்டன. இந்தக் குழப்பத்தினால் மிகப்பெரிய வாய்ப்பு கிடைத்த குற்றவாளிகள் கலகக்காரர்களுடனே சேர்ந்துவிடுவதென்று தீர்மானித்தனர். பேராசை நிரம்ப, பரவசத்துடன் ஆற்றங்கரை வாயிலில் இருந்த கலகக்காரர்களை அவர்கள் வங்கியின் வாயிலுக்கு அழைத்துச் சென்றனர். அங்கே ஆண்கள், பெண்கள் மற்றும் குழந்தைகள் [பெர்ஸ்ஃபோர்ட் குடும்பத்தினர்] என அனைவரையும் குரூரமாக கொன்ற அவர்கள் கருவூலக் களஞ்சியத்தை உடைத்து உள்ளேயிருந்த

பணத்தைக் கொள்ளையடித்தனர். இந்தக் கலகக்காரர்கள் மற்றும் கலவரக்காரர்களில் கிளர்ச்சிக்கார வீரர்கள், சிறையில் இருந்து விடுவிக்கப்பட்ட குற்றவாளிகள், சாமர்கள் [துப்புரவாளர்கள் மற்றும் தீண்டத்தகாதவர்கள்], சோம்பேறிகள், டோபிக்கள், சவரத்தொழிலாளிகள், கசாப்புக்கடைக்காரர்கள், ககஸி கலியைச் சேர்ந்த காகித உற்பத்தியாளர்கள், மல்யுத்த வீரர்கள் மற்றும் பிற ஊர்சுற்றிகள் ஆகியோர் அடங்குவர். நாகரிகமான குடும்பத்தைச் சேர்ந்த யாருமே இந்தக் கலவரக் கூட்டத்தில் பங்கேற்கவில்லை. மரியாதைக்குரிய குடும்பத்தைச் சேர்ந்தவர்கள் அனைவரும் வீட்டைப் பூட்டிக்கொண்டு உள்ளேயே இருந்தனர். அந்த நகரத்தில் என்ன நடக்கிறது என்பதும் அவர்களுக்குத் தெரியவே தெரியாது.

தங்கள் மனம் திருப்தி அடையும்வரை கலவரக்காரர்கள் பணத்தை கொள்ளையடித்தனர். அந்த வங்கியில் இருந்து எவ்வளவு முடியுமோ அவ்வளவையும் எடுத்துச்சென்றனர். சாமர்கள், செருப்புத் தைப்பவர்கள் மற்றும் ஊதாரிகள் என ஒவ்வொருவரும் மூன்று பைகள் பணத்தை சுமந்து சென்றனர். ககஸி கலிவாசிகள் சுவற்றிற்கு [வங்கியின் சிதைவுகளில் இருந்து] சற்று தள்ளியிருந்ததால் கொள்ளைக்குவியலை அவர்களுடைய வீட்டிற்கே எடுத்துச்சென்றனர். குறைந்தபட்சம் பதினான்கு லட்சம் ரூபாயாவது ஒருமணிநேரத்திற்குள் கொள்ளையடிக்கப்பட்டது. எங்கு பார்த்தாலும் [சாந்தினி சௌக்கை சுற்றி] கலவரம், மக்கள் பித்துப்பிடித்து ஓடினார்கள். ரத்தம் ஆறாக ஓடியது. கலவரக்காரர்களோ கருணையே இன்றி, எந்தவித குற்ற உணர்வோ பயமோ இல்லாமல் பூமியில் ஒரு நரகத்தை உருவாக்கினார்கள். ஒவ்வொருவரும் தங்களை பணக்காரனாக ஆக்கிக்கொள்ளவே முயற்சித்தனர். மற்ற யாரையும்பற்றி நினைத்துக்கூடப் பார்க்கவில்லை.

நான் அரண்மனையின் வாயிலை அடைந்ததும், கோட்டையின் அகழிக்கு அருகில் ஐம்பது குதிரைவீரர்கள் அதன் வாயிலைப் பாதுகாத்துக் கொண்டிருந்தனர். அங்கே நல்ல தென்றல்காற்று வீசியது. ஓர் ஆங்கிலப் புத்தகத்தின் பக்கங்கள் கோட்டையை நோக்கி பறந்து கொண்டிருந்தன.[35]

பழைய அரசாங்கத்தோடு சம்பந்தப்பட்ட எவருமே உடனடி இலக்காயினர். பிரிட்டிஷ் ஆளுநர் மாளிகையைச் சேர்ந்த மிகவும் பருத்த உடல்கொண்ட தலைமை முன்ஷியான (முதன்மைச் செயலாளர்) ஜீவன் லால் தன்னுடைய முதலாளிகளுக்காக முதலில் என்ன

செய்வதென்று தெரியாதவராக இருந்தார். பிரிட்டிஷ் அதிகாரிகளிடையே இருந்த தன்னுடைய நண்பர்கள் ஒருவர் பின் ஒருவராக விரட்டிக் கொல்லப்பட்டதைக் கேள்விப்பட்டபோது, 'நான் முற்றிலும் எந்த அளவுக்கு பலமிழந்துவிட்டேன் என்பதை நினைத்து தேம்பியழுதேன்' என்று அவர் எழுதியுள்ளார். ஆனால், தன்னுடைய நிலைமைகூட பாதுகாப்பற்றுதான் இருக்கிறது என்பதை விரைவிலேயே உணர்ந்து கொண்டார்.

> *நான் பருத்த உடல்கொண்டவன் என்பதுடன் எல்லோருக்குமே என்னை நன்றாகத் தெரியும். அதனால் அடையாளம் காணப்படாமல் நான் வெளியே சென்றுவிட முடியாது. பத்மாஷிக்கள் கூட்டம் ஐரோப்பிய குடியிருப்புவாசிகளையும், பணக்காரர்களையும் படைவீரர்களுக்கு அடையாளம் காட்டியது. பின்னர் அதில் ஒருவன், பத்மாஷிக்கள் எனக்கு மீர் முன்ஷி என்று பெயர் வைத்திருப்பதாகவும், நான் சாகத்தகுதியானவன் என்றும் கூறியதோடு என் வீட்டையும் அடையாளம் காட்டினான். பயந்துபோன நான் கதவுகளை பூட்டியபடியே வைக்க உத்தரவிட்டேன். அந்தக் கதவுகள் பேரரசர் ஃபிரோஸ் ஷா [துக்ளக்] காலத்தில் [பதினான்காம் நூற்றாண்டு] உறுதியான பாறையால், கோட்டைபோல் வலுவாகக் கட்டப்பட்டவை. கதவுகள் ஜன்னல்கள் என அனைத்தும் மூடப்பட்டன. அங்கே இருந்த பாதாள அறைகளுக்குள் என்னுடைய குடும்பத்தினரை அனுப்பி அதனை மூடியே வைத்திருந்தேன். சேவகர்கள் அனைவரையும் முன்னும் பின்னுமாக கண்காணிக்கவும், விழிப்புடன் இருக்கும்படியும் ஏற்பாடு செய்தேன், யாரையும் அனுமதிக்க வேண்டாம் என்றும் உத்தரவிட்டிருந்தேன். நகரம் பீதியில் சிக்கிக்கொண்டது - வீடுகள், கடைகள் என அனைத்தும் மூடப்பட்டன. அதன் உள்ளிருந்தவர்கள் தங்களை உள்ளேயே அடைத்துக்கொண்டு கடவுளிடம் கருணையையும் பாதுகாப்பையும் கேட்டு பிரார்த்தனை செய்தனர்.*[36]

பணக்காரர்கள் என்பதாலேயே பலரும் கொள்ளையடிக்கப்பட்டனர். முதல் இலக்கானவர்களுள் சிலர் டெல்லியின் பணக்காரர்களான, ஆனால் வெளியில் அதிகம் தெரியாத மார்வாரிக்களாகவும், ஜெயின் அடகுக் கடைக்காரர்களாகவும் இருந்தாலும் அவர்கள் எந்த வகையிலும் நேரடியாக பிரிட்டிஷ் ஆட்சியுடன் தொடர்புகொண்டவர்கள் அல்ல. சிப்பாய்கள் டெல்லிக்குள் நுழைந்த உடனேயே, வங்கிக்கூட்டாளிகளான மதுரா தாஸ் மற்றும் சாலிகிராம் ஆகியோர் கொள்ளையர்களின் முதல் பலி ஆனார்கள். 'கொள்ளையடிக்கும் நோக்கத்துடனே திலங்காக்கள் சாலிகிராமின் வீட்டைத் தாக்கினர். ஆனால், அவர்களால் திருகாணிகளைக் கழற்ற முடியவில்லை' என அடுத்தநாளே பதிவு செய்திருக்கிறார் பெயர்தெரியாத

செய்தி எழுதுனர் ஒருவர். 'நள்ளிரவில் ஒருவழியாக நகரத்தில் இருந்த முஸ்லிம்களை சேர்த்துக்கொண்டு திலங்காக்கள் கதவை உடைத்தனர். பின்னர் [இருதரப்பினரும் சேர்ந்து] கோதியின் பொருள்கள் அனைத்தையும் கொள்ளையடித்தனர்.'[37] முன்னதாக மிர்ஸா ஷாருக்கின் கடனுக்காக அவரைச் சிறைப்படுத்தி அரண்மனையின் பகைக்கு ஆளாகியிருந்த அந்தக் கூட்டாளிகள் ஜாஃபரிடம் பாதுகாப்பு கேட்டு கெஞ்சும் நிலைக்கு ஆளானார்கள். 'தங்களுடைய அடிமைகளின் சொத்துகள் அனைத்தும் சூறையாடப்பட்டுவிட்டன' என்று இறைஞ்சிய அவர்கள், 'எங்களுடைய வங்கி மற்றும் வியாபார நடவடிக்கைகள் அனைத்தும் முற்றிலுமாக நாசமாக்கப்பட்டு எடுத்துச் செல்லப்பட்டுவிட்டன. நாங்கள் தினசரி வாழ்க்கைக்குத் தேவையானவற்றை பெறுவதற்குக்கூட சிரமப்படுகிறோம்' என்றனர்.[38]

சாலிகிராமைவிட வசதியில் குறைவானவர்களும்கூட இதேபோன்ற விதிக்கே ஆளாகினர். தலைமை காவல் அதிகாரியான சயித் முபாரக் ஷாவின் கூற்றுப்படி, 'சிப்பாய்கள், படைவீரர்கள் மற்றும் பிறர் தெருக்களினூடாக சென்று சூறையாடி, மரியாதைக்குரிய குடிமகன்களை தரக்குறைவாக நடத்தினர்.'

> *இந்தக் குழப்பத்தில் எட்டு ரங்கூயிர்களைக் [முஸ்லிம் ராஜபுதனர்கள்] கொண்ட குழு ஒன்று ஒரு சத்திரத்தில் கொள்ளைக் கூட்டமாக ஒன்று சேர்ந்தனர். நகரத்தின் ஒரு பகுதியை சூறையாடி தங்களுடைய ஒட்டகங்களில் தங்க மொஹர்களையும், நகைகள் மற்றும் பிற மதிப்புவாய்ந்த பொருள்களையும் ஏற்றிக்கொண்டு தங்கள் கிராமத்தை நோக்கிச் சென்றனர். இந்த சூறையாடல் இரவும் பகலும் தொடர்ந்தது.*[39]

சீக்கிரத்திலேயே பல பணக்கார மாளிகைகளும் உடைக்கப்பட்டு கொள்ளையடிக்கப்பட்டன. அதற்கு அந்தப் பணக்காரர்கள் கிறிஸ்துவர்களுக்கு அடைக்கலம் தந்தார்கள் என்ற வழக்கமான காரணமும் கூறப்பட்டது. அதனால், தன்னையும் தன்னுடைய வட்டாரத்தினரையும் பாதுகாத்துக்கொள்ள முஃப்தி சத்ருதீன் அஸுர்தா தனிக் காவல் படையை உருவாக்க உதவினார். அவர் நாடிச்சென்றவர்கள் சிப்பாய்களை தோற்கடிக்கும் அளவுக்கு போதுமான ஆயுதங்களும், ராணுவப் பயிற்சியும் பெற்றிருந்த டெல்லிவாசிகளே ஆவர். அவர்கள், ரகசிய முஜாஹிதீன் அமைப்பைச் சேர்ந்த ஜிகாதிகள். ஒரு தலைவருக்கு (அல்லது அமீர்) விசுவாசமாகவும் உண்மையுடனும் இருப்போம் என்ற வாக்குறுதிகளின்படி (அல்லது பயத்) ஜிகாத்திற்கு சண்டையிட கடமைப்பட்ட அவர்களின் ரகசிய அமைப்பானது தற்சமயம் தன்னுடைய ரகசிய முகத்திரையைக் கழற்றிவிட்டு டெல்லியில் கூடி, நீண்டகாலமாக

கனவுகண்டிருந்த புனிதப்போருக்கு தயாராகிவிட்டது.* டெல்லி எழுச்சியில் நீண்டகாலத்திற்கு முன்பே ஜிகாதிகள் ஒரு முக்கியமான படையினராக விளங்கினர். பக்கபலமாக செயல்பட்டாலும் முற்றிலும் கலகச் சிப்பாய்களிடமிருந்து தனித்தே இருந்தனர்.

சிப்பாய்களில் பெரும்பான்மையினர் பிராமணர்களாகவும், உயர்சாதி ஹிந்துக்களாகவும் இருந்தாலும்கூட எழுச்சிப் பரவலின்போது சிப்பாய்களை முஜாஹிதீன்கள் என்று சிலர் குறிப்பிடும் அளவுக்கு இந்த ஜிகாதி என்ற சொல்லின் ஆளுகை மிகவும் பரவலாக காணப்பட்டது. மௌலவி முகம்மது பக்கார் இந்த எழுச்சிப்பரவலை தன்னுடைய *டிஹ்லி உர்து அக்பரியில்* ஜிகாத் என்றே எழுதினார். அவருடைய பார்வையில் இந்த சிப்பாய்கள் கோபமுற்ற இறைவனின் கரங்களால் வழிநடத்தப்படுகிறார்கள். பிரிட்டிஷாரால் மேற்கொள்ளப்பட்ட தாக்குதல்களுக்கு உண்மையான நம்பிக்கையினால் கடும் சீற்றம் கொண்டிருக்கிறார்கள். இந்தக் காரணத்தினால்தான், கற்றறிந்த பெரும்பாலான டெல்லி மேட்டுக்குடியினரைப் போல் அல்லாமல், மிகத் துவக்கத்தில் இருந்தே பக்கார் இந்த எழுச்சிக்கு உற்சாகமான ஆரவாரத்துடன் வரவேற்பளித்தார். காலை எட்டு மணிக்கு தெருக்களுக்கு வந்த அவர் அங்கு நடப்பனவற்றை எச்சரிக்கையுடன் கவனித்தார். 'இந்தப் பணிவான எழுத்தாளர் இஸ்லாம் நிமித்தமாக துப்பாக்கிச் சுடும் சத்தங்களைக் கேட்டபோது, தன்னுடைய வீட்டிலிருந்து வெளியே வந்தார். தன்னுடைய வாசகர்களின் மகிழ்ச்சி மற்றும் கேளிக்கைக்கு கவனம் எடுத்துக்கொள்வதைவிட தன் உயிருக்கு அதிகம் கவனம் எடுத்துக்கொள்ளாத அவர் எந்தவித தயக்கமும் இன்றி அங்கு ஏற்பட்ட

* ஜீவன் லால் நாட்குறிப்பின்படி அந்தப் படை மே 15 ஆம் தேதி செயல்பாட்டிற்கு வந்தது. எழுச்சியின் முடிவில் அஸுர்தா மீதான விசாரணையின்போது ஜிகாதி பாதுகாவலர்களின் மூன்று தளபதிகளுடைய பெயர்கள் – அப்துர் ரஹ்மான் லூதியானவி, அவருடைய மகன் சயிஃப் உர்–ரஹ்மான் மற்றும் முகம்மது முனீர் மற்றும் அவர்கள் வேலைக்கு அமர்த்தப்பட்டதற்கான காரணங்கள் குறித்து விவாதிக்கப்பட்டன. எழுச்சியின் பிற்பகுதியில் அஸுர்தா வீட்டின் மீதான தாக்குதலை தடுத்து நிறுத்தியதில் ஜிகாதிகள் வெற்றிபெற்றனர். இதுகுறித்த ஜீவன் லாலின் கூற்றுப்படி: 'மௌலவி சத்ருதீன் கானின் மாளிகை இன்று ஐம்பது வீரர்களால் தாக்குதலுக்கு ஆளானது. ஆனால், அதற்கு எதிர்ப்புத் தெரிவித்து எழுபது ஜிகாதிகள் நின்றிருக்கவே பின்வாங்கிய அவர்கள் அஷானுல்லா கானின் வீட்டில் இருந்து இரண்டு குதிரைகளை கொண்டுசென்றனர்.' இன்னும் தெளிவான விஷயம் என்னவென்றால், பணம் கேட்டு கட்டாயப்படுத்தியதற்கு அஸுர்தா மறுப்பு தெரிவித்தார் என்பதாகும். வேலைக்கு அமர்த்தப்பட்டிருக்கும் காஸிக்கள் தன்னுடைய பாதுகாப்பிற்காக பயன்படுத்தப்படுவார்கள் என்றார். பார்க்க: மார்கிரிட் பெர்னாவ்ஸின் டெல்லி கல்லூரியில் உள்ள, அஸுர்தா குறித்த ஸ்வப்னா லிடிலின் பிரமாதமான கட்டுரை. புது டெல்லி, 2006. அஸுர்தாவின் விசாரணைக்கு பார்க்க, NAI, Foreign Dept, 1859, Political, 113h5. பயத்துகள் அல்லது தலைவருக்கான விசுவாச வாக்குறுதிகள் என்பவை அல்குவேதா மற்றும் மூர்க்கத்தனம் குறைவான சூஃபி தரிக்காஸ் போன்ற முஸ்லிம் ரகசிய நவீன ஜிகாதி அமைப்புகளில் இப்போதும் நடைமுறையில் இருந்துவருகிறது.

சச்சரவுகளைப் பற்றி விசாரிக்க அதை நோக்கிச் சென்றார்.’ இதுகுறித்து அவர் பின்வருமாறு எழுதினார்:

காஷ்மீரி பஜாரில் மக்கள் பெரும் எண்ணிக்கையில் ஓடிக் கொண்டிருந்தனர். சில ஆங்கிலேயர்கள் உருவிய வாட்களுடன் பித்துப்பிடித்தவர்களைப் போல் ஓடிக்கொண்டிருந்தனர், அவர்களுக்குப் பின்னால் அவர்களைத் துரத்திக்கொண்டு தங்களுடைய கைகளில் துப்பாக்கிகளுடன் திலங்காக்களின் கூட்டம் ஒன்று ஓடியது. அதற்கும் சற்று பின்னால், திலங்காக்களுக்குப் பின்னால் ஓடிவந்த நகரத்தின் குடியிருப்பாளர்களுள் ஒருவரின் கையில் உருட்டுக்கட்டை இருந்தது. மற்றொருவர் கையில் கயிற்றுக்கட்டிலின் ஒரு கால்பிடி இருந்தது. மற்றொருவரிடம் மூங்கில் தடி இருந்தது. நகரத்தின் சாமானிய குடிமக்கள்கூட அந்த ஆங்கிலேயர்களின் மீது செங்கற்களை வீச முயற்சித்தனர். அவர்களை நோக்கிக் கத்திக் கூச்சலிட்டனர்.

*ஃபகிர் உல்-மஸாஜித்திற்கு முன்பாக கலவையான சில இருபது பேர்கள் அடங்கிய திலங்காக்கள் குழு ஒன்று கூடியிருந்தது. மக்கள் அவர்களிடம் அந்த மசூதியை சுட்டிக்காட்டிக் கொண்டிருந்தனர் [அங்கு சில ஆங்கிலேயர்கள் தஞ்சமடைந்திருந்தனர்]. திலங்காக்கள் அதற்கு உள்ளே செல்வதைப் பார்த்தேன். அங்கிருந்தவர்களை சுட்ட அவர்கள் மறுஜென்ம வாழ்க்கைக்கான பயணத்திற்கு அவர்களை அனுப்பிவைத்தனர். அதற்கும் சற்றுமுன்பாக, முன்னூறு திலங்காக்களும், துருக்கிய குதிரைவீரர்களும் [முஸ்லிம் காலாட்படையினர்] தேவாலயத்திலும் [செயிண்ட் ஜார்ஜ்], காலின்ஸ் சாகிப்பின் கோதிக்கு முன்பாகவும் நின்றுகொண்டிருப்பதைப் பார்த்தேன்.**

அங்கிருந்து பல்வேறு குழுக்களாக பிரிந்து சென்றவர்கள் ஆங்கிலேயர்கள் எங்கிருக்கிறார்கள் என்று எல்லோரையும் கேட்டுக்கொண்டே சென்றனர். யாராவது ஒருவர் எந்தத் தகவலையாவது கொடுத்தால் அவர்களை நான்கைந்து பேர்

* ஃபிரேஸரின் உதவியாளரான தாமஸ் காலின்ஸின் பெரிய குடும்பமானது டெல்லியில் இருந்த மற்ற எந்த பிரிட்டிஷ் குடும்பத்தாரையும்விட அதிக படுகொலைகளால் பாதிக்கப்பட்டது. செயிண்ட் தாமஸ் சர்ச்சின் சுவற்றில் தற்போதும் காணப்படுகின்ற பட்டயத் தகட்டில், இருபத்தி மூன்று பேருக்கும் குறையாத குடும்ப உறுப்பினர்கள் ‘1857 ஆம் ஆண்டு மே 11 அன்று டெல்லியில் காட்டுமிராண்டித்தனமாக கொல்லப்பட்டனர்’ என்று குறிப்பிடப்பட்டுள்ளது. அதற்கு அருகாமையில் பாதிரி ஜென்னிங்ஸ், டெல்லி வங்கியின் பெர்ஸ்போர்ட்ஸ் மற்றும் ‘பூர்வீக கிறிஸ்துவரும், இந்த தேவாலயத்தின் வழிபாட்டாளருமான’ சாமன் லால் என்று குறிப்பிடும் பட்டயத் தகடுகளும் உள்ளன.

உடனடியாக சூழ்ந்துகொள்வார்கள். உடனடியாக ஒவ்வொரு சந்திலும் கிறிஸ்துவர்கள் இறந்து கிடப்பார்கள். அவர்கள் ஒவ்வொரு கோதிக்குள்ளாகவும் நுழைந்து ஆங்கிலேயர்களை அவர்களுடைய பெண்கள் மற்றும் குழந்தைகளுடன் சேர்த்தே கொன்றுவிட்டு அந்த வீடுகளைச் சூறையாடினர். தேவாலயத்தில் இருந்தும் கச்சேரியில் இருந்தும் நாற்காலிகள், மேசைகள் மற்றும் மார்பிள் கற்கள் உட்பட எடுத்துச் செல்லக்கூடியவை அனைத்தையும் தூக்கிச்சென்றனர். சற்றுநேரத்திற்குப் பின்னர் ஆணையர் அலுவலகத்தின் தலைமை கிளர்க்கான நிக்ஸன் சாகேப்பின் இறந்த உடலைக் கண்டேன். யாரோ ஒரு புத்திசாலி அவர் வாயில் ஒரு பிஸ்கட்டைத் திணித்து வைத்திருந்தான்.

நான் டெல்லி கல்லூரியை நோக்கிப் பார்க்கையில் ஓவியங்கள், படங்கள் மற்றும் இசைக்கருவிகள், ரசாயனங்கள் மற்றும் மருந்துகள் மற்றும் ஆங்கில, பாரசீக மொழி நூல்கள் மற்றும் ஆயிரக்கணக்கான ரூபாய்கள் மதிப்புள்ள வரைபடங்கள் என அனைத்தும் கொள்ளையடிக்கப்படுவதை கண்டேன். இன்னும் மிதமிஞ்சிப்போன விஷயம் என்னவென்றால் தரைத்தளமும், வாயில் கதவுகளும்கூட பெயர்த்தெடுக்கப்பட்டன. எல்லாத் திசையில் இருந்தும் துப்பாக்கி சுடும் சத்தங்கள் கேட்டன.[40]

மே 11 ஆம் தேதியினுடைய முகம்மது பக்காரின் குறிப்புகளில் ஒரு ஆர்வம்மிக்க பத்திரிகையாளர் மற்றும் போர்க்கால செய்தித்தொடர்பாளர் எனும் அளவுக்கு ஒரு மதபோதகராகவும் அவர் எஞ்சியிருக்கிறார். மே 17 ஆம் தேதியிட்ட அவருடைய பத்திரிகையில் ஏறக்குறைய முழு பக்கத்திலும் நீளமான இறையியல் தெளிவுபடுத்தல்களுடன் உலகாயத தற்பெருமை மற்றும் இறைவனின் சக்தி குறித்த குரானிய செய்யுட்களும் அதில் இடம்பெற்றிருந்தன. நடந்த விஷயங்களைப்பற்றி வெறுமனே சித்தரிப்பதோடு மட்டுமல்லாமல் அதுகுறித்து விளக்கமும் அளிப்பதென்று பக்கார் தீர்மானித்துவிட்டார். அத்துடன் இதற்கு முன் நடந்தேயிராத இத்தகைய நிகழ்வுகளுக்குப் பின்னால் தெய்வீக குறுக்கீடு இருப்பதையும் குறிப்பிட்டுக் காட்டினார்.

துருக்கிய படைவீரர்கள் இங்கே வரும்போது அவர்களுக்கு முன்னால் பச்சைநிற மேலங்கி அணிந்த வீரர்கள் பெண் ஒட்டகங்களின் மீது வருவார்கள். பின்னர் அவர்கள் சட்டென்று காணாமல் போய்விடுவார்கள் என்று சிலர் சத்தியம்கூட செய்தனர். பின்னர் மீதமிருக்கும் படைவீரர்கள் தாங்கள் காணும் ஆங்கிலேயர்களைக் கொன்றொழித்தனர்.

ஆங்கிலேயர்கள் உண்மையான பாதுகாவலரால் தெய்வீகச் சீற்றத்திற்கு ஆளானார்கள். அவர்களுடைய அகம்பாவமே இந்தத் தெய்வீக நிந்தனைக்கு அவர்களை ஆளாக்கிவிட்டது. புனிதக் குரான் சொல்வதுபோல், 'அகம்பாவம் பிடித்தவர்களை இறைவன் விரும்புவதில்லை.' குறுகிய காலத்தில் இந்தப் படுகொலை மூலம் அவர்களை அடியோடு அழிக்கவே இறைவன் கிறிஸ்துவர்களுக்கு இந்த உடல்வேதனையை தந்திருக்கிறார். அவருக்கு எல்லாவற்றின் மீதும் அதிகாரம் இருக்கிறது. அவரால் எல்லோருடைய திட்டங்களையும் சதிகளையும் வெற்றிகொள்ள முடியும். இறைவன் மீது நம்பிக்கை வைத்து, பூமியில் இறைவனின் நிழலாகிய பெருமைமிக்க மாட்சிமை பொருந்தியவரை [பேரரசர் பகதூர் ஷா ஜாஃபர்] பாதுகாத்து அவருக்கு விசுவாசமாக இருப்பதற்கு தங்களுடைய எல்லாவிதமான ஆற்றல்களையும் செலவிட வேண்டிய பொறுப்பு டெல்லி மக்களாகிய உங்களிடம்தான் இருக்கிறது. எல்லாம் வல்லவரிடம் இருந்து உதவியும் ஆதரவும் கிடைக்கும் என்பதை அவர்கள் எப்போதுமே நினைவில் வைத்துக்கொள்ள வேண்டும்.[41]

பக்காரின் இருபத்தியேழு வயது மகனாகிய முகம்மது ஹுசைன், கவிஞர் ஆஸாத் என்று பிரபலமானது இந்த நிகழ்வுகளின் புதிய திருப்புமுனைகளால் ஏற்பட்ட திகைப்புகளுக்கு சற்றும் சளைத்ததல்ல. டெல்லிக்கு சிப்பாய்கள் வந்தபின்னர் மே 24 அன்று பதிப்பிக்கப்பட்ட அந்தப் பத்திரிகையின் இரண்டாவது பதிப்பில், 'தலைகீழாக மாறிய கட்டளைகளின் வரலாறு' என்ற பெயரில் ஆஸாதின் முதலாவது கவிதை பதிப்பிக்கப்பட்டது. இந்த கஸல்கள், இந்தியாவில் பிரிட்டிஷ் பேரரசின் விதி முடிவை நோக்கி சென்றுகொண்டிருப்பது தெள்ளத்தெளிவாக தெரிவதை சுட்டிக்காட்டும் முன்னர் - பேரரசர் அலெக்ஸாண்டர் இப்போது எங்கே? சாலமனின் ராஜ்ஜியம் எங்கே? என்பது போன்ற - சொல்லாட்சிமிக்க தொடர் கேள்விகளுடன் தொடங்குகிறது.

> நேற்று கிறிஸ்துவர்கள் ஏறுமுகத்தில் இருந்தபோது,
> உலகம் கைப்பற்றப்பட்டது! உலகம் வழங்கப்பட்டது!
> திறமையும் அறிவும் கொண்டவர்கள்
> பெருமையும் புகழும் கொண்டவர்கள்
> மகத்தான ராணுவத்தைப் பெற்றவர்கள்.
>
> ஆனால், அவையெல்லாம் இருந்தென்ன பயன்?
> சீற்றப் பெருமகனின் வாளுக்கு முன்பாக!
> அவர்களுடைய அறிவு அவர்களைக் காப்பாற்றாது
> அவர்களுடைய திட்டங்கள் பயனற்றவை

அறிவும் அறிவியலும் அவர்களுக்கு எதுவுமில்லை
கிழக்கைச் சேர்ந்த திலங்காக்கள் அவர்கள்
எல்லோரையும் கொன்றுவிட்டனர்.

இனி அவர்களில் யாரையும் பார்க்கவோ கேட்கவோ முடியாது
சொர்க்கங்களின் எவ்வளவு விசித்திரமான புரட்சி இது
வழிகாட்டியின் கண்கள் திறந்துவிட்டன
இந்த உலகின் நிதர்சனம் என்னவென்பது
இப்போது தெரிந்துவிட்டது.

இந்தப் பாடத்தை கற்றுக்கொள் ஆஸாத்
அவர்களுக்கு அறிவும் தொலைநோக்கும் இருந்தபோதும்,
கிறிஸ்துவர்கள் அழிக்கப்பட்டுவிட்டார்கள்,
இந்த உலகத்தில் எந்தத் தடயத்தையும் விட்டுவைக்காமல்.[42]

நகரத்திற்கு வடக்கே இருந்த ராணுவ முகாமில் மே 11 ஆம் தேதி காலை நேரம் மிக மோசமாகவே தொடங்கியது. காலைநேர அணிவகுப்பை முடித்துவிட்டு தன்னுடைய மாளிகைக்குத் திரும்பிய ராபர்ட் டைட்லர் அப்போது ஏழுமாத கர்ப்பிணியாக இருந்த தன்னுடைய மனைவியிடம், 'ஹேரி, என்னுடைய ஆட்கள் இன்று மிகமோசமாக நடந்து கொண்டார்கள்' என்று புகார் கூறினார்.

அவர்கள் எப்படி நடந்துகொண்டார்கள் என்றும் அவர் விளக்கினார். மீரட்டில் உள்ள அவர்களுடைய சகதோழர்களுக்கு வழங்கப்பட்ட தண்டனைகளை கட்டளை அதிகாரி படித்துக்காட்டியபோது டைட்லரின் ஆட்கள் 'கீச்சொலி எழுப்பியும், தங்கள் ஒழுங்கில் இருந்து விலகியும் சென்றார்கள். தண்டனையளிக்கப்பட்ட சிப்பாய்களின் மீதான தங்களுடைய அனுதாபங்களை அத்தகைய செயல்களின் மூலம் வெளிப்படுத்தினார்கள்.' மீண்டும் அப்படித் தவறாக நடந்துகொண்டால் அவர்கள் போதும் என்கிறவரை பயிற்சி செய்ய வைக்கப்போவதாக டைட்லர் தன்னுடைய மனைவியிடம் கூறினார். இதுகுறித்து தன்னுடைய நினைவுக்குறிப்பில் எழுதியுள்ள ஹேரியட்டின் கூற்றுப்படி, 'மாலைநேரம் நெருங்குவதற்குள்ளாகவே பயிற்சியளிக்க யாருமே இருக்க மாட்டார்கள் என்பதை அவர் கனவில்கூடக் கண்டிருக்க மாட்டார்.'

சூரியன் உதித்து ஒருமணி நேரமே ஆகியிருந்த நிலையில், டைட்லரின் மாளிகையில் இருந்த வெளிக்கதவில் தொங்கிக்கொண்டிருந்த திரைச் சீலைகளில் தண்ணீர் தெளிக்கப்பட்டது. அந்நேரத்திலேயே கடும் வெப்பம் வீசியது. குளித்துவிட்டு வந்த தம்பதியினர் தங்களுடைய காலைநேர சிற்றுண்டியில் முதலாவதாக எலுமிச்சைச்சாறு அருந்த உட்கார்ந்தனர். தையல்காரர்கள் முற்றத்திற்கு வெளியில் அமர்ந்து தைத்துக் கொண்டிருந்தனர். அப்போது சட்டென்று 'கதவு அடித்து திறக்கப்பட,

தையல்காரர் தன்னுடைய கைகளைக் கட்டியபடி மிகவும் திகைப்புற்ற முறையில், "சாஹிப், சாஹிப், ஃபூஜ் [ராணுவம்] வந்திருக்கிறது" என்றான்.' அதுகுறித்து தன்னுடைய மனைவிக்கு விளக்கிய டைட்லர் 'அவர்கள் மீரட்டில் இருந்து வந்திருப்பார்கள், நகரத்தில் ஏதாவது சச்சரவு செய்திருப்பார்கள் என்று நினைக்கிறேன். இதைப்பற்றி பயப்படத் தேவையில்லை. அவர்களை அடக்க நம்முடைய ஆட்களை அனுப்புவோம். சீக்கிரமே எல்லாம் முடிந்துவிடும்' என்றார்.[44]

மெட்கால்ஃப் மாளிகைக்கு வடக்கே யமுனை ஆற்றங்கரையில் சமீபத்தில்தான் நிறுவப்பட்டிருந்த புதிய ஆயுதக்கிடங்கை பாதுகாப்பதற்கு இருநூறு சிப்பாய்களுடன் புறப்பட்டுச் சென்றார் டைட்லர். அதேநேரம், டைட்லரின் மூத்த அதிகாரியான கர்னல் ரிப்ளி அயோக்கியர்களை சுற்றிவளைப்பதற்காக தன்னுடைய ரெஜிமெண்டை காஷ்மீரி வாயிலுக்கு அழைத்துச்சென்றார். நேரத்தை வீணடிக்கவே முடியாது என்பதாலும், முறைப்படுத்தப்படாத கிளர்ச்சிக்காரர்களின் கூட்டத்தை நிராயுதபாணியாக்குவது சவாலான வேலை என்பதாலும் நேராக விரைந்து சென்ற ரிப்ளி, ஆயுதப் படையணியில் சற்று தொலைவில் வைத்திருந்த இரண்டு லேசுரக பீரங்கிகளை கொண்டுவரும்படி இளம் அதிகாரியான வைபர்ட்டை அனுப்பினார்.

பத்தொன்பது வயதே ஆன கம்பெனி தளபதியான வைபர்ட் இந்திய ராணுவக் குடும்பத்தைச் சேர்ந்தவர். அவருடைய தந்தை கான்பூரில் காலாட்படை அதிகாரியாக இருந்தார். துப்பாக்கி வீரர்களை தயார்படுத்த வைபர்ட்டிற்கு இருபது நிமிடங்கள் ஆனது, அதன் பின்னர் தன்னால் எவ்வளவு வேகமாக போகமுடியுமோ அவ்வளவு வேகமாக ராணுவ முகாமில் இருந்த குடியிருப்பிடத்திற்கு விரைந்தார். பின்னாட்களில் இதுகுறித்து எழுதிய அவர் 'துப்பாக்கிகள் வெடிக்கும் சத்தம் தெள்ளத்தெளிவாக கேட்டபோது நாங்கள் இன்னும் சற்று தொலைவில்தான் இருந்தோம். இப்போது தேவாலயம் கண்ணுக்குத் தெரிந்த நிலையில் அதைச்சுற்றிலும் புகைமூட்டம் எழுவதை எங்களால் நன்றாகவே பார்க்க முடிந்தது. அந்த இடத்தில் எங்களுடைய ரெஜிமெண்ட் மும்முரமாக சண்டையில் ஈடுபட்டிருந்தது.'

முடிந்தவரை வேகமாக சென்ற நாங்கள் காஷ்மீரி வாயிலில் இருந்து வந்த கேப்டன் வாலேஸை சந்தித்தோம். 'கடவுள் சத்தியமாக' முடிந்தவரை வேகமாக சென்றுவிடுமாறு அவர் எங்களை கேட்டுக்கொண்டார். அங்கிருந்த அதிகாரிகள் அனைவரும் காலாட்படை துருப்புகளால் கொல்லப்பட்டிருந்தனர். அவர்களுடைய ஆட்கள் அவர்களைப் பாதுகாக்க எந்த முயற்சியும் செய்யவில்லை. இந்த திகைப்புறச் செய்யும் செய்தியைக் கேட்ட உடனேயே மேஜர் பேட்டர்ஸன் நான் சண்டைக்கு தயாராக வேண்டும் என்று விரும்பினார். பின்னால் காலாட்படையினர்

வர, இரண்டு பீரங்கிகளும் வாயிலை நோக்கி முன்னேறின. அத்தருணத்தில், எங்களுடைய துரதிர்ஷ்டசாலி கர்னலின் [ரிப்ளி] உடல் வெளியே தூக்கி வீசப்பட்டது. ஏறக்குறைய அது துண்டுதுண்டாக வெட்டப்பட்டிருந்தது.

தோள்பட்டைக்கு கீழே ஒரு கை ஏறக்குறைய வெட்டி எடுக்கப்பட்டிருந்தது. இதுபோன்ற அச்சுறுத்தும் காட்சியை நான் இதற்கு முன் கண்டதேயில்லை. அந்தப் பாவப்பட்ட மனிதர் அப்போதும் உயிருடன் இருந்தார். அவரால் தெளிவாக பேச முடியவில்லை. அவர் முனகிய சில வார்த்தைகளை நான் தெளிவாகப் புரிந்துகொண்டேன். அது, எங்களுடைய ஆட்கள் எங்களுக்கு எதிராகவேத் திரும்பிவிட்டார்கள் என்பதால் காலாட்படையை எதிர்த்து நிற்பது சாத்தியமே இல்லை என்பதாக இருந்தது.

நான் மையக் காவலரணில் நுழைந்தபோது எல்லாமே குழம்பிப் போயிருந்தது. தேவாலயத்திற்கு முன்பாக, தங்களுடைய பிரென்ஞ் - பழுப்புச் சீருடைகளில் இருந்த சில காலாட்படை வீரர்கள் அரண்மனை இருக்கும் திசையை நோக்கி விரைந்து கொண்டிருப்பதைப் பார்க்க முடிந்தது. லெப்டினண்ட் வில்ஸன் அவர்களை நோக்கித் துப்பாக்கியால் குறிவைத்தார். ஆனால், சுடுவதற்கு முன்பே அவர்கள் பார்வையில் இருந்து மறைந்துவிட்டனர். என்னுடைய ரெஜிமெண்டில் இருந்த ஒரு சிப்பாயைக்கூட காணவில்லை. எல்லோருமே மறைந்துவிட்டார்கள்.

சற்றுநேரம்வரை உட்புற கதவுகளுக்கு அப்பால் எங்களில் சிலர் சற்று முன்னேறிச் சென்றோம். அங்கு நான் பார்த்த முதல் காட்சி, கேப்டன் பாரோவ்ஸின் உடல் கல்லறை வாயிலுக்கு அருகாமையில் கிடந்ததுதான். பிற உடல்களும் அந்த இடத்தில் சிதறிக்கிடந்தன. ஐந்துபேர் கண்டுபிடிக்கப்பட்டு கொண்டுவரப்பட்டனர். அதிலிருந்து நான் பல பயங்கரமான காட்சிகளையும் கண்டேன். ஆனால், எங்களுடைய பாவப்பட்ட சகாக்கள் கொண்டுவரப்பட்டபோது நான் பார்த்தவற்றைத்தான் என்னால் மறக்கவே முடியாது. அவர்களுடைய முகம் வன்முறைக்கு உண்டான எல்லாவித வேதனைகளோடும் சிதைக்கப்பட்டிருந்தன. எப்படியெல்லாம் வெட்டமுடியுமோ அப்படியெல்லாம் வெட்டப்பட்டிருந்தன. ஒருசில மணிநேரங்களுக்கு முன்னர்தான் நாங்கள் சிரித்துப்பேசி அரட்டையடித்துக் கொண்டிருந்தோம்.[45]

ஒரு விசித்திரமான அமைதியில், வைபர்ட் 'ஆற்றுப்படுத்த முடியாத மௌன நிலையில்' காத்திருந்தார். பிரிந்து சென்றுவிட்ட படைவீரர்கள் அவ்வப்போது இந்த சுவர்சூழ்ந்த நகரத்தின் கடைசி ராணுவ நிலையை வந்தடைந்தனர். இவர்களில், தப்பித்துச்சென்று பக்கவாட்டுத் தெருவில் ஒளிந்துகொண்ட ரிப்ளியின் மூன்று அதிகாரிகள், ஆன்னி ஃபாரஸ்ட், அவளுடைய அம்மா மற்றும் அவளுடைய மூன்று தங்கைகள் ஆகியோரும் அடங்குவர் - இந்த ஒன்பது பேரில் இளைய தங்கை மிகவும் இனிமையானவள் - அவர்களுடைய வீட்டை ஒரு கும்பல் கொள்ளையடித்தபோது அவர்கள் அனைவரையும் அவர்களுடைய வேலையாட்கள் மறைத்து வைத்திருந்தனர். தங்களுடைய நண்பர்களான பெர்ஸ்போர்டுகளால் டெல்லி வங்கி கடைசியாக பாதுகாக்கப்பட்டதை தாங்கள் கண்டதாக அவர்கள் கூறினர். 'அவற்றின் வளாகங்களில் கிளர்ச்சியாளர்கள் விரைந்து சென்றனர். அந்தப் பாவப்பட்டவர்கள் சில கிளர்க்குகளால் அந்த மாளிகையின் மேல்மாடிக்கு அழைத்துச் செல்லப்பட்டனர். கடுமையான எதிர்ப்பிற்குப் பின்னர் அவர்கள் அனைவரும் தோற்கடிக்கப்பட்டனர். அவர்களில் யாருமே தப்பிக்கவில்லை.' இருப்பினும், திருமதி பெர்ஸ்போர்ட் தற்கொலை செய்துகொள்ளும் முன்னர் தன்னுடைய கணவரின் பன்றி குத்தும் ஈட்டியால் குறைந்தது மூன்று சாவர்களையாவது குத்திக்கிழித்தார்.

ஆகவே, வைபர்ட்டின் கூற்றுப்படி, 'எங்களிடம் அடைக்கலமான பெண்கள் அனைவரும் முழுமையான அச்சத்துடனே இருந்தனர்.' குறிப்பாக, அவர்களுடன் இருந்த சிப்பாய்கள், 'தங்களுடைய சாதியையும் மதத்தையும் அழிக்க முயற்சித்த மக்களின் மீது பழிவாங்கும் நடவடிக்கை மேற்கொள்வதற்கான நேரம் வந்துவிட்டது' என முணுமுணுக்கத் தொடங்கியபோது... அதில் ஆச்சரியப்பட ஒன்றுமில்லை.

'இங்குள்ள எங்களின் நிலை மிதமிஞ்சிய அளவு ஆபத்தானது என்பதை சுலபமாக கற்பனை செய்துவிடலாம்' என்று வைபர்ட் முடிவுக்கு வந்தார்.[46]

மதிய உணவு நேரத்தின்போது, காஷ்மீரி வாயிலில் உள்ள வைபர்டின் பாதுகாப்பு அரணிற்குள் வந்துசேராத நகரத்திற்குள் இருந்த பிரிட்டிஷ்காரர்கள் அனைவரும் ஏறக்குறைய கொல்லப்பட்டுவிட்டார்கள் என்றே சொல்லலாம். உயிர்பிழைத்த சிலரில் பிரிட்டிஷ் வியாபாரியான ஜேம்ஸ் மார்லேயும் ஒருவர்.

தர்யகன்ஜில் உள்ள காஷ்மீர் காட்ரா பஜாரில் தன்னுடைய குடும்பத்தினருடனும், தன்னுடைய தொழில் கூட்டாளியான வில்லியம் கிளார்க்குடனும் மார்லே வசித்து வந்தார். நகரத்தின் அந்தப் பகுதி

எழுச்சியின் முதல் இலக்கானபோது அந்தக் குடும்பம் அவர்களுடைய வீட்டின் பின்பகுதிக்கு சென்று மறைந்துகொண்டது. அவர்களுடைய வேலையாட்கள் ஏதேனும் பிரச்சினை வருகிறதா என்று பார்க்க வாயிலை பாதுகாத்தனர். ஆனால், அந்தக் கும்பல் கொள்ளையடிப்பதிலேயே மும்முரமாக இருந்தது. அடுத்த மூன்று மணிநேரங்களுக்கு வேறு எதுவுமே நடக்கவில்லை. எந்த செய்தியும் அந்தக் குடும்பத்தினரை எட்டாததால், வெளியே சென்று தப்பிக்க வாய்ப்பிருக்கிறதா என்று பார்க்க மார்லே தீர்மானித்தார். இதுகுறித்து பின்னாளில் எழுதிய அவர்,

> நான் ஒரு கனத்த தடியை எடுத்துக்கொண்டு தெருவில் நடந்தேன். அந்தத்தெரு முழுவதுமே வெறிச்சோடிப் போயிருந்தது. நான் நடந்து போகையில் யாரையுமே பார்க்கவில்லை. ஒரே ஒரு கிழவர் மட்டும் கடைவாசலில் உட்கார்ந்திருந்தார். நான் சற்று நின்று நிதானித்தேன். தொலைவில் தெரிந்த ஒரு கும்பலை என்னால் பார்க்க முடிந்தது. அது மிகவும் தொலைவாக இருந்தபடியால் இரைச்சலையும், கூச்சலையும் மட்டுமே என்னால் கேட்க முடிந்தது. அவர்கள் என் வீட்டை நோக்கி வரக்கூடும் என்பதால் நான் அங்கேயே நின்று அவர்களைச் சிறிதுநேரம் கவனித்தேன். எனக்குப் பின்னால் சில அடிகள் தொலைவில் பெரும் கூச்சல் கேட்டது, சுற்றிப்பார்த்தபோது என்னுடைய வீட்டு வாயிலை நோக்கிப் பெருங்கூட்டம் ஒன்று விரைந்துகொண்டிருப்பதைக் கண்டேன். அவர்கள் என்னைப் பார்த்துவிட்டார்கள். அதில் சிலர் என்னை நோக்கி வந்தார்கள். நான் உடனடியாக தெருவின் இடதுபக்கமாக ஓடத்தொடங்கினேன். அங்கே என்னுடைய வீட்டுக்கு இட்டுச்செல்லும் சிறிய சந்து ஒன்று இருப்பது எனக்குத் தெரியும்.

> நான் ஓடிக்கொண்டிருக்கம்போதே மற்றொரு சந்தில் எனக்கு இணையாக ஓடிக்கொண்டிருந்த இரண்டுபேர் 'மார் ஃபெரிங்கீகோ [அந்த அந்நியனைக் கொல்]' என்று கத்தினர். ஒருவன் கையில் கத்தியை வைத்திருந்தான். மற்றொருவன் லத்தி ஒன்றை வைத்திருந்தான். சடாரென்று நின்ற நான் சட்டென்று திரும்பி கையில் கத்தியை வைத்திருந்தவன் தலையில் அடித்தேன். அவன் அப்படியே தரையில் விழுந்தான். மற்றொருவன் என் தலையில் அடிக்க குறிவைத்தான். ஆனால் நான் முன்னோக்கி குனிந்துவிட்டேன். அந்த லத்தி என்னுடைய தோள்பட்டையில் மட்டும் உரசிச் சென்றது. நான் என்னுடைய கம்பைச் சுழற்றியபோது கணுக்காலுக்கு கீழே அவனுக்கு அடி விழுந்தது. வலியால் ஊளையிட்டபடியே அவன் தரையில் உட்கார்ந்துவிட்டான்.[47]

தனக்குப் பின்னால் கூட்டம் கூடிவிட்டதைக் கண்ட மார்லே வேகமாக ஓடி, மாட்டுவண்டிகளை நிறுத்திவைக்கும் கூடாரத்தில் மறைந்துகொண்டார். அவரைக் கடந்துசென்ற கூட்டம் தெருவில் அவரைத் தேடியது. தான் எந்தப் பக்கம் சென்றிருப்போம் என்று ஆலோசித்தபடியே செல்லும் கூட்டத்தின் பல்வேறு குரல்களை மறைந்திருந்த இடத்தில் இருந்தபடியே அவரால் கேட்க முடிந்தது. நான்கு மணிநேரம் மறைந்திருந்த பின்னர் வெளியே வந்த அவர் தன்னுடைய மனைவி மற்றும் குடும்பத்தினருக்கு என்ன ஆயிற்று என்று கண்டுபிடிக்கத் தீர்மானித்தார்.

எங்கள் வீட்டிற்கு கீழே இருந்த சுவற்றிற்கு வந்த நான் அங்கிருந்த சிறு நுழைவாயிலின் வழியாக உள்ளே சென்றேன். மரத்துப்போனதைப் போல் எல்லாம் அசைவற்று இருந்தது. சுற்றிலும், வீட்டிலிருந்து தூக்கியெறிப்பட்ட உடைந்துபோன நாற்காலிகள், கோப்பைகள், தட்டுகள், புத்தகங்கள் இன்னபிற என இறைந்துகிடந்தன. சில துணிமணிகள் மூட்டையாக கொளுத்தப்பட்டுக் கிடந்தன. சற்று தூரத்தில் ஏதோ சத்தம் கேட்டது. மாட்டுக்கொட்டகைக்கு அருகில் யாரோ அழுதுகொண்டிருந்தார்கள். அங்கே சென்று பார்த்தபோது எங்களுடைய பழைய டோபி [துணி வெளுப்பவர்] கிடப்பதைப் பார்த்தேன். கிழட்டு மனிதரான அவர் என்னுடைய அப்பாவிடம் ஏறக்குறைய இருபது வருடங்களாக பணியில் இருந்தவர். நான் அவரைப் பார்த்தவுடன் அவர் பெயர் சொல்லி அழைத்தபோது வெடித்து அழுத அவர், 'அய்யா! சாகிப்! அவர்கள் எல்லோரையும் கொன்றுவிட்டார்கள் - அவர்கள் எல்லோரையும் கொன்றுவிட்டார்கள்' என்று சத்தமாகக் கதறினார்.

கொஞ்சநேரம் அதிர்ச்சியில் உறைந்துபோனேன். பின்னர் எழுந்து நின்று அவரிடம், 'என்னுடன் வீட்டிற்குள் வாருங்கள்' என்றேன்... எங்கு பார்த்தாலும் மிகவும் அவசியமாக தேவைப்படுகின்ற எல்லாப் பொருள்களும் இறைந்துகிடந்தன. மேசைகள் கோடரிகளால் பிளக்கப்பட்டிருந்தன. அலமாரிகள் காலியாக்கப்பட்டு அவற்றில் இருந்தவை தரையில் வீசப்பட்டிருந்தன. ஜாம்களும் ஜெல்லிகளும் கீழே குவிந்து கிடந்தன. உடைக்கப்பட்ட பாட்டில்களில் இருந்து வழிந்தோடிய பிராந்தி மற்றும் ஒயினின் வாடை மூச்சுமுட்டச் செய்தது.

ஒவ்வொரு நுண்ணிய விவரமும்கூட என் மனதில் அச்சடிக்கப்பட்டதுபோல் உள்ளது. அவற்றில் இந்த மிக மோசமான விஷயம் எங்கள் எல்லோருக்குமே பொதுவானதுதான் என்று தெரிந்துகொண்டதால் கோழைத்தனத்துடன் தப்பிச்செல்வதும்

அடங்கும் என்பதால் நான் நீண்டநேரமாக வெளிப்புற அறையிலேயே இருந்தபடி சுற்றிலும் கவனித்துக்கொண்டிருந்தேன். நீண்டநேரத்திற்குப் பின்னர் துணிச்சலை வரவழைத்துக்கொண்டு அடுத்த அறையில் அடியெடுத்து வைத்தேன். எனக்கு சற்று முன்பாக, கிளார்க்கின் சின்னப் பையன் தலைகீழாக தொங்கிக்கொண்டிருந்த நிலையில் சுவற்றோடு சுவராக அறையப்பட்டிருந்தான். அவனுடைய காலுக்கு அருகாமையில் தேங்கிக்கிடந்த பெரிய கருமையான ரத்தக்குட்டையில் சுவற்றில் இருந்து ரத்தம் ஒழுகிக்கொண்டிருந்தது. இந்தக் குரூர மரணம் அவனுடைய தாயாரின் கண்களுக்கு முன்னாலேயே நிகழ்த்தப்பட்டிருக்க வேண்டும். என் கண்களை மூடிக்கொண்ட நான் நடுநடுங்கிப்போனேன். ஆனால் மீண்டும் கண்களைத் திறந்தபோது இன்னும் நடுங்கவைக்கின்ற காட்சியைத்தான் நான் கண்டேன். கிளார்க்கும் அவருடைய மனைவியும் ஒருவர் பக்கம் ஒருவராக கிடந்தார்கள். அந்தக் காட்சியை நான் விவரிக்கப்போவதில்லை. என்னால் விவரிக்கவும் முடியாது. அவருடைய மனைவி கர்ப்பம் முதிர்வடைந்த நிலையில் இருந்தார் என்று மட்டும்தான் என்னால் சொல்ல முடியும்.

ஒரு கூக்குரலைக் கேட்ட நான் கூடத்திற்கு அருகாமையில் இருந்த படுக்கையறைக்குச் சென்றேன். அங்கே அந்த கிழ டோபி பதற்றத்தில் தன்னுடைய கைகளை தேய்த்துவிட்டுக்கொண்டு அழுதுகொண்டிருந்தான். நான் அந்த கதவிற்கு விரைந்தேன், ஆனால் உள்ளே செல்லமுடியவில்லை. அந்தக் காட்சியை என்னால் எதிர்கொள்ளவும் முடியவில்லை. என்னுடைய பாவப்பட்ட மனைவி அப்போதுதான் நான் பார்த்த திருமதி கிளார்க்கின் நிலையைப் போலவே கிடந்தாள் என்பதை என்னால் நினைத்துக்கூடப் பார்க்க முடியவில்லை. அப்படியே உட்கார்ந்த நான் என் கைகளை முழங்கால்களில் புதைத்துக்கொண்டேன்.[48]

சுவர்சூழ்ந்த நகரத்தின் தென்மேற்கில் இருக்கும் பாகர்கஞ்சில் இருக்கும் காவல் நிலையத்தின் தனாதர் அல்லது தலைமை காவல் அதிகாரி முய்னுதீன் ஹுஸைன்.

மேன்மை பொருந்திய லாஹரு குடும்பத்தின் ஒரு பிரிவைச் சேர்ந்தவரான முய்னுதீன் பத்தொன்பதாம் நூற்றாண்டின் ஆரம்பக்கட்டத்தில் மராட்டியர்களுக்கு எதிராக பிரிட்டிஷாரை ஆதரித்ததை

அடுத்து உயர் பதவிக்கு வந்தவர். அவருடைய ஒன்றுவிட்ட சகோதரர்களில் காலிப் மற்றும் முந்தைய நாள் இரவே வரவிருக்கும் பிரச்சினை குறித்து வேகன்டிரைபர்களை எச்சரிக்கை செய்யச்சென்ற ஜியா உதீன் கான் ஆகியோர் அடங்குவர்.

பிரிட்டிஷாருடன் நெருக்கமான தொடர்புள்ள, சர் தாமஸ் மற்றும் தியோ மெட்கால்ஃபின் பழைய குடும்ப நண்பரான அவர் டெல்லியைச் சுற்றியுள்ள கிராமங்களின் வழியாக பூரிகளும் சப்பாத்திகளும் கடந்துசெல்கின்றன என்ற தகவலாலும், வட இந்தியாவைச் சுற்றியுள்ள ராணுவ முகாம்களில் இருக்கும் பிரிட்டிஷாரின் மாளிகைகள் பற்றிஎரிவதாகவும் எச்சரிக்கை செய்தவராவார். தியோவை நேரில் பார்த்து இதுபோன்ற அறிகுறிகள் அரைநூற்றாண்டு முன்னர் மராட்டிய அதிகாரத்தின் வீழ்ச்சியின்போதும் ஏற்பட்டதாக அவர் கூறியிருந்தார் என்றாலும் தன்னுடைய முயற்சிகள் எல்லாம் வீணாகிவிட்டதையே அவர் கண்டார். ‘அரசாங்க அதிகாரிகள் இந்த விஷயத்திற்கு எந்த முக்கியத்துவமும் தந்ததைப் போல் தெரியவில்லை. நாடு முழுவதும் விரிவாகப் பரவிக்கொண்டிருந்த மனக்குறைபாட்டின் சாராம்சமாக உருவான குறிப்பிடும்படியான எச்சரிக்கைகள் எதனையும் அவர்கள் பொருட்படுத்தவில்லை’ என்று பின்னாளில் அவர் எழுதியுள்ளார்.[49]

திங்கள்கிழமை, 11 ஆம் தேதி அதிகாலையில் முதன்மை மாஜிஸ்ட்ரேட் ஜான் ரோஸ் ஹட்சின்சனுடன் கச்சேரி நீதிமன்றத்தில் முய்னுதீன் ஒரு குற்ற வழக்கை கவனித்துக்கொண்டிருந்தார். யமுனா பாலத்தின் தரோகா (மேற்பார்வையாளர்) மீரட்டைச் சேர்ந்த படையினர் வந்துகொண்டிருப்பதாக ஹட்சின்சனை எச்சரிக்கை செய்யச் சென்றபோது, அவரை அங்கிருந்து நகரத்தின் கோட்வாலிடம் ஆபத்து குறித்து எச்சரிக்க ஹட்சின்சன் அனுப்பிவைத்தார். அங்குதான் சிப்பாய்கள் நகரத்திற்கு உள்ளேயே வந்துவிட்டார்கள் என்று அறிவித்த ராஜ்காட் வாயிலைச் சேர்ந்த செய்தியாளனின் அறிவிப்பை அவர் கேட்டார். ஆபத்தை புரிந்துகொண்ட அவர், அஜ்மீர் வாயில் வழியாக தன்னுடைய காவல் நிலையத்திற்கு திரும்பிச் செல்லும் முன்னர் அந்தச் செய்தியைக் கூறுவதற்கு ஹட்சின்சனை நோக்கி விரைந்தார். ஆயுதம் தரிப்பதிலும், காவல்துறை அதிகாரியாக தன்னைத் தயார் செய்துகொள்வதிலும் அவர் பரபரப்பாக இருந்தபோது ஓர் அலங்கோலமான ஐரோப்பியர் ‘தன்னுடைய மேல்சட்டை மற்றும் உள்ளாடையுடன்’ ஓடிக்கொண்டிருந்தார். அது தியோ மெட்கால்ஃப்.[50]

தான் எவ்வளவுநேரம் நினைவிழந்து கிடந்தோம் என்பது தியோவுக்குத் தெரியாது. ஆனால், பள்ளத்தில் அடிபட்டுக்கிடந்த அவரை அங்கு நடந்த குழப்பத்தில் யாருமே கவனிக்கவில்லை. மேலும், அவருடைய குதிரை அவருக்குச் சற்றுத் தொலைவில்தான் மேய்ந்துகொண்டிருந்தது. தன்னுடைய சேணத்தில் தாவியேறிய பின்னர் கையில் உருவிய வாளுடன்

அஜ்மீர் வாயிலில் இருந்து விரைந்தார் அங்கிருந்து தப்பிய கடைசி கிறிஸ்துவர்களுள் ஒருவரான தியோ.[51]

யாரும் பார்த்துவிடும் முன்பாக காவல்துறை தானாவிற்குள் சென்றுவிடுமாறு தியோவை விரைவுபடுத்திய முய்னுதீன் தன்னுடைய ஹிந்துஸ்தானிய ஆடைகளைக் கொண்டு அவருக்கு உடையணிவித்தார். ராணுவ முகாமிற்குச் செல்லும் சாலை திறந்திருக்கிறதா என்பதைப் பார்த்துவர அவர் குதிரைவீரர்களை அனுப்பினார். சில நிமிடங்களில் அச்சமுற்றவர்கள் போல் திரும்பிவந்த அவர்கள் கொள்ளையடிப்பதில் மும்முரமாக இருக்கும் கும்பலால் அந்தச் சாலை முற்றிலுமாக ஆக்கிரமிக்கப்பட்டுள்ளது என்று தெரிவித்தனர்.

புறநகரின் வெளிப்பக்கம் வழியாக சிறிய பக்கவாட்டு சந்துகள் மூலம் சென்ற முய்னுதீனும் தியோவும் பிரச்சினையின் மோசமான நிலையைத் தவிர்த்துவிடலாம் என்று நம்பிக்கைக் கொண்டிருந்தனர். ஆனால், அப்படியே பாதுகாப்பின்றி சென்றுவிட முடியாது என்பதை அவர்கள் புரிந்துகொள்ள ரொம்பதூரம் போகவேண்டியிருக்கவில்லை. தியோ எங்காவது மறைந்துகொள்வதே அவருக்கு நல்லதாக தெரிந்தது. உள்ளூர்க்காரரான புரா கான் மேவதி வீட்டைத் தேர்ந்தெடுத்த முய்னுதீன் பிரச்சினையின் தீவிரம் முடிந்து, ராணுவ முகாமைச் சேர்ந்த படைவீரர்கள் சூழ்நிலையைத் தங்கள் கட்டுப்பாட்டுக்குள் கொண்டுவரும்வரை வெளியே தலைகாட்ட வேண்டாம் என்றும் தியோவிற்கு அறிவுறுத்தினார்.

தியோவை அங்கு விட்டுச்சென்ற முய்னுதீன் தன்னுடைய காவல் நிலையத்திற்குத் திரும்பி தானும் ஹிந்துஸ்தானி உடைகளை அணிந்துகொண்டார். பின்னர், காவல் இல்லாத நகர வாயில்கள் வழியாக வெளியேறிய அவர் அச்சுறுத்தலுக்கு ஆளாகியிருக்கும் தன்னுடைய குடும்பத்தின் நிலை என்னவானது என்பதைப் பார்க்க விரைந்தார். பிறகு, கோட்டையை நோக்கித் திரும்பிய அவர் பிரிட்டிஷ் அதிகாரிகள் யாரும் வராத நிலையில் தான் கடமையாற்ற வந்திருப்பதாக பேரரசருக்குத் தெரிவிக்கத் தீர்மானித்தார்.

சாவ்ரி பஜாரின் மூடப்பட்ட கடைகளின் வழியாக அவர் சென்று கொண்டிருந்தபோது, ‘சிறிய எண்ணிக்கையைக் கொண்டிருக்கும் இவர்களால் இத்தகைய பீதியை எப்படி உருவாக்க முடிந்தது? கிளர்ச்சிக்காரர்களின் பலத்தைப் பற்றிய அறியாமையும், அவர்களின் எண்ணிக்கை பற்றிய மிகைப்படுத்தப்பட்ட செய்திகளும்தான் இந்த நகரத்தின் மேட்டுக்குடியினரை முற்றிலுமாக நிலைகுலையச் செய்து’ இந்த அராஜகத்தை எதிர்க்கவோ அல்லது அதனை வரம்பிற்குள் வைத்துக் கொள்வதில் இருந்து அவர்களை தடுத்தும் நிறுத்திவிட்டது. இரண்டு மணிநேரத்திற்கும் குறைவான நேரத்திலேயே இந்த மகத்தான, செழிப்பான நகரம் போர் மண்டலமாக மாறிவிட்டது.

அரசாங்கத்தின் முதன்மை அதிகாரிகள் இறந்துவிட்டனர். எல்லோரும் தங்களுடைய, தங்கள் குடும்பம் மற்றும் சொத்துகளின் பாதுகாப்பைப்பற்றி மட்டுமே நினைத்தார்கள். அங்குமிங்கும் ஓடிக்கொண்டிருந்த நகரத்தின் கேடுகெட்ட கூட்டம் எல்லாப் பக்கத்திலும் ஏணி வைத்து ஐரோப்பிய வீடுகளை கொள்ளையடித்துக் கொண்டிருந்தார்கள். மத்திய காவல் நிலையத்திற்கு வந்தபோது, அதன் கதவுகள்கூட சூறையாடப்பட்டு தூக்கிச் செல்லப்பட்டிருப்பதைக் கண்டேன்.[52]

உள்ளே, அந்த சிதைவுகளுக்கு மத்தியில் நடுங்கிக்கொண்டிருந்த இரண்டு காவல்துறையினரை முய்னுதீன் கண்டார். தங்களிடம் இரண்டு சாவர்கள் வந்து, 'நீங்கள் உங்கள் மதத்திற்கு ஆதரவாக இருக்கிறீர்களா அல்லது எதிராக இருக்கிறீர்களா?' என்று கேட்டதாக அவர்கள் கூறினர். அதற்கு கோட்வால், 'நாங்கள் எல்லோருமே மதத்திற்கு ஆதரவானவர்கள்தான்' என்று கூறியபோது அங்கிருந்த குற்றவாளிகளைச் சாவர்கள் விடுவித்தனர். இதற்குச் சற்றைக்கெல்லாம், 'சிவப்பும், பச்சைநிறமும் கலந்த முண்டாசுகள் அணிந்த ஒட்டகங்களில் வந்த இரண்டுபேர் விரைந்து வந்து, "கேளுங்கள் மக்களே, மதத்தின் மத்தளம் ஒலிக்கத் தொடங்கிவிட்டது" என்றனர். அவர்கள் எங்கிருந்து வந்தார்கள், எங்கே சென்றார்கள் என்று என்னுடைய தகவலாளிகளுக்கு எந்த விவரமும் தெரியவில்லை. ஆனால், பதற்றத்துடன் திகைத்துப்போயிருந்த தெருவில் இருந்த கூட்டத்தினர் அவர்களை சொர்க்கத்தின் தூதுவர்கள் எனறு நம்பினர்.' ஒரு கொல்லனிடம் சென்று தங்களுடைய விலங்குகளை விடுவித்துக்கொண்ட குற்றவாளிகள் திரும்பிவந்து காவல் நிலையத்தில் இருந்தவற்றைச் சூறையாடினர்.[53]

அவர் செங்கோட்டையை அடைந்தபோது அங்கு நிலவிய குழப்பங்களுக்கும் குறைவில்லை. 'அந்த இடம் யாருமே இல்லாமல் வெறிச்சோடிக் கிடந்தது' என்று எழுதியிருக்கிறார் முய்னுதீன். வெறுமையான முற்றங்களின் வழியாக நடந்துசென்ற அவர் தபீஷ் கானாவிற்கு வந்துசேர்ந்தார். அங்கு பணியில் எஞ்சியிருந்த இரண்டு திருநங்கையரையும் ஜாஃபரை தான் சந்திக்க வேண்டுமென்பதை ஒப்புக்கொள்ள வைத்தார். 'இதை [சூறையாடலை] தடுத்து நிறுத்தும்படி நான் அரசரைக் கெஞ்சினேன். அதற்குப் பதிலளித்த அவர், "உதவ முடியாத நிலையில்தான் நான் இருக்கிறேன். என்னுடைய வேலையாட்கள் தப்பி ஓடிவிட்டார்கள். நான் இங்கே தனியாகத்தான் இருக்கிறேன். என்னுடைய உத்தரவுகளை மதிக்கும் படையினர் யாரும் இங்கே இல்லை. நான் என்ன செய்வது?" என்றார்.'[54]

ஜாஃபர் ஏதேனும் உத்தரவிட இருக்கிறாரா என்று முய்னுதீன் அவரிடம் கேட்டார். தர்யகன்ஞ் சென்று கிறிஸ்துவர்கள் யாராவது இருக்கிறார்களா என்று பார்க்கும்படியும், அவர்களுக்கு அரண்மனையில் அடைக்கலம் தரலாம் என்ற உறுதியையும் முய்னுதீனுக்கு அளித்த பேரரசர் அவருடன்

இரண்டு சாப்தார்களை (ஈட்டிக்காரர்கள்) அனுப்பிவைத்தார். இதுகுறித்து முய்னுதீன் பின்வருமாறு எழுதியிருக்கிறார்:

> *நானும் அந்தச் சாப்தார்களும் அரசரின் அந்த உத்தரவுகளை [கொல்லப் படுதல் நிறுத்தப்பட வேண்டும்] சத்தமாக அறிவித்தபடியே சென்றோம். எங்களுடைய குறுக்கீடு பெருமளவுக்கு பயன்மிக்கதாக இருந்தது. சில டஜன் மக்களுடைய வாழ்க்கை காப்பாற்றப்பட்டது. அவர்கள் அரண்மனைக்கு அனுப்பிவைக்கப்பட்டு சோட்டா காஸா குடியிருப்பிடங்களில் தங்கவைக்கப்பட்டனர். அவர்களுக்கு உணவளிக்கவும் உத்தரவுகள் பிறப்பிக்கப்பட்டன. நான் இந்த வேலைக்கு நிர்ணயிக்கப்பட்ட பின்னர் ஒவ்வொரு மாளிகையாகச் சென்று என்னால் காப்பாற்றப்படக்கூடியவர்கள் யாராவது இருக்கிறார்களா என்று தேடிப்பார்த்தேன். உயிருடன் இருந்த ஒரு சில கிறிஸ்துவர்களும் அரண்மனைக்கு அழைத்துச் செல்லப்பட்டனர்.*[55]

மாலை ஐந்துமணி வாக்கில் முய்னுதீன் பத்தொன்பது பேரைக் கண்டுபிடித்து பேரரசரிடம் அனுப்பினார். ஆனால் அந்த நாளின் முடிவின்போது மீரட்டில் இருந்து கோட்டைக்குள் வந்த சிப்பாய்களின் எண்ணிக்கை அதிகரித்தபடியால், அரண்மனையின் நிலவரம் குழப்பமானதாகவும் பதற்றமாகவும் மோசமடைந்துவிட்டது. முய்னுதீன் வந்துசேர்ந்த சற்றைக்கெல்லாம் ஜாகிர் தேலவி வந்தபோது - கிட்டத்தட்ட காலை 11 மணிக்கு - ஜாஃபரின் உத்தரவுகளின்படி ஃபிரேஸர், டக்ளஸ் மற்றும் ஜென்னிங்ஸ் குடும்பத்தினருக்கான தகன உடைகளை தைத்துக் கொண்டிருக்கும் தையல்காரர்களை ஹகீம் அஷனுல்லா கான் மேற்பார்வை செய்து கொண்டிருப்பதைக் கண்டார். அரசவையைச் சேர்ந்த மற்றவர்கள் ஒன்றுகூடி கொலை செய்யப்பட்டவர்களுக்கான இறுதிச்சடங்கில் பங்கேற்க கோட்டையில் உள்ள அனைவரும் தயாராக இருக்க வேண்டும் என்ற ஜாஃபரின் உத்தரவுக்குக் கீழ்ப்படியத் தயாராக இருந்தனர். அதே தருணத்தில், காலாட்படை சாவர்கள் குழு ஒன்று அச்சுறுத்தும் வகையில் உள்ளே நுழைந்ததுடன் அனுமதியின்றி அரசரின் தனி அவையான, சிவப்பு திரைச்சீலையை (அல்லது லால் பர்தா) தாண்டி நுழைந்தனர்.

> *அவர்களைப் பார்த்த ஹகீம் அஷானுல்லா கான் நம்முடைய மரணிக்கும் தருணம் வந்துவிட்டதால் அனைவரும் ஃபதிஹா [மரணத்திற்கான பிரார்த்தனைகள்] சொல்ல வேண்டும் என்றார். கூட்டமாக வந்தவர்கள் தனிப் பார்வையாளர்கள் கூடமான திவான் இகாஸை நெருங்கியபோது நாங்கள் எல்லோரும் உச்சரிக்கத் தொடங்கினோம். தங்களுடைய குதிரையில் இருந்து இறங்கி அங்கேயே அவற்றைக் கட்டிவைத்த அவர்கள் தங்களுடைய*

பாதணிகளை கழற்றாமலேயே நேராக உள்ளே நடந்து வந்தனர். ஒட்டுமொத்தமாக சேர்த்து முப்பதுபேர் என்ற எண்ணிக்கையில் இருந்த அவர்கள் நீளமான குர்தாக்களும், தொளதொளப்பான பைஜாமாக்களும், முண்டாசுகளும் அணிந்திருந்தனர். சிலரிடம் கார்பைன்கள் இருந்தன. சிலர் கைத்துப்பாக்கி வைத்திருந்தனர். நீளமான சாவுச்சடங்கு துணிகள் விரித்து வைக்கப்பட்டிருப்பதைப் பார்த்த அவர்கள் ஹகீம் அஷானுல்லா கானிடம் திரும்பி, 'இதெல்லாம் என்ன?' என்று கேட்டனர். அதற்கு ஹகீம், 'இதெல்லாம் நீங்கள் செய்த காரியத்தின், நீங்களும் உங்களுடைய தலைவர்களும் நடத்தி முடித்தவற்றின் பின்விளைவுகள்' என்றார். இதற்காகக் கூச்சலிட்ட படைவீரர்கள், 'மதநம்பிக்கையற்ற கிறிஸ்துவர்களைவிட* நீங்கள் சற்றே பரவாயில்லை' என்று கூறியபடி, தயார்செய்து வைத்திருந்த சாவுச்சடங்கு துணிகளை பிடித்திழுத்து அவற்றைத் துண்டுதுண்டாகக் கிழித்துப்போட்டனர்.

சாவர்களில் ஒருவன் தலைமை அரச திருநங்கையான [உயர் அதிகாரி] மெஹ்பூப் அலி கான் அடிவயிற்றில் கைத்துப்பாக்கியை நுழைத்து தங்களுக்கு உணவுப்பொருள்கள் வேண்டும் என்றான். அதற்கு மெஹ்பூப் அலி கான், 'எங்களுக்கே எதுவும் இல்லாதபோது உங்களுக்கு என்னால் எப்படி உணவுப்பொருள்களை வழங்க முடியும்?' என்றார். ஹகீம் அஷானுல்லா கான் அவருக்கு உதவியாக வந்து சொன்னார், 'தன்னிடம் பணம் எதுவும் இல்லை என்பதை எங்களுடைய மாட்சிமை பொருந்தியவரே ஒப்புக்கொண்டுள்ளார். அவர் ஏறக்குறைய ஒரு பிச்சைக்காரரைப் போலத்தான் வாழ்கிறார். நாங்கள் எங்கிருந்து உணவுப்பொருள்களை கொண்டுவருவது? அரச லாயத்தில் ஒரு மாதத்திற்கு குதிரைகளுக்குத் தர வைத்திருக்கும் தானியங்கள் இருக்கின்றன. வேண்டுமானால் சென்று அதை எடுத்துக்கொள்ளுங்கள். ஆனால், அதுவும் எத்தனை நாட்களுக்கு வரும்? அதுகூட உங்களுக்கு ஒரு நாளைக்குத்தான் போதுமானதாக இருக்கும்.'

படைவீரர்கள் அரசரின் தனித்தோட்டமான மஹ்தாப் பாகிற்கு சென்று தங்களுடைய குதிரைகளைக் கட்டிவைத்தனர். அதற்கும்

* 1857 முழுவதிலுமே இந்திய விசுவாசிகள் கிறிஸ்துவர்களை தொடர்ச்சியாக முத்திரை குத்திய மதத்திற்கும், எழுச்சிக்கும் இடைப்பட்ட வலுவான கண்ணிதான் இது. பார்க்க: ருத்ரங்ஷு முகர்ஜி எழுதிய "Satan Let Loose upon Earth" பூமியில் கட்டவிழ்த்து விடப்பட்ட சாத்தான்கள்) 1857 ஆம் ஆண்டு கிளர்ச்சியின்போது இந்தியாவில் நடந்த கான்பூர் படுகொலைகள்; கடந்த காலமும் நிகழ்காலமும்; எண். 128, பக்கம் 116, இங்குதான் அவர் கான்பூரில் நடந்த சத்யப்பிரமாணம், கோதா பக்ஸ் சத்யப்பிரமாணம் என்பதில் இதைக் குறிப்பிடுகிறார்.

சற்று நேரத்தில் அறுபதுபேர் அடங்கிய மற்றொரு குழுவினர் வந்து உணவுப்பொருள்களைக் கேட்டனர். அவர்களுக்கும் இந்த பதிலே சொல்லப்பட்டது. பின்னர் மற்றொரு ஐம்பதுபேர் வந்தனர். விரைவிலேயே ஏறக்குறைய ஐந்நூறுபேர் மஹ்தாப் பாகில் கூடிவிட்டனர்.[56]

அரசவையினரின் கண்ணோட்டத்தில் சிப்பாய்களின் வருகை என்பது ஓர் ஊடுருவல். கடைசியாக, இந்த செங்கோட்டையில் 1783 ஆம் ஆண்டு, ஜாஃபருக்கு எட்டு வயது இருக்கையில், குலாம் குவாதிர் இந்த அரண்மனையைக் கைப்பற்றி, அப்போதைய பேரரசரின் கண்களைக் குருடாக்கிச் சென்றபோதுதான் இந்தளவு எண்ணிக்கையிலான படைவீரர்கள் உள்ளே திமுதிமுவென்று குவிந்திருந்தனர். அதன்பிறகு குதிரையில் அமர்ந்தபடியே சிவப்புத் திரைச்சீலையைக் கடந்து யாரும் உள்ளே நுழைந்ததாகவோ அல்லது தங்களுடைய பாதணிகளைக் கழட்டாமல் திவான் இகாஸை யாரும் நெருங்கியதாகவோ எப்போதுமே கேள்விப்பட்டதில்லை. பிரிட்டிஷ் ஆளுநரான பிரான்சிஸ் ஹாகின்ஸ் 1830 ஆம் ஆண்டு, அக்பர் ஷா வருடாந்திர விடுமுறையில் மெஹ்ருலியில் இருந்தபோது இவ்வாறு செய்தார். இந்த 'தவறான மற்றும் மரியாதையற்ற செயலுக்காக' கல்கத்தாவிற்கு புகார் அனுப்பிய பேரரசர், 'எங்களுடைய அறிவுபொருந்திய ஒளிவீசும் மனதின் பளபளப்பான கண்ணாடியில் இருக்கும் துயரமும் பாதிப்பும் நிரம்பிய தூசுக்களை துடைத்தகற்றுவதற்கு' வேண்டிய நடவடிக்கைகளை எடுக்க வேண்டும் என்று கூறியிருந்தார், இதையடுத்து ஹாகின்ஸ் பதவிநீக்கம் செய்யப்பட்டார்.[57] இப்போதோ, குளித்திராத, அழுக்கடைந்த சிலநூறு முன்னாள் கம்பெனி சிப்பாய்கள் அவர்களாகவே உள்ளே வந்து, தங்களுடைய குதிரைகளை பேரரசரின் விருப்பமான தோட்டத்தில் இருக்கும் பழமரங்களில் கட்டிவைத்துவிட்டு, எந்தவித கேள்வியும் இன்றி உள்ளே முகாமிட்டிருக்கிறார்கள்.

பிற்பொழுது, ஏறக்குறைய மூன்று மணிக்கு, அரண்மனைக்குள் கூடிய சிப்பாய்களின் கூட்டம் அமைதியின்றிக் காணப்பட்டதுடன் அவர்கள் ஜாஃபரின் தனி வசிப்பிடங்களைச் சுற்றிக் கூடியபோது அந்தச் சூழ்நிலை இன்னும் பதற்றமாக மாறியது. தாங்களாகவே முன்வந்து சேவை செய்யத் தயாராக இருப்பதற்காக தங்களை அந்தப் பேரரசர் தங்கத்தால் குளிப்பாட்ட வேண்டும் என்று அவர்கள் எதிர்பார்ப்பது தெளிவாகத் தெரிந்தது. பதிலாக, அவர்கள் அந்த நகரத்தில் கலவையான வரவேற்பையே பெற்றனர். அரண்மனையில் அவர்களுக்கு நட்புரீதியான எந்த வரவேற்பும் கிடைக்கவில்லை. மேலும், பேரரசரின் அடைக்கலத்தை நாடியே அவர்கள் டெல்லிக்கு வந்திருந்தனர் என்றாலும் காலையிலேயே அந்தப் படைவீரர்களின் முதல்குழு பேரரசரை நோக்கி கூச்சலிட்டிருந்தபடியால் ஜாஃபர் அவர்களுக்கு எந்த உதவியும் வழங்கப்போகிறவராக தெரியவில்லை. அதனால், ஏறக்குறைய மாலை 4 மணி வாக்கில்

'எங்களுடைய மதத்திற்காக போராடவும், எங்களுடைய மாட்சிமை பொருந்தியவருக்கான மரியாதையைத் தெரிவிக்கவும்' அவர்களுடைய தலைவர்கள் அரசருக்கு ஒரு செய்தி அனுப்பினர்.[58] இது மீண்டும் ஒருமுறை அரசரை அமைதிப்படுத்துவதில் தோல்வியடையவே அவர்கள் 'தங்களுடைய ஆயுதங்களால் வானத்தை நோக்கிச் சுட்டபடியே பெரும் கூச்சலை ஏற்படுத்தினர்' என்கிறார் ஜாஃபரின் வக்கீலான குலாம் அப்பாஸ்.

அந்தச் சத்தத்தைக் கேட்ட அரசர் வெளியே வந்து, சிறப்பு பார்வையாளர்களுக்கான கூடத்தின் வாயிலில் நின்று அந்தப் படைவீரர்களின் கூச்சலை நிறுத்தச்செய்யுமாறு தன்னுடைய பணியாளர்களிடம் கூறினார். உள்ளூர் அதிகாரிகளை முன்னால் வரச்சொன்ன அவர் இதுபோன்ற நடவடிக்கைகளுக்கான அவர்களுடைய குறிக்கோள்தான் என்ன என்று அவர்களிடம் விளக்கம் கேட்டார். இதைக்கேட்டு அடங்கிய அந்தக் கூச்சலை அடுத்து காலாட்படையைச் சேர்ந்த அதிகாரிகள் குதிரையில் இருந்தபடியே முன்னால் வந்தனர். தாங்கள் துப்பாக்கி உறைகளை கடித்து இழுக்க வேண்டியிருப்பதாகவும், அது பசு மற்றும் பன்றியின் கொழுப்புகளால் தோய்க்கப்பட்டிருப்பதால் ஹிந்து மற்றும் முஸ்லிம் ஆகிய தங்கள் இருவருடைய மதங்களையும் புண்படுத்தியதாகவும், அதன் காரணமாகவே மீரட்டில் இருந்த ஐரோப்பியர்களைக் கொன்றுவிட்டு அவருடைய பாதுகாப்பைக் கேட்டு வந்திருப்பதாகவும் கூறினர்.

அதற்கு பதிலளித்த அரசர், 'நான் உங்களை அழைக்கவில்லை. நீங்கள் மிகவும் தவறாக நடந்துகொள்கிறீர்கள்.' இதைக்கேட்டு சிலநூறு கலகக்கார வீரர்கள் கூடத்திற்குள் நுழைந்து, 'அரசராகிய நீங்கள் எங்களுடன் சேராவிட்டால் நாங்கள் எல்லோருமே சாக வேண்டியிருக்கும். அதனால்தான் எங்களால் என்ன முடியுமோ அதைச் செய்துகொண்டிருக்கிறோம்' என்றனர்.

படைவீரர்களுடன் சிறிதுநேரம் வாதிட்ட ஜாஃபர் - அந்த தர்பாரில் அது கேள்விப்பட்டிராத ஒன்று - அவர்கள் செய்துமுடித்திருந்த காரியங்களுக்காக அவர்களை எச்சரித்தார். அதனால் 'இந்த அரண்மனையின் அரசவை மிகக்கடுமையான குழப்பத்திலும், சச்சரவுகள் மற்றும் தகராறுகளிலும் சிக்கிக்கொண்டிருக்கிறது' என்றார். மேதகையினரான அப்துல் லத்தீஃப் சொல்வதுபோல்,

சதுரங்கப் பலகையில் சிக்கிக்கொண்டுவிட்ட ராஜாவைப் போல் இருந்தார் அரசர். ஏறக்குறைய நீண்டநேரமாக எதிர்ப்பாகவே நடந்துகொண்டிருந்த அவர், 'இதுபோன்ற அவமானகரமான

நடத்தைக்கு என்னைப்போன்ற ஒரு கிழவன் ஏன் இலக்காக வேண்டும்? இந்தக் கூச்சல்களுக்கான காரணம் என்ன? எங்களுடைய வாழ்வின் கதிரவன் முன்னதாகவே அந்திம நேரத்தை அடைந்துவிட்டான். இவையெல்லாம் எங்களுடைய இறுதி நாட்கள்தான். பின்வாங்கி தனித்திருப்பதையே நான் விரும்புகிறேன்' என்றார்.[60]

கலகக்காரர்களின் நடத்தையால் கோபமுற்றிருந்த அரசவையினர் சிப்பாய்களுடன் வாக்குவாதத்தில் ஈடுபட்டனர். ஆனால், அமைதியடையச் செய்த கூட்டத்தினர் தங்களுடைய இடங்களுக்குத் திரும்பினர். அஷானுல்லா கான் சிப்பாய்களிடம், "ஆங்கிலேய ஆட்சியாளர்கள் இடைவிடாமல் உங்களுக்கு வழங்கிய தொடர்ச்சியான ஊதியத்தைப் பெற்று நீங்கள் பழகிவிட்டீர்கள். அரசரின் கருவூலத்தில் எதுவும் இல்லை. அவரால் எப்படி உங்களுக்கு ஊதியம் வழங்க முடியும்?" என்றார். அதற்குப் பதிலளித்த அதிகாரிகள், "பேரரசின் மொத்த வருமானத்தையும் உங்களுடைய கருவூலத்திற்கு நாங்கள் கொண்டுவருகிறோம்" என்றனர்.[61] அதற்குப் பின்னர் சற்றுநேரம் சிப்பாய்களுடன் வாதிட்டுக்கொண்டிருந்த ஜாஃபர், அவர்களிடம், "என்னிடம் படைவீரர்களோ, தோட்டாக்களோ அல்லது கருவூலமோ கிடையாது. நான் யாருடனும் சேரக்கூடிய நிலையில் இல்லை" என்றார். அதற்கு அவர்கள், "உங்களுடைய ஆசிகளை மட்டும் எங்களுக்குத் தாருங்கள். நாங்கள் எல்லாவற்றையும் கொண்டுவருகிறோம்" என்றனர்.

தனக்கு முன்பிருந்த வாய்ப்புகளை ஜாஃபர் யோசித்துக் கொண்டிருக்கையில் அங்கே ஒரு கனத்த அமைதி நிலவியது. சிறந்த குணாதிசயங்கள் பலவற்றைப் பெற்றிருந்தாலும், முடிவெடுக்க முடியாத நிலையே ஜாஃபரின் மிகப்பெரிய குணக்கேடு. இதனை 1838 இல் எமிலி ஈடனின் சகோதரரும், கவர்னர் ஜெனரலுமான ஆக்லேண்ட் பிரபு ஜாஃபரை காணச்சென்றபோது ஜாஃபரும் அவருடைய அடுத்த வாரிசும் அவரை 'காத்திருக்க வைத்து பொறுமையிழக்கவோ அல்லது அச்சுறுத்தவோ செய்த' நிகழ்வுடன் பொருத்திப் பார்க்கலாம். சந்திக்கலாமா வேண்டாமா என்று தீர்மானிக்க முடியாத ஜாஃபர் தன்னுடைய படுக்கைக்கே சென்றுவிட்டதுடன், ஏறக்குறைய 'தன்னால் வரமுடியாது என்று சொல்வதற்கு பதிமூன்று மருத்துவர்களை' அடுத்தடுத்து அனுப்பிவைத்தார். மதியம் முழுவதும் முன்னும் பின்னும் நடந்துகொண்டிருந்த ஜாஃபர் 'மீண்டும் ஒருமுறை தன் மனதை மாற்றிக்கொண்டு வந்த அதேநேரத்தில் வெளியே நின்றுகொண்டிருந்த எங்கள் படையினரில் பாதிபேர் வெயிலால் மயங்கி விழுந்தனர்.'[63] அதேபோல், 1852 இல் மிர்ஸா ஃபக்ருவுடன் சச்சரவிட்டுக் கொண்டிருந்த ஜாஃபர் வாரா வாரம் தன்னுடைய மனதை மாற்றிக் கொண்டிருந்தார். ஒருநாள் தன்னுடைய மூத்த மகனை தர்பாருக்கு வரக்கூடாது என்றும், அரசவையைச் சேர்ந்தவர்கள் யாரும் அவருடன்

தொடர்பு வைத்துக்கொள்ளக்கூடாது என்றும் கூறிய அவர் அடுத்தநாளே மிர்ஸா ஃபக்ரு மீது தனக்கிருக்கும் பாசத்தை வெளிக்காட்டிக்கொண்டு, அவருடன் நட்பாக இருக்கவோ அல்லது அவருடைய பருவகால விருந்துகளில் கலந்துகொள்ளவோ அரசவை உறுப்பினர்கள் யாரும் பயப்பட வேண்டியதில்லை என்று அறிவித்தார்.[64]

இப்போதும்கூட, ஜாஃபர் இதுவரை எடுத்த முடிவுகளிலேயே மிகவும் முக்கியத்துவம் வாய்ந்த அத்தருணத்தில், இந்தச் சூறையாடலுக்கு எதிராகவும், கலகக்கார சிப்பாய்களுக்கு எதிராகவும் பெரும்பாலான டெல்லி மேட்டுக்குடியினர் வரிசைகட்டி நின்றுகொண்டிருந்த நிலையில், தன்னுடைய குணாதிசயத்திற்குப் பொருத்தமே இல்லாத தீர்மானகரமான முடிவை ஜாஃபர் எடுத்தார். அதாவது அவர் தன்னுடைய ஆசியை வழங்கினார். அதற்கான காரணத்தை யூகிப்பது ஒன்றும் கடினமல்ல. ஆயுதம் ஏந்திய, அச்சுறுத்தக்கூடிய, பரவச நிலையில் இருந்த சிப்பாய்கள் எல்லாப் பக்கத்திலும் சூழ்ந்திருந்த நிலையில் அவருக்கு சிறிதளவே வாய்ப்பு இருந்தது. மேலும், சைமன் ஃபிரேஸர் மற்றும் கேன்னிங் பிரபு காரணமாக விட்டுக்கொடுக்க அவருக்கும் சிறிதளவே சந்தர்ப்பம் இருந்தது. சிப்பாய்களிடத்தில் தனக்கிருந்த சந்தேகத்திற்கு இடமில்லாத பயம், கோபம் மற்றும் எரிச்சலினால், இந்த எழுச்சியுடன் தொடர்புபடுத்தி பார்க்கையில் தன்னுடைய வம்சாவளி மற்றும் டெல்லியின் விதியை மாற்றிவிடக்கூடிய மிக முக்கியமான முடிவைத்தான் ஜாஃபர் எடுத்திருந்தார்.

> *அரசரே வந்து தன் இருக்கையில் அமர்ந்தார். பின்னர் படைவீரர்கள், அதிகாரிகள் என அனைவரும் ஒருவர் பின் ஒருவராக முன்னுக்கு வந்து அவருக்கு முன்னால் தங்கள் சிரம் தாழ்த்தியபடி, தங்கள் மீது அவருடைய கரத்தை வைக்குமாறு கேட்டுக்கொண்டனர். அரசரும் அவ்வாறே செய்ய, ஒவ்வொருவரும் பின்னுக்கு சென்றனர். அரண்மனை முற்றத்தில் தங்களுடைய குதிரைகளை கட்டிவைத்த பின்னர் தங்களுக்கான தங்குமிடத்தை தேர்ந்தெடுத்துக்கொண்ட படையினர் [அரண்மனையிலும் சலீம்காரின் பழைய முகலாய கொத்தளத்தில் இருக்கும் அதன் பாலம் நெடுகிலும்] பார்வையாளர்கள் கூடத்தில் தங்களுடைய படுக்கையை விரித்து அரண்மனை முழுவதிலும் பாதுகாப்பிருந்தனர்.[65]*

கிளர்ச்சிக்காரர்களுக்கு அரசர் தன்னுடைய ஆசீர்வாதங்களை வெளிப்படையாக - தயக்கத்துடனும், தர்மசங்கடத்துடனும் - வழங்கியதுதான் மிக முக்கியமான தருணம். அரண்மனையில் அவர்கள் தங்களுக்கான இடத்தை அமைத்துக் கொண்டபோது அந்த நகரம் முழுவதிலும் கேட்ட ஆரவார ஆர்ப்பரிப்பு 20 மைல்களுக்கும் அப்பால்கூட

கேட்டதாக சொல்லப்பட்டது. கட்டிடங்கள் குலுங்கின. அரண்மனையில் இருந்த சில பிளாஸ்டர் கூரைகள்கூட நொறுங்கின.

செங்கோட்டைக்கு வடக்கே அரைமைல் தொலைவில், தியோவின் நண்பரும், வட இந்தியாவிலேயே துப்பாக்கிகளும் வெடிப்பொருள்களும் அதிகளவில் வைத்திருக்கப்பட்ட மிகப்பெரிய ஆயுதக்கிடங்கை, அதை முற்றுகையிட்டிருந்த ஜிகாதிகள், கிளர்ச்சிக்காரர்கள் மற்றும் சிப்பாய்கள் அடங்கிய பெரிய கூட்டத்துடன் அதைப் பாதுகாத்த பிரிட்டிஷ் பாதுகாவலர்களையும் சேர்த்து அப்போதுதான் வெடிவைத்து தகர்த்திருந்த லெப்டினெண்ட் வில்லோபி சிப்பாய்களால் முற்றுகையிடப்பட்டார்.

வடக்கே, மெட்கால்ஃப் வீட்டிற்கும் அப்பால் கேப்டன் ராபர்ட் டைட்லர் தன்னுடைய நாட்டினரின் விதி குறித்தோ அல்லது அரண்மனையில் சட்டென்று நடந்துமுடிந்த அரசியல் புரட்சி குறித்தோ ஏதும் அறியாதவராகவே மே மாதம் 11 ஆம் தேதியின் பெரும்பொழுதை கழித்திருந்தார்.

புதிய ஆயுதச்சாலையையும், ராணுவ முகாம்களுக்கு வட கிழக்கே சற்று தொலைவில் யமுனை ஆற்றின் மணல்திட்டில் அமைந்திருக்கும் வெள்ளை மாளிகை எனப்படும் பெரிய ராணுவக் கட்டிடத்தையும் பாதுகாக்க 200 சிப்பாய்களுடன் சென்றார் டைட்லர். எதுவுமே அவ்வளவாக சரியில்லை என்பது டைட்லருக்கு தெரிந்திருந்தது. ஆனால், டெல்லி மற்றும் அதைச்சுற்றிலும் இருந்த பிரிட்டிஷ் ஆட்சியை வேகமாக அழித்துவரும் தலைகீழ் மாற்றங்களின் அளவைப்பற்றி அவருக்கு முற்றிலுமாக எதுவுமே தெரியாது.

அணிவகுப்பின்போது மீரட்டில் உள்ள சிப்பாய்களுக்கு வழங்கப்பட்ட தண்டனைகளின் விவரங்கள் படித்துக்காட்டப்பட்டபோது தன்னுடைய ஆட்கள் அதற்கான அனுதாபங்களை வெளிப்படுத்தியது அவருக்குத் தெரியும். அவர்களை அணிவகுப்புக்கு தயார்செய்து கொண்டிருக்கையில் மீரட் சிப்பாய்கள் டெல்லியை அடைந்துவிட்டார்கள் என்ற செய்தி வந்தபோது 'உணர்ச்சிப்பெருக்குடன் அவ்வப்போது சத்தமிடுகையில்' தன்னுடைய ஆட்கள் 'உணர்ச்சிவசப்படக்கூடியவர்கள்' என்பதைத் தெரிந்துகொண்டார். தன்னுடைய ஆட்களிடம் வெடிமருந்தை கொடுக்கும்போது அதில் சிலர் தங்களுக்கு உரிய அளவைக் காட்டிலும் மிக அதிகமாகவே எடுத்துக்கொண்டனர். அவ்வாறு தவறு செய்தவர்களை பின்னாளில் தண்டனை அளிப்பதற்காக மனதிலேயே குறித்துக்கொண்டார். ஆனால், தன்னுடைய தனித்து விடப்பட்ட இடத்தில் என்ன நடக்கிறது என்பது குறித்த துல்லியமான தகவல் எதுவும் அவருக்குக்

கிடைக்கவில்லை. இருப்பினும், ஆற்றின் நீர்பாயும் திசை நோக்கிப் பார்க்கையில் நகரத்திற்குள் இருந்தே புகை எழுவதையும், பீரங்கி மற்றும் துப்பாக்கி சுடும் ஓசையையும் கேட்டார்.

பிற்பொழுதின் துவக்கத்தில் அவரும் அவருடைய சக அதிகாரியான கேப்டன் கார்டனரும், சிப்பாய்கள் வெள்ளை மாளிகையின் பாதுகாப்பிற்குள் வர மறுப்பதை கவனித்தனர். அதற்குப் பதிலாக அந்த வெய்யிலிலும் சிறிய குழுக்களாக ஒன்றுகூடினர். இதுகுறித்து அவர் பின்னாளில் எழுதுகையில்,

> *'அவர்களை வெயிலில் நிற்காமல் உள்ளே வரும்படி உத்தரவிட்டேன்.' அதற்கு அவர்கள், 'வெயிலில் இருப்பதே எங்களுக்குப் பிடித்திருக்கிறது' என்றனர். நான் மறுபடியும் உத்தரவிட்டேன். [யாரும் நகரவில்லை] பிறகுதான் நான் முதல்முறையாக ஒரு உள்நாட்டுக்காரனை கவனித்தேன் - அவனுடைய தோற்றத்தை வைத்துப் பார்க்கையில் அவன் ஒரு படைவீரன் - தன்னுடைய ஆட்களிடம் உரையாற்றிக் கொண்டிருந்த அவன், தங்களுடைய புத்தகங்களில் முன்னூகித்து கூறப்பட்டிருப்பதன்படி ஒவ்வொரு அதிகாரமும் அல்லது அரசாங்கமும் தங்களுக்கு ஒதுக்கப்பட்ட நேரம் வரை மட்டுமே இருக்க முடியும் எனவும், ஆங்கிலேயேர்களும் முடிவுக்கு வருவது அசாதாரண விஷயம் ஒன்றுமல்ல என்றும் கூறினான். அவனை நான் சிறைப்படுத்துவதற்கு முன்னர் நகரத்தில் இருந்த ஆயுதச்சாலை வெடித்தது. இரண்டு படைப்பிரிவைச் சேர்ந்தவர்கள் பலத்த ஆரவாரத்துடன் தங்கள் கைகளில் ஆயுதங்களை ஏந்தியபடி, 'பிருத்விராஜுக்கு ஜெய்!' அல்லது 'உலகை ஆள்பவனுக்கு வெற்றி!' என்று கத்தியபடியே நகரத்தை நோக்கி ஓடினர். அவர்களுக்குப் பின்னால் விரைந்த நானும் கேப்டன் கார்டனரும் அவர்களுடைய கூச்சல்களுக்கு நடுவிலும் தங்களுடைய இடத்திற்கு திரும்பும்படி உத்தரவிட்டோம். அந்த உத்தரவுகள் பலனளிக்காதபோது அவர்களிடம் கோரிக்கை வைத்தும் பார்த்தோம். ஆனால், அதுவும் பயன் தரவில்லை.*[66]

எண்பது சிப்பாய்கள் மட்டுமே மீதமிருப்பதை டைட்லர் கவனித்தார். 'அவர்களில் பெரும்பாலானவர்கள் என்னிடம் ஆப்கானிஸ்தானில் சேவைபுரிந்த வயதான படைவீரர்கள்.' அத்துடன் 'இந்த இழப்பினால் ஏற்பட்டக் குழப்பத்தில் எப்படி நடந்துகொள்வது, என்ன செய்வதென்று தெரியவில்லை' என்றும் உணர்ந்தார். இருப்பினும், சில நிமிடங்களுக்குப் பின்னர் ஒரு தூதுவன் மூலமாக அவருக்கு உடனடி உத்தரவுகள் வந்துசேர்ந்தன. அவற்றில் சுவர்சூழ்ந்த நகரத்தைப் பார்த்தபடி இருக்கின்ற, மலைத்தொடரின் நடுவில் இருக்கும் கொடிக்கம்ப கோபுரத்தில் இருக்கும்

தன்னுடைய பிரிகேடியருடன் டைட்லர் சேர்ந்துகொள்ள வேண்டும் என்று கூறப்பட்டிருந்தது.

டைட்லர் அங்கு சென்றுசேர்ந்தபோது அந்தக் கொடிக்கம்ப கோபுரம் ஒரு பெருங்குழப்பத்தில் மூழ்கியிருந்தது. அன்றைய தினம், தரிசுநில மலைத்தொடரின் உச்சியில் அமைந்திருந்த, அந்தக் குறுகிய, தனிமைப்பட்ட வட்ட கோபுரமானது ராணுவமுகாம் மற்றும் குடியிருப்பிடங்கள் மட்டுமல்லாமல் சுவர்சூழ்ந்த நகரத்தில் இருந்து எப்படியோ தப்பிவந்துவிட்ட, எஞ்சியிருந்த பிரிட்டிஷ் குடும்பங்கள் அனைத்திற்குமே புகலிடமாக ஆகிவிட்டிருந்தது. இதில் டைட்லரின் மனைவி ஹேரியட்டும் உண்டு. தன் குணவியல்பிற்கு மாறாக குழம்பிப்போய், தேம்பியழுதுகொண்டிருந்த அவர் தன்னுடைய நிறைமாத கர்ப்பத்தின் சுமையை உணர்ந்தார். வழக்கம்போல் பதட்டமில்லாமல், உறுதியான அமைதியுடன் காணப்பட்ட அவர், தன்னுடைய நான்கு வயது மகன் ஃபிராங்க் அவரிடம், 'அம்மா, இந்த கெட்ட சிப்பாய்கள் என்னுடைய அப்பாவையும், என்னையும் கொன்றுவிடுவார்களா?' என்று கேட்டபோது தன் கட்டுப்பாட்டை இழந்து அழுதேவிட்டார். மேலும் அந்த கோபுரத்தில் வேகன்டிரைபர் வம்சாவளியினர் மொத்தபேரும் இருந்தனர். அவர்களுடைய குடும்பத்தலைவரான ஜியார்ஜ் அன்று காலை, தற்போது சூறையாடப்பட்டுவிட்ட டெல்லி கெஸட் பத்திரிகை வளாகத்திற்கு சென்றுகொண்டிருந்தபோது காஷ்மீரி வாயிலில் கலக சிப்பாய்களிடமிருந்து நூலிழையில் தப்பித்திருந்தார்.

கோபுரத்திற்கு வெளியே காவல்காத்த இரண்டு லேசுரக ஃபீல்டு துப்பாக்கிகளையும் பிரிகேடியர் கிரேவ்ஸ் மற்றும் டெல்லி நீதிபதியான சார்லஸ் லீ பாஸ் ஆகியோர் மேற்பார்வை செய்துகொண்டிருந்தனர். லீ பாஸ், அன்று காலை கல்கத்தா வாயிலை மூடிவிட்டுத் தப்பிவந்தவர்களில் உயிர்பிழைத்த ஒரே ஒருவராவார். அவர்களின் உத்தரவுகளுக்கு கீழ்படிய சிடுசிடுப்பான, அதிருப்தியுற்ற சிப்பாய்களும், கிறிஸ்துவ பாய்ஸ் பேண்டைச் சேர்ந்த ஆங்கிலோ - இந்திய ஆதரவற்ற பையன்களும் மட்டுமே இருந்தனர். இந்த ஆதரவற்ற சிறுவர்களின் வருடாந்திர கைவண்டி பந்தயம் டெல்லி டெர்பியின் சிறப்பம்சங்களுள் ஒன்றாக இருந்து வந்திருக்கிறது. ஆனால், இப்போதோ அவர்கள் ராணுவ சேவையில் இணைந்துகொள்ள கட்டாயப்படுத்தப்பட்டிருக்கிறார்கள். அவர்களிடம் கனரக துப்பாக்கிகள் வழங்கப்பட்டதுடன், அந்தக் கோபுரத்தின் உச்சியில் இருக்கும் காவலரணில் பாதுகாவலுக்கும் நிறுத்திவைக்கப்பட்டனர்.

அந்த நிலையத்தில் ஒன்றுகூடிய பெண்கள் கூட்டம் உள்ளே நெருக்கியடித்துக்கொண்டு நின்றது. அவர்களில் பலரிடமும் அவர்களுடைய கணவர்கள், மகன்கள் அல்லது சகோதரர்கள் கொல்லப்பட்டுவிட்டார்கள் என்று சொல்லப்பட்டது. அதே அளவுக்கு

திகைப்புறவைத்த விஷயம் என்னவென்றால், பாதிரி ஜென்னிங்ஸின் பெருமதிப்பிற்குரிய பாடகரும், ஐரோப்பிய படைவீரருமான சார்லி தாம்ஸன் ராணுவ முகாமில் இருந்த தன்னுடைய நோய்ப்படுக்கையில் இருந்து அந்த கோபுரத்திற்கு அழைத்து வரப்பட்டார். அவரிடம் அவருடைய மணமகளான ஆன்னி ஜென்னிங்ஸ் அரண்மனையில் வைத்து கொல்லப்பட்டார் என்று மட்டும் சொல்லப்பட்டது.

18 அடிகள் விட்டம் மட்டுமே உள்ள அந்த கோபுரத்தின் ஒற்றை உட்புற அறையும் ஜன்னல்களற்று புழுங்கிக்கொண்டிருந்தது. உச்சகட்ட வெப்பகாலத்தில் அது ஓர் அடுப்பைப் போன்றது. இன்னும் மோசம் என்னவென்றால் தங்களுடைய பாதுகாப்பிற்காக காற்றோட்டம் இல்லாத உட்புறப் படிக்கட்டின் மேற்பகுதிக்கு அனுப்பிவைக்கப்பட்ட பெண்களில் பலரும் மயங்கிவிழுந்தனர்.[67] இந்த அசௌகரியத்திற்கெல்லாம் மேலாக வெப்பமும், தண்ணீர் பற்றாக்குறையும் அவர்களை கவலைப்பட வைத்ததுதான் அதைக்காட்டிலும் மோசமானது. அன்றைய நாளின்போது, அடுத்தடுத்து வந்த செய்திகள் பிரிட்டிஷாரின் நிலை மிகவும் மோசமடைந்துவருவதைச் சுட்டிக்காட்டின. தொடர்ச்சியான தலைகீழ் மாற்றங்கள், மரணத்திற்குப்பின் மரணங்கள் என மீரட்டில் உள்ள பிரிட்டிஷ் படைகளிடம் இருந்து கிடைப்பதாக இருந்த நிவாரணங்கள் கண்ணுக்கு எட்டாத தொலைவில் இருந்தன. இளம் ஃப்ளோரன்ஸ் வேகன்டிரைபரின் கூற்றுப்படி,

> *பெண்கள் குழந்தைகள் மற்றும் ஆண்-பெண் பணியாளர்கள் என எல்லோருமே ஒட்டுமொத்த குழப்பத்தில் நெருக்கியடித்தபடி நின்று கொண்டிருந்தனர். பெண்களில் பலரும் அதிகப்படியான வெப்பம் மற்றும் பதற்றமான சூழ்நிலையால் பரிதாபகரமான நிலைக்கு சென்றுவிட்டனர். சிறுபிள்ளைகள் அழுதபடியே தங்களுடைய அம்மாக்களைப் பிடித்துத் தொங்கிக்கொண்டிருந்தனர். இங்கே மனைவிகள் விதவைகளாக்கப்பட்டார்கள். சகோதரனின் மரணத்தைக் கேட்டு சகோதரிகள் தேம்பியழுதனர். அதிருப்தியுற்ற சிப்பாய்களுக்கு நடுவில் பணியாற்றிக்கொண்டிருந்த சிலருடைய கணவர்கள் குறித்து எந்தத் தகவலும் இல்லை. தகித்துக் கொண்டிருந்த சூரியனிடம் இருந்து பாதுகாத்துக்கொள்ள அந்த கோபுரத்திற்கு அருகில் எந்த மரமும் இல்லை. அந்த வெப்பம் தாங்கிக்கொள்ள முடியாத ஒன்றாக இருந்தது. குழந்தைகள் தாங்கள் அணிந்திருந்த உடைகளை எல்லாம் களைந்துவிட்டனர்.*[68]

அதிகரித்துக்கொண்டே சென்ற இந்த குழப்பங்களுக்கு நடுவில் வந்துசேர்ந்த டைட்லர், தனித்துவிடப்பட்டிருந்த அந்த கோபுரம் முற்றிலும் பாதுகாப்பற்றதாக இருப்பதை உடனடியாகக் கண்டுகொண்டார். இதுபோன்ற ஒரு இடத்தில் பெண்களையும் குழந்தைகளையும்

குவித்து வைத்திருப்பது, சுவர்சூழ்ந்த நகரத்திற்குள் ஏற்கனவே நடந்து முடிந்திருக்கின்ற படுகொலைகளைக் காட்டிலும் மிகப்பெரிய படுகொலையை வரவேற்பது போல் ஆகிவிடும் என்று நினைத்தார் டைட்லர். டைட்லரின் மனைவியான ஹேரியட் குறிப்பிட்டுள்ளபடி, சற்றும் தயங்காமல் பிரிகேடியர் கிரேவ்ஸிடம் சென்ற அவர், அவரிடம் மிகவும் தெள்ளித்தெளிவான குரலில் கேட்டார்.

'மன்னிக்க வேண்டும் சார், நீங்கள் என்னதான் செய்யப் போகிறீர்கள்?'

அதற்கு அவர்: 'இங்கேயே இருந்தபடி பெண்களையும் குழந்தைகளையும் காப்பாற்றப்போகிறேன்' என்றார்.

அதற்கு என் கணவர் மிகவும் அழுத்தமான தொனியில், 'இது பைத்தியக்காரத்தனம். உங்களிடம் உணவு இருக்கிறதா?'

'இல்லை, டைட்லர்.'

'உங்களிடம் தண்ணீராவது இருக்கிறதா?'

'இல்லை, டைட்லர்.'

'பிறகு எப்படி நீங்கள் பெண்களையும் குழந்தைகளையும் காப்பாற்றப்போவதாக சொல்கிறீர்கள்?'

'நாம் என்னதான் செய்வது? நம்முடைய தலையை வெளியே காட்டினாலே சுட்டுத்தள்ளிவிடுவார்களே.'

என் கணவர் கூறினார், 'இதோ பாருங்கள் ஜென்டில்மென்... நம்முடைய நிலையை நம்மால் தக்கவைத்துக்கொள்ள முடியாது. அதனால், எதிர்த்தாக்குதலுக்கு தயாராவதுதான் நாம் செய்யவேண்டிய கடமை.'

'கடவுள் மீது ஆணையாக டைட்லர் சொல்வதைக் கேட்காதீர்கள்' என அதிகாரிகள் கூச்சலிட்டனர். அதற்கு என் கணவர், 'ரொம்ப நல்லது ஜென்டில்மென்! உங்கள் விருப்பப்படியே செய்யுங்கள்! இங்கே இருந்து செத்துப்போங்கள். ஆனால், நான் என் மனைவியுடன் சென்று ராணுவ நீதிமன்றத்தில் விசாரணைக்கு வேண்டுமானால் நின்றுகொள்கிறேன். ஆனால், என்னுடைய மனைவியும் குழந்தைகளும் கொல்லப்படுவதைப் பார்த்துக்கொண்டு என்னால் சும்மா இருக்க முடியாது' என்றார்.[69]

டைட்லர் பேசிக்கொண்டிருக்கும்போதே அடிவாரத்தின் கீழே தோன்றிய ஒரு ஒற்றை மாட்டுவண்டி காஷ்மீரி வாயிலில் இருந்து அந்த மலைத்தொடரின் மேலே கிறீச்சிட்டபடி மெதுவாக ஏறிக்கொண்டிருந்தது. உள்ளே, ரத்தக்கறை படிந்த, சிதைக்கப்பட்டு, துண்டங்களாக்கப்பட்ட உடல்கள் மெல்லிய துணிகளால் மூடப்பட்டுக் கிடந்தன. அவர்கள் அனைவரும் அன்று காலை நகரத்திற்குள் நுழைந்தபோது கொல்லப்பட்ட பிரிட்டிஷ் அதிகாரிகள். பலியானவர்களுள் ஒருவரின் சகோதரியான மிஸ் பாரோவ்ஸ் கோபுரத்திற்குள் வியர்த்து விறுவிறுக்க நின்றிருந்தார். அந்த வண்டி எட்வர்ட் வைபர்ட்டால் ராணுவ முகாமிற்குத்தான் அனுப்பிவைக்கப்பட்டிருந்தது. ஆனால், தவறுதலாக கொடிக்கம்ப கோபுரத்திற்கு வந்துவிட்டது. ஆனால், அது கவலையுடனும் பதட்டத்துடனும் இருந்த அகதிகளால் சிப்பாய்களிடம் இருந்து வந்த அச்சுறுத்தலாகவே எடுத்துக்கொள்ளப்பட்டது. அனுப்பியவரின் உண்மையான நோக்கம் அதுவல்ல என்றபோதிலும், அது அப்படிப்பட்ட விளைவைத்தான் உண்டாக்கியது.

அந்த உடல்களைப் பார்த்ததும் மீதமிருந்த டைட்லரின் சிப்பாய்கள், இதேபோன்ற தலைவிதியைத் தவிர்ப்பதற்கு தப்பிச்சென்றுவிடலாம் என்று தங்களுடைய கேப்டனை வறுபுறுத்தினர். மீரட் சாவர்கள் தற்போது தங்களுடைய குதிரைகளை ஆச்டர்லோனி தோட்டங்களில்தான் விட்டுவைத்திருக்கிறார்கள் என்று கூறிய அவர்கள், ‘உங்களை இரவு முழுவதும் இங்கேயே இருக்கவைத்து, சாவகாசமாக வந்து கொல்வார்கள்’ என்று டைட்லரிடம் கூறினர்.*

* ஆச்டர்லோனி தோட்டங்களின் முறைப்படியான பெயர் முபாரக் பாக். ஷாலிமார் பாகின் தெற்கே சற்றுத் தொலைவில் இருக்கும் அதனை, தன்னுடைய மனைவி முபாரக் பேகத்திற்கு என்றே தன்னுடைய உதவியாளர் வில்லியம் ஃபிரேஸரிடம் இருந்து ஆச்டர்லோனி வாங்கிய இடத்தில் அது கட்டப்பட்டிருந்தது. ஆச்டர்லோனியின் கல்லறை ஒரு பிரமாதமான கலப்பு கட்டிடக்கலை நினைவிடமாகும். அதன் மையக் குவிமாடம் டெல்லியில் உள்ள செயிண்ட் ஜேம்ஸ் தேவாலயத்தை முன்மாதிரியாகக் கொண்டது. அதன் உச்சியில் சிலுவை பதியப்பட்டு பக்கவாட்டுப் பகுதிகள் சிறிய ஸ்தூபிக்களால் மூடப்பட்டிருக்கும். இது தன்னுடைய திருமணத்தில் ஆச்டர்லோனி அடைந்த, மத இணைப்பின் முழுமையான கட்டிடக்கலை வெளிப்பாடாக பார்க்கப்படுகிறது. இந்த விஷயத்தைப் பொறுத்தவரை, டெல்லிக்கு அப்பால் இறந்துபோன ஆச்டர்லோனி மீரட்டில் புதைக்கப்பட்டார். அந்த வெற்றுக் கல்லறையும் 1857 சண்டையின்போது அழிக்கப்பட்டது. இதையடுத்து விதவையான முபாரக் பேகம், கலகக்காரர்களுக்காக சண்டையிட்ட, முகலாய அமீரான விலாயத் அலி கான் என்பவரை மறுமணம் செய்துகொண்டார். இது மிக அசாத்தியமான, முழுவதும் மறந்துபோய்விட்ட கட்டிடக்கலை வரலாற்றுத் தருணமாகும். மாபெரும் முகலாய தோட்டக் கல்லறைகளில் கடைசியான அது – இந்தப் பாரம்பரியமானது ஏற்கனவே தாஜ்மஹாலில் தன்னுடைய மகத்தான தருணத்தை அடைந்துவிட்டிருந்தது – கடைசி முகலாயர்களால் அல்லாமல் ஸ்காட்லாந்து – அமெரிக்க ஜெனரலால் கட்டப்பட்டது. ஆச்டர்லோனியின் கல்லறைப் புகைப்படத்திற்கு, பார்க்க: *Emily Bayley in M.M. Kaye (ed.), The Golden Calm: An English Lady's Life in Moghul Delhi, London, 1980, p. 181.*

இதைக்கேட்டு பயந்துபோன கூட்டத்தினரின் துணிச்சல் நொறுங்கிப்போனது. 'பிரிகேடியரும், அவருடைய அதிகாரிகளும் தங்களுக்காக காத்திருக்கும் விதி குறித்து கேட்டதுமே தங்களுடைய முடிவு எவ்வளவு தூரம் நெருங்கிவந்துவிட்டது என்பதை உணர்ந்தனர்.' இதுகுறித்து ஹேரியட் டைட்லர் பின்வருமாறு எழுதியுள்ளார், 'பின்னர் அங்கே ஒரு தள்ளுமுள்ளே நடந்தது. யார் முதலில் வெளியே போவது என்பதைப் பார்க்க எல்லோரும் தங்களுடைய வண்டிகளை நோக்கி ஓடினர்.'[70]

அன்றைய நாள் கடந்துகொண்டிருக்கையில், சுவர்சூழ்ந்த நகரத்தின் காஷ்மீரி வாயிலின் உள்ளே மையக் காவலில் இருந்த எட்வர்ட் வைபர்ட்டின் நிலை பாதுகாப்பற்றதாக மாறிக்கொண்டிருந்தது.

மதியம் 1 மணிக்கு, வைபர்ட்டின் படைப்பிரிவைச் சேர்ந்த தொலைந்துபோன 200 சிப்பாய்கள் சட்டென்று மீண்டும் திரும்பிவந்தனர். அன்று காலை காஷ்மீரி வாயிலுக்குள் சட்டென்று நுழைந்துவிட்ட கிளர்ச்சிக்காரர்களால் தாங்கள் நிராயுதபாணியாகிவிட்டதால்தான் தங்களுடைய அதிகாரிகளை கைவிட்டுச் செல்லும்படியாக ஆகிவிட்டது என்று அவர்கள் நியாயப்படுத்தினர். இது உண்மையா என்று வைபர்ட்டால் உறுதிப்படுத்திக்கொள்ள முடியாவிட்டாலும், 'அவர்கள் நடந்துகொண்ட விதத்தைப் பார்க்கையில் அது மரியாதைக்குரியதாக இருந்தாலும், கும்பல் கும்பலாக நின்று ஒருவருக்கொருவர் அடித்தொண்டையில் முணுமுணுத்துக்கொண்டனர். என்னுடைய படைப்பிரிவைச் சேர்ந்த ஒரு சிப்பாய்க்கு உத்தரவிட்டும் அவன் வாயில்காப்போனாக செல்ல மறுத்ததுடன், அப்படியே தன்னை விடுவித்துக்கொண்டு கூட்டத்திற்குள் சென்று மறைந்துவிட்டான். இவை எல்லாமே மிகுந்த அமைதியின்மைக்கு காரணமானது. நல்ல சகுனமாகவும் தோன்றவில்லை.'

முதலாவதாக, ஆயுதசாலையில் இருந்த லெப்டினெண்ட் வில்லோபி மற்றும் துணை மேஜிஸ்ட்ரேட்டும், செயிண்ட் ஜேம்ஸ் தேவாலயத்திற்கு மறுபக்கம் கச்சேரி கட்டிடத்திற்கு சற்று தள்ளியிருந்த தன்னுடைய நிலையைவிட்டு போக மறுத்தவருமான ஆர்தர் காலவே ஆகிய இருவரிடமும் வைபர்ட் தகவல் தொடர்பிலேயே இருந்தார். இருப்பினும், மதிய வேளைக்குப் பின்னர், தன்னுடைய படையில் இருந்த அதிருப்தியுற்ற கச்சேரி காவலராலேயே காலவேயும் கொல்லப்பட்டார். அதேநேரம், ஆயுதசாலையில் உள்ளவை கிளர்ச்சிக்காரர்களின் கையில் மாட்டிக்கொள்ளாமல் இருக்க வில்லோபி அதை வெடிவைத்துத் தகர்த்தார். அந்தப் 'பயங்கரமான வெடிப்பு அதன் மையத்திற்கு முக்கிய பாதுகாவலாக இருந்த அதன் அடித்தளங்களையே உலுக்கியது.' அச்சமயத்தில்,

தங்களுடைய நிலைகளுக்கு முன்னர் ஏறக்குறைய 200 அடிகள் தொலைவே இருந்த தேவாலயம் கொள்ளையடிக்கப்படுவதைத் தடுத்து நிறுத்தும் வகையில் அதில் குறுக்கிடுவதற்கு வைபர்ட்டுக்கும் அவருடைய ஆட்களுக்கும் போதுமான அளவு நம்பிக்கை இல்லை. ‘குஷன்களும் நாற்காலிகளும்கூட எந்த தடையும் இல்லாத பொறுக்கித்தனமான கும்பலால் நாசப்படுத்தப்பட்டன.’[71]

வில்லோபி மற்றும் அவருடைய உதவியாளரும், மூன்று பெண்களுக்கு தகப்பனும் ஆன லெப்டினெண்ட் ஃபாரஸ்ட் ஆகிய இருவரும் வாயிலுக்கு வந்தபோது அங்கே பாதுகாப்பில் இருந்தவர்களின் வேகம் சற்றுநேரம் கூடியது. ‘உடல் முழுவதும் தூசியும் துகளுமாக பின்னவர் ஒரு துப்பாக்கி ரவையால் கையில் மோசமாக காயம்பட்டிருந்தார்.’ சிலர் மோசமாக முனகிக்கொண்டே வந்தனர். பின்னால் வந்த ஆயுதசாலையைச் சேர்ந்த சார்ஜெண்டுகள் நொண்டிக்கொண்டு தடுமாறியபடியே வந்தனர். ஆனால், வாயிலைக் காவல் காத்துக்கொண்டிருந்த சிப்பாய்களிடையே காணப்பட்ட அதிருப்தியின் அறிகுறி தெளிவாகக் காணப்பட்டது என்பதுடன் அவர்கள் எல்லாவிதமான உத்தரவுகளையும் புறக்கணித்தனர். சிப்பாய்களின் பாதுகாப்புடன் இரண்டு பீரங்கிகள் மலைத்தொடருக்கு எடுத்துச்செல்லப்பட்டன. அரைமணி நேரம் கழித்து இரண்டு ஆங்கிலேய அதிகாரிகள் மர்மமான முறையில் காணாமல்போய்விட இருவர் மட்டுமே திரும்பி வந்தனர். அவர்களிடம் திரும்பி வந்ததற்கான காரணம் என்னவென்றும், அவர்களுடைய அதிகாரிகளுக்கு என்ன ஆனது என்றும் கேட்டபோது, அவர்கள் மழுப்பலான பதில்களையே கூறினர். அதேநேரம், ‘மூன்று நான்கு பேர்களாக சிப்பாய்கள் வேலியைத் தாண்டி நுழைந்துகொண்டே இருந்தனர். எங்களுடைய ஆட்களிடம் அமைதியின்மையும் நெருக்கடியும் கூடுவதை உணர்ந்தோம்’ என்று எழுதியுள்ளார் வைபர்ட்.

இத்தகைய நெருக்கடியான நிலையில் சில சிப்பாய்கள் வாயிலுக்கு விரைந்து அதனை மூடினர். அடுத்ததாக அவர்கள் அதிகாரிகளை நோக்கிக் குண்டுமழை பொழிந்தனர். அவர்கள் செய்ததை உள்ளேயிருந்த மற்ற சிப்பாய்களும் சட்டென்று பின்பற்றினர். கேப்டன் கார்டன் குதிரையில் இருந்து விழுந்துவிட்டதைக் கண்டேன். ஒரு பயங்கரமான உண்மை என் கண்முன்னே பளிச்சிட்டது - நாங்கள் தப்பிக்க வழியே இல்லாமல் இடதுபக்கமும் வலதுபக்கமுமாக படுகொலை ஆகிறோம். நான் என்ன செய்தேன் என்று சரியாக நினைவில் இல்லை. வெளிமுற்றத்தில் இருந்து மேலேயிருந்த கோட்டையை நோக்கிச் செல்லும் பாதையில் நான் பாய்ந்தேன். எல்லோரும் அப்படியே செய்வதுபோல் தோன்றியது. அந்தச் சரிவில் நாங்கள் ஏறும்போது நான் இரண்டுமுறை தாக்கப்பட்டேன். எங்கள் அருகில் ஊளையிட்டுச் சென்ற

தோட்டாக்கள் எதிரே இருந்த சுவற்றை அச்சுறுத்தும் ஓசையுடன் துளைத்தன. பாவப்பட்ட ஸ்மித் மற்றும் ரெவ்லே எனக்குப் பின்னால் வந்துகொண்டிருந்தபோதே கொல்லப்பட்டனர். பின்னவர் ஒரு தோட்டா நிரம்பிய துப்பாக்கியை வைத்திருந்தார். சாகும் தறுவாயிலும் அதை உயர்த்திய அவர் இரண்டு குழல்களையும் சிப்பாய்கள் கூட்டத்தை நோக்கி சுட்டார். அடுத்த கணமே மரணத்தைத் தழுவினார்.[72]

அந்தச் சரிவின் உச்சியில் இருந்தபடி கோட்டையின் காவல் அரணில் இருந்து வைபர்ட் கீழே பார்த்தார். கீழே இருந்த வடிகாலில் 25 அடிக்கு ஒரு பள்ளம் இருந்தது - 'மற்ற சமயமாக இருந்தால் அதனை பைத்தியக்காரத்தனம் என்றே சொல்ல முடியும்.'[73] வேறு பல அதிகாரிகளும் தாவத் தயாரானார்கள். ஏறக்குறைய செங்குத்தான சரிவில் ஓடுவதற்கு முயற்சித்துக் கொண்டிருந்தனர். கோட்டைக்கு அப்பால் இருந்த ஃபாரஸ்ட் மகள்களின் அலறைக் கேட்டபோது வைபர்ட்டும் அவர்களுடன் சேர்ந்துகொள்ள இருந்தார். அவர்களுடைய அம்மாவுக்கு தோள்பட்டையில் காயம் பட்டிருந்தது. அவர்கள் இருந்த இடம் நோக்கி ஓடிய வைபர்ட் - 'அச்சமயத்தில் ஜன்னல்களின் வழியாக தோட்டாக்கள் சீறிக்கொண்டே இருந்தன' - காவல் அரணுக்கு செல்ல அவர்களுக்கு உதவினார். தங்களுடைய வாளின் உறைகளை அதிகாரிகள் ஒன்றாகச் சேர்த்துக்கட்டினர். வைபர்ட் மற்றும் அந்தப் பெண்களின் அப்பாவினுடைய உதவியுடன் அவர்கள் கீழே இறங்கினர்.

அங்கே, 'ஒரே ஒரு பருமனான வயதான பெண்மணி மட்டும் எஞ்சியிருந்தார்.' கூச்சலிடத் தொடங்கிய அவர் குதிக்க மறுத்துவிட்டார். இந்த இடத்தில், கீழேயிருந்த சிப்பாய்கள் பீரங்கியால் அவர்களை நோக்கிக் குறிவைத்தனர். 'ஒரு பீரங்கி குண்டு காவல் அரணைத் துளைத்துச்செல்ல எங்கள் மீது கற்குவியல்கள் விழுந்துகொண்டிருந்தன. சர்ச்சை செய்துகொண்டு நேரத்தை வீணடிப்பது பைத்தியக்காரத்தனமாகத் தெரிந்தது. யாரோ அவளைப் பிடித்து தள்ளினார்கள். கீழேயிருந்த பள்ளத்தில் அவர் தலைகுப்புற விழுந்தார்' என வைபர்ட் எழுதியுள்ளார்.[74]

ஒருவர் பின் ஒருவராக எஞ்சியிருந்த பத்துபேரும் - ஐந்து பெண்கள் ஐந்து ஆண்கள் - பதுங்கு குழியின் உச்சிக்கு ஏற முயற்சித்தார்கள். 'அந்தப் பெண்கள் ஒவ்வொரு முறையும் உச்சியை அடையும்போதெல்லாம், அவர்களுக்கு கீழே தரை குலுங்கி அவர்களை குழிக்குள்ளேயே விழச் செய்தது. இருப்பினும், அவநம்பிக்கையே எங்களுக்கு அதிமானுட ஆற்றலை வழங்கியது. நீண்டநேரத்திற்கு பின்னர் நாங்கள் அதன் உச்சிமுகட்டை அடைந்துவிட்டோம். இப்போது குறுகிய சரிவில் ஓடிக்கொண்டிருந்த நாங்கள் கீழே அடர்த்தியாக வளர்ந்திருந்த புதர்களில் குதித்தோம்.'

இருள் கவிழந்தபோது, தப்பித்தவர்கள் அந்த ஆற்றின் அடர்த்தியான புதர்களின் வழியாகச் சென்றனர். பின்பு மேலேயிருந்த மெட்கால்ஃபின் வீட்டை நோக்கி விரைந்தனர். போகும் வழியில் தாங்கள் பின்தொடரப்படுவதையும் அவர்கள் கவனித்தனர்.

இருப்பினும், திரும்பிப் பார்க்கும் அளவுக்குகூட காத்திராமல், எங்களை விரட்டி வருபவர்கள் எங்களைப் பிடித்துவிடும் முன்பாக அந்த வீட்டை அடைந்துவிடும் நம்பிக்கையில் ஓடிக் கொண்டிருந்தோம். முட்புதர்கள் பெண்களின் ஆடைகளை கந்தல் கந்தலாகக் கிழித்தன. நாங்கள் ஓடிக்கொண்டிருக்கையில் எங்கள் முகத்தில் இருந்து வியர்வை வழிந்தோடியது. எங்களுடைய உதடுகள் தாகத்தால் உலர்ந்துபோயின. நாங்கள் திரும்பிப் பார்க்கக்கூட துணியவில்லை.[75]

அவர்கள் மெட்கால்ஃபின் வீட்டை அடைந்தபோது கும்மிருட்டு ஆகியிருந்தது. அந்த வீட்டை 'சந்தேகப்படும்படியான கூட்டம்' சூழ்ந்திருந்தது. ஆனால், அந்த அகதிகள் காலையில் இருந்தே தொலைந்து போய்விட்ட தியோவின் விதி குறித்து கவலைகொண்டிருந்த பணியாளர்களால் அன்புடன் வரவேற்கப்பட்டார்கள். அவர்கள் அனைவரும் சர் தாமஸின் குளிர்ச்சியான பாதாள பில்லியர்ட் அறைக்கு அழைத்துச் செல்லப்பட்டனர். அங்கே ஃபாரஸ்ட்டின் மூன்று பெண்கள் ஆழ்ந்த உறக்கத்தில் இருந்தனர். உரிய நேரத்தில் மெழுகுவர்த்திகள், உணவு மற்றும் பியர் பாட்டில்கள் கொண்டுவரப்பட்டன. திருமதி ஃபாரஸ்ட்டின் காயத்திற்கு கட்டுபோடப்பட்டது. மூன்றுமணி நேரத்திற்கு எல்லோரும் ஓய்வெடுத்தனர்.

இருப்பினும், இன்னும் சற்று நேரத்தில் ஒன்பது மணிக்கு ராணுவ முகாமில் இருக்கும் சிப்பாய்கள் வந்துவிடுவார்கள் என்று எச்சரித்த பணியாளர் காட்டிய திசையில் சற்று முன்பாக, 'கிளர்ச்சிக்காரர்களின் கூச்சலை துப்பாக்கி வெடிக்கும் சத்தம், பீரங்கி வெடிக்கும் சத்தம் ஆகியவற்றோடு' கேட்க முடிந்தது. தங்களுடைய பைகளை உணவு மற்றும் தண்ணீர் பாட்டில்களால் நிரப்பிக்கொண்ட அந்தக் குழு மீண்டும் புறப்படத் தயாரானது. யமுனை ஆற்றின் கரைக்குச் சென்று, 38 மைல்கள் தொலைவில் மீரட்டில் இருக்கும் பிரிட்டிஷ் ரெஜிமெண்டை அடையும் நம்பிக்கையில் வடகிழக்கை நோக்கி குறுக்குவெட்டாக செல்வதே அவர்களின் திட்டம். இதுகுறித்து வைபர்ட் பின்வருமாறு எழுதியுள்ளார்:

'ஒவ்வொருவரும் ஒரு பெண்ணுக்கு பொறுப்பேற்றுக் கொண்டோம். என்னுடைய பங்குக்கு ஃபாரஸ்ட்டின் சின்னப் பெண்ணை நான் ஏற்றுக்கொண்டேன். அந்தப் பாவப்பட்ட சின்னக்குழந்தை அறியாமையால் எல்லாவிதமான கேள்விகளையும்

கேட்டுக்கொண்டிருந்தாள். அவளால் இந்த அச்சுறுத்தக்கூடிய நிகழ்வுகளை உணர்ந்துகொள்ள முடியவில்லை. இம்முறையில், ஏறக்குறைய அரைமணி நேரமாக கனத்த நடை நடந்து கொண்டிருந்தபோது எங்களுக்குப் பின்னால் ஒரு பளிச்சென்ற நெருப்புக்கோடு மேலே எழுந்தது.'

அவர்கள் சரியான நேரத்தில் புறப்பட்டுவிட்டார்கள். கொஞ்சம் கீழே, யமுனையாற்றின் இருண்ட தண்ணீரில் அச்சுறுத்தக்கூடிய வண்ணங்கள் பிரதிபலித்தன. மெட்கால்ஃப் மாளிகை பற்றியெரிந்தது.

இருள் கவிழத்தொடங்கியபோது, முஸ்லிம்கள் அந்திநேர ரமலான் உணவாகிய இஃப்தார் உணவை சாப்பிடச் சென்றனர். டெல்லி தெருக்கள் மீண்டும் வெறிச்சோடிப்போயின. கோட்டையில் இருந்து திரும்பிக்கொண்டிருந்த ஜாகிர் தேலவி அந்த அழிவுக்காட்சியின் ஊடே கடந்து சொன்றுகொண்டிருந்தார். இதுகுறித்து அவர் குறிப்பிடுகையில்,

'நான் உருது பஜார் சாலையை [ஜமா மசூதிக்கு அடுத்துள்ளது] அடைந்தபோது அது முற்றிலும் அமைதியாகக் காணப்பட்டது. அங்கே ஒரு பறவையைக்கூட காணவோ அல்லது அதன் சத்தத்தைக் கேட்கவோ முடியவில்லை. ஏனோ சட்டென்று பாழ்நிலமாக மாறிவிட்டதைப்போல் அந்த மொத்த நகரத்தின் மீதும் விசித்திரமான அமைதி படர்ந்திருந்தது. கடைகள் சூறையாடப்பட்டுக் கிடந்தன. வீடுகள், மாளிகை முற்றங்கள் அனைத்தின் கதவுகளும் சாத்தப்பட்டிருந்தன. அங்கு வெளிச்சம் இருப்பதற்கான எந்தத் தடயமும் இல்லை. தெருவிளக்கின் கண்ணாடிகள்கூட உடைந்துகிடந்தன. கோட்வாலி வழியாக சென்ற நான் சிறிய தாரிபாவின் [சாந்தினி சௌக்கில் உள்ள] வாயிலை அடைந்தேன். அங்கே கத்தி செய்பவர்கள், பலகார விற்பனையாளர்கள் மற்றும் துணி வியாபாரிகள் என எல்லோருடைய கடைகளும் உடைத்துச் சூறையாடப்பட்டிருந்தன. வெள்ளி விற்பனையாளர் ஒருவரின் கடைக்கு முன்பாக ஒரு பிராமண பிச்சைக்காரர் இறந்துகொண்டிருந்தார். அப்போதும் முனகிக் கொண்டிருந்த அவருடைய முதுகில் மூன்று அகலமான வெட்டுக்காயங்கள் இருந்தன. இறுதியாக நான் என் வீட்டை [மதியா மெஹல்] அடைந்தேன். மாலை நேரம்தான் என்றாலும் அந்தக் கதவு ஏற்கனவே மூடித் தாழிடப்பட்டு அடைத்து வைக்கப்பட்டிருந்தது.'[76]

டெல்லியில் இருந்த பிரிட்டிஷ் சமுதாயத்தினருக்கு எஞ்சியிருந்ததெல்லாம் முழுவேகத்தில் ஓடுவதுதான். டோபியின் குடிசையில் அன்றைய மாலைப்பொழுதைக் கழித்த ஜேம்ஸ் மார்லே தன்னுடைய மனைவியும் குடும்பத்தாரும் கொலைசெய்யப்பட்டது - அவரும் மரணமடைந்திருப்பார் என யூகிக்கப்பட்டது - குறித்து வெளியில் அவருடைய பணியாளர்கள் பேசிக்கொள்வதைக் கவனித்துக்கொண்டிருந்தார். ‘அதில் ஒருவன் மேம்சாஹிப்பையும் குழந்தைகளையும் கொன்றது மிகவும் தவறு என்றான். அத்துடன் வேறு எங்கு சென்று நாம் *ராஸ்காரை* [வேலைவாய்ப்பு] பெறமுடியும்? என்றான். ஆனால், மற்றொருவன் நாங்கள் எல்லோரும் காஃபிர்கள் என்றும், இப்போழுது டெல்லி அரசர்தான் எல்லோருக்கும் வேலைவாய்ப்பு வழங்கவேண்டும் என்றும் கூறினான்.’ டோபியின் உதவியுடன், டோபியின் மனைவியுடைய உள்பாவாடையையும் முகத்திரையையும் அணிந்துகொண்டு மார்லே தப்பிச்சென்றார். ‘என் வாழ்நாள் முழுவதும் இந்த நாட்டில் இருந்திருக்கிறேன். ஆனால், இப்போதோ என்னிடம் யாராவது பேசிவிடக்கூடாதே என்று பயந்தேன். என்னுடைய சதார் தாறுமாறாக இருப்பதை வைத்து என்னை யாராவது கண்டுபிடித்துவிடுவார்களா என்று தெரியவில்லை’ என்று எழுதியுள்ளார் மார்லே. ஆனால் பாதுகாவல் இல்லாத நகர வாயில்களின் ஓரமாக, டோபியின் மாட்டு வண்டியில் இருந்த அழுக்குத் துணிமூட்டைகளுக்கு முன்பாக அமர்ந்தபடி அவர்கள் பாதுகாப்பாக நகரத்தை விட்டு வெளியே சென்றுவிட்டனர்.

அவ்வளவு நேரத்திற்குப் பின்னரும்கூட டெல்லியில் கொள்ளையடிக்கும் அல்லது கொள்ளையடித்த மூட்டைகளுடன் விரைந்துசெல்லும் பரபரப்பான கூட்டத்தினரால் அந்த சாலை நிரம்பியிருந்தது. ஒருகட்டத்தில், அவர்களை சூழ்ந்துகொண்ட ஒரு கும்பல் அந்த டோபி அழுக்குமூட்டையில் புதையலை மறைத்துவைத்திருப்பதாக குற்றம்சாட்டியது. ஆனால், அந்தக் கிழவன் அவர்களை வேண்டுமானால் தேடிப்பார்த்துக்கொள்ளுமாறு கவலையே இல்லாமல் பதிலளித்தார். பின்னர் எதுவும் கிடைக்காததால் அவர்களை விட்டுவிட்டனர். அதற்குப் பிறகு வந்த கூட்டத்தினர் எல்லோரிடமும் அவர்களைத் தவிர்ப்பதற்காக, ஃபிராங்கிகளை கொள்ளையடிக்கச் சென்றுகொண்டிருப்பதாக சொன்னார் டோபி.[77]

அதேசமயம், ராபர்ட்டும் ஹேரியட் டைட்லரும் கர்னாலுக்கு செல்லும் சாலையை நோக்கி அதிகப்படியான சுமையேற்றிய வண்டியில் சென்றுகொண்டிருந்தனர். அன்றைய தின நிகழ்வுகளுக்கு விளக்கமளிக்க முயற்சிக்கும் எந்த ஒரு பிரிட்டிஷாரையும் போலவே, கொடிக்கம்ப கோபுரத்தில் இருந்து தப்பியோடுவது மோசமான முறையில் தொடங்கி விரைவிலேயே முழுமுற்றான குழப்பத்தில் முடிவுற்றது. வடகிழக்குப் பக்கமாக பாக்பாத்தில் இருக்கும் ஆழமில்லாத ஆற்றின் வழியாக மீரட்

சாலையில் பெண்களையும் குழந்தைகளையும் கொண்டுசெல்லும் வகையில் டைட்லர் ஒரு பின்வாங்கலுக்குத் திட்டமிட்டார். இருப்பினும், ஏறக்குறைய உடனடியாகவே படையணியானது பிரிந்துவிட்டது. பாதி வண்டிகள் பாக்பாத்தை நோக்கிச் சென்றன என்றால் மீதமுள்ள வண்டிகள் தவறான திசையில் ராணுவ முகாம்களை நோக்கிச் சென்றன. பீதியிலும் குழப்பத்திலும் தன்னிடம் மீதமிருந்த சிப்பாய்களையும் இழந்துவிட்ட டைட்லர் தன்னுடைய மனைவியிடம் இருந்தும் பிரிக்கப்பட்டு, தங்களுடைய கிராமங்களில் இருந்து கொள்ளைச்செயலில் பங்கேற்பதற்காக வந்துகொண்டிருந்த குஜார் பழங்குடியினரிடம் சிக்கிக்கொண்டார். அவர்கள் இரும்பாலான தடிகளால் டைட்லரைத் தாக்கினர். அவரைக் குதிரையில் இருந்து கீழே தள்ள முயற்சித்தனர். டைட்லர் அதிலிருந்து தப்பிச்சென்றார்.

இறுதியில் டைட்லர், ஹேரியட்டையும் தன்னுடைய குழந்தைகளையும் கண்டுபிடித்துவிட்டார். அவர்கள் ஒரு வண்டியில் அவருடைய சக பணியாளரான கேப்டன் கார்டனரின் மனைவியுடன் தவறான பாதையை நோக்கிச் சென்றுகொண்டிருந்தனர். ஆனால், தன்னுடைய கணவருக்கு என்ன ஆனது என்று திருமதி கார்டனர் அவரிடம் கேட்டபோது, டைட்லர் அவரைத் தேடி திரும்பிச்செல்வதற்கு தாமாகவே முன்வந்தார். மீதமிருந்த குழுவினருடன் வெளியேறத் தவறிவிட்ட கார்டனரை டைட்லர் இறுதியாக கண்டுபிடித்தபோது எரிந்துகொண்டிருந்த ராணுவ முகாமில் காயம்பட்டு நகரமுடியாமல் கிடந்தார். டைட்லர் இரண்டுமுறை குஜார்களுக்கு நடுவில் புகுந்து தப்பித்து வரவேண்டியிருந்தது. ஒருமுறை தன்னுடைய நண்பரைத் தேடி திரும்பி வரும்போதும், மறுமுறை காயம்பட்ட கார்டனரை தனக்கு பின்னால் உட்கார வைத்துக்கொண்டு வரும்போதும். ஒவ்வொரு முறையும் குஜார்கள் தங்களிடம் இருந்த தடிகளால் அவரைத் தாக்கி குதிரையில் இருந்து கீழே தள்ள முயற்சித்தனர்.[78]

இரண்டாவது முறையாக வண்டியைப் பிடித்தபோது டைட்லர் அதில் தாவிக் குதித்தார். அந்தக்குழு முன்னோக்கி விரைந்தது. டைட்லர் 'படுபயங்கரமான வேகத்தில்' குதிரைகளை ஓட்டினார். சாவர் காலாட்படை இந்நேரம் தங்களைத் தேடத்தொடங்கியிருப்பார்கள் என்பது அவர் நினைவில் பதிந்துவிட்டது. 'நாங்கள் சற்றுத் தொலைவாக சென்றுவிடும் முன்னரே, "திரும்பிப் பார், டைட்லர்" என்று கத்தினார் கார்டனர்' என எழுதியுள்ளார் ஹேரியட்.[79]

> *ராணுவக் குடியிருப்பு இருந்த திசையை நோக்கி நாங்கள் எங்களுடைய பார்வையைத் திருப்பினோம். எல்லா பங்களாக்களும் அந்த குடியிருப்பு வரிசையும் பற்றியெரிவதைக் கண்டோம். நேசத்திற்குரிய இறந்த குழந்தையின் தலைமுடி, கையெழுத்துப்படிகள் மற்றும் ஓவியங்கள், புத்தகங்கள், ஆடைகள், மரச்சாமான்கள், ஒரு பெரிய கூண்டுவண்டி, குதிரைகள் என நாங்கள் மிகவும் மதிப்பு வைத்திருந்த, பணத்தால் திரும்ப*

வாங்கவே முடியாத பொருள்களை எல்லாம் இழந்துவிட்டோம் என்று தெரிந்தபோது அந்தக் காட்சியை எங்களால் பார்க்கவே முடியவில்லை. உண்மையில் பணமதிப்பிலேயே நாங்கள் 20,000 பவுண்டுகளை இழந்திருந்தோம். இந்த நாட்களில் ஒரு ராணுவ வீரருக்கு அது ஒரு புதையல் போன்றது. ஆனால், எங்களுடைய உயிரைக் காப்பாற்றிக்கொள்ள ஓடிக்கொண்டிருக்கும் சிந்தனையால் நாங்கள் அதை மறந்துவிட்டோம். வேறு சமயமாக இருந்திருந்தால் அது ஒரு ஆற்றுப்படுத்த முடியாத சோகமாகவே இருந்திருக்கும்.[80]

தப்பிச்சென்ற டைட்லர்களுக்கு மாறாக வேகன்டிரைபர்கள் டெல்லி புறநகர்ப் பகுதிகளில் தங்களுக்கு உள்ள வாய்ப்பை பயன்படுத்திக்கொள்ள முடிவுசெய்து எலிசபெத் வேகன்டிரைபரின் தந்தையான ஜேம்ஸ் ஸ்கின்னரின் நண்பர்களிடம் அடைக்கலம் புகுந்தனர்.

நவாப் ஜியா உதீன் கான் அன்றைக்கு முந்தைய நாள் மாலை தங்களைக் காணவந்ததை அடுத்து அவருடனான நட்பை நம்பலாம் என்று அவர்கள் நம்பிக்கை கொண்டிருந்தனர். அதனால் அவர்கள் நேராக கொடிக்கம்ப கோபுரத்தில் இருந்து வடமேற்கில் இருந்த கர்னால் சாலைக்கான சிறு பாதையாக விளங்கிய நவாபின் தோட்ட மாளிகைக்கே சென்றனர். அது வார இறுதிநாட்களுக்காக நவாப் அவர்களுக்கு வழங்கியிருந்த இடம்.

அங்கு வந்துசேர்ந்ததும் அவர்கள் மாலியால் (தோட்டக்காரர்) அன்புடன் வரவேற்கப்பட்டனர். எலிசபெத் வேகன்டிரைபரின் குழந்தைக்காக ஒரு ஆட்டின் பால் கறந்து வரப்பட்டது. சப்பாத்திகளும் காய்கறிகளும் அவர்களின் உணவுக்காக சமைக்கப்பட்டன. அவர்களுடைய வண்டியும் குதிரைகளும் மறைத்துவைக்கப்பட்டு, வண்டித்தடங்கள் அழிக்கப்பட்டன. கடிவாளங்கள் வீட்டில் ஒளித்துவைக்கப்பட்டன. ஜியார்ஜ் வேகன்டிரைபர் தன்னுடைய மூத்த மகள் ஜூலியா, இளம் பிள்ளையான ஃப்ளோரன்ஸ் மற்றும் அவர்கள் வாங்கியிருந்த துப்பாக்கிகளுடன் கூரைப்பகுதிக்கு சென்றார். சாகிதாருடன் (இரவுநேரக் காவலாளி) பர்தாவில் தன்னுடைய முகத்தை மறைத்துக்கொண்டு ஒரு கயிற்றுக்கட்டிலின் கீழே எலிசபெத் பதுங்கிக்கொண்டார். எரிச்சலுடன் காணப்பட்ட அந்த சாகிதாரிடம், அவர் தாங்கள் இருப்பதற்கான எந்த ஒரு அறிகுறியையாவது காட்டிக்கொடுத்தார் என்றால் தன்னுடைய கணவர் தான் பயிற்சிபெற்ற துப்பாக்கிகளால் முதலில் அவரைத்தான் கொல்வார் என்று அவரிடம் கூறினார்.[81]

நிலவு தோன்றியது. டெல்லி முழுவதிலும் தீக்கணல்கள் சுழன்று எரிவதையும், ராணுவ முகாம்கள் தீக்கிரையாக்கப்பட்டிருப்பதையும் கூரையில் இருந்த ஜியார்ஜால் பார்க்க முடிந்தது. திரும்பத்திரும்ப

மஸ்கட்கள் மற்றும் கொத்தள துப்பாக்கிகள் சுடும் ஓசைகள் அவருக்கு கேட்டுக்கொண்டே இருந்தன. கர்னால் சாலையை ஆங்கில வண்டிகளின் கடைசி ஓசையும் கடந்த சற்றைக்கெல்லாம் கிறிஸ்துவர்களைத் தேடி காலாட்படை வீரர்கள் வரத்தொடங்கியிருந்தனர். 'சந்தேகம் ஏற்படுத்துவதற்கு காரணமாகிவிடும் என்பதால் உள்ளே வந்து பார்க்க வேண்டும் என்று யாராவது கூறினால் அவர்களை ஆட்சேபிக்க கூடாது என்று என்னுடைய அம்மா சாகிதாரிடம் கூறியிருந்தார்' என எழுதியுள்ளார் ஜூலியா,

> *அவர் அந்தச் சாகிதாரை வாயிலுக்கு அருகில் செல்லவோ அல்லது தன்னிடம் இருந்து விலகிச்செல்லவோ அனுமதிக்கவில்லை. கலகக்காரர்கள் அவருடைய வாயிலுக்கு அருகாமையில் இரண்டுமுறை வந்து சாகிதாரிடம் அவர் ஃபிராங்கிகள் யாருக்காவது புகலிடம் அளித்திருக்கிறாரா என்று கேட்டுச்சென்றனர்.[ஜ] கடைசியாக வந்த ஒரு படைவீரன் அவர் இருக்கும் இடத்திற்கு அருகாமையில் வந்து குதிரையை நிறுத்திவிட்டு, அந்த வீடு முழுவதையும் சுற்றிக்காட்டும்படி சாகிதாரிடம் கேட்டான். ஆனால், என்னுடைய அம்மாவின் உத்தரவுகளுக்கு கீழ்படிந்த அந்த சாகிதார், சில ஐரோப்பியர்கள் அந்த இடத்தைக் கடந்து சென்றதாகவும், யாரும் இங்கே தங்கவில்லை என்றும், அவர்கள் நேராக சாலையை நோக்கிச் சென்றுவிட்டனர் என்றும் கூறிய அவர் வேண்டுமானால் அவர் தன்னுடைய வீட்டில் எங்கு வேண்டுமானாலும் தேடிப் பார்த்துக்கொள்ளட்டும் என்றும் கூறினார். அவருடைய சரளமான பதிலால் திருப்தியுற்ற அந்த படைவீரன், அங்கு கடந்து சென்றவர்களைத் தேடி சட்டென்று அங்கிருந்து புறப்பட்டான்.[ஜ]*

இருப்பினும், இரவு நெருங்கிக்கொண்டிருக்கும் நேரத்தில், வேகன்டிரைபர்களை யாரோ காட்டிக்கொடுத்துவிட்டார்கள் என்ற செய்திகள் வரத்தொடங்கியிருந்தன. மேற்கொண்டு இருபது சாவர்கள் அடங்கிய குழு வந்துகொண்டிருந்தது. அவர்களுக்கு உடனடியாக அங்கிருந்து தப்பிச்செல்வதைத் தவிர வேறு வழியில்லை. குதிரைகளின் கடிவாளத்தைப் பிடித்த எலிசபெத் அந்த வீட்டிற்கு முன்பக்கமாக அவற்றை ஓட்டிச்சென்றார். குழந்தைகள் உள்ளே ஏற்றப்பட்டனர், ஜியார்ஜ் அதன் பெட்டிப்பகுதியில் தொற்றிக்கொண்டார். இதுகுறித்து ஜியார்ஜ் பின்வருமாறு எழுதியுள்ளார்:

> *நாங்கள் நெடுஞ்சாலையில் நுழைவதற்கு முன்பு என்னுடைய அன்பிற்கினிய மனைவி துப்பாக்கிகளை என்னுடைய கையிலேயே வைத்திருக்குமாறு அறிவுறுத்தினார். அதனால், தோட்டா நிரப்பப்பட்ட இரட்டைக்குழல் துப்பாக்கியை நான்*

எடுத்துக்கொண்டேன். பெட்டியில் இருந்த கைத்துப்பாக்கியும் என்னிடமே இருந்தது. உள்ளே இரண்டு ரைபிள்களை வைத்திருந்தேன். நான் சுடத்தொடங்கிய உடனேயே அவற்றை என்னிடம் தரவேண்டும் என்று குழந்தையுடன் இருந்த என்னுடைய மூத்த மகளிடம் நான் சொல்லியிருந்தேன். மிக உயரிய பாதுகாப்பிற்காக எங்களுக்குள்ளேயே அறிவுறுத்திக்கொண்ட நாங்கள் கிராண்ட் டிரன்க் சாலைக்குள் நுழைந்தோம்.[83]

தங்களுடைய குதிரைகள் சோர்வுற்று மூச்சுவாங்கத் தொடங்கியபோது அவர்கள் டெல்லியில் இருந்து ஏறக்குறைய 15 மைல்களை கடந்து வந்திருந்தனர். அரசாங்க தாக் அல்லது அஞ்சல் நிலையத்தின் லாயத்தில் நின்ற அவர்களுக்கு அங்கிருந்தவர்கள் குதிரைகளை மாற்றித்தர மறுத்தனர். டைட்லர் அதன் அதிகாரியின் மீது துப்பாக்கியை நீட்டி வலுக்கட்டாயமாகத்தான் பெற வேண்டியிருந்தது.

லாயத்தைவிட்டு சில மைல்கள் தள்ளிவந்த பின்னர் அதிகம் சுமையேற்றப்பட்ட அவர்களுடைய வண்டிப் பெட்டியானது அடுத்தடுத்து நொறுங்கிப்போய் 'வண்டியின் உடல்பகுதியை தேற்றமுடியாதபடி சிதைத்துவிட்டது. நடந்துசெல்வதைத் தவிர வேறு வழியே இல்லை.' ஆண்கள் ஒவ்வொருவரும் ஒரு குழந்தையைத் தூக்கிக்கொண்டனர். அவர்களுடைய கர்ப்பமாகியிருந்த இரு பெண்களான ஹேரியட்டும் மேரியும் அவர்களுக்குப் பின்னால் கனத்த நடையுடன் வந்தனர். தங்களை துன்புறுத்த எப்போது வேண்டுமானாலும் வந்துவிடக்கூடிய காலாட்படையினரின் காலடியோசைகளை அவர்கள் எதிர்பார்த்தபடியே இருந்தனர்.

பதிலாக, சில மைல்களுக்கு அப்பால் அவர்கள் வண்டிப்பெட்டியின் ஓசையைக் கேட்டனர். அது அந்த சாலையில் டெல்லியை நோக்கி செல்லும்விதமாக அவர்களைக் கடந்துசென்ற ஓர் இளம் ஆங்கிலப் பெண்ணிற்கு சொந்தமானது. அந்தப் பெண் அவர்கள் கொடுத்த எச்சரிக்கையை ஏற்றுக்கொள்ளவில்லை. இப்போது அவள், டைட்லர் கைகாட்டி தங்களை ஏற்றிக்கொள்ளச்சொல்லி கேட்ட வேண்டுகோளையும் ஏற்றுக்கொள்ளவில்லை.

'நான் இதுபோன்ற விஷயத்தை செய்யவே மாட்டேன்' என்பதுதான் டைட்லரின் வேண்டுகோளுக்குக் கிடைத்த பதில். 'என்னுடைய வண்டியை உடைத்துவிடலாம் என்று நினைக்கிறீர்களா?'

'அப்படியென்றால் நான் உங்களை ஒன்றும் கேட்டிருக்க மாட்டேன்' என்றபடி திருமதி கார்டனர், மேரி மற்றும் நான் ஆகியோருடன் குழந்தைகளையும் வண்டிப்பெட்டிக்குள் ஏற்றும் வேலையைத் தொடங்கினார் டைட்லர். இப்படித்தான், அந்த

வண்டியின் முன்பக்க சக்கரங்களுள் ஒன்று கழன்று விழும்வரை அதில் சென்றுகொண்டிருந்தோம். 'பார்த்தீர்களா' என்றாள் அந்த இளம்பெண் (அவளுக்கு பதினாறு வயதுதான் இருக்கும்). 'என்னுடைய வண்டியை உடைத்துவிடுவீர்கள் என்று எனக்குத் தெரியும். இப்போது நான் என்ன செய்வது?'[84]

இந்தமுறை, சமீபத்தில்தான் கணவனை இழந்த திருமதி நிக்ஸன் மூலமாக உதவி கிடைத்தது. ஆணையர் அலுவலகத்தின் தலைமை கிளர்க்கான முகம்மது பக்கார் அவளுடைய கணவர் வாயில் பிஸ்கட் திணிக்கப்பட்ட நிலையில் தெருவில் இறந்து கிடந்ததை பார்த்திருக்கிறார். அஞ்சல் வண்டியின் மேலே அமர்ந்து அவள் தப்பி வந்திருக்கிறாள். அவ்வளவு குழப்பங்களுக்கு நடுவிலும் அசாதாரணமான எதுவுமே நடந்துவிடவில்லை என்பதைப் போல் அந்த வண்டி குறிப்பிட்ட நேரத்தில் டெல்லியில் இருந்து கிளம்பியிருந்தது. சக்கரங்களை இழுத்துக் கட்டுவதற்கு அந்த வண்டியோட்டியிடம் கயிறுகள் இருந்தன. வண்டிப்பெட்டியின் ஸ்பிரிங்குகள் முற்றிலுமாக வெளியே வந்துவிடும்வரை அவர்கள் மெதுவாக சில மைல்களுக்கு முன்னேறியிருந்தனர். அத்துடன் அவர்கள் முதலாவது வண்டியை கைவிட்டதைப் போலவே இரண்டாவது வண்டியையும் கைவிட்டனர். 'மே மாத இரவின் வெப்பத்தில் மயங்கி விழாமல் அவர்கள் தப்பி வந்திருந்தனர். எங்களுக்கு பயங்கரமாக தாகமெடுத்தது. அப்போதும் உலராமல் இருந்த சாலையோர குட்டைகளில் இருந்த சதுப்பு நிலத்தைத் தவிர்த்து வேறு எங்கும் தண்ணீரே இல்லை.'

அன்றைய தினத்தின் இறுதியான வாகனத்தை அவர்கள் ஓட்டிச்சென்றபோது ஏறக்குறைய விடிந்துவிட்டது. உடைந்துபோன ஆயுதங்களை சுமந்த வண்டி ஒன்று அப்போதுதான் அழிக்கப்பட்ட டெல்லி ஆயுதக்கிடங்கை நோக்கிச் சென்றுகொண்டிருந்தது. டைட்லரின் ரிவால்வரைப் பார்த்து இரண்டு ஓட்டுநர்கள் ஓடிப்போயினர். அந்தக் குழு காலை பத்து மணிக்கு மெதுவாக கர்னாலுக்கு வந்துசேர்ந்தது.

கொடிக்கம்ப கோபுரத்திலிருந்து சென்ற கூட்டத்தினரில் தங்களுடைய நண்பர்களும் சக பணியாளர்களும் தங்களுடன் சேர்ந்துகொள்ளும் வகையில் டைட்லர்கள் நாள் முழுவதும் காத்துக்கொண்டிருந்தனர். ஆனால், ஆறு அகதிகளால் மட்டுமே தப்பிவர முடிந்தது.[85]

டைட்லர்கள் பயணம் செய்த அதே சாலையில் வேகன்டிரைபர்களின் பயணமானது கடினமானதாக இருந்தாலும் அது ஒரு பிக்னிக்கைப் போன்றே காணப்பட்டது. அவர்கள் மிகத்தாமதமாகத்தான் அதை விட்டுச்

சென்றனர். அந்தச் சாலையானது அகதிகளையும் பாதை தவறியவர்களையும் கொள்ளையடிக்கும் நோக்கம் கொண்ட குஜார்களால் நிரம்பியிருந்தது. இதுகுறித்து நினைவுகூறும் ஜியார்ஜ்,

சாலையின் இருபக்கமும் கூடியிருந்த மக்கள் கூட்டம் எங்களை நோக்கி வருவதை என்னுடைய மனைவி சுட்டிக்காட்டியபோது நாங்கள் ஒரு மைல் தூரத்திற்கு வந்திருந்தோம். அவர்கள் வருவது நிச்சயம் நல்லதற்கில்லை. அதனால், நான் என்னையும் என்னுடைய குடும்பத்தையும் பாதுகாக்கத் தயாரானேன். எங்களை நெருங்கிவந்தபோது சாலைக்கு அந்தப் பக்கத்திலேயே அவர்கள் நின்றனர். நான் என்னுடைய துப்பாக்கியால் அவர்களைக் குறிவைத்தேன். அது அவர்களை அங்கேயே நிற்கும்படி செய்தது. ஆனால் கத்திக்கொண்டும், தடிகள் மற்றும் கம்புகளை சுழற்றிக்கொண்டும் மிகவும் அச்சுறுத்தக்கூடிய வகையில் அவர்கள் எங்களைப் பின்தொடர்ந்து வந்தனர்.

நாங்கள் அவர்களைவிட்டு வெகுதொலைவிற்கு வந்து விட்டோம் என்றாலும் இரண்டாவது கூட்டத்தினரை எதிர் கொண்டோம். இந்தமுறை அவர்கள் எண்ணிக்கையில் அதிகமாகவும் பயமுறுத்துகிறவர்களாகவும் இருந்தனர். நாங்கள் நெருங்கிச்சென்றதும் சாலையைக் கடந்து எங்களுடைய குதிரைக்கு முன்னால் வந்த அவர்கள் ஈட்டிகளையும், வாட்களையும், தடிகளையும் எங்களை நோக்கி மிரட்டும் வகையில் பிடித்திருந்தனர். பின்னர் தம்மோ! [நில்] என்று கத்தினர். இதற்கு என்னுடைய துப்பாக்கியால் குறிபார்த்தபடியே ஹட் ஜாவோ [தள்ளிப்போ] என்று பதிலளித்தேன். ஆனால், மற்றவர்களைவிட துணிச்சலான ஒருவன் முன்னுக்கு வந்து குதிரையின் கடிவாளத்தைக் கைப்பற்றினான். எனக்கு வேறு வழியில்லை, சுட்டுவிட்டேன். என்னுடைய மனைவி குதிரைகளை விளாசி வேகத்தை அதிகப்படுத்தினாள். ஆனால், அந்த பொறுக்கிகள் மிக வேகமாக பின்தொடர்ந்தனர். அவர்கள் எங்களை நெருங்கிவிட்டதாக நினைக்கும்போது முன்னால் வந்துகொண்டிருந்த ஒருவனின் அடிவயிற்றில் ரைபிளால் சுட்டேன். அவன் கீழே சரிந்தான். மற்றவர்களோ ஊளையிட்டும், என்னையும் என்னுடைய குடும்பத்தினரையும் பல தலைமுறைகளுக்கு கெட்டவார்த்தையில் திட்டியும் திருப்தியடைந்தார்கள்.[86]

சற்று முன்னேறி வந்துவிட்ட பின்னர் வண்டிப்பெட்டியை நிறுத்திய எலிசபெத் குதிரைகளின் கடிவாளத்தை ஒழுங்குபடுத்தினாள். அவளுடைய கணவர் ஆயுதங்களில் குண்டுகளை நிரப்பினார். அவர்கள் சற்று தொலைவாக செல்வதற்குள்ளாகவே மூன்றாவது குஜார்கள் கூட்டம்

அவர்களை நெருங்கி வந்துவிட்டது. இந்தமுறை குதிரைகளுள் ஒன்றினை தடியால் அடிப்பதில் அவர்கள் வெற்றிபெற்றனர். மீண்டும் ஒருமுறை வேகன்டிரைபர் முன்னால் வந்துகொண்டிருந்தவனை சுட்டார். ஆனால், அதற்கு முன்னதாகவே இரும்பு முனையுள்ள தடியால் அவருடைய மனைவியும் பயங்கரமாக தாக்கப்பட்டார். வண்டிப்பெட்டிக்கு பின்னால் கையில் வாளுடன் வந்த இரண்டாவது ஆளும் சுடப்பட்டான். வண்டிப்பெட்டியின் மேல்பகுயில் ஏறிவிட்ட மூன்றாமவன் கடுமையான மரண அடி அடிக்கப்போவதைப் போல் தோன்றுகையில் அவனும் வேகன்டிரைபரால் சுட்டு வீழ்த்தப்பட்டான்.

அவர்கள் குஜார்களைவிட்டு சற்று தொலைவாக சென்றுவிடும் முன்னரே ஒரு பெரிய சிப்பாய் கூட்டத்தை நோக்கி அவர்கள் சென்று கொண்டிருந்தனர். அம்பாலாவில் என்ஃபீல்டு ரைபிள் பயிற்சியை முடித்துவிட்டு திரும்பிக்கொண்டிருந்த அவர்கள் வண்டிப்பெட்டியை சூழ்ந்துகொண்டு இந்த நேரத்தில் இதுமாதிரியான சாலையில் அந்தக் குடும்பத்தினர் என்ன செய்கிறார்கள் என்று கேட்டனர். அவர்களுக்கு அப்போது திடீரென்று நடந்துகொண்டிருக்கும் விஷயங்கள் பற்றி சுத்தமாகத் தெரியவில்லை. அச்சமயத்தில் அவர்களை எட்டிப்பிடித்துவிட்ட குஜார்கள் தொலைவில் நின்றபடி வேகன்டிரைபர்களை முறைத்துக்கொண்டிருந்தனர். வேறுவழி தெரியாத நிலையிலும், படைவீரர்கள் நட்புணர்வுடன் காணப்பட்டதாலும், எலிசபெத் அவர்களிடம் உதவிகேட்டு கெஞ்சினார். அவர்களிடம் தான் சிக்கந்தர் சாஹிப் ஜேம்ஸ் ஸ்கின்னரின் மகள் என்றும், 'அதனால் உண்மையான படைவீரர்களின் உதவிக்கு உரிமையுள்ளவர்' என்றும் கூறினார். இது மிகச்சரியான விஷயமாக இருந்தது.

'நீங்கள் உண்மையிலேயே ஒரு பெரிய மனிதரின் மகள்தான். எங்களுக்கு கர்னல் ஸ்கின்னரை தெரியும். ரோதாக்கில் இருந்து டெல்லிக்கு அவருடைய பொருள்களை பாதுகாக்க எங்களுடைய ரெஜிமெண்ட்தான் அனுப்பிவைக்கப்பட்டது.'[87]

சட்டென்று அவர்களில் நான்கைந்து பேர் முன்னுக்கு வந்து வண்டிப்பெட்டிக்கு அருகில் நின்று தங்களுடைய துப்பாக்கிகளால் எதிரிகளைக் குறிவைத்தனர். அவர்களைத் தள்ளிப்போய்விடுமாறும், இல்லையென்றால் நிச்சயமாக சுட்டுவிடுவோம் என்றும் கூறினர்.

அதன்பிறகு நாங்கள் யாரும் மிக அருகாமையில் சீண்டலுக்கு ஆளாகவில்லை. அந்த வில்லன்கள் பாலங்களின் கைப்பிடிச் சுவர்களுக்கு பின்னால் இருந்து ஈட்டிகள், தடிகள் மற்றும் கனமான கற்களை எங்கள் மீது வீசுவதோடு தங்கள் தாக்குதல்களை

நிறுத்திக்கொண்டார்கள். கடவுள் புண்ணியத்தில் அவை எதுவும் எங்களைத் தாக்கவில்லை. எங்களுடைய குதிரைகளில் ஒன்று சில வெட்டுகள் மற்றும் சிராய்ப்புகளுடன் உயிர்பிழைத்தது. வண்டிப்பெட்டியின் மேல் குரூர தாக்குதல்களுக்கான குறிகள் காணப்பட்டன.[88]

விடிந்த உடன் ஒரு கிராமத்தின் கிணற்றுக்குச் சென்ற அந்தக் குடும்பத்தினர் குதிரைகளுக்குப் புத்துணர்ச்சியளிக்க அவற்றின் மீது தண்ணீரைத் தெளித்தபோது ஸ்கின்னரின் பெயர் அவர்களை மீண்டும் ஒருமுறை காப்பாற்றியது. அச்சமயத்தில் அவர்களைச் சுற்றி கூடிவிட்ட கூட்டத்தினர் பலரும் அவ்வளவாக நட்புணர்வுள்ளவர்களைப் போல் தோன்றவில்லை. இருப்பினும், அவர்களில் ஒருவர் அந்தப் பகுதியில் ஒருகாலத்தில் எஸ்டேட் வைத்திருந்த சிக்கந்தர் சாகிப்பிடம் வேலை செய்த கிழவராக இருந்தார். 'அவர் நீளமாக தாடிவைத்திருந்த மரியாதைக்குரிய கிழவர். என்னுடைய அம்மாவிற்கு அவரைப் பற்றி எதுவும் தெரியாமல் இருந்தாலும் அவருக்கு என்னுடைய அம்மாவைத் தெரிந்திருந்தது' என்று வேகன்டிரைபர்களின் மகளான ஜுலியா நினைவுகூர்கிறார்.

'நீங்கள் கர்னல் ஸ்கின்னரின் பிள்ளைகளுள் ஒருவர்தானே' என்ற அவர் தன்னுடைய டர்பனைத் தலையில் இருந்து எடுத்து அவருடைய பாதத்தில் வைத்தார். அப்படிப்பட்ட நேரத்தில் கிடைத்த இந்த மரியாதையானது அவளைத் திகைப்புற வைத்தது. குறிப்பாக அவரிடத்தில் மற்றவர்கள் நடந்துகொண்ட விதத்திலும், அவரை வேறுமாதிரியாக அவர்கள் நடத்தியதிலும் அவர் ஏதோ வகையில் முக்கியத்துவம் வாய்ந்தவர் போல் அவளுக்குத் தெரிந்தது.

'நீங்கள் யார்?' என்று அவள் விசாரித்தாள்.

'நான் பல வருடங்களாகக் கர்னல் சாகிப்பின் உப்பைத் தின்றவன். அவருடைய குழந்தைகளுக்காக நான் என்னுடைய உயிரையும் தருவேன்' என்று பதிலளித்த அவர், 'நீங்கள் என்னை நம்புகிறீர்களா?' என்றார்.[89]

குதிரைகளின் கடிவாளங்களை எடுத்துக்கொண்ட அந்தக் கிழவர் அங்கிருந்து அவர்களைப் பாதுகாத்துச் சென்றார். பதினோரு மணிக்கு அவர்களுக்கு முன்னால் இருந்த சாலையில் ஒரு ஒழுங்குமுறையற்ற குழுவைக் கண்டனர். அது பிரிகேடியர் கிரேவ்ஸ் மற்றும் லெ பாஸ். அவர்கள் வேறுசில படைவீரர்களுடன் கனத்த ஆயுதம் ஏந்தி வந்து

கொண்டிருந்தனர். மாலை நான்கு மணிக்கு அவர்கள் பாதுகாப்பாக பானிபட்டை அடைந்தனர்.[90]

மே 12 ஆம் தேதி காலைநேர டெல்லியானது, 1803 இல் மராட்டியர்களை பிரிட்டிஷார் தோற்கடித்து அதனை ஆதிக்கம் செய்யத் தொடங்கியதில் இருந்து முதல்முறையாக முற்றிலும் பிரிட்டிஷார் அற்ற நகரத்தைக் கண்டது.

ஓர் அந்நியர் வீட்டுப் பின்னறையில் தனக்குப் பொருந்திப்போகாத ஹிந்துஸ்தானி உடையில் மறைந்திருந்த தியோ கண்விழித்தபோது, கர்னாலில் டைட்லர்களும், பானிபட்டில் வேகன்டிரைபர்களும் தங்களுடைய காலைநேர சிற்றுண்டியை மிக ஆர்வமாக சாப்பிட்டுக் கொண்டிருந்தபோது, தன்னுடைய மாட்டு வண்டியில் ஜேம்ஸ் மார்லே முன்னும் பின்னுமாக அசைந்தாடியபடி தன்னுடைய மனைவியும் குடும்பமும் இல்லாத வாழ்க்கையைப் பற்றி நினைத்துக் கொண்டிருந்தபோது, சிப்பாய்களின் தேடுதல் வேட்டையைத் தவிர்த்துவிட்டு, பிரிட்டிஷ் அகதிகளை எதிர்பார்த்து, மீரட்டை நோக்கிய வயல்வெளிப் பயணத்தில் உயரமாக வளர்ந்திருக்கும் புற்புதர்களில் எட்வர்ட் வைபர்ட்டும் அவருடைய குழுவினரும் மறைந்திருந்தபோது, தன்னுடைய பாலிமரான் முஹல்லாவின் வழியாக அகம்பாவத்துடன் நடந்துசெல்லும் சிப்பாய்களை தன்னுடைய இரும்புக் கிராதிகளின் ஊடாக உடன்பாடின்மையுடன் காலிப் பார்த்துக்கொண்டிருந்தபோது, அன்றைக்கு முந்தைய நாளில் தான் பார்த்த விநோதக் காட்சிகள் மற்றும் முன்னறிகுறிகள் அனைத்தையும் டிஹ்லி உர்து அக்பர் பத்திரிகைக்காக மௌலவி முகம்மது பக்கார் எழுதத் தொடங்கியிருந்தபோது; இந்த எழுச்சி குறித்து இளம் முகம்மது ஹுசைன் ஆஸாத் தன்னுடைய கவிதையை இயற்றத் தொடங்கியிருந்தபோது, ஜாகிர் தேலவி மற்றும் ஹகீம் அஷனுல்லா கான் ஆகியோர் அந்த அரண்மனையின் மிக முக்கியமான அதிகாரப்பூர்வ பகுதிகளில் இருந்து சிப்பாய்களை அப்புறப்படுத்த முயற்சிக்கத் தொடங்கியபோது, ஜாஃபரும் தன்னுடைய எதிர்காலத்தைக் கவலையுடன் கற்பனை செய்துபார்க்கத் தொடங்கியிருந்தார்.

அன்றைக்கு முந்தின இரவில்தான் முய்னுதீன் கானால் அழைத்துவரப்பட்ட நாற்பதுக்கும் மேற்பட்ட பிரிட்டிஷ் கைதிகளுக்கு அவர் புகலிடம் அளித்திருந்தார். அவர்களில் சிலர் அவர் அப்போதும் தனக்கே உரித்தான தன்னுடைய தனிப்பட்ட வழிபாட்டிடம் என்று கூறிக்கொண்ட தாபிஷ் கானாவில் இருந்தனர். ஜீனத் மஹலின் பரிந்துரைப்படி, ஆக்ராவில் இருந்த பிரிட்டிஷ் ஆளுநருக்கு ஒட்டகத் தூதுவதன் மூலமாக நடந்த எல்லா விஷயங்களையும் கூறி உதவிகேட்டு ஒரு ரகசிய கடிதத்தையும் அவர் முன்னதாகவே அனுப்பி வைத்திருந்தார். அந்த சிப்பாய்கள் வன்முறையாளர்களாகவும், நிலையற்றவர்களாகவும் இருப்பதை ஜாஃபரால் காண முடிந்தது. அவர்களுக்கு நடந்துகொள்ளும்

விதம் பற்றியோ அல்லது அரசவை நடத்தை பற்றியோ எதுவுமே தெரியவில்லை. அவர்களிடத்தில் அவருக்கிருந்த மிகவும் அடிப்படையான ஆட்சேபணை என்னவென்றால், அவர்கள் அவருக்கு முறையான அரசவை மரியாதையைக்கூட தரமறுத்தார்கள் என்பதுதான். 'திலங்காக்கள் [அரண்மனையில்] தங்களுடைய பாதணிகளை அணிந்தபடியே நின்றிருந்தார்கள். மாட்சிமை பொருந்தியவர் இதுகுறித்து தன்னுடைய பெரும் வருத்தத்தை வெளிப்படுத்தினார்' என்று எழுதியுள்ளார் ஒரு செய்தி எழுத்தாளர்.[91]

தனக்கு எல்லாவிதத்திலும் தயக்கங்கள், அச்சம் மற்றும் பயங்கள் ஏற்பட்டிருந்தபோதிலும், நகரம் கொள்ளையடிக்கப்பட்டு, அரசவையினர் துன்புறுத்தப்பட்டிருந்தாலும் கிளர்ச்சிக்காரர்களின் வருகையானது முற்றிலும் சாபக்கேடானது அல்ல, மாறாக அது உண்மையில் தன்னுடைய முகலாய வம்சாவளியை மீண்டும் நிறுவிக்கொள்வதற்கு தான் கனவில்கூட கண்டிராத வாய்ப்பாகவும், இறைவனின் செயலை குறிப்பிடுவதாகவுமே ஜாஃபர் கண்டார். ஏறத்தாழ நள்ளிரவில் தன்னுடைய ஆட்சியின் புதிய அத்தியாயத்தினுடைய ஆரம்பத்தைக் குறிப்பிடும் வகையில் அவர் இருபத்தியோரு முறை துப்பாக்கிகள் முழங்க தன்னுடைய தலைமைக்கு அனுமதி அளித்தார். டெல்லி கல்லூரியுடன் நல்ல தொடர்பில் இருந்த அதன் முன்னாள் மாணவரும், பிரிட்டிஷாரின் கொள்கையுடன் தன்னை நெருக்கமாக இணைத்துக்கொண்டவரும், அதன் காரணமாகவே எழுச்சி உருவானவுடன் டெல்லியில் இருந்து தப்பிச்சென்றவருமான மோகன் லால் காஷ்மீரி, ஜாஃபரின் இருமனதான ஆனால், அந்தப் புரட்சியிடத்தில் தான் முழுமையாக ஈடுபடுவது என்ற அவருடைய மனநிலை குறித்து பின்வருமாறு குறிப்பிட்டிருக்கிறார்.

> *கலகம் பரவுவதற்கு முன்னர் கிளர்ச்சியாளர்களுடன் அரசர் பகதூர் ஷா தொடர்பில் இருந்திருக்கிறார் என்று டெல்லியில் உள்ள யாரிடம் இருந்தோ அல்லது வேறு எங்கிருந்தோ நான் கேள்விப்படக்கூட இல்லை. ஆனால், ஊதாரிகள் தங்களை அந்த அரண்மனை மற்றும் நகரத்தின் எஜமானர்களாகவும் ஆக்கிக்கொண்ட பின்னர், குடிமக்களுக்கு நம்பிக்கை ஏற்படுத்தும் வகையில் ஓர் அரச ஊர்வலத்தில் அவரை வெளியே கொண்டுவர திட்டமிட்டுக் கொண்டிருந்தனர். அரசர் இப்போது முதல்முறையாக பகட்டாரவாரத்துடன் ஒழுங்கீனமான, அவருடைய நோக்கத்திற்கு ஆதரவளிக்கத் தயாராக இருந்த கூட்டத்தினரால் தான் சூழப்பட்டிருப்பதைப் பார்த்தார். தன்னுடைய ஊர்வலத்தைப் பார்வையாளர்களாக பார்க்க வந்திருக்கின்ற மக்கள் துயரார்ந்த முகங்களோடு பார்த்துக்கொண்டிருப்பதையும் அவர் கண்டார். தன்னுடைய விவகாரங்களின் சாதகமான மாற்றம் குடியிருப்புவாசிகளில் பெரும் பகுதியினரால் ஏற்றுக்*

கொள்ளப்பட்டிருப்பதையும் அவர் கண்டார். அவர் [பிரிட்டிஷார் அழிக்கப்பட்டது குறித்த செய்திகளைக் கேட்டிருக்கிறார். ரெஜிமெண்டு ரெஜிமெண்டுகளாக தனக்காகக் காத்திருப்பதை அவர் உணர்ந்தார். தங்களுடைய ஐரோப்பிய துருப்புகள் அனைத்தும் பாரசீகத்தில் போரிட்டுக்கொண்டிருக்கின்றன என்றும், ஐரோப்பிய அரசியலின் ஸ்திரமற்ற தன்மை இந்தியாவிற்கு உதவிப்படைகளை அனுப்பிவைக்க அவ்வளவு எளிதில் அனுமதித்துவிடாது என்றும் அவருக்குத் தவறான செய்திகள் வந்தன. கலகமானது பம்பாயிலும், தக்காணத்திலும் [கூட] நிலைகொண்டுவிட்டது என்றும் அவருக்குத் தெரிவிக்கப்பட்டது. இவையெல்லாம் சேர்ந்து, தன்னுடைய கடைசி காலத்தில் மகத்தான தைமூர் ராஜ்ஜியத்தை மீண்டும் உருவாக்கவே தான் பிறந்திருக்கிறோம் என்று பகதூர் ஷாவை நம்பவைத்தன.[92]

ஒருபோதும் முழுமனதானதாகவோ அல்லது எப்போதுமே இருமனதாகவோ இந்தக் கலகத்திற்கு வெளிப்படையாக ஜாஃபர் அளித்த ஆதரவு எப்போதும் இல்லாத வகையில் இந்தக் கலகத்தின் மொத்த இயல்பையுமே மாற்றிப்போட்டுவிட்டது. பிரிட்டிஷ் இந்தியாவில் இதற்கு முன்பே நிறைய கலகங்கள் நடந்திருக்கின்றன. 1806 இல் திடீரென்று ஏற்பட்ட வேலூர் கலகத்தின்போது பிரிட்டிஷாரின் விரிவாக்கத்திற்கு இந்திய எதிர்ப்பாளர்களின் ஆயுதம் ஏந்திய போராட்டங்கள் அங்கே அதிகமாகவே நடந்தன. ஆனால், பிரிட்டிஷ் மேலதிகாரத்திற்கு சவால்விடுக்க முன்பு ஒருபோதும் இத்தகைய ஒரு சக்திவாய்ந்த கலவையான படைகள் ஒன்றுசேர்ந்ததே இல்லை.

கம்பெனிக்கு சொந்தமான இந்திய ராணுவங்களை முகலாயர்களின் புதிரார்ந்த படையுடன் இணைப்பதன் மூலமும், பெயரளவில் தலைவர் என்ற ஜாஃபரின் தயக்கமான பொறுப்பேற்பும், இந்தக் கலகத்தை வெறும் ராணுவக் கிளர்ச்சி என்பதில் இருந்து - டெல்லி மக்களால் மேற்கொள்ளப்பட்ட கொலை மற்றும் கொள்ளையின் ஒத்திசைவற்ற கொந்தளிப்பினால்தான் ஆதரவு பெற்றது என்றாலும்கூட - இந்தப் பத்தொன்பதாம் நூற்றாண்டு நெடுகிலும், இந்த உலகின் எந்த மூலையிலும், மேற்கத்திய பேரரசுகள் எதுவும் இதுவரையில் எதிர்கொண்டிராத, மிகவும் தீவிரமான ஆயுத சவாலாக அதனை மாற்றிவிட்டது.

இவை எல்லாம் ஒரு பக்கம் இருந்தாலும், ஜாஃபரைப் பொறுத்தவரையில், அவர் ஒரு எஜமானர் கூட்டத்திற்குப் பதிலாக மற்றொன்றிடம் பரிமாற்றம் செய்து வைக்கப்பட்டிருக்கிறாரா என்பதுதான் மிகமிக உடனடியான கேள்வி.

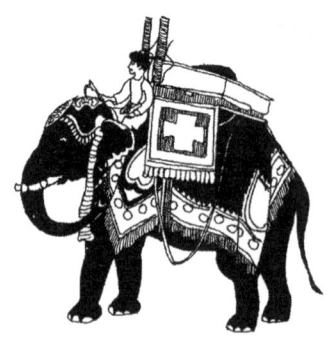

6
அழிவும் அமளியுமான நாள்

கலகம் வெடித்த அன்று நான்கு மணிக்கு, சார்லஸ் டோடின் இரண்டு துணைநிலை தந்தி இயக்குநர்களான பிராண்டிஷ் மற்றும் பில்கிங்டன் ஆகிய இருவரும் தங்களைப் பாதுகாத்துக்கொள்ள அலுவலகத்தை மூடிவிட்டு முதலில் கொடிக்கம்ப கோபுரத்திற்கும் பின்னர் மீரட்டிற்கும் பாதுகாப்பாக தப்பிச்சென்றனர்.

இருப்பினும், அவர்கள் அப்படி செய்வதற்கு முன்பாகவே, மோர்ஸ் குறியீட்டில் இரண்டு அவசரகால செய்திகளைப் பதிவுசெய்த அவர்கள் அவற்றைத் தலைமைத் தளபதிக்கும், பஞ்சாப் மற்றும் எல்லைப்பகுதியின் ராணுவ முகாம்களுக்கும் அனுப்பி வைத்தனர். அதன் அசல் வடிவங்கள் இரண்டுமே இப்போதும் லாகூரில் உள்ள பஞ்சாப் ஆவணக்காப்பகத்தில் இருக்கின்றன. மதிய வேளையில் அனுப்பப்பட்ட முதலாவது செய்தியில் பின்வருமாறு குறிப்பிடப்பட்டிருக்கிறது.

> *மீரட்டிலிருந்து வந்த, எண்ணிக்கை சரியாகத் தெரியாத 3 ஆவது லேசுரக காலாட்படையைச் சேர்ந்த ஏறக்குறைய நூற்றிஐம்பது கிளர்ச்சிக்காரர்கள் மீரட் உடனான தகவல் தொடர்பைத் துண்டித்துவிட்டார்கள். படகுப் பாலத்தையும் கைப்பற்றிவிட்டார்கள். அவர்களுக்கு எதிராக 54 ஆவது படைப்பிரிவு அனுப்பிவைக்கப்பட்டாலும் அவர்களால் எதுவும் செய்யமுடியவில்லை. சில அதிகாரிகள் கொல்லப்பட்டு, காயப்படுத்தப்பட்டார்கள். நகரம் ஒரு குறிப்பிடத்தகுந்த பதற்றத்தில் இருக்கிறது. துருப்புகள் அனுப்பப்பட்டிருக்கிறார்கள். ஆனால், எதுவும் நிச்சயமாகத் தெரியவில்லை.*

அந்த இரு இயக்குநர்களும் தப்பியோடுவதற்கு சற்று முன்னர் இரண்டாவது தந்தி அனுப்பப்பட்டிருக்கிறது. 'நாங்கள் அலுவலகத்தை விட்டுப்

போக வேண்டியிருக்கிறது. மீரட் சிப்பாய்களால் எல்லா மாளிகைகளும் தீக்கிரையாக்கப்பட்டுள்ளன. அவர்கள் இன்று காலைதான் வந்தனர். நாங்கள் போகிறோம். திரு. சி. டோட் இறந்துவிட்டார் என்று நினைக்கிறோம். இன்று காலை வெளியே சென்ற அவர் இன்னும் வந்துசேரவில்லை.'¹

இது தந்தி அனுப்பும் புதிய தொழில்நுட்பத்தின் பலத்தை நிரூபித்துக் காட்டியது - இதைத்தான் அந்த யுகத்தின் அற்புதங்களுள் ஒன்று என காலிப் கருதினார் - அந்தச் செய்திகள் அம்பாலாவை எட்டின, சிலமணி நேரங்களுக்குள் அவை லாகூர், பெஷாவர் மற்றும் சிம்லாவிற்கும் அனுப்பி வைக்கப்பட்டன.

ஹிமாலய கோடைக்கால தலைநகரத்தின் குளிர்ச்சியை அனுபவித்துக் கொண்டிருந்த தலைமைத் தளபதியான ஜெனரல் ஜார்ஜ் ஆன்ஸன் செவ்வாய்க்கிழமை காலை உணவு நேரத்தின்போது அந்த செய்தியைப் பெற்றார். அதனை ஒரு துரித செய்தியாளன் ஒரே இரவில் அந்த மலைப்பாதையைக் கடந்துவந்து அவரிடம் சேர்த்திருந்தான். நாற்பது வருடங்களுக்கு முன்னர் வாட்டர்லூவில் சேவை புரிந்ததற்கு பின்னர் பணியில் இல்லாதவர்போன்றே காணப்பட்ட ஆன்ஸன், முன்னதாக கொழுப்பு தடவப்பட்ட ரவைகளின் முக்கியத்துவம் குறித்து அலட்சியம் காட்டியது போன்றே, அப்போது நடந்த விஷயத்தின் தீவிரத் தன்மையையும் உணர்ந்துகொண்டதாகத் தெரியவில்லை.² அவருடைய ஆலோசகர்களுள் ஒருவரான கர்னல் கீத் யுங் தன்னுடைய நாட்குறிப்பில் குறிப்பிட்டுள்ளபடி அன்று மாலை, 'அந்த [முழு] விஷயத்தையும் ஊதித்தள்ளிய அவர், பார்த்துக்கொள்ளலாம் என்று இருந்துவிட்டார்.' இரண்டு நாட்கள் கழித்தும் தலைமைத் தளபதியான ஆன்ஸன் சிம்லாவில் தன்னுடைய இடத்தைவிட்டு அசையாமல் இருந்தபோது அவருக்கு மிகவும் விசுவாசமிக்க நண்பர்கள்கூட இப்படிப்பட்ட அவருடைய எதிர்வினையால் கவலையடைந்தனர். 'தலைமைத் தளபதி குற்றச்சாட்டுக்கு ஆளானார்' என்று ஒரு கடிதத்தில் எழுதியிருக்கிறார் யுங்கின் மனைவி.

அவர் ஒரு படைவீரராக பயிற்சிபெற்றவரல்ல என்பதுடன் அந்த சூழ்நிலையின் முக்கியத்துவம் குறித்தும் அவரால் புரிந்துகொள்ள இயலவில்லை. செவ்வாய்க்கிழமை காலையில் அந்தக் கெட்ட செய்தியைக் கேட்டபோதே அவர் உடனடியாக செயல்பட்டிருக்க வேண்டும். ஆயுதக்கிடங்கின் தலைவரான கர்னல் பெஷர் நேரத்தை வீணடிக்க வேண்டாம் என்று தன்னால் முடிந்த அளவுக்கு அவரை வற்புறுத்தினார். அதற்கும் முடியாது என்ற அவர் தபாலுக்காக காத்திருக்கப்போவதாக கூறினார். மின்னணு தந்தி ஒரு செய்தியை தெரிவிக்கும்போது அதற்கும் வினையாற்றவில்லை என்றால் அதன் பயன்தான் என்ன?³

நான்கு நாட்கள் கழித்து 15 ஆம் தேதியன்று ஆன்ஸன் இறுதியாக அம்பாலா வரை வந்துவிட்டபோதுதான் படைவகுக்கும் பிரச்சினையின் காரணமாக தன்னுடைய படையினரால் அதற்கு மேல் செல்லமுடியாது என்பதைத் தெரிந்துகொண்டார். செலவு குறைப்பு நடவடிக்கைகளின் ஒரு பகுதியாக ராணுவத்தின் சுமையேற்றும் ஒட்டகங்கள் அப்போதுதான் விற்கப்பட்டன. இப்போது, அம்பாலாவில் கூடியிருந்த மூன்று ஐரோப்பிய ரெஜிமெண்டுகளையும் - முன்னதாக டெல்லி கொத்தளப் படைப்பிரிவு என்று குறிப்பிடப்பட்டது - அவர்கள் சென்றுசேரவேண்டிய இடத்தை நோக்கி ஒப்பந்ததாரர்கள் ஓர் அடிகூட முன்னோக்கி நகர்த்திச் செல்வதுபோல் தெரியவில்லை.

வேறு சில பிரச்சினைகளும் இருந்தன. சிம்லாவில் இருந்து வந்துசேரும் என்று உறுதியளிக்கப்பட்டிருந்த பொருள்கள் வரத் தவறியதால் ரெஜிமெண்டைச் சேர்ந்த யாரிடமும், அவர்களுடைய பைகளில் இருந்த இருபது சுற்றுகள்வரை மட்டுமே சுடக்கூடிய அளவிலான தோட்டாக்களைத் தவிர வேறு எதுவுமே இல்லை. மேலும், குறைந்தபட்சம் ஒரு ரெஜிமெண்டுக்காவது வந்திருக்க வேண்டிய சிப்பங்கள் மலைப்பகுதிக்கும் அம்பாலாவுக்கும் இடையில் தொலைந்துபோனதால் வீரர்கள் ஒவ்வொருவரிடமும் இரண்டு வெள்ளை ஜாக்கெட்டுகளும், ஒரு ஜோடி கால்சராய்கள் மட்டுமே இருந்தன.[4] இதைவிட இன்னும் மோசம் என்னவென்றால், அம்பாலாவில் இருந்த, தெள்ளத்தெளிவாக அதிருப்தியுற்ற சிப்பாய்களின் ஆயுதங்களைக் களைந்து, அவர்களை நிராயுதபாணியாக்குமாறு கூறிய தன்னுடைய பணியாளர்களின் எச்சரிக்கைகளை ஏற்கவும் ஆன்ஸன் மறுத்துவிட்டார். இதன் விளைவாக உடனடியாக கலகத்தில் இறங்கிய அவர்கள் தங்களிடம் இருந்த மொத்த ஆயுதங்களையும் எடுத்துக்கொண்டு கிராண்ட் டிரங்க் சாலை வழியாக டெல்லியை நோக்கி விரைந்தனர். இதுகுறித்து, இரண்டாவது லெப்டினெண்டான இளம் ஃபிரெட் ராபர்ட் பின்வருமாறு எழுதியுள்ளார்.

> *அன்புள்ள அம்மா, இந்தக் குழப்பத்தின்போது ஏறக்குறைய பாரபட்சமில்லாமல் முட்டாள்தனமாக நடந்துகொண்டமைக்கான குற்றப்பழிக்கு ஆங்கிலேயர்கள் ஆளாகிவிட்டார்கள் என்பதை நீங்கள் நம்பமாட்டீர்கள். இது சரியான கேலிக்கூத்து, ஒரு ராணுவம் இப்படித்தான் சிதறிப்போனது. எல்லாம் எப்படி முடமாகிப்போனது என்பதை உங்களால் நம்ப முடியாது. எங்களுக்கு வாய்த்த தலைமைத் தளபதி மிகவும் அலட்சியத்துடன் எதுகுறித்தும் முடிவெடுக்க முடியாதவராக இருந்தார்.*[5]

ஆனால், இது வெறும் ஆன்ஸனின் தவறு மட்டும் அல்ல. இதுபோன்ற படைவகுக்கும் பிரச்சினைகள்தான் ஐரோப்பிய ரெஜிமெண்டுகள் கிளர்ச்சிக்காரர்களைப் பின்தொடர்ந்து டெல்லிக்குச் செல்ல முடியாதவாறு

செய்ததன் பின்னணியாகும். மே 12 அன்று, மீரட் கலகப்பரவலுக்கு இரண்டு நாட்கள் கழித்து, காவலரண் தளபதிகளில் ஒருவரான ஜெனரல் ஆர்ச்டேல் வில்ஸன் தன்னுடைய மனைவிக்கு எழுதிய கடிதத்தில், 'எங்களிடம் 15 யானைகள் மற்றும் சில எருதுகளைத் தவிர்த்து முன்னேறிச் செல்ல எந்தச் சக்தியும் இல்லாமல் இருந்தோம்.[6]' என்று ஒப்புக்கொண்டுள்ளார். வில்ஸனின் சக ஊழியரான ஜெனரல் ஹுவிட் அச்சமயத்திலும்கூட திறனற்ற ஒருவராகவே இருந்துள்ளார். வில்ஸனே எழுதியுள்ளதைப் போல், '[ஹுவிட்] ஒரு பயந்தாங்கொள்ளி கிழட்டு முட்டாள், தன்னுடைய பழுத்துப்போன உடலைப் பாதுகாத்துக்கொள்வதைத் தவிர அவர் வேறு எதைப்பற்றியும் யோசிப்பதே இல்லை.'[7]

பத்து நாட்களாக, அம்பாலாவில் இருந்த துருப்புகள் தங்களை கைவிடப்பட்டவர்களாக, மலையடிவாரத்தின் பயங்கரமான வெப்பத்தில் இருந்து தங்களைத் தற்காத்துக்கொள்ள இயலாதவர்களாக உணர்ந்தார்கள். அதேநேரம், காலராவும் உருவாகத் தொடங்கி கிளர்ச்சிக்காரர்களின் தோட்டாக்களால் ஏற்பட்டிருக்கக்கூடிய அளவிலான மரணங்களை தோற்றுவிக்கும் கொள்ளைநோயாக உருவெடுக்கத் தொடங்கியிருந்தது. 'அந்த முடைநாற்றம் மிகப் பயங்கரமானது' என்று நினைவுகூர்கிறார் 75 ஆவது கார்டன் ஹைலேண்டர்ஸ் பிரிவைச் சேர்ந்த இளம் லெப்டினெண்ட் ரிச்சர்ட் பார்டர்.

> *பயங்கரமான கொள்ளைநோயால் கொண்டுபோகப்பட்ட மூன்று நான்கு பேர்களின் இறந்த உடல்கள் அவர்களுடைய தலையணை உறைகளிலேயே எனக்கருகில் மூடப்பட்டுக் கிடந்தன. அங்கு நிலவிய வெப்பம் மிகவும் பயங்கரமானது. இலைகளை அசைக்கும் அளவுக்குக்கூட காற்று வீசவில்லை. நாங்களோ இறந்தவர்கள் மத்தியிலும், மரத்தின் கீழே இருந்த காற்றில் எதிரொலித்துக் கொண்டே இருக்கும் இறந்து கொண்டிருப்பவர்களின் முனகல்களுடைய எதிரொலிகளுக்கு நடுவிலும் இருந்தோம்.[8]*

இதுவெல்லாம் மே 24 அன்று இரவுவரை மட்டுமே - அதாவது கலகப்பரவலுக்கு பதிமூன்று நாட்களுக்குப் பின்னர் - ஆர்ஸனும் கொத்தளப் படையும் இறுதியில் அம்பாலாவில் இருந்து முகலாய தலைநகரத்தை நோக்கி நகரத் தொடங்கியபோது - தலைமைத் தளபதி மட்டும் 27 ஆம் தேதி இரவு கர்னாலுக்கு வந்துசேர்ந்த பின்னர் சற்று நேரத்திலேயே காலராவால் மரணமடைந்தார். அச்சமயத்தில், பிரிட்டிஷாரால் பயன்மிக்க வகையில் எந்த முயற்சியும் மேற்கொள்ளப்படாமல் போனதும் ஒரு காரணம் என்ற வகையில் வடமேற்கு எல்லையில் இருந்த நவ்ஷரா, அம்பாலா, ஃபிலோர் மற்றும் பஞ்சாபைச் சேர்ந்த ஃபெரோஸ்பூர், ராஜபுதனத்தைச் சேர்ந்த நஸிராபாத்

மற்றும் வடமேற்குப் பிராந்தியங்களான ஹன்ஸி, ஹிஸ்ஸார், முராதாபாத், ஆக்ரா, அலிகார், இதாவா, மணிப்பூரி மற்றும் ஆக்ராவிற்கு கிழக்கே இருந்த, தென்கிழக்கு பகுதியான இதா ஆகிய இடங்களில் வேலைக்கு அமர்த்தப்பட்டிருந்த சிப்பாய்களிடையே கலகம் பரவியது.[9]

வரைபடத்தைப் பார்க்கையில், இந்தக் கலகப்பரவலானது டெல்லிக்கு வெளியில் இருந்த முக்கியப் பகுதிகளுக்கும் மையம் விலகாத வட்ட அலைகளாகப் பரவியது. வட இந்தியா முழுவதிலும் இருந்த ஹிந்து மற்றும் முஸ்லிம் பிரிவுகளைச் சேர்ந்த அதிருப்தியுற்ற தனிநபர்கள், குழுக்கள் மற்றும் கொள்கைகளின் மாறுபட்ட நம்பிக்கைகள் மற்றும் விருப்பார்வங்கள் ஆகிய அனைத்தும் கவனம் செலுத்திய மையமாக பேரரசர் இரண்டாம் பகதூர் ஷாவும், அவருடைய புதுப்பிக்கப்பட்ட முகலாயப் பேரரசும் இருந்தன. அத்துடன், தங்களுடைய பிரிட்டிஷ் எஜமானர்களுக்கு எதிராக கிளர்ந்தெழுந்தவுடன் ஏறக்குறைய கிளர்ச்சிக்காரத் துருப்புகள் அனைவரும் டெல்லியை நோக்கியே முன்னேறினர். பிரிட்டிஷாரை ஆச்சரியப்படுத்தும் வகையில் கிளர்ச்சிக்கார துருப்புகள் அனைவருமே வன்முறையாளர்களாக உருவாகவில்லை. பதிலாக,

> *தங்களுடைய ஆங்கிலேய அதிகாரிகளை நிந்திக்கவோ அல்லது அவமானப்படுத்தவோ செய்யாத அவர்கள். அமைதியாகவும் உறுதியான வகையிலும் கிழக்கிந்திய கம்பெனியின் சேவையில் இருந்து தங்களைத் தாங்களே விடுவித்துக்கொள்வதாக அறிவித்தார்கள். டெல்லி அரசரின் ஆளுகைக்கு உட்பட்டவர்களாகவும் தங்களைப் பதிவு செய்தனர். சில சமயங்களில் தங்களுடைய அதிகாரிகளுக்கு முகமன் கூறவும் செய்த அவர்கள், அந்த அதிகாரிகளிடத்தில் எல்லாவகையிலும் மரியாதை காட்டிய பின்னர் கலகத்தில் பெரும் கவனம் செலுத்தும் வகையில் தங்கள் முகங்களைத் திருப்பிக்கொண்டனர். பெருத்துக்கொண்டே சென்ற அவர்களின் எண்ணிக்கை ஹிந்துஸ்தானத்தின் முகம்மதிய தலைநகரத்தில் எங்களுக்கு எதிராகச் சண்டையிட இருந்தது.[10]*

இந்தக் காரணத்தினால்தான், முகலாயர்கள் மற்றும் பிரிட்டிஷ் ஆட்சியின் எதிர்காலமானது மிகப்பெரிய அளவில், டெல்லியில் நடக்கின்ற விஷயங்களையே சார்ந்திருக்க வேண்டியதானது. ‘எங்களுடைய வெற்றியில்தான் இந்தியாவின் விதியே அடங்கியிருக்கிறது’ என்று கிராண்ட் டிரங்க் சாலையின் ஊடாக தெற்குப்பக்கமாக டெல்லி கொத்தளப்படை மெதுவாக ஆர்ப்பரிக்கத் தொடங்கியபோது ஃபிரட் ராபர்ட்ஸ் தன்னுடைய அம்மாவுக்கு எழுதிய கடிதத்தில் பின்வருமாறு தெரிவித்திருக்கிறார். ‘தோல்விதான் முடிவு என்றால், நடக்கப்போவது என்னவென்று கடவுளுக்கு மட்டும்தான் தெரியும்.’[11]

அதிர்ஷ்டவசமாக பிரிட்டிஷ்காரர்களுக்கு வாய்த்த எல்லாத் தளபதிகளும் ஆன்ஸன், வில்ஸன் மற்றும் ஹ்ூவிட் போன்று மிக மெதுவாக, பயனற்ற முறையில் செயலாற்றக்கூடியவர்கள் அல்ல.

லாகூரில், பஞ்சாபின் முதன்மை ஆணையரான சர் ஜான் லாரன்சின் தலைமையகமானது, மே 13 அன்று காலையிலேயே அதிருப்தியுற்றிருந்த நான்கு இந்திய ரெஜிமெண்டுகளை சட்டென்று நிராயுதபாணியாக்கியது. அத்துடன் பிரிட்டிஷ் ஆயுதப்பிரிவினால் நியமிக்கப்பட்ட பனிரெண்டு தயார்நிலை பீரங்கிகள் அணிவகுப்பு பயிற்சி மைதானத்தில் அவர்களை நோக்கிக் குறிவைத்திருந்தன. அன்றைக்கு முந்தைய இரவில் சிப்பாய்களுக்குச் சந்தேகம் வந்துவிடக்கூடாது என்று, முன்பே திட்டமிட்டிருந்த ரெஜிமெண்ட் நடன நிகழ்ச்சியும் வழக்கம்போல் நடத்தப்பட்டது. 'அன்றைய மாலைப்பொழுது மகிழ்ச்சியாக கடந்தது' என்று தன்னுடைய நாட்குறிப்பில் எழுதியிருக்கிறார் ஓர் அதிகாரி. 'அது அழுகைகளை மீறிய ஏமாற்றுவேலை. பெண்களில் பாதிபேர் வரவில்லை. அங்கிருந்த மீதமிருந்தவர்களாலும் தங்களுடைய கவலைகளை மறைத்துக்கொள்ள முடியவில்லை.'[12]

அதேநேரம், வெகுதொலைவில் பெஷாவருக்கு வடமேற்கே இந்தியாவில் இருந்த மிகவும் தீவிரவாத எவன்ஜிலிக்கல் அதிகாரிகளான ஹெர்பர்ட் எட்வர்ட்ஸ் மற்றும் ஜான் நிக்கல்ஸன் ஆகிய இருவரும், மே 11 அன்று தந்தி செய்திகள் வந்த உடனே தங்களுடைய வியூகத்தைப்பற்றி ஆலோசிப்பதற்காக நேரில் சந்தித்துக்கொண்டனர். வழக்கத்திற்கு மாறான துருப்புகளைக் கொண்டு பஞ்சாபைச் சரணடைய வைக்கும் அளவுக்கு அவர்களை அச்சுறுத்த வேண்டும் என்பதே அவர்களுடைய வியூகமாக இருந்தது. 'அது அந்தத் தளத்தை உடனடியாக கைப்பற்றக்கூடியதாக இருக்க வேண்டும்' என்று மே 12 அன்று ஜான் லாரன்ஸிற்கு எழுதினார் எட்வர்ட்ஸ். 'இந்த அதிருப்தியைப்பற்றிய பேச்சு பரவிவிடக் கூடாது. அது வீழ்த்தப்பட வேண்டும். இரத்தம் சிந்தப்படும் என்றால் அது முடிந்த அளவுக்கு குறைவாகவே இருக்க வேண்டும்.'[13] இதற்கு லாரன்ஸ் உடன்பட்டார். நான்கு நாட்களுக்குள்ளாகவே நகரும் படையணி ஜீலத்தில் உருவானது. அவர்கள் எந்தத் திசையை நோக்கியும் விரைவாக செல்லத் தயாராக இருந்தார்கள் என்பதுடன் எங்கு கலகம் வெடித்தாலும் அதை நசுக்குவதற்கும் கம்பெனி தயாராகவே இருந்தது.[14]

நிக்கல்ஸனிடம், மிகவும் ரத்தக்களறியான வேறு சில யோசனைகள் இருந்தன. அதனை அவர் தன்னுடைய மேலதிகாரியிடம்கூட சொல்லவில்லை. ஆனால், டெல்லியில் படுகொலைகள் நிகழ்ந்தால்

என்ன செய்யவேண்டும் என்பது குறித்து அவர் பின்னாளில் எட்வர்டிடம் கூறியிருந்தார். அவர் முன்மொழிந்தபடி அவர் கூட்டாக சேர்ந்து 'டெல்லியின் [பிரிட்டிஷ்] பெண்கள் மற்றும் குழந்தைகளை கொலை செய்பவர்களை உயிருடன் தோலுரித்தல், கழுவேற்றுதல், அல்லது உயிருடன் எரித்தல் போன்ற தண்டனைகளை வழங்க வேண்டும். இதுபோன்ற குற்றமிழைத்தவர்களை வெறுமனே தூக்கில் தொங்கவிடுவது மடத்தனமானது. என்னால் முடிந்தால், இந்தச் சைத்தான்களின் கூட்டம் வெறுமனே தூக்கில் தொங்குவதைப் பார்த்துக்கொண்டிருக்க மாட்டேன்.' நிக்கல்ஸனின் யோசனையை ஏற்க எட்வர்ட்ஸ் மறுத்ததால், அவர் உதவி செய்யவில்லை என்றாலும்கூட தானே இதனை மேற்கொள்ளப்போவதாகவும் நிக்கல்ஸன் கூறியிருந்தார்:

> *பெண்களையும் குழந்தைகளையும் சித்திரவதை செய்யும் கொலைகாரர்களைப் பொறுத்தவரை இதுதான் சரி என்றால் நாம் அதிலிருந்து பின்வாங்கிவிடக் கூடாது. ஏனென்றால், இதுதான் பூர்வீக பழக்கவழக்கம். தவறுகளுக்கு ஏற்பக் கசையடிகள் தரலாம் என்று நமக்கு பைபிளிலேயே சொல்லப்பட்டிருக்கிறது. இதுபோன்ற காட்டுமிராண்டிகளை தூக்கிலிடுவதுதான் போதுமான தண்டனை என்றால் அது சாதாரண கிளர்ச்சியாளர்களுக்கும்கூட மிகவும் கடுமையான தண்டனைதான். இன்று அவர்கள் என்னுடைய அதிகாரத்தில் இருந்திருந்தால், அவர்கள் மீது நான் மேற்கொள்ள நினைக்கும் மிகுந்த வேதனையளிக்கக்கூடிய சித்திரவதைகளை மிகவும் சாதாரண மனசாட்சியுடன் மேற்கொள்வேன்.*[15]

கடுமையான நடவடிக்கைகள் என்ற கொள்கையுடன் ஜான் லாரன்ஸ் எந்த வகையிலும் முரண்படவில்லை. டெல்லியில் சர் தாமஸ் மெட்கால்ஃபின் முன்னாள் உதவியாளரான அவர் தன்னுடைய கடும் உழைப்பு மற்றும் திறமைக்கு கிடைத்த மரியாதையின் காரணமாக கம்பெனியின் பொதுச்சேவை பதவிகளில் வேகமாக உயர்ந்தார். வெப்பமான காலநிலையின்போது தன்னுடைய அதிகாரிகள் மலைப்பிரதேசங்களுக்குச் சென்றுவிடுவதற்கு அவர் தடைவிதித்தார்.[16] அவருடைய இளநிலை அதிகாரிகளுள் ஒருவர் தன்னுடைய பஞ்சாப் பங்களாவிற்கு பியானோ ஒன்றை எடுத்துவந்திருக்கிறார் என்று கேள்விப்பட்டபோது லாரன்ஸ் அதுகுறித்து சர்ச்சையை ஏற்படுத்தினார். 'நான் அவருடைய பியானோவை நொறுக்கப்போகிறேன்' என்ற அவர் அந்த அதிகாரியை 'ஐந்து வருடங்களுக்குப் பஞ்சாபின் ஒரு முனையில் இருந்து மற்றொரு முனைக்கு ஐந்து முறை இடம் மாற்றப்போகிறேன்' என்றார்.[17] இதைக் கேள்விப்பட்டபோது லாரன்ஸால் நீண்டகாலமாக பாதிக்கப்பட்ட அதிகாரிகளுள் ஒருவர் பின்வருமாறு குறிப்பிட்டுள்ளார்,

நான் கல்கத்தாவில் அழகான டின்னர் பொருள்களை வாங்கினேன். ஆனால், இதை வெளியே சொல்லிவிட வேண்டாம் என்று எனக்கே கடும் அறிவுரைகள் வழங்கப்பட்டன. ஏனென்றால் அவற்றில் கடைசிப் பொருள் உடையும்வரை அவர் என்னை இடமாற்றம் செய்துகொண்டே இருப்பார் என்று அவர்கள் அச்சுறுத்தினார்கள். அவர் [லாரன்ஸ்] ஒரு கரடுமுரடான, முரட்டுத்தனமான மனிதர். பூட்ஸ்களும் கால்சராய்களும் அணிந்த, மாவட்ட அதிகாரிகளுக்கே உரித்தான சுறுசுறுப்பான மனிதர். கட்டுப்பாடு மிகுந்தவர். நாள் முழுவதும், சொல்லப்போனால், இரவு முழுவதும் வேலை செய்யக்கூடியவர். நினைக்கும் நேரத்தில் நினைத்தபோது சாப்பிடுவார். குடும்ப பந்தங்கள் கிடையாது. அவரைத் தடுப்பதற்கு மனைவியோ அல்லது குழந்தைகளோ கிடையாது. அவருடைய முழு உலகமும் ராணுவ முகாமில் உள்ள படுக்கை, ஒரு விசித்திரமான மேசை மற்றும் நாற்காலி மற்றும் ஒட்டகத்தின் மீது தொங்கவிடக்கூடிய அளவுக்கான ஒரு துணிப்பெட்டி ஆகியவற்றோடு முற்றுப்பெறுகிறது.[18]

இந்த விவரணைக்கு முற்றிலும் பொருந்திப்போகக்கூடியவர் ஜான் நிக்கல்ஸன். சொல்லப்போனால், அவர்கள் இருவருக்கும் இடையில் ஓர் இறுக்கமான உறவே நிலவியது. நிக்கல்ஸன் யாருடைய உத்தரவுக்கும் - குறைந்தபட்சம் விமர்சனத்தை ஏற்றுக்கொள்கிற அளவுக்குக்கூட - கீழ்படிகிறவர் அல்ல. ஓர் இளம் அதிகாரி அவரைப் பின்வருமாறு விவரிக்கிறார்.

கட்டளையிடக்கூடிய ஆளுமை, ஆறடி இரண்டு அங்குலம் உயரம், நீளமான கருத்த தாடி, கருத்த விழிகளோடு இருண்ட சாம்பல்நிற கண்கள், அதுவும்கூட கொந்தளிப்பான நேரத்தில் புலியின் கண்களைப்போல் மாற்றமடையும். எந்தவித வர்ணமும் அற்ற அந்த முகத்தில் புன்னகை என்பதைப் பார்க்கவே முடியாது. நிக்கல்ஸனின் சமரசமற்ற கடமையுணர்ச்சியானது 'கருணை' என்ற வார்த்தையை அவருடைய அகராதியில் இருந்தே நீக்கிவிட்டது. [அத்துடன்] இந்தியாவில் இருந்ததிலேயே மிகச்சிறந்த வாள்வீரர் என்ற பெருமையும் அவருக்கு உண்டு.[19]

அவ்வளவு சுலபத்தில் பேசிவிடாத, அல்ஸ்டர் புராட்டஸ்டண்டாக சுயதிருப்தி அடைந்த அவர் ராவல்பிண்டியில் மாவட்ட ஆணையராக இருந்தபோது உள்ளூர் கொள்ளைக்காரத் தலைவனின் தலையை வெட்டியெடுத்து, அதைத் தன்னுடைய மேசையில் ஒரு நினைவுச்சின்னமாக வைத்துக்கொண்டார் என்று சொல்லப்படுவதுண்டு.[20] மேலும், அவர் ஒருசில வார்த்தைகள் மட்டுமே பேசுவார். இதுகுறித்துக்

குறிப்பிட்டுச் சொல்லவேண்டும் என்றால் அவர் லாரன்ஸுக்கு எழுதிய, ஆவணக் காப்பகத்தில் உள்ள ஒரு கடிதத்தைக் குறிப்பிடலாம். அதில், 'சார், என்னைக் கொல்ல வந்த ஒருவனை நான் சுட்டுக் கொன்றுவிட்டேன் என்பதை தங்களுக்கு தெரிவித்துக்கொள்வதில் கௌரவமடைகிறேன். தங்களுடைய கீழ்ப்பணிந்த சேவகன், ஜான் நிக்கல்ஸன்' என்பதே அந்த முழு கடிதத்தில் இருந்த மொத்த விஷயங்கள். ஆனாலும்கூட, அவரை விஷ்ணுவின் அவதாரமாக குறிப்பிடுகின்ற, *நிக்கல் சய்ன்** என்ற மதப்பிரிவினருக்கு நிக்கல்ஸன் முழு உந்துதலாகவும் இருந்திருக்கிறார் என்பதற்கான காரணம்தான் இன்னும் முழுமையாக விளங்கவில்லை. அமைதியாக இருக்கும்வரையில் நிக்கல்ஸன் தன்னுடைய பக்தர்களை சகித்துக்கொண்டார். ஆனால், 'அவர்கள் வணங்கினாலோ அல்லது மந்திரம் சொல்ல ஆரம்பித்தாலோ அவர்கள் அப்புறப்படுத்தப்பட்டு கசையால் விளாசப்பட்டிருப்பார்கள்.' அந்தத் தண்டனையில் மாற்றமே கிடையாது. 'ஒன்பது முடிச்சு சாட்டையால் மூன்று டசன் விளாசல்கள்.'[21]

இருப்பினும் - ஒருவகையில் இதன் காரணமாகவும் - இத்தகைய விவரிக்க முடியாத மரியாதை இருந்தபோதிலும், நிக்கல்ஸன் இந்தியாவை ஆழமாக வெறுக்கவே செய்த ('நான் இந்தியாவையும் அதன் மக்களையும் நாளுக்குநாள் அதிகமாகவே வெறுக்கிறேன்') அவர் ஆப்கானியர்களை மட்டும் மிக மோசமானவர்கள் ('இருப்பதிலேயே மிகுந்தத் தீயொழுக்கமும், ரத்தவெறியும் பிடித்த இனம்') என்றே குறிப்பிடுகிறார்.[22] 1842 ஆம் ஆண்டு ஆப்கன் போரின் பேரழிவின்போது அவரைக் கைப்பற்றிச் சிறைப்படுத்தியபோதே இந்தக் கண்ணோட்டங்கள் அவரிடம் உருவாகிவிட்டன. அவர் வெளியேவந்த சமயத்தில், அவருடைய இளைய சகோதரரின் மரணித்த உடலையே அவர் கண்டார். அவருடைய ஆண்குறி வெட்டியெடுக்கப்பட்டு அவருடைய வாயிலேயே திணிக்கப்பட்டிருந்தது. இதனால் ஆப்கானியர்களை - உண்மையில் இந்தியர்களையும், எந்த தேசத்தையும் சேர்ந்த முஸ்லிம்களையும் - பற்றிய அவரது உணர்வு உறுதிப்பெற்றது. 'கடுமையான வெறுப்புணர்வை' மட்டுமே தான் உணர்வதாக அவர் கூறினார்.[23] கிறிஸ்துவ பேரரசை இந்தக் காட்டுமிராண்டி வனத்திற்குள் பரப்பவேண்டும் என்ற அவருடைய ஆசை மட்டுமே அவரைக் கிழக்கில் இருக்க வைத்திருந்தது. உண்மையில், ஆப்கன் போரினால் ஏற்பட்ட இத்தகையப் படுகொலைக்கு நடுவிலும் அவர் தப்பிப் பிழைத்ததானது ஏறக்குறைய விதிவழியேயான இறைத்தூதர் உணர்விற்கு அவரை இட்டுச்சென்றுவிட்டது. அதாவது, கொல்லப்பட்ட மற்ற பல கிறிஸ்துவர்களுக்கிடையில் இறைவனின் ராணுவம் தன்னைக் காப்பாற்றியிருக்கிறது என்றால் அது ஏதோ ஒருவகையில் இறையுணர்வின் உயர்வான நோக்கத்திற்காகத்தான் இருக்கும் என்பதேயாகும்.

* உருது மொழியில் நிக்கல் செய்ன் என்ற வார்த்தைக்கு 'ராணுவம் வெளியே வரட்டும்' என்பது போன்ற அர்த்தம் உண்டு.

இத்தகைய இறைத்தூதரிய ஒளிக்கீற்றின் விளைவாகவும்கூட தன்னுடைய நேரத்தைச் சிறப்பாகக் கையாள வேண்டிய தேவை நிக்கல்ஸனுக்கு ஏற்பட்டது. அத்துடன் வெளிப்படையான முற்போக்குத்தனமிக்க லாரன்ஸ் இந்த வேலைக்கு ஏற்றவராக இருக்க வேண்டும் என்ற அவசியமில்லை. கடந்த வருடம் நிக்கல்ஸனுக்கு ஆங்கிலோ - இந்திய கலவையில் பிறந்த ஒரு பணியாளரை அளித்து 'அவமானப்படுத்திய' பின்னர் அதற்கு நிக்கல்ஸன் அளித்த பதில் லாரன்ஸை கொன்றுவிடுவது என்று அவர் விடுத்த மிரட்டலேயாகும் அல்லது அவரே சொல்வதுபோல் 'நியாயப்படுத்தக்கூடிய படுகொலையை மேற்கொள்வதற்கு. தனிநபர்களுக்கும், தேசங்களுக்கும் தங்களுக்கேயான உரிமைகள் இருக்கின்றன.' எட்வர்டிற்கு அவர் எழுதிய கடிதத்தில் பின்வருமாறு குறிப்பிடுகிறார்:

லாரன்ஸுக்கு எதிராக போர்த்தொடுக்க ஒரு தனிநபருக்கு உரித்தான அத்தனை உரிமைகளும் எனக்கு இருக்கின்றன என்பது ஒரு தேசமாக இங்கிலாந்து, பாரசீகத்திற்கோ அல்லது சீனாவிற்கோ எதிராக போர்த்தொடுப்பதற்கு உள்ள உரிமைகளைப் போன்றதுதான். பஞ்சாப் முழுமைக்கும் தெரியும்படியாக அவர் என்னை அவமானப்படுத்தியிருக்கிறார் என்றே நான் நினைக்கிறேன். இதேபோன்ற நிலைக்குத் தள்ளப்பட்டவர்கள் அடுத்தடுத்து தங்களுக்கானத் தீர்வை தாங்களே தேடிக்கொண்டால் இந்த உலகத்தில் குறைவான அநீதியும், அடக்குமுறையுமே இருக்கும் என நான் உறுதியாகக் கூறுவேன். 'அவரை மன்னிப்பதற்கான கருணை' என்னிடம் இல்லவே இல்லை. என்னுடைய மனதில் வேறுவிதமான எண்ணங்கள் ஓடிக்கொண்டிருக்கும்போது அப்படிப்பட்ட வார்த்தைகளை உச்சரிப்பது முற்றிலும் போலியானது.[24]

ஓர் ஆய்வாளர் குறிப்பிடுவதுபோல், நிக்கல்ஸன் 'வன்முறையின் அவதாரமாகவே' இருப்பினும் அவருடைய பித்தநிலையிலான கோபமானது அப்போது நிலவிய அரசியல் குழப்பத்திற்கு சரியாகப் பொருந்திப்போனது. ஆன்ஸன்களும் வில்ஸன்களும் தாமதப்படுத்தி, தயங்கிய இடத்திலெல்லாம் நிக்கல்ஸன் உடனடியாக படைவகுக்கவோ அல்லது எதிர்-அணிவகுக்கவோ செய்தார். சிப்பாய்களின் ரெஜிமெண்டுகளை நிராயுதபாணியாக்கினார். கிளர்ச்சியை ஒடுக்கினார். பின்னர், அதன் சிப்பாய்களைத் தூக்கிலிட்டார். அவர் கிளர்ச்சிக்காரர்களைப் பீரங்கிவாயில் கட்டிவைத்து சிதறடிப்பதற்குத் தடைவிதித்தார். இது நீண்டகால முகலாயர்களை கௌரவப்படுத்தும் கருணையின் அடிப்படையிலானது அல்ல. ஆனால், 'இதற்கு செலவழிக்கும் பீரங்கி குண்டுகளை மிகவும் பயன்மிக்கதாக வேறுவகையில் பயன்படுத்திக் கொள்ளலாம் என்பதால்தான்.'[25] அவருடைய செயல்கள் விக்டோரிய

வாய்வழிக் கதைகளின் மூலாதாரமானது. அவர் கைப்பட எழுதிய கடிதங்களும், செய்திக்குறிப்புகளுமேகூட அவருடைய செயல்களில் பலவற்றையும் கற்பனைக் கதைகளில் இருந்து உண்மையைப் பிரித்துப் பார்ப்பது கடினம் என்பதை உணர்த்துகின்றன. அவர் உறங்குவதே இல்லையென்றும், அவருக்குப் பயமே கிடையாது என்றும் சொல்லப் பட்டது. அவர் ஆட்டோக் கோட்டையை ஏறக்குறைய தனியாளாகவே தாக்கினார். ஒரு சிறிய பதான் முறைப்படுத்தா ராணுவக்குழுவைக் கொண்டு கிளர்ச்சிக்கார சிப்பாய் ரெஜிமெண்டுகள் பலவற்றையும் சிதறடித்தார். ஒருமுறை, ஒரே வெட்டில் ஒருவனை இரண்டு துண்டாக்கினார்.[26] அவர் யாரையும் கைதிகளாகப் பிடித்துவைப்பதில்லை. நிக்கல்ஸனின் படையினரில் இருந்த ஓர் அதிகாரி கேள்விப்பட்ட உரையாடல் பின்வருமாறு இருந்தது.

‘ஜாக், ஜெனரல் இங்குதான் இருக்கிறார்.’

‘உனக்கெப்படித் தெரியும்?’

‘ஏனென்றால், இங்கே பார். அதுதான் அவருடைய அடையாளக் குறி!’

அதுதான் என்று அந்த சக படைவீரன் சுட்டிக்காட்டிய இடத்தில் இரண்டு தூக்குமரங்கள் இருந்தன. அவை ஒவ்வொன்றிலும் ஆறு கிளர்ச்சியாளர்கள் தொங்கிக்கொண்டிருந்தனர். அதற்கு அருகாமையில் நிறைய மாட்டுவண்டிகள் கிடந்தன. அவை அனைத்திலும் கலகம் செய்த சிப்பாய்களின் உடல்கள் நிரம்பியிருந்தன. அத்துடன் மரணமடைய வேண்டிய முறைக்காக காத்திருந்தவர்களும் இருந்தார்கள். இதற்கென்றே நிக்கல்ஸன் சில ராணுவ நீதிபதிகளை தன்வசம் பிடித்து வைத்திருந்தார்.

சர் ஜான் லாரன்ஸ் அவருக்கு எழுதிய கடிதத்தில் ‘ராணுவ நீதிபதிகளை திருப்பி அனுப்ப வேண்டும். பிடிபட்ட கிளர்ச்சிக்கார பூர்வகுடியினரை அவர்களுக்குத் தரப்பட்ட தண்டனைகளின் பட்டியலுடன் அனுப்பி வைக்க வேண்டும்’ எனக் கூறியிருந்தார். அந்தச் செய்தியை அப்படியே திருப்பியனுப்பிய இரக்கமற்ற நிக்கல்ஸன், அதற்கு மறுத்து எழுதிய கடிதத்தில் பின்வருமாறு மட்டுமே குறிப்பிட்டிருந்தார். *‘மரணமே கலகத்திற்கான தண்டனை.’*[27]

டெல்லிக்கு பயணப்படுகையில், அவர் இடைவிடாது பாதுகாப்பு அம்சங்களை கண்காணித்தார். மே மாதம் ஒரு வெப்பமான இரவில், நிக்கல்ஸனின் படையணியுடன் இணைக்கப்பட்ட ஒரு பசித்த பிரிட்டிஷ் அதிகாரிகள் குழுவினர் ஜலந்தருக்கு அருகாமையில் இருந்த உணவுக்கூடாரத்தில் தங்கள் இரவு உணவிற்காக அமர்ந்திருந்தனர்.

உணவு ஒருமணி நேரத்திற்கு முன்பே வந்துவிடும் என்று எதிர்பார்க்கப் பட்டிருந்தது. ஆனால், சமையல் நடக்கும் கூடாரத்திற்கு அனுப்பி வைக்கப்பட்ட தூதுவன் உணவு பரிமாறப்பட சற்று நேரமாகும் என்ற செய்தியுடன் திரும்பிவந்தான். இறுதியில், உயரமான, முரட்டு உருவம் கொண்ட நிக்கல்ஸன் அந்தக் கூடாரத்திற்கு உள்ளே வந்து அவர்களுடைய கவனத்தைக் கவரும் வகையில் கனைத்துவிட்டு, ‘இரவு உணவிற்காக உங்களைக் காக்க வைத்தமைக்காக நான் வருத்தப்படுகிறேன் ஜென்டின்மென்’ என்று மன்னிப்புக் கேட்ட பின்பு அவர், ‘உங்களுடைய சமையல்காரர்களை நான் தூக்கிலிட்டுவிட்டேன்’ என்றார்.

நிக்கல்ஸனின் கூற்றுப்படி, ரெஜிமெண்டின் சமையல்காரர்கள் அவருடைய சக அதிகாரிகளின் சூப்புகளில் விஷ்ணுநாபி எனப்படுகின்ற அகோனைட் மலரை அலங்காரத்திற்காக தூவியிருந்ததை தன்னுடைய உளவாளிகளின் மூலமாக அவர் தெரிந்துகொண்டார். சமையல்காரர்களை அழைத்து அதனை ருசிபார்க்கச் சொன்னபோது அவர்கள் மறுத்தபடியால் அந்தச் சூடான திரவம் அந்தத் துரதிர்ஷ்டக்கார குரங்குகளுக்கு வலுக்கட்டாயமாக ஊட்டப்பட்டது. அவை சில கணங்கள் துடிதுடித்து பின்னர் உயிர்விட்டன. சில நிமிடங்களுக்குள்ளாக, ‘எங்களுடைய ரெஜிமெண்டின் சமையல்காரர்கள் அருகாமையில் இருந்த மரங்களை அலங்கரித்தார்கள்’ என்று அங்கிருந்த ஓர் அதிகாரி குறிப்பிட்டிருக்கிறார்.[28]

இந்த நிலையில்லாத காலகட்டத்தில்தான் இதேபோன்ற சுபாவமுள்ள ஒரு பிரிட்டிஷ் வீரரும் முக்கியத்துவம் பெற்றவரானார்.

வில்லியம் ஹட்ஸன் 1857 ஆம் ஆண்டுக்கு முன்புவரை அவருடைய சகாக்களில் பெரும்பாலானவர்களால் ஒரு கருப்பு ஆடு என்றே குறிப்பிடப்பட்டார். ஹட்ஸன் ஒரு மதகுருவின் மகன். இந்தியாவில் இருந்த அவருடைய சமகால ராணுவத்தினரைப்போல் அல்லாமல் கேம்பிரிட்ஜ், டிரினிட்டி கல்லூரிகளில் அவர் பல்கலைக்கழக பட்டங்கள் பெற்றிருந்தார். ஆனால், அவருடைய மதகுரு சகோதரரின் கூற்றுப்படி புத்தகங்கள்தான் ஹட்ஸனுக்கு தலைவலியாக இருந்தன. மேலும், அவர் ‘ஒரு கிறிஸ்துவ படைவீரராக’ தன்னுடைய விடுமுறைக் காலத்தை செலவிடுவதிலேயே மிகுந்த ஆர்வம் காட்டினார்.[29]

அவருடன் பழகிய ஒருவர் அவரைப்பற்றி விவரிக்கையில், ‘மஞ்சள்நிற கேசம் கொண்ட உயரமான மனிதர். வெளிறிய மென்மையான முகம், கனத்த மீசை மற்றும் பெரிய, ஒய்வறியாத, மன்னிக்கமுடியாத கண்கள் கொண்டவர்.’[30] மற்றவர்கள் அவருடைய கடுமையான, எதற்கும் கவலைப்படாத இயல்பைப்பற்றியும், அவருடைய ‘நுட்பமான

வாள்சண்டை' திறமைகள் பற்றியும் பேசினர். சீக்கியப் போர்களில் பங்கேற்பதற்காக இந்தியாவிற்கு வந்த அவர் அமிர்தசரஸில் மாவட்ட ஆணையராக விரைவிலேயே பதவி உயர்த்தப்பட்டார். பின்னர், யூசுப்சாய் பழங்குடியின பகுதிக்கான தற்காலிக துணை ஆணையராகவும், புதிய தொழில்முறைப் படைப்பிரிவுக்கான உதவியாளராகவும் பதவியேற்றுக்கொள்ள வடமேற்கு எல்லைக்குச் சென்றார். இதே வேகத்தில் அவருடைய நற்பெயரும் வீழ்ச்சி கண்டது. ரெஜிமெண்டின் நிதிகளை தவறாக பயன்படுத்தியது மற்றும் மோசடி செய்தது. ஊழல் மற்றும் கணக்குவழக்குகளில் மோசடி மற்றும் கடுமையான அலட்சியப்போக்கு ஆகியவை விசாரணைக்கு உட்படுத்தப்பட்டு குற்றச்சாட்டுக்கு ஆளானதால் அவர் தன்னுடைய பதவியில் இருந்து 1854 இல் விடுவிக்கப்பட்டார். 'என்னுடைய வீழ்ச்சி முழுமுற்றானது' என்று அதே நேரத்தில் அவர் எழுதியுள்ளார்.[31]

பின்னாட்களில் அவர் எல்லாக் குற்றச்சாட்டுகளில் இருந்தும் விடுவிக்கப்பட்டாலும் அவரைச் சுற்றிய கிசுகிசுக்கள் மட்டும் தொடர்ந்தன - அதாவது யூசுப்சாய் இனத் தலைவர் மற்றும் அவருடைய பனிரெண்டு வயதான மகன் ஆகியோரை விசாரணை இன்றி முறையற்று சிறைவைத்தது, அவருக்குக் கடன் கொடுத்ததாக கருதப்பட்ட ஒருவர் மர்மமான முறையில் கொல்லப்பட்டது ஆகியவற்றைச் சொல்லலாம்.[32] அவர் 'தன்னுடைய பகுதியில் இருந்த பெரும்பான்மை பதான்கள் மற்றும் அஃப்ரிடிகளுக்கு' எதிராகத் தனிப்பட்ட குரோத நடவடிக்கைகளை மேற்கொண்டார் என்றும் சொல்லப்பட்டது. மேலும், அவர் தனிப்பட்ட முறையில் தன்னுடைய ஆட்களுக்கு அதிகம் தெரியாதவராகவும் இருந்தார்.[33] இதன் விளைவாக, மிகக் கடுமையான சந்தேகத்திற்குரிய மரியாதையை மட்டும் அவரால் சுமக்க முடிந்தது. அத்துடன் மருத்துவர் ஹாரே குறிப்பிடும் விஷயத்துடன் உடன்படும் பலரும் சொல்வதுபோல் ஒரு நல்ல படைவீரராக இருப்பதற்கு அவர் தகுதியவற்றவர். 'இத்தாலிய கொள்ளைக் கூட்டத்திற்கு தலைமையேற்க மட்டுமே பொருத்தமானவர்.' கலகம் பரவத்தொடங்குவதற்கு சற்று முன்னர், மார்ச் 21 அன்று அவருடைய முன்னாள் காப்பாளர் ஜான் லாரன்ஸின் மூத்த சகோதரர் ஹென்றி அவர் மீதான பொறுப்புணர்வைத் துறந்து பின்வருமாறு எழுதினார். 'இப்போதைக்கு உனக்கு யாரும் உதவுவார்களா என்று எனக்குச் சந்தேகமாக இருக்கிறது.'[34]

கலகம் பரவத்தொடங்கியபோது, தனக்கு எதிரான குற்றச்சாட்டுகளில் இருந்து தன்னை விடுவித்துக்கொள்ளும் வகையில் ஓர் அதிகாரப்பூர்வ, பொதுவிசாரணை மேற்கொள்ளுமாறு ஹட்ஸன் வலியுறுத்தியபடியே இருந்தார். ஆனால், புதிதாக தோன்றிய குழப்பநிலைக்கு முன்பாக, தடுத்து நிறுத்த முடியாதபடி நிக்கல்ஸன் எழுச்சியுற்ற நிலையிலும்கூட ஹட்ஸனின் ஆற்றல், கவலையற்ற போக்கு மற்றும் முழுமையான உறுதிவாய்ந்த

நம்பிக்கை ஆகியவை தலைமைத் தளபதியின் கவனத்திற்கு அவரைக் கொண்டுவந்தது என்பதுடன் அதற்குச் சிறிது நாட்கள் முன்பாகத்தான் அவர் ஆன்ஸன் பணியாளர்களின் நட்சத்திரமாகவும் உருவெடுத்தார். கலகம் வெடித்த ஐந்து நாட்களுக்குள்ளாகவே அவர் துணைத் தளவாட ஜெனரலாக நியமிக்கப்பட்டார். அத்துடன் 'உளவுத்துறையில் சேவையாற்றவும், தனி மெய்க்காப்பாளராகவும்' அவருடைய தனிப்பட்ட சீக்கிய முறைப்படுத்தா குதிரைப்படையை அமைத்துக்கொள்ளவும் அவருக்கு அனுமதி வழங்கப்பட்டது. சில நாட்களுக்குப் பின்னர், பிரதான ராணுவத்தின் ஒற்றர் பணிக்காக ஹட்ஸன் கர்னாலில் இருந்தபோது - அங்கு ஆன்னி ஜென்னிங்ஸின் மணமகன் சார்லி தாம்ஸன் மற்றும் வேகன்டிரைபர் குடும்பத்தினர் அனைவருடனும் சேர்ந்து அவர் தனக்கான தங்குமிடத்தை அமைத்துக்கொண்டார் - தன்னுடைய பெயரிலேயே ஹட்ஸன் குதிரை என்று முறைப்படுத்தா காலாட்படையின் ஒரு புதிய ரெஜிமெண்டாக ஹட்ஸனின் படை விரிவடையப்போகிறது என்ற செய்தி ஆன்ஸனிடம் இருந்து வந்தது.[35]

கொந்தளிப்பான நாட்டுப்புறப் பகுதி வழியாக மீரட்டிற்குச் செல்ல வேண்டும் என்பது ஹட்ஸனின் முதல் கடமைகளுள் ஒன்று. சிறு சீக்கிய காலாட்படையின் உதவியோடு அங்கே மாட்டிக்கொண்டிருந்த ரெஜிமெண்டுகளுடன் அவர் தகவல்தொடர்பைப் புதுப்பித்துக்கொண்டார். ஓர் அசாதாரணமான வேகத்தில் இதை செய்துமுடித்த ஹட்ஸன், மே 21 இரவு ஒன்பது மணிக்குப் புறப்பட்டு அடுத்தநாள் அதிகாலையே மீரட்டை அடைந்துவிட்டார். பின்னர் வில்ஸனுக்கு அவர் அனுப்பிய செய்தியில் (மற்றொரு ஜெனரலான ஹூவிட்டைக் கண்டுபிடித்தபோது அவர், 'நிராதரவான பலவீனத்துடன் இருந்தார்' என்பது உட்பட), கடைசி 30 மைல்கள் நெடுகிலுமே சண்டையிட்டு வர வேண்டியிருந்ததால் குளித்துவிட்டு, காலைச் சிற்றுண்டி முடித்து இரண்டு மணிநேரம் தூங்கிவிட்டு நேராக கர்னாலுக்கு திரும்புவதாகக் குறிப்பிட்டிருந்தார். அம்பாலாவில் இருந்த ஆன்ஸனை அவர் 23 ஆம் தேதி சென்றடைந்தார். அது கோடைக்கால உச்சகட்ட வெப்பத்தில் 250 மைல்களை இரண்டே நாட்களில் கடந்த பயணம். அன்று இரவே அவர் கர்னாலுக்கு திரும்பினார். 'ஐந்து நாட்களில் ஒரே ஒரு முறைதான் படுக்கையில் விழுந்த நான் தாங்கமுடிந்த அளவுக்கு சோர்வுற்றிருந்தேன்' என்று அடுத்தநாள் மாலை தன் மனைவிக்கு எழுதினார்.[36]

நிக்கல்ஸனைப் போன்றே, ஹட்ஸனும் சட்டப்பூர்வமான பண்புகளைப் புறம்தள்ளியவராக பெயர் பெற்றார். குறிப்பாக அவர் கைப்பற்றிய எந்த ஒரு கிளர்ச்சிக்காரர்களையும் அவர் அப்படித்தான் நடத்தினார். 'கலகக்காரச் சிப்பாய்களை மென்மையாக நடத்துவது மிகவும் ஆபத்தானது என்கிற வகையிலேயே என்னுடைய மனப்போக்கு இருந்தது' என மே 16 அன்று தன்னுடைய மனைவிக்கு எழுதிய

கடிதத்தில் குறிப்பிட்டுள்ளார். கொஞ்சநாள் கழித்து அவர் இன்னும் வெளிப்படையாகவே, 'யாரையும் கைதியாக்க வேண்டும் என்றும், அவர்களைப் பார்த்தவுடன் சுட்டுவிடும்படியும் என்னுடைய ஆட்களிடம் கூறியிருந்தேன்' என்று விளக்கமளித்துள்ளார்.[37] இந்தக் கொலைகளால் அவர் மகிழ்ச்சி அடைந்தமைக்காக பிரபலமானவராக விளங்கினார். 'ஓர் அழகான வாள்வீரனாக அவர் கொலைசெய்யத் தவறுவதில்லை' என்று எழுதியுள்ளார் அவருடைய அதிகாரிகளுள் ஒருவர். 'இந்தக் கலகக்காரர்களை அவர் துணிச்சலுடனும், சீற்றத்துடனும் சமாளித்தவிதம் நேர்த்தியானது. அவர் புன்னகைப்பது, சிரிப்பது, அடி விழுவதில் இருந்து தப்பிப்பது ஆகியவற்றை பூச்சிகளைத் துடைப்பதுபோல் அமைதியாக செய்வதையும், எப்போதும், "ஏன், மறுபடி முயற்சி செய்?", "என்ன இது?" "நீயெல்லாம் ஒரு வாள்வீரனா?" என்று கத்துவதையும் கண்டு அதன்பால் கவரப்பட்டேன். கடுமையான அமளி ஏற்பட்டால் அவர் ஓர் அரசனைப் போல் மகிழ்ச்சியடைவார்.'[38]

சற்றே நாடகீயமாக ஆனால், இறுதியில் மிகவும் குறிப்பிடும்படியான வகையில், தான் ஒரு திறமைக்கார உளவுத்துறை தலைவர் என்பதையும் ஹட்ஸன் நிரூபித்துக் காட்டினார். 'இரவு உணவின்போது கலகக்காரர்கள் என்ன சாப்பிடுவார்கள் என்பதையும் அவர் தெரிந்து வைத்திருந்தார்' என்று குறிப்பிடுகிறார் ஓர் அதிகாரி.[39] டெல்லி நோக்கி அணிவகுக்கையில் ஹட்ஸன் தன்னுடைய தனி உதவியாளராக ரஜப் அலி என்ற பெயர்கொண்ட ஒற்றைக்கண் மௌலவி ஒருவரை நியமித்துக்கொண்டார். இவர் முன்னதாக சீக்கிய அரசுகளுக்கான அரசியல் முகவர் சர் ஜார்ஜ் கிளர்க்கிடமும், பின்னர் பஞ்சாப் முழுவதும் சர் ஹென்றி லாரன்ஸிடமும் தலைமை முன்ஷியாக பணிபுரிந்தவர்.[40]

ரஜப் அலி உடனடியாக டெல்லிக்கு விரைந்தார். அங்கே அவர் முன்னணி ஹிந்து வங்கியர்கள் மற்றும் ஆங்கில அபிமானமுள்ள முகலாய அதிகாரவர்க்கத்தினர், முன்னாள் பிரிட்டிஷ் அதிகாரிகள் முதலாக டெல்லி கெஸட்டில் வேகன்டிரைபரின் முன்னாள் துணையாசிரியர்களுள் ஒருவர் வரையிலுமான உளவாளிகள் மற்றும் தகவலாளிகளைக் கொண்ட நெட்வொர்க்கை அமைத்தார். இதில் மிகவும் குறிப்பிடும்படியானவர்களில், எப்படியோ அவரிடம் தகவலாளியாக சேர்த்துக்கொண்டவரும், சிப்பாய்த் தளபதிகளில் மிக முக்கியமானவராகவும் இருந்த பிரிகேட் மேஜர் கௌரி ஷங்கர் சுகுலும் ஒருவராவார். ஹரியானா ரெஜிமெண்டை சேர்ந்தவரான இவர் தொடர்ச்சியாக வியூகமுக்கியத்துவம் வாய்ந்த தகவல்களை பிரிட்டிஷாருக்கு அளித்துக்கொண்டே இருந்தார். அத்துடன் தூண்டிவிடக்கூடியவராகவும் இருந்த அவர் வேறுசில, முற்றிலும் அப்பாவியான (அவ்வாறே முக்கியமானவர்களாகவும் இருந்த) சிப்பாய் அதிகாரிகளை உளவு பார்த்ததாகவும், எதிரிகளுடன் கூட்டு சேர்ந்துவிட்டதாகவும் குற்றம்சாட்டி சிப்பாய் அவைகளில்

அமளியை ஏற்படுத்தினார். ரஜப் அலி சீக்கிரத்திலேயே ஜீனத் மஹல், ஜாஃபரின் பிரதம மந்திரி ஹகீம் அஷனுல்லா கான் மற்றும் மிர்ஸா ஃபக்ருவின் ஆங்கிலேய அபிமானமுள்ள மாமனார் மிர்ஸா இலாஹி பக்ஷ் ஆகியோருடனும் தொடர்புகளை ஏற்படுத்திக்கொண்டார்.

நகரத்தில் ஹட்ஸனின் உளவு நெட்வொர்க்கினுடைய மையம் ஆளுநர் மாளிகையின் பருத்த மீர் முன்ஷியான ஜீவன் லால் ஆவார். தன்னுடைய டெக்கானாவுக்குள் (பாதாள குளிர் அறை) அவர் மறைவாக ஒளிந்துகொண்டிருந்தாலும், விரைவிலேயே சுவர்களுக்குள் இருந்து செயல்பட்ட மிக முக்கியமான பிரிட்டிஷ் உளவுத்துறை செயல்பாட்டாளர் ஆனார். தினமும் 'எல்லாத் திசையிலுமுள்ள கோட்டை மற்றும் நகர வாயில்களில் உள்ள கலகக்காரர்கள் என்ன செய்துகொண்டிருக்கிறார்கள் என்ற செய்தியை அறிந்துகொண்டுவர நான் இரண்டு பிராமணர்களையும், இரண்டு ஜாட்டுகளையும் அனுப்புவேன். அதன்மூலம் என் எஜமானர்களுக்குத் தேவையான எல்லாத் தகவல்களையும் என்னால் பதிவுசெய்ய முடியும்.'[41] ஜீவன் லாலின் நாட்குறிப்பின்படி, மே 19 அன்று அவருக்குக் கிடைத்த உத்தரவுகளில், நகரத்திலேயே தங்கியிருந்து 'ஃபக்கிர்போல் மறைந்து திரியும்' நீலக்கண் ஐரோப்பியர் ஒருவரிடம் இருந்து உளவுத் தகவல்களை அவர் சேகரிக்க வேண்டும்.

> *அந்த ஆள் [ஃபக்கிர்] 'சாதுக்கள்' எனப்படும் இந்து ஃபக்கிர்கள் அணிந்திருப்பதைப்போல் கெய்ர்வா [சிவப்பு] நிறத்தில் குர்தா உடுத்தியிருந்தார். தன் கழுத்தைச்சுற்றி துளசிமாலை அணிந்திருந்திருந்தார். அவருடைய நெற்றியில் 'ராமநந்தி' திலகம் இருக்கும். அவருடைய கண்கள் மட்டுமே நீலநிறத்தில் இருக்கும். மேலும் அவர் தன் முகத்தில் 'பியோரி' போன்று மஞ்சள்நிற சாயத்தைப் பூசியிருந்தார். அதோடு, தான் பனாரஸில் நீண்டநாட்களாக வாழ்வதாகவும், சமஸ்கிருதம் மற்றும் உருது மொழியின் மூலமாக முழு அறிவைப் பெற்றுள்ளதால் தன்னுடைய பேச்சில் இருந்து யாரும் தன்னைக் கண்டுபிடித்துவிட முடியாது என்றும் கூறினார். அவர் ஏறக்குறைய இரண்டு மணிநேரமாக தன்னையும், தன்னைப்பற்றிய விஷயத்தை பற்றியும், கலகக்காரர்களின் அறியாமை மற்றும் முட்டாள்தனத்தையும் பற்றியுமே பேசிக்கொண்டிருந்தார்.*
>
> *அவர் தன்னுடைய வேஷ்டி - பிராமணர்கள் அணிவதைப் போன்று நீளமானது - மடிப்பில் இருந்து ஒரு கடிதத்தை எடுத்தார். அதன்படி, நான் அதில் உள்ள அறிவுறுத்தல்களை ஜஜ்ஜார், பகதுர்கார் மற்றும் புலுப்கார் தலைவர்களிடம் எடுத்துச்செல்ல வேண்டும். அவர் என்னை [நகரத்திலேயே இருந்து] அரசாங்கத்திற்குப்*

பயன்படும்படியான கலகக்காரர்களைப் பற்றிய செய்திகளைப் பூர்த்தி செய்துகொள்ளும்படி அறிவுறுத்தினார். அத்துடன், 'உங்களிடம் இருந்து செய்திகளைப் பெற்றுச்செல்லும் விதமாக எங்களுடைய ஆட்கள் உங்களைத் தேடி வருவார்கள்' என்றும் கூறினார்.

பெரும் பிரச்சினை என்னவென்றால் சாலைகள் அல்லது நகர வாயில்கள் வழியாக கடந்துசெல்லும் அனைவரையும் நுணுக்கமாக சோதனையிட்ட கலகக்காரர்கள் அவர்களுடைய உள்ளாடைகள் மட்டும் ஷூக்களைக்கூட விட்டுவைக்கவில்லை. ஏதேனும் கண்டுபிடிக்கப்பட்டால் அவருக்கு மரணதண்டனைதான். தான் ஒரு தூதுவன் என்று கண்டுபிடிக்கப்பட்டால், செய்தி அனுப்பியவரின் வீடு கொள்ளையிடப்பட்டு, அவருடைய உயிருக்கு எந்த இரக்கமும் காட்டப்படாது. ஆனால், நான் என்னுடைய கடிதங்களை என்னுடைய பணியாளர்களிடத்தில் கொடுத்து அவர்களைப் பிச்சைக்காரர்களைப் போல் மாறுவேடத்தில் அனுப்பினேன். இதற்காக அவர்களுக்கு கைநிறைய பரிசுகள் அளிப்பதாக உத்தரவாதமளித்தேன்.*⁴²

இதுபோன்ற உளவாளிகளின் ஆயிரக்கணக்கான குறிப்புகள் - அவற்றில் பலவும் நகரம் முழுவதிலும் சாதுக்களாகவும், வறியவர்களைப் போன்றும் வேடமிட்டு நடமாடிக் கொண்டிருந்தவர்களால் எடுத்துச் செல்லப்பட்டவை - இந்திய தேசிய ஆவணக்காப்பகத்தில் கலக ஆவணங்கள் என்ற பெயரில் எஞ்சியிருக்கின்றன. அவற்றில் கலகக்காரர்களின் நிலைபற்றிய நீண்ட, விவரமான பகுப்பாய்வுகள் - துப்பாக்கிகள் இருக்கும் இடம், தடையரண்கள், நீர்முனைகள், ரெஜிமெண்டுகளின் தளவாடங்கள் மற்றும் ஆயுதக்கிடங்குகள் - பற்றிய விவரங்களும், கலகக்காரர்களின் பிரச்சினைகள் பற்றிய விவரங்களும் அடங்கியுள்ளன. உதாரணத்திற்கு, தலைக்கவசங்கள்

---

* சமீபத்திய பின்–காலனிய கல்வித்துறை ஆய்வாளர்கள் சிலர், ஐரோப்பியர்கள் இந்தியர்களைப் போல் மாறுவேடத்தில் சென்றனர் என்ற கருத்தாக்கத்தை கேலி செய்கின்றனர். இதுபோல் சொல்லப்படுவதை – பின்னாட்களில் – 'கற்பனை' என்று நிறைய விக்டோரிய புனைவுகளுக்கு கருவாக அமைந்த இந்த விஷயத்தை – அவர்கள் மறுத்து ஒதுக்குகின்றனர். உதாரணத்திற்குப் பார்க்க கௌதம் சக்கரவர்த்தி, The Indian Mutiny and the British Imagination, Cambridge, 2005, குறிப்பாக அத்தியாயம். 5, 'Counter-insurgency and Heroism'. இந்த விஷயத்தில் ஜீவன் லாலின் சொந்த நாட்குறிப்பை சந்தேகப்படுவதற்கு சரியான காரணங்கள் இல்லாவிட்டாலும், அடிமை மனோபாவத்துடன் எழுதப்பட்டிருந்தாலும் ஏதோ ஒருவகையில் இது நம்பக்கூடிய ஒன்றுபோல்தான் தோன்றுகிறது. பார்க்க A Short Account of the Life and Family of Rai Jiwan Lal Bahadur, Late Honorary Magistrate of Delhi – இத்துடன் அவருடைய மகனாலேயே தொகுக்கப்பட்ட 1857 ஆம் ஆண்டில் கலகக் காலகட்டத்தோடு தொடர்புடைய அவருடைய நாட்குறிப்பின் சுருக்க விவரங்களும் இணைக்கப்பட்டுள்ளன. Delhi, 1902, p. 30.

இல்லாமல் இருந்தது முதல் பல்வேறு சிப்பாய் ரெஜிமெண்டுகளிடையே நடந்த சிறு சச்சரவுகள், ஆட்சேபணைகள்வரை என எல்லாம் அவற்றில் அடங்கியிருக்கின்றன. இவற்றில் ஷூக்களிலும், துணிகளிலும் வைத்துத் தைத்துக்கொள்ளும் வகையில் வடிவமைக்கப்பட்டு, நுண்ணோக்கியால் மட்டுமே படிக்க முடிகின்ற வகையில் எழுதப்பட்டவற்றில், தவிர்க்க இயலாத தாக்குதல் குறித்து எச்சரிக்கின்ற, அத்தகைய தாக்குதல்களை எங்கே எப்போது எதிர்பார்க்கலாம் என்பவை உள்ளிட்ட விவரங்களைக் கொண்ட பல சின்னஞ்சிறு துண்டுகளும் அடங்கும். குண்டுவீச்சின் திறனை எவ்வாறு மேம்படுத்தலாம், தடையரண்களில் உள்ள பலவீனமான பகுதிகளை எவ்வாறு தகர்க்கலாம் மற்றும் படகுப் பாலத்தை எவ்வாறு சேதப்படுத்தலாம் என்பனவையும் அவற்றில் குறிப்பிடப்பட்டிருந்தன.[43]

இந்த ஆவணங்கள் அனைத்துமே நம்பகத்தன்மை உள்ளவை அல்லது துல்லியமானவை என்பதல்ல. நகரத்திற்குள் நிலவிய ஏமாற்றம் மற்றும் அதிருப்தியின் அளவை உளவாளிகள் தொடர்ந்து மிகைப்படுத்திக் கூறியபடியே இருந்தனர். தங்களுக்கு பணம் வழங்கும் எஜமானர்களிடத்தில் அவர்கள் கேட்க விரும்பியபடியான செய்திகளையும் கூறினர் - அதனை ஹட்ஸனும் அவருடைய சக பிரிட்டிஷ் உளவுத்துறை அதிகாரிகளும் விரைவிலேயே உணர்ந்துகொண்டனர். ஆனால், அடுத்து வந்த மாதங்களில் நகரத்தில் இருந்து பிரிட்டிஷார் பெற்ற உளவுத்தகவல்களின் அளவும், அதுபோன்ற உளவுத்தகவல்கள் கலகக்காரர்களின் முகாமில் இல்லாமல் இருந்ததுமே டெல்லிக்கான போராட்டத்தின் முடிவுகுறித்து தீர்மானிக்க போதுமானதாக இருந்தது. மூத்த காவலதிகாரியான சயீத் முபாரக் ஷா பின்னாளில் குறிப்பிட்டதுபோல், ‘பிரிட்டிஷ் துருப்புகளின் எண்ணிக்கை மற்றும் நிலைகள் குறித்த, உண்மையிலேயே நம்பும்படியான தகவல்கள் கலக ராணுவத்தினருக்கு கிடைக்கவே இல்லை என்பதுதான் உண்மை. அவர்கள் நம்பும்படியான வார்த்தையை சொல்லக்கூடிய ஓர் உளவாளிகூட அவர்களிடம் இல்லை.’[44]

ஜூன் மாதம் முதல் வாரத்தின் தொடக்கத்திலேயே கர்னாலில் இருந்து டெல்லி நோக்கி கிராண்ட் டிரங்க் சாலை வழியாக தெற்கு நோக்கி அணிவகுத்தபோது டெல்லி கொத்தளப் படைக்கு ஹட்ஸன் தலைமை தாங்கினார். அதனுடைய புதிய தளபதியான அறுபத்தியோரு வயது ஜெனரல் ஹென்றி பெர்னார்ட் சர் ஜான், ‘உடனடியாக செயல்பட்டு ஐரோப்பிய துருப்புகளின் ஏதாவது ஒரு குழுவினருடன் களத்திற்கு அணிவகுக்க வேண்டும். பின்னர், ஆபத்து தாமாகவே மறைந்துவிடும். அது முழுவதுமாக பரவும்வரை பொறுமையாகக் காத்திரு’ என்று தன்னிடம் அறிவுரை கூறிய சர் லாரன்ஸின் வார்த்தைகளை மனதில் வைத்துக்கொண்டார்.[45] தன்னுடைய கட்டளையின்கீழ் பெர்னார்ட் 600 காலாட்படையினர், 2,400 ஆயுதப்படையினர் மற்றும் அவற்றிற்கு

உதவியாக ஐம்பது பீரங்கிகள் மற்றும் கொத்தளத் துப்பாக்கி வீரர்களையும் பெற்றிருந்தார்.

ஹட்ஸனும் அவருடைய முறைப்படுத்தா காலாட்படையும் முக்கியப் படையணியை நோக்கிப் பயணித்தன. திடீர்த் தாக்குதலை எதிர்பார்த்தபடியே முன்னோக்கி விரைந்தன. ஒருதடவை ஹட்ஸன் எரிந்துபோன ராணுவ முகாம்களுக்கு மேலே இருந்த, கலகக்கார பாதுகாவலரண்கள் எதையும் எதிர்கொள்ளாமலேயே டெல்லி குதிரைப்பந்தய மைதானம்வரை சென்றுவிட்டார்.[46] அதேசமயம் முன்வரிசையில் பரபரப்பாக காணப்பட்ட நிக்கல்ஸன் சீக்கியர்களையும், முறைப்படுத்தா பதான் குதிரைப் படையையும் திரட்டி கிளர்ச்சியின் போது இழந்துவிட்ட ஹிந்துஸ்தானி துருப்புகளை பதிலீடு செய்துகொண்டிருந்தார்.*

மே மாதம் 12 ஆம் தேதியின் மதியப்பொழுதை ஓர் ஊர்வலத்தின் மூலம் நினைவுச் சின்னமாக்கினார் ஜாஃபர். டெல்லியைச்சுற்றி ஊர்வலம் செல்வது எப்போதுமே ஜாஃபருக்கு மிகவும் பிடித்தமான ஒன்று என்பதுடன் அது அவருடைய இறையாண்மையை வெளிப்படையாக பிரகடனம் செய்து உறுதிப்படுத்திக் கொள்வதற்கான மிகவும் பயன்மிக்க வழியாகவும் அவருக்கு இருந்திருக்கிறது. அத்துடன் மே 12 ஆம் தேதியானது அவருடைய இறையாண்மையை நிரூபித்தே ஆகவேண்டிய கட்டாயத்தில் இருந்தது.

அன்றைக்கு முந்தைய நாள், டெல்லி தெருக்கள் கொள்ளைக்கார கும்பல்களைத் தவிர வெறுமையாகவே காணப்பட்டது. ‘வெற்றுச் சாக்குப்பைகளை எடுத்துச்செல்லும் திருடர்கள் எவருமே மரியாதைக்குரிய குடிமகன்களில் யார் வீட்டில் வேண்டுமானாலும் புகுந்து கொள்ளையடிக்கும் அளவுக்கு அங்கு நிலைமை மிகவும் மோசமாகிவிட்டது’ என்று எழுதியுள்ளார் ஜாகிர் தேலவி.

> பணக்காரர்களின் வீடுகளைத் தேர்ந்தெடுக்கும் அவர்கள் அவற்றின் உள்ளே மேம்சாகிப் ஒளிந்திருக்கிறார் அல்லது அந்த வீட்டில் சாகிப்புகள் இருக்கின்றனர் என்று கூறி கலவரக்காரர்களை தூண்டிவிட்டனர். இதைக் கேட்கும் கலவரக்காரர்கள் சிப்பாய்களின் வழிகாட்டுதலில் அந்த வீட்டிற்குள் அதிரடியாக நுழைவார்கள்.

* சீக்கியர்கள் பிரிட்டிஷாருக்கு எதிராக இரண்டு பெரிய போர்களில் ஈடுபட்டிருந்தாலும் அவர்கள் ஆர்வம்மிக்கவர்களாவே பிரிட்டிஷ் படையுடன் சேர்ந்துகொண்டனர். அதில் ஒன்று சமீபத்தில்தான் 1849 இல் நடந்திருந்தது. பிரிட்டிஷாரிடம் அவர்களுக்கு இருந்திருக்க வேண்டிய வெறுப்புகள் யாவும் தங்களுடைய இரண்டு மகத்தான குருக்களான குரு அர்ஜன் தேவ் மற்றும் குரு தேஜ் பகதூர் ஆகியோரை முறையே 1606 மற்றும் 1675 இல் முகலாயர்கள் படுகொலை செய்ததால் அவர்கள் மீது சீக்கியர்கள் நீண்டகாலமாக கொண்டிருந்த வெறுப்புணர்ச்சியால் புறம்தள்ளப்பட்டுவிட்டது. மேலும், டெல்லியின் புகழ்பெற்ற செல்வச்செழிப்பும் அவர்களைக் கவர்ந்திருந்தது.

அதன் பின்னர் சற்றைக்கெல்லாம் அந்தக் கும்பலானது தாங்கள் சேகரித்த கொள்ளைப்பொருள்களுடன் அந்த வீட்டின் சிதைவுகளை விட்டுச் செல்வதைக் காணலாம்.[47]

முகலாய அதிகாரவர்க்கத்தினர் பலரும் அவமரியாதையுடன் நடத்தப்பட்டனர். அவர்களுடைய வீடுகள் கொள்ளையடிக்கப்பட்டன. இவற்றில் டெல்லியின் ஷியா சமூகத்தைச் சேர்ந்த அதிகாரம்மிக்க தலைவரான ஹமீத் அலி கானும் ஒருவர். அவர் ஐரோப்பியர்களுக்குப் புகலிடம் அளித்தார் என்று குற்றம்சாட்டப்பட்டு அரசவைக்கு இழுத்துச் செல்லப்பட்டபோது அவரை மரணதண்டனையில் இருந்து காப்பாற்ற ஜாஃபர் குறுக்கிட வேண்டியிருந்தது.[48] டெல்லியின் பெரிய பகுதிகள் முந்தையநாள் பற்றவைக்கப்பட்ட தீயால் அப்போதும் பற்றி எரிந்துகொண்டிருந்த அதேநேரத்தில் செங்கோட்டையானது சிப்பாய்களால் நிரம்பியிருந்தது. அவர்கள் தங்களுக்கென்று அரண்மனை வாயில்களில் காவலாளிகளை நியமித்திருந்தனர். மௌலவி முகம்மது பக்கார் கூற்றுப்படி, 'அப்போது அரண்மனையைப் பார்க்கையில் அது ஒரு ராணுவ முகாம் போன்றே இருந்தது.'[49]

சோட்டா தாரிபாவில் இருந்த நகை வியாபாரிகள், கடன்தரும் பனியாக்கள் மற்றும் பிரபலமான ஜவுளி வியாபாரிகள்தான் இந்த வன்முறையால் மிக மோசமாகப் பாதிக்கப்பட்டார்கள். அதே அளவுக்கு, அவத் மற்றும் பீகார் வரை புகழ்பெற்றிருந்த டெல்லியின் பிரபலமான பலகாரத் தயாரிப்பாளர்களும் பாதிக்கப்பட்டனர். செய்தி எழுத்தாளரான சுன்னி லாலின் கூற்றுப்படி, 'ஆயுதப்படை வீரர்கள் நகரத் தெருக்களில் இருந்த இனிப்புப் பண்டங்கள் தயாரிக்கும் கடைகளுக்குள் அத்துமீறி நுழைந்து கொள்ளையடித்தனர்.'[50] கடன் வழங்குநரான மஹாஜன் நாராயண் தாஸின் வீடு கொள்ளையடிக்கப்பட்டு உள்ளே இருந்த எல்லாப் பொருள்களும் எடுத்துச்செல்லப்பட்டன. மோகன் லால் என்ற நகை வியாபாரி சிப்பாய்களால் கடத்தப்பட்டு, துப்பாக்கி முனையில் வைக்கப்பட்டார். பிறகு அவர்களிடம் 200 ரூபாய் கொடுத்த பின்னரே அவரால் அதிலிருந்து விடுபட முடிந்தது.[51]

அரண்மனை ஆசைநாயகிகளும் பாதிக்கப்பட்டார்கள். பல கோதிக்களும் படைவீரர்களின் கூட்டங்களால் முற்றுகையிடப்பட்டன. ஓர் ஆசை நாயகியாவது கடத்தப்பட்டார். நடனக்கலைஞரான மாங்லோ தூக்கிச் செல்லப்பட்டு ரஸ்தம் கான் என்ற சாவரால் பலாத்காரம் செய்யப்பட்டார்.[52] சிலபோது டெல்லிவாசிகள் திருப்பித் தாக்கினர். 'கொள்ளையடிக்கும் நோக்கத்துடன் நகர் சேத் தெருவின் மீது ஆயுதப்படையினரும் காலாட்படையினரும் தாக்குதல் நடத்தினர். ஆனால், அங்கிருந்தவர்கள் வாயிற்கதவுகளை மூடிவிட்டு கற்களால் அடித்தே படைவீரர்களை விரட்டியடித்தனர்' என்று பதிவு செய்திருக்கிறார் சுன்னி லால்.[53] பிற இடங்களிலும்கூட அந்த நகர மக்கள் சட்டத்தைத் தங்கள்

கையில் எடுத்துக்கொண்டனர். உதாரணத்திற்கு, ஹாஸ் குவாஸியில் 'திலங்காக்களுக்கும், முஹல்லாவில் குடியிருந்தவர்களுக்கும் இடையில்' கலவரமே நடந்தது.[54]

அவ்வப்போது, உயிர்பிழைத்த கிறிஸ்துவர்களைக் கண்டுபிடிக்கும் கும்பலானது அவர்களை மறைவிடத்தில் இருந்து கோட்வாலுக்கு அழைத்துவந்து உரிய முறையில் மேலே அனுப்பிவைக்கும். கொல்லப்பட்டவர்களில் 12 ஆம் தேதி காலை கொலைசெய்யப்பட்ட டெல்லி கல்லூரி முதல்வர் பிரான்சிஸ் டைலரும் ஒருவராவார். அவர் அந்த இடத்தில் தப்பிச்செல்வதற்காக ஒளிந்து கொண்டிருப்பது கண்டுபிடிக்கப்பட்டவுடன் உடனடியாக இழுத்துவரப்பட்டு தெருவில் வைத்து அடித்துக் கொல்லப்பட்டார். அதற்குச் சற்றுப் பின்னர், எலிசபெத் வேகன்டிரைபரின் குடிகார உறவினரான ஜோசப் ஸ்கின்னர் தன்னுடைய மாளிகை முற்றத்தில் இருந்து தூக்கிச்செல்லப்பட்டு கோட்வாலியில் வைத்து தூக்கில் தொங்கவிடப்பட்டார். பின்னர், ஸ்கின்னரின் வீடு முழுவதுமாக கொள்ளையடிக்கப்பட்டது. பலியானவர்களில் பலருடைய பெயர்கள் தெரியவில்லை. இப்படிப்பட்ட விஷயத்தைச் சுன்னி லால் பின்வருமாறு விவரிக்கிறார்.

> நான்கு ஐரோப்பிய கோமகன்கள், வியாபாரியான முகம்மது அலியின் மகன் முகம்மது இப்ராஹிம் வீட்டில் மறைந்திருந்தனர். இதைக் கேள்விப்பட்ட படையினர் அங்குச் சென்று ஐரோப்பியர்களைக் கொன்று அந்த வீட்டைக் கொள்ளையடித்தனர். எலன்பரோ டேங்க் ஓரமாக சென்றுகொண்டிருந்த, பூர்வீகத்தினரைப் போல் உடையணிந்திருந்த ஓர் ஐரோப்பியப் பெண்ணும் படையினரால் கொல்லப்பட்டாள். பூர்வகுடியினரைப் போன்ற தோற்றத்தில் சென்றுகொண்டிருந்த இரண்டு ஐரோப்பியர்கள் முதன்மைக் காவல் நிலையத்திற்கு முன்பு வைத்தே கொல்லப்பட்டனர்.[55]

மௌலவி முகம்மது பக்காரைப் பொறுத்தவரையில், பிரிட்டிஷார் நோகாமல் அனுப்பிவைக்கப்பட்ட விதம் ஏதோ ஒருவகையில் வியக்கத்தக்க ஒன்று. 'தொடர்ச்சியாக கண்டுபிடிக்கப்பட்டுக்கொண்டே இருந்த ஆங்கிலேயர்கள் தெய்வீக மாட்சிமையின் காரணமாக சுலபமாக கைப்பற்றப்பட்டார்கள். அவர்களுடைய அகம்பாவம் அவர்களை தெய்வ நிந்தனைக்கு ஆளாக்கிவிட்டது. இஸ்லாத்தின் மீது அவர்களுக்கு இருந்த பகை மற்றும் இஸ்லாமிய நம்பிக்கையை அழிப்பதற்கான முயற்சிகளுக்கு அவர்கள் அளித்த ஆதரவு ஆகியவற்றால் அவர்கள் இப்போது புலப்படாத சக்தியின் விளாசல்களால் பாதிக்கப்படுகின்றனர்' என்று அவர் டிஹ்லி உர்து அக்பர் பத்திரிகையில் எழுதினார்.[56]

கிறிஸ்துவர்களை குறிவைப்பதற்கும் மேலாக, இந்தக் கலகப் பரவலுக்குப் பின்னர் பல வாரங்களுக்கு உலுக்கியெடுத்த வன்முறையில், ஆச்சரியப்படவைக்கும் வகையில் சிறிதளவு நாட்டுப்பற்று அல்லது தேசியவாத உணர்வு காணப்பட்டது. ஆரம்பகட்ட ராணுவக் கலகமானது - பொருளாதார, மதவாத, அரசியல் சார்ந்த - பாகுபாடுகள் மற்றும் வருத்தங்கள் அடங்கிய மாபெரும் நோய்ப்பெட்டியைத் திறந்துவிட்டது. இப்போது அந்த வன்முறையும் அதன் பலிவாங்கலும் தொடங்கிவிட்டது. அவற்றை அவ்வளவு சுலபமாக நிறுத்திவைக்க முடியாது. அதேநேரத்தில், இந்தக் கலகப்பரவலால் ஏற்பட்ட சட்டம்-ஒழுங்குச் சீர்குலைவைப் பயன்படுத்திக்கொண்ட சிப்பாய்கள், டெல்லிவாசிகள் பலரையும் போல் தங்களையும் பணக்காரர்கள் ஆக்கிக்கொண்டார்கள்.[57]

கலக ஆவணங்களுக்கிடையில் இப்போதும் காணக்கிடைக்கின்ற, அரசரிடம் மலையெனக் குவிந்த மனுக்களை வைத்துப் பார்க்கையில் பாதுகாப்பிற்காக வாயிற்கதவுகள் அல்லது உயரமான முற்றச் சுவர்கள்கூட இல்லாத சாமானிய டெல்லி மக்கள்தான் மிகவும் கடுமையாக பாதிப்புக்கு உள்ளானார்கள். குறிப்பாக, கிஷன்கன்ஞ் மற்றும் நிஜாமுதீன் போன்ற நகரத்திற்கு வெளியில் உள்ள புறநகர்ப்பகுதிகளில் இருந்த ஏழைகள் அதற்கு சுலபமான இலக்காயினர். அங்கு குடியிருந்தவர்கள் வந்துகொண்டிருக்கும் சிப்பாய்களின் கருணையின் கீழ் மட்டுமல்லாது, சுற்றுவட்டாரப் பகுதிகளில் இருந்து வந்த குஜார்களின் கும்பல்களுடைய கருணையிலும் வாழ வேண்டியிருந்தது. எழுச்சியின் முதலாவது நாட்களின்போது ஜாஃபரிடம் வந்து அவருடைய பாதுகாப்பைக் கேட்டுநின்ற முதலாவது மிகப்பெரிய பிரதிநிதிகள் குழு பாகர்கன்ஜின் புறநகர்ப் பகுதியில் இருந்தே வந்திருந்தது. பேரரசரிடம் அவர்கள் பயன்படுத்திய மொழி முழுவதிலும் அவருடைய பழைய முகலாய பட்டங்களும் சேர்ந்தே இருந்தன - அவர்கள் ஜாஃபரை காலிஃபேட்டின் மணிமகுடம் என்றும், உலகின் குடியேறிகளுக்கு புகலிடம் என்றும் குறிப்பிட்டனர் - ஆனால், அவரிடம் அளிக்கப்பட்ட மனுவோ அவருடைய ராஜ்ஜியத்திற்கு இருந்த முழுமுற்றான நிராதரவின் யதார்த்தத்தைக் காட்டுவதாகவே இருந்தது.

> *பாகர்கன்ஞ் என்றும் அழைக்கப்படுகின்ற ஜெய்சிங்கபுரா மற்றும் ஷாகன்ஜில் வசிக்கும் ஏழை மக்களாகிய நாங்கள் எல்லோரும் ஒளிவிளக்கிடத்தில் வந்து சேர்ந்திருக்கிறோம். ஏனென்றால் அந்தக் காலங்களில் எங்களுடைய பழைய வசிப்பிடங்கள் அரச மாளிகையுடன் இணைந்திருந்தன. இப்போதோ அஜ்மீரி வாயிலில் இருந்து வந்த திலங்காக்கள் கடைக்காரர்களைத் துன்புறுத்துகிறார்கள். பணம் எதுவும் கொடுக்காமலேயே பொருள்களை பிடுங்கிச் செல்கிறார்கள். ஏழைகள், காசில்லாதவர்கள் வீடுகளில் நுழையும் படையினர் தாங்கள் காணும் எதை வேண்டுமானாலும் எடுத்துச் சென்றுவிடுகிறார்கள் -*

படுக்கைகள், பாத்திரங்கள் மற்றும் அடுப்பெரிக்க வைத்திருக்கும் மரத்துண்டுகள் என எதையும் அவர்கள் விட்டுவைப்பதில்லை. உங்களுடைய பணிவான குடிமகன்கள் அல்லது எங்களுடைய மரியாதைக்குரிய குடிமக்கள், திலங்காக்களிடம் சென்று அவர்கள் கொடுக்கும் துன்பங்களை குறைத்துக்கொள்ளுமாறு மன்றாடும்போதெல்லாம் அவர்கள் துப்பாக்கிகளாலும் வாட்களாலும் எங்களை மிரட்டுகிறார்கள். படைவீரர்களின் கொள்ளையிடல்கள் போன்ற உச்சகட்ட துன்பங்களுக்கு நாங்கள் ஆளாகியிருப்பதால், மாட்சிமை பொருந்தியவர் தன்னுடைய நீதியையும் இரக்கங்களையும் எங்கள் மீது காட்டுமாறு கேட்டு இந்த மனுவைச் சமர்ப்பித்திருக்கிறோம். எங்களுக்கு மேற்கொண்டு தொந்தரவு தரக்கூடாது என திலங்காக்களுக்கு அரசர் உத்தரவு பிறப்பிக்க வேண்டுமாய் நாங்கள் கேட்டுக்கொள்வதுடன், தங்களுடைய கருணைமிகுந்த இறையாண்மையின் ஆதரவில் எங்கள் வாழ்க்கையை அமைதியாக வாழ்ந்துவிடுவோம் என்றும் தெரிவித்துக்கொள்கிறோம். எல்லாம் வல்ல இறைவனே, உங்கள் காரணமாக செழிப்பும் வெற்றியுமான சூரியனும், எல்லாப் புகழும் பிரகாசமாக ஒளிரட்டும்.[58]

கோட்டைக்கு புகார் அளிக்க வந்த மற்றொரு பிரதிநிதிகள் கூட்டம் நகரத்தின் மளிகைப்பொருள் வியாபாரிகள் மற்றும் தானிய வியாபாரிகள் ஆவர். 'தங்களுடைய இருப்பில் உள்ள பொருள்களை எல்லாம் எடுத்துக்கொள்ளும் படைவீரர்கள் ஒரு பைசாக்கூட தராமல் எல்லா வியாபாரிகளையும் அச்சுறுத்தவும், அடிக்கவும் செய்கிறார்கள்' என அவர்கள் புகார் தெரிவித்தனர்.[59] செங்கோட்டையின் சுவர்களுக்குள் இருக்கும் சாத்தா சவுக் வர்த்தகர்களைப் பாதுகாப்பதற்குக்கூட, 'திலங்காக்கள் யாராவது கீழ்ப்பணிய மறுத்தால் அவருடைய பொறுப்பு அதிகாரிகள் உடனடியாகத் தன்னிடம் பதில் சொல்லியாக வேண்டும்' என்று சிறப்பு உத்தரவுகள் பிறப்பிக்கப்பட்டது. இதன்மூலம் அந்த உத்தரவானது, இந்த மனுதாரர்களில் யாருக்குமே உதவமுடியாத நிலையில் பேரரசர் இருக்கிறார் என்ற திகைக்க வைக்கும் உண்மையைத் தெளிவுபடுத்தியது.[60] அஜ்மீர் வாயிலுக்கு வெளியில் இருக்கும் அரசருக்கு சொந்தமான பனிக்கட்டி தொழிற்சாலையைக்கூட சிப்பாய்கள் கொள்ளையடித்தனர். கோட்டையில் இருப்பு வைக்கப்பட்டிருந்த பனிக்கட்டிகளை அவர்கள் அநாவசியமாக அழித்தனர்.[61] அரசாங்க தூதுவர்களான ஹர்கராக்கள்கூட திலங்காக்களால் தாக்கப்பட்டதாக புகார் தெரிவித்தனர். 'அவர்கள் எங்களுடைய வீடுகளுக்குள் நுழைந்து தொந்தரவு செய்துவிட்டு அங்கிருக்கும் பொருள்களைக் கொள்ளையடித்துச் சென்றனர்.'[62]

நகரத்திற்கு வெளியே நாட்டுப்புறப்பகுதியில் இருந்த நிலை இன்னும் மோசமடைந்திருந்தது. துருப்புக்களும் உதவியும் கேட்டு ஆல்வார் ராஜாவிடம் ஜாஃபர் குதிரை வீரர்களை அனுப்பிவைத்தபோது மெஹ்ருலிக்கு சற்றுதள்ளியிருந்த சாலையிலேயே குஜார்கள் அவர்களைத் தாக்கினர். அரை நிர்வாணமாகவும், சிராய்ப்புகளுடனும் திரும்பிவந்த அவர்கள் குஜார்கள் 'தங்களுடைய குதிரைகளையும், உடைகள் மற்றும் பணத்தையும் திருடிக்கொண்டதாகவும், அரசரின் கடிதத்தை எடுத்துக்கொண்ட அவர்கள் அதைக் கிழித்துத் தங்களுடைய கையிலேயே கொடுத்தனுப்பியதாகவும்' கூறினர்.[63]

கொள்ளைச் சம்பவங்களை நிறுத்தி, நகரத்தை இயல்புநிலைக்கு கொண்டுவரும் நம்பிக்கையில் என்ன செய்யலாம் என்று ஆலோசிக்க தன்னுடைய அரசவையின் முதன்மையானவர்களை அரண்மனைக்கு அழைத்தார் ஜாஃபர். *1842* இல் நாஸிர்கள் பெறும் விழாவை கவர்னர் ஜெனரல் நிறுத்தியதில் இருந்து வெளியே எடுக்கப்படாமல் இருந்த வெள்ளி அரியணையானது இப்போது வெளியே எடுக்கப்பட்டு, பாலீஷ் செய்து திவான் இகாஸில் நிறுவப்பட்டது. அதில் அமர்ந்தபடிதான் ஜாஃபர் அவர்களை வரவேற்றார்.

பரிசீலிக்கப்பட்ட சில வாய்ப்புகளைப் பொறுத்தவரை, தெருக்களில் அமைதியைக் கொண்டுவருவதற்கும், கொள்ளைக்குப் பின்னர் தீக்கிரையாக்கப்பட்டு புகைந்துகொண்டிருக்கும் அந்த நகரத்தின் ஊடாக, மிர்ஸா ஜாவன் பக்த் பின்னால் அமர்ந்திருக்க, யானையின் முதுகில் அமர்ந்தபடி பேரரசர் வெளியே செல்லவேண்டும் என்றும், அவருடன் 'ஓர் ஆயுதப்படை ரெஜிமெண்ட், சில துப்பாக்கி வீரர்கள், அவருடைய தனிப்பட்ட மெய்க்காவலர்கள் மற்றும் ஓர் இசைக்குழுவும்' உடன்செல்ல வேண்டும் எனவும் முடிவு செய்யப்பட்டது. மத்தளங்கள் ஒலிக்க, தெருக்களின் ஊடாக பின்வருமாறு அரச அறிவிப்பு வெளியிடப்பட்டது. 'இந்த நாடு மீண்டும் அரசரின் வசமே வந்துவிட்டது. எப்போதுமே அவருக்கு இருந்துவந்த உரிமையின்படியான அதிகாரத்தை ஜாஃபர் திரும்பப் பெற்றிருக்கிறார். கொள்ளையடிப்பது நிறுத்தப்பட்டு, வியாபாரத்திற்காக கடைகள் மீண்டும் திறக்கப்பட வேண்டும்.' மேலும், இளவரசர் மிர்ஸா முகல் 'யானையின் அமர்ந்தபடியே முதன்மை காவல்நிலையங்கள் அனைத்திற்கும் சென்று யாராவது கொள்ளைச்சம்பவத்தில் ஈடுபட்டால் அவர்களுக்கு மூக்கையும், காதுகளையும் அறுக்கும் தண்டனை தரப்படும்' என்று அறிவித்தார்.[64]

அரண்மனையில் இருந்து ஜாஃபர் புறப்பட்டபோது அவருக்கு இருபத்தொரு துப்பாக்கிகள் முழங்க செலுத்தப்பட்ட வணக்கம் அவர் திரும்பி வந்தபோதும் செலுத்தப்பட்டது. இந்த ஊர்வலம் ஜாஃபர் இதுவரை நடத்தியதிலேயே மிகவும் மாறுபட்டது என்பதை நிரூபிக்கும் விதத்தில் இருந்தது. அதாவது, சாதாரணமாக அவருடைய

குடிமக்கள் பேரரசரிடம் தங்களுடைய விசுவாசத்தைக் காட்டும்விதமாக முன்னால் வந்து அவரிடம் ஏதேனும் பரிசுப்பொருள் வழங்கும்வகையில் அணிவகுத்து நிற்பார்கள். இதற்கு பதிலாக,

> வீட்டிற்கு வீடு காணப்பட்ட அழுகைகளாலும் கோரிக்கைகளாலும் அரசரின் கவனம் சிதறியது. கொல்லப்பட்ட ஐரோப்பியர்களிடம் வேலைசெய்தவர்களின் உறவினர்கள், கொள்ளையடிக்கப்பட்ட கடைகளுக்குச் சொந்தக்காரர்கள், உடைக்கப்பட்ட வீடுகளுக்கு சொந்தமான உயர் வர்க்கத்தினர் என அனைவருமே உடனடி நீதி கேட்பவர்களைப் போல் கதறி அழுதுகொண்டிருந்தனர். இந்தக் கொள்ளையிடலை அடக்கி, நகரம் முழுவதிலும் இருக்கின்ற சாமானிய மக்களிடமிருந்துகூட திருடப்படுவதை தடுக்க வேண்டும் என்ற கோரிக்கைகளே எங்குப் பார்த்தாலும் எழுந்தன.[65]

அன்று மாலை பொது தர்பாரைக் கூட்டிய ஜாஃபர் 'பாரசீக ருபாக்கரியில் [ஒழுங்கு] அழகான சரளமான மொழியால்' பல்வேறு சிப்பாய் ரெஜிமெண்டுகளின் சுபேதார்களையும் அழைத்து அவர்களுடைய படைவீரர்களின் தவறான நடத்தைகள் அனைத்தையும் நிறுத்த வேண்டுமாய் அழைப்பு விடுத்தார். 'இதுபோன்ற விஷயங்கள் மிகவும் ஏற்கத்தகாத ஒன்று.' இப்போது முகலாயர்களின் ஆட்சி திரும்பிவிட்டது. இந்த வம்சத்திடம்தான் 'மற்ற அரசர்களும் ராஜ்ஜியங்களும் மண்டியிடக் காத்திருந்தனர்' என்றார்.[66] அந்த அதிகாரிகள் தன்னடக்கத்துடனே அதைக் கேட்டனர் என்றாலும் ஒருமணி நேரத்திற்குள்ளாகவே மற்ற பிரிவுகளைச் சேர்ந்த சிப்பாய்கள் அங்கு வந்து அந்த நகரத்தில் தங்களுக்கு உணவே இல்லை என்றும், தானியக் கடைகளை திறக்க மறுக்கிறார்கள் என்றும் கூறிய அவர்கள் தங்களுக்குச் சாப்பிட ஏற்பாடு செய்து தருமாறு பேரரசரிடம் வெளிப்படையாகக் கூறினர்.

> ஒழுங்கை மறந்து, அரசரின் கண்ணியத்தை மறந்து அவர்கள் மரியாதைக்குறைவான வார்த்தைகளைப் பயன்படுத்தினர். அதாவது, 'நான் சொல்கிறேன் அரசா!' 'நான் சொல்கிறேன் கிழவா!' (அரே பாத்ஷா! அரே புட்டா!) அதில் ஒருவன் கையால் அவரைப் பற்றியபடி, 'கேளு, நான் சொல்வதைக் கேளு' என்றபடி, அந்தக் கிழ அரசரின் தாடியைத் தொட்டிருந்தான். அவர்களுடைய நடத்தையால் கோபமுற்றாலும் அவர்களுடைய முரட்டுத்தனத்தைத் தடுக்க முடியாமல் போனதால் தன்னுடைய பணியாளர்களுக்கு முன்பாக தனக்கு ஏற்பட்ட அவலத்தையும் விதியையும் நினைத்து தனிமையில் அழுது அவர் தன்னைத் தேற்றிக்கொண்டார்.

நாள் முழுவதிலுமான பெருநிகழ்வுகளால் திகைப்புற்றும், குழப்ப முற்றும் போயிருந்த அவர், அதற்கு முன்னர் தன்னுடைய உத்தரவுகளுக்குத் தன்னடக்கத்துடன் கீழ்பணிவதற்கே மகிழ்ச்சியடைந்தவர்களில் கைகளில் தான் ஒரு பொம்மலாட்டக் கருவியாகிவிட்ட நிலையைக் கண்டு திகைத்துப்போனார். ஆனால், இந்த அழிவும் அமளியுமான நாளில் நகரமெங்கிலும் எல்லா வர்க்கத்தினரிடத்திலுமே காணப்பட்ட கீழ்ப்பணியாமையினுடைய வேகத்தின் அனுகூலத்தைப் பயன்படுத்திக் கொண்டவர்கள் அவரைக் கேலி செய்வதையோ அல்லது அவமதிப்பது குறித்தோ வெட்கப்படவில்லை.[67]

இந்த எழுச்சிக்கு முன்னர் பல்வேறு வழிகளிலும் பிரிட்டிஷாரால் தன்மீது விதிக்கப்பட்ட நிபந்தனைகளுக்கு ஏற்ற பொருத்தமான மன்னராகவும், ஏறக்குறைய வீட்டுச்சிறையில் அடைத்து வைக்கப்பட்டவரைப் போன்ற நிலையிலும்கூட ஜாஃபர் ஒரு முக்கிய கலாசார மறுமலர்ச்சியை வழங்கியவராகவும், அதற்கு ஊக்கமளித்தவராகவும் இருந்திருக்கிறார் என்றாலும்கூட, அவருக்கு மிகவும் வயாதாகிவிட்டது என்பதும், போரில் தலைமையேற்பதற்கு பொருந்திப்போவதற்கான தொடக்கநிலையில் இருப்பவர் போன்றுகூட இல்லாமல், மிகவும் மாயாதீதமான, வேறு உலகத்தைச் சேர்ந்த ஒருவரைப் போன்றே இருந்திருக்கிறார். மேலும் அவருக்கு அப்போது 82 வயது. அவரிடம் ஆற்றலோ, லட்சியமோ, உலகப்பற்றோ எதுவுமே இல்லை. இந்தக் கலகப்புலியை ஓட்டிச்செல்லத் தேவைப்படும் வேகமும், தீர்மானமும் அவரிடம் இல்லவே இல்லை.

அவருடைய நிலை மிகவும் பலவீனமாக இருந்தது. அதாவது அவருடைய திவான் இய்-அம் என்ற பொது பார்வையாளர் மண்டபத்தை வெடிப்பொருள்கள் மற்றும் ஆயுதங்களை வைப்பதற்கான பண்டகசாலையாக சிப்பாய்கள் மாற்றிக் கொண்டிருந்தபோதோ அல்லது காவலரணில் நின்றபடி ஜெனானாவை வெறித்துப் பார்த்துக் கொண்டிருக்கும் கலகப் படைவீரர்களையோ அவரால் தடுக்க முடியவில்லை. இதனால் கோபமுற்ற பேகம்கள் தொடர்ச்சியாக அவரிடம் புகார் தெரிவித்தபடி இருந்தனர். இதனினும் மோசம் என்னவென்றால் அவருடைய மிகவும் நேசத்திற்குரிய தோட்டங்கள் சேதமடைவதையும் அவரால் தடுக்க முடியவில்லை. தன்னுடைய தோட்டங்களில் இருந்து காலாட்படை வீரர்கள் தங்களுடைய குதிரைகளை அகற்ற வேண்டும் என மே மாதம் முழுவதிலும் அவர் வலியுறுத்திக்கொண்டே இருந்தார். ஆனால், எல்லாமே தோல்வியில்தான் முடிவுற்றன.[68]

அடுத்தநாள் 13 ஆம் தேதி காலை ஜாஃபர் தன்னுடைய நகரத்தில் மீண்டும் ஒழுங்கைக் கொண்டுவருவதற்கு முயற்சி செய்தார். அன்றைக்கு முதல்நாள் ஏற்பட்ட சேதத்தைக் கணக்கிட்ட அதேநேரத்தில் அப்போதும் எரிந்துகொண்டிருந்த பல நெருப்புகளையும், குறிப்பாக ஆயுதக்கிடங்கு தீப்பற்றி எரிவதை அணைக்க வேண்டிய உடனடித் தேவையையும் அவர் உணர்ந்தார். எல்லாவற்றிற்கும் மேல் டெல்லியின் பல வீடுகள் சேறும் வைக்கோலும் கொண்டு கட்டப்பட்டவை. பெரிய மாளிகைகளும்கூட மரத்தால் ஆன பால்கனிகளையும், மரத்தாலான கட்டமைப்புகளையுமே கொண்டிருந்தன.

இந்த நெருப்புகளை அணைக்க கோட்வாலுக்குச் சென்று தன்னார்வலர்களைத் திரட்ட முயற்சி செய்தது ஜாகிர் தேலவிதான். 'மீதமிருக்கும் வெடிமருந்துகளும் தீப்பற்றியிருந்தால், அய்யோ, இந்த மொத்த நகரமும் முன்பே தீப்பற்றியல்லவா எரிந்திருக்கும் என்றே நினைத்தேன்' என்று பின்னாட்களில் எழுதியுள்ளார் ஜாகிர்.

> *கோட்வால் இருநூறு முன்னூறு தண்ணீர் வண்டிகளை அனுப்பிவைத்தார். அவரும்கூட உதவ முன்வந்தபடியால் நாங்களே ஒன்றிணைந்து அந்த ஆயுதக்கிடங்கிலும், நகரத்தை சுற்றியிருந்த வீடுகளிலும் எரிந்துகொண்டிருந்த நெருப்பை அணைத்தோம். நாங்கள் அதை நன்றாகவே செய்துமுடித்தோம். ஆற்றின் பக்கமாக இருந்த ஆயுதக்கிடங்கிற்கு உள்ளே மலைமலையாக நிலக்கரியும் வெடிமருந்துகளும் குவித்து வைக்கப்பட்டிருந்தன. அத்துடன் சுடுவதற்கு தயாரான நிலையில் இருநூறு பீரங்கிகள் வைக்கப்பட்டிருந்தன. அங்கு ரைபிள்களும் துப்பாக்கிகளும் எண்ணிறைந்த அளவில் இறைந்து சிதறிக்கிடந்தன. இரண்டு மூன்று நாட்களுக்குள்ளாகவே வெடிமருந்து, துப்பாக்கிகள் மற்றும் பீரங்கிகளை அந்தக் கயவர் கூட்டம் எடுத்துச் சென்றுவிட்டதாகவும், பீரங்கி குண்டுகள் மட்டுமே விட்டுவைக்கப்பட்டிருந்தன என்றும் சொல்லப்பட்டது.*

> *அரசவையினரான எங்களுக்கு அவை மிகவும் ஆபத்தான நாட்கள். அரச ஊழியர்களான எங்கள் மீதுதான் விதியெனும் கத்தி எப்போதுமே தொங்கிக்கொண்டிருந்தது. அத்துடன் என்னுடைய மார்பில் எந்த நேரத்தில் வேண்டுமானாலும் துப்பாக்கியை வைக்கக்கூடிய கலகக்காரர்களாலேயே நான் நாள் முழுவதும்*

சூழப்பட்டிருந்தேன். ஒருநாள் [கலகப்பரவலுக்கு சற்று பின்னர்] எங்களில் இருபது அல்லது இருபத்தி ஐந்து பேர் ஹீகீம் அஷானுல்லா கானுடன் கோட்டையின் பண்டகசாலையில் அமர்ந்திருந்தபோது புர்பியாக்கள் வந்து எங்களை சூழ்ந்துகொண்டனர். தங்களுடைய துப்பாக்கிகளை வெளியே உருவிய அவர்கள் எங்களை நோக்கி, 'மதமற்றவர்களே! நீங்கள் எல்லோரும் ரகசிய கிறிஸ்துவர்கள்! நீங்கள் ஆங்கிலேயர்களுக்கு கடிதங்கள் எழுதுகிறீர்கள் என்று எங்களுக்குத் தெரியும்.' என்றனர். அதிர்ச்சியடைந்த நாங்கள் அவர்களிடம், அது உண்மை என்றால் அவர்கள் ஏன் தங்களை உடனடியாகக் கொல்லவில்லை என்று கேட்டோம் - குறைந்தபட்சம் நாளுக்கு நாள் இதுபோன்ற நெருக்கடிகளில் வாழ்வதில் இருந்தாவது எங்களுக்கு விடுதலை கிடைக்கும். அவர்களில் நியாயமாக காணப்பட்ட ஒன்றிரண்டு அதிகாரிகள் மற்றவர்களை சாந்தப்படுத்தினர். அவர்கள் எங்களைப் போய்விடச் சொன்னார்கள். ஆனால், எங்களுடைய வாய்ப்பேச்சுக்கு மாறாக நாங்கள் எல்லோருமே பயந்துதான் போயிருந்தோம்.

ஹிந்துஸ்தானம் முழுவதிலும் இருந்து ஏழு அல்லது எட்டாயிரம் பேர் படிப்படியாக ஒன்றுகூடும் வரை ஒவ்வொரு நாளும் முன்னூறு அல்லது நானூறுக்கும் அதிகமான சிப்பாய்கள் டெல்லிக்கு வந்துசேர்ந்ததைப் பற்றி ஜாகிர் தேலவி எழுதியிருக்கிறார்.

அவர்கள் ஆடம்பரமாக வாழ்ந்தார்கள். நிறைய பாங்கு அருந்தினார்கள். சிறந்த லட்டு பெராக்களை [இனிப்பு பலகாரம்] சாப்பிட்டார்கள் என்பதுடன் தாங்களே சமைத்துச் சாப்பிடுவதை விட்டுவிட்டு இருவேளையும் சுவைமிகுந்த பூரி கச்சோரிக்கள் மற்றும் இனிப்புகள் என்று சாப்பிட்டுவிட்டு இரவில் நிம்மதியாக உறங்கினார்கள். டெல்லியின் கட்டுப்பாட்டை எடுத்துக்கொண்ட அவர்கள் தாங்கள் விரும்பியதை செய்தார்கள். இதுகுறித்து முறையிட எங்களுக்கு யாரும் இல்லை. இது அந்தர் நக்ரி சாபத் ராஜ் [திறமையற்ற ஆட்சியாளரைக் கொண்ட இருளடைந்த நகரம்] போன்றதுதான்.*

டெல்லியின் சாமானிய மக்கள் இந்த உறுதியற்ற நிலைமைகளால் சீக்கிரத்திலேயே சோர்ந்து போனார்கள். இந்த எதிர்பாராத பேரிடரில் இருந்து தங்களை விடுவிக்குமாறும், தங்களைப் பார்த்துக் கொள்கிறவர்களின் கையில் அதிகாரத்தை மீட்டளிக்குமாறும் இறைவனை வேண்டிக்கொண்டனர். அதேநேரத்தில் கலகக்கார

* கஞ்சாவுடன் பாலும் மசாலாப் பொருள்களும் சேர்த்து செய்யப்பட்ட ஒரு பாரம்பரிய போதை பானம்.

> *சிப்பாய்களும், நகரத்தில் இருந்த கும்பல்களும் தினமும் பணக்காரர்களாக மாறிக்கொண்டிருந்தார்கள். அவர்கள் விரும்பிய இடத்தில் கொள்ளையடித்தார்கள். மிகவும் பணக்காரர்கள் ஆகிவிட்டவர்களுக்கு தாங்கள் கொள்ளையடித்தவற்றை சேர்த்துவைப்பதற்கு இடமில்லை என்பது சீக்கிரத்திலேயே தெரியவந்தது. ரூபாய்களை தங்க நாணயங்களாக மாற்றிக்கொண்ட அவர்கள் அவற்றைத் தங்களுடைய இடுப்புப் பட்டைகளில் கட்டி வைத்துக்கொண்டனர். அதேசமயம், சாமானிய டெல்லி மக்கள் பட்டினியால் இறந்துகொண்டிருந்தனர். எல்லாத் தொழிற்சாலைகளும் மூடப்பட்டன. மக்கள் வேலை எதுவும் கிடைக்காமல் மூடப்பட்ட கடைகளுக்கு முன்னாலேயே உட்கார்ந்திருந்தனர்.*[69]

நகரத்தின் விதிமுறைகளுக்கு உட்படாத இந்த அராஜக பின்னணிக்கு எதிரில்தான், எல்லாவிதமான பலவீனங்களையும் கொண்டிருந்தபோதிலும், கடந்த ஒரு நூற்றாண்டு காலமாக இருந்திராத மையத்துவம் மற்றும் அரசியல் முக்கியத்துவம் முகலாய அரசவைக்கு இருப்பதாக கருதப்பட்டது.

அந்த நகரத்தை 1739 இல் பாரசீகர்கள் சூறையாடியதற்குப் பின்னர் தினசரி பார்வையாளர்களும், அவை அல்லது தர்பார்களும் அப்போதுதான் முதல்முறையாக தொடங்கியிருந்தன. அத்துடன், ஹிந்துஸ்தானம் முழுவதற்குமே அரசர்களுக்கெல்லாம் மாண்புமிகு அரசர் என்றும், பேரரசரின் பேரரச மகன் என்றும், சுல்தான்களுக்கெல்லாம் சுல்தான் என்றும் பேரரசர் இரண்டாம் பகதூர் ஷா மீண்டும் போற்றிப் புகழப்பட்டார். சாதிக் உல்-அக்பர் குறிப்பிடுவதைப்போல், ‘கிறிஸ்துவர்களின் கொடுங்கோலாட்சியை முடிவுக்கு கொண்டுவந்தமைக்காகவும், பூமியில் இறைவனின் நிழலாக, தெய்வீக தூதுவரின் துணைவராக, மாட்சிமை பொருந்திய காலிஃபாவின் நிர்வாகம் மற்றும் ஆட்சியை மறுநிர்ணயம் செய்துகொண்டமைக்காகவும் நாங்கள் பணிவுடனும் நன்றியுணர்ச்சியுடனும் எங்களுடைய பிரபுவுக்கு நன்றி கூறிக்கொள்கிறோம்.’[70] இத்தகைய சொல்லாட்சிமிக்க பாராட்டுகள் இருந்தபோதிலும் திரைக்குப் பின்னால் இருந்த அரச குடும்பமானது ஒருவருக்கொருவர் போட்டிபோட்டுக்கொண்டு, தனித்தனி பிரிவுகளாக பிரிந்துசென்றது.

இந்த எழுச்சியை மிகவும் உற்சாகத்துடன் தழுவிக்கொண்ட குழுவில் புறக்கணிப்புக்கு ஆளான ஐந்து இளம் இளவரசர்களும் இருந்தனர். கலகம் வெடிக்கும்வரை அவர்களுடைய எதிர்காலம்

முற்றிலும் மங்கிப்போன ஒன்றாகவே இருந்தது. மிர்ஸா ஜாவன் பக்த் ஜா·பரின் வாரிசாகிறாரோ இல்லையோ, முகலாயர்கள் தொடர்ந்து செங்கோட்டையில் இருக்கப் போகிறார்களோ இல்லையோ, ஆனால் அவர்கள் எல்லோருமே கட்டுப்பாடுகள் விதிக்கப்பட்ட மேட்டுக்குடி ஏழ்மை வாழ்க்கையை வாழவே விதிக்கப்பட்டிருந்தவர்களைப் போன்றே காணப்பட்டனர். இவர்களில் அனைவருக்குமே தங்களை சுயமாக மேம்படுத்திக்கொள்வதற்கான வாய்ப்பை இந்த எழுச்சி வழங்கியிருந்தது. விதி வழங்கிய இந்த வாய்ப்பை அந்த ஐவருமே சட்டென்று கெட்டியாகப் பிடித்துக்கொண்டனர்.

இந்த ஐந்து இளவரசர்களில் நான்குபேர் மிகக்குறைவான திறமையே கொண்டவர்கள் அல்லது அரசவையில் நிற்கவே லாயக்கற்றவர்கள். அத்துடன் 1857க்கு முன்னர் அரண்மனைக் குறிப்புகளில் அவர்கள் எப்போதாவதுதான் குறிப்பிடப்பட்டிருக்கிறார்கள். ஜா·பரின் ஒன்பதாவது மகனாகிய மிர்ஸா கிஸிர் சுல்தான், ரஹீம் பக்ஸ் பாய் என்ற அரண்மனை ஆசைநாயகிக்கு பிறந்த சட்டப்படியல்லாத மகன்.[71] 1857 இல் இருபத்தி மூன்று வயதே ஆன அவர் அவருடைய உடலழகுக்காக பிரபலமாக விளங்கினார் - உண்மையில், பைபிளில் வரும் ஜோசப்பான யூசுப்பைப் போல் அழகானவர் என்று காலிப்பே கூறியிருக்கிறார் - அத்துடன், தன்னை கவிஞராகவும் துப்பாக்கி சுடுவதில் வல்லவராகவும் காட்டிக்கொள்ள அவரிடம் சில திறமைகளும் இருந்தன. ஆனால், அவர் தன்னுடைய தந்தையிடம் 1852 இல் ஒரு யானையும், தனக்கே சொந்தமாக மெஹ்ருலியில் ஒரு வீட்டையும் கேட்டபோது மட்டும்தான் அவர் அரண்மனைக் குறிப்பில் இடம்பெறுகிறார். அந்தக் கோரிக்கைகூட மறுக்கப்பட்டது. புறக்கணிக்கப்பட்ட மிர்ஸா ·பக்ருவுடன் அவர் நெருக்கமாக இருந்ததுகூட இதற்கு காரணமாக இருக்கலாம். அவருடைய மனைவியும் மிர்ஸா ·பக்ருவின் மனைவியும் நல்ல தோழிகளாக இருந்திருக்கின்றனர் என்பது மட்டும் நிச்சயம்.[72] அவர் அரண்மனைக்கு வந்ததாக குறிப்பிடப்பட்டிருக்கும் இரண்டாவது நிகழ்வும்கூட இன்னும் விரும்பத்தகாத ஒன்றுதான். ஆகஸ்ட் 1852 இல் அவர் தன்னுடைய மனைவியை அடித்தமைக்காக முழு தர்பாருக்கும் முன்னிலையில் ஜா·பரிடம் வாங்கிக் கட்டிக்கொண்டார். ஒரு கட்டத்தில் அவர் மாட்சிமை பொருந்தியவரின் காலில் விழுந்து தன்னுடைய தவறுகளை மன்னிக்க வேண்டும் என்று கெஞ்சும் அளவுக்கு அது சென்றுவிட்டது. அரசர் அவரை இரண்டு மூன்றுமுறை மிகுந்த கோபத்துடன் அடித்த பின்னர் மன்னித்து விட்டுவிட்டார். வருங்காலத்தில் தன்னுடைய மனைவியுடன் நல்லபடியான புரிந்துணர்வுடன் வாழவேண்டும் என்று எச்சரித்து அனுப்பப்பட்டார்.[73]

தங்களுடைய விதியை கலகக்காரர்களிடத்தில் ஒப்படைத்த இளவரசர்களில் இரண்டாமவரான மிர்ஸா அபு பக்கரின் நெருங்கிய

நண்பரான மிர்ஸா கிஸிர், மிர்ஸா ஃபக்ருவின் மூத்த மகனும், ஜாஃபரின் மிக மூத்த பேரனும் ஆவார். அவர் 1857க்கு முன்னர் அரசவைக் குறிப்புகளில் இடம்பெற்றது 1853 ஆம் ஆண்டில்தான். அச்சமயத்தில் அவர் ஒரு துப்பாக்கிச்சூடு விபத்தில் தன் விரல்களை இழந்திருந்தார். ஆனால், எழுச்சியின்போது அவர் மிக விரைவாக தன்னுடைய தொலைந்துபோன காலத்தை ஈடுசெய்துகொண்டார். அரச குடும்பத்தைப் பொறுத்தவரையில் அவரை ஆற்றுப்படுத்தும் வகையில் அவருக்கு வழங்கப்பட்ட புதிய பதவியால் கிடைத்த வாய்ப்பை விரைவாகப் பயன்படுத்திக்கொண்டவர் போல் தெரிகிறது. கலகப்பரவலின் சில நாட்களுக்குள்ளாகவே அரசருக்கு வந்த மனுக்கள் மற்றும் புகார்களில் அவர் காணப்படுகிறார். விலைமாதர்களுடன் சுற்றுவது, குடிப்பது, தன்னுடைய பணியாளர்களை அடித்து விளாசுவது, வீட்டுக்காவலரை உதைப்பது மற்றும் தன்னைக் கட்டுப்படுத்த நினைக்கும் காவலர்களை சர்வசாதாரணமாக தாக்குவது என அவர் மீது குற்றச்சாட்டுகள் தெரிவிக்கப்பட்டன.[74]

மூன்றாவது இளவரசர் இன்னும் தெளிவற்றவர். 1857க்கு முன்னர் மிர்ஸா பக்தவார் ஷாவைப் பற்றி தெரிந்ததெல்லாம், அவர் ஜாஃபரின் பதினோராவது மகன். ஜாஃபரின் வேறொரு ஆசைநாயகி ஹன்வாவிற்கு பிறந்த சட்டமுறைப்படியற்ற மகன் என்பதுதான். அவர் 1839 இல் பிறந்தார். 1852 இல் மிர்ஸா ஃபக்ருவின் மகளை மணந்துகொண்டார்.[75] நான்காவது கலக இளவரசர் ஜாஃபரின் மற்றொரு பேரனாகிய மிர்ஸா அப்துல்லா. இவர் ஜாஃபரின் மூத்த பையன் மிர்ஸா ஷாரூக்கிற்கு பிறந்தவர். அவர் 1847 ஆம் ஆண்டிலேயே மரணமடைந்தார். தன்னுடைய தந்தையாரின் மரணத்தையொட்டி அவரும் அவருடைய அம்மாவுமாகிய கரீம் பாய் ஆகியோரும் மெக்காவிற்கு ஹஜ் பயணம் சென்றனர். அங்கிருந்து அவர்கள் 1853 ஆம் ஆண்டு டிசம்பர் மாதம் திரும்பிவந்தனர். அப்போது ஹஜ் பரிசாக தன்னுடைய தாத்தாவிடம் இருந்து ஓர் அழகான வெண்ணிறக் குதிரையைப் பெற்ற மிர்ஸா அப்துல்லாவின் பெயர், 1857 மே மாதம் கலகப்பரவல் வரை எத்தகைய அரசவைக் குறிப்புகளிலும் காணப்படவில்லை.[76]

இருப்பினும், இந்த எழுச்சியின்போது பொது நிர்வாகம் எப்படியிருந்த போதிலும் அதில் சிறப்பாக செயல்பட்ட தலைவராகவும், மற்ற நான்கு பேரிடம் இருந்தும் தன்னை வேறுபடுத்திக் காட்டிக்கொண்டவருமாக இருந்திருக்கிறார் ஐந்தாவது இளவரசர். அவர்தான் மிர்ஸா முகல், ஜாஃபரின் ஐந்தாவது மகன். மிகமூத்த, சட்டப்பூர்வமான ஐந்தாவது ஆண் பிள்ளை. 1857 இல் அவருடைய வயது இருபத்தி ஒன்பது. தன்னுடைய அதிகாரம்மிக்க சிற்றன்னையான ஜீனத் மஹலைவிட ஒன்பது வயதே இளையவர். அவருடைய சொந்தத் தாயாரான, அதிகாரவர்க்க பின்னணியைக் கொண்ட ஷரஃப் உல்மஹல் சாயிதானி என்ற சாயிதா (இறைதூதரின் வம்சாவளி) அந்தப்புரத்தில் இருந்தவர்களிலேயே மூத்தவர் ஆவார்.[77]

மற்ற நான்கு கிளர்ச்சிக்கார இளவரசர்களைப் போல் அல்லாமல், மிர்ஸா முகல் இந்த எழுச்சிக்கு முந்தைய அரண்மனைப் பதிவுகளில் தொடர்ச்சியாக காணப்படுவதுடன் அரசவையில் தனக்கென்று ஒரு முக்கியமான நிலையையும் தக்கவைத்திருந்தார். மிர்ஸா ஃபக்ரு அவமானத்திற்கு ஆளானதன் விளைவால் ஏற்பட்ட முதன்மைப் பயனாளியாகவும் அவர் இருந்தார். பின்னவர் 1852 இல் வீழ்ந்தபின்னர் அரண்மனையில் நாஸிர் மற்றும் குயில்தார் [கோட்டைக் காவலர்] என்ற அதிகாரம்மிகுந்த அலுவலகங்களை மிர்ஸா முகல் எடுத்துக்கொண்டார். இதனால் அது ஊதியம் வழங்குபவர் மற்றும் பொருளாளர் என்ற பதவிகளை அவருக்கு வழங்கியது. அத்துடன் மிர்ஸா ஃபக்ருவின் தோட்டங்கள் மற்றும் அவருக்கு சென்றுகொண்டிருந்த வருவாய்கள் அனைத்தையும்கூட அவரே பெற்றுக்கொண்டார்.[78] ஜீனத் மஹலுடன் அவருக்கு ஏற்பட்டிருந்த புரிந்துணர்வும், அவரே மிர்ஸா முகலின் காப்பாளர் என்பதும்கூட இந்த உயர்பதவியை அவர் எட்டியதற்கு காரணம். ஜீனத், மிர்ஸா ஃபக்ருவிற்கு எதிரானவராக மிர்ஸா முகலுடன் நட்பு பாராட்டியதுடன் அவருக்கு உதவியும் செய்தார். மிர்ஸா ஃபக்ருவிற்குப் பின்னர் பதவிக்கு வருவதில் தனக்கிருந்த பிரச்சினைகளைப்பற்றி ஜீனத்திடம் ஆலோசனை பெற மிர்ஸா முகல் சென்றபோது ஜீனத் அவரிடம் ‘இந்த விஷயத்தில் பயப்பட எதுவுமில்லை’ என்று அறிவுரை கூறியதாக அரசவைக் குறிப்பில் காணப்படுகிறது.[79]

மிர்ஸா முகலின் இரண்டு சித்திரங்கள் இப்போதும் இருந்துவருகின்றன. அவர் பத்துபேரிலும் ஆர்வமுள்ள தீவிரமான சின்னப்பையனாக, முழுமையான அரசவை உடையில், 1838 ஆம் ஆண்டு நடந்த ஜாஃபரின் மகுடம் சூட்டு விழா ஓவியத்தில் காணப்படுகிறார்.[80] ஆனால் அகஸ்ட் ஸ்காஃப்ட் வரைந்த தைலவண்ண ஓவியமான அது, மிகவும் கம்பீரமான தோற்றம்கொண்டதாக, கலகப்பரவலுக்கு சில வருடங்கள் முன்பாக 1850 களின் தொடக்கத்தில் வரையப்பட்டது.[81] அது ஓர் அழகான, வசீகரமான மற்றும் விளையாட்டு வீரனுக்கு உரிய இளைஞன், தன்னுடைய கருத்த தோலை ஈடுகட்டும் வகையில் வெண்ணிற மேலங்கிகள் காற்றில் பறக்க, பழுப்புநிறக்கண்களும், நீளமான கருத்த தாடியும் கொண்ட ஒருவரை நமக்குக் காட்டுகிறது. ஸ்காஃப்டின் பிம்பம் ஒரு மென்மையான, சோர்ந்துபோய் சோகமுற்ற கிழவராக ஜாஃபரைக் காட்டுகிறது என்றால், அவருடைய மிர்ஸா முகல் பிம்பமானது அதற்கு முற்றிலும் நேர்மாறான சித்தரிப்பைக் காட்டுகிறது - அது பரபரப்பான, பொறுமையற்ற மற்றும் விரக்தியுற்ற இளைஞன் தற்பெருமையோடும், அடக்கிவைக்கப்பட்ட கோபத்துடனும், சற்றே கசப்புணர்ச்சியுடன் அதன் சட்டகங்களுக்கு வெளியே பார்த்துக்கொண்டிருக்கும் பிம்பம்.

அவருடைய சகோதரர் ஜாவன் பக்த் மற்றும் அவருடைய தந்தை ஜாஃபரைப் போன்று அவரும் நிறைய ஆபரணங்களை அணிந்திருக்கிறார்

என்றாலும், அவருடைய வாளும், கூர்மையான கத்தியும்தான் நம் கண்ணைக் கவருகிறது. மிர்ஸா முகலின் பாவனையை வைத்துப் பார்க்கையில், தேவை ஏற்பட்டால் அந்த ஆயுதங்களை அவர் பயன்படுத்துவார் என்பதில் உங்களுக்கு எந்தச் சந்தேகமும் ஏற்படாது. தந்தையின் மென்மையான, கற்பனையான பாவனையும் அற்ற தன்னுடைய உலகத்தில் தன்னை ஈடுபடுத்திக் கொள்வதற்கான முனைப்பும், ஆற்றலும் அவரிடம் காணப்படுகிறது. வெற்றுப்பார்வை கொண்ட அவருடைய இளைய சகோதரரின் பிம்பத்தில் இல்லாத தீவிரத்தன்மையும், ஈர்ப்பும்கூட அவரிடத்தில் தெரிகிறது. எல்லாவற்றிலும் மேலாக, ஜாஃபரிடம் இல்லாத சுயஉறுதிப்பாடு என்பதற்கான அறிகுறியும் அவர் கண்களில் தென்படுகிறது.

சிப்பாய்கள் டெல்லிக்கு வந்தபோது மிர்ஸா முகல் எங்கே இருக்கிறார் என்பதற்கான எந்தக் குறிப்பும் இல்லாவிட்டாலும்கூட, 12 ஆம் தேதி காலை தன்னுடைய இளைய சகோதரர்களுடன் அவர் டெல்லி தர்பாரில் தோன்றினார். அத்துடன் அவர்களுக்கும் சேர்த்து, ‘ராணுவத்தில் முதன்மை தளபதிகள் பொறுப்புகள் கேட்டும் அவர்கள் விண்ணப்பித்தனர்.’ ஜீனத் மஹல் மற்றும் ஹகீம் அஷானுல்லா கானின் அறிவுரையின்படி ஜாஃபர் அந்த கோரிக்கையை நிராகரித்தார். ‘இதுபோன்ற பதவிகளுக்கு போதுமான வயதோ அல்லது அனுபவமோ அவர்களுக்குக் கிடையாது என்றும், [படைவீரர்களுக்கு உள்ள] கடமைகள் குறித்து அவர்கள் எதையும் புரிந்துகொள்ளவில்லை என்றும், பின்விளைவுகளால் அவர்கள் பெரும் துன்பப்படுவார்கள்’ என்றும் ஜாஃபர் வாதிட்டார். ஆனால், அடுத்தநாளே ‘இந்த கோரிக்கையுடன் சேர்ந்துகொள்ள ராணுவ அதிகாரிகளுடன் வந்தார்கள் அந்த இளவரசர்கள்.’ ஜாஃபரும், ஹகீம் அஷானுல்லா கானும் மீண்டும் ஒருமுறை அந்த திட்டத்திற்கு எதிர்ப்பு தெரிவித்தனர். ‘உங்களுக்கு இந்த வேலையைப் பற்றித் தெரியாது. அதிகாரிகளாக இருந்து நீங்கள் என்ன செய்வீர்கள்?’ என்றார் ஜாஃபர். ஆனால், இளவரசர்களும் சிப்பாய்களும் தங்களுடைய நிலையில் பிடிவாதமாக இருந்தனர். ‘அதன்படி, இரண்டு நாட்களுக்குப் பின்னர் [15 ஆம் தேதி] அவர்கள் தனித்தனியாக தளபதிகளாக அறிவிக்கப்பட்டு, கௌரவ உடையைப் பெற்றனர்.’ சிப்பாய்களின் சம்மதத்துடன், மிர்ஸா முகலுக்கு தலைமைத் தளபதி என்ற பொறுப்பு வழங்கப்பட்டது.[௨]

மிர்ஸா முகல் தன்னுடைய சகோதரர்கள் அபு பக்கர் மற்றும் கிஸிர் சுல்தான் ஆகியோருடன் சேர்ந்து, இந்தக் கலகப்பரவலுக்கு முன்னதாகவே சிப்பாய்களுடன் ரகசியத் தொடர்பில் இருந்திருக்க வாய்ப்பிருக்கிறது. இதைத்தான் பின்னாட்களில் ஜீனத் மஹல் அப்படியே சொல்லிவந்தார்.* அரண்மனையில் இருந்த மற்றவர்கள் சந்தேகத்துடன்

* எழுச்சியின் இறுதியில் ஜீனத் மஹல் சிறைபிடிக்கப்பட்டபோது, அவருடைய சிறை அதிகாரியான லெப்டினெண்ட் எட்வர்ட் ஓம்மெனே, 1857, செப்டம்பர் 30 அன்றைய அவருடைய நாட்குறிப்பில் பின்வரும் வெளிப்படையான உரையாடலை பதிவுசெய்திருக்கிறார். ‘இன்று காலை ஸாண்டர்ஸ் வந்திருந்தார். [தொடர்ச்சி அடுத்த பக்கத்தில்]

தள்ளியிருக்கையில், சிப்பாய்களுடன் மிர்ஸா முகல் எப்படி அவ்வளவு வேகமாக நெருங்கிய உறவை ஏற்படுத்திக்கொண்டார் என்பதற்கும் இதுவே விளக்கமாக இருக்கலாம். ஏதோ வழியில், அப்போதில் இருந்து அந்த ராணுவத்தைச் சமாளிப்பது மற்றும் தியோ மெட்காஃபின் நண்பரும், பாதுகாவலருமான, தனக்கு பதவி கிடைத்த பின்னர் கோட்வாலாக அவர் நியமித்துக் கொண்டவருமான முய்னுதீன் ஹுஸைன் கானுடன் இணைந்து அதற்கு முன்னரே பார்த்துக்கொண்டிருந்த நகர நிர்வாக பொறுப்பையும் அவர் ஆர்வத்துடன் ஏற்றுக்கொண்டார்.

கலக ஆவணங்களில் காணப்படும் மிகப்பெரிய ஆச்சரியகரமான விஷயங்களில் ஒன்று, மிர்ஸா முகலாலும் அவருடைய அலுவலகத்தாலும் தயாரிக்கப்பட்ட வெளிப்படையான ஆவணமாக்கல்தான். இந்த ஆவணங்களில் மிர்ஸா முகலின் உத்தரவுகள் பல்லாயிரக்கணக்கில் அடங்கியிருக்கின்றன. உண்மையில், சில முழு தொகுப்புகளிலும் அவற்றைத்தவிர வேறு எதுவுமே இல்லை.* 60 ஆவது தொகுப்பு மட்டுமே மிர்ஸா முகலின் தலைமைச் செயலகத்தைச் சேர்ந்த 831 உத்தரவுகளை உள்ளடக்கியிருக்கிறது.

முகலாய இளவரசர்கள் யாருமே ஒரு சோம்பேறியான ஆடம்பரப் பிரியர்களாகத்தான் இருப்பார்கள் என்று பேரரச பிரிட்டிஷ் வரலாற்றாசிரியர்களிடையே பொதுவாக நிலவிவந்த அனுமானத்தை உருவாக்கிவிடக் கூடியவையாகவே 1857 ஆம் ஆண்டு இந்திய

[முன்பக்கத் தொடர்ச்சி] முன்னாள் மகாராணி ஜீனத் மஹலுடன் அவர் நீண்டநேரம் உரையாடினார். ஆனால், எனக்கு கிடைத்த அதே தகவல்தான் அவருக்கும் கிடைத்தது. அதாவது, அவரும் அவருடைய மகன் ஜாவன் பக்த் மற்றும் முன்னாள் அரசர் ஆகியோருக்கும் இந்த கலகத்திற்கும் எந்த தொடர்பும் இல்லை. அவருடைய மகன்களான ஹாரிம், மிர்ஸா முகல், கிதிர் சுல்தான் மற்றும் பேரன் அபூ புகுர் ஆகியோருக்குத்தான் இந்த நிகழ்வுகளில் முக்கியப் பங்கு இருக்கிறது என்றும், இந்தக் கலகத்தின் உள்நோக்கம் குறித்து தனக்கு எதுவும் தெரியாது என்றும் கூயிருக்கிறார். இதில், அந்தக் கிழட்டு அரசரும், அவரும், அவருடைய மகனும்கூட இதேபோன்ற சிறையில்தான் வைக்கப்பட்டிருக்கிறார்கள் என்பது அதுவரையிலும்கூட தனக்கு தெரியாது என்று கூறியது மட்டுமே இதில் விதிவிலக்கு. அரண்மனைத் தளபதியான டக்ளஸ் தாங்கள் தடுக்க முயற்சித்தும்கூட தாமாகவே வெளியே சென்றார் என்றும், அவர் காயம்பட்டபோது அவருக்கு உணவு அனுப்பிவைத்து ஆறுதல் கூறியதாகவும் அவர் கூறினார். கிளர்ச்சிக்கார ரெஜிமெண்டுகள் வந்துசேரும்வரை கலகத்தைப்பற்றி தனக்கு எதுவுமே தெரியாது என்றும் தெரிவித்திருந்தார்.' See NAM, 6301-143, Diaries of Col. E.L. Ommaney. மற்றொரு வகையில் பார்க்கப்போனால், இளவரசர்கள் கோட்டையின் வாயில்கள் திறந்திருப்பதை உறுதிப்படுத்திக் கொண்டு, கிளர்ச்சிக்காரர்களை காத்திருந்து வரவேற்கவில்லை என்றும் அவர் கூறினார். மே 11 ஆம் தேதியன்று டெல்லி ரெஜிமெண்டின் செயல்கள் மீரட் கலகக்காரர்களுக்கு முன்னதாகவே சதித்திட்டத்தில் ஈடுபட்டுவிட்டதை வலுவாக உணர்த்தும் நிலையில், அவர்களின் செயல்களை வைத்து, கோட்டையில் இருந்த இளவரசர்கள் இந்தக் கலகப்பரவலுக்காக காத்திருந்து, கட்டளைப் பொறுப்பை ஏற்கத் தயாராக இருந்தார்கள் என்பதற்கு எந்த ஆதாரமும் கிடையாது.

* உதாரணத்திற்கு பார்க்க, தொகுப்புகள் 57, 59, 60, 61, 62 மற்றும் 63.

தேசியவாத குறிப்புகள் அனைத்தும் காணப்படுவதுதான் திகைப்படைய வைக்கிறது. அத்துடன் மிர்ஸா முகல் பொதுவாகவே ஒரு நீர்த்துப்போன, பயனற்ற அதிகார வர்க்கத்தவர் என்றே குறிப்பிடப்படுகிறார். இருப்பினும், தேசிய ஆவணக்காப்பகத்தில் உள்ள ஆவணங்களில் அடங்கியிருப்பவற்றை வைத்து தீர்மானித்தால், 1857 ஆம் ஆண்டு எழுச்சிக்கு ஆதரவளித்தவர்களிலேயே மிர்ஸா முகல் ஓர் உறுதியான, கடும் உழைப்பாளியாக இருந்திருக்கிறார். மற்ற எல்லோரையும்விட இந்த எழுச்சிக்கு திட்டமிட்ட உதவியை வழங்கவேண்டியது மற்றும் டெல்லிக்கான ஒத்திசைந்த நிர்வாகம் ஆகியவற்றின் முக்கியத்துவத்தை மிர்ஸா முகல் உணர்ந்திருந்தார் என்பது தெரிகிறது. ஆனாலும், அவருடைய நிர்வாகம் குழப்பத்தைச் சமாளிப்பதற்கு அப்பால் செல்ல முடியவில்லை என்பதுடன், வெவ்வேறு சிப்பாய் ரெஜிமெண்டுகளையோ அல்லது டெல்லியில் அதிகரித்துக்கொண்டே சென்ற ஜிகாதிகளின் எண்ணிக்கையையோ அவர்களின் படைகளுக்குள் நுழைந்து கட்டுப்படுத்துவதற்கு அந்த நிர்வாகத்தால் வெற்றிபெற இயலவில்லை. அது தோற்றுப்போனது என்றாலும், அது விடாமுயற்சியின்மையால் ஏற்பட்டதல்ல.

முதல் வாரத்தில் இருந்தே மிர்ஸா முகல் இடைவிடாது உத்தரவுகளைப் பிறப்பித்து வந்துள்ளார். சிப்பாய்களை நகரத்தில் இருந்து வெளியேற்றி ஒத்திசைவான ராணுவ முகாம்களுக்கு நகர்த்திச் செல்ல முயற்சித்தார். கொள்ளையிடப்படும் பஜார்களையோ அல்லது தாக்குதலுக்கு உள்ளாகியிருக்கும் மேதகையினரின் வீடுகளையோ மீட்பதற்கு அவர் காவலர்களை அல்லது அரண்மனைக் காவலாளிகளை அனுப்பிவைத்தார். சிப்பாய்களுக்கு ஊதியம் வழங்குவதாக உறுதியளித்திருந்த அவர் அதற்கான பணத்தையும் ஏற்பாடு செய்தார். சிப்பாய்களுக்கும் டெல்லி மக்களுக்கு போதுமான அளவு உணவை தருவித்துக் கொடுத்தார். தனிநபர் சிப்பாய்களின் மனுக்களுக்கு செவிசாய்த்தார். காவலரண்கள் மற்றும் பாதுகாப்பு பணிகளுக்குத் தேவையான மண்வெட்டிகள், அரிவாள்கள், கோடரிகள் மற்றும் மணல் மூட்டைகளை வழங்கினார். ராணுவத்தினருக்கு கடுமையான நடத்தை விதிகளை விதித்தார். உதாரணத்திற்கு, இந்த விதிப்படி அனுமதி இல்லாமல் யாரும் யார் வீட்டையும் சோதனையிட முடியாது. கோட்டை சுவர்களுக்கு வெளியில் குஜார் பழங்குடியினரை கட்டுப்படுத்துவதற்கு பேரம் பேசினார். ஜாஃபரின் உருவத்துடன்கூடிய நாணயங்களை அச்சடிப்பதற்கு நாணய தொழிற்சாலையை நிறுவினார். கடைசியாக, மனக்குழப்பம் அதிகரித்துக்கொண்டே சென்ற தன்னுடைய தந்தையை ஆறுதல்படுத்தவும், தன்னுடைய சகோதரர்களை கட்டுப்படுத்தவும் அவர் முயற்சித்தார்.

எல்லோருடைய நம்பிக்கைகளும் பிரிட்டிஷாரால் தாக்குதலுக்கு உள்ளாகியிருக்கிறது என்ற அடிப்படையில், இந்த எழுச்சியில்

கலந்துகொள்ள வேண்டுமாறு கேட்டு இந்தியாவில் உள்ள இளவரசர்கள் மற்றும் ராஜாக்களுக்கு ஜாஃபரின் பெயரால் அனுப்பிவைக்கப்பட்ட கடிதங்களின் பின்னணியில் ஏறக்குறைய மிர்ஸா முகலே இருந்திருக்கிறார் என்பது நிச்சயமான ஒன்று. சதி சடங்குமுறைக்கு தடைவிதித்தது மற்றும் மதம்மாறியவர்களுக்கு வாரிசுரிமை அளித்தது, மிஷனரி செயல்பாடுகளுக்கு கம்பெனி வசதியேற்படுத்தி தந்திருப்பது மற்றும் பிரிட்டிஷ் சிறைகளில் அடைபட்டிருக்கும் சிறைவாசிகளை மதம்மாற்றியதாக குற்றம்சாட்டப்பட்டிருப்பது ஆகியவற்றை அந்தக் கடிதங்கள் திட்டவட்டமாக சுட்டிக்காட்டின. 'மதங்கள் அனைத்தையும் அழித்தொழித்தவர்கள் பிரிட்டிஷ் மக்கள்தான். ஹிந்துஸ்தானத்தின் மதங்களை அழிப்பதற்கு அவர்கள் கொண்டுள்ள நோக்கத்தை நீங்கள் நன்றாகப் புரிந்துகொள்ள வேண்டும். ஆங்கிலேயர்கள் இனிமேலும் ஹிந்துஸ்தானத்தில் இருந்தால் அவர்கள் நம்முடைய மதங்களை முற்றிலுமாக அழித்து ஒழித்துவிடுவார்கள் என்பது என்னுடைய உறுதியான முடிவு. ஆங்கிலேயர்கள் [ஹிந்துக்கள் மற்றும் முஸ்லிம்கள் ஆகிய இருவருக்குமே] பொது எதிரிகள் என்பதால் [நாம்] அவர்களை கொன்றொழிப்பதற்காக ஒன்றிணைய வேண்டும். இதன்மூலம் மட்டுமே நம் இருவரின் வாழ்வும் நம்பிக்கைகளும் காப்பாற்றப்படும்' என்று குறிப்பிடப்பட்டிருந்தன.[83]

இருப்பினும், மிர்ஸா முகல் அல்லது அவருடைய கருவூல அலவலகத்தால் தயாரிக்கப்பட்டிருக்காது என்று தோன்றக்கூடிய ஓர் ஆவணமானது, (மிகவும் பிழையான வகையில்) டெல்லி அரசரின் பிரகடனம் என்றோ அல்லது (மிகவும் துல்லியமாக, ஜாஃபருக்கு எந்த வகையிலும் சம்பந்தம் இல்லாத) அஜம்கார் பிரகடனம் என்றோ அழைக்கப்பட்ட குறிப்பிடத்தகுந்த பிரகடனமாகும். சுற்றறிக்கை கடிதத்தைப் போல் அல்லாமல் அந்தப் பிரகடனம் ஏறக்குறைய மதச்சார்பற்ற தொனி கொண்டதாகவும், பல்வேறு குழுக்களின் நலன்களை பரந்த அளவில் இலக்காக கொண்டதாகவும் காணப்படுகிறது. உண்மையில், எழுச்சியின்போது தயாரிக்கப்பட்ட இது ஏறக்குறைய தேசிய சுதந்திரப் பிரகடனம் என்பது போன்றே தோன்றுகிறது. செயலில் இறங்குவதற்கான அழைப்புவிடுக்கும் அதனுடைய ஆரம்ப வாக்கியம், 'மதநம்பிக்கையற்ற, நயவஞ்சக ஆங்கிலேயர்களின் கொடுங்கோலாட்சியாலும், அடக்குமுறையாலும் ஹிந்துக்கள் மற்றும் முகம்மதியர்கள் ஆகிய இரு தரப்பினருமே நசுக்கப்படுகிறார்கள்' என்று தொடங்குகிறது. 'தற்சமயம் மதத்தின் அடிப்படையில் ஆங்கிலேயர்களுடன் ஒரு போர் நடக்க இருக்கிறது' என்று குறிப்பிடுகின்ற அதேநேரம், 'பண்டிட்களுக்கும் ஃபகிர்களுக்கும்' விடுக்கும் அழைப்பில் அவர்கள் முகலாய ராணுவத்தினரிடம் சேர்ந்துகொள்ள வேண்டும் என கூறப்பட்டிருக்கிறது. மேலும், நிலக்கிழார்களுக்கு ஆங்கிலேயர்கள்

அதிக வரி விதித்தது, பொது மற்றும் ராணுவ சேவைகளில் உள்ள 'கண்ணியத்துடன் ஊதியம் பெறக்கூடிய எல்லாப் பதவிகளையும்' தங்களுக்கு உரித்தாக்கிக்கொண்டது, இந்தியக் கலைஞர்களை ஓரம்கட்டிவிட்டு மலிவான பிரிட்டிஷ்காரர்களை இறக்குமதி செய்து சந்தையை நிரப்பிக்கொண்டது ஆகியவை அதனுடைய பெரும்பாலான இடங்களை ஆக்கிரமித்திருந்தன.

பொருளாதார மற்றும் சமூக வருத்தங்களை வெளிப்படையாக குறிப்பிடும் 1857 ஆம் ஆண்டைச் சேர்ந்த அரிதான ஆவணத்தை கண்டெடுத்ததால் மகிழ்ச்சியுற்ற சில வரலாற்றாசிரியர்கள் செங்கோட்டையுடன் தொடர்புடைய, இந்தக் குறிப்பிடும்படியான நவீன ஆவணத்தைச் சம்பந்தப்படுத்தி அதனுடைய தாக்கத்தையும் முக்கியத்துவத்தையும் பெரிதுபடுத்தியிருக்கலாம். இதை எழுதியவர் உண்மையில் ஜாஃபரின் மூத்த பேரனாக இருந்திருக்கக்கூடிய, அதிகம் வெளியில் தெரியாமல் மறைந்து வாழ்ந்த முகலாய இளவரசர் ஃபிரோஸ் ஷாதான். அவத் மற்றும் லக்னோவில் நேரடியாகப் போர்புரிந்த அவர் எழுச்சியின்போது ஒருமுறைகூட டெல்லிக்கு வந்ததில்லை. இதன் காரணமாகத்தானோ என்னவோ, மிகவும் மதம்சாராத வகையில் அவர் எழுப்பிய விவகாரங்கள் அதன் தொனி மற்றும் உள்ளடக்கம் என்கிற வகையிலும், அந்த நேரத்தில் முகலாயத் தலைநகரத்தில் நிலவிய துயரங்கள் என்ற வகையிலும் நம்மைக் கவரக்கூடிய வகையில் மாறுபட்ட ஒன்றாக தோன்றுகிறது.[84]

இளவரசர்களில் பெரும்பாலானவர்கள், இழப்பது குறைவு பெறுவது அதிகம் என்ற வகையில் தங்களுடைய விதியை இந்த எழுச்சியில் ஒப்படைத்துவிட்டார்கள் எனும் நிலையில், ஜீனத் மஹலும் அவருடைய அன்புக்குரிய ஒரே மகனுமாகிய ஜாவன் பக்தும் அதே காரணத்திற்காகத்தான் எதிர்மாறான நடவடிக்கைகளை மேற்கொண்டனர்.

ஜீனத் மஹல் தன்னுடைய கணவரின் செயல்பாடுகளுக்கு முற்றிலும் எதிரானவராக இருந்தார். அவை ஜாவன் பக்திற்கான வாய்ப்புகளை அழித்துவிடும் என்றே அவர் குறிப்பிட்டு வந்தார். ஒரு மிகப்பெரிய விவகாரத்தில் தன்னுடைய மனைவிக்கு எதிராகவும், மிகவும் வெளிப்படையாகவும் ஜாஃபர் நடந்துகொள்வது அவர்களுடைய திருமணத்திற்குப் பின்னர் அதுவே முதல்முறை. ஹகீம் அஷானுல்லா கானின் நினைவுக் குறிப்புகளின்படி, 'அரசர் தன்னிடம் கவனம் செலுத்துவதில்லை என்று ராணி ஆட்சேபணை தெரிவித்தார். [ஆனால்] அதற்கு பதிலளித்த அரசரோ [வெறுமனே] "இறைவனின் சித்தப்படியே எல்லாம் நடக்கட்டும்" என்றார்.'[85]

பிரிட்டிஷார் விரைவிலேயே திரும்பிவந்து சிப்பாய்களை விரட்டியடிப்பார்கள் என்றும், தங்களுடைய விசுவாசம் தன்னுடைய அன்புக்குரிய மகனின் வாரிசுரிமையை அங்கீகரிப்பதாக அமையும் என்றே ஜீனத் மஹல் கணக்கிட்டிருக்கிறார். எது எப்படியோ, என்ன காரணமோ, கலகம் பரவத் தொடங்கிய அன்று இரவு, ஆக்ராவில் இருந்த வடமேற்கு பிராந்தியங்களுக்கான பிரிட்டிஷ் ஆளுநருக்கு துரித ஒட்டகத் தூதுவனை அனுப்புவதற்கு ஜாஃபரைத் தூண்டியதும் அவர்தான்.[86] பின்னாளில், கிளர்ச்சிக்காரர்களிடம் இருந்து ஜாவன் பக்த் ஒதுங்கியிருப்பதையும், அவர்களுடைய வன்முறையில் சம்பந்தப்படாமல் ஒதுங்கியிருப்பதை உறுதிப்படுத்திக் கொண்டவரும் அவர்தான். மிர்ஸா முகல் தலைமைத் தளபதியானபோது, ஜாவன் பக்திற்கு வாஸிர் என்ற பெயரளவு பட்டம் வழங்கப்பட்டது. ஆனால், அவர் சிப்பாய்களிடமிருந்து ரொம்பவே விலக்கி வைக்கப்பட்டிருந்தார். நகர நிர்வாகத்திலும் அவர் சம்பந்தப்படவில்லை.[87]

ஜீனத் மஹல் தரப்பிலும் சரி, மிர்ஸா ஜாவன் பக்த் தரப்பிலும் சரி உறுதியான பிரிட்டிஷ் ஆதரவு பிரிவினராக அந்த அரண்மனையில் இருந்தவர்களில் ஜீனத் மஹலிடம் செல்வாக்கு செலுத்திய தலைமை திருநங்கையான மெஹ்பூப் அலி கான், ஜாஃபரின் பிரதம மந்திரி ஹக்கீம் அஷானுல்லா கான், மறைந்த மிர்ஸா ஃபக்ருவின் மாமனாராகிய மிர்ஸா இலாஹி பக்ஷ் ஆகியோர் அடங்குவர். இலாஹி பக்ஷ் 1852 ஆம் ஆண்டில் ஜீனத் மஹல், ஜாவன் பக்த் மற்றும் மெஹ்பூப் அலி கான் ஆகியோருக்கு ஒரு கசப்பான போட்டியாளராக விளங்கினார். இப்போது இந்த முன்னாள் அரசவைப் பிரிவினர்களை எதிர்பாராத விதத்தில் ஒன்றுசேர்த்ததற்கு இந்தக் கலகப் பிரச்சினையே காரணமாகிவிட்டது. முன்னதாக மிர்ஸா முகலின் காப்பாளராக இருந்த ஜீனத் மஹல் இப்போது அவருக்கே போட்டியாளராகிவிட்டார். முன்பு ஜீனத்தின் எதிரியாக இருந்த இலாஹி பக்ஷ் இப்போது அவருடைய கூட்டாளியாகிவிட்டார்.[88]

ஜாஃபரும்கூட தன்னுடைய மனைவி மற்றும் முதன்மை ஆலோசகர்களிடம் இருந்து தன்னை சற்றே ஒதுக்கிவைத்துக் கொண்டார். அதேநேரம், சிப்பாய்களிடம் காணப்பட்ட ஆபத்துகளைப்பற்றி நன்கு தெரிந்துவைத்திருந்த ஜாஃபர், அவர்கள் நடந்துகொண்ட விதத்தால் அருவருப்படைந்தும், நகரத்தை அவர்கள் கொள்ளையடித்ததால் விரக்தியடைந்தும் மிகவும் எச்சரிக்கை உணர்வடைந்தவராக காணப்பட்டார். இருப்பினும், இந்த எழுச்சியானது தைமூர் மாளிகையைக் காப்பாற்றி அதை அங்கீகரிப்பதற்கான வாய்ப்பு இன்னும் இருக்கிறது என்றும், தான் பதவியேற்ற 1837 இல் இருந்து அவர் இதுநாள்வரை காப்பாற்றிவந்த தன்னுடைய வம்சாவளியின் எதிர்காலம் உறுதிப்படுத்தப்படும் என்றே நம்பினார். அதனால், இந்த எழுச்சிக்கு அவர் தன்னுடைய ஆதரவை வழங்கியிருந்தபோதிலும், டெல்லியில்

புதிதாக அதிகாரம் பெற்ற முகலாயப் பேரரசர் என்ற தன்னுடைய பொறுப்பையும் அவர் தீவிரமாக கவனத்தில் எடுத்துக்கொண்டதால் சிப்பாய்கள் கொள்ளையடிப்பதை தடுப்பதற்கு தன்னால் முடிந்தவற்றை எல்லாம் அவர் செய்தார்.

ஜீனத் மஹல், மெஹ்பூப் அலி கான் மற்றும் ஹகீம் அஷானுல்லா கான் ஆகியோர் இந்த எழுச்சி குறித்த விஷயத்தில் பேரரசரின் விருப்பத்திலிருந்து முற்றிலும் விடுபட்டும், மிர்ஸா முகல் மற்றும் பிற இளவரசர்களுக்கு நேர் எதிராகவும் எந்த அளவுக்கு சென்றிருந்தார்கள் என்பது, கலகப்பரவல் தொடங்கிய ஐந்து நாட்கள் கழித்து, மே 16 ஆம் தேதியன்றைய தர்பாரில் மிகவும் சட்டென்று தெள்ளத்தெளிவாக புலப்பட்டது. அச்சமயத்தில் அங்கிருந்த நாட்குறிப்பு செய்தி எழுதுனரான சுன்னி லாலின் கூற்றுப்படி,

> *தங்களுடைய அதிகாரிகளுடன் வந்த துருப்புகளும் ஆயுதப்படையினரும் அங்கு வந்து, தாங்கள் நகரத்தின் டெல்லி வாயிலில் பிடித்து வைத்திருக்கும் மருத்துவர் அஷானுல்லா கான் மற்றும் நவாப் மெஹ்பூப் அலி கான் ஆகியோரின் முத்திரைகள் அடங்கிய கடிதத்தை அவரிடம் வழங்கினர். மருத்துவரும், நவாபும் இந்தக் கடிதத்தை ஆங்கிலேயருக்கு அனுப்ப இருந்ததாகப் புகார் தெரிவித்தனர். அந்தக் கடிதத்தில், ஆங்கிலேயர்கள் உடனடியாக நகரத்திற்கு வரலாம் எனவும், அவர்கள் அரசர் மற்றும் அரசி ஜீனத் மஹலின் மகனாகிய மிர்ஸா ஜாவன் பக்தை அடுத்த வாரிசாக ஏற்றுக்கொள்ளும் பட்சத்தில், தங்கள் பங்கிற்கு அச்சமயத்தில் டெல்லியில் இருக்கும் படையினரைக் கைப்பற்றி, அவர்களை மனம்மாறச் செய்வதாகவும் உறுதியளித்திருந்தனர்.*[89]

ஹகீம் மற்றும் அந்த திருநங்கை - உடல்நிலை சரியில்லாமல் சோர்ந்துபோன நிலையில் அவருடைய பல்லக்கில் அழைத்துவரப்பட்டவர் - ஆகிய இருவருமே அந்த ஆவணம் ஓர் ஏமாற்றுவேலை என்பதைவிட அதைத் தாங்கள் நம்பவில்லை என்றே சத்தியம் செய்தனர். அரசவையில் அந்த இருவருடைய நிலையுமே மிகவும் மோசமடைந்தது. ‘தங்களுடைய வாட்களை உருவியபடி அந்த மருத்துவரை சூழ்ந்துகொண்ட காலாட்படை வீரர்களும், ஆயுதப்படையினரும் அவர் ஆங்கிலேயருடன் தொடர்பில் இருக்கிறார் என்பதை தாங்கள் உறுதியாக நம்புவதாக அறிவித்தனர்.’[90]

இந்த சமயத்தில்தான், ஜாஃபர் தன்னுடைய அரண்மனையில் பிரிட்டிஷ் கைதிகளைப் பாதுகாப்பாக வைத்திருக்கிறார் என்று சிப்பாய்களில் ஒருவன் குறிப்பிட்டான். கொல்லப்பட இருந்த சில குடும்பங்கள் நகரத்தில் ஒளிந்து கொண்டிருப்பதைக் கண்டுபிடித்து அவர்களை புதிய கோட்வாலான முய்னுதீன் அழைத்துவந்த பின்னர் அவர்களுடைய எண்ணிக்கை ஐப்பத்தி இரண்டாக அதிகரித்திருந்தது. கைதிகளை உயிருடன் வைத்திருந்தமைக்காக ஹகீமையும், திருநங்கையையும் குற்றம்சாட்டிய சிப்பாய்கள், அப்படிச்

செய்வதனால், 'ஆங்கிலேயர்கள் இங்கே வந்துவிட்டால் அவர்களுடைய மனதை மாற்றச் செய்துவிட்டு, அவர்கள் படைவீரர்களை கொல்லும்படி விட்டுவிடுவார்' என்றும் கூறினர் - அப்படிச் செய்தவர்களின் மனதிலும் உண்மையிலேயே அதுதான் இருந்தது என்பதில் பெரிய சந்தேகம் ஒன்றுமில்லை.[91]

பின்னர், லாகூர் வாயிலில் இருந்து சற்று தூரத்தில் அமைந்திருக்கும் அரண்மனை சமையல்கூடங்களுக்குப் பின்னால் இருந்த ஓர் அறையில் ஜாஃபரால் உணவளித்து பாதுகாக்கப்பட்ட அந்தக் கைதிகளைச் சிப்பாய்கள் அழைத்தனர். அவர்களை கயிற்றால் கட்டி இழுத்துச்சென்ற சிப்பாய்கள் மத்தள மாளிகையான நக்கார் கானாவுக்கு முன்பிருந்த குட்டைக்கு அருகாமையில் இருக்கும் அரச மரத்தில் கட்டிவைத்தனர். பின்னர் அவர்களை வெட்டிக் கொன்றுவிடுவதைப்போல் பயமுறுத்தச் செய்தனர்.

ஜீவன் லாலின் கூற்றுப்படி, 'வெறும் பொம்மலாட்ட பொம்மைகளைப் போன்றே நின்றுகொண்டிருந்த அரசரும் அவருடைய அவையினரும்' சிப்பாய்கள் எதைப்பற்றி சிந்தித்துக் கொண்டிருக்கிறார்கள் என்பதை நினைத்தே முதலில் திகிலடைந்தனர். 'பின்னர் சிப்பாய்களை முகம்மதியர்கள் மற்றும் ஹிந்துக்கள் என தனித்தனி பிரிவுகளாக பிரிந்துசெல்லும்படி அரசர் உத்தரவிட்டார். இருதரப்பினரிடமும் சென்று அந்த அப்பாவியான ஆண்கள், பெண்கள் மற்றும் குழந்தைகளை கொல்ல அவர்களுக்கு ஏதேனும் அதிகாரம் இருக்கிறதா என்று அவர்களுடைய மத ஆசான்களிடம் ஆலோசித்து வருமாறு கூறினார்.'[92] 'அவர்கள் கொலைசெய்யப்படுவதை அனுமதிக்கவே முடியாது' என்று கூறிய ஜாஃபர், 'அரசியாரும்கூட எந்த ஒரு படுகொலைக்கும் எதிரானவர்தான் என்றும் கூறினார்.'[93] இதனை சயீத் முபாரக் ஷா பின்வருமாறு பதிவுசெய்திருக்கிறார்,

> *அந்த ஆதரவற்ற பெண்கள் மற்றும் உயிர்களைப் பறித்துவிட வேண்டாம் என்று கிளர்ச்சிக்காரர்களிடம் வருத்தமுற்று கோரிக்கை வைத்த அரசர், அவர்களிடம் 'நீங்கள் இந்த பழிவாங்கும் நடவடிக்கையை செய்தீர்கள் என்றால் இறைவனின் தேவதை நம்மை அழித்துவிடும் என்பதை கவனத்தில் வைத்துக்கொள்ளுங்கள். இந்த அப்பாவிகளை எதற்காக கொல்லவேண்டும்?' என்று கேட்டார். ஆனால், இதற்கு மறுப்புத் தெரிவித்த கிளர்ச்சிக்காரர்கள் 'உங்களுடைய அரண்மனையிலேயே வைத்து நாங்கள் அவர்களைக் கொல்வோம். அதனால், இதன் முடிவு எதுவாக இருந்தாலும், இந்த விஷயத்தைப் பொறுத்தவரையில் நீங்களும் நாங்களும் ஒரேவிதமாகவே பார்க்கப்படுவோம். உங்களையும்கூட ஆங்கிலேயர்கள் சரிசமமான அளவுக்கு குற்றவாளி என்றே கருதுவார்கள்' என்று பதிலளித்தனர்.[94]*

சிப்பாய்களுடன் விடாமல் வாதிட்டுக்கொண்டிருந்த அரசர் அந்தக் கொலைக்கான தன்னுடைய சம்மதத்தைத் தர மறுத்துவிட்டார். ஆனால், இறுதியில் ஹகீம் அஷானுல்லா கான் அவரை அமைதிப்படுத்தினார் என்று அச்சமயத்தில் அங்கிருந்த கோட்வாலாகிய முய்னுதீன் மற்றும் அரசவையினரான ஜாகிர் தேலவி ஆகியோர் பதிவு செய்திருக்கின்றனர். அவர் பேசுவதைக் கண்டு கடும் அதிர்ச்சியுற்ற ஹக்கீம், அவர் இப்படியே தொடர்ந்து வாதிட்டுக்கொண்டிருந்தால் நாமும் கொல்லப்படுவோம் என்று அரசரை எச்சரித்தார்.

சிப்பாய்கள் அந்தப் படுகொலைக்குத் தயாராவதை ஜாகிர் கண்டபோது, இந்தப் படுகொலையைத் தடுக்க கடைசிக்கட்டமாக ஏதாவது முயற்சி செய்யுமாறு ஹக்கீமிடம் கெஞ்சினார். பின்னாளில் இதுகுறித்து அவர் பின்வருமாறு பதிவு செய்திருக்கிறார்,

> *கைதிகள் வெளியே இழுத்துச்செல்லப்படுவதைப் பார்த்த நான் அவர்கள் அனைவரும் கொல்லப்பட்டுவிடுவார்கள் என்று பயந்து, அதைத்தடுக்க ஏதாவது செய்ய முடியுமா என்று அவரிடம் கேட்டேன். இதற்கு எனக்கு கிடைத்த பதில், 'நான் என்ன செய்ய முடியும்?' என்பதுதான். நம்முடைய விசுவாசத்தை நிரூபிப்பதற்கு இதுதான் சமயம் எனவும், அவர் அரசரைக் காப்பாற்ற விரும்பினால் கலகக்காரர்கள் இந்தக் குற்றச்செயலை செய்வதைத் தடுத்து, கைதிகளை காப்பாற்ற வேண்டும் என்றேன். இல்லையென்றால் பிரிட்டிஷார் வந்து டெல்லியை இதற்காகவே சமன்செய்வார்கள் என்றும், இந்த அப்பாவிகள் சிந்திய ரத்தத்திற்கு பழிக்குப்பழியாக அந்நகரத்தை அவர்கள் ஒன்றுமில்லாத பாழ்நிலமாக மாற்றிவிடுவார்கள் என்றும் அவரிடம் கூறினேன். அதற்கு அஷானுல்லா கான், 'நீங்கள் இன்னும் குழந்தையாகவே இருக்கிறீர்கள். பொதுவாழ்க்கையில் உள்ளவர்கள் உணர்ச்சிகளுக்கு இடமளிப்பதை விட்டுவிட்டு, தன்னுடைய பகுத்தறிவையே பயன்படுத்த வேண்டும் என்பதை நீங்கள் இன்னும் புரிந்துகொள்ளவில்லை. இப்போது நாம் கலகக்காரர்களை தடுத்து நிறுத்த முயன்றால் ஆங்கிலேயர்களைக் கொல்வதற்கு முன்னால் அவர்கள் நம்மைக் கொன்றுவிட்டு பின்னர் அரசரையும் கொல்வார்கள் என்று கூறினார்.'[95]*

எப்படியோ, அதற்குள் காலமும் கடந்துவிட்டது. அஷானுல்லா கான் பேசி முடித்தபோது சிப்பாய்களும், அரண்மனைக் கும்பலும் தங்கள் வேலையைச் செய்ய சென்றுவிட்டனர்.

> *கைதிகளை உட்காரவைத்த பின்னர் ஒருவன் அவர்களை நோக்கி தன்னுடைய கார்பைன் துப்பாக்கியால் சுட்டான். அரசரின்*

> *தனிப் பாதுகாவலர்கள் இரண்டுபேர் தங்களுடைய வாட்களால் ஐரோப்பிய ஆண்கள், பெண்கள் மற்றும் குழந்தைகளை கொன்றனர். அந்த குட்டைக்கு அருகாமையில் நின்றிருந்த ஏறக்குறைய 200 முஸல்மான்கள் அந்தக் கைதிகளை மிக ஆபாசமான வார்த்தைகளால் திட்டிக்கொண்டிருந்தனர். அரசரின் தனிப்பாதுகாவலன் ஒருவனுடைய வாள் முறிந்தே போனது. இந்தக் கொன்றொழிப்பிற்குப் பின்னர் இறந்த உடல்கள் இரண்டு மாட்டுவண்டிகளில் எடுத்துச்செல்லப்பட்டு ஆற்றில் வீசப்பட்டன. இந்த நிகழ்வு அந்த நகரம் முழுக்க இருந்த ஹிந்துக்களிடையே பெரும் பதற்றத்தை ஏற்படுத்துவதற்குக் காரணமானது. அவர்கள், இந்த ஈனத்தனமான, அராஜகமான குரூரத்தை நிகழ்த்திய புர்பியாக்களால் ஆங்கிலேயேர்களை எதிர்த்து வெல்லவே முடியாது என்றனர்.*[96]

ஜாஃபரைப் பொறுத்தவரையில் இந்தப் படுகொலை ஒரு திருப்புமுனை. சிப்பாய்கள் சரியாகத்தான் சொல்லியிருக்கிறார்கள், அதாவது இந்த அப்பாவிகளை ஒட்டுமொத்தமாக படுகொலை செய்ததை பிரிட்டிஷார் ஒருபோதும் மன்னிக்கப் போவதில்லை. மேலும், ஜாஃபர் இதைத் தடுக்கத் தவறியதானது அவருக்கும் அவருடைய வம்சாவளியினருக்கும் அந்த அப்பாவிகளைப் போலவே தவிர்க்க இயலாத மரணாபத்து என்பதும் நிரூபணமானது.

எழுச்சியின் இரண்டாவது வார முடிவில், முன்பு உற்சாகம் மிகுந்தவராக காணப்பட்ட மௌலவி முகம்மது பக்கார்கூட நடக்கின்ற விஷயங்கள் குறித்து மறுமுறை சிந்தித்துப் பார்க்கத் தலைப்பட்டார். ‘சூறையாடல் மற்றும் கொள்ளைகளால் இந்த மக்கள் பெருமளவுக்கு துன்புறுத்தப்பட்டு, சோர்வுற்றுப் போயிருக்கிறார்கள்’ என்று அவர் மே 24 ஆம் தேதி டிஹ்லி உர்து அக்பரில் எழுதினார்.

> *இந்த நகரத்தில் உள்ளவர்களோ அல்லது கிழக்கைச் சேர்ந்த வெளியாட்களோ, எல்லோருமே கொள்ளையடிப்பதிலும் சூறையாடுவதிலுமே பரபரப்பாக இருந்தார்கள். காவல் நிலையங்களுக்கு கடுகளவுகூட கட்டுப்படுத்துவதற்கான அதிகாரம் இல்லை. கர்னல் ஜேம்ஸ் ஸ்கின்னரின் கோத்தி விவரிக்க முடியாத அளவிற்கு மிக மோசமாகச் சூறையாடப்பட்டது. அந்த நகரத்திலும், அதைச் சுற்றியுள்ள புறநகர்ப் பகுதிகளிலும் குஜார்கள் மற்றும் ஜாட்டுகளின் கூட்டம் பெருங்குழப்பத்தை ஏற்படுத்தியிருந்தன. சாலைகள் அடைக்கப்பட்டன. ஆயிரக்கணக்கான*

> *வீடுகள் கொள்ளையடிக்கப்பட்டு எரிக்கப்பட்டன. டெல்லியின் மரியாதைக்குரிய மற்றும் பணக்கார மக்கள் அனைவரையும் மாபெரும் ஆபத்து சூழ்ந்துவிட்டது. அந்த நகரமே சூறையாடப்பட்டது.*[97]

இருப்பினும், கொள்ளைச் சம்பவங்களில் ஈடுபட்டவர்கள் சிப்பாய்கள் மட்டுமே அல்ல என்று பக்கார் வலியுறுத்துகிறார். நகர கும்பலும் அதற்குச் சரிசமமாக பொறுப்புள்ளவர்கள். அவர்களில் சிலர் தங்களையும் படைவீரர்களைப் போல் காட்டிக்கொண்டார்கள். 'ஆயுதக்கிடங்கில் இருந்தும், ஆங்கிலேயலர்களின் கோத்திக்களில் இருந்தும் துப்பாக்கிகள், ஆயுதங்கள் மற்றும் வெடிமருந்துகளைக் கொள்ளையடித்த அவர்கள் திலங்காக்களைப் போல் உடையணிந்துகொண்டு இந்தக் கொள்ளைகளில் ஈடுபட்டனர்' என்று பின்வருமாறு எழுதியுள்ளார் அவர்.

> *நேற்று ஐந்துபேர் கைது செய்யப்பட்டார்கள். இறுதியில் அவர்கள் ராணுவ முகாமில் செருப்புத் தைப்பவர்களாக இருந்தவர்கள் என்று தெரியவந்தது, இன்னும் இரண்டுபேர் சாமர்கள் [தீண்டத்தகாத சாதியினர்]. தங்களுக்குச் சொந்தமானவை என்று அவர்கள் கூறிக்கொண்டவற்றுடன் படையணிக்கு அழைத்துச் செல்லப்பட்ட அவர்கள் சொன்னவை எல்லாம் பொய் என்று தெரிய வந்தபோது சுபேதாரும், சிப்பாய்களும் அவர்களை கடுமையாக விளாசிவிட்டு தங்களுடைய பிடியில் வைத்துக்கொண்டனர்.*[98]

இந்த அராஜகத்திற்குப் பின்னால் அதிகாரத்துவத்தின் அடிப்படைப் பிரச்சினை இருக்கிறது என்பதை பக்கார் உணர்ந்துகொண்டார். கலகப்பரவலுக்கு முன்னதாகவே வெவ்வேறு ரெஜிமெண்டுகளுக்கு இடையில் உடன்பாடும் தகவல்தொடர்பும் இருந்திருக்கின்ற அதே நேரத்தில், ரெஜிமெண்டுகள் ஒவ்வொன்றும் தனிப்பட்ட முறையிலேயே கிளர்ச்சி செய்து, தாங்களாகவே டெல்லிக்கு வந்து சேர்ந்திருந்தின. அவை ஒவ்வொன்றும் தங்களுடைய சுபேதார்களையே தலைவர்களாகக் கருதின. ரெஜிமெண்டுகள் சுயதிருப்தியுற்றவைகளாகத்தான் இருந்தன. அவர்கள் தனித்தனியாக முகாம் அமைத்துக்கொண்டனர். ஓர் ஒட்டுமொத்த சிப்பாய் ஜெனரலை ஏற்றுக்கொள்ளவில்லை என்பதுடன் மற்ற ரெஜிமெண்டின் அதிகாரி தங்கள் மீது அதிகாரம் செலுத்துவது என்ற யோசனையையே அவர்கள் கடுமையாக எதிர்த்தனர்.

இளவரசர்கள் தனித்தனி ரெஜிமெண்டுகளுடன் இணைந்தே இருந்தனர். ஒருங்கிணைக்கும் தலைமைத் தளபதியாக நடந்துகொள்ள மிர்ஸா முகல் செய்த முயற்சிகளுக்கு சிறிதளவே வெற்றி கிடைத்தது. சிப்பாய்களுக்கு ஊதியம் அளிக்கவோ அல்லது தவறு செய்யும் சிப்பாய்களை அல்லது உண்மையிலேயே கீழ்படியாத ரெஜிமெண்டுகளை முறைப்படி தண்டிக்கவோ முகலாயர்களால் முடியவில்லை என்பதால் கலகப்

படையினர் மீது எவ்வளவு அதிகாரத்தை செலுத்த முடியும் என்பதற்கும் வரம்புகள் இருந்தன. ஒரு கட்டம்வரை ரெஜிமெண்டுகள் உடன்பாடில்லாத தனி ராணுவங்களின் கூட்டங்களாகவே திரிந்தன. ஒவ்வொன்றிற்கும் ஒரு சுபேதார் இருந்தார். அவரும்கூட பாதி சுதந்திரம் பெற்ற படைத் தளபதியைபோலவே நடந்துகொண்டார். 'கலகக்காரர்களுக்கு ஒரு தலைவர் இல்லை' என்று மிகத்தெளிவாக குறிப்பிட்டுள்ளார் செய்தி எழுதுனரான கபுர்தலாவைச் சேர்ந்த ரஜா.[99]

இவற்றை இன்னும் மோசமாக்கும் வகையில், இரண்டாவது வாரத்தின் முடிவில் ஆயுதப்படை ரெஜிமெண்டுகளுக்கும், காலாட்படை சாவர்களுக்கும் இடையில் நடக்கும் சண்டைகள் அதிகரித்தன. குறிப்பாக, மீரட் மற்றும் டெல்லி சிப்பாய்களிடையே நல்லுறவு நிலவவில்லை. நகரத்தில் கொள்ளையிட்ட பொருள்களைப் பிரித்துக்கொள்வதில் தொடர்ச்சியாக சச்சரவுகள் ஏற்பட்டன.[100] அச்சமயத்தில் காலிப் தன்னுடைய நாட்குறிப்பில் எழுதியிருப்பதைப்போல், அவருடைய நகரத்தில் வேகமாக கூடிவிட்ட சிப்பாய்கள் 'ஆயிரக்கணக்கான ராணுவங்களைப் போல் வழிகாட்டுதல் இன்றி குழுமியவர்கள், எண்ணிறைந்த குழுக்களாக தலைமை இல்லாமலும், போருக்குத் தயாராகாமலும் இருந்தனர்.'[101] பேரரசரும் அதே அளவுக்கு மனக்கலக்கமுற்றார். ஓர் உளவாளியின் கூற்றுப்படி, ஒருமுறை ரத்தம் சிந்திய உடனேயே தங்களுடைய தளபதிகளுக்கு கீழ்பணிய மறுத்த டெல்லி மற்றும் மீரட் ரெஜிமெண்டுகள் அதற்குப் பதிலாக தங்களுக்குள்ளேயே சண்டையிட்டுக்கொண்டன. தன்னுடைய தலையைக் குலுக்கிக்கொண்ட ஜாபர், 'வானம் நம்மீது இடிந்து விழுந்துவிட்டது' என்றார்.[102]

பக்காரும் எச்சரிக்கையானார். 'அந்த நகரத்தின் கோட்வாலுடைய செயல்திறனை எல்லோருமே பாராட்டினார்கள். ஆனால், அவருக்கு திலங்காக்கள் மீது கட்டுப்பாடு இல்லாமையால் உயர்குடியினர் மற்றும் அடித்தர வர்க்கத்தினர் ஆகிய இருதரப்பினருமே நிராதவராகிப்போயினர். ஏழைகள் பலரும் பட்டினியின் விளிம்பில் இருப்பதாகச் சொல்லப்பட்டது. திலங்காக்கள் மீதிருந்த பயத்தினால் கடன் கொடுப்பவர்கள் வெளியே தலைகாட்டவில்லை. இரண்டு விஷயங்களை அவசரமாகவும் அவசியமாகவும் ஏற்பாடு செய்யவேண்டியிருந்தது. முதலில் ஊதியங்களை வழங்க வேண்டும். இரண்டாவது திலங்காக்களை கட்டுப்படுத்த வேண்டும்' என்று தன்னுடைய பத்திரிகையில் எழுதியுள்ளார் அவர்.[103]

பிற சிப்பாய் ரெஜிமெண்டுகளின் சுபேதார்களுக்கு சிப்பாய்கள் கீழ்பணிய மறுத்தார்கள் என்றால், அவர்கள் டெல்லி காவல்துறையிடம் இருந்து உத்தரவுகளைப் பெறுவது அதைவிட மோசமாகிப்போனது. கொள்ளையடிப்பதை காவல்துறையினர் தடுத்தால் அவர்கள் உடனடியாக அவர்களிடம் திரும்பி சண்டையிட்டனர். லாகூர் வாயிலில் கொள்ளையடித்துக் கொண்டிருந்த திலங்காக்களை தடுத்த ஒரு

காவலதிகாரி மிக மோசமாக அடித்து உதைக்கப்பட்டார். 'காவலரணுக்கு கீழே கொள்ளையடிக்கப்பட்ட பொருள்கள் சில சாக்குகளில் குவித்து வைக்கப்பட்டிருப்பதை ஒரு பர்கான்டாஸ் [ஆயுதமேந்திய காவல்துறை கான்ஸ்டபிள்] கண்டுபிடித்து அதற்குச் சொந்தக்காரர் யாரென்று கேட்டார்.' அதன்பின்னர் உள்ளூர் காவல்துறை தலைவர் புதிய கோட்வாலான முய்னுதீனிடம் பின்வருமாறு தெரிவித்தார்,

அதன் உரிமையாளரான ஒரு திலங்கா திருப்பி சச்சரவிட்டு தன்னுடைய வாளை உருவினார். சிலர் அங்கே கூடி குரலை உயர்த்தினார்கள். பின்னர் [அவர்களுக்கு உதவுவதற்காக அங்கு வந்த அவர்களுடைய தோழர்கள்] அந்த பர்கான்டாஸிற்கு ரத்தப்போக்கு ஏற்படும்வரை அவரை அடித்து தங்களுடைய பிடியில் வைத்துக்கொண்டனர். திலங்காக்கள் அரச ஊழியர்களாக இருக்கக் கடமைப்பட்டவர்கள். இப்படியே நடந்தால் ஒழுங்கையும் ஒழுக்கத்தையும் பராமரிப்பது சாத்தியமில்லை.[104]

மற்றொரு நிகழ்வில், கலீ குவாஸிம் ஜான் என்ற இடத்தில் திருட்டுப் பொருள்களுக்கு பாதுகாப்பு வழங்கிக்கொண்டிருந்த சிப்பாய்கள் குழுவை ஒரு காவலர் தடுக்க முயன்றபோது அங்கு நடந்தவற்றைப் பற்றி உள்ளூர் தனாதார் (காவல்நிலைய முதன்மை அதிகாரி) பின்வருமாறு கோட்வாலுக்கு தெரிவித்திருந்தார்:

கடந்துசெல்லும் திருட்டுப்பொருட்கள் அனைத்திற்கும் அவர்கள் லஞ்சம் கேட்டனர். அதைக் கொடுத்தால் அவர்கள் போகவிட்டுவிடுவார்கள். இல்லையென்றால் அவர்கள் காவலாளிகளால் துன்புறுத்தப்படுவார்கள். இந்த காவல்நிலையத்தின் பர்கான்டாஸாக்கள் எங்கெல்லாம் இதற்கு ஆட்சேபணை தெரிவித்தாலும் அவர்களை துன்புறுத்தி அச்சுறுத்தினார்கள். சமீபத்தில் இது மிகவும் மோசமாகிப்போனது. யாரிடமிருந்தெல்லாம் பணத்தை கறக்க முடியவில்லையோ அவர்களையெல்லாம் அவர்கள் கைது செய்யத் தொடங்கிவிட்டனர். அத்துடன் நாம் காவல் நிலையத்தில் இருந்து பின்வாங்கிவிட வேண்டும் என்றும், தங்களிடம் குறுக்கிட வேண்டாம் என்றும் சொல்லி வருகின்றனர்.[105]

மிர்ஸா முகல் நிர்வாகத்தில் இப்படிப்பட்ட பலவீனங்கள் இருக்கையில், சிப்பாய்களின் மீது நெருக்கடிகளை ஏற்படுத்துவதற்கு தன்னிடம் ஒரு வெற்றிச்சீட்டு இருப்பதை ஜாஃபர் உணர்ந்திருந்தார். அதுதான் ஒத்துழையாமை! இதுமேற்கொண்டு அவர் தன்னுடைய அதிகாரத்தைப் பயன்படுத்திய முதல்காட்சி மே மாதம் 14 ஆம் தேதி நடைபெற்றது. தன்னுடைய நேசத்திற்குரிய மெஹ்தாப் பாக் என்ற நிலவொளி தோட்டத்தில் இருந்து சிப்பாய்கள் வெளியேற வேண்டும் என்ற

அவருடைய உத்தரவுகளை அவர்கள் தொடர்ந்து ஏற்க மறுத்தபோது, அதைக்கண்ட ஜாஃபர் தன்னுடைய தனி வசிப்பிடத்திற்கு சென்று, 'குழப்பத்துடனும் கொந்தளிப்புடனும் தன்னுடைய அறையை சாத்திக்கொண்டு, பார்வையாளர்களை காண மறுத்தார்.' விரைவிலேயே சில சிப்பாய்கள் அந்த தோட்டத்தில் இருந்து விலகி, அந்த நகரத்தின் வடக்குப்பகுதியில் உள்ள ராணுவ முகாம்களில் எஞ்சியிருக்கும் இடங்களுக்கு செல்லத் தொடங்கிவிட்டனர்.

இதன் விளைவை உணர்ந்துகொண்ட ஜாஃபர் ஒரு வாரம் கழித்து வெளியிட்ட உத்தரவில், தன்னுடைய மக்களை கொள்ளையடிப்பது நிறுத்தப்படவில்லை என்றால் இந்த நகரத்தில் இருந்தே தன்னை விடுவித்துக்கொண்டு, மெக்காவிற்கு சென்று ஓய்வுபெறப்போவதாக அறிவித்தார். இதேபோன்ற மிரட்டல் ஒன்றைத்தான் ஐந்து வருடங்களுக்கு முன்னர் சர் தாமஸ் மெட்கால்ஃபிடம் அவர் விடுத்திருந்தார். இந்தமுறை அது வேலை செய்தது. இதனால் ஏற்பட்ட முன்னேற்றங்களை தன்னுடைய *டிஹ்லி உர்து அக்பரில்* பக்கார் உடன்பாட்டுடன் பதிவு செய்திருக்கிறார்.

> *மக்கள் எதிர்கொள்கின்ற அழிவையும், கொள்ளையை பற்றியும், நகரம் முழுவதையும் ஆளுகின்ற குழப்பங்கள் மற்றும் அராஜகத்தையும்பற்றி தெரிந்துகொண்டதால், மக்களையும், விசுவாசமுள்ள அரசு ஊழியர்களையும் துன்புறுத்திவரும் படைவீரர்கள் அவர்களை வாழவிடாமல் செய்வதனால் மாட்சிமை பொருந்திய நம்முடைய அரசர் ஓர் அரசாணையை வெளியிட்டிருக்கிறார். 'முன்னதாக ஃபிராங்கிகள் நம்முடைய அன்புக்குரிய குடிமக்களை மகிழ்ச்சிப்படுத்தும் வகையில் உத்தரவுகளை பிறப்பித்தனர். பின்னர், ஆங்கில வீரர்களாலும், அவர்களுடைய துன்புறுத்தலாலும் மக்கள் நிரந்தரமாக கவலை கொண்டிருந்தனர். இப்போது திலங்காக்களாகிய நீங்கள் உங்களுடைய கொள்ளைச் செயல்களால் அதைவிட அதிகமான வருத்தத்திற்கும் பிரச்சினைகளுக்கும் அவர்களை உள்ளாக்கி இருக்கிறீர்கள். இது தொடர்ந்தால், இதுதான் இறுதி நாட்களாக இருக்கும். எனக்கு மணிமகுத்திடமோ, பணத்திடமோ எந்தப் பாசமும் இல்லை. அத்துடன் நான் ஓய்வுபெறும் நோக்கத்துடன் [மெஹ்ருலியில் உள்ள] குவாஜா சாஹேப் [சூஃபி ஆலயம்] நோக்கிச் சென்றுவிடுவேன். மேலும், மாட்சிமை பொருந்தியவரின் குடிமக்கள் அனைவரும்கூட அவர்களுடைய ஆட்சியாளருடன் சேர்ந்து சென்றுவிடுவர். ஆகவே, அவர்களுடன் சேர்ந்து காபா மற்றும் மெக்காவின் ஹாரம் ஷரீஃபிற்கு செல்லவிருக்கும் நான் அங்கே என்னுடைய மீதமுள்ள நாட்களை பிரார்த்தனையிலும், பாவமன்னிப்பிலும், எல்லாம் வல்லவரையும் நினைத்தபடியும் கழிக்கத் திட்டமிட்டிருக்கிறேன்.'*

இந்த அறிவிப்பு படிக்கப்பட்டபோது, தர்பாரில் கூடியிருந்தவர்கள் அனைவரும் கண்ணீர் விட்டனர் என்று சொல்லப்படுகிறது. எல்லா உதவிகளையும் நமக்கு வழங்கிவரும் எல்லாம்வல்ல இறைவன் இந்த நகரத்தை ஒழுங்கிற்கு கொண்டுவரும் சூழ்நிலையை உருவாக்க வேண்டுமாய் நாம் பிரார்த்திப்போம். இது மக்களின் துயரங்களைப் போக்கி, மாட்சிமை பொருந்தியவரின் புருவத்தில் இருக்கும் கவலையையும், அச்சத்தையும் போக்கும்.[106]

ஆனால், அப்படி நடக்கவில்லை. பதிலாக, மே 19 அன்று, இன்னும் மிக மோசமாக சேதப்படுத்தும் பிளவுக்கான அறிகுறியே தென்பட்டது. அன்று, டெல்லியின் மிகவும் பழமைவாத முல்லாக்களுள் ஒருவரான மௌலவி முகம்மது சயீத் இந்த எழுச்சியை முற்றிலும் முஸ்லிம் புனிதப் போராக மாற்றுவதற்கு வெளிப்படையான முயற்சியாக ஜமா மசூதியில் ஜிகாத்திற்கான அளவுகோலை நிர்ணயித்தார். அது உடனடியாக கலைக்கப்பட வேண்டும் என்று ஜாஃபர் உத்தரவிட்டார். 'ஏனென்றால் இதுபோன்ற தீவிரவாத நடவடிக்கைகள் ஹிந்துக்களை எரிச்சல்படுத்தவே செய்யும்' என்று அவர் கருதினார்.

மறுநாள், 20 ஆம் தேதியன்று, டெல்லி கொத்தளப் படை அம்பாலாவில் கூடியிருப்பதாக தகவல் கிடைத்த உடனேயே அரண்மனைக்குத் திரும்பிய மௌலவி, ஜாஃபரிடம் எதிர்வாதம் புரிந்தார். அதாவது, ஹிந்துக்கள் எல்லோருமே ஆங்கிலேய ஆதரவாளர்கள்தான் என்றும், அதனால் அவர்களுக்கு எதிரான ஜிகாத் விதிமுறைப்படியானதுதான் என்றும் அவர் வாதிட்டார். அதேநேரத்தில் கோட்டைக்கு வந்திருந்த டெல்லி ஹிந்துக்களின் பிரதிநிதிக்குழு மௌலவியின் இந்தக் குற்றச்சாட்டிற்கு கோபத்துடன் மறுப்புத் தெரிவித்தது. தன்னுடைய பார்வையில் ஹிந்துக்களும் முஸ்லிம்களும் சரிசமமானவர்கள் என்று அறிவித்த ஜாஃபர் 'இதுபோன்ற ஜிகாத்திற்கு சாத்தியமே இல்லை, புர்பியா படைவீரர்களில் பெரும்பான்மையானவர்கள் ஹிந்துக்கள் என்பதால் இதுபோன்ற யோசனை முற்றிலும் முட்டாள்தனமானது. இப்படிப்பட செயல் உள்நாட்டுப் போரை உருவாக்கிவிட்டால் அதன் விளைவுகள் வருந்தத்தக்கவையாகிவிடும். புனிதப்போர் ஆங்கிலேயர்களுக்கு எதிரானது. ஹிந்துக்களுக்கு எதிரானது என்றால் நான் அதை தடை செய்வேன்' என்றார்.[107]

எழுச்சியின் இந்த நிலையில், ஜாஃபர் அப்போதைக்கு ஜிகாதிகளை அமைதிப்படுத்தியது போல்தான் தெரிகிறது. ஆனால், எட்டு வாரங்களுக்குப் பின்னர், வட இந்தியா முழுவதிலுமிருந்து பெரிய எண்ணிக்கையிலான 'வஹாபிகள்' அந்த நகரத்தில் திரண்டுவிட்டபோது அது அவ்வளவு எளிதானதாக இல்லை.

7

ஆபத்தான நிலை

மே மாதம் 23 ஆம் தேதி ஜெனரல் ஆன்ஸன் இறுதியாக அம்பாலாவில் இருந்து புறப்பபட்டபோது, நைந்துபோன ஹிந்துஸ்தானி உடையில் குதிரையின் மீது அமர்ந்தபடி வந்த ஒருவன் கர்னாலில் இருந்த பிரிட்டிஷ் ராணுவ முகாமின் பாதுகாப்பு வளையத்தை நெருங்கி உள்ளே நுழைய அனுமதி கேட்டான். அவனுடைய பெயரையும் தொழிலையும் விசாரித்தபோது, தான்தான் சர் தியோபிலஸ் மெட்கால்ஃப் என்றான். அதைக்கேட்டு காவலர்கள் சிரித்தனர். டெல்லியின் துணை மேஜிஸ்ட்ரேட் முன்னதாகவே இறந்துபோய்விட்டதாக கருதப்பட்டதும், அவருடைய தலையானது அஜ்மீர் வாயிலுக்கு வெளியே இருக்கும் ஒரு கம்பத்தில் காட்சிக்கு வைக்கப்பட்டிருப்பதாகவும் உண்மையிலேயே ஒரு தகவல் தெரிவிக்கப்பட்டிருந்தது. ஆனால், அந்த அந்நியரின் அழுத்தம் திருத்தமான அறிவிப்பு நிஜமான ஒன்று. அது உண்மையிலேயே தியோதான். ஏறக்குறைய அவர் இரண்டு வாரங்களாக ஓடிக்கொண்டிருந்தார்.

கலகம் பரவத்தொடங்கியதற்கு பிந்தைய முதல் சில நாட்களுக்கு பாகர்கஞ்சில் உள்ள புரா கான் மேவதியின் ஜெனானாவினுடைய கூரையில் தியோ பதுங்கியிருந்தார். அங்கே அவரை நன்றாகக் கவனித்து உணவளித்தார்கள். மாலை நேரத்தில் அவரும் புரா கானும் டெல்லியின் திசைநோக்கி நடக்கையில் பற்றியெரியும் மாளிகைகளையும், ஒரேநாள் இரவில் முகலாய அதிகாரம் மீண்டும் திரும்பிவிட்டதைக் கொண்டாடும் வகையில் பட்டாசுகள் வெடிக்கப்படும் காட்சியையும் கண்டனர். அப்போதெல்லாம், பிரிட்டிஷ் ஆட்சியை மறுநிர்மாணம் செய்ய மீரட்டில் இருந்து பிரிட்டிஷ் துருப்புகள் வந்துவிட்டார்கள் என்ற தகவலையே தியோ எதிர்பார்த்திருந்தார். ஆனால், நான்காம் நாள் காலை, மே 14 அன்று அவர்கள் வந்திருப்பற்கான செய்தி எதுவும் வராத நிலையில், அவருடைய மறைவிடம் குறித்த தடயத்தை எதிரிகள் தெரிந்துகொண்டார்கள் என்று

தான் கேள்விப்பட்டதாக புரா கான் தியோவிடம் கூறினார். அத்துடன் அவர் அந்த வீட்டில் இனிமேலும் தங்கியிருந்தால் அதுவும் தாக்குதலுக்கு ஆளாகி குடும்பத்தினர் அனைவரும் கொலைசெய்யப்படலாம் என்றும் கூறினார். புரா கான் அவரை தான் தரப்போகும் வேறு இடத்திற்கு சென்றுவிடுமாறு மன்றாடினார். இதுகுறித்து தியோவின் சகோதரி எமிலியின் நினைவுக்குறிப்புகளை வைத்து சொல்லப்போனால்,

> *அன்று அந்திசாயும் நேரத்தில் அவர் தியோபிலஸை ஒரு குங்கர் [சுண்ணாம்புப்பாறை] குட்டைக்கு அழைத்துச் சென்றார். சாலை போடுவதற்கான பொருள்களை அதிலிருந்து எடுத்த பின்னர் அது ஒரு சிறிய குகையைப் போல் காட்சியளித்தது. அவருக்கு ஓர் உள்ளூர் கத்தி [தல்வார்] மற்றும் கைத்துப்பாக்கி ஆகியவற்றை வழங்கிய புரா கான், அவரை பின்தொடர்ந்து வந்து தாக்குவார்கள் என்றும் கூறியிருந்தார். அந்தக் குகைக்கான வாயில் சிறியது, அதனால் ஒரு நேரத்தில் ஒருவரை மட்டும் அதில் எதிர்பார்க்கலாம் என்று சர் தியோபிலஸ் நினைத்தார். அன்று இரவோ அல்லது மறுநாளோ வெளியில் இருந்து காலடி சத்தத்தையும், குரல்களையும் கேட்ட அவர் தன்னைத் தாக்க வருபவர் தோன்றுவதற்காக காத்திருந்தார். நுழைவாயிலிலேயே ஒருவரின் உருவத்தைப் பார்க்கும் அளவுக்குப் போதுமான வெளிச்சம் இருந்தபடியால் வருபவரை எதிர்கொண்டு தன்னுடைய தல்வாரால் வெட்டுவதற்கு அவர் தயாராகவே இருந்தார்.*[1]

தன்னுடைய மறைவிடம் கண்டுபிடிக்கப்பட்டுவிட்டதை தெரிந்துகொண்ட அவர், அப்போது ஜாஃபரின் கோட்வாலாக இருந்த தன்னுடைய நண்பர் முய்னுதீனுக்கு தகவல் அனுப்பி, மெட்கால்ஃப் வம்சத்திற்கு முன்னாள் நண்பராக இருந்த நவாபை சென்றடைய ஜஜ்ஜார் செல்வதற்கு உதவி கோரினார். முய்னுதீன் தியோவுடன் மிகவும் எச்சரிக்கையுடன் தொடர்பு வைத்திருந்தார். இந்தக் குழப்பங்களுக்கு வேகமான தீர்வு கிடைக்க வாய்ப்பு குறைவாக இருப்பதாக எச்சரித்த முய்னுதீன், அவர்கள் இருவரும் முன்னதாகவே யூகித்திருந்ததைப்போல், ‘எது அவசியமோ, அது செய்யப்படும்’ என்றார். இப்போது அவர் ‘ஒரு நல்ல குதிரை, கொஞ்சம் பணம்... எப்படி பயணிக்க வேண்டும் என்ற அறிவுறுத்தல் ஆகியவற்றுடன் சர் தியோபிலஸ் எப்படி ஒரு பூர்வகுடி படைவீரனைப் போல் உடையணிந்திருக்க வேண்டும் என ஆலோசனையும் கூறினார். மேலும், அப்போதிலிருந்து அவர் குறித்த எல்லாவிதமான தகவல்தொடர்பும் ஷெர் கான் என்ற பெயரிலேயே நடைபெறும்’ என்றும் அறிவுறுத்தினார்.

அடுத்தநாளே ஜஜ்ஜாரில் இருந்து பணத்திற்கான ரசீதை முய்னுதின் பெற்றார்.[2] முன்னாள் நண்பர்கள் என்பதால் ஜஜ்ஜார் நவாபிடம்

தியோ பாதுகாப்பாக இருப்பார் என்றே முய்னுதீன் கருதியிருந்தார். முய்னுதீனின் சொந்த லாஹரு வம்சத்தைப் போல் ஜஜ்ஜார் நவாபுகளும் பத்தொன்பதாம் நூற்றாண்டின் ஆரம்பத்தில் மராட்டியர்களுக்கு எதிராக இருந்த பிரிட்டிஷாருக்கு அளித்த ஆதரவினாலேயே அதிகாரத்தில் வளர்ச்சியடைந்தனர். நவாபிற்கும் மெட்காஃல்ஃபிற்கும் இடையில் பொதுவான ரசனைகளும் இருந்தன. இருவருமே குலாம் மற்றும் மஷார் அலி கானின் குடும்பப் பட்டறையைச் சேர்ந்த கம்பெனி பள்ளிக்கூட ஓவியங்களின் புரவலர்களாக இருந்தனர். மஷார் அலி கானை வேலைக்கு அமர்த்திய சர் தாமஸ் தன்னுடைய டெஹ்லி புக் மற்றும் அந்த நகரத்தினுடைய பரந்தகன்ற பிரமாண்ட சுருளோவியத்தில் நகரத்தின் நினைவுச்சின்னங்களை வரையச் செய்த அதே நேரத்தில், மஷாரின் மாமாவாக இருந்திருக்கக்கூடிய குலாம் அலி கானை வேலைக்கு அமர்த்திய நவாப் தன்னுடைய அரசவையின் தொடர்ச்சியான படங்களை வரையச்செய்தார். ஒன்றில் கோடைக்கால இரவு உடையிலும், மற்றொன்றில் குளிர்கால ஷால்களை போர்த்திக்கொண்டு தன்னுடைய தர்பாரில் இருக்கும் நண்பர்களுடன் இருப்பது போன்ற ஓவியங்களை வரையச்செய்தார். ஒன்றில் சிங்கத்தை தானே வேட்டையாடுவது போன்ற ஓவியத்தையும், மற்றொன்றில் தன்னுடைய வளர்ப்பு புலியின் மீது அமர்ந்து தன்னுடைய தோட்டத்தை சுற்றி வருவதுபோன்ற அற்புத ஓவியத்தையும் அவர் வரையச் செய்தார்.[3]

இருந்தபோதிலும், தியோ எதிர்பார்த்தபடி நவாப் அவரை வரவேற்கவில்லை. நவாபின் அரண்மனைக்கு தியோ வந்தவுடனேயே,

> *அவர் பார்வையாள நண்பர்களுள் ஒருவராக இருக்கும்படி கேட்டுக் கொள்ளப்பட்டார். நவாப் அவருடைய பெயரைக் கேட்டுவரச் சொன்னவரிடம் தியோவும் தன் பெயரைச் சொன்னார். குதிரையில் இருந்து கீழே இறங்கிய அவருக்கு பார்வையாளர்கள் இருந்த அறை காட்டப்பட்டது. அவர் கொஞ்சநேரம் காத்திருந்த பிறகு அவர் அனுப்பிய ஒரு செய்திக்கு நவாப் அளித்த பதிலில், அவர் தன்னுடைய வீட்டிற்கு புகலிடம் தேடி வந்திருப்பதை வரவேற்பதாகவும், ஆனால், தன்னைக் காண முடியாது என்றும் கூறியிருந்தார்.*
>
> *மதியவேளையில் அவர்கள் இருவருக்கும் இடையில் சில செய்திகள் பரிமாறிக்கொள்ளப்பட்டபோது, தன்னுடைய நண்பர் தன்னை அலட்சியமான முறையில் நடத்தியதைக் கண்டு தியோபிலஸ் திகைத்துப்போனார். இறுதியில் தன்னுடைய சரிஷ்ததாரிடம் [செயலாளர்] ஒரு கடிதத்தைக் கொடுத்து அனுப்பிவைத்த நவாப் அதில் தன்னால் சர் தியோபிலஸை பார்க்கவோ அல்லது ஐரோப்பியர்கள் யாருக்கும் புகலிடம் அளித்தால் டெல்லி அரசரால்*

தான் தாக்கப்படுவோம் என்ற நிலையில் அவரைப் பாதுகாக்கவோ முடியாது எனவும் கூறியிருந்தார். ஆனால், அவருக்கு ஒரு குதிரையும் இரண்டு காவலாளிகளையும் வழங்கி டெல்லிக்கு அனுப்பிவைக்க முடியும் என்று குறிப்பிட்டிருந்தார்.

சர் தியோபிலஸுக்கு தன்னுடைய வீரர்களைப் போலவே டெல்லிக்கு செல்வதற்கான வழி தெரியும் என்பது நவாபிற்கு தெரியும் என்பதால் அந்தக் காவலாளிகள் நட்புரீதியான நோக்கத்திற்காக அனுப்பி வைக்கப்படவில்லை என்பது தெளிவாகத் தெரிந்தது. இருப்பினும், தனக்கு வேறு எதுவும் கிடைக்கப் போவதில்லை என்பதைக் கண்ட சர் தியோபிலஸ் அந்த உதவியை ஏற்றுக்கொண்டார். தியோவுக்கு தரப்பட்ட மட்டக்குதிரையானது அவருக்கு ஏற்றதாக இல்லை என்பதுடன் அந்தப் பரிதாபமான குதிரையால் வேகமாகவும் செல்ல முடியவில்லை. வீரர்களை வழிகாட்டுகிறவர்களைப் போல் தனக்கு முன்னால் செல்லவிட்ட அவர் அப்படியே திரும்பி இருளிலேயே மறைந்துசென்று நெடுஞ்சாலையை வந்தடைந்தார். மணற்பாங்கான காட்டு வழியில் தன்னால் முடிந்தவரை வேகமாக ஹன்சிக்கு விரைந்தார். அவருடைய குதிரை சீக்கிரத்திலேயே மயக்கமடைந்து விழுந்துவிட்டதால் அவர் இரவும் பகலும் நடக்க வேண்டியதாயிற்று. காட்டிலேயே படுத்துறங்கிய அவர் வழியில் இருந்த கிராமத்தினர் கொடுத்த சப்பாத்திகளை உண்டும், பாலைக் குடித்தும் பசியாறினார். ஐரோப்பியர்கள் கொல்லப்பட்டு, அரசாங்கம் டெல்லி அரசரிடம் கைமாறியதைப்பற்றி அவர்கள் பேசிக்கொள்வதையும் கேட்டுக்கொண்டார்.

அடுத்தநாள் காலை, காட்டின் மறைவிடத்தில் இருந்து வெளியேறிய தியோ நெடுஞ்சாலைக்கு வந்துசேர்ந்தார். கொஞ்ச நேரம் நடந்தபோது,

குதிரையில் வந்த சிலர் வேகவேகமாக முன்னேறும் சத்தத்தைக் கேட்டு பின்னால் திரும்பியபோது, நவாபின் சீருடையில் இருந்த சாவர்கள் வேகமாக நெருங்கி வந்து அவரைப் பிடித்துவிடுவார்கள் போல் இருந்தது. அவர்களுக்கு தான்தான் இலக்கு என்பதை உணர்ந்துகொண்ட அவர், தான் நெருங்கிவந்துவிட்ட கிராமம்தான் அப்போது தனக்கு பாதுகாப்பிற்கு இருக்கும் ஒரே வழி என்பதையும் தெரிந்துகொண்டார். ஆனாலும், அதற்குள் சென்று ஆபத்தில் சிக்கிக்கொள்ள அவர் விரும்பவில்லை.

இருப்பினும் அவருக்கு வேறு வழியுமில்லை. இந்த மதிய நேரத்து உச்சிவேளையில் அங்கு வசிப்பவர்கள் வீட்டிற்குள்ளேயோ அல்லது

தெரு நிழல்களிலோ, தங்களுடைய நீளமான இடுப்புக்கச்சையால் வெப்பத்திற்கு முகத்தை மறைத்துக்கொண்டு மதிய உறக்கத்தில் ஆழ்ந்திருப்பார்கள் என்பது அவருக்கு நன்றாகத் தெரியும். இந்த உதாரணத்தைப் பின்பற்றிய சர் தியோபிலஸுக்கு அங்கே தூங்கிக் கொண்டிருந்தவர்களிடையே படுத்துக்கொள்ள போதுமான இடம் கிடைத்தது. சில நிமிடங்கள் கழிந்து அங்கு வந்த சாவர்கள் அந்த ஆங்கிலேயர் எங்கே மறைந்திருக்கிறார் என்று சத்தமாகக் கேட்டனர். ஆனால், எல்லோரும் உறக்கத்தில் இருந்ததால் யாரிடம் இருந்தும் பதில் வரவில்லை. சாவர்களுள் ஒருவன் தன் கையில் வைத்திருந்த ஈட்டியால் சர் தியோபிலஸ் அருகில் உறங்கிக்கொண்டிருந்தவனைக் குத்தி அதே கேள்வியை மறுபடியும் கேட்டான்.

இப்படி முரட்டுத்தனமாக எழுப்பியதால் எரிச்சலுற்று அவர்களை சபித்தபடியே எழுந்து உட்கார்ந்த ஒருவர் எந்த ஆங்கிலேயரும் அந்த வழியாக வரவில்லை என்று கூறினார். வீரர்கள் திரும்பிச் சென்றனர். அவர்கள் போகும் சத்தம் மறைந்ததும் [தியோ] உள்ளே வரும்போது எவ்வளவு ரகசியமாக வந்தாரோ அதே அளவு ரகசியமாக கிராமத்தைவிட்டு வெளியேறி காட்டிற்குள் சென்றார். தன்னைத் தேடிவந்தவர்கள் தங்களுடைய இரையை கைவிட்டு திரும்பிச் சென்றுவிட்டார்கள் என்ற திருப்தி ஏற்படும்வரை சிறிதுநேரம் அங்கேயே மறைந்திருந்தார். [சில நாட்களுக்குப்] பின்னர் குத்துயிரும் குலையுயிருமாக அவர் ஹன்ஸிக்கு வந்துசேர்ந்தார்.[4]

ஹன்ஸியில், தியோ நேரடியாக மெட்காஃப்களின் மற்றொரு குடும்ப நண்பரின் வீட்டிற்கு சென்றபோது அவருக்கு ஜஜ்ஜாரைக் காட்டிலும் அதிக அதிர்ஷ்டமிருந்தது. அங்கிருந்த அலெக் ஸ்கின்னர், 'சிக்கந்தர் சாஹிப்' எனப்பட்ட கர்னல் ஜேம்ஸ் ஸ்கின்னரின் மூத்த மகனும், எலிசபெத் வேகன்டிரைபரின் பல்வேறு சகோதரர்களில் மூத்தவரும் ஆவார். ஹன்ஸியில் இருந்த ஸ்கின்னரின் பரந்துவிரிந்த ஜியார்ஜிய பாணி மாளிகையானது அவருடைய தந்தை தன்னுடைய பிரதான நாட்டுப்புற மாளிகையாக கட்டிக்கொண்டதாகும். மகிழ்ச்சியான நாட்களின்போது அங்கிருந்துதான் தன்னுடைய முறைப்படுத்தாத காலாட்படையையும், குதிரை லாயத்தையும் சிக்கந்தர் நடத்திவந்தார்.

இருப்பினும், இந்தமுறை தியோ ஸ்கின்னர்களுடன் ஒரே ஓர் இரவு மட்டுமே தங்கினார். கலகமானது ஹன்ஸி வரை இன்னும் பரவவில்லை. இருப்பினும் அந்தப் பிரச்சினையை எதிர்பார்த்துதான் ஆகவேண்டியிருக்கும் என்பதால் நகரம் பதற்றத்துடனே காணப்பட்டது. ஓய்வெடுப்பதற்கு பதிலாக, ஜெனரல் ஆன்ஸன் கர்னால் நோக்கி வந்துகொண்டிருப்பதை அலெக் சொல்லி கேட்டவுடனேயே ஒரு குதிரையை வாங்கிக்கொண்ட தியோ அதிகாலையில் புறப்பட்டு பிரிட்டிஷ் முகாமுக்கு வந்துசேரும்வரை

இடையில் எங்குமே நிற்கவில்லை. அடுத்த நாள், தியோ புறப்பட்டுச் சென்ற சிலமணி நேரங்களுக்கெல்லாம், ஹன்ஸியில் இருந்த துருப்புகள் கிளர்ச்சியில் இறங்கின. அவரை உபசரித்தவரும், அவருடைய வயதான முஸ்லிம் தாயாரும் ஒரே ஒட்டகத்தில் ஏறி பிகானிர் பாலைவனம் வழியாக ஏறக்குறைய ஆச்சரியகரமான முறையில் தப்பிச்சென்றனர்.

தான் பட்ட கஷ்டங்களால் சோர்ந்துபோய் தளர்ந்துபோயிருந்தார் தியோ. அவருடைய நரம்புகள் வெடித்துவிடும் அளவுக்குச் சென்றுவிட்டன. தியோ நிலையற்றவர், கடுமையான ஆபத்தைக் கண்டு சற்றும் யோசிக்காதவர் என்றே சர் தாமஸ் எப்போதும் கருதி வந்திருக்கிறார். அப்போது நடந்த விஷயங்களும் அதுவே சரியென்று நிரூபித்தன. தனக்கு நடந்தவைகளும், கண்ட காட்சிகளும் தியோவுக்கு அருவருப்பைத் தந்தது. அவருடைய நண்பர்களும், சக ஊழியர்களும் அவருடைய கோலத்தைக் கண்டு கவலையடைந்திருப்பார்கள். ஏனெனில், அந்தக் கோபமான, துணிச்சலான, வேட்டைக்கு இரையான அவருடைய தோற்றம் கர்னாலுக்கு வரும்போது எப்படி இருந்ததோ அது அந்தக் கலகம் முடியும்வரை அவரிடமிருந்து விலகவே இல்லை. அதேநேரத்தில், அவர் கண்டிருந்ததன்படி, அவருக்கு உதவாமல் போனவர்கள் அல்லது அவருடைய நண்பர்கள் அல்லது குடும்ப உறுப்பினர்களைக் கொன்றவர்களின் கணக்கை சட்டத்தின்படியோ அல்லது சட்டத்திற்கு புறம்பாகவோ நேர்செய்துகொள்ளவும் அவர் தீர்மானித்திருந்தார். அவருடைய நண்பரான சார்லஸ் சாண்டர்ஸ் பின்னாளில் குறிப்பிட்டதுபோல், ‘முகம்மதியர்களுக்கு எதிரான பழிவாங்கும் உணர்ச்சியால் மெட்கால்ஃப் மிகவும் மூர்க்கமுற்றிருந்தார். தான் பாதிக்கப்பட்ட விஷயங்களாலும், அவர் நம்பியவர்கள் மற்றும் நண்பர்களால் கைவிடப்பட்டதாலும் அவரிடத்தில் தனிப்பட்ட காழ்ப்புணர்ச்சி உருவாகியிருந்தது.’[5]

அடுத்தநாள் காலை, ஆக்ராவில் இருந்த லெப்டினெண்ட் கவர்னரின் செயலாளரான ஜி.பி. தோர்ன்ஹில்லுக்கு தியோ கடிதம் எழுதினார்.

சார்,

டெல்லியில் இருந்து ஹன்ஸி வழியாக நான் கர்னால் வந்து சேர்ந்துவிட்டேன் என்பதையும், என்னுடைய உடல்நிலை அவ்வளவாக சரியில்லை என்பதையும் கௌரவத்துடன் தெரிவித்துக் கொள்கிறேன். நான் படையினருடன் சேர்ந்துகொள்ளவும், டெல்லியில் உள்ள தலைமைத் தளபதியுடன் சில அதிகாரங்களைப் பெற்று இணைந்துகொள்ள அனுமதிக்குமாறும் லெப்டினெண்ட் கவர்னரைக் கேட்டுக்கொள்கிறேன். டெல்லியைப் பற்றி என்னிடம் உள்ள தகவல் அரசாங்கத்திற்கு சேவை செய்ய உதவியாக இருக்கும் என்றும் நான் நம்புகிறேன். என்னால் சிறப்பாக சேவையாற்ற முடிந்தவற்றால் நான் எப்போதுமே மகிழ்ச்சியடைந்திருக்கிறேன்.

ஜாஃபர் தன்னுடைய தர்பாரில் தலைமையேற்றிருக்கிறார், 1840. அவருடைய இரண்டு மூத்த மகன்கள் மிர்ஸா தாரா பக்த் மற்றும் மிர்ஸா ஷா ரூக் ஆகியோர் அவருக்கு பக்கவாட்டில் நிற்கின்றனர்.

இரண்டு அரச யானைகள். வலதுபக்க யானை மஹி மராதீப், அல்லது மீன்கொடிக் கம்பத்தை சுமந்திருக்கிறது, அதன் முதுகில் இருப்பவர் ஜாகிர் தேலவியாக இருக்கவே வாய்ப்பிருக்கிறது, அவருடைய அலுவலகப் பதவி தரோகா, அல்லது மஹி மராதீப்பின் பாதுகாவலர்.

ஜாஃபரின் ஓவியம், 1845. சர் தாமஸ் மெட்கால்ஃபின் "டெல்லி புத்தகத்தில்" இருப்பது.

வேறு வழியில்லாமல், 'உயிரைக் கையில் பிடித்துக்கொண்டு' அவர்களுடன் சென்று பானிபட் வீட்டிற்குத் திரும்பினார். வரும் வழியில் அவரை சிறைபிடித்த குஜார்கள் அவரிடமிருந்து குதிரையைப் பறித்துக்கொண்டனர். மீதமிருந்த வழிநெடுக நடந்து, உணவுக்காக பிச்சையெடுத்து, மிகமோசமான வயிற்றுப்போக்குடன் வீட்டிற்கு வந்தார். வெயிலால் சோர்ந்துபோயிருந்த அவருக்கு பிரபலமான ஹகீம் ஒருவர் சிகிச்சை அளித்தாலும் ஒரு வருடத்திற்கும் மேலாக நோயுற்ற அவர் மீதமுள்ள வாழ்க்கை முழுவதும் பலவீனமான வயிறு, மார்பு மற்றும் நுரையீரலுடனேயே காலம்தள்ளினார்.[7]

எட்வர்ட் வைபர்ட்டின் குழுவும் மோசமாக பாதிக்கப்பட்டிருந்தது. மெட்கால்ஃபின் வீடு தாக்கப்பட்டு தீக்கிரையாக்கப்படுவதற்கு ஒருமணி நேரத்திற்கு முன்பாக அங்கிருந்து தப்பிய அவர்கள் முன்னோக்கிச் சென்று யமுனைநதிக் கால்வாயை கடந்துசெல்வதற்கான வழிதேடி அலைந்தனர். அவர்களை அச்சுறுத்தும் வகையில், அப்படிச் செய்ய அவர்களுக்கு இருந்த ஒரே வழி பின்னால் திரும்பிச்சென்று, ராணுவ முகாம்களுக்கு சற்று கீழே செல்வதாகத்தான் இருந்தது. இருள் கவிந்த ஒருமணிநேரம் கழித்து டெல்லியில் இருப்பதிலேயே மிக மோசமான இடமாக அது மாறிப்போனது. அங்கே கூடியிருந்த கலக சிப்பாய்கள் தங்களுடைய சீற்றத்தை கம்பெனியார் மீது திருப்பி பிரிட்டிஷ் பங்களாக்கள் எல்லாவற்றையும் கொள்ளையடித்து, தீவைத்து அழித்தனர். 'படபடக்கும் இதயங்களுடன் நாங்கள் கால்வாயின் ஓரமாகவே சென்றோம்' என்று தன்னுடைய நினைவுக் குறிப்புகளில் எழுதியிருக்கிறார் வைபர்ட்,

> எரிந்துகொண்டிருக்கும் ராணுவக் குடியிருப்பை மெதுவாக நெருங்கினோம். ஆனால், எண்ணிக்கையில் அடங்காத கொள்ளையர்கள் அடுத்தடுத்து இருந்த பங்களாக்களை கொள்ளையடித்துக் கொண்டிருப்பதை தெளிவாக பார்க்க முடிந்தாலும் எங்களை யாரும் கவனிக்காதபடியே கடந்துசென்றோம். எங்களால் விவரிக்க முடியாத வகையில் நிம்மதிகொள்ளச் செய்யும்படி, யாருமே காணப்படாத கால்வாயைக் கடப்பதற்கான வழி எங்களுக்குத் தெரிந்தது.
>
> நாங்கள் உடனடியாக அதைக் கடக்க ஆயத்தமானோம். விடிவதற்குள்ளாக எங்களுக்கும் ராணுவ முகாம்களுக்கும் இடையில் மூன்று அல்லது நான்கு மைல்களை கடந்துவிட முடியும் என்று நம்பினோம். ஆனால், அது அவ்வளவு சுலபமாக இல்லை என்றாலும், பெண்களை ஆற்றைக்கடக்க வைக்கையில் தண்ணீரின் ஆழம் எதிர்பார்த்ததைவிட அதிகமாக இருந்தது. நான் வழிகாட்டிச் செல்லும்போதே தண்ணீர் மார்பளவு உயரம் இருப்பதை தெரிந்து கொண்டேன்.[8]

ஆனால், டெல்லியுடனான என்னுடைய எட்டு வருட தொடர்பினால், இயல்பாகவே, இந்தப் பெரும் நெருக்கடி நிலையில், நீண்டகால தொடர்பின் காரணமாக என்னுடைய சேவையை அங்கே மேற்கொள்ளவே விரும்புகிறேன்.

உங்களுடைய கீழ்ப்பணிந்த சேவகனாக நான் கௌரவமடைகிறேன்.

டி. மெட்கால்ஃப்

தியோவின் கோரிக்கை முறைப்படி நிறைவேற்றப்பட்டது. ஆனால், அடுத்தடுத்து நிகழ்ந்தவைகளை வைத்துப் பார்க்கும்போது அவருடைய கோரிக்கை நிறைவேற்றப்படாமல் இருந்திருந்தால் நன்றாக இருந்திருக்கும் என்றுதான் அனைவருமே நினைத்திருப்பர்.

தியோ மட்டுமல்ல. ஹிந்துஸ்தானம் முழுவதிலும் இருந்த துருப்புகள், கொள்ளையர்கள், பழங்குடியினர் மற்றும் அகதிகள் என அனைவருமே இடம்பெயர்ந்துகொண்டுதான் இருந்தனர். தாமதமாக வந்தவர்கள் எல்லோருமே பிரிட்டிஷார் இல்லை. உதாரணத்திற்கு, தியோ புறப்பட்ட இரண்டு நாட்களுக்குப் பின்னர், அதே சாலையில் மகத்தான உருது இலக்கிய விமர்சகரான ஹலி வந்துகொண்டிருந்தார்.

ஹுஸைன் பக்ஷின் 'மிகவும் விசாலமான அழகான' மதரஸாவில் படித்துக்கொண்டிருக்கையில் தன்னுடைய குடும்பத்தினரால் கண்டுபிடிக்கப்பட்ட ஹலி அவர்களுடன் கிராண்ட் டிரங்க் சாலையில், கர்னாலுக்கு சற்றுத் தெற்கே அமைந்திருந்த பானிபட்டிற்கே திரும்பச் சென்றார். ஒருவருடம் கழித்து 1856 இல் அவருடைய மனைவி ஒரு மகனைப் பெற்றெடுத்தபோது தான் ஒரு வேலை தேடிக்கொள்ள வேண்டும் என்பதை ஹலி புரிந்துகொண்டார். ஹன்ஸியில் இருக்கும் ஸ்கின்னர்களின் வீட்டில் இருந்து சில மைல்கள் தொலைவில் இருந்த ஹிஸ்ஸாரின் நிர்வாக மையத்திற்கு, எந்தவிதமான தொடர்போ அல்லது சிபாரிசுகளோ இல்லாமல் தனியாளாகவே சென்ற அவர் துணை ஆட்சியர் அலுவலகத்தில் ஒரு வேலையையும் பெற்றுக்கொண்டார். கலகம் பரவத்தொடங்கியபோதும் அவர் அங்குதான் பணியில் இருந்தார்.

கிளர்ச்சிக்கார சிப்பாய்களும் - எதிர்கால பிரிட்டிஷ் உளவாளியான பிரிகேட் மேஜர் கௌரி ஷங்கர் சுகுலால் வழிநடத்தப்பட்டவர்கள் - மேவதி பழங்குடியினரும் கலந்த கூட்டத்தினர் கிளர்ந்தெழுந்தபோது அவர்கள் ஆட்சியரைக் கொன்றுவிட்டு கருவூலத்துடன் புறப்பட்டு ஜாஃபரின் ராணுவத்துடன் சேர்ந்துகொள்ள விரைந்தனர். ஹலியும்

கோடைக்கால உடையில், தன்னுடைய அரண்மனையில் ஜஜ்ஜார் நவாப்.

தன்னுடைய செல்லப்புலியின் மீது அமர்ந்தபடி ஜஜ்ஜார் நவாப் தன் நாட்டை சுற்றிப் பார்க்கிறார்.

நகரத்தில் வாழும் ஆப்கானிய குதிரை வியாபாரிகள்.

புதையலைத் தேடும் வேலையில் ஈடுபடுத்தப்பட்டவர்கள்.

திருவாளர் பூக்கார மனிதர், பிரபலமான டெல்லி துறவி மற்றும் அவருடைய தொண்டர்கள்.

இரவுநேரக் கூட்டம்: நெருப்பைச் சுற்றிக் கூடியிருக்கும் டெல்லி சூஃபிக்கள், சாதுக்கள், யோகிகள் மற்றும் துறவிகள் குழு.

லால்ஜி அல்லது ஹுலாஸ் லால் வரைந்த டெல்லி நடன மங்கை பியாரி ஜான்.

தன்னுடைய கணக்குப் புத்தகங்களுடன் ஒரு கணக்காளர்.

ஒரு நடனக்குழுவும் இசைக்கலைஞர்களும்

மயங்கிக் கிடக்கும் ஓபிய அடிமைகளுடன் ஒரு டெல்லி ஓபிய குடில்.

நடன மங்கை மலாகீர்

டெல்லி கதைசொல்லிகளும் நகைச்சுவையாளர்களும்

ஜாஃபரின் மகத்தான தைலவண்ண ஓவியம், 1854. ஆஸ்த்திரிய ஓவியர் அகஸ்ட் ஸ்காஃப்ட் வரைந்த இது தற்சமயம் லாகூர் கோட்டையில் இருக்கிறது.

மறைந்துகொண்டே வந்த நிலவொளியில் அந்தக்குழு முட்செடிகள் நிரம்பிய வெற்று நிலத்தில் திரிந்துகொண்டிருந்தது. நடந்து பழகியிராத பெண்களின் கால்கள் கொப்பளித்து ரத்தம் வழிந்தது. அதிலும் கவலைக்குரியது என்னவென்றால், அந்த நாளின் துவக்கத்தில் ஆயுதக்கிடங்கின் வெடிப்பால் தனக்கு ஏற்பட்ட கடுமையான அதிர்ச்சியின் காரணமாக திரு. ஃபாரஸ்ட் விசித்திரமாக நடந்துகொள்ளத் தொடங்கிவிட்டார். அவர் மிகமோசமாக பின்வாங்கத் தொடங்கினார். அவ்வப்போது காணாமலும் போனார். விடியும் வேளையில், புகலிடம் தேடியவர்கள் ராணுவ முகாமில் இருந்து மூன்று மைல்களைக்கூட தாண்டவில்லை. அத்துடன் தங்களிடம் இருந்த ஆயுதங்கள் இரண்டு பழைய படைப்பிரிவு கத்திகளும், ஓர் இரட்டைக்குழல் வேட்டைத் துப்பாக்கியும்தான் என்ற எண்ணமும் அவர்களிடம் அதிகரித்துக்கொண்டே சென்றது. ஏதோ ஒரு புதர்க்காட்டுக்குள் நுழைந்துவிட்ட அவர்கள் எல்லோரும் அடர்த்தியான மரங்களுக்கு நடுவில் அமர்ந்தபோது வெளிறிப்போய் மயக்கமடையத் தொடங்கினர். 'நான் ஒருகட்டத்தில் தூங்கிவிழ இருந்தேன்' என்கிறார் வைபர்ட். 'யாரோ என்னைப் பிடித்து உலுக்கிவிட்டுச் சிப்பாய்கள் நம்மை நோக்கி வந்துவிட்டார்கள் என்று கத்தினார்.'

நூறு கஜம் தொலைவுகூட இருக்காது, எங்களுக்கு நேரே வரிசையாக வந்துகொண்டிருந்த அவர்களில் எட்டு அல்லது பத்து சிப்பாய்களும் மீரட் நாடோடிகளும் இருப்பதை எங்களால் பார்க்க முடிந்தது. அவர்களில் இருவர் மட்டக்குதிரைகளின் மேல் வந்து கொண்டிருந்தனர். அவர்கள் ஆயுதம் தரித்திருப்பதை காட்டுவதற்கு விடிந்துகொண்டிருந்த அந்த நாளின் அரைகுறையான வெளிச்சமே எங்களுக்குப் போதுமானதாக இருந்தது. இருப்பினும் அவர்களில் பாதிபேர் மட்டுமே சீருடை அணிந்திருந்தனர். நாட்டுப்புற பாதை வழியாக டெல்லிக்கு வந்திருந்த அவர்கள் இப்போது நாங்கள் மறைந்திருந்த இடத்திற்கு நேராக வந்தனர். நேரம் குறைவாக இருந்தபடியால் புதர்ச்செடிகளுக்கு கீழாக ஊர்ந்துசென்று முடிந்தவரை எங்களை மறைத்துக்கொண்டபோது அவர்கள் எங்களுக்கு மேலாக வந்திருந்தனர். மூச்சற்றுப்போய் அவர்களை கவலையுடன் பார்த்துக்கொண்டிருந்த நாங்கள் எப்போதாவதுதான் சுவாசித்தோம்.

இப்போது அவர்கள் எங்களுக்கு சில அடிகளுக்குள்ளாக ஒரே வரிசையில் மெதுவாக கடந்துசென்றார்கள். ஒருவன் கீழே குனிந்து தரையில் இருந்து எதையோ எடுத்து, தன்னுடைய சகாக்களிடம் கிசுகிசுத்தான். பின்னர் எல்லோரும் அப்படியே நின்றார்கள். அய்யோ! எங்களுடைய தண்ணீர் பாட்டில் எங்களைக்

காட்டிக் கொடுத்துவிட்டதோ! எங்களுக்கிருந்த அவசரம் மற்றும் குழப்பத்தில் அதை அப்படியே விட்டுவிட்டோம். அங்கே ஒரு கனத்த அமைதி நிலவியது. அது சிப்பாய்களின் கீழ்க்குரல் முணுமுணுப்புகளால் மட்டுமே தடைபட்டது. நான் தற்செயலாக என்னுடைய துப்பாக்கியை எடுத்தேன். [ஆனால்] சிறிது நேரத்திற்குப் பின்னர் அவர்கள் சத்தமின்றி நகர்வதைப் பார்த்தோம்.9

அடுத்துவந்த நாட்களில் அந்தக் குழுவினரின் கொஞ்சநஞ்ச அதிர்ஷ்டமும் தீர்ந்துபோனது. வெற்று நிலத்தினூடாக வெப்பத்தில் இலக்கின்றி சுற்றிக்கொண்டிருந்த அவர்கள் உணவோ அல்லது பணமோ இல்லாமல் மீரட்டிற்கு செல்லும் திசை என்று நம்பிய பாதையில் சென்றுகொண்டிருந்தனர். திரு. ஃபாரஸ்ட் திசைதப்பிய பித்தின் பிடியில் மாட்டிக்கொண்டிருப்பதையும் அவர்கள் கண்டனர். புதர்களில் ஒளிந்துகொண்டு பின்தொடர மறுத்த அவர், 'தான் முற்றிலும் சோர்ந்துபோய்விட்டதாகவும், தன்னை இருக்கும் இடத்திலேயே அமைதியாகச் சாக விட்டுவிடுமாறும் கூறினார்.' இரண்டு நாட்களுக்குப் பின்னர், அதே அளவுக்கு சிதறிப்போயிருந்த மற்றொரு டெல்லி அகதிகள் குழுவை அவர்கள் கண்டனர். வைபர்ட்டின் கட்டளை அதிகாரியான கர்னல் நிவெட்டால் வழிநடத்தப்பட்ட அவர்களால் அந்தக் குழுவின் எண்ணிக்கை பதினேழாக அதிகரித்தது. இருப்பினும், அதற்கு சற்றைக்கெல்லாம், அவர்கள் அனைவரும்,

> பார்ப்பதற்கு மூர்க்கமானவர்களாக காணப்பட்ட, கைகளில் ஈட்டிகளையும், இரும்புத் தடிகளையும் வைத்திருந்தவர்களால் சுற்றிவளைக்கப்பட்டனர். அவர்களுடைய எண்ணிக்கை சட்டென்று அதிகரித்துக்கொண்டே சென்றது. நாங்கள் எந்தத் திசையை நோக்கினாலும் அதேபோல் ஆயுதம் தரித்து எங்களை நோக்கி வந்துகொண்டிருந்தவர்களையே பார்க்க முடிந்தது. ஒரு கட்டத்தில் முழுமையாக எங்களை சுற்றிவளைத்துவிட்ட அவர்கள் அச்சுறுத்தும் வகையில் சத்தமிட்டபடியே எங்களை நோக்கி விரைந்தனர். நாங்கள் ஒருவருக்கு பின் ஒருவர் நின்றுகொண்டோம். அவர்களை அடித்துவிரட்டுகின்ற வீணான முயற்சியைச் செய்தோம். ஆனால், அவர்களில் பத்துக்கு ஒருவர் என்றிருந்த நாங்கள் அவர்களால் வீழ்த்தப்பட்டோம். என்னுடைய வாளைப் பிடித்துக்கொண்டு தரையில் படுத்த ஒருவன் அதை என்னுடைய கையில் இருந்து பிடுங்கிவிட முயற்சித்தான். வீணாக நான் அதைத் தடுத்தேன். பின்னால் விழுந்த ஓர் அடி என்னை அப்படியே மல்லாந்து விழச்செய்தது.

இத்தனைக் குழப்பங்களுக்கு மத்தியிலும் கர்னல் நெவிட் தான் வைத்திருந்த துப்பாக்கியால் அவர்களில் ஒருவனைக் குறிவைத்தார். அதிர்ஷ்டவசமாக யாரோ ஒருவர் சுடவேண்டாம் என்று அவரைப் பார்த்து கத்தியதால் வெடிமருந்தை நீக்கிவிட்டு அந்த முயற்சியை கைவிட்டார். அத்துடன் நாங்களே எங்கள் ஆயுதங்களைக் களைந்து நிராயுதபாணிகள் ஆனோம். தொடர்ந்து சண்டையிட்டிருந்தால் எங்களுடைய உயிர்களை பலிகொடுத்திருப்போம் என்பதில் சந்தேகமே இல்லை.

எங்களைத் தோற்கடித்ததும் எங்களிடம் இருந்த அலங்கார சட்டைப் பித்தான்கள், மோதிரங்கள், கடிகாரங்கள் போன்ற எல்லாவற்றையும் அவர்கள் களைந்தனர். அவர்கள் என்னுடைய உள் பனியனையும்கூட விட்டுவைக்கவில்லை. பெண்களில் ஒருவரின் உடை பின்பக்கத்தில் முற்றிலுமாக கிழிக்கப்பட்டது. மற்றவர்களிடத்திலும் இதேபோன்ற காட்டுமிராண்டித்தனம் காட்டப்பட்டது. இறுதியாக அவர்கள் எல்லாவற்றையும் எடுத்துக்கொண்ட பின்னர் எங்களுடைய சட்டைகளையும் கால்சராய்களையும் மட்டும் விட்டுவைத்தார்கள். பெண்களுக்கு அவர்களுடைய மேலாடைகளை விட்டுவைத்தனர். சற்று தொலைவு பின்வாங்கிய அந்தக் கூட்டம் கொள்ளையிட்ட பொருள்களுக்காக சச்சரவிடத் தொடங்கியது.[10]

மேற்கொண்டு மூன்று நாட்கள் தாகத்துடன் அலைந்த பின்னர், ஃபாரஸ்ட் மீண்டும் ஒருமுறை காணாமல்போய் கண்டுபிடிக்கப்பட்டார். இரண்டாவது குஜார் கும்பல் ஒன்று அந்தக் குழுவை சூழ்ந்துகொண்டது. ஆனால், ‘எங்களிடம் கொள்ளையடிக்க எதுவும் இல்லாததைக் கண்ட அவர்கள் கர்னலின் ஆளுயரக் கோட்டில் இருந்த தங்கப்பித்தான்களை பிடுங்கிச் சென்றதுடன் திருப்தியடைந்தனர். இதனை வேடிக்கைப் பார்த்துக்கொண்ட மற்றவர்கள் எங்களைப் போகவிட்டனர்.’[11]

அந்தக் குழு டெல்லியில் இருந்து தப்பிவந்த பின்னர் முழுமையாக ஒருவாரம் கழித்தே எதிர்பாராத இடத்தில் இருந்து உதவி கிடைத்தது. ‘ஃபெரஸு’ என்ற புனைப்பெயரில் பாரசீக மற்றும் உருது மொழிகளில் *‘a camel load of poetic works’* என்ற புத்தகத்தை எழுதிய ஃபிரன்ஸ் காட்டிலிப் கோஹன் கடைசி வெள்ளை முகலாயர்களுள் ஒருவராவார். அவர்களில் எஞ்சியிருந்த எண்பத்தியோரு வயதான அவர் மிகவும் மாறுபட்டவரும், அவ்வளவாக பாகுபாடுகள் இல்லாத காலகட்டத்தைச் சேர்ந்தவரும் ஆவார்.[12] முகலாய இளவரசியை திருமணம் செய்துகொண்ட, பெரும் செல்வந்தவரான ஜெர்மன்-யூத படைவீரரின் மகனான ஃபெரஸு, அவருடைய தந்தை விசித்திரமான சர்தானா பேகம் சும்ருவின் சேவையில் இருந்தபோது 1777 இல் பிறந்தார்.[13]

இந்தியாவில் இருந்த மிகவும் கவர்ச்சிகரமான கலப்பு அரசவைகளுள் ஒன்றினைப் பேகம் சும்ரு நடத்திவந்தார். உண்மையில் அவர் காஷ்மீரி நடனப்பெண்ணாகிய ஃபர்ஸானா ஜெப் உன்னிஸா என்றும் சொல்லப்பட்டது. 1751 இல் பிறந்த அவர் ஜெர்மானிய வாடகைப் படைவீரரான, கடுமையான முகபாவனை காரணமாக 'சாம்பர்' (இந்தியமயமானதில் 'சும்ரு') என்றும் அழைக்கப்பட்ட வால்டர் ரீன்ஹார்ட்டின் பீபி ஆகிவிட்ட பின்னர் விரைவிலேயே செல்வந்தராகவும் ஆனார். டெல்லிக்கு வடக்கேயுள்ள டோப் என்ற இடத்தில் ரீன்ஹார்ட்டிற்கு ஒரு பெரிய பண்ணை நிலத்தை முகலாயப் பேரரசர் வழங்கியபோது, அவருடனே சென்ற ரீன்ஹார்ட்டின் பேகம், சர்தானா கிராமத்தை தங்களுடைய தலைநகரமாக்கிக் கொண்டார். முகலாய மேதகையினரிடமிருந்த ஆளும் வர்க்கத்தினர் மற்றும் அவ்வளவாக மரியாதை பெற்றிராத இருநூற்றுக்கும் மேற்பட்ட பிரெஞ்சு மற்றும் மத்திய ஐரோப்பிய வாடகைப் படைவீரர்கள் அங்கு அழைத்துவரப்பட்டனர். இவர்களில் பெரும்பாலானவர்கள் இஸ்லாத்திற்கு மதம் மாறியவர்களாவர்.[14] இந்த வாடகைப் படைவீரர்களில் ஃபெரஸுவின் அப்பாவான ஜான்-அகஸ்டஸ் காட்டிலிப் கோஹனும் ஒருவர்.

சாம்பரின் மறைவுக்குப் பின்னர் அவருடைய இடத்தை எடுத்துக்கொண்ட பேகம் சர்தானாவில் இருந்தும், சாந்தினி சௌக்கின் பெரிய டெல்லி அரண்மனையில் இருந்தும் அதை ஆட்சி செய்தார். அவர் கத்தோலிக்கத்திற்கு மதம் மாறி - அதேசமயம் முஸ்லிம் முறைப்படி முக்காடு அணிந்துகொள்ளும் பழக்கத்தையும் தொடர்ந்தார் - நேரடியாக போப்பை அணுகிய அவர் தன்னுடைய அரசவைக்கு ஒரு மதகுருவை அனுப்பிவைக்குமாறும் கேட்டுக்கொண்டார். அந்த நேரத்தில் பெயரிலேயே ஆர்வத்தை ஏற்படுத்தும் வகையில் இருந்த ஃபாதர் ஜுலியஸ் சீஸர் என்பவர் சர்தானாவிற்கு வந்தார். வட இந்தியாவிலேயே மிகப்பெரிய தேவாலயத்தைக் கட்டும் பணியை அந்த பேகம் முன்னதாகவே தொடங்கியிருந்தார். அது பாரோ மற்றும் முகலாய பாணி சிறப்பம்சத்துடன் தாறுமாறான கலவையாக இல்லாமல், பாரசீக முர்கானா*[15] மையமண்டபத்துடன் அலங்கரிக்கப்பட்ட முகலாய தாங்கு தூண்களில் கிடைமட்டமாக ஏற்றப்பட்ட செவ்வியல் குவிமாடங்களாக இருந்தன.

அவருடைய தேவாலயத்தின் கட்டிடக்கலை சுட்டிக்காட்டுவதுபோல் பேகமின் கிறிஸ்துவத்தில் பழமைவாதம் கிடையாது. சர்தானாவில் மூன்று நாட்கள் நீளும் கிறிஸ்துமஸ் கொண்டாட்டங்கள் பெரிய மக்கள்

* இதில் அதன் கல்லறைத் தோட்டம்தான் இன்றளவும் விசித்திரமானது. புதர்மண்டிப்போய், அதிகமாக வருகையாளர்கள் இல்லாத அந்த இடம் இப்போது சர்தானா பேருந்து நிலையத்திற்கு பின்னால் இருக்கிறது. இங்குதான், ஃபெரஸு மற்றும் அவருடைய தந்தை உள்ளிட்ட பேகத்தின் ஐரோப்பிய வாடகைப் படைவீரர்கள் தாறுமாறாக தொங்கவிடப்பட்டிருக்கும் கலவையான ஆபரணங்களால் மூடப்பெற்ற சிறிய அளவிலான பல்லாடிய தாஜ்மஹல்களில் புதைக்கப்பட்டிருக்கிறார்கள்.

திரளுடன் தொடங்கியது. அதேசமயம் ‘நடன நிகழ்ச்சிகள் மற்றும் பட்டாசுகளின் வாணவேடிக்கைகளால் அடுத்து வந்த இரண்டு நாட்களும் உயிர்ப்பெற்றன.’ இது ஃபெரஸு உள்ளிட்ட சர்தானா கவிஞர்களுக்கு தங்களுடைய உருதுப் பாடல்களை படித்துக்காட்டுவதற்கான சந்தர்ப்பமாக அமைந்தது.[16] இதே உற்சாகத்துடன் தஸரா, தீபாவளி மற்றும் ஹோலி பண்டிகைகளும் கொண்டாடப்பட்டன. இதற்கும் மேலாக அந்தப் பேகம் இயல்பாகவே மாந்திரீகங்களிலும் ஈடுபாடு கொண்டிருந்தார் - டேவிட் ஆச்டர்லோனி டைஸ் சாம்பர் என்ற பெயர்கொண்ட அவருடைய வாரிசின் நாட்குறிப்பில் மந்திரங்களை உச்சரிக்கவும், பேய் ஓட்டுவதற்கும் பேகம் பெண்களை வேலைக்கு அமர்த்தியிருந்ததற்கான சில குறிப்புகள் உள்ளன.[17]

பேகத்தினுடைய ஐரோப்பிய வாடகைப் படைவீரர் அதிகாரிகளில் மூன்றுபேர் மாபெரும் உருது கவிஞர்கள் ஆனார்கள். அவர்களில் குறிப்பிட்டு சொல்லப்பட வேண்டியவர்தான் ஃபெரஸு! டெல்லி கல்லூரியின் முதல்வரான அலோய் ஸ்பெரங்கர் என்பவரால் தயாரிக்கப்பட்ட மிக முக்கியமான இந்தியக் கவிஞர்கள் பட்டியலிலும் அவர் இடம்பெற்றுள்ளார். ஃபெரஸுவின் கல்லறை மீது பாரசீக மொழியில் எழுதப்பட்டுள்ள குறிப்பின்படி *50 வருடங்களாக மாட்சிமை பொருந்திய ராணியாரின் சேவையில் இருந்தார். கடைசி 32 வருடங்களை அவர் புதானாவின் தாசில்தாராகக் கழித்தார்.’*[18]

பேகம் இறந்தபோது அவருடைய எஸ்டேட்டை பிரிட்டிஷார் ஒருதலைபட்சமாக இணைத்துக்கொண்ட பின்னர், அச்சமயத்தில் கிழவராகிவிட்ட ஃபெரஸு ஹர்சந்த்பூர் கிராமத்தில் இருந்த மாளிகை முற்றத்தில் வெறுமனே சுற்றித் திரிந்துகொண்டு பிரிட்டிஷாரின் கீழும் தாசில்தாராகவே தொடர்ந்திருந்தார்.* அரை நிர்வாணத்துடன் பிரிட்டிஷ் அகதிகள் அவருடைய தோட்டங்களில் பசியுடனும் தாகத்துடனும் அலைந்து திரிகிறார்கள் என்ற செய்தி அவருக்கு வந்து சேர்ந்தபோது

* *அந்த எஸ்டேட்டை வாரிசுரிமையாக பெறுவதில் தோற்றுப்போன பேகத்தின் வாரிசாகிய டேவிட் ஆச்டர்லோனி டைஸ் சாம்பர் நீதி கேட்டு இங்கிலாந்திற்கே சென்றார். அங்கே அவர் Whig Radical (Liberal) கட்சியிடம் சீட்டு பெற்று சஃப்லாக்கில் உள்ள சட்பெரியில் இருந்து பாராளுமன்றத்திற்கு தேர்ந்தெடுக்கப்பட்டார். அதனால் அவர் முதலாவது ஆசிய எம்.பி. ஆகவும் ஆனார். ஆனால், அந்தத் தேர்தல் செல்லாது என்று அறிவிக்கப்பட்டது. இதற்கு சாம்பர் வழங்கிய லஞ்சங்களே காரணம். அதேநேரம் அவருடைய மனைவியான ஆன் ஜெர்விஸ், தன்னுடைய கணவர் மனநிலை தவறியவர் என்று நிரூபிப்பதில் வெற்றிபெற்று அவரை ஒரு மனநலக் காப்பகத்தில் சேர்த்துவிட்டார். சாம்பர் அங்கிருந்து எப்படியோ தப்பித்து பிரான்சுக்கு சென்றார். அங்கே முழு மன ஆரோக்கியத்துடன் இருப்பதாக சான்றிதழ் வாங்கிய அவர், தன்னுடைய மனைவி ஒரு மருத்துவருக்கு லஞ்சம் கொடுத்து சிறையில் அடைத்துவிட்டதாகவும், இதனால் அவர் தன்னுடைய சொத்துகளை பறித்துக்கொள்ளக்கூடும் என்று குற்றம்சாட்டி அவர் மீது வழக்கு பதிவு செய்தார். அத்துடன் அவர் 591 பக்கங்கள் கொண்ட, Mr Dyce Sombre's Refutation of the Charge of Lunacy என்ற புத்தகத்தையும் பதிப்பித்தார். தன்னுடைய சொத்துகளை திரும்பப் பெறும் முயற்சியில், அவர் தோல்வியில் முடிவடைந்த பல வழக்குகளையும் தொடர்ந்தார். 1851 ஜூலை 1 ஆம் தேதி வெறுத்துப்போய், தனிமைப்பட்டு* *[தொடர்ச்சி அடுத்த பக்கத்தில்]*

அங்கிருந்தபடியே அவர் தேடுதல் பணியை நடத்தினார். 'ஹர்சந்த்பூரில் இருந்து வந்த ஒரு தூதுவன் தன்னுடைய எஜமானர் திரு கோஹன் எங்களுடைய பரிதாபகரமான நிலை குறித்து கேள்விப்பட்டதாகவும், எங்களுடைய சூழ்நிலை குறித்து அனுதாபம் தெரிவித்த அவர் தன்னிடம் புகலிடம் அடையுமாறும் கேட்டுக்கொண்டதாக எங்களிடம் தெரிவித்தபோது நாங்கள் மிகுந்த மகிழ்ச்சியுற்றோம்' என்று எழுதியுள்ளார் வைபர்ட்.

> *ஏழு எட்டு மணிக்கு இடைப்பட்ட நேரத்தில் நாங்கள் அங்கே வந்து சேர்ந்தபோது அந்தக் கிழவரும் அவருடைய இரண்டு பேரன்களும் எங்களை அன்புடன் வரவேற்றனர். அவ்விடத்தைச் சுற்றியுள்ள சில கிராமங்களும் அவர்களுக்கு சொந்தம் என்பதுபோல் தெரிந்தது. அதற்காக அவர்கள் வருடா வருடம் அரசாங்கத்திற்கு ஒரு குறிப்பிட்டத் தொகையை செலுத்தி வந்தார்கள். அந்தக் கிழவரும்கூட தன் வாழ்நாள் முழுவதையும் அங்கேயே செலவிட்டிருக்கிறார் - உண்மையில், தன்னுடைய சொந்த மொழியையே மறந்துவிடும் அளவுக்கு அது மிக நீண்டகாலம்தான். அத்துடன் அவர்கள் எல்லாவகையிலும் முழுக்கவே பூர்வீக மக்களின் பழக்க வழக்கங்களையே பின்பற்றினார். ஆனால், இதிலிருந்து சற்று மாறுபட்டிருந்த அவருடைய பேரன்கள் ஐரோப்பிய முறைப்படியே வாழ்ந்தனர்.*

ஒரு கோப்பை சூடான தேநீர் எங்களுக்கு புத்துணர்ச்சியளித்தது. அதன்பிறகு தூய்மையான உடைகள் கொண்டுவரப்பட்டன. நாங்கள் அணிந்திருந்த மண்படிந்த கந்தலாடைகளை களைந்துவிட்டு சவக்காரம் மற்றும் தண்ணீரின் ஆனந்தத்தை அனுபவித்தோம். பெண்களுக்கென்றும் ஓர் அறை ஒதுக்கப்பட்டது. அவர்களுக்கும் சில சுத்தமான குர்தாக்கள் மற்றும் பனிவெள்ளை நிற அருமையான நான்கின் துணியில் சுதாக்கள் வடிவில் மாற்று உடைகள் கிடைத்தன. பின்னர் அந்த நான்கின்களை தலையில் அணிந்துகொண்ட அவர்கள் உள்ளூர் பாணியில் அதனை தங்கள் தோள்களில் மறைப்பாக போட்டுக்கொண்டனர். [மறுநாள்] காலைநேர சிற்றுண்டியில் அவர்கள் எங்களுடன் சேர்ந்துகொண்டபோது உண்மையிலேயே தங்களுடைய புதிய உடையில் மிகவும் நேர்த்தியான

மரணமடையும்வரை அவருடைய விசித்திரமான இயல்பு மற்றும் விலைமாதர்களுடன் பொது இடங்களில் கீழ்த்தரமாக அவர் நடந்துகொள்ளும் விதம் ஆகியவை அதிகரித்துக்கொண்டே சென்றது. அவருடைய கதை விக்கி காலின்ஸின் The Woman in White என்ற கதையோடு நெருங்கிய சம்பந்தம் கொண்டது. இதுவே ஜுல்ஸ் வெர்னின் The Begum's Fortune என்ற கதைக்கு அடிப்படையாக அமைந்தது என்றும் சொல்லப்படுவதுண்டு. பார்க்க, பிரமாதமான குறிப்புகள் அடங்கிய எட்டாவது அத்தியாயம் – Michael Fisher's Counterflows to Colonialism, New Delhi, 2005.

ஒழுங்குடன் தோன்றினார்கள். நேற்று பரிதாபகரமான நிலையில் இருந்தவர்களாக அவர்களைக் காண முடியவில்லை.

> *ஃபாரஸ்ட்டைப் பொறுத்தவரையில் கிழ கோஹனின் புனிதத் தலத்தில் வாயை மூடிக்கொண்டு சாமரத்தை அனுபவித்தபடி வாசனை ஹுக்கா புகைத்துக்கொண்டிருந்தார். மாலை நான்கு மணிவாக்கில் எங்களுக்கு அருமையான மதிய விருந்து படைக்கப்பட்டது. எங்களை வியக்கவைக்கும் வகையில் சில பியர் பாட்டில்களும் வைக்கப்பட்டிருந்தன. அதைத்தொடர்ந்து வந்த இரவு உணவின்போதும் ஓர் அருமையான கோனியாக் பாட்டில் எங்களுக்கு வழங்கப்பட்டது.*[19]

அதற்கு சற்றைக்கெல்லாம் ஃபெரஸுவால் அழைக்கப்பட்டிருந்த மீட்புக்குழுவினர் காலாட்படை பாதுகாப்புடன் மீரட்டிலிருந்து வந்திருந்தது. அப்போது, அவர்கள் டெல்லியில் இருந்து தப்பிவந்து எட்டு நாட்கள் ஆகியிருந்தன. அதற்கடுத்து வந்த இரவில் அந்த பதினேழு அகதிகளும், அச்சமயத்தில் பலத்த பாதுகாப்புடன் அமைக்கப்பட்டிருந்த மீரட் பிரிட்டிஷ் ராணுவ முகாமில் அடைக்கலமானார்கள்.

எட்டு நாட்களுக்குப் பின்னர் மே 27 ஆம் தேதியன்று, கிளர்ச்சிக்காரர்களை காலம்கடந்து தேடும் வேலைக்காக இறுதியில் போதுமான அளவுக்கு காளைகளைத் திரட்டிவிட்டார் ஜெனரல் வில்ஸன். அவருடைய சிறிய படையில் 2,000 ஆயுதப்படையினர், ஐந்து காலாட்படை மற்றும் ஆறு துப்பாக்கி வீரர்கள் இருந்தனர். அவர்கள் சென்று சேரவேண்டிய இடம் டெல்லிக்கு 8 மைல்கள் வடக்கே இருக்கும் அலிப்பூர். அங்குதான் அம்பாலாவில் இருந்து தெற்கு நோக்கி வந்துகொண்டிருக்கும் முக்கிய கொத்தளப் படையினர் அவர்களுடன் சேர்ந்துகொள்வதாக இருந்தனர்.

வில்ஸன் அங்கிருந்து புறப்படுவதற்கு முன்னர் - ஒரு சிறிய, நேர்த்தியான, ஆட்டுத்தடி வைத்திருக்கும் அறுபது வயது கோமகனாக - முசோரி மலைப்பகுதி நிலையத்தில் இருந்த தன்னுடைய மனைவிக்கு நம்பிக்கையுடன் எழுதிய கடிதத்தில், ‘கிளர்ச்சிக்காரர்களுக்கு. எங்களைத் தாக்கும் விருப்பம் இல்லை’ என்று குறிப்பிட்டுள்ளார்.[20] இந்த வகையிலும், இன்னும் பல வகைகளிலும் ஜெனரல் வில்ஸன் தான் நினைப்பது முற்றிலும் தவறானது என்பதையே நிரூபித்துக் கொண்டிருந்தார். உண்மையில் ஜாஃபர் மீரட் மீதான தாக்குதலைத் துரிதப்படுத்தவே செய்தார். தன்னால் முடிந்தவரை, அரண்மனையில் இருந்தும் தன்னுடைய நகரத்தில் இருந்தும் சிப்பாய்களை வெளியேற்றிவிட வேண்டும்

என்பதே அதன் மிக முக்கிய காரணம். இந்தப் புறப்பாட்டில் ஜாஃபரின் பிரச்சினைக்குரிய மூத்த மகனும், காலாட்படையின் புதிய தளபதியுமான மிர்ஸா அபு பக்கரை செங்கோட்டையில் இருந்து வெளியேற்றுவதற்கான வழியையும் அது அவருக்கு வழங்கியது.

இரண்டு வாரங்களுக்கு முன்னர் கிளர்ச்சிக்கார சாவர்களுக்கு தலைமையேற்பதற்கு தான் பெற்ற பதவி உயர்வினால், மிர்ஸா அபு பக்கர் ஜாஃபருக்கு ஒரு பெரும் சுமையாகிவிட்டார். வயதுக்கு வராத இளவரசர் என்ற முந்தைய தகுதியில் இருந்து விடுபட்ட அபு பக்கர் தன்னுடையத் துருப்புகளுடன் உலாவந்து, நகரத்திலும் அதைச் சுற்றியுள்ள பகுதிகளிலும் அராஜகங்களை நிகழ்த்தினார். குஜார்களை அடக்கி புறநகர்ப் பகுதிகளை பாதுகாப்பதற்காக அனுப்பி வைக்கப்பட்ட அவர் சஃப்தார்ஜங் கல்லறையைச் சுற்றியுள்ள பகுதியான சப்ஜி மண்டியையும், குர்கானையும் கொள்ளையடித்தார். ‘மிர்ஸா அந்தப் பகுதியை கொள்ளையடித்து அதற்கு தீவைத்தார்’ என்று ஓர் உருது செய்திக்குறிப்பு பதிவு செய்திருக்கிறது.[21] அதற்கு சற்று பின்னர், ஒரு நேரடி சாட்சி கூறியிருப்பதன்படி, ‘நகர கலகக்காரர்களின் தலைவரான’ மிர் நவாபுடன் சேர்ந்து ரோஹ்தாக்கிற்கு பயணித்த அவர்கள் அங்கே,

> *குடியிருப்பு பகுதியில் இருந்த எல்லா வீடுகளையும் கொள்ளையடித்துத் தீவைத்தனர். ஆண்களை துன்புறுத்தி பெண்களிடம் அட்டூழியம் செய்தார்கள். மிர் சாஹிப் ஒருவர் மட்டுமே, விலையுயர்ந்த ஆபரணங்களை அணிந்திருந்த மூன்று அழகான ஹிந்து பெண்களை தனிப்பட்ட முறையில் தூக்கிச் சென்றார். பின்னர் டெல்லிக்குத் திரும்பிய மிர்ஸா அபு பக்கரும் அவருடைய கொடுமைக்கார ராணுவத்தினரும் அரச கருவூலங்கள் முழுவதையும் துரோக மனம்கொண்ட சிப்பாய்களின் பாதுகாப்புடன் கொண்டுசென்றனர்.*[22]

அதைத் தொடர்ந்து அவரும் மிர் நவாபும் டெல்லியின் ஷியா சமூகத்து தலைவரான ஹமீத் அலி கானின் மாளிகை முற்றத்தைத் தாக்கி மகிழ்ந்தனர். ‘அந்த மாளிகைக்கு எதிராக துப்பாக்கி ஏந்திவந்த அவர்கள், அவர் ஆங்கிலேயர்களுடன் கூட்டு வைத்திருக்கிறார் என்ற [முற்றிலும் அடிப்படையே இல்லாத] குற்றச்சாட்டில் அவருடைய வீட்டைத் தகர்க்கப்போவதாகக் கூறினர்.’ இந்தத் தாக்குதல் உடனடியாக நிறுத்தப்பட வேண்டும் என்று கேட்டுக்கொண்ட ஹமீத் அலி கானிடம் இருந்து வந்த துன்பகரமான கடிதத்தினால் ஜாஃபர் அதிர்ச்சியடைந்தார். ஆனால், அபு பக்கரின் உத்தரவுகளுக்குக் கீழ்ப்பணிய வேண்டாம் என்று காலாட்படையினருக்கு அவர் அறிவுறுத்தியபோதும் அதற்கு மறுப்பு தெரிவித்து பதிலளித்த அவர்கள், ‘அவர்தான் எங்களுடைய அதிகாரி. அவர் சொல்லும் இடத்திற்கு நாங்கள் ஏன் செல்லக்கூடாது?’ என்று

கேட்டிருந்தனர்.[23] அபுபக்கர் காலாட்படை தளபதி பதவியில் இருந்து உடனடியாக இடைநீக்கம் செய்யப்பட்டார். ஆனால், அந்த உத்தரவு அலட்சியப்படுத்தப்பட்டதுபோல் தெரிகிறது.[24] அதனால், மிர்ஸா அபு பக்கர் அப்போது மீரட்டில் இருக்கும் பிரிட்டிஷாருக்கு எதிராக படையெடுப்பை மேற்கொள்ள விருப்பம் தெரிவித்தபோது அதற்கு மகிழ்ச்சியுடன் சம்மதம் தெரிவித்த ஜாஃபர், 'தன்னுடைய படையுடன் ஆங்கில பீரங்கிகள் இருக்கும் மீரட்டை நோக்கிச் சென்று அவற்றைக் கைப்பற்றி முடிந்தவரை விரைவாக அனுப்பிவைக்குமாறு' அவருக்கு உத்தரவிட்டார்.[25]

மீரட்டை நோக்கிய படையெடுப்பு சிலபோது டிஹ்லி உர்து அக்பர் பத்திரிகையில் மௌலவி முகம்மது பக்காரால் ஆய்வுக்கு உட்படுத்தப்பட்டிருக்கிறது. படையெடுத்துச் செல்லும் குழுவினர் தேவையில்லாமல் தாமதப்படுத்துகிறார்கள் என்று சமீபத்தில் அவருடைய ஆசிரியர் குழு குற்றம் சாட்டியிருந்தது. 'துருப்புகள் மீரட்டிற்கு புறப்பட இருக்கிறார்கள் என்று தினமும் செய்திகள் வந்துகொண்டே இருக்கின்றன. ஆனால் அது நடப்பது போலவே தெரியவில்லை' என்று மே 31 ஆம் தேதி எழுதினார் பக்கார்,

> *மீரட்டிற்கும் கர்னாலுக்கும் செல்வதில் தாமதமே ஏற்பட்டுவிடக் கூடாது என்றும், எல்லாம் வல்ல இறைவனால் எதிர்ப்பிற்கு உள்ளாகியிருக்கும்போது கிறிஸ்துவர்களால் வெற்றிபெறவே முடியாது என்றும் கூறிவந்தனர். மதிப்பிற்குரிய மிர்ஸா அபு பக்கர் இத்தகைய படையெடுப்பை நடத்துவதற்கு மிகவும் ஆர்வத்துடன் இருக்கிறார். அத்துடன் அவர் மாட்சிமை பொருந்தியவரிடம் தான் ஒரு பெரிய படைப்பிரிவை எடுத்துக்கொள்ள வேண்டியும் விண்ணப்பித்திருக்கிறார். அவரை அவருடைய வழியிலேயே போகவிட்டால் இந்த விஷயம் விரைவில் முடிவுக்கு வந்துவிடும்.*[26]

அதைத்தொடர்ந்து, ஜாஃபரும் தங்களுடன் போருக்கு வரவேண்டும் என்று வலியுறுத்திய சிப்பாய்கள் அவரிடம் பின்வருமாறு கூறியபோது மற்றொரு முறை கடைசியாக தாமதம் ஏற்பட்டது.

> *'நாங்கள் எப்படி போரிடுகிறோம் என்று நீங்கள் பார்க்கலாமே' என்று அவர்கள் கூறியதற்கு, தனக்கு வயதாகிவிட்டதாகவும், பலவீனமாக இருப்பதாகவும் கூறிய அரசர், நகர சுவர்களுக்கு வெளியே அருகாமையில் இருக்கும் இத்காவுக்கே தன்னால் 'தொழுகைப் பெருநாள் [ஈத்] அன்றுகூட செல்லமுடியவில்லை' என்று கூறினார். 108 வருட, ஃபுருக்ஸியார் காலகட்டத்தில் தானோ அல்லது தன்னுடைய மூதாதையர்களோ ஒரு போரைக்கூட கண்டதில்லை என்ற அவர், 'ராணுவ வியூகங்களைப் பற்றி எனக்கு*

> எதுவுமே தெரியாது, உங்களுக்குத்தான் தெரியும்' என்றார். அவரால் வரமுடியாவிட்டாலும் அவருடைய மகன்களில் ஒருவரையாவது அவர் அனுப்பிவைக்க வேண்டும் என்று அதிகாரிகள் பதிலளித்தனர்.[27]

இறுதியாக, மீரட்டைவிட்டு வில்ஸன் புறப்படுவதற்கு இரண்டு நாட்கள் முன்னர், மே 25 அன்று, 'அரசரின் வற்புறுத்தல் காரணமாக' ஒரு பெரிய சிப்பாய்கள் படையானது, மிர்ஸா அபு பக்கரின் காலாட்படை மற்றும் குதிரை வீரர்களின் ஆயுதப்படை உதவியுடன் மீரட்டைக் கைப்பற்றும் நோக்கத்தோடு டெல்லியில் இருந்து புறப்பட்டது.[28]

மீரட்டில் இருந்து புறப்பட்ட வில்ஸனின் அணிவகுப்பு சிம்லாவில் இருந்து புறப்பட்ட ஆன்ஸனின் படையெடுப்பு அளவுக்கு குழப்பமானதாகவே இருந்தது. அதில் ஒட்டகங்களே இல்லை. பிரிட்டிஷார் சேர்த்துக்கொண்ட நாட்டுப்புற மாட்டு வண்டிகள் ஒரு ராணுவத்தை கொண்டுசெல்வதற்கு முற்றிலும் பொருத்தமற்றவை.[29] 'இந்த முதலாவது அணிவகுப்பில் அது ஒரு பயங்கரமான குழப்பமாக இருந்தது. ஆனால், அன்றிரவு எங்களால் நன்றாக செயல்பட முடியும் என்றே நான் நம்பினேன். எங்களுடைய போக்குவரத்து வெறும் மாட்டு வண்டிகள்தான். அவையே மிகப்பெரிய பிரச்சினைக்கும் அசௌகரியத்திற்கும் காரணமாகிவிட்டன' என்று 28 ஆம் தேதி தன்னுடைய மனைவியிடம் அவர் ஒப்புக்கொண்டிருக்கிறார்.[30]

வில்ஸன் இதுபற்றி எதுவும் குறிப்பிடவில்லை. ஆனால், அவருடைய படைவரிசைக்கு முன் துரதிர்ஷ்டவசமாக எதிர்ப்பட்டுவிட்ட உள்ளூர் மக்களின் மீது குரூரமான, எதைப்பற்றியும் சிந்திக்காத பழிவாங்குவதற்கான முயற்சிகளை மேற்கொண்டதும் இந்த அணிவகுப்பில் குறிப்பிடப்பட வேண்டிய விஷயமாகும். ஆங்கிலேயே அபிமானம் கொண்ட, பிரிட்டிஷாரை விமர்ச்சித்திடாத காவலரான சயீத் முபாரக் ஷாவின் கூற்றுப்படி 'துருப்புகள் முன்னேறிக் கொண்டிருக்கையிலேயே பழிவாங்கும் நடவடிக்கைகளும் மேற்கொள்ளப்பட்டன. நூற்றுக்கணக்கான அப்பாவி பயணிகள், [நேர்மையான] கொள்ளைக்காரர்கள் மற்றும் நெடுஞ்சாலையில் வழிப்பறி செய்பவர்கள் பிடிக்கப்பட்டு தூக்கிலிடப்பட்டனர்.'[31]

இறுதியில், படையெடுத்து வந்த இரண்டு போட்டிப் படையினரும், ஹிந்தன் ஆற்றுக்கு மேல் பிரிட்டிஷாரால் புதிதாக கட்டப்பட்ட இரும்பாலான தொங்கு பாலத்தில் மே 30 ஆம் தேதி மதியம் 3.30 மணிக்கு நேருக்கு நேர் சந்தித்தனர். முதலாவது குறுகிய சண்டை பிரிட்டிஷார்

அந்தப் பாலத்தைக் கடந்தது மற்றும் லேசான காயங்களுடன் சிப்பாய்கள் பின்வாங்கியது ஆகியவற்றுடன் முடிந்தது. ஆனால், மறுநாள் மதியம் 1 மணிக்கு, மிக மூர்க்கமாகச் சண்டையிடுவது என்ற நோக்கத்துடன் கலகக்காரர்கள் திரும்பி வந்தனர். முய்னுதீன் கூற்றுப்படி,

> *கடுமையான துப்பாக்கிச் சூட்டுடன் அந்தச் சண்டை தொடங்கியது. ஹிந்தன் ஆற்றின் மறுகரையில் ஆற்றிற்கு அருகாமையில், பாலத்திற்கு நெருக்கமாக இருந்த ஒரு வீட்டின் கூரையில் இருந்தபடி [மிர்ஸா அபு பக்கர்] அந்த சண்டையை கவனித்துக் கொண்டிருந்தார். ஆயுதப்படையினரின் தாக்குதல் ஆங்கிலேயர்களின் படையில் எத்தகைய குழப்பங்களை ஏற்படுத்தியிருக்கிறது என்பது குறித்த செய்திகளையும் அவ்வப்போது தனது ஆயுதப்படையினருக்கு தெரிவித்தபடியே இருந்தார்.*
>
> *பாலத்திற்கு அருகாமையில், ஆங்கிலேயர்களுடனான துப்பாக்கி குண்டுகளுக்கு எதிர்வினையாற்ற ஓர் இயந்திரத் துப்பாக்கியையும் அவர் அமைத்திருந்தார். அது கேள்விக்கு பதில் என்பதுபோன்ற உரையாடலாகிவிட்டதைப் போல் தோன்றியது. அச்சமயத்தில் அந்த இயந்திரத் துப்பாக்கியின் அருகில் விழுந்த ஒரு பீரங்கி குண்டு துப்பாக்கி சுடுபவனை தூசுப்படலத்தால் மூடியது. வெடித்துச் சிதறும் பீரங்கி குண்டின் விளைவுகளை அப்போதுதான் [மிர்ஸா அபு பக்கர்] முதல் முறையாகக் கண்டுணர்ந்தார். அந்த வீட்டின் கூரையில் இருந்து சட்டென்று கீழே இறங்கிய அவர் குதிரையில் ஏறி, தன்னுடைய துருப்புகளின் கதறலுக்குக்கூட செவிசாய்க்காமல், அந்த நிலையின் முன்பகுதியில் இருந்த அவருடைய சாவர் மெய்க்காவலர்கள் குழுவுடன் அங்கிருந்து விரைந்தோடினார்.*
>
> *அவருடைய படைவீரர்கள் மிரண்டு ஓடினர். துருப்புகள் தோற்கடிக்கப்பட்டார்கள் என்ற செய்தி டெல்லியை எட்டியபோது வாயில்களை மூடிவிட்டு சிப்பாய்களை வெளியிலேயே விட்டுவிடும்படியான உத்தரவுகள் பிறப்பிக்கப்பட்டன. இந்த உத்தரவுகள் வந்துசேர்ந்தபோது யமுனை ஆற்றுப் [படகுப்] பாலமானது உடைந்து கொண்டிருந்ததைக் கண்டனர்.* பின்வாங்கும் அவசரத்தில் அந்தப் பாலத்தில் வேக வேகமாக வந்தபோது அந்தப் பாலம் உடைந்தது. ஏறத்தாழ இருநூறு சிப்பாய்கள் மூழ்கிப்போயினர்.*[33]

வில்ஸன் இத்தகைய முக்கியமான, குறியீட்டுரீதியான வெற்றியைப் பெற்றாலும்கூட சிப்பாய் ஆயுதப்படையினர் எதிர்பார்த்ததைவிட மிகவும் திறன்மிக்கவர்களாக இருந்தனர் என்பதுடன் பிரிட்டிஷாரின் இழப்பு

* பிரிட்டிஷார் துரத்திவருகிறார்கள் என்ற பயம் காரணமாக இருந்திருக்கலாம்.

கடுமையானதாகவும் இருந்தது. உண்மையில், அந்த வழித்தடங்களில் முன்கூட்டியே நடந்திருக்க வேண்டிய வில்ஸனின் மரணத்தை அது ஏறக்குறைய தடுத்து நிறுத்தியிருந்தது. ‘என்னுடைய இழப்பு மிகப்பெரியது, என்னுடைய சிறிய படையினரை வைத்துக்கொண்டு அதை தாங்கிக்கொள்ளவும் முடியாது. மற்றொருமுறை இதுபோல் வெற்றிபெறுவதென்பது என்னையே அழித்துவிடும்’ என்று அவர் அன்று மாலை தன்னுடைய மனைவிக்கு எழுதிய கடிதத்தில் குறிப்பிட்டிருக்கிறார்.[34] அவர் ஏறக்குறைய இரண்டுமுறை கொல்லப்பட்டிருக்க வேண்டியவர்தான். துப்பாக்கி ரவைகளின் மழையானது அவரைச் சுற்றிலும் சீறிச்சென்றபோதிலும் அதிசயத்தக்க வகையில் அவருக்கு காயம் எதையும் ஏற்படுத்தவில்லை.[35]

மேலும், ஜெனரல் பர்னார்டின் டெல்லி கொத்தளப் படை குறித்து எந்த அறிகுறியும் தெரியவில்லை என்பதுடன் பிரிட்டிஷாரின் வெற்றிக்கு மிக முக்கியத்துவம் வாய்ந்தவர்களாக இருந்த மேஜர் டாம்ஸின் குதிரைப்படையிடம் அப்போது ஏறக்குறைய வெடிப்பொருள்கள் தீர்ந்தே போயிருந்தன. ‘இந்தக் கிளர்ச்சியாளர்களின் மொத்த பலத்தையும் எதிர்த்து நிற்கும் வகையில் என்னுடைய சிறிய படையுடன் நான் தனித்து விடப்பட்டிருக்கிறேன்’ என்று ஜூன் 1 ஆம் தேதி கவலையுடன் எழுதினார் வில்ஸன்.[36] ஒருகட்டத்தில் அவர் மீரட்டிற்கே பின்வாங்கிவிடுவதுபற்றியும் பரிசீலித்தார். ஆனால், அடுத்தநாளே எதிர்பாராத வகையில் அவருக்கு உதவிப்படைகள் வந்துசேர்ந்தன. இவற்றில் சிர்மூர் கூர்கா ரெஜிமெண்ட் மற்றும் டெஹ்ராடூனில் இருந்து வந்த சாப்பர்கள் குழுவும் அடங்கும். சாப்பர்கள் குழு ஜெனரல் பர்னாடையும் தேடி வந்திருந்தது.[37] ‘பிரிகேடியர் வில்ஸன் மிகவும் இக்கட்டான சூழ்நிலையில் மாட்டிக் கொண்டிருப்பதைக் கண்டேன். மற்றொரு தாக்குதலை தொடங்குவதற்கு எதிர்பாராத வகையில் நாங்களும் சேர்ந்துகொண்டதால் அவர் மகிழ்ச்சியடைந்தார்’ என்று எழுதியுள்ளர் சிர்மூர் ரெஜிமெண்டின் தளபதியான கர்னல் ரீட்.[38]

இருப்பினும், வில்ஸன் தயங்கியதாலேயே ஹிந்தன் பாலத்தில் கிடைத்திருக்க வேண்டிய வெற்றிக்கான தருணத்தை அவர்கள் இழந்து விட்டார்கள். இதனை முய்னுதீன் கான் பின்வருமாறு குறிப்பிடுகிறார்,

> *சிப்பாய்கள் இப்போது திறந்தவெளி களத்தில் ஆங்கிலேயர்களுடன் மோதினர். அவர்கள் வெற்றி நிச்சயம் என்று உணர்ந்தாலும் மோசமாக தோற்கடிக்கப்பட்டார்கள். எதிர்காலம் குறித்த தீவிரமான அச்சமே அவர்களிடம் நிரம்பியிருந்தது. [ஆனால்] ஆங்கிலேயர்கள் அந்த வெற்றியைத் தக்கவைக்கவில்லை. அவர்கள் எங்குமே காணப்படாததால் சிப்பாய்கள் படிப்படியாக அவர்கள் பற்றிய பயத்தை மறந்துபோயினர்.*[39]

பர்னார்டின் படை வில்ஸனுடன் சேர்ந்துகொள்வதற்காக விரக்தியுடன் மெதுவாக முன்னேறிக்கொண்டிருந்தது என்றால் அதற்கு கிராண்ட் டிரங்க் சாலை வழியாக கடந்துசெல்கையில் அது சர்வசாதாரணமாக படுகொலை செய்த இந்தியர்களின் எண்ணிக்கையும் ஒரு காரணம். 'நான் ஒரு வெள்ளையின மனிதன் என்ற அதே விளக்கத்தில் வைத்து கறுப்பர்களைப் பார்க்கவில்லை. இந்தக் காட்டுமிராண்டி மிருகங்களிடம், கோழைத்தனமாக அரக்கர்களிடம் இரக்கத்துடனோ கருணையுடனோ நடந்துகொள்வது அவர்களுக்கே நகைப்புக்கிடமான ஒன்றாகிவிடும். அச்சமயத்தில் உங்களாலும் உங்கள் சொந்த விருப்பத்தின்படி நிச்சயமாக நடந்துகொள்ள முடியாது' என்று அந்த அணிவகுப்பில் இருந்தபடியே தன்னுடைய சகோதரனுக்கு கடிதம் எழுதினார் ஓர் அதிகாரி.[40]

கொத்தளப் படையினர் வில்ஸனை சந்திக்க இருந்ததற்கு முந்தைய இரவு, ஒரு குறிப்பிடத்தகுந்த ரத்தக்களறியான நிகழ்வு ரெய் கிராமத்தில் நடந்தது. 9 ஆவது ஈட்டிப்படையினரைச் சேர்ந்த ஒருவன் ஒரு சிறிய வறண்டுபோன நீர்வழிப்பாதையில் ஒரு சின்ன [பிரிட்டிஷ்] குழந்தையின் கால் அதனுடைய ஷூவிலேயே இருந்துகொண்டிருக்க அது மூட்டோடு வெட்டப்பட்டிருந்ததை கண்டுபிடித்தார்.[41] ஏறத்தாழ மதியம் இரண்டு மணிக்கு, வெப்பமானது அதன் உச்சத்தில் இருக்க, 75 ஆவது கார்டன் ஹைலேண்டர் பிரிவின் இருபத்து ஒன்பது வயது லெப்டினெண்டான ரிச்சர்ட் பார்ட்டர் தன்னுடைய கூடாரத்தில் உறங்கிக்கொண்டிருந்தபோது அந்தக் கால் அங்கே கொண்டுவரப்பட்டது.

உடனடியாக அங்கே தேன்கூட்டை கலைத்துவிட்டதைப் போன்ற ஹம் என்ற குரலொலிகள் எழுந்தன. நிறையபேருடைய விரைந்துசெல்லும் காலடியோசைகள் கேட்டன. நம்ப முடியாத வகையில் குறுகிய காலத்திலேயே அந்த முகாம் தம்மால் எட்டிவிடக்கூடிய ஒவ்வொரு கிராமத்திற்கும் தீவைத்தது. இந்த நடவடிக்கையில் நிறைய அதிகாரிகள் சேர்ந்துகொண்டனர். ஒன்பது பேர் [கிராமத்தினர்] அணிவகுத்து நிற்கவைத்த பின்னர் சாலையோரம் இருந்த பெரிய மரத்தில் தூக்கில் தொங்க விடப்பட்டனர்.[42]

அங்கே தூக்கில் போட்ட கும்பலின் தலைவர்களுள் ஒருவர் தியோ மெட்கால்ஃப் என்பது பின்னாளில்தான் தெரிய வந்தது.

கொத்தளப் படையில் இருந்த பலருக்கும் கிளர்ச்சிக்கார சிப்பாய்கள் நடத்திய அராஜகங்கள் குறித்த - பெருந்திரளான பலாத்காரங்கள் உள்ளிட்ட வதந்திகளால் நிரம்பி ஏற்கனவே பரவிக்கொண்டிருந்த - செய்திகள், அவர்களிடம் முன்னதாகவே நிலவிவந்த முன்தீர்மானங்களை உத்திரவாதப்படுத்தும் வகையிலேயே வந்துசேர்ந்தன. காக்கி ரிஸல்லா என்றழைக்கப்பட்ட முறைப்படுத்தா காலாட்படை பிரிவில் தாமாகவே முன்வந்து சேர்ந்துகொண்ட ஒரு ஸ்காட்லாந்து குடிமகனான ராபர்ட் டன்லப்பை பொறுத்தவரையில், டெல்லியிலும் மீரட்டிலும் அப்பாவிப் பெண்களும் குழந்தைகளும் படுகொலை செய்யப்பட்டதானது அவர் ஏற்கனவே நீண்டகாலமாக நம்பிவந்த விஷயத்தை உறுதிப்படுத்துவதாகவே அமைந்திருந்தது.

பலவீனமாகவும் அப்பாவிகளாகவும் இருந்தாலும் பிறப்பிலேயே நயவஞ்சகமான இயல்பைக் கொண்டவர்கள். ஆசியர்களிடம் ஆங்கிலோ சாக்ஸன்கள் கொண்டிருந்த ஏளனமான வெறுப்பே எங்களுடைய இந்தியப் பேரரசை காப்பாற்றும் என்பதற்கு பட்டவர்த்தனமான உண்மை என்பதை பெருமளவுக்கு நிரூபித்தது. இந்த நாட்டிற்கு வந்த எல்லோருமே ஏறக்குறைய அதன் கறுத்த பூர்வகுடிகளுடன் சரிசமமான உரிமைகள் மற்றும் சலுகைகளுடன் ஒத்துப்போக முழுதும் தயாரான நிலையிலேயே வந்தனர். ஆனால், ஏற்பட்ட அனுபவங்கள் யாவும் அவர்களை அடியோடு தரம் தாழ்த்துவது என்ற பொதுவான முடிவுக்கே இட்டுச்சென்றன.[43]

இந்த முழுமுற்றான இனவாத மனநிலையுடன் படையெடுப்பை மேற்கொள்வதற்கு எதிராக இருந்த ஒரே பெண் ஹேரியட் டைட்லர் மட்டுமே. டெல்லியில் இருந்து தப்பித்த பின்னர், அவரும் அவருடைய கணவர் ராபர்ட்டும் அம்பாலாவிற்கு சென்றனர். அங்கே, தன்னுடைய 38 ஆவது பூர்வகுடி ஆயுதப்படை பிரிவில் ஏற்பட்ட பிளவுகளால் வேலையற்றுப்போன ராபர்ட் கொத்தளப் படையின் ராணுவக் கருவூலத்தைப் பாதுகாக்கும் புதிய வேலையை எப்படியோ பெற்றுக்கொண்டார். மூன்று வாரங்களுக்கு முன்னர் அவர்கள் அவசர அவசரமாக தப்பி வந்திருந்த சாலையில் இப்போது பின்னோக்கி மெதுவாக சென்றுகொண்டிருந்த டைட்லர்கள், தங்களுடன் வந்துகொண்டிருக்கும் பிரிட்டிஷ் துருப்புகளின் நெறிதவறிய குரூரத்தினால் அதிர்ச்சிக்கு ஆளாகியிருந்தனர். அந்தக் குழந்தையின் கால் முகாமிற்கு

கொண்டுவரப்பட்ட அதேநாளில்தான், நிறைமாத கர்ப்பிணியாக இருந்த ஹேரியட் பின்வரும் சம்பவத்தைக் கண்டார்.

ரொட்டி சுடும் முகம்மதியரான பாவப்பட்ட ஓர் இளைஞர் தன்னுடைய சுத்தமான வெள்ளை உடை அங்குமிங்கும் அசைந்தாடிக் கொண்டிருக்க, ஒரு கருங்காலி மரத்தின் கிளையில் தூக்கில் தொங்கவிடப்பட்டிருந்தார். எங்களுக்கு இதுகுறித்து என்ன தெரிய வந்தது என்றால், அந்தப் பாவப்பட்ட மனிதர் படையினரின் காலைநேரச் சிற்றுண்டிக்கு சில நாட்களாகவே தாமதமாக ரொட்டி கொண்டுவந்திருக்கிறார். அதனால் இதுபோல் மீண்டும் நடந்தால் அவரைத் தூக்கில் தொங்கவிட்டுவிடுவதாக மிரட்டிய டாம்மி அட்கின்ஸ் அப்படியே செய்தும்விட்டது. இப்படிப்பட்ட ஒரு செயல் எப்படி அனுமதிக்கப்படுகிறது என்றே என்னால் புரிந்துகொள்ள முடியவில்லை. இதற்காக ஒருவகையில் அவர்களும்தானே தூக்கிலிடப்பட வேண்டும். ஆனால், நீதியின் அடிப்படையில் பார்த்தால் அங்கிருந்த ஒரு படைவீரரைக்கூட விட்டுவைக்க முடியாது என்றே நினைக்கிறேன். அநேகமாக, இத்தகைய செயலில் ஈடுபட்டவர்களில் பெரும்பாலானோர் முற்றுகையின்போது தாங்கள் செய்த பாவங்களுக்கு பதில் சொல்லும் வகையில் எல்லாம் வல்ல இறைவனிடம் மன்றாட வேண்டியவர்களே ஆவர்.*[44]

இதற்கு சற்று பின்னர் முகாம் பணியாளர் ஒருவரை இதே போன்றதொரு விதியில் இருந்து ராபர்ட் டைட்லர் காப்பாற்றினார்.

என்னுடைய கணவரின் கூடாரத்திற்கு வெளியே ஒரு பாவப்பட்ட கிழவர் 'துகா இய் சாஹிப் கி, துகா இய் சாஹிப் கி' ('இரக்கம் காட்டுங்கள் அய்யா, இரக்கம் காட்டுங்கள் அய்யா') என்று கருணை கேட்டுக் கெஞ்சுவதையும், சில படைவீரர்கள் அவரை இழுத்துச் செல்வதையும் கண்டோம். அது அவரைத் தூக்கிலிடுவதற்குத்தான். அங்கே என்னுடைய கணவரை விரைந்து அனுப்பிய நான் 'அவரை விட்டுவிடுமாறு' அவர்களிடம் கூறும்படி சொன்னேன். அவர்களிடம் நெருங்கிய உடனேயே அவர் அவர்களிடம், 'இந்தக் கிழவரை என்ன செய்யப்போகிறீர்கள்?' என்றார்.

* பிரிட்டிஷ் ஆயுதப்படை வீரர்களைக் குறிப்பிடும் விக்டோரிய சொல்வழக்கு. டாம்மி என்றால் பிரிட்டிஷ் படையினர் குழு.

‘தூக்கிலிடத்தான் அழைத்துச் செல்கிறோம், ஏன் கேட்கிறீர்கள்? அவன் ஒரு பண்டீ (கலகக்காரன்). தன்னுடைய எருதுகளுக்கு முன்பாக இவன் நடனமாடிக் கொண்டிருந்ததைப் பார்த்தோம்.’*

‘அது முட்டாள்தனம். அவன் பண்டீ அல்ல. வெறும் மாட்டுவண்டி ஓட்டுகிறவன்’ என்று பதிலளித்தார் கேப்டன் டைட்லர்.

‘கிடையாது சார், இவன் ஒரு பண்டீ என்று எங்களுக்குத் தெரியும்’ என்று எல்லோருமே அதற்கு மறுப்பு தெரிவித்தனர்.

‘உங்கள் எல்லோருக்குமே கொஞ்சம் கேளிக்கை தேவைப்படுவது எனக்கே தெரிகிறது. இந்த அப்பாவியை விட்டுவிட்டு அந்த நாயை விரட்டிப்பிடித்து தூக்கில்போடுங்கள்’ என்று ராபர்ட் அவர்களிடம் மீண்டும் பதிலளித்தார்.

‘அப்படியென்றால், நாங்கள் அவரைத் தூக்கிலிடுவதை நீங்கள் விரும்பவில்லை.’

‘ஆமாம், உண்மையிலேயே விரும்பவில்லை.’

அதனால் அவரை விட்டுவிட்ட அவர்கள் ஒரு நாயை விரட்டிப் பிடித்து அதை உடனடியாக தூக்கில் தொங்கவிட்டனர்.[45]

ஜூன் 7 ஆம் தேதி டிரினிட்டி ஞாயிற்றுக்கிழமை அன்று, டெல்லிக்கு 8 மைல்கள் வடக்கே உள்ள அலிப்பூரில் ஜெனரல் பர்னார்டின் புதிதாக உருவாக்கப்பட்ட முகாமிற்கு ஜெனரல் வில்ஸன் தன்னுடைய படைப்பிரிவைக் கொண்டுவந்து சேர்த்திருந்தார். இங்கேதான் தியோ தன்னுடைய புதிய தலைவரான ஹெர்வி கிரேத்தடிமுடன் அறிமுகமானார். மீரட்டின் முன்னாள் ஆணையரான ஹெர்வி கிரேத்தட் கொத்தளப் படைப்பிரிவில் மிக முக்கியமான மூத்த பிரிட்டிஷ் அதிகாரி ஆவார். இதுகுறித்து எழுதியுள்ள கிரேத்தட், ‘அவர் [மெட்கால்ஃப்] தான் நன்றாக வேலை செய்யக்கூடியவர் என்றார். டெல்லிபற்றிய அவருடைய அறிவு எனக்கு மிகவும் பயன்தரக்கூடியதாக இருக்கும் என்றார்’ என்று கிரேத்தட் எழுதியுள்ளார். அவர்கள் இருவரும் இணைந்து நன்றாகவே பணியாற்றினர்.

* டாம்மி என்பது பிரிட்டிஷ் படைவீரர்களைக் குறிக்கும் சொல்வழக்கு என்றால் பண்டீ (அல்லது பாண்டே) என்பது கிளர்ச்சிக்கார சிப்பாயைக் குறிப்பதாகும். இந்தப் பெயர், ‘இந்தத் துப்பாக்கி உறையைக் கடிப்பதால் நாங்கள் மதநம்பிக்கையற்றவர்கள் ஆகிவிடுவோம் என்பதால் எங்களுடைய மதத்திற்காக’ என்று கத்தியபடியே கம்பெனிக்கு எதிராக கிளர்ந்தெழுந்து, பெங்காலில் உள்ள பாரக்பூரில் மார்ச் 29 அன்று 19 ஆவது பூர்வீக ஆயுதப்படைப் பிரிவைச் சேர்ந்த தன்னுடைய இரண்டு அதிகாரிகளை சுட்டுக் காயப்படுத்திய மங்கள் பாண்டே காரணமாக அந்தப் பெயர் வழங்கப்பட்டு வந்தது. பார்க்க: ருத்ராங்ஷு முகர்ஜியின் சுருக்கமான ஆனால் அற்புதமான *Mangal Pandey: Brave Martyr or Accidental Hero?, New Delhi, 2005.*

'எனக்கு மெட்கால்ஃபை மிகவும் பிடித்துவிட்டது. அவர் மிகவும் உற்சாகமான மனிதர், எதுவுமே அவரை தடுத்து நிறுத்துவதில்லை' என்றும் கிரேத்தட் பின்னாளில் எழுதியுள்ளார்.[46]

இங்கிருந்தபடியும் தியோ தன்னுடைய சகோதரி ஜிஜி மற்றும் அவருடைய கணவர் எட்வர்ட் கேம்ப்பல் ஆகியோரிடம் இருந்து வந்த கடிதங்களைப் பெற்றுக்கொண்டார். சியால்கோட்டில் தன்னுடைய படையினர் கிளர்ச்சியில் இறங்கியபோது எட்வர்ட எப்படியோ காயமடையாமல் தப்பித்துவிட்டார். பின்னர் சிம்லாவிற்கு புறப்பட்ட அவர் அங்கே, 1852 இல் அவர் திருமணம் செய்துகொண்ட ஜிஜி-யின் வீட்டிற்கு சென்றுசேர்ந்தார். ஆனால், ஏறக்குறைய உடனடியாகவே அணிவகுப்பை மேற்கொண்டு டெல்லி கொத்தளப் படையில் இருந்த தியோவுடன் சேர்ந்துகொள்ளுமாறு அவருக்கு உத்தரவு வந்தது. 'டெல்லியை நோக்கி அணிவகுத்துச் செல்லும் ராணுவத்தை நாங்கள் கவலையுடனே பார்த்துக் கொண்டிருந்தோம். அது கையாளப்பெறும் விதத்தைப் பொறுத்தே எல்லாம் அமைந்திருக்கிறது. இப்போது எங்களை கடவுளின் கைகளில் ஒப்படைத்துவிட்டோம்' என்று சிம்லாவிற்கு வந்துசேர்ந்த உடனே தன்னுடைய தாயாருக்கு எழுதிய கடிதத்தில் அவர் குறிப்பிட்டுள்ளார்.[47]

கொத்தளப் படையின் அலிப்பூர் முகாமில் வில்லியம் ஹட்ஸனும் அவருடைய உளவுப்பிரிவுத் தலைவர் ரஜப் அலியும் இருந்தனர். அப்போது டெல்லியில் இருந்த தங்களுடைய உளவாளிகளிடம் இருந்து திரண்டு வந்து கொண்டிருந்த செய்திகளை ஒருங்கிணைப்பதில் அவர்கள் பரபரப்பாக இருந்தனர். சிப்பாய்களுடன் சண்டையிடுவதில் கொத்தளப் படையினருக்கு இருந்த மெத்தனம் குறித்து ஹட்ஸன் கடும் விரக்தியடைந்தார். 'ரோஹில்கந்த் முழுவதுமே கிளர்ச்சி செய்கிறது. உண்மையில், வடமேற்கு பிராந்தியத்தில் உள்ள ஆக்ரா மாவட்டம் மட்டுமே எங்கள் கட்டுப்பாட்டில் உள்ளது. தாமதத்தின் தீமையினால் ஏற்பட்ட ஒரு பயங்கரமான பாடமே இது. இந்த விவகாரம் முடிவதற்கு நீண்டகாலம் ஆகிவிடுமோ என்று எனக்குப் பயமாக இருக்கிறது. ஆனாலும், தனிப்பட்ட முறையில் புகார் செய்வதற்கு என்னிடம் எதுவுமில்லை' என்று அவர் தன்னுடைய மனைவிக்கு எழுதிய கடிதத்தில் குறிப்பிட்டுள்ளார்.[48]

ஜூன் 8 ஆம் தேதி, காலை 1 மணிக்கு முகாமில் இருந்து கொத்தளப் படை அணிவகுப்பைத் தொடங்கியபோது அதற்குத் தலைமையேற்ற ஹட்ஸன் முன்னோக்கி வழிநடத்தினார். அதற்கும் சற்று பின்னர், பட்லி கி செராயின் பழைய முகலாய வண்டிகள் நிறுத்துமிடத்தைச் சுற்றி பிரிட்டிஷ் படையினருக்கு சற்று முன்பாக புதிதாக அமைக்கப்பட்ட கலகப் படைவரிசை நிற்கிறது என்ற செய்தியையும் அவர்தான் வழங்கினார்.

ஹிந்தன் பாலத்தில் ஏற்பட்ட தோல்வி மற்றும் டெல்லி கொத்தளப் படை அலிப்பூருக்கு வந்துசேர்ந்தது ஆகியவற்றிற்கு இடைப்பட்ட நேரத்தை மிர்ஸா முகல் வீணடித்துவிடவில்லை.

கவனிப்பாரற்று கிடந்த டெல்லி சுவர்களை சரிசெய்யும் பணியில் வேலையாட்கள் கட்டாயமாக ஈடுபடுத்தப்பட்டனர். அதேநேரம் சலீம்காரிலும், நகரத்தின் பல காவலரண்களிலும், நகரத்திற்கு வெளியே மலைத்தொடரையும், ராணுவ முகாம்களுக்கு வடகிழக்கே இருந்த ஆரவல்லி மலைத்தொடரின் மலைமுகடுகளைச் சுற்றிலும் ஆயுதப்படை வீரர்கள் நிறுத்தப்பட்டனர். மிர்ஸா முகலின் தலைமைச் செயலகத்தில் இருந்து கோட்வாலுக்கு அவசர உத்தரவுகள் வந்துகொண்டே இருந்தன. ‘ஆயுதப் படையணியை அமைக்க முடிந்தவரை தொழிலாளர்களை திரட்டுங்கள். இதுதான் மிகவும் அவசரம். தாமதப்படுத்த வேண்டாம். உங்களிடமிருந்தோ அல்லது உங்களுடைய பணியாளர்களிடமிருந்தோ ஏற்படும் தாமதத்தை என்னால் ஏற்றுக்கொள்ளவே முடியாது.’[49] மற்ற உத்தரவுகளில் பாதுகாப்பரண்களை கட்டுவதற்கு ஒட்டகங்கள், மாட்டு வண்டிகள், மண்சுமக்க சாக்குப்பைகள், கோடரிகள், மண்வெட்டிகள், தண்ணீர் வண்டிகள் மற்றும் இன்னும் அதிகமாக கூலித்தொழிலார்கள் வேண்டும் என கூறப்பட்டிருந்தன.[50]

இவை எல்லாவற்றிலும் கவரக்கூடியது என்னவென்றால், வடக்கே இருந்து டெல்லிக்குள் நுழைவதை தடுப்பதற்காக, கிராண்ட் டிரங்க் சாலையில் உள்ள வண்டிகள் நிறுத்துமிடத்தில் ஒரு வலுவான பாதுகாப்பு நிலையை மிர்ஸா முகல் அமைத்ததுதான். அது ஒரு பாதுகாப்பு நிலையை அமைக்க மிகச்சரியான இடம். இருபக்கமும் சதுப்புநிலங்கள் இருக்க, ஓர் ஆயுதப்படை வரிசை அதன் அரணுக்கும், மேற்குப் பக்கத்தில் இருந்த சிறு குன்றுக்கும் இடையில் அரணமைத்தது. சாலையின் இருபக்கமும் நின்றபடி ஒரு சிறிய ஆனால், கோபக்கார முகலாய தொடர் காவல்படையினர் காவல்காத்தனர். அலிப்பூர் இருக்கும் திசையில் இருந்து வரும் எந்த ஒரு படையும் சாலையோரங்களில் அமைந்திருக்கும் குறுகலான பாதைகளில் திரளாக குவிந்திருக்கும் முகலாய துப்பாக்கி வீரர்களை எதிர்கொண்டுதான் ஆகவேண்டும்.

மிர்ஸா காஸிர் சுல்தான் வழிநடத்திய ஒரு பெரிய ஆயுதப்படைப் பிரிவு 7 ஆம் தேதி மாலை 6 மணிக்கு முதன்மை திருநங்கையான மெஹ்பூப் அலி கானின் உதவியுடன் அனுப்பிவைக்கப்பட்டு, 8 ஆம் தேதி காலை வரவிருக்கும் பிரிட்டிஷ் தாக்குதலுக்காக படையணிக்கு பின்னால் காத்திருந்தனர். அவர்கள் வருவதற்குள்ளாகவே ‘ருசியான

ரொட்டிகள் மற்றும் நுகுல் [சிறிய, கெட்டியான இனிப்புகளான இவை வெல்லம், முந்திரிகள், வாதுமை மற்றும் சீஸேம் விதைகள் கொண்டு செய்யப்பட்டவை]' ஆகியவற்றை படைவீரர்களுக்கு விநியோகித்தார் மெஹ்பூப் கான். சிப்பாய்களின் சுபேதார்கள் அரசரின் பாதத்தை முத்தமிட்டு போருக்கு வந்திருந்தனர்.[51] கொம்பூதும் சத்தம் கேட்ட உடனேயே எச்சரிக்கை அடைந்த ஜாகிர் தேலவி செங்கோட்டையின் சுவர்களுக்கு அப்பால் பார்த்தார். துருப்புகளும் ஆயுதங்களும் நகரத்தைவிட்டுக் கிளம்புவதை கவனித்த அவருக்கு, அந்த நாள் எதைக் கொண்டுவரப்போகிறது என்று தெரிந்திருக்கவில்லை.[52]

சில மணிநேரங்களுக்குப் பின்னர் மிர்ஸா முகல் தன்னுடைய தந்தைக்கு ஒரு குறிப்பு அனுப்பினார். அதில் அரசர் கவலைப்பட வேண்டியதில்லை என்று உத்திரவாதமளித்திருந்த அவர் பின்வருமாறு எழுதியிருந்தார்:

மாட்சிமை பொருந்தியவரின் மனம் நம்முடைய எதிரியின் எத்தகைய அச்சுறுத்தலில் இருந்தும் பாதுகாக்கப்படட்டும். உங்களுடைய சேவகன் கடந்த இரண்டு நாட்களாக தன்னுடைய துருப்புகளுடன் பாதுகாப்பரணில் நிலைகொண்டிருக்கிறான். அரண் அமைப்பவர்கள் எங்கிருந்தாலும் அவனும் அங்கே இருப்பான். எதிரிகள் நம்மை நெருங்கி வரக்கூட முடியாது என்பது உறுதி - மதநம்பிக்கையற்றவர்களை கொன்றொழிக்க படையினர் அனைவரையும் நான் முன்வரிசைக்கு கொண்டு வந்துவிட்டேன். போர் நடக்கவிருக்கிறது. இறைவனின் குறைவுபடாத கருணையால் எதிரிகள் வெற்றிகொள்ளப்படுவதை மாட்சிமை பொருந்தியவர் காண இருக்கிறார்.[53]

காலை 1 மணிக்கு பிரிட்டிஷ் படைகள் முன்னேறத் தொடங்கியபோது 75 ஆவது கார்டன் ஹைலேண்டர்ஸை சேர்ந்த ரிச்சர்ட் பார்ட்டர் முன்வரிசையில் இருந்தார்.

மூன்றுமணி நேர அணிவகுப்பிற்குப் பின்னர் காலை 4.20 மணிக்கு இருளில் இருந்த கலகக்காரர்களின் நிலை சிப்பாய்களால் மூட்டப்பட்டிருந்த நெருப்பின் வெளிச்சத்தில் அவர்களுடைய கண்களுக்கு புலப்பட்டது. இதுகுறித்து அவர் பின்வருமாறு எழுதியிருக்கிறார்,

அந்த நெருப்புக்கு அருகாமையில் இருந்த சிறிய மேட்டில் இருந்து ஒரு கரும் புகைமூட்டம் வெளிவந்தது. பெரிய பீரங்கியில் இருந்து வந்த அந்த பீரங்கி குண்டு சாலையின் வலதுபக்கம் இருந்த சில மரங்களைக் கிழித்துக்கொண்டு வந்தது. [வலதுபக்கம்] நகரும்படி

75 ஆவது பிரிவுக்கு உத்தரவிடப்பட்டது. அதேசமயம் எதிரியிடம் இருந்து வந்த மற்றொரு குண்டு எங்களுடைய பிரிவில் இருந்த மொழிபெயர்ப்பாளர் கிராண்டின் குதிரையுடைய மார்பைத் தாக்கியது. கிராண்ட் குதிரையில் இருந்து கீழே விழுந்தாரே தவிர அவருக்கு அடி ஏதும் படவில்லை. கிராண்டின் குதிரை கொல்லப்பட்ட இடத்திற்கு நெருக்கத்தில் எனக்கு இடதுபக்கம் ஒரு கதறல் சத்தம் கேட்டது. அந்த குண்டினால் நசுக்கப்பட்ட கையுடன் எங்களுடைய முதலாவது காயம்பட்ட ஆள் பின்னால் விழுந்துகிடந்தான்.

அவர்கள் இப்போது அடர்த்தியாகவும் வேகமாகவும் வந்தனர். அத்துடன் நாங்கள் எதிரியின் படையணிக்கு முன்னால் நேராக இருந்தபடியால் அவர்கள் சரியாக எங்கள் எல்லைக்குள் வந்துவிட்டனர். பிற ரெஜிமெண்டுகள் தங்கள் நிலைக்கு வந்தபோது 75 ஆவது ரெஜிமெண்டைக் கீழே குனிந்திருக்கும்படி ஜெனரல் உத்தரவிட்டார். குதிரையில் இருந்தபடி முடிந்தளவுக்கு என்னைக் குறுக்கிக் கொண்டதற்காக நான் வருத்தப்படவே இல்லை. அச்சமயத்தில்தான் ஒரு குண்டு எங்களுடைய தலைக்கு மேல் பறந்துசென்றது. அதனுடைய தனித்துவமான ஓசையை ஒருமுறை கேட்டுவிட்டால் பின்னர் எப்போதுமே அதை மறக்க முடியாது. அடுத்த சில நிமிடங்களில், '75 ஆவது படைப்பிரிவு முன்னேறிச் சென்று ஆயுதப் படைப்பிரிவை எதிர்கொள்ளட்டும்' என்ற உத்தரவு வந்தது. சட்டென்று அந்தப் பிரிவு எழுந்து நின்றது.

சீக்கிரத்திலேயே எங்களுடைய ஆட்கள் வேகமாகச் சரிந்தனர். அவர்கள் சுட்ட ஒவ்வொரு முறையும் படையணி தாக்கப்பட்டது. ஒருவருடைய தலை கொய்யப்பட்டது அல்லது துண்டுதுண்டாக சிதறியது எனக்கு நினைவில் இருக்கிறது. அது என்னுடைய கிழட்டு கலர் சர்ஜண்ட் வால்ஷை ரத்தத்தாலும் மூளையின் சிதறல்களாலும் மூடியது. அதனால் அவர் மீண்டும் கண்திறந்தபோது பார்வை தெளிய சிறிது நேரம் ஆனது.

பார்ட்டரின் துருப்புகள் சிப்பாய்களின் படையணிக்கு 150 கஜத்திற்குள் வந்துவிட்டார்கள். அவர்கள் தாழ்நிலப் பகுதிக்கு வந்துவிட்டதைக் கண்ட சிப்பாய்கள் முன்னேறிவரும் பிரிட்டிஷாரை நோக்கி சுட்டார்கள்.

வெவ்வேறு பிரிவுகளிலும் ஏற்பட்ட இடைவெளிகள் அடுத்த கணமே நிரப்பப்பட்டதால் படைவரிசை முன்னேறிக்கொண்டே இருந்தது. சரியாக படைப்பிரிவின் வலதுபக்க பிரிவு ஒன்றின் முன்பாக ஒரு குண்டு விழுந்து வெடித்துச் சிதறியது. அது ஒரு பெரிய பிளவை உண்டாக்கியதால் எங்களுடைய

ஆட்கள் தன்னிச்சையாகத் திரும்பிக்கொண்டனர். 'திரும்பிச் சென்றுவிடாதீர்கள், திரும்பிச் சென்றுவிடாதீர்கள்' என்று என்னுடைய ஆட்களிடம் கத்தினேன். அதற்கு உடனடியாக அவர்கள், 'பயப்படவே வேண்டாம் மிஸ்டர் பார்ட்டர் சார், நாங்கள் திரும்பிப் போய்விட மாட்டோம்' என்று பதிலளித்தனர். பின்னர் வீழ்ந்துவிட்ட தங்களுடைய தோழர்களின் இடத்தினால் ஏற்பட்ட இடைவெளியை நிரப்ப அவர்கள் அமைதியாக அந்தந்த இடங்களுக்கு சென்றனர்.

இவை எல்லாவற்றையும் முடித்துவைப்பதற்கான நேரமும் வந்தது. '75 ஆவது படைப்பிரிவு தாக்குதலுக்கு தயாராகும்படி' வந்த உத்தரவை அடுத்து பயோனெட்டுகளை நீட்டிப் பிடித்தபடியே ஒரு நீண்டவரிசை தயாரானது. தாக்குதலுக்கு விரையும்போது காட்டுத்தனமாக கூச்சல் அல்லது பழிவாங்குவதற்கான கூக்குரல் அந்த படைவரிசையில் எழுந்தது. எதிரியும் எங்களுடைய செயலையே பின்பற்றினர். பயோனெட்டுகளை கீழே இறக்கிய அவர்களின் முன்னேற்றம் எங்களை எதிர்கொள்ள வருகையில் நிதானமாக இருந்தது. ஆனால், மகிழ்ச்சி ஆரவாரமிடும் கூச்சல் எழுந்தபோது அவர்களால் அப்படியே இருக்க முடியவில்லை. அவர்களுடைய படைவரிசை அலையலையாக பிரிந்தது. அவர்களில் பலரும் தங்களுடைய இடுப்பில் வைத்திருந்த துப்பாக்கியை எடுத்து சுடத் தொடங்கிவிட்டனர். கடைசியாக, நாங்கள் அவர்களை நெருங்கியபோது, அந்த முழு கூட்டமும் எங்களுடைய ஆட்களிடம் இருந்து வந்த கேலியான சிரிப்பொலியைத் தொடர்ந்து தங்களுடைய உயிரைக் காப்பாற்றிக்கொள்ள பின்னால் திரும்பி ஓடியது. மூன்றே நிமிடங்களில் 75 ஆவது படைப்பிரிவு மூச்சுத்திணற நின்றிருந்தது. ஆனால், எதிரியின் தளவாடங்களை வெற்றிகொண்டு, அதிலிருந்த கனரக துப்பாக்கிகளைக் கைப்பற்றிய பின்னர் அந்தப் பெரிய முகாமின் பின்பக்கத்தில் நிறைய துப்பாக்கிகளையும், சிறிய ஆயுதங்கள் மற்றும் வெடிப்பொருள்களின் குவியலையும் கைப்பற்றிக்கொண்டது.[54]

கலகக்காரர்களின் கொத்தளத் துப்பாக்கிகளை கைப்பற்றியது பிரிட்டிஷாருக்கு மிகவும் வியூக முக்கியத்துவம் வாய்ந்த தருணமாக அமைந்தது. மீதமிருந்த முற்றுகையின்போது அது சிப்பாய் ஆயுதப் படைப்பிரிவை பெரிய அளவில் நிராதரவான நிலைக்குத் தள்ளியது.[55]

காலை எட்டு மணிக்கு எல்லாம் முடிந்துவிட்டது. கலகக்காரர்களின் தரப்பில் ஓடிப்போனவர்களில் மிகவும் முதலாமவர் மிர்ஸா காஸிர் சுல்தான். அந்த நடவடிக்கையின்போது அவர் தன்னை முன்னணியில் நிறுத்திக்கொண்டார். தலையில் 'சூரிய ஒளியில் தகதகக்கும் மிகவும்

பிரமாதமான தலைக்கவசத்தை அணிந்திருந்தார்.' ஆனால், இளவரசரின் வலதுபக்கம் பிரிட்டிஷாரின் சரமாரியான தாக்குதல் தொடங்கிய உடனேயே, 'ராணுவத்தின் முக்கியப் பிரிவில் இருந்து ஆயுதக்கிடங்கின் பொருள்களை பிரித்து எடுத்துவரப் போவதாக' சொல்லிவிட்டு அங்கிருந்து சென்றுவிட்டார்.[56] அவரைத் தப்பிச்செல்லாமல் தடுக்க மெஹ்பூப் அலி கான் முயற்சி செய்தார். ஆனால், அவரால் முடியவில்லை. அதன்பிறகு, 'தங்களுக்குப் பின்னால் காஷ்மீர், லாகூர் மற்றும் காபூல் வாயில்களை திறந்துவிட்டபடி, நகரத்திற்குள் வெள்ளமென விரைந்த சிப்பாய்களை' எதனாலும் தடுத்து நிறுத்த முடியவில்லை.[57] சயீத் முகமது அலி கானின் கூற்றுப்படி, 'அன்று பெரும் எண்ணிக்கையிலான கிளர்ச்சிக்காரர்கள், குதிரைகள், காலாட்படையினர் மற்றும் ஆயுதப்படையினர் கொல்லப்பட்டு, மிக அதிகப்படியாகவே காயப்படுத்தப்பட்டனர். மரணமடைந்தவர்கள் போர்க்களத்தில் சிதறிக்கிடந்தனர். ஆனால், காயமடைந்தவர்களில் பலரும் தங்களுடைய விடாமுயற்சியாலோ அல்லது தங்களுடைய நண்பர்களின் உதவியாலோ எப்படியோ நகரத்தை அடைந்தனர்.'[58]

சில பிரிட்டிஷாருக்கு இது கசப்பும் இனிப்புமான வெற்றியாகவே இருந்தது. அது அவர்கள் எதிர்பார்த்ததைக் காட்டிலும் மிகக் கடுமையான உயிரிழப்புகளால் அவர்கள் பாதிக்கப்பட்டதால் மட்டுமல்ல, தங்களுடைய சிறிய படை எஞ்சி இருந்ததாலும்தான். இறந்தவர்களிடையே துருப்புகள் தங்களுக்குத் தெரிந்த சிப்பாய்களை அடையாளம் கண்டு நட்பு பாராட்டியதும் அதற்கு ஒரு காரணம். கலகப்பரவலுக்கு முன்புவரை டெல்லி ராணுவ முகாமில் நிலைகொண்டிருந்த 38 ஆவது பூர்வகுடி ஆயுத படைப்பிரிவைச் சேர்ந்த அதிகாரிகளுக்கும் அப்படித்தான் இருந்தது. பட்லியில் நடந்த பிரிட்டிஷ் தாக்குதலால் பிரிந்துபோய்விட்ட அவர்கள் மறுபடியும் ஒரே அணியாகவே போர்க்களத்திற்கு செல்ல முடியவில்லை.[59] போர்க்களத்தை கடக்கும்போது ராபர்ட் டைட்லர் தன்னுடைய பழைய ஆர்டர்லியான தாக்குர் சிங்கை கண்டார். டைட்லர்கள் கொடிக்கம்ப கோபுரத்தில் இருந்து தப்பிச் செல்லும்போது தானும் அவர்களுடைய வண்டியில் ஏறிக்கொள்ள வேண்டி தாக்குர் சிங் அவர்களிடம் கெஞ்சினார். ஆனால், வண்டியில் இடமில்லாததால் அவரை கைவிட்டுச் செல்ல வேண்டியதாகிவிட்டது. அவர், டைட்லர்களுக்கு பத்து வருடங்களுக்கும் மேல் தெரிந்திருந்த ரெஜிமெண்ட் ஹவில்தாரான தன்னுடைய மாமாவுக்கு பக்கத்தில் கிடந்தார். இறந்துகிடந்த சிப்பாய்கள் மீது தனக்கு ஏற்பட்ட இனம்புரியாத உணர்வுகளை தன்னுடைய நினைவுக்குறிப்பில் எழுதி வைத்துள்ளார் ஹேரியட் டைட்லர்.

எங்களுடைய நேர்த்தியான, உயரமான, அழகான சிப்பாய்களில் சிலர் வெப்பத்தால் வீங்கிப்போய் பிறந்தமேனியாக கிடப்பதைப் பார்த்தேன். முகாமைச் சேர்ந்த எல்லோருமே அவர்களுடைய

தங்கம் மற்றும் வெள்ளிப்பொருள்களை கொள்ளையடித்திருந்தனர். கடைசியாக வந்தவர்கள் அவர்களுடைய ஆடைகளைக்கூட உருவிக்கொண்டு கடவுள் அவர்களைப் படைத்த நிலையிலேயே போட்டுவிட்டுச் சென்றனர். அவர்கள் உயர்சாதி ஹிந்துக்களின் அழகான, நேர்த்திமிகுந்த உருமாதிரிகள். ஒருவருடைய நெற்றியில் பில்லியர்ட் பந்து அளவுக்கு ஒரு பெரிய துளை இருந்தது. மகத்தான மரணம் அது. வேறு சமயமாக இருந்திருந்தால் இத்தகைய அச்சம்தரும் காட்சிகள் என்னுடைய மனதில் இரக்கத்தையும் துயரத்தையும் நிரப்பியிருக்கும். ஆனால், 'உங்களுக்குத் தீங்கிழைக்காத எங்களுடைய பாவப்பட்ட பெண்களையும் குழந்தைகளையும் கொன்றதற்கு உங்களுக்கு சரியான பரிசுதான் இது' என என்னால் சொல்லிக்கொள்ளாமல் இருக்க முடியவில்லை.[60]

பதினோரு மணிக்கு பிரிட்டிஷ் துருப்புகளின் முன்வரிசையானது ஆச்டர்லோனியின் பழைய தோட்டமான, அவர் தன்னுடைய பீபிக்காக வாங்கிய முபாரக் பாகில் சற்று நேரம் நின்றது. இருப்பினும், பர்னார்ட் தன்னுடைய முன்னேற்றத்தை நிறுத்திக்கொள்வதில்லை என்று முடிவெடுத்து மேற்கொண்டு ஓய்வெடுக்க காத்திருக்காமல் எரிக்கப்பட்ட ராணுவ முகாம்களின் வழியாக - 'விலையுயர்ந்த மரச்சாமான்கள் எல்லா திசைகளிலும் சிதறிக்கிடந்தன. சில மாளிகைகளின் சுவர்கள் பலியானவர்களின் ரத்தத்தினால் கறைபட்டிருந்தன - மலைமுகட்டை நோக்கிச் செல்லுமாறு வலியுறுத்தினார்.'[61] அங்கே தன்னுடைய படையை இரண்டாகப் பிரித்து இரண்டு பக்கங்களிலும் இருந்து தாக்கும் வகையில் அமைத்துக்கொண்டார்.

மேட்டு நிலத்தில், மிர்ஸா முகலின் புதிதாக அமைக்கப்பட்ட ஆயுதப்பிரிவு லேசான எதிர்ப்புடன் கைப்பற்றப்பட்டது. நகர சுவர்களில் இருந்து கவலையுடன் பார்த்துக்கொண்டிருந்த ஜாகிர் தேலவியின் கூற்றுப்படி,

தங்களுடைய சக கலகக்காரர்கள் தங்களால் முடிந்தளவுக்கு வேகமாக நகரத்திற்கு தப்பியோடுவதைக் கண்டு மலைத்தொடரில் நிறுத்திவைக்கப்பட்டிருந்த கலகக்காரர்களும், தங்களுடைய நிலையையும், பீரங்கிகளையும், கூடாரங்கள் மற்றும் தங்களுடைய வெடிப்பொருள்கள் அனைத்தையும் அங்கேயே விட்டுவிட்டு நகரத்திற்கு தப்பியோடினர். ஆங்கிலேய ராணுவம், அந்த ராணுவ முகாமை அடைந்தபோது மலைமுகட்டில் இருந்த காவலரண்கள் அனைத்தும் முழு அமைதியுடன் இருப்பதைக் கண்டனர். அந்த நிலைகளை ஆக்கிரமித்துக்கொண்ட அவர்கள், கலகக்காரர்களின்

முகாம்களை எரித்துவிட்டு, கைவிடப்பட்ட பீரங்கிகளை நகரத்தை நோக்கித் திருப்பினர்.[62]

பிரிட்டிஷார் எதிர்கொண்ட ஒரேயொரு கடுமையான எதிர்ப்பு கொடிக்கம்ப கோபுரத்தில் ஏற்பட்டதுதான். அதுவும்கூட ஒருமாதத்திற்கு முன்னர் காணப்பட்ட குழப்பத்தைப் போன்றதுதான். இங்கே தனியாக நிலைகொண்டிருந்த சிப்பாய்களில் 'பலரும் கொல்லப்பட்டு, பெரிய எண்ணிக்கையிலானவர்களை காயம்பட வைத்த அடுத்தடுத்த பீரங்கி தாக்குதல்களை' ஐரோப்பியர்களிடமிருந்து எதிர்கொண்டனர்.[63] பிற்பொழுதுக்குப் பின்னரே சப்ஜி மண்டி வழியாக ஒரு காலம்கடந்த தாக்குதல் நடத்தப்பட்டது. தங்களுடைய குக்ரி கத்திகளை வெளியே உருவிய கூர்க்காக்களால் அதுவும் நசுக்கப்பட்டது.[64] மாலை ஐந்து மணிக்கெல்லாம் அந்த மொத்த மலைத்தொடரும் பிரிட்டிஷார் வசமானது.

இதற்கு சற்றைக்கெல்லாம், பிரிட்டிஷார் மீதான முதலாவது தாக்குதலின்போது இறந்துபோனவர்களின் உடல்களைக் கொண்டிருந்த மாட்டு வண்டி அப்போதும் கொடிக்கம்ப கோபுரத்திற்கு அருகாமையில் நின்றுகொண்டிருப்பதைப் பிரிட்டிஷார் கண்டுபிடித்தனர். அதில் பலியானவர்களின் வெற்று எலும்புக்கூடுகளும், சீருடைகளும் மட்டுமே எஞ்சியிருந்தன. ரெஜிமெண்ட் பித்தான்கள் அப்போதும் பளிச்சிட்டுக்கொண்டிருந்தன.[65]

அதேநேரத்தில், நகரத்திற்கு கீழே சிப்பாய்கள் தங்களால் தோற்கடிக்கப்பட்டவர்களை கொன்று அப்படியே வீசியெறிந்திருந்தனர். அரண்மனைக்கு சென்றுகொண்டிருந்த ஜாகிர் தேலவி போரில் முதலாவதாக கொல்லப்பட்டவர்கள் குவித்து வைக்கப்பட்டிருப்பதைக் கண்டார்.

ஏறக்குறைய காலை எட்டு மணிக்கு, என்னுடைய கடமையை நிறைவேற்ற நான் கோட்டைக்கு சென்றுகொண்டிருந்தேன். ஜோஹாரி பஜாரின் வாயிலை நான் அடைந்தபோது காயம்பட்டவர்கள் பெரும் எண்ணிக்கையில் நகரத்திற்குள் சென்று கொண்டிருப்பதைக் கண்டேன். காயமடைந்தவர்கள் ஒவ்வொருவருக்கும் நான்கு அல்லது ஐந்து புர்பியாக்கள் உதவிக் கொண்டிருந்தனர். சிந்திக்கொண்டிருந்த ரத்தத்தினால் நிறம் மாறிக்கொண்டிருந்த சாலை ஹோலி பண்டிகை நடப்பதைப் போல் சிவப்பு வண்ணத்தில் குளித்திருந்தது. இரண்டு குதிரைவீரர்கள் என்னைக் கடந்து சென்றனர். தங்களுடைய மார்புகளில் தோட்டாவினால் ஏற்பட்ட துளைகளைப் பெற்றிருந்தனர். அவர்களுக்குப் பின்னால் ஒரு நீரூற்றைப் போல் ரத்தம் பீய்ச்சி அடித்துக்கொண்டிருந்தது. துணிச்சல் சிதறடிக்கப்பட்டிருந்தாலும் அவர்களுடைய வலதுகைகள் துப்பாக்கிகளையும், குதிரையின் லகான்களையும் பற்றியிருந்தன. அவர்களுடைய முகத்தில்

வலியோ, வேதனையோ இல்லை. தங்களைக் கட்டுப்பாட்டிலேயே வைத்துக்கொண்டிருந்த அவர்கள் ஒருவருக்கொருவர் பேசியபடியே வந்துகொண்டிருந்தனர். இப்படிப்பட்ட காயங்களுக்கு நடுவிலும் அவர்களால் எப்படி உயிர்பிழைத்திருக்க முடிந்தது என்று நான் அன்றுதான் ஆச்சரியப்பட்டேன். அதுவும்போக போரில் இருந்து நான்கு மைல்கள் தூரத்திற்கு அவர்களால் எப்படித்தான் குதிரையில் வந்திருக்க முடியும் என்றும் அதிசயித்தேன்.

சற்று பின்னர்தான், குதிரையில் வந்த ஒரு படைவீரன் வேகமாக விரைந்துகொண்டிருந்தான். அவனும்கூட தோட்டாக்களால் ஆழமான குறிகளைப் பெற்றிருந்தான். குழாயில் இருந்து தண்ணீர் வருவதைப் போல் காயங்களில் இருந்து ரத்தம் வந்துகொண்டிருந்தது. அந்த ரத்தத்தில் அவன் முழுக்கவே நனைந்திருந்தான். அவனுக்குப் பின்னால் நடந்துவந்த மற்றொருவன் தன்னுடைய கையை இழந்திருந்தான். அவனுடன் வந்த இரண்டு புர்பியாக்கள் அவனை அங்கிருந்து முகாமின் மருத்துமனைக்குக் கூட்டிச்செல்வதாக உத்திரவாதம் அளித்துக்கொண்டிருந்தனர். ஆனால், அதற்கு மறுப்பு தெரிவித்த அவன் அவர்களை தன்னிடமிருந்து தள்ளிப்போகுமாறு கூறினான். நான் கோட்டையை அடைந்தபோது இதுபோன்று காயமடைந்த பல படைவீரர்களையும் கண்டேன்.⁶⁶

அதிகரித்துக்கொண்டிருந்த திகிலுணர்வுக்கு மத்தியில் மிர்ஸா முகல் மட்டும் தலைகாட்டியதை, சதுரங்க விளையாட்டில் சொல்லப்படுவதைப் போல், அரசன் கோட்டைக்கு பக்கத்தில் உட்கார்ந்திருக்கும்போது, 'தனக்கு செக் வைக்கப்பட்டிருப்பதற்கான எந்த பயமும் இன்றி இருக்கலாம்' என்பதைப் போன்றே அவர் இருந்தார் என்றுதான் சொல்லவேண்டும்.⁶⁷

முன்ஷி ஜீவன் லாலின் கூற்றுப்படி, பிரிட்டிஷார் எந்தளவு வெற்றி பெற்றிருந்தாலும், அந்த நாளானது அவர்கள் அந்த நகரத்தை கைப்பற்றுவதற்கான பெரிய வாய்ப்பை தவறவிட்ட நாள் என்றே சொல்லவேண்டும். இதுகுறித்து அவர் பின்வருமாறு எழுதியுள்ளார்:

தங்களுடைய வீட்டின் கூரைகளில் ஏறி நின்றிருந்த நகர மக்கள் தொலைதூரத்தில் நடந்த துப்பாக்கிச்சூட்டினை பெரும் அச்சத்துடனே பார்த்துக்கொண்டிருந்தனர். நகரத்திற்கு திரும்பிக்கொண்டிருந்த கிளர்ச்சிக்காரர்களை நோக்கி ஆபாச வார்த்தைகளால் [அவர்கள்] அர்ச்சித்து அவர்களைக் கோழைகள் என்று குற்றம்சாட்டினர். அதேநேரம் அன்று வெகுமுன்னதாகவே நகரத்திற்கு திரும்பி புகலிடம் தேடிக்கொண்ட உள்ளூர் காலாட்படையினரை நகர வாயில்களில் இருந்த துருப்புகளும்

தூற்றிக்கொண்டிருந்தனர். இந்தச் சண்டையின் விளைவால் படைவீரர்கள் தங்களுடைய உறுதியை இழந்துவிட்டதைப் போல் தெரிந்தது. ஆங்கிலேயேர்கள் அன்று முன்னேறி வராமல் போனதற்காகவே நகர மக்கள் மிகவும் வருத்தப்பட்டதைப் போல் இருந்தது. எவ்வளவுதான் செய்திருந்தாலும், வாயில்கள் திறந்தே இருந்தபடியால் அவர்கள் இந்த நகரத்தை கைப்பற்றியிருந்தால்கூட அவர்கள் திரும்பி வந்தமைக்காக நகர மக்கள் தங்களுடைய ஆச்சரியத்தையே வெளிப்படுத்தியிருப்பார்கள்.[68]

இருப்பினும், மலைத்தொடரிலேயே இருப்பது என்றும், நகரத்தை நோக்கியபடி இருக்கும் அந்த உயரங்களை தக்கவைத்துக்கொள்வது என்றும் பெர்னார்ட் எடுத்த முடிவில் கொஞ்சம் ஞானமும் கலந்தே இருந்தது. அன்றிரவு, எரிக்கப்பட்ட ராணுவ முகாம் மாளிகைகளில் தங்களுடைய கூடாரங்களை பிரிட்டிஷார் அமைத்துக்கொண்டனர். உயர்நிலத்தை வெற்றிகொண்டு, நகரத்தின் வடக்குச் சுவற்றை நோக்கி தங்களுடைய பீரங்கிகளை நிறுவிக்கொண்ட பின்னரும், மேற்கொண்டு நகரத் தெருக்களுக்குள் நுழைந்து ஆபத்தைத் தருவித்துக்கொள்ள முயற்சி செய்யாதிருந்த போதிலும், தாங்கள் இருக்கும் மிகுந்த ஆபத்தான நிலை குறித்து உணர்ந்துகொள்ள அவர்களுக்கு அதிக நேரம் தேவைப்படவில்லை.

அடுத்து வந்த நாட்களில், மலைத்தொடரின் மையத்தினுடைய உச்சியில் இருந்த தங்களுடைய கண்காணிப்பு நிலைகளில் இருந்து, படகுப் பாலத்தின் வழியாகவும், மேற்கொண்டு மிகுந்த ஆபத்தை உணர்த்தக்கூடிய வகையில் அவர்களுக்குப் பின்னால் இருந்த கிராண்ட் டிரங்க் சாலையில் இருந்தும் கலகக்கார படையினரின் அடுத்தடுத்த ரெஜிமெண்டுகள் நகரத்திற்குள் குவிந்துகொண்டிருப்பதை பிரிட்டிஷரால் பார்க்க முடிந்தது. வந்துகொண்டிருந்த ஒவ்வொரு புதிய கிளர்ச்சிக்காரர்கள் பிரிவும் அவர்களுடைய சிறிய படைப்பிரிவிற்கு எந்த நிம்மதியையும் தரப்போவதில்லை என்பதையே திட்டமிட்ட வகையில் சுட்டிக்காட்டின.

அடுத்தநாளே, நகரத்தில் இருந்த கலகக்காரர்களின் பீரங்கிப் பிரிவு நன்றாக புலப்பட்ட பிரிட்டிஷ் நிலைகளின் மீது ஆச்சரியப்படும்படியான வேகத்துடனும், துல்லியமாகவும் தாக்குதலைத் தொடங்கின. அடுத்தடுத்து நிதானமாக இரவும் பகலும் நகரத்தில் இருந்து வந்த தாக்குதல் பிரிட்டிஷாரின் எண்ணிக்கையை குறைந்துபோகச் செய்தது. ஒரு விசித்திரமான திசைமாற்றம் நடந்துகொண்டிருப்பதைப் பலரும் உணரத் தொடங்கினர். கொத்தளப் படையின் மதகுருவான ரெவரண்ட் எட்வர்ட் ராட்டன் இதை தெள்ளத்தெளிவாகக் குறிப்பிட்டுள்ளார்:

என்னைப் போன்ற ஒரு சாதாரண குடிமகனைப் பொறுத்தவரை, இரண்டு சிறிய பட்டாலியன்களையும், ஒரு சிறிய ஐரோப்பிய காலாட்படையையும் வைத்துக்கொண்டு, ஆயுதப்படையே

இல்லாமல் டெல்லியைக் கைப்பற்றுவது என்ற கனவு மிகவும் அவசரப்பட்டுவிட்ட உணர்வையே தோற்றுவித்தது என்பதை வெளிப்படையாக ஒப்புக்கொள்ளத்தான் வேண்டும். நாங்கள் டெல்லியை முற்றுகையிட வந்தோம். உண்மையில் நாங்கள்தான் முற்றுகையிடப்பட்டிருக்கிறோம் என்பதை விரைவிலேயே தெரிந்துகொண்டோம். எங்களைக் கிளர்ச்சியாளர்கள்தான் முற்றுகையிட்டிருந்தனர்."[69]

8

ரத்தத்திற்கு ரத்தம்

டெல்லி குண்டுவீச்சு ஜூன் 10 ஆம் தேதி தொடங்கியது.

ஆரம்பத்தில் மிக லேசான சேதங்கள் மட்டுமே ஏற்பட்டன. அச்சமயத்தில் பிரிட்டிஷாரிடம் சில பீரங்கிகள் மட்டுமே இருந்தன. பெரிய முற்றுகைத் துப்பாக்கிகள் எதுவுமில்லை. பெரும்பாலான டெல்லிவாசிகளுக்கு இந்த குண்டுவீச்சு மற்போர் ஒரு கேளிக்கை என்பதாகவே தெரிந்தது. கோட்டை காவலரணில் அணிவகுத்து நின்ற பலமான பீரங்கி வரிசைகளானவை பிரிட்டிஷாரை நம்பிக்கை இழக்கச் செய்யும் வகையில் சிறப்பாக செயல்பட்டன. முற்றுகையின் முதல் நாளில் வில்லியம் ஹட்ஸன் உணர்ந்துகொண்டதுபோல், 'அற்புதமாக சுடக்கூடிய அவர்கள் துல்லியமாக சுட்டு நம்மை தோற்கடித்துவிடுவார்கள்.'[1] இதனால், டெல்லிவாசிகள் தங்கள் வீட்டின் கூரைகளில் குவிந்தனர். அதேசமயம் 'அரசரும், அரச குடும்பத்தினரும் அரண்மனையின் கூரையில் அமர்ந்துகொண்டனர்.' செங்கோட்டையின் காவலரண்களில் இருந்து சலாதின்கள் பார்த்துக்கொண்டிருந்தனர்.[2] 'அச்சமயத்தில் கடுமையான வெப்பநிலை நிலவியது' என்று நினைவுகூர்கிறார் சர்வார் உல்-முல்க். 'ஒவ்வொருநாள் இரவும் தலைக்கு மேலாக பறந்துசெல்லும் துப்பாக்கி குண்டுகளைப் பார்த்துக் கொண்டிருப்போம். அவற்றை வாணவேடிக்கைகள் என்றே நினைத்துக்கொண்டோம்.'[3]

இருப்பினும், அந்த குண்டுகளில் ஒன்று உங்கள் வீட்டுக் கூரையில் விழுந்தால் அது அவ்வளவு கேளிக்கையான விஷயமல்ல. அப்படித்தான் ஒரு மாதம் கழித்து சர்வார் உல்-முல்க்கின் குடும்பக் குடியிருப்பிடத்தில் நடந்தது. 'மேல் அடுக்கு வீட்டின் கூரையைக் கிழித்துக்கொண்டு ஒரு பீரங்கி குண்டு முற்றத்தில் விழுந்தது. அப்போது நாங்கள் அங்கே சாப்பிட்டுக் கொண்டிருந்தோம். அங்கு விரைந்து சென்ற என்னுடைய

மாமா ஒரு முழு பானைத் தண்ணீரையும் அதன் மேல் கொட்டினார்' என்று உல்-முல்க் எழுதியுள்ளார்.[4]

பிரிட்டிஷ் துப்பாக்கி வீரர்களுக்கு அரண்மனை ஒரு சுலபமான இலக்காக இருந்தது. விரைவில் ஒரு சிறிய ரக பிரிட்டிஷ் பீரங்கியானது ஷாஜஹானின் சிவப்புக் கல் சுவர்களுக்கு உள்ளே நிரந்தரமாக தாக்குதல் நடத்த அமைவிக்கப்பட்டது.[5] அந்த அழகான வெண்பளிங்கு அரச குடியிருப்பைத் தாங்கள் குண்டுவீசுவதற்காகத் தேர்ந்தெடுத்த விதத்தைக் கவனித்த ஜாகிர் தேலவி அதுகுறித்து பின்வருமாறு எழுதியுள்ளார்:

> *மலைத்தொடர் நெடுகிலும் இருந்த நிலைகளில் இருந்து தினமும் தாக்குதல் நடத்தப்பட்டது. அவர்கள் தங்களுடைய இலக்கை நிர்ணயித்தவுடன் பறந்து வந்த குண்டுகள் வெடித்து பெரும் சேதத்தை ஏற்படுத்தின. சில அடுக்குகள் உயரமுள்ள கட்டிடத்தில் பீரங்கி குண்டு விழுந்தது என்றால் அது நேராக தரைத்தளம்வரைகூட சென்றுவிடும். தட்டையான இடத்தில் விழுந்தால் அது ஆழமாக - குறைந்து பத்து கஜங்களாவது - துளையிட்டு அதைச்சுற்றியுள்ள எல்லாவற்றையும் அழித்துவிடும். வெடிகுண்டுகள் மோசமானவை. கோட்டையின் பழைய ஷாஜஹானாபாத்தில் உள்ள வீடுகளை அவை நேரடியாக சென்று தாக்கினால் அவை முற்றிலும் தரைமட்டமாகிவிடும். முற்றுகையின் பின்னாட்களில், மோசமான இரவுகளில், அது பூமியில் உள்ள நரகத்தைப் போன்றது. இரவில், ஒரே தடவையில் பத்துக் குண்டுகள் சுடப்பட்டு அவை ஒன்றன்பின் ஒன்றாக வெடிக்கும்.*[6]

விரைவிலேயே, யமுனை ஆற்றைப் பார்த்தபடி இருந்த ஷா புர்ஜ் கோபுரத்தை ஒரு பீரங்கி குண்டு சேதப்படுத்தியது. லால் புர்தாவுக்கு அருகில் விழுந்த மற்றொன்று ஒரு பையனையும், ஒரு செய்தி அறிவிப்பாளரையும் கொன்றது. அரண்மனையின் தெற்கில் இருந்த ஜெனானா குடியிருப்புகளில் விழுந்த மூன்றாவது குண்டு ஜீனத் மஹலின் பணிப்பெண்களுள் ஒருவரான செமேலியை நசுக்கியது. அதன்பிறகு சற்றும் தாமதிக்காமல் கோட்டைக்கு வெளியே லால் குவானில் இருந்த தன்னுடைய தனி வசிப்பிடத்திற்கு சென்றுவிட்டார் ஜீனத். அதற்கு அந்த இடம் குண்டுவீச்சில் இருந்து தள்ளியிருந்ததும், அரண்மனை எங்கும் நிரம்பியிருந்த சிப்பாய்களின் பார்வையில் இருந்து ரொம்பவே விலகியிருந்ததும் காரணமாக இருக்கலாம். ஒருபக்கம் தன்னுடைய அன்புக்குரிய மகன் மிர்ஸா ஜாவன் பக்த், மறுபக்கம் கலகக்காரர்கள் என்ற நிலையில் இருதரப்பினருக்கும் இடையில் போதுமான அளவு தொலைவையும் அது அவருக்கு வழங்கியது.[7]

இதற்கும் சற்றுநேரத்தில், அடுத்தடுத்த வெடிகுண்டுத் தாக்குதல்கள் பேரரசரையே மயிரிழையில் தவறவிட்டுச் சென்றது. முய்னுதீன் இடத்தில்

சமீபத்திய புதிய கோட்வாலாக நியமிக்கப்பட்டிருந்த சையத் முபாரக் ஷா அச்சமயத்தில் அரண்மனையில்தான் இருந்தார். இதுகுறித்த அவரது குறிப்பின்படி,

> *அரசர் தன்னுடைய இருப்பிடத்திலிருந்து வருவதற்கு முன்னர் காலை 8 மணிக்கு, முப்பது அல்லது நாற்பது மேதகையினர் அவருடைய வருகைக்காக ஹாஸை [அலங்காரத் தடாகம்] சுற்றி அமர்ந்திருந்தனர். தன்னுடைய தனி அறையில் இருந்து அரசர் வந்தவுடனேயே மூன்று வெடிகுண்டுகள் அவருக்கு முன்னும் பின்னும் விழுந்து வெடித்தன. ஆனால், ஆச்சரியப்படும் வகையில் யாரும் காயப்படவில்லை. அரசர் உடனடியாக அங்கிருந்து புறப்பட்டார். அமர்ந்திருந்த மற்றவர்களும் எழுந்து அங்கிருந்து கிளம்பினர். அன்று மாலையே ராணுவத்தின் முதன்மை அதிகாரிகளை அழைத்த அரசர் அவர்களிடத்தில் பின்வருமாறு கூறினார். 'சகோதரர்களே, இனிமேலும் உங்களுக்கோ அல்லது இந்த நகரத்தின் குடிமகன்களுக்கோ பாதுகாப்பான இடம் கிடைக்காது. சொல்லப்போனால் எனக்கேகூட அமர இடம் இருக்காது. நிறுத்தமில்லாத துப்பாக்கிச்சூடும், குண்டுவீச்சும் அதை ஏற்கனவே தடுத்துவிட்டன. நான் தினமும் வழக்கமாக உட்காரும் இடத்தில் ஏற்பட்ட குண்டுவீச்சை நீங்களே பார்த்திருப்பீர்கள். கிறிஸ்துவர்களுடன் சண்டையிட்டு அவர்களை விரட்டியடிக்கத்தான் இங்கே வந்திருக்கிறோம் என்று நீங்கள் வேண்டுமானால் சொல்லிக் கொள்ளலாம். என்னுடைய அரண்மனைக்குள்ளே குண்டுமழை பொழிந்து, வெடிகுண்டுகளும் வீசப்பட்ட பின்னரும் உங்களால் இனியும் அவ்வாறு செய்ய முடியுமா?'*[8]

ஜாஃபரை பொறுத்தவரையில், ஒரே வாரத்தில் அவரை விரக்தியடையச் செய்த இரண்டாவது நிகழ்வு அது. ஜூன் 14 அன்று, அவருடைய உயர்மட்ட அதிகாரியும், முதன்மை திருநங்கையுமான மெஹ்பூப் அலி கான் எதிர்பாராவகையில் இறந்துவிட்டார். சிறிது நாட்கள் அவர் உடல்நலமின்றி இருந்தார். ஆனால், அந்த மரணம் விஷமளிக்கப்பட்டதால் ஏற்பட்டது என அரண்மனை வட்டாரத்தில் வதந்தி நிலவியது.[9]

அந்த நகரம் முழுவதிலுமே வேகம் குறைந்துகொண்டிருந்தது. சயீத் முபாரக் ஷா குறிப்பிடுவதுபோல், கலக சிப்பாய்களின் கொள்ளைக்கும், பிரிட்டிஷாரின் குண்டுவீச்சுக்கும் இடையில் சிக்கிக்கொண்ட டெல்லி மக்கள் 'கெட்டவர்களோ நல்லவர்களோ, வெள்ளையர்களுக்கு நண்பர்களோ அல்லது எதிரிகளோ, இப்போது கூண்டுக்குள் மாட்டிக்கொண்ட எலிகளைப் போல் தப்பிச்செல்ல வழியே இல்லை.'[10]

இந்தக் குண்டுவீச்சுதான் காலிப்பின் சகிப்புத்தன்மையுடைய கடைசி எல்லை. கடந்த மாதம்தான் தன் நேசத்திற்குரிய நகரத்தின் முஹல்லாக்களில் இருந்த அவருடைய நண்பர்களிடம் நாட்டுப்புறத்தைச் சேர்ந்தவர்கள் அகம்பாவத்துடன் நடந்துகொண்ட காட்சியை அவர் சகித்துக்கொண்டார். அவரே சொல்வதுபோல்,

> *தற்பெருமையால் செருக்கடைந்த கீழ்த்தரமானவர்கள் ஒவ்வொருவரும் தாங்கள் விரும்பியதை நடத்திக்கொண்டார்கள். [அதேநேரம்] இசைக்கச்சேரிகளில் ஒயின் அருந்திபடி கூடுகின்ற, ரோஜாக்களின் நெருப்பைக்கொண்டு இன்பமும் மகிழ்ச்சியுமான பிரகாச விளக்குகளை பற்றவைத்த உயர்குடியினர் இப்போது இருண்ட சிறைகளில் கிடந்து இழிவின் நெருப்பில் எரிந்துகொண்டிருக்கிறார்கள். நகரத்தின் அழகிய முகம்கொண்ட பெண்களின் நகைகள், கீழ்த்தரமான, மரியாதையற்ற திருடர்கள் மற்றும் கொள்ளைக்காரர்களின் மூட்டைகளில் நிரம்பியிருக்கின்றன. அழகிய முகம்கொண்ட மனைவிமார்களின் விபரீதமான கவர்ச்சிகளைத் தவிர்த்து வேறு எதற்கும் முயற்சித்திராத காதலர்கள் இப்போது இந்த அயோக்கியர்களின் இஷ்டப்படி துன்புறுத்தலுக்கு ஆளாக வேண்டியிருந்தது.*[11]

கடிதம் எழுதுவதற்கு அடிமையாகிப்போன ஒருவருக்கு இவையெல்லாம் சேர்ந்து அஞ்சல்துறை செயல்பாட்டை பாதித்ததுதான் மோசமாக தெரிந்தது. 'அஞ்சல்துறை அடியோடு குழப்பத்தில் இருந்தது. ஏறக்குறைய அதன் சேவைகள் நின்றேவிட்டன. அஞ்சல்காரர்கள் வந்துசெல்வதென்பது சாத்தியமில்லாமல் போய்விட்டது. அதனால், கடிதங்கள் அனுப்பப்படவும் இல்லை. பெறப்படவும் இல்லை' என்று தஸ்தான்பையில் இந்த முற்றுகை குறித்து எழுதியதில் காலிப் குறிப்பிட்டுள்ளார்.[12]

அந்தக் கவிஞரின் எரிச்சலையும், துன்பத்தையும் அதிகரிக்கும் வகையில் இப்போது மலைத்தொடரில் இருந்தும் குண்டு வீசப்பட்டது. 'நெருப்பாய் உமிழும் துப்பாக்கிள் மற்றும் மின்னல் வேகத்தில் தாக்கும் பீரங்கிகளில் இருந்து வந்துகொண்டிருக்கும் பலத்த புகையலைகள் வானத்தில் மிதக்கும் கருத்த மேகங்களைப் போல் காணப்பட்டன. அவற்றின் சத்தம் ஆலங்கட்டி மழை பெய்வதைப் போல் இருந்தது' என மேற்கொண்டு பின்வருமாறு குறிப்பிடுகிறார்:

ஏதோ வானத்தில் இருந்துதான் கற்கள் விழுகின்றனவோ என்பதைப் போல் பீரங்கி சுடும் சத்தம் நாள் முழுவதும் கேட்டுக்கொண்டே இருந்தது. கோமகன்களின் வீடுகளில் விளக்குகளுக்குக்கூட எண்ணெய் இல்லை. மின்னும் ஒளியில் இருந்து கிடைக்கும் வெளிச்சத்துக்காக முழு இருளில் அவர்கள் காத்திருக்க வேண்டியிருந்தது. அத்துடன் தங்களுடைய தாகத்தைத் தீர்த்துக்கொள்ள கோப்பையையும் ஜாடியையும் அவர்கள் தேடிக்கொண்டனர். இந்த அராஜகத்தில் துணிச்சலானவர்கள்கூட தங்களுடைய நிழல்களைப் பார்த்தே பயந்தார்கள். படைவீரர்களே காட்டுத்தனமாகவும் அரசரைப்போன்றும் ஆட்சிசெய்தார்கள்.[13]

இருப்பினும், பெரும்பாலான டெல்லி மக்களுக்கும், அஞ்சல் சேவை நிறுத்தம் மற்றும் அவ்வப்போதைய வெடிகுண்டு வீச்சுகள் குறைந்தபட்ச கவலைக்குரிய விஷயங்களே. கலகம் பரவத்தொடங்கிய ஒரு மாதத்திற்குப் பின்னர், நகரத்தின் சாமானிய மக்களுக்கு, குறிப்பாக ஏழைகளுக்கு வாழ்க்கை மிகவும் கடினமாகிப்போனது. பிஸ்டிக்கள் மற்றும் துப்புரவாளர்களில் பலரும் கட்டிட சேவை மற்றும் நகரத்தின் பாதுகாப்பு பணிகளுக்கு வற்புறுத்தப்பட்டதால் நகரத்தின் சுகாதாரம் சீரழிந்துபோனது. தர்யகஞ்சின் மேட்டுக்குடி குடியிருப்பில் இருந்தத் தெருக்களில்கூட இறந்துபோன ஒட்டகங்கள் அழுகி நாறிக்கொண்டிருந்தன.[14]

நகரம் முழுவதிலும் சிப்பாய்கள் தங்கிக்கொண்டிருந்ததும் தொடர்ந்து பிரச்சினையாகவே இருந்து வந்தது. கொள்ளையடிக்கவில்லை என்றாலும் அவர்களுடைய வன்முறையும், சுரண்டலும் நகர வியாபாரத்தை முடக்கியது. ஜூலை மாதம், ராயல் எஸ்டேட்டுகளின் தரோகாவான (அதிகாரி) ரத்தன் சந்த், ஜாஃபருக்கு அழகான முறையில் எழுதப்பட்ட பாரசீக மொழி கடிதம் ஒன்றை அனுப்பினார். அதில் சாந்தினி சௌக்கின் வாழ்வை மீட்டுக்கொண்டுவருமாறு கெஞ்சியிருந்தார். 'குதிரைவீரர்கள் கடைகளை எடுத்துக்கொண்டு சாலைகளின் குறுக்கே தங்களுடைய குதிரைகளை கட்டிவைத்திருக்கிறார்கள். அதனால், கடைகளை வாடகைக்கு எடுத்திருந்த பெரும்பாலான மொத்த வியாபாரிகள் ஓடிவிட்டனர். மீதமிருப்பவர்களோ தங்களுடைய கடைகளைக் காலி செய்வதிலேயே மும்முரமாக இருக்கிறார்கள். அப்படியென்றால் வாடகை மூலமாக வருமானம் இல்லை என்பதே இதற்கு அர்த்தம். அந்தக் கடைகள் அரசாங்கத்தால் சரிசெய்யப்பட்டாலும் இப்போது வியாபாரமே கிடையாது.'[15]

பணக்கார கடனாளர்கள்தான் தொடர்ந்து இந்த சுமையை சகித்து வந்தனர். ஜூலை 1 அன்று, தொழில் கூட்டாளிகளான ஜுகல் கிஷோர் மற்றும் ஷியோ பிரசாத் ஆகியோர் காலாட்படையினர் தினமும் தங்களைப் பார்க்க வருகிறார்கள் என்று புகார் தெரிவித்தனர். 'கொள்ளையிடுவதற்காக வரும் அவர்கள் எங்களைக் கொன்றுவிடப்போவதாகவோ அல்லது

சிறையில் அடைக்கப்போவதாகவோ அச்சுறுத்துகின்றனர். கடந்த மூன்று நாட்களாக நாங்கள் மறைந்து திரியும் நிலைக்கு ஆளாகியிருக்கிறோம். எங்களுடைய ஊழியர்களும், பணியாளர்களும் துன்புறுத்தப்பட்டு மிரட்டப்பட்டிருக்கிறார்கள். மனவேதனையிலும், குழப்பத்திலும் நாங்கள் வீட்டைவிட்டே ஓடிக்கொண்டிருக்கிறோம். எங்களுடைய கௌரவமும், மரியாதையும் காற்றோடு போய்விட்டன.'[16]

அதற்கும் கீழ்நிலையில் உள்ள வியாபாரிகள்கூட, தங்களுடைய பார்வைக்கெட்டிய தூரம்வரை சிப்பாய்கள் நிறைந்திருந்ததால் மக்கள் வெளியே வந்து தங்களுடைய பொருள்களை வாங்கப் பயப்படுகிறார்கள் என்பதை கண்டுகொண்டனர். ஜூன் 20 ஆம் தேதி, சாந்தினி சௌக் காவல்நிலையத்தின் பொறுப்பு தனாதரான ஹபீஸ் அமினுதீன், கோட்வாலுக்கு எழுதிய கடிதத்தில்,

> மரவிற்பனையாளரான ஆனந்தி என்பவரின் கடை இருக்கும் இடமான பாக் பேகத்திற்கு அருகாமையில் காலாட்படை பிரிவு ஒன்று கடந்த இரண்டு நாட்களாக கூடாரமிட்டிருக்கிறது. இதன் காரணமாக கடந்த பதினோரு நாட்களாக யாரும் தன்னுடைய கடைக்கு வந்து எதையும் வாங்காமல் போனதால் வருமானம் மொத்தத்தையும் இழந்துவிட்டதாக மனு செய்திருக்கிறார். அந்தக் குறிப்பிட்ட கடைக்காரர் தன்னுடைய இடத்தில் இருந்து கடையை நகர்த்திக்கொள்ள அனுமதிக்கப்படுவாரா என்று எனக்குத் தெரியவில்லை. உங்களுடைய உத்தரவு நிறைவேற்றப்படும்.[17]

தொழில் முற்றிலும் முடங்கிப்போனாலும் விலைவாசி வேகமாக உயர்ந்துகொண்டே சென்றது. பிரிட்டிஷார் வந்துவிட்டாலும் இதில் பெரிதாக மாற்றமிருக்காது. அப்படி ஏதேனும் திட்டம் அவர்களிடம் இருந்தாலும்கூட அது இந்த நகரத்தை சுற்றிவளைத்து முற்றுகையிடுவதாகத்தான் இருக்கும். இதற்கு நகரத்தை சுற்றியிருந்த குஜார் மற்றும் மேவதி பழங்குடியினரும் காரணம். இப்போது அவர்கள் டெல்லியின் புறநகர்ப்பகுதி பெரும்பாலானவற்றை முழுக்கட்டுப்பாட்டில் வைத்திருந்தனர். தலைநகரத்தில் இருந்து வெளியேயும் உள்ளேயும் செல்ல முயற்சிப்பவர்கள் எல்லோரையுமே கொள்ளையடித்த அவர்கள், வடக்கே பிரிட்டிஷார் சாதித்த எதையும்விட மிக மிக செயல்திறன்மிக்க தடையரண்களாக விளங்கினர். சோஹ்னாவைச் சேர்ந்த ஹர்யன்வி குதிரை வியாபாரி மெஹ்ரப் கானுக்கு ஏற்பட்ட அனுபவம் இதுபோன்ற ஒன்றுதான். போரால் சீரழிந்திருக்கும் டெல்லியில் நல்ல விலை கிடைக்கும் என்பதை உணர்ந்த அவர் நகரத்திற்கு மூன்று குதிரைகளை ஓட்டி வந்திருந்தார். தர்யகஞ்சில் இருந்த சாவர்களிடம் எப்படியோ இரண்டு குதிரைகளையும் விற்றுவிட்ட அவர் பணத்தை பையில் வைத்துக்கொண்டு மூன்றாவது குதிரையில் வீட்டிற்குத் திரும்பிக்கொண்டிருந்தார். அப்போது,

‘மெஹ்ருலிக்கு அருகாமையில் என் மீது பாய்ந்த குஜார்கள் என்னைக் கொள்ளையடித்தனர்.’[18]

அராஜகத்தினால் உருவான இந்த தடையரணினால் நகரத்திற்கு வரும் பொருள்களின் அளவு குறைந்து விலைவாசி அதிகரித்தது. ‘அத்தியாவசியப் பொருள்களின் தேவைக்காக மக்கள் பெரிய அளவில் பாதிப்படையத் தொடங்கினர்’ என்று மலைத்தொடருக்கு பிரிட்டிஷார் வந்த பின்னர் பதிப்பிக்கப்பட்ட டிஹ்லி உர்து அக்பர் முதல் இதழில் எழுதியிருக்கிறார் மௌலவி முகம்மது பக்கார்.

அத்தியாவசியப் பொருள்கள் கிடைத்தாலும்கூட அவர்களால் அதனை வாங்க முடியவில்லை. ஏனென்றால் விலைவாசி மிகவும் உயர்ந்திருந்தது. ஒன்று கடைகள் மூடியிருந்தன அல்லது அவற்றைத் திறந்தாலும்கூட ஒரு நூறு மாதுளம் பழங்களுக்காக ஆயிரக்கணக்கானவர்கள் வரிசையில் நின்றனர். அந்தப் பொருள்களும்கூட மிகவும் மோசமான தரமுடையவை. ஆனால், அங்கு பசிதான் எஜமானன். தேவையே உண்மையான மேற்பார்வையாளன். அதனால் தங்களுக்குக் கிடைத்ததை பெற்றுக்கொண்டவர்கள் அதனை வரமாகக் கருதினர். ‘ஒருவருக்கு கோதுமை கிடைக்கவில்லை என்றால் பார்லி கிடைத்தது’ என சரியாகத்தான் சொல்லப்பட்டது.

கசப்பான, அழுக்கடைந்த நெய் இரண்டு சேர் ஒரு ரூபாய்க்கு விற்கப்பட்டது. கோதுமை மாவை காணவே முடியாது! வெள்ளைக் கோதுமை அன்கா[புராணீக கதையில் வரும்] பறவையானது. அப்படிக் கிடைத்தாலும்கூட உங்களுடைய பிரச்சினைகள் தீர்ந்துவிடாது. ஒரு மாவு அரைவை நிலையத்தாரிடம் கோதுமையைக் கொடுத்து, ஆயிரம் சமாளிப்புகளுக்கு பின்னர் அவர் அதை அரைத்துக்கொடுக்க ஒப்புக்கொண்டார் என்றாலும்கூட, நீங்கள் திரும்பிவரும்போது திலங்காக்கள் அதைப் பறித்துக்கொண்டதாகவும், தான் என்ன செய்ய முடியும்? என்றும் அவர் கூறுவார்.

நகரத்திற்குள் இருந்த தோட்டங்களில் இருந்து கொஞ்சம் மாம்பழங்களும், வேறு சில தயாரிப்புகளும் சில குறிப்பிட்ட இடங்களுக்குச் சென்றன. ஆனால் ஏழைகளும், மத்தியதர வர்க்கத்தினரும் அந்தப் புத்தம் புதிய உணவுகள் பணக்காரர்களின் மாளிகைகளுக்குள் செல்வதைப் பார்த்து தங்கள் உதடுகளைத்தான் நக்கிக்கொள்ள முடிந்தது. நகரத்தின் பகட்டானவர்கள், குறிப்பாக பான் மற்றும் புகையிலை பயன்படுத்தும் பெண்கள் பெருமளவு பாதிக்கப்பட்டார்கள். ஏனென்றால், பான் அப்போது ஜமா

மசூதிக்கு வெளியில் இருந்த கடைத்தெருவில் மட்டுமே கிடைத்தது. அதுவும்கூட மிக அதிகமான விலையில் ஒரு இலை இரண்டு பைசாவுக்கு விற்கப்பட்டது. அது எங்களுக்கு மிக அதிகப்படியான செலவு. எல்லாம் வல்ல இறைவன் எங்களுக்கு கற்றுத்தந்ததைப் பாருங்கள். மிகச்சிறந்த கோதுமையைக்கூட ஏற்க மறுத்து, அந்த மாவு மிகவும் நாற்றமடிப்பதாக புகார் கூறி, ஃபக்கிர்களுக்கு நல்ல கோதுமை மட்டுமே வழங்கப்பட வேண்டும் என்றோம். இப்போது கடைத்தெருக்களில் மோசமான நிலையில் மீந்து கிடப்பவற்றிற்குகூட சண்டை போட்டுக் கொண்டிருக்கிறோம்.[19]

முகம்மது பக்கார், பூமியில் கடவுளின் பிரதிநிதி என்றே அவர் குறிப்பிடும் பேரரசருக்கான தன்னுடைய விருப்பார்ந்த விசுவாசத்திற்கே திரும்பி இதை முடித்துவைக்கிறார். அத்துடன் தனக்கு உரிய மரியாதையை சிப்பாய்கள் வழங்கவில்லை என்றும் மறைமுகமாக விமர்சிக்கிறார்.

நீண்டகாலத்திற்கு முன்பே இந்த கோராக்கள் [வெள்ளையர்கள்] நிரந்தரத் துயிலில் ஆழ்த்தப்படுவார்கள் என்றும், பூமியில் கடவுளின் நிழலாகிய எங்களுடைய மகாகணம் பொருந்திய மாட்சிமையினரின் பெருமை பலமடங்கு அதிகரிக்கும் என்றும் எங்களுக்கு உறுதியளிக்கப்பட்டது. எங்களுடைய அரசர் இந்த யுகத்தின் முன்னணி புனிதர்களுள் ஒருவர் என்பதுடன் அவர் தெய்வீக அரசவையால் நியமிக்கப்பட்டிருக்கிறார். அவர் ஏறக்குறைய பல வருடங்களை பிரிட்டிஷாரின் சிறைப்பிடிப்பிலேயே கழித்துவிட்டார். அவர் யாரையும் எழுச்சிபெறுமாறு தூண்டவோ அல்லது தன் மணிமகுடத்தை அடையவோ அல்லது பணக்காரனாக வேண்டும் எனவோ விரும்பியதில்லை என்றாலும், இறைவனின் ராணுவத்தால் தரப்பட்ட இந்த தெய்வீக ஆசீர்வாதம் அவரைத் தேடி வந்திருக்கிறது. அரசர் இனி மீண்டும் ஒருமுறை யாரிடமும் சிறைவாசியாக இருந்துவிடக்கூடாது என்பதை நாம் உறுதிப்படுத்திக்கொள்ள வேண்டும். அரசரின் இந்த முடிவை இறைவன் மற்றும் அவருடைய தூதுவரின் அங்கீகாரமாகவே பாவிக்க வேண்டியது ராணுவம் மற்றும் மக்கள் ஆகிய இருதரப்பினருக்குமே அவசியமான ஒன்று. பிரிட்டிஷாரைக் கண்டு இனி யாரும் பயப்பட வேண்டியதில்லை. ஏமாற்றியும், தங்களுடைய ஒப்பந்தத்தை [முகலாயர்களுக்கான அவர்களுடைய விசுவாசத்தை] மீறியும் அவர்கள் பெற்றதெல்லாம் போதும்.[20]

மற்றவர்களால் நகரத்தின் உணவுப் பற்றாக்குறையை புலன் கடந்த மனப்போக்குடன் எடுத்துக்கொள்ள முடியவில்லை. அச்சமயத்தில் ஜாஃபரிடம் வழங்கப்பட்ட மனுக்களில், அரண்மனைக் காவலர்கள்

இருக்கும்போதே திலங்காக்கள் தங்களுடைய பழமரங்களை நாசம் செய்ததைப்பற்றி அரச தோட்டக்காரர்கள் கொடுத்த புகார்களும் அடங்கும்.

> *பிரபுவே, வாழைப்பழங்கள், திராட்சைகள் மற்றும் பிளம்ஸ் உள்ளிட்ட 1,000 ரூபாய் மதிப்புள்ள பயிர்கள் தயாராகிவிட்டன. ஆனால், திலங்காக்கள் இங்கு வந்து அவற்றைப் பறித்தனர். மீதமிருந்தவற்றையும் கையில் எடுத்துச் சென்றுவிட்டனர். தோட்டத்தின் வாயிலில் அரசாங்கத்தால் நியமிக்கப்பட்டிருந்த காவலாளிகளால் ஒன்றுமே செய்ய முடியவில்லை. ஏனென்றால் திலங்காக்கள் அவர்களை கண்டுகொள்ளவே இல்லை. அப்படியும் அவர்கள் தடுத்தபோது அவர்களுடைய துப்பாக்கிகள் பிடுங்கிக்கொள்ளப்பட்டன.*[21]

கஷ்டங்கள் அதிகமாகிக்கொண்டே சென்றாலும், மலைத்தொடரில் தங்களுடைய நிலையை தக்கவைத்துக்கொண்ட சிறிய பிரிட்டிஷ் படையினர், நெருங்கி வந்துவிட்ட இந்த மோதல் மீது நம்பிக்கை வைத்திருந்தனர். பிரிட்டிஷார் மீண்டும் திரும்பி வந்துவிட்டதைக் கண்டு நகர மக்கள் அதிர்ச்சியடைந்தாலும், நகர சுவர்களுக்குள் கலகப்படையினுடைய அரணின் வலிமை வேகமாக அதிகரித்துக் கொண்டே சென்ற அளவுக்கு, பிரிட்டிஷ் கொத்தளப் படை பலவீனமாகவும் சிறிய அளவிலுமே இருந்தது என்பதே உண்மை.

வெறுப்புக்கு உள்ளான கிறிஸ்துவர்களை பாதுகாப்பான அரண்களில் இருந்து நீக்குவதற்கு பல்வேறு சிப்பாய் ரெஜிமெண்டுகளும் மேற்கொண்டிருந்த முயற்சிகளிலேயே எல்லோருடைய பார்வைகளும் பதிந்திருந்தன. ஆனால், முதல் சில முயற்சிகளுக்குப் பின்னர், கண்ணுக்குத் தெரிவதைக் காட்டிலும் அதைச் செய்து முடிப்பது அத்தனைச் சுலபமாக இருக்கப்போவதில்லை.

பிரிட்டிஷார் மலைத்தொடருக்குத் திரும்பிய இரண்டு வாரங்களுக்குப் பின்னர், கலகப்படையினருடன் மேலும் சில ஆயிரம் வீரர்கள் வந்துசேர்ந்தனர் - அம்பாலாவில் இருந்தும், வடக்கே ஜலந்தரில் இருந்தும், மேற்கே ஹரியானா மற்றும் நஸீராபாத் ஆகியவற்றில் இருந்தும் அவர்கள் வந்தனர். இவை எதையும்விட பெரியதொரு கலக ராணுவம் 200 மைல்கள் கிழக்கே, பெரேலியில் இருந்து டெல்லி நோக்கி மெதுவாக நகர்ந்து கொண்டிருந்தது. ஹிந்துஸ்தானம் முழுவதிலும், பெங்கால் ராணுவத்தில் இருந்த 1,39,000 சிப்பாய்களில், 7,796 பேர்களைத் தவிர்த்த மற்ற எல்லோருமே கம்பெனிக்கு எதிராகத் திரண்டனர். அவர்களில் பாதிபேர்

இப்போது டெல்லியில் இருந்தனர் அல்லது அதற்கு செல்லும் வழியில் இருந்தனர்.[22] மூன்று அல்லது நான்காயிரம் பேர்களுக்கு இடைப்பட்ட எண்ணிக்கையைக் கொண்ட ஆயுததாரிகள் படை ஒன்று - தங்களுடைய தலைவர் ஷா மால் ஜட்டின் கீழ் கிளர்ச்சியுற்ற ஜாட் விவசாயிகள் - பக்பத்தில் உள்ள பிரிட்டிஷ் படைகளுக்கு பின்னால் இருந்த பாலத்தைக் காவல் காத்துக்கொண்டிருந்த பிரிட்டிஷ் படையைத் தாக்கியதாகவும் தகவல் வெளியானது. இதனால் கொத்தளப்படையின் தகவல்தொடர்பும், மீரட்டில் இருந்து வந்த உதவிப்படைகள் மற்றும் அத்தியாவசியப் பொருள்களின் வரத்தும் தடுக்கப்பட்டது.

பிரிட்டிஷாரை இன்னும் கவலைப்படவைக்கும் வகையிலும், ஏற்கனவே நகர சுவர்களுக்குள் கூடியிருந்த கிளர்ச்சியடைந்த பொதுமக்கள், கலகக்காரர்கள் மற்றும் புகலிடமற்றவர்களுக்கு புதிய சக்தியை சேர்க்கும் வகையிலும், அதிகாரப்பூர்வமற்ற ஜிகாதிகளின் பெரும்திரளான குழுக்கள் டெல்லிக்கு வந்துசேர்ந்தன. இவர்களில் 'வஹாபி மௌலவிக்களின்' வகையறாக்கள், தீவிரவாத நாஷாந்தி ஃபகிர்கள் மற்றும் இவர்கள் எல்லோரிலும், வெறுக்கத்தகுந்த காஃபிர்களிடம் இருந்து தர் உல்-இஸ்லாம் என்று தாங்கள் குறிப்பிடப்பிடுவதை விடுவிக்க வேண்டியது தங்களுடைய கடமை என்று நம்பிய பழமைவாத முஸ்லிம் குடிமக்கள் - குறிப்பாக இவர்களில் 'நெசவாளர்கள், கைவினைஞர்கள் மற்றும் பிற கூலித்தொழிலாளிகள் அடங்குவர் - குறிப்பிடத்தகுந்தவர்கள் ஆவர்.'[23] முற்றுகையின் முதல் வாரத்தின்போது குர்கான், ஹன்ஸி மற்றும் ஹிஸ்ஸார் ஆகிய பகுதிகளுக்கு அருகாமையில் இருந்து நானூறு பேர் அணிவகுத்தனர். ஆனால், இதில் மிகப்பெரிய படைப்பிரிவினர் - 4,000க்கும் மேற்பட்ட வலுவானவர்கள் - ராஜஸ்தானில் உள்ள, இளவரச ஆட்சிக்கு உட்பட்ட தாங் என்ற இடத்தில் இருந்து வந்தவர்களாவர். இந்தப் பகுதி தீவிரவாத 'வஹாபி' போதகர்களுக்கு ஆதரவளித்தமைக்கு பெயர்பெற்றது. நீண்டகாலமாகவே பிரிட்டிஷ் உளவுத்துறையினரால் இது ஒரு தீவிரவாத நாற்றாங்கால் என்றும், முஜாஹிதீன் இயக்கத்தினுடைய தலைமறைவு மையம் என்றும் குறிப்பிடப்பட்டு வந்திருக்கிறது.

ஜிகாதிகள் வந்தவுடனே அவர்கள் அரண்மனை வளாகத்திலும், ஜமா மசூதியிலும், டெல்லி மசூதிகளிலேயே மிகவும் அழகான, ஆற்றுப்பகுதியில் இருக்கும் ஜீனத் உல்-மசூதியிலும் முகாம் அமைத்துக் கொண்டனர். ஒருவர் சார்பாக ஒருவர் சண்டையிட்டாலும் சிப்பாய்கள் மற்றும் ஜிகாதிகளுக்கு இடையே இருந்த நம்பிக்கையின்மை மற்றும் பதற்றத்தின் அளவுகோல் இதுதான். இருப்பினும் இரண்டு மசூதிகளுக்கு உள்ளே சென்று வருபவர்களையும் தொடர்ச்சியாக சோதனையிட்ட சிப்பாய்கள் சந்தேகத்திற்கிடமானவர்கள் என்று கருதியவர்களை சிறைப்பிடித்து வைத்திருந்தனர்.[24] எண்ணிக்கையில் அதிகமாக இருந்த ஹிந்து சிப்பாய்களுக்கும், தீவிரவாத முஸ்லிம்

முஜாஹிதீன்களுக்கும் இடையில் இருந்த பதற்றமானது முழு அளவிலான தெருச்சண்டைகளாகவும் அவ்வப்போது வெடித்தது.[25]

முஜாஹிதீன்களும் அவர்களுடைய தூண்டுகோலான மௌலவிக்களும் நகர மசூதிகளில் ஜிகாத்திற்கு அழைப்பு விடுக்கும்போதெல்லாம் அது டெல்லியின் மிகவும் தீவிர இஸ்லாமியர்கள் சிலரை மட்டுமே கவர்ந்தது. அவற்றில் பஞ்சாபி முஸ்லிம் சமூகத்தைச் சேர்ந்த 'வஹாபிக்களும்' அடங்குவர்.[26] மலைமுகட்டில் ஜிகாதிகளுடன் சேர்ந்து சண்டையிடச் சென்றவர்களில் சர்வார் உல்-முல்கின் ஆப்கன் ஆசிரியரான, பெரிதாக தாடி வைத்திருந்த ஒருவரும் அடங்குவார்.

> *உறுதியான உடல்வாகு கொண்ட அந்த மௌலவிக்கு பெரிய தலையும், அவருடைய தோள்களில் சரியும்படியான கூந்தலும் இருந்தது, அவர் ஜெபமாலை அணிந்து பிரார்த்தனை செய்வார். ஒருநாள் என்னுடைய தந்தையை சந்திக்க வந்த அவர், எல்லாம்வல்ல இறைவன் இந்தக் காலகட்டங்களில் ஆண்களுக்கு பெரிய வரம் தருகிறார் என்றும், நாம்தான் அதனைப் பெற்றுக் கொள்வதில்லை என்றும் வருத்தப்பட்டார். அந்த வரம் எப்படிப்பட்டது என்று என் தந்தை அவரிடம் கேட்டபோது, அதற்கு அவர், 'ஜிகாத்தும் தியாகமும்' என்றார். அவரை மனம்மாறச் செய்ய என் தந்தை எவ்வளவோ முயற்சி செய்தார். ஆனால், தியாகத்திற்கான பரவசத்தில் அவர் ஆழ்ந்துவிட்டார். இறுதியாகத் தன்னுடைய தலையில் தலைப்பாகை, இடுப்பில் வாள் மற்றும் தன் கையில் துப்பாக்கியுடன் அவர் புறப்பட்டுவிட்டார்.*[27]

இருப்பினும், தங்களுடைய சுவர்களுக்குள் கூடியிருக்கும் மூர்க்கத்தனமான, கூலிபெறாத, பசித்த சிப்பாய்களால் ஏற்கனவே பயந்து போயிருந்த டெல்லி மக்களிடையே, இன்னும் சில ஆயிரம் தீவிர புனிதப் போராளிகளை உபசரிக்க முடியுமா என்பதில் சந்தேகமே நிலவியது. குறிப்பாக, டெல்லி ஹிந்துக்களிடம் - டெல்லிவாசிகளில் பாதிபேர் - இந்த ஜிகாதிகள் நட்புறவுடன் நடந்துகொள்ள மாட்டார்கள் என்பதாலும், நகரத்தில் மேட்டுக்குடியினர் உருவாக்கியிருக்கும் ஹிந்துக்கள் மற்றும் முஸ்லிம்களுக்கு இடையிலான மென்மையான சமநிலையை குலைக்காமல் இருப்பதற்கு முக்கியத்துவம் தரமாட்டார்கள் என்பதாலுமே அவர்களிடம் அந்த அச்சம் நீடித்தது. 'அவநம்பிக்கையாளர்களுக்கு எதிராக போர்புரிய வேண்டும் என்பதுதான் அவர்களுக்கு வரையறுக்கப்பட்ட இலக்கு. அவர்களுடைய உண்மையான இலக்கோ கொள்ளையடிப்பதுதான். இவ்வகையில் பல்வேறு இடங்களில் இருந்தும் ஐந்தாயிரம் பேர் டெல்லிக்குள் காஸிக்களாக நுழைந்தனர். அவர்களில் பெரும்பாலானவர்கள் கையில் குண்டாஷாக்களுடன் [போர் கோடரிகள்], நீலநிற மேலங்கியும் பச்சைநிற தலைப்பாகையும் அணிந்திருந்தனர்.'[28]

ஜிகாதிகளுக்கு இப்படி மென்மையாக வரவேற்பு அளிக்கப்பட்டதற்கு சற்று முன்பாகத்தான் ஜாஃபரிடம் சென்றிருந்த அவர்களுடைய மௌலவிக்களில் ஒருவர் தாங்கள் நியாயமற்ற முறையில் புறக்கணிக்கப்படுவதாக புகார் தெரிவித்திருந்தார். ‘கருணையுள்ளவரும், கேடுகெட்ட அவநம்பிக்கையாளர்களை கொல்லவந்த பாசம்மிகுந்தவரே’ என்று புதிதாக தலைப்பிடப்பட்ட ஒரு மனுவில் அந்த மௌலவி, ‘ஜிகாதிகளாகிய நாங்கள் மகத்தான வீரத்தையும் அர்ப்பணிப்பையும் கொடுக்கிறோம். ஆனால், இப்போதுவரை அதற்கான பாராட்டு எதையும் நாங்கள் பெற்றதில்லை. எங்களுடைய பயணம் எப்படி இருந்தது என்றுகூட யாரும் எதுவும் கேட்கவில்லை. எங்களுடைய சேவைகள் அங்கீகரிக்கப்பட்டு பரிசளிக்கப்படும் என்று மட்டுமே நாங்கள் நம்பியிருக்கிறோம். அதனால், நாங்கள் இந்தப் போரில் தொடர்ந்து பங்கேற்கத்தான் போகிறோம்’ என்று குறிப்பிட்டிருந்தார்.[29]

தாங்க் ஜிகாதிகளின் முதன்மை தளபதி என்று தன்னைக் குறிப்பிட்டுக்கொண்ட ஒருவரிடம் இருந்தும் இதேபோன்றதொரு மனு வந்திருந்தது. இதில் குறிப்பிட்டிருந்த புகார் மிகவும் தீவிரமானது. ஒரு தாக்குதலின்போது தாங்கள் சிப்பாய்களால் கைவிடப்பட்டதாகவும், காஃபிர் அவநம்பிக்கையாளர்களைத் தாங்களே கவனித்துக்கொள்ள வேண்டியிருந்ததாகவும் குறிப்பிடப்பட்டிருந்தது.

> *இந்த தாக்குதலில் நாங்கள் நேற்றுதான் சேர்ந்துகொண்டோம், 18 அவநம்பிக்கையாளர்கள் உங்களுடைய அடிமைகளான எங்களுடைய கரங்களால் நரகத்திற்கு அனுப்பிவைக்கப்பட்டனர். தங்களுடைய தொண்டர்களில் ஐந்துபேர் கொல்லப்பட்டனர். ஐந்துபேர் காயமடைந்தனர். மாட்சிமை பொருந்தியவரே, அவநம்பிக்கையாளர்களுடன் நாங்கள் போரில் ஈடுபட்டிருக்கும்போது ராணுவத்தினர் யாரும் எங்களுக்கு எந்த உதவியும் வழங்கவில்லை. அவர்கள் அங்குதான் நின்றிருந்தார்கள் என்றாலும், நடக்கின்ற விஷயத்தை அவர்கள் முன்னதாகவே எதிர்பார்த்திருந்ததைப் போன்று உதவி செய்வதுபோன்ற பாவனையை மட்டுமே காட்டினார்கள். இறைவனின் உதவியால் மட்டுமே நேற்று முழுமையான வெற்றி சாத்தியமானது. கொஞ்சம் ஆயுதங்கள், குறிப்பிடத்தக்க அளவிலான பணம் ஆகியவை என்னுடைய தொண்டர்களுக்கு வழங்கப்படும் என்று நம்புகிறேன். இதனால், அவர்கள் சண்டை போடுவதற்கு வலுப்பெற்று, அவநம்பிக்கையாளர்களைக் கொன்று, தங்களுடைய ஆசைகளை நிறைவேற்றிக்கொள்வார்கள்.*

அதற்குப் பின்பக்கத்தில் மிர்ஸா முகல் எழுதியிருந்த ஒரு குறிப்பில், அரச ஆயுதக்கிடங்கு காலியாகிவிட்டதால் கொஞ்சம் பணம் தரப்பட்டுள்ளது என

எழுதப்பட்டிருந்தது.[30] அந்தப் பணம் நிச்சயம் போதுமானதல்ல. ஜூலை மாத இறுதியில் ஜாஃபரின் முன் தோன்றிய ஜிகாதி குழுக்கள் 'தங்களிடம் உணவு இல்லாததால் பட்டினி கிடக்கிறோம்' என்றனர்.[31]

ஜிகாதிகள் வெற்றிகரமாக செய்துமுடித்த ஒரே விஷயம் டெல்லி ஹிந்துக்களை அச்சுறுத்தி அந்நியமாக்கியது மட்டுமே. துவக்கத்தில் இந்தக் கலகப்பரவலுக்கு டெல்லியின் ஹிந்துக்கள் மற்றும் முஸ்லிம்களின் எதிர்வினைகளில் எந்த வித்தியாசமும் காணப்படவில்லை. மே மற்றும் ஜூன் மாதத்தில், தீவிரவாத ஹிந்து மதபோதகர்கள் முஸ்லிம்களுக்கு நிகராக எல்லாவற்றையும் வெளிப்படையாகவே பேசினர்: 'சாந்தினி சௌக்கிலும் பிற சந்தைகளிலும் சாஸ்திரங்களில் இருந்து கடவுளின் கட்டளைகளை எடுத்துக்கூறிய பண்டிதர்கள் ஆங்கில மிலேச்சர்களுடன் [வெளிநாட்டு காட்டுமிராண்டிகள்] சண்டையிடத்தான் வேண்டும் என்றும் கூறினர்.'[32] குறிப்பாக இதில், பண்டிட் ஹரிச்சந்திரா என்ற பிராமணர் முக்கியமானவராக தெரிகிறார் என்பதுடன் அவருடைய பெயர் பிரிட்டிஷ் உளவுத்துறை அறிக்கைகளிலும் காணப்படுகிறது. ஒரு உளவாளியின் கூற்றுப்படி,

> *தன்னுடைய ஜோசியம் மற்றும் ரகசியக் கலைகளின் மூலமாக தன்னால் ராணுவத்திற்கு தெய்வீக படைகளின் உதவியைப் பெற்றுத்தர முடியும் என்று அவர் அதிகாரிகளிடம் கூறினார். ஒரு சுபமுகூர்த்த தினத்தைக் கூறி, அன்று பயங்கரமான சண்டை நடக்கும் என்றும், பழங்காலத்தில் கௌரவர்களுக்கும் பாண்டவர்களுக்கும் இடையில் நடந்தது போன்று ஒரு புதிய குருக்ஷேத்திரப் போராக [மஹாபாரதத்தின் இறுதிப் போர்] அது இருக்கும் என்றும் கூறினார். சிப்பாய்களிடம் அவர்களுடைய குதிரைகளின் பாதங்கள் பிரிட்டிஷ் ரத்தத்தில் நனையும் என்றும், வெற்றி அவர்களுடையதாகும் என்றும் கூறினார். ராணுவத்தில் இருந்தவர்கள் அவர் மீது பெரும் நம்பிக்கை வைத்திருந்தனர். அதனாலேயே, அந்தச் சண்டைக்கான இடமும், நேரமும் அந்தப் பண்டிதராலேயே நிர்ணயிக்கப்பட்டது.*[33]

வெற்றிக்காக 'அக்கினிக் குண்டங்களின் முன்பாக' பிரார்த்தனை செய்வதற்குப் பிராமணர்களுக்கு ஹகீம் அஷனுல்லா கான் - ஜாஃபரின் அறிவுறுத்தல் என்று யூகிக்கக்கூடியதன்படி - பண உதவி செய்ததற்கான குறிப்புகளும் இருக்கின்றன. மேலும், மற்றொரு குறிப்பின்படி, ஒரு பிராமணர் ஜாஃபரிடம், 'தன்னை நன்றாக பாதுகாக்கப்பட்ட இடத்தில் மூன்று நாட்கள் தங்கவைத்து, துர்நாற்றம் வீசும் புகையை உருவாக்கத் தனக்குத் தேவையானதை வழங்க முடியும் என்றால் அரசர் வெற்றிபெறுவார்' என்று கூறியுள்ளார். இதனால் மகிழ்ச்சியுற்ற ஜாஃபர் அவர் கேட்டதை எல்லாம் செய்துகொடுத்தாற்போல் தெரிகிறது.[34] முகலாய அரசவையின் உத்தரவுகள் அனைத்திலுமே ஹிந்து-முஸ்லிம் ஒற்றுமை

பற்றித் திரும்பத் திரும்ப வலியுறுத்தப்பட்டுள்ளது, அது 'பசு மற்றும் பன்றி குறித்த போராட்டமாகவும்' 'தீன் மற்றும் தர்மத்திற்காகவும்' இருக்கவேண்டும் என்றது. ஃபதே இஸ்லாம் (இஸ்லாத்தின் வெற்றி) என்ற ஒரு புரட்சிகரமான துண்டுப்பிரசுரத்தில், அதன் தலைப்பு அப்படி இருந்தபோதிலும், ஹிந்து மற்றும் முஸ்லிம்களின் ஒத்துழைப்பும், உடனொத்த வாழ்வின் தேவையும் வலியுறுத்தப்பட்டிருப்பதுடன் முகலாய பேரரசர்கள் தங்களுடைய ஹிந்து குடிமக்களை எப்போதுமே நன்றாக பார்த்துக்கொண்டார்கள் என்ற அதை எழுதியவரின் நம்பிக்கையும் வெளிப்பட்டது.

> *தங்களுடைய மதத்தைப் பாதுகாத்திட ஹிந்துக்கள் பேரரசருடன் இணைய வேண்டும். அதற்காக அவர்கள் உண்மையான சத்தியப் பிரமாணம் எடுத்துக்கொள்ள வேண்டும். முகம்மதிய அரசர்கள் ஹிந்துக்களை அவர்களுடைய குழந்தைகள் மற்றும் சொத்துகளுடன் பாதுகாத்ததைப் போலவே அவர்களும் முகம்மதியர்களை பாதுகாத்திட வேண்டும். பரஸ்பர சகோதரர்களாக அவர்கள் ஆங்கிலேயர்களை வெட்டியெறிய வேண்டும். மேலும், ஹிந்துக்கள் அனைவரின் மனமும் ஆன்மாவும் முகம்மதிய அரசர்களுக்கு கீழ்ப்பணிந்தவை. எங்களுடைய மதத்தை நாங்கள் தக்கவைத்துக்கொள்வது போலவே ஹிந்துக்களும் தங்களுடைய மதத்தை தக்கவைத்துக்கொள்ளலாம். நமக்குள்ளேயே பரஸ்பரம் உதவிக்கொண்டும் பாதுகாத்துக்கொள்ளவும் வேண்டும்.*[35]

சர் சயீத் அகமது கான் பின்னாளில் குறிப்பிட்டதைப் போல், இதே முறையில்தான் ஹிந்துக்களையும் முஸ்லிம்களையும் கலவையாகப் பெற்றிருந்த சிப்பாய் ரெஜிமெண்டுகள் தங்களுக்குள் பரஸ்பரம் சகோதரர்களாக பாவித்தனர்.[36] உண்மையில், சில ஹிந்து சிப்பாய்களே அரசவைக்கான தங்கள் மனுக்களில் இஸ்லாமிய மொழியைப் பயன்படுத்தவும், எழுச்சியை ஜிகாத் என்பதாகப் பேசவும், பிரிட்டிஷார்களை காஃபிர்களாக விவரிக்கவும்* தொடங்கியிருந்தனர்.[37]

இருந்தாலும், நகரத்தில் ஜிகாதிகளின் எண்ணிக்கை கூடியதால் டெல்லியில் நடக்கும் எழுச்சியில் இஸ்லாமிய மணம் அதிகரிக்கத் தொடங்கியிருப்பதை உணர முடிந்தது. இதனால், உள்ளுறையும் பதற்றங்கள் மோசமடைவதைப் போல் தோன்றின. நிறைய ஹிந்துக்கள் கவலைகொள்வதும், தொந்தரவுக்கு ஆளாவதும் அதிகரித்துக்கொண்டே சென்றது. சில ஜிகாதிகள் 'ஹிந்து மக்கள் அனைவருமே அவர்களுடன்தான்

* இது சாத்தியம்தான். அரண்மனையில் முஸ்லிம் எழுத்துமுறையாக இருந்திருக்கக்கூடிய மொழி பிரதிபலிக்கும் பிரயோகமானது அவர்களுடைய கடிதங்களை ஹிந்துக்கள் பொதுவாக பயன்படுத்தும் அசல் வாக்கியங்களாக அல்லாமல் பாரசீக மொழியிலேயே மொழி பெயர்க்கப்பட்டிருக்கின்றன.

[பிரிட்டிஷ்] இருக்கிறார்கள்' என்று நம்பவும் செய்தனர். அத்துடன் 'பணப் பரிவர்த்தனை செய்வோரும், ஹிந்துக்களும் கிறிஸ்துவர்களுடன் கூட்டு வைத்திருக்கிறார்கள்' என்றும் நினைத்தனர்.[38] ஒரு முதியவயது பேகம், ஜாஃபரை 'இனிய உறவினரே, என்னுடைய கண்ணின் மணியே, உயிருக்கு உயிரானவரே' என்று அழைத்து அவரிடம் அளித்த மனுவில், பிராந்திய ஹிந்துக்கள் தன்னுடைய குடியிருப்பிற்கு வந்து அதைக் கொள்ளை அடிப்பதற்கான சாக்குபோக்காகவே இந்த எழுச்சியைக் கருதினர் என்றும் சொல்லப்பட்டது. 'தயவுசெய்து ஹிந்துக்களின் தீங்கில் இருந்தும், அவர்களுடைய இழிவில் இருந்தும் என்னைக் காப்பாற்றுவதற்கு இஸ்லாமிய குதிரைவீரர்கள் ஐந்துபேரை அனுப்பி வையுங்கள். உங்களுக்கே தெரியும், சீதாராம் பஜாரின் ஹிந்துக்கள் எங்களிடம் நட்பு பாராட்டுவதில்லை. மிகவும் தந்திரக்கார ஏமாற்றுப் பேர்வழியே அவர்களுக்கு தலைவராக இருக்கிறார். ஏமாற்றுக்கார ஹிந்துக்கள் ராணுவத்திலிருக்கும் சில உளவாளிகளை சேர்த்துக்கொண்டு என்னுடைய வீட்டை கொள்ளையடித்துவிடாமல் இறைவன்தான் தடுக்க வேண்டும்' என்று ஜாஃபரிடம் கெஞ்சியிருக்கிறார்.[39]

இந்தப் பின்னணியில் வைத்துப் பார்க்கையில், ஜிகாதிகள் வந்த உடனேயே மௌலவி முகமது பக்கார் தன்னுடைய பத்திரிகையில் மனதை தளரவிடவேண்டாம் என்று ஹிந்துக்களுக்கு அழைப்பு விடுத்திருந்தது எதேச்சையான நிகழ்வாக இருந்திருக்க முடியாது - இதை வைத்துப் பார்த்தால், அவர்கள் அப்படிச் செய்யத் தொடங்கிவிடுவார்களோ என்று பக்கார் சந்தேகப்பட்டிருப்பதைப் போல்தான் தெரிகிறது. தன்னுடைய ஹிந்து வாசகர்களை இலக்காக வைத்து ஜூன் மாதம் 14 ஆம் தேதி பக்காரின் வெளியீட்டில் ஒரு முக்கியமான கடிதமும் இடம்பெற்றிருந்தது. பொதுவான பிரிட்டிஷ் எதிரிக்கு எதிராக டெல்லி குடிமக்கள் ஒன்றுதிரளுமாறு அவர் அழைப்பு விடுத்திருந்த அதில், பிரிட்டிஷாரை ஹிந்து புராண காப்பியமான ராமாயணத்தில் வரும் தீய அரசன் ராவணனுடன் அவர் ஒப்பிட்டிருந்தார்.

> *என் நாட்டு மக்களே, ஆங்கிலேயரின் உத்தி மற்றும் ஏய்த்துவிடக்கூடிய புத்திசாலித்தனத்தையும், அவர்கள் விரும்பும் வகையில் இந்த உலகின் ஒழுங்குகளை உருவாக்கிக் கொள்ள அவர்களுக்குள்ள திறமையையும், அவர்களுடைய விரிவான அதிகாரப் பரப்பு, நிரம்பி வழியும் செல்வச்செழிப்பு மற்றும் வருவாய்களையும் பார்க்கையில், நீங்கள் மனம்தளர்ந்து இது போன்றவர்களை வெற்றிகொள்ள முடியுமா என்று சந்தேகப்படலாம். ஆனால், ஹிந்து சகோதரர்களே, உங்களுடைய புனிதப் புத்தகங்களில் நீங்கள் பார்த்தீர்களேயானால் எவ்வளவு பெரிய வம்சங்கள் எல்லாம் இந்த ஹிந்துஸ்தானத்தின் நிலத்தில் இருந்திருக்கிறார்கள் என்பதையும், அவர்கள் எப்படியெல்லாம்*

தங்கள் முடிவை அடைந்தார்கள் என்பதையும் தெரிந்திருப்பீர்கள். ராவணனும், அவனுடைய அரக்கப் படையும்கூட ராஜா ராமச்சந்திராவால் [ஹிந்து அரசர் மற்றும் கடவுள் ராமர்] தோற்கடிக்கப்பட்டன. ஆதிபுருஷரைத் தவிர்த்து எதுவுமே நிரந்தரம் இல்லை.

குறுகிய காலத்திலேயே இத்தகைய மிகப்பெரிய ராஜ்ஜியங்களை எல்லாம்கூட கடவுள்தான் முடிவுக்கு கொண்டுவந்தார் என்றால், நூறு வருடமே பழமையான இந்த [பிரிட்டிஷ்] ராஜ்ஜியத்தை முடிவுக்கு கொண்டுவர கடவுள் தன்னுடைய மறைமுகமான உதவியை [தோற்கடிப்பதற்கு] அனுப்பியிருப்பார் என்பதை நீங்கள் ஏன் புரிந்துகொள்ளவில்லை. ஆகவேதான், உங்களுடைய சகோதர சகோதரிகளை 'கறுப்பர்கள்' என்று அழைக்கின்ற, கண்டிக்கத்தக்க வகையில் தங்களை கடவுளின் பிள்ளைகள் என்று சொல்லிக்கொள்கின்ற இந்தச் சமூகமானது [கிறிஸ்துவர்கள்] இப்போது அவமானப்படுத்தப்பட்டு இழிவுபடுத்தப்பட வேண்டாமா? இதை உணர்ந்துகொண்டு நீங்கள் உங்களுடைய அச்சத்தையும், கவலையையும் கைவிடவேண்டும். இச்சமயத்தில் புறமுதுகிட்டு ஓடுவது தெய்வீக உதவியையும் ஆதரவையும் மறுப்பதாகிவிடும்.[40]

ஜிகாதிகள் ஹிந்துக்களுக்கு அச்சுறுத்தலாக இருந்திருக்கலாம். ஆனால், வரவிருந்த வாரங்களில் அவர்களுடைய தற்கொலைப் படையின் வீரார்ந்த செயல் என்பது சிப்பாய்களை தலைகுனியச் செய்தது - குறிப்பிட்டு சொல்லவேண்டும் என்றால், மிக முக்கியமான ஜிகாதிகளில் சிலர் பெண்களாக இருந்தனர். இதுகுறித்து ஆச்சரியமடைந்து அதன்பால் கவரப்பட்ட சயீத் முபாரக் ஷா பின்வருமாறு குறிப்பிட்டுள்ளார்:

இந்தத் தீவிரவாதிகளில் சிலர் வெறுங்கையுடன் மோதலில் ஈடுபட்டனர். அவர்களில் பெரும்பாலானவர்கள் ஐரோப்பியர்களால் கொல்லப்பட்டனர். ராம்பூரைச் சேர்ந்த இரண்டு இஸ்லாமிய முதிய வயது பெண்களால் வழிநடத்தப்பட்ட கலகப்படையினரே உருவிய வாட்களுடன் முன்னோக்கி சென்றுகொண்டிருந்தனர். சிப்பாய்கள் பின்வாங்கும்போது அவர்கள் கேலிசெய்து, கோழைகள் என்று அழைத்த அவர்கள், முன்னேறிச் செல்லும் பெண்களைக்கூட பின்தொடர்ந்து செல்ல இயலாதவர்கள் என்று அவர்களை நோக்கி வசைபாடினர். 'நீங்கள் தப்பித்து ஓடுகின்ற துப்பாக்கி

தோட்டாக்களின் மழையில் நாங்கள் சற்றும் பின்வாங்காமல் செல்வோம்.' இதை சமாளிக்கும் விதமாக சிப்பாய்கள், 'நாங்கள் போய் வெடிமருந்துகளை எடுத்துவருகிறோம்' என்றால் அதற்கு அந்தப் பெண்கள் 'நீங்கள் இங்கேயே நின்று சண்டைபோடுங்கள், உங்களுக்கான வெடிப்பொருள்களை நாங்களே எடுத்துவருகிறோம்' என்று பதிலளிப்பர். ஆயுதப்பிரிவில் இருந்தவர்களுக்கும் இந்தப் பெண்களே தொடர்ச்சியாக துப்பாக்கித் தோட்டாக்களை வழங்கிவந்தனர். குண்டுமழையில் அச்சமின்றி நடந்துசென்றனர். ஆனால், இறைவனின் விருப்பம் அப்படியில்லை. காஸிக்கள் குழு ஒன்று தாக்குதலில் இருந்து விலகியபின்னர் அந்தப் பெண்கள் தொடர்ந்து முன்னேறிச் சென்றபோது இருவரில் ஒருவர் சிறைபிடிக்கப்பட்டார்.[41]

மலைத்தொடரில் நடந்த தாக்குதல்களின் அடுத்தடுத்த தோல்விகளுக்கான காரணம் துணிச்சலின்மை அல்ல, யதார்த்த வியூக கற்பனைத்திறன், சூழ்ச்சித்திறன் அல்லது ஒருங்கிணைப்பு இல்லாததே காரணம் என்பது சீக்கிரத்திலேயே தெளிவானது. 'எதிர்ப்பு மறைந்திருக்கலாம். ஆனால், புதிதாக கலகக்கார துருப்புகள் சேர்வதில் மாற்றமில்லை' என்று ஜூன் 25 அன்று எழுதினார் ஹெர்வி கிரேத்தட். 'அவர்கள் தோற்றுக்கொண்டே இருந்தார்கள். குறிப்பிட்ட நோக்கம் இல்லாமலேயே சண்டையிட்டார்கள்.'[42] மேலும், நகரத்தில் ஒழுங்கை மறுசீரமைக்கும் எல்லா முயற்சிகளுக்கும் தடையாக இருந்த அதே பிரச்சினைதான் - அதிகாரம் கொண்டவரை தெளிவாக அடையாளம் காண முடியாதது - சீராகவும், திறன்மிக்க வகையிலும் சண்டையிடும் அவர்களுடைய முயற்சிகளையும் சிதறடித்தது.

பிரிட்டிஷார் மலைத்தொடருக்கு திரும்பிய முதல்நாளில் இருந்தே லாகூர் வாயில் வழியாக நகரத்தின் மேற்குப் பக்கத்தில் தினமும் குவியத்தொடங்கிய கலகக்காரர்கள் மலைமுகட்டின் சரிவில் ஏறத் தொடங்கினர். அது சாதாரணமாகவே பிரிட்டிஷ் எதிரிகளின் பார்வைக்கு முழுமையாகத் தெரியும் வகையில் சப்ஜி மண்டியின் (காய்கறி சந்தை) மேற்குப்பக்க புறநகர் வழியாக இருந்தது. அங்கே அவர்கள் பிரிட்டிஷ் நிலைகளின் மீது நேரடி தொடர் தாக்குதல்களை நடத்தினர். தங்களுடைய முழுச்சீற்றத்தையும் முன்வரிசையில் இருந்த முக்கியமான பிரிட்டிஷ் தளத்தின்மீது காட்டினர் - அந்த தளம் பல்லாடியன் பாணியில் வில்லியம் ஃபிரேஸரால் மகிழ்ச்சியான காலகட்டத்தில் நிறுவப்பட்டது. இப்போது அதனுடைய அடுத்த உரிமையாளர் நிமித்தமாக ஹிந்து ராவ் மாளிகை எனப்பட்டது.

சிப்பாய்கள் மூர்க்கத்தனமான வீரத்தை வெளிப்படுத்தினாலும் அடுத்தடுத்து அவர்கள் கூர்காக்களால் பின்வாங்கினர். அந்த மாளிகையில் தங்கியிருந்த இந்த கூர்காக்கள் விரைவாகவும், கலைநயத்துடனும் அதனைப்

பாதுகாத்தனர். அது ஒரு வலுவான நிலை. மணல்மூட்டைகளுக்குப் பின்னால் அதைத் தக்கவைப்பதென்று கூர்க்காக்கள் தீர்மானித்துவிட்டனர். 'இன்று மாலை இரண்டு புதிய கிளர்ச்சிக்கார ரெஜிமெண்டுகள் நகரத்திற்கு வந்திருப்பதாக கேள்விப்பட்டோம்' என்று ஜூன் 13 அன்று எழுதியுள்ளார் நான்கு நாட்களாக முற்றுகையில் ஈடுபட்டிருந்த கூர்க்கா தளபதியான மேஜர் ரீட்.

> அவர்கள் ஆயுதம் தரித்திருக்கலாம். எங்களை மாலை 4 மணிக்கு தாக்கலாம் [என்று எங்களிடம் சொல்லப்பட்டது. எதிர்பார்த்தபடியே அவர்கள் வந்தபோது, நான் அவர்களுக்காகத் தயாராக இருந்தேன். எல்லாப் பக்கத்தில் இருந்தும் சுடும்போது இருபது அடிகளுக்குள் அவர்களை வரவிட்டேன். இரண்டு படைப்பிரிவுகளைக் கொண்டு மலையில் இருந்தபடி அவர்களைத் தாக்கினேன். என் தரப்பில் 3 பேர் கொல்லப்பட்டு 11 பேர் காயமடைந்தனர். 3 பேருக்கு வலது கைகள் துண்டிக்கப்பட்டன. அந்த ரெஜிமெண்டின் சர்தார் பகதூர் என்பவர் தலைமையில் அவர்கள் கிராண்ட் டிரங்க் சாலையில் முன்னேறி வந்தனர். சர்தார் பகதூர் தன்னை மிகவும் சுலபமாக காணக்கூடியவராக வைத்துக்கொண்டார். தனக்கு இடதுபக்கம் திரும்ப நினைத்த அவர் தன்னுடைய ஆட்களிடம் தள்ளியிருக்கும்படி கூறினார். அவர்கள் மிகவும் ஆக்ரோஷமாக சண்டையிட்டனர். 60 ஆவது பிரிவைச் சேர்ந்த சர்தார் பகதூர் என்னுடைய ஆர்டர்லி லால் சிங் என்பவரால் கொல்லப்பட்டார். அவருடைய மார்பில் இருந்த இந்திய துணிப்பட்டையை எடுத்துக்கொண்டேன். கிளர்ச்சிக்காரர்கள் வலுவான, ஆயுதம் தரித்த 5,000 காலாட்படையினர் என்ற அளவில் இருந்தனர்.[43]

சிப்பாய்களின் வீரம்தான் அவர்களுடைய மூத்த அதிகாரிகளை பாரபட்சமின்றி கவர்ந்ததே தவிர அவர்களுடைய வியூகங்கள் அல்ல. நகர சுவர்களில் இருந்து பார்க்கும்போது பெருந்திரளான துருப்புகள் நிச்சயம் பிரமாண்டமாகவே தெரிந்திருப்பார்கள் - ஜாகிர் தேலவி இந்த சண்டையை 'ஒருவர் இதற்கு முன் கேள்விப்பட்டேயிராத அல்லது இதற்கு முன் பார்த்தேயிராத ஒரு விசித்திரமான கவர்ச்சியான போர் இது. இரண்டு ராணுவங்களுமே பிரிட்டிஷ் அரசாங்கத்துக்கு சொந்தமானவைதான். கலகக்காரர்களும்கூட அனுபவம் வாய்ந்த ஆங்கில அதிகாரிகளால்தான் பயிற்றுவிக்கப்பட்டிருந்தனர். அதனால், இந்தச் சண்டை ஓர் ஆசிரியருக்கும் அவருடைய மாணவருக்கும் இடையில் நடைபெறும் ஒன்றைப்போலத்தான் தெரிந்தது' என்றே நினைத்தார்.[44] ஆனால், சிப்பாய்களின் ஒருங்கிணைப்பற்ற தாக்குதல்கள், ஒரு ரெஜிமெண்டிற்கு பின் அடுத்த ரெஜிமெண்ட் என வந்து தங்களுக்கு முன்னால் தயாராக இருந்த பிரிட்டிஷ் நிலைகளை தினமும் தாக்கியது

ஆகியவை சிறு எண்ணிக்கையில் இருந்த பிரிட்டிஷாரை களைப்படையச் செய்யவில்லை. ‘அவர்கள் எங்களை எரிச்சலடைய மட்டுமே செய்தார்கள். அவற்றால் ஏற்பட்ட ஒரே தீங்கு என்னவென்றால் எங்களுடைய ஆட்கள் பலமணி நேரத்திற்கு சுட்டெரிக்கும் வெயிலில் நின்றுகொண்டிருந்ததுதான்’ என்று குறிப்பிடுகையில் ஹட்ஸன் இயல்பிலேயே ஆர்வமற்ற, அதீத நம்பிக்கை கொண்டவராக இருந்திருக்கிறார்.[45] இருப்பினும், தங்களுடைய அதிகப்படியான எண்ணிக்கையின் அனுகூலத்தைப் பயன்படுத்திக்கொள்ளத் தவறிய சிப்பாய்களின் வியூகம் அதிரடியாகத் தோல்வியுற்றது. அத்துடன், ராணுவ நெறிமுறைகளைப் பொறுத்தவரை கலக படைத்லைவர்களில் எல்லோருமே 100 பேர் என்ற அளவிலான படைபிரிவினருக்கு மட்டுமே தலைமை தாங்கியவர்களே தவிர ஒரு பெரிய ராணுவ நடவடிக்கையில் மிகப்பெரிய அளவுக்கு திட்டமிட்டு செயல்படுவதற்கும், வியூகங்களை செயல்முறைப்படுத்துவதற்கும் கற்றுக்கொண்டவர்கள் அல்ல என்பதையும் அது பிரதிபலித்தது. இதை இன்னும் மோசமாக்கும் வகையில், ஒவ்வொருநாள் காலையிலும் அந்தக் களம் முந்தைய நாளே திரும்பப் பெற்றிருக்க வேண்டிய நிலையிலேயே விடப்பட்டது. ஒவ்வொரு இரவிலும் பிரிட்டிஷ் பீரங்கி குண்டுகள் எட்டக்கூடிய தொலைவுக்கு அப்பால், தங்களுடைய வெவ்வேறு முகாம்களில் உறங்குவதற்கு சிப்பாய்கள் நகரத்திற்கு திரும்பியதால் அந்த மலைத்தொடரும் அதை நெருங்குவதும் பிரிட்டிஷார் கையிலேயே இருந்தது.

முற்றுகையின் இந்த நிலையில், ஜிகாதிகள் தங்களுடைய கோடரிகளைப் பயன்படுத்தப் போதுமான அளவுக்கு பிரிட்டிஷ் பதுங்கிடங்களை நெருங்க முடியாததால் அவர்கள் சிப்பாய்களைக் காட்டிலும் மிகக்குறைவான விளைவுகளையே ஏற்படுத்தினர். டெல்லிக்கு கிழக்கே இவர்களுடைய செயல்பாடுகளை நேரடியாகப் பார்த்தவரான டைம்ஸ் பத்திரிகையின் செய்தித்தொடர்பாளர் வில்லியம் ஹோவார்ட் ரஸ்ஸல் கூற்றுப்படி,

> *காஸிக்கள் நேர்த்தியானவர்கள். பெரும்பாலும் தாடிவைத்த முதியவர்களாக இருந்த அவர்கள் பச்சைநிற தலைப்பாகையும், அகலமான இடுப்புக்கச்சையும் அணிந்திருப்பார்கள். ஒவ்வொருவரிடமும் ஒரு முத்திரை மோதிரம் இருக்கும். அதில் நீளமான குரான் வாசகம் பொறிக்கப்பட்டிருக்கும். அவர்கள் தங்களுடைய தலைகளை கேடயங்களுக்கு கீழ் வைத்தபடியே வருவார்கள். பளபளக்கும் தங்களுடைய தல்வார்களை [வாட்கள்] தலைக்குமேல் சுழற்றியபடி ‘தீன்! தீன்!’ [இறைநம்பிக்கை] என்று கத்தியபடியே பித்துப்பிடித்தவர்களைப் போல் துள்ளுவார்கள். நெருங்கிவரும் ஒருவர் எங்களை நோக்கி வா என்று கத்துவார். பின்னர் குண்டுமழையில் ஒரு கஜத்திற்குள்ளாகவே விழுந்துவிடுவார். தன்னுடைய நிலையில் இருந்து வெளியே*

வரும் ஒரு படைவீரன் அவருடைய இரண்டு கண்களுக்கும் இடையில் தன்னுடைய என்ஃபீல்டு துப்பாக்கியை வைத்து வெடிக்கச் செய்வான். அதைத்தொடர்ந்து அவருடைய முகத்தின் தன்னுடைய பயோனெட்டை அவன் செருகியதும் அந்த வீரனின் கதை முடிந்துபோகும்.[46]

தொடக்கத்தில் இழப்பின் அளவு கலகக்காரர்களுக்கு ஒரு பொருட்டாகவே படவில்லை. புதிதாக வந்தவர்கள் தினமும் கலகக்காரர்கள் முகாமை நிரப்பிக் கொண்டிருந்ததால் அவர்களுடைய எண்ணிக்கை பெருகவே செய்தது - அத்துடன் கொல்லப்பட்டவர்களின் காலணிகளால் ஒவ்வொரு நாளின் காலைநேரமும் நிரம்பியது. ஆனால், அந்த முற்றுகை ஜூனில் இருந்து ஜூலைக்கு மாறியபோது பிரிட்டிஷ் ஆயுதப்பிரிவின் தாக்குதல்களையோ அல்லது குக்ரி கத்திகளையும், கூர்க்காக்களின் பயோனெட்டுகளையும் எதிர்கொள்வதில் சிப்பாய்களிடம் இருந்த ஆர்வம் தெள்ளத்தெளிவாக குறைந்துபோனது. கலக ஆவணங்களில் அச்சமயத்தில் இருந்துதான் அந்தக் கிளர்ச்சியின் உற்சாகத்தை குறைக்குமாறு அறிவுறுத்தும் உத்தரவுகள் காணப்படத் தொடங்கின. குவாதம் ஷரீஃப் என்ற ஆலயத்தின் காவலர்களிடம் இருந்து வந்த மனு ஒன்றில், சிப்பாய்கள் தங்களுடைய கடமையை கைவிட்டு ஆலயத்தில் பதுங்கியிருக்கிறார்கள் என்று புகார் தெரிவிக்கப்பட்டிருந்தது. அதேநேரம், அவர்கள் பிர்ஸாதாக்களை (சூஃபி ஆலயங்களின் பாதுகாவலர்கள்) மிரட்டி மரப்பலகைகள், தூண்கள், மோதிரங்கள் மற்றும் படுக்கை விரிப்புகள் ஆகியவற்றைக் கொள்ளையிட்டனர். 'பறவை பிடிப்பவர்கள், எலுமிச்சை தயாரிப்பவர்கள் மற்றும் சிலரின் இருப்பிடங்களை அவர்கள் ஏற்கனவே ஆக்கிரமித்துவிட்டனர். ஆனால், அவர்களைத் தடுப்பதற்கு நாங்கள் முயற்சி செய்தால் துப்பாக்கிகளைக் காட்டி எங்களைக் கொன்றுவிடுவதாக மிரட்டுகிறார்கள்.'[47]

ஜூன் 23 அன்று, தலைமைத் தளபதியான மிர்ஸா முகலிடமிருந்து வந்த ஓர் அதிரடி உத்தரவில், தொடங்கிய வேலையை முடிக்கும்படி சிப்பாய்களிடம் கூறியிருந்தார். அந்த உத்தரவில் 'பதுங்கு குழிகளுக்கு செல்லாத படையணியின் அதிகாரிகள் மற்றும் சாவர்களுக்கு' என்று குறிப்பிட்டு பின்வருமாறு கூறப்பட்டிருந்தது

இந்தப் போரானது நம்பிக்கை மற்றும் மதத்தின் பெயரால் தொடங்கியிருந்தாலும் உங்களில் பலரும் போருக்குச் செல்லவில்லை. பதிலாக தோட்டங்களிலோ அல்லது கடைகளிலோ உங்கள் நேரத்தைச் செலவிடுகிறீர்கள். மற்றவர்கள் தங்களுடைய உயிரைக் காப்பாற்றிக்கொண்டு அவரவர் இருப்பிடங்களிலேயே தங்கியிருக்கிறீர்கள். மாட்சிமை பொருந்திய பேரரசர் எல்லாப் படைப்பிரிவுகளும் தாக்குதலை மேற்கொண்டு காஃபிர்களை

அழிக்க வேண்டும் என சத்தியப்பிரமாணம் வாங்கியிருக்கிறார். ஆனால், அதைச் செய்வதற்கான அறிகுறியே உங்களிடம் தெரியவில்லை. இந்தப் போராட்டமானது மதம் மற்றும் நம்பிக்கை குறித்தானது என்றால், மாட்சிமை பொருந்தியவர் உங்களுக்கு தன்னுடைய பாதுகாப்பை வழங்கும்போதும் நீங்கள் போருக்குப் போக மறுக்கிறீர்கள் என்றால், அது மிகவும் வருத்தத்திற்குரியதே ஆகும். நினைவில் கொள்ளுங்கள்! போருக்குச் செல்லாத படைப்பிரிவுகளுக்கான சலுகைகள் நாளை முதல் நிறுத்தப்படும். ஆனால் இன்றும், உண்மையில் இதற்கு முன்பும் தங்களுடைய வீரத்தையும் துணிச்சலையும் காட்டிய படைப்பிரிவும், காலாட்படையும் பரிசுகளையும், பதக்கங்களையும், கௌரவத்தையும் அரசவையிலிருந்து பெறுவார்கள். மேலும், மாட்சிமை பொருந்திய பேரரசர் மிகவும் நன்றியுணர்வு கொண்டவராவார்.

இதே உத்தரவில் ஒரு பின்குறிப்பும் சேர்க்கப்பட்டிருந்தது.

2 ஆவது படைப்பிரிவைச் சேர்ந்த அதிகாரிகள் அனைவருக்கும்,

உங்களுக்கு வழங்கப்பட்டிருக்கும் இந்த உத்தரவு, நீங்கள் தெலிவாரா நோக்கிச் சென்று அங்கே தாக்குதல் நடத்தவேண்டும் என்பதாகும். ஆனால், நீங்கள் முன்னால் செல்வதில்லை என்றும், பதிலாக, அருகாமையில் உள்ள தோட்டங்களில் வெறுமனே உட்கார்ந்திருக்கிறீர்கள் என்றும் தெரிய வந்திருக்கிறது. இது முற்றிலும் ஏற்கத்தகாத ஒன்று. நீங்கள் உடனடியாக அங்கு சென்று காஃபிர்களை அழித்தாக வேண்டும்.[48]

தினசரி படுகொலைகளை சிப்பாய்கள் எதிர்கொண்டதன் சோகமான அம்சம் என்னவென்றால், முற்றுகையின் ஆரம்பகட்டத்திலேயே அவர்கள் பிரிட்டிஷாரின் பலவீனத்தை கண்டுகொண்டதை உணர்ந்துகொள்ளவில்லை என்பதுதான். ஜூன் 19 அன்று தங்களுடைய வழக்கத்திற்கு மாறாக, மலைத்தொடரின் மூன்று பக்கங்களிலுமிருந்து கற்பனைக்கும் அப்பாற்பட்ட தாக்குதலை நடத்தி பிரிட்டிஷாரை அவர்களுடைய எல்லைகள் வரை நகர்த்தினார்கள். சூரியன் அஸ்தமிப்பதற்கு ஒருமணி நேரத்திற்கு முன்பாக ஒரு பெரிய திடீர் தாக்குதல் மலைத்தொடரின் பின்பக்கத்திலிருந்து தொடங்கியது. அது சப்ஜி மண்டியிலிருந்து மட்டுமல்லாமல் வடமேற்கிலிருந்த முபாரக் பாக்கில் இருந்தும், சிறந்த ஆயுதம் பலம் கொண்டிருந்த நாஸிராபாத்தைச் சேர்ந்த படைவீரர்களால் மெட்கால்ஃப் மாளிகையில் இருந்தும் நடத்தப்பட்டது. இரவு முழுவதும் நடந்த இந்த சண்டையால் தங்களுடைய பலத்தை மீட்டுக்கொள்ள

பிரிட்டிஷாருக்கு போதிய நேரம் கிடைக்கவில்லை. பிரிட்டிஷ் மதகுருவான ரெவரண்ட் ஜான் ராட்டன் கூற்றுப்படி,

> *ஆயுதங்கள், காலாட்படை மற்றும் ஆயுதப்படை என எதிரிகள் மிதமிஞ்சிய எண்ணிக்கையில் வந்தனர். இதுபோன்ற [பின்பக்கத்] தாக்குதல்கள், முறைப்படியும் தொடர்ச்சியாகவும் இதுவரை அவர்களால் மேற்கொள்ளப்பட்டது இல்லையே என நினைத்து நாங்களே ஆச்சரியப்பட்டோம். இதன் முடிவு இறுதியில் எங்களை சோர்வடைய வைத்திருக்க வேண்டும். இல்லையென்றால் நாங்கள் முன்னூகித்ததை காட்டிலும் வெகு சீக்கிரத்தில் நடந்திருக்க வேண்டும். நாங்கள் மிகவும் கடுமையான, தாங்கமுடியாத துப்பாக்கிச் சூட்டிற்கு நடுவில் விடாப்பிடியாக சண்டையிட்டோம். இரவின் இருள் சீக்கிரத்திலேயே சூழ்ந்துவிட்டது.*
>
> *இந்தச் சண்டையின் முடிவு முகாமில் இருந்த எங்களுடைய பெரும்பாலான ஆட்களின் மனதில் மிகவும் சோகமயமான மனப்பதிவை தோற்றுவித்தது. அதிக விலைகொடுத்திருந்தாலும் எங்களுடைய வெற்றி கேள்விக்குரியது என்பதால் அல்ல, எங்களுடைய எதிரி வருங்காலத்தில் தான் பின்பற்ற நினைத்திருக்கும் திட்டத்தை எங்களுக்கு முதலிலேயே குறிப்பாலுணர்த்துவது போலத்தான் அதன் இயல்பு காணப்பட்டது. அதாவது, எதிரி எங்களை பின்பக்கத்தில் இருந்து துன்புறுத்தினாலே எங்களை வெற்றிகொண்டுவிடலாம் என்று அவன் தெரிந்துகொண்டுவிட்டான் என்பதே அது. அதிர்ஷ்டவசமாக, நாங்கள் ஒன்றும் பயமற்றவர்களாக இல்லை என்ற எங்களுடைய பலவீனத்தை எங்கள் எதிரி தெரிந்துகொண்டதைக் காட்டிலும் நாங்கள் நன்றாகத் தெரிந்துகொண்டோம் என்பதே உண்மை.*[49]

இதுதான் கலகக்காரர்களின் முக்கியத்துவம் வாய்ந்த நுண்ணறிதலின்மையின் அளவீடு. அதாவது முற்றுகையின் மிகத் துவக்கத்திலேயே அவர்கள் எந்தளவுக்கு வெற்றிக்கு அருகாமையில் வந்துவிட்டார்கள் என்பது அவர்களுக்கே தெரியவில்லை. தவிர்க்கமுடியாத வகையில், கலகத்தின் மிகவும் பிற்பகுதிவரை கலகக்காரர்கள் இதுபோன்ற ஒரு திட்டமிட்ட தாக்குதல் முயற்சியை மேற்கொள்ளவே இல்லை. ஆனால், இறுதியாக மேற்கொண்டபோது காலம் கடந்திருந்தது.

ஜூலை மாத தொடக்கத்தில், ஒரு பெரிய சிப்பாய் தாக்குதலின் முழு சீற்றத்தையும் எதிர்கொள்ளவேண்டிய சரியான சமயத்தில், மலைத்தொடருக்கு வந்துசேர்ந்த தியோ மெட்கால்ஃபின் மைத்துனர் எட்வர்ட் கேம்ப்பல் ஹிந்து ராவ் மாளிகைக்கு அருகே நிலைகொண்டார். பிரிட்டிஷ் முகாமில் இருந்த எல்லோரையும் போலவே அவரும் பிரிட்டிஷாரின் ஆபத்தான நிலை குறித்து உள்ளுக்குள் நடுங்கியிருந்தார். அன்று மாலை ஒரு பேனாவை எடுத்த அவர் சிம்லாவில் இருக்கும் தன்னுடைய கர்ப்பவதி மனைவியான ஜியார்ஜினாவுக்கு கடிதம் எழுதினார். கடைசியாக அவர் டெல்லியில் இருந்தது ஐந்து வருடங்களுக்கு முந்தைய ஒரு கிறிஸ்துமஸ் தினத்தில்தான். அச்சமயத்தில் சந்தேகக் கண்களுடன் இருந்த சர் தாமஸின் கண்காணிப்பின்கீழ் மெட்கால்ஃப் மாளிகையில் தங்கியிருந்தபோது இதே மலைத்தொடரின் எல்லைவரை அவர் ஜியார்ஜினாவை அழைத்து வந்திருக்கிறார்.

அந்தக் கடிதம் அவர்களுடைய குடும்பச் செய்தியுடன் தொடங்கியது. தியோ தப்பித்தது குறித்து மேலதிகமான விவரங்கள் கேட்டு ஜியார்ஜினா எழுதியிருந்தார். டெல்லியிலுள்ள தங்கள் குடும்பத்தின் இரண்டு மாளிகைகளும் இப்போது பார்க்க எப்படி இருக்கின்றன என்றும் கேட்டிருந்தார். 'பழைய மாளிகைகளின் சிதைவுகளைச் சென்று பார்த்தீர்களா? கூதுப் மாளிகையும் அழிக்கப்பட்டதா?'[50] இதற்கு எழுதிய பதில் கடிதத்தில், தான் இங்கு வந்த ஏறக்குறைய அதே நேரத்தில்தான் தியோ ஹட்ஸன் ஹார்ஸ் படையுடன் வெளியே அனுப்பி வைக்கப்பட்டார் என்றும், தாங்கள் இன்னும் சரியாகப் பேசிக்கொள்ளவில்லை என்றும் கேம்ப்பல் விளக்கியிருந்தார். பிரிட்டிஷ் நிலைக்கு பின்னால் இருக்கும் சில கிராமங்களை நிராயுதபாணியாக்கவே அவளுடைய சகோதரர் சென்றிருந்தார். ஆனால், தியோவின் கண்கள் மீண்டும் வீங்கிப்போய் வலியெடுத்தது என்று ஜியார்ஜினாவிடம் கூறிய கேம்ப்பல், அத்துடன், டெல்லியில் இருந்து தப்பிக்கும்போதுபட்ட கஷ்டங்களில் இருந்து முறைப்படி மீண்டு வருவதற்கு தன்னுடைய மைத்துனர் விடுமுறை எடுத்துக்கொண்டு சிம்லாவிற்கு செல்ல வேண்டும் என்றே தான் நினைப்பதாகவும் கூறினார். இது அவருடைய கர்ப்பவதி சகோதரியை பார்த்துக்கொள்ளவும் உதவியாக இருக்கும் என அவர் கருதினார். 'அவர் இங்கிருப்பதன் பயனை என்னால் புரிந்துகொள்ள முடியவில்லை. மிகவும் கவனத்தில் எடுத்துக்கொள்ள வேண்டியிராது என்று தோன்றும்படியான தகவல்களை அவர் நாட்டிற்கு கொடுத்தது மட்டுமே இதில் விதிவிலக்கு' என்றும் குறிப்பிட்டிருக்கிறார் கேம்ப்பல்.[51]

மெட்கால்ஃப் மாளிகைக்கு அவர் சென்றபோது அது முற்றிலும் சிதைக்கப்பட்டிருந்தது. யமுனை ஆற்றின் கரையைத் தொட்டுக் கொண்டிருந்த அதன் வெளிப்புறப்பகுதி பிரிட்டிஷ் நிலையின் கிழக்கு பகுதிக்கு அரணமைத்து நின்றது. அந்தச் சேதங்களிலெல்லாம்

மிக மோசமானது கொள்ளையடித்தவர்கள் ஒவ்வொரு அறைக்கும் தீவைத்ததுதான் என்று நினைத்தார் கேம்ப்பல். [தியோவின் பழைய] பேச்சிலர் பங்களாவின் கூரை மட்டுமே விட்டுவைக்கப்பட்டிருந்தது. ஆனால், தில்குஷாவிலிருந்து கிடைத்த செய்தி பரவாயில்லை. 'கூதுப் மாளிகையைப் பார்த்துவர நாங்கள் சிலரை அனுப்பினோம். திரும்பி வந்த அவர்கள் அது கொள்ளையடிக்கப்படாமல் நன்றாக இருக்கிறது என்றும் சில வேலையாட்கள்கூட அங்கே இருக்கிறார்கள் என்றும் கூறினர் - இது விநோதமான ஒன்றுதான் இல்லையா?' என்று அவர் எழுதியுள்ளார்.

குடும்பத்தினர் அனைவரையும் நேசித்த ஜியார்ஜினாவுக்கு இது மிகப்பெரிய விஷயமாக இருக்கும் என்றும், தங்களுடைய நேசத்திற்குரிய குடும்ப வீட்டின் இழப்பு அவளிடத்தில் ஆழ்ந்த பாதிப்பை ஏற்படுத்தும் என எட்வர்டிற்கு தெரியும். அது நிதிவகையிலும் அவர்களுக்கு முக்கியமான ஒன்று. டெல்லியில் இருந்த மற்ற பல பிரிட்டிஷ் குடும்பத்தினர் போன்றே அவர்களும் ஏறக்குறைய எல்லா சொத்துக்களையும் மே 11 அன்று இழந்துவிட்டனர். தங்களுடைய தந்தையின் வீட்டையும், கலைப்பொருள்களையும் ஏலத்தில்விடத் தவறியதற்காக கலகம் பரவ இருந்த மாதங்களில் குடும்பத்திற்குள்ளாகவே தியோ விமர்சனத்திற்கு ஆளாகியிருந்தார்.[52] இதில் ஒரு சிறிய வித்தியாசம் இருக்கிறது. ஏலத்தில் விடப்பட்டவற்றிற்கான பணம் டெல்லி வங்கியில் இருந்த குடும்பக் கணக்கில் இருந்தது. மெட்கால்ஃப் மாளிகை எரிக்கப்படுவதற்கு சிலமணி நேரங்களுக்கு முன்னர்தான் அது சம்பந்தப்பட்ட கணக்குகளும் சொத்துகளும் எரிக்கப்பட்டன. இப்போது, அவர்களுடைய தந்தையின் சொத்துகள் சிலவாவது மெஹ்ருலிக்கு அருகாமையில் இருக்கும் மற்றொரு மாளிகையில் சேதமில்லாமல் பாதுகாக்கப்பட்டிருக்கும் என்ற நம்பிக்கையாவது இருந்தது.

இந்த நல்ல செய்தியை தெரிவித்த பின்னர் மலைத்தொடரில் இருந்த பிரிட்டிஷ் நிலை பற்றிய தெளிவற்ற மதிப்பீட்டை ஜியார்ஜினாவுக்கு கேம்ப்பல் தெரிவிக்கிறார்.

ஏறக்குறைய 8 மணிவாக்கில் வெளியேவந்த பண்டீக்கள் ஹிந்து ராவ் மாளிகைக்கு முன்பிருந்த ஆயுதப்படைகள் மீது தீவிரமான தாக்குதலை நடத்தினர். பீரங்கி குண்டும், பீரங்கிச் சிதறல்களும்தான் எங்களுடைய பிரதான ஆபத்தாக இருந்தது. அது நான் பார்த்ததிலேயே மிகவும் வெப்பமான ஒன்று.

நாங்கள் மிகவும் பலவீனமாக இருந்த எங்களுக்கு இடதுபுறத்தில் இருந்து கிளர்ச்சிக்காரர்கள் ஊடுருவிவிடக் கூடாது என்பதற்காக நான் நாள் முழுவதும் துப்பாக்கிச்சூடு நடத்த வேண்டியிருந்தது. அந்த நேரத்தில் அதன் இக்கட்டான நிலைகுறித்து என்னால் கவலைப்படாமல் இருக்க முடியவில்லை.

எங்களுடைய ரைபிள் பிரிவு மிகவும் பலவீனமாக இருந்தது - 70 பேர்களுக்குப் பதிலாக அந்த வேலைக்கு பொருத்தமான 30 பேர் மட்டுமே என்னிடம் இருந்தார்கள். என் ஆட்களில் 4 பேருக்கு காயம்பட்டது. நல்லவேளையாக யாரும் சாகவில்லை. இந்த விஷயத்தில் எனக்கு நானே நன்றி சொல்லிக்கொள்ளவும் வேண்டும் - என்னை உரசிச்சென்ற நிறைய தோட்டாக்களில் இருந்து மயிரிழையில் தப்பித்தேன் - மேலும், எங்களை நோக்கி மறைந்து முன்னேறிக்கொண்டிருந்த பண்டீக்களின் நேரடி துப்பாக்கிச்சூட்டிற்கும் மேலாக, எங்களைக் கடந்து எல்லாப் பக்கத்திலும் இருந்த பாறைகளில் மோதி விழுந்த குண்டுமழையையும் நாங்கள் எதிர்கொள்ள வேண்டியிருந்தது. என்னுடைய ஒரு சார்ஜெண்டிற்கு கையில் குண்டுபாய்ந்தது. ஒருவருக்கு கையிலும், மற்றொருவருக்கு கழுத்திலும் காயமேற்பட்டது. என்னுடைய இளநிலை உதவியாளரான மார்கனை ஒரு குண்டு காலில் தாக்கியது - ஒருவருடைய தொப்பியை தோட்டா துளைத்துச் சென்றது. மற்றொருவருடைய முதுகுப்பையை பீரங்கித் துண்டு துளைத்தது. பாலத்தில் இருந்த மற்றொருவரின் காலையும் ஒரு துண்டு தாக்கியது.

தெய்வீக ஆதரவு கலகக்காரர்களுக்கு இருப்பது தெள்ளத்தெளிவாகிறது என்று தன்னுடைய வாசகர்களுக்கு மௌலவி முகம்மது பக்கார் அளித்த வாக்குறுதியைப் போன்றே, கேம்ப்பலும் கடவுள் பிரிட்டிஷ் பக்கம் இருக்கிறார் என்று ஜியார்ஜினாவுக்கு உறுதியளித்தார். 'என்னுடைய மனைவியை கடவுள் அரவணைப்பார்' என்று எழுதிய அவர்,

அவருடைய ஆதரவு மட்டுமே நிஜமான ஒன்று. அவர் மட்டுமே எல்லா சோதனைகளையும் கடந்து நிற்பவர். உன்னை நீயே நன்றாகப் பார்த்துக்கொள்ள வேண்டும் ஜியார்ஜினா. டெல்லி கைப்பற்றப்பட்டதற்காக நீ அதிகப்படியாக பயப்படத் தேவையில்லை அன்பே. இது ஒரு நீண்டகால விவகாரமாக இருக்கப் போகிறது என்று நான் உன்னிடம் எப்போதுமே சொல்லி வந்திருக்கிறேன். அரண்மனையின் இயல்பான மற்றும் செயற்கையான பாதுகாப்புகளில் இருந்து நான் தெரிந்துகொண்டதை வைத்துப் பார்க்கையில் இதனை திருப்திகரமானதாக எடுத்துக் கொள்ள முடியாது என்றோ அல்லது ஒரு பெரிய படை திரளாத பட்சத்தில் நாட்டிற்கு எதுவும் நல்லது செய்துவிட முடியாது என்றோ நான் நினைக்கிறேன் - ஒரு மிகப்பெரிய முற்றுகையும், எங்களுடைய துப்பாக்கிகளுக்கு பெரிய எண்ணிக்கையிலான தோட்டாக்களும் வேண்டும். இப்போதைய சூழ்நிலையில் தாக்குதல் நடத்துவதென்பது அழிவையே ஏற்படுத்தும்.

இறைவனின் ஆசீர்வாதம் நமக்குத்தான் என்பது தெளிவாகத் தெரிகிறது. அவர்தான் என்னுடைய கடமையை எப்போதுமே வீரத்துடன் கௌரவத்துடன் செய்யவைக்கிறார் என்று நம்புகிறேன். இறந்துபோன கிளர்ச்சிக்காரர்களைப் பார்க்கும்போது மற்றவர்கள் உணரும் மகிழ்ச்சியை நான் உணரவில்லை. அவர்களும் கடவுளால் படைக்கப்பட்டவர்கள்தான். இந்தக் கொலைகளில் பலவும் நம் கணக்கில்தான் சேரும். கடவுளின் கருணைக்கு முன்னால் நாம் பணிவாக இருப்போம் என்று வேண்டிக்கொள்.[53]

அந்த மலைமுகட்டில் இருந்த பிரிட்டிஷாரிடையே அதிகரித்துக் கொண்டிருந்த யதார்த்த நிலையையே கேம்ப்பலின் கவலைகள் பிரதிபலித்தன. அவர்கள் முற்றுகையிடத்தான் வந்தார்கள். ஆனால், அந்த நகரத்தை சுற்றிவளைக்கவோ அல்லது அந்த நகரத்தை கைப்பற்றுவதற்கோ வேண்டிய எண்ணிக்கையின் பலம்கூட அவர்களிடம் தற்போது இல்லை என்பது தெளிவாகத் தெரிந்தது. அத்துடன், உதவி வரும்வரையில் கலகக்காரர்கள் தங்கள் மீது எவற்றை எறிந்தாலும் அதைத் தாக்குப்பிடித்து எப்படியாவது அங்கேயே இருப்பதைத் தவிர அவர்களுக்கு வேறு வழியில்லை. அதே நேரத்தில், 20,000க்கும் அதிகமாக மட்டுமல்லாமல் நாளுக்கு நாள் அதைவிட அதிகரித்துக்கொண்டேவரும் கலகப்படையினருக்கு எதிராக ஏறக்குறைய 4,000 அரசாங்க துருப்புகள் மட்டுமே இருந்தனர். ஜெனரல் வில்ஸன் தன்னுடைய மனைவிக்கு பின்வருமாறு எழுதியதைப்போல், 'இங்கிருந்தபடி நாங்கள் என்னதான் செய்யவேண்டும் என்று தெரியாத அதே நிச்சயமின்மையில்தான் இன்னும் இருந்துகொண்டிருக்கிறோம். வெளிப்படையாக சொல்வதென்றால், நாங்கள் டெல்லியைக் கைப்பற்றத்தான் வந்தோமா என்று சந்தேகமாக இருக்கிறது. அத்துடன் எல்லாம்வல்ல இறைவனின் கருணைமிகு உதவி இல்லாமல் அதன் முடிவை நினைத்து நான் அஞ்சுகிறேன். அவர் தன்னுடைய மக்களின் நிமித்தமாக கைவிடமாட்டார் என்றே நம்புகிறேன்.'[54]

நகரத்தில் தற்போதைய நெருக்கடி நிலையினால் விரக்தி நிலவியது என்றால், மலைமுகட்டில் அதைவிட அதிகமாக விரக்தி ஏற்பட்டிருந்தது. 'நாங்கள் செய்வதற்கு எதுவுமில்லை என்று எங்களுக்கு நன்றாகத் தெரியும் என்பதால் எதற்கும் சிரத்தை எடுத்துக்கொள்ளவில்லை. டெல்லியின் உறைநிலை என்பது மிகவும் மனச்சோர்வூட்டக்கூடியது. நாங்கள் நன்றாக சண்டையிட்டு முடித்துவைக்கவில்லை என்றால் ஒன்றுமே செய்ய முடியாது. ஆனால், இந்தப் பண்டீக்கள் அதிகப்படியான எண்ணிக்கையில் இருந்தார்கள். குறைவதே இல்லை.'[55]

நகர மக்களைப்போல் அல்லாமல் பிரிட்டிஷாருக்கு தேவைப்பட்ட அத்தியாவசியப் பொருள்கள் வேண்டிய அளவு வந்துகொண்டிருந்தன. அவை அம்பாலாவில் இருந்து ஆயுதம் தாங்கிய பாதுகாப்புடன் கிராண்ட்

டிரன்க் சாலை வழியாக வந்துசேர்ந்தன. ஆனால், அதைத்தவிர மற்ற எல்லா வழிகளிலும் அவர்களுக்கு கீழே இருந்த டெல்லிவாசிகளைக் காட்டிலும் அவர்களுடைய சூழ்நிலை ஏறக்குறைய மோசமாகவே இருந்தது. தினசரி தாக்குதல்கள் மற்றும் நகரத்தில் இருந்து சீராக குண்டுவீசப்படுவது ஆகியவற்றிற்கும் மேலாக கொத்தளப் படை துருப்புகளுக்கு தங்களுடைய குடில்களைத் தவிர்த்து புகலிடம் அடையவோ அல்லது மறைந்துகொள்ளவோ இடமில்லை. அதனால், துருப்புகளில் பலரும் 'வலிப்பு அல்லது வெப்பத்தாக்குதலால் மரணமடைந்தனர். அவர்களுடைய முகங்கள் ஒருசில நிமிடங்களிலேயே கறுத்துப்போயின - அது பார்க்கவே பயங்கரமானது'[56] பின்பக்கத்தில் இருந்து ஒருமைல் தள்ளியிருக்கும் யமுனை ஆற்றுக் கால்வாயைத் தவிர வேறு தண்ணீர் கிடையாது. அதன் வாசனை குமட்டலெடுக்காமல் இருந்தாலாவது அது பட்டாணி சூப்பிற்கு பயன்படுத்தப்பட்டிருக்கும்.

ஒன்று அல்லது இரண்டு வாரங்களுக்குப் பின்னர் சிப்பாய்களின் உப்பிக் கறுத்துப் போன அழுகிய உடல்களின் நாற்றம் மலைச்சரிவுகளில் இருந்து மலைத்தொடரை நோக்கி வீசுவதை நாளுக்குநாள் சகித்துக் கொள்ள முடியாத ஒன்றாகிப்போனது. மேம்போக்காக மட்டுமே குழிதோண்டக்கூடிய அளவுக்கு அந்தப் பாறை மிகவும் கடினமாக இருந்தது. இதுகுறித்து தன்னுடைய தாயாருக்கு எழுதியுள்ள ஒரு படைவீரர், 'நேற்று நான் ஒரு மிகவும் அருவருப்பான இடத்தில் இருந்தேன். அங்கே பத்து கஜ தொலைவுக்குள் ஏறக்குறைய பதினைந்து பண்டீக்களின் உடல்கள் அழுகிக்கொண்டிருந்தன. அந்த நாற்றம் முற்றிலும் மட்டுமீறிய ஒன்று. அதனை 38 மணிநேரங்களுக்கு நாங்கள் உள்ளிழுக்கத்தான் வேண்டியிருந்தது' என்று குறிப்பிட்டுள்ளார்.[57] பஞ்சாபில் இருந்து வந்துகொண்டிருந்த பிரிட்டிஷ் உதவிப்படைகளின் சிறுகுழுக்கள் அந்த நாற்றத்தினாலேயே அந்த நகரம் கண்களுக்கு புலப்படும் முன்பாக அதை நெருங்கிவிட்டதை உணர்ந்தன. டெல்லியை நெருங்குகையில் 'நாங்கள் நுழையப்போகும் மிகுந்த வலிமிகுந்த காட்சிகளை எங்களுடைய நாசித் துவாரங்களின் வழியாகவே நாங்கள் தெரிந்துகொண்டோம். அலிப்பூரில் இருந்து அந்த முகாமிற்கு வந்துகொண்டிருந்த எங்களை மரணமே எல்லா வடிவத்திலும் வரவேற்றது. மரங்கள்கூட ஒட்டகங்களின் உணவுக்காக வெட்டப்பட்டு வெறிச்சோடி காணப்பட்டன. அவை தங்களுக்கு இரக்கம் காட்டும்படியோ அல்லது தங்களை அழித்தவர்களை தண்டிக்கும்படியோ சொர்க்கத்தை நோக்கி தங்களுடைய வெறுமையான கிளைகளை நீட்டிக்கொண்டிருந்தன.'[58]

முகாமின் மற்றொரு பிரச்சினை யாராலும் மறக்கமுடியாத ஈக்கள். 'உணவு நேரத்தின்போது அவை உங்களை குடிலில் இருந்தே வெளியே தள்ளிவிடும்' என்று எழுதியுள்ளார் முகாம் மதகுருமாரான பாதிரி ராட்டன்.

நீங்கள் சாப்பிடுவதற்குத் தேர்ந்தெடுத்த உணவு எதுவாக இருந்தாலும், அது பிரிக்கப்பட்ட உடனேயே பெரும்கூட்டமாக ஈக்கள் அதில் அமர்ந்துவிடும். நீங்கள் மிகவும் ஜாக்கிரதையாக இல்லையென்றால் ஒரு கோப்பை தேநீர்கூட சில நிமிடங்களிலேயே ஈக்களால் நிரம்பிவிடும். இறந்துபோன மற்றும் இறந்துகொண்டிருக்கும் அவற்றால் அந்த திரவத்தின் மேற்பகுதி குமட்டல் எடுக்கக்கூடிய அளவுக்கு கருப்பாக இருக்கும்.[59]

முற்றிலும் அருவருப்படையச் செய்ய மலைத்தொடரில் இருந்த முகாம் வாழ்க்கை ஃபெரோஸ்பூரில் இருந்து அப்போதுதான் வந்துசேர்ந்திருந்த இளம் லெப்டினெண்ட் சார்லஸ் கிரிஃபித்தையும் அச்சுறுத்தியது. ராட்டனைப்போல், தவிர்ப்பதற்கு சாத்தியமே இல்லாத ஈக்களின் மீதான ஆழ்ந்த வெறுப்பு அவரிடம் சட்டென்று உருவாகிவிட்டது. ராணுவ கொம்பூதிகள் சத்தம் அல்லது வெடித்துச்சிதறும் குண்டுகளின் சத்தத்தால் அல்லாமல், தூங்கிக்கொண்டிருக்கும் உங்களுடைய உதடுகளில் மொய்க்கும் ஈக்களாலேயே ஒவ்வொரு நாளும் தொடங்கும் என அவர் எழுதியுள்ளார்:

அவை ஏறக்குறைய வானத்தையே கருமையாக்கின. பெரும் எண்ணிக்கையில் இறங்கிவந்து எங்களிடையே இருப்பவற்றை மறைத்துவிடும். எல்லாத் திசையிலும் அழுகிப்போய் புதைக்கப்படாமல் கிடந்த இறந்தபோன மனிதர்கள் மற்றும் விலங்குகளின் அழுகிய உடல்களில் வசித்து, பெருத்துப்போனதாலேயே அவை முடைநாற்றமெடுத்து அருவருப்படையச் செய்கின்றன என்று எங்களுக்குத் தெரியும். அழுகிய வாடையால் காற்று மாசுபட்டிருந்தது. வெப்பம் கடுமையானது. பின்னர் எங்களுடைய முகாமில் தினமும் அதிகரித்த கொள்ளை நோய் எல்லா ரெஜிமெண்டுகளிலும் இருந்த பூர்வகுடிகளையும் ஐரோப்பியர்களையும் பலிகொண்டதை நினைத்து ஆச்சரியப்படவா முடியும்?[60]

ஜூன் 27 அன்று பருவமழை பெய்யத் தொடங்கியதும் நிலைமைகள் மேலும் மோசமடைந்தன. ஓர் இரவில் அந்த மலைமுகட்டில் ஏற்பட்ட மாற்றங்களை கிரிஃபித்தின் வார்த்தைகளில் கூறினால் 'அது சேறும் சகதியும்'. ஹட்ஸன் வார்த்தைகளில் சொன்னால் 'அது நீராவிச் சேறு'. 'அந்த முகாம் ஏறக்குறைய ஒரு தண்ணீர்க் குட்டையாகவே மாறிவிட்டது. அந்த துர்நாற்றம் மிகவும் கொடூரமானது' என்று தன்னுடைய நாட்குறிப்பில் எழுதியுள்ளார் ராட்டன். தங்களுடைய புற்றுகளில் இருந்து வெளிவந்த பாம்புகள் சட்டென்று பல்கிப்பெருகின. 'எதிரிகளின் பாய்ந்துவரும் ஆயுதங்கள் அளவுக்கு அவையும் அச்சுறுத்தின'.

நட்டுவாக்கிளிகள் 'இளம் நண்டுகளைப்போல்' படுக்கைகளில் சுரண்டிக்கொண்டிருப்பதை பார்க்க முடிந்தது.[61] இரவுநேரத் தூக்கம் என்பதே சாத்தியமற்றுப்போனது. படுமோசமான வெப்பமும் நாற்றமும் போதாதென்று பீரங்கிக்குண்டுகள் வெடிப்பதையும், நரிகளும் நாய்களும் ஊளையிடுவதையும் டெல்லி கெஸட் எக்ஸ்ட்ரா விவரித்திருப்பதுபோல், 'அடங்கமாட்டாத ஒட்டகங்களின் கனைப்பொலி' தொலைதூரத்தில் தெரியும் நம்பிக்கையையும் போக்கிவிட்டது.[62] மிகவும் தீவிரமான விஷயம் என்னவென்றால், இந்த ஈரப்பதமான, நாற்றமடிக்கின்ற, நசநசப்பான நிலத்தில் மீண்டும் பரவத்தொடங்கிய காலரா அதிர்ச்சிகரமான வகையில் வேகமாகப் பரவியது.[63] இதுபோன்ற சுகாதாரமற்ற சூழ்நிலையில், அடிப்படையான மருத்துவ வசதிகள் மட்டுமே உள்ள இடத்தில், காயமடைந்து தங்களுடைய உறுப்புகளை இழந்து உயிர்பிழைத்தவர்களில் எவர் வேண்டுமானாலும் இதே கதையைத்தான் சொல்வார்கள் என்பதில் ஆச்சரியப்பட எதுவுமில்லை.

அதிகாரிகளால் குறைந்தபட்சம் ரெஜிமெண்டின் உணவகத்திற்காவது செல்ல முடிந்தது. இந்த அனுதாபம்கூட, பசியால் வாடிப்போய் அந்த முகாமிற்கு வந்துசேர்ந்த கிறிஸ்துவ மற்றும் ஆங்கிலோ-இந்திய அகதிகளுக்கு மறுக்கப்பட்டது. அவர்களுடைய 'சுருங்கிப்போன கைகால்கள், உள்ளொடுங்கி சோர்ந்துபோயிருந்த கண்கள், நடுங்கிக் கொண்டிருக்கும் உருவத்தால் தனக்கு ஏற்பட்ட திகிலை பாதிரி ராட்டன் விவரித்திருக்கிறார்.[64] நிறைமாத கர்ப்பிணியான ஹேரியட் டைட்லருக்கும் அவருடைய குழந்தைகளுக்கும்கூட ரெஜிமெண்டின் உணவகத்தில் மறுப்பு தெரிவிக்கப்பட்டது. அத்துடன் அவர்கள் அவருடைய கணவர் காவலுக்கு இருந்த ராணுவக் கருவூலம் வைக்கப்பட்டிருந்த வண்டியிலேயே இருக்க வேண்டுமென்று கட்டாயப்படுத்தப்பட்டனர். இதுகுறித்து பின்வருமாறு எழுதியுள்ளார் ஹேரியட்,

> *நாங்கள் அங்கேயே இரவும் பகலும் இருந்தோம். உணவை எங்களுடைய மடியிலேயே வைத்து சாப்பிட்டோம்.'[65] அது மிகவும் ஆபத்தான, சுலபத்தில் மாட்டிக்கொள்ளக்கூடிய நிலைமை. சற்று முன்பாகத்தான் ஒரு பீரங்கி குண்டு வண்டிக்கு அருகாமையில் வெடித்து அதன் சக்கரத்திற்கு கீழே பெரிய துண்டு விழுந்தது. ஆனால், அதிர்ஷ்டவசமாக யாருக்கும் அடிபடவில்லை. அன்று மாலை கேப்டன் வில்லோக் எங்களைக் காண வந்தார். அப்போது கொடிக்கம்ப கோபுரத்திற்கு மேலிருந்து ஊளையிட்டபடியே வந்த பீரங்கி குண்டு ஒன்று நாங்கள் இருந்த இடத்திற்கு அருகாமையில் இருந்த எங்களுடைய சிப்பாய்களின் சேற்றுச் சுவர்களுக்குள் விழுந்து வெடித்தது. பாவம் கேப்டன் வில்லோக், அவர் துள்ளிக்குதித்தபடியே கூறினார், 'அடக் கடவுளே. என்ன அது?' நான் அமைதியாக, 'ஓ, அதுவா, அது வெறும் பீரங்கி குண்டுதான்'*

என்றேன். நான் அதைப்பற்றி கவலையே இல்லாமல் கூறியதால் மிகவும் திகைப்புற்றுப்போன அவர் நான் சொன்னதை உணவகத்தில் திரும்பத்திரும்ப சொல்லிக்கொண்டிருந்தார். அதன்பிறகு அது அந்த முகாமில் ஒரு பழமொழி போன்றே ஆகிவிட்டது. 'ஓ, அது வெறும் பீரங்கி குண்டு!' உண்மையிலேயே அந்தக் கேப்டன் பாவம்தான். இரவும் பகலும் கேட்டுக்கொண்டிருக்கும் இதுபோன்ற சத்தத்திற்கு ஒருவர் எந்தளவிற்கு பழகிப்போவார் என்பதைத் தெரிந்துகொள்ள அவர் அதிக நாட்கள் உயிர்வாழவில்லை.

அந்த வண்டியில்தான் ஜூன் 21 ஆம் தேதி காலை ஹேரியட் ஒரு மகனைப் பெற்றெடுத்தார். வழக்கமாக அதுபோன்ற நிகழ்வுகளில் நடப்பதுபோன்ற மகிழ்ச்சியான தருணமாக அது இல்லை. 'என்னுடைய குழந்தை வயிற்றுப்போக்குடனே பிறந்தது' என்று வருத்தத்துடன் எழுதியுள்ளார் ஹேரியட் (தன்னுடைய சில குழந்தைகள் இந்தியாவிலேயே இறந்துபோனதையும் பார்த்தவர்தான் அவர்).

மேலும், அவன் ஏறக்குறைய ஒருவாரம்கூட உயிருடன் இருக்கமாட்டான் என்றே எதிர்பார்க்கப்பட்டது. அந்தக் குழந்தை திடீரென்று ஆபத்தைக் கடந்தபின்னர் கருணையுள்ளம் கொண்ட மருத்துவர் கூறினார், 'இப்போது அவனுக்கு ஒரு பெயர் வைப்பதைப்பற்றி யோசியுங்கள் திருமதி டைட்லர்.' பாவம் அந்தக் குழந்தை, பிறக்கும்போதே பரதேசியாக பிறந்துவிட்டான். இந்தப் பிரச்சினையான உலகத்திற்கு அவனுடைய வருகை உத்திரவாதமான ஒன்றல்ல. தன் மீது ஒரு சிறு பருத்தித்துணி மட்டும் போர்த்தப்பட்டிருக்க அந்த வண்டியின் வாயிலுக்கு அருகாமையில் படுத்திருக்கும் அவனுடைய சின்னஞ்சிறு முகத்தின்மீது, உதித்துக் கொண்டிருந்த நிலவு பிரகாசித்தது. கூக்குரல்கள், கத்தல்கள் மற்றும் துப்பாக்கியும் பீரங்கிகளும் வெடிக்கும் சத்தங்கள் மட்டுமே அவனுக்கான தாலாட்டுகளாக இருந்தன.[66]

ஒருவாரம் கழித்து பருவமழை தொடங்கியதும், அந்த வண்டியின் கூரை வழியாக தண்ணீர் ஒழுகத் தொடங்கியபோது ஹேரியட்டின் கணவர் அவளையும் அவருடைய குழந்தையையும் ஒரு காலியான ஆயுத மணிக்குள்* இடம் மாற்றினார், அதன் கூரையை வைக்கோல்போர் கொண்டு மூடியிருந்தார்.

இத்தகைய அனுபவத்திற்குப் பின்னர் அந்தக் குழந்தையும் நானும் இறந்துவிடுவோம் என்றே நினைத்தேன். ஆனால், கடவுளின் கருணையால் நாங்கள் அந்தக் கவலையில் இருந்து மீண்டு வந்தோம். பிறகு என்னால் வழக்கமான பால்புட்டியின் உதவி

* ஆயுதமணி என்பது ஆயுதங்களை இருப்பில் வைப்பதற்கான ஒரு மணிவடிவ கூம்புக் கட்டிடம்.

> இல்லாமலேயே என் குழந்தைக்கு பாலூட்டினேன். அங்கே அன்பிற்கோ அல்லது பணத்திற்கோ புட்டிகளும் கிடையாது பாலும் கிடையாது. வைக்கோல் போர் மீது மென்மையான துணிகளை விரித்து தரையிலேயே நாங்கள் உறங்கினோம். எங்களுக்கு சௌகரியமாக ஒரு தலையணைக்கூட இல்லை. ஒரு பாவப்பட்ட அதிகாரி கொல்லப்பட்ட பின்னர் அவருடைய பொருள்கள் விற்கப்பட்டபோது என்னுடைய கணவர் அவருடைய படுக்கை விரிப்புகளை வாங்கிவந்தார். [ஆனால்] என்னுடைய குழந்தை விசும்பவோ அல்லது கண்சிமிட்டவோ இல்லை. வைக்கோல்போர் படுக்கையில் படுக்க வைத்த நிலையில் அப்படியே உறங்கிக்கொண்டிருந்தான். ஓர் அரண்மனையின், இறகுப் படுக்கையில் படுத்திருந்தால்கூட அவன் அவ்வளவு ஆழ்ந்து உறங்கியிருக்க மாட்டான்.[67]

அந்தக் குழந்தைக்கு ஒரு பொருத்தமான பெயரைத் தேர்ந்தெடுக்க வேண்டும் என்பதற்காக தன்னுடைய சூழ்நிலையின் இக்கட்டை ஹேரியட் மனதில் வைத்துக்கொண்டு அவனுக்கு ஒரு பெயர் வைத்தார்: ஸ்டேன்லி டெல்லி ஃபோர்ஸ் டைட்லர்.

ஜூலை மாதம் மழை வலுத்தபோது, பிரிட்டிஷ் பாதுகாப்பு நிலைகளின் சிக்கல் அதிகரிக்கத் தொடங்கியது. சிப்பாய்களின் தோட்டாக்களால் அல்லாமல் காலராவினாலேயே பிரிட்டிஷார் மேலும் மேலும் மரணமடைந்தனர். முகாம் மருத்துவமனையில் இருந்த இரண்டு காலரா பிரிவுகளுக்கும் தினமும் சென்றுவர வேண்டியது பாதிரி ராட்டனின் வழக்கமான கடமைகளில் ஒன்று. 'இந்த இரண்டு மருத்துவ நிலைகளின் குமட்டச்செய்யும் காட்சிகளையும் பார்ப்பதற்கே பெரும் துணிச்சல் வேண்டும்' என்று பின்னாளில் எழுதியுள்ளார் அவர்,

> நோயாளிகள் தொடர்ந்து குமட்டிக்கொண்டே இருந்தது அந்த இடத்தை மிக மோசமாக்கியது. ஈக்கள் உங்கள் முகத்தில் உட்காரும். உங்களுடைய சட்டைக் காலரின் திறப்பு வழியாக நுழைந்து முதுகில் மொய்க்கும். அவ்வப்போது, இறந்துகொண்டிருப்பவருக்காக பிரார்த்திக்கும்போது உங்கள் தொண்டைக்குள்ளும் நுழைந்துவிடும். இந்தக் கொள்ளைநோயின் பின்விளைவுகளில் குறிப்பிடும்படியானதாகிவிட்ட என்னுடைய பைபிளை நான் திறக்கின்ற ஒவ்வொரு முறையும், அந்த சுவர்களுக்குள்ளாக நான் கண்ட வலிமிகுந்த காட்சிகள் பலவும் அதன் மண் தோய்ந்த

பக்கங்களை ஒவ்வொருமுறை திருப்பும்போதும் என் நினைவுக்கு வந்தது.

ஜூலை 5 ஆம் தேதி, இரண்டாவது பிரிட்டிஷ் ஜெனரலின் உயிரை காலரா பறித்துக்கொண்டது. மே மாதம் ஜெனரல் ஆன்ஸனை பலிவாங்கிய அது, அவருக்கு அடுத்து வந்தவரான ஜெனரல் பர்னாடையும் பலிவாங்கியது. குழப்பத்தை கையாளுவதில் ஆன்ஸனும் பெர்னாடுமே போதுமான தகுதியற்றவர்கள் என்றால் அதன்பிறகு தலைமையேற்ற மூத்த தளபதியான ஜெனரல் சர் தாமஸ் ரீட் எல்லோரிலும் மோசமானவராக இருந்தார். 'வயதாகி பலவீனமானவராக காணப்பட்ட அவர் உத்தரவிடுவதைக் காட்டிலும் பதுங்கியிருக்க மட்டுமே பொருத்தமானவர்' என்று நினைத்தார் வில்ஸன்.[69] மற்றவர்களோ வெளிப்படையாகவே பேசினர். 'எங்கள் பக்கம் ஏகப்பட்ட கோளாறுகள் இருக்கும் நிலையில் நாங்கள் எப்படி டெல்லிக்குள் செல்லப்போகிறோம் என்றே தெரியவில்லை' என்று எழுதியிருக்கிறார் கிழக்கு லோதியனைச் சேர்ந்த இளம் ஸ்காட்லாந்து லெப்டினெண்ட் தாமஸ் கேடல்.[70]

ரீட் பொறுப்பேற்றுக்கொண்ட அன்று ஹெர்வி கிரேத்தட் முன்னூகித்திருந்ததைப் போல் அந்த வயதான ஜெனரல் 'எதையும் செய்வதற்கு தகுதியற்றவர்தான்'.[71] ஒரு வாரம் கழித்தும் அவர் தன்னுடைய குடிலிலேயே சோர்வுற்றுக் கிடந்தார்.'ஜெனரல் ரீடை நாங்கள் பார்க்கவோ அல்லது அவரிடமிருந்து எதையும் கேட்கவோ இல்லை. அவரது குடிலுக்கு அருகாமையில் கட்டப்பட்டிருந்த, அவர் அப்போதுதான் பெற்றுக்கொண்ட குதிரையும் அப்படியேதான் இருந்தது. இரண்டு மணிநேரமாக அது கனைத்துக் கொண்டிருந்தது.'[72] கொஞ்ச நாட்களுக்கு முன்னர்தான் போராட்டத்தைக் கைவிட்டு அவர் சிம்லாவிலேயே ஓய்வுபெற முடிவெடுத்திருந்தார். இரண்டு வாரங்களுக்கும் குறைவாக பொறுப்பில் இருந்த அவர் அந்த மலைமுகட்டைவிட்டு 17 ஆம் தேதி கிளம்பினார். அவருடன் நோயுற்றவர்களும் காயமடைந்தவர்களின் வண்டிகளும் சென்றன. தனித்துச் சென்று கிளர்ச்சிசெய்யப் போகிறவர்களைப் போல் தோன்றிய இரண்டு பிரிவுகளை நீக்கியது மற்றும் ஜெனரல் வில்ஸனிடம் அதிகாரத்தைக் கைமாற்றியது ஆகிய இரண்டுதான் அவர் மேற்கொண்ட கடைசி நடவடிக்கைகள்.

எப்போதுமே அதிகப்படியான எச்சரிக்கை உணர்வும், கற்பனைத்திறனே அற்றவராக இருந்தாலும், தன்னுடைய முன்னவர்கள் மூன்றுபேருடன் ஒப்பிடுகையில் வியூகம் வகுப்பதில் மதியூகி என்பதை வில்ஸன் நிரூபித்தார். தனக்கு வழக்கப்பட்ட கடினமான வேலையின் சிக்கல் குறித்து அவரிடம் எத்தகைய மாயைகளும் இல்லை. இந்தப் பதவி கிடைத்தது பற்றி தெரியவந்தபோது தன்னுடைய மனைவிக்கு அவர் எழுதிய கடிதத்தில், 'அன்பே எலன், என்னுடைய தோள்களில் இந்த அச்சுறுத்தக்கூடிய பொறுப்பு ஏற்றி வைக்கப்பட்டிருக்கிறது.

என்னுடைய பலவீனம் மற்றும் திறனின்மை பற்றி எனக்குத் தெரியும் என்பதால் இந்தச் சுமையால் நான் மயங்கி விழுகிறவனைப் போல் உணர்கிறேன்' என்று குறிப்பிட்டுள்ளார்.[73] அவரிடத்தில் ஆற்றலின்மையும், நம்பிக்கையின்மையும் இருந்தபோதிலும் வில்ஸன் ஒரு தெளிவான ராணுவ சிந்தனையாளர். பிரிட்டிஷாருக்கு அச்சமயத்தில் தற்காப்பு வியூகத்தைப் பின்பற்றுவதைத் தவிர வேறு வழியில்லை என்பதைப் புரிந்துகொண்ட அவர், பஞ்சாபில் இருந்து உதவிப்படைகள் வரும்வரை தங்களுடைய நிலையை அப்படியே தக்கவைத்துக்கொண்டார்.

அதனாலேயே பிரிட்டிஷாரின் எண்ணிக்கையைக் குறைக்கச் செய்கின்ற, அதாவது செலவுமிகுந்த, ஒழுங்குமுறையற்ற எதிர்த்தாக்குதல்கள் அல்லது 'எலி வேட்டை', பின்வாங்கும் சிப்பாய்களை சப்ஜி மண்டியின் தோட்டங்கள் வரை விரட்டிச்செல்வது போன்ற சாகசங்களை விரும்பவில்லை. இதுபோன்ற இரண்டு எதிர்தாக்குதல்கள் சமீபத்தில் அழிவின் விளிம்பிற்கே சென்றன. ஒருமுறை 220 பேரையும், அடுத்த ஐந்தே நாட்களில் மேற்கொண்டு 200 பேரையும் இழக்க வேண்டியிருந்தது. பதுங்கிடங்கள், பாதுகாப்பு மற்றும் பாதுகாப்பிடங்களின் தரத்தையும் அவர் படிப்படியாக மேம்படுத்தினார். அத்துடன் பிரிட்டிஷ் நிலைக்கு பின்புறத்தில், யமுனை ஆற்றின் கால்வாய் மீதிருந்த பாலங்களையும் அவர் அழித்தார். இதன்மூலம் மேற்கொண்டு பின்புறம் வழியாக திடீர் தாக்குதல்கள் நடத்தப்படுவதற்கான வாய்ப்புகளை தவிர்த்தார்.[74]

ஜூலை 18 ஆம் தேதி லாகூரில் இருந்த சர் ஜான் லாரன்ஸுக்கு அவர் அவசரமாக எழுதிய கடிதத்தில், பிரிட்டிஷ் நிலையின் தீவிரத்தன்மை குறித்து விளக்கியிருந்ததுடன் எத்தகைய விலை கொடுத்தாவது மலைத்தொடருக்கு உடனடியாக உதவிப்படைகளை அனுப்பிவைக்க வேண்டிய தேவையையும் குறிப்பிட்டிருந்தார்.

ரகசியமானது:

சார்,

படைப்பிரிவின் முதன்மைப் பொறியாளரான கர்னல் பேர்ட்-ஸ்மித்துடன் நான் கலந்தாலோசித்தேன். டெல்லி நகரத்தை தாக்குவதற்கு மேற்கொள்ளும் எந்த ஒரு முயற்சியும் நம்முடைய தோல்வியிலும் அழிவிலுமே முடியும் என்ற முடிவுக்கு நாங்கள் வந்திருக்கிறோம்.

படைப்பிரிவில் இப்போது 2,200 ஐரோப்பியர்களும், 1,500 பூர்வகுடியினருமாக சேர்த்து மொத்தம் 3,700 பயோனெட்டுகள் இருக்கின்றனர். கிளர்ச்சிக்காரரர்களோ அதிகப்படியான எண்ணிக்கையில் இருக்கின்றனர். எல்லா இடத்தில் இருந்தும் கலகக்கார வீரர்களால் அவர்களுக்கு உதவிப்படைகள்

வந்துகொண்டே இருக்கின்றன. வலுவான பாதுகாப்பு மற்றும் சிறந்த ஆயுதங்களால் அவர்கள் முழுக்கவே தயார்நிலையில் இருக்கின்றனர். கிளர்ச்சிக்காரர்கள் எங்களுடைய நிலைகளை இருபதுமுறை தாக்கியிருக்கிறார்கள். இன்று அவர்கள் தங்களுடைய இருபத்தியோராவது தாக்குதலை நடத்த வந்திருக்கிறார்கள். அவர்கள் உயிரிழப்பே இல்லாமல் திரும்பிச்செல்கிறார்கள் என்பது உண்மைதான். ஆனால் நம் தரப்பிலோ அப்படிச் செய்வதால் சிறந்த படைவீரர்கள் பலரும் மரணமடையவோ காயமடையவோ வேண்டியிருக்கும்.

நாம் இழக்கவிருந்த இந்த நிலையை தக்கவைத்துக்கொள்வதென்று இப்போது தீர்மானித்திருக்கிறேன். ஏனென்றால் நாடு முழுவதும் பரவிவிடுவதில் இருந்து கிளர்ச்சியாளர்களை டெல்லியிலேயே தக்கவைக்க இது மிகவும் முக்கியத்துவம் வாய்ந்தது என்று நான் கருதுகிறேன். எப்படியாவது இந்த நிலையை நான் தக்கவைத்துக்கொள்ள எனக்கு வலுவான உதவிப்படைகள் விரைவாகத் தேவைப்படுகிறது. கீழே [கல்கத்தாவில் இருந்து வரும் படைகளை நம்பியிருப்பதைத் தவிர எனக்கு வேறு வழியில்லை என்று நான் கேள்விப்பட்டேன். அதனால்தான், பஞ்சாபில் இருந்து உங்களால் எவ்வளவு சீக்கிரம் முடியுமோ அவ்வளவு சீக்கிரமாக இதுபோன்ற உதவி அனுப்புமாறு நான் உங்களை பணிவுடன் கேட்டுக்கொள்கிறேன். சாத்தியமிருந்தால் முழுமையான ஐரோப்பிய ரெஜிமெண்ட், அத்துடன் ஒன்று அல்லது இரண்டு சீக்கிய அல்லது பஞ்சாபி ரெஜிமெண்டுகளை அனுப்பி வையுங்கள். நீங்கள் வேகமாக உதவிப்படை அனுப்பாவிட்டால், காயங்களாலும் நோயுற்றும் இந்தப் படையின் எண்ணிக்கை சீக்கிரத்திலேயே குறைந்து, கர்னாலுக்கு திரும்பும் வகையில் எதுவுமே மிஞ்சாது என்பதை நான் உங்களிடம் வெளிப்படையாகவே சொல்லிவிடுகிறேன். அழிவுகள் அத்தகைய துரதிர்ஷ்டத்தை எட்டிவிட்டன. என்னால் இதை நம்பியிருக்க முடியாது.

உங்களால் எத்தகைய உதவிப்படைகளை அனுப்பமுடியும் என்றும், அவர்கள் என்னுடைய முகாமில் எப்போது சேர்ந்துகொள்வார்கள் என்றும் தெரிவிக்கின்ற தந்தியை உடனடியாக அனுப்புமாறு தங்களை பணிவுடன் கேட்டுக்கொள்கிறேன்.

தங்கள்
ஆர்ச்டேல் வில்ஸன்[75]

ஜூலை 1 ஆம் தேதி படகுப் பாலத்திற்கு வந்துசேர்ந்த மிகப்பெரிய கலகப்படையினரை பிரிட்டிஷார் எதிர்கொள்ளவேண்டியிருக்கும் என்பதே வில்ஸனின் மிதமிஞ்சிய கவலைக்கான காரணம். பெரேலி பிரிகேடின் படைவரிசைகள் மலைமுகட்டில் இருந்து கண்ணுக்கெட்டாத தொலைவுவரை நீண்டு வெப்பத்திரையில் மறைந்திருந்தது. அந்தப் படையில் நான்கு காலாட்படை ரெஜிமெண்டுகள் - ஏறக்குறைய 2,300 ஆண்கள், 700 குதிரைப்படையினர், 600 துப்பாக்கிப்படை வீரர்கள் ஆகியவற்றுடன் மிகவும் அவசியமான குதிரைப்படை ஆயுதப்பிரிவு, 14 யானைகள், 300 வெற்றுக் குதிரைகள், கூடாரங்களை சுமந்திருக்கும் ஆயிரம் மாட்டு வண்டிகள் மற்றும் ஒட்டகங்கள், வெடிப்பொருள்கள் மற்றும் அத்தியாவசியப் பொருள்கள், 4,00,000 ரூபாய் மதிப்புள்ள சொத்துகள் ஆகியவற்றுடன் அதன் பின்வரிசையில் மேற்கொண்டு 'மூன்று அல்லது நான்காயிரம் ஜிகாதிகள்' வந்துகொண்டிருந்தனர்.[76]

ஜூலை 2 ஆம் தேதி படகுப்பாலத்தைக் கடந்த துருப்புகளை, கல்கத்தா வாயிலில் ஜீனத் மெஹலின் தந்தை நவாப் குலி கான் பழங்களையும் இனிப்புகளையும் கொடுத்து வரவேற்றார். பிரிட்டிஷார் நிராதரவான நிலையில் தங்களுடைய தொலைநோக்கிகள் வழியாக அதனைப் பார்த்துக் கொண்டிருக்கையிலேயே அவர்கள் உள்ளே நுழைந்தனர், வண்ணங்கள் சிதறின, அவர்களுடைய பேண்டு வாத்தியக்காரர்கள் 'வருக வருக' என்று இசைத்துக்கொண்டிருந்தனர் - அதே இசைதான் அன்று காலை மிகச்சிறிய பிரிட்டிஷ் படை ஒன்று பெரோஸ்பூரில் இருந்து அந்த பிரிட்டிஷ் முகாமிற்குள் நுழைந்தபோதும் வாசிக்கப்பட்டது.[77] 'அவ்வளவு பெரிய கூட்டத்திற்கு நகரத்தில் போதுமான இடம் கிடையாது. அதனால் அந்த பிரிகேட் டெல்லி வாயிலுக்கு வெளியிலேயே [நகரத்தின் தெற்கே] முகாம் அமைத்துக்கொண்டது. நகரத்தில் இருந்த சிப்பாய்களின் கூட்டம் ஏற்கனவே எல்லா வீடுகளையும் பெரும்பாலான கடைகளையும் ஆக்கிரமித்திருந்ததால் இதுதான் அவசியமானதாகத் தெரிந்தது. உதாரணத்திற்கு, 73 ஆவது படைப்பிரிவு முழுவதுமே மொத்த அஜ்மீரி பஜாரையும் ஆக்கிரமித்திருந்தது - ஒவ்வொரு கடையிலும் ஆறு அல்லது ஏழு சிப்பாய்கள் இருந்தனர்.'[78]

பெரேலி படையின் அளவுக்கு அதன் தலைமையும் முக்கியத்துவம் வாய்ந்ததுதான். கலகக்காரர்கள் அதுவரை மழுப்பிக்கொண்டிருந்த, செல்ல வேண்டிய திசையையும் ஒற்றுமையையும் கொண்டுவரக்கூடியவர்களாக இருவர் மட்டுமே இருந்தனர். அந்த இரண்டுபேரில் ஒருவர் ஆயுதப்படைப் பிரிவின் சுபேதாரான பக்த் கான் ஆவார். ஆப்கன் போர்களில்

வெற்றிமாலை சூடிய, கடுமையாக போர்புரியக்கூடிய அனுபவசாலியான அவர் ஒரு உயரமான, கனத்த, கம்பீரமான உடல்வாகுடன் பெரிய ஹேண்டில்பார் மீசையும், துருத்தலான கிருதாக்களும் வைத்திருந்த, ரோஹில்லா இனத்தைச் சேர்ந்தவராவார். பெரேலி துருப்புகளால் தலைவராக தேர்ந்தெடுக்கப்பட்ட பக்த் கான், ஒரு நிர்வாகி மற்றும் திறன்மிக்க ராணுவத் தலைவர் என்ற மரியாதையுடனே டெல்லிக்கு வந்தார்.

மலைத்தொடரில் இருந்த பிரிட்டிஷ் அதிகாரிகள் சிலருக்கு பக்த் கானை தனிப்பட்ட முறையில் தெரிந்திருக்க வாய்ப்பிருக்கிறது. ஷாஜஹானாபாத்தில் உள்ள அவருடைய வீட்டில் அவரிடம் பாரசீக மொழியைக் கற்றுக்கொண்டவரான கர்னர் ஜார்ஜ் போர்ஷியர் அவரைப்பற்றி 'ஆங்கிலேய சமூகத்திடம் பாசமுள்ளவர். மிகவும் அறிவிஜீவித்தனம் கொண்டவர்' என்று எழுதியுள்ளார்.[79] மற்றவர்களுக்கோ அவ்வளவு பெருந்தன்மை கிடையாது. சில பிரிட்டிஷ் அதிகாரிகள் அவரை குண்டான, சமூக லட்சியமுள்ளவர் என்றனர். மேலும், மலைத்தொடரில் இருந்த ராணுவத்தினர் அனைவருமே மிகவும் பழிதூற்றக்கூடிய வகையில் 'ஒரு பொல்லாத குதிரைவீரராகவும்' அவர் இருந்தார்.

மற்றொரு கலகத் தலைவர் பக்த் கானின் ஆன்மீக குருவும், இஸ்லாமிய மதபோதகருமான மௌலவி சர்ஃபராஸ் அலி ஆவார். 'முஜாஹிதீன்களின் இமாம்' என்று ஏற்கனவே பிரபலமாகியிருந்த அந்த மௌலவி டெல்லியில் பல வருடங்களைச் செலவிட்டிருப்பதுடன், அரசவையுடனும் நகரத்துடனும் நல்ல தொடர்பில் இருந்தவராவார். கலகப்பரவலுக்கு வழியமைத்த நாட்களில் பிரிட்டிஷாருக்கு எதிராக ஜிகாத்தை பிரச்சாரம் செய்த முதல் மதகுருக்களுள் அவரும் ஒருவர். ஷாஜஹான்பூரில் மே 1 ஆம் தேதி அவர் பேசிய கூட்டத்தில் '...நம்முடைய மதம் இப்போது ஆபத்தில் இருக்கிறது. இந்த நிலத்தின் இறையாண்மையை இழந்துவிட்டு, சீரழிந்த காஃபிர்களுக்கு அடிபணிந்து, அமைதியை வலியுறுத்தும் இறைதூதரிடம் இருந்து நாம் பெற்ற பிரிக்கமுடியாத பலன்களை துறந்துவிடப்போகிறோமா?' என்று பார்வையாளர்களிடம் பேசியிருந்தார்.

அதற்கும் முன்பாக, முக்கியத்துவம் வாய்ந்த விஷயம் என்னவென்றால், டெல்லியில் உள்ள முஃப்தி சத்ருதீன் அஸுர்தாவின் மதரஸாவான தர் உல்பகாவில் சர்ஃபராஸ் அலி ஆசிரியராக இருந்தார். அங்குதான் அவர் அல்ஜீப்ராவையும், ஜியாமெட்ரியையும் கற்றுக்கொண்டார். அதன் காரணமாக இந்தக் கலகத்திற்கு முன்பே அவர் டெல்லி உலாமாவின் மிக மரியாதைக்குரிய உறுப்பினர்களுள் ஒருவரானார் என்பதுடன், உண்மையில் இந்தக் கிளர்ச்சிக்கு முன்னதாகவே டெல்லியின் அறிவுஜீவி கிரீடத்தில் பிரகாசமான முத்து என்று சயீத் அகமது கானின் பாராட்டுதலுடன் தேர்ந்தெடுக்கப்பட்டிருந்தார்.[81] இந்தக் கலகப்பரவலுக்கு முன்னர் சர்ஃபராஸ் அலி கானுக்கும், பக்த் கானுக்கும் இடையில் இருந்த உறவு தெளிவாகத் தெரியவில்லை. ஆனால், சில மூலாதாரங்கள்

குறிப்பிடுவதன்படி, சர்ஃபராஸ் அலி கான்தான் இந்த கலகத்தில் சேர்ந்துகொள்ளும்படி பக்த் கானை தூண்டியிருக்கிறார். ராணுவம் டெல்லியை அடைந்த நேரத்தில் பக்த் கான் அவருடைய செல்வாக்கில் இருந்திருக்கிறார் என்பது மட்டும் உறுதி. பக்த் கான் தனியாளாக வரவில்லை. ராணுவத்துடன் வந்த நான்காயிரம் ஜிகாதிகளும் ஆன்மீக வழிகாட்டுதலுக்கு அந்த மௌலவியையே எதிர்பார்த்திருந்தனர். சிப்பாய்களை, ஜிகாதிகள் மற்றும் டெல்லி மேட்டுக்குடியினர் ஆகியோரை யாராவது ஒருங்கிணைக்க வேண்டுமென்றால் அது இந்த இருவரால்தான் முடியும்.

பக்த் கான் குறித்து மலைத்தொடரில் வெவ்வேறுவிதமான அபிப்பிராயங்கள் கூறப்பட்டிருக்கலாம். ஆனால், ஜாஃபருக்கும் அவருடைய ஆலோசகர்களுக்கும் இதுபோன்ற சந்தேகங்கள் எதுவுமே இல்லை. வந்துசேர்ந்த அதே நாளில் பக்த் கானும், மௌலவி சர்பராஸுும் அரண்மனைக்கு அழைக்கப்பட்டு, அரசு வரவேற்பு அளிக்கப்பட்டது. இந்த வரவேற்பின்போதுதான் பக்த் கானின் ராஜதந்திர குணவியல்புகளின் குறைபாடுகளில் சில வெளியே தெரிந்தன. பல 'வஹாபிக்களைப்' போலவே, இஸ்லாம் அல்லாதவர்கள் பூமியில் ஆட்சி செய்வதை அவர் ஏற்க மறுத்தார். பதிலாக முழுமையான இஸ்லாமிய ராஜ்ஜியம் குறித்தே அவர் ஆர்வம் கொண்டிருந்தார்.

பக்த் கானும் அவருடைய மௌலவியும் தங்களுடைய 250 அதிகாரிகளுடன் வந்தனர். எல்லோரும் முழுமையான சீருடையில் இருந்தனர். மேலும், மரியாதை இன்றி குதிரையில் இருந்து இறங்காமலேயே திவான் இயாம் அருகில் இருந்த தனி குடியிருப்பிடங்களுக்குள் சென்றனர்.[82] போர்க்களத்தில் பக்த் கான் எத்தகைய தகுதியுடையவராக இருந்தாலும், எப்படிப்பட்ட விவேகமுள்ள நிர்வாகியாக இருந்தாலும் அவர் ஒரு ராஜதந்திரி அல்ல என்பது மட்டும் நிச்சயம். விரைவிலேயே பேரரசரின் அரசவைக்கு ஏற்புடையதாக அல்லாத அவருடைய மனப்போக்கு உடனடியாக இறகுகளை உதிர்க்கத் தொடங்கிவிட்டது. பார்வையாளர்களிடத்தில் இருந்த ஹகீம் அஷானுல்லா கானுக்கும் இது ஏற்புடையதாக இல்லை. இதுகுறித்து பின்வருமாறு அவர் எழுதியுள்ளார்:

> *பக்த் கான் தன்னுடைய ரெஜிமெண்டின் அதிகாரிகள் மற்றும் அவருடன் வந்த ஜிகாதிகளுடன் தாமாகவே அரசருக்கு முன்பாக வந்தார். ஆனால், நடைமுறைக்கு மாறாக அவர் லால் பர்தாவிற்கு [அரசரின் தனி இருப்பிடங்களுக்கு முன்பாக தொங்கும் சிவப்பு திரைச்சீலை] தலைவணங்கவில்லை. அவருடன் வந்தவர்களும் அப்படிச் செய்யவில்லை. நிறையபேர் இதற்கு ஆட்சேபணை தெரிவித்தபோதிலும் அவர் அதைக் கண்டுகொள்ளவில்லை. திவான் இகாஸில் இருக்கும் அரசரின் நாற்காலிக்கு அருகில் வந்தபோது*

சமமானவர்கள் என்ற நிலையில் வைத்தே அவர் வணக்கம் வைத்தார் என்பதுடன் தன்னிடமிருந்து வாளை உருவி அதனை அரசரிடம் வழங்கினார். இத்தகைய அரசவைக் கலாச்சாரக்கேட்டினால் அதிர்ச்சியடைந்தாலும் அவருடைய துருப்புகளின் துணிச்சலை அரசர் பாராட்டவே செய்தார்.

[பக்த் கானின் அதிகாரிகளுள் இருவர்] 'மாட்சிமை பொருந்தியவர் ஒரு வாளையும், கேடயத்தையும் பக்த் கானிடம் வழங்க வேண்டும். அவற்றிற்கு அவர் தகுதியானவர் என்பதுடன் அத்தகைய ஒப்புதல் இதுபோன்ற தலைவருக்கு முறைப்படியானதுதான்' என்று கூறினர். முதலில் இதற்குத் தயங்கிய அரசர் அவை இன்னும் தயாராகவில்லை என்று கூறினார். ஆனால், தொடர்ச்சியான வற்புறுத்தலால் ஆயுதச்சாலையில் இருந்து அவற்றை வரவழைத்து பக்த் கானிடம் வழங்கினார். ஆனால் அதன் பின்னரும்கூட பக்த் கான் அரசருக்கு நாஸிர் எதுவும் வழங்கவில்லை. [பதிலாக], 'ராணுவத்தின் மீது இளவரசர்களுக்குத் தாங்கள் அதிகாரம் வழங்கியிருக்கிறீர்கள் என்று கேள்விப்பட்டேன். அது நல்லதற்கில்லை. அந்த அதிகாரத்தை என்னிடம் தாருங்கள். நான் எல்லாவற்றையும் பார்த்துக் கொள்கிறேன். ஆங்கிலேய ராணுவத்தின் வழக்கங்கள் பற்றி இவர்களுக்கு என்ன தெரியும்?' என்றார். அதற்கு, 'ராணுவத்தில் உள்ள அதிகாரிகளின் வேண்டுகோளுக்கு இணங்கியே இளவரசர்கள் நியமிக்கப்பட்டிருக்கிறார்கள்' என்று பதிலளித்த அரசர் அரசவையை கலைந்துபோகச் செய்தார்.[83]

பக்த் கான் எப்படி நடந்துகொண்டாலும் அவரை நம்பலாம் என்றே ஜாஃபர் அப்போதும் நம்பிக்கொண்டிருந்தார். அதற்கடுத்து வந்த நாட்களில் அவருக்கு 'ஃபர்சாந்த்'[மகன்] மற்றும் சாஹிப் இ-ஆலம் [உலகின் தலைவன்] என்ற பட்டங்களை அளித்து கலக ராணுவங்கள் அனைத்திற்குமான உயர் ராணுவ பதவியை வழங்கிய அவர், முன்னாள் தலைமைத் தளபதியான மிர்ஸா முகலின் இடத்தில் அவரை நியமித்தார். பின்னாளில் பக்த் கானை கவர்னர் ஜெனராக அறிவித்த ஜாஃபர், மிர்ஸா முகலுக்கு துணைத்தளபதி பதவி வழங்கினார். அது அவரை ராணுவத் தளபதி என்பதில் இருந்து நிர்வாகத் தலைவர் என்ற நிலைக்கு மாற்றியது.[84]

இதற்கு பிரதிபலனாக, மலைத்தொடரில் இருந்து பீரங்கியால் தாக்கிக் கொண்டிருந்த சிறிய பிரிட்டிஷ் படையினரைவிட சிப்பாய்களின் எண்ணிக்கை விஞ்சியிருந்தாலும், அவர்களை நகரவிடாமல் செய்த பல பிரச்சினைகளையும் தீர்ப்பதற்கு பக்த் கான் தீவிர முயற்சி மேற்கொண்டார். சிப்பாய்கள் நகரத்தை கொள்ளையிட்டதால் ஏற்பட்ட பிரச்சினைகளைத் தீர்ப்பதற்கு அவர் முயற்சித்தார். அரச ஊதியங்கள் அனைத்தையும் வழங்குவதற்கான ஏற்பாடுகளையும் மேற்கொண்டார். கொள்ளையர்களை

கைது செய்வதற்கு கோட்வாலுக்கும் அவருடைய காவல்துறையினருக்கும் கடுமையான உத்தரவுகள் பிறப்பிக்கப்பட்டன. அத்துடன் சிப்பாய்கள் பஜார்களிலிருந்து விலகி டெல்லி வாயிலுக்கு வெளியே உள்ள புதிய முகாமிற்குத் திரும்ப வேண்டும் என்ற உத்தரவுகளும் பிறப்பிக்கப்பட்டன. முன்ஷி ஜீவன் லாலின் கூற்றுப்படி, அடுத்தடுத்து வந்த நாட்கள் உத்தரவுகளாலும் புதியன புகுத்தல்களாலும் சுழன்றடித்தபடி இருந்தன.

> மத்தள ஒலி அதிர ஜெனரல் ஓர் அறிவிப்பை வெளியிட்டார். அதன்படி கடைக்காரர்கள் அனைவரும் ஆயுதங்கள் வைத்துக்கொண்டார்கள். ஆயுதம் இல்லாமல் யாரும் தங்கள் வீட்டைவிட்டு வெளியே வரவில்லை. ஆயுதங்கள் இல்லாதவர்கள் தலைமையகத்தில் விண்ணப்பித்தால் அவர்களுக்கு அது இலவசமாக வழங்கப்பட்டது. கொள்ளையடித்ததாகக் கூறி பிடிபட்ட சிப்பாய்களின் கைகள் அவர்களுடைய உடலில் இருந்து வெட்டியெடுக்கப்பட்டது. [கொள்ளையடித்த] வெடிப்பொருள்களை ஆயுதக்கிடங்கில் திருப்பி அளிக்கச் சென்ற சிப்பாய்களுக்கு கடுமையான தண்டனையளிக்கப்பட்டது. ஆயுதக்கிடங்கை ஆய்வுசெய்த ஜெனரல் அங்கிருந்த அறைகளையும் பொருட்களையும் முறையாக ஒழுங்குபடுத்த உத்தரவிட்டார். ராணுவத்துடன் தொடர்புடைய கடமைகள் அனைத்திலிருந்தும் விடுபட்டுக் கொள்ளுமாறு [இளம் இளவரசர்களுக்கு] அறிவுறுத்தும் உத்தரவும் பிறப்பிக்கப்பட்டது. காலையில் அணிவகுப்பில் கலந்துகொள்ள வேண்டும் என துருப்புக்களுக்கு உத்தரவிடப்பட்டது. ஆங்கிலேய முகாமைச் சேர்ந்த மூன்று உளவாளிகளுக்கு மரண தண்டனை நிறைவேற்றப்பட்டது. துருப்புகள் டெல்லி வாயிலில் இருந்து அஜ்மீரி வாயில்வரை அணிவகுப்பு நடத்தினர். கனிவாக பேசிய ஜெனரல் அவர்களை அரவணைக்கவும் செய்தார். [ஆனால்] நகர மக்களைத் துன்புறுத்தவோ கொள்ளையடிக்கவோ கூடாது என்று [அவர்களை எச்சரிக்கவும் செய்தார்.[85]

இதில் மிகவும் மனதைக் கவரக்கூடியது பக்த் கான் முன்வைத்த புதிய ராணுவ வியூகம்தான். பக்கவாட்டு நடவடிக்கை - ஜூலை 3 ஆம் தேதியன்று யமுனை ஆற்றின் ஓரமாக அலிப்பூர் வரை ஒரு படை அனுப்பிவைக்கப்பட்டது - என்ற இந்த முயற்சி பாதி தோல்வியில்தான் முடிந்தது. ஏனென்றால் அந்த கிராமத்தின் உணவுப்பொருள் தளத்திற்கு தீவைத்துவிட்டு திரும்பிக்கொண்டிருக்கையில் மறைந்திருந்த பிரிட்டிஷாரால் அவர்கள் திடீர்த் தாக்குதலுக்கு ஆளானார்கள். அதே நேரத்தில், பக்த் கான் ஒரு சுழற்சிமுறை திட்டத்தை உருவாக்கினார். அதன்படி பிரிட்டிஷாரை தொடர்ந்து சமநிலை இல்லாமலேயே வைத்திருக்க வேண்டும். இந்த புதிய விதிமுறைபற்றி பிரிட்டிஷாரிடம்

உளவாளிகள் தெரிவித்தனர். அதாவது ‘சிறு கைகலப்புகூட இல்லாமல் ஒருநாள்கூட கடந்துவிடக்கூடாது, இந்த நோக்கத்திற்காகவே ராணுவம் மூன்றாகப் பிரிக்கப்பட்டு, ஒரு நாளைக்கு ஒரு சண்டையாவது நடைபெற்றாக வேண்டும்.’[86]

தாக்குதல்களின் விறுவிறுப்பில் ஏற்பட்ட வேகம் ஏறக்குறைய உடனடி விளைவை ஏற்படுத்தியது. ரிச்சர்ட் பார்ட்டர் கூற்றுப்படி, ‘பக்த் கான் உருவாக்கியத் திட்டப்படி, எங்களால் ஓரிடத்தில் நிலையாக இருக்க முடியவில்லை. சோர்ந்துபோய், நிம்மதியடைவதற்கான வாய்ப்பே இல்லை என்பதை தெரிந்துகொண்ட சில படைவீரர்கள் மூர்க்கமானார்கள். எதிரிகளை சபித்தார்கள். இதுபோன்ற நிலையில் வாழ்வதில் இருந்து தங்களை விடுவித்துக் கொள்வதற்காகவே கொல்லப்பட்டார்கள். மரணம் எப்படியோ வரத்தான் போகிறது. அது சீக்கிரம் வருவதுதான் நல்லது என்பதே அவர்களுடைய கருத்தாக்கமாக இருந்தது.’[87]

பக்த் கான் டெல்லிக்கு வந்துசேர்ந்து சரியாக ஒரு வாரத்திற்குப் பிந்தைய ஜூலை ஒன்பதாம் தேதி என்பது, பிரிட்டிஷாரை நிரந்தரமாக ஒழித்துக்கட்டுவதற்கு திட்டமிட்ட முயற்சியை அவர் மேற்கொண்ட நாளாகும்.

இது காலை 5 மணிக்கு பிரமாதமாகவே தொடங்கியது. கொட்டும் மழையில், பிரிட்டிஷ் முறைப்படுத்தா ராணுவத்தைப் போலவே வெள்ளைச் சீருடை அணிந்திருந்த பக்த் கானின் முறைப்படுத்தா காலாட்படையினரால் மேற்கொள்ளப்பட்ட பின்பக்கத் தாக்குதலைத் தொடர்ந்து நகரத்தைச் சேர்ந்த துப்பாக்கி வீரர்கள் பெரும்திரளாக வந்தனர். இந்த சீருடை அடையாளத்தினால் ஏற்பட்ட குழப்பத்தின் காரணமாக அவர்கள் அபாயசங்கு ஒலிக்கும் முன்னரே பிரிட்டிஷ் முகாமிற்குள் நுழைந்துவிட்டனர் - முதலாவது கலகப் படைவீரர்கள் பாதுகாப்பு வளையத்திற்குள் ஊடுருவிச் செல்வதில் வெற்றிபெற்றனர். ஆயுதப்படையினரில் சிலரைப் பிரித்துவிட்ட அவர்கள் முக்கியத்துவம் வாய்ந்த பிரிட்டிஷ் குதிரைப்படை தப்பிவிடும் முன்னர் அவற்றின் துப்பாக்கிகளை கைப்பற்றுவதிலும் ஏறத்தாழ வெற்றியடைந்தனர்.

அதேநேரத்தில், பெரேலி ராணுவத்தின் முழுப்படையும் நகரத்திற்கு வெளியே திரண்டுவந்து பிரிட்டிஷாரின் வலதுபக்கத்திற்கு திரும்பும் நோக்கத்துடன் கிஷன்கஞ் புறநகர்ப்பகுதியை அடைந்தது. பிரிட்டிஷார் எப்படியோ அதை பின்வாங்கச் செய்தனர். ஆனால், தப்பிச் செல்வதற்கு பதிலாக அந்த சிப்பாய்கள் பிரிட்டிஷாரை சீண்டி அவர்களுடைய பாதுகாப்பிடங்களில் இருந்து அப்பால் வரவழைத்து, பாதுகாப்பில்லாத

மலைச்சரிவில் அவர்களுடன் சண்டையைத் தொடர்ந்தனர். ஒரு சரியான ஒழுங்கில் பின்வாங்கிய அவர்கள், ஒரு குறிப்பிட்ட இடைவெளியில் திரும்பி தங்களுடைய துப்பாக்கிகளால் குறிவைத்தனர். வெளியே தெரிந்த பிரிட்டிஷ் படையணியை நோக்கி பீரங்கி குண்டுகளும் எறிகுண்டுகளும் வீசப்பட்டன. இத்தகைய உறுதியான ஒழுங்குமுறை லெப்டினெண்ட் சார்லஸ் கிரிஃபித்தின் மனதைக் கவரும்படியாக இருந்தது.

அப்போது ஒரு சீரான ஒழுங்கில் பெய்துகொண்டிருந்த மழை எங்களுடைய மெல்லிய பருத்தி உடைகளை நனைத்து சில நிமிடங்களிலேயே தோலையும் ஈரமாக்கியது. எங்களுடைய ஆட்களில் பலர் கீழே விழுந்தார்கள். அது ஒரு முழுமையான நரகத் தீ. எங்களுக்கு ஏற்பட்ட இழப்பு மிகப்பெரியது என்பதுடன் எங்களைப் பாதுகாத்துக்கொள்ள தற்காலிகமான வாய்ப்பே இருந்தது. அதுவும்கூட எங்களுடைய ஆட்கள் முன்னோக்கி செல்ல அவசரப்படுத்தியதால் சிக்கலாகிவிட்டது. அந்த நாளில் ஏற்பட்ட இழப்புகள், முற்றுகை தொடங்கியதில் இருந்து ஏற்பட்ட இழப்பையெல்லாம் விஞ்சிவிட்டது. எங்களுடைய சிறிய படை சண்டையில் ஈடுபட்டிருப்பது போக 221 ஆட்கள் கொல்லப்பட்டனர் அல்லது காயமடைந்தனர்.[88]

அதுபோக, சற்று தொலைவில் மேற்கே ஜிகாதிகளின் உதவியுடன் தாக்குதலுக்கு தலைமைதாங்கிய பக்த் கான் திஸ் ஹஸாரி தோட்டத்திற்கு வெளிப்புறத்தில் இருந்த தடுப்புக் காவல் மீது தாக்குதல் நடத்தி அதனைக் கைப்பற்றினார். இதுதான் ராணுவத்தின் உறுதியற்ற மனநிலையினுடைய - பிரிட்டிஷாரிடம் இருந்த பயம், விரக்தி மற்றும் அழுத்தம் ஆகியவற்றின் - அளவீடு. இதனை மேஜர் வில்லியம் ஐலேண்ட் பின்வருமாறு விவரிக்கிறார்:

தங்களுடைய முகாமில் ஏற்பட்ட ஊடுருவலை அடுத்து பிரிட்டிஷ் துருப்புகளில் பலர் தங்களுடைய மூர்க்கத்தனத்தை, தேவாலயக் கல்லறைக்கு அருகாமையில் அகதிகளாக கூடியிருந்த நிராயுதபாணியான இந்தியப் பணியாளர்கள் மீது காட்டினர். அவர்களில் சிலர் வெட்டிக் கொல்லப்பட்டனர். சிலர் கல்லறைகளுக்குப் பின்னால் மறைந்து கொண்டனர். ஒரு பெண்ணை அவருடைய மார்பில் சுட்டுக்கொன்றார்கள். நிறைய ரத்தக்களறியான சண்டைகளும் கொலைத்தண்டனைகளும் எங்களுடைய ஆட்களை குரூரமானவர்களாக ஆக்கியிருந்தது. அவர்கள் இப்போது பூர்வகுடியினரின் உயிர்களை மிருகங்களைக் காட்டிலும் கேவலமானவர்களாக மதித்தனர். அதை சரிசெய்வதற்கு

அதிகாரிகள் அவர்களுக்கு உத்தரவிட்டோ அல்லது முன்மாதிரியாக நடந்துகொண்டோ எந்தவகையிலும் முயற்சி செய்யவில்லை.

தீவிர மதநம்பிக்கையுடன் நடந்துகொண்ட பணியாளர்கள் அதிகாரிகளால்கூட கருணையில்லாமல் துன்புறுத்தப்பட்டார்கள். அவர்களை அடித்து மோசமாக நடத்தினார்கள். அவர்களில் பலரும் கொல்லப்பட்டார்கள். நோயுற்ற பணியாளர்கள், புல் வெட்டுபவர்கள் மற்றும் சுமை தூக்குபவர்கள் என அவர்களில் பலரும் எங்களுடைய சேவையில் காயமடைந்தார்கள். பல மாதங்களுக்கு வெறும் தரையில் கிடந்தார்கள். பகற்பொழுது வெயிலிலும், இரவில் பனியிலும் கிடந்து காய்ந்தனர். உணவகத்தில் நடந்த உரையாடலின் தொனி காட்டுத்தனமாகவும் மூர்க்கத்தனமாகவும் இருந்தது. டெல்லி குடியிருப்புவாசிகள் படுகொலை செய்யப்பட வேண்டும் என்பது வெளிப்படையாகவே அறிவிக்கப்பட்டது. அவர்களில் பலரும் நாங்கள் வெற்றிபெற வேண்டும் என்று விரும்பியவர்கள் ஆவர்.[89]

மலைத்தொடரில் நிலவிய வாழ்க்கைமுறை பற்றிய குறிப்புகளில் பல விஷயங்கள் மறக்கப்பட்டே வந்திருக்கின்றன என்பதையும் இந்தப் பத்தி குறிப்பிட்டுக் காட்டுகிறது. உண்மையில், படைவீரர்களில் பாதிக்கும் மேலானவர்கள், ஏறக்குறைய உதவிப் பணியாளர்களில் பெரும்பாலானவர்கள் இந்தியர்களே தவிர பிரிட்டிஷ்காரர்கள் அல்ல. மொத்தத்தில் இது ஒரு வகையான மிக விசித்திரமான மதம்சார்ந்த போர். இந்தப் போரில் ஒரு முஸ்லிம் பேரரசர் தன்னுடைய கிறிஸ்துவ அடக்குமுறையாளர்களுக்கு எதிராக, அதிகப்படியான எண்ணிக்கையில் ஹிந்து சிப்பாய்களைக் கொண்டிருந்த ஒரு கிளர்ச்சிக்கார ராணுவத்தால் கலகம் செய்யத் தூண்டப்பட்டிருக்கிறார். அந்த ஹிந்து சிப்பாய்கள் தங்களுடைய முழு மனதுடன் (ஆரம்பத்தில் அவருக்கு எதிராகவும்) வந்து, முஸ்லிம் ஆசீர்வாதமாகிய பராகத் கேட்டும், தாங்கள் சட்டப்படியான ஆட்சியாளர் என்று மதிக்கின்ற முகலாயர் தலைமை தாங்க வேண்டும் எனக்கேட்டும் வந்திருந்தவர்கள் ஆவர்.

முகலாயர்களின் புதிய படையினுடைய ஒருங்கிணைப்பு மற்றும் ஒற்றுமைக்கு முஸ்லிம் ஜிகாதி குழுக்களின் வருகை பெரும் அச்சுறுத்தலாக அமைந்துவிட்டதுதான் இதில் இன்னும் விசித்திரமானது. இந்த ஜிகாதிகள் இறுதியில் டெல்லி கலக ராணுவத்தினரில் பாதிக்குப் பாதி என்ற அளவில் சேர்ந்துவிட்டனர். இதனால்தான் முகலாயர்களுக்கு எதிராக பதான் மற்றும் பஞ்சாபி முஸ்லிம்களின் முறைப்படுத்தா படைவீரர்களின் எண்ணிக்கையை அதிகரித்துக்கொண்ட பின்னரே பிரிட்டிஷார் எதிர் தாக்குதலைத் தொடங்கினர். டெல்லி கலக நினைவகத்தில் காணப்படும் உயிரிழந்த 'பிரிட்டிஷ்' அதிகாரிகளில் மூன்றில் ஒருவரும், மற்ற

பிரிவுகளில் முழுமையாக 82 சதவிகிதத்தினரும் 'பூர்வகுடியினர்' என்று வகைப்படுத்தப்பட்டுள்ளது.[90] இந்த முற்றுகையின் முடிவில், பஞ்சாபிலிருந்து சென்ற கடைசி உதவிப்படைகள் மலைத்தொடரை அடைந்தபோது பிரிட்டிஷ் படையில் இருந்த இந்தியர்களின் எண்ணிக்கை ஐந்தில் நான்கு பங்கு இருந்தது. டெல்லியில் ஏற்பட்ட இந்த எழுச்சியானது பிரிட்டிஷ் மற்றும் பெருமளவிற்கு அவத்தில் இருந்தே வந்த ஹிந்து சிப்பாய் ராணுவத்திற்கும் இடையிலான போட்டியாக தொடங்கியிருந்தால், அது ஒரு கலப்பு கலகப் படையினருக்கு இடையிலான மோதலாக முடிந்திருக்கும்.

மேலும், மலைத்தொடரில் இருந்து வந்த கடிதங்களில் காணப்படும் 'பிரிட்டிஷ் மோசடிக்கூட்டம்' மற்றும் 'பூர்வீக கோழைத்தனம்' போன்ற சவடாலான வார்த்தைகளைப் பொறுத்தவரை இந்த இனவாத மொழிப் பிரயோகமானது இனவாத 'தூய்மைக்கு' முழுமையான முன்மாதிரிகளாக விளங்கிய ஆங்கிலோ-சாக்ஸன் குடும்பப் பின்னணியைச் சேர்ந்த கூட்டத்தினரிடம் இருந்தே வந்திருக்கின்றன. உண்மையைச் சொல்லப்போனால், இதுசம்பந்தமாக நம்மிடம் உள்ள விவரங்களைப் பார்க்கும்போது அவர்கள் உண்மையிலேயே, ஒருவகையில் தாங்களே வெட்கித் தலைகுனியும் வகையில் பெருமளவு பலகலாச்சாரத்தைச் சேர்ந்தவர்களாவர். எலிசபெத் வேகன்டிரைபருக்கேகூட ஒன்றுவிட்ட ஸ்கின்னர் சகோதர சகோதரிகள்தான் இருந்துள்ளனர். அவர்களில் பலரும் - எலிசபெத்தின் அம்மா உட்பட - இந்திய முஸ்லிம்கள் ஆவர். தியோவுக்கும், ஜிஜி-க்கும் ஜேம்ஸ் மெட்காஃப் வழியாக நிறைய பஞ்சாபி சீக்கிய சகோதர சகோதரிகள் உள்ளனர். சர் தாமஸின் மூத்த சகோதரரும், டெல்லி ஆளுநராக சர் சார்லஸிற்கு முன்பு பதவிவகித்தவருமான ஜேம்ஸ் மெட்காஃப் லாகூரில் உள்ள ரஞ்சித் சிங்கின் அரண்மனையில் சந்தித்த இனிமையான சீக்கிய பீபியை குடும்ப முறைப்படி, 'இந்திய சடங்குகளின்படி' திருமணம் செய்துகொண்டார்.[91] ஒரு பதின்பருவத்தினராக அரை-பஞ்சாபியான ஜேம்ஸ் இங்கிலாந்தில் உள்ள தன்னுடைய ஒன்றுவிட்ட சகோதர சகோதரிகளுடன் இங்கிலாந்தில்தான் வளர்ந்துவந்தார். அப்போது அவர் லண்டனில் இருந்தபோது தியோவின் இளைய சகோதரரும், பின்னாளில் கலக விவரங்கள் குறித்த முன்ஷி ஜீவன் லால் மற்றும் முய்னுதீனின் விளக்கங்களை மொழிபெயர்த்தவருமான சார்லஸ் அவரைப் பார்க்கச் செல்வார் என்பதுடன் அவருடைய அழகான மனைவி மீதும் லேசான ஆசைகொண்டார். இதுகுறித்து ஜிஜி-க்கு அவர் எழுதிய கடிதத்தில், 'ஒரு கலகலப்பான பெண். சரியான நேரம் அமைந்திருந்தால் நான் அவரைத் திருமணம் செய்துகொள்ள தயங்கியிருக்கவே மாட்டேன். உண்மையைச் சொல்லப்போனால் நான் அவளை மிதமிஞ்சிய அளவுக்கு விரும்புகிறேன் என்பதைச் சொல்ல எனக்கு முழு உரிமை இருக்கிறது. நான் அவளைப்

பார்த்தவுடனேயே ஜேம்ஸிடம் கூறினேன், திருமதி ஜே அப்படியே ஜிஜியைப் போன்றே இருக்கிறாள் என்று' என கூறியிருக்கிறார்.[92]

பாதிரி ராட்டனின் விஷயம் இன்னும் அதிர்ச்சிகரமானது. ஆங்கிலேயர்கள்தான் கடவுளால் தேர்ந்தெடுக்கப்பட்டவர்கள் என்று வாய்ச்சவடால்விட்ட பாதிரிக்கு ஆங்கிலோ-இந்திய ஒன்றுவிட்ட பழங்குடியின சகோதர வம்சாவளியே இருக்கிறது. இவர்களில் ஆங்கிலமே பேசவராத ஜேம்ஸ் ராட்டன் மற்றும் பல்வேறு இந்திய மனைவிகள் மூலம் ('பூர்வீகத்தினர் என்ற வார்த்தைக்கு எல்லாவகையிலும் பொருத்தமானவர்கள்') பிறந்த இருபத்தி இரண்டு முஸ்லிம் குழந்தைகளுக்கு தகப்பானாயிருந்த அவருடைய ஒன்றுவிட்ட மதம்மாறி சகோதரர் ஃபெலிக்ஸ் ராட்டன் ஆகியோரும் அடங்குவர். அவத்தில் கலகக்காரர்கள் சார்பாக சண்டையிட்டுக்கொண்டிருந்த இவர்கள் அனைவருமே அத்தருணத்தில் லக்னோவில் இருந்த பிரிட்டிஷ் ஆளுநர் மாளிகையை முற்றுகையிடுவதில் மும்முரமாக இருந்தனர். இந்திய அலுவலக நூலகத்தில் உள்ள கம்பெனி ஆவணங்களின்படி, 'திரு [ஃபெலிக்ஸ்] ராட்டன் ஜூலை மாதம் கடைசிவரை [அதாவது, ஜூலை 1857] கலகக்காரர்களுடனே இருந்து, கலகங்களுக்குத் தலைமையேற்று, வலுவான அவிசுவாசியாக செயல்பட்டுக்கொண்டிருப்பதாக தெரிகிறது.' அவர் பிரிட்டிஷாருக்கு எந்த உதவியும் செய்யவில்லை. 'ஓர் ஐரோப்பிய வம்சாவளியாக இருந்தபோதிலும் அவருடைய மகன்கள் அனைவரும் ஆயுதம் தரித்திருப்பது எங்களுக்கு எதிரானதாகக் காணப்படுகிறது என்பதுடன் தன் மகன்களுக்கு தகப்பனாயிருப்பதன் காரணமாகவும் அவர் பதில்சொல்ல கடமைப்பட்டிருக்கிறார்.'*[93]

தன்னுடைய வீட்டிற்கு எழுதிய கடிதங்கள் முழுவதிலும் 'கீழ்த்தரமான பூர்வகுடியினர், அசிங்கம்பிடித்த கோழைக்கூட்டம்' என்று விவரித்து கடிதம் எழுதிய ஃபிரெட் ராபர்ட்ஸிற்குகூட முஸ்லிம் ஆங்கிலோ-இந்திய ஒன்றுவிட்ட சகோதரர் இருந்தார். சோட்டே சாஹேப் என்றும் அழைக்கப்பட்ட ஜான் ராபர்ட்ஸ் என்ற அவர் பாதிரியின் ஒன்றுவிட்ட சகோதரர்களைப் போன்றே அச்சமயத்தில் லக்னோவில் இருந்த பிரிட்டிஷாருக்கு எதிரான போராட்டத்தில் ஈடுபட்டிருந்தார். 'முற்றிலும் இந்திய முறைப்படி வாழ்ந்த ஓர் அர்ப்பணிப்புள்ள முஸ்லிமான ஜான் தன்னுடைய மத அனுசரிப்புகளான நமாஸ் [பிரார்த்தனைகள்] மற்றும் ரஸா [நோன்புகள்] ஆகியவற்றில் திட்டவட்ட உணர்வுள்ளவுள்ளராக இருந்திருக்கிறார்'. அத்துடன் அவர் மணந்துகொண்ட லக்னாவி பெண்மணியான ஷஸாதி பேகம் என்பவர் நவாப் ரம்ஸான் அலி கானின் பேத்தியாவார். ஃபிரெட்டின் எழுத்து

* ஃபெலிக்ஸ் ராட்டன் 1858 இல் பிரிட்டிஷ் படைகளிடம் சரணடைந்தபோது தான் ஆளுநர் மாளிகைக்கு செல்லவிருந்ததாகவும் 'இந்திய துருப்புகள் நகரத்திற்குள் நுழைந்தபோது நான் தூங்கிவிட்டேன்' என்றும் கூறியிருக்கிறார். பார்க்க: Rosie Llewellyn-Jones, *A Fatal Friendship: The Nawabs, the British and the City of Lucknow*, New Delhi, 1992, pp. 32-3.

திறமையை பங்கிட்டுக்கொண்ட ஜான் 'ஜேன்' என்ற புனைப்பெயரில் குறிப்பிடத்தகுந்த உருதுக்கவிஞராகவும் விளங்கினார் என்றாலும் அவரால் ஆங்கிலத்தில் படிக்க முடியாது. அவர்களுடைய தந்தையான, பிரிட்டிஷ் ராணுவப் பொறுப்பில் உயர் கௌரவம் பெற்றிருந்த ஜெனரல் சர் ஆப்ரஹாம் ராபர்ட்ஸ் தன்னுடைய மகன் கலகக்காரர்களின் பக்கம் இருப்பதை கேள்விப்பட்டபோது சீற்றம் கொண்டார். அதேசமயம், அவருடைய ஒன்றுவிட்ட சகோதரர் மலைத்தொடரில் நாயகனாக போற்றப்பட்டுக் கொண்டிருந்தபடியால் அவருக்கான பஞ்சப்படிகளை உடனடியாக நிறுத்தினார். 'ஆங்கிலேயர்களுக்கு எதிராக செல்வதற்கு துப்பாக்கி வண்டிகளை வழங்கிய ராஜாவிடம் இருந்து உனக்கு உதவி கிடைக்கும் என்று நம்புகிறேன்' என்று எழுதினார் சீற்றம்கொண்ட அந்த ஜெனரல். 'மற்றவர்களைப் போன்றே நீயும் ஆளுநர் மாளிகைக்கு சென்றதால் நீ காப்பாற்றப்பட்டாய். ஆனால், இப்போது எதையும் பெறுவதற்கான வாய்ப்பு உனக்கு இல்லை.'[94]

கலகக்காரர்களைப் பொறுத்தவரையில் ஜூலை 9 அன்று பிரிட்டிஷார் மீது நடத்தப்பட்ட தாக்குதல் நிச்சயம் மிகுந்த வெற்றிகரமான ஒன்றுதான். ஆனால், அரண்மனை மற்றும் நகரம் ஆகிய இரண்டிலுமே காணப்பட்ட எதிர்பார்ப்புகள் மிக அதிகம். அத்துடன் அங்கே பெரிய திருப்புமுனையாக எதுவும் நடந்துவிடவில்லை என்பதாலும், பிரிட்டிஷார் மலைத்தொடரில் உறுதியான பாதுகாவல் அரணில் நிலைகொண்டுவிட்டனர் என்பதாலும் பெரும் ஏமாற்ற உணர்வே நிலவியது.

அதற்கடுத்து வந்த வாரங்களில் இந்த விரக்தியுணர்வு ஆழமாகிக்கொண்டே சென்றது. அந்த நகரத்தை எந்த உளவுத் தகவலும் எட்டவில்லை என்பதே பக்த் கானின் தந்திரங்கள் எந்தளவுக்கு வெற்றிகரமானவை என்று கலகக்காரர்கள் யாரும் உணர்ந்துகொள்ளவில்லை என்பதைச் சுட்டிக்காட்டியது. பிரிட்டிஷ் நிலையின் உறுதியின்மை மற்றும் பக்த் கான் அதன் மீது ஏற்படுத்திய நெருக்கடி ஆகியவற்றைப்பற்றி தெரிந்துகொள்ளாத சிப்பாய்கள் பிரிட்டிஷ் படைவரிசை எந்தவித மாற்றமுமின்றி இருப்பதை மட்டுமே கண்டு பக்த் கானிற்கு எதிராக முணுமுணுக்கத் தொடங்கினர். தன்னிடமிருந்து தலைமைப் பதவி பறிக்கப்பட்ட விதத்தினால் மிர்ஸா முகல் வன்மத்துடன் இருந்த அதே நேரத்தில் மற்ற சிப்பாய்கள் வேறு ஒரு ரெஜிமெண்டை சேர்ந்த ஒரு தளபதிக்கு அடிபணிவதை விரும்பவில்லை. தாக்குதல்கள் எந்த வகையிலும் வெற்றியை நோக்கி நெருங்கத் தவறியதால் பக்த் கானின்

கௌரவமும், சிப்பாய்களின் மீதான அவருடைய பிடிமானமும் மெதுவாக நழுவத்தொடங்கியது.

ஜூலை மாத முடிவில் பக்த் கானிற்கு எதிரான புகார்கள் வெளிப்படையாகவே தர்பாரில் கூறப்பட்டன. 29 ஆம் தேதி ஒரு சிப்பாய், 'பல நாட்கள் கடந்தும் ஜெனரல் தன்னுடைய படையைச் சண்டைக்கு அழைத்துச் செல்லவில்லை' என்று புகார் தெரிவித்தார். பக்த் கான் சீற்றம்கொண்டார். ஆனால், சொல்லப்பட்ட யாவையும் உண்மையே என்று பேரரசர் சுட்டிக்காட்டினார்.[95] சில நாட்களுக்குப் பின்னர், பலத்த மழையின் காரணமாக திட்டமிட்டிருந்த தாக்குதல் ரத்து செய்யப்பட்டபோது கோபமடைந்த ஜாஃபர், 'நீங்கள் அந்த மலைத்தொடரைக் கைப்பற்றப்போவதில்லை. நீங்கள் எனக்குத் திரட்டித்தந்த செல்வம் அனைத்தையும் செலவழித்துவிட்டீர்கள். அரச கருவூலும் காலியாகிவிட்டது. நாளுக்கு நாள் படைவீரர்கள் தங்களுடைய வீடுகளுக்கு திரும்பிக்கொண்டிருக்கிறார்கள் என்று கேள்விப்பட்டேன். எனக்கு வெற்றி பெறுவோம் என்ற நம்பிக்கையே இல்லை' என்றார்.

அடுத்தநாள், குவாலியரில் இருந்த 2,000 துருப்புகள் மற்றும் நாஸிராபாத்தில் இருந்த 6,000 ஜிகாதிகள் ஆகியோரிடம் இருந்து வந்த வேண்டுகோள்களில், அரசர் உத்தரவிட்டால் தாங்கள் டெல்லியை நோக்கி வரத் தயாராக இருப்பதாக கூறப்பட்டிருந்தது. ஆனால், இதற்குப் பதிலளித்த ஜாஃபர், 'டெல்லியில் இருக்கும் 60,000 பேராலேயே ஆங்கில ராணுவத்தை மலைத்தொடரில் இருந்து விரட்ட முடியவில்லை என்றால் உங்களுடைய 6,000 பேரை வைத்துக்கொண்டு என்ன செய்துவிட முடியும்?' என்றார். தன்னுடைய உத்தரவுகளுக்கு சிப்பாய்கள் அடிபணிவதில்லை என்று பக்த் கான் புகார் கூறியபோது அதற்கு ஜாஃபர், 'அப்படியென்றால் அவர்களை நகரத்தை விட்டுப் போகச் சொல்லுங்கள்' என்றார்.[96] அதற்கு சற்று பின்னர் ஜாஃபர் இதுகுறித்து கூறுகையில்,

> *இந்த நகரம் இன்னமும் படைவீரர்களால் துன்புறுத்தப்பட்டு மிரட்டப்படுவது சகித்துக்கொள்ள முடியாத ஒன்று. அவர்கள் ஆங்கிலேயர்களை அழிப்பதாக சத்தியம் செய்துவிட்டுத்தான் இங்கே வந்தார்களே தவிர தங்களுடைய நாட்டு மக்களையே அழிப்பதற்காக அல்ல. ஆங்கிலேயர்களை அழிப்பதற்காகவே இந்தக் காவலரண்களின் பாதுகாப்பில் இருந்து வெளியே செல்வதாக படைவீரர்கள் பீற்றிக்கொள்கிறார்கள். ஆனாலும், நகரத்திற்கே திரும்பி வந்துவிடுகிறார்கள். ஆங்கிலேயர்கள் கடைசியாக மீண்டும் இந்த நகரத்தைக் கைப்பற்றி என்னைக் கொன்றுவிடுவார்கள் என்பது மட்டும் தெளிவாகத் தெரிகிறது.*[97]

பின்னர், ஜூலை மாத இறுதியில் சற்றே ஆச்சரியப்படும்படியான நிகழ்வாக ராணுவத் தலைமையில் மற்றொருமுறை மாற்றம் ஏற்பட்டது.

பக்த் கான் தலைமைத் தளபதி பதவியில் இருந்து நீக்கப்பட்டார். பதிலாக, அதன் உயர் அதிகாரமானது தன் தந்தையின் பெயரால் செயல்பட்டுக் கொண்டிருந்த மிர்ஸா முகல் தலைமையேற்றிருந்த அரசவை நிர்வாகத்திடம் ஒப்படைக்கப்பட்டது. அந்த அரசவை ஒரு விசித்திரமான அமைப்பு. ஒருவகையான தேர்ந்தெடுக்கப்பட்ட ராணுவ சர்வாதிகாரம் கொண்டிருந்த அது, முகலாய அரசியல் கருத்தாக்கங்களைவிட மேற்கத்திய குடியரசு தாக்கத்தையே வலுவாகப் பெற்றிருந்தது என்பதுடன் அரசவையில் வெவ்வேறு பதவிகளுக்கு ஆங்கில வார்த்தைகளைப் பயன்படுத்தும் அளவுக்கு விரிவடைந்திருந்தது. அதனுடைய குறிப்பிடத்தகுந்த பன்னிரெண்டு அம்ச அரசியலமைப்பின்படி அதில் பத்துபேர் உறுப்பினர்களாக இருப்பார்கள். அவர்களில் ஆறுபேர் ராணுவத்தில் இருந்து தேர்ந்தெடுக்கப்படுவார்கள் *(முண்ட்டாகாப்)*. அதாவது, குதிரைப்படை, காலாட்படை மற்றும் ஆயுதப்படையில் இருந்து இரண்டு பேரும், மீதமுள்ள நான்குபேர் அரண்மனையில் இருந்தும் தேர்ந்தெடுக்கப்படுவார்கள்.

இடைவிடாது கூடிய அந்த அவை ராணுவத்தையும், பொதுத்துறை அதிகாரிகளையும் இணைக்கின்ற இணைப்புக் குழுவாக செயல்பட்டது.[98] அவ்வப்போது இந்த அவை சில விஷயங்களில் திறன்மிக்க வகையில் குறுக்கிடவும் செய்தது. இதில் குறிப்பிடத்தகுந்தது, மிர்ஸா கிஸிர் சுல்தான் அனுமதி பெறாமலேயே கைது நடவடிக்கைகளில் ஈடுபட்டது மற்றும் நகர வங்கியர்களிடம் இருந்து வரிவசூல் செய்தது ஆகியவற்றை அந்த அவை விமர்சித்தது.[99] ஆனாலும், அது ஓர் ஒன்றுபட்ட கட்டளை மையமாக செயல்பட்டதே இல்லை. அத்துடன் பக்த் கான் அதிலிருந்து எப்போதும் விலகியே இருந்தார். எஞ்சியிருக்கும் கலக ஆவணங்களில் காணப்படுவதைப்போல், அது மிர்ஸா முகலுக்கும் அவருடைய கூட்டணியினருக்கும் மிக முக்கிய உறுப்பாக விளங்கியது என்பதுடன் அப்போதும் பக்த் கானின் கட்டுப்பாட்டிலேயே இருந்த பெரேலி பிரிகேட் பிரிவில் இருந்தும் தனிப்பட்டு சுதந்திர அமைப்பாகவே செயல்பட்டது.

இதை வைத்துப் பார்க்கப்போனால், உண்மையில் அந்த அவை என்ன செய்ய வேண்டுமோ அதற்கு நேர் எதிரான விஷயங்களையே செய்தது. வெவ்வேறு கலக ரெஜிமெண்டுகளை ஒருங்கிணைப்பதைவிட அவர்களுக்கிடையே இருந்துவந்த பிரிவுகளுக்கு முக்கியத்துவம் கொடுத்து, முன்னெப்போதும் இருந்ததைவிட பிளவுபடுத்தி, அவரவர்களுக்கு உரிய தனிப்பட்ட தளபதிகளின் கீழ் மட்டுமே செயல்படும் போட்டிப் பிரிவுகளாக மாற்றிவிட்டது. பக்த் கானின் ராணுவ அமைப்பினுடைய முடிவானது மலைத்தொடரில் இருந்த பிரிட்டிஷாருக்கு ஏதோ ஒருவகையில் உடனடி நிம்மதியைக் கொடுத்தது. ரிச்சர்ட் பார்ட்டர் குறிப்பிட்டுள்ளபடி, 'தர்பாரில் இருந்த டெல்லி அரசர் கிளர்ச்சிக்கார தலைவர்களால் வெற்றிபெற இயலாமை குறித்து ஏளனம் பேசினார்.

இது பரஸ்பர குற்றச்சாட்டுகளுக்கும், பக்த் கானால் அமைக்கப்பட்ட இந்த அமைப்பில் இனியும் நீடித்திருக்க முடியாது என்று பலரும் மறுத்து ஒதுங்கியதற்கும் காரணமாகிவிட்டது. மேலும், எங்களால் தாக்குபிடிக்க முடியாத நிலையில், இறையருளால் வழங்கப்பட்ட நீதியைப்போல் தாக்குதலும் நின்றுபோனது. இதனால் எங்கள் படையினருக்கு தேவைப்பட்ட ஓய்வு அவர்களுக்கு கிடைத்தது.'[100]

தன்னுடைய தீவிர 'வஹாபி' கண்ணோட்டங்களால் பக்த் கானின் வீழ்ச்சி துரிதமானது. அவர் உயர்ஜாதி இந்துக்களின் 'தேவைகளை நிறைவேற்றவில்லை' என்று கூறப்பட்டது. அதாவது அவர்களை மிர்ஸா முகலின் கட்டுப்பாட்டிற்கு மாற்றிவிடக்கோரி அவர் அரசரிடம் விண்ணப்பித்தார்.[101] பின்னாளில், அரசரின் வெளிப்படையான விருப்பங்களுக்கு மாறாக, அந்த நகரத்தின் உலாமா அனைத்தையும் ஒன்றுதிரட்டிய அவர் ஜிகாத்திற்கான ஃபத்வாவில் கையொப்பமிடும்படி அவர்களை கட்டாயப்படுத்தினார். அத்துடன் ஜிகாதிகளின் தலைவரான மௌலவி சர்ஃபராஸ் அலியின் தலைமையில் ஆயுதமேந்தி இந்த மதவாதப் போரில் பங்கேற்க வேண்டியது முஸ்லிம்கள் அனைவருக்குமே கட்டாயமான ஒன்று எனவும் அவர் அறிவித்தார். காலிப்பின் நண்பரான முஃப்தி சத்ருதீன் அஸுர்தா உள்ளிட்ட சில மௌலவிக்கள், 'தங்களுடைய விருப்பத்திற்கு மாறாக அதில் கையெழுத்திட கட்டாயப்படுத்தப்பட்டதாகவும், அதற்கு மறுப்பு தெரிவித்தால் 'தங்களுடைய குடும்பம் அழித்தொழிக்கப்படும்' என்று மிரட்டப்பட்டதாகவும் குறிப்பிட்டுள்ளனர்.[102]

இந்த ஃபத்வாவால் உற்சாகமடைந்த ஜிகாதிகள், ஹிந்துக்கள் மற்றும் முஸ்லிம்கள் ஆகிய இருவருராலுமே வெற்றிகரமாக தக்கவைக்கப்பட்டிருந்த அரசியல் கூட்டுறவை ஜூலை மாத இறுதியில் மிகத்தீவிரமாக மீறிச்சென்றனர். பக்கிர் இத் விருந்து நெருங்கிக் கொண்டிருந்தது. மதவாத அடிப்படையில் அந்த நகரம் பிளவுபடுவதை பெரும் சிரத்தையுடன் ஒருபோதும் அனுமதிக்காத அரசவையை அச்சுறுத்தும் வகையிலும், ஹிந்துக்களை வேண்டுமென்றே அவமதிக்கும் வகையிலும் ஜிகாதிகள் அந்த வழியில் இருந்து விலகிச்சென்றனர். சாதாரணமாக, ஆப்ரஹாமின் தியாகம் மற்றும் இஸ்மாயிலுக்கு (குரானில் குறிப்பிடப்பட்டுள்ளபடி இறைவனுக்கு நேர்ந்துவிடப்பட்டவர், பழைய ஏற்பாட்டில் குறிப்பிடப்படும் ஐஸக் அல்ல) இறைவன் காட்டிய கருணையை நினைவுகூறும் விதமாக இஸ்லாமிய உலகத்தவரால் பக்கிர் ஈத் பண்டிகை [அல்லது ஈத் உல்-அதா] ஆடு அல்லது செம்மறியாட்டைப்

பலியிட்டு கொண்டாடப்படும். ஆனால், இதுகுறித்து முகம்மது பக்கார் பின்வருமாறு எழுதியுள்ளார்:

> *தாங்க்கில் இருந்த வந்த காஸிக்கள் இத் விருந்தின்போது ஜமா மசூதிக்கு முன்பாக, திறந்தவெளியில் வைத்து மூன்று நாட்களுக்கு பசுவைக் கொல்வதென்று தீர்மானித்தார்கள். ஹிந்துக்கள் இதற்கு ஏதேனும் எதிர்ப்பு தெரிவித்தால் அவர்களும் கொல்லப்படுவார்கள் என்றும், ஹிந்துக்களுடனான கணக்கை முடித்த பின்னர் அவர்கள் ஃபிராங்கிகளைத் தாக்கி அழிப்பார்கள் என்றும் அவர்கள் கூறினர். மேலும் அவர்கள், 'இறைநம்பிக்கைக்காக நாம் தியாகிகளாகப் போகிறோம். தியாகத்தின் கௌரவங்கள் ஃபிராங்கிகளைக் கொல்வதைப் போன்றே, ஹிந்துக்களை கொல்வதாலும் நமக்குக் கிடைக்கும்' என்றனர்.*[103]

அதன்பின்னர் சற்றைக்கெல்லாம், ஜூலை 19 அன்று, பசுவைக் கொன்றவர்கள் என்று குற்றம்சாட்டி ஐந்து முஸ்லிம் கசாப்புக் கடைக்காரர்களை சில ஹிந்து சிப்பாய்கள் கழுத்தை அறுத்துக் கொலை செய்தனர். ஒரு தவிர்க்க இயலாத முழு அளவிலான பேராபத்து அந்த நகரத்தின் மைய மதவாத அச்சினை பிரித்துப் போட்டுவிட்டது. இதற்குத்தான் ஜாஃபர் எப்போதுமே பயந்துகொண்டிருந்தார். டெல்லி ஏறக்குறைய பாதியளவிற்கு ஹிந்துக்களை கொண்டிருந்தபடியால் தன்னுடைய குடிமக்களில் பாதிபேருடைய சம்மதமும், ஆசீர்வாதமும் இல்லாமல் ஆட்சிசெய்வது சாத்தியமற்றது என்பதை அவர் எப்போதுமே புரிந்து வைத்திருந்தார். மேலும், அவருக்கு ஒரு ஹிந்து அம்மாவும் இருந்தார். மேலும் ஹிந்து பழக்கவழக்கங்களையும் அவர் பின்பற்றி வந்தது மிகவும் பிற்போக்குவாதிகளான உலாமாவை திடமாக அச்சுறுத்தியே வைத்திருந்தது. இப்போது அவர் வழக்கத்திற்கு மாறான தீர்மானத்துடன் எதிர்வினையாற்றினார். கசாப்புக்கடைக்காரர்கள் கொல்லப்பட்ட அன்றே பசுக்களை கொல்வதற்கு ஜாஃபர் தடைவிதித்தார். மேலும், மாட்டுக்கறி சாப்பிடுவதற்கும் தடைவிதித்த அவர், யாராவது பசுவை கொல்வது கண்டுபிடிக்கப்பட்டால் அவர்கள் பீரங்கி வாயில் கட்டப்பட்டு, வெடித்து சிதறடிக்கப்படுவார்கள் என்ற கடுமையான தண்டனையையும் விதித்தார். உடனடியாக செயலாற்றிய காவல்துறையினர் மாட்டுக்கறி கெபாப் செய்கின்ற எந்த ஒரு கெபாப் வாலாக்களையும் கைது செய்யும் அளவுவரை சென்றுவிட்டனர். இவர்களில் ஒருவரான ஹபீஸ் அப்துர் ரஹ்மான் அரசவைக்கு எழுதிய கடிதத்தில், தான் கசாப்புக்கடைக்காரன் இல்லை என்றும், பசு கொல்லப்பட்டதற்கு தான் பொறுப்பேற்க முடியாது என்றும் கூறியிருந்தார். அத்துடன், தன்னுடைய பழைய தொழில் சிப்பாய்களால் நாசமாக்கப்பட்ட பின்னரே இந்த கெபாப் செய்யும்

தொழிலை செய்துவருவதாகவும் குறிப்பிட்டிருந்தார். ஆனாலும், அவர் விடுவிக்கப்படவில்லை.[104]

அடுத்தபடியாக, நகரத்தில் இருக்கும் பசுக்கள் அனைத்தும் பதிவு செய்யப்பட வேண்டும் என ஜாஃபர் உத்தரவு பிறப்பித்தார். பல்வேறு முஹல்லாக்களைச் சேர்ந்த சாகிதார்களும் துப்புரவாளர்களும் 'பசுக்களை சொந்தமாக வைத்திருக்கும் முஸ்லிம் வீடுகள்' அனைத்தையும் குறித்து உள்ளூர் காவல்நிலையத்திற்கு தகவல் தெரிவிக்க வேண்டும் எனவும், ஒவ்வொரு காவல்துறை தானாவும் 'இஸ்லாத்தை பின்பற்றுபவர்களால் இனவிருத்தி செய்யப்பட்ட பசுக்களின்' பட்டியலை தயார் செய்து அதனை அரண்மனைக்கு அனுப்பிவைக்க வேண்டும் எனவும் உத்தரவிடப்பட்டது. தனாதார்களுக்கு பிறப்பிக்கப்பட்ட உத்தரவு ஆறுமணி நேரத்தில் நடத்தி முடிக்கப்பட்டது.[105] 30 ஆம் தேதி கோட்வாலான சயீத் முபாரக் ஷா, 'தேவையற்ற சச்சரவுகளை ஏற்படுத்தி எதிரிகளை பலப்படுத்த மட்டுமே செய்யும் என்பதால்' பசுக்கொலை முற்றிலுமாக தடைசெய்யப்படுகிறது என்று அந்த நகரம் முழுவதிலும் சத்தமாக அறிவிப்பு செய்தார். 'அரச உத்தரவை எதிர்த்தாலோ அல்லது எதிர்ப்பது குறித்த சிந்தனையை விதைத்தாலோ அவர்கள் கடுமையான தண்டனைக்கு ஆளாவார்கள்.'[106]

மேற்கொண்டு பிறப்பிக்கப்பட்ட உத்தரவுகளில், நகரத்தின் மத்திய காவல் நிலையமான கோட்வாலியில் பதிவு செய்யப்பட்ட பசுக்கள் அனைத்திற்கும் புகலிடம் அளிக்கப்பட வேண்டும் என்ற விசித்திரமான கட்டளையும் அடங்கும். ஜிகாதிகளை அடைத்துவைப்பதற்கு ஜாஃபருக்கு மனமில்லாமலோ அல்லது அவரால் முடியாமலோ போயிருக்கலாம். ஆனால், அவரால் பசுக்களை அடைத்துவைக்க முடியும். இருப்பினும் இந்த உத்தரவை நிறைவேற்றுவது மிகவும் சிக்கலானது என புரிந்துவிட்டது. இதற்கு எச்சரிக்கையுடன் பதில் எழுதிய குறிப்பில், சயித் முபாரக் ஷா, 'எல்லா முஸ்லிம்களிடமும் இருக்கும் பசுக்கள் அனைத்தையும் கொண்டுவர வேண்டும் என்றால் அவை ஐநூற்றிலிருந்து ஆயிரம் வரையிலான எண்ணிக்கையில் இருக்கும். இதற்காக நமக்கு வேலியடைத்த பெரிய நிலப்பகுதி வேண்டும், அதற்கு வேலியமைக்கவும் சில நாட்கள் ஆகும். ஆனால், இந்த விசுவாசம்மிக்கவனால் அப்படி ஓர் இடத்தைக் கண்டுபிடிக்க முடியவில்லை என்பதுடன் பசுக்களின் சொந்தக்காரர்கள் சந்தேகத்துடனும் கவலையுடனும் காணப்படுகின்றனர்' என்று எழுதினார். அந்த திட்டம் கைவிடப்பட்டது. அதற்கு பதிலாக பசுக்களின் சொந்தக்காரர்கள் தங்களுடைய கால்நடைகளை பலியிடுவதற்கு அனுமதிக்க மாட்டார்கள் என்று உத்திரவாதமளிக்கும் பத்திரங்களில் கையெழுத்துப் பெற்றுக்கொள்ளப்பட்டது.[107]

இறுதியில், ஜிகாதிகளிடத்தில் நடுநிலையாளராக பேச முப்தி சத்ருதீன் அஸுர்தா அனுப்பிவைக்கப்பட்டார்.[108] இது ஒரு புத்திசாலித்தனமான தேர்வு. இதற்கு அஸுர்தா தேர்ந்தெடுக்கப்பட்டது அவர் டெல்லியில்

இருப்பதிலேயே மிகவும் அறிவார்த்தமான முஸ்லிம் என்பது மட்டுமல்லாமல், சயீத் அஹமது கான் குறிப்பிடுவதுபோல் ‘அவர் அறிவாளிகளுக்கெல்லாம் அறிவாளியாக விளங்கினார்’ என்பதும் காரணமாகும்.[109] அஸுர்தா இயல்பிலேயே ஒரு ராஜதந்திரி. கவிஞரும், கவிஞர்களுக்கெல்லாம் நண்பருமான ஷா வலியுல்லா பள்ளியின் தயாரிப்பே அவர். முகலாயர்களுக்கும் ஆளுநர் மாளிகைக்கும் இடையில் வெற்றிகரமான மத்தியஸ்தராக விளங்கிய டெல்லி உலாமாவின் முன்னணி உறுப்பினர் ஆவார். மேலும், அஸுர்தா ஜாஃபருக்கு நெருங்கிய ஆலோசகராகவும், கூட்டாளியாகவும் மட்டுமல்லாமல் மௌலவி சர்ஃபராஸ் அலியின் ஆசிரியரும், அவரை வேலைக்கு வைத்துக்கொண்டவரும் ஆவார். இருவருக்கும் இடையில் என்ன நடந்தது என்பதற்கு எந்தப் பதிவும் இல்லை. ஆனால், இறுதியில் ஈத் பண்டிகையின்போது பசுக்களைக் கொன்று, மாட்டுக்கறி சாப்பிடும் இன்பத்தைக் கைவிடுமாறு முஜாஹிதீன்களை சமாதானப்படுத்த மௌலவி சர்ஃபராஸ் அலி ஒப்புக்கொண்டார்.

ஜாஃபரின் எல்லாவித முன்னெச்சரிக்கைகளின் காரணமாக, ‘ஆகஸ்ட் 1 அன்று ஈத் பண்டிகை அமைதியாக நடந்தது. தங்களுடைய உளவாளிகள் மூலமாக அதிகரித்துவரும் மதம்சார் பதற்றத்தை தெரிந்துகொண்டிருந்த, ஒரு பெரிய மதக்கலவரம் ஏற்படும் என்று ஆவலோடு எதிர்பார்த்திருந்த பிரிட்டிஷாருக்கு இது பெருத்த ஏமாற்றமாக இருந்தது. ஹார்வி கிரேத்தட் இதுகுறித்த முணுமுணுப்புடன் தன்னுடைய மனைவிக்கு எழுதிய கடிதத்தில், ‘இது தங்களுடைய இறைநம்பிக்கைக்காக சண்டையிடும் முகம்மதியர்களை சரியானபடி நையாண்டி செய்யும் விஷயம்தான். அதாவது, ஒரு முகம்மதிய அரசரின் ஆட்சியில் ஈத் பண்டிகையின்போது பசுவை பலியிடுவதற்கு யாரும் அனுமதிப்படவில்லை’ என்று குறிப்பிட்டுள்ளார்.[110]

பசுக்கள், ஜிகாதிகள் மற்றும் கொலைசெய்யப்பட்ட கசாப்புக் கடைக்காரர்கள் குறித்த இந்த நிகழ்வு ஜாஃபர் மற்றும் மௌலவி முகம்மது பக்கார் ஆகிய இருவருக்கும் ஒரு திருப்புமுனையாகவே தெரிந்தது.

இரண்டரை மாதங்களாக அலையலையாக வந்துகொண்டிருந்த சிப்பாய்களாலும் ஜிகாதிகளாலும் அவர்களுடைய நகரம் கொள்ளையடிக்கப்பட்டு அச்சுறுத்தலுக்கு ஆளாகியிருந்தது. ஆனால், இந்த நிலைமாற்ற காலகட்டம் முடிந்தபின்னர் குறைந்தபட்சம் ஆரம்ப கட்டத்திலாவது ஒரு புதிய ஒழுங்குமுறை ஏற்பட்டுவிடும் என்பதுடன் ஹிந்துஸ்தானத்தின் சட்டப்பூர்வமான, உயர் மாண்புமிகுந்த ஒரே ஆட்சியாளர்கள் என்று சிப்பாய்களும் ஜிகாதிகளும் கருதிய பேரரசர்களின்

முகலாய வம்சாவளி மீண்டும் நிறுவப்பட்டுவிடும் என்றும் தோன்றியது. ஆனால், ஜுலை மாத முடிவில், பிரிட்டிஷாரை வெற்றிகொள்ளும் தொலைவு அதிகரித்துக்கொண்டே சென்றது. இப்போது, டெல்லியை ஒன்றாக வைத்திருக்கின்ற, அதாவது ஹிந்துக்கள் மற்றும் முஸ்லிம்களின் அமைதியான உடனொத்த வாழ்க்கைக்கு மையமாக விளங்குகின்ற பிணைப்பு இப்போது அவிழ்க்கப்பட்டுவிடும் என்பதே மிகவும் சாத்தியமுள்ள முடிவாகத் தெரிந்தது. இதற்கு மிக அதிகமான விலை கொடுக்க வேண்டும் என்றே ஜாஃபர் மற்றும் பக்கார் ஆகிய இருவருமே கருதினர். கசாப்புக்கடைக்காரர்கள் கொல்லப்பட்டதற்கு அடுத்து வந்த வாரத்தில் அவர்கள் இருவருமே தனித்தனியாக பிரிட்டிஷ் முகாம் குறித்து ஆராய்ந்துவர ஆள் அனுப்பினார்கள். இதனால் மலைத்தொடரில் இருக்கும் துருப்புகளுடன் ஏதேனும் வகையில் ஒத்துப்போக முடியலாம் என்று நம்பினர்.

ஜாஃபரையும் பக்காரையும் பொறுத்தவரையில் இந்த முடிவெடுக்க காலம் கடந்துவிட்டது. ஜுலை மாதம் கடந்துகொண்டிருக்கையில், இந்த எழுச்சியினால் மிகவும் மனக்குழப்பமுற்ற ஜாஃபர் அதன் பிணைப்பில் இருந்தும் தன்னை விடுவித்துக் கொண்டார். அவருடைய விசுவாசமெல்லாம் அந்த நகரத்திடமும், அவருடைய வம்சாவளியினரிடத்தில் மட்டுமே இருந்தது. அவை இரண்டிற்குமே இந்தக் குழப்பத்தினால் எந்த நன்மையும் விளையப்போவதில்லை என்பது தெளிவடைந்து கொண்டே சென்றது. அதற்கு மாறாக, இந்த எழுச்சி டெல்லியின் அழிவுக்கும், முன்னூறு ஆண்டுகளாக அதிகாரம் செலுத்திய பின்னர் இறுதியாக முகலாயர்களின் வீழ்ச்சிக்குமே வழிவகுத்துவிட்டது. சர்வார் உல்முல்க்கின் மாமா 'முழுமையான அரசவை உடையில், தலையில் தலைப்பாகை அணிந்து, இடுப்பைச் சுற்றி பட்டை அணிந்தபடி' அரசரிடம் சென்று பிரிட்டிஷாருடன் சண்டையிட துருப்புகள் வேண்டும் எனக் கேட்டபோது அதற்கு ஜாபர், 'உங்களுக்குத் தர என்னிடம் துருப்புகள் இல்லை. எனக்கு 80 வயதாகி தடுமாற்றத்துடன் இருக்கிறேன். இந்தப் போர் என்னுடையது அல்ல. கிளர்ச்சிக்கார சிப்பாய்கள் சண்டையிடுகின்றனர். உங்களுக்கு சண்டையிடும் ஆசை இருந்தால் இந்தத் துருப்புகளின் அதிகாரிகளிடத்தில் சென்று அதை நிறைவேற்றிக்கொள்ளுங்கள்' என்று பதிலளித்தார்.[111]

தன்னுடைய கணவரின் அழிவுபூர்வமான கலக ஆதரவுக் கொள்கையினால் சீற்றம் கொண்டு, நகரத்தில் இருக்கும் தன்னுடைய வீட்டிலேயே தங்கிவிட்ட ஜீனத் மஹலை சார்ந்திருக்க முடியாமலும், அந்தப்புரத்தில் இருக்கும் தலைமை திருநங்கையான மெஹ்பூப் அலி கானிடம் திரும்பிச் செல்ல முடியாமலும், ஜாஃபரின் நடத்தையானது பித்துப்பிடிக்கத் தொடங்கிவிட்டதைப்போல் மிகுந்த விசித்திரமாகிவிட்டது - அவருக்கு எண்பது வயது ஆகிவிட்டதால் இந்த எழுச்சிக்கு

முன்னதாகவே முதுமைக்கு உண்டான தளர்ச்சியின் அதிகுறிகள் அவரிடம் தோன்றிவிட்டன.

முற்றுகை தொடர்ந்துகொண்டிருந்த நிலையில் நம்பிக்கைகள் மங்கிப்போயின. நடக்கின்ற நிகழ்வுகளுக்கு தர்பாரில் அவர் காட்டும் எதிர்வினைகள் மிகுந்த எரிச்சலுக்குள்ளாகி, சுய மையப்படுத்திய ஒன்றாக ஆகிவிட்டன. சிலநேரங்களில் அவர் ஏதோ இந்திய கிங் லியர் என்பதைப்போல் பித்துக்குளித்தனத்திற்கு உண்டான விசித்திர நிலைக்கே சென்றுவிட்டார். இதற்கு உதாரணம் சொல்ல வேண்டுமானால், ஒரு கட்டத்தில் அவர் பதினெட்டாம் நூற்றாண்டின் மத்தியப்பகுதியில் இருந்தே முகலாயர்களில் கட்டுப்பாட்டில் இல்லாத அவத்தின் நவாபாக தன்னுடைய மாமனாரை அவர் நியமித்தார்.[112] பின்னர், அதிருப்தியுற்ற ஒரு சிப்பாய் ஜெனரலை டெல்லியிலேயே இருக்க வைக்கும் முயற்சியாக அவருக்குத் தக்காணம் மற்றும் குஜராத்தின் சுபேதார் பதவி அளிப்பதாக உறுதியளித்தார். இந்த பிராந்தியங்கள் அவத்திற்கு வெகு முன்னரே முகலாயரின் கட்டுப்பாட்டில் இல்லாதவை.[113] ஆகஸ்ட் மாத ஆரம்பத்தில் அவர் கவிதை எழுதுவதிலேயே முனைப்புக் காட்டினார். அவருடைய மனநிலையைப் போன்றே அந்தப் பாடல் வரிகளும் யதார்த்தத்திற்கு அப்பாற்பட்ட இருளில் ஊசலாடியது. ‘அரசர் நாள் முழுவதும் கவிதை எழுதுவதிலேயே தன்னை ஈடுபடுத்திக்கொண்டார்’ என்று ஆகஸ்ட் 7 ஆம் தேதி தெரிவித்திருக்கிறார் உளவாளியான கௌரி ஷங்கர். ‘அவருடைய பாடல் வரிகளுள் ஒன்று இவ்வாறு இருக்கிறது:

நாம் சீக்கிரத்திலேயே
லண்டனை கைப்பற்றப்போகிறோம் ஜாஃபர்!
அது வெகுதொலைவில் இல்லை.[114]

கவிதை எழுதாதபோதெல்லாம் அவருடைய பெரும்பாலான நேரங்கள் தன்னுடைய நேசத்திற்குரிய தோட்டங்களில் இருந்து சிப்பாய்களை விரட்டுவதிலேயே கழிந்தது. அவர்களில் பலரையும் அவரே நேரில் சென்று வெளியேற்றினார். ஜூன் மாதத்தில் இதை அவர் செய்து முடித்துவிட்டாலும், இரண்டு வாரங்கள் கழித்து 200 படைவீரர்களும் ஒரு நாட்டு வைத்தியரும் அங்கே இருப்பதைக் கண்டார்.’ கடுங்கோபத்தில் மிர்ஸா முகலுக்கு எழுதிய அவர், ‘அரச ஊர்வலம் எப்போதுமே அதன் வழியாகத்தான் நடக்கும். அதுபோன்ற சமயங்களில் இது மிகுந்த அசௌகரியத்தை ஏற்படுத்துகிறது. எங்களுடைய மகனாகிய நீ அரசவை அதிகாரிகளிடம் இந்த விஷயம் குறித்து பேச வேண்டும். அந்த அதிகாரிகளையும் நாட்டு வைத்தியரையும் அந்த இடத்தில் இருந்து அகற்ற வேண்டும்’ என்று தெரிவித்தார்.[115]

மற்ற சில நேரங்களில் ஜாஃபர் அதிலிருந்து தப்பிச்செல்ல விரும்பியதைப் போல் தெரிகிறது. டெல்லியை விட்டு ஹஜ் பயணம்

மேற்கொண்டு அங்கே மீதமுள்ள வாழ்க்கையை பிரார்த்தனையிலேயே கழிப்பது என்ற அவருடைய மிரட்டலானது, தொடக்கத்தில் இந்த எழுச்சிக்கான ஒற்றுமையை கொண்டுவரும் நெம்புகோலாக இருந்ததுடன் தன்னுடைய நகரத்தை சிப்பாய்கள் கொள்ளையிடுவதைத் தடுப்பதற்கான நெருக்குதலாகவும் விளங்கியது. ஆனால், ஜூலை மாதத்திலோ, அந்த பயங்கரமான சூழ்நிலையில் இருந்து தப்பிச் செல்வதற்காகவே அவர் அதை விரும்புகிறார் என்பதுபோல் தோன்றியது. அவர் திட்டமிட்டு செயலாற்றிய எல்லா விஷயங்களும் - அவர் உருவாக்கிய பண்பட்ட நாகரிகமயமான சோலைவனம், காப்பாற்றி வைத்துக்கொள்ள வாழ்நாள் முழுவதும் அவர் முயற்சி மேற்கொண்ட வம்சாவளி ஆகியவை - அவருடைய கண்களுக்கு முன்னாலேயே சிதறடிக்கப்பட்டு அழிந்துபோவதை அவர் போதும் என்கிற அளவுக்குத் திராணியற்று பார்த்துவிட்டார்.

ஜாஃபர் எந்தளவுக்கு சிக்கிக்கொண்டிருந்தார் என்பது அவரைப் பற்றிய விசாரணையின்போது சமர்ப்பிக்கப்பட்ட மிகவும் இரங்கத்தக்க ஆவணங்களுள் ஒன்றின் மூலம் தெரிய வருகிறது. தன்னுடைய இளவயது மானியதாரரும், சிறிய பஜார் நகரமான ஜஜ்ஜாரின் நவாபுமான அப்துர் ரஹ்மான் கானுக்கு - இவர்தான் தியோவுக்கு அடைக்கலம் தர மறுத்தவர் - அவர் எழுதிய கடிதத்தில், தன்னைக் காப்பாற்ற வரும்படி அந்த நவாபிடம் அவர் கெஞ்சியிருக்கிறார். தன்னுடைய வாழ்நாளில் போரையே பார்த்திராத தற்பெருமைக்காரரான நவாபை 'போர்க்களத்துப் புலி' என்று குறிப்பிட்டு அவர் பின்வருமாறு விளக்கியுள்ளார்:

> *பல விரும்பத்தகாத சூழ்நிலைகள் ஏற்பட்டுவிட்டதன் காரணமாகவும், எங்களுடைய முதிய வயது மற்றும் உடலின் பலவீனத்தினால் அரசாங்கம் மற்றும் நாட்டின் விவகாரங்களை கவனிக்க முடியாமையினாலும், கடவுளுக்கும் மனித குலத்திற்கும் ஏற்புடையதாக இருக்கும் வகையில் எங்களுடைய எஞ்சியிருக்கும் வாழ்க்கையை இறைவனின் சேவையிலும், அவரை வழிபடுவதிலும் ஈடுபடுத்திக் கொள்வதைத் தவிர எனக்கு வேறு ஆசை இல்லை.*

முற்றிலும் நடைமுறைக்கு சாத்தியமற்ற தன்னுடைய திட்டத்தைப் பற்றியும் அவர் தெளிவாக விளக்குகிறார். 'முதலில் மாட்சிமை பொருந்திய தைமூர் மாளிகையின் உறுப்பினர்கள், அரச குடும்பத்தின் மொத்த உறுப்பினர்களுடைய சொத்துகள் எல்லாவற்றுடனும்' மெஹ்ருலியில் உள்ள குவாஜா குதுப் சூஃபி ஆலயத்திற்கு இடம்பெயர்ந்து, பயணத்திற்கு தேவையான எல்லாவற்றையும் அங்கேயே ஒன்று திரட்டிக்கொண்டு, போரால் பாதிப்புக்குள்ளான இந்தியாவின் வழியாக மெக்கா, மெதீனாவின் 'புனித பிரார்த்தனை தலங்களுக்கு' சென்றுவிடுவது என்பதே அந்த திட்டம். அதனால், அவர் ஜஜ்ஜார் நவாபிடம், 'எங்களுடைய அடிமையாகிய தாங்கள் முழுமையாக நம்பும் தங்களுடைய பாதுகாவலர்களுடன்

விரைவாக எம்முடைய அரசவைக்கு வந்து, இறைவனின் புனித மாளிகைக்கு [மெக்கா] புறப்படும்வரை, எம்முடைய தெய்வாம்ச மனிதரை பாதுகாக்க வேண்டுமாய் கேட்டுக்கொள்கிறோம்' என்று இறைஞ்சியுள்ளார். 'இவ்வாறு நடந்துகொள்வதால் எம்முடைய மொத்த தெய்வாம்ச ஏற்பையும் மகிழ்ச்சியையும் தாங்கள் பாதுகாத்தவர் ஆவீர்கள். தங்களுடைய புகழ் மனிதகுலம் வாழும்வரையிலும் பரவிக் கொண்டிருக்கும்.' இருப்பினும் போக்குவரத்தில் ஒரு சிறிய சிக்கல் இருக்கிறது. 'ஆகவே, உங்களுடைய *400* அல்லது *500* மாட்டுவண்டிகள் மற்றும் *500* அல்லது *600* ஒட்டகங்களை எடுத்து வருவதையும் உறுதிப்படுத்திக் கொள்ளுங்கள்.'[116]

வேலியிலேயே அமர்ந்துகொண்டு இருதரப்பினரில் ஒருவர் பக்கமும் சாயாமல் இருப்பதென்று முடிவெடுத்துவிட்ட நவாப் இதற்காக தன்னை மன்னிக்குமாறு தெரிவித்துக்கொண்டார். தன்னை மன்னிக்க வேண்டுமாறு கேட்டுக்கொண்ட அவர் இத்தகைய நிலையற்ற காலகட்டத்தில் இறைவனின் நிழலானவருக்கு தன்னால் உதவிக்கரம் நீட்ட முடியவில்லை என்று எழுதினார். ஒரு பிரிட்டிஷ் உளவாளி கூறியுள்ளபடி, இது நடந்த சிலநாட்களில், ஒருநாள் மாலை சிப்பாய் அதிகாரிகள் அவரை சந்தித்துவிட்டு சென்றபின்னர் பின்வரும் ஈரடிச்செய்யுளை அவர் உச்சரித்தாக தெரியவந்துள்ளது.

வானம் எம்மீது இடிந்து விழுந்துவிட்டது,
என்னால் இனியும் தூங்கி ஓய்வெடுக்க இயலாது.
என்னுடைய இறுதி யாத்திரை நிச்சயமாகிவிட்டது,
அது காலையில் வரலாம் அல்லது இரவில் வரலாம்.[117]

இந்த முற்றுகைக்காலம் முழுவதிலும் ஜாஃபருக்கு தூதுவராக செயல்பட்ட ஜாஹிர் தேலவி, ஜுலை மாதம் ஆகஸ்ட் மாதத்திற்கு வழிவிட்டுக்கொண்டிருந்த நேரத்தில் நிராதரவான அவநம்பிக்கை அவரை எட்டிப் பிடித்துவிட்டபோது ஜாஃபர் மென்மேலும் துவண்டுபோவதைக் கண்டார். 'அவர் எப்போதுமே துயருற்ற சோகமான மனநிலையிலேயே இருந்தார்' என்று ஜாகிர் தேலவி எழுதியுள்ளார்.

அவருடைய கண்களில் எந்நேரமும் கண்ணீர் நிரம்பியிருந்தது. மாலை நேரங்களில் தன்னுடைய அறைக்குள் சென்றுவிடும் அவர் தாபீஷ் கானாவில் அமர்ந்து, தாமாகவே கலகக்காரர்களைச் சபித்துக் கொண்டிருப்பார். எங்களிடம் ஒருவர்பின் ஒருவராக வரும்படி கூறப்பட்டது. ஓரிரவு நான் கடமையில் இருந்தபோது, 'எல்லோரும் கவனம்' என்று ஒரு காவலாளி கூறுவதைக் கேட்டோம். அதனால், எங்களுடைய தலைப்பாகையை அணிந்துகொண்டு நாங்கள் தயாரானோம். அரசர் வந்தபோது நாங்கள் அனைவருமே எழுந்துநின்று அவரை வரவேற்றோம். தாபீஷ் கானாவில் இருந்த

அரியாசனத்தின் கால்மாட்டில் அமர்ந்துகொண்ட அவர் அதன் தூணில் சாய்ந்துகொண்டார். பின்னர் எங்களை நோக்கி, 'நடந்து கொண்டிருக்கும் விஷயங்களின் முழுமையான பின்விளைவுகளைப் பற்றி நீங்கள் உணர்ந்துள்ளீர்களா?' இதற்கு ஷஷாதா ஹமீத் கான், 'நூற்றி ஐம்பது வருடங்களுக்குப் பின்னர் மாட்சிமை பொருந்தியவரின் கௌரவம் மீட்கப்பட்டுள்ளது. முகலாயர்கள் இழந்த பேரரசு திரும்பக் கிடைத்துவிட்டது' என்று பதிலளித்தார்.

அரசர் தலையைக் குலுக்கினார். 'நீங்கள் இன்னும் புரிந்து கொள்ளவில்லை பிள்ளைகளே! கேளுங்கள்: இந்த அழிவை நான் கொண்டுவரவில்லை. எனக்கு செல்வங்களோ சொத்துகளோ இல்லை. நிலமும் இல்லை, பேரரசும் இல்லை. நான் எப்போதுமே ஒரு பிச்சைக்காரன். ஒரு மூலையில் அமர்ந்துகொண்டு இறைவனைத் தேடிக்கொண்டிருக்கும் சூஃபி. என்னைச்சுற்றி சிலர் இருப்பதால் எனக்கான தினசரி ரொட்டியை நான் சாப்பிடுகிறேன். ஆனால் இப்போது மீரட்டில் பற்றவைக்கப்பட்ட ஒரு மாபெரும் தீநாக்கு அந்த ரொட்டியையும் விழுங்கிக் கொண்டிருக்கிறது. அது டெல்லியின் மீது விழுந்து இந்த மகத்தான நகரத்தைப் பற்றவைத்துவிட்டது. இப்போது நானும் என்னுடைய வம்சாவளியும் அழிந்துபோக இருக்கிறோம். மகத்தான தைமூரிய [முகலாயர்கள்] பேரரசர்களுக்கு உண்டான பெயர் இப்போதும் உயிர்த்திருக்கிறது. ஆனால், விரைவில் அந்தப் பெயரும் முற்றாக அழிக்கப்பட்டு மறக்கப்பட்டுவிடும். தங்களுடைய எஜமானர்களுக்கு எதிராகக் கிளர்ச்சி செய்துவிட்டு இங்கே அடைக்கலம் தேடி வந்திருக்கும் இந்த இறை நம்பிக்கையற்றவர்கள் [சிப்பாய்கள்] சீக்கிரத்திலேயே தொலைந்துபோவார்கள். தங்களுக்குரிய தலைவர்களுக்கே உண்மையாக நடந்துகொள்ளாத இவர்களிடமிருந்து நான் எதைத்தான் எதிர்பார்க்க முடியும்? அவர்கள் என்னுடைய வீட்டைச் சூறையாடவே வந்திருக்கிறார்கள். அதை நாசப்படுத்தியவுடன் அவர்கள் ஓடிவிடுவார்கள். பின்னர் ஆங்கிலேயர்கள் என்னுடைய தலையையும், என்னுடைய பிள்ளைகளின் தலைகளையும் வெட்டியெடுத்து கோட்டையின் உச்சியில் பார்வைக்கு வைப்பார்கள். அவர்கள் உங்களையும்கூட விட்டுவைக்க மாட்டார்கள். உங்களில் யார் காப்பாற்றப்பட்டாலும் நான் இப்போது சொல்வதை நினைவில் வைத்துக்கொள்ளுங்கள். உங்கள் வாய்க்கு ஒரு துண்டு ரொட்டி கிடைத்தாலும்கூட அது பிடுங்கி எறியப்படும். ஹிந்துஸ்தானத்தின் மேன்மக்கள் நாட்டுப்புறத்தவர்களைப் போல் கீழ்த்தரமாகவே நடத்தப்படுவார்கள்.'[118]

பிரிட்டிஷாருடன் தொடர்புகொண்டு, உடன்பாட்டிற்கு வருவதற்கான வாய்ப்பைக் கண்டுபிடிப்பது ஒன்றும் ஜாஃபருக்கு கடினமான வேலை இல்லை. உண்மையில் அவருடைய மனைவி மற்றும் பிரதம மந்திரி ஆகியோர் ஹட்ஸனின் உளவுத்துறைத் தலைவரான மௌலவி ரஜப் அலி மூலமாக மலைத்தொடருடன் ஏற்கனவே மறைமுக தகவல்தொடர்பில்தான் இருந்தனர். பக்காரும்கூட இந்த வழியைத் தேர்ந்தெடுத்திருக்கலாம். அவர் பிட்டிஷ் முகாமில் இருக்கும் உளவுத்துறை மையத்திற்கு அனுப்பிவைக்க ஒரு கடிதத்தையும் தயார் செய்திருந்தார். பக்காரின் முதல் செய்தியில் என்ன இருந்தது என்றும், மலைத்தொடரில் இருந்த காலத்தில் செய்யப்பட்டிருக்கலாம் என்று அனுமானிக்கக்கூடிய ஒரு தற்கால மொழிபெயர்ப்பு இப்போதும் டெல்லி ஆணையர் அலுவலக ஆவணக்காப்பத்தில் இருக்கிறது. அத்துடன், வெளிப்படையாகவே உற்சாகமுற்றிருந்த கலகக்காரர்கள் மூன்றே மாதங்களில் எவ்வாறு ஏமாற்றமடைந்தார்கள் என்பதற்கான அறிகுறியையும் அது நமக்கு வழங்குகிறது. ‘பசுக்களைக் கொன்றதற்காக ஐந்து கசாப்புக் கடைக்காரர்களை ஹிந்து சிப்பாய்கள் கொன்றதினாலேயே கலகப்படைகளில் இருந்த ஹிந்துக்களுக்கும் முஸ்லிம்களுக்கும் இடையில் பெரும் மன இறுக்கங்கள் ஏற்பட்டிருந்தன’ என்று அவர் பின்வருமாறு எழுதியுள்ளார்,

இங்கு குடியேறியேறிவர்களில் மரியாதைக்குரிய அளவில் இருக்கும் நாங்கள் சிப்பாய்களின் வன்முறையினால் விளிம்புநிலைக்குத் தள்ளப்பட்டிருக்கிறோம். உயிர் பிழைத்திருக்க முடியும் என்று எந்த நம்பிக்கையும் இல்லை. எங்கு சென்றாலும் ஜெனரல் பக்த் கானின் உளவாளிகள் என்னைப் பின்தொடர்கின்றனர். முஃப்தி சத்ருதீன் கானின் [அஸுர்தா] வீட்டிற்கு மேலே காவலாளிகள் போடப்பட்டு எல்லா வழிகளும் தடை செய்யப்பட்டிருந்தன. வாயில்களைத் திறந்துவிட்டு, பிரிட்டிஷாரை வரவழைத்து இந்த நகரத்தை கைப்பற்ற அனுமதிக்குமாறு நான் ஜீனத் மஹலின் மூலமாக அரசருக்கு பரிந்துரை செய்தேன். மேலும், அவரால் கிளர்ச்சிக்காரர்களை அழித்துவிட முடியுமானால் அது அவருக்கும் அவருடைய பிள்ளைகளுக்கும் அனுகூலமாகவே இருக்கும் என்றும் நான் அவரிடம் கூறினேன். என்னுடைய அறிவுரையை ஏற்றுக்கொண்ட அரசர் அதைச் செய்வதாக உறுதியும் அளித்திருந்தார். ஆனால், ஹகீம் அஷனுல்லா கான், எங்களுடைய நம்பிக்கையின் மாறுபாட்டை வைத்து என்னுடைய அறிவுரைகளை தடுத்துவிட்டார். ஹகீம் ஒரு சன்னி முஸ்லிம், எழுதுபவர் ஒரு ஷியா முஸ்லிம்.[119]

உடன்பாட்டிற்கு வருவதற்கான இந்த காலம்கடந்த முயற்சிகளால் இவர்களில் யாருக்குமே பலனில்லை. இருப்பினும், மலைத்தொடரில் இருந்த ஜெனரல் வில்ஸன் மற்றும் லாகூரில் இருந்த லாரன்ஸ் ஆகிய இருவருமே, ஜாஃபரின் முன்மொழிவுகள் குறைந்தபட்சம் ஆராயப்படவாவது வேண்டும் என்று கல்கத்தாவிற்கு பரிந்துரைத்தனர். எந்த வகையிலான பேரங்களும் நடத்தப்படக்கூடாது என்பதில் கேனிங் மிகவும் விடாப்பிடியாக இருந்தார். மேலும், எந்த வகையிலும் இந்த கிளர்ச்சி ஒடுக்கப்பட்டவுடன் ஜாஃபர் தன்னுடைய பழைய பட்டத்துடனோ அல்லது பதவியுடனோ இருக்கவிடப்படுவார் என்று நினைப்பதற்கு அவரை அனுமதிக்கவே கூடாது என்றும் அவர் வாதிட்டார்.[120] இதனால் முகலாய அரசவை அந்தரத்தில் தொங்கியது. அத்துடன் இந்த எழுச்சியில் தான் அந்நியப்பட்டுவிட்டதாக நினைக்கத் தொடங்கியதில் இருந்தே அதனால் அதன் பிணைப்பில் இருந்து விடுபடவும் முடியவில்லை. தோல்வி மட்டுமே இப்போது உத்திரவாதமான ஒன்று. அதேநேரம், ஹட்ஸனால் உளவாளியாக வைத்துக்கொள்ளப்பட்ட முகம்மது பக்காரும், நகரம் வீழ்ச்சியுறும்போது தான் செய்த துரோகத்தினால் தன்னுடைய உயிர் காப்பாற்றப்படும் என்ற எந்த வகையான உத்திரவாதத்தையும் பெற்றுக்கொள்ள இயலவில்லை.

ஜூலை மாதம் முடிவுறும் தருவாயில் ராணுவ சமநிலை பிரிட்டிஷாருக்கு சாதமாக திரும்பக்கூடிய தெளிவான அறிகுறிகள் உருவாகின. மலைத்தொடரில் இருந்த துருப்புகளைவிட நகரத்தில் இருந்தவர்கள் எண்ணிக்கையில் விஞ்சியிருந்தார்கள் என்றாலும் தாக்குதல்கள் குறைந்து, நாளுக்குநாள் வேகமும் மந்தமாகிப்போன அதேநேரத்தில் கலகக்காரர்களின் தலைமையிடத்தில் சச்சரவுகளும் அதிகரித்தன. 'பேரலை திசைமாறத் தொடங்கியது. அந்த அலைகள் ஏற்கனவே எங்களுடைய பாதுகாப்பு அரண்களுக்கு எதிராக மோதுவதில் தங்களுடைய வேகத்தை குறைத்துக்கொண்டுவிட்டன' என்று ஜூலை 29 ஆம் தேதி தன்னுடைய மனைவிக்கு எழுதிய கடிதத்தில் குறிப்பிட்டுள்ளார் கிரேத்தட்.[121]

பிரிட்டிஷ் முகாமில் இருந்தவர்களின் சிந்தனை இப்போது பழிவாங்குவதை நோக்கித் திரும்பியது. டெல்லி மக்களைக் கூட்டம் கூட்டமாகக் கொல்வதுதான் அந்த நகரத்துடனான தங்களுடைய கணக்கைத் தீர்த்துக்கொள்ள அப்போது வெளிப்படையாகவும் உற்சாகத்துடனும் விவாதிக்கக்கூடிய விஷயமாக இருந்தது. கான்பூரில் உள்ள பீபிகாரில் 73 பெண்கள் மற்றும் 124 குழந்தைகள் படுகொலை செய்யப்பட்டபோது இந்த எழுச்சியிலேயே பிரிட்டிஷாருக்கு எதிரான மிக மோசமான

போர்க்குற்றம் அதுதான் என்று உணர்ந்த பிரிட்டிஷ் பத்திரிகைத் துறையால் இந்தப் பழிவாங்கும் நடவடிக்கை துரிதப்படுத்தப்பட்டது. இவர்களில் மிகவும் ரத்தவெறிபிடித்தவர் என்று ஜியார்ஜ் வேகன்டிரைபரைத்தான் சொல்ல வேண்டும். அப்போது டெல்லியில் இருந்து தப்பித்த பின்னர் தன்னுடைய மனைவி மற்றும் குடும்பத்தாருடன் லாகூருக்கு சென்று அங்கு டெல்லி கெஸட்டின் மறுபிறப்பான டெல்லி கெஸட் எக்ஸ்ட்ரா என்ற பத்திரிகையில் அவர் ஆசிரியரானார். அந்தப் பத்திரிகை இப்போது டெல்லியில் இருந்து உயிர்பிழைத்து வந்த பிரிட்டிஷ் சமூகத்திற்கான செய்திக்குறிப்பாகவும், அவர்களை உற்சாகப்படுத்தி வழிநடத்தும் இலக்கைக் கொண்டதாகவும் விளங்கியது. ஒவ்வொரு இதழிலும் அவர் டெல்லியை நிர்மூலமாக்குவது மற்றும் ‘தங்களுடைய இழிவான குற்றச்செயல்களால் அதனுடைய சுவர்களை மாசுபடுத்தி, வரலாற்றின் பக்கங்களை இருளடையச் செய்த ஈனர்களை அழித்தொழிக்க வேண்டும்’ என்றே திரும்பத்திரும்ப அழைப்பு விடுத்துக் கொண்டிருந்தார்.[122]

> *ஹிந்துக்களும் முஸ்லிம்களும் தங்களுடைய சாதியும், தங்களுடைய மதமும் வரலாற்றில் ஈடிணையற்றதாக நிலைபெற்றுவிட்ட ஈவிரக்கமற்ற குரூரமானது என்று உலகிற்கு பிரகடனப்படுத்திவிட்டார்கள். அதற்கான தண்டனையும் அதற்கு சமமாகவே தரப்படலாம். நீதி வழங்குவதே கருணை - இந்தப் புயல் முழுக்கவே கோஷமாக விளங்கப்போகும் ‘ரத்தத்திற்கு ரத்தம்’ என்பது அந்த சபிக்கப்பட்ட நகரத்தின் மீது காத்திருக்கிறது. பிரிட்டிஷ் வீரர்கள் விரைந்து செயலாற்ற வேண்டும். பழிதீர்க்கும் தேவதை உங்களை படுகொலையில் ஈடுபடுத்த டெல்லியில் உங்களுக்காக காத்திருக்கிறது.*
>
> *நாம் சற்றே அதற்கும் அப்பால் சென்று டெல்லியைப் பார்ப்போம். டெல்லி விரைவில் பிரிட்டிஷ் படையால் மறுமுறை ஆக்கிரமிக்கப்படும். தலைமைத் தளபதி முகலாயரின் அரண்மனையில் அமர்வார். அரசரின் மகுடத்திற்கு மாற்றாக அவருடைய கழுத்தைச் சுற்றி சணல்கயிறு அணிவிக்கப்படும். அவருடைய உயிர் பிரிட்டிஷ் நீதிக்காக பலியிடப்படும். அப்புறம் என்ன? நம்முடைய பதில் இதுதான்: டெல்லி அமைதியில் மூழ்கும். சுவர்களுக்குள்ளாக மரண அமைதி மென்மேலும் கெட்டிப்படும். இடைவிடாத நீதி அதன் போக்கில் வழங்கப்படுகையில் அதைச் சுற்றி இறுக்கி அதன் ஆலயத்திலேயே பலியிடப்படும். பூர்வகுடியினர் அனைவரின் உயிரும் இந்த பயங்கரமான புயலில் குழம்பிப்போகும்.*[123]

கிறிஸ்துவ புனிதநூல்களில் படித்துள்ளபடி விக்டோரியன் எவன்ஜிலிக்கல்களின் கண்ணோட்டத்தில் வழிநடத்தப்பட்டு நியாயப்படுத்தப்பட்ட டெல்லி பூர்வகுடியினர் படுகொலையானது ஆகஸ்ட் 5 ஆம் தேதி அன்று ஒருபடி நெருங்கி வந்தது. அச்சமயத்தில்தான் குறிப்பிடும்படியான உதவிப்படைகள் வந்துகொண்டிருக்கின்றன என்ற செய்தி அந்த மலைத்தொடருக்கு வந்துசேர்ந்தது. இந்த சாகசத்தை கையாளுவதற்கு பஞ்சாபில் இருந்த ஏறக்குறைய எல்லா பிரிட்டிஷ் துருப்புகளையும் ஜான் லாரன்ஸ் அழைத்துவர வேண்டியிருந்தது. இந்த பிரமாண்டமான ஆபத்தினால் பஞ்சாப் அமைதியாகவே இருக்கும். ஆனால், கனத்த ஆயுதங்களை சுமந்திருந்த ஒரு மைல் நீளமுள்ள முற்றுகைப்படை ஃபெரோஸ்பூரில் இருந்து நகரத்தொடங்கி கிராண்ட் டிரங்க் சாலையில் ஆர்ப்பரித்துச் சென்ற அதே நேரத்தில் அதிவேகமான காலாட்படையானது அம்பாலாவை அடைந்திருந்தது என்பதுடன் அது கொத்தளப் படையை விடுவிக்க இன்னும் சில நாட்களே இருந்தது.

காலாட்படை வரிசை நெருங்கிக்கொண்டிருக்கிறது என்பதும், ஜான் நிக்கல்ஸன் அதற்கு தலைமையேற்றிருக்கிறார் என்பதும் மலைத்தொடரில் இருந்த பிரிட்டிஷ் துருப்புகளின் மனவேகத்திற்கு திருப்தியாக இருந்தது. குறிப்பிட்டு சொல்ல வேண்டும் என்றால் டெல்லி சுவர்களுக்குள்ளே இருந்தபடி ரத்தக்களறியான ஒன்றை யூகித்தபடி எதிர்பார்த்துக் கொண்டிருந்தவர்களுக்கு அது ஒரு செய்தி.

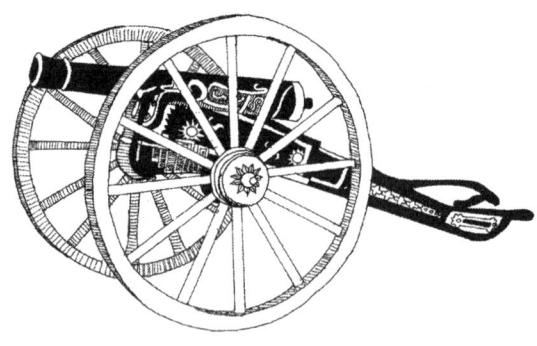

9
திசைமாறிய பேரலை

பிரிகேடியர் ஜெனரல் ஜான் நிக்கல்ஸன் ஆகஸ்ட் 14 ஆம் தேதி வெள்ளிக்கிழமை டெல்லி மலைத்தொடரில் இருந்த பிரிட்டிஷ் முகாமிற்குள் நுழைந்தார்.

அவருடன், 1,000 பிரிட்டிஷ் துருப்புக்கள், முல்தானைச் சேர்ந்த 600 முறைப்படுத்தா குதிரைவீரர்கள் - எல்லோருமே பஞ்சாப் முஸ்லிம்கள் - மற்றும் பிரிட்டிஷ் ஆயுதப்படை வீரர்களும் வந்தனர். அதன்பின்னர் வந்துசேர்ந்த 1,600 சீக்கியர்கள் ஆகியோரைச் சேர்த்து வில்ஸனின் சிறிய ராணுவம் இருமடங்கானது. ஆனால், முற்றுகைக்கு ஆளாகியிருந்த டெல்லி கொத்தளப் படைக்கு மிகப்பெரிய உந்துதலாக இருந்தது அங்கு வந்துசேர்ந்த படையினர் அல்ல, அது நிக்கல்ஸனின் வருகைதான்.[1] 'நிக்கல்ஸனே அங்கே விருந்தளிப்பவர் ஆனார். அந்த முகாம் [இப்போது ஏதோ ஒருவகையில் தீர்மானகரமாக முடிவெடுக்கப்படும் என்பதால் உயிர்ப்புடன் காணப்பட்டது' என்று தன்னுடைய மனைவிக்கு எழுதியுள்ளார் ஹட்ஸன். சாதாரணமாகவே உணர்ச்சிகளை வெளிக்காட்டிக்கொள்ளாத சார்லஸ் கிரிஃபித்கூட அதிகப்படியான உற்சாகமடைந்தார்: 'எங்களிடம் நாயகன் ஜான் நிக்கல்ஸன் இருப்பதே பலத்தை அதிகமாக்கியது' என்று எழுதினார் அவர்,

> அவருடைய பராக்கிரமத்தையும் திறமையையும் பற்றி நிறைய கதைகள் சொல்லப்பட்டுள்ளன. மெல்லிய உடல் கொண்டவர் என்றாலும் மகத்தான உருவம் கொண்டவர். அவருடைய தோற்றமும் அவரை 'ஆண்களின் அரசன்' என்றே முத்திரை குத்தும். அமைதியானவர், தன்னம்பிக்கை கொண்டவர், குறிக்கோளுடையவர், துணிச்சலானவர், எத்தகைய சிக்கலும் அவரை அச்சுறுத்துவதில்லை. எதற்கும் அஞ்சாத அவருடைய துணிச்சல் சட்டென்று படையில் புதிய ஆற்றலை பாய்ச்சியது. எல்லோருடைய

வாயிலும் நிக்கல்ஸனின் பெயர்தான் உச்சரிக்கப்பட்டது. இறுதி வெற்றிக்காக வலுவான நடவடிக்கை எடுக்கப்படும் என்பது எல்லா வீரர்களுக்கும் தெரிந்திருந்தது.[2]

மே மாதம் பெஷாவரில் இருந்து புறப்பட்டதில் இருந்து சில வாரங்களிலேயே வட இந்தியாவில் இருந்த பிரிட்டிஷாரிடையே நிக்கல்ஸன் - யாருக்கும் தெரியாத முப்பத்தாறு வயது படைவீரர், வடமேற்கு முனையில் ஓர் அரசு ஊழியர், தன்னுடைய சிறிய வட்டாரத்தைத் தவிர யாருக்கும் தெரியாத ஒருவர் - தலைசிறந்தவராக புகழ்பெற்றார். மேலும், இந்தக் கலகப்பரவலை அதிகமாக்கியதற்கும், அது இந்தளவுக்கு மிக வேகமாக பரவுவதற்கு காரணமாக தயக்கத்துடனும், குழப்பத்துடனும் எதிர்வினை ஆற்றியவர்களுக்கு அடுத்தபடியாக பிரிட்டிஷாருக்கு மிக அவசரமாக கதாநாயகர்கள் தேவைப்பட்டார்கள். நிக்கல்ஸனிடம் இருந்த மிதமிஞ்சிய மூர்க்கத்தனம் மற்றும் குரூர குணத்துடன் இணைந்த அர்ப்பணிப்பு, தீவிரத்தன்மை மற்றும் துணிச்சல் ஆகியவையே மலைத்தொடரில் பாதுகாப்பு அரண்களுக்கு பின்னால் மறைந்து கொண்டிருந்த, விரக்தியுற்ற பிரிட்டிஷ் துருப்புகளுக்கு தேவையாக இருந்தது.

அப்போதுவரை இரண்டுமாத காலமாக கொத்தளப் படையின் துருப்புகள் தினசரி தாக்குதல்களால் சோர்ந்து போயிருந்தனர். ஹிந்துஸ்தானம் முழுவதும் கலகம் பரவிக் கொண்டிருப்பதான கதைகள் அவர்களை அச்சுறுத்தின. இவற்றில் லக்னோ முற்றுகையின்போது ஆளுநரின் மகத்தான பாதுகாவலர் சர் ஹென்றி லாரன்ஸின் மரணம் முக்கியமானது. கான்பூரில் இருந்த பிரிட்டிஷ் பாதுகாவலர் அவருடைய குடும்பத்தின் பெண்கள் மற்றும் குழந்தைகளுடன் படுகொலை செய்யப்பட்டது ஆகியவையும் அடங்கும். எல்லாவற்றிற்கும் மேலாக அவர்கள் மீரட்டில் இருந்த வயதாகிப்போன ஜெனரல் ஹூவிட்டின் தன்னம்பிக்கையற்ற தகுதியின்மை, பலவீனமான ஆன்ஸன், பெர்னார்ட் மற்றும் ரீட் ஆகியோரால் மனச்சோர்வடைந்திருந்தனர். கொத்தளப் படையினருக்கு அடுத்தடுத்து அற்புதமான தளபதிகள் வாய்க்கவில்லை.

பதட்டமான இந்தக் கிழவர்களால் சோர்ந்துபோயிருந்த அவர்களுக்கு நிக்கல்ஸன் ஒரு முழுமையான தீர்வாக இருந்தார். அவர் டெல்லிக்கு வருவதற்கு வெகுமுன்னரே அவரைப்பற்றிய பல கதைகள் சுற்றிவரத் தொடங்கியிருந்தன. தன்னுடைய படைவரிசையை ஒரே நாளில் 46 மைல்கள் தொலைவுக்கு அணிவகுக்கச் செய்தது, அவருடைய ஆட்கள் நிழலில் ஓய்வெடுத்துக் கொண்டிருக்கும்போது தன்னுடைய குதிரையில் அவர் முழு வெயிலில் அசையாமல் உட்கார்ந்திருந்தது, எல்லோரும் ஓய்வெடுக்கையில் அவர் தூங்காமல் விழித்திருந்து தன்னுடைய கடிதங்களை எழுதியது மற்றும் 'சிப்பாய்களை நிக்கல்ஸன் வெறுத்த விதம்

வார்த்தையால் விவரிக்க முடியாதது' ஆகியவையும் இந்தக் கதைகளில் அடங்கும்.

இவை எல்லாவற்றையும்விட, திரிம்மு வாயிலில் நிக்கல்ஸன் சமீபத்தில் பெற்ற வெற்றிகுறித்த செய்திகளால் பிரிட்டிஷ் முகாம் பரவசமடைந்திருந்தது. அங்கு, சியால்கோட்டில் இருந்து டெல்லிக்கு விரைந்துகொண்டிருந்த கலகக்கார சிப்பாய்களின் மொத்த ரெஜிமெண்டையும் துரிதகதியிலான தொடர் படையெடுப்புகளால் விரட்டிச்சென்று தாக்கிய அவர், ராவி ஆற்றிற்கு திரும்பி ஓடிய அவர்களில் எல்லோரும் கொல்லப்பட்டனரா என்பதையும் உறுதிப்படுத்திக்கொண்டார். இதனால் பெரும்பாலான சிப்பாய்கள் [முடிவில்] ராவி நதியில் [பருவமழை காரணமாக] அதிகரித்து காணப்பட்ட நீரில் பாதுகாப்பு தேடிச்செல்கையில் மரணமடைந்தார்கள் எனத் தெரியவந்தது. அவர்களில் சிலர் பிடிபட்டாலும் உடனடியாக சுட்டுக்கொல்லப்பட்டனர்.[3] ஆகஸ்ட் மாதத்தில் நகரும் படையணியின் ரத்தக்களறியான சாகசங்கள் கல்கத்தாவையே எட்டிவிட்டன. இதற்கு உடன்படும் மனநிலைகொண்டிருந்த கேனிங், 'நிக்கல்ஸன் இந்த நாட்டை வெஞ்சினத்தின் அவதாரத்தைப் போல் துடைந்தெறிந்தது அலைபாயும் மனங்களில்கூட திகிலை உருவாக்கியது' என்று எழுதினார்.[4]

மிகச்சிலர் மட்டுமே இந்த மகத்தான பேரரச பைத்தியக்காரனை கதாநாயகனாக வழிபடுவதற்கு மனமில்லாமல் இருந்தனர். ஆனாலும், சில விதிவிலக்குகளும் இருந்தன. அணிவகுப்பின்போது நிக்கல்ஸனின் இந்த அர்த்தமற்ற பகையுணர்ச்சியினால் இளம் லெப்டினெண்டான எட்வர்ட் ஓம்மனே அதிர்ச்சியடைந்தார். 'அவர் தன்னை ஓர் இரக்கமற்ற அரக்கனாக காட்டிக்கொண்டார். உதாரணத்திற்கு, தன்னுடைய அணிவகுப்பு பாதையில் குறுக்கே வந்துவிட்டமைக்காக ஒரு சமையல்கார பையனை அடித்து துவைத்துவிட்டார் (இந்தக் கடமையை செய்வதற்காகவே அவர் மிகவும் சதைப்பற்றுள்ள ஆட்களை வேலைக்கு வைத்திருந்தார்). அவன் புகார் தெரிவித்தபடியால் மீண்டும் அழைத்துவரப்பட்டான். இரண்டாவது முறை அடித்து துவைக்கப்பட்டதன் விளைவாக அவன் மரணமடைந்தான்' என்று ஜூலை 21 ஆம் தேதி தன்னுடைய நாட்குறிப்பில் அவர் எழுதியுள்ளார்[5] தன்னுடைய நிராதரவான சிறைக்கைதிகளுக்கு எதிராக உச்சபட்ச வன்முறையை நடத்துவதற்கு அவர் தன்னுடைய துருப்புகளுக்கு ஆசியை வழங்கியதைக் கண்டும் அவர் கலக்கமுற்றார்.

சியால்கோட் கிளர்ச்சிக்காரர்களுக்கு ஆற்றைக் கடக்க வழிகாட்டிய 2 ஆவது முறைப்படுத்தா படைப்பிரிவைச் சேர்ந்த ஒருவரின் 2 கைகளும் வெட்டப்பட்டன. அவருடைய உடலில் ஒரு பயோனெட் செருகப்பட்டிருந்த நிலையில் தூக்கில் தொங்கவிடப்பட்டார். கைது செய்யப்பட்டவர்கள் கைகள் சங்கிலியால் பூட்டப்பட்டு, அணியணியாக பிரிக்கப்பட்டு காட்டிற்குள் சீக்கியர்களிடம்

விடப்பட்டனர். இத்தகைய குரூரங்களைப்பற்றி நீண்டகாலத்திற்கு எங்களுக்கு எதிராக பேசப்படலாம். இவர்கள் இதையே எங்களுக்கும் செய்தார்கள் என்பதால் அதற்கு இணையாக நாங்களும் செய்தாக வேண்டும் என்பதில் எந்த நியாயமும் இல்லை. நிஜமான குற்றவாளிகள் தூக்கிலிடப்பட்டும், சுடப்பட்டும் கொல்லப்பட வேண்டியவர்கள்தான் [ஆனால், அப்பாவிகள் விட்டுவைக்கப்பட்டிருக்க வேண்டும்].[6]

மலைமுகட்டில் குறைந்தளவு குரூர மனம்கொண்ட சிலரிடத்திலும் நிக்கல்ஸன் மீது தவறான அபிப்பிராயமே நிலவியது. ஹிந்து ராவ் மாளிகையில் தன்னுடைய கூர்க்காக்களுடன் சிப்பாய்களின் தாக்குதலை சமாளித்தவரான மேஜர் ரீட், 'முதல் பார்வையிலேயே வெறுக்கும்படியான ஒருவரை நான் இதற்கு முன் சந்தித்ததே இல்லை என்றுதான் நினைக்கிறேன். அவருடைய திமிர்த்தனமான நடத்தையையும், வினோதமான சிரிப்பையும் என்னால் தாங்கிக்கொள்ள முடியவில்லை. எதிரியின் நிலைகுறித்து அவர் சில கேள்விகள் கேட்பார். பின்னர் மௌனமாக சென்றுவிடுவார்' என்று எழுதியுள்ளார்.[7] கொத்தளப் படையின் நிஜமான தலைவர் எனத் தோன்றும் அளவுக்கு வளர்ந்து கொண்டிருந்த இந்த விறைப்பான உருவத்திற்கு எப்படி பதில் கூறுவதென்றே ஹார்வி கிரேத்தடுக்கு தெரியவில்லை. அவர் அங்கு வந்துசேர்ந்த அன்றைய இரவு அதிகாரிகளுக்கான உணவகத்தில், தன்னுடைய பதான் வேலையாள் பின்னால் நின்றுகொண்டிருக்க நிக்கல்ஸன் அமைதியாக தன்னுடைய இரவு உணவைச் சாப்பிட்டுக் கொண்டிருந்தார். 'அந்தப் பணியாள் ஒரு கையில் துப்பாக்கியைத் தயார் நிலையில் பிடித்தபடி, தன்னுடைய எஜமானருக்கு வேறு யாரையும் உணவு பரிமாற அனுமதிக்காதபடி பார்த்துக்கொண்டான்.'* அடுத்தநாள் இதுகுறித்து புகார் தெரிவிக்கும் வகையில் தன்னுடைய மனைவிக்கு கிரேத்தட் பின்வருமாறு எழுதியிருக்கிறார்:

ஜெனரல் நிக்கல்ஸன் இரவு உணவு சாப்பிட்டுக் கொண்டிருந்தார். அவர் ஒரு நேர்த்தியான, கம்பீரமான மனிதர். தன்னால் முடியும் என்றால் மட்டுமே பேசுவார். அது பொதுவாழ்க்கையில் இருக்கும் மனிதருக்கான மகத்தான வரம்தான். ஆனால், கடந்த இரண்டு மாதங்களாக நாங்கள் அனைவருமே தீவிர முனைப்புள்ளவர்களாகவும், அதிகம் பேசிக்கொள்ளாதவர்களாகவும் இருந்து கொண்டிருப்பதாலேயே நாங்கள் தப்பிப்

* நிக்கல்ஸன் ஒருமுறை உயிரைக் காப்பாற்றியதாகச் சொல்லப்படும் அந்த பதான் பணியாள் அவருடைய குடிலுக்கு வெளியில்தான் உறங்குவான். குடிலுக்குள் நுழையும் யாரும் அவனுடைய கீழே கிடக்கும் உடலை மிதித்துவிட்டுதான் செல்ல வேண்டியிருக்கும். பார்க்க See *R.G. Wilberforce, An Unrecorded Chapter of the Indian Mutiny, London, 1894, pp. 28-9.*

பிழைத்துவிடுவோம் என்று நான் நினைக்கவில்லை. எங்களுடைய சகஜமான, கலகலப்பான உணவாக இரவு உணவுகள்தான் எங்களை ஜீவனுடன் வைத்திருக்கிறது.[9]

இதுபோன்ற விமர்சனங்கள் எதனாலும் பாதிக்கப்படாத நிக்கல்ஸன் அடுத்தநாள் காலை மலைத்தொடரை சுற்றிப்பார்க்கப் புறப்பட்டார். அப்போது பாதுகாப்பு வளையங்களை ஆராய்ந்து, ஆயுதப்பிரிவுகளையும் பாதுகாவலரண்களையும் ஆய்வுசெய்து நகரத்தைக் கைப்பற்றுவதற்கான தன்னுடைய திட்டத்தை உருவாக்கத் தொடங்கினார். ‘மிகவும் கம்பீரமான தோற்றம் கொண்ட ஓர் அந்நியர் எங்களுடைய ரோந்துக்குழுக்களை பார்வையிட்டு, எங்களுடைய பலம் மற்றும் சரித்திரத்தைப்பற்றி ஆராய்ச்சிக்குரிய கேள்விகளை கேட்டார்’ என்று நினைவுகூர்கிறார் ஒரு படைவீரர்.

அவருடைய உடையை வைத்து அவர் எந்தப் பதவியில் இருப்பவர் என்று சொல்ல முடியவில்லை. அந்த உடையை அணிந்திருப்பவர், அந்த முகாமில் உள்ளவர்கள் அதுவரை அறிந்திராத ஜெனரல் நிக்கல்ஸன்தான் என்று தெரியவந்தபோது அந்த உடைக்கு எந்தப் பங்களிப்பும் இல்லை. அதேநேரத்தில் அவர் மிகத்திறமையான ராணுவ மேதைமையை தன்னகத்தே கொண்டிருப்பவர் என்று முணுமுணுக்கப்பட்டது. அகன்ற மார்பும், வலுவான விரல்களும் கொண்ட அவருடைய பிரமாண்ட தோற்றத்தின் வெளிப்பாட்டில் பற்றிக்கொள்ளக்கூடிய கட்டளையிடும் பாவனை வெளிப்படும். விறைப்பான அழகு, நீண்ட கறுப்பு தாடி, ஆழ்ந்த கணீரென்ற குரல். அவருடைய முழு உருவத்திலும் வரம்பற்ற வலிமை, திறமை மற்றும் தீர்க்கமான உறுதி இருந்தது. அத்துடன், இதுபோன்ற தீவிரமான சூழ்நிலைகளில் யாரும் கவனிக்காமல் சென்றுவிட முடியாத ஓர் ஆட்சியாளருக்குரிய அதிகாரம் தெரிந்தது.[10]

நேர்த்தியான, கூச்ச சுபாவமுள்ள, ஆட்டுத்தாடி வைத்த ஜெனரல் வில்ஸனின் முரண்பாடான உருவம் அவ்வளவு வசீகரமானது அல்ல. இதனாலேயே யாருடைய உத்தரவுகளுக்கும் கீழ்பணிய முடியாத நிக்கல்ஸனின் இயல்பினால் இருவருக்கும் இடையிலான மோதலை தவிர்க்க முடியவில்லை. நிக்கல்ஸனின் திமிர்த்தனமான மனப்போக்கு குறித்து வில்ஸன் கசப்புணர்வே கொண்டிருந்தார். எல்லாவற்றிற்கும் மேல், அவர் நிக்கல்ஸனின் கட்டளை அதிகாரி! அதேநேரம் வில்ஸனின் அதிகப்படியான எச்சரிக்கை உணர்வாலும், இடைவிடாது கவலைப்படுவதாலும் நிக்கல்ஸன் எரிச்சலுற்றிருந்தார். இதுகுறித்து நிக்கல்ஸன் பின்வருமாறு ஜான் லாரன்ஸுக்கு எழுதினார். ‘கனரக துப்பாக்கிகள் வந்தவுடன் தாக்குதலைத் தொடங்கலாம் என்கிறார் வில்ஸன்.

ஆனால், இலக்கை அடையும்வரை அவ்வாறு இருந்துவிடுவாரா என்று நான் சந்தேகப்படக்கூடிய வகையில் தீர்மானமின்றியே இதைச் சொல்கிறார். இந்த நெருக்கடியை சமாளிக்கும் அளவுக்கு அவருக்குத் திறமை இல்லை, இதை அவரே உணர்ந்திருப்பார் என்றும் நம்புகிறேன்.'

இந்த மோதல் பெரிதாகிக்கொண்டே சென்றதை பின்னாளைய கடிதங்கள் சுட்டிக்காட்டுகின்றன. 'வில்ஸனின் மூளை மழுங்கிவிட்டது. அப்படித்தான் அவரே சொல்லிக்கொள்கிறார். அவர் நிஜமாகவே உண்மையைத்தான் பேசுகிறார்' என்று ஆகஸ்ட் மாத மத்தியில் லாரன்ஸிடம் கூறியிருக்கிறார் நிக்கல்ஸன். இதனினும் மூர்க்கத்தனமானது மூன்று வாரங்களுக்குப் பின்னர் லாரன்ஸுக்கு அவர் எழுதிய கடிதம்தான். 'என்னுடைய வாழ்நாளில் பிரயோஜனமற்ற ஜெனரல்கள் பலரையும் பார்த்திருக்கிறேன். ஆனால், இதுபோன்ற அறியாத்தனத்துடன், சோர்வுற்று முடங்கிப்போன ஒருவரை இதுவரை நான் சந்தித்ததே இல்லை. இந்த நகரம் வீழ்ந்தபின்னர் அவருடைய தனிப்பட்ட கட்டளையின் கீழ் ஒருநாள்கூட நான் சேவையாற்ற விரும்பவில்லை' என்று நிக்கல்ஸன் அதில் எழுதியுள்ளார்.[11]

நிக்கல்ஸன் தொடர்ந்து புகார் கூறிக்கொண்டே இருந்தாலும், வில்ஸனின் அணுகுமுறையில் இருந்த தர்க்கமே - மலைமுகட்டின் பாதுகாப்புகளைப் பலப்படுத்திக்கொண்டு, முற்றுகை ரயில் வரும்வரை காத்திருப்பது என்ற - மெய்யானது என்பதும் நிரூபணமானது. கலகக்காரர்களைப் பொறுத்தவரை தாக்குதல் நிறுத்தப்படவில்லை, அவர்கள் அவ்வப்போதுதான் தாக்குதல் நடத்தினார்கள் என்றாலும், படகுப் பாலத்தின் மேல் ஒவ்வொருமுறையும் கிளர்ச்சிக்கார சிப்பாய்களின் புதிதாக அணிவகுத்து வரும்போது அவர்கள் கலக ராணுவத்தின் ஒரு பகுதியாக ஏற்றுக்கொள்ளப்படுவதற்கு முன்பாகவே அந்த மலைமுகட்டில் தாக்குதல் நடத்தி தாங்கள் யாரென்பதை நிரூபித்துக் காட்டிக் கொண்டிருந்தார்கள். இதுபோன்ற பெருந்திரளான தாக்குதல்களை பிரிட்டிஷார் எந்த சேதமும் ஏற்படாத வகையில் சமாளித்ததற்கு காரணம் வில்ஸனின் முன்னெச்சரிக்கையான பாதுகாப்பு நடவடிக்கைகளே ஆகும்.

ராஜஸ்தானில் இருந்து 'சில ஆயிரம் ஆட்கள், பத்து பீரங்கி வண்டிகள் மற்றும் மூன்று சிறு பீரங்கிகளுடன் நிமாக் ரெஜிமெண்ட் சிப்பாய்கள் வந்த பின்னர், சில நாட்களுக்குப் முன்பாகத்தான் அவர்கள் மலைத்தொடரின் மீது கூட்டுத்தாக்குதலை நடத்தியிருந்தனர். குவாலியர் பிரிகேட் மற்றும் பன்னிரெண்டு துப்பாக்கிப்படைப் பிரிவுகள் ஆகியவற்றின் உதவியுடன் அவர்களுடைய தாக்குதல் இரவு முழுவதும் தொடர்ந்து மறுநாள் மதியம் வரை நீடித்தது. மதிய நேரத்தின்போது ஆயிரத்திற்கும் மேற்பட்ட சிப்பாய்கள் இறந்துபோயிருந்தனர். ஆனால், பிரிட்டிஷ் தரப்பில் உயிரிழப்புகள் குறைவு. வெறும் நாற்பத்தி ஆறுபேர் மட்டுமே

காயமடைந்தனர் அல்லது உயிரிழந்தனர். கைட்ஸ்* பிரிவைச் சேர்ந்த ஹென்றி டேலி, 'பண்டீக்களிடம் நாங்கள் காட்டியதிலேயே மிகவும் வெற்றிகரமான, அறிவியல்பூர்வமான வெற்றியே இது. அவர்களுடைய இழப்பு மிகப்பெரியது. அவர்களுடைய வெடிப்பொருள்கள் வண்டிவண்டியாக செலவழிக்கப்பட்டன. எங்களுடைய ஆட்களில் யாரையுமே அவர்கள் பார்க்கவில்லை. தற்காப்பு என்று வரும்போது நாங்கள் புகட்ட வேண்டிய பாடம் இதுதான்' என்று நினைத்தார்.[12]

தங்களுடைய காவலரண்களில் பாதுகாப்பாக இருந்தபடியே எதிரிகளின் நேர்த்தியான, குருட்டுத்தனமான, துயரார்ந்த வீரத்தைப் பற்றி முன்னெப்போதும் இல்லாத வகையில் பிரிட்டிஷார் நன்றாகத் தெரிந்துகொண்டனர். 'நாள்முழுவதும் சண்டையிடுவதில் அவர்களுடைய நீடித்த துணிச்சலை எதுவும் விஞ்சிவிட முடியாது. ஒவ்வொரு முறை தோல்வியடையும்போதும் தங்களுடைய போராட்டத்தை புதுப்பித்தபடியே அவர்கள் திரும்பத்திரும்ப வந்துகொண்டே இருந்தனர்' என்று எழுதியுள்ளார் சார்லஸ் கிரிஃபித்ஸ்.[13]

நகரத்தில் இருந்து வந்த தாக்குதல்கள் நாளுக்குநாள் பயனற்றதாகிப் போனது மட்டுமல்லாமல் தொடர்ச்சியற்றும் போனது. இதுகுறித்து ஆகஸ்ட் 4 அன்று ஹார்வி கிரேத்தட் தன்னுடைய மனைவிக்கு எழுதிய கடிதத்தில், '2 ஆம் தேதியிலிருந்தே ஆயுதப்பிரிவினர்கூட எப்போதாவதுதான் துப்பாக்கித் தாக்குதல் நடத்தினர். அவர்கள் மற்றொரு தாக்குதலை முயற்சித்தாலும் அது பயனற்றுப் போனது' என்று குறிப்பிட்டுள்ளார்.[14]

சண்டையிடுதல் குறையத் தொடங்கியபோது பிரிட்டிஷாரின் நம்பிக்கை அதிகரிக்கத் தொடங்கியது. கிடைத்த நேரத்தில் அவர்கள் வேறு சில வேலைகளில் ஈடுபடத் தொடங்கினர். சிலர் மலைத்தொடருக்கு பின்னால் இருந்த யமுனை ஆற்றுக் கால்வாயில் மீன்பிடிக்கச் சென்றனர். மற்றவர்கள் கால்பந்து, கிரிக்கெட் மற்றும் வளையப்பந்து விளையாடினார்கள். ஒருநாள் குதிரைப் பந்தயம்கூட நடந்தது. [இப்போது] முகாமின் எல்லையைத் தாண்டிக்கூட தினமும் குதிரையில் சென்றுவந்த கிரேத்தட் வெகுதூரம்வரைகூட தன்னால் சென்றுவர முடியும் என்பதை கவனித்தார். 'இதுபோன்று வெளியில் சென்றுவருவதன் மூலம்தான் முகாமின் சுற்றுவட்டாரப் பகுதிகளுக்கும் அப்பால் வீசுகின்ற செத்துப்போன மிருகங்களின் துர்நாற்றத்தில் இருந்து தப்பிச்சென்று மகிழ்ச்சியை

* கார்ப்ஸ் ஆஃப் கைட்ஸ், 1846 இல் ஆப்கானிஸ்தானில் கிளர்ச்சிசெய்த வடமேற்கு எல்லையை கண்காணிப்பதற்காக நிறுவப்பட்டது.

அனுபவிக்க முடிகிறது' என்று தன்னுடைய மனைவியிடம் ஒப்புக்கொண்டிருக்கிறார் அவர்.[15]

இப்போது அங்கே அதிக உணவும், அதிக வசதியும் கிடைத்தது. ஃபெரோஸ்பூரில் இருந்து ஒரு பெரிய ஆட்டுமந்தை ஓட்டிவரப்பட்டு புதிய ஆட்டுக்கறி தருவிக்கப்பட்டது. அதேநேரத்தில், ஆங்கில அபிமானிகளான பஞ்சாப் ராஜாக்கள் தொடர்ந்து தானியங்களை அனுப்பிக்கொண்டிருந்தனர். டெல்லிக்கு வடக்கே ஒருநாள் பயணத்தில் சென்றுவிடக்கூடிய ஜீந்த் பகுதி மகாராஜா ரை பிரிட்டிஷ் தளத்திற்கான உணவுப்பொருள்களை அனுப்பிவைத்தார்.[16] முடிந்தவர்கள் வாங்கிக்கொள்ளும் வகையில் அம்பாலாவைச் சேர்ந்த பீக் & ஆலன் நிறுவனம் பற்பசைகள், ஊசிகள், காகிதம், சாக்லேட்டுகள் மற்றும் 'கொஞ்சம் நல்ல மொஸெல் ஒயின்' போன்ற கிடைப்பதற்கு அரிதான பொருள்களை விற்க அங்கே கடையை திறந்தனர். இருப்பினும் ஒரு பாட்டிலுக்கு 8 ரூபாய் விலைகொண்ட அவர்களுடைய பிராந்திதான் பலருடைய கைகளுக்கும் எட்டாக் கனியாக இருந்தது. அதிகப்பேரால் வாங்கிக்கொள்ள முடிந்த ஒன்று பார்ஸி வியாபாரிகளான ஜெஹாங்கீர் மற்றும் கோவாஸ்ஜீ விற்பனை செய்த பியர் பாட்டில்கள்தான். அவர்கள் பீக் & ஆலனை பின்னுக்குத் தள்ளி 'சிறப்பான ஆங்கில பாட்டில்களில்' அடைக்கப்பட பியரை டசனுக்கு 15 ரூபாய் என்ற விலையில் விற்றனர்.[17]

காலராவாலும் தினசரி மரணங்கள் நிகழ்ந்துகொண்டே இருந்தன. அழுகும் உடல்கள் மற்றும் விலங்குகளின் துர்நாற்றம் அந்த மலைத்தொடரில் முன்னெப்போதும் இல்லாத அளவுக்கு அதிகரித்து காணப்பட்டது. ஆனால் பேரலையின் திசை மாறத் தொடங்கிவிட்டது என்பதை அந்தக் காவலரண்களில் இருந்த எல்லோருமே பரவலாக உணர்ந்தனர். அவர்களிடம் இருந்த துடிப்பு ஒரு மாதத்திற்கு முன்பு இருந்ததைக் காட்டிலும் மிக அதிகமாக காணப்பட்டது. இதுகுறித்து ஆகஸ்ட் 6 அன்று ஹார்வி கிரேத்தட் பின்வருமாறு எழுதியுள்ளார்,

> *சொல்லப்போனால் இந்தியாவில் உள்ள வேறு எந்தப் பகுதியைக் காட்டிலும் இங்கே முணுமுணுப்பு குறைந்து ஆரவாரம் அதிகரித்துள்ளது என்பதை நான் சொல்லியே ஆகவேண்டும். தற்போது நாங்கள் இந்த இடத்தில் முகாமிட்டதுமுதல் கிளர்ச்சிக்காரர்கள் 25 சண்டைகளில் தோற்கடிக்கப்பட்டிருக்கிறார்கள், அப்படிப் பார்த்தால் அவர்கள் எதிர்பார்த்த உதவிகள் அனைத்தையும் அவர்கள் பெற்றுவிட்டார்கள். அத்துடன் வெடிப்பொருள்களையும் பயன்படுத்தி தீர்த்துவிட்டார்கள். மற்றொருபுறம் எங்களுடைய படைகளுக்கு இன்னும் கொஞ்ச நேரத்தில் உதவிப்படைகள் வரவிருக்கின்றன. இந்த நகரத்தின் வீழ்ச்சி இந்த மாதத்தை கடந்து சென்றுவிடாது. நம்முடைய பிரிட்டிஷ் பேரரசு இறுதிக்கட்டத்தில் இருக்கிறது என்ற பொய்யான நம்பிக்கை மிகவும் அறியாமை*

கொண்ட, தடுமாற்றமான மனங்களில் இருந்துகூட விடுபடத் தொடங்கிவிட்டது. நம்முடைய அதிகாரத்தை மறுசீரமைப்பதில் நிறைய சிக்கல் இருப்பதாக எனக்குத் தோன்றவில்லை.[18]

மற்றவர்களோ, டெல்லியின் செல்வங்கள் தங்களுக்கு முன்பாக பரப்பிக் கிடப்பது போலவும், அதிலிருந்து 'பணக்கார கிழட்டு கருப்பர்களின் ஒன்று அல்லது இரண்டு சிறிய வைரங்களை' தேர்ந்தெடுத்துக் கொள்ளலாம் என்பது போலவும் கனவு கண்டு தங்களுடைய துடிப்பை உயிர்ப்புடன் வைத்துக்கொண்டனர்.[19] '1857 இல் டெல்லி ஒரு மிகப்பெரிய, மிக அழகான, நிச்சயமாக ஹிந்துஸ்தானத்திலேயே பணக்கார நகரம் என்பதில் சந்தேகமில்லை. அதன் சுவர்களுக்குள் வெளியே சொல்லப்படாத செல்வச்செழிப்பு இருப்பது எங்களுக்குத் தெரியும். அத்துடன் அந்த கலக நகரம் பிடிபட்டதும் எங்களுடைய பங்காக கிடைக்கப்போகும் போர்ப்பரிசு பற்றி நாங்கள் நினைக்கும்போதெல்லாம் எங்களுடைய மனம் மகிழ்ச்சியில் துள்ளிக்குதித்தது' என்று எழுதியுள்ளார் சார்லஸ் கிரிஃபித்ஸ்.[20]

அச்சமயத்தில் பருவமழையின் தீவிரம் குறைந்துவிட்டது. நசநசத்துக் கொண்டிருந்த ஜூலை மாதம் அபரிமிதமான, பளப்பான ஆகஸ்ட் மாத பசுமைக்கு வழிவிட்டுக் கொண்டிருந்தது. மிகவும் அழகியல் உணர்வு கொண்டிருந்த சில பிரிட்டிஷ் அதிகாரிகள் தாங்கள் இதற்கு முன்பு கவனித்தேயிராத ஒன்றை உணர்ந்துகொண்டனர். அது அவர்கள் இருந்த வியக்க வைக்கும்படியான அழகிய நிலை. இப்படி உணர்ந்தவர்களில் ஒருவர் மிகவும் தெளிவாகவும் அறிவார்த்தமாகவும் பேசக்கூடியவரான ஹேரி கேம்பிர். இருபத்தி மூன்றே வயதான, இங்கிலாந்தைவிட்டு அதிகம் வெளியில் சென்றிராதவரான அவர் மே 11 அன்றுதான் டெல்லிக்கு வந்திருந்தார். அன்றிரவே கர்னல் நெவெட்டுடன் தப்பித்தும் சென்றார். சில நாட்களுக்குப் பின்னர் அவரும் நெவெட்டும் வைபர்ட்டின் குழுவுடன் சேர்ந்துகொண்டனர். அங்குதான் கேம்பிர் நீண்டகாலமாகவே தொலைவில் இருந்தபடி மெச்சிக்கொண்டிருந்த அழகான ஆன்னி ஃபாரஸ்ட்டிடம் முழுமையாக காதலில் விழுந்தார் - ஆனாலும், அவர் இதற்கு முன்னர் நிறையவே காதலில் விழுந்தவர்தான்.

ஹேரி மற்றும் ஆன்னி ஆகிய இருவருமே குஜார்களால் கொள்ளையடிக்கப்பட்டு, பட்டினியோடு சுற்றித்திரிந்து, அரை நிர்வாணமாக தோப் கிராமங்களில் சுற்றியலைந்த பின்னர் ஃபெரஸூவால் காப்பாற்றப்படும்வரை ஒரே விதமான கஷ்டங்களை அனுபவித்தவர்கள். அந்த மலைத்தொடரில் இருந்தபடியே கேம்பிர் இப்போது மகிழ்ச்சியான, கவித்துவமான கடிதங்களை மீரட்டில் இருக்கும் ஆன்னிக்கு எழுதினார். மலைத்தொடரில் தன்னுடைய தினசரி வாழ்க்கை என்று தினமும் காலை சிற்றுண்டிக்கு முலாம்பழம் மற்றும் மாம்பழங்கள் சாப்பிடுவதில் இருந்து தான் பார்த்த ராணுவ பயிற்சிமுறைகள் வரை விவரித்திருக்கிறார். அவரும் ஆன்னியும் இந்தக் கலகப்பரவலுக்கு முன்னதாகவே டெல்லியில் சில

விருந்துகளில் கலந்து கொண்டிருக்கிறார்கள். இப்போது முற்றுகையிடப் பட்டிருக்கும் இந்த நகரம் எந்தளவுக்கு மாறுபட்டிருக்கிறது என்றும் அவர் எழுதினார்.

இந்தக் காட்சி மிகவும் அழகானது. சூரிய அஸ்தமனத்தின்போது நீ கொடிக்கம்ப கோபுரத்தில் இருப்பதாக கற்பனை செய்துகொள். உனக்குப் பின்னால் மேகத்திரட்சியின் பளபளப்பு, பச்சைநிறத்தில் அலையலையான தொடுவானம், வீழ்ந்த தூண்கள், கறுத்துப்போன மாளிகைகள் இருக்கின்றன. இப்போது அந்த நகரத்தை நோக்கி உற்றுப்பார். வலதுபக்கமும் இடதுபக்கமும் மலைத்தொடர். உன்னுடைய காலடியில் சமதளம். அற்புதமான பசுமையுடன் தாவரங்கள் அடர்த்தியான வளர்ந்திருந்திருக்கும் அந்தப் பசும்வெளி நகரத்தின் சுவர்கள் வரை நீண்டுசெல்கிறது. பூப்பந்து மைதானம் சுத்தமாக காணப்படுகிறது. அங்கு அவ்வப்போது அதிகாரிகள் விளையாடுவார்கள். அதற்கு அப்பால் இருக்கும் வீட்டில் திரு கர்ல் வசிக்கிறார் - அதற்கு எதிரே கூரைகளற்று எரிந்துபோன சந்திப்புக்கூடம் இருக்கிறது. அது மிகவும் மாறுபட்ட நினைவுகளைத் தூண்டக்கூடியது. வெளிச்சங்கள், இசை, ஸ்கர்ட்டுகள், தொங்கிக்கொண்டிருக்கும் உடைகள், குழாய்கள், லெ பாஸ், கடைசி போல்காஸ் நடனம்...

சந்திப்பு அறைகளுக்கு அப்பால் லட்லோ கோட்டையைப் பார்க்கலாம் [முன்னதாக ஆளுநர் சைமன் ஃபிரேஸரின் மாளிகை], அதற்குப் பின்னால் இருக்கும் இரண்டு தனி வீடுகளுள் ஒன்றில் சமீப நாட்கள்வரை கேலவேக்கள் வசித்தனர். பண்டீக்கள் சுவர்கள் மற்றும் கற்களின் மறைவில் திரளாக பதுங்கியபடி எங்களுடைய காவலாளிகளைத் தாக்க வருவதையும், ஆனால் அவர்களுக்கு அதில் தோல்வியே எஞ்சுவதையும் ஒரு தொலைநோக்கி வழியாக பார்க்க முடியும்! ஓர் ஓவியனாக இருந்தால் அந்த நகரம் ஒருவர் வாயில் இருந்து நீண்டுசெல்வதைப் போல் வரைந்துவிடலாம். முழுவதுமாக சேதமுறாத படகுப்பாலத்தின் எல்லைவரை விரிந்திருக்கும் பரந்தகன்ற வெள்ளிப் படுகையில் அந்த ஆறு விழுந்து செல்கிறது. ஒரு பளிச்சிடல், ஒரு புகைமண்டலம், தண்ணீர் கோட்டையில் இருந்து மெட்கால்ஃபின் தொழுவங்களுக்குள் விழும் துப்பாக்கித் தோட்டாக்களின் ஒலி... சிலுவைக் குறி இல்லாத தேவாலயத்தின் குவிகைமாடத்திற்கு பக்கத்தில் நிறுவப்பட்டு நீண்டிருக்கும் ஜமா மசூதி பார்ப்பதற்கு எரிச்சலூட்டுகிறது - அது, பொய்யான இறைத்தூதரின் நம்பிக்கைக்கு முன்னால் கிறிஸ்துவம் மண்டியிட்டிருப்பதைப் போல் காணப்படுகிறது. காஷ்மீரி வாயிலின் சிதைகளில் இருக்கும் பீரங்கி வீரர்கள் சுடும்

குண்டுகள் பழைய மசூதியை [மலைத்தொடரில் இருப்பது] உரசிச் சென்றபடி வெடித்துச் சிதறுகின்றன. ஹிந்து ராவ் மாளிகைக்கும் மோரி, காபூல் மற்றும் லாகூர் வாயில்களில் இருந்து இதேபோன்ற கவனிப்புதான். அஜ்மீரி வாயில் பீரங்கிகள் சப்ஜி மண்டியை பெரிதாக எடுத்துக்கொள்ளவில்லை.[21]

அந்தக் காட்சியை கவனித்து அதன் அழகை வர்ணிக்கும் அளவுக்கு கூருணர்வு கொண்டவராக கேம்பிர் இருந்த அதேநேரத்தில், அந்த சண்டையின் குரூரமானது அவரை இறுகவைத்து, முரட்டுத் தனமாக்கியதையும் அவர் உணர்ந்தேயிருந்தார். இதைப்பற்றி ஆன்னிக்கு எழுதவும் செய்தார். ஒரு மோதலில் சிப்பாய் காலாட்படைப் பிரிவினர் எவ்வாறு விரட்டியடிக்கப்பட்டனர் என்பதை அவர் பின்வருமாறு விவரித்துள்ளார்.

சிப்பாய்கள் போனபிறகு ஒரு குதிரை முதுகில் யாருமில்லாமல் சுற்றிக்கொண்டிருந்தது. இரண்டுபேர் சுவர்களில் மறைந்தவாறே சாலைக்குச் சென்று அந்தக் குதிரையைக் கைப்பற்றியபோது அதற்கு அருகாமையில் ஒரு சாவர் லேசாக காயம்பட்டுக் கிடப்பதைக் கண்டனர். அதனால், அவனை தலையில் உதைத்துச் சாகடித்தனர். என்னுடைய மனம் இறுகிப்போய்விட்டது. ஒரு மேதகைமையுள்ள எதிரிக்கு இதேபோல் நடந்திருந்தால் ஏற்பட்டிருக்கும் இரக்கம்கூட அதில் உருவாகவில்லை. அவனுடையது ஓர் அழகான அரேபிய வெள்ளைக் குதிரை. ஆனால், அதன் உடலில் பாய்ந்திருந்த தோட்டா தன்னுடைய வேலையைச் செய்துவிட்டது. அது நிச்சயமாக ஓர் அதிகாரியின் குதிரைதான் என்பதில் சந்தேகமில்லை. மரண வியர்வை அதன் பளபளப்பான மேற்புறத்தை மங்கிப்போகச் செய்திருந்தது. உளைச்சலான கண்கள், திணறும் நாசி மற்றும் நடுங்கும் கால்கள் அதனுடைய வேதனையை வெளிப்படுத்தின. ஒரு தோட்டா அதன் வலியை நிறுத்தியது. அந்த ஆளுக்காக உணராத வருத்தத்தை அந்தக் குதிரைக்காக உணர்ந்தேன்.[22]

இன்னும் அதிகமாக மாறிப்போனவர் எட்வர்ட் வைபர்ட். கலகப்பரவலுக்கு சற்று முன்னர்தான் அவருடைய சகோதரி கான்பூரில் இருந்து லக்னோவிற்கு புறப்பட்டுச் சென்றார் என்றும், அங்கு நடந்த படுகொலையில் இருந்தும்கூட அவர் தப்பிவிட்டார் எனவும், எட்வர்டிற்கு அதிர்ஷ்டம் குறைவுதான் என்றும் ஹேரி கேம்பிர் தெரிந்துகொண்டார். டெல்லியில் இருந்து அவர் தப்பித்து வந்ததால் ஏற்பட்ட சிரமங்களில் இருந்து எட்வர்ட் மீண்டுவந்த பின்னர், அவர் மீரட்டைவிட்டு புறப்படுவதற்கு சற்று முன்னர்தான் தன்னுடைய பெற்றோர், இளைய சகோதரர்கள் மற்றும் இரண்டு சகோதரிகள் கான்பூர் படுகொலையில் கொல்லப்பட்டதை

தெரிந்துகொண்டார். அத்துடன் அவர் தன்னுடைய சகோதரிகள் பாலியல் பலாத்காரம் செய்யப்பட்ட பின்னரே - இது தவறு என்று பின்னர் தெரியவந்தது - கொல்லப்பட்டிருக்கலாம் என்றும் சந்தேகப்பட்டார்.

வைபர்ட் எப்போதுமே வேடிக்கையான மனிதராகவும், மே 11 அன்று நிகழ்ந்த அதிர்ச்சிகரமான சம்பவங்கள், அடுத்தடுத்து மீரட்டிற்கு தப்பி வந்தது ஆகிய காலகட்டங்களில்கூட மனிநேயம் மாறாதவராக இருந்து வந்திருக்கிறார். ஆனால், இப்போது அவர் எதற்காக வாழவேண்டியிருந்ததோ அவை அனைத்தையும் இழந்துவிட்டார். அவரிடம் எஞ்சியிருந்ததெல்லாம் கொல்ல வேண்டும் அல்லது கொல்லப்பட வேண்டும் என்ற பழியுணர்ச்சி மட்டும்தான். உண்மையில், இந்த குறிப்பிட்ட நோக்கத்திற்காகத்தான் கடவுள் தன்னை விட்டுவைத்திருக்கிறார் என்றே அவர் தன்னை சமாதானப்படுத்திக் கொண்டார். 'என்னுடைய பெற்றோருக்காக - என்னுடைய இளைய சகோதரர்கள் மற்றும் சகோதரிகளுக்காக - என்னுடைய அப்பாவுக்காக பழிதீர்க்க.'[23]

இதுகுறித்து, அவர் உயிர்பிழைத்த தன்னுடைய உறவினர்களுள் ஒருவராகிய, லண்டனில் இருந்த அவருடைய மாமா கார்டனுக்கு பின்வருமாறு எழுதினார்.

> *இனியொருமுறை எனக்கு வேறு எதனாலும் இன்பத்தையோ மகிழ்ச்சியையோ தந்துவிட முடியாது என்றே நினைக்கிறேன். கொல்லப்பட்ட என்னுடைய பாவப்பட்ட பெற்றோரைப் பற்றித்தான் நான் நினைத்துக் கொண்டிருக்கிறேன் - அப்படியே இயந்திரகதியில் வாழ்ந்துவிடப்போகிறேன். நான் என்னவாகப் போகிறேன் என்றும் எனக்குக் கவலையில்லை. இறைவா! நான் ஏன் கருணைகொண்டு விட்டுவைக்கப்பட்டேன்? என்னுடைய பெற்றோர் ஏன் என்னிடமிருந்து பிரிக்கப்பட்டார்கள்? கான்பூரில் அவர்கள் பட்ட வேதனை குறித்து எழுதப்பட்டிருக்கும் காகிதங்களை நான் கனத்த மனதுடனே கையில் எடுக்கிறேன். சிலநேரங்களில், கடவுள் அவர்களை இந்தளவுக்கு வேதனைப்படுத்தியிருக்க வேண்டாம் என்றும் நான் கற்பனை செய்துபார்ப்பேன். அவர்கள் இன்னும் உயிருடன் இருக்கிறார்கள் என்றே நினைத்துக்கொள்கிறேன். என்னுடைய அன்புக்குரிய அம்மாவின் முகம் எனக்கு முன்னால் வருகிறது. அதில் நான் தப்பிச்சென்றதைக் கேள்விப்பட்டு அவர் எனக்கு எழுதிய கடிதத்தைக் காண்கிறேன். 'என்னுடைய மரணிக்கும் தருவாயில் என் மகன், என் அன்புக்குரிய பையன் மிகுந்த இரக்கத்துடன் என்னிடம் அனுப்பி வைக்கப்பட்டமைக்காக எல்லாம் வல்லவரை வாழ்த்தி, என்னுடைய நன்றிக்கடனை அவருக்கு நினைவுறுத்துகிறேன்' என்று அவர் எழுதியிருக்கிறார். இப்போது அந்த நேசம்மிக்க*

தாயை இழந்துவிட்டேன். அவளைப் பற்றி எனக்கு நினைவில் இருப்பதெல்லாம் அந்த விலைமதிப்பற்ற கடிதம் மட்டும்தான்.

என்னுடைய அப்பாவும்கூட, அச்சம்நிறைந்த கலகப்பரவலுக்கு நான்கு நாட்களுக்கு முன்னர் டெல்லிக்கு திரும்பி வந்துவிடும்படி விடைகொடுத்ததைப் பார்க்கிறேன். என்னுடைய கையைப் பிடித்துக்கொண்ட அவர், 'உன்னை கடவுள் ஆசீர்வதிக்கட்டும் மகனே' என்றார். - இப்போது நான் உயிருடன் இருக்கிறேன். அவர் போய்விட்டார். அவருக்கு அருகில் இருந்து யாரும் அரவணைக்கவோ அல்லது அவருக்கு ஆறுதல் சொல்லவோ முடியாத வகையில் அவர் எந்தளவுக்கு வேதனைப்பட்டிருப்பார் என்று நினைத்துப்பார்க்கையில் பித்துப்பிடித்தவனாக நான் இந்த ஈனர்களை, கொலைகாரர்களை, கொடியவர்களை பழிதீர்ப்பேன் என சத்தியம் செய்துகொண்டேன்.

இங்கே [மலைத்தொடருக்கு] வந்திருக்கும் நான் - மரணத்தை பற்றி அல்ல பழிதீர்ப்பதைப்பற்றியே கவலைப்படுகிறேன் - நான் உயிருடன் இருந்தால், 'ஆம், நானும் அங்கேதான் இருந்திருப்பேன். நானும் டெல்லியில் இருந்தபடி என்னுடைய பெற்றோருக்கு பழிதீர்க்க உதவியிருப்பேன்' என்று சொல்ல முடிந்திருக்கும். சிலநேரங்களில் இந்த கறுப்புப் பிறவிகள் கொல்லப்படுவதைக் கண்டு நான் துணுக்குற்றிருக்கிறேன். ஆனாலும், அது ஒருகணம்தான். ஐந்து சிப்பாய்கள் இறந்து கிடப்பதைப் பார்த்தேன். அவர்கள் மீது காறித்துப்பினேன். நேற்று இரண்டுபேர் சுடப்படுவதைப் பார்த்தேன். இறந்தவுடன் அவர்கள் ஆற்றில் வீசப்பட்டார்கள் - எல்லா கொலைகாரர்களும் இவ்வாறே செத்துப்போவார்களாக! சிப்பாய்களைக் வெட்டிக்கொல், விட்டுவைக்காதே! கான்பூர் நினைவிருக்கட்டும்!"[24]

இந்த எழுச்சிக்குத் திகைக்கவைக்கும் வன்முறையுடனும் குரூரத்துடனும் பிரிட்டிஷார் எதிர்வினையாற்றிய செய்திகள் எல்லா இடங்களிலும் இருந்தும் டெல்லிக்கு வந்துசேர்ந்தன. சமீபத்தில், கான்பூரில் பிரிட்டிஷ் 'பழிவாங்கும் ராணுவத்தின்' படுகொலையால் ஒரு சிதறடிக்கப்பட்ட சாவர்கள் குழு டெல்லிக்குள் வந்தது. அங்கு படுகொலை நடந்த இடத்தை மீண்டும் கைப்பற்றிய ஜெனரல் நீலின் துருப்புகளால் மக்கள் கூட்டம் கூட்டமாக கொல்லப்படும் கதைகளைப்பற்றி அவர்கள் கூறினர். அந்த ராணுவம் வரும் பாதையில் இருந்த கிராமங்கள் தீயிட்டு கொளுத்தப்பட்டன. முதியவர்கள், பெண்கள் மற்றும் குழந்தைகள் அவரவர் வீட்டிலேயே வைத்து எரித்துக் கொல்லப்பட்டனர். சித்திரவதை செய்வதற்கு அனுமதிக்கப்பட்ட சீக்கியர்கள் பிடிபட்ட சிப்பாய்களை

கழுவிலேற்றி உயிருடன் தீவைத்து எரித்தனர். மற்றவர்கள் படுகொலை நடத்தப்பட்ட தரையை நாக்கால் நக்கியே சுத்தப்படுத்த வைக்கப்பட்டனர். பின்னர், 'பன்றிக்கறி, மாட்டுக்கறி மற்றும் சாதியை தகர்க்க சாத்தியமுள்ள எதையும்' அவர்களின் தொண்டையில் திணித்து சடங்கு சம்பிராதயப்படி அவர்களை சாதிநீக்கம் செய்ய வைத்தனர். பின்னர், பன்றித்தோலில் தைக்கப்பட்டு தூக்கிலிடப்பட்டனர். ஆனாலும், அத்துடன் அது முடிந்துவிடவில்லை. இரு மதத்தினரின் மதநம்பிக்கைக்கு முரணாக 'ஹிந்துக்கள் புதைக்கப்படவும், முகம்மதியர்கள் எரிக்கப்படவும் வேண்டும்' என நீல் உத்தரவிட்டார்.[25]

தங்களுடைய பெண்கள் மற்றும் குழந்தைகளுக்கு எதிராக சிப்பாய்களால் நடத்தப்பட்ட அராஜகங்களால் கலகக்காரர்களை எந்த வகையிலும் மனிதர்களாக நடத்த வேண்டிய அவசியமில்லை என்று எல்லா இடங்களிலுமே பிரிட்டிஷார் தங்களுக்குத் தாங்களே சமாதானப்படுத்திக் கொண்டனர். 'நிராயுதபாணிகளான எங்களுடைய பெண்களையும் குழந்தைகளையும் அவர்கள் வெட்டிக் கொன்றிருப்பதால், பாம்புகளை பார்க்கும்போது ஆண்கள் அவற்றை கொல்வதைப்போன்று நாங்களும் அவர்களை அழித்தொழிக்கவில்லை என்றால் நாங்கள் மனிதர்களைவிட மேலானவர்களாக, ஆண்களைவிட கீழானவர்களாகவே இருந்திருப்போம்' என்று எழுதியுள்ளார் கர்னல் ஏ.ஆர்.டி. மெக்கின்ஸி.[26] போர்க்களத்தின் எதிர்வரிசையில் நிற்கும் யாரையும் இதுபோன்ற உயிரினங்களாகவே குறிப்பிடுவது விரைவில் பிரிட்டிஷாரிடையே மிகவும் தனிச்சிறப்பு வாய்ந்த ஒரு விஷயமாகிவிட்டது. 'இந்தச் சிப்பாய்களை என்னால் [வெறுமனே] மனிதர்கள் என்று கருத முடியவில்லை, அத்துடன் இதுபோன்ற ஊர்வன வகை பிராணிகளை அழிப்பது சாதாரணமான ஒன்றுதானே' என்று எழுதியிருக்கிறார் கேப்டன் ஜே.எம். வேட்.[27] இப்படிப்பட்ட நெருப்பை ஊதிப்பெருக்குவதற்கு லாகூரில் உள்ள தன்னுடைய புதிய *டெல்லி கெஸட் எக்ஸ்ட்ரா* பத்திரிகை வழியாக உதவி செய்தார் ஜியார்ஜ் வேகன்டிரைபர். 'கிளர்ச்சிக்காரர்களின் காட்டுமிராண்டித்தனம் என்று தாங்கள் கண்டவைகளால் நம்முடைய ராணுவம் பித்துப்பிடிக்க வைக்கும் அளவுக்கு கோபம் கொண்டிருக்கிறது' என்று ஒரு பதிப்பில் அவர் கூறியிருக்கிறார்.[28]

மேலும், பிரிட்டிஷ் துருப்புகளில் இருந்த பெரும்பான்மையினரைப் பொறுத்தவரையில் அவர்களுடைய சீற்றமும், பழிவாங்கும் தாகமும் பைபிளில் புனிதமாக்கப்பட்டுள்ள உரிமை என்பதுபோல் அவ்வளவு விருப்பத்திற்குரியதும் அல்ல. 'குவாக்கர்' வாலேஸ் என்ற ஒரு பிரிட்டிஷ் படைவீரர் 116 ஆவது ஸ்தோத்திரப் பாடலை ஜெபித்தபடியே தன்னுடைய எதிரி சிப்பாய்களின் உடலில் கத்தியைச் செருகும் பழக்கத்தைக் கொண்டிருந்தார். ஜெனரல் நீல் சொல்வதுபோல், 'இறைவனின் கட்டளையானது மனித வாழ்விற்கான நவீன இரக்க உணர்விற்கு எந்த

வரம்பையும் வழங்கவில்லை.'[29] இதை முழுமையாக ஒப்புக்கொள்ளும் பாதிரி ராட்டன் பின்வருமாறு எழுதியுள்ளார்:

> *உண்மையில் இந்த எழுச்சி கொள்கைகளுக்கான போர், உண்மை மற்றும் பிழை ஆகியவற்றிற்கு இடையிலான மோதல் என்பதை கலகக்காரர்கள் உணர்ந்துகொள்ளவில்லை. அவர்கள் இருளுக்கு சாதகமானவர்களாகத் தேர்ந்தெடுக்கப்பட்டு, ஒளியிலிருந்து விலகிச் சென்றுவிட்டதாலேயே அவர்களால் வெற்றி வாய்ப்பை பெற முடியவில்லை. மேலும், நிராதாரவான பெண்கள் மற்றும் குழந்தைகளின் அப்பாவித்தனமான ரத்தத்தில் அவர்கள் தங்கள் கைகளைக் கறைபடுத்திவிட்டார்கள். அதே ரத்தம்தான் [இப்போது] பழிதீர்ப்பதற்காக மேலுலகில் மன்றாடிக் கொண்டிருக்கிறது. அந்த மனு கேள்வி ஏதுமின்றி ஏற்றுக்கொள்ளப்பட்டுவிட்டது. கடவுளாலும் இதுபோன்ற ஒரு தேசத்திற்காக பழிதீர்ப்பதைத் தவிர வேறு எதுவும் செய்துவிட முடியாது.*[30]

கொடூரமான முறையில் பிரிட்டிஷார் பழிக்குப்பழி வாங்குவது குறித்த செய்திகளால் டெல்லி முழுவதிலும் அச்சம் பரவிக்கொண்டிருப்பதை கேள்விப்பட்டு ஹார்வி கிரேத்தட் வருத்தப்படவில்லை. 'கான்பூரில் இருந்து டெல்லிக்கு வந்துசேர்ந்த சிப்பாய்கள் தங்களுடைய தோல்வி பற்றி தெளிவற்ற விவரங்களையே அளித்தனர். 10,000 பேர் கொல்லப்பட்டதாக கணக்கிட்ட அவர்கள் [குட்டைப் பாவாடை அணிந்த ஸ்காட்லாந்து] மலைவாசிகள் பற்றிய பயங்கரமான கதைகளையும் கூறினர். அவர்கள் உள்பாவாடை அணிந்த ஆண்கள் என்றும், சிலோனில் இருந்து வந்த நரமாமிசம் சாப்பிடுகிறவர்கள் என்றும், அவர்களுக்கு முன்னால் கூர்காக்கள் எல்லாம் வெறும் சுண்டெலிகள் என்றும் கூறினர்' என்று கிரேத்தட் தன்னுடைய மனைவிக்கு எழுதியுள்ளார்.

இதுகுறித்து மேற்கொண்டு குறிப்பிடும் அவர், டெல்லிக்குள் இருந்த மக்களுக்கும் சிப்பாய்களுக்கும் இப்போது வேறுபல நெருக்கடியான கவலைகள் இருந்தாலும், கலகக்காரர்கள் ஒட்டுமொத்தமாக நகரத்திற்கே தப்பிச் சென்றுவிட்டார்கள் என்று நினைத்துக் கொண்டிருந்தாலும், அவர்களுடைய ஆதரவற்ற நிலைக்கு நிர்வாகப் பேரிடர்தான் காரணமே தவிர ராணுவத்தை எதிர்கொள்ள முடியாமை அல்ல. 'அவர்களிடம் பணமோ, வெடிப் பொருள்களோ அல்லது உணவோ கையிருப்பில் இல்லை. எனக்கு இளவரசர்களிடம் இருந்து கடிதங்கள் வரத்தொடங்கின. அவற்றில் தாங்கள் இதுவரைக்கும் எங்களுடன் பிணைப்புள்ளவர்களாகவே இருந்திருக்கின்றனர் என்றும், எங்களுக்காக தங்களால் என்ன செய்ய முடியும் என்று தெரிந்துகொள்ள விரும்புவதாகவும் தெரிவித்திருந்தனர். அதை அவர்களே தெரிந்துகொள்ளட்டும். நான் அதற்குப் பதிலளிக்கவோ,

அவர்களிடம் எதுவும் சொல்லப்போவதோ இல்லை' என்று அவர் எழுதியுள்ளார்.[31]

மலைத்தொடரில் இருந்த படைவீரர்கள் உண்பதற்கு அதிகமாகவும், கவலைப்படுவதற்கு குறைவாகவுமான விஷயங்களே இருக்கின்றன என்பதைக் கண்டுகொண்டபோது டெல்லியில் உள்ள அவர்களுடைய எதிரணியினர் நாளுக்கு நாள் பட்டினியை நோக்கி நெருங்கிக் கொண்டிருந்தனர்.

சிப்பாய்களின் ராணுவ மற்றும் வியூகமமைக்கும் வரம்பு என்னவென்று இப்போது தெள்ளத் தெளிவாகிவிட்டது. குறிப்பாக, உளவுத் தகவல்களைப் பெறத் தவறியது, கான்பூர் மற்றும் லக்னோ போன்ற கலக மையங்களில் உள்ள பிற கலக மையங்களுடன் திறன்மிக்க வகையில் ஒருங்கிணைப்பு செய்துகொள்ள முடியாமை அல்லது இந்த எழுச்சியுடன் சேர்ந்துகொள்ளுமாறு மத்திய இந்தியா மற்றும் ராஜபுதன சுதந்திர ராஜாக்களில் பெரும்பாலானோரை தூண்டாமல் விட்டது ஆகியவை இதில் அடங்கும். குறிப்பிட்டுச் சொன்னால், மலைத்தொடரின் பின்பகுதி வழியாக பிரிட்டிஷாரை எவ்வளவு சுலபமாக விரட்டியடித்திருக்கலாம் என்பதை டெல்லி கலகக்காரர்கள் உணர்ந்துபார்க்கத் தவறவிட்டார்கள். இதுகுறித்து ஆகஸ்ட் 28 அன்று நிக்கல்ஸன் பின்வருமாறு எழுதியிருக்கிறார். 'இதுவரையிலும் வில்ஸனின் கவலைகளுக்கு குறிப்பிடத்தகுந்த காரணம் இருந்திருக்கிறது என்றே நினைக்கிறேன். எதிரியானவன் பின்பக்கத்தில் வலுவானதொரு படையைச் சிதறடிக்க துணிந்திருந்தால் அதற்கு எதிராக எங்களால் ஐந்நூறு அல்லது அறுநூறு ஆட்களை மட்டுமே அனுப்பி வைத்திருக்க முடிந்திருக்கும். ஆனால், அவர்களால் அப்படியொரு ஆட்டத்தை இப்போது முயற்சித்துக்கூட பார்க்க முடியாத அளவிற்கு காலம் கடந்துவிட்டது, அது இந்நேரம் அவர்களுக்கே தெரிந்திருக்கும், முற்றிலும் கலங்கிய நிலையில்தான் அவர்கள் புதிய செயல்திட்டத்தைத் தீட்டிக் கொண்டிருக்கிறார்கள்.'[32]

இருப்பினும், கலகக்காரர்களின் நிர்வாக மற்றும் நிதி அமைப்பில் தோல்விகள் ஏற்படுவதற்கும், அவர்களுடைய சிறிதளவு ராணுவ மற்றும் வியூகமமைக்கும் பிழைகளுக்கும், அது இறுதியில் அவர்கள் எல்லாவற்றையும் கைவிடுவதற்கும் வழியமைத்தது ஆகிய எல்லாவற்றிற்குமே நகரத்தின் மீதான முற்றுகை தொடர்ந்துகொண்டே இருந்ததுதான் காரணம் என்பது தெளிவாகிறது. அவர்களால் ஆரவாரத்தையும் குழப்பத்தையும்தான் உருவாக்க முடிந்ததே தவிர ஒழுங்கை மீளமைக்க முடியவில்லை. குறிப்பாக, இதனால் அவர்களுக்கு டெல்லியைச் சுற்றியிருந்த நாட்டுப்புறப் பகுதியில் மிகுந்த பேராபத்து

ஏற்பட்டது. நன்றாக ஆளப்படக்கூடிய 'விடுவிக்கப்பட்ட பகுதியாகவோ' அல்லது வரி வருமானம், மனிதவளம் மற்றும் எல்லாவற்றிற்கும் மேலாக உணவுப்பொருள்களை பெறக்கூடிய வகையில் முகலாய அரசமைப்பாகவோ அவர்கள் எதையும் உருவாக்கத் தவறியதே டெல்லி கலகக்காரர்களின் மிகுந்த பேரிழப்பான தோல்விக்கு ஒரே காரணம் என்பது நிரூபணமானது. இதே காலகட்டத்தில், இதனை எப்படியோ உணர்ந்துகொண்ட மௌலவி முகம்மது பக்கார் தன்னுடைய பத்திரிகையில் பின்வருமாறு மீண்டும் மீண்டும் எழுதினார். 'ஒரு ரூபாயைக்கூட வரி வருவாயாகப் பெற நாம் முயற்சி செய்யவில்லை என்ற விநோதமான அலட்சியத்தை என்னவென்று சொல்வது?'

> *இந்தத் தோல்வியின் வடிவம் அல்லது நோக்கம் குறித்தும், இத்தகைய மெத்தனத்திற்கு எதுதான் காரணமாகியிருக்கும் என்றும் இறைவனுக்குத்தான் தெரியும். ராஜாக்களிடம் இருந்தும், பிற முக்கியஸ்தர்களிடம் இருந்தும் வரிவருவாயை வசூல் செய்வதற்கு வேறு சில அமீர் அல்லது மேதகையினர் நியமிக்கப்பட்டிருக்க வேண்டும். இதனால் உயர் மாட்சிமை பொருந்தியவரின் நிர்வாகமும் கட்டுப்பாடும் நிறுவப்பட்டிருக்கும். எல்லா இடங்களிலும் மாவட்டங்களிலும் ஆட்சியர்களாக காஃபிர்கள் நியமிக்கப்பட்ட இடங்களில் மாட்சிமை பொருந்தியவரின் பிரதிநிதியாக சில துருப்புகளுடன் இஸ்லாமிய நெறிமுறைப்படி ஜிலாதார் நியமிக்கப்பட்டிருக்க வேண்டும். கிராமங்கள் முன்னதாகவே அடையாளம் காணப்பட்டு குறியிடப்பட்டிருந்தால் அங்கிருந்து பரிந்துரைக்கப்பட்ட வகையில் பணத்தைச் சேகரித்திருக்க முடியும். ஒவ்வொரு இடத்திலும் படைப்பிரிவு அல்லது படைப்பிரிவுகள் நியமிக்கப்பட்டிருக்க வேண்டும். இதுபோன்ற நடவடிக்கைகளை மேற்கொள்ளாமல் அந்தப் பிரதேசங்களைச் சுற்றியுள்ள முக்கியஸ்தர்களும் உள்ளூர் செல்வாக்குள்ளவர்களும் தங்கள் மனங்களில் இருக்கும் காஃபிர்கள் குறித்த பயத்தை விட்டிருக்க மாட்டார்கள் என்பதுடன் தங்களுக்கேயான [முகலாய] அரசாங்கம் மீளமைவதைக் காணும் தங்களுடைய ஆழ்ந்த நம்பிக்கையையும் கைவிட்டிருக்க மாட்டார்கள் என்பதில் எந்த சந்தேகமும் இல்லை.*[33]

இந்த ஆராய்வின் துல்லியத்தன்மை ஜூன் மாதம் ஜூலை மற்றும் ஆகஸ்ட் மாதங்களுக்கு வழிவிட்டுக் கொண்டிருக்கையில் தெள்ளத்தெளிவானது. அந்த நகரம் பசியும், தாகமும் கொண்ட ஒன்றாக மாறிக்கொண்டிருந்தது. ஜூன் மாத துவக்கத்திலேயே நகரத்திற்கு செல்லும் யமுனை ஆற்றுக் கால்வாயை பிரிட்டிஷார் அடைத்துவிட்டனர். அதனால், அந்நகரத்திற்கு தேவைப்பட்ட தண்ணீரானது நகரத்திற்குள் இருந்த உவப்பான கிணறுகளில்

இருந்தும், தண்ணீர் சுமப்பவர்களும், குளிக்கச் செல்பவர்களும் பிரிட்டிஷாரின் குண்டுகளுக்கு எளிதில் இலக்காகக்கூடிய யமுனை ஆற்றின் கிழக்குப் பக்கத்தில் இருந்துமே கொண்டுவரப்பட்டன.[34] பீரங்கிச் சிதறல்களில் மாட்டிக்கொள்ளக்கூடிய ஆபத்து இருந்தபோதிலும் பலரும் அங்கே தண்ணீர் பிடிக்க வந்தனர். புதிய மீன்களை பிடிக்கும் நம்பிக்கையில் தூண்டில்போட்டு அமர்ந்திருந்தனர்.[35] உணவுக்கான சூழ்நிலையும் அச்சுறுத்தலுக்கு ஆளானது. உணவையும், வாழ்வாதாரத்தையும் கேட்டு ஜூலை மாதத்தில் இருந்தே பட்டினி கிடக்கும் குடிமக்கள், ஜிகாதிகள் மற்றும் சிப்பாய்களிடம் இருந்து வரும் மனுக்கள் செங்கோட்டைக்குள் மலையாக குவிந்தன. நகரத் தெருக்களில் நிலவிய கடுமையான பட்டினி உளவாளிகளின் அறிக்கைகளில் மிகமுக்கிய பேசுபொருளாக விளங்கியது.

ஜூன் மாதம் 7 ஆம் தேதியில் இருந்தே, அரச மாளிகையைச் சேர்ந்த ஊழியர்கள் ஒரு மாதமாகவே தங்களுக்குரிய உணவுப்பொருள் பங்கீட்டைப் பெறவில்லை என்று புகார் தெரிவித்தனர்.[36] ஜூன் 12 அன்று, உதவி கோட்வால், ஹரியானாவில் இருந்து டெல்லிக்கு அப்போதுதான் அணிவகுத்திருக்கும் புதிய பட்டாலியன்களுக்கு ஏதேனும் உணவைத் தேடிக்கண்டுபிடிக்குமாறு தன்னுடைய உதவியாளர்களிடம் கெஞ்சிக் கடிதம் எழுதினார். இதற்கான பதில் அதன் கீழேயே எழுதப்பட்டிருக்கிறது. 'கடைகளில் எதுவும் மிஞ்சியிருக்கவில்லை. மாவு இல்லை. பயறுகள் இல்லை. எதுவுமேயில்லை! நாங்கள் என்ன செய்யட்டும்?'[37] ஜூன் 15 அன்று பல்வேறு ரெஜிமெண்டுகளையும் சேர்ந்த அதிகாரிகள் கோட்டைக்கு வந்து தங்களுடைய துருப்புகளால் வெறும் வயிற்றுடன் பிரிட்டிஷாரை தாக்க முடியாது எனவும், இதனால் 'சண்டை முடியும் முன்னரே பின்வாங்கிவிடும்' தங்களுடைய சிப்பாய்கள் திரும்பி வந்துவிடுகிறார்கள் என்றும் புகார் தெரிவித்தனர்.[38]

ஆறு வாரங்களுக்குப் பின்னர், ஜூலை 28 அன்று, மீரட் சிப்பாய்களின் சுபேதார்களான கிஷன் தயாள் மற்றும் குவாதிர் பக்ஷ் ஆகியோர் அரசவைக்கு வந்து தங்களுடைய ஆட்கள் பட்டினி கிடக்கிறார்கள் என்று கூறினர். கிளர்ச்சியில் ஈடுபட்டபோது அவர்கள் தங்களுக்கு சொந்தமானவற்றை மீரட்டிலேயே விட்டுவிட்டு வந்துவிட்டனர். 'அதனால் அவர்கள் மிகுந்த மன அழுத்தத்திற்கு ஆளாகியுள்ளனர். பதினெட்டு நாட்கள் கடந்தபின்னரும் எங்களுக்கு ஒரு பட்டாணிக் கடலைகூட கிடைக்கவில்லை. எல்லாவற்றையும் கைவிட்டதனால் என்னுடைய ஆட்கள் மிகுந்த கவலையில் இருக்கிறார்கள். அவர்களுக்கு கடன் தருவதற்கு எந்தக் கடனாளரும் இல்லை' என்று கூறினர்.[39]

கடனாளர்கள் மட்டுமல்ல! வணிகர்களும், கடைக்காரர்களும்கூட கடன்தர மறுத்தனர். ஆகஸ்ட் 4 அன்று டெல்லி இனிப்பு பலகாரக் கடைக்காரர்கள் கூட்டமாக கோட்வாலிடம் சென்று, தாங்கள் ஏற்கனவே வழங்கியவற்றிற்கு இதுவரை எதுவும் பணம் தரப்படாததால்

இனிமேலும் தாங்கள் பணம் பெற்றுக்கொள்ளாமல் இனிப்புகளை வழங்க இயலாது என்று அறிவித்தனர்.[40] ஆகஸ்ட் 14 அன்று, புதிதாக வந்த நிமாக் பிரிகேடானது தங்களுக்கு உணவளிக்கப்படவில்லை என்றால் கைவிட்டுவிடப்போவதாக வெளிப்படையாகவே மிரட்டியது. தங்களுடைய சூழ்நிலையின் முழு அவநம்பிக்கை குறித்தும் சொல்வதற்காக அந்த பிரிகேடின் இரண்டு சுபேதார்கள் ஜாஃபரிடம் வந்தனர்.

பிரபு, இந்த தாழ்மையான வாதம் என்னவென்றால், பெரும் தொலைவைக் கடந்து, பல தடைகளையும் மீறி, தங்களுடைய பேரரச மாட்சிமைக்கு சேவையாற்றும் எதிர்பார்ப்புடன் வந்திருக்கும் நிமாக் படையைப்பற்றிக் கூறுவதேயாகும். இப்போதுவரை தங்களுடைய பணிவான சேவர்கள் தாங்களாகவே குதிரைகள், காலாட்படை, ஆயுதப்படை, கால்நாடைகள், யானைகள் மற்றும் ஒட்டகங்களுக்கு உண்டான செலவை செலுத்தி வந்திருக்கிறார்கள். பிரபுவே, காலாட்படை, ஆயுதப்படை, யானைகள் மற்றும் ஒட்டகங்கள் ஆகியவை சர்க்காருக்கு [பிரிட்டிஷ் அரசாங்கத்திற்கு] சொந்தமானவை. எப்படிப்பட்ட சூழ்நிலையிலும் அவர்கள் தங்களுடைய பஞ்சப்படிகளை வழங்கிவந்தார்கள். ஆனால், இப்போது நான்கைந்து நாட்களாக படைவீரர்கள் மற்றும் விலங்குகள் உள்ளிட்ட முழுப்படையும் பட்டினி கிடக்கிறது. அவர்களுடைய அடிப்படை செலவுகளுக்குக்கூட எந்தப் பணமும் இல்லை. படைவீரர்கள் அனைவரும் சண்டையிடும் முடிவுடன்தான் இருக்கிறார்கள். ஆனால், இரண்டு மூன்று நாட்களாக பட்டினி கிடக்கும் ஒருவரால் எப்படிப் போரிட முடியும்? என்று எங்களிடம் கேட்கிறார்கள்.

ஆகவே, தங்களுடைய விசாலமான பரந்த மனதுடன் அரச படையினருக்கு தேவையான எல்லா செலவீனங்களையும் வழங்கி, பாவப்பட்ட எங்களுக்கு பதிலளிப்பீர்கள் என்று நாங்கள் நம்புகிறோம். மற்றபடி, பணத்திற்கான ஏற்பாடுகள் செய்யப்படும்வரை எங்களுடைய வீரர்கள் யாரும் போரில் இறங்கத் தயாராக இல்லை என்று தெரிவித்துள்ளனர். தயவுசெய்து இதனை கீழ்ப்பணியாமையாக எடுத்துக்கொள்ள வேண்டாம். ஆனால், நிமாக் பிரிகேட் இங்கே இருக்க வேண்டாம் என்று நீங்கள் நினைத்தால் எங்களுக்கு தயவுசெய்து தெளிவான பதிலைக் கூறிவிடும்படி கேட்டுக் கொள்கிறோம். உத்தரவு எதுவானாலும் அது நிறைவேற்றப்படும். இதற்கு முன்பு எண்ணிலடங்கா மனுக்கள் அனுப்பப்பட்டுவிட்டன. ஆனால், எங்களுக்கு எந்த பதிலும் கிடைக்கவில்லை.

பெரும் மரியாதையுடனும், அர்ப்பணிப்புடனும்,

ஜெனரல் சுதாரி சிங் மற்றும் பிரிகேட் மேஜர் ஹைரா சிங்[41]

இந்தச் சம்பவத்தில் பணமோ அல்லது உணவோ உடனடியாக கிடைக்கவில்லை என்றாலும் நிமாக் பிரிகேடானது இங்கேயே இருக்கும் வகையில் சமாதானப்படுத்தப்பட்டது. ஆனால், கலக ராணுவத்தினரை கைவிட்டுச் செல்பவர்களின் எண்ணிக்கை அதிகரிப்பதாக உளவாளிகள் தெரிவித்தனர். துராப் அலி என்ற உளவாளியின் கூற்றுப்படி, ஆகஸ்ட் மாதம் முதல் வாரத்தில் மட்டும் 750 காலாட்படையினர் மற்றும் 600 ஜிகாதிகள் 'நகரத்தில் தங்களுக்கு தினமும் தேவைப்படுகின்ற ரொட்டியைக்கூட பெற்றுக்கொள்ள முடியாததால் தங்களுடைய சொந்த ஊருக்கே திரும்பினர்.'[42]

ஜூலை மற்றும் ஆகஸ்ட் மாதம் முழுவதிலும் மிர்ஸா முகலால் வழிநடத்தப்பட்ட அரசவை நிர்வாகமானது உணவுக்காகவும், படைவீரர்களின் செலவுகளை சமாளிப்பதற்காகவும் பணத்தை பெருக்குவதற்கு அவசர அவசரமான முயற்சிகளை மேற்கொண்டது. முதலில் அவர்கள் நகரத்தின் கடனாளர்களிடமிருந்து பணத்தைப் பெற முயற்சித்தனர். ஆனால், அவர்களால் 6,000 ரூபாய் மட்டுமே திரட்ட முடிந்தது. அது அடுத்த சிலநாட்களுக்கான உணவுப்பொருள்களுக்கு மட்டுமே போதுமானது. வங்கியர்களிடம் இருந்தும், கத்ரா நில்லில் உள்ள பனியாக்களிடம் இருந்தும் பணத்தைக் கறப்பதற்காக வேலைக்கு அமர்த்தப்பட்ட சாந்தினி சௌக்கின் தனாதார், 'அவர்களில் சிலர் வீடுகளுக்குள் சென்று ஒளிந்துகொள்கிறார்கள். மற்றவர்கள் எந்த பதிலுமே சொல்வதில்லை. பெரும்பாலானவர்கள் ஏதோ பதில் சொல்லி சமாளித்து இந்த சேவகனை நெருங்கவே விடுவதில்லை. பணம் தருவதில் இருந்து தப்பித்துக்கொள்ளவே பார்க்கிறார்கள்' என்று தெரிவித்தார்.[43] ஒருமாதம் கழித்தும் இதே கதைதான். 'இந்த சேவகன் அவர்களுடைய வீட்டிற்கு செல்லும்போதெல்லாம், தங்களுடைய வீட்டை மூடிக்கொள்ளும் அவர்கள் பதிலே சொல்லாமல் காணாமல் போய்விடுகிறார்கள்' என்று குறிப்பிட்டுள்ளார் அந்த தனாதார். மிர்ஸா முகல் கைப்பட எழுதிய உத்தரவின் அடிக்குறிப்பில் குறிப்பில், அவருடைய முத்திரையுடன் ஒரு மிக மூர்க்கமான அணுகுமுறை பரிந்துரைக்கப்பட்டது. 'இந்தக் கடனாளர்கள் இனியும் மறைந்திருந்தார்கள் என்றால் பீரங்கியால் வெடிவைத்து தகர்க்கப்படுவார்கள் என்று உத்தரவிடுங்கள்' என்று குறிப்பிட்டிருந்தார் அந்த இளவரசர்.[44]

ஆக்ராவிற்கு செல்லும் சாலையில், மதுராவில் இருந்த பிரபல கடனாளரான லக்ஷ்மி சந்திற்கு ஒரு செய்தி அனுப்பப்பட்டது. அதில் 5 லட்சம் ரூபாய் கடனாகத் தந்தால் அவருக்கு ஃபதாதார் (பொருளாளர்) பதவி வழங்கப்படும் என்று அவரிடம் சொல்லப்பட்டாலும் தன்னால்

உதவ முடியாது என்று அவர் கூறிவிட்டார்.*[45] இதற்குப் பதிலடியாக அந்தக் கடனாளரின் டெல்லி ஏஜெண்ட் கைதுசெய்யப்பட்டு, பெரேலி துருப்புகள் முகாமிற்கு கொண்டுசெல்லப்பட்டு துன்புறுத்தப்பட்டார்.[46]

ஆகஸ்ட் 7 ஆம் தேதி, மிர்ஸா முகல் நகரத்தில் இருந்த பனியாக்கள் மற்றும் வங்கியர்களை அவசரகதியில் கைது செய்து கோட்டைக்கு கொண்டுவந்தார். அங்கே அவர்களுடைய செல்வத்தைக் கொண்டுவந்து இந்த எழுச்சிக்கு உதவவில்லை என்றால் கொல்லப்படுவார்கள் என மிரட்டப்பட்டனர். கைதுசெய்யப்பட்டவர்களில் ஆங்கிலேயர்களிடம் பணிபுரிந்த பல்வேறு முன்னாள் அதிகாரிகளும் இருந்தனர். இவர்களில் தண்ணீர் வண்டிகளை உள்ளே விடுவதற்கு தன்னுடைய மாளிகை முற்றத்தின் வாயில்களை திறந்துவிட்டபோது சிப்பாய்களால் பிடிக்கப்பட்ட முன்ஷி ஜீவன் லாலும் ஒருவர்! செங்கோட்டைக்கு கட்டி இழுத்து வரப்பட்ட அவர் அங்கு தான் பார்த்த காட்சிகளால் திகிலடைந்துபோனார்.

> *நான் மேல்தளத்தில் இருந்த மிர்ஸா முகலுக்கு முன்பாக இழுத்துச் செல்லப்பட்டேன். அங்கே ஒரு பெரும்திரளான மக்கள் கூடியிருப்பதைக் கண்டேன். ஆனால், அது வழக்கத்திற்கு மாறான விசித்திர காட்சியாக இருந்தது. ஒருபக்கம் மிர்ஸா முகல் தலையணையில் சாய்ந்து உட்கார்ந்திருந்தார். அவருக்கு முன்பாக பிரபல திலங்கா பிரிகேட் மேஜரான குரே சிங் தன்னுடைய மெத்தையில் காலை முழுதாக நீட்டி வைத்துக்கொண்டு உட்கார்ந்திருந்தார். அங்கே அரசவை மரியாதைக்கான எந்த அறிகுறியும் தெரியவில்லை. அரசரின் அதிகாரிகள் ஒழுங்கின்றி இங்குமங்கும் போய்வந்தனர். கைது செய்யப்பட்டவர்களில் லாலா சாலிகிராம், ராம்ஜி தாஸ் குர்வாலா மற்றும் 25 வங்கியர்கள் அமர்ந்திருந்தனர். நானும் அவர்களுடன் உட்கார்ந்துகொள்ள வேண்டும் என்று எனக்கு உத்தரவிடப்பட்டது.*
>
> *எங்கள் தோள்களில் துப்பாக்கியை வைத்து சுடும் அளவுக்கு எங்களிடம் பணம் கேட்டு மிரட்டல் விடுக்கப்பட்டது. ஆனால்,*

* உண்மையில் கொஞ்சநாட்களுக்கு முன்னர்தான் மதுரா கடனாளர்கள் ராணுவங்களை அதிகரிக்கும் வகையில் பிரிட்டிஷாருக்கு உதவத் தொடங்கியிருந்தனர். பார்க்க – Eric Stokes, *The Peasant Armed: The Indian Revolt of 1857, ed. C.A. Bayly, Oxford, 1986, p. 232.* இதைப் புரிந்து கொள்ள வேண்டுமானால், கலகத்தின்போது வெறுத்து ஒதுக்கப்பட்ட மதுரா பனியாக்கள் தாக்கப்பட்டு, கொள்ளையடிக்கப்பட்டு, சித்திரவதை செய்யப்பட்டது குறித்த விவரங்களைக் கொண்ட *Gautam Bhatra's Four Rebels of 1857' in Subaltern Studies, IV, ed. R. Guha, Delhi, 1985, p. 254* கட்டுரையை பார்க்கவும். லக்ஷ்மி சந்த் உதவக்கூடிய நிலையில் இருந்தாலும், உண்மையிலேயே கலகக்காரர்களுக்கு அவர் ஏன் உதவக்கூடிய நிலையில் இல்லை என்பதைப் புரிந்துகொள்ள இந்தக் கட்டுரை உதவும். பொதுவில் பார்க்கப்போனால் பிரிட்டிஷ் ஆட்சி எந்தளவுக்கு உயர்ந்திருக்கிறது என்பதும், ஆனால் தன்னுடைய பெங்கால் குழந்தைப் பருவத்திலேயே இந்திய கடனாளர்களுடன் அது ரகசிய உடன்படிக்கை செய்துகொண்டதும் கவனிக்கத்தக்கது.

எது எப்படியிருந்தாலும் நாங்கள் உறுதியுடனே இருந்தோம். கலகக்காரர்களின் மிரட்டல்களுக்கு அடிபணிவதைக் காட்டிலும் மடிந்துபோவதே மேல் என்று எங்களுடைய மனங்களை தயார்படுத்திக்கொண்டோம். அதனால், நாங்கள் அந்த [இரவு முழுவதும்] துன்பகரமான நிலையிலேயே [அடுத்த நாள்] மாலை 4 மணிவரை வைத்திருக்கப்பட்டோம்.[47]

இரவும் பகலும் துப்பாக்கிகள் கொண்டுவரப்பட்டு அந்தக் கும்பலில் இருந்தவர்களால் கொன்றுவிடப்போவதாக மிரட்டப்பட்டனர். இருப்பினும், இறுதியில் அந்த முன்ஷிக்கள் ஆங்கிலேய அபிமானமுள்ள மிர்ஸா இலாஹி பக்ஷினால் காப்பாற்றப்பட்டனர். மிர்ஸா முகலை அப்பால் கூட்டிச்சென்ற அவர் அவரிடம், 'ஆங்கிலேயர்கள் இந்த நகரத்தை கைப்பற்றுவார்கள். நீ அவர்களால் கைதுசெய்யப்படுவாய். இவர்கள் ஆங்கிலேய முன்ஷிக்கள். உனக்கு அவர்களுடைய உதவி தேவைப்படும். நீ அவர்களை விட்டுவிட்டு கட்டுப்பாட்டில் வைத்துக்கொள்' என்று எச்சரித்தார்.[48]

வங்கியர்களை மிரட்டியது தோல்வியில் முடிந்ததால் பஜாரில் இருந்த வர்த்தகர்களை 5 லட்சம் ரூபாய் தரும்படி கேட்டு மிர்ஸா முகல் வற்புறுத்தினார். அத்துடன் 'ஊதியம் தரப்பட்டவுடன் திருப்பி அளிக்கப்படும்' என்ற உத்திரவாதத்தில் ராணுவத்தினருக்கு உணவு வழங்கப்பட வேண்டும் என்றும் கூறினார். ஆனால், கோட்வால் நெருக்கடி கொடுத்தும், சிறையில் அடைக்கப்படுவார்கள் என்றும், அடுத்தடுத்து கடைகள் கொள்ளையடிக்கப்படும் என்றும் வர்த்தகர்கள் மிரட்டப்பட்ட போதிலும் அவர்கள் அரசவை உத்தரவை ஏற்றுக்கொள்ள மறுத்தனர்.[49] ஆகஸ்ட் மாத தொடக்கத்தில், பஞ்சாபி முஸ்லிம்கள் பலரும் 'அஷ்ரஃபி கா காத்ரா மார்வாரிகளும்' பணம் தரும்வரை சிறையில் அடைக்கப்பட்டார்கள் என்று உளவாளிகள் தகவல் தெரிவித்தனர்.[50] வேறுபல கடனாளர்களும் அவர்களுடன் சேர்ந்துகொண்டனர். இவர்களில் மிக முக்கியமானவரான சாலிகிராமும் அடக்கம்.[51] செப்டம்பர் மாத முதல் வாரத்தில் நடந்த விஷயங்களைப்பற்றி ஜாஃபர் தெரிந்துகொள்ளும்வரை அவர்கள் சிறையில் அடைக்கப்பட்டிருந்தனர். இதையடுத்து 'அரசரின் குடிமக்களை இப்படித் துன்புறுத்தக்கூடாது என்றும், அவர்கள் ஒப்புக்கொண்டதை பெற்றுக்கொண்டு அதனை மேன்மையுடன் உணர்ந்துகொள்ள வேண்டும் எனவும் மிர்ஸா முகலுக்கு உத்தரவிடப்பட்டது.'[52]

நகரத்தின் மேதகையினரிடமிருந்து மூன்று லட்சம் ரூபாய் பெறுவதற்கு பல்வேறு முயற்சிகள் மேற்கொள்ளப்பட்டன. டெல்லிக்கு மேற்கே இருக்கின்ற, ஜாஃபருக்கு சிறிதளவே கட்டுப்பாடு இருந்த சிறிய பகுதிக்கு - மெஹ்ருலி மற்றும் குர்கான் கிராமங்கள் - அரைமனதுடன் வரிவிதிக்க முயற்சி செய்யப்பட்டது. இருப்பினும் சிறிதளவு பணமே திரட்டப்பட்டது.[53] அந்த மாத இறுதியில், மிகுந்த பணத்தேவையில்

இருந்த மிர்ஸா முகலின் ஆட்கள் செங்கோட்டைக்கு எதிரே இருந்த ஷாலிம்காரின் முகலாய காவலரண்களில் புதைக்கப்பட்ட புதையலைத் தேடி தோண்டத்தொடங்கினர். 'பேரரசரின் முன்னோர்களுடைய புதையல்கள் அங்கே புதைக்கப்பட்டிருப்பதாக மக்கள் அவரிடமே கூறினர்' என்று பதிவு செய்திருக்கிறார் உளவாளியான கௌரி ஷங்கர். 'சிலர் துல்லியமான இடத்தைக்கூட சுட்டிக்காட்டினார்கள் - ஆனால், எதுவும் கண்டுபிடிக்கப்படவில்லை'.[54] பின்பு அவர்கள் 'சில சிறிய துப்பாக்கிகளை' தோண்டியெடுத்தனர். ஆனால், இருப்பதாகச் சொல்லப்பட்ட புதையல் ஏமாற்றத்தையே அளித்தது.[55]

இதே அளவிலான அவசரகதிதான் கலகக்காரர்களைக் காப்பாற்ற பாரசீக ராணுவம் வந்துகொண்டிருக்கிறது என்ற வதந்திகள் வேகமாகப் பரவுவதற்கும் காரணமாக அமைந்தது. அவர்கள் ஆப்கானிஸ்தான் வழியாக சண்டையிட்டு, பெஷாவர் வழியாக இந்தியாவிற்குள் நுழைவார்கள் என்றும், இப்போது அட்டோக்கில் உள்ள சிந்துநதியைக் கடந்து கொண்டிருக்கிறார்கள் என்றும் சொல்லப்பட்டது. கடல்வழியாக வந்த மற்றொரு ஈரானிய துருப்புகள் பாம்பே வழியாக தாக்குதல் நடத்த வந்துகொண்டிருக்கிறார்கள் என்றும் சொல்லப்பட்டது. 'இந்த செய்தியை எங்களால் சரிபார்க்க முடியவில்லை. ஆனால், அது சாத்தியமில்லாததும் அல்ல'[56] என்று டிஹ்லி உர்து அக்பர் பத்திரிகையில் பக்கார் சுட்டிக்காட்டினார்.

ஆகஸ்ட் மாத மத்தியில் தீர்ந்துபோனது பணம் மட்டுமே அல்ல. வெடிமருந்தும், துப்பாக்கிகளின் கையிருப்பும் குறைந்துகொண்டே சென்றன. இது கலகப்படை நிர்வாகத்தில் நிலவிய அலட்சியத்திற்கான ஒரே ஓர் உதாரணம்தான். இத்தனைக்கும் கலகப்பரவலின்போது அவர்கள் பெரிய அளவிலான ஆயுதத் தளவாடங்களையும், வெடிப்பொருள்களையும் வட இந்தியாவில் இருந்து பெற்றிருந்தனர். இருப்பினும் எழுச்சியின் முதல் பத்து நாட்களுக்கு, வெடிவைத்துத் தகர்க்கப்பட்ட ஆயுதச்சாலையில் எஞ்சியிருந்த போர்த்தளவாடங்களைப் பாதுகாக்க காவலாளிகள் நியமிக்கப்படவில்லை. இதனால் நகர மக்களும், நாட்டுப்புறப் பகுதியைச் சேர்ந்த குஜார்களும் அங்கு சென்று தங்களுக்குத் தேவையானதை எடுத்துக்கொண்டனர்.[57]

இதன் விளைவாக ஜூலை மாத பிற்பகுதியில் பீரங்கி குண்டுகள் மற்றும் தோட்டா உறைகள் ஆகிய இரண்டுமே பற்றாக்குறையாகின. வெடிமருந்து தீர்ந்துவிட்டது. அதைத் தயாரிப்பதற்கான முயற்சிகளும் நகரத்தில் பொட்டாசியம் நைட்ரேட் மற்றும் சல்ஃபர் இல்லாததால் பிரச்சினைக்கு ஆளானது. ஹிந்துஸ்தானம் முழுவதிலும் இருந்த பட்டாசு தயாரிப்பவர்களிடம் உதவி கேட்டும் பல்வேறு முயற்சிகள் மேற்கொள்ளப்பட்டன. இவர்களில் ஒருவரான, 'மீரட்டைச் சேர்ந்த அக்பர் கான் இளவரசர்களிடம் சென்று ஒரு முழு படைப்பிரிவையும் அழிக்கும்

அளவு சக்திகொண்ட ஏவுகணையைத் தயாரிப்பதற்கான கோரிக்கையை வழங்கினார். அதைச் செய்வதற்கு அவர் தகுதியானவர்தான் என்று நம்பி செலவுகளுக்காக 4,000 ரூபாய் கொடுத்து அதை உடனடியாக அரண்மனையிலேயே செய்யத் தொடங்குமாறு உத்தரவிட்டனர்.' ஆனால், அந்தப் பரிசோதனை வெற்றிகரமாக அமைந்ததுபோல் தெரியவில்லை.[58]

ஆங்கிலேயர்களின் வீடுகளில் இருந்து கைப்பற்றப்பட்ட மதுபானங்களை வைத்தும்கூட வெடிகுண்டுகளைத் தயாரிக்க முயற்சி செய்யப்பட்டது. செப்டம்பர் 2 ஆம் தேதி வெடிமருந்து ஆலைக்கு '144 ஒயின் பாட்டில்கள்' அனுப்பிவைக்கப்பட்டன. ஆனால், அதன் முடிவுகளோ வேறுவிதமாக அமைந்தன. கலக ஆயுதப் படைப்பிரிவின் குண்டுவீசும் திறமை முற்றுகைக் காலம் முழுவதிலும் மிகச்சிறப்பாக இருந்ததாகவும், ஜூலை மாதத்தில் இருந்து கலக வீரர்களின் பீரங்கி குண்டுகள் வெடிக்காமல் போவது சகஜமான ஒன்றாகிவிட்டதாகவும் ஆங்கிலேயே கண்காணிப்பாளர்கள் குறிப்பிட்டுள்ளனர்.[59]

ஆகஸ்ட் 7 ஆம் தேதி அன்றுதான் மிகக் கடுமையான அடி விழுந்தது. கேலி சுரிவாலனில் அமைந்திருந்த கலகப்படையின் முதன்மை வெடிமருந்து ஆலைகளுள் ஒன்றை பிரிட்டிஷ் குண்டுச் சிதறல் ஒன்று தீப்பற்ற வைத்தபோது அங்கே வேலை செய்துகொண்டிருந்த 500 பேர் எரிந்து சாம்பலாயினர். இதில் ஏதோ சதியிருப்பதாக அனுமானித்த சிப்பாய்கள், ஜாஃபரின் பிரதம மந்திரியான ஹக்கீம் அஷனுல்லா கானை துரோகி என்று குற்றம்சாட்டி அவருடைய மாளிகை முற்றத்தைத் தாக்கினர். அந்த மாளிகை முற்றம் எரிந்து தரைமட்டமானதில் காலிப் வருத்தமடைந்தார். அவர் ஹக்கீமிற்கு நெருங்கிய நண்பர் என்பதுடன் அந்த மாளிகையில்தான் மகிழ்ச்சியான பல மாலைநேரங்களை செலவிட்டிருக்கிறார். தான் நேசித்து உருவாக்க உதவிய நாகரிகமடைந்த உயர் கலாச்சார டெல்லியின் மீது நடத்தப்பட்ட மற்றொரு தாக்குதல்தான் இது என்றே அவர் தஸ்தான்பையில் குறிப்பிட்டுள்ளார். ஹிகீமின் உயிர் காப்பாற்றப்பட்டாலும், 'அந்த மாளிகை முற்றிலும் தரைமட்டமாகும்வரை கூச்சல்குழப்பம் ஓயவில்லை' என்று எழுதியுள்ளார் காலிப்.

> *சீனாவின் ஓவியம் தீட்டப்பெற்ற அரண்மனைகளுக்கு இணையாக அழகாகவும் அலங்காரமாகவும் அமைந்திருந்த அந்த மாளிகை கொள்ளையடிக்கப்பட்டு அதன் கூரைகள் தீக்கிரையாக்கப்பட்டன. பெரும் தூண்களும், கூரையில் பதிக்கப்பட்டிருந்த பளிங்குக் கற்களும் சாம்பலாகவே எஞ்சின. புகையினால் சுவர்கள் முற்றிலும் கறுத்துப்போய்விட்டன. அதைப் பார்த்தால் சோகத்தில் கறுப்பு மேலங்கியை போர்த்திக்கொண்ட மாளிகையைப் போல் காணப்பட்டது.*

வானம் வழங்கிய செல்வத்தால் வழிதவறிவிடாதே.
முன்பு காதலின் மடியில் கவிழ்ந்து கிடந்தவர்களை.
நயவஞ்சக வானம் சூழ்ச்சியிலும், வேதனையிலும்,
துன்பத்திலும் சிக்க வைத்துவிடும்.[60]

ஆகஸ்ட் மத்தியில் உணவுப் பற்றாக்குறை தீவிரமடையத் தொடங்கியதால் பசிகொண்ட சிப்பாய்களும் ஜிகாதிகளும் அந்த நகரத்தில் இருந்து பெரும் எண்ணிக்கையில் நாளுக்கு நாள் விலகிச் செல்லத் தொடங்கினர். சாப்பிட உணவில்லாமல் சண்டையைத் தொடர்வதில் அவர்கள் நம்பிக்கையிழந்தனர்.

ஆகஸ்ட் 16 அன்று ஹட்ஸனுக்கு கிடைத்த ஓர் உளவுத்துறை கடிதத்தின்படி ஜாஃபர் மிகுந்த மன உளைச்சலுக்கு ஆளாகியிருப்பதாகவும், அவர்களிடம் இருந்து தொடர்பைத் துண்டித்துக்கொண்ட அவர், இப்போது அவர்கள் போவதைத் தடுப்பதற்கு முயற்சிகூட செய்யமுடியாத மனநிலையில் இருப்பதாகவும் தெரியவந்தது. தன்னுடைய கண்களில் இருந்தாவது இந்த எழுச்சியிலிருந்த அவர் தன்னை நீக்கிக்கொள்ள முடிந்தது. ‘நேற்றுகூட ஆயுதம் தரித்த ஏறக்குறைய 150 திலங்காக்கள் சீருடை அணிந்து குதிரையில் வந்தனர். அவர்கள் [நகரத்திற்கு வெளியே] சென்றுகொண்டிருந்தபோது சில கலகப் படைவீரர்கள் அவர்களைத் தடுத்து கோட்டைக்குத் தகவல் அனுப்பினர்’ என்று ஓர் அநாமதேய உளவாளி எழுதியுள்ளார்.

அவர்களை அரசவைக்கு அழைத்த அரசர் அவர்கள் ஏன் போகிறார்கள் என்று கேட்டார். ‘எங்களுடைய மனைவிமார்களும் குடும்பங்களும் எங்களை நினைத்துக் கவலைப்படுவார்கள். மேலும் இங்கே சாப்பிடுவதற்கும் எதுவும் இல்லை, அதுதான் நாங்கள் போவதற்கான காரணம்’ என்று கூறினர். அதனால், அரசர் அவர்களிடம் இருக்கும் ஆயுதங்கள் மற்றும் காலாட்படை தளவாடங்களை ஒப்படைக்குமாறும், அதன்பின்னரே அவர்களை போக அனுமதிக்க முடியும் என்றும் கூறினார். பின்பு அவர் அரசவையிலேயே வெளிப்படையாக, ‘யார் போகிறார்கள், யார் இருக்கிறார்கள் என்பது பற்றி நான் கவலைப்படவில்லை. இங்கு வரும்படி நான் யாரையும் அழைக்கவில்லை. இங்கிருந்து செல்லும் யாரையும் நான் தடுக்கவும் இல்லை. யாரெல்லாம் இங்கே இருக்க வேண்டும் என்று நினைக்கிறார்களோ அவர்கள் இருக்கட்டும். இல்லையென்றால் போகிறவர்கள் போகட்டும். எனக்கு எந்த ஆட்சேபணையும் இல்லை. ஆங்கிலேயர்கள் இங்கு வந்துவிட்டால் அவர்களிடம் கொடுத்துவிடுவதற்காகத்தான் நான் இந்த ஆயுதங்களை வாங்கி வைத்துக்கொள்கிறேன். துருப்புகள்

வேண்டுமென்றால் அவற்றை எடுத்துக்கொள்ளட்டும். எனக்கு ஒரு பிரச்சினையும் இல்லை.'[61]

ஜாஃபரிடம் மிகுந்த விசுவாசமுள்ள மௌலவி முகம்மது பக்கார் இந்த நேரத்தில் 'மாட்சிமை பொருந்தியவரின் மனநிலை இன்னும் சரியாகவில்லை' என்று எழுதியதில் எந்த சந்தேகமும் இல்லை.[62] அந்த மாத இறுதியில், பட்டினி கிடக்கவேண்டிய நிலை மேலும் மோசமாகிக்கொண்டே சென்றது. 30 ஆம் தேதி மிகவும் ஏமாற்றத்திற்கு ஆளான, பசியால் மெலிந்துபோன துருப்புகள் அரண்மனைக்கு வந்து உணவு அளிக்கப்பட்டால் தவிர தங்களால் இங்கே இருக்க முடியாது என்று அறிவித்தனர்.

பிரபுவே, நாங்கள் இங்கு வந்த நாள் முதலாக எங்களை உங்களுடைய காலடியிலேயே ஒப்புக்கொடுத்துவிட்டோம். ஆனால், நீங்கள் எங்களுக்கு உயிர்வாழத் தேவையானவற்றைத் தரவில்லை. நாங்கள் கொண்டுவந்த அனைத்தும் செலவாகிவிட்டது. உங்களால் எதையும் தர முடியவில்லை என்றால் அதை எங்களிடமே சொல்லிவிடுங்கள். உங்களிடமிருந்து பிரிந்து வேறு எங்காவது சென்றுவிடுவதைத் தவிர வேறு வழியில்லாத அளவுக்கு பெரும் பட்டினி நிலவுகிறது. மாட்சிமை பொருந்திய தங்களைத் தவிர்த்து, அரசாங்க ஊழியர்கள் உட்பட டெல்லி நகரத்தில் உள்ள எல்லோருமே ஆங்கிலேயர்களுடன் கூட்டு வைத்திருக்கின்றனர்.[63]

அதேநேரத்தில், நகரத்தில் இருந்த மக்கள் பூட்டப்பட்ட கதவுகளுக்குப் பின்னால் அமர்ந்து தங்களால் முடிந்தளவுக்கு உயிர்பிழைக்க முயற்சித்தனர். ஆகஸ்ட் மாதம் கடந்துசெல்கையில், நாசமடைந்து பாதி அழிந்தேபோய்விட்ட இந்த பட்டினி நகரத்தின் தோற்றமே கலக ஆவணங்களில் உள்ள மனுக்களின் மூலம் நமக்குக் கிடைக்கிறது. சூதாட்டக்காரர்கள் மற்றும் 'கயவர்கள், பொறுக்கிகள் மற்றும் கெட்டவர்கள்' என்று மனுதாரர்களால் குறிப்பிடப்படுகிறவர்கள் சிப்பாய்களால் கொள்ளையடிக்கப்பட்டு எரிக்கப்பட்டு வீடுகளிலோ அல்லது பிரிட்டிஷ் குண்டுகளால் நேரடியாக தாக்குதலுக்கு ஆளான வீடுகளிலோ அமர்ந்து சீட்டாட்டம் ஆடிக்கொண்டிருந்தனர். ஃபெய்ஸ் பஜாரைச் சேர்ந்த மீர் அக்பர் அலி என்பவரிடம் இருந்து வந்த ஒரு மனுவில், சீட்டாட்டம் ஆடுகிறவர்கள் சிதிலங்களின் மேல் ஏறி உட்கார்ந்துகொள்வதால் அவர்கள் தன்னுடைய ஜெனானா முற்றத்திற்குள் எட்டிப்பார்ப்பதாகவும், 'உள்ளே இருக்கும் பெண்களை உற்றுப்பார்த்து வெளியே சொல்ல முடியாத வார்த்தைகளால் கத்துகிறார்கள்' எனவும் புகார் தெரிவித்திருந்தார்.[64] பெரும்பாலான கடைகள் அடைக்கப்பட்டு காலியாக கிடந்தன அல்லது அவை படைவீரர்கள் முகாம்களாக

பயன்படுத்தப்பட்டன. ஊக்கமிழந்த சிப்பாய்கள் இதுபோன்ற இடங்களில் உள்ள படிக்கட்டுகளில் அமர்ந்து, 'பாங்கு மற்றும் சுர்ருக்கள் [கஞ்சாவில் செய்யப்படுபவை] புகைத்துக் கொண்டிருந்தனர்.'[65]

சட்டம் ஒழுங்கு முன்னெப்போதையும்விட ஆபத்தான நிலைக்கு தள்ளப்பட்டது. பட்டினி கிடந்த சிப்பாய்கள் அப்போதும் பாதுகாப்பு பணம் கேட்டுக்கொண்டிருந்தனர். சமீபத்தில்தான் அவர்கள் சாந்தினி சௌக்கில் இருந்த கடைக்காரர்களிடமும் கேட்டிருக்கின்றனர்.[66] தங்களுடைய பசியை அப்போதைக்கு தீர்த்துக்கொள்வதற்காகவே சிலர் பக்கத்து வீடுகளுக்குள் புகுந்தனர். பிரான்ஸ் காட்டிலப் கோஹனின் - கவிஞர் ஃபெரஸு - மாளிகை முற்றத்தில் தங்களுடைய தங்குமிடத்தை ஏற்படுத்திக்கொண்ட குவாலியர் காலாட்படையினர் ஆகஸ்ட் மாதம் மத்தியப் பகுதிவரை வழக்கத்திற்கு மாறான கட்டுப்பாட்டுடன் நடந்துகொண்டனர். கடைசியில் அதற்கு அடுத்தாற்போல் இருந்த முஹல்லாவில் புகுந்து சூறையாடினர். பின்னர் திரும்பி வரும் வழியில் உள்ளூர் காவல்நிலையத்தில் நின்ற அவர்கள் 'எங்களுக்கு சாப்பிட எதுவுமில்லை, அதனால்தான் நாங்கள் அந்த முஹல்லாவை கொள்ளையடித்தோம்' என்று விளக்கவும் செய்தனர்.[67] நகர சுவர்களுக்கு வெளியில் இருந்த நிலையோ இன்னும் மோசமாக இருந்தது. ஜூன் மாத ஆரம்பம்வரை டெல்லியின் புல் சேகரிப்பாளர்கள் ராணுவப் பாதுகாப்பு இல்லாமல் டெல்லிக்கு வெளியில் செல்வதற்குகூட மறுத்துவிட்டனர்.[68]

ஏழை மக்களைப் பொறுத்தவரையில் நகரத்தில் இருந்த சிப்பாய்கள் அல்லது மலைத்தொடரில் இருந்த பிரிட்டிஷார் அளவுக்கு கடனாளர்களாலே பெருமளவு கவலை கொண்டிருந்தனர். பனியாக்கள் நகர அதிகாரிகளிடம் தாங்கள் வறுமையில் வாடுவதாகவும், இந்த எழுச்சிக்கு தங்களால் பணம் தர முடியாது என்று கூறியிருந்தாலும், தங்களுக்கு நிலுவையில் உள்ள கடன் பாக்கிகளை வசூலிக்கும் முயற்சியிலும் இறங்கியிருந்தார்கள். அவர்களுடைய மிரட்டலால் ஏழ்மையில் உழன்ற டெல்லிவாசிகளிடம் இருந்து வந்த மனுக்கள் கலக ஆவணங்களில் மலைபோல் குவிந்திருக்கின்றன. உதாரணத்திற்கு, ஆகஸ்ட் 16 அன்று டெல்லி தர்வாஸாவைச் சுற்றியுள்ள பகுதியைச் சேர்ந்த பிரதிநிதிகள் குழு ஒன்று லாலா ஜத்மல் மற்றும் அவருடைய கூட்டாளிகளைப் பற்றி பின்வருமாறு புகார் தெரிவிக்க அரசரிடம் வந்தனர்.

> *குதிரை வீரர்கள் மற்றும் காலாட்படை வீரர்களுடன் வரும் அவர்கள் நிராதரவான பெண்கள், விதவைகள் மற்றும் ஏழைகளை மிரட்டி பணத்தைப் பிடுங்கிச்செல்கிறார்கள். பிரபுவே, லாலா ஜத்மல் பெரும் படையைப் பயன்படுத்தி நெருக்கடி தருகிறார். அவர் எல்லோர் வீட்டில் இருந்தும் பணத்தை வசூலிக்கிறார். ஏழைகளாகிய நாங்கள் இருவேளை உணவுகூட கிடைக்காமல் அல்லாடுகிறோம். அவருடைய சட்டவிரோதமான, அநீதியான*

வழிமுறைகளுக்காக அவருக்கு கடுமையான தண்டனை அளிக்கப்பட வேண்டும். நீங்கள் அவ்வாறு செய்தால்தான் எதிர்காலத்தில் மற்றவர்கள் யார் ஒருவரையும் வதைக்கவோ அல்லது ஏமாற்றவோ பயப்படுவார்கள்.[69]

திறன்மிக்க காவல்துறை இல்லாத நிலையில் பழைய கணக்குகளை தீர்த்துக்கொள்வதும் சுலபமாகிப்போனது: முஹல்லா மலிவாரா குடியிருப்புவாசிகளிடம் இருந்து வந்த ஒரு மனுவில், தாங்கள் முன்னதாக வழக்கு தொடுத்திருந்த இரண்டு அதிகாரம்மிக்க பெண்களாகிய ராதா மற்றும் கன்ஹையா ஆகிய இருவரும் பழிவாங்குவதற்கு வெளிப்படையாகவே திட்டமிட்டிருப்பதாக புகார் தெரிவிக்கப்பட்டிருக்கிறது. 'இப்போது எங்களை மிரட்டிக்கொண்டிருக்கும் அவர்கள், "வழக்கு தொடுத்ததன் மூலம் எங்களை என்ன செய்ய முடிந்தது பார்த்தீர்களா! அரசாங்கமே இல்லாததால் இப்போது உங்களைத் தாக்கப் போகிறோம்" என்று கூறுகின்றனர். நாங்கள் எல்லோருமே இப்போது எங்களுடைய உயிருக்காக பயந்துபோயிருக்கிறோம். இந்த விஷயத்தைப் பற்றி விசாரிக்கும்படி கோட்வாலிடம் கூறுமாறு கேட்டுக்கொள்கிறோம்.'[70]

இயல்பு வாழ்க்கை பாதிக்கப்பட்டதானது காதலர்கள் வீட்டை விட்டு ஓடிப்போகும் அளவுக்கான வாய்ப்பையும் வழங்கியது. அந்த மாதத்தில் நிரம்பி வழிந்த மனுக்களை வைத்துப் பார்க்கையில், ஆகஸ்ட் மாதத்தில் பெருகிக்கொண்டிருந்த அராஜகமானது ஓடிப்போவதற்கான கிளர்ச்சிக்கு வசதியேற்படுத்திக் கொடுத்ததைப் போல் தெரிகிறது. சூரஜ் பாலி என்பவரின் மனைவியான பாலஹையா, பிக்காரி என்பவருடன் ஓடிப்போனார்! 'என்னுடைய சொத்துகள் அனைத்தையும் கொள்ளையிட்டு ஓடிப்போய்விட்டாள்' என்று திகைத்துப்போய் புண்பட்டிருந்த அவருடைய கணவன் குறிப்பிட்டிருக்கிறார்.[71] ஷேக் இஸ்லாம் என்பவரை மணந்துகொண்ட ஒரு முன்னாள் அந்தப்புரப் பெண்ணான ஹுஸைனி இந்த வாய்ப்பைப் பயன்படுத்திக்கொண்டு வேறு ஒரு புதியவருடன் ஓடிப்போனாள். அந்த ஷேக், தான் ஹிந்து மதத்தில் இருந்து இஸ்லாத்திற்கு மாறி, கலகப் பரவலின்போது மீரட்டில் இருந்து தப்பித்து டெல்லியில் அடைக்கலம் புகுந்திருப்பதாக ஜாஃபரிடம் விளக்கியிருந்தார். கொஞ்ச காலம் முன்பாகத்தான் அவர்கள் 'இத் கா அருகே வந்துகொண்டிருக்கையில், பாதணிகள் செய்பவரான குதா பக்ஷ் என்பவனை ஹுஸைனி சந்தித்திருக்கிறாள். அவனை அந்த ஷேக் 'ஓர் உளவாளி, சூதாட்டக்காரன்' என்று விவரித்தார். அநேகமாக தன்னுடைய பழைய வாழ்க்கையில் இழந்துவிட்ட துடிப்பான வாழ்வு, தன்னுடைய கணவன் சற்றே கிளர்ச்சியற்றவராக இருப்பது ஆகியவற்றால் ஹுஸைனி அவரை விட்டுவிட்டு, ஷேக் இஸ்லாம் சொன்னதுபோல், 'நான் வீட்டிலிருந்து கொண்டுவந்த செல்வங்கள் அனைத்தையும்' எடுத்துக்கொண்டு போய்விட்டாள்.'[72]

பல போர்களிலும் காணப்படுவதைப் போன்றே இந்தக் காதலர்களில் சிலர் துணிச்சலான சிப்பாய்களாகவும் இருந்தனர். மட்பாண்டம் செய்பவரான பிர் பக்ஷ் என்பவர் தன்னுடைய மனைவியுடன் மட்டுமல்லாது, விதவையாகிவிட்ட தன்னுடைய தம்பியின் மனைவி ஜியா என்பவருடனும் வாழ்ந்து வந்தார். அண்டை அயலார்களின் கூற்றுப்படி தொடர்ந்து ஜியாவை அடித்துவந்த அவர் ஆகஸ்ட் மாத பிற்பகுதியில் ஜமீர் என்ற சிப்பாயிடம் அவளைப் பறிகொடுத்தார். ஒரு மோசமான குடும்பச் சண்டைக்குப் பின்னர் அந்த சிப்பாய் அவளுக்கு அடைக்கலம் கொடுத்திருந்தான். 'பிர் பக்ஷ் அடித்தார் என்பதற்கு காத்ரா முஹல்லாவில் வசிக்கும் எல்லோருமே சாட்சி' என்று இந்த வழக்கிற்கு ஆதாரமாக ஜியா நீதிமன்றத்தில் கூறினாள். பிர் பக்ஷ் இந்த குற்றச்சாட்டை மறுத்தான். தன்னுடைய மனைவிதான் ஜியாவை அடித்ததாக கூறினான். 'அவளை ஒரே ஒருமுறை மட்டும் அறைந்தேன்' என்றுமட்டும் ஒருமுறை அவன் குறிப்பிட்டான். 'அத்துடன் அது பெண்களுக்கு இடையிலான சண்டை' என்றும் தனக்கு ஜியாவை மணந்துகொள்ளும் நோக்கம் இல்லை என்றும் கூறினான். இது ஜியாவை கூட்டிச்செல்ல ஜமீர் அனுமதிக்கப்பட்டதைப் போல் தெரிந்தது. இதனால் பிர் பக்ஷ் ஓர் உத்திரவாதத்தில் கையெழுத்திட வேண்டியிருந்தது. அதன்படி 'அந்தப் பெண் மீது எவ்வித அடக்குமுறையும் காட்டமாட்டேன். அப்படி நடந்தால் அதற்காக நான் ஐம்பது ரூபாய் அபராதம் கட்டுகிறேன்' என்றும் அவன் உறுதியளிக்க வேண்டியிருந்தது.[73]

மற்றவர்கள் இந்த வாய்ப்பைப் பயன்படுத்திக்கொண்டு தங்களுடைய ஆசைகளைத் தீர்த்துக்கொள்ள பெண்களை தூக்கிச்சென்று பலாத்காரம் செய்தனர். இதற்கு அந்தப்புரப் பெண்களே சுலபமான இலக்காக இருந்தனர். அது இந்த எழுச்சி முழுவதும் நடந்தது. மாங்லோ என்ற அந்தப்புரப் பெண் மே மாத துவக்கத்திலேயே ரஸ்தம் கான் என்ற சாவரால் கடத்தப்பட்டாள். அவளை விடுவிக்குமாறு அரண்மனையில் இருந்து அவனுக்கு இரண்டுமுறை உத்தரவுகள் பிறப்பிக்கப்பட்டபோதிலும் ஜூலை மாத பிற்பகுதிவரை அவளை அவன் தன் பிடியிலேயே வைத்திருந்தான்.

அவளுக்குத் தரகனாக இருந்திருக்கக்கூடியவன் என்று தோன்றும்படியான அவளுடைய சகோதரன் என்று தன்னை சொல்லிக்கொண்ட சந்தன் என்பவனிடம் இருந்தும், தன்னைச் 'ச்செடி' என்று கூறிக்கொண்ட காம்ப் குர்கானில் இருந்து வந்த பயணியிடம் இருந்தும் அவளைப் பற்றி மீண்டும் மீண்டும் அரண்மனைக்கு மனுக்கள் வந்திருக்கின்றன. இந்தச் ச்செடி என்பவன், 'இறைநம்பிக்கையற்ற ஃபிராங்கிகளின் கொள்ளைச் செயல்களால் வீட்டை இழந்துவிட்டதாகவும்' - வேறுவகையில் சொல்லப்போனால், பிரிட்டிஷார் மே 11 அன்று டெல்லியில் இருந்து தப்பிவந்தபோது அவர்களுக்கு உதவ மறுத்ததாலோ அல்லது அவர்களைக் கைவிட்டதாலோ கிராமங்களில் பழிவாங்கும் நடவடிக்கைகள் கட்டவிழ்த்து விடப்பட்டதால் வீட்டை இழந்து

தப்பிவந்த நாட்டுப்புறத்தைச் சேர்ந்த அகதிகளுள் அவனும் ஒருவன். ச்செடியின் கூற்றுப்படி, 'அரசவை தஃபேதாரான [காவலாளி மற்றும் அதிகாரப்பூர்வமற்ற அதிகாரிக்கு சமமான சிப்பாய் வீரர்] ஃபர்ஸாண்ட் அலி இமாம் என்ற அந்தப்புரப் பெண்ணை தண்ணீரில் மூழ்கடித்துக் கொன்றபோது இந்த ரெஜிமெண்டில் ஏற்கனவே ஒரு பயங்கரமான விஷயம் நடந்திருக்கிறது. அந்தப் பெண்ணை ரஸ்தம் கான் இரவும் பகலும் பயமுறுத்தி வைத்து அடித்து துன்புறுத்துவதால் அவளை அவர் கொன்றுவிடுவார் என்று இந்த அடிமை பயப்படுகிறேன்.'[74] மேலும், மாங்லோவை விடுவிக்குமாறு அளிக்கப்பட்ட மற்றொரு உத்தரவை ரஸ்தமின் ரிஸால்தாரான (காலாட்படை தளபதி) ஃபைஸ் கான் என்ற சாவர் கிழித்துப் போட்டுவிட்டபோது சந்தன் மீண்டும் அரசவைக்கு எழுதிய கடிதத்தில் பின்வருமாறு குறிப்பிட்டிருக்கிறான்:

> *ரஸ்தம் கான் அவளைச் சிறைப்பிடித்து வைத்து அடித்து துன்புறுத்துகிறார். அவள் கதறி அழுதாலும் யாருமே அவளுக்கு உதவவில்லை. மீண்டும் மீண்டும் அழைப்பாணை விடுக்கப்பட்ட போதிலும் மேற்கூறிய ரிஸால்தார் அவற்றிற்கு கீழ்ப்பணியவில்லை. மாண்புமிக்கவரின் குடிமக்களுக்கு இழைக்கப்படும் இந்த அராஜகமும் அநீதியும் அழிக்கப்பட வேண்டும். ஆகவே, அந்தப் பெண்ணை மீட்பதற்கான மற்றொரு பர்வானா [எழுத்துப்பூர்வமான உத்தரவு அல்லது அரசாணை] பிறப்பிக்கப்படும் என்று நம்புகிறேன். அந்தப் பாவப்பட்ட பெண்ணிற்கு இழப்பீடு வழங்கும் வகையில் அவளுடைய வாக்குமூலம் இந்த அலுவலகத்தில் பதிவுசெய்யப்பட்டால் அவள் தங்களுடைய மாட்சிமையின் நல்வாழ்விற்காகவும் புகழுக்காகவும் பிரார்த்தனை செய்வாள்.*[75]

முற்றுகையிடப்பட்ட அந்த நகரத் தெருக்களில் சுதந்திரமாக சுற்றித்திரிந்தது சிப்பாய்கள் மட்டுமல்ல. முறைதவறிய இளவரசர்களும் கட்டுத்தளையின்றி தாங்கள் விரும்பிய இன்பங்களை நாடிச் சென்றார்கள். இதில் மிக மோசமானவர் எப்போதும்போல் மிர்ஸா அபு பக்கர்தான். அப்படியான ஒரு நாளில்தான் மிகப் பிரபலமான டெல்லி அழகிகளாக விளங்கியவர்களின் சகோதரரான மிர்ஸா குலாம் காஸின் மாளிகை முற்றத்திற்கு அவர் திரும்பியதையும் காணமுடிந்தது. குலாம் காஸிடம் வாதிட்ட மிர்ஸா அபு பக்கர்,

> *'நான் நிறைய குடித்திருக்கிறேன்' என்று கூறிய அவர் கெட்ட வார்த்தைகளைப் பேசினார். நான் என்னுடைய சகோதரிகளிடம் மறைந்துகொள்ளுமாறு கூறியபோது அவர் (அபு பக்கர்) என்னை நோக்கி தன் வாளை உயர்த்தி, கையில் இருந்த துப்பாக்கியால் குறிபார்த்தார். ஆனால், நான் எப்படியோ*

அவரை சமாதானப்படுத்தினேன். அதேநேரத்தில் எந்தவித பிரச்சினையும் ஏற்பட்டுவிடாமல் இருக்க முஹல்லாவின் வாயில்கள் மூடிப் பூட்டப்பட்டன. சாவிகளை கண்டுபிடிப்பதற்கு சற்றுத் தாமதமாகிவிட்டதால் அங்கு குடியிருப்பவர்களை வசைபாடியபடியே தன்னுடைய இரட்டைக் குழல் துப்பாக்கியால் பலமுறை வாயிலை நோக்கிச் சுட்டார். ஃபெய்ஸ் பஜாரைச் சேர்ந்த காவலர் ஒருவர் அங்கு வந்து ஏதோ சொன்னார். ஆனால் மிர்ஸா அபு பக்கர் ஒரு வாளால் அவரை மூன்றுமுறை குத்தினார். பின்னர் அங்கு வந்த அலெக்ஸாண்டர் பிளாட்டூனைச் சேர்ந்த படைவீரர்களும், பிற திலங்காக்களும் அந்த முஹல்லாவில் அமைதியைக் கொண்டுவரத் தொடங்கினர். இது நடந்து கொண்டிருக்கையில் என்னுடைய சகோதரிகளைச் சுவற்றைத் தாண்டி குதிக்கச் செய்து, அவர்கள் பாதுகாப்பாக இருக்கும் வகையில் லால் குவானுக்கு அனுப்பி வைத்தேன்.[76]

இதற்கு முன்பும் அவர் இவ்வாறு செய்திருக்கிறார். நீண்டநாட்களுக்கு முன்னர் மிர்ஸா அபு பக்கரும் அவருடைய சகாக்களும் அந்த வீட்டை உடைத்து உள்ளே நுழைந்து கொள்ளையடித்தனர். அத்துடன் கூடத்திற்கு உள்ளே இருந்த 'ஒரு குதிரை மற்றும் ஒரு ஜோடி காளைகளையும்' அவர்கள் ஓட்டிச்சென்றனர். அவர்கள் அங்கிருந்து போகவிருந்தபோது அங்கு நிலவிய சச்சரவு குறித்து விசாரிப்பதற்காக வந்த ஒரு உதவி கோட்வால் இளவரசரை துணிச்சலாக எச்சரித்தார். ஆனால், அவருடைய எதிர்ப்புகளை கண்டுகொள்ளாத மிர்ஸா அபு பக்கர் அவரை நோக்கி வாளுடன் பாய்ந்தார். இந்த அமளியில் அவர் எப்படியோ அவருடைய குதிரையையும் கைப்பற்றிக்கொண்டார். இருப்பினும், அதேநேரத்தில் ஜாஃபரின் மூத்த மகனான மிர்ஸா ஷாருக்கின் மகன் மிர்ஸா அப்துல்லா அங்கு விரைந்து வந்து இதுபோன்ற தொந்தரவுகளை ஏற்படுத்துவதில் இருந்து தன்னுடைய சகோதரனை தடுத்து எப்படியோ அவரை அந்த இடத்திலிருந்து அழைத்துக்கொண்டு செங்கோட்டைக்குத் திரும்பிவிட்டார்.[77]

இப்படி அதிகரித்துக்கொண்டே வரும் குழப்பமான நகர்ப்புற நிலைகுலைவின் காரணமாக மௌலவி முகம்மது பக்காரின் டெஹ்லி உர்து அக்பர் பத்திரிகை உற்சாகமின்றி எழுதியுள்ளதில் பெரிதாக ஆச்சரியப்பட எதுவுமில்லை. 'மரணம் எல்லாப் பக்கத்திலும் இருந்து தலைக்குமேல் வட்டமிடுகிறது. நம்மைச் சுற்றி இப்போது நடந்துகொண்டிருப்பவற்றை எல்லாம் நம்முடைய [மோசமான] செயல்கள் மற்றும் நடவடிக்கைகளின் விளைவுகளாகவே நாம் பார்க்க வேண்டும். நம்முடைய அடிப்படை குணவியல்பையே நம்முடைய கடவுளாக எடுத்துக் கொண்டோம், எல்லாம் வல்லவரின் வார்த்தைகளையும், கட்டளைகளையும் பரிசீலிக்கத்

தவறிவிட்டோம்' என்று தன்னுடைய ஆகஸ்ட் 23 ஆம் தேதி பதிப்பில் பக்கார் எழுதியுள்ளார்.

கான்பூரிலும் மற்ற சில இடங்களிலும் பிரிட்டிஷார் மேற்கொண்ட பழிவாங்கும் நடவடிக்கைகள் குறித்து பக்கார் நீண்டநாட்களாகவே ஆழ்ந்து கவனித்து வந்தார். *'காஃபிர் கிறிஸ்துவர்கள் இப்போது தீவிர அழித்தொழிப்புகளில், குறிப்பாக முஸ்லிம்களை அழித்தொழிப்பதில் தங்களை ஈடுபடுத்திக்கொள்ளத் தொடங்கி விட்டார்கள். தங்களுடைய கட்டுப்பாட்டிற்குள் வரும் இடங்களில் எல்லாம் பாரபட்சமே பார்க்காமல் ஆண்களைத் தூக்கிலிடுகிறார்கள். கிராமங்களை முழுவதுமாக அழித்துவிடுகிறார்கள். வெற்றிபெற்ற ராணுவத்தினருக்கு தீங்கு விளைவிக்க யாரும் கிடைக்கவில்லை என்றால் நம்முடைய பேரரசரின் குடிமக்கள் மீது தம்முடைய கோபத்தைக் காட்டுகிறார்கள்.'*[78]

இருப்பினும், பிரிட்டிஷ் ராணுவத்தை வெற்றிகொள்ள எஞ்சியிருந்த நம்பிக்கைக்கும் மிகத் தீவிரமான அச்சுறுத்தலாக அமைந்த பல்வேறு ரெஜிமெண்டுகளுக்கு இடையிலான கருத்து வேறுபாடுகளும் தொடர்ந்துகொண்டே இருந்தன. அவை முன்னெப்போதும் இல்லாத அளவிற்கு மாறாமல் மோசமாகிக்கொண்டே சென்றன.

கலகப்படைகளில் பெரிய அளவிலான கடைசி பிற்சேர்வாகச் சேர்த்துக் கொள்ளப்பட்ட நிமாக்கைச் சேர்ந்த பிரிகேட் தலைவர்கள், மீரட் மற்றும் டெல்லி ரெஜிமெண்டுகளின் சுபேதார்களைக் காட்டிலும் பக்த் கானின் அதிகாரத்திற்கு எதிராக மிக வலுவான எதிர்ப்பு தெரிவித்தனர். இது ஆகஸ்ட் 23 அன்று, பிரிட்டிஷாருடன் அவர் கூட்டுசேர்ந்துவிட்டார் என்றும், 'இங்கிலாந்தில் இருந்து பிரிட்டிஷாருக்கு உதவிப்படைகள் வந்துசேரும்வரை தன்னுடைய படைவீரர்களை அப்படியே நிறுத்தி வைத்திருக்கப் போகிறார்' என்றும் அவரை - முற்றிலும் நியாயமற்று - குற்றம்சாட்டும் அளவுக்கு சென்றுவிட்டது.[79]

இவற்றிற்கும் மேலாக, பக்த் கான் மலைத்தொடருக்கு தகவல்கள் அனுப்பியதாக தவறான ஆதாரத்திற்கு சாட்சியாக ஒரு சீக்கியரைக் கொண்டுவந்து நிறுத்தினார். பிரிட்டிஷ் உளவாளியும், கிளர்ச்சியாளர்களுக்குள் இருந்தபடியே அவர்களைத் தூண்டிவிடுபவருமான ஹரியானா ரெஜிமெண்டைச் சேர்ந்த கௌரி ஷங்கர் சுகுல். பக்த் கான் தன்னுடைய விசுவாசத்தை சத்தியம் செய்தார். ஆனால், கோட்டையில் இருந்து அவரை விலக்கி வைப்பதற்கான சாத்தியம் குறித்து ஜாஃபர் வெளிப்படையாகவே ஆலோசித்தார். அதேநேரம்,

நிமாக் பிரிகேடின் அதிகாரிகள் பெரேலி துருப்புகளை வலுக்கட்டாயமாக நிராயுதபாணியாக்குவது குறித்த திட்டத்தைத் தீட்டத்தொடங்கியிருந்தனர்.[80]

தன்னுடைய அதிகாரத்தை மறுநிர்மாணம் செய்யும் கண்ணோட்டத்துடனும், பிரிட்டிஷாரை வெளியேற்றுவதற்கான ஒரு கடைசித் திட்டமாகவும் பக்த் கான் ஓர் அறிவுப்பூர்வமான, வெற்றி பெறத்தக்க புதிய திட்டத்துடன் வந்தார். அவருடைய திட்டத்தின்படி அஜ்மீரி வாயில் வழியாக வெளியே செல்லும் ஒரு பெரும்படையானது மேற்குப்பக்கம் நோக்கி பின்வாங்கிச் செல்வதைப் போல் காணப்படும். ஆனால், ஜெய்ப்பூருக்கு செல்வதற்கு பதிலாக அந்தப்படை யமுனை ஆற்றுக் கால்வாயைக் கடந்துசென்று பின்னர் பிரிட்டிஷாரின் பின்பக்கத்தில் இருந்து இருமடங்கு மறைமுகத் தாக்குதல் நடத்துவார்கள். கற்பனைத்திறனுள்ள இதே திட்டத்தைத்தான் பிரிட்டிஷார் மிகவும் பலவீனமான நிலையில் இருந்த இரண்டு மாதத்திற்கு முன்னரே கலகக்காரர்கள் செயல்படுத்தியிருக்க வேண்டும். இப்போதிருக்கும் நிலையில் தன்னுடைய நகரத்தில் இருந்து சிப்பாய்களை அகற்றிவிடக்கூடிய எந்த ஒரு திட்டத்திற்கும் மகிழ்ச்சியாக சம்மதம் தெரிவிக்கும் நிலையில்தான் ஜாஃபர் இருந்தார். ‘செல்லுங்கள், இறைவன் உங்களைக் காப்பாற்றட்டும்! ஆங்கிலேயர்களைத் தாக்கி உங்களுடைய விசுவாசத்தைக் காட்டுங்கள். அவர்களை அழித்துவிட்டு வெற்றியுடன் திரும்பி வாருங்கள்’ என்றார் அவர்.[81]

ஆகஸ்ட் 24 அன்று கொட்டித் தீர்த்துக்கொண்டிருந்த மழையில், ஒரு தனி தாக்குதலுக்காக இதுவரை இல்லாத அளவுக்கு 9,000 படைவீரர்கள் மற்றும் பதிமூன்று பீரங்கிகளுடன் பெரிய படை ஒன்று பக்த் கான் தலைமையில் அந்த நகரத்தைவிட்டு வெளியே சென்றது. நஜப்கர் கிராமத்திற்கு சற்று தெற்கே இருக்கும் கால்வாயைக் கடந்துவிடும் நம்பிக்கையில் சுவர்சூழ்ந்த கிராமத்தை நோக்கி ஈரமுற்றிருந்த சாலைகளில் அந்தப் படை சென்றது.

பாலம் என்ற இடத்திற்கு சற்று வடக்கே சிப்பாய்கள் யமுனை ஆற்றுக் கால்வாயை அடைந்தபோது முன்னெப்போதும் இல்லாத அளவிற்கு மழை வலுத்திருந்தது. அங்கிருந்த பாலமானது ஜெனரல் வில்ஸனின் உத்தரவின் பேரில் தகர்க்கப்பட்டிருந்ததை அவர்கள் கண்டனர். பிரிட்டிஷாரின் பின்பக்கத்தில் இருந்து சிப்பாய்களை அப்பாலேயே நிறுத்திவைக்கும் அவருடைய திட்டத்தின் ஒரு பகுதிதான் இது. பக்த் கான் இதற்கும் தயாராகத்தான் வந்திருந்தார், பாலம் சரிசெய்யப்பட்டது. ஆனால், அந்த வேலை மிக மோசமாக இருந்தது. துருப்புகள் கடந்துசெல்லத் தொடங்கிய உடனேயே அந்தப் பாலம் மீண்டும் உடையத் தொடங்கியது. அந்த சரிசெய்யும் வேலைக்கு இருபத்தி நான்குமணி நேரம் ஆகியிருந்தது. இந்தக் காத்திருத்தலின்போது முழுப்படையினரும் ‘ஒருநாள் பகல் இரவு முழுவதும் அந்தப் பருவமழையின் கடுமையில் அகப்பட்டு முழுவதுமாக

நனைந்துபோயிருந்தார்கள்.' மேலும், 'கலகத் துருப்புகள் [இப்போதுவரை] உண்மையில் மூன்று நாட்களாக பசியால் வாடிப்போயிருந்தனர்.'[82]

25 ஆம் தேதியன்று நனைந்துபோய், பசியுடனும் வாடியும் காணப்பட்ட அந்தக் கலகப்படை மீண்டும் நகரத் தொடங்கியது. அது தங்களுக்கு முன்னால் நீண்டுசென்ற நஜப்கர் சதுப்புநிலத்தின் கரையோரமாக குறுகிய வரிசையில் கடந்துசென்றது. சயீத் முபாரக் ஷாவின் கூற்றுப்படி அது மிகக் கடுமையான பயணம்: 'அந்த சதுப்புநிலம் அல்லது ஜில்லிற்கு வந்துசேர்ந்தபோது துருப்புகள் ஏற்கனவே பெருமளவு சோர்ந்துபோயிருந்தனர். ஆனாலும், அவர்களுக்கு ஓய்வெடுக்கவோ அல்லது புத்துணர்ச்சி பெறவோ நேரம் இல்லை. பீரங்கி வண்டிகளின் சக்கரங்கள் இடைவிடாமல் அந்த சதுப்பு நிலத்தில் புதைந்துபோனதால் முன்னேறிச் செல்வது மிகவும் தாமதமானது. அத்துடன் முழங்கால் முட்டி வரை இருந்த தண்ணீரின் ஊடாகத்தான் சிப்பாய்களும் வழியமைத்துக்கொள்ள வேண்டியிருந்தது.'[83]

டெல்லியில் இருந்து புறப்பட்டபோது பக்த் கானின் பெரேலி துருப்புகளே முன்வரிசையில் சென்றனர். ஆனால், பாலத்தில் ஏற்பட்ட தடங்கலுக்குப் பின்னர் பக்த் கானின் போட்டியாளர்கள் மற்றும் எதிரிகளான ஜெனரல் சுதாரி சிங் மற்றும் பிரிகேட் மேஜர் ஹைரா சிங் தலைமையிலான நிமாக் பிரிகேடுதான் தங்களுக்குப் பின்னால் நாஸிராபாத் ரெஜிமெண்ட் பின்தொடர முன்னணியில் சென்றுகொண்டிருந்தது. இரண்டு நாட்களுக்கு முன்னர்தான் இந்த இரண்டு நிமாக் ஜெனரல்களும் பக்த் கானை அவருடைய தலைமைப் பதவியில் இருந்து வீழ்த்த முயற்சி செய்திருந்தனர். இத்தகைய ஒருங்கிணைவு இந்த சாகசப் பயணத்தின் வெற்றிக்கு நல்ல சகுனம் அல்ல.

பெரிய சிப்பாய் ராணுவம் ஒன்று அந்த நகரத்தில் இருந்து வெளியே செல்வதை பிரிட்டிஷார் தங்களுடைய தொலைநோக்கிகள் வழியாக பார்த்துக்கொண்டிருந்தனர். 'பலமணிநேரங்களாக லாகூர் மற்றும் அஜ்மீர் வாயில்கள் வழியாக அணிவகுத்து சென்றுகொண்டே இருக்கும் அவர்கள் எங்களுக்கு வலது பின்பக்கத்தை நோக்கி முன்னேறிக் கொண்டிருந்தனர்' என்று எழுதியுள்ளார் சார்லஸ் கிரிஃபித்ஸ்.[84] பக்த் கானின் புறப்பாடு குறித்த செய்திகள் ஜெனரல் வில்ஸனை எட்டியபோது அவரைத் தடுத்து நிறுத்த யாரை அனுப்ப வேண்டும் என்பது அவருக்கு நன்றாகத் தெரிந்திருந்தது. உண்மையில், பல வகைகளிலும் ஜாஃபர் எந்த அளவுக்கு பக்த் கானை தவிர்க்க வேண்டும் என்று நினைத்தாரோ அதைவிட அதிகமாக ஜான் நிக்கல்ஸனை முகாமில் இருந்து வெளியே அனுப்ப வில்ஸன் மிகுந்த ஆவல் கொண்டிருந்தார்.

அடுத்தநாள் 25 ஆம் தேதி காலை 4 மணிக்கு கொட்டும் மழையில் நிக்கல்ஸன் தற்காலிக படையணியுடன் புறப்பட்டார். அதில் தன்னுடைய சொந்த ஆட்களுக்கும் மேலாக குதிரைப்படை ஆயுதப்பிரிவில் மூன்று துருப்புகள், கொத்தளப் படையைச் சேர்ந்த பிரிட்டிஷ் ஆயுதப்பிரிவின் கலப்பு குழுவினருடன் அவருடைய சொந்த சகோதரர் சார்லஸ் நிக்கல்ஸன் உடன் சார்லஸ் கிரிஃபித் மற்றும் எட்வர்ட் வைபர்ட் ஆகியோரும் அடங்குவர். எல்லாவற்றையும் சேர்த்து நிக்கல்ஸனின் சிறிய ராணுவம் 2,500 பேர் என்ற அளவில் இருந்தது. இவர்களில் பாதிப்பேர் பிரிட்டிஷார். இதன் முன்வரிசையில் டெல்லிக்கு செல்லும் ஒற்றையடிப் பாதைகளுக்கான வழிகாட்டியாக செயல்பட்டவர் தியோ மெட்கால்ஃப்.

சாலையிலேயே செல்லவேண்டும் என்பதும், பருமழையினால் ஏற்பட்ட சதுப்புநிலத்தில் தொலைந்து போய்விடக்கூடாது என்பதும் வில்ஸனின் உத்தரவுகளில் ஒன்று. இந்த உத்தரவை உடனடியாக புறம்தள்ளிய நிக்கல்ஸன், குதிரைப்படை ஆயுதப்பிரிவானது முட்டியளவு சேற்றில் இழுத்துச் செல்லவேண்டியிருந்த, வெள்ளம் சூழ்ந்த நாட்டுப்புறப்பகுதி வழியாக குறுக்கு வழியில் செல்லலாம் என்று தியோ பரிந்துரைத்த பாதையில் செல்ல உத்தரவிட்டார். சேறும், கனத்த மழையுமாக இருந்தபோதிலும் நிக்கல்ஸன் அந்தப் படையணியை எப்படியோ தான் நிர்ணயித்த வேகத்தில் கொண்டுசென்றது எதிர்பாராத ஒன்று. அந்தப் படையணி ஆறுமணி நேரங்களாக அணிவகுத்து சென்று காலை 10 மணிக்கு, முங்கலே கிராமத்தில், ஈரப்பதம் சூழ்ந்த காலை சிற்றுண்டிக்காக இரண்டுமணி நேரம் நிறுத்தப்பட்டது, பின்னர் கனமழைக்கு நடுவில் பகல்பொழுதில் அணிவகுப்பைத் தொடங்கியது.[85] அந்தப் படையணி, ‘எந்த வகையிலும் சத்தமெழுப்பாமல்’ அமைதியாகச் செல்லவேண்டும் என உத்தரவிடப்பட்டிருந்தது.[86]

மதியம் நான்கு மணிக்கு சற்று முன்னதாக, மற்றொரு குறுக்குவழி தேடி நஜப்கருக்கு இரண்டு மைல்கள் வடக்கே சென்ற தியோ, கண்டவுடன் தாக்குதலைத் தொடங்கிவிட்ட நிமாக் பிரிகேடின் ஒற்றர்களை கடந்துவர நேர்ந்தது. சாவர்கள் அவரை வெட்டப் பார்த்தனர். ஆனால், மே 11 ஆம் தேதி அன்று நடந்ததைப் போன்றே அவர்களுடைய தாக்குதலில் இருந்து தப்பித்த தியோ தன்னுடைய முக்கியப் படையணிக்குப் பாதுகாப்பாக வந்துசேர்ந்தார்.[87]

கால்வாய்க்கு மறுபக்கத்தில் பிரிட்டிஷ் துருப்புகள் வந்துகொண்டிருந்த திசைக்கு நேர் முன்பாக ஒரு பழைய முகலாய லாயம் இருந்தது. அங்கே நிமாக் படையின் முன்வரிசை காவலாளிகள் ஒன்பது பீரங்கிகளை வைத்துக்கொண்டு மீதமிருக்கும் தங்களுடைய படையினர் வந்துசேர்வதற்காகக் காத்திருந்தனர். அவர்களுக்குப் பின்னால் பக்த் கானின் பெரேலி துருப்புகள் அப்போதுதான் பாலத்தை நெருங்கிக்கொண்டிருந்தனர். அந்த சிப்பாய்களில் பலரும் உறங்கிக்

கொண்டிருந்தனர். தங்களுடைய ஆயுதங்களைக் குவித்து வைத்த மற்றவர்கள் கூடாரம் அமைத்துக்கொண்டிருந்தனர். 'அவர்களில் பலரும் தங்களுடைய இடுப்பு பட்டைகளையும், ராணுவ உடைகளையும்கூட களைந்திருந்தனர்.'[88] சோர்வுற்றிருந்த பிரிட்டிஷ் துருப்புகள் பனிரெண்டு மணிநேரமாக அந்த ஈரமான சாலையில் வந்துகொண்டிருந்தனர். கொட்டும் மழையில் 20 மைல்களைக் கடந்திருந்தனர். அவற்றில் பெரும்பாலானவை சேற்றுப்பகுதியால் ஆனவை. இடுப்புயர தண்ணீரைக் கொண்டிருந்த இரண்டு சதுப்புநிலப் பகுதிகளைக் கடந்த அவர்கள் தங்களுடைய வெடிமருந்துப் பைகளை தலையில் சுமந்திருந்தனர். ஆனால், சிப்பாய்களுக்கு தெரியவரும் முன்னரே அவர்களைக் கைப்பற்றிவிட தயக்கமே இல்லாமல் உடனடித் தாக்குதலுக்கு உத்தரவிட்டார் நிக்கல்ஸன்.[89]

சிப்பாய்களின் பீரங்கிகள் கால்வாயின் மீதிருந்த பாலத்தை நோக்கி குறிவைக்கப்பட்டன. அதனால் நிக்கல்ஸன் பிரிட்டிஷ் துருப்புகளை ஒருபக்கத்தில் கால்வாயைக் குறுக்காகக் கடக்க வைத்து, அதன் பின்னர் மற்றொரு பக்கத்தில் இரண்டு வரிசைகளை உருவாக்கிக்கொள்ளும்படி செய்தார். அந்த படைவரிசைக்கு மேலும் கீழும் சென்றுவந்த நிக்கல்ஸன் எதிரியின் பீரங்கிகள் நெருங்கி வரும்வரை காத்திருந்துவிட்டு, பயோனெட்டுக்களை பொருத்திய பிறகே சுடவேண்டும் என்று சத்தமாக கத்திக்கொண்டிருந்தார். 'அவருக்கு ஆரவாரமான பதில் கிடைத்தது, அந்தப் படைவரிசை நிதானமாகவும் பிரிந்துவிடாமலும் அணிவகுப்பில் செல்வதைப் போல் அந்தச் சமவெளியில் முன்னேறியது' என்று எழுதியுள்ளார் சார்லஸ் கிரிஃபித்ஸ்.[90]

எதிரி சுடத்தொடங்கினான். அவர்களுக்கு எங்களுடைய துப்பாக்கியால் பதில் சொன்னோம். ஆயுதப்பிரிவு துப்பாக்கியை நிமிர்த்தி வைத்தபடி நூறு அடிகளுக்குள் வந்தபோது நாங்கள் தோட்டாக்களை அனுப்பினோம். பிரிட்டிஷ் துருப்புகளின் போர்க்கூச்சல் கேட்டது. இரண்டு ரெஜிமெண்டுகள் தாக்குதலைத் தொடங்கி தொழுவத்தை நோக்கி படுவேகமாக ஓடின.

என்னுடைய ரெஜிமெண்டைச் சேர்ந்த லெப்டினெண்ட் கேபட், பாதுகாப்பு சுவர் துளையின் வழியாக முதலாவதாக உள்ளே நுழைந்தபோது இடது மார்பில் பயோனெட்டால் குத்தப்பட்டு தரையில் வீழ்ந்தார். பின்னர் சற்று நேரத்தில் உட்புற ரத்தப்போக்கினால் மரணமடைந்தார். ஆனால், அவரைத் தொடர்ந்து வந்தவர்கள் தங்களுக்கு முன்னால் இருந்த எல்லாத் தடைகளையும் கடந்து லாயத்தில் இருந்த நான்கு பீரங்கிகளைக் கைப்பற்றி சிப்பாய்களை பயோனெட்டுகளால் செருகினர். பின்னர் எங்களை வேகமாக நெருங்கி வந்தவர்களை நோக்கிப் பீரங்கியால் சுட்டனர்.[91]

நிக்கல்ஸன்தான் இந்தத் தாக்குதலை வழிநடத்தினார். ஆனால், சிப்பாய்களுடன் சண்டையில் இறங்கிய முதலாவமர் எட்வர்ட் வைபர்ட். 'நாங்கள் அவர்களை நிலையைத் தாக்கி அதிலிருந்து விரட்டியடித்தோம். அவர்களுடைய முகாம், வெடிப்பொருள்கள் மற்றும் பொருள்களை முழுமையாக கைப்பற்றினோம்' என்று அடுத்த நாளே தன்னுடைய எஞ்சியிருந்த ஒரே சகோதரிக்கு எழுதினார் வைபர்ட்.

அவர்களை நேருக்கு நேர் பார்த்து தாக்குதலுக்கு நடுவே முன்னேறினோம். அவர்களுக்கு பின்னால் கோட்டைச் சுவர்களில் இருந்த துளைகளின் இருந்து குண்டுமழை பொழிந்தது. எங்களுடைய ஜெனரலில் தலைமையிலான அதிரவைக்கும் ஆரவாரத்தினால் எங்களுடைய பயோனெட்டுகளின் முனையை வைத்தை நாங்கள் அவர்களை விரட்டியடித்தோம் - ஆஹா, நான் விரைந்துசெல்கையில் என்னை ஆட்கொண்ட பித்துப்பிடித்த உணர்வை என்னால் உனக்கு விளக்கிச் சொல்ல முடியாது. நான் நம்முடைய பெற்றோரை நினைத்துக்கொண்டு பழிதீர்க்கும் தண்டனையளித்தேன். இதுதான் என்னுடைய முதல் சண்டை. என் அருகில் வந்துகொண்டிருந்தவர்கள் மடிந்து விழுந்தாலும் கடவுள் தன்னுடைய கருணையால் என்னைக் காப்பாற்றி மீண்டும் மகிழ்ச்சியடைந்தார். ஒரு தோட்டா என்னுடைய வாளில்கூட பட்டு எனக்குப் பின்னால் வந்த ஒருவரைக் காப்பாற்றியது - ஆனால், இதையெல்லாம் விவரிப்பதில் இப்போது என்ன சந்தோஷம் இருந்துவிடப்போகிறது? நமக்கு முன்னால் இருளும் வேதனையும்தானே இருக்கிறது. என் நேசத்திற்குரிய அம்மாவின் முகம்தான் எப்போதும் என் கண்முன்னே நிற்கிறது.[92]

அன்றைய நாளில் மனக்கசப்புடன் இருந்தது வைபர்ட் மட்டுமல்ல. நிக்கல்ஸன் தாக்கியபோது பெரும்பாலான சிப்பாய்கள் முன்னோக்கி வந்தபடியே இருந்தார்கள். இடதுபக்கமோ வலதுபக்கமோ நகரமுடியாதபடி சேற்றுக்கரையில் தள்ளாடியபடியே வந்தவர்கள் சக சிப்பாய்களின் துணிகள் தடுக்கி முன்னால் நெடுஞ்சாண்கிடையாக விழுந்தனர். சதுப்புநிலத்தின் முனையில் இருந்த சேறுகூட பயங்கரமானதாக இருந்தது, பலரும் அந்த சொதசொதப்பான மண்ணில் முட்டிபோட்டபடியே ஊர்ந்துசென்றார்கள். 'அவர்கள் அந்த சேற்றில் போராடிக் கொண்டிருக்கையில் பிரிட்டிஷாரின் துப்பாக்கிகள் வெடிக்கத் தொடங்கின' என்று எழுதியுள்ளார் சயீத் முபாரக் ஷா.

பனிரெண்டு பீரங்கிகளில் இருந்து வெளியான ரவைகள் நிமாக் துருப்புகள், காலாட்படையினர் மற்றும் ஆயுதப்படையினர் மீது பொழிந்து சதுப்புநிலத்தில் புதைந்துபோயின. முன்னேறவோ

பின்வாங்கவோ முடியாத அவர்களின் எண்ணிக்கை குறையத் தொடங்கியது. நிலமையை இன்னும் மோசமாக்கும் வகையில் தங்களுடைய படைவரிசையில் இப்படிப்பட்ட அழிவை ஏற்படுத்திய பிரிட்டிஷ் பீரங்கிகளை அவர்களால் பார்க்கக்கூட முடியவில்லை. அவை மரங்களிலும், உயரமாக வளர்ந்திருந்த பயிர்களிலும் மறைக்கப்பட்டிருந்தன. அவர்களுடைய நிலை எத்தகைய மோசமாக இருந்தபோதிலும் கலக ஆயுதப்படையினரும், சிப்பாய்களும்கூட திரும்பத்திரும்ப சுட்டுக்கொண்டே இருந்தனர். ஆனால், முன்னேறவோ பின்வாங்கவோ செய்யாதபோது அவர்களுக்கு எந்த உதவியும் கிடைக்காது என்பதுடன், துணிந்தவர்களும் கோழைகளும் அப்படியே நகராத நிலையில் இருந்து செத்துப்போவதைத் தவிர வேறு வழியில்லை. அன்றைய நாளில், ரவைகளால் மட்டுமே நிமாக் பிரிகேடின் குதிரைப்படை, காலாட்படை மற்றும் ஆயுதப்படையைச் சேர்ந்த 470 பேர் மரணமடைந்தார்கள்.[93]

நிமாக் துருப்புகள் ஏற்கனவே பிரிட்டிஷாருடன் சண்டையில் இறங்கிவிட்டார்கள் என்ற செய்தி பாலத்திற்கு அருகாமையில் வந்துகொண்டிருந்த பக்த் கானை எட்டியபோது கலகப்படையினருடைய ஒத்துழைப்பின் எதிர்காலம் மோசமடைந்துவிட்டது. மூன்று நாட்களுக்கு முன்னர்தான் நிமாக் ஜெனரல்கள் அவர் மீது ராஜதுரோக குற்றம்சாட்டியிருந்தனர். இப்போதோ, அவர் அவர்களைக் காப்பாற்ற எந்த அவசரத்தையும் காட்டவில்லை. பதிலாக, பீரங்கி சத்தத்தைக் கேட்டபோது பக்த் கான் இருந்த இடத்திலேயே நின்றுவிட்டார். 'அவரும், நிமாக் படையின் அதிகாரிகளும் நல்ல புரிந்துணர்வில் இல்லை என்பதே உண்மையான காரணம்' என்று எழுதியுள்ளார் சயீத் முபாரக் ஷா.

இந்த விஷயத்தில் ஒரு தரப்பு மற்றொரு தரப்பை நாசமாக்கவே விரும்பியது. ஒவ்வொரு தலைவரும் தங்களுடைய பெயரே புகழ்பெற வேண்டும் எனவும், தாங்களே வெற்றி வாழ்த்தைப் பெறவேண்டும் எனவும் விரும்பினார்கள். [அதிர்ஷ்டவசமாக] நாஸிராபாத் பிரிகேட் வலதுபுறமாக முன்னேறிக்கொண்டிருந்தது. அவர்களுடைய தாக்குதல் மேல்பகுதியில் இருந்த நூற்றுக்கணக்கான பிரிட்டிஷாருக்கு உயிராபத்து ஏற்படுத்தக்கூடியதாக இருந்ததால் அந்தச் சதுப்பு நிலத்திலிருந்து மீதமிருந்த நிமாக் படையினராவது வெளியேற முடிந்தது. இப்படி மட்டும் நடந்திராவிட்டால், அந்த பிரிகேடைச் சேர்ந்த ஒருவரும், ஒரு விலங்குகூட உயிருடன் தப்பியிருக்க முடியாது. அவர்களுடைய பீரங்கிகள் பிரிட்டிஷ் கைகளுக்கு சென்றுவிட்டபடியால் கிளர்ச்சிக்கார ராணுவம் அடியோடு சிதறிப்போனது. அதேநேரம் நிறுத்தமில்லாத

சரமாரியான துப்பாக்கிச்சூடுகள் ஓடிக்கொண்டிருக்கும்போதே அவர்களை அலைக்கழித்தது. முற்றிலும் அதிர்ச்சியுடன் சோர்ந்துபோய் ஒழுங்கற்றுப்போன அவர்கள் பக்த் கானின் புதிய துருப்புகளுடன் சேர்ந்துகொண்டனர். அதேநேரத்தில் கைப்பற்றப்பட்ட பீரங்கிகளை தனித்தனியாக பிரித்த ஐரோப்பியர்கள் அவற்றை யானைகளில் மேல் ஏற்றி மலைத்தொடரில் இருந்த தங்களுடைய முகாமுக்குக் கொண்டு சென்றனர்.[94]

இது இருதரப்பினருக்குமே முக்கிய திருப்புமுனையாக அமைந்தது. பட்லி கி செராய்க்குப் பின்னர் இரண்டரை மாதங்கள் கழித்து டெல்லி கொத்தளப் படை இப்போதுதான் முதல்முறையாக கலகத் துருப்புகளுடன் வெளிப்படையாக சண்டையிட்டிருக்கிறது. இந்த வெற்றியின் அளவும், கலகப்படையினரின் ஒழுங்கில் விழுந்த அடியும் இப்போது நகரத்தின் மீதான முழு வீச்சிலான தாக்குதல் நடக்கப்போகிறது என்பதைப் புரிந்துகொள்ள இருதரப்பினருக்கும் எந்தச் சந்தேகத்தையும் தரவில்லை.

ஒருவாரம் கழித்து, செப்டம்பர் 4 அன்று எட்டுமைல் நீளத்திற்கு தொடர்ச்சியாக வந்த முற்றுகை யானை வண்டிகள் இறுதியாக பிரிட்டிஷ் முகாமிற்குள் திரும்பின. அவை தங்களுடன் அறுபது கனரக ஹோவிட்ஸார் மற்றும் மார்ட்டர் பீரங்கிகளையும், 653 'ஹேக்கரிக்களையும்' இழுத்து வந்திருந்தன - இந்த ஹேக்கரிக்கள் என்பவை வெடிப்பொருள்கள், பீரங்கி குண்டுகள், துப்பாக்கி ரவைகள் ஆகியவற்றால் நிரம்பிய மாட்டு வண்டிகளாகும். இவற்றில் பெரும்பாலானவை எழுச்சிக் காலம் முழுவதிலும் சிறப்பாக செயல்பட்ட பஞ்சாப் ஆயுதத் தொழிற்சாலையில் இருந்து வந்தவை. பெரும்பாலான முற்றுகை பீரங்கிகள் - குறிப்பாக ஆறு பெரிய 24 பவுண்டர்கள் - அவற்றை இழுக்கும் யானைகள் குழுவாக பயன்படுத்தும் அளவுக்கு பிரமாண்டமாக இருந்தன.*[95] சார்லஸ் கிரிஃபித்ஸின் கூற்றுப்படி, '400 ஐரோப்பிய ஆயுதப்படையினர், ஒரு பெரிய சீக்கிய காலாட்படை குழு மற்றும் 'பார்ப்பதற்கே மிகவும் காட்டுத்தனமாக தோன்றிய பிலூச் பட்டாலியன் ஆகியவை அந்த முற்றுகை வண்டிக்கு காவலாக வந்தன.'[96]

என்ஜினியர்ஸ் பார்க்கில் பிரிக்கப்பட்டிருந்த அந்தப் பொருள்கள் அனைத்தையும் அடுத்த நாளே ஹார்வி கிரேத்தட் பார்வையிடச் சென்றார். அங்கே, டெல்லி கொத்தளப் படையின் முதன்மைப் பொறியாளராக பணியமர்த்தப்பட்ட பஞ்சாபைச் சேர்ந்த நீர்ப்பாசன நிபுணரான ரிச்சர்ட் பேர்ட் ஸ்மித் தன்னுடைய திட்டங்களை தீட்டுவதில் சுறுசுறுப்பாக

* இந்த முற்றுகை யானை வண்டிகள் பஞ்சாப் ராஜாக்களால் வழங்கப்பட்டன என்பது முக்கியத்துவம் வாய்ந்ததாகும். அவர்கள் அவற்றை வழங்கியிருக்கவில்லை என்றால் அந்த முற்றுகை முற்றிலும் வேறுவிதமாக முடிந்திருக்கலாம்.

இருந்தார். 'துப்பாக்கி மற்றும் பீரங்கித் தோட்டாக்கள் டெல்லியை தூள்தூளாக்குவதற்கு போதுமானது' என்று எழுதியுள்ளார் கிரேத்தட்.

> *செயல்முறைத் திட்டத்தை நான் பார்க்கவில்லை. ஆனால், ஒவ்வொரு நாள் திட்டமும் மிக விரிவான விவரங்களாக எழுதி வைக்கப்பட்டன. பேர்ட் ஸ்மித் ஒரு மிகச்சிறிய விஷயத்தைக்கூட மறந்துவிடக்கூடியவர் அல்ல. என்ஜினியர்ஸ் பார்க் ஒரு பரபரப்பான காட்சி. அங்கே செயல்களத்திற்கு எடுத்துச்செல்ல வேண்டிய மணல் மூட்டைகள் கயிற்றுக் கட்டுகளும் குவிந்துகிடந்தன. துப்பாக்கிகள், தோட்டா உறைகள், மணல் மூட்டைகள், பாதுகாவலரண் அமைப்பதற்கான கருவிகள், ஏணிகள் மற்றும் பீரங்கிகளை அமைப்பதற்கும், தாக்குதலுக்கும் தேவைப்படுகின்ற எல்லாம் வரிசையாக வைக்கப்பட்டிருந்தன.*[97]

அடுத்தநாள், பஞ்சாபி சுரங்கம் அமைப்பவர்கள் பிரிட்டிஷ் ராணுவ என்ஜினியர்களின் வழிகாட்டுதலில் வேலை செய்துகொண்டிருக்கையில் நகர சுவர்களை தகர்ப்பதற்கான கனரக பீரங்கிகளை பிரிட்டிஷார் அமைக்கத் தொடங்கியிருந்தனர். அது ஒன்றும் ரகசியமாக வைத்துக்கொள்ளக்கூடிய வேலை அல்ல. சுவர்களில் இருந்து காவலரண்களில் இருந்தும் கலக ஆயுதப்படையினர் கட்டுமானக் குழுக்களை குறிவைத்து தாக்கினர். அவர்களுடைய தாக்குதலால் தவிர்க்க இயலாமல் பாதிக்கப்பட்டவர்கள் இந்திய கூலித்தொழிலாளிகளே ஆவர். அவர்களுடைய பிரிட்டிஷ் எஜமானர்களோ அதை லேசானதாக, அக்கறையற்ற ஏளனத்துடன் பார்த்துக்கொண்டிருந்தனர். 'பூர்வகுடிகளுக்கே உரித்தான அடங்கா துணிச்சலினால் ஒருவர்பின் ஒருவராக வீழ்ந்துகொண்டிருந்தனர். ஒருகணம் வேலையை நிறுத்தும் அவர்கள் மடிந்துவிட்ட தங்களுடைய நண்பருக்காக விம்மியபடி அவருடைய உடலை ஓரமாக எடுத்து வைத்துவிட்டு முன்னெப்போதையும்போல் வேலையைத் தொடர்வார்கள்' என்று எழுதியுள்ளார் ஃபிரெட் ராபர்ட்ஸ்.

ஜெனரல் பக்த் கான் நஜப்காரில் இருந்து அவமானத்துடன் திரும்பிவந்தார். நிமாக் துருப்பினருக்கு உதவிகூட செய்யாமல் அவர்களை தோற்றுப்போக விட்டமைக்காக தர்பாரில் வைத்து அவர் தூற்றப்பட்டார். சமீபத்திய வாரங்களில் நடந்த நிகழ்வுகளில் இருந்து தன்னைத் துண்டித்துக்கொண்டே சென்ற, அழிவின் ஒளியில் சில விஷயங்களைப் புரிந்துகொண்ட ஜாஃபர்கூட, 'ஜெனரல் பக்த் கானிடம் ஒரு தூதுவனை அனுப்பி,

போர்க்களத்தில் இருந்து திரும்பி வந்து தன்னை ஏமாற்றிவிட்டதாக அவரிடம் கூறினார்.'[99]

ஒருவார காலத்திற்கு அந்த ராணுவம் இரண்டாவது கிளர்ச்சியின் விளிம்பில் நின்றிருந்தது. 'பதினைந்து நாட்களுக்குள் தங்களுடைய ஊதியம் மட்டும் வந்துசேரவில்லை என்றால்' பிரிட்டிஷாருடன் தொடர்ந்து தகவல் தொடர்பு வைத்திருந்ததாக சரியாகவே குற்றம்சாட்டப்பட்ட தாஜ் பேகத்தை அகற்றிவிட்டு, அவருடைய இடத்தில் முன்னவரான ஜீனத் மஹலை ராணியாக பதிலீடு செய்ய வேண்டும் என சிப்பாய்களிடையே பரவலான பேச்சு எழுந்தது.[100] அதற்கும் குறுகிய காலத்திலேயே, ஜீனத் மஹலின் தந்தையான மிர்ஸா குலி கானை ஒரு சிப்பாய்க் குழு தங்களுடைய முன்முயற்சியாலேயே கைது செய்தது. வேறுசிலர் ஜாஃபரை அகற்றிவிட்டு அவரிடத்தில் அந்த முற்றுகை காலம் முழுவதுமே ஏறக்குறைய கண்ணுக்கு புலப்படாதவரான மிர்ஸா ஜாவன் பக்தை அமரவைக்கும் யோசனையையும் விவாதித்தனர். ஒருநாள் திவான் இகாஸிற்கு வெளியே கூடிய 500 சிப்பாய்கள் பணத்தை கையாடல் செய்துவிட்டனர் என்றும், 'நகர மக்களிடம் இருந்து பல லட்சங்களை எடுத்துக்கொண்ட அவர்கள் ராணுவத்திற்கு எதையுமே தரவில்லை' என்று மிர்ஸா அபு பக்கரையும், மிர்ஸா கிஸிர் சுல்தானையும் குற்றம்சாட்டினர். இதனால் வருத்தமுற்ற ஜாஃபர், அரண்மனையில் மீதமிருந்த வெள்ளிப்பொருள்கள் அனைத்தையும் சிப்பாய்களிடம் கொடுத்து, 'இதில் விற்று, இதன்மூலம் கிடைப்பவற்றை உங்களுடைய ஊதியமாக பங்கிட்டுக்கொள்ளுங்கள்' என்று கூறினார்.[101]

பிரிட்டிஷ் முற்றுகைப் படைகள் செப்டம்பர் 8 அன்று நெருங்கி வந்து, நகர சுவர்களை தகர்க்கத் தொடங்கிவிட்ட நிலையில், முடிவு நெருங்கிவிட்டது என்பதை கலகப்படையினர் உணர்ந்துகொண்டதே அந்த முற்றுகைக்காலம் முழுவதிலும் அவர்களிடம் இல்லாதிருந்த ஒத்திசைவையும் ஒற்றுமையையும் நோக்கித் தள்ளியது. இதற்குண்டான பெயர் மிர்ஸா முகலைத்தான் சேரவேண்டும். அவருடைய அலுவலகத்தில் இருந்துதான் நகரத்தின் தற்காப்பு குறித்த அடுத்தடுத்த உத்தரவுகள் வரத் தொடங்கியிருந்தன. மேலும், காஃபிர்களுக்கு எதிராக ஒன்றுபடுவதற்கு தன்னுடைய தந்தையின் பெயரால் குடிமக்களிடத்தில் இறுதி கோரிக்கையையும் அவர் வெளியிட்டார். 6 ஆம் தேதியன்று, நகரத்தின் வழியாக மத்தள ஒலியெழுப்பி அறிவிக்கப்பட வேண்டும் என உத்தரவிட்டு அவர் பின்வருமாறு ஓர் அறிவிப்பை வெளியிட்டார். 'இது மதத்திற்கான போர். இது நம்பிக்கையின் பெயரால் தொடுக்கப்பட்டிருக்கிறது. இது இந்த பேரரச நகரத்தில் வாழும் ஹிந்து மற்றும் முஸ்லிம் மக்கள் அனைவருக்குமே தங்களுடைய நம்பிக்கைகள் மற்றும் நெறிகளுக்கு உண்மையாக இருப்பதற்கும், ஆங்கிலேயர்களையும், அவர்களுடைய சேவகர்களையும் கொன்றழிப்பதற்கும் இன்றியமையாத ஒன்று.'[102]

பிரிட்டிஷ் முற்றுகை பீரங்கிகள் இப்போது நகர சுவர்களின் வடக்குப் பக்கத்தில் ஒளிவீசிக் கொண்டிருந்தன. செப்டம்பர் 12 அன்று, அறுபது பீரங்கிகளும் ஒன்றன்பின் ஒன்றாக சுட்டுக்கொண்டே இருந்தன. அவர்களால் முடிந்தவரை வேகமாக இருபத்தி நான்கு மணிநேரமும் சுட்டுக்கொண்டிருந்தார்கள். 'சீறலும் உறுமலும் காதுகளை செவிடாக்கின' என்று எழுதியுள்ளார் சார்லஸ் கிரிஃபித்ஸ். 'இரவும் பகலும் பீரங்கி முழக்கம் கேட்டுக்கொண்டே இருந்தது. முடிவேயில்லாமல் அடுத்தடுத்து வெடித்துக்கொண்டே இருந்தன' என்று எழுதியுள்ளார் கிரிஃபித்ஸ்.[103] அவை வரவேற்கப்பட்ட இடத்தில் இருந்த நிலைமைதான் இன்னும் மோசம். 'மலைத்தொடரில் இருந்த பீரங்கிகளும் மார்ட்டர்களும் இடைவிடாது வேலை செய்துகொண்டிருந்தன. அங்கே எத்தனைதான் இருக்கின்றன என்று கடவுளுக்குத்தான் தெரியும். அன்றைய தினம் நகரத்தின் கதவுகளும் சுவர்களும் குலுங்கியபடியே இருந்தன. வானத்தில் இருந்து நெருப்பு பொழிந்தபடியே இருந்தது. அது ஏதோ நரகம் பூமியில் விழுந்துவிட்டதைப் போல் தோன்றியது' என்று எழுதியுள்ளார் ஜாகிர் தேலவி.[104]

சுவர்களுக்கு மறுபுறத்தில் பிரிட்டிஷாருக்கு தெரியாத ஒரு விஷயம் நடந்துகொண்டிருந்தது. காஷ்மீரி வாயிலுக்கு முன்பாக ஒரு தம்தமா அல்லது மண்ணால் ஆன கோட்டை உட்பட காவலரண்கள் மற்றும் தெரு பாதுகாப்பரண்களின் விரிவான அமைப்பு ஒன்றை மிர்ஸா முகல் உருவாக்கத் தொடங்கியிருந்தார். இதனால், பிரிட்டிஷார் சுவர்களுக்குள் வந்த உடனேயே மலைத்தொடரில் அவர்கள் கவனமாக உருவாக்கிய காவலரண்களுக்கு பின்னால் இருந்ததைக் காட்டிலும் மிக அதிகமாக தாக்குதலுக்கு இலக்காகக்கூடியவர்கள் என்பதை அவர்களுடைய துருப்புகள் உணர்ந்துகொள்வார்கள்.[105] அவருடைய திட்டம் பிரிட்டிஷார் தங்களுடைய தாக்குதலுக்கு இலக்காகாத பாதுகாப்பரண்களை விட்டு நகரத் தெருக்களுக்குள் நுழையும்படி கவர்ந்திழுக்கப்படுவார்கள் என்பது போன்றும், அங்கு வந்தபின்னர் அவர்களுடைய வியூக அனுகூலத்தை இழந்துவிடும் அவர்களுக்காக குண்டு நிரப்பப்பட்ட பீரங்கிகளும், ஸ்நைப்பர்களும் தயாராக காத்திருப்பார்கள் என்பது போன்றும் தெரிந்தது. மலைத்தொடருக்கும் நகரத்திற்கும் இடையில் உள்ள மைதானத்திற்கு பெரும் எதிர்ப்பில்லாமல் வருவதற்கு பிரிட்டிஷார் அனுமதிக்கப்படுவார்கள். ஆனால், நகர சுவர்களின் சுலபமான இலக்கிற்குள் வந்தபின்னர் கலகப் படைகள் அவர்களை முழு வேகத்துடன் தாக்கும்.

சுவர்களுக்கு அருகாமையில் இருந்த தரைத்தளத்தில் தொழிலாளர் குழுக்கள் பீரங்கி மேடைகளை அமைக்கும் முயற்சியில் ஏற்கனவே ஈடுபட்டுக்கொண்டிருந்தது. ஜூலை மாதத்தில் இருந்து கலகப்படையினருக்கு வழங்கப்பட்ட மிகவும் கவரும்படியான இலக்குகளாக அவர்கள் இருந்தனர் என்பது உறுதியானது. 'காஃபிர்கள் இப்போது இலக்கிற்குள் இருக்கின்றனர். இங்கே வந்து சண்டையிடுங்கள். நாம் சுவர்களில் இருந்தபடியே நன்றாக சுடலாம். எதிரி இப்போது வாயில்களுக்கே வந்துவிட்டான் என்பதால் தாமதமும் ஏற்பட்டுவிடக்கூடாது. கடமையில் இருந்து தவறிவிடவும் கூடாது. எல்லோரும் துணிவுடன் செயலாற்றத் தயாராக இருக்க வேண்டும்.'[106]

மேலும், ஜிகாதிகள் தங்களுடைய கோடரிகளைப் பாய்ச்சுவதற்கு இப்போதுதான் முதல்முறையாக வாய்ப்பு கிடைத்திருக்கிறது. குறிப்பிடத்தக்க வகையில் துணிச்சலை வெளிப்படுத்தியவர் என்று சொல்லப்பட்ட பக்த் கானின் ஜிகாதிகளுள் ஒருவரான இம்தாத் அலி கான், 'சுற்றி வளைக்கப்பட்டாலும் சிக்கலான நிலையில் இருந்து தப்பிச் சென்றவர்.'[107] அந்த நாட்களில் அவருடன், 'தன்னுடைய 2,000 பேருடன் மௌலவி நவாஜிஷ் அலி' மற்றும் குவாலியரில் இருந்து புதிதாக வந்துசேர்ந்த 'தற்கொலைப்படை காஸிக்கள்' இருந்தனர். இந்த காஸிக்கள் 'இனி உணவு உண்ணப்போவதில்லை என்றும் காஃபிர்களின் கைகளால் மரணமடையும்வரை சண்டையிடப்போவதாகவும் சத்தியம் செய்துகொண்டவர்கள் என்பதுடன் சாக வந்திருப்பவர்களுக்கு உணவு தேவையில்லை' என்றும் கூறினர்.[108]

இந்த நேரத்தில் தன்னை தனித்துக் காட்டிக்கொண்ட ஒரு கலக வீரர் சர்ஜெண்ட் கார்டன் ஆவார். ஆங்கிலேயேராக இருந்து இஸ்லாத்திற்கு மதம் மாறிய அவரை சிப்பாய்கள் ஷாஜகான்பூரில் இருந்து கொண்டுவந்திருந்தனர். சயீத் முபாரக் ஷாவின் கூற்றுப்படி கார்டன், 'ஆங்கில பீரங்கிகளை உண்மையிலேயே சிறப்பாகச் சுட்டுக்காட்டினார். அந்தக் குண்டு அழகாகத் தாக்கியதால் மகிழ்ச்சியுற்ற சிப்பாய்கள் அந்த சர்ஜெண்டிற்கு நாஸிர்களை வழங்கினர். அவரோ 'இதற்கு மிகவும் காலம் கடந்துவிட்டது, இப்போது என்னால் ஒன்றும் செய்ய முடியாது. ஆரம்பத்தில் இருந்தே நீங்கள் என்னுடைய ஆலோசனையைக் கேட்டு செயல்பட்டிருந்தால் பிரிட்டிஷ் பீரங்கிகள் ஓர் அடிகூடி முன்னேறியிருக்க முடியாது. இப்போது நிலைமை நம்பிக்கையற்று போய்விட்ட நிலையில் அவர்களை மேற்கொண்டு முன்னேறவிடாமல் செய்ய வேண்டும் என்கிறீர்கள். அதற்குச் சாத்தியமே இல்லை, ஆனால், நான் உங்களுடன்தான் உயிர்விடுவேன்' என்று பதிலளித்தார்.'[109]

முஜாஹிதீன்களின் இமாமான மௌலவி சர்ஃபராஸ் அலி செப்டம்பர் 10 ஆம் தேதியன்று அரசவைக்கு சென்று, இறுதிவரை ஜிகாதிகள் தங்களுடைய 'துணிவையும் அர்ப்பணிப்பையும்' வெளிப்படுத்தி

நன்றியுணர்வுள்ளவர்களாக இருக்கின்றனர் என்று கூறி, நடக்கப்போகும் சண்டையிலும் பங்கெடுக்க வேண்டும் என்று எதிர்பார்த்திருப்பதாகவும் கூறினார்.[110] ஹார்வி கிரேத்தட்டின் கூற்றுப்படி, ஆகஸ்ட் மாதத்தில் சிப்பாய்கள் கைவிட்டுச் சென்றதன் காரணமாக சட்டென்று அதிகரித்துவிட்ட ஜிகாதிகளின் எண்ணிக்கை இப்போது மீதமிருக்கும் கலக ராணுவத்தினரில் ஏறக்குறைய பாதி இருந்தது. டெல்லியில் கணக்கிடப்பட்ட மொத்தக் கிளர்ச்சியாளர்கள் 60,000 பேர் இருப்பார்கள் என்றால் அவர்களில் 25,000 பேர் ஜிகாதிகள் ஆவர்.*[111]

சாமானிய குடிமக்களும் பாதுகாப்பு பணியில் சேர்ந்துகொள்ள வேண்டும் என்று மிர்ஸா முகல் செய்தி அறிவிப்பாளர்களை தெருக்களில் சென்று அறிவிக்கச் சொன்னார். இதேபோன்ற அழைப்பு ஜிகாதிகளிடமிருந்தும் வந்தது. டெல்லி தெருக்களைச் சுற்றிவந்த அவர்கள், "குடிமக்களே, குடிமக்களே, மதநம்பிக்கைக்கு தியாகம் செய்ய விரும்புகிறவர்கள் எங்களுக்குப் பின்னால் வாருங்கள்" என்று அழைப்பு விடுத்தனர். பெரும் எண்ணிக்கையில் திரண்ட அவர்கள், வெளியே சென்று சண்டையிடப்போவதாகவும், தேவைப்பட்டால் மரணமடைவோமே தவிர பின்வாங்க மாட்டோம் என்று மிகவும் தீவிரமாக சத்தியப்பிரமாணம் செய்தனர்.[112] செப்டம்பர் 10 ஆம் தேதி, அணிவகுப்பில் சேர்ந்துகொள்ள வேண்டும் என்று பிற சுபேதார்களுக்கும் உத்தரவு அனுப்பிவைக்கப்பட்டது: 'மகா பிரபுவான பேரரசர் ஓர் உத்தரவு பிறப்பித்திருக்கிறார்' என்று எழுதினார் மிர்ஸா முகல்.

> *இதன்மூலம் ஹிந்துக்களும் முஸ்லிம்களுக்கும் நினைவுறுத்துவது என்னவென்றால், பசு மற்றும் பன்றியின் [களங்கமுண்டாக்கியதற்கு எதிராக] நிமித்தமாக, மதம் மற்றும் மதநம்பிக்கைக்கு கீழ்ப்பணிய வேண்டியிருப்பதற்காக, இப்பிறவியில் நீங்கள் முன்னேற்றம் கண்டு தகுதியைப் பெற வேண்டும் என்று விரும்பினால், உங்களுடைய காலாட்படையையும் ஆயுதப்படையையும் தயார்படுத்திக்கொண்டு, காஷ்மீரி வாயிலை அடைந்து தரம்தாழ்ந்த, பிரயோஜனமற்ற*

* கலகப் படையினரின் எண்ணிக்கையில் ஜிகாதிகள் பாதிபேர் இருப்பார்கள் என்றே காகில் நினைத்தார். 'எதிரியிடம் 25 அல்லது 30,000 அசல் சிப்பாய்கள் இருப்பார்கள். சாத்தான்களும், மதவெறிபிடித்தவர்களுமாகிய காஸிக்கள் ஏறக்குறைய 30,000 பேர் இருப்பார்கள்' என்று அவர் தன்னுடைய சகோதரருக்கு எழுதியுள்ளார். பார்க்க: See NAM, 6609-139, Coghill Letters, letter From Lt Coghill to his brother, datelined Delhi, 22 September 1857. கலக ராணுவம் சட்டென்று மாறியிருந்தால், ஏறக்குறைய ஐந்தில் நான்கு மடங்கு பூர்வீக இந்தியர்களைக் கொண்டிருக்கக்கூடிய பிரிட்டிஷ் படையும் மாறியிருக்கும். டெல்லியில் நடைபெற்ற எழுச்சியானது ஹிந்துஸ்தானிய சிப்பாய்களுக்கும் பிரிட்டிஷாருக்கும் இடையிலான மோதலாக தொடங்கியிருந்தால், அது முஸ்லிம் ஜிகாதிகளின் எண்ணிக்கையில் பாதிபேரை கொண்டிருந்த கலப்பு கலகப் படையினருக்கு இடையிலான சண்டையாக முடிவுற்று, பிரிட்டிஷாரிடம் பணம் பெற்றுக்கொள்ளும் சீக்கிய கூலிப்படைகள், முஸ்லிம் பஞ்சாபிக்கள் மற்றும் பதான் படைப்பிரிவினரை கைப்பற்றியிருக்கும்.

எதிரிகளான காஃபிர்கள் மீது தாக்குதல் நடத்திக் காட்டுங்கள். இதில் எந்தத் தாமதமும் ஏற்பட்டுவிட வேண்டாம். மகா பிரபுவின் உத்தரவுப்படி செயலாற்றுங்கள். உடனடியாக செயல்படுங்கள். இப்போது நீங்கள் மதநம்பிக்கை மற்றும் மதத்திற்காக சண்டையிடுகிறீர்கள் என்பதால் அதில் உறுதியானவராக இருங்கள். அதிகாரிகள் ஒவ்வொருவரும் தங்களுடைய படைப்பிரிவை அமைத்துக்கொண்டு ஒழுங்குபடுத்திய பின்னரே தாக்குதலுக்கு தயாராக வேண்டும். அதிகாரியோ அல்லது சிப்பாயோ, யாரேனும் இதிலிருந்து விலகிச்சென்றால் அவர்களைப் பற்றிய விவரங்களை மகா பிரபுவுக்கு அனுப்பி வையுங்கள்.[113]

செப்டம்பர் 11 அன்று, தங்களுடைய எல்லா பீரங்கிகளையும் வெடிக்க வைப்பதில் பிரிட்டிஷார் ஒருங்கிணையத் தொடங்கினர். இதனால், அடுத்தடுத்த குண்டுகள் காதை செவிடாக்கும் பெரும் சத்தத்துடன் சுவர்களில் மோதி வெடித்தன. மத்தியப்பொழுதில், நகர சுவர்கள் இறுதியாக குலுங்கத் தொடங்கின. 'தூசுப்படலத்தை மேலே எழும்பச் செய்த அவை சுவர் கட்டுமானங்களை அகழிக்குள் விழவைத்தன.'[114] காஷ்மீரி வாயில் பீரங்கிகள் விரைவில் ஓய்ந்துபோயின. தடுப்புச் சுவர்களில் இரண்டு பெரிய உடைப்புகள் ஏற்பட்டன. ஒன்று காஷ்மீரி காவலரணுக்கு அருகாமையிலும், மற்றொன்று தண்ணீர்க் கோட்டையில் இருந்த யமுனை ஆற்று முனைக்கு அருகாமையிலும் ஏற்பட்டிருந்தன. பசியைக்கூட பொருட்படுத்தாத சிப்பாய்கள் முன்னெப்போதும் இல்லாத வகையில் அப்போது ஆவேசத்துடன் சண்டையிட்டனர். வாயில்களில் கூலிகளையும், என்ஜினியர்களையும், பீரங்கிப் படையினரையும் அச்சுறுத்துவதற்கு காலாட்படை குழுக்கள் அனுப்பிவைக்கப்பட்டன. சில நாட்களிலேயே பிரிட்டிஷ் தரப்பில் காயமடைந்தோரின் எண்ணிக்கை 400 ஐ எட்டியது.

'கொத்தளங்களில் இருந்த அவர்களுடைய பீரங்கிகள் ஓய்ந்துவிட்டாலும், சுவர்களுக்கு முன்பாக இருந்த திறந்தவெளியில் சிறிய ரக பீரங்கிகளால் கலகப்படையினர் நன்றாகவே சுட்டுக்கொண்டிருந்தனர். மார்டெல்லொ கோபுரங்களில் ஒன்றிலிருந்து ராக்கெட் புயலை வீசிய அவர்கள் காவலரண்களில் இருந்து சரமாரியான துப்பாக்கிக் குண்டுகளையும் அனுப்பிவைத்தனர்' என்று குறிப்பிட்டுள்ளார் சார்லஸ் கிரிஃபித்ஸ்.[115] பிரிட்டிஷ் பீரங்கிகளில் தீப்பிடித்துக்கொண்டன. அவை மணல் மூட்டைகள், வைக்கோல் பொதிகள் மற்றும் கற்குவியல்களில் புகையை எழும்பச் செய்தன.[116] எட்வர்ட் வைபர்ட்கூட, 'புரிந்துகொள்ள முடியாத உறுதிப்பாட்டுடன் கிளர்ச்சியாளர்கள் சண்டையிட்டனர். காவலரண்கள் எல்லாம் சிதைவுகளின் குவியலாக காணப்பட்டபோதிலும் எங்களுக்கு பதிலடி கொடுத்த அவர்கள் பெரும் எண்ணிக்கையில் இருந்தார்கள் என்பதுடன் நாளுக்கு நாள் வெளியே வந்து எங்களை எல்லா திசைகளிலும் இருந்து தாக்கினார்கள். பயோனெட்டுகள் களத்தில்

இறங்கும்வரை அவர்களை சுவர்களில் இருந்து விரட்டவே முடியவில்லை' என்று ஒப்புக்கொண்டுள்ளார்.[117]

செப்டம்பர் 13, ஞாயிற்றுக்கிழமை அன்று தாக்குதல் நெருங்கிவிட்டது தெளிவானது. அது மறுநாள் காலை தொடங்கப்போகிறது என்பதை பெரும்பாலானவர்களால் யூகிக்க முடிந்தது.

பிரிட்டிஷ் துருப்புகள் முற்றுகை ஏணியை வைத்து எறிவதை பயிற்சி செய்வதில் அன்றைய நாளைச் செலவிட்டார்கள். தங்களுக்குள் யார் போர்ப்பரிசுத் தலைவராக இருக்க வேண்டும் என்றும், கைப்பற்றப்பட்ட நகரத்தை கொள்ளையடிப்பதற்கு யார் சட்டப்பூர்வ தலைவராக இருப்பார்கள் என்றும் வாக்கெடுப்பு நடத்தினார்கள். எட்வர் கேம்ப்பல் தானே ஆச்சரியப்படும் அளவுக்கு அவருக்கே அதிக வாக்குகள் கிடைத்தன. ஐந்து நாட்களுக்கு முன்னர்தான் ஹிந்து ராவ் மாளிகையில் இருந்து காஷ்மீரி வாயிலுக்கு எதிரே இருக்கும் குவாத்ஸியா பாகின் பழைய முகலாய தோட்டத்தில் அமைந்திருக்கும் புதிய படைவரிசையில் தான் நியமிக்கப்பட்டிருப்பதை அவர் தெரிந்துகொண்டார்.

அன்று காலை மூத்த தளபதிகள் கூட்டத்தின்போது, மறுநாள் சூரிய உதயத்தின்போது நடத்துவதாக தீர்மானிக்கப்பட்டிருந்த தாக்குதலுக்கு நிக்கல்ஸன்தான் தலைமை ஏற்கப்போகிறார் என்று ஜெனரல் வில்ஸன் அறிவித்தார். அதில் நான்கு படைவரிசைகள் இருக்கும், சுவர்களின் வடக்கு முகப்பில் இருக்கும் வெவ்வேறு திறப்புகள் வழியாக ஒவ்வொன்றும் நகரத்திற்குள் நுழைந்து பல்வேறு இலக்குகளை நோக்கிச் செல்ல வேண்டும். ஐந்தாவது பிரிவு காத்திருப்பில் வைக்கப்படும். இந்த வேலை தனக்களிக்கப்பட்டதற்காகவும், தாக்குதலில் தான் பங்கேற்கப்போவதில்லை என்பதற்காகவும் எட்வர்ட் வைபர்ட் முகம் சுளித்தார். அதேநேரம், அரண்மனையின் மீது தாக்குதல் தொடுப்பதற்கு மையமாக பயன்படுத்திக்கொள்ளும் வகையில் ஜமா மசூதியைக் கைப்பற்றுவதற்கு காஷ்மீரி வாயில் வழியாக நகரத்திற்குள் நுழையும் நோக்கத்துடன் செல்லும் படைவரிசையை தியோ மெட்கால்ஃப் வழிநடத்துவார்.

எல்லாவற்றிலும் மேலாக, அன்றைய மாலைப்பொழுது உயில்களையும் கடைசி கடிதங்களையும் எழுதி வைப்பதற்காக செலவிடப்பட்டது. 'நாங்கள் ஏணியில் மேலே ஏற வேண்டும் என்று நினைக்கிறேன்' என்று ஓர் இளம் அதிகாரி தன்னுடைய கவலைகொண்ட தாயாருக்கு எழுதியுள்ளார்.

அது எப்படி இருக்குமென்று உங்களுக்குத் தெரியுமா - ஏணியில் விரைந்து செல்ல வேண்டும். உங்களைக் கீழே

தள்ள முயற்சிப்பார்கள். மேலே இருந்து பயோனெட்டுகளால் குத்தவும், சுடவும் செய்வார்கள். ஆனால், நீங்கள் உங்களுடைய வாளை சுழற்றியபடியே அதை மிகப்பெரிய வேடிக்கை என்று நினைத்துக்கொள்ள வேண்டும். உங்களால் முடிந்தவரை ஆட்களை மேலே கொண்டு சென்று கையில் பயோனெட்டுகளுடன் உங்களை வரவேற்க தயாராக காத்திருக்கும் ஆட்களை நோக்கி மேல்தளத்தில் தாவிக் குதிக்க வேண்டும். ஆனால், இதையெல்லாம் நினைத்துப் பார்க்கையில் மகிழ்ச்சியாக இருக்காது. ஆனால், அந்தக் கணம் வந்துவிடும்போது அந்தப் பரவசம் உங்களுக்கு எவ்வளவு முடியுமோ அவ்வளவு மகிழ்ச்சியைத் தரும். நீங்கள் பரவசத்தால் பித்துப்பிடித்தவராகலாம் என்பதற்காக ஏறக்குறைய அனுமதிக்கப்பட்ட ஒன்றுதான் என்றாலும் அது என்னை சூளுரைக்கவோ, என்ன சொல்கிறோம் என்று தெரியாமல் போய்விடவோ வைத்துவிடாது என்று நம்புகிறேன். ஆனால், என்னுடைய எல்லாவிதத் துணிவுடனும் நான் அதை எதிர்த்து நிற்பேன்.[118]

மலைத்தொடரில் பாதிரி ராட்டன் நடத்திய கடைசி தேவாலய பிரார்த்தனையில் எட்வர்ட் கேம்ப்பல் கலந்துகொண்டார். கடைசி விருந்து சடங்கை - 'ஒரு தீவிரார்த்தமான மனதைவிட்டு நீங்காத நிகழ்வு' - நடத்திய அவர் திமோதிக்கு செயிண்ட் பால் எழுதிய கடிதத்தில் இருந்து, 'நான் அர்ப்பணிப்பிற்கு தயாராக இருக்கிறேன்' என்ற உரையைப் படித்துக் காட்டினார். ஆனால், 'பொய்களாலும் வழிப்பறிகளாலும் நாசமாய்ப்போன' நினெவ் நகரத்தின் பேரழிவை முன்கூறும் பழைய ஏற்பாட்டின் வரிகள்தான் ராட்டனைக் கவர்ந்திருந்தன. மேலும் அதைப்பற்றித்தான் அவர் நீளமாக உரையாற்றினார். நாகூம் புத்தகத்தில் இருந்து, 'முற்றுகைக்காக உனக்கு தண்ணீர் கொண்டுவரும். உங்களுடைய வலுவிடங்களை பாதுகாக்கும். பின்னர் தீ உங்களை விழுங்கும். வாள் உங்களை வெட்டிப்போடும். அது உன்னை கூட்டுப்புழுவைப் போல் மென்று விழுங்கும். கொல்லப்பட்டவர்கள் குவிந்திருப்பர். பெரும் எண்ணிக்கையிலான பிணங்கள் கிடக்கும். தங்களுடைய உடல்களின் மீதே அவர்கள் தடுக்கி விழுவார்கள்' என அவர் பிரசங்கம் செய்தார்.[119]

நகரத்திற்குள்ளும் தாக்குதலை எதிர்த்து நிற்பதற்கான தயாரிப்பு ஏற்பாடுகள் ஏறக்குறைய முழுமைபெற்றன. பக்த் கான் தான் பொறுப்பேற்ற காபூல் வாயிலைச் சுற்றியுள்ள பகுதிகளில் தடையரண்களை ஏற்படுத்தியும், மணல் மூட்டைகளை அடுக்கியும் பாதுகாப்பை நிறைவு செய்வதில் பரபரப்பாக இருந்தார். அன்று காலைதான் தன்னுடன் உடன்பட்டு ஒத்துழைக்கக்கூடியவராக அவருக்குத் தெரிந்த, அவருடைய முன்னாள் போட்டியாளரான மிர்ஸா முகலிடம் 200 கூலித்தொழிலாளர்கள், மரக்கட்டைகள், கூடைகள் மற்றும் சாக்குப்பைகள் தனக்கு அனுப்பி

வைக்கப்பட வேண்டும் என்று கேட்டிருந்தார். அவர் கேட்டவை அனைத்தும் உரிய நேரத்தில் அனுப்பிவைக்கப்பட்டன.[120] அதேநேரம், தங்களுக்கு கையில் கிடைத்த ஆயுதங்களை எல்லாம் பயன்படுத்தி நகர மக்கள் தாக்குதலை எதிர்க்க வேண்டும் என்ற கடைசி உத்தரவை மிர்ஸா முகல் பிறப்பித்தார். உடைக்கப்பட்ட இரண்டு பிளவுகளுக்கு அருகாமையில் இருந்த இரண்டு முஹல்லாக்களையும் மேற்பார்வையிட்ட அவர் குடியிருப்புவாசிகளை பாதுகாப்பாக நகரத்தின் வேறு பகுதிகளுக்கு அனுப்பிவைத்தார்.[121]

செங்கோட்டையில், வழக்கத்திற்கு மாறாக எதுவும் நடக்கவில்லை என்பதைப் போல் ஜாஃபர் தன்னுடைய வழக்கமான பணிகளைச் செய்து கொண்டிருந்தார் - இச்சமயத்தில், லக்னோ அரசவையின் விசுவாசத்தை தெரிவிக்க வந்திருந்த தூதுவரிடம் சஃபீர் உத்தௌலா என்ற பட்டத்தை வழங்கிக்கொண்டிருந்தார். ஆனால், தனிப்பட்ட முறையில் அவர் மிகவும் பயந்துபோயிருந்தார். 'நகர சுவர்களில் இருந்த பீரங்கிகள் சுடும் சத்தம் ஓய்ந்தபோது அரசர் மிக அதிகமாக கலக்கமுற்றார். குரானை எடுத்துப் பிரித்த அவர் அது காட்டியதை அப்படியே பார்த்தார். அவர் பார்த்த முதல் பத்தியில் இருந்த வாசகங்கள் பின்வரும் விளைவைக் காட்டின. "நீயோ உன்னுடைய ராணுவமோ அல்ல, அவர்கள் அதற்கும் முன்பிருந்தவர்களே." அந்த முதிய அரசர் மௌனமானார். ஆனால், அது அவர் அந்தப் போரில் ஈடுபட்டுத்தான் ஆகவேண்டும் என்பதையே குறிப்பிடுகிறது என ஹகீம் அஷானுல்லா கான் அவரை சமாதானம் செய்தார்' என்று எழுதியுள்ளார் சயீத் முபாரக் ஷா. ஜாஃபர் நினைத்ததோ வேறு.[122]

அதேநேரம், நகரத்தின் மறுபுறத்தில் இருந்த லால் குவானில் இருக்கும் தன்னுடைய மாளிகை முற்றத்தில் இருந்த ஜீனத் மஹல், ஹட்ஸனின் உளவுத்துறைத் தலைவரான மௌலவி ரஜப் அலி வழியாக பிரிட்டிஷாருடன் கடைசி நேர பேரங்களில் மூழ்கியிருந்தார். ஆகஸ்ட் 4 ஆம் தேதியில் இருந்தே ஜாஃபரின் மகாராணி பிரிட்டிஷாருடன் தொடர்ச்சியான தொடர்பு வைத்திருந்தார். இதற்காக சில அனுதாபிகளை நியமித்த அவர் சில குறிப்பிட்ட நிபந்தனைகளை நிறைவேற்றினால் உடன்பாட்டிற்கு வந்துவிடலாம் என்ற நம்பிக்கையுடன் காணப்பட்டார். லாகூரில் லாரன்ஸின் உளவுத்துறை தலைவராக இருக்கும் சர் ராபர்ட் மாண்ட்காமரிக்கு தாக்குதலின் முன்னேற்றம் குறித்து தகவல் அனுப்பியபடியே இருந்த ஹட்ஸன், ஜீனத் மஹல் 'பிரிட்டிஷ் உளவாளிகளுடன் சேர்ந்தே திட்டமிடுகிறார். அவர் 'உறுதியான பிரிட்டிஷ் ஆதரவாளராக இருக்கிறார். அத்துடன், நகரத்தைக் கைப்பற்றுவதற்கும், படகுப் பாலத்தை தகர்ப்பதற்கும் உதவத் தயாராக இருக்கிறார்' என்று தகவல் தெரிவித்தார்.[123]

பக்த் கானை விரட்டிச்செல்ல நிக்கல்ஸன் தயாரான ஆகஸ்ட் 25 அன்று, கிரேத்தட்டிடம் ஒரு தூதுவனை அனுப்பிய ஜீனத், 'அரசரிடம்

தன்னுடைய செல்வாக்கைப் பயன்படுத்தப் போவதாக கூறியிருந்தார்.’ ஆனால், கிரேத்தட் அதற்கு, ‘நீங்கள் மகிழ்ச்சியாக இருக்கவே தனிப்பட்ட முறையில் விரும்புகிறோம். ஆனால், பெண்கள் குழந்தைகளுடன் நாங்கள் சண்டையிடுவதில்லை’ என்றும், தங்களுக்கு ‘அரண்மனை சம்பந்தப்பட்ட யாருடனும் நாங்கள் தொடர்பு வைத்துக்கொள்ள அதிகாரம் இல்லை’ என்றும் கனிவோடு பதில் கூறினார்.[124]

யாரிடம் இருந்தும் இல்லை என்ற பதிலை ஏற்றுக்கொள்ளாத ஜீனத் மஹல் தன்னுடைய தகவல் தொடர்பை மேற்கொண்டு ஹட்ஸனை நோக்கி எடுத்துச்செல்லும் நம்பிக்கை கொண்டிருந்தார். கூட்டுச்சதி செய்வதை விரும்புகின்ற, தன்னுடைய சொந்த அதிகாரத்தின் கீழேயே - அவருக்கு எந்த அதிகாரமும் இல்லை என்றபோதிலும் - தகவல்தொடர்பை ஏற்படுத்திக்கொள்ளக்கூடிய ஹட்ஸனைப் பொறுத்தவரையில் இது ஒரு சாமர்த்தியமான நகர்வுதான். செப்டம்பர் 9 ஆம் தேதியன்று லால் குவானில் உள்ள தன்னுடைய மாளிகை முற்றத்தில் மௌலவி ரஜப் அலியை மற்றொருமுறை சந்திக்க வேண்டும் என ஜீனத் மஹல் கேட்டிருந்தார். செப்டம்பர் 13 அன்று, பிரிட்டிஷாரின் தாக்குதல் மேலும் மேலும் நெருங்கி வந்துகொண்டிருக்கையில் ஜீனத்தின் கை நிமிடத்திற்கு நிமிடம் பலவீனமாகிக்கொண்டிருந்த அந்த நேரத்திலும் தன்னுடைய பழைய கனவை அவர் விடுவதாக இல்லை. அதாவது பல வருடங்களாக சோர்வே இல்லாமல் அவர் பாடுபட்ட அதே இலக்கு. இதுகுறித்து தன்னுடைய அறிக்கையில் பின்வருமாறு குறிப்பிட்டுள்ளார் ஹட்ஸன்,

> *ஜீனத் மஹல் த்ன்னுடைய உதவிக்குப் பிரதிபலனாக தன்னுடைய மகன் அடுத்த வாரிசாக நியமிக்கப்பட்டு, மணிமகுடன் அவருக்கு உத்தரவாதப்படுத்தப்பட வேண்டும் எனவும், அரசரின் பங்குக்கு அவருடைய பதவி குறைக்கப்படாமல் தொடரப்பட வேண்டும் எனவும் கேட்கிறார். அத்துடன் மே மாதம் ஏற்பட்ட கலகப்பரவலைத் தொடர்ந்து அடுத்தடுத்து ஐந்து மாதங்களாக நிலுவையில் இருக்கும் தொகையும் உடனடியாக செலுத்தப்பட வேண்டும் என்கிறார்.*
>
> *அரசர் இருக்கும் உண்மை நிலை குறித்தும், அரசருக்கோ அல்லது அவருடைய குடும்பத்தினரில் யாருக்குமோ அவர்களிடமிருந்து பறிக்கப்பட்ட பதவிகள் திருப்பியளிக்கப்படுவதற்கு வாய்ப்பே இல்லை என்ற விழிப்புநிலைக்கு அவரைக் கொண்டுவருவதற்கு குறிப்பிடத்தக்க அளவு சிரமமாகவே இருந்தது. சுதந்திரம் மட்டுமல்லாது, அரசர் மற்றும் அவருடைய மகனுடைய உயிரும்கூட ஆபத்தில் இருக்கிறது என்பதை அவர் விரிவாக புரிந்துகொண்டபோது, அவருடைய மகன் மற்றும் தந்தையின்*

உயிருக்கு உத்தரவாதமளித்து அவரை உள்ளே இழுத்துக் கொண்டேன். இந்த நிபந்தனையில் மட்டும்தான் அவர் தன்னுடைய செல்வாக்கை அரசரிடம் பயன்படுத்துவார்.[125]

லால் குவானில் இந்த ரகசிய பேரங்கள் நடந்துகொண்டிருந்த அதே நேரத்தில்தான், கடைசியாக வெளிவரப்போகும் பதிப்பு என்று சந்தேகப்பட்ட டிஹ்லி உர்து அக்பர் பத்திரிகையை மௌலவி முகம்மது பக்கார் பதிப்பித்துக் கொண்டிருந்தார். அந்தப் பத்திரிகை நடந்து முடிந்த நிகழ்வுகளுக்காக வருத்தப்பட்டதே தவிர கடவுளின் புதிரான வழிமுறைகளைப் புரிந்துகொள்ள முயற்சிக்கவில்லை. அதன் தலையங்கத்தில் பின்வருமாறு கூறப்பட்டிருந்தது:

நீங்கள் மனதைத் தளரவிடக்கூடாது. பதிலாக எல்லாம்வல்ல இறைவனின் மீது நம்பிக்கை வைத்து அதை உறுதியாகப் பற்றிக்கொள்ள வேண்டும். காஃபிர்கள் நம்மை நோக்கி வந்து ஒவ்வொரு நாள் இரவும் நமக்கு முன்னால் புதிதாக குழிதோண்டினாலும் நம்முடைய வெற்றிகரமான ராணுவத்தின் உத்வேகத்தையும் துணிவையும் நாம் மதிக்க வேண்டும். காஃபிர்களின் நிலைகளை தாக்குவதற்கு அவர்கள் இரவும் பகலும் முயற்சிப்பதைப் புரிந்துகொள்ள வேண்டும். எல்லாம் வல்லவர் நம்முடைய பாதையில் இத்தகைய தடைக்கல்லைப் போட்டிருக்கிறார் என்றால் அதிலும்கூட ஏதேனும் நோக்கம் இருக்கவே செய்யும். அதற்கு காரணமான வகையில் நம்மை அறியாமலேயே எத்தகைய அகம்பாவமான அல்லது அநீதியான செயலை நாம் செய்திருக்கிறோம் என்று யாருக்குத் தெரியும்? நாம் மன்னிப்பையும், அறிவு விளக்கத்தையும் கேட்டு இறைவனிடம் பிரார்த்திக்க வேண்டும். சக மனிதர்களிடத்தில் நாம் செய்த அட்டூழியங்கள் அல்லது அவர்களை ஏதேனும் வகையில் சுரண்டியது மற்றும் புண்படுத்தியது ஆகியவற்றை நாம் நிறுத்திக்கொள்ள வேண்டும்.

இந்த நகரத்தில் உள்ளவர்கள், குறிப்பாக ஏழைகளே பயங்கரமானதொரு நிலையில் இருக்கிறார்கள். இதுபோன்ற நேரத்தில் அவ்வாறு துன்பத்தில் வதைபடும் மக்களுக்கு நாம் அவசியம் உதவினோம் என்றால் அவர்கள் நம்முடைய பேரரசரின் இறுதி வெற்றிக்காக மனதார பிரார்த்தனை செய்வார்கள். அதற்கான நேரம் வரும்போது அவர் விரும்பப்பட்டால் எல்லாம்வல்ல இறைவன் நமக்கு வெற்றியைக் கொண்டுவருவார் என்பதை நினைவில் வைத்துக் கொள்ளுங்கள். நம்முடைய வெற்றியை

தாமதப்படுத்தி அவர் நம்மை என்னவிதமான துன்பத்திற்கு, சோதனைக்கு உட்படுத்தப்போகிறார் என்று யாருக்குத் தெரியும்?[126]

அன்று மாலை மலைமுகட்டில் இருந்த ராபர்ட் டைட்லர், நிலைமை மோசமாகிவிட்டால் குழந்தைகளை அழைத்துக்கொண்டு ஒரு மாட்டு வண்டியில் ஏறி சரியான நேரத்தில் அம்பாலாவிற்கு சென்றுவிட வேண்டும் என்று ஹேரியட் டைட்லரிடம் சத்தியம் வாங்கிக்கொண்டார். 'பொது வழி உருவாகும்வரை அவர் தன்னுடைய கருவூலத்துடனே இருக்க வேண்டியிருந்தது. எதிரி அந்த இடத்திற்கு விரைந்து வந்து தங்களால் முடிந்தளவு பணத்தை பறித்துக்கொண்டுவிட நினைத்தால் உயிரைத் தக்கவைத்துக் கொள்வதற்கு அந்த முகாம் ஒரு மோசமான இடம். [ஆனால்] தலைகீழாக நடந்துவிட்டால், யாருமே ஒரு பாதுகாப்பான இடத்திற்கு சென்றுசேர்ந்துவிட முடியும் என்று எனக்குத் தோன்றவில்லை. சிம்லா போய்விடும், குஸாலி போய்விடும், இந்தியா முழுவதும் ஒரே சிந்தனையில் ஆயுதம் தூக்கி எழுந்துவிடும். என்றாலும்கூட, ஏதேனும் நடந்துவிட்டால் இருக்கட்டும் என ராபர்ட் எங்களுடைய எருதுகளை புறப்படுவதற்குத் தயாராக வைத்திருந்தார்' என்று எழுதியுள்ளார் ஹேரியட்.[127]

பெரும்பாலான பிரிட்டிஷார் முன்னதாகவே சென்றுவிட்டனர். 'எங்களுடைய முகாமில் அன்றிரவு யாருமே சரியாகத் தூங்கவில்லை. நான் அவ்வப்போது படுக்கையில் விழுந்தேன். ஆனால் ரொம்ப நேரம் அப்படி இருக்க முடியவில்லை. விழித்துக்கொண்டபோது பல அதிகாரிகளின் முகாம்களிலும் விளக்கு எரிந்துகொண்டிருப்பதைக் கண்டேன். அவர்கள் தங்களுக்குள் அடித்தொண்டையில் பேசிக்கொண்டிருந்தனர். சலனமற்றிருந்த காற்றில் பூட்டு திறக்கப்படுகின்ற அல்லது இரும்புத்துண்டு திருகப்படும் ஓசை தொலைதூரத்தில் கேட்டது. அது நெருங்கிவரும் மோதலுக்கான தயார்நிலையைக் கூறியது.'[128]

எட்வர்ட் கேம்ப்பலாலும் தூங்கமுடியவில்லை. பதிலாக, ஜிஜி-க்கு கடைசியாக இருக்கலாம் என்ற கடிதத்தை எழுதிக்கொண்டிருந்தார். தன்னையும் தன்னுடைய குடும்பத்தையும் எல்லாம்வல்ல இறைவனிடத்தில் ஒப்படைத்துக்கொண்டிருந்தார். 'நம்முடைய இறைவன் இல்லாவிட்டால் நம்மால் எதுவுமே செய்யமுடியாது' என்று தன்னுடைய குடிலில் கிறுக்கிக்கொண்டிருந்தார் அவர்.

என் விலைமதிப்பற்ற மனைவியே மிகவும் கருணையுள்ளத்துடன் இதுநாள்வரை நம்மை காப்பாற்றி வந்திருப்பவரின் கரங்களில் நாம் இருக்கிறோம் என்பதை நினைவில் வைத்துக்கொள். நம்முடைய மீட்பராக இருக்கும் நம்முடைய பிரபுவிடம் நம்பிக்கை வை. உண்மையான அமைதியைத் தரக்கூடியவர் அவர் மட்டுமே என்பதால் அவரிடத்தில் அடைக்கலமாக வேண்டியது எவ்வளவு

முக்கியம் என்பதை நான் மிக அதிகமாக உணர்ந்துகொண்டுள்ளேன். அபாயச்சங்கு ஒலிக்கத் தொடங்கிவிட்டது. நான் எழுதுவதை விட்டுவிட்டு என்னுடைய சேனத்தில் ஏறவேண்டும். நம்மையும், நம்முடைய அன்பிற்குரியவர்களையும் பாதுகாத்து, என்னுடைய அன்பிற்குரிய மனைவி உன்னையும் இறைவன் காப்பாராக.[129]

நள்ளிரவில் எழுந்த துருப்புகள் தங்களுடைய படைவரிசையில் ஒன்றுகூடினர். கைவிளக்குகளின் ஒளியில் ஜெனரல் வில்ஸனின் உத்தரவுகள் அவர்களுக்குப் படித்துக்காட்டப்பட்டன. ஒவ்வொருவரும் 200 சுற்றுகள் வரக்கூடிய வெடிப்பொருள்களை எடுத்துக்கொண்டனர். ஒவ்வொரு படைவரிசைக்குமான இலக்குகளும், அவர்கள் செல்ல வேண்டிய பாதைகளும் விளக்கப்பட்டன. காயம்பட்டவர்கள் அதே இடத்திலேயே விடப்படுவார்கள். கொள்ளையடித்தல் கூடாது. நகரத்தில் இருக்கும் மதிப்புமிக்க பொருள்கள் அனைத்தும் எட்வர்ட் கேம்ப்பலின் மேற்பார்வையில் இருக்கும் பொதுவான கருவூலத்திற்கு கொண்டுவரப்பட வேண்டும். யாரையும் சிறைப்பிடிக்கக்கூடாது; ஆனால், 'மனிதநேயம் மற்றும் நம்முடைய நாட்டின் கௌரவம் நிமித்தமாக' பெண்களும் குழந்தைகளும் தாக்கப்படக்கூடாது.

காலை மூன்று மணிக்கு நான்கு தாக்குதல் படைவரிசைகள் முதலில் கொடிக்கம்ப கோபுரத்திற்கும் பின்னர் மலைத்தொடரில் இருந்து அமைதியாக, ஜாஃபரின் நேசத்திற்குரிய குவாத்ஸியா பாக் முகலாய தோட்டத்தில் மறைந்தபடியும் அணிவகுத்தன. கடந்த பத்துநாட்களாக செய்து கொண்டிருந்ததைப் போலவே முற்றுகை ஆயுதங்களும், தடையுடைப்பு பீரங்கிகளும் வழக்கம்போல் வேகமாக சுட்டுக்கொண்டிருந்தன. பார்ட்டரின் கூற்றுப்படி, 'பகல்பொழுதுக்கு முந்தைய இருள் தொடர்ச்சியான பளிச்சிடல்களால் வெளிச்சம் பெற்றது. வானம் பீரங்கிச் சிதறல்களால் உயிர்ப்புடன் காணப்பட்டது.'[130]

அடிவானம் விடியத் தொடங்கும்வரை இது அரைமணி நேரத்திற்கு தொடர்ந்தது. பின்னர் எல்லா பீரங்கிகளும் சட்டென்று மௌனமாயின. அந்தச் சலனமற்ற அமைதியில் 'சிறு பறவைகளின் கீச்சிடும் ஒலி' படைவீரர்களுக்குக் கேட்டது. பூத்துக்குலுங்கும் ஆரஞ்சு மரம் மற்றும் ஜாஃபரின் ரோஜாக்களுடைய மணம் வீசியது. அவை இரண்டுமே 'வெடிமருந்தின் சல்ஃபர் நாற்றத்திலும் தெளிவாக மணம்வீசின.'[131]

நிக்கல்ஸன் உத்தரவிட்டார், மூன்று மாதங்களுக்குப் பின்னர் இறுதியாக பிரிட்டிஷார் டெல்லி சுவர்களை நோக்கி முன்னேறினார்கள்.

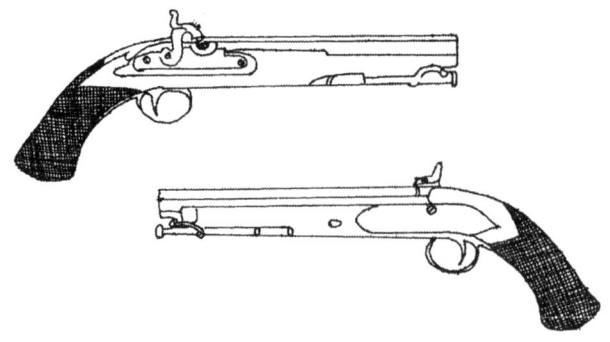

10

எல்லா உயிரும் சுட்டுக் கொல்லவே

நகரத்தின் மீதான தாக்குதல் திட்டமிட்டபடி துல்லியமாத் தொடங்கியது. உத்தரவுகளின்படி, ஒவ்வொரு வரிசைக்கும் தலைமையேற்ற அதிகாரிகளின் சமிக்ஞைக்கும் ஆரவாரமிட்டபடியே குத்ஸியா பாகின் மரத்தலான அரணில் இருந்து தங்களால் முடிந்தவரை வேகமாக ஓடிய துருப்புக்கள், ரோஜாத் தோட்டம் வழியாக, தோட்டத்திற்கும் நகர சுவர்களுக்கும் இடையில் இருந்த கைவிடப்பட்ட நிலத்தில் 50 கஜதூரம் வரை சென்றுவிட்டனர். இங்கு சட்டென்று நின்றுவிட்ட அவர்கள் அங்கு தயாராக காத்திருந்த சிப்பாய்களிடமிருந்து வந்த 'ஆலங்கட்டி மழைபோன்ற குண்டுகளை' எதிர்கொண்டனர்.[1]

இங்கிருந்த முதல் தடைக்கல் 20 அடி ஆழமும், 25 அடி அகலமும் கொண்ட அகழி. ஏணிகள் கொண்டுவரப்பட்டபோது அதைப் பிடித்து ஏறிய துருப்புகள் அதன் சரிவான சுவற்றின் பாதி வழியில் மாட்டிக்கொண்டனர். கீழேயும் இறங்கமுடியாத அவர்கள் 'துவண்டுபோக வைக்கும் துப்பாக்கிச் சூட்டினால் வேகமாக சுருண்டு விழுந்தனர்.' முதலாவது துருப்புகள் செங்குத்தான சுவற்றில் உயிருடன் ஏறுவதற்கு ஏறக்குறைய பத்து நிமிடங்கள் ஆனது. ஆனால் அவர்கள் தடையை உடைத்து மேலே ஏறிய உடனேயே அந்தக் கணம் தடுத்துநிறுத்த முடியாத ஒன்றாக மாறியது.[2] 'எங்களுடைய ஆட்கள் அழகாக, ஒரு வேட்டைநாய் கூட்டத்தைப் போல் மேலே சென்றதுமே, துப்பாக்கி வீரர்களான நாங்கள் எங்களுடைய வேலையை சிறப்பாக செய்துமுடித்ததால் அந்த தடையுடைப்பு நிறைவடைந்தது. ஒப்பீட்டுரீதியில் குறைவான சேதத்துடன் நாங்கள் அந்த தடையரண்களை கைப்பற்றினோம்' என்று தன்னுடைய தாயாருக்கு எழுதிய கடிதத்தில் குறிப்பிட்டிருக்கிறார் ஃபிரெட் ராபர்ட்ஸ்.[3]

ரிச்சர்ட் பார்ட்டரைப் போல், முதலில் மேலே ஏறியது நீங்களாக இருந்திருந்தால் அது எந்தளவுக்கு கடினமாக இருந்திருக்கும் என்பதைக்

கண்டிருப்பீர்கள். அவர் முன்னோக்கி செல்கையில் தடையரண்களின் இடைவெளியில் இருந்தபடி அதைப் பாதுகாப்பவர்களின் தலைகள் எட்டிப்பார்ப்பதை தான் கண்டதாக நினைவுகூர்கிறார் பார்ட்டர். ‘சுவர் நெடுகிலும் அவர்கள் அடர்த்தியான தேனீக்களைப் போல் திரண்டிருந்தார்கள். அவர்களுடைய வெள்ளைநிற தலைப்பாகைகளிலும், கறுத்த முகங்களிலும் விழுந்து ஒளிவீசிய சூரியன் அவர்களுடைய வாட்களிலும் பயோனெட்டுகளிலும் பட்டுப் பிரகாசித்தது. தடையுடைப்பு முடிந்ததும் எங்களுடைய ஆட்கள் காட்டுத்தனமாக ஆரவாரமிட்டனர்.’

எங்களுடைய துப்பாக்கிச்சூடு நின்றவுடன் எதிரியின் துப்பாக்கிச் சூடும் குறைந்தது. முதலில் எங்கள் பார்வைக்கு அது குழப்பமானதாகத் தோன்றினாலும் மறுபடியும் திரும்பிவந்த அவர்கள் தீவிரமான தாக்குதலைத் தொடங்கினர். எங்களுக்கு வலதுபுறம் சற்று தொலைவில் இருந்தபடி சுற்றிவளைத்து சுடும் துப்பாக்கிகளின் தோட்டாக்கள் சீறிவந்தன. அருகாமையில் இருந்தவர்களிடம் இருந்து பீரங்கிச் சிதறல்களும் ஷெல்களும் பாய்ந்துவந்தன. அந்தச் சுவர்கள் நெடுகிலுமே எங்களுக்கு முன்பாக துப்பாக்கிகள் வெடித்துக் கொண்டிருந்தன. காற்றில் சீறிச்சென்ற தோட்டாக்கள் எங்கள் கால்களுக்கு அருகாமையில் தரையில் பாய்ந்தன. எங்களுடைய ஆட்கள் வேகமாக கீழே விழுந்தனர்.

ஏணியில் ஏறிய கூட்டத்தினர் மூன்றுமுறை கீழே விழுந்தனர். அம்மூன்று முறையும் இறந்தவர்கள் மற்றும் காயம்பட்டவர்களிடம் இருந்து ஏணிகள் எடுத்துக்கொள்ளப்பட்டன. தடையுடைப்பை நிறைவேற்றுவதற்குக் கடுமையாக உழைக்க வேண்டியிருந்தது. அது குண்டுமழைக்கு மத்தியில் சரிவான கடற்கரை மணலில் ஏறுவதைப்போல் இருந்தது. அதற்குப் பின்னால் இருந்த சில மணல்மூட்டைகளுக்கு நடுவில் இருந்தபடி எதிரி தொடர்ந்து சாதுர்யமாக தாக்கிக்கொண்டிருந்தான். அந்த தாக்குதலின்போது ஒவ்வொருமுறை சுடும்போதும் தோன்றிய பளிச்சிடலின் வெப்பத்தை என்னுடைய கன்னத்தில் உணர முடியும் அளவுக்கு அது நெருக்கமாக இருந்தது. அவர்கள் வைக்கும் குறியை குலைப்பதற்கு என்னுடைய வலதுகையால் ரிவால்வாரை தொடர்ந்து சுட்டுக்கொண்டே இருந்தேன். அதே நேரம், வாளுறைகள் எதையும் நாங்கள் எடுத்துக்கொள்ளாததால் இடதுகையில் என்னுடைய வாளை முடிந்தவரை நன்றாகப் பிடித்தபடி [ஏணியில்] ஏறிக்கொண்டிருந்தேன். அவர்கள் இடைவிடாமல் எங்கள் மீது கற்களை வீசி, கீழே உருட்டிவிட முயற்சித்துக் கொண்டிருந்தனர்.

எதிர்த்து நின்றவர்கள் இறுதியில் நகரத்திற்குப் பின்வாங்கினர். நானும் ஃபிட்ஜெரால்டும் மணல் மூட்டைகளுக்கு அருகில் நின்று கொண்டிருந்தோம். கைகுலுக்கிக்கொண்டு இருவரும் பிரிந்தோம். அவர் தடையுடைக்கப்பட்ட இடத்திலிருந்து வலதுபக்கம் சென்றார். நான் இடதுபக்கம் காவலரண் வழியாக காஷ்மீரி வாயிலை நோக்கிச் சென்றேன். அதன்பிறகு நான் அவரைப் பார்க்கவில்லை. அவரை விட்டுப் பிரிந்த உடனேயே சுவர்களுக்குள் பீரங்கிச் சிதறல்களால் அவர் கொல்லப்பட்டார்.[4]

சுவர்ப்பாதையில் ஓடிக்கொண்டிருக்கும்போதே ஒரு பிரமாண்டமான வெடிப்புச்சத்தம் பார்ட்டருக்கு கேட்டது. மேலே பார்த்தபோது காஷ்மீரி வாயில் 'டெல்லிக்குள் செல்லும் வகையில் தகர்க்கப்பட்டிருப்பதைக்' கண்டார். வாயிலுக்கு வெகுமுன்பாக பெரிய வெடிகுண்டுகள் வைத்துத் தகர்க்கப்பட வேண்டிய அந்தத் தாக்குதல் திட்டத்திற்காக சுரங்கம் தோண்டும் வீரர்கள் பத்து பேர் மற்றும் ஒரு கொம்பூதி ஆகியோர் அழைக்கப்பட்டனர். அப்படி தகர்க்கப்பட்ட பின்னர் அந்த வாயிலின் வழியாக துருப்புகள் உடனடியாக உள்ளே நுழைவார்கள். திட்டமிட்டதைக் காட்டிலும் சற்று தாமதமாகத் தொடங்கிய அந்தத் தாக்குதல் நடவடிக்கை இப்போது பட்டப்பகலில் நடந்தது. அது காகிதத்தில் எழுதியிருப்பதைக் காட்டிலும் மிகவும் கடினமானது என்பதையும் நிரூபித்தது. தாக்குதலுக்கான சமிக்ஞை தரப்பட்டபோது, திட்டிவாயிலின் அடிப்பகுதியைத் திறந்த கோட்டைப் பாதுகாவலர்கள், சேதப்பட்ட பாலத்தை ஒட்டியிருந்த பகுதியில் வெடிவைத்து தகர்க்க முயற்சித்துக்கொண்டிருந்த சுரங்கம் தோண்டும் வீரர்கள் மீது நேரடியாக சுடத்தொடங்கினர். இப்போது ஒரே ஓர் உத்திரம் மட்டுமே எஞ்சியிருந்தது.[5]

இருபத்தியொரு வயதான பிலிப் சாகெல்ட் முன்னால் நின்றார். இவர் இதே வாயிலின் வழியாக மே 11 அன்று தப்பிச்சென்ற எட்வர்ட் வைபர்ட்டின் தோழர்களுள் ஒருவரும், அதைத்தொடர்ந்து வந்த நாட்களில் அலைந்து திரியும்போது மரியாதை நிமித்தமாக தன்னுடைய ஷூக்களை ஆன்னி ஃபாரஸ்ட்டிற்கு வழங்கியவரும் ஆவார். இப்போது அவர்தான் மீதமிருந்த உத்திரத்தின் மீது ஆபத்தான வெடித்தாக்குதலை நிகழ்த்தும் விதமாக வெடிகுண்டுகளை வெடிக்கச்செய்யும் எரியூட்டிணைப்பிகளை கைகளில் பிடித்திருந்தார். நான்குபேர் வெடிகுண்டு பைகளை அதன் இடத்திற்குக் கொண்டுசென்றனர். சாகெல்ட் உட்பட மீதமிருந்த ஏழு பேர் வாயிலின் மரக்கதவுக்குள்ளாக அதைத் தள்ளிவிட்டுவிட்டு வெடிக்கவைக்க எரியூட்டிணைப்பை இணைக்க வேண்டும்.

சாகெல்ட் குழு அந்த வாயிலை நெருங்கியதும் திட்டிவாயிலின் வழியாகவும், அதிலிருந்த துளைகளின் மூலமாகவும் கோட்டைக் காவலர்கள் நெற்றிப்பொட்டில் வைத்து சுடும் அளவுக்கு நெருக்கத்தில் சுடத்தொடங்கினர். வெடிமருந்தை கதவில் திணிக்க முயற்சித்த சுரங்கம்

தோண்டும் வீரர்களில் முதலாமவர், பின்னர் இரண்டாமர் அதற்கடுத்து மூன்றாவது மற்றும் நான்காமவர் என சுடப்பட்டு வீழ்ந்தனர். ஒருசில நொடிகளுக்குள்ளாகவே, அந்தக் குழுவில் இருந்த மூன்றுபேர் தவிர்த்து மற்றவர்கள் கொல்லப்பட்டனர் அல்லது கடுமையாக காயமடைந்தனர். அதேநேரத்தில் இரண்டு பயங்கரமான காயங்களினால் சாகெல்ட்டும் மரணிக்கும் தறுவாயில் இருந்தார். ஆனால், எஞ்சியிருந்தவர்களில் ஒருவரான சர்ஜெண்ட் ஸ்மித் கடுமையாக காயம்பட்டிருந்த நிலையிலும் அணைந்துபோன எரியூட்டிணைப்பை எப்படியோ மறுபடியும் பற்றவைத்துவிட்டு பாலத்தின்கீழ் அவரே வீசியெறிந்தார். அது பற்றிக்கொண்டு இரட்டைக்கதவுகளின் கீலினுடைய வலதுபக்கத்தை பெயர்த்தெறிந்தது. எஞ்சியிருந்தவர்களில் ஒருவரும், கொம்பூதியுமான ஹாதர்ன், பதுங்குகுழியின் மறைவிடத்திலிருந்து சத்தமிட்டபடியே முன்னேறிவந்து அந்த வாயிலைத் தாக்கி கைப்பற்றுமாறு பிரிட்டிஷ் துருப்புகளுக்கு சமிக்ஞை கொடுத்தார்.[6]

அப்போது சரியாக ஐந்தேமுக்கால் மணி. குத்ஸியா பாகின் உள்ளே, துப்பாக்கித் தோட்டாக்களால் தாக்கப்படக்கூடிய பரப்பெல்லைக்கு வெளியில் கொம்பூதியின் அழைப்புக்காக பொறுமையிழந்து காத்திருந்த மூன்றாவது படையணியின் துருப்புகள் அப்படியே தரையில் படுத்துக்கிடந்தனர். ஆனால், சுவர்களில் இருந்து வந்த துப்பாக்கித் தோட்டாக்களின் சத்தத்தினால் ஹாதர்னின் முதல் இரண்டு அழைப்பொலிகளை அவர்களால் கேட்க முடியவில்லை. மூன்றாவது அழைப்பு மட்டும் மங்கலாகக் கேட்டது. அந்தச் சத்தத்திற்காக காத்திருந்தவர்களில் ஒருவரும், கோபக்கார, முரட்டுத்தனமான ஆங்கிலோ-ஐரிஷ் புராட்டஸ்டண்ட்டுமான லெப்டினென்ட் கெண்டல் காகில் பல மாதங்களாக மலைத்தொடர்களில் இருந்தபடியே வெஞ்சினத்தையும் பழிவாங்குதலையும் மட்டுமே கனவாக கண்டுகொண்டிருந்தவர் ஆவார். தன்னுடைய தந்தைக்கு அவர் எழுதிய கடிதத்தில், ‘அந்தத் தருணம் வந்துவிட்டது. இந்த இரத்த தாகத்திற்கும் பேரார்வத்திற்கும்தான் நான் ஏங்கிக்கொண்டிருந்தேன். காட்டுத்தனமும் பைத்தியக்காரத்தனமும் எனக்குள் இறங்கிவிட்டன. வேகத்தைத் துரிதப்படுத்தி எதிரியை நெருங்கிவிட்டால் விரைவில் பழிவாங்கிவிடலாம் என்பதைத் தெரிந்துகொண்டேன்.’

வாயின் ஈரப்பதத்தைத் தக்கவைத்துக்கொள்வதற்காக என்னுடைய துப்பாக்கித் தோட்டாவை இறுக்கமாக கடித்துக்கொண்டிருந்த நான் காட்டுத்தனமாக கத்தியபடியே மறைந்திருந்த இடத்திலிருந்து விரைந்தேன். துப்பாக்கி ரவைகள் மழையாகப் பொழிந்தன. என்னைச் சுற்றி எல்லாப் பக்கத்திலும் இருந்தவர்கள் விழுந்துகொண்டே இருந்தார்கள். ஆனால், என் வாழ்க்கை அதிர்ஷ்டவசமானது. அவர்களால் என்னைத் தொடமுடியாது

என்று நினைத்துக் கொண்டேன். காயம்பட்டவர்கள் மற்றும் இறந்து கொண்டிருந்தவர்களின் வசைகள், முனகல்கள் மற்றும் வெறுப்புகள் ஆகிய எல்லாமுமே தாங்கள் வெளியிலேயே விட்டுச் செல்லப்படுகிறோம் என்றும், தங்களால் பழிவாங்க முடியவில்லையே என்பதற்குமான சாபங்களாகவே இருந்தன. அவர்கள் மிகவும் பரிதாபத்திற்குரிய நிலையில் வேதனையில் துடித்துக் கொண்டிருந்தார்கள்.

நாங்கள் இடதுபக்கம்தான் தாக்கியாக வேண்டும், ஆனால், வலதுபக்கத்தில் இருந்து வந்த தாக்குதல் மிகவும் பலமாக இருந்தது என்பதுடன் ஏணியில் ஏறிக்கொண்டிருந்தவர்கள் எல்லோருமே சுட்டுத்தள்ளப்படடார்கள். அதனால், நாங்கள் [அவர்களுடைய இடங்களைக் கைப்பற்ற] வலதுபக்கம் விரைந்தோம். அதன்பிறகு நான் ஒரு குடிகாரனைப்போல் உணர்ந்தேன். என்னுடைய வாளை முதுகில் செருகிவிட்டு ஏணிகளைக் கைப்பற்றி அவற்றைப் பதுங்கு குழிக்குள் விட்டெறிந்தேன். ஆனால், ஏணிகள் 8 அடி உயரமே இருந்தன. நாங்கள் பார்த்த பதுங்கு குழியோ 20 அடி ஆழத்தில் இருந்தது. பதற்றத்தில் அவற்றைக் கீழே விட்டபோது அவை அதன் ஓரத்தில் விழுந்தது. மேலே இருந்த நாங்கள் விரைந்து முன்னேறினோம்.

அந்தக் காட்டுமிராண்டிகளை நாங்கள் எங்களுடைய வாட்கள் மற்றும் பயோனெட்டுகளால் தொடர்ச்சியாக வெட்டிக்கொண்டும், அவர்களுக்கு நடுவில் எங்களுக்கான வழியமைத்துக்கொண்டும் செல்லும்வரை அவர்கள் விடாமல் சண்டையிட்டார்கள். துரதிர்ஷ்டவசமாக என்னுடைய வாள் முதலில் செருகியதே என்னுடைய சர்ஜெண்ட் ஒருவரின் உடலில்தான். அவர் எனக்குப் பக்கத்தில் இருந்த மற்றொரு ஏணியில் இருந்தபோது சுடப்பட்டு என்னுடைய கத்தியில் விழுந்துவிட்டார். ஆனால், அடுத்தகணமே அது ஒரு பண்டீயை வீழ்த்தியது. பிறகு மற்றொருவர். எல்லாவகையிலும் ஒழுங்கமைந்துவிட்டபோது எங்களால் முடிந்தபோதெல்லாம் வெட்டி வீழ்த்தினோம். என்னுடைய கைகள் சோர்ந்துபோகும்வரை குத்திக்கொண்டும், செருகிக்கொண்டும், வெட்டிக்கொண்டும் இருந்த எனக்கு என்னுடைய கைத்துப்பாக்கியை எடுக்க வேண்டும் என்றே தோன்றவில்லை.[7]

பத்துநிமிட கடுமையான கைச்சண்டைக்குப் பின்னர் அந்த வாயிலும், முக்கிய காவல் வேலியும் பிரிட்டிஷார் வசம் விழுந்தன. பின்னர் வில்வளைவு விதானத்திற்கு மேல் யூனியன் ஜாக் கொடி காற்றில்

அசைந்தாடியது.[8] ஆனால், செயிண்ட் ஜேம்ஸ் தேவாலயத்திற்கு எதிரில் இருந்த ஸ்கின்னரின் மாளிகை முற்றம் இருந்த தெருக்களில்தான் இன்னும் மூர்க்கமான எதிர்ப்பை எதிர்கொள்ள வேண்டியிருந்தது. இந்த முற்றுகைக்காலம் முழுவதிலும் அதனைத் தங்களுடைய தலைமையிடமாகப் பயன்படுத்திவந்த நாஸிராபாத் துருப்புகளால் அது அரணமைக்கப்பட்டிருந்தது. மற்றவர்கள் செயிண்ட் ஜேம்ஸ் தேவாலயத்தின் கீழ் கல்லறைச் சுவற்றின் மீது சுடும்வகையில் தங்கள் நிலைகளை அமைத்துக்கொண்டனர்.[9] இருதரப்பினருமே இப்போது பீரங்கிச் சிதறல்கள் மற்றும் துப்பாக்கித் தோட்டாக்களின் ஒரு வகையான புயலை கட்டவிழ்த்து விட்டிருந்தனர். அவை பிரிட்டிஷ் உயரதிகாரிகள் பலரையும் விலகிச்செல்லும் முன்னரே கொன்று குவித்தன - காஷ்மீரி வாயிலுக்கும் ஸ்கின்னரின் மாளிகை முற்றத்திற்கும் இடைப்பட்ட பகுதியில் முன்னூறு அல்லது நானூறு பிரிட்டிஷ் துருப்புகளாவது வீழ்ந்திருப்பார்கள் என்று நினைத்தார் சயீத் முபாரக் ஷா.[10] ஆனால், மூன்று பிரிட்டிஷ் படையணியினருமே இப்போது தங்களுடைய தாக்குதலை அந்த மாளிகை மற்றும் கல்லறையை நோக்கியே கவனம் செலுத்தியதால் பின்வாங்குவதைத் தவிர வேறு வழியில்லாத நாஸிராபாத் சிப்பாய்கள் பீரங்கிகளையும் தங்களுடனே கொண்டுசென்றனர்.

வெளியே, செயிண்ட் ஜேம்ஸ் தேவாலயத்திற்கு முன்பாக இருந்த திறந்தவெளியில் நிக்கல்ஸன் இப்போது மூன்று படையணிகளைக் கொண்ட துருப்புகளைத் திரட்டியிருந்தார்.[11] இருப்பினும், தன்னுடைய படையினரில் பெரும்பகுதியை அவர் இல்லாமலேயே அந்த சுவர்களை ஒட்டி தன்னிச்சையாக விட்டுவிட்டு கலகக்காரர்கள் மீண்டும் ஒன்றுகூடிவிடுவதற்கு நேரம்கொடுக்க விரும்பாத நிக்கல்ஸன், மீதமிருந்த தன்னுடைய குழுவினருடன் அந்த மதிலரணின் ஓரமாகவே மேற்குப்பக்கம் நோக்கிச் சென்றார். தன்னுடைய தொடர்பிழந்த துருப்புகளுடன் இணைந்துகொண்டு, முடிந்தவரை சீக்கிரமாக காபூல் மற்றும் லாகூர் வாயில்களைக் கைப்பற்றுவதே அவருடைய இலக்கு. அங்கே மேஜர் ரீடின் தலைமையில் செயல்படும் நான்காவது படையணியுடன் அவர்கள் சேர்ந்துகொள்ள இருந்தார்கள். ரீடின் படையணியும்கூட ஹிந்து ராவ் மாளிகையில் இருந்து கிஷன்கன்ஞ் புறநகர் வழியாக சண்டையிடுவதாக இருந்தது. இவ்வகையில், வில்ஸனின் திட்டப்படி, பிரிட்டிஷார் மதிய உணவு நேரத்திற்குள்ளாக வடக்கு மற்றும் மேற்கு சுற்றளவு முழுவதிலும் கட்டுப்பாட்டை பெற்றுவிடலாம்.

அதேநேரத்தில், பெருமளவு கூர்க்காக்களைக் கொண்டிருந்த இரண்டாவது படையணியை வழிநடத்திய தியோ ஜமா மசூதி இருந்த திசையை நோக்கி தெருக்களின் பின்பக்கமாக சென்றுகொண்டிருந்தார். மூன்றாவது படையணி டெல்லி கல்லூரியின் வழியாக செங்கோட்டையை நோக்கித் தென்கிழக்காகச் சென்றது. துருப்புகள் தயாரானவுடன் லட்லோ

கோட்டையில் இருந்து ஜெனரல் வில்ஸன் வெளியே வந்தார். அந்தக் கோட்டையின் கூரையில் இருந்து தாக்குதலைக் கவனித்துக்கொண்டிருந்த அவர் சிதைக்கப்பட்ட ஸ்கின்னரின் மாளிகை முற்றத்தில் தன்னுடைய தலைமையகத்தை அமைத்திருந்தார். அதற்கு அருகாமையில் இருந்த செயிண்ட் ஜேம்ஸ் தேவாலயத்திற்குள் உணவகமும் மருத்துவமனையும் அமைக்கப்பட்டன.

இத்தருணத்தில்தான் - காலை ஏழு மணிக்கு சற்று பின்னர் - சட்டென்று பிரிட்டிஷாரின் நிலைமைகள் எல்லாமே மிக மோசமான முறையில் மாறத்தொடங்கின. சுவர்களுக்குள் செல்வதுதான் மிகவும் மோசமான விஷயமாக இருக்கப்போகிறது என்று முன்னமே யூகிக்கப்பட்டிருந்தது. அந்தச் சாதனையை இப்போது குறைவான இழப்புகளுடன், குறித்த நேரத்திற்கு முன்னதாகவே செய்தாகிவிட்டது. ஆனால், தெருக்களின் ஊடாக முன்னேறிச் செல்வது என்ற அடுத்த நிலைதான் உண்மையிலேயே மிகவும் விரயம்மிக்க ஒன்றாகிப்போனது. பிரிட்டிஷார் கோட்டையை நோக்கி முன்னேறத் தொடங்கிவிட்டார்கள் என்பது தெரியவந்த உடனேயே சிப்பாய்கள் தங்களுடைய துணிச்சலை இழந்து, சீக்கிரமாகவோ அல்லது சற்று நேரம் கழித்தோ திரும்பி ஓடிவிடுவார்கள் என்றே எதிர்பார்க்கப்பட்டது. ஆனால், அது நடக்காமல் போனது மட்டுமல்லாமல் கலகப்படையினர் எதிர்தாக்குதல் நடத்தியதோடு, பிரிட்டிஷாரை நகரத்தில் இருந்து வெளியே துரத்தி, மலைத்தொடருக்கே பின்வாங்கச் செய்யும் அளவுக்கு மலைக்க வைக்கும் தீவிரத்துடன் திருப்பித் தாக்கினர். பக்த் கானும், மிர்ஸா முகலும் இதற்கு ஏற்கனவே தயாராகத்தான் இருந்தனர். இதுகுறித்து 'இந்த நேரத்தில் இருந்துதான் நாங்கள் கடுமையான பாதிப்புக்கு உள்ளானோம்' என்று ஃபிரட் ராபர்ட்ஸ் தெளிவாகக் குறிப்பிட்டுள்ளார்.[12]

கோட்டையை நோக்கி தெற்குப்பக்கமாக முன்னேறிய படையணியில் சார்லஸ் கிரிஃபித் இருந்தார். கொள்ளையடிக்கப்பட்டு சிதிலமடைந்து போயிருந்த டெல்லி கல்லூரி வழியாக ஒரு மறைமுகத் தாக்குதலுக்காக அவர்கள் மெதுவாக முன்னேறத் தொடங்கியிருந்தனர். அச்சமயத்தில் திடீரென்று,

> *எல்லா ஜன்னல் மற்றும் கதவில் இருந்தும், கட்டிடங்களில் இருந்த துளைகள் மற்றும் வீடுகளின் கூரைகளில் இருந்தும் துப்பாக்கித் தோட்டாக்களின் புயல் எங்களை எல்லாப் பக்கங்களிலும் வரவேற்றன. அவ்வப்போது தெருக்களின் முனையைக் கடக்கையில் சிதறல்களால் நிரப்பப்பட்ட பீரங்கி குண்டுமழையையும் படையணி எதிர்கொண்டது. அதிகாரிகளும் வீரர்களும் வேகமாக வீழ்ந்தனர். இது மீதமிருந்தவர்களை வெறிகொள்ள வைத்தது. கடும் கைகலப்பிற்குப் பின்னர் அவர்கள் கலகக்காரர்கள் இருந்த தோட்டங்கள் மற்றும் வீடுகளில் அவர்களைத் தேடித்தேடி*

அகப்பட்டவர்களை எல்லாம் பயோனெட்டுகளால் குத்திக் கொன்றனர்.

கடுமையான இழப்பு ஏற்பட்டபடியால் மேற்கொண்டு முன்னேறுவதைக் கைவிட்டுவிட்டு அந்தக் கல்லூரியை தங்களுடைய முதன்மை நிலையாக்கிக்கொண்ட அந்தப் படையணி அங்கு காவலரண் அமைத்து பாதுகாத்துக் கொண்டது.

ஜிகாதிகளால் சுற்றிவளைக்கப்பட்டதை உணர்ந்துகொள்ளும் முன்னர் தியோவின் படையணியானது நகரத்திற்குள் மேற்கொண்டு முன்னேறியிருந்தது. ஸ்நைப்பர்களாலும், அவ்வப்போது வெடிக்கும் பீரங்கிச் சிதறல்களாலும் தன்னுடைய ஆட்களை இழந்தபடியே பின்பக்கம் இருக்கும் சந்துகளின் வழியாக எச்சரிக்கையுடன் சென்றுகொண்டிருந்தார் தியோ. அவர்கள் சாந்தினி சௌக்கை பதட்டத்துடன் கடந்து ஜமா மசூதியின் வடக்கு வாயில் வரையிலும் நீண்டிருந்த வெறிச்சோடிய பாதையில் முன்னேறிச் சென்றனர்.

அப்போதுதான் அவர்கள் மசூதியின் வாயில்களை வெடிவைத்து திறப்பதற்கு வேண்டிய வெடி மருந்துகளை எடுத்துவரவில்லை என்பதை உணர்ந்தனர். அந்த அமைதியைக் குலைத்துவிடாமல் அவர்களே ஒத்திசைந்து கதவைத் திறந்தனர். பின்னர் உள்ளே காத்திருந்த ஜிகாதிகள் கத்திக்கொண்டே விரைந்து வந்தனர். சயீத் முபாரக் ஷாவின் கூற்றுப்படி, ‘எண்ணிக்கையில் அதிகமாக இருந்த ஜிகாதிகள் பிரிட்டிஷார் மீது பாய்ந்தபோது இரண்டு துப்பாக்கி வீரர்களை இழந்து பின்னோக்கி விரைந்தனர்.’ அதில் ஏறக்குறைய நாற்பது பேர் மரணமடைந்தனர்.[13] பிரிட்டிஷார் சாந்தினி சௌக்கிற்கு பின்வாங்குகையில் லாகூர் வாயிலில் இருந்து கொண்டுவரப்பட்ட இரண்டு பீரங்கிகள் ஜிகாதிகளுக்கு உதவி செய்தன. அவை அந்த பஜார் எவ்வளவு நீளம் இருந்ததோ அவ்வளவு நீளம்வரை சுட்டு ‘நேராக ஆங்கிலப் படையணியின் மத்தியப் பகுதியைத் தாக்கி அதிகபட்சமாக ஐம்பதுபேர் வரை காயப்படுத்தவும் கொல்லவும் செய்தன.’[14]

தியோவின் மீதமிருந்த படையினர் தங்களுடன் சேர்ந்துகொள்ள வேண்டிய கிரிஃபித்தின் படையினர் வந்து தங்களைக் காப்பாற்றுவார்கள் என்ற நம்பிக்கையில் ஜிகாதிகளின் கோடரிகள் மற்றும் வாட்களின் வீச்சில் இருந்து தப்பி சாந்தினி சௌக்கில் அரைமணி நேரமாக தாக்குப்பிடித்திருந்தனர். ஆனால், அரைமணி நேரத்திற்குப் பிறகு கிரிஃபித்தின் படையணியும் பிரச்சினையில் மாட்டிக் கொண்டுவிட்டது தெரியவந்த பின்னர் அவர்கள் காஷ்மீரி வாயிலுக்கு பின்வாங்குவதற்கான உத்தரவு பிறப்பிக்கப்பட்டது.[15]

இது நடந்துகொண்டிருந்த அதேநேரம், நகரச் சுவர்களுக்கு மேலே நிக்கல்ஸனின் படையினரும்கூட தாங்கள் கடுமையான பிரச்சினைகளில் இருப்பதை உணர்ந்தனர். காஷ்மீரி வாயிலை கைப்பற்றுகையில் அந்தப்

படையணி பிரிந்துவிட்டது. நிக்கல்ஸன் இல்லாமலேயே அவர்கள் அந்த சுவர்களின் ஓரமாக தொடர்ந்து முன்னேறியபோது அவர் தன்னுடைய பெரும்பகுதி படையை இழந்துவிட்டார். பிரிந்து சென்றவர்களில் ரிச்சர்ட் பார்ட்டரும் ஒருவராவார். அவர் மிகுந்த ஜாக்கிரதையாகவே சென்றார். நகரச் சுவற்றினுடைய அடிப்பாகத்தை ஒட்டி ஒவ்வொரு வளைமுகட்டு இடைவெளியையும் துரிதமாக கடந்து சென்றார். 'அவற்றின் உள்ளே குண்டுகள் நிரப்பப்படும் ஒவ்வொரு முறையும் கூட்டமாக சாலையைக் கடப்போம். பீரங்கிச் சிதறல்கள் கடந்து சென்ற பிறகு அவர்கள் மீண்டும் நிரப்பும் முன்னர் நாங்கள் அவர்களை துப்பாக்கியால் சுட்டும், பயோனெட்டுகளால் செருகியும் அவர்களைக் கொல்வோம்.' சிப்பாய்கள் இருக்கும் வீடுகளுக்குள் அதிரடியாக நுழையும் பார்ட்டரின் குழு அவர்களைக் கொன்றுவிட்டு, சுவர்களின் நடைபாதைகளில் தொடர்ந்து முன்னேறிச் செல்வார்கள்.[16]

மற்றவர்கள் அபாயத்தை நோக்கி மிகவும் அஜாக்கிரதையாகச் சென்றனர். இதுகுறித்து தன்னுடைய நாட்குறிப்பில் பின்வருமாறு எழுதியுள்ளார் லெப்டினெண்ட் ஆர்தர் மொஃபெட் லேங். 'நாங்கள் [மதிற்சுவர் காவலரணை] ஒட்டி கத்திக்கொண்டே ஆரவாரமிட்டபடி விரைகையில் ஒவ்வொரு வளைவில் இருந்தும், எங்களுக்கு முன்னால் இருக்கும் தெருவின் இடதுபக்கத்தில் இருந்தும், காவலரண் மற்றும் வீட்டுக்கூரையில் இருந்தும் வந்த பீரங்கிச் சிதறல்களும், தோட்டாக்களும் எங்களுடைய ஆட்களையும் அதிகாரிகளையும் கொன்று வீழ்த்தின.'

அது பித்தின் பரவசமாக தோன்றியது. முன்னேற வேண்டும் என்பதைத் தவிர வேறு எதையுமே நான் உணரவில்லை. வானம் முழுவதிலும் தோட்டாக்களால் நிரம்பியிருக்கையில் எவ்வளவு தூரத்திற்குத்தான் தாக்கப்படாமல் என்னால் செல்ல முடியும் என்று எனக்கும் தெரியவில்லை. ஒவ்வொரு கோபுரமாக, ஒவ்வொரு பீரங்கியாக நிறுத்தமே இல்லாமல் கடந்து சென்றோம். நாங்கள் காபூல் வாயிலில் குவிந்தோம். ஏறக்குறைய லாகூர் வாயிலை அடையும்வரையில் அதை ஒட்டியே வந்து கொண்டிருந்தோம். பின்னர், பீரங்கிச் சிதறல்கள் பின்னாலிருந்து வந்துகொண்டிருக்கையில் ஒரு சுருக்கமான சரிபார்ப்பு சோதனை நடத்தப்பட்டது. பிரிக் ஜோன்ஸ் முன்னால் வந்து என்ஜினியர் அதிகாரியை அழைத்து காபூல் வாயில் எங்கிருக்கிறது என்றார். "பின்னால் தொலைவில் இருக்கிறது. இப்போது நாம் லாகூர் வாயிலை அடையவிருக்கிறோம்" என்றேன் நான். அய்யோ என்ற அவர் காபூல் வாயிலில் நிற்க வேண்டும் என்றுதானே தனக்கு உத்தரவிடப்பட்டிருந்தது என்றார்.

நாங்கள் ஆரவாரமிட்டபடியே நிற்காமல் விரைந்து சென்றதுவரை எல்லாமே நன்றாகத்தான் போய்க் கொண்டிருந்தது. ஆனால், அந்த சரிபார்ப்பு சோதனைதான் சோகம். ஆட்கள் சுவற்றின் மூலைகளுக்குப் பின்னால் பாய்ந்தனர். சுவர் காவலரணுக்கு ஆதரவாக இருந்த அந்த வளைமுகட்டுப் பாதைகள் படிப்படியாக அச்சத்தைத் தருவித்தன. அவர்கள் ஒருவர் பின் ஒருவராக பின்னோக்கி திரும்பிச்செல்ல முயற்சித்தனர். நாங்கள் அவர்களை தடுத்து அரைமணி நேரத்திற்கு நிறுத்திவைத்தோம். ஆனால், இறுதியில் எல்லோருமே வந்துவிட்டனர். அதிகாரிகளுக்குப் பின்னால் கூடிய அவர்கள் காபூல் வாயிலை நோக்கிச் சென்றனர்.[17]

கனத்த பீரங்கிகளில் இருந்து வந்த குண்டுச் சிதறல்கள் லாகூர் வாயிலின் மீதும் பர்ன் கொத்தளம் மீது மழையாகப் பொழிந்தன. பக்த் கானின் துருப்புகளால் நிரம்பியிருந்த படையினர் சுவர் காவலரணிலும் சுவர்களிலும் கூடியதால் முழு அளவில் பின்வாங்க வேண்டியதாயிற்று. இந்தச் சமயத்தில்தான் கீழே இருந்த தெருவில் தோன்றிய நிக்கல்ஸன் அந்த சூழ்நிலையைச் சமாளிக்க முயற்சித்துக் கொண்டிருந்தார். பயந்துபோயிருந்த துருப்புகளை தரைத் தளத்திற்கு அழைத்து அணிவகுக்குமாறு கூறிய அவர் தன்னுடைய வாளை உருவினார். துப்பாக்கித் தோட்டாக்களும் பீரங்கிச் சிதறல்களும் சீறிக்கொண்டிருந்தபோதிலும் சுவர் அவருக்கு வலதுபக்கமும் வீடுகள் அவருக்கு இடதுபக்கமும் இருக்க அந்தக் குறுகலான தெருவில் நேராக முன்னேறிக்கொண்டே தன்னுடைய ஆட்களை பின்தொடர்ந்து வரும்படி அழைத்தார். ஆனால், தெருவில் பாதியைக் கடந்தபின்னரே தான் தனியாக இருப்பதை உணர்ந்த அவர் பின்னால் திரும்பி தன் துருப்புகளை அழைத்தார். தயங்கியபடியே தன் கையில் வாளை சுழற்றிக் கொண்டிருக்கையில் பர்ன் கொத்தளத்தில் இருந்த ஒரு ஸ்னைப்பர் சிப்பாய் அவரை நோக்கிச் சுட்டான். அந்த ரவை நிக்கல்ஸனின் தோள்பட்டைக்கு கீழே மார்பில் பாய்ந்தது. சற்று தாமதித்து வந்த வீரர்களில் ஒருவர் அவர் தாக்கப்பட்டிருப்பதாக அவரிடம் கூறினார். ‘ஆமாம், ஆமாம்,’ என்று எரிச்சலுடன் கூறியபடியே மண்ணில் சாய்ந்தார் நிக்கல்ஸன்.[18]

அவர் மீண்டும் காபூல் வாயிலுக்கு கொண்டுவரப்பட்டார். அங்கிருந்த இரண்டு பல்லக்குத் தூக்கிகளிடம் அவரை மலைத்தொடரில் இருக்கும் கொத்தள மருத்துவமனைக்கு கொண்டுசெல்லுமாறு சொல்லப்பட்டது. இருப்பினும், அதிகப்படியான குழப்பம், பிரிட்டிஷ் தாக்குதலில் ஏற்பட்ட தடுமாற்றம், எல்லாப் படையணியும் ஒழுங்கு குலைந்து பின்வாங்கியது ஆகியவற்றால் பல்லக்குத் தூக்கிகள் அந்தக் காயம்பட்ட ஜெனரலை தெருவில் ஓர் ஓரமாக கைவிட்டுச் சென்றுவிட்டனர். சற்று நேரத்திற்குப் பின்னர், ஃபிரெட் ராபர்ட்ஸ் அதன் வழியாக கடந்து செல்ல நேரிட்டது. இதுகுறித்து பின்வருமாறு எழுதியுள்ளார் அவர்.

காஷ்மீர் வாயில் வழியாக சென்றுகொண்டிருக்கையில் தூக்கிச் செல்பவர்கள் இல்லாமல் ஒரு பல்லக்குக் கிடப்பதைப் பார்த்தேன். அதில் ஓர் ஆளும் கிடந்தார். அவருக்கு ஏதாவது உதவி செய்ய முடியுமா என்று பார்ப்பதற்காக நான் குதிரையில் இருந்து கீழே இறங்கினேன். அங்கே இருந்தது [இறந்து கொண்டிருந்தது] ஜான் நிக்கல்ஸன் என்பதைக் கண்டபோது எனக்குத் துயரமும் அதிர்ச்சியும் ஏற்பட்டது. பல்லக்கு தூக்கிகள் பல்லக்கை அங்கேயே விட்டுவிட்டு கொள்ளையடிக்கச் சென்றுவிட்டார்கள் என்ற அவர், பெரும்வலியுடன் மருத்துவமனைக்கு செல்ல விரும்பினார். அவர் மல்லாந்து கிடந்தார். காயங்கள் எதுவும் புலப்படவில்லை. எப்போதுமே நிறமற்று காணப்படும் அவருடைய வெளிறிய முகத்தைப் பொறுத்தவரையில் அவர் தாங்கிக்கொண்டிருந்த வலியின் வேதனைக்கான எந்த அறிகுறியும் அதில் தெரியவில்லை. தனக்கு கடுமையான காயம் எதுவும் ஏற்பட்டுவிடவில்லை என்று கூறிய அவர் என்னிடம்: 'நான் செத்துக்கொண்டிருக்கிறேன். எனக்கு எந்த நம்பிக்கையும் இல்லை' என்றார். அந்த மகத்தான மனிதர் நிராதரவாகக் கிடந்த காட்சியும், அந்த மரணத் தறுவாயும் என்னால் தாங்கிக்கொள்ளவே முடியாத ஒன்று. மற்றவர்கள் என்னருகில் தினமும் செத்து மடிகிறார்கள். என்னைச்சுற்றி என்னுடைய தோழர்களும் நண்பர்களும் செத்து விழுகிறார்கள். ஆனால், அச்சமயத்தில் உணர்ந்த ஒன்றைப்போல் நான் வேறு எப்போதுமே உணர்ந்ததில்லை - நிக்கல்ஸனை இழப்பதென்பது எல்லாவற்றையுமே இழப்பதாகும்.'[19]

மதியவேளையில் பிரிட்டிஷாரின் துணிச்சல் வேகமாக வடிந்துபோனது. சுவர்களுக்குள்ளாக மாட்டிக்கொண்டபோது அவர்களுக்கு ஏற்பட்ட பதட்டமானது இப்போதும்கூட அவர்களுக்கு எதிராக திரண்டிருக்கும் படையின் அளவைக் குறித்தும், அவர்களை எதிர்ப்பதற்குண்டான கலகப்படையினரின் வலுவைக் குறித்தும் மேற்கொண்டு புரிந்துகொள்ள வழியமைத்தது. 'ஒவ்வொரு தெருவிலும், ஒவ்வொரு அடியிலும் எங்களுடன் மோதுவது என்று எதிரி தீர்மானித்துவிட்டான்' என்று தன்னுடைய ஆச்சரியத்தை வெளிப்படுத்தியிருக்கிறார் கர்னல் ஜார்ஜ் போர்ஷிர்.[20]

பிரிட்டிஷாருக்கு தற்போது அந்த நகரத்தில் கால்வாசி அளவுக்கே கட்டுப்பாடு இருந்தது. ஆனால், அந்தக் கால்வாசிக்கே அவர்கள் இதுவரை இல்லாத அளவுக்கு பெரும் இழப்பை சந்தித்துவிட்டனர். கொத்தளப் படைக்கு இப்போது ஏற்பட்டிருக்கும் இழப்பின் அளவை யாருமே எதிர்பார்த்திருக்கவில்லை. அதிகாலையில் அந்த நகரத்தின் மீதான தாக்குதலுக்கு அணிவகுத்து நின்றவர்களில் மூன்றில் ஒரு பகுதியினர் அந்திமத்தின்போது மரணமடைந்துவிட்டனர் - 1,100 படைவீரர்கள்

மற்றும் 60 அதிகாரிகளை இழந்திருந்த அவர்களில் ஆன்னி ஃபாரஸ்ட்டின் அன்புக்குரிய ஹேரி கேம்பியரும் அடங்குவார். மற்றொரு பலி, ஹார்வி கிரேத்தட் அவர் தோட்டாக்களுக்கு அல்லாமல் காலராவுக்கு பலியாகிவிட்டார்.

அச்சமயத்தில் மலைத்தொடரில் இருந்த கொத்தள மருத்துவமனை விவரிக்க முடியாத திகைக்க வைக்கும் காட்சியாக இருந்தது. ஒவ்வொரு படுக்கையாக சென்று பார்த்துக்கொண்டிருந்த பாதிரி ராட்டன் இறந்துகொண்டிருப்பவர்களுக்கு ஆறுதல் சொல்ல முயற்சித்துக் கொண்டிருக்கையில் 'மருத்துவர்களும் மருந்தளிப்பவர்களும் அறுவை சிகிச்சை செய்வதில் மூழ்கியிருந்தனர். உடல் பாகங்களை வெட்டியெடுப்பதென்பது ஏறக்குறைய எல்லா வகையிலும் மேற்கொள்ளப்பட்டது. கைகளும், கால்களும், விரல்களும்கூட ரத்தமேயின்றி உலர்ந்துபோய், இனி அவற்றிற்குரிய உடல்களின் உறுப்பினர்களாக அல்லாமல் தரையில் கேட்பாரற்றுக் கிடந்தன.'[21] வார்டுகளிலோ காயம்பட்ட உடல்கள் குவிந்திருந்தன. ஒரு கட்டிலில் இரண்டு அல்லது மூன்றுபேர் கிடந்தார்கள். எட்வர்ட் வைபர்ட்டும் அங்கே இருந்தார். காத்திருப்பில் வைக்கப்பட்டது மற்றும் இந்தத் தாக்குதலில் பங்கேற்பதில் இருந்து தடுக்கப்பட்டது ஆகியவை குறித்து அவர் அப்போதும் புலம்பிக்கொண்டிருந்தார்.

> *மற்ற எல்லோரைக் காட்டிலும் நான்தான் இந்த தாக்குதலில் எனக்குரிய இடத்தை எடுத்துக்கொண்டிருக்க வேண்டும். ஆனால், இந்த முகாமிலேயே இருந்தபடி, துரதிர்ஷ்டவசமாக காயம்பட்டு இறந்து கொண்டிருப்பவர்களை கவனித்துக்கொள்ள வேண்டும் என்ற தெய்வீக கட்டளைக்கு உள்ளாகியிருக்கிறேன். ஒவ்வொரு நிமிடமும் பாவப்பட்டவர்கள் உள்ளே கொண்டுவரப்படுகிறார்கள். இதுபோன்ற ஒரு பயங்கரத்தை நான் கண்டதே இல்லை. இந்த பயங்கரமான காட்சிகளைப் பார்க்கும்போது என் இதயம் வலிக்கிறது. தன்னுடைய வலதுகாலை இழந்த ஒரு பாவப்பட்ட மேஜரை நலம் விசாரிக்கச் சென்றிருந்தேன். ஆனால் அவருடைய உடல் ஒரு போர்வையில் வைத்து தைக்கப்பட்டிருப்பதைத்தான் கண்டேன். கிளர்ச்சியாளர்கள் மூர்க்கமாக சண்டையிட்டிருக்கிறார்கள். அவர்களுடைய ஆயுதப்படையணிகளுள் ஒன்றை நாங்கள் மூன்றுமுறை விரட்டியிருக்கிறோம். இன்னும் நாங்கள் அதைக் கைப்பற்றவில்லை என்றே நினைக்கிறேன்.*[22]

ஸ்கின்னர் மாளிகையில் இருந்த பிரிட்டிஷ் தலைமையகத்தில் உற்சாகமில்லை. சூழ்நிலையின் மொத்த கையறுநிலையும் தலைமையக ஊழியர்கள் மீதே விடியத் தொடங்கியிருந்தது. 'ஏறக்குறைய 12 மணிக்கு

தேவாலயத்தில் காலை உணவு கொஞ்சம் சாப்பிட்டேன். அப்போது மிக வேகமாக ஒரு சரமாரியான துப்பாக்கித் தாக்குதல் நடந்தது. என்னுடைய வாழ்க்கையில் அதற்கு முன்னர் இத்தனை பேருடைய துன்பம் நிறைந்த முகங்களை நான் பார்த்ததில்லை என்றே நினைக்கிறேன்' என்று தன்னுடைய பெற்றோருக்கு எழுதியுள்ளார் ஃபிரெட் ராபர்ட்ஸ்,

> *எல்லாப் படையணியும் பின்வாங்குமாறு வலியுறுத்தப்பட்டது. எங்களில் பத்தாயிரம் மடங்கு சிறந்த அதிகாரியான பாவப்பட்ட நிக்கல்ஸன் தன்னுடைய முகத்தில் மரணக்களையுடன் பல்லக்கில் கிடப்பதைப் பார்த்தேன். யாரும் எதற்கும் பொருத்தமானவர்கள் போல் தெரியவில்லை. கிழட்டு அதிகாரிகள் அனைவருக்கும் அறிவு மங்கிப்போய்விட்டது. உள்நோக்கத்துடனா என்று எனக்குத் தெரியாது. இதை இன்னும் மோசமாக்கும் வகையில் பியர் மற்றும் பிராந்திக் கடைகள் எல்லாம் திறந்து கிடந்த நிலையில் எங்களுடைய ஆட்களில் பலர் குடிபோதையில் இருந்தனர். மற்றவர்களால் தங்களுடைய ரெஜிமெண்டைக் கண்டுபிடிக்க முடியவில்லை. நாங்கள் கடந்த 5 அல்லது 6 நாட்களாக செய்து வைத்திருந்த கடும் உழைப்பு அனைத்தும் முடிவுக்கு வந்துவிட்டது.*
>
> *இந்த இரைச்சல்களுக்கு மத்தியிலும் நான் தூங்கச் சென்றுவிட்டேன். சூரியன் உதிக்கும்வரை எழுந்திருக்கவே இல்லை. [பின்னர்] எங்களுடைய நிலைகளைப் பார்த்துவரச் சென்றேன். எல்லா நிலையங்களும் ஒழுங்கின்றி இருந்தன. பொருள்கள் எதுவும் வந்து சேருவதுபோல் தெரியவில்லை. சமையற்காரப் பையன்களை அழைத்துவர முடியவில்லை - எல்லா மூலையிலும் எரிந்துகொண்டிருந்த தீ கடுமையானதாக இருந்தது. ஐரோப்பியர்கள் குடித்திருந்தனர். பூர்வகுடியினர் கொள்ளையடிக்கச் சென்றனர்.*[23]

ராணுவத்தில் ஒழுக்கமும் அறநெறியும் குலைந்துவரும் வேகத்தைக்கண்டு ஹட்ஸன் பயந்துபோனார். 'என்னுடைய வாழ்க்கையிலேயே முதல்முறையாக ஆங்கில வீரர்கள் அடுத்தடுத்து தங்களுடைய அதிகாரிகளுக்கு கீழ்ப்பணிய மறுப்பதை இப்போதுதான் பார்க்கிறேன். கடும் உழைப்பாலும், மோசமான குடியினாலும் துருப்புகள் முற்றிலுமாக ஒழுக்கம் தவறிவிட்டார்கள் என்பதே உண்மை' என்று அவர் தன்னுடைய மனைவிக்கு எழுதிய கடிதத்தில் குறிப்பிட்டுள்ளார்.[24]

இதனினும் மோசமானது என்னவென்றால், ஜெனரல் வில்ஸன் தன்னுடைய தாக்குதலின் மீதிருந்த நம்பிக்கை அனைத்தையும் இழந்துவிட்டதுபோல் தெரிந்ததுதான். அத்துடன் அவர் பின்வாங்குவதிலேயே குறியாக இருந்தார். 'சோர்வினாலும்

கவலையினாலும் வில்ஸன் பெருமளவு குலைந்து போய்விட்டார். அவரால் நிற்கக்கூட முடியவில்லை' என்று எழுதியுள்ளார் ஹட்ஸன்.[25]

மதியத்திற்கு பிந்தைய வேளையில் இன்னும் மோசமான செய்திகள் வந்தவண்ணம் இருந்தன. மேஜர் ரீட் தலைமையிலான நான்காவது படையணி லாகூர் வாயிலை கைப்பற்றுவதில் தோல்வியடைந்தது மட்டுமல்லாமல், காஷ்மீர் மஹாராஜாவின் துருப்புகள் ரீடின் படையினருடன் இணைக்கப்பட்ட பின்னரும் 'பெரேலி மற்றும் நிமாக் முகாம்களைச் சேர்ந்த பெருந்திரளான காஸிக்களின் உதவியுடன்' பக்த் கான் மற்றும் அவருடைய பெரேலி துருப்புகளின் தீர்மானகரமான எதிர்த்தாக்குதலின் முன்பாக அவர் ஹிந்து ராவ் மாளிகைக்கு பின்வாங்கவும் நேரிட்டது.[26] அதே பிரிகேடின் மற்றொரு பிரிவும் சூரிய அஸ்தமனத்தின்போது 'பெரும் எண்ணிக்கையில்' மோரி கொத்தளத்தின் சுவர்களுக்குள் தீவிரமான எதிர்த்தாக்குதலைத் தொடங்கி இரவு முழுவதும் தொடர்ந்து நடத்தியது.[27]

மோரி கொத்தளம் மற்றும் காபூல் வாயிலுக்கு இடையிலான வடமேற்கு முன்னணியில் இணைத்துக்கொள்ளப்பட்ட துருப்புகளில் இருந்தவர்களுள் ஒருவரான கெண்டல் காகில் இந்த ஜிகாதிகளை சாத்தான்கள் மற்றும் மதவெறியர்களின் இனமாகவே, குறிப்பாக அச்சுறுத்தல் மிகுந்த எதிரிகளாகவுமே கண்டார். அவருடைய சக பணியாளர்கள் பலரையும் போன்றே தன்னிடத்தில் முன்பிருந்த வீரமும், ரத்தவெறியும் பயத்திற்கு வழியமைத்துவிட்டதைக் கண்டு ஆச்சரியமடைந்தார். இதுகுறித்து அவர் பின்வருமாறு எழுதியுள்ளார்:

> *பூர்வகுடிகள் ஒவ்வொரு இடத்தையும் அங்குலம் அங்குலமாக பாதுகாத்தார்கள். இது ஒரு கடுமையான சண்டை. எங்களிடத்தில் எஞ்சியிருக்கும் சில ஆட்களின் துப்பாக்கிகளுக்கு எதிராக அவர்கள் எண்ணிக்கையிலும், ஆயுதங்களிலும் விஞ்சியிருக்கிறார்கள். ஆனால், எங்களுக்குத் தரப்பட்ட உத்தரவுகள் கைப்பற்றுவதும் தக்கவைப்பதும்தான் என்பதால் வேறு எந்த உதவியும் கிடையாது. அச்சமயத்தில்தான் நாங்கள் தோல்வியை நோக்கிச் சென்றுகொண்டிருப்பதைக் கண்டேன். எங்களுடைய அதிகாரிகள் சோர்வுற்றுச் செத்து மடிந்தார்கள். ஒருகணம் எல்லா உணர்ச்சிகளும் வடிந்துபோயின. ஒவ்வொரு வாயிலையும் கடைசிவரை தக்கவைத்துக்கொள்ள வேண்டும் என்பதே எங்களுக்கான உத்தரவாக இருக்கையில், ஒவ்வொரு வாயிலிலும் நாங்கள் சிதறிக்கொண்டிருந்தோம். அதனால் காபூல் வாயிலில் ஏறக்குறைய நாங்கள் 200 பேர் மட்டுமே இருந்தோம். ஏறக்குறைய 3,000 நபர்கள் மற்றும் இரண்டு லேசுரக பீரங்கிகளுடன் எங்களைச் சுற்றிச் குழுமியபடி எதிரி எங்களைத் தாக்கினான். நாங்கள் அவர்களைத் தாக்கியிருந்தால், எங்களை அப்பால் துரத்திவிட்டு அந்த இடத்தைக்*

கைப்பற்றியிருப்பான். அதனால், நாங்கள் அப்படியே கீழே கிடந்து அவர்கள் நெருங்கி வரும்வரை காத்திருந்து சுட்டோம். பின்னர், எப்போதும்போல் எங்களுடைய பயோனெட்டுகளால் தாக்கினோம். இது காலை 9 மணியில் இருந்து மாலை 4 மணிவரை தொடர்ந்தது. திருப்பித் தாக்குவதிலோ அல்லது எங்களுக்கு உதவி கிடைக்கும் என்றோ நம்பிக்கை இல்லாமல் சற்றுத் தொலைவில் இருந்தபடியே தாக்குதலை நடத்தினோம் என்பதுடன் நாங்கள் நேராகவே முன்னேறிக் கொண்டிருந்ததால் இடதுபக்கமோ, பின்பக்கமோ என்ன நடக்கிறது என்பதே எங்களுக்குத் தெரியாது.

நாள் முழுவதும் எங்களுக்கு சாப்பிடுவதற்கோ குடிப்பதற்கோ எதுவும் இல்லாமலேயே அன்றைய நாள் முடிவுற்றது. எனக்கிருந்த ஒரே ஆறுதல் பிராந்தி கலந்த ஒரு சோடா தண்ணீர் புட்டியும், என்னருகில் தொங்கிக்கொண்டிருந்த தண்ணீர் புட்டியும்தான். அதுவும்கூட சுடப்பட்டு சாராயம் வீணாகிவிட்டது. இரவு முழுவதும் நாங்கள் தாக்கப்பட்டதால் ஆயுதங்களின் கீழேயே அன்றைய இரவைக் கழித்தோம்.[28]

நிக்கல்ஸனின் இழப்பால் அச்சமுற்றதாலும், ஹிந்து ராவ் மாளிகை வரையிலும் வந்து அதை சுற்றி வளைத்துவிட்ட பக்த் கான் துருப்புகளை தன்னிடம் இருந்து துண்டித்துவிடக்கூடிய அச்சுறுத்தல் குறித்து தெரிந்துகொண்டதாலும், ஒவ்வொரு மணிநேரமும் 'மிகுந்த கவலையும் மன அழுத்தமும்' அதிகரித்துக்கொண்டே சென்றதாலும் வில்ஸன் இப்போது கடும் மன அழுத்தத்தில் இருப்பது தெளிவாகவே தெரிந்தது. என்ஜினியர் ரிச்சர்ட் பேர்ட்-ஸ்மித்தின் தலைமையிலான அதிகாரிகளால் மட்டுமே அந்த நகரத்தில் இருந்து உடனடியாக பின்வாங்குவது என்ற அவருடைய உத்தரவை திரும்பப் பெறவைக்க முடிந்தது. இவர்தான் தாக்குதல் விவரங்களைத் திட்டமிட்டவர் என்பதுடன் 'இச்சமயத்தில் "நாம் தக்கவைத்தே ஆகவேண்டும்" என்று வலியுறுத்தி' ஒரு தீர்மானகரமான, சமரசமற்ற தொனியில் கூறியபோது எல்லா விவாதங்களும் முடிவுக்கு வந்தன.[29]

வில்ஸனின் மூத்த அதிகாரிகளுள் ஒருவரான நெவில் சாம்பர்லின் லாகூரில் இருந்த லாரன்ஸிற்கு எழுதிய கடிதத்தில் வில்ஸனின் தளர்வுற்ற துணிச்சல் மட்டுமே டெல்லிக்கான சண்டையில் நம்மை தோற்கடித்துவிடும் என்று தன்னுடைய அவசரகதியிலான கவலையைத் தெரிவித்திருந்தார். 'வெற்றிபெறக்கூடிய ஒரு ராணுவத்திற்கு உத்தரவிடும் ஒரு ஜெனரல் என்பதைவிட நாளுக்கு நாள் பித்துப்பிடித்தவர் போன்றே அவர் காணப்படுகிறார். அடிக்கடி அவரே எல்லோரிடமும் பேசுவதை வைத்துப் பார்க்கும்போது அவருடைய மூளை மழுங்கிவிட்டது என்பது தெளிவாகிறது' என்று எழுதியுள்ளார் சாம்பர்லின்.

> *நீங்கள்தான் இந்த விஷயத்தை கையில் எடுத்துக்கொள்ள வேண்டும், இல்லையென்றால் எதுவும் செய்ய முடியாது. பிரச்சினைக்குரிய நேரங்களில் தன்னுடைய மனநிலைக்கு ஏற்றவர்களைத் தவிர வேறு யாரையுமே ஜெனரல் சந்திப்பதில்லை. எல்லாவிதமான பரிந்துரைகளுக்கும் அவர் அளிக்கும் பதில், 'இது சாத்தியமில்லை' என்பதாகவே இருக்கிறது, அவரே எல்லாவிதமான சிக்கல்களையும் உருவாக்கிவிடுகிறார். டெல்லி வீழ்ந்தபின்னர் மலைப்பிரதேசங்களுக்கு சென்றுவிடுவதே தன்னுடைய நோக்கம் என்று அவர் என்னிடமே ஒருமுறை கூறியிருக்கிறார். ஆனால் [வெளிப்படையாக சொல்வதென்றால்] தன்னுடைய இந்த நோக்கத்தை அவர் நிறைவேற்றிக்கொள்ளப் போவதில்லை என்பதுதான் பரிதாபக்குரியது.[30]*

பின்வாங்குவது என்ற வில்ஸனின் விருப்பம் மலைத்தொடரில் இருந்த கொத்தள மருத்துவமனையில் இறந்துகொண்டிருந்த நிக்கல்ஸனை எட்டியபோது, தன்னுடைய குணாதிசயப்படி அவர் மேலும் உக்கிரமானார். வலியும், சோர்வும் மிஞ்சியிருந்தபோதிலும் எப்படியோ தன்னுடைய கைத்துப்பாக்கியை எடுத்துவிட்டார் அவர். 'நன்றி இறைவா, தேவைப்பட்டால் அவரைச் சுடும் அளவிற்கு எனக்கு இன்னும் வலு இருக்கிறது' என்று உறுமினார் நிக்கல்ஸன்.[31]

அமைதியான அடுத்தநாளே ஒரு மருத்துவரை அழைத்து, லாகூரில் இருந்த லாரன்ஸிற்கு, சாம்பர்லினுக்கு அடுத்தபடியாக ஒரு கடிதம் எழுதினார் அவர். 'சர் ஜான் அவர்களுக்கு சொல்லிக்கொள்வது என்னவென்றால் குலைந்துபோய்விட்ட, அதையும் தானே உணர்ந்தவரான வில்ஸனுக்கு பதிலாக வேறு ஒருவரை நியமிக்குமாறு பரிந்துரை செய்கிறேன். வில்ஸன் போன்ற ஒருவரை படைக்குத் தளபதியாக வைத்திருப்பது நம்முடைய தேசிய தலைவிதியோடு விளையாடிக் கொண்டிருப்பது என்றே நான் கருதுகிறேன்' என எழுதியுள்ளார்.[32]

செப்டம்பர் 14 அன்று சீக்கிரமாகவே எழுந்துவிட்ட ஜாகிர் தேலவி செங்கோட்டையில் தன்னுடைய வழக்கமான பணிகளைக் கவனிப்பதற்காக நகரத்தின் வழியாக சென்றுகொண்டிருந்தார். இப்போது பலத்த பீரங்கி சத்தத்திற்கு பழகிப்போய்விட்ட அவர் வடக்கே அரைமைல் தள்ளி நடந்துகொண்டிருந்த சண்டையின் முக்கியத்துவம் குறித்து ஏதும் அறியாதவராகவே இருந்தார். சாந்தினி சௌக்கில் நுழைந்தவுடன் ஒரு ராஜாங்க அதிகாரியை எதிர்கொண்டதுதான் வழக்கத்திற்கு மாறாக

அவர் கண்டதன் முதல் அறிகுறி. எதிர்த்திசையில் வந்துகொண்டிருந்த அந்த அதிகாரி கோட்டையின் வாயில்கள் மூடப்பட்டுவிட்டதால் தேவையில்லாமல் அந்தத் திசையில் செல்ல வேண்டாம் என்று தேலவியிடம் கூறிச்சென்றார்.

அப்போதுதான் நகரத்தின் எல்லாக் கடைகளும் மூடப்பட்டிருப்பதை கவனித்தேன். பஜாரும் வழக்கத்திற்கு மாறாக வெறிச்சோடிப் போயிருந்தது. ஓரிருவர் மட்டுமே நடந்து போய்க்கொண்டிருந்தனர். என்ன விஷயம் என்று நானே சென்று பார்த்துவரலாம் என நினைத்தேன். ஆனால், நான் [கோட்டையின் லாகூர் வாயிலை அடைந்தவுடன் அது மூடப்பட்டிருப்பதைக் கண்டேன். அந்த வாயிலுக்கு முன்பாக வெடிகுண்டு நிரப்பப்பட்ட இரண்டு பீரங்கிகள் நிறுத்திவைக்கப்பட்டிருந்தன. அதன் அருகில் நின்றுகொண்டிருந்த ஒரு கூட்டம் காலைநேர சண்டை குறித்த விவரங்களை அளித்துக்கொண்டிருந்த ஹவில்தாரை கவனித்துக் கொண்டிருந்தது.

அத்தருணத்தில் உள்ளே நுழைந்த ஒரு குதிரைப்படை ரெஜிமெண்ட் தங்களுக்குத் தேவைப்படும்போது வாயில்களைத் திறக்க வேண்டும் என்று காவலாளிகளை நோக்கி கூச்சலிட்டது. உதவிப்படைகள் குவிந்திருக்கும் நகரத்தின் காபூல் வாயிலுக்கு செல்லுமாறு ஹவில்தார் அவர்களுக்கு அறிவுறுத்தினார். இதைக் கேட்டதும், நான் என்னுடைய வீட்டை நோக்கித் திரும்பினேன்.

பவானி ஷங்கர் மாளிகை இருந்த திசையில் இருந்து புர்பியாக்கள் வேகமாக ஓடிவருவதைக் கண்டபோது நான் ரொம்பதூரம் சென்றுவிடவில்லை. அவர்கள் சண்டையில் இருந்து தப்பி ஓடிவந்திருக்கிறார்கள் என்பது தெளிவாகவே தெரிந்தது. கோழைத்தனமான திலங்காக்களை கண்டதும் அருவருப்படைந்த நகரமக்கள் அவர்களிடம், 'இந்தப் போரில் சம்பந்தப்பட்ட நகரத்துடன் சேர்ந்துவிட்டபின் ஏன் தப்பி ஓடுகிறீர்கள்?' என்று கேட்டனர். இதைக் கேட்டதும், தங்களுடைய துப்பாக்கிகளையும் வாட்களையும் விட்டெறிந்த புர்பியாக்கள், 'நாங்கள் சண்டையிட்டுக் கொண்டுதான் இருக்கிறோம். இப்போது நீங்கள் கொஞ்சம் சண்டையிட்டால்தான் என்ன?' என்றனர்.

வீட்டிற்குச் செல்லவேண்டிய நேரம் வந்துவிட்டது என்று ஜாகிர் முடிவு செய்துகொண்டார். ஆனால், அவர் பாலிமாரனை அடைந்ததும் முஹல்லாவின் வாயில் ஏற்கனவே மூடப்பட்டுவிட்டதைக் கண்டார். பின்பு அவர் சாந்தினி சௌக்கில் இருக்கும் சோட்டா தாரிபா வாயிலை நோக்கித் திரும்பினார். அங்கும் அந்த வாயில் மூடப்பட்டிருந்தது. ஆனால், ஒரு சிறு

திட்டிவாயில் மட்டும் திறந்திருந்தது. அதன் வழியாக நெருங்கிச்சென்று பார்த்த அவர் அந்த சண்டை இப்போது கோட்வாலி வரை வந்துவிட்டதைக் கண்டார். முழுக்க முழுக்க துரதிர்ஷ்டமான நிலையில் அவர் ஜமா மசூதியை நோக்கி விரைந்துகொண்டிருந்த தியோவின் படையணிக்கு நேராக ஓடினார்.

கோட்வாலி இருந்த பக்கத்தில் இருந்து என்னை நோக்கி வந்த சரமாரியான துப்பாக்கிக் குண்டுகள் சாலையைத் துளைத்து ஆலங்கட்டி மழையைப்போல் பொழிந்தது. கோட்வாலிக்கு நேர்முன்பாக நின்றிருந்த ஓர் ஆங்கில ராணுவத் தொகுதியினர் கண்ணுக்குபட்ட எல்லோரையும் சுட்டுத்தள்ளினார்கள். எனக்கு அடுத்தபடியாக நின்றிருந்த ஒருவன் வயிற்றில் சுடப்பட்டு இரண்டாக மடிந்துகிடந்தான். அவனை திட்டிவாயில் வழியாக பாதுகாப்பாக வெளியே இழுத்துச்சென்று விட்டுவிட்டு நேராக வீட்டுக்கு விரைந்தேன்.

வந்ததும் என்னுடைய அறைக்குச் சென்ற நான் எலும்பை சில்லிட வைக்கும் அதிர்ச்சியினால் அப்படியே அமர்ந்துவிட்டேன். ஆங்கில ராணுவம் இந்த நகரத்திற்குள் நுழைந்துவிட்டதையும், புர்பியாக்கள் ஓடிவிட்டதையும் நான் என் கண்களாலேயே கண்டுவிட்டேன். இப்போது ஆங்கிலேயர்கள் வீட்டுக்கு வீடு நுழைந்து கொலைசெய்யத் தொடங்கப் போகிறார்கள். சாவதற்கான நேரம் வந்துவிட்டதென்றே நினைத்தேன். இப்போது பிரார்த்தனை செய்வதைத் தவிர வேறு ஒன்றும் செய்ய முடியாது. என்னதான் நடக்கப்போகிறது என்பதை பொறுத்திருந்துதான் பார்க்க வேண்டும்.

நான் பார்த்த எதைப்பற்றியும் என்னுடைய அம்மாவிடமோ, என்னுடைய குடும்பத்தாரிடமோ சொல்லிக்கொள்ளாத நான் என்னுடைய அறையிலேயே பிரார்த்தித்துக் கொண்டிருந்தேன். ஒன்றரை மணிநேரம் பீரங்கிகள் இடைவிடாது வெடிக்கும் சத்தம் கேட்ட பின்னர் அது என்னுடைய வீட்டிற்கு வெளியில் இருந்தே வருவது போலிருந்தது. நாங்கள் இருந்த சந்திற்குள் ஒரு பீரங்கி எப்படி நுழைந்தது என்று ஆச்சரியப்பட்டேன். அதனால் இரண்டு மூன்று வேலையாட்களை அழைத்துக்கொண்ட நான் என்ன நடக்கிறது என்பதைப் பார்க்க வீட்டிற்கு வெளியில் சென்றேன்.[34]

ஜாகிரின் குழு முக்கிய சாலையை அடைந்தபோது ஆங்கில ராணுவம் எங்கே போய்விட்டதென்று வழிப்போக்கர்களிடம் கேட்டனர். அவர்கள் விரட்டியடிக்கப்பட்டதாகச் சிலர் கூறினர். பின்னர் பெரிய மசூதிக்கு பின்புறம் இருந்த சாவுரி பஜாருக்குச் சென்ற ஜாகிர் அங்கே கைகளில் வாட்கள், கத்திகள், கூராக்கப்பட்ட மூங்கில் லத்திகள்

மற்றும் தங்களுக்கு கிடைத்த எல்லாவிதமான ஆயுதங்களோடும் மக்கள் சுற்றிக்கொண்டிருப்பதைக் கண்டார்.

> *நான் ஜமா மசூதியின் பக்கமாக வந்தபோது ஒரு கணம் மரக்கடைக்குத்தான் வந்துவிட்டோமோ என்று தோன்றும் வகையில் இறந்த உடல்களில் பெரும் குவியல் ஒன்று காணப்பட்டது. கில்ஹி பஜார் முழுவதிலும், மசூதிக்கும் கோட்வாலிக்கும் இடையில் இருந்த சந்துகளிலும் மென்மேலும் அதிகப்படியான உடல்கள் சிதறிக் கிடந்தன. என்ன நடந்தது என்று அந்த தெருவாசிகளிடம் கேட்டேன். ஆங்கில ராணுவம் ஜமா மசூதியின் படிக்கட்டுகள் வரை வந்துவிட்டதாகவும், அதே நேரத்தில் சில ஆங்கில படைவீரர்கள் வீடுகளுக்குள் புகுந்து கொள்ளையடிக்கத் தொடங்கிவிட்டனர் என்றும் அவர்கள் கூறினர்.*
>
> *பின்பு அவர்கள் ஜமா மசூதியைக் கொள்ளையடிக்க முயற்சித்துள்ளனர். அவர்கள் உள்ளே வந்துவிட்டால் அந்த ஆலயத்திற்குள்ளேயே வைத்து கொல்லத் தொடங்கிவிடுவார்கள் என்று நினைத்த மசூதியில் இருந்த ஆட்கள் வெளியே சென்று அவர்களை எதிர்கொள்வதே சிறந்தது என நினைத்தனர். அதனால், தங்களுடைய துப்பாக்கிகளால் சுட்டபடியே அவர்கள் மசூதியில் இருந்து வெளியே வந்தனர். ஆங்கிலத் துருப்புகளில் பலரும் கொல்லப்பட்டு காயமடைந்தனர். இறுதியில் அவர்கள் காஷ்மீரி வாயிலை நோக்கிப் பின்வாங்கினர். அங்குதான் ஆங்கிலேயர்கள் தங்களை நிலைப்படுத்திக்கொண்டு பீரங்கிகளை நிறுவியிருந்தனர்.*[35]

ஜாகிர் மீண்டும் வீட்டிற்கே சென்று சற்றுநேரம் உறங்க முயற்சித்தார். இருப்பினும், அடுத்தநாள் காலையே அந்த நகரம் முழுவதும் வதந்திகள் பரவத்தொடங்கின. அதாவது இரவுப்பொழுதில் ஆங்கிலேயர்கள் ஒவ்வொரு வீடாக நுழைந்திருக்கின்றனர். ஏணிகளை வைத்து அறைகளுக்குள் ஏறியிருக்கிறார்கள். ஜெனானாக்களுக்குள் ஏறி அங்கு உறங்கிக்கொண்டிருந்த பெண்களைக் கொன்றுவிட்டு அவர்களுடைய நகைகளை திருடியிருக்கிறார்கள். இந்த வதந்திகளில் எந்த அளவுக்கு உண்மை இருந்திருக்கும் என்பது தெளிவாகத் தெரியவில்லை - இந்த நிலையில் நடந்த கொள்ளை காஷ்மீரி வாயிலைச் சுற்றிலும் பிரிட்டிஷார் வசம் ஏற்கனவே விழுந்துவிட்ட பகுதிகளுடன் நிறுத்திக் கொள்ளப்பட்டதுபோல் தெரிகிறது - ஆங்கிலேயர்கள் விரட்டியடிக்கப்பட்ட பின்னர் முந்தைய நாளில் அந்த நகரத்தை ஆட்கொண்டிருந்த வெற்றிப் பெருமிதம் ஒவ்வொரு வீட்டிலும் சட்டென்று பின்வாங்கிச் சென்றவிட்டபடியால் அச்ச உணர்வே எங்கும் நிலவியது.

சர்வார் உல்-முல்க்கின் குடும்பத்தினர் 14 ஆம் தேதி காலைநேர உணவின்போது பிரிட்டிஷார் சுவர்களுக்குள்ளே வந்துவிட்டார்கள் என்றும், அவர்கள் கொலைசெய்ய காத்திருக்கப் போவதில்லை என்று கேள்விப்பட்டார்கள். தங்களுடைய தூரத்து உறவினர் நவாப் ஜியா உத்-தௌலாவுடன் கலந்தாசித்த அவர்கள் தங்களுடைய அபாயத்தை சோதித்துப் பார்த்துவிடுவதென்று தீர்மானித்து, வாய்ப்பிருக்கும்போதே ராஜபுதனத்தின் ஆல்வாரில் உள்ள தங்களுடைய உறவினர் வீட்டிற்கு தப்பிச் சென்றுவிடுவதென்று தீர்மானித்தனர். சர்வார் உல்-முல்க்கின் மாமா மட்டுமே இந்த திட்டத்திற்கு எதிரானவராக இருந்தார். இதனை தன்னுடைய ஜோதிடக் கணக்குகள் மூலம் தீர்மானித்த அவர் ஆங்கிலேயர்கள் நிச்சயம் தோற்கடிக்கப்படுவார்கள் என்றார்.

> *பெரும் வருத்தத்தில் இருந்த என்னுடைய அப்பா டெல்லி வாயிலுக்கு அருகாமையில் [இருந்த அவருடைய வீட்டிற்கு] வந்தார். தன்னுடைய மூத்த சகோதரனின் வீட்டிற்கு அத்தியாவசியப் பொருள்களை கொண்டுவந்து அவர்களுக்கு பாதுகாப்பாக இருக்கலாம் என்று நினைத்தார். ஆனால், இதில் அவர் வெற்றிபெறவில்லை. சட்டென்று அந்த நகரத்தில் [நகரத்தின் வடக்குப் பகுதியில்] பெரும் கூச்சல் எழுந்தது. ஒவ்வொரு தெருவிலும் சந்துகளிலும் கைச்சண்டை வலுத்தது. வெள்ளையின வீரர்கள் தங்களுடைய இந்திய மற்றும் பதான் கூட்டாளிகளுடன் சேர்ந்து, கையில் எல்லாவிதமான ஆயுதங்களையும் ஏந்தி, வெற்றிக்களிப்பில் குடித்துக் கொள்ளையடிக்கின்ற வேலையில் முழு வேகத்தில் இறங்கியிருந்தனர். அவர்கள் பெண்கள், குழந்தைகள் என்றோ, மூத்தவர்கள், இளையவர்கள் என்றோ வித்தியாசம் பார்க்கவில்லை. ரத்த ஆறு ஓடியது. பின்னர் ஜெனானாக்களுக்குள் நுழைந்த பல்வேறு குழுக்கள் தங்களுடைய கணவர்களின் தலைவிதி என்னவானது என்று தெரியாமல் எல்லாத் திசைகளிலும் தப்பியோடிய - இதுகுறித்து, 'சூரியக் கதிர்கள்கூட அவர்களுடைய உடல்களை தீண்டிவிடாத அளவுக்கு இறுக்கமாக முக்காடிட்டிருந்தவர்கள்' என்று ஃபிர்தௌஸி மிகச்சரியாக குறிப்பிட்டிருந்த - பெண்களை கொள்ளையடிக்கத் தொடங்கினர்.*
>
> *நகரத்தின் [டெல்லி, அல்லது தெற்கு] வாயில் எங்கள் வீட்டிற்கு அருகாமையில் இருந்தது. என்னுடைய அப்பா, என்னுடைய தாய்வழி மாமா மற்றும் பெண்கள், குழந்தைகள் மற்றும்*

வேலையாட்களுடன் பெரும் அவசரத்துடனும் பயத்துடனும் நாங்கள் தப்பிச் சென்று, [சுவர்களுக்கு வெளியில்] ஒரு துறவியியின் கல்லறையில் அடைக்கலமானோம். எங்களுடைய பழைய வேலையாட்களுடன் சேர்ந்துகொண்ட பின்னர்தான் என்னுடைய மாமா நவாப் ஜியா உத்-தௌலா மரணமடைந்த செய்தியை நாங்கள் தெரிந்துகொண்டோம். தாங்களாகவே கைகளில் ஆயுதங்களை ஏந்திக்கொண்ட அவர்கள் வீட்டிலிருந்த பெண்கள், குழந்தைகள் மற்றும் வேலையாட்களுடன் கால்நடையாகவே வெளியே சென்றிருக்கின்றனர். ஆனால், அந்த சௌக்கில் அல்லது அதற்கு அருகாமையில் அவர்கள் 'ஒற்றைக்கண் மெட்கால்ஃபை' [தியோ] எதிர்கொண்டனர். அதைத்தொடர்ந்து ஏற்பட்ட சண்டையில் இருவருமே கொல்லப்பட்டனர். பெண்களுக்கும் குழந்தைகளுக்கும் என்ன ஆனது என்று தெரியவில்லை.

இந்த வருத்தத்திற்குரிய செய்தியைக் கேள்விப்பட்ட பின்னர் இதுகுறித்து விவரிப்பதே சிரமமாகிவிட்டது. எங்களுடைய நிலை சற்று பரவாயில்லை. இருதரப்பினருமே தங்களுடைய உயிர் மற்றும் உடைமைகள் குறித்த அச்சத்தில்தான் இருந்தனர் - ஒருபக்கம் கிளர்ச்சியாளர்கள், மற்றொரு பக்கம் ஆங்கிலேயர்களும் அவர்களுடைய ஆதரவாளர்களும்! அன்றைய தினத்தில் சூறையாடப்போவது அல்லது கொள்ளையடிக்கப்போவது யார் என்று இருதரப்பினருமே ஒருவருக்கொருவர் போட்டிபோடப் போகிறார்கள் என்பதுபோல் தோன்றியது.[36]

தனித்திருந்தது சர்வார் உல்-முல்க்கின் குடும்பம் மட்டுமல்ல. பிரிட்டிஷார் இப்போது ஆபத்தான வகையில் கட்டுப்படுத்திக்கொண்டிருந்த எல்லாப் பகுதிகளிலுமே - அந்த நகரத்தின் வடகிழக்குப் பகுதியில் - இருந்த வீடுகளும் கொள்ளையிடப்படுவதற்கான எல்லா சாத்தியங்களையும் கொண்டிருந்தன. சண்டையிடும் வயதுடைய எந்த ஓர் ஆணும் மோதுவதற்கு தயாரானவன் என்றே கருதப்பட்டான். டெல்லி குடியிருப்புவாசிகளில் குறிப்பிடத்தகுந்த பகுதியினர், குறிப்பாக கடன் தருபவர்கள் மற்றும் சொத்துக்கள் வைத்திருந்த அல்லது தொழில் செய்து வந்தவர்கள் சிப்பாய்களால் நான்கு மாதங்களாக கொள்ளையடிக்கப்பட்டு வந்திருக்கிறார்கள். அவர்கள் இந்த அராஜகத்தின் முடிவுக்காக ஏங்கிக் கிடந்தனர். கம்பெனியார் திரும்பி வந்தால்தான் எல்லாவிதமான எரிச்சல்களும் அநீதிகளும் முற்றுபெற்று குறைந்தபட்சம் நகரத்தில் சட்டம் ஒழுங்காவது பழைய நிலைக்குத் திரும்பும் என்று நம்பினர். மேலும், தங்களுடைய பல்வேறு உளவாளிகள் மூலமாக இந்த மௌனமான ஆதரவைப் பற்றி பிரிட்டிஷாருக்கும் நன்றாகவே தெரிந்திருந்தது. டெல்லி குடியிருப்புவாசிகள் யாருமே ஒரு சாதாரண கொள்ளையிடலையோ, ஒரு

சிறிய படுகொலையையோதான் எதிர்பார்த்தனர். ஆனால், சுவர்களுக்குள் வந்தபின்னர் பிரிட்டிஷார் தங்களுடைய கூட்டாளிகள் மற்றும் ஆதரவாளர்கள் அனைவரையும் மறந்தே போனார்கள். அவர்களுடைய மிகவும் அர்ப்பணிப்புள்ள உளவாளிகளுக்குக்கூட பாதுகாப்பில்லை. இதனை செப்டம்பர் 15 ஆம் தேதி வாக்கில், எந்தவித விளக்கமும் இல்லாமல் கைதுசெய்யப்பட்டபோது உணர்ந்து கொண்டார் மௌலவி முகம்மது பக்கார்.[37]

இதையெல்லாம் காட்டிலும் உச்சகட்ட அநீதியான விஷயம்தான் மிகுந்த ஆங்கிலேயே அடிவருடிகளாக இருந்தவர்களைக்கூட அச்சுறுத்தியது. இதுகுறித்து முய்னுதீன் ஹுஸைன் கான், 'இந்த நகரத்தில் யாருடைய உயிருக்கும் பாதுகாப்பில்லை. திடகாத்திரமான ஆண்கள் அனைவருமே கலகக்காரர்கள் என்று பிடித்துச்செல்லப்பட்டு சுட்டுக்கொல்லப்பட்டனர்.' என்று எழுதியுள்ளார். ஆரம்பத்தில் இருந்தே சிப்பாய்களை வெறுத்து வந்தவரும், இப்போது திரும்பி வந்திருக்கும் பிரிட்டிஷாரின் காட்டுமிராண்டித்தனத்தால் சற்றே பயந்து போயிருந்தவருமான காலிப், 'வெற்றியாளர்கள் தெருக்களில் தாங்கள் கண்ட எல்லோரையும் கொன்றனர். கோபமுற்ற சிங்கங்கள் நகரத்திற்குள் நுழைந்து, நிராதரவானவர்களையும் பலவீனமானவர்களையும் கொன்று அவர்களுடைய வீடுகளை எரியூட்டின. கூட்டம் கூட்டமாக எங்குபார்த்தாலும் படுகொலைகள்! தெருக்கள் அச்சத்தால் நிரம்பியிருக்கின்றன. வெற்றிபெற்ற பின்னர் எப்போதுமே இதுபோன்ற அராஜகங்கள்தான் நடக்கும் என்பதாலும் இப்படி நடந்திருக்கலாம்' என்று தஸ்தான்பையில் எழுதினார்.[38]

இந்தக் கலகப்பரவலின்போது தங்களுடைய நண்பர்களை அல்லது குடும்ப உறுப்பினர்களை இழந்தவர்கள்தான் மிகக் கொடூரமான கொலைகாரர்களாக இருந்தனர். பிரிட்டிஷார் நகரத்திற்குள் நுழைந்த உடனேயே சார்லஸ் கிரிஃபித் குர்கானின் முன்னாள் கலெக்டரும், ஆன்னி ஜென்னிங்ஸின் நண்பரும், சக கூட்டுப்பாடகருமான மிஸ் கிளிஃபோர்டின் மூத்த சகோதரர் ஜான் கிளிஃபோர்டை சந்தித்தார். கலகப்பரவலுக்கு முந்தையநாள் இரவில்தான் ஜான் தன்னுடைய சகோதரியை செங்கோட்டையில் இருந்த ஜென்னிங்ஸின் குடும்பத்தாருடன் தங்க வைத்திருந்தார். இப்போது அவளுடைய மரணத்திற்காக அவர் தன்னையே குற்றம் சாட்டிக்கொண்டார். அவள் கொல்லப்படுவதற்கு முன்பாக - பிரிட்டிஷார் சொல்வதின்படி - ஒரு கும்பலால் பலாத்காரம் செய்யப்பட்டிருந்தாள். கிரிஃபித் அமைதியை விரும்புகின்ற லிபரல்வாதி அல்ல. ஆனால், அவர் பார்த்தவை ஆழ்மனதில் உறைந்துபோயிருந்தன. 'என்னுடைய பழைய பள்ளி நண்பர் மாறிப்போய்விட்டார். அவருடைய எல்லா உணர்வுகளும் பழிவாங்குதலைத் தவிர்த்து வேறு எதிலும் இல்லாத வகையில் அதிலேயே முழுமையாக நிலைகொண்டிருந்தது' என எழுதியுள்ளார் கிரிஃபித்,

வாள், கைத்துப்பாக்கி மற்றும் ரைபிள் ஆகியவற்றைத் தரித்து, மீரட்டில் இருந்து புறப்பட்டது முதலாக அவர் ஏறக்குறைய கிளர்ச்சியாளர்களுக்கு எதிரான எல்லாத் தாக்குதல்களிலும் பங்கேற்றிருக்கிறார். தன்னுடைய ரைபிளால் மரணத்தை எதிர்கொண்ட அவர் எங்குமே கருணை காட்டியதில்லை. தன்னுடைய சொந்த வாழ்க்கையைப் பற்றி கவலையேபடாத அவர் தன்னுடைய சகோதரியை கொன்றவர்களைப் பழிதீர்ப்பதில் வெற்றி கண்டதுவரை தன்னை மிகவும் அக்கறையற்றவராகவே காட்டிக்கொண்டார்.

நகரத்திற்கு நுழைவதற்கான வழியை வெற்றிகொண்ட பிறகு நான் அவரை ஒரு தெருவில் சந்தித்தேன். என்னுடைய கைகளை குலுக்கிய அவர் தான் கடந்துவரும் எதையும் கொல்ல விரும்புவதாகவும், பெண்களையும் குழந்தைகளையும்கூட விட்டுவைக்கப்போவதில்லை என்றும் கூறினார். அவர் கூறிய கிளர்ச்சியூட்டும் முறை மற்றும் அவருடைய உடையின் தோற்றம் - அதில் முழுவதும் ரத்தக்கறை படிந்திருந்தது - ஆகியவற்றை வைத்து அவர் உண்மையைத்தான் கூறுகிறார் என்று முழுமையாக நம்பினேன். டெல்லியில் தங்களுடைய மனைவிகளையும் உறவினர்களையும் இழந்த ராணுவ முகாமில் இருந்த மற்ற பல அதிகாரிகளும்கூட கிளிஃபோர்டைப் போன்றே நடந்துகொண்டனர்.[39]

இருந்தாலும், இதுபோன்ற கொடூர போர்க்குற்றங்களை தாங்கள் ஏதோ மனிதர்கள் அல்லாத மனிதர்கள் மீது, சொல்லப்போனால் இந்தச் சாத்தான்களைப் போன்றவர்கள் மீது இறைவனின் நீதியை நிலைநாட்டுகிறோம் என்ற பெயரில் இந்த மதம்சார் வாதத்தை நியாயப்படுத்தலாம் என்றே பிரிட்டிஷார் மீண்டும் மீண்டும் நினைத்துக் கொண்டிருந்தனர். விக்டோரியன் எவன்ஜிலிக்கல்களைப் பொறுத்தவரை வெகுஜனப் படுகொலை என்பது வெகுஜனப் படுகொலையே அல்ல. அது தெய்வீக நிந்தனை என்பதுடன் இந்தத் துருப்புகளே அந்த தெய்வீக நீதியை நிறைவேற்றுகிறவர்கள் ஆவர். இதில் ஒருவரான பாதிரி ராட்டன், டெல்லி பூர்வகுடியினர் மீது எந்தளவுக்கு வெகுஜனப் படுகொலை நிகழ்த்தலாம் என்பதற்கு உள்ள அளவைப்பற்றி வெளிப்படையாகவே பேசினார். அவருடைய கண்ணோட்டத்தின்படி அது கடவுளின் தனிப்பட்ட வேலை. 'நான் இறைவனைப் பற்றியும், அவர் நமக்குச் செய்துள்ளவற்றைப் பற்றியும் நினைத்துப் பார்க்கிறேன். நான் மனிதர்களைப் பற்றியும், அபரிமிதமாக பெருக்கெடுத்து ஓடும் விலைமதிப்பில்லாத தன் ரத்தத்தை அவன் சிந்தவேண்டியிருப்பதையும் நினைத்துப் பார்க்கிறேன். அவருக்கு முன்பாக அவனால் புராதன மற்றும் நவீன யுகங்களைச் சேர்ந்த தேசங்கள்

இரண்டினுடைய வரலாற்றிலுமே ஈடிணையின்றி அராஜக்திற்காகவும் அநீதிக்காகவும் பழிதீர்க்க முடிகிறது.'[40] அடிப்படைவாதிகள் யாருமற்ற காலகட்டத்தைச் சேர்ந்த எட்வர்ட் கேம்ப்பல்கூட டெல்லி மீதான தாக்குதலை 'ரட்சகரின் போர்' என்றே எழுதினார் என்பதுடன் அவருடைய கடமையை செய்வதற்கு தான் ஒரு 'கிறிஸ்துவின் சிறந்த போர்வீரன்' என்றே நினைத்திருக்கிறார்.[41]

'உண்மையிலேயே அவை அச்சமூட்டிய காலகட்டம்தான். கிறிஸ்துவ ஆண்களும், துணிச்சலான படைவீரர்களும் தங்களுக்கு அருகாமையில் இருந்த, தங்களுக்கு நேசம்மிக்கவர்களாக இருந்தவர்களின் குரூர கொலைகளால் பித்துப்பிடித்துப் போயிருந்தனர். இரக்கம் காட்ட முடியாத அளவுக்கு இறுகிய மனம் கொண்டவர்களாகிவிட்ட அவர்கள் கிளர்ச்சியாளர்களுக்கு எதிரான பழிதீர்த்தலுக்கு சபதமேற்றார்கள்' என்று ஒப்புக்கொள்கிறார் சார்லஸ் கிரிஃபித்ஸ்,

> *இதே உணர்வுகள்தான் இந்தக் கிளர்ச்சியை அடக்குவதில் தங்களை ஈடுபத்திக்கொண்டவர்களின் நெஞ்சங்களில் சற்று அதிகமாகவே ஊடுருவியிருந்தது. எங்கள் பிரிவில் இருந்த படைவீரர்கள் ஒவ்வொருவருக்குமே நடந்து முடிந்த அராஜகங்களுக்கான தீர்ப்பு நாள் வந்துவிட்டது என்பதையும், ஈவிரக்கமற்ற ஆன்மாவானது இந்த நோக்கத்தை நிறைவேற்றுவதற்கு என்றே ஒப்புக் கொடுக்கப்பட்டுவிட்டது என்பதையும் உணர்ந்திருந்தார்கள். இது அழித்தொழிப்பதற்கான போர், இதில் யாரும் சிறைப்படுத்தப்படவும்மாட்டார்கள், யாருக்கும் இரக்கமும் காட்டப்படாது. - சுருக்கமாக சொல்லப்போனால் இந்த உலகம் இதுவரை கண்டதிலேயே மிகவும் கொடூரமான, பழிக்குபழி வாங்கும் போர் இது. இறந்த உடல்கள் தெருக்களிலும், வெட்டவெளியிலும் வீசியெறியப்பட்டன. வீடுகளில் இருந்த அனைவரும் கொல்லப்பட்டார்கள். எதிர்த்து நிற்காத பலரும்கூட உயிரைவிட்டனர். பித்தின் பரவசத்தில் திளைத்த எங்களுடைய ஆட்களுக்கு எந்த வித்தியாசமும் கிடையாது. ஒரு நகரம் புயலால் கைப்பற்றப்படுவதைக் காட்டிலும் மிகப் பயங்கரமான காட்சி வேறு எதுவுமே இருக்க முடியாது.*[42]

பிரிட்டிஷாரின் ஊசலாட்டத்தில் மாட்டிக்கொண்ட மக்கள் குறித்த பல பிரிட்டிஷாரின் மனப்போக்கினையும் நன்றாகவே சுட்டிக்காட்டியிருக்கும் ஒரு படைவீரர், பெண்களும் குழந்தைகளும் விட்டுவைக்கப்பட வேண்டும் என்ற ஜெனரல் வில்ஸனின் 'பிதற்றலை' கண்டித்து டெல்லியில் இருந்தபடி பாம்பே டெலிகிராப் பத்திரிகையில் எழுதியிருக்கிறார் அவர். 'இது ஒரு பிழை. அவர்கள் சாத்தான்கள். அல்லது இன்னும் சிறப்பாக

சொல்லப்போனால் நாயைப்போல் சாகத் தகுதிவாய்ந்த காட்டுப்பன்றிகள்' என்று அவர் எழுதியுள்ளார்.

> *சுவர்களுக்குள் காணப்பட்ட நகர மக்கள் எல்லோருமே எங்களுடைய துருப்புகள் உள்ளே நுழைந்தவுடன் பார்த்த இடத்திலேயே பயோனெட்டுகளால் குத்திக் கொல்லப்பட்டனர். அது ஒரு குறிப்பிடத்தகுந்த எண்ணிக்கை. நான் இதை சொல்லும்போது நாற்பது அல்லது ஐம்பது பேர் ஒரே வீட்டில் ஒளிந்திருப்பது கண்டுபிடிக்கப்பட்டிருக்கலாம் என்பதை நீங்கள் யூகித்திருக்கலாம். அவர்கள் கிளர்ச்சியாளர்கள் அல்ல. இந்த நகரத்தில் வசிப்பவர்கள். நாங்கள் மன்னிப்பளிப்போம் என்ற எங்களுடைய பிரபலமான மிதவாத விதியிடத்தில் நம்பிக்கை வைத்திருந்தவர்கள். அவர்கள் ஏமாற்றமடைந்திருப்பார்கள் என்பதை நான் மகிழ்ச்சியுடன் சொல்லிக்கொள்கிறேன்.*[43]

செப்டம்பர் 15 மற்றும் 16 ஆம் தேதிகளில் டெல்லியின் தலைவிதி ஊசலாடிக் கொண்டிருந்தது.

பிரிட்டிஷார் மேற்கொண்டு முன்னேறவில்லை. 16 ஆம் தேதி காலை தெற்கே இருந்த ஆயுதச்சாலையைக் கைப்பற்றுவதற்காக டெல்லியில் இருந்து ஓர் அங்குலம் முன்னேறியது மட்டுமே விதிவிலக்கு. சாந்தினி சௌக் இருந்த திசையில் ஸ்கின்னரின் மாளிகை முற்றத்தில் இருந்த ஒவ்வொரு வீடாக அவர்கள் மெதுவாக நகர்ந்தனர். சார்லஸ் கிரிஃபித்ஸ் சொல்வதைப்போல், 'எங்களுடைய நிலைகளால் ஒருசில வீடுகளைக் கடந்து முன்னேற முடிந்தது. ஆனால், வேறு பெரிய முன்னேற்றங்கள் எதுவும் பெரிய அளவில் முயற்சிக்கப்படவில்லை. இதற்கு ஐரோப்பிய ஆயுதப்படையில் பெரும்பகுதியினர் ஒருவித சீர்கெட்ட நிலையில் இருந்ததே காரணம்.'[44]

இந்த மிதமான முன்னேற்றங்கள் இப்போது பிரிட்டிஷாரை செங்கோட்டையின் பீரங்கிகள் தாக்கும் எல்லைக்குள் கொண்டு வந்திருந்தது; வலிமையான எதிர்ப்பின் காரணமாக மேற்கொண்டு முன்னேற முடியாத அவர்கள் டெல்லி கல்லூரியின் தோட்டத்தில் ஓர் ஆயுதப்பிரிவை அமைத்து ஷாஜகானின் பிரமாண்டமான அரண்மனையின் மீது பீரங்கி குண்டுகளை பொழியச்செய்து தங்களுடைய விரக்தியை தீர்த்துக்கொண்டனர். மேற்குப்புற வரிசையில் நகர சுவர்களை ஒட்டி அவர்கள் மேற்கொண்டு எந்தவகையிலும் முன்னேறவில்லை என்பதுடன் பர்ன் கொத்தளத்தில் குவிந்திருந்த பக்த் கானின் துருப்புகளாலும்,

அவருடைய ஆயுதப்படையினராலும் இருந்த இடத்திலேயே அசையாமல் இருக்கும்படி வைக்கப்பட்டனர். விரக்தியடைந்த பிரிட்டிஷ் துருப்புகள் குடிக்கவும் கொள்ளையடிக்கவுமாக கலைந்துசென்றனர். விரைவிலேயே ஒழுக்கத் தோற்றத்தையும் இழந்தனர். 'எங்களுடைய ஆட்கள் ஒழுங்கின்றியும், கற்பனைக்கு எட்டாதவர்களாகவும் சென்றுவிட்டனர். நாங்கள் இருந்த ஆபத்தான நிலைபற்றிய உணர்வுகூட அவர்களை அவர்களுக்குரிய நிலையில் வைத்திருக்கவில்லை' என்று எழுதியுள்ளார் மேஜர் வில்லியம் அயர்லேண்ட்.[45]

ஸ்கின்னர் மாளிகையின் தலைமைச் செயலகத்தில் வில்ஸனின் அதிகாரிகள் தங்களுடைய முழு பலத்தையும் பயன்படுத்தி தங்களுடைய ஜெனரல் மலைத்தொடருக்கு பின்வாங்குவதற்கான அல்லது கர்னாலுக்கு செல்வதற்கான அவருடைய முயற்சியை திரும்பப் பெறவைக்க முயற்சித்துக் கொண்டிருந்தனர். தன்னுடைய மனைவிக்கு 15 ஆம் தேதியன்று வில்ஸன் எழுதிய கடிதத்தில், 'நாங்கள் கைப்பற்றியதை மட்டுமே தக்கவைத்திருக்கிறோம். அதற்குமேல் எதுவுமில்லை. என்னுடைய படையணியில் இருக்கும் ஐரோப்பியர்கள், கடைகளில் இருந்து நிறைய பியர்களை வாங்கிக்கொண்டு நிர்க்கதியற்றுப் போகின்றனர். தெருச்சண்டை என்பது அச்சுறுத்தக்கூடிய ஒன்று. அதிகாரிகள் மற்றும் படைவீரர்கள் வகையில் நாங்கள் கடுமையான இழப்பைச் சந்தித்துவிட்டோம். நான் எல்லாவற்றையும் முயற்சித்துப் பார்த்துவிட்டேன். இதற்கு மேலும் என்னால் தாக்குபிடிக்க முடியாது. மொத்தத்தில் எங்களுடைய எதிர்பார்ப்புகள் சரியானவை அல்ல. இதற்கு மேல் என்னால் எழுத முடியவில்லை.'[46]

இந்த நிலையில் நகரம் யார் பக்கமும் விழுந்துவிடலாம். கலகக்காரர்களின் மிகவும் திட்டமிட்ட எதிர்தாக்குதலால், குறிப்பாக, ஏறக்குறைய பாதுகாப்பே இல்லாத பிரிட்டிஷாரின் பின்பகுதியை குறிவைத்து தாக்குவதாலோ அல்லது மலைத்தொடரில் உள்ள ராணுவ முகாமை கைப்பற்றுவதாலோ அவர்களை அந்த நகரத்தில் இருந்து உடனடியாக பின்வாங்கும்படி நெருக்கடி தரமுடியும். என்ன நடந்ததென்பது 15 ஆம் தேதி மாலைதான் தெரியவந்தது. சலீம்காரின் காவலரண்களில் இருந்த கலக ஆயுதப்பிரிவினர் உதவியோடு நடத்தப்பட்ட ஒரு மிதமான எதிர்த்தாக்குதலானது பிரிட்டிஷாரை அவர்கள் புதிதாக கைப்பற்றிய இடங்களில் இருந்து பழைய டெல்லி கல்லூரி நிலைகளுக்கே பின்வாங்கச் செய்தது.[47]

கலகத்தலைவர்கள் பலருக்கும், நகரத்தில் இருந்த மக்களுக்கும் திருப்பித் தாக்குவதில் ஏற்பட்ட தோல்வியால் உருவான விரக்தியானது நேரம் செல்லச் செல்ல அதிகரித்துக்கொண்டே இருந்தது. மேற்கொண்டு, தப்பியோடிய மற்றும் மனச்சோர்வுற்ற சிப்பாய்கள் டெல்லிவாசிகளால் தாக்கப்படும் நிகழ்வுகள் நடந்தன. 'தங்களுக்கு இழைக்கப்பட்ட

தவறான செயல்களுக்கு பதிலடியாக சிப்பாய்களுடைய ஆயுதங்களைப் பறித்துக்கொண்ட அவர்கள் தங்களுடைய செருப்புகளால் அடித்து, எல்லா வகையிலும் அவர்களை அவமானப்படுத்தினார்கள். “நீங்கள் பீற்றிக்கொண்ட வீரம் எங்கே? எங்களை நசுக்கி, கொடுமை செய்த உங்களுடைய சக்தியெல்லாம் என்னவாயிற்று?” என்று அவர்களைப் பார்த்துக் கூச்சலிட்டார்கள்.’[48]

பின்பு 16 ஆம் தேதி காலை நகர மக்கள் செங்கோட்டைக்கு வெளியில் அடுத்தடுத்து குழுமத் தொடங்கினர். அவர்களுடன் மௌலவி சர்பராஸ் அலி தலைமையிலான ஜிகாதிகள் பலரும் இருந்தனர். ‘கிளர்ச்சிக்கார ராணுவத்தைச் சேர்ந்த முதன்மை அதிகாரிகள் பலரும்’ அரணமனைக்குச் சென்று இந்த சண்டையை முன்னெடுத்து நடத்துமாறு ஜாஃபரிடம் கெஞ்சினர். சயீத் முபாரக் ஷாவின் கூற்றுப்படி, ‘மொத்த ராணுவமும், டெல்லி மக்களும் மற்றுமுள்ள சுற்றுவட்டாரப் பகுதி மக்களும் அவருக்காக சண்டையிட்டு மடியவும், பிரிட்டிஷாரை வெளியேற்றவும் தயாராக இருப்பதாக அவரிடம் உறுதியளித்தனர்.’[49] அதிகப்படியான எண்ணிக்கையில் ஜிகாதிகளும், நகரவாசிகளும் கோட்டைக்கு வெளியில் திரண்டபோது, ‘சிலருடைய கைகளில் வெறும் கம்புகள் மட்டுமே இருந்தன. சிலர் கைகளில் வாட்கள் இருந்தன. மற்றவர்கள் பழைய துப்பாக்கிகளை வைத்திருந்தனர்.’ அந்நிலையில் சட்டென்று அது ஏதோ ஒரு திருப்புமுனை நிகழ்வு என்பதைப் போல் தோன்றியது.

அரண்மனைக்கு உள்ளே நிலவிய மனநிலை மேலும் மேலும் இருண்மையாகிக் கொண்டே சென்றது. மிர்ஸா முகல் 14 ஆம் தேதியன்று ஜாஃபருக்கு அனுப்பிய செய்தியில் துருப்புகளுக்கு பணம் தர கூடுதலான நிதி வழங்குமாறும், இதனால் அவர்கள் நன்றாக சாப்பிட்டு முறையாக சண்டையிடுவார்கள் என்றும் அவர் கெஞ்சியிருந்தார். இதற்கு பதிலளித்த ஜாஃபர், ‘குதிரைக் கடிவாளங்கள், வெள்ளி ஹௌடாக்கள் மற்றும் இங்கே உள்ள நாற்காலிகளை மிர்ஸா முகலுக்கு அனுப்பி வையுங்கள். இவை எல்லாவற்றையும் அவரே விற்று பணம் தரட்டும், என்னிடம் வேறு எதுவுமே இல்லை’ என்று கூறியிருக்கிறார்.[50] ஒவ்வொரு நிமிடமும் எங்கேயோ இருந்து அரண்மனைச் சுவர்களுக்கு உள்ளே பீரங்கிச் சிதறல்கள் வந்து விழுந்துகொண்டிருந்தன ‘அரசரின் இருப்பிடம் கதகதப்பாக இருக்க வேண்டும். அதற்காக நாங்கள் வடக்கிலிருந்து தெற்காக அரண்மனை சுற்றுவட்டாரச் சுவர்கள் நெடுக பீரங்கிகளால் சுட்டுக்கொண்டிருந்தோம்’ என்று நெவில் சாம்பர்லின் 17 ஆம் தேதி மாலை லாகூருக்கு எழுதிய அறிக்கையில் தெரிவித்துள்ளார்.[51] இந்த இருளை இன்னும் வலுப்படுத்தும் வகையில் கொஞ்சம் கொஞ்சமாக வந்துகொண்டிருந்த நகரத்திற்கான உணவு அளிப்பும் முழுமையாக நின்றுபோனது. இளவரசர்கள் மற்றும் சலாதீன் உள்ளிட்ட மக்களும் பட்டினியால் செத்துக்கொண்டிருந்தனர்.

இப்போது, ஒன்றுதிரண்ட மௌலவிக்களும் ஜிகாதிகளும் எதிர்த் தாக்குதலுக்கு தலைமையேற்குமாறு ஜாஃபரை தனிப்பட்ட முறையில் கேட்டுக்கொண்டனர். நிஜம் வெளிப்படுவதற்கான தருணம் வந்துவிட்டது, ஆனால் ஜாஃபருக்குத்தான் என்ன செய்வதென்று தெரியவில்லை. 'ஈத் பெருநாளில் இருந்தே சிப்பாய்களின் மீதான வெறுப்பு மற்றும் அவர்கள் இந்த நகரத்திற்கும் அரண்மனைக்கும் செய்தவைகள் மற்றும் எந்த வார்த்தையும் சொல்லாமல் உற்சாகமற்ற நிலையில் மிர்ஸா முகலுக்கு ஆதரவளித்தது ஆகியவற்றிற்கு இடையில் பேரரசரின் மனம் ஒத்திசைவற்று ஊசலாடிக் கொண்டிருந்தது. மற்ற சமயங்களில், தன்னால் ஏதும் செய்துவிட முடியாத ஒரு போராட்டத்தில் நடுநிலைப் பார்வையாளராக தன்னைத்தானே தூண்டுதலுக்கு உள்ளாக்கிக் கொண்டவரைப் போன்றும் அவர் காணப்பட்டார். ஆனால், இப்போது அதுபோன்ற முடிவெடுக்க இயலாத நிலை சாத்தியமில்லை. 'சாதக பாதகங்களை யோசித்தபடி குழப்ப நிலையில் இருந்தாலும், தன்னிடம் விடுக்கப்பட்ட கோரிக்கைக்கு ஏற்றார்போல் ஒன்று அவர் எதிர்தாக்குதலை நடத்தவேண்டும் அல்லது அதற்கு மறுப்பு தெரிவிக்க வேண்டும். இதுகுறித்து சயீத் முபாரக் ஷா, 'தன் உயிருக்கு பயந்த அரசர் தடுமாறினார்' என்று எழுதியுள்ளார்.

ஆனால், இப்போது அவரிடம் தாழ்மையுடன் கெஞ்சிய அவர்கள், 'உங்களுடைய முடிவு நெருங்கிவிட்டது - நீங்கள் பிடிபடுவீர்கள். வெட்ககரமாக, கௌரவமற்று ஏன் சாகவேண்டும்? சண்டையிட்டு மரணித்து, அழிக்க முடியாத பெயரை ஏன் விட்டுச்செல்லக்கூடாது?' என்று கேட்டனர். இதற்குப் அரசர், மதியம் 12 மணிக்கு துருப்புகளுக்கு தானே தலைமை ஏற்பதாகப் பதிலளித்தார்.

சண்டைக்குத் தலைமையேற்பதற்கான அரச நோக்கத்தை தெரிந்து கொண்ட உடனேயே அரண்மனைக்கு முன்பாக பெரும் திரளாக கூடிய கிளர்ச்சியாளர்களும், காஸிக்களும், நகரவாசிகளும் குறைந்தபட்சம் எழுபதாயிரம் பேர்களாவது இருப்பார்கள். அப்போது அரச பல்லக்கானது பெரிய வாயில்களில் இருந்து அசைந்தாடியபடி மெதுவாக முன்னால் வந்தது. அதனுடன் துருப்புகளும் குடிமக்களும் ஆயுதச்சாலையை நோக்கி முன்னேறினார்கள். ஆனால், அதற்கு இருநூறு அடிகளுக்கு முன்பாக அப்படியே நின்றுவிட்டனர். அதற்கும் மேற்கொண்டு சென்றவர்கள் தெருவில் மழையாகப் பொழிந்த பிரிட்டிஷ் தோட்டாக்களால் சரிந்து விழுந்தனர்.

அந்நேரத்தில் அரசரின் பல்லக்கு அரண்மனையின் மற்றொரு வாயிலை அடைந்துவிட்டது. தன்னுடைய ராணுவம் எந்தளவுக்கு முன்னேறியிருக்கிறது என்பதைக் காண அவர் தொடர்ந்து

> *சென்று கொண்டிருந்தார். ஆனால், அவை ஆயுதச்சாலையை நெருங்கும் முன்னரே தன்னுடைய அரச எஜமானரைப் பார்க்க வழியேற்படுத்திக்கொண்டு அவரிடம் வந்த ஹகீம் அஷானுல்லா கான் அவரிடம், இதற்குமேல் சென்றால் அவர் சுடப்படுவார் என்றும், ஐரோப்பிய துப்பாக்கி வீரர்கள் பல்வேறு வீடுகளிலும் மறைந்திருக்கிறார்கள் என்றும் கூறினார். மேலும்,'நீங்கள் இந்த ராணுவத்துடன் சண்டையிடச் சென்றால் நாளை பிரிட்டிஷாரிடம் உங்களுடைய நடத்தைக் குறித்து எவ்வாறு விளக்கமளிக்க முடியும். கிளர்ச்சியாளர்களுடன் இந்தப் போரில் இறங்கிவிட்டீர்கள் என்றால் உங்களுக்காக நான் எத்தகைய விதிவிலக்கை அவர்களிடம் கேட்க முடியும்?' என்றும் அவரிடம் கிசுகிசுத்தார்.*

ஜாஃபர் தயங்குவதற்கு நேரமே இல்லை. ஏதோ ஒரு வழியில் அவர் தன் மனதை மாற்றிக்கொள்ளத்தான் வேண்டும். ஆனால், அப்போதும் தயங்கித் தடுமாறியபடி இருந்த அவரிடம் ஆங்கிலேய அபிமானமுள்ள ஹகீம் அவருடைய பயத்தை வைத்து விளையாடிக் கொண்டிருந்தார். அவரே குறிப்பிட்டிருப்பதைப் போல், அவர் தன்னுடைய எஜமானரிடம், 'சிப்பாய்கள் மாட்சிமை பொருந்தியவரை போர்க்களத்தின் முன்வரிசைக்கு அழைத்துச் சென்ற பின்னர் உங்களைவிட்டு ஓடிப்போய்விட, நீங்கள் சிறைபிடிக்கப்படுவதை இறைவன் தடுப்பாராக. இது கூடாது. இவர்கள் உங்களுடைய மாட்சிமைக்கு இழுக்கைத்தான் தேடித்தருவார்கள். நீங்கள் அதற்கு இடம் தரக்கூடாது' என்று கூறியுள்ளார்.[52]

'இந்த வார்த்தைகளை கேட்டவுடன், ஊர்வலத்தைக் கைவிட்ட அரசர் மாலைநேர பிரார்த்தனைக்குச் செல்லவேண்டும் என்று கூறிவிட்டு மறுபடியும் அரண்மனைக்கே சென்றுவிட்டார். முதலில் குழம்பிப்போன மக்கள் கூட்டம் பின்னர் சுதாரித்துக்கொண்டு அங்கிருந்து கலைந்து சென்றது' என எழுதியுள்ளார் சயீத் முபாரக் ஷா.[53]

மே 11 ஆம் தேதி மதியம் இந்த எழுச்சிக்கு ஜாஃபர் வழங்கிய ஆசிதான் பத்தொன்பதாம் நூற்றாண்டில் பிரிட்டிஷார் எதிர்கொண்டதிலேயே ஒரு ராணுவக் கிளர்ச்சியானது பேரரசிற்கு எதிரான கலகமாக மாற்றமடைந்ததற்கு முக்கிய திருப்புமுனையாக அமைந்தது என்றால் செப்டம்பர் 16 அன்றைய மாலை நேரத்தில் மிக மோசமான முறையில் ஜாஃபர் துணிச்சல் காட்டத் தவறியதே அந்தக் கலகத்தின் முடிவினுடைய தொடக்கம் என தீர்மானிக்கப்பட்டுவிட்டது. பிரிட்டிஷாரை எதிர்ப்பதற்கு நம்பிக்கையும் தீர்மானமும் தேவையாக இருந்தது. இத்தருணம்வரை

குறிப்பிடத்தகுந்த அளவுக்கு இருந்த அவை இப்போது டெல்லியில் இருந்த கலகப்படையினரிடத்தில் காணாமல் போகத் தொடங்கிவிட்டது என்று பல்வேறு உருது மூலாதாரங்களும் தெளிவாகக் குறிப்பிடுகின்றன.

அவர்கள் தோற்கடிக்கப்பட்டது மட்டும் விஷயமல்ல. அதற்கும் அப்பால், பிரிட்டிஷாரும் குலைந்துபோகும் நிலையில்தான் இருந்தார்கள். அவர்களுடைய துருப்புகளிடம் இருந்த அறவுணர்வும் வேகமும் தொடர்ச்சியாக திரிந்து போய்க்கொண்டிருந்தன. 18 ஆம் தேதி வரையிலும்கூட வில்ஸன் 'எங்களுடைய ஆட்கள் தெருச்சண்டையை பெரிதாக வெறுக்கிறார்கள். பயந்துபோய் முன்னேற மறுக்கிறார்கள். எனக்கும் வேறுவழி தெரியவில்லை' என்றே வீட்டிற்கு கடிதம் எழுதிக்கொண்டிருந்தார்.[54] ஆனால் இறுதியில் கலகக்காரர்களின் நம்பிக்கையும்கூட ஜாஃபரின் அச்சமுற்ற பின்வாங்கலால் உதிர்ந்தே போய்விட்டது. ஒருமுறை உருவான அந்த பயம் படையினர் அனைவரிடத்திலிலும் வேகமாக ஊடுருவியது. இரண்டு ராணுவங்களும் இப்போதுவரை மூன்று நாட்களாக ஒருவரை ஒருவர் உற்றுப் பார்த்துக் கொண்டிருக்கின்றனர். இறுதியில் ஜாஃபர் தலைமையேற்க மறுத்ததும் ஒரு காரணமாகிப்போக, முதலில் கண்சிமிட்டியது கலகப்படையினர்தான்.

இப்போது, வீழ்ச்சி உறுதியாகிவிட்டதைத் தெரிந்துகொண்ட டெல்லி மக்கள் மூட்டை முடிச்சுகளைக் கட்டிக்கொண்டு பாதுகாப்பாக தப்பிச்செல்லத் தொடங்கினார்கள். ஹிந்து ராவ் மாளிகையின் கூரையில் இருந்தபடி பார்த்துக்கொண்டிருந்த பிரிட்டிஷார் அன்று மாலை, 'மக்கள் மற்றும் விலங்குகளின் ஓட்டம் அஜ்மீர் வாயிலில் இருந்து புறப்பட்டுவிட்டன' என்று அறிவித்தனர்.[55] நகரத்தைவிட்டுச் செல்லும் சிப்பாய்களின் கூட்டம் இப்போது வெள்ளமென திரண்டிருந்தது. இத்காவில் இருந்து பார்த்துக்கொண்டிருந்த ஹட்ஸன் பெரேலி துருப்புகள் தப்பிச்செல்ல தயாராகும் விதமாக ஆயுதக்கிடங்கை உடைத்துக் கொண்டிருப்பதைக் கண்டார். பெரேலி மற்றும் நிமாக் துருப்புகள் தங்களுடைய மூட்டை முடிச்சுகளை மதுராவை நோக்கிச் செல்லும் சாலைக்கு அனுப்பிக்கொண்டிருக்கிறார்கள் என்றும், கட்டாய ராணுவ படையெடுப்புடன் சென்று நகரத்தில் இருந்து தப்பிச்செல்வதற்கான வாய்ப்புக் கிடைக்கும்போது அதை தங்களுடன் எடுத்துச்செல்ல இருக்கிறார்கள் என்றும் உளவாளிகளிடம் இருந்து செய்திகள் கிடைத்தன.[56]

'கிளர்ச்சியாளர்களின் வேகம் இப்போது அவர்களை முற்றிலுமாக கைவிட்டுவிட்டது' என்கிறார் சயீத் முபாரக் ஷா.

நகரம் முழுவதும் காலியாவதைப்பற்றியே அவர்கள் நினைத்துக் கொண்டிருந்தனர். வாய்ப்புக் கிடைத்தபோதெல்லாம் முக்கியத் தெருக்களுக்கும் பஜார்களுக்கும் வந்த ஐரோப்பியர்கள் தங்களை எதிர்த்தவர்களை எல்லாம் சுட்டுத்தள்ளினர். சாந்தினி சௌக்கில் இருந்து அரண்மனை வரையிலும் மட்டுமல்லாது லாகூர்

வாயில் வரையிலும்கூட சிப்பாய்கள் மற்றும் காஸிக்களின் உடல்கள் மட்டுமே சிதறிக்கிடந்தன - மீதமிருந்தவர்கள் தப்பிச் சென்றுவிட்டனர்.

அன்றிரவு, 16 ஆம் தேதி, இருநூற்றுக்கும் மேற்பட்ட ஆண்டுகளுக்குப் பின்னர் ஒரு முகலாய பேரரசர் ஷாஜகானாபாத்தில் இருந்த செங்கோட்டையில் கடைசி இரவைச் செலவிட்டார்.

அவருடைய குடும்பப் பாரம்பரியத்தை பேணிவந்த அவருடைய விருப்பத்திற்குரிய மகள் குல்ஸூம் ஜமானி பேகத்தின் கூற்றுப்படி, ஜாஃபர் தாபிஷ் கானாவிற்கு (அவருடைய உரைநிகழ்த்தும் மண்டபம்) சென்றார். வெளியே இருந்து வந்த சண்டையிடும் ஓசை செங்கோட்டையை நெருங்கி வந்தபடி இருந்தது. பின்னர் பதினோரு மணிக்கு அவருடைய திருநங்கையரில் ஒருவர் குல்ஸூம் ஜமானி பேகத்தை அழைத்துவர அனுப்பிவைக்கப்பட்டார்.

எங்குபார்த்தாலும் துப்பாக்கி சுடும் சத்தங்களே கேட்டன. பேரரசர் என்னிடம், 'உன்னை இப்போது இறைவனின் கரங்களில் ஒப்படைக்கிறேன். உன்னுடைய கணவனுடன் சென்றுவிடு. நான் உன்னைவிட்டுப் பிரிந்திருக்க விரும்பவில்லை. ஆனால், இப்போது என்னைவிட்டு விலகியிருப்பதுதான் உனக்கு நல்லது' என்றார். பின்னர் எங்களுடைய பாதுகாப்பிற்காக அவர் உரத்து பிரார்த்திக்கத் தொடங்கினார். எங்களை ஆசீர்வதித்த அவர் எங்களிடம் சில ஆபரணங்களையும் மதிப்புவாய்ந்த பொருள்களையும் அளித்தார். என்னுடைய கணவர் மிர்ஸா ஜியாவுதீனை அழைத்து எங்களை அழைத்துச் செல்லுமாறு கூறினார். எங்களுடைய வண்டி நள்ளிரவில் அங்கிருந்து புறப்பட்டது. நாங்கள் குராலி என்ற கிராமத்தை அடைந்தோம். அங்கு ரொட்டியும் தயிரும் சாப்பிட்டோம். ஆனால், அடுத்தநாள் மீரட்டை [அது நான்கு மாதங்களுக்கு முன்பே டெல்லியில் இருந்து புறப்பட்ட பிரிட்டிஷாருக்கு புகலிடமாகியிருந்தது] நோக்கிப் புறப்பட்டபோது எங்களைத் தாக்கிய குஜார் கூட்டம் ஒன்று எங்களை ஏறக்குறைய நிர்வாணமாக்கிவிட்டது.[57]

17 ஆம் தேதி நள்ளிரவிற்கும் விடியலுக்கும் மத்தியில் இருந்த அதிகாலைப் பொழுதில் ஜாஃபர் சத்தமில்லாமல், தன்னுடைய பிரதம மந்திரி அல்லது ஜீனத் மஹலிடம்கூட சொல்லிக்கொள்ளாமல் செங்கோட்டையில் இருந்து அணைக்கட்டை நோக்கிச் சென்றார். தன்னுடைய வேலைக்காரர்களுடன் தனியாக சென்ற அவர் தன்னுடன் தான் தேர்ந்தெடுத்த முன்னோர்களின் புதையல்கள், நகைகள் மற்றும் உடமைகள் ஆகியவற்றுடன் ஒரு பல்லக்கையும் கொண்டுவந்திருந்தார்.[58] விடியல் நெருங்கிய வேளையில்

யமுனை ஆற்றில் செல்ல ஜாஃபர் ஒரு படகை எடுத்துக்கொண்டார். அநேகமாக அவர் பழைய கோட்டையான புராணா குய்லாவில் இருக்கும் படகுத்துறைக்கு செல்வதுபோல் தோன்றியது. அங்கிருந்து அவர் ஷாஜகானாபாத்திற்கு மூன்று மைல்கள் தென்கிழக்கே இருக்கும் நிஜாமுதீன் சூஃபி பேராலயத்திற்கு புறப்பட்டார்.[59]

ஆலயக் காவலர்களான நிஜாமி குடும்பத்தினரால் பேணிக்காக்கப்பட்ட பாரம்பரியத்தின்படி ஜாஃபர் தன்னுடைய முன்னோர்களின் புனித நினைவுப் பொருள்களை அவர்களுடைய பாதுகாப்பில் வைத்திருக்கும் வகையில் அளித்தார். இவற்றில் அவர் செங்கோட்டையில் இருந்து எடுத்துவந்த தனிச்சிறப்புமிக்க ஒரு பொருளும் அடங்கும். அந்தப் பெட்டியில், பதினான்காம் நூற்றாண்டு முதற்கொண்டு தைமூர் மாளிகையில் தந்தையிடம் இருந்து மகனுக்கு என கைமாறி வந்த புனித நம்பிக்கையாகிய, இறைத்தூதரின் தாடியில் இருந்து எடுக்கப்பட்ட மூன்று ரோமங்கள் இருந்தன. அதனுடன் ஜாஃபருக்கு தனிப்பட்ட முறையில் பிணைப்பு இருந்தது. அரண்மனைக் குறிப்பேடும், வேறுசில விவரங்களும் அவர் அந்த ரோமங்களை தாமாகவே பன்னீரில் முங்கி எடுப்பார் என்று குறிப்பிட்டுள்ளன.[60] அந்த ஆலயத்தில் பிரார்த்தித்த பின்னர் பிரசாதமாக அவருக்கு ஒரு எளிய சிற்றுண்டி வழங்கப்பட்டது. பின்னர் வாய்விட்டு அழுத ஜாஃபர் தலைமை சூஃபியிடம்,

கலகப் படைவீரர்கள் எங்களுடைய அழிவைத் தேடித்தான் வந்திருக்கிறார்கள் என்றுதான் நான் எப்போதுமே நினைத்திருந்தேன், இப்போது அவை உண்மையாகிவிட்டன. ஆங்கிலேயர்களுக்கு முன்னரே இந்த வீரர்கள் தப்பிச் சென்றுவிட்டனர் சகோதரரே! என்னுடைய நோக்கமெல்லாம் ஒரு ஃபக்கிராகவும், மாயாதீதமானவராகவும் இருப்பதுதான் என்றாலும், என்னுடைய நரம்புகளில் இன்னமும் ஓடிக்கொண்டிருக்கும் அந்த மகத்துவமான ரத்தமே கடைசி துளி இருக்கும்வரை என்னை போராடும்படி வைத்துக்கொண்டிருக்கிறது. என்னுடைய மூதாதையர்கள் இதைக் காட்டிலும் கஷ்டமான காலங்களை அனுபவித்திருக்கிறார்கள். ஆனால், துணிவைக் கைவிட்டதில்லை. ஆனால், சுவற்றில் எழுதப்பட்டவற்றை நான் படித்துவிட்டேன். என்னுடைய வம்சாவளியின் புகழை முடிவுக்குக் கொண்டுவரும் துயரம் வேகமாக நெருங்கிக்கொண்டிருப்பதை நான் பார்க்கிறேன். மகத்தான தைமூர் மாளிகையில், இந்தியாவின் மணிமகுடத்தில் கடைசியாக அமர்ந்திருப்பது நான்தான் என்பதில் இப்போது எந்த சந்தேகமும் இல்லை. முகலாய ஆட்சியின் விளக்கு வேகமாக அணைந்துவருகிறது. அது இன்னும் சிலமணி நேரங்களுக்கு மட்டுமே நீடித்திருக்கும். இதைத் தெரிந்துகொண்ட நான் இனிமேலும் ஏன் மேற்கொண்டு ரத்தம்சிந்தக் காரணமாக

இருக்க வேண்டும்? அதனால்தான் நான் கோட்டையைவிட்டு வந்துவிட்டேன். இந்த நாடு இப்போது இறைவனுக்குச் சொந்தம். இதை அவர் விரும்புகிற யாருக்கு வேண்டுமானாலும் தரலாம்.[61]

இப்படிச் சொன்னவுடன் தன்னுடைய மூதாதையர்களின் நினைவுப் பொருள்களை ஆலயக் காவலர்களின் பொறுப்பில் ஒப்படைத்த ஜாஃபர் பல்லக்கில் ஏறி பக்த் கானை சந்திப்பதாகச் சொல்லியிருந்த மெஹ்ருலியில் உள்ள குதுப் சாகிப் சூஃபி ஆலயத்திற்கு அருகாமையில் இருக்கும் கோடைக்கால அரண்மனையை நோக்கிச் சென்றார். ஆனால், சற்று தொலைவு சென்றபின்னர் அங்கு வந்த மிர்ஸா இலாஹி பக்ஷ், அந்தப் பாதையில் செல்லும் எல்லோரையுமே குஜார்கள் கொள்ளையடிக்கிறார்கள் என்றும், அதற்கு முன்பு பிரிட்டிஷாரிடமும் அவர்கள் அப்படித்தான் நடந்து கொண்டனர் என்றும் கூறினார்.

இலாஹி பக்ஷ் சொன்னது முற்றிலும் உண்மைதான். ஆனால், இலாஹி பக்ஷ் ஹட்ஸனிடம் ஊதியம் பெறுபவர் என்பது ஜாஃபருக்குத் தெரியாது. அத்துடன் அவர் நேரடியாக ஹட்ஸனின் உத்தரவுகளின்படிதான் நடந்து கொண்டிருந்தார். தன்னுடைய மைத்துனரை காட்டிக் கொடுக்கவும், ஜாஃபர் அந்த நகரத்தில் இருந்து தொலைவில் சென்றுவிடாமல் பார்த்துக்கொள்ளவும் தன்னால் ஆனதைச் செய்வதாக அவர் தன்னுடைய எஜமானருக்கு உறுதியளித்திருந்தார். இவ்வகையில், இந்த பேரம் குறித்து தன்னுடைய வேறு எந்த மேலதிகாரியுடனும் கலந்தாலோசிக்கவில்லை என்றாலும் ஹட்ஸன் தன்னுடைய பெயரை ஒரு மகத்தான ராஜ்ஜியத்தின் கதாநாயகனாக மாற்றிக்கொண்டுவிடலாம் என்று நம்பியிருந்தார். அதனால், பேரரசரைச் சிறைப்படுத்தி விசாரணைக்கு கொண்டுவருவதன் மூலம் தன்னுடைய மறுவருகையை உறுதிப்படுத்தவும் விரும்பினார்.[62] இதே நோக்கத்திற்காகத்தான் ஹட்ஸன் முற்றிலும் தனிப்பட்ட வகையில் தன்னுடைய பேரத்தை ஜீனத் மஹலுடனும், அப்போதும் லால் குவானில் இருக்கும் ஜீனத் மஹலின் மாளிகை முற்றத்தில் இருந்த மிர்ஸா குலி கானுடனும் நடத்தி முடிந்திருந்தார். பெரும் தயக்கத்திற்குப் பின்னர், ஜீனத்தின் உயிர் மற்றும் அவருடைய வாழ்க்கையில் முக்கியமான அவருடைய தந்தை, அவருடைய மகன் மிர்ஸா ஜாவன் பக்த் மற்றும் அவருடையை கணவர் ஜாஃபர் ஆகிய மூன்று ஆண்களுக்கு பிரதிபலனாக ஜாஃபரை சரணடைய ஒப்புக்கொள்ள வைப்பதாக அவர்கள் உத்திரவாதம் அளித்திருந்தனர். ஜீனத்தும் அவருடைய தந்தையும் திட்டவட்டமாக பேரம் பேசிய உத்திரவாதத்தில் அவருடைய கணவருக்கு மற்ற மனைவியர் மூலம் பிறந்த பிள்ளைகள் யாரும் சேர்த்துக்கொள்ளப்படவில்லை.*[63]

* செப்டம்பர் 18 ஆம் தேதியன்று ஹட்ஸன் ஜீனத் மஹலுக்கு உத்திரவாதமளித்த எழுதிய கடிதங்களுள் ஒன்றில் பின்வருமாறு குறிப்பிடப்பட்டுள்ளது.

பேகம் ஜீனத் மஹலுக்கு கேப்டன் ஹட்ஸனால் வழங்கப்பட்ட உத்திரவாதத்தின் மொழிபெயர்ப்பு வணக்கங்களுக்குப் பின்னர் குறிப்பிடப்படுவது என்னவென்றால், [தொடர்ச்சி அடுத்த பக்கத்தில்]

தன் மனதை மாற்றிக்கொள்ள தூண்டப்பட்ட ஜாஃபர் ஜீனத் மஹலை தன்னுடன் சேர்த்துக்கொள்ள காத்திருக்கும் வகையில் தன்னுடைய பல்லக்கை நிஜாமுதீனுக்குத் திருப்புமாறு உத்தரவிட்டார்.[64] பின்பு அவர்கள் இருவரும் அருகாமையில் இருந்த ஜாஃபரின் மூதாதையர்களின் பெரிய கல்லறைக்குச் சென்றனர். அது பெரிய பளிங்கு குவிமாடம் கொண்ட, இரண்டாவது முகலாயப் பேரரசரான ஹுமாயூனின் கல்லறை. ஏறக்குறைய முன்னூறு வருடங்களுக்கு முன்னர் பதினாறாம் நூற்றாண்டின் மத்தியப்பகுதியில் முகலாயர்களால் கட்டப்பட்ட மிகப்பெரிய முதலாவது நினைவாலயமான அது இப்போதும் டெல்லியில் உள்ள மிகப் பிரமாண்டமான நினைவாலயமாக திகழ்கிறது.[65]

இங்கிருந்து ஜாஃபர் அனுப்பிய செய்தியில், ஹக்கீம் அஷானுல்லா கானின் மாளிகை முற்றத்திற்கு யானைகளை அனுப்பி அவரை அந்தக் கல்லறையில் பேரரச குடும்பத்தினருடன் இணைந்துகொள்ளுமாறு குறிப்பிடப்பட்டிருந்தது.[66]

பின்பு தன்னுடைய முன்னோர்களின் கல்லறைக்குச் சென்ற ஜாஃபர் அங்கே பிரார்த்திப்பதற்காகக் காத்திருந்தார்.

ஜாஃபர் இதுநாள்வரை தான் செய்யப்போவதாக மிரட்டிக் கொண்டிருந்ததை - கோட்டையில் இருந்து வெளியேறி குவாஜா குதுப்பிற்கு சென்றுவிடுவது - இறுதியாக செய்தேவிட்டார் என்ற செய்தி 17 ஆம் தேதி காலை அந்த நகரத்தின் *முஹல்லாக்களில்* காட்டுத்தீயைப் போல் பரவியது.

காலைநேரத்திலேயே பெரும் எண்ணிக்கையிலான மக்கள் அஜ்மீரி வாயிலில் இருந்து புறப்பட்டனர். குஜார்களைக் காட்டிலும் பிரிட்டிஷாரைக் கண்டு பெரிதாக அச்சப்படத் தேவையில்லை என்று - தவறான - முடிவுக்கு வந்த மற்றவர்கள் ஆபத்தைப்பற்றிக் கவலைப்படாமல்

[முன்பக்க தொடர்ச்சி] இந்தக் கிளர்ச்சியில் பங்கேற்றவர்கள் தண்டனைக்குரியவர்கள் ஆவர். ஆனால், அவர் (ஜீனத் மஹல்), அவருடைய மகன் ஜாவன் பக்த் மற்றும் அவருடைய தந்தை ஆகியோரின் உயிருக்கு உத்திரவாதமளிக்கப்படுவதால் அவர்கள் கவலைப்பட வேண்டியதில்லை என்பதுடன் தங்களுடைய இருப்பிடத்தை [லால் குவான்] அவர்கள் வழக்கம்போல் வைத்துக்கொள்ளலாம். அவர் குறிப்பிட்ட சில விசாரணைகளை மேற்கொள்ள வேண்டியிருப்பதால் நம்பிக்கைக்குரிய நபர் அவரிடம் உடனடியாக அனுப்பி வைக்கப்பட வேண்டும் என்பதுடன் அவருடைய வீட்டிற்கான பாதுகாப்பும் நிறைவேற்றப்படும்.

தேதி: செப்டம்பர் 18, 1857

(DCO Archive, Mutiny Papers, File no. 10, Letter no. 3, copy contained in letter from W.L.R. Hodson to C.B. Saunders, Delhi, 30 October 1857.) இது தொடர்பில், ஜாஃபரின் உயிருக்கு உத்திரவாதமளிக்கும் ஒரு கடிதம் தொலைந்துபோய்விட்டது.

பிரிட்டிஷ் ஆக்கிரமிப்பில் இருந்த காஷ்மீரி வாயிலை நோக்கிச் சென்றனர். இங்கே பல ஆண்களும் பதின்பருவ பையன்களும் சுட்டுக்கொல்லப்பட்ட அதேநேரத்தில் பெண்களும் குழந்தைகளும் அவர்களிடம் இருந்த பணம், நகை மற்றும் அவர்கள் கொண்டுவந்த பண்டங்கள் பிடுங்கிக்கொள்ளப்பட்ட பின்னர் மேற்கொண்டு செல்ல அனுமதிக்கப்பட்டனர்.[67] இந்த அகதிகளில் பலரும் நான்கு மாதங்களுக்கு முன்பு தப்பிச்சென்ற பிரிட்டிஷார் சென்ற அதே வழியிலேயே - கர்னால் மற்றும் மீரட் சாலைகள் - சென்றனர். மே 11 அன்று அந்த நகரத்தில் இருந்து தப்பிச்சென்ற ஹேரியட் டைட்லர் அவர்கள் செல்வதைப் பார்த்துக் கொண்டிருந்தார். பிரிட்டிஷ் பார்வையாளர்களிலேயே ஏறக்குறைய அவருடைய மனதில் மட்டும்தான் அவர்களுடைய துரதிர்ஷ்டத்தை நினைத்துப் பார்ப்பதற்கான இடமிருந்தது. ‘காஷ்மீர் மற்றும் மோரி வாயில்கள் வழியே பெருந்திரளாக வந்துகொண்டிருக்கும் இந்தப் பெண்கள் மற்றும் குழந்தைகளின் கூட்டத்தைப் பார்த்துக்கொண்டிருக்கும் இந்த அனுபவம் எப்படிப்பட்டது தெரியுமா?’ என்று எழுதியுள்ளார் அவர்.

> *தங்களுடைய ஜெனானா சுவர்களுக்கு வெளியே வந்திராத அல்லது சிறிய முற்றங்களைவிட்டு சில அடிகள்கூட வெளிவந்திராத, தங்களுடைய குடும்பத்தினர் அல்லது தங்களுடைய அடிமைகள் சூழ மட்டுமே வாழ்ந்த பெண்கள் இப்போது ஐரோப்பிய படைவீரர்களின் குறுகுறுப்பான பார்வைகளுக்கு இலக்காகியிருக்கிறார்கள். நான் அவர்களுக்காக பரிதாபப்படுகிறேன். குறிப்பிட்டுச் சொல்லவேண்டும் என்றால், பாவப்பட்ட உயர்ஜாதி ஹிந்துப் பெண்கள் தாங்கள் ஏற்கனவே அனுபவித்துவரும் துன்பத்துடன் துப்புரவு பணிசெய்கின்ற மற்றும் பிற கீழ்சாதி பெண்களுடன் சேர்ந்திருப்பதுதான்.*[68]

தங்களைச் சுற்றியிருந்தவர்கள் 17 ஆம் தேதி காலை வேளையிலேயே நகரத்தில் இருந்து செல்வதை ஜாகிர் தேலவியின் குடும்பம் கவலையுடன் பார்த்துக்கொண்டிருந்தது. அவர்களுக்கு என்ன செய்வதென்றே தெரியவில்லை.

இருப்பினும், அன்று மாலை டெல்லி ஷியா சமூகத்தின் தலைவரான நவாப் ஹமீத் அலி கான் அந்தக் குடும்பத்தினரை காலம் கடந்துவிடும் முன்னரே தன்னுடன் வந்துவிடுமாறு கெஞ்சிக் கேட்டுக்கொண்டிருந்தார்.

> *‘உங்களுடைய வீட்டில் எப்படி இவ்வளவு அமைதியாக உட்கார்ந்திருக்கிறீர்கள்’ என்று அவர் என்னுடைய தந்தையிடம் கேட்டார். ‘அரசரும் அவருடைய குடிமக்களும் இந்த நகரத்தை விட்டுச் சென்றுவிடவில்லையா? இறைவன் மீது ஆணையாக உங்களுடைய வீட்டைவிட்டு வெளியேறி உங்கள் குடும்பத்துடன்*

இன்று மாலையே நகரத்தைவிட்டு தப்பிச்சென்றுவிடுங்கள். டெல்லி முழுவதிலுமே கொலையும் கொள்ளையும் நடந்துகொண்டிருப்பது உங்களுக்குத் தெரியவில்லையா? நான் இப்போது என்னுடைய மனைவியையும் குழந்தைகளையும் கூட்டிக்கொண்டு இந்த இடத்தைவிட்டுப் போகப்போகிறேன்; வண்டியில் இருக்கும் என்னுடைய குடும்பத்துடன் உங்களுடைய குடும்பத்தையும் சேர்த்துக்கொள்ளுங்கள்.'

நவாப் ஹமீத் அலி கானின் வீடு காஷ்மீரி வாயிலுக்கு அடுத்தபடியாக இருந்தது. ஆனால் ஒரு மாதத்திற்கு முன்னர்தான் [பிரிட்டிஷார் அந்தப் பகுதியில் பீரங்கித் தாக்குதலைத் தொடங்கிய பின்னர்] அவர் என்னுடைய [சாந்தினி சௌக்கிற்கு வெளியே] வீட்டிற்கு அடுத்திருந்த வீட்டில் வாடகைக்கு குடியேறி வசித்து வந்தார். என்னுடைய அப்பா நவாபின் அறிவுரையை ஏற்றுக்கொள்வதென்று தீர்மானித்தார். சூரியன் அப்போது மறைந்து கொண்டிருந்தாலும் நாங்கள் புறப்பட்டாக வேண்டும் என அவர் உத்தரவிட்டார். அச்சத்தால் எல்லோருமே அவரவர் அணிந்திருந்த உடையுடனே அங்கிருந்து புறப்பட்டோம். அந்த நேரத்தில் தான் அணிந்திருந்ததைத் தவிர ஒரு மோதிரத்தைக்கூட எடுத்துக்கொள்ள முடியவில்லையே என்று என்னுடைய அம்மா மிகவும் பயந்துபோனார். குறைந்தபட்சம் என்னுடைய மனைவியாவது இரண்டாயிரத்து ஐநூறு ரூபாய் மதிப்புள்ள அவளுடைய திருமண ஆடையை எடுத்துக்கொண்டாள். அவளுடன் ஒரு சிறிய நகைப்பெட்டியும் இருந்தது. ஒரு பருத்திப் போர்வையில் அவை அனைத்தையும் சுற்றிக்கட்டிய அவள் அதை ஒரு திண்டைப்போல் சுருட்டி அதன்மேல் போர்வையை விரித்துவைத்தாள்.

அந்தக் குழு அவர்கள் தங்களுடைய வாழ்நாள் முழுவதும் வசித்துவந்த, இப்போது ஏறக்குறைய அடையாளம் காணவே முடியாத வகையில் தோற்றமளித்த அந்த நகரத்தில் இருந்து புறப்பட்டது.

தெருக்களில் காணப்பட்ட காட்சிகள் பயங்கரமாக இருந்தன. நாங்கள் புறப்படும்போது மக்களின் துன்பங்களையும், நிர்க்கதியான நிலையையும், அவர்களுடைய பயம் மற்றும் ஏழ்மையையும் கண்டோம். எப்போதும் பர்தா வழியாக மட்டுமே பார்த்துவந்த, தெருக்களில் இதுபோல் வெளியே வந்திராத, சொல்லப்போனால் நடந்தே பழக்கமில்லாத பெண்கள் படும் அவஸ்தையை நாங்கள் கண்டோம். குழந்தைகளின் ஊளையையும் அழுகையையும் கேட்டோம். இது மனதை நொறுங்கச்செய்யும் காட்சி. இதுபோன்ற

ஒரு விஷயத்தை கண்டவரால்தான் உண்மையிலேயே இதைப் புரிந்துகொள்ள முடியும்.

நாங்கள் - ஆண்கள், பெண்கள் மற்றும் குழந்தைகள் - என எல்லோருமே டெல்லி வாயிலுக்கு வெளியே வந்தோம். வெளியே இருந்த காட்சியும் நரகத்தில் இருப்பதைப் போன்றே இருந்தது. பர்தா அணிந்திருந்த பெண்கள் தங்களுடைய குழந்தைகள் மற்றும் துன்புறுத்தப்பட்டு கவலைக்கு ஆளாகியிருந்த தங்களுடைய ஆண்களுடன் அந்த நகரத்தை விட்டுச்சென்று கொண்டிருந்தனர். அவர்கள் எந்த மாதிரியான நிலைமையில் இருக்கிறார்கள் என்பதோ, அவர்கள் சென்றுகொண்டிருக்கும் திசையில் எங்குதான் செல்கிறார்கள் என்பதோ யாருக்குமே மனதில் பதிவாகியிருக்கவில்லை. நிறைய சிக்கல்கள் மற்றும் பிரச்சினைகளுக்குப் பின்னர் எங்களுடைய குழு பார்ஃப் கானாவை [பனிக்கட்டி மாளிகை, இன்று கன்னாட் பிளேஸ் எனப்படும் இடத்திற்கு கீழே அமைந்திருந்தது] அடைந்தது. அந்த மொத்த இடத்தையும் அதனுடைய உரிமையாளரிடமிருந்து நவாப் ஹமீத் அலி கான் சாஹேப் வாடகைக்கு பெற்றிருந்தார். நாங்கள் அன்றிரவை அங்கேயே செலவிட்டோம். எங்களுக்கு சாப்பிட எதுவும் இல்லாதபோதிலும் பாதுகாப்பாக இருப்பதை நினைத்து மகிழ்ச்சியுற்றோம்.[69]

அன்றைய பிற்பொழுதுக்குப் பின்னர் கிஷன்கஞ்சில் இருந்த தங்களுடைய முன்னணி நிலையை இறுதியாக பக்த் கானின் துருப்புகள் கைவிட்டனர். ஜெனரல் வில்ஸன் இதைப்பற்றித்தான் மிகத்தீவிரமாக கவலை கொண்டிருந்தார். இப்போது பின்பக்கத்தில் இருந்த மலைத்தொடருக்கும் முகாமிற்கும் அச்சுறுத்தல் இல்லாத நிலையில் அந்த ஜெனரல் நீடித்த வலிமையை உணர்ந்தார். பர்ன் கொத்தளம் இன்னும் இழுபறியில் இருந்தாலும், நகரத்தின் மேற்குப் பகுதி தொடர்ந்து பிரிட்டிஷாருக்கு எதிர்ப்பு காட்டி வந்தாலும், கிழக்குப் பகுதியில் இருந்த பிரிட்டிஷ் துருப்புகள் அப்போது தெருக்களின் ஊடாக மெள்ள முன்னேறிக் கொண்டிருந்தனர். 17 ஆம் தேதி மாலை ஜாஃபர் தன்னுடைய மாளிகையை விட்டு வெளியேறிய சற்றைக்கெல்லாம் அவர்கள் சாந்தினி சௌக்கை சுற்றியிருந்த நிலைகளைக் கைப்பற்றினார்கள்.

பிரிட்டிஷார் முன்னோக்கி விரைகையில் அவ்வப்போது நின்று வீடுகளை கொள்ளையடிக்கவும் செய்தனர். அதிர்ஷ்டக்கார குடியிருப்புவாசிகள் வெளியேறிவிட்டனர், அதிர்ஷ்டங்கெட்டவர்கள் கொல்லப்பட்டனர். பிரிட்டிஷ் துருப்புகள் முன்னேறிக் கொண்டிருக்கையில் அவர்களுக்குப் பின்னால் இருந்த எந்த வீடும் விட்டுவைக்கப்படவில்லை. வெற்றிகொள்ளப்பட்ட நகரப் பகுதிகள் வெறுமையையே பிரதிபலித்தன.

மௌலவி முகம்மது பக்காரின் மகனும், கவிஞரும் விமர்சகருமான முகம்மது ஹுஸைன் ஆசாத், ஒப்பீட்டுரீதியில் சொன்னால்கூட அதிர்ஷ்டம் செய்தவரே ஆவார். டெல்லி இளைஞர்கள் பலரைப் போன்று அல்லாமல் அவர் சுடப்படவில்லை. பின்னாளில் கிடைத்த விவரங்களின்படி, வெற்றிபெற்ற ராணுவ வீரர்கள் அவருடைய வீட்டிற்குள் திடீரென்று நுழைந்தபோது அவர் தன்னுடைய மனைவி மற்றும் மொத்த கூட்டுக் குடும்பத்தினருடன் இருந்தார்.

> *துப்பாக்கியை உயர்த்திப் பிடித்த அவர்கள், 'உடனே இங்கிருந்து போய்விடுங்கள்!' என்று கத்தினர். எனக்கு முன்பாக இருந்த உலகம் இருண்டுபோனது. என் முன்னால் வீடு முழுக்க பொருள்கள் குவிந்திருக்க நான் உறைந்துபோய் நின்றிருந்தேன். 'நான் என்னுடன் எதை எடுத்துக்கொள்வது?' நகைகள் எல்லாம் ஒரு பெட்டியில் வைக்கப்பட்டு கிணற்றில் போடப்பட்டிருந்தது. ஆனால், என்னுடைய கண்களோ [ஸாக்கின்] கஸல்கள் இருந்த கட்டின் மீதே இருந்தது [ஸாக்கின் அர்ப்பணிப்புள்ள மாணவராகிய ஆஸாத் 1854 இல் தன்னுடைய குரு மரணமடைந்ததைத் தொடர்ந்து ஒரு மிக முக்கிய பதிப்பிற்கு தயார்செய்து வைத்திருந்தார்]. 'கேள் முகம்மது ஹுஸைன், இறைவன் கருணை காட்டி நீ உயிர்வாழ்ந்தால் இந்தப் பொருள்கள் அனைத்தையும் உன்னால் திரும்பப் பெற்றுக்கொள்ள முடியும். ஆனால், மற்றொரு உஸ்தாத் [குரு] உனக்கு எங்கிருந்து கிடைப்பார்? இந்த கஸல்களை மறுபடியும் யாரால் இயற்ற முடியும்? இவை இருந்தால் ஸாக் தன்னுடைய மரணத்திற்கு பின்னரும் வாழ்வார். இவை தொலைந்துபோனால் அவருடைய பெயர்கூட எஞ்சியிருக்காது' என்று நினைத்துக்கொண்டேன்.*
>
> *அதனால், நான் அந்தக் கட்டை [ஸாக்கின் கவிதைகள்] எடுத்து என்னுடைய கக்கத்தில் செருகிக் கொண்டேன். நன்றாக செப்பனிட்ட வீட்டையும், பாதி இறந்துபோன இருபத்தியிரண்டு ஆன்மாக்களையும் விட்டுவிட்டு நான் அந்த வீட்டைவிட்டு அல்லது அந்த நகரத்தைவிட்டு வெளியேறினேன். 'ஹஸ்ரத் ஆதாம் சொர்க்கத்தைவிட்டு நீங்கினார். டெல்லியும் சொர்க்கம்தான். ஆனால், நான் ஆதாமின் வம்சாவளி என்றால் - அவர் செய்ததைப் போன்றே நானும் ஏன் என்னுடைய சொர்க்கத்தைவிட்டு நீங்கக் கூடாது?' என்று என்னுடைய உதடுகள் முணுமுணுத்தன.*[70]

ஆஸாத்தின் குடும்பம் தடுமாறியபடியே டெல்லியைவிட்டு சென்று கொண்டிருக்கையில் எங்கிருந்தோ வந்த ஒரு தோட்டா அல்லது பீரங்கிச் சிதறல் ஆஸாத்தின் ஒரு வயது குழந்தையைத் தாக்கியது. கோமாவில் விழுந்த அந்தக் குழந்தை அடுத்த சில நாட்களில் இறந்துபோனது.

அன்றிரவு, ஜாகிர் தங்கியிருந்த அதே பனிக்கட்டி மாளிகையிலேயே ஆஸாத்தின் குடும்பமும் புகலிடம் அடைந்தது. இருப்பினும் ஆஸாத் வகையிலோ அல்லது ஜாகிரின் வகையிலோ ஒருவரைப்பற்றி ஒருவர் குறிப்பிட்டுக்கொள்ளவில்லை. ஜாகிரின் குடும்பத்தினரைப் போன்றே ஆஸாத்தும் பெரும் அச்சத்துடனே அங்கிருந்து வந்திருந்தார். ஆனால், குவித்து வைக்கப்பட்டிருந்த செல்வங்களில் அவர்களால் சிறிது மாவை மட்டுமே எடுத்துவர முடிந்தது. 'அது அப்போது தங்கத்தைவிட விலைமதிப்பானது.' அதனை ஒரு உடைந்த மட்பாண்டத்தில் இட்டு அவர்கள் கிளறினர். காய்ந்த இலைகளாலும், சருகுகளாலும் நெருப்பு பற்றவைக்கப்பட்டது. மற்ற சில அகதிகளிடமிருந்து பூண்டு, மிளகாய் மற்றும் உப்பு ஆகியவற்றைப் பெற்று அவர்கள் சட்னி செய்துகொண்டனர். அப்போதிருந்த சூழ்நிலையில் அது எளிமையான உணவாக இருந்தபோதிலும், பின்னாளில் ஆஸாத் அனுபவித்த 'பிரியாணி, குருமாக்கள் அல்லது புலாவ் ஆகியவற்றைக் காட்டிலும் அந்த பூண்டு சட்னியையும், அரை வேக்காட்டு ரொட்டியையும் தான் அனுபவித்து மகிழ்ந்ததாக' ஆஸாத் தன்னுடைய குழந்தைகளிடம் எப்போதுமே சொல்லி வந்திருக்கிறார்.[71]

அடுத்தநாள் மாட்டுவண்டிகள் கொண்டுவரப்பட்டன. அந்தக் குழுவினர் மௌலவியின் கவனிப்பில் சோனாப்பூருக்கு சென்றனர். ஆனால், ஆஸாத் அவர்களுடன் செல்லவில்லை. அவர் ஏற்கனவே தன்னுடைய வீட்டையும் மகளையும் இழந்துவிட்டார். ஆனாலும், அப்போது அவருக்கு ஓர் அப்பா இருந்தார். மிதமிஞ்சிய அபாயகரமான சூழ்நிலையாக இருந்தபோதிலும், அப்போது பிரிட்டிஷாரின் பிடியில் அடைத்து வைக்கப்பட்டிருந்த மௌலவி முகம்மது பக்காரை கண்டுபிடித்து உதவுவதற்காக அடுத்தநாளே அவர் மீண்டும் டெல்லி நோக்கி திரும்பினார். தனக்கு உதவுவதாக உறுதியளித்திருந்த அவருடைய அப்பாவின் நண்பரான சீக்கிய ஜெனரல் ஒருவரை ஆஸாத் எப்படியோ தேடிக் கண்டுபிடித்துவிட்டார். ஆஸாத்தை தன்னுடைய மாப்பிள்ளை என்று நம்பவைத்து அவருக்கு இருப்பிடமும் பாதுகாப்பும் அளித்தார் அவர். இந்த மாறுவேடத்திலேயே தங்களுடைய விசாரணை மற்றும் தண்டனைக்காக காத்திருந்த மற்ற சிறைவாசிகளுடன் பக்கார் இருந்த தளத்திற்கு ஆஸாத்தை அந்த ஜெனரல் அழைத்துச் சென்றார். இத்தகைய சூழ்நிலையில், முகம்மது பக்கார் தூக்குமேடைக்கு அழைத்துச் செல்லப்படுகையில் தந்தையும் மகனும் ஒரு நீடித்த கடைசிப் பார்வையை பரிமாறிக்கொண்டனர்.

அதன் பின்னர் முகம்மது பக்கார் தூக்கிலிடப்பட்டார். தனக்கும் கைது உத்தரவு பிறப்பிக்கப்பட்டிருக்கிறது என்று நினைத்த ஆஸாத் அங்கிருந்து பதுங்கியபடியே வெளியேறினார். பின்னர் அடுத்த நான்கு வருடங்களை உச்சகட்ட வறுமையில் இந்தியா முழுவதிலும் தனியாக சுற்றித்திரியத் தொடங்கினார் அவர் - மெட்ராஸில் இருந்து நீலகிரி வரையிலும் சென்று

பின்னர் லக்னோ வந்து லாகூருக்குச் சென்ற அவர் தன்னுடைய குருவின் கஸல்களை மட்டும் கையிலேயே வைத்திருந்தார்.

1861 ஆம் ஆண்டில்தான் அவரால் லாகூரில் உள்ள தலைமை அஞ்சல் நிலையத்தில் ஒரு வேலையைப் பெற்றுக்கொண்டு தன்னுடைய வாழ்க்கையை மீண்டும் கட்டமைத்துக்கொள்ள முடிந்தது. இங்குதான் தன்னுடைய குருவுக்கு அளித்த உத்திரவாதத்தின்படி ஸாக்கின் படைப்பை பதிப்பிப்பதற்கான ஏற்பாடுகளில் அவர் ஈடுபட்டார். ஒரு நகரத்தின் நினைவுச் சின்னமாக வீற்றிருக்கக வேண்டிய, அறிவார்த்தமான கலைப்படைப்பு அப்போது முற்றிலுமாக அழிந்துகொண்டிருந்தது.[72]

அடுத்த நாள் செப்டம்பர் 18 ஆம் தேதி காலை ஐந்து நிமிடங்களுக்கு சூரியன் கிரகணத்தில் மறைந்துபோனது. வெளிச்சம் மெதுவாகத் திரும்பும் முன்னர் அந்த நகரம் மூன்று மணிநேரங்களுக்கு எங்கும் இருளாகிப்போனது.

இதை எதிர்பார்க்குமாறு யாரும் எச்சரிக்காததால் பிரிட்டிஷ் படைவீரர்கள் அந்த நிகழ்வால் அச்சம்கொண்டனர். ஆனால், ஹிந்துக்களுக்கோ இந்த நிகழ்வு மிகவும் முக்கியத்துவம் வாய்ந்த ஒன்று. இன்றும்கூட இந்தியாவில் இருக்கும் சில உயர்சாதி ஹிந்துக்கள் கிரகணத்தின்போது வெளியே செல்வதில்லை. அந்த நிகழ்விற்கு முன்னும் பின்னுமாக இருபத்தி நான்கு மணிநேரங்களுக்கு ஹிந்து கோயில்கள் பூட்டப்பட்டு தடைசெய்யப்பட்டிருக்கும். இரண்டு நம்பிக்கைகளின் உறைவிடமான முகலாய டெல்லியில், குறிப்பாக முகலாய அரசவையில் ஹிந்துக்களே ஜோதிடர்களாக நியமிக்கப்பட்டிருந்தனர். இந்த கிரகணம் ஓர் அச்சுறுத்தும் குறிப்பிடத்தகுந்த நிகழ்வு. இதுதான் அபசகுனத்தின் உச்சம். தெய்வாம்சமானது உச்சகட்ட மகிழ்வின்மையை அடைந்துவிட்டதற்கான அறிகுறி.*

கிரகணம் என்பது எந்த ஒரு பயணத்தையும் தொடங்குவதற்கான மோசமான தருணம் என்று கருதப்பட்டபோதிலும், இந்தச் சமயத்தில் அது கடைசியாக தாக்குப்பிடித்திருந்த சிப்பாய்களுக்கு நம்பிக்கையில்லாத சண்டையை கைவிட்டுவிட்டு அந்த சபிக்கப்பட்ட நகரத்தைவிட்டு தப்பிச்செல்வதற்கான தருணமாக ஆகிவிட்டிருந்தது.[73]

* அரண்மனைக் குறிப்புகளின்படி, 1852 ஆம் ஆண்டு ஜூலை 2 ஆம் தேதி அன்றைய கிரகணத்திற்குப் பின்னர் அதன் தீங்குவாய்ந்த விளைவுகளுக்கு எதிர்வினையாற்றும் முயற்சியாக தன்னுடைய எடைக்கு எடை 'சில வகை தானியங்கள், வெண்ணெய், பவழங்கள் போன்றவற்றை நிறுத்து அவற்றை ஏழைகளுக்கு ஜாஃபர் பகிர்ந்தளித்திருக்கிறார்.' பார்க்க: *National Archives of India, Foreign, Foreign Dept Misc., vol. 361, Precis of Palace Intelligence, entry for 2 July 1852.*

அன்று மாலை, பிந்தையகால பருவமழைக்கு வானம் தன்னுடைய கதவுகளைத் திறந்து வைத்தபோது சிப்பாய்கள் ஆக்ரா சாலையில் விரைந்துகொண்டிருந்தனர் - முன்னேறிவரும் பிரிட்டிஷார் மற்றும் வன்முறைக்கு குறைவில்லாத சீக்கிய, பதான் மற்றும் கூர்க்கா படையினர் ஆகியோரிடமிருந்து முடிந்தவரை வேகமாக தப்பிச்சென்றுவிடும் முனைப்பில் நடைபோட்டுக் கொண்டிருந்த டெல்லிவாசிகளால் அந்தச் சாலை நிரம்பியிருந்தது. 'மூடநம்பிக்கையினால் ஆன அவர்களுடைய பயங்களை இருளே இயக்கிக் கொண்டிருந்தது. பெருவல்லமையின் சீற்றம் நிலைகொண்டுவிட்ட அந்த நகரத்திலிருந்து அவர்களை விரைவாக தப்பிச்செல்ல செய்தது' என்று எழுதியுள்ளார் சார்லஸ் கிரிஃபித்ஸ்.

> *அன்றிரவு பெரும் எண்ணிக்கையிலான கலகக்காரர்கள் அந்த நகரத்தை காலிசெய்துவிட்டு தெற்குப்பக்கமாக சென்றனர் என்றும், பெரேலி மற்றும் நிமாக் பிரிகேடுகள் குவாலியர் பக்கமாக சென்றதாகவும் குறிப்பிடப்பட்டிருக்கிறது. இந்தக் காலகட்டத்தில் இருந்துதான் எதிரிகளுக்கிடையே வலு குறைந்து போனதற்கான அறிகுறிகள் தென்படத்தொடங்கின என்பது மட்டும் நிச்சயம். எங்களுடைய நிலைகளின் மீது சில தாக்குதல் முயற்சிகள் நடத்தப்பட்டன.*
>
> *எங்களுடைய பீரங்கி முழக்கங்களின் காரணத்தினால் சிலர் படகுப் பாலத்தை பகற்பொழுதிலேயே கடந்தனர். ஆனால் 19 ஆம் தேதி இரவு, தேவாலய சுற்றுச்சுவரில் அமர்ந்தபடி அரண்மனை மற்றும் சலீம்கார் மீது தனித்துவமான ஒலியுடன் பீரங்கிக் குண்டுகள் வெடித்துச் சிதறுவதைப் பார்த்துக்கொண்டிருக்கையில், அதன் இடைவெளிக்கு மத்தியில் குரல்களின் குழப்பமான ஹம் ஒலியை எங்களால் தொலைதூரத்தில் இருந்து கேட்க முடிந்தது. அந்த ஒலி ஆற்றின் திசையில் இருந்தே வந்தது. அது மனித எண்ணிக்கையின் பெருக்கத்தினால் உருவானது. அவர்கள் படகுப் பாலத்தின் வழியாக எதிர்த்திசையில், விரைவில் எங்கள் வசம் விழ இருந்த நகரத்தை கைவிட்டுச் சென்றுகொண்டிருந்தனர்.*[74]

19 ஆம் தேதி பிற்பொழுதில் பிரிட்டிஷார் இறுதியாக பர்ன் கொத்தளத்தைக் கைப்பற்றினார்கள். அதற்கு முந்தைய நாளில் அதற்காக மீண்டும் ஒருமுறை பெரும் இழப்பை சந்தித்திருந்தனர். அன்று மாலை டெல்லி வங்கி கட்டிடத்தை கைப்பற்றிய அவர்கள் அடுத்தநாள் காலை 20 ஆம் தேதியன்று அரண்மனையின் மீது தாக்குதல் நடத்தும் விதமாக தங்களுடைய நிலைகளை அமைத்துக்கொண்டனர்.

செப்டம்பர் 17, 18 மற்றும் 19 ஆம் தேதிகளில் அகதிகளாக புறப்பட்டவர்களின் விதியின் ஒவ்வொரு கணமும் மே மாத ஆரம்பத்தில் பிரிட்டிஷாருக்கு ஏற்பட்ட நிலைக்கு சற்றும் குறைவில்லாததாக இருந்தது. அதே சாலையில், அதே பயத்துடன் கடந்துகொண்டிருந்த அவர்கள், பிரிட்டிஷாரை நிராயுதபாணியாக்கிய அதே குஜார் மற்றும் மேவதி பழங்குடியினரால் தாக்கப்பட்டு கொள்ளையடிக்கப்பட்டனர். உயிர்பிழைத்த இந்த இந்திய அகதிகளின் முதல் விவரங்களின் சில மட்டுமே எஞ்சியிருக்கின்றன என்றாலும் அவை நிச்சயமாக, எழுச்சியின் முடிவில் சில மாதங்களிலேயே அச்சிடப்பட்ட மே 11 ஆம் தேதி அன்றைய பெரும் தொகுதிகளிலான பிரிட்டிஷாரின் விவரங்களுடன் ஒப்பிடக்கூடியவையே ஆகும். அவை இன்னமும் தங்களுடைய மிகமூத்த - முன்னோர்களுக்கு 1857 இல் ஏற்பட்ட துரதிர்ஷ்ட சாகசங்களாக சில பழைய டெல்லி குடும்பத்தாரிடம் ஒரு செறிவான பாரம்பரியமாகவே இன்னும் எஞ்சியிருக்கின்றன. இவற்றில் சில இருபதாம் நூற்றாண்டின் தொடக்கத்தில் பழம் மக்களிடமிருந்து குவாஜா ஹஸன் நிஜாமி என்பவரால் சேகரிக்கப்பட்டு 1952 இல் பேக்மாத் கி ஆன்ஸு (பேகம்களின் கண்ணீர்) என்ற பெயரில் புத்தகமாக பதிப்பிக்கப்பட்டிருக்கிறது.

இதில் குறிப்பிட்டு சொல்லவேண்டியது தன்னுடைய கர்ப்பவதியான மனைவி, இளம் சகோதரி மற்றும் தன்னுடைய தாய் ஆகியோருடன் 'பேரரசர் அரசவையை விட்டுச்சென்ற சற்றைக்கெல்லாம்' இரண்டு வண்டிகளில் தப்பிச்சென்ற மிர்ஸா ஷாஜுரின் கதைதான். பல முகலாய அகதிகளையும் போன்றே மெஹ்ருலியில் உள்ள குதுப் சாஹிப் ஆலயத்திற்கு முதலாவதாக சென்ற அவர்கள் அங்கேயே ஒருநாள் இரவைக் கழித்தனர். அடுத்தநாள் காலை அவர்கள் மீண்டும் புறப்பட்டனர். ஆனால் சத்தார்பூருக்கு அருகில் சில கிலோமீட்டர்கள் தொலைவில் குஜார்களால் தாக்கப்பட்டு கொள்ளையடிக்கப்பட்டனர். பழங்குடியினர் அவர்களிடம் இருந்த எல்லாவற்றையும் எடுத்துக்கொண்டு அவர்களை உயிருடன் விட்டுவைத்தனர். 'பெண்கள் அழுதனர். நான் முடிந்தவரை அவர்களைச் சமாதானப்படுத்தினேன். அருகாமையில் ஒரு கிராமம் இருந்தது. என்னுடைய அம்மா ஒவ்வொரு அடி எடுத்துவைக்கும்போதும் தடுமாறினார். இந்த வயதில் இவ்வளவு கஷ்டப்படவைத்த விதியை சபித்தபடியே வந்தார். ஆனால், அந்தக் கிராமத்தில் குடியேறியிருந்தவர்கள் முஸ்லிம் மேவாட்டிகள். அவர்கள் எங்களுக்கு கிராமத்தின் மையத்தில் இருந்த சமூக சப்பாலில் தங்க இடமளித்தனர்.'

அகதிகளை சேர்த்துக்கொண்ட கிராமத்தினர் அவர்களுக்கு உணவளித்தனர். ஆனால், சில நாட்களுக்குப் பின்னர் அதற்கு பிரதிபலனாக ஏதாவது செய்யுமாறு மிர்ஸா ஷாஜஹுரைக் கேட்டனர்.

‘நாள் முழுவதும் ஏன் இப்படியே உட்கார்ந்திருக்கிறீர்கள். ஏன் ஏதாவது செய்யக்கூடாது?’ என்றனர் அவர்கள். நான் வேலை செய்ய மகிழ்ச்சியாக இருக்கிறேன் என்றேன். ‘நான் போர்செய்யும் குடும்பத்தைச் சேர்ந்தவன். என்னால் துப்பாக்கி சுட முடியும். வாள் சுழற்றத் தெரியும்’ என்றேன். ஆனால், இதைக்கேட்டதும் சிரிக்கத் தொடங்கிய கிராமத்தினர், ‘இங்கே நீங்கள் துப்பாக்கியால் சுட வேண்டியதில்லை. பூமியை உழுது தோண்டினாலே போதும்’ என்றனர். இதைக்கேட்டு என் கண்களில் கண்ணீர் வழிந்ததைக் கண்டதும் இரக்கப்பட்ட அவர்கள், ‘சரி பரவாயில்லை, எங்களுடைய வயல்களை நீங்கள் காவல் காத்தால் என்ன? உங்களுடைய பெண்கள் துணி தைக்கட்டும், நாங்கள் விளைச்சலில் ஒரு பங்கை உங்களுக்குத் தருகிறோம்’ என்றனர். இப்படித்தான் எங்களுடைய வாழ்க்கை மேம்பட்டது. நான் வயல்வெளிகளில் பறவைகளை விரட்டிக்கொண்டிருப்பேன். பெண்கள் வீட்டில் இருந்தபடி துணி தைப்பார்கள்.[75]

இரண்டு வருடங்களாக கிராமத்தினருடன் தங்கியிருந்த அவர்கள் அவர்களைப் போன்றே துன்பப்பட்டனர். நிஜமான பசி என்றால் என்னவென்று தெரிந்துகொண்டனர். பருவகால வெள்ளங்கள் ஏறக்குறைய அவர்களை அடித்தே சென்றுவிட்டன. மருத்துவர்கள் யாரும் இல்லாததால் பிரசவத்தின்போது மிர்ஸா ஷாஜஹுரின் மனைவி இறந்துபோனாள். விரைவிலேயே, தங்களிடம் மீதமிருந்தவற்றை வைத்துக்கொண்டு டெல்லிக்குத் திரும்பிய அந்தக் குடும்பம், அரச குடும்பத்தில் எஞ்சியிருந்தவர்களுக்கு பிரிட்டிஷார் வழங்கிய மாதம் ஐந்து ரூபாய் ஓய்வூதியப் பணத்தைக் கொண்டு புதிய வாழ்க்கையைத் தொடங்கினர்.

வேறு பலரும் இதேபோன்ற விதிக்கு ஆளாயினர். பேரரசரின் இளைய சகோதரரான மிர்ஸா பாபுர் பளபளப்பான ஆங்கில உடை அணிவதற்கும், செங்கோட்டைக்குள்ளேயே ஆங்கில பாணியிலான வீட்டைக் கட்டிக்கொண்டதற்கும் பெயர்பெற்ற ஆங்கிலேய அபிமானி. அவருடைய விருப்பத்திற்குரிய மகனான ஜாஃபர் சுல்தான் செப்டம்பர் 11 அன்று அரண்மனையின் வீழ்ச்சி நெருங்கிவிட்ட நிலையில், தன்னுடைய கண் தெரியாத தாயாரை மாட்டு வண்டியில் ஏற்றி அஜ்மீரி வாயிலின் வழியாக கர்னால் நோக்கிச் செல்லும் சாலை வரை சென்றார். முதல்நாள் இரவில் பிரிட்டிஷ் மற்றும் குஜார்களிடமிருந்து வெற்றிகரமாக தப்பித்த பின்னர் அவர்கள் ஒரு கிராமத்திற்கு அருகாமையில் முகாமிட்டு சீக்கிரத்திலேயே தூங்கிப்போயினர். மறுநாள் காலை கண்விழித்தபோது வண்டியோட்டி

தனியாக மாட்டுவண்டிகளை எடுத்துக்கொண்டு சென்றுவிட்டதை கண்டனர்.

ஒரு ஜாட் கிராமத்தில் அவர்களுக்கு இடம் கிடைத்தது. அங்கே அவர்களுக்கு உணவும் வழங்கப்பட்டது. ஆனால், அவர்களிடத்தில் ஆர்வம் காட்டும் முன்பாகவே ஜாட்டுகள் அவர்களுடன் சில விலைமதிப்பற்ற நகைகளையும் கொண்டுவந்திருக்கலாம் என்று - சரியாக - சந்தேகப்பட்டிருந்தனர். ஜாஃபர் சுல்தான் வந்து சேர்ந்தபோது அவர்களிடம் இருந்த எல்லாம் பிடுங்கிக்கொள்ளப்பட்டு ஒரு காட்டில் அடைபட்டுக்கிடந்ததைக் கண்டார். அவருடைய தாயார் தலையில் தடியால் தாக்கப்பட்டு மரணித்துக்கொண்டிருந்தார். 'அவருக்கு எப்படி இருக்கிறது என்று கேட்டேன். அதற்கு அவர், "நான் பேரரசரின் ஒன்றுவிட்ட சகோதரி. என்னுடைய விதியைப் பார்த்தாயா? நான் ஒரு காட்டில் செத்துக்கொண்டிருக்கிறேன். என்னைப் புதைப்பதற்கு கோடித்துணிகூட கிடைக்கப்போவதில்லை" என்றார். பின்பு அவர் இறந்துவிட்டார். என்னால் முடிந்தவரை அவரை நன்றாகப் புதைப்பதற்கு எப்படியோ பலத்தைத் திரட்டிக்கொண்டேன்.'

ஒரு ஃபக்கிர் ஆகிப்போன ஜாஃபர் சுல்தான் ஒவ்வொரு நகரமாக பயணித்தார். பாம்பேவுக்கு சென்ற அவர் பின்னர் மெக்காவுக்கு பயணமானார். அங்கே பத்தாண்டுக் காலத்திற்குப் பயணிகளுக்குத் தரப்படும் அறக்கொடையில் வாழ்ந்தார். இறுதியில் கராச்சி வழியாக டெல்லி திரும்பினார். 'ஏனென்றால், என்னால் இந்த நகரத்தை மறக்க முடியாது. இங்கே நான் ஒரு தெலிவாலாவாக வேலை செய்தேன். புதிய ரயில்வே கட்டுவதற்கு உதவியாக செங்கற்களை வண்டியில் எடுத்துச்சென்றேன். இறுதியில் சொந்தமாக ஒரு செங்கல் சுமக்கும் வண்டி வாங்கும் அளவுக்கு பணம் சேர்த்தேன்.' அவர் அரசாங்க ஓய்வூதியத்தைப் பெற மறுத்துவிட்டார். ஏனென்றால் 'ஓய்வூதியத்தில் உயிர்வாழ்வதைக் காட்டிலும் உழைத்து வாழ்வதே சிறந்தது' என்று அவர் நினைத்தார்.

குவாஜா ஹஸன் நிஜாமி 1917 இல் மிர்ஸா ஜாஃபர் சுல்தானை சந்தித்தபோது அவர் ஒரு செவிடான கிழவராக இருந்தார். அவருடைய அடையாளமும்கூட அவர் நீதிமன்றத்திற்கு அழைத்துச் செல்லப்பட்டபோதுதான் வெளியே தெரிந்தது. அவருடைய செங்கல் வண்டி ஒரு தொழிலதிபரின் காரில் மோதிவிட்டது. இதனால் அவருடைய சாட்டையைப் பிடுங்கிய குடிபோதையில் இருந்த அந்த பஞ்சாபி தொழிலதிபர் அந்தக் கிழவரை விளாசத் தொடங்கினார். அவர் ஒருசில அடிகளை அமைதியாக வாங்கிக்கொண்டார். ஆனால், கடைசியில் அவரை எதிர்ப்பதற்கான துணிச்சலை வரவழைத்துக்கொண்ட அவர் அந்தத் தொழிலதிபரை மூக்கு உடைந்துபோகும் அளவு கடுமையாகத் தாக்கினார். இதற்காக நீதிமன்றத்தில் ஜாஃபர் சுல்தான் பின்வருமாறு பேசியிருந்தார், 'பணக்காரர்கள் ஏழைகளைப்பற்றி நினைத்துப் பார்ப்பதில்லை. ஆனால்,

அறுபது வருடங்களுக்கு முன்னர் இந்த ஆளுடைய முன்னோர்கள் என்னுடைய அடிமைகளாக இருந்திருப்பார்கள். அவர்கள் மட்டுமல்ல, ஹிந்துஸ்தானமே என்னுடைய உத்தரவுகளுக்குக் கீழ்பணிந்தது. என்னுடைய வம்சாவளியை நான் இன்னும் மறந்துவிடவில்லை. பிறகு எப்படி என்னால் இந்த அவமானங்களை சகித்துக்கொள்ள முடியும்? நான் அடித்தவுடன் அந்தக் கோழை எப்படி ஓடிப்போனான் பார்த்தீர்களா? தைமூரியனின் அடியை தாங்கிக்கொள்வது அத்தனை சுலபமானதல்ல.'[76]

செப்டம்பர் 20 ஆம் தேதியன்று, டெல்லி வங்கியின் சிதிலங்களில் நிலைகொண்டிருந்த பிரிட்டிஷார் தங்களுடைய முன்வரிசையை செங்கோட்டையை நோக்கி நகர்த்தினர். 19 ஆம் தேதி இரவன்று அரண்மனைக்கு முன்பாக வரிசையமைத்திருந்த பீரங்கிகள் உறுமின. 20 ஆம் தேதி காலை பத்து மணிக்கு சுட்டுக்கொண்டிருக்கும் பீரங்கிகளின் அரணின்கீழ் முன்னேறிச்சென்ற வெடிகுண்டுகுழு ஒன்று வாயில்களுக்கு கீழே வெடிமருந்துப் பைகளை வைத்தது. காஷ்மீரி வாயிலை கைப்பற்றியதைப் போல் அல்லாமல் அரண்மனையில் ஏறக்குறைய எந்த எதிர்ப்புமே இல்லை. அரண்மனையைப் பாதுகாத்திருந்த பெரும்பாலானவர்கள் ஏற்கனவே தப்பிச்சென்றுவிட்டது தெளிவானது. இதில், தங்களின் பேரரசருடைய - தேவதைக் கூட்டத்தால் சூழப்பட்ட இந்த யுகத்தைச் சேர்ந்த காலிஃபாவினுடைய - சிம்மாசனத்தை போராட்டமின்றி விட்டுத்தருவதில்லை என்று தீர்மானமாக இருந்த ஒரு சில ஜிகாதிகள் மட்டுமே விதிவிலக்கு.[77]

இந்த தாக்குதலுக்கு உத்தரவிடுபவர்களில் எட்வர்ட் கேம்ப்பலும் ஒருவர். ஆனால், இதுகுறித்த பெரும்பாலான விவரங்கள் அவருடைய உதவியாளரான, இளம் ராணுவ கேப்டன் ஃபிரெட் மேஸி என்பவரிடம் இருந்தே கிடைக்கப் பெற்றுள்ளது. சுவிட்சர்லாந்தில் இருந்த தன்னுடைய தாயார் மற்றும் சகோதரிகளுக்கு அவர் எழுதிய கடிதத்தில், 'ஒரு கனத்த அமைதிக்குப் பின்னர், பையில் இருந்த வெடிப்பொருள்கள் பயங்கரமாக வெடித்துச் சிதறின. வாயிலின் பாதி விழுந்தேவிட்டது. நாங்கள் கத்திக்கொண்டே உள்ளே நுழைந்தோம். அதிகாரிகள், சுரங்கம் தோண்டுபவர்கள், ஐரோப்பியர்கள், பூர்வகுடியினர், அவசரக்குடுக்கைகள் எல்லோருமே எதிர்ப்பின்றி உள்ளே நுழைந்தபோது அது ஒரு பயங்கரமான குழப்பமாகிப்போனது.'

ஒன்றிரண்டு அதிகாரிகளை அழைத்து அவர்களை ஏதேனும் ஒழுங்கிற்குள் கொண்டுவர முயற்சித்தேன் - ஆனால், அவர்கள்

விரைந்து ஓடிவிட்டனர். நானோ அல்லது யாரேனுமோகூட விரைவாக ஓடுவதைத் தவிர வேறு வழியில்லை. முதலாவது முற்றத்திற்கு இட்டுச்செல்லும் வளைமுகட்டு பாதைவழியில் பரபரப்பான துப்பாக்கிசூடு நடந்தது. முட்டாள்தனமாக சண்டையிட்ட சில உதிரி பண்டீக்கள் கொல்லப்பட்டனர். அவர்களுடைய தோட்டாக்களைக் காட்டிலும் எங்களுடையதே மிகுந்த ஆபத்தானதாகிவிட்டது. அதனால், நாங்கள் அந்த பாதைவழியில் இருந்து விலகியே திறந்தவெளிக்கு வந்தோம்.

சலீம்காருக்கு செல்லும் வழியாக நான் இடதுபக்கம் சென்றேன். அரசரும் அந்தப் பக்கமாகத்தான் சென்றார் என யாரோ கூறினார்கள். மிகவும் வழக்கத்திற்கு மாறான குதிரைப்படையுடன் எங்கள் தரப்பினருக்கு உதவிய ஆப்கானிய சர்தாரான மீர் கான் என்பவருடன் நான் ஒரு குழுவை அழைத்துக்கொண்டேன். அவர் ஓர் அழகான, கறுப்பு தாடியும், கழுகின் கண்களும் கொண்டவர். அரசரைப் பிடிப்பது (தயக்கமே இல்லாமல் அவரைக் கொல்வது) என்ற எண்ணத்தால் அவர் பரவசமடைந்திருந்தார். சில வாயிற்கதவுகள் மற்றும் குறுகலான தெருக்களின் வழியாக நாங்கள் பதுங்கியே சென்றோம். அரண்மனைச் சுவர்களுக்குள்ளாக ஒரு முழுமையான நகரம் இருப்பதை நீங்கள் புரிந்துகொள்ள வேண்டும். எந்தத் தருணத்தில் வேண்டுமானாலும் பீரங்கிக் குண்டின் தாக்குதல் நடத்தப்படலாம் என்று நாங்கள் எதிர்பார்த்திருந்தோம். ஆனால், எங்களுடைய வழியில் இரண்டு பேரை மட்டுமே எதிர்கொண்டோம் - அவர்கள் இருவரையுமே எங்களுடைய ஆப்கானிய நண்பர் கவுதாரிகளைப் போல் சுட்டு வீழ்த்தினார்.

[இறுதியாக] பாதைவழியில் கள்ளத்தனமாய் மறைந்திருந்த ஒருவனை என் பக்கமாக வரவழைத்தேன். அவன் ஆயுதங்கள் ஏதுமில்லாமல் ஒரு மாட்டுவண்டிக்காரனைப் போல் இருந்தான். அவன் என்னருகில் இருந்து வழி காண்பித்து உருப்படியான தகவல் தந்தால் அவனுக்கு ஏதும் நேராமல் பார்த்துக்கொள்வதாக நான் அவனிடம் கூறினேன். ஆனால், அன்றைய பொழுதில் என்னுடைய உத்திரவாதங்கள் எதுவுமே பயனற்றவைதான். என்னுடைய ஆப்கானிய நண்பரும் அருகாமையில் இருந்தார். அந்தக் கிழவன் என்னுடைய கைதி என்றும், அவனுக்கு ஏதும் நேராது என்றும் நான் உத்திரவாதம் அளித்திருப்பதாக அவரிடம் கூறினேன். தன்னுடைய தலையை தரையில் தேய்த்துக்கொண்ட அந்தக் கிழவன் அவருக்கு நன்றி சொன்னான். என்னுடன் வந்துகொண்டிருந்த அவன் அந்த வழியை சுட்டிக்காட்டினான். நாங்கள் பத்து அடியே சென்றிருந்த நிலையில் ஒரு விஸ் என்ற ஒலியையும், பளிச்சிடும் ஒளியையும் உணர்ந்தேன்.

என்னுடைய கைதி உடலில் குண்டுபாய்ந்து கீழே சரிந்திருந்தான். அந்த அயோக்கிய ஆப்கானியன் அவனைச் சுட்டுவிட்டார். அப்படிச் செய்து என்னையும் தரம்தாழ்த்திவிட்டார். எனக்கு மிகுந்த கோபம் வந்தது. ஆனால், அந்த சர்தார் எனக்கு கட்டுப்பட்டவர் அல்ல. அத்துடன் எதிரியின் கோட்டைக்குள் பிடிபட்ட ஒரு பத்மாஷிற்கு அளிக்கப்படும் உத்திரவாதம் என் கடமைப்பட்ட ஒன்றாக இருக்கிறது என்பதையும் அவர் புரிந்துகொள்ளவில்லை.

சற்று பின்னர் மேஸியும் அவருடைய ஆட்களும் அரண்மனை சுற்றுப்பகுதியின் மையத்தில் இருந்து துப்பாக்கிசுடும் சத்தத்தைக் கேட்டனர். அவர்கள் இருந்த அரண்மனைப் பகுதி முற்றிலுமாக வெறிச்சோடிப் போய்விட்டதையடுத்து நடுவில் இருந்த குழுவினருடன் சேர்ந்துகொள்ள தீர்மானித்தனர்.

படைப்பிரிவினர், அதிகாரிகள் மற்றும் குதிரைகள் என எல்லாரும் சிதறிப்போயிருப்பதையும், கனத்த இரும்புக் கதவுகள் [நக்கார் கானா தர்வாஸாவினுடையவை] வலுவாக பூட்டுப்போட்டு பூட்டியிருந்தபடியால் அவர்கள் அசையாமல் குழுமியிருந்ததையும் கண்டோம். கனத்த தூண்கள், துப்பாக்கிச் சூடுகள் மற்றும் பிற வன்முறைகளைப் பயன்படுத்தி அந்தக் கதவுகள் உடைத்து திறக்கப்பட்ட பின்னர் அந்த அரண்மனையின் மத்திய சதுக்கத்திற்குள் நாங்கள் வேகவேகமாக உள்ளே சென்றோம். அதற்கும் சற்று தொலைவில்தான் திவான் இய்யாம் அல்லது பொதுமக்கள் மன்றம் இருந்தது. அரசவை முழுவதிலும் கொள்ளையடிக்கப்பட்ட வண்டிகள், கூண்டுவண்டிகள் மற்றும் பல்லக்குகள் இருந்தன. அவசர அவசரமாக கைவிடப்பட்ட ஒன்றிரண்டு பீரங்கிகளும் இருந்தன.

ஒருவகையான தடையாக தோன்றிய திவான் இய்யாமை நோக்கி நாங்கள் சென்றோம். கடுமையாக தாக்கப்பட்டிருக்கலாம் எனும்படி அங்கிருந்த சில பதினைந்துபேர் நோயுற்றோ அல்லது காயம்பட்டோ காணப்பட்டனர். இருந்தாலும் அதிகாரிகள் அவர்களை ஆய்வுசெய்த பின்னர் நாங்கள் விசாரிக்கத் தொடங்கினோம். மிகவும் சோர்ந்துபோயிருந்த ஓர் இளம் முஸல்மான் என்னருகில் இருந்தான். அவனிடம் துருப்புகள் எங்கே போனார்கள்? அரசர் எங்கே போனார்? என்று கேட்டேன். தன்னை விட்டுவிடும்படி கெஞ்சிய அவனிடம் எங்களுடன் வந்து அரசர் எங்கிருக்கிறார் என்று கூறினால் நான் அவனைப் பாதுகாப்பதாகக் கூறினேன். அரசர், அவருடைய மனைவி மற்றும் இளைய மகன்கள் எல்லோரும் அடுத்திருந்த அல்லது மிகவும் உள்ளடங்கி இருந்த

தனி வசிப்பிடங்களில் இருக்கிறார்கள் என்றான் அவன். அந்தப் பொறுக்கி பொய் சொன்னான். அரசர் சில நாட்களுக்கு முன்பே சென்றுவிட்டார். அவனுக்கும் அது நன்றாகத் தெரியும். இருந்தாலும் நாங்கள் அவனை நம்பினோம். பின்னர், அடுத்திருந்த கூடத்தில் தேடும்படி கூறுகின்ற ஒரு சத்தம் அதிகரித்தது.

அப்போதுதான் கறுப்பு தாடி வந்தார். பண்டீக்களை பார்த்த உடனேயே தன்னுடைய ஆட்களுடன் அவர்களை நோக்கி விரைந்தார். அவரை யாராலும் தடுத்து நிறுத்த முடியவில்லை. உண்மையிலேயே யாரும் அதற்கு விரும்பியதாக எனக்குத் தோன்றவில்லை. அதிகாரிகளைப் பொறுத்தவரை என்ன நடக்கிறது என்றே தெரிந்துகொள்ள முடியாதபடி நடந்த, இதுவரை அறிந்திராத, மோதலும் குழப்பமுமான ஒரு நிலை! அப்படியே தெரிந்திருந்தாலும் எங்களால் எதுவுமே செய்திருக்க முடியாது. நான் உயிருடன் வைத்து பேசிக்கொண்டிருந்தவனை சிலரிடம் விட்டுவிட்டு சென்றேன் - எல்லோரும் முன்னால் விரைகையில் என்னால் அப்படியே இருக்க முடியவில்லை - ஆனால், அவனும் பிறகு கொல்லப்பட்டான். 12 அல்லது 15 பேரில் மீர் கான் மட்டுமே எட்டுபேரை கொன்றார் என்று நான் கேள்விப்பட்டேன். இதுபோன்றதொரு ரத்தக்களறியான படுகொலையை நான் கண்டதே இல்லை.[78]

ஹட்ஸன் தன்னுடைய பேரங்களை ரகசியமாக மேற்கொண்டதன் அளவீடு இதுதான்! அதாவது பேரரசர் தன்னுடைய அரண்மனையில் இல்லை என்பது தாக்குதல் குழுவுக்கு தெரியாமலேயே இருந்தது. இருந்தாலும் ஹட்ஸன் மிர்ஸா இலாஹி பக்ஷுடன் நேரடி தொடர்பிலேயே இருந்தார் என்பதுடன் அரச குடும்பத்தைச் சேர்ந்த மூத்த உறுப்பினர்களில் ஏறத்தாழ எல்லோருமே எங்கிருக்கிறார்கள் என்பதும் அவருக்கு துல்லியமாகத் தெரிந்திருந்தது. லால் பர்தாவிற்கு உள்ளே நுழைந்த பிரிட்டிஷ் துருப்புகள் பின்னர் உட்புற அரசவைகளுக்கும் திமுதிமுவென குவிந்து அப்போதும் அங்குதான் இருக்கிறார்கள் என்று நம்பிய அரச குடும்பத்தை ஒவ்வொரு அறையாக தேடிக்கொண்டிருந்தனர்.

ஆயுதம்தரித்த பாதங்களும், ஆயுதங்களின் ஒலியும் அதற்கு முன்னர் ஆங்கிலக் கால்கள் நடைபோட்டிராத திவான் இகாஸின் மாடங்கள் சூழ்ந்த தாழ்வாரங்களின் ஊடாக மோதிக்கொண்டன. முகலாய பேரரசர்களின் தனியறைகள், நூர்மஹலின் தனியறைகள் மற்றும் எண்ணிக்கையற்ற பெண்களின் அந்தப்புரங்கள், சரக்கு அறைகள், உணவறைகள், பாதுகாப்பிடங்கள், குளியலறைகள் என அனைத்தும் முதலில் அரசரையும் அவருடைய குடும்பத்தையும்

கண்டுபிடிக்க வேண்டும் என்று நினைக்க மறந்துவிட்ட ஒரு வெளிப்புற காட்டுமிராண்டிக் கூட்டத்தால் சூறையாடப்பட்டன. ஆனால், 'அலமாரிகள் காலியாக இருப்பதை' சீக்கிரத்திலேயே கண்டுகொண்டோம். பின்னர் கொள்ளையிடும் அசுரன் தோன்றியதையடுத்து நான் கண்ட காட்சியை எத்தகைய கற்பனை செய்தாலும் கூறிவிட முடியாது.

படைவீரர்களும் மற்றவர்களுமாக கலந்துகட்டிய கூட்டம் ஒன்று ஒவ்வொரு துளையிலும் மூலையிலும் தேடியது. கொள்ளையடிப்பதற்கான தேடலில் எல்லாவற்றையும் தலைகீழாக புரட்டிப்போட்டது (அவ்வப்போது தங்களையும் அப்படி புரட்டிப்போட்டுக் கொண்டார்கள்). கதவுகளின் பூட்டுகளை உடைத்துத் திறக்க வலதும் இடதுமாக துப்பாக்கிகளின் சத்தம் கேட்டுக்கொண்டே இருந்தது. எவ்வளவு கிடைத்ததோ அதே அளவு நொறுக்கினார்கள். தோட்டாக்கள் தாறுமாறாக சீறிப்பாய்ந்தன. ஆபத்து குறிப்பிடத்தகுந்த அளவு அதிகரித்தது. இதுபோன்ற ஒரு குழப்பத்தை நான் பார்த்ததே இல்லை. கிளர்ச்சியாளர்களால் கொள்ளையடிக்கப்பட்டிருந்த எல்லாவகையான பொருட்களும் அரசரிடம் கொண்டுவரப்பட்டு அரசவை உறுப்பினர்களிடம் வழங்கப்பட்டிருந்தன. இப்போது அவையும், அந்த அரசவையின் மரச்சாமான்கள், ஆண் பெண்களின் உடைகள், நடனப் பெண்களின் மலிவான ஆடைகள், உணவருந்தும் பாத்திரங்கள், மதிப்புவாய்ந்த தோரணங்கள், அலங்காரங்கள், புத்தகங்கள் கையெழுத்துப்படிகள் என எல்லாமே பல்வேறு சிறிய அறைகளுக்குள்ளாக தாறுமாறாக இறைந்துகிடந்தன. அவை எல்லாம் மறுபடி மறுபடி வெறியேறிப்போயிருந்த எங்களுடைய வீரர்களால் உருட்டப்பட்டபடியே இருந்தன.

இங்கே ஒரு குழு நகைகளைத் தேடி விநோதமான பெட்டிகளுக்கு இடையே ஒன்றும் புரியாமல் விழிப்பதைப் பார்க்கலாம். இன்னொரு குழு பல்வேறுவிதமான பொருள்களையும் குவித்து வைத்துக்கொண்டிருந்தது - புத்தகங்கள், படங்கள், துப்பாக்கிகள், கைத்துப்பாக்கிகள் என அவர்களைக் கவர்ந்த எல்லாமும்- சிலர் இனிப்புகளையும், சர்பத்துகளையும் ருசிபார்த்துக் கொண்டிருந்தனர். அதிர்ஷ்டம் குறைவான மற்றவர்கள் சரியான ராஜபானம் என்று கண்டவற்றை அருந்திக்கொண்டிருந்தனர் - அப்புறம்தான் தெரிந்தது, அய்யோ! அவை எல்லாம் மருந்துகள். அந்தக் கிழ அரசருக்கு மருந்துகளின் மீது பெரும் பிடிப்பிணை இருந்ததையும், தன்னுடைய அறையில் பெரும் அளவில் அவற்றை வைத்திருந்ததையும் அப்போதுதான் தெரிந்துகொண்டனர், மிகத் தாமதமாக!

தனி அறையிலும் எங்களால் யாரையும் காணமுடியவில்லை. இந்தக் கொள்ளையிடலைப் பொறுத்தவரையில் அதன் மிகப்பெரிய பகுதி சிறு குப்பைமேடுதான் என்பதுடன் அவற்றிற்கு எந்த மதிப்பும் கிடையாது. அரசரின் தனி மாடத்தில் ஒரு சிறந்த புத்தம்புதிய காற்று மெத்தையைக் கண்டெடுத்தேன். இப்போது அதை கேட் [மேஸியின் மனைவி] தன்னுடைய குப்பைக்கூடையில் போட்டிருப்பார். நான் டெல்லியில் கொள்ளையடித்தது அது ஒன்றுதான். ஆனால், இந்தச் சிறு நினைவுப்பரிசையும்கூட போர்ப்பரிசுத் தலைவரிடம் [எட்வர்ட் கேம்ப்பல்] சொல்லிவிட்டேன். கடுமையாக சோர்வுற்று ஆட்கள் சோர்ந்துபோய் அதிகாரிகளிடம் வந்துசேர்ந்தார்கள். அரண்மனை கைப்பற்றப்பட்டதைத் தெரிவிக்க ஜெனரலிடம் ஒரு குழு அனுப்பிவைக்கப்பட்டது.[79]

அன்று மாலை பிரிட்டிஷ் வீரர்கள் ஜமா மசூதிக்குள் மகிழ்ச்சிக் கூத்தாடினர். சீக்கியர்கள் மசூதியின் புனித *மிஹ்ராப்*பிற்கு அடுத்திருந்த இடத்தில் வெற்றி நெருப்புகளை பற்றவைத்தனர். ஜெனரல் வில்ஸனும் அவருடைய தலைமையிட ஊழியர்களும் செயிண்ட் ஜேம்ஸ் தேவாலயத்தில் இருந்து கோட்டையின் திவான் இகாஸிற்கு இடம் மாறினர். அங்கே முட்டைகள் மற்றும் சுட்ட கோழிக்கறிகளுடன் இரவு உணவு பரிமாறப்பட்டது ('அவ்விடத்தின் காவல் தெய்வம் என்ன நினைத்திருக்கும் என எனக்குத் தெரியவில்லை' என்றே எண்ணினார் ஃபிரெட் மேஸி.) ஜெனரல் ராணி விக்டோரியாவுக்கு நலன் தெரிவித்தார். 'ராணியை இறைவன் ஆசீர்வதிப்பாராக.'[80] பின்னர் அவருடைய அதிகாரிகளுள் ஒருவருக்கு அனுப்பிவைக்கப்பட்ட தந்தியில், 'நம்முடைய போராட்டம் இங்கே நிறைவுபெறுகிறது. கிளர்ச்சிக்கார பெங்கால் ராணுவத்தின் பரவலான கலகம் மேற்புற இந்தியாவில் முழுமையான தோல்வியைப் பெற்றிருக்கிறது. கிளைவ் மற்றும் லேக்கின் காலகட்டம் நம்மிடையே மீண்டும் புதுப்பிக்கப்பட்டிருக்கிறது' என்று பெருமையுடன் அறிவிக்கப்பட்டது.[81]

இந்தச் செய்தி நிக்கல்ஸனுக்கும் சொல்லப்பட்டது. அப்போது அவர் மலைத்தொடரில் இருந்த குடிலில் முனகியபடி உயிரை பிடித்துவைத்துக் கொண்டிருந்தார். அவருக்கு அருகாமையில் அவருடைய பிரதான பதான் வேலையாளும் ஒரு மெய்க்காவலரும் இருந்தனர். நெவில் சாம்பர்லின் அவரைச் சென்று பார்த்து அந்தச் செய்தியைச் சொல்லவிருந்தபோது அவர், 'ஒரு சிசுவைப் போல் நிர்க்கதியற்றுக் கிடந்தார். சிரமப்பட்டு மூச்சுவிட்டார். நீளமாக இடைவெளி விட்டபடி வலியுடனே அவரால் வார்த்தைகளை உச்சரிக்க முடிந்தது.' ஆனாலும், அவருடைய குடிலுக்கு வெளியே காவல் காத்துக்கொண்டிருந்த தன்னுடைய முறைப்படுத்தா காலாட்படையின் கூச்சலை அடக்கும் வகையில் தன்னுடைய

துப்பாக்கியால் குடிலின் பக்கவாட்டில் சுடும் அளவுக்கு நன்றாகவே இருந்தது.[82]

நகரம் இப்போது பிரிட்டிஷாரின் வசம் இருப்பதாக அவரிடம் சொன்னபோது, அதற்கு அவர், 'நான் சாகும் முன்னர் பிரிட்டிஷார் டெல்லியைக் கைப்பற்றிவிட வேண்டும் என்பதுதான் என்னுடைய ஆசை. அது நிறைவேறிவிட்டது' என்றார்.[83]

மூன்று நாட்களுக்குப் பின்னர் அவர் மரணமடைந்தார். ஜாஃபரின் நேசத்திற்குரிய நிலவொளி தோட்டமாகிய மெஹ்தாப் பாகில் கொள்ளையடிக்கும் நோக்கத்தோடு பெயர்த்தெடுக்கப்பட்ட மார்பிள் தூணுக்கு கீழே அவர் புதைக்கப்பட்டார்.

அரண்மனை தாக்கப்பட்டுக்கொண்டிருக்க, விக்டோரியா மகாராணிக்கு மரியாதை செலுத்தப்பட, இந்த கலகம் முழுவதிலும் நடந்ததிலேயே மிக மோசமான படுகொலைகளுள் சில நகரம் முழுவதும் நிகழ்ந்து கொண்டிருந்தது. பிரிட்டிஷாருக்கு வேண்டுமானால் போராட்டம் முடிவுற்றிருக்கலாம். ஆனால், டெல்லி குடியிருப்புவாசிகள் பலருக்கும் கடும் சோதனைகள் இப்போதுதான் ஆரம்பித்திருந்தன.

காலை நேரத்தில் நகரம் முழுவதையும் துடைத்தெறிந்த பிரிட்டிஷார் லாகூர் மற்றும் அஜ்மீர் வாயில்கள், கார்ஸ்டின் கொத்தளம் ஆகியவற்றையும் கைப்பற்றினர். அதேநேரத்தில் ஹட்ஸனும் அவருடைய முறைப்படுத்தா காலாட்படையும் அஜ்மீரி மற்றும் டெல்லி வாயில்களுக்கு வெளியில் இருந்த பெரிய சிப்பாய் முகாம்களுக்கு வெளியே விரைந்தனர். முடிவில் அந்த நகரத்தைச் சுற்றி வளைத்தனர். அவை 'உடல்நலம் குன்றி காயம்பட்டு நடக்கக்கூட முடியாத நிலையில் இருந்த' உடனடியாக வாட்களுக்கு இரையாக்கப்பட்ட சில சிப்பாய்களைத் தவிர்த்து வெறிச்சோடிக் காணப்பட்டது. அந்த உடல்களும் முகாமின் குப்பைக் கூளங்களில் வீசப்பட்டன. வெடிமருந்துகள், உடைகள் மற்றும் கொள்ளையடிக்கப்பட்ட பொருள்கள் ஆகியவற்றுடன் அவர்களுடைய மத்தளங்கள், வாத்தியக் கருவிகள், படுக்கைகள், சமையல் பாத்திரங்கள் மற்றும் அவர்களுடைய ஆடம்பரப் பொருள்கள் என அனைத்துமே சிப்பாய்கள் தப்பிச் செல்கையில் கைவிடப்பட்டிருந்தன.[84]

அதன்பிறகு சீக்கிரத்திலேயே, டெல்லி வாயிலை சுற்றியிருந்த பகுதியை 'சுத்தப்படுத்துவதற்கான' உத்தரவு பிறப்பிக்கப்பட்டது. அதைத் தொடர்ந்து நடந்த படுகொலையில் பங்கேற்றவர்களுள் எட்வர்ட் வைபர்ட்டும் ஒருவர். 'பின்னாட்களில் ரத்தக்களறியான பயங்கரமான காட்சிகள் பலவற்றையும் நான் கண்டேன். ஆனால், நேற்று பார்த்த ஒரு காட்சி,

கடவுளே! நான் ஒருபோதும் இனி அதை கண்டுவிடக்கூடாது என்று பிரார்த்தனை செய்துகொண்டேன்' என ரத்தக்களறியான வீரத்திற்கும், தான் மேற்கொண்ட பயங்கரங்கள் குறித்த விழிப்புணர்வின் மின்னல்களுக்கும் இடையில் தடுமாறிய நிலையை தன்னுடைய மாமா கார்டனுக்கு எழுதிய கடிதத்தில் அவர் குறிப்பிட்டுள்ளார்.

நாங்கள் பிடித்து வைத்திருக்க வேண்டிய இரண்டு வாயில்களான டெல்லி மற்றும் துர்க்மன் வாயில்களுக்கு இடையில் இருந்த மாளிகைகளைச் சுத்தப்படுத்த வேண்டும் என்று ரெஜிமெண்டிற்கு ஆணையிடப்பட்டது. அத்துடன் எல்லோரையும் சுட்டுக்கொல்ல வேண்டும் என்பதே உத்தரவு. நிராயுதபாணியான 30 அல்லது 40 பேராவது என் கண்முன்னால் சுட்டுக்கொல்லப்பட்டதைக் கண்டிருப்பேன். நேரடியாக சொல்லப்போனால் அது கொலைதான். இதற்குத்தான் நான் பயந்துபோனேன். பெண்கள் விட்டுவைக்கப்பட்டனர். ஆனால், தங்களுடைய கணவர்களும், மகன்களும் வெட்டிக் கொல்லப்பட்டிருப்பதைக் கண்டு அவர்கள் கதறிய கதறல்தான் மிகவும் பயங்கரமானது.

இந்த நகரத்தை இப்போது மிக பயங்கரமான காட்சி நிரம்பியதாக நீங்கள் கற்பனை செய்துகொள்ளலாம். அந்த இடம் முழுவதும் கும்பல் கும்பலாக உடல்கள் குவித்துவைக்கப்பட்டிருந்தன. வீடுகள் அனைத்தும் உடைக்கப்பட்டு சூறையாடப்பட்டன. ஆனால், இப்போது எங்களுடைய மூர்க்கத்தனமான படையினருக்கு பலியானதெல்லாம் [சாமானிய] நகர மக்கள்தான்!

நேற்று நான் பழைய இடங்களுக்கு சென்று வந்ததில் எனக்கு ஏற்பட்டிருக்கக்கூடிய உணர்வுகளை உங்களால் சுலபமாக புரிந்துகொள்ள முடியும் என நினைக்கிறேன். என் நினைவில் இருந்த எல்லா இடங்களுக்கும் சென்றேன். ஏறக்குறைய [உள்ளே சென்று பார்த்ததில்] எதுவுமே கைப்பற்றப்படவில்லை என்று கற்பனை செய்துகொண்டேன். ஆனால், சுற்றிப் பார்க்கும்போது அந்த மாயத்தோற்றங்கள் எல்லாத் திசைகளிலும் காணப்பட்ட பீரங்கி மற்றும் துப்பாக்கித் தோட்டா குறிகளினால் விலகிச் சென்றன. அங்கே ஒரு மரணப்போராட்டம் சற்று முன்னர்தான் வெறியாட்டம் ஆடியிருக்கிறது என்பதைத் தவிர வேறு எதையும் அவை சொல்லவில்லை. மேற்கொண்டு நடந்தீர்கள் என்றால் அழுகிப்போகும் கடைசி நிலையில் இருந்த உடல்கள் குவித்து கிடப்பதையோ, அல்லது பட்டினியால் வாடிப்போயிருந்த வயதான பெண்களையோ பார்க்கலாம். ரத்தக்களறியினாலும் போரினாலும் உங்களால் எப்படி மகிழ்ச்சியடைய முடிகிறது என்பதையும்

கண்டு நீங்கள் ஆச்சரியப்படலாம். மேலும் சில கஜ தூரங்கள் சென்றால் [எங்களுடைய] சில குடிகார வீரர்கள் போதையில் உருண்டபடி உங்களுடைய கருணையை அருவருப்புடன் சேர்த்து கிளறிக்கொண்டிருப்பார்கள். நீங்கள் போகும் இடத்தில் எல்லாம் துரதிர்ஷ்டக்காரர்கள் தங்களுடைய மறைவிடத்திலிருந்து இழுத்துவரப்பட்டு கொல்லப்பட்டிருப்பதையே காண்பீர்கள்.

எனக்கு எந்த இரக்க உணர்வும் இல்லையென்று மேலுலகிற்கு தெரியும். ஆனால், சில வெண்தாடி வைத்த கிழவர்கள் இழுத்து வரப்பட்டு உங்களுடைய கண்களுக்கு முன்னாலேயே சுட்டுக்கொல்லப்படும்போது எத்தகைய பட்சாதாபமும் இல்லாமல் அதைப் பார்க்கும் ஒருவரின் இதயம் கல்லாய் இறுகிப்போனதென்றே நான் நினைக்கிறேன். கொலைசெய்யப்பட்ட எங்கள் நாட்டுக்காரர்களுக்காக - என்னுடைய அப்பா, அம்மா, சகோதரி மற்றும் சகோதரர்கள் பழிவாங்குதலுக்காக கதறிக் கொண்டிருப்பதற்காக, அவர்களுடைய மகன் அவர்களுக்காக பழிவாங்குகிறான் என்பதற்காக இந்தக் கறுப்புக் காட்டுமிராண்டிகள் தங்களுடைய ரத்தத்தால் பிராயச்சித்தம் செய்தாகத்தான் வேண்டும். ஆம்! அவன் சண்டையிடுவதையும், [ரத்தக்களரியைக் கண்டு] சுருண்டுவிடாமல் இருப்பதையும், அதற்காகவே இறைவன் அவனுக்கு வலிமையையும் துணிவையும் அளித்திருப்பதையும் காணலாம்.[85]

குச்சா செலானில் நடந்த படுகொலைதான் மிகவும் மோசமானது, அங்கு மட்டுமே 1,400 டெல்லிவாசிகள் வெட்டிக் கொல்லப்பட்டனர். இங்குதான் கொள்ளையிடலை தடுக்க முயற்சித்த நவாப் முகம்மது அலி கான் தன்னுடைய மாளிகை முற்றத்தின் மீது ஏறி ஜெனானாவுக்குள் நுழைய முயன்ற மூன்று பிரிட்டிஷ் வீரர்களை சுட்டுக்கொன்றிருந்தார். அவர்களுடன் வந்தவர்கள் திரும்பச் சென்று மீதமிருந்த ரெஜிமெண்டுகளை அழைத்துக்கொண்டு, பீரங்கியுடன் மறுபடியும் வந்து அந்த மாளிகை முற்றத்தைத் தகர்த்தெறிந்தனர்.

அதைத்தொடர்ந்து, அந்த நகரத்தின் குடியிருப்பில் இருந்த எல்லோரும் கூட்டம் கூட்டமாகக் கொல்லப்பட்டனர். அவர்களை பயோனெட்டுகளால் குத்துவதில் சோர்ந்துபோன பிரிட்டிஷார் நாற்பது பேரை யமுனை ஆற்றிற்கு அழைத்துச் சென்று, கோட்டையின் சுவர்களுக்கு கீழே வரிசையாக நிற்கவைத்துச் சுட்டுக்கொன்றனர். அவர்களில் டெல்லியின் மிகவும் திறமைவாய்ந்த கவிஞர்களும், ஓவியர்களும் அடக்கம். குச்சா செலான் அந்த நகரத்தில் இருந்ததிலேயே மிகவும் அறிவுப்பூர்வமான முஹல்லா என்று பெயர்பெற்றிருந்தது. ‘அவர்கள் பிரபலமான, வசதியான மக்கள். டெல்லிக்கு பெருமை சேர்ப்பவர்கள். அப்போது அவர்கள்

வேறு யாருக்கும் ஈடில்லாதவர்கள். அவர்களைப் போன்றவர்களை இனி பார்க்கவே முடியாது' என்று எழுதியுள்ளார் ஜாகிர் தேலவி.

உதாரணத்திற்கு, பூவுலகில் வேறு யாருடனும் ஒப்பிடவே முடியாத, மகத்தான சித்திர எழுத்துகாரரான மியான் அமீர் பஞ்ச-காஷ் என்பவரை எடுத்துக்கொள்ளலாம். பின்னர் எங்களுடைய மகத்தான கவிஞர்களுள் ஒருவரான மௌலவி இமாம் பக்ஷ் சாபாய் மற்றும் அவருடைய இரண்டு மகன்கள். குச்சா செலானில் பிரபலமான கதைசொல்லியாக விளங்கிய மிர் நியாஸ் அலி ஆகியோர் உட்பட அந்த முஹல்லாவில் ஏறக்குறைய ஆயிரத்து நானூறுபேர் கொல்லப்பட்டனர். கைதுசெய்யப்பட்டு ராஜ்காட் வாயில் வழியாக ஆற்றின் பக்கம் அழைத்துச்செல்லப்பட்ட சிலர் அங்கேயே வைத்து சுட்டுக்கொல்லப்பட்டனர். உடல்கள் ஆற்றில் வீசியெறியப்பட்டன. அதேநேரம், சுவர்களைத் தாண்டிக்குதித்து வீட்டைவிட்டு வெளியேறிய அவர்களுடைய பெண்களில் பலரும் தாங்கள் கண்ட காட்சிகளால் மிகுந்த அதிர்ச்சிக்கு ஆளாயினர். அதற்குப் பிந்தைய நான்கு மாதங்களுக்கு குச்சா செலானின் கிணறுகளில் இறந்த உடல்களே நிரம்பியிருந்தன. இதற்கு மேல் விவரிக்க என்னுடைய பேனா மறுக்கிறது.[86]

உயிர் பிழைத்தவர்களில் ஒருவரும், டெல்லியில் கவிஞர் சாபாயுடன் வசித்துவந்த அவருடைய உடன்பிறந்தார் மகனுமாகிய குவாதிர் அலி தன்னுடைய முதிய வயதில் டெல்லி வரலாற்றாசியரான ரஷீத் உல்-கெய்ரிடம் டெல்லியில் இருந்து தப்பிவந்த கதையைக் கூறியிருக்கிறார். 'டெல்லி வெறும் தீர்ப்பு வழங்குமிடம் ஆகிவிட்டது. கைதிகள் தூக்கில் தொங்கவிடப்படாமல் சுட்டுக்கொல்லப்பட்டனர்' என்கிறார் அவர்.

படைவீரர்கள் தங்களுடைய துப்பாக்கிகளைத் தயாராக வைத்திருந்தார்கள். அப்போது அங்கு வந்த ஒரு முஸ்லிம் அதிகாரி எங்களிடம், 'உங்களுடைய மரணம் தவிர்க்க இயலாத ஒன்று. உங்களுக்கு முன்பாக துப்பாக்கிகள் நீண்டிருக்கின்றன. பின்னால் ஆறு இருக்கிறது. அதனால் உங்களில் யாருக்கெல்லாம் நீச்சல் தெரியுமோ அவர்கள் எல்லாம் ஆற்றில் குதித்து தப்பிச் சென்றுவிடுங்கள்' என்றார். எனக்கு நன்றாக நீச்சல் தெரியும். ஆனால், மாமுன் சாஹிப்பும் [சாபாய்] அவருடைய மகன் மௌலானா சாஸுºம் நீச்சல் கற்றுக்கொள்ளவில்லை. என்னுடைய உயிரைக் காப்பாற்றிக்கொண்டு அவர்களை அப்படியே விட்டுச்செல்வதை என்னால் ஏற்றுக்கொள்ள முடியவில்லை. ஆனால், மாமுன் சாஹிப் என்னைக் கட்டாயப்படுத்தியதால் நான் ஆற்றில் குதித்து நீந்திச் சென்றேன். நான் பின்னால் திரும்பிப்

பார்த்தபடியே இருந்தேன். ஐம்பது அல்லது அறுபது கஜ தூரத்திற்கு பின்னால் எனக்குத் துப்பாக்கி சுடும் சத்தம் கேட்டது. வரிசையாக மக்கள் செத்துவிழுவதைக் கண்டேன்.[87]

தனிப்பட்ட முறையில் மிகுந்த இழப்பை சந்தித்தவர்களுள் ஜாகிர் தேலவியும் ஒருவராவார். இந்த முற்றுகைக்காலம் முழுவதிலும் மூன்று ஆங்கிலேயப் பெண்களுக்கு வெளியே தெரியாமல் அடைக்கலம் தந்திருந்த அவருடைய மாமனார் அந்தப் பெண்கள் தன்னுடைய பாதுகாப்பிற்கு உத்திரவாதமாக இருப்பார்கள் என்று நினைத்திருந்தார். அதனால், குடும்பத்தினர் எல்லோரும் நகரத்தில் இருந்து தப்பிச்சென்றுவிட்ட பின்னரும் அவர் அங்கேயே இருந்தார். ஆனால், கொள்ளையடிக்கவந்த ஆங்கிலேயர்களால் அவரும், அவருடைய மகன் மற்றும் அவருடைய இரண்டு வேலையாட்களுடன் சேர்த்து சுட்டுக் கொல்லப்பட்டார்.[88]

அன்றிரவு, அதிகாரிகள் திவான் இகாஸில் விருந்து உண்டபோது நகரம் தொடர்ந்து கொள்ளையடிக்கப்பட்டது. நடந்துகொண்டிருந்த விஷயங்களைப் பற்றி வில்லியம் ஐலேண்ட் என்ற அதிகாரி நன்றாக தெரிந்துவைத்திருந்தார். இதுகுறித்து அவர் பின்வருமாறு எழுதியுள்ளார். ‘தங்களுடைய குடும்பத்தை நிரந்தர பணக்காரர்கள் ஆக்கப்போகும் நகைகளையும் புதையலையும் கொண்டுபோவது குறித்து சீக்கிய வீரர்கள் கனவு கண்டனர். நகரத்தைக் கொள்ளையடித்து முடித்தவுடன் அவை ராணுவத்திடம் பகிர்ந்தளிக்கப்படும் என்று ஜெனரல் வில்ஸன் உறுதியளித்திருந்தார். நிறைய பொருள்களை கைப்பற்றியவர்கள் அவ்வழியே வெளியேறிவிட முயற்சி செய்யலாம் என்பதால் எல்லா வாயில்களிலும் காவலர்கள் நியமிக்கப்பட்டனர். [ஆனால்] சீக்கியர்களை மட்டும் அவ்வளவு சுலபமாக மடக்கிவிட முடியவில்லை.’

இரவுநேரத்தில் சுவர்களை நோக்கிச் செல்லும்விதமாக அவர்கள் மாட்டுவண்டிகளைப் பிடித்தனர். தாங்கள் கொள்ளையடித்தவற்றை கீழே இருந்த தங்களுடைய நண்பர்களை நோக்கி கொட்டினர். நிறைய பெண்களும்கூட அவர்களால் கைப்பற்றப்பட்டு கொண்டு செல்லப்பட்டனர். டெல்லியில் கொள்ளையடிக்கப்பட்டவை பஞ்சாபிற்கு கொண்டுசெல்லப்பட்டது மட்டுமல்லாது, அந்த நகரம் முழுமையாக கைப்பற்றப்பட்ட செய்திகளும் வடமேற்கில் இருந்த பெரும் முகலாய நகரங்களாலும் முழுமையாக நம்பப்பட்டன. கருணைகேட்டு கைகூப்பி நின்ற குடிமக்களில் பலரும் சுட்டுக் கொல்லப்பட்டனர். எங்களுக்கு எந்தத் தீங்கும் செய்திராத எல்லாப் பாலினத்தவருமே நிர்க்கதியாய் நின்றனர். நடுங்கிக்கொண்டிருக்கும் ஒரு கிழவரின் உடலில் வாளைச் செருகுவதோ, காயம்பட்ட ஒரு சிறுவனின் மூளையைச் சிதறடிப்பதோ அல்லது பெண்களைத்

தாக்குவதோ எந்த ஓர் அதிகாரியின் அல்லது படைவீரனின் ஆண்மைக்கும் உரித்தானதாக தோன்றவில்லை.[89]

பிரிட்டிஷாரால் நன்றாக நடத்தப்படுவோம் என்று நம்பி நகரத்திலேயே தங்கிவிட்ட, அரசவையில் இருந்த அவர்களுடைய ஆதரவாளர்கள்கூட பிரிட்டிஷாரால் கொல்லப்பட்டனர் என்ற செய்தி பனிக்கட்டி மாளிகையில் தங்கியிருந்த ஜாகிருக்கும் அவருடைய குடும்பத்தினருக்கும் 21 ஆம் தேதி காலை வந்துசேர்ந்தது. கொல்லப்பட்டவர்களில், அரசவையில் இருந்த பிரிட்டிஷ் ஆதரவுப் பிரிவில் முன்னிலை வகித்தவர்களுள் ஒருவரான மீர் ஹைதர் அலியும் ஒருவராவார். அரசவையுடன் தொடர்புவைத்திருக்கும் எவரும் இப்போது நேரடியான இலக்காக இருக்கின்றனர் என்பதை உணர்ந்துகொண்ட ஜாகிர், தானும் தன்னுடைய சகோதரரும் குடும்பத்தில் இருந்து பிரிந்துசென்று பாதுகாப்பாக தப்பியாக வேண்டிய நேரம் வந்துவிட்டதைப் புரிந்துகொண்டார். 'ஆங்கிலேயர்களுக்கு உதவியாக இருந்த உளவாளிகள் இப்போது அவர்களுடைய தகவலாளிகளாகவும், கொலை கொள்ளைக்கும், மக்களைப் பிடித்து தூக்கில் போட உதவுகிறவர்களாகவும் பணிபுரிந்து வருவதாக நாங்கள் கேள்விப்பட்டோம். இதற்காக அவர்கள் தலைக்கு இரண்டு ரூபாய் பெற்றுக்கொண்டனர்.'

பனிக்கட்டி மாளிகையில் இருப்பது என்னுடைய சகோதரனுக்கும் எனக்கும் பாதுகாப்பானது அல்ல என்று நவாப் ஹமீத் அலி கான் என்னுடைய அம்மாவிடம் கூறினார். 'அவர்களை அனுப்பிவிடுங்கள், அவர்கள் பாதுகாப்பானது என்று நினைக்கும் இடத்திற்குச் சென்றுவிடட்டும். இவர்கள் [பிரிட்டிஷ் மற்றும் அவர்களுடைய தகவலாளிகள்] அரசவையுடன் சம்பந்தப்பட்ட யாரையும் விட்டுவைக்கப் போவதில்லை.' அதனால் என்னுடைய அப்பாவிடம் நான் மிகுந்த மரியாதையுடன் கூறினேன்: 'அது உண்மைதான். நாங்கள் போயாக வேண்டும். நீங்கள் எங்களுடைய பிரிவைத் தாங்கிக்கொண்டு என்னையும் என்னுடைய சகோதரனையும் போக அனுமதிக்க வேண்டும். இறைவன் எங்களை அழைத்துச்செல்லும் இடத்திற்கு நாங்கள் செல்கிறோம். அரச ராணுவத்தில் வேலைசெய்தவர் என்பதால் பிரிட்டிஷார் அவரை விட்டுவைக்க மாட்டார்கள் என்பதாலேயே நான் என்னுடைய சகோதரனின் பாதுகாப்பை நினைத்துக் கவலைப்படுகிறேன். இறைவன் எங்களை உயிருடன் வைத்திருந்தால் நாங்கள் திரும்பி வந்து உங்களைக் காண்கிறோம்.'

பின்னர் நான் மெல்லிய வெள்ளிப்பொருள்களை எடுத்து மேலிருந்து கீழ்வரை காலணியில் செருகி வைத்துக்கொண்டேன். என்னுடைய பைஜாமா மடிப்பில் இரண்டு துண்டுகளை வைத்துக்கொண்டேன்.

> இடுப்பைச் சுற்றி துப்பட்டாவை கட்டிக்கொண்டு கையில் ஒரு தடியை எடுத்துக்கொண்டேன். மிகவும் கூச்ச சுபாவியான என் மனைவி சத்தமில்லாமல் தேம்பிக்கொண்டிருந்தாள். அவள் அப்போதுதான் தன்னுடைய தந்தையும், சகோதரனையும் இழந்திருந்தாள். இப்போது அவளுடைய கணவனும் போகிறான். நான் புறப்பட்டுச் செல்கையில் அவளுக்கு இறைவன்தான் துணை என்று அவள் காதுகளில் முணுமுணுத்தேன். 'நான் உயிருடன் இருந்தால் உனக்காகத் திரும்பி வருவேன். நான் கொல்லப்பட்டுவிட்டால் தயவுசெய்து என்னை மன்னித்துவிடு.' இப்படிச் சொன்னவுடன் எல்லாம் வல்லவனின் பெயரை உச்சரித்துவிட்டு [மெஹ்ருலியில்] இருக்கும் குவாஜா சாஹேப் ஆலயத்தை நோக்கி விரைந்தேன்.[90]

ஒரு காலாட்படைப் பிரிவு அவர்களை நோக்கி வந்தபோது ஜாகிர் அரைமைல் தூரமே சென்றிருந்தார். 'எங்களை எட்டியவுடன் சுற்றி வளைத்துக் கொண்ட அவர்கள் நாங்கள் என்ன எடுத்துச்செல்கிறோம் என்று கேட்டனர். அவர்களுக்கு எதுவும் கிடைக்கவில்லை. ஆனால், ஒருவன் மட்டும் என்னுடைய தலைப்பாகையை பிடுங்கி அணிந்துகொண்டு சென்றுவிட்டான். பிறகு என் இடுப்பில் இருந்த துப்பட்டாவை எடுத்து தலையில் முடிந்துகொண்டேன். சற்று நேரம் கழித்து அதைப் பார்த்துவிட்ட வேறொரு கொள்ளைக்காரன் அதையும் பிடுங்கிச் சென்றான்.' அடுத்த ஐந்து வருடங்களுக்கு நாடோடியாகவே வாழ்ந்து, வட இந்தியச் சாலைகளில் சுற்றித்திரிந்தேன். பிரிட்டிஷ் ரோந்துப்படையினரிடம் இருந்து மறைந்தும், அவர்களைத் தவிர்த்தும் வாழ்வதற்கான வாழ்க்கைக்கு அது ஓர் அமங்களமான துவக்கமாக அமைந்தது. அவர் பலமுறை டெல்லிக்குத் திரும்பி வந்திருக்கிறார் என்றாலும் அவரால் தன்னுடைய வீட்டிற்கு மட்டும் செல்ல முடிந்ததில்லை. குதிரையில் திரிந்தபடியே தன்னால் முடிந்தவரை உயிர்பிழைத்திருந்தார். தன்னுடைய சித்திர எழுத்து மற்றும் உருது கவிதையின் திறமை காரணமாக தனக்கு சிறிதளவு உணவுக்கும் உறைவிடத்திற்கும் உத்திரவாதமளித்த ஒவ்வொரு அரசவையாக சென்றுகொண்டிருந்தார்.

20 ஆம் தேதி இரவு, ஹுமாயூன் கல்லறையில் நின்றிருந்த ஜெனரல் பக்த் கான், தன்னுடன் லக்னோவிற்கு வந்துவிடும்படி ஜாஃபரை ஒப்புக்கொள்ளச் செய்ய முயற்சித்துக்கொண்டிருந்தார். அங்கிருந்தபடி அவர் இந்த எதிர்ப்பை தொடரவிருந்தார். இப்போதும் ஹக்கீம் அஷானுல்லா கான்தான் ஜாஃபரை அங்கேயே இருக்கும்படி மீண்டும் சம்மதிக்க

வைத்தார். "நீங்கள் ஓர் அரசர் என்பதை மறந்துவிடாதீர்கள். நீங்கள் அங்கே செல்வது சரியல்ல. ஆங்கிலேய ராணுவம் அவர்களுடைய எஜமானர்களுக்கு எதிராக கலகம் செய்தது, அவர்களுடன் சண்டையிட்டது. அடியோடு தோற்கடிக்கப்பட்டு சிதறிப்போனது. இதற்காக மாட்சிமை பொருந்திய தாங்கள் என்ன செய்ய முடியும்? தைரியமாக இருங்கள். பிரிட்டிஷார் உங்களை குற்றவாளியாக்கிவிட மாட்டார்கள்" என்றார். இத்தகைய் வார்த்தைகளால் சண்டையிடும் ராணுவத்திடம் இருந்து அரசரை விலக்கியே வைத்திருந்தார் அவர்.'[91] அதேநேரம், மிர்ஸா முகலும் நயவஞ்சக மிர்ஸா இலாஹி பக்ஷினால் தடுத்து நிறுத்தப்பட்டிருந்தார்.[92]

அன்றிரவு, டெல்லிக்கு வந்த மிர்ஸா இலாஹி பக்ஷ் ஜாஃபரும், மிர்ஸா முகலும் எங்கிருக்கிறார்கள் என்று ஹட்ஸனிடம் கூறினார். இதற்கு ஜீனத் மஹல் மற்றும் ஹக்கீம் அஷனுல்லா கானின் தூண்டுதல் காரணமாக இருந்திருக்கலாம்.[93] அத்துடன் ஜாஃபர் 'அரச ஆபரணங்களையும், அதன் பட்டியலையும்' தன்னுடன் வைத்திருப்பதாகவும் அவர் ஹட்ஸனிடம் கூறினார்.[94] உரிய முறையில் வில்ஸனை பார்க்கச் சென்ற ஹட்ஸன் ஜாஃபரை பிடித்துவர அவரிடம் அனுமதி கேட்டார். இதற்கு வில்ஸன் 'அரசரும் அவருடைய ஆண் உறவினர்களும் சுதந்திரமாக விட்டுவைக்கப்பட்டால் இந்த வெற்றி முழுமையடையாது' என்று வாதிட்டார். முதலில் இது 'மிக ஆபத்தான' சாகசம் என்று கூறினார் வில்ஸன். ஆனால், ஹட்ஸன் மற்றும் நெவில் சாம்பர்லினின் நெருக்கடியால் அதற்கு அனுமதியளித்த அவர், ஹட்ஸன் தன்னுடைய ஆட்களைத்தான் அழைத்துக்கொள்ள வேண்டுமே தவிர பெரும் படையைக் கேட்கக் கூடாது என்றும் கூறியதுடன், 'அவர்களை நினைத்து தன்னை கவலைப்பட வைத்துவிடக்கூடாது' என்றும் கூறினார். ஹட்ஸன் செய்ய வேண்டும் என்று நினைத்திருந்தால் அவராகவே அதை செய்து முடித்திருப்பார். ஆனால், அந்த மொத்த விவகாரத்தையும் அவராகவே சமாளிக்க வேண்டியிருந்திருக்கும்.[95]

21 ஆம் தேதி காலை, 'சூரிய உதயத்தின்போது மேற்கொள்ளப்பட்ட ராஜ மரியாதையின்போது டெல்லி மீண்டும் ஒருமுறை பிரிட்டிஷ் மணிமகுடத்தின் கீழ் வந்துவிட்டதாக' அறிவிக்கப்பட்டது. ஆனால், கைப்பற்றப்பட்ட அந்த நகரம் - ஹிந்துஸ்தானத்தின் புராதன தலைநகரம், மகத்தான முகலாய மாநகரம் - இப்போது பிரிட்டிஷ் குடிகார கொள்ளையர்களைத் தவிர்த்து இறந்துபோனவர்களின் நகரமாகவே தனித்து விடப்பட்டிருந்தது. இந்த முற்றுகை முழுவதிலும் தன்னுடைய சகாக்களின் காட்டுமிராண்டித்தனத்தைத் தொடர்ந்து விமர்சித்து வந்த மேஜர் வில்லியம் ஐலேண்ட் 'விடுவிக்கப்பட்ட' நகரத்தில் கண்ட காட்சிகளால் மிரண்டுபோயிருந்தார். 'வெறிச்சோடிப்போன இந்த மாபெரும் நகரமே போரின் துயரங்களைப்பற்றிப் பேச போதுமானது. படைவீரர்கள்

தங்கியிருக்கும் மாளிகைகளில் இருந்து பார்க்கையில் எல்லாமே மௌனித்தும், வெறிச்சோடியும் காணப்பட்டது' என்று எழுதியுள்ளார்.

பஜார்களில் எந்த வியாபாரியும் இல்லை. ஒட்டக வரிசையோ, மாட்டு வண்டிகளோ அந்த வாயிலின் வழியாக செல்லவில்லை. கண்ணுக்கெட்டிய தூரம்வரை வழிப்போக்கர்கள் யாருமில்லை. வீடுகளின் கதவினருகில் நின்று யாரும் பேசிக் கொண்டிருக்கவில்லை. குழந்தைகள் யாரும் புழுதியில் விளையாடவில்லை. திரைச்சீலைகளுக்குப் பின்னால் இருந்து எந்தப் பெண்ணின் குரலும் கேட்கவில்லை. எல்லாவகையான வீட்டு உபயோக மரச்சாமான்களும் தெருக்களில் சிதறிக்கிடந்தன.

சமீபத்திய குடியேறிகளின் தடங்களால் அந்தக் காட்சி மேலும் துக்கம் நிரம்பியதானது. தணலடுப்புகளில் இருந்த சாம்பல் இன்னும் கறுப்பாகவே இருந்தது. வீட்டு விலங்குகள் தங்களுடைய முன்னாள் சொந்தக்காரர்களைத் தேடி எல்லாத் திசைகளிலும் சுற்றிக்கொண்டிருந்தன. எங்கெங்கிலும் இருந்த வீடுகள் எரிந்து கொண்டிருந்தன அல்லது பீரங்கி குண்டினால் நொறுங்கிப் போயிருந்தன. பீரங்கிச் சிதறல்கள் சிதறிக்கிடந்தன. அழுகிப்போன பிணங்கள் காக்கைகளாலும், நரிகளாலும் பாதி உண்ணப்பட்ட நிலையில் கிடந்தன. வியாபாரிகள் இறுதியாகத்தான் தங்களுடைய கடைகளை மூடியிருந்தனர். அவர்கள் குண்டுவீச்சினாலும், எங்களுடைய படைவீரர்களின் குரூர செயல்கள் குறித்த செய்தியினாலுமே ஓடிப்போயிருந்தனர்.[97]

கைட்ஸ் பிரிவைச் சேர்ந்தவரும், இந்த நகரத்தைப்பற்றி ஓரளவுக்குத் தெரிந்துவைத்திருந்த உருது மற்றும் பாரசீக மொழி அறிஞருமான லெப்டினெண்ட் எட்வர் ஓம்மனேவும் சூரிய உதயத்தின்போது தான் கண்ட காட்சிகளால் அச்சமடைந்திருந்தார். 'நகரம் முழுக்க யாருமே இல்லை' என்று பின்வருமாறு எழுதியுள்ளார் அவர்.

அறுபது அல்லது அதற்கும் சற்று மேம்பட்ட எண்ணிக்கையிலான ஆண்களும் பெண்களுமான குழு அந்த இடத்தைவிட்டுச் செல்வதற்காக அவ்வப்போது தெருவில் தோன்றுவதை மட்டுமே காணமுடியும். இதைத் தவிர்த்து சிப்பாய்களோ, நகர மக்களோ அங்கு காணப்படவில்லை. வெறுமையான வீடுகளில் எங்களுடைய ஆட்கள் கொள்ளையடித்துக் கொண்டிருப்பதைக் காணலாம் அவ்வளவுதான். அங்கு வசித்துவந்த 1,50,000 பேரில் ஏறக்குறைய

அனைவருமே போய்விட்டனர். நாதிர் ஷா இந்த நகரத்தை கைப்பற்றியபோதுகூட இப்படி இருந்ததில்லை.[98]*

அதன்பிறகு விரைவிலேயே, 'முதன்மை உளவாளியான' மௌலவி ரஜப் அலியுடன், ஒரு சிறிய பஞ்சாபி முறைப்படுத்தா காலாட்படையுடன் மிர்ஸா இலாஹி பக்ஷ் அனுப்பிவைக்கப்பட்டார். சற்று இடைவெளிக்குப் பின்னர் கோட்டையில் இருந்து ஹுமாயூன் கல்லறையை நோக்கி 'வலுவான ஐம்பது பேரைக்' கொண்ட இரண்டாவது காலாட்படையுடன் வந்தார் ஹட்ஸன்.[99] ராணுவத்தில் தன்னுடைய பெயரை முழுமையாக மீட்டெடுப்பது மட்டுமல்லாமல், வரலாற்றுப் புத்தகத்தில் தன்னுடைய பெயரை நிரந்தரமாக இடம்பெறச் செய்யும் என்று அவர் நம்பிய சாகசப் பயணம்தான் அது.

இப்போது எல்லாம் தயாராகிவிட்டது. இந்த முழு கலகத்திற்கும் மையமாக விளங்கியவர் என்று பிரிட்டிஷாரில் பலரும் நம்பிய, வலைக்கு நடுவில் இருக்கும் சிலந்தி என்று நினைத்த அந்த மனிதரைக் கைதுசெய்து அழைத்து வருவதற்கான தருணம் வந்துவிட்டது.

* *இது உண்மையும்கூட. 1739 இல் நடந்த நாதிர்ஷாவின் பிரபலமான படுகொலை சிலமணி நேரங்களே நீடித்தது. ஒரு வாய்வழிக் கதையின்படி ஒரு இந்திய மனுதாரர் அவரிடம் வந்து பின்வரும் கவிதையை உச்சரித்தவுடன் அதுவும் நின்றுபோனது.*

உங்களுடைய மாயாஜால வாளினால் வெட்டிக்
கொல்லப்பட யாருமே விட்டுவைக்கப்படவில்லை.
மறுபடியும் கொலைசெய்ய வேண்டும் என்றால்
இறந்தவர்கள்தான் உயிர்பெற்று வரவேண்டும்.

11

மரண நகரம்

அரசரைப் பிடிப்பதற்கான ஹட்ஸனின் திட்டம் ஓர் அமங்களமான துவக்கமாக அமைந்தது.

மௌலவி ரஜப் அலி மற்றும் மிர்ஸா இலாஹி பக்ஷ் ஆகியோர் ஹுமாயூனின் கல்லறையை நெருங்கியபோது அவர்களை ஜிகாதிகளின் கூட்டம் ஒன்று மறைந்திருந்து தாக்கியதில் அவர்களுடைய பாதுகாவல் குதிரைவீரர்களில் நான்கு பேருக்கு மோசமான காயம் ஏற்பட்டது. இதனால் பின்திரும்பிய அவர்கள் மீண்டும் டெல்லியை நோக்கி தப்பியோடினர். ஆனால், சற்று தொலைவில் ஹட்ஸனைக் கண்டனர். அந்தத் தாக்குதல் 'அரசரின் படையினரால் அல்லாமல் மதத் தீவிரவாதிகளின் நடவடிக்கையைப் போல் தெரிந்ததால்' அவர்கள் மீண்டும் தங்களுடைய செயல்திட்டத்தைத் தொடருவதற்காகத் திரும்பினர்.[1]

ஹட்ஸன் அங்கு வந்துசேர்ந்ததும் அந்தக் கல்லறையின் பாதைவழியில் புலப்படாமல் சிதைவுகளின் மறைவில் ஒளிந்துகொண்டார். பதற்றத்துடன் காணப்பட்ட தன்னுடைய பேச்சுவார்த்தை நடத்துபவர்களான ரஜப் அலி மற்றும் இலாஹி பக்ஷ் உள்ளே அனுப்பிவைத்தார். ஹட்ஸன் ஹார்ஸ் பிரிவைச் சேர்ந்த பதினைந்து பேர், சர்தார் மான் சிங் என்ற ஒரு சீக்கிய ரிஸால்தாரின் (காலாட்படை தளபதி) தலைமையில் அவர்களுக்குப் பாதுகாப்பாக உடன் வந்தனர். அந்த தோட்டம்சூழ்ந்த கல்லறையின் சுவர்களுக்குள்ளே தஞ்சமடைந்திருந்த ஷாஸாதாக்கள் (இளவரசர்கள்), அரசவையினர், கைக்கூலிகள் மற்றும் ஜிகாதிகள் என பெரும் எண்ணிக்கையிலும், நிலையற்றும் காணப்பட்ட அகதிகள் கூட்டத்தின் ஊடாக நேராக செல்லும்படி அவருக்கு அறிவுறுத்தப்பட்டிருந்தது. அரசரிடம் சென்றதும், 'அவர் அமைதியாக வந்து தாமாகவே விட்டுக்கொடுத்துவிட்டால் நான் [ஹட்ஸன்] அவருடைய பாதுகாப்புக்கு உத்திரவாதமளிப்பேன். ஆனால், அவர் அந்தக் கல்லறையை

விட்டு வெளியேறத் துணிந்தால் வாயிலில் இருந்தபடியே அவரையும், அவருடைய பணியாளர்களையும் கருணையே இல்லாமல் சுடுவதற்கு உத்தரவிடுவேன்' என்று அவரிடம் சொல்ல வேண்டும். எரிச்சலடைய வைத்த அடுத்த இரண்டு மணிநேரங்களுக்கு எதுவும் நடக்கவில்லை. அந்த ரிஸால்தார் வெளியே வந்து அரசர் வந்துகொண்டிருக்கிறார் என்று நீண்ட தாமதத்திற்குப் பின்னர் கூறும்வரையில் தன்னுடைய தூதுவர்கள் கொல்லப்பட்டுவிட்டார்கள் என்றே அனுமானித்திருந்தார் ஹட்ஸன்.

அப்போது அரசரின் பல்லக்கிற்கு பாதுகாவலாக மிர்ஸா இலாஹி பக்ஷும், மௌலவியும் வந்துகொண்டிருந்தனர். அவர்களைத் தொடர்ந்து பேகம் [தன்னுடைய மகன் மிர்ஸா ஜாவன் பக்த் மற்றும் அவருடைய தந்தை மிர்ஸா குலி கான் ஆகியோருடன்] தன் உதவியாளர்களுடன், அரண்மனை மற்றும் நகரத்தில் இருந்து தப்பிச்சென்றவர்கள் புடைசூழ வந்துகொண்டிருந்தார். பல்லக்கு அங்கேயே நிறுத்தப்பட்டது. தான் உயிருடன் விட்டுவைக்கப்படுவோம் என்பதற்கான உத்தரவாதத்தை என்னுடைய வாயாலேயே சொல்ல வேண்டும் என்று அரசர் விரும்புவதாக எனக்குச் செய்தி அனுப்பப்பட்டது.

நான் அந்த இடத்திற்கு விரைந்தேன். அரசருக்கு அடுத்திருந்த கூட்டத்தைப் பின்னுக்குத் தள்ளிவிட்டு அவர்களுக்கு இடையில் என்னுடைய ஆட்களுடன் சென்று ஒரு மிரட்டும்படியான தோற்றத்தை ஏற்படுத்த நான் அந்த வாய்ப்பைப் பயன்படுத்திக் கொண்டேன். ஒருகணம் குதிரையில் இருந்து கீழே இறங்கிய நான் மீட்கப்படுவதற்கான எந்த முயற்சியும் மேற்கொள்ளப்படவில்லை என்றால் அவர் உயிருடன் விட்டு வைக்கப்படுவார் என்று அரசருக்கும் பேகத்திற்கும் (இருவருமே மிகுந்த பதற்றத்துடன், பயந்துபோயிருந்தனர்) மறுபடியும் உத்திரவாதமளித்தேன்.[2]

ஜாஃபரின் உயிருக்கு உத்திரவாதம் அளித்ததற்கும் மேலாக, அரசர் 'கௌரவக் குறைவாகவோ *(பியிஸாத்)* அல்லது தனிப்பட்ட முறையில் கண்ணியக் குறைவாகவோ' நடத்தப்படமாட்டார் என்றும் ஹட்ஸன் அவருக்கு உறுதியளித்தார்.[3]

பின்பு குதிரையில் ஏறிய நான் அங்கிருந்த கூட்டத்தினருக்கு கேட்கும் வகையில் அந்த வார்த்தைகளை சத்தமாக மறுபடியும் உச்சரித்தேன். அத்துடன், அங்கிருந்து நகர முயற்சிக்கும் முதல் ஆளை சுட்டுத்தள்ளுமாறும் என்னுடைய ஆட்களுக்கு உத்தரவிட்டேன். கூட்டத்தினரிடம் இருந்து போதுமான தொலைவில் இருக்கும்போதே மிர்ஸா இலாஹி பக்ஷும், மௌலவி

ரஜப் அலியும் பல்லக்குகளை அழைத்துச் சென்றுவிட வேண்டும் என்றும் விரும்பினேன்.[4]

யாருமற்ற நிலத்தின் ஊடான இந்த டெல்லி நோக்கிய பயணம் முடிவற்று நீளப்போவதைப் போல் ஹட்ஸனுக்கு தோன்றியது. அவர் ஒரு சக ஊழியரிடம் கூறியதுபோல், 'பல்லக்குத் தூக்கிகள் மெதுவாக அசைந்தாடிச் செல்வது, அவர்கள் தொடர்ந்து தங்களுடைய தோள்களை மாற்றிக்கொள்வது, கூட்டத்தினர் மீதான நெருக்கடி' ஆகியவை அந்தச் சூழ்நிலையை விளிம்பிலும் பதற்றத்திலுமே வைத்திருந்தது. ஆனால், காலாட்படை சாவர்கள் அரசரின் பல்லக்கிற்கு நெருக்கமாகவே சென்றுகொண்டிருந்தாலும் மீட்பதற்கான முயற்சிகள் எதுவும் மேற்கொள்ளப்படவில்லை. அவர்கள் நகரச்சுவர்களை நெருங்கியதும் பின்னால் வந்த கூட்டத்தினரின் அடர்த்தி அவர்கள் லாகூர் வாயிலை அடைந்தபோது மெதுவாக சுருங்கிப்போனது. ஹட்ஸனின் சாவர்கள் தங்களிடம் பிடிபட்டவர்களுடன் தனித்திருப்பதைக் கண்டனர்.[5] அந்தப் பல்லக்கில் யாரை அழைத்து வருகிறார் என்று வாயிலில் இருந்த காவலன் கேட்டபோது, அதற்கு ஹட்ஸன் அளித்த பதில், 'டெல்லியின் அரசர்தான்.' பின்னர் சாந்தினி சௌக்கை கடந்து, செங்கோட்டைக்குள் நுழைந்து தன்னுடைய மூதாதையரின் அரண்மனைக்கு வந்துசேர்ந்த ஜாஃபர் அப்போது பேரரசர் அல்ல, ஒரு கைதி.

உற்றுப் பார்ப்பதற்காக எல்லோருமே தாங்கள் செய்துகொண்டிருந்த வேலையை நிறுத்திவிட்டனர். ஒரு பிரிட்டிஷ் மருத்துவர் விவரித்திருப்பது போல் 'தன்னுடைய மெலிந்த முகத்தில் கவலைகொண்ட பாவனையுடன் ஒரு கிழவர் தன்னுடைய சூறையாடப்பட்ட அரண்மனையின் குப்பைக்கூளங்களினூடாக' அழைத்துச் செல்லப்பட்டார். 'அவருடைய முகபாவனை எந்தவித இறுக்கத்தையும் வெளிக்காட்டவில்லை. மாறாக அது கனிவுடனே காணப்பட்டது.'[6] ஹார்வி கிரேத்தட்டிற்கு அடுத்தபடியாக டெல்லியின் பொது நிர்வாகத் தலைவராக வந்திருந்த சார்லஸ் சாண்டர்ஸிடம் ஹட்ஸன் தன்னுடைய பரிசை அளித்தார். பின்னர் தன்னுடைய வெற்றிகரமான நடவடிக்கையை தெரிவிக்க ஜெனரல் வில்ஸனிடம் சென்றார்.

ஹட்ஸன் ஆச்சரியப்படும் வகையிலும், அதேசமயம் ஏமாற்றத்திற்கு ஆளாகும் வகையிலும் அரசர் பிடிபட்ட செய்தியால் வில்ஸன் மகிழ்ச்சியுற்றவர் போல் காணப்படவில்லை. 'நல்லது, நீங்கள் அவரைப் பிடித்துவிட்டதில் மகிழ்ச்சி. உங்கள் இருவரையுமே நான் மறுபடியும் பார்ப்பேன் என்று எதிர்பார்க்கவில்லை' என்பது மட்டுமே அவர் கூறியவை.[7] அந்த நேரத்தில், அந்த அறையில் இருந்த ஃபிரெட் மேஸியின் கூற்றுப்படி, அந்தக் கிழட்டு ஜெனரல் 'உண்மையில் அரசர் உயிருடன் கொண்டுவரப்பட்டதற்காக மிக மோசமான சீற்றத்துடன் இருந்தார். அந்தச் செய்தி வரவேற்கத்தக்கதாக இல்லை என்றே எனக்குத் தோன்றியதானது

ஜெனரல் வில்ஸன்தான் அரசரின் உயிருக்கான உத்திரவாதத்தை வழங்கினார் என்ற [ஹட்ஸனின்] வாதத்தின் மீதே எனக்குச் சந்தேகத்தை ஏற்படுத்தியது.’[8] பின்னாளில் தான் அப்படிச் செய்ததை ஜெனரல் வில்ஸன் மறுத்தே வந்தார். அத்துடன் நிபந்தனையற்ற சரணடைதலை நிறைவேற்றும் பொருட்டு முகலாயர்களுக்கு எந்தவித உறுதிப்பாட்டையும் வழங்கக் கூடாது என கல்கத்தாவில் இருந்த கேனிங் பிரபுவிடம் இருந்து கடுமையான, திட்டவட்டமான அறிவுறுத்தல்களை டெல்லியில் இருந்த பொது மற்றும் ராணுவ அதிகாரிகள் ஆகிய இருவருமே பெற்றிருந்ததால் அவர் அப்படிச் சொன்னதை நம்புவதற்கு சரியான காரணமும் இருந்தது.

அன்றைய மதியப்பொழுதில், லால் குவானில் உள்ள ஜீனத் மஹலின் மாளிகை முற்றத்திற்கு ஜாஃபர் அழைத்துச் செல்லப்பட்டார். அவருடைய துன்பத்தை அதிகப்படுத்தும் வகையில் வசீகரமற்ற, மூர்க்கத்தனமான கெண்டல் காகில் அவருக்கு பாதுகாவலராக நியமிக்கப்பட்டார். ‘‘“ஹிந்துஸ்தானத்தின் அரசரை” சிறைக்கைதியாகப் பெற்றதில் நான் முழு திருப்தியடைந்தேன்’ என்று தன்னுடைய சகோதரருக்கு எழுதிய கடிதத்தில் பின்வருமாறு தொடர்ந்து எழுதியிருக்கிறார் காகில். ‘உடனடியாக இரட்டைக் காவலாளிகளை நியமித்தேன். இப்படிச் செய்வது ஆண்மைக்கு அழகல்ல என்றாலும் அவரைப் பன்றி என்றும், வேறுசில கெட்ட வார்த்தைகளாலும் என்னால் அழைக்காமலோ, எங்களுடைய குடும்பத்தினர்கள்பற்றி அவரிடம் கேட்காமலோ என்னால் இருக்க முடியவில்லை. தலையை உயர்த்திப் பார்த்திருந்தாலே அந்தக் காட்டுமிராண்டியை நான் சுட்டுக் கொன்றிருப்பேன். அவர் அசைய முயற்சித்தாலே போட்டுவிடும்படி [அதாவது சுட்டுவிடும்படி] காவலாளிகளுக்கு உத்தரவிட்டிருந்தேன்.’[9]

அடுத்தநாள் காலை ஹட்ஸன், ஹுமாயூன் கல்லறைக்கு இரண்டாவது முறையாக சென்றுவருதற்கான அனுமதி கேட்டு வில்ஸனிடம் வற்புறுத்திக் கொண்டிருந்தார்.

இந்த முறை சென்றுவருவதற்கான நோக்கம், எழுச்சியின்போது முகலாயப் படைகளுக்கு தலைமையேற்ற, இப்போது அந்தக் கல்லறையில்தான் இருக்கிறார்கள் என்று மிர்ஸா இலாஹி பக்ஷினால் உறுதியாக சொல்லப்பட்டிருந்த மூன்று இளவரசர்களாகிய மிர்ஸா முகல், கிஸிர் சுல்தான் மற்றும் அபு பக்கர் ஆகியோரைக் கொண்டுவருவதே

ஆகும்.*[10] முன்னதாகவே, தான் சிறைக்கைதிகளால் பிரச்சினைக்கு ஆளாகிவிடக்கூடாது என்றும், இளவரசர்களின் உயிருக்கான உத்திரவாதம் குறித்து விவாதிக்கக் கூடாது என்றும் வில்ஸன் உத்தரவிட்டிருந்தார். ஹட்ஸனோ தன்னுடைய ஜெனரலின் உத்தரவை தனக்கேற்றார்போல் மாற்றி அமைத்துக்கொண்டார்.

காலை எட்டு மணிக்கு 100 சாவர்களின் பாதுகாப்புடன் ஹட்ஸன் புறப்பட்டார். அவருடன் முன்பிருந்ததைப் போன்றே மௌலவி ரஜப் அலியும், மிர்ஸா இலாஹி பக்ஷும் வந்தனர். மீண்டும், ஹட்ஸனும் அவருடைய இரண்டு உதவியாளர்களும் அந்தக் கல்லறை கட்டிடத்தின் வாயிலுக்கு வெளியே நின்றபடி அந்த இரண்டு இந்தியர்களையும் பேரம் பேசுவதற்காக உள்ளே அனுப்பினார். அங்கு நடந்ததைப் பற்றிய ஒரே பதிவாக எஞ்சியிருக்கும் லெப்டினெண்ட் மெக்டவலின் கூற்றுப்படி, 'இளவரசர்கள் நிபந்தனையற்று சரணடைய வேண்டும் அல்லது அதன் எதிர்விளைவுகளை சந்திக்க வேண்டும் என்று சொல்லியனுப்பினோம்.'

> *ஒரு நீண்ட அரைமணி நேரத்திற்குப் பின்னர், இளவரசர்கள் வெளியே வந்தால் அவர்கள் உயிருடன் விட்டுவைக்கப்படுவார்களா என்று தெரிந்துகொள்ள விரும்புவதாக கூறி ஒரு தூதுவன் வெளியே வந்து கூறினான். 'நிபந்தனையற்ற சரண்' என்பதே பதிலாக இருந்தது. நாங்கள் மறுபடியும் காத்திருந்தோம். அது மிகுந்த மன உளைச்சலான நேரம். நாங்கள் அவர்களை கட்டாயப்படுத்தி கைப்பற்றத் துணியவில்லை. அதனால் எல்லாவற்றையும் இழக்க வேண்டியிருக்கும் என்பதுடன் அவர்கள் வருவார்களா என்றும் எங்களுக்கு சந்தேகமாக இருந்தது. எங்களுக்கு எதிராக வழிநடத்திச் செல்லுமாறு மதத் தீவிரவாதிகள் [ஜிகாதிகள்] சத்தமிட்டுக் கொண்டிருப்பதை நாங்கள் கேட்டோம். வெறும் நூறுபேர் மட்டுமே இருந்த நாங்கள் டெல்லியில் இருந்து ஆறு மைல்கள் தள்ளியிருந்தோம். அங்கே [சுவர்சூழ்ந்த கல்லறைத் தோட்டத்தில்] ஏறக்குறைய முன்னூறு முஸ்லிம் தொண்டர்கள் இருந்தனர். அதற்கு அருகாமையில் இருந்த புறநகரில் [நிஜாமுதீன்] ஏறக்குறைய மூவாயிரத்திற்கும் மேற்பட்டோர் ஆயுதம் தரித்து தயார்நிலையில் இருந்தனர். அதனால் அப்படிச் செய்வது தொட்டால் பற்றிக்கொள்வதுபோல் ஆகிவிடும் சூழ்நிலையாகிப்போனது.*
>
> *விரைந்தோ அல்லது சற்று தாமதித்தோ அவர்களைப் பிடித்துத்தான் ஆகவேண்டும் என்று நீண்டநேரமாகவே நினைத்துக் கொண்டிருந்த*

* *இந்தத் தகவலை அளித்ததன் மூலம் மிர்ஸா இலாஹி பக்ஷ் தன்னுடைய சொந்தப் பேரனுக்கே துரோகமிழைத்துவிட்டார். மிர்ஸா அபு பக்கர், மிர்ஸா ஃபக்ருவுக்கும் இலாஹி பக்ஷின் மகளுக்கும் பிறந்தவராவார். அதன்பிறகு மிர்ஸா இலாஹி பிரிட்டிஷாரால்கூட 'டெல்லி துரோகி' என்றே அழைக்கப்பட்டார்.*

போது இளவரசர்கள் நிபந்தனையற்று சரணடைவதாக தீர்மானித்தனர். நாங்கள் முன்பு அரசரை விட்டுவைத்தது போன்றே அவர்களையும் விட்டுவைப்போமென கற்பனை செய்திருப்பார்கள் என்றே நான் நினைக்கிறேன். அவர்கள் வருவதாக அறிவிக்க ஒரு தூதுவன் வந்தான். அவர்களை எதிர்கொள்ள நாங்கள் பத்துபேரை அனுப்பி வைத்தோம். ஹட்ஸனின் உத்தரவுப்படி துருப்புகளை சாலைக்கு அப்பால் அழைத்துச் சென்ற நான் அவர்களை வரவேற்கவும், மீட்பு முயற்சிகள் ஏதேனும் மேற்கொள்ளப்பட்டால் அவர்களை சுட்டுத்தள்ளவும் தயாராக காத்திருந்தேன். வெளியே வந்த அவர்கள் எருதுகளால் இழுக்கப்படும் ஒரு சிறிய 'ராத்' அல்லது ஹிந்துஸ்தானிய வண்டியில் ஒவ்வொரு பக்கமும் ஐந்து துருப்புகள் இருக்க அழைத்து வரப்பட்டனர். அவர்களுக்குப் பின்னால் ஏறக்குறைய இரண்டாயிரம் அல்லது மூவாயிரம் முஸ்லிம்கள் (நான் மிகைப்படுத்தி கூறவில்லை) கூடியிருந்தனர். அவர்களை எதிர்கொண்ட உடனேயே சற்று பின்னால் படைவீரர்களை நிற்கவைத்துவிட்டு நாங்கள் உடனடியாக புறப்பட்டோம். நாங்கள் தோன்றியவுடன் அவர்கள் தலைவணங்கினர். ஹட்ஸனும் தலைவணங்கியபடியே வண்டியோட்டியிடம் புறப்படுமாறு உத்தரவிட்டார்.

இளவரசர்களை விரைவாக அழைத்துச் செல்லுமாறு ஹட்ஸன் சாவர்களிடம் கூறினார். அதேநரம் மெக்டவலும் அவருடைய துருப்புகளும் அந்தக் கூட்டத்தினருக்கும் இளவரசர்களுக்கும் நடுவில் நின்றனர். அரசவையினர் மற்றும் பணியாளர்களை நோக்கி மெதுவாக முன்னேறிய பின்பு அவர்களை கல்லறைத் தோட்டத்திற்கே திரும்புமாறு கட்டாயப்படுத்தினர்.

ஹட்ஸனும் நானும் (நான் அவருடன் முழுவதுமாக ஒட்டிக் கொண்டேன்) நான்கு பேருடன் [பின்னர்] வளைமுகட்டின் வழியாக படிக்கட்டுகளில் ஏறினோம். அவர் அந்தக் கூட்டத்தினரை நோக்கி அவர்களுடைய ஆயுதங்களை கீழே போடுமாறு கூறினார். அங்கே ஒரு முணுமுணுப்பு எழுந்தது. அவர் மறுபடியும் உத்தரவிட்டார். அவர்களும் அவ்வாறே (இதை ஏன் என்னால் புரிந்துகொள்ளவே முடியவில்லை என்பது கடவுளுக்குத்தான் தெரியும்) செய்யத் தொடங்கினர்.

அவர்கள் எங்களைத் தாக்கினால் எங்களால் ஒன்றுமே செய்ய முடியாது என்பதற்காக இளவரசர்களை அழைத்துச்செல்ல எங்களுக்குத் தேவைப்பட்டதெல்லாம் நேரம் மட்டுமே. அவர்களுடைய ஆயுதங்களை சேகரிக்கவே எங்களுக்கு இரண்டு

மணிநேரம் ஆனது. எத்தருணத்திலும் அவர்கள் எங்களை நோக்கி விரைந்து வரலாம் என்றே நினைத்திருந்தேன் என்பதையும் சொல்லித்தான் ஆகவேண்டும். நான் எதுவும் பேசவில்லை, கவலையே இல்லாதவனைப் போல் புகைபிடித்தபடியே இருந்தேன். கடைசியில் எல்லாம் முடிந்த பிறகு ஆயுதங்கள் அனைத்தும் ஒரு வண்டியில் போடப்பட்டன. என்னிடம் திரும்பிய ஹட்ஸன், 'நாம் இப்போது போகலாம்' என்றார். மிக மெதுவாக நாங்கள் குதிரையில் ஏறினோம். துருப்புகளை அணியமைத்தோம். கூட்டத்தினர் பின்தொடர எச்சரிக்கையுடன் புறப்பட்டோம். அரைமைல் தொலைவு சென்றதும் என்னிடம் திரும்பிய ஹட்ஸன், 'நல்லது மேக், கடைசியாக அவர்களையும் பிடித்துவிட்டோம்' என்றார். இருவருமே ஆசுவாசப்பட்டுக் கொண்டோம்.[11]

அடுத்து நடந்ததுதான் விவாதத்திற்குரியது. ஹட்ஸனின் கூற்றுப்படி, அவர்கள் இளவரசர்களைப் பிடித்துவிட்ட பின்னர் மூன்று மைல்களுக்கு அப்பால் டெல்லியின் சுவர்களுக்கு அருகாமையிலும், பின்னாளில்கூட குணி தர்வாஸா அல்லது ரத்த வாயில் என்றும் அறியப்பட்ட வளைமுகட்டுப் பாதைக்கு அருகாமையிலும் அச்சுறுத்தும் வகையில் கூடியிருந்த ஒரு பெரிய கூட்டம் இளவரசர்களை நெருங்கி வந்து அவர்களை மீட்டுச்செல்ல முயற்சிப்பவர்களைப் போல் காணப்பட்டனர். மெக்டவல் உள்ளிட்டோரின் வேறுசில ஆதாரங்களின்படி, அது ஒரு சிறிய கூட்டம் என்பதுடன் அச்சுறுத்தலுக்கும் வாய்ப்பே இல்லை. ஆனால், ஹட்ஸன் அடுத்தபடியாக செய்த செயலில்தான் எந்த சந்தேகமும் இல்லை.

வண்டியை நிறுத்திவிட்டு மூன்று இளவரசர்களையும் வெளியே வருமாறு உத்தரவிட்ட ஹட்ஸன் அவர்களை நிர்வாணமாக்கினார். பின்னர் ஒரு கோல்ட் ரிவால்வரை எடுத்த அவர் ரத்த வெறியுடன், மிக நெருக்கத்தில் வைத்து ஒருவர்பின் ஒருவராக சுட்டுக் கொன்றார். பின்னர் இறந்த உடல்களில் இருந்து முத்திரை மோதிரங்களையும், பஸுபந்த்துகளையும் (கையணிகள்) உருவிய அவர் அவற்றைத் தன்னுடைய பையில் போட்டுக்கொண்டு, அவர்களுடைய ஆபரண அலங்காரம்மிக்க வாட்களையும் பிடுங்கிக்கொண்டார். அடுத்தநாள் ஹட்ஸன் தன்னுடைய சகோதரிக்கு எழுதிய கடிதத்தில் தன்னுடைய பல்வேறு பிரயத்தனங்களால் தான் சோர்ந்துபோயிருப்பதாக கூறிய அவர், 'நம்முடைய இனத்தின் எதிரிகளை அழித்தொழிப்பதில் நான் பெற்ற வெற்றிகளுக்காக எல்லாப் பக்கங்களில் இருந்தும் கிடைத்த இதமான வாழ்த்துகளால் என்னால் மகிழ்ச்சியடையாமல் இருக்க முடியவில்லை. மொத்த தேசமும் மகிழ்ச்சியடையப்போகிறது' என்று கூறிய அவர், மேலும், 'நான் குரூரமானவன் அல்ல. ஆனால், இந்தக் காட்டுமிராண்டிகளை இந்த பூமியில் இருந்து பிடுங்கி எறிவதற்காக எனக்கு கிடைத்த வாய்ப்பை

அனுபவித்து மகிழ்ந்தேன் என்பதை நான் ஒப்புக்கொள்ளத்தான் வேண்டும்.'[12]

அந்த உடல்கள் கொண்டுசெல்லப்பட்டு கோட்வாலிக்கு வெளியில் நிர்வாணமாகவே போடப்பட்டன. அதைப்பார்க்க பிரிட்டிஷ் துருப்புகள் வரிசையில் காத்திருந்தனர். 'அவை அப்படியே விறைத்துப்போய் கிடந்ததைக் கண்டேன். அவற்றைப் பார்த்ததில் மகிழ்ச்சியடைந்தேன் என்பதையும் நான் சொல்லியாக வேண்டும். அது அவர்கள் செய்த குற்றத்திற்கானது என்பதில் எந்த சந்தேகமும் இல்லை. அரசர் மிக அதிகப்படியாகவே அவர்களின் கைப்பாவையாக இருந்திருக்கிறார் என்று நம்புகிறேன்' என எழுதியுள்ளார் ஃபிரெட் மேஸி.[13] 'ஈனர்களின் உலகை சுத்தப்படுத்தியதற்காக' ஹட்ஸனை பாராட்டிய சார்லஸ் கிரிஃபித்ஸ்,

> *அதேநாள் மாலை நானும் அவற்றைப் பார்த்தேன். தங்களுடைய குற்றச்செயல்களுக்காக மிகவும் நியாயப்படியான பழிவாங்குதலில் வீழ்ந்துவிட்ட இந்த ஈனர்களுக்காக, அந்த உயிரற்ற மீதங்களைப் பார்த்த எங்களுடைய மனங்களில் இரக்கம் இல்லையென்று சொல்லிவிட முடியாது. மூத்தவர் [மிர்ஸா முகல்] தன்னுடைய வாழ்வின் உச்சத்தில் ஒரு பலசாலியான உறுதியான மனிதர். அடுத்தவர் [கிஸிர் சுல்தான்] ஒருவகையில் இளையவர். மூன்றாமவர் [அபு பக்கர்] இருபது வயதுக்கும் மிகாத மிகவும் இளையவர். இளவரசர்கள் ஒவ்வொருவரின் மார்பின் மீதும் இரண்டு சிறிய தோட்டா துளைகள் இருந்தன. சதையில் வெடிமருந்து குறி காணப்பட்டது. மிக நெருக்கத்தில் சுடப்பட்டிருக்கிறார்கள். அந்த உடல்கள் மூன்று நாட்களாக அங்கேயே விடப்பட்டன. பின்னர் மரியாதைக் குறைவான கல்லறைகளில் புதைக்கப்பட்டன.[14]*

மேஸி மற்றும் கிரிஃபித்ஸ் ஆகியோரின் மனப்போக்குகள்தான் டெல்லியில் இருந்த பிரிட்டிஷார் மத்தியிலும் நிலவியது. ஹட்ஸன் நடந்துகொண்ட முறை குறித்து பின்னாளில் தொடர் விசாரணைகள் மேற்கொள்ளப்பட்டாலும் அவை இளவரசர்களை சுட்டுக்கொன்றது பற்றியதற்காக அல்லாமல், ஜாஃபரின் உயிருக்கு உத்திரவாதமளித்த அவருடைய கருணை பற்றியதாகவே இருந்தது.*

காலைநேரம் முழுவதும் ஹுமாயூன் கல்லறையில் ஹட்ஸன் பரபரப்பாக இருக்க, ஆர்வமிகுதியால் பிரிட்டிஷ் படைவீரர்கள் தங்களிடம் பிடிபட்ட அரசரைப் பார்க்க குழுக்களாக சென்றுவந்தனர். ஓர் அதிகாரியின் கூற்றுப்படி அவர், தன்னுடைய மனைவியின் மாளிகை முற்றத்தில்,

* முடிவில், இந்தப் பழி ஹார்வி கிரேத்தட் மீது போடப்பட்டது – அப்படித்தான் தெரிகிறது – அவர் இறந்துபோனபடியால் ஜாஃபர் உயிருக்கு உத்திரவாதமளிக்கும் அதிகாரத்தை அவர்தான் வழங்கினார் என்ற ஹட்ஸனின் வாதத்தை உறுதிப்படுத்தவோ அல்லது மறுக்கவோ முடியவில்லை.

'கூண்டில் அடைக்கப்பட்ட மிருகம்' என்பதைப் போல் பரிதாபகரமான நிலையில் அமர்ந்திருந்தார்.*[15] 'நான் அந்தக் கிழ அரசப் பன்றியைப் பார்த்தேன். அவர் ஒரு கிழட்டு வேலைக்காரனைப் போல் மிகவும் கிழடுதட்டிப்போய் காணப்பட்டார். மகுதிகளுக்கு செல்லும்போதோ அல்லது அரசரை சந்தித்துப் பேசும்போதோ ஒருவர் தன்னுடைய காலணிகளை கழற்றிவிட்டுத்தான் செல்ல வேண்டும். ஆனால், அந்த சின்ன விஷயங்களையெல்லாம் இப்போது கைகழுவி விட்டோம்' என்று தன்னுடைய தந்தைக்கு எழுதிய கடிதத்தில் குறிப்பிட்டுள்ளார் ஆணவம்மிக்க ஹ்யூ சைசெஸ்டர்.[16] மற்ற பல அதிகாரிகளும் அரசரைத் தாங்கள் எப்படி 'பெருத்த அவமரியாதையுடன் நடத்தினோம்' என்று தெரிவித்து தங்கள் குடும்பத்தினருக்கு கடிதம் எழுதினார்கள். அவரை எழுந்து நின்று வணக்கம் வைக்க கட்டாயப்படுத்தினார்கள் அரசரின் தாடியைப் பிடித்து இழுத்ததாக ஒருவர் மிகைப்படுத்திக் கூறியிருந்தார்.[17]

ஜாஃபரை வந்துபார்த்தவர்களில் 22 ஆம் தேதி இரவு, புதிய சிவில் ஆணையரான சார்லஸ் சாண்டர்ஸ் மற்றும் அவருடைய மனைவி மதில்டா ஆகியோரும் அடங்குவர். அவர்கள் அரசரைப் பார்த்து தங்களுடைய இரண்டு மகன்களும், பேரன்களில் ஒருவரும் சுட்டுக்கொல்லப்பட்டனர் என்ற செய்தியை அவரிடம் தெரிவித்தனர். சார்லஸ் கிரிஃபித்ஸ் அங்கு கடமையில் இருந்த காவலர்களில் ஒருவர். 'கால்களை குறுக்கே போட்டுக்கொண்டு, ஒரு சாதாரண நார்க்கட்டிலின் மேலே போடப்பட்டிருந்த பஞ்சுமெத்தையில், முற்றத்தின் தாழ்வாரத்தில் அமர்ந்திருந்த அவர்தான் மகத்தான முகலாய வம்சாவளியின் கடைசி பிரதிநிதி' என்று எழுதியுள்ளார் அவர்.

> மார்புவரை வளர்ந்திருந்த தாடியைத் தவிர அவருடைய தோற்றத்தில் எந்த வசீகரமும் இல்லை. நடுத்தர உயரம், எழுபதுகளின் பிற்பகுதி,** வெண்ணிற ஆடை, அதே வண்ணம் மற்றும் துணி வகையாலான கூம்பு வடிவ தலைப்பாகை ஆகியவற்றுடன் அமர்ந்திருந்த அவருக்குப் பின்னால் நின்றுகொண்டிருந்த இரண்டு சேவகர்கள் இறையாண்மையின் இலச்சினையைக்

* இந்த பிம்பம்தான் பல பார்வையாளர்களின் பேனாக்களை சட்டென்று பற்றிக்கொள்ளக் கூடியதாக இருந்திருக்கிறது, இதில் குறிப்பிடத்தகுந்தது என்னவென்றால் அதே வளாகத்தில் ஜீனத் மஹல் வளர்த்த செல்லப் புலியும் இருந்ததுதான். 'யாரும் உணவளிக்க முன்வராததால் இங்கே இருக்கும் புலியை அப்புறப்படுத்திவிடுவதே நல்லதென்று நினைக்கிறேன்' என்று செப்டம்பர் 24 ஆம் தேதி எழுதியுள்ளார் ஜீனத்தின் சிறைக்காவலர். 'இதை உள்ளூர்க்காரர்களிடம் லாபகரமாக விற்றுவிடலாம். ஒருவேளை அதை அங்கிருந்து கொண்டுசெல்ல முடியவில்லை என்றால் சுட்டுக் கொன்றுவிடுவதே நல்லது. இங்கே ஒரு பிரமாண்டமான பக் வகை மறிமானும் இருக்கிறது.' பார்க்க: *Oriental and India Office Collections, British Library, CB Saunders Papers, Eur Mss E 186, no. 122, Ommaney to Saunders, 22 September 1857.*

** உண்மையில் ஜாஃபருக்கு அப்போது வயது எண்பத்தி இரண்டு.

ஒரு டெல்லி கவிஞரின் ஓவியம், அநேகமாக ஹகீம் மோமின் கானாக இருக்கலாம், ஜீவன் ராமுக்கு சொந்தமானது.

ஜீனத் மஹல், இல்லஸ்ட்ரேட்டட் லண்டன் நியூஸ் பத்திரிக்கையின் கற்பனைப்படி

ஜாஃபர், இல்லஸ்ட்ரேட்டட் லண்டன் நியூஸ் பத்திரிக்கையின் கற்பனைப்படி

மிர்ஸா அஸாதுல்லா கான், கவிஞர் காலிப்

ஜீனத் மஹலின் எஞ்சியிருக்கும் ஒரே ஒரு புகைப்படம், ரங்கூனில் கைதியாக இருந்தபோது 1872-இல் ஜெனரல் மெக்மஹனால் எடுக்கப்பட்டது

1858-இல் ஃபெலில் பீட்டோ எடுத்த புகைப்படம். படகுப்பாலம்.

1858-இல் ஃபெலில் பீட்டோ எடுத்த புகைப்படம். காஷ்மீரி வாயில்.

செப்டம்பர் 14 அன்று காஷ்மீரி வாயிலைத் தாக்கும் பிரிட்டிஷார்

ஜாஃபரின் தனி பார்வையாளர் மாளிகையாகிய திவான்-இகாஸ் அதிகாரிகளுக்கான உணவு அறையாக பிரிட்டிஷாரால் மாற்றப்பட்டது, இலையுதிர்கால பிற்பகுதி, 1857.

முகலாய தலைநகரத்தை நோக்கி முன்னேறும் டெல்லி கொத்தளப் படை

ஹட்ஸன் ஹார்ஸ் படையின் கம்பீரமான தோற்றம்.

ஜெனரல் ஆர்ச்டேல் வில்ஸன்

பிரிகேடியர் ஜெனரல் ஜான் நிக்கல்ஸன்

ஹட்ஸன் ஹார்ஸின் வில்லியம் ஹட்ஸன்

ஹேரியட் மற்றும் ராபர்ட் டைட்லர்

1858-இல் ஃபெலில் பீட்டோ எடுத்த புகைப்படம். கொடிமரக் கோபுரம்.

1858-இல் ஃபெலில் பீட்டோ எடுத்த புகைப்படம். ஹுமாயூன் கல்லறை.

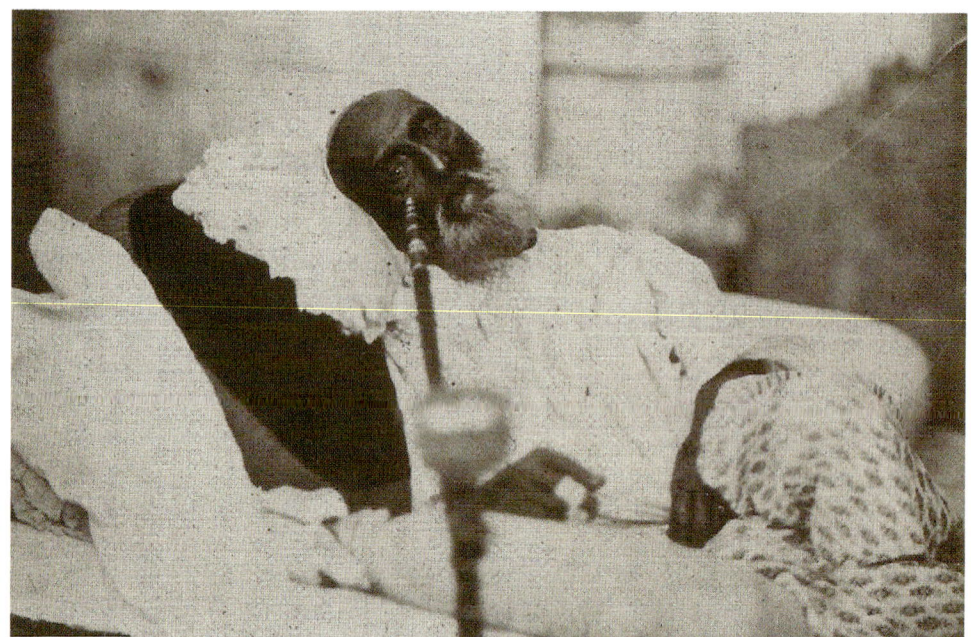

பதவிநீக்கப்பட்டு மனமுடைந்துபோன பேரரசர். இந்தப் புகழ்பெற்ற புகைப்படம் ரங்கூனில் எடுக்கப்பட்டதாக சொல்லப்பட்டது, ஆனால் ஜாஃபருடைய சிறையதிகாரியான எட்வர்ட் ஓம்மனேயின் நாட்குறிப்பின்படி டெல்லியில் பேரரசருடைய விசாரணை முடிந்த பின்னர், ஜாஃபர் ரங்கூனுக்கு புறப்படும் முன்பாக "திரு ஷெப்பர்ட்" என்பவரால் எடுக்கப்பட்ட புகைப்படம்.

ஜாஃபரின் உயிர்பிழைத்த, ரங்கூனில் அவருடன் நாடுகடத்தப்பட்ட இரண்டு இளைய மகன்கள்: ஜாஃபரின் நேசத்திற்குரிய, ஜீனத்தின் ஒரே மகனாகிய மிர்ஸா ஜாவன் பக்த் (இடது); மற்றும் விதிமுறைக்குப் புறம்பாக பிறந்தவரான மிர்ஸா ஷா அப்பாஸ்.

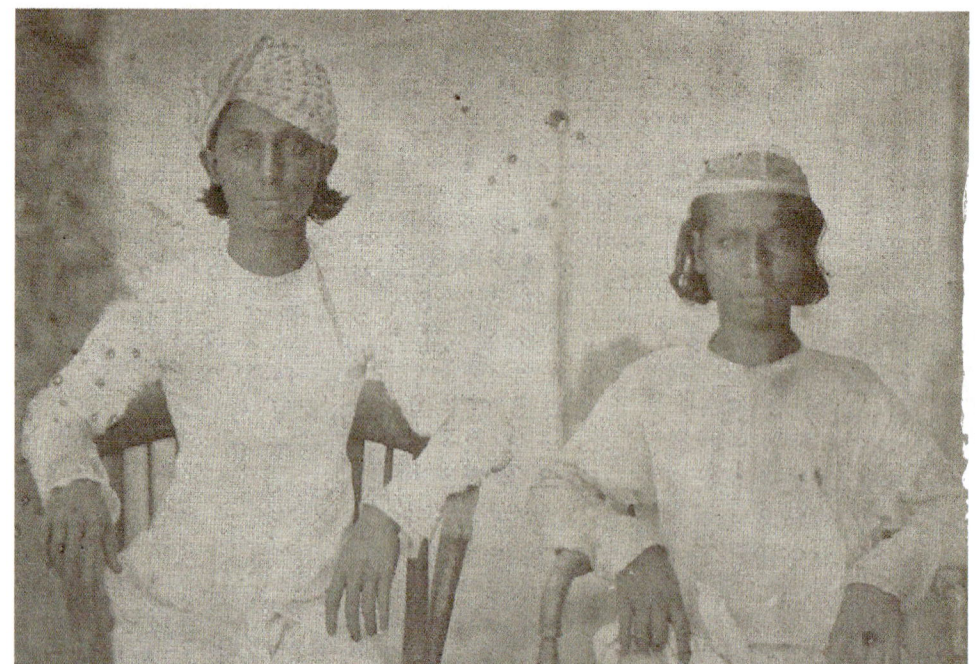

கொண்டிருந்த பெரிய மயிலிறகு விசிறிகளால் அவருடைய தலைக்குமேல் விசிறிக் கொண்டிருந்தனர் - தன்னுடைய அரச குணவியல்பில் இருந்து நீங்கிவிட்ட, தன்னுடைய எதிரிகளின் கைகளில் சிறைக்கைதியாகிவிட்ட ஒருவரைப் பொறுத்தவரையில் இது பரிதாபத்திற்குரிய அபத்த நகைச்சுவையாகவே தோன்றியது. அவருடைய உதடுகள் ஒரு வார்த்தைகூட உச்சரிக்கவில்லை. இரவும் பகலும் அமைதியாக உட்கார்ந்திருந்தார். அவருடைய கண்கள் தரையைப் பார்த்தபடியே இருந்தன. அவர் தான் இருக்கும் நிலை குறித்து முற்றிலும் உணர்வற்றவராகவே காணப்பட்டார். அரசருக்கு மூன்று அடிகள் தள்ளியிருந்த மற்றொரு படுக்கையில் காவலுக்கு இருந்த அதிகாரி உட்கார்ந்திருந்தார். இரண்டு விறைப்பான காவலாளிகள் பயோனெட்டுகள் பொருத்தப்பட்ட துப்பாக்கிகளுடன் இருபக்கமும் நின்றிருந்தனர். மீட்பதற்கான முயற்சிகள் ஏதேனும் மேற்கொள்ளப்பட்டால் அந்த அதிகாரி அரசரைத் தன் கைகளாலேயே சுட்டுக்கொல்ல வேண்டும் என்று உத்தரவு தரப்பட்டிருந்தது.[18]

மூன்று இளவரசர்களின் மரணமும் ஜாஃபருக்கு தெரிவிக்கப்பட்டபோது மிகுந்த அதிர்ச்சிக்கு ஆளான அவர் தன்னால் ஏதும் செய்யமுடியாததை நினைத்து மனத்துயரம் கொண்டார். ஆனால், மதில்டா சாண்டர்ஸின் கூற்றுப்படி, ஜீனத் மஹல் அவர் தங்கியிருந்த ‘சிறிய குடில் போன்ற அறைகளுக்கு’ முன்பாக தொங்கிக்கொண்டிருந்த திரைச்சீலையின் ஊடாக அந்த செய்தியைக் கேட்டபோது பரவசமானார். ‘அரசரின் மூத்த மகன்களுடைய மரணத்தால் தான் மகிழ்ச்சியடைவதாக கூறிய அவர் இப்போது அவருடைய மகன் [மிர்ஸா ஜாவன் பக்த்] அரியணை ஏறுவதற்கான வாய்ப்பு கிடைத்துவிட்டதாக நினைத்தார். சிலர் இதை நேர்மையானது எனலாம். இருந்தாலும், மதிமயக்கத்தில் இருந்த அந்த பரிதாபத்திற்குரிய பெண் தன்னுடைய மகனுக்கு இந்த உலகில் எந்த அரியாசனமும் கிடைக்கப்போவதில்லை என்பதை விரைவிலேயே தெரிந்துகொள்ள இருந்தாள்.’[19]

பின்னர் அவருடைய நீண்டகால போட்டியாளரிடம் இருந்து தனியறையில் வைக்கப்பட்டிருந்த தாஜ் பேகத்தை சென்று பார்த்தார் மதில்டா சாண்டர்ஸ்.

ஒருகாலத்தில் பேரழகி என்று வர்ணிக்கப்பட்ட அவருடைய மற்றொரு மனைவியைப் பார்ப்பதற்கு சென்றோம் - அவர் பெயர் தாஜ் பேகம். தலையிலும், தோள்களிலும் கறுப்புநிற மஸ்லின் துணி போர்த்தியிருக்க அவர் சோகத்துடன் காணப்படுவதைப் பார்த்தோம். தாக்குதல் நடந்த சமயத்தில் அவருடைய தாயாரும் சகோதரரும் காலராவால் இறந்து போய்விட்டனர். இப்போது அவர் அரசரின்

விருப்பத்திற்குரியவரும் அல்ல. அவர் மீது மிகுந்த பொறாமை கொண்டிருந்த ஜீனத் மஹல் அவரை மூன்று ஆண்டுகளுக்கு சிறையிலேயே முடக்கியிருந்தார்.

நான் புறப்படும்போது என்னைத் திரும்ப அழைத்த அரசர் மறுபடியும் என்னைப் பார்க்கும் நம்பிக்கை இருப்பதாகவும், அவருக்கும் சார்லிக்கும் இடையில் நான் ஒரு தூதுவராக இருப்பேன் என்றும் நம்பினார். அதற்கு நான் 'குபீன் நஹி' அதாவது ஒருபோதும் முடியாது! என்று மிகவும் உறுதியாக பதிலளித்தேன். அந்தக் கிழட்டு ஈனர் நான் சொன்னதை நன்றாகப் புரிந்துகொள்ளும் வகையில் அதை இரண்டுமுறை திரும்பக் கூறினேன். திருமதி கிராண்ட் யானையில் ஏறுவதற்கு சார்லஸ் உதவிக் கொண்டிருந்தபோது அரசரின் பாதுகாவலுக்கு இருந்த ரைபிள் பிரிவு வீரரிடம் நான் பேசினேன். அரசரைப் பத்திரமாகப் பார்த்துக் கொள்ளும்படியும், அவரைத் தப்பிச்செல்ல விட்டுவிடாதீர்கள் என்றும் அவரிடம் கூறினேன். 'இல்லை மேடம், நீங்கள் அதற்காக பயப்பட வேண்டியதில்லை, நாங்கள் அவரை நன்றாகவே பார்த்துக்கொள்வோம்' என்றார் அவர். அதனால், 'ரொம்ப நல்லது' என்று கூறிவிட்டு அவர்களிடம் காலை வணக்கம் சொல்லிவிட்டு நடந்தேன்.[20]

அதேநாள் மாலை, இளவரசர்களின் உடல்கள் கோட்வாலியில் நிர்வாணமாகக் கிடப்பதைக் கண்ட இளம் அதிகாரியான ஹென்றி ஓவ்ரி, இது பிரிட்டிஷார் நீண்டகாலமாக திட்டமிட்டிருந்த பழிவாங்குதலின் தொடக்கமே என்று தன்னுடைய நாட்குறிப்பில் எழுதியுள்ளார். 'ரத்தத்தைக் கண்டால் பயம்' இருந்தபோதிலும் 'நாங்கள் ஓய்ந்துபோகும் முன்னர் பெரும் எண்ணிக்கையிலானவர்களை கொலை செய்வோம்' என்பதில் எந்த சந்தேகமில்லை என்றும் குறிப்பிட்டுள்ளார்.[21]

இந்த சுயநிறைவுற்ற தீர்க்கதரிசனம் நிதர்சனமாவதற்கு சிறிது காலமே ஆனது. சிதைவுற்ற நகரம் முழுவதிலும் தூக்குமரங்கள் அமைக்கப்பட்டு தண்டனைகள் நிறைவேற்றப்பட்டன. 'கொலைத் தண்டனை நிறைவேற்றுவதற்கான இடங்களை தன்னகத்தே கொண்டிராத டெல்லியின் சுற்றுப்புறப்பகுதிகள் எதுவுமே கிடையாது' என்று எழுதியுள்ளார் ஒரு டெல்லிவாசி.[22] இதில் அந்தத் தெருவிலேயே மிகப்பெரியது 'சாந்தினி சௌக்கிற்கு வலதுபுற மத்தியில் புதிதாக அமைக்கப்பட்டிருந்த, அதுவரை பயன்படுத்தப்பட்டிருக்காத பயங்கரமான

தூக்குமரங்கள்தான்.'[23] சற்று நேரத்திற்குப் பின்னர் இருபத்தி மூன்று வயதான லெப்டினெண்ட் எட்வர்ட் ஓம்மனே அந்த சௌக்கை சென்று பார்க்கையில் '19 பேர் அந்த கோட்வாலிக்கு எதிரே இருந்த ஒரு தூக்குமரத்தில் தொங்கவிடப்பட்டிருந்தனர். மற்றொன்றில் 9 பேர் தொங்கவிடப்பட்டனர்' என்று தன்னுடைய நாட்குறிப்பில் மிகச்சாதாரணமாக குறிப்பிட்டிருக்கிறார்.[24]

பிரெஞ்சு புரட்சியின்போது பாரீஸ் நகரில் இப்படிப்பட்ட தூக்கு தண்டனைகள் நிறைவேற்றப்பட்டதை கேளிக்கையாக பார்ப்பதற்கு பெரும் எண்ணிக்கையில் மக்கள் கூடியிருந்ததைப் போல் அங்கு கூடியிருந்தவர்களைக் கண்டு ஓம்மனே அருவருப்படைந்தார். அவர் குறிப்பிட்டுள்ளதுபோல் அந்த சௌக் 'அதிகாரிகளாலும் ஐரோப்பியர்களாலும் நிரம்பியிருந்தது.' 'இந்த நிரந்தரமற்ற வாழ்க்கையைப் பாருங்கள். ஒருவன் மிக விரைவாக பிரிந்து சென்றுவிடுவதைப் பாருங்கள். ஒரு சில கணங்களிலேயே உயிர்ப்புள்ள உடல் அதனுடைய ஆன்மாவிடம் இருந்து பிரிந்து தன்னைப் படைத்தவனுக்கு முன்னால் சென்று நிற்கிறது. இந்தக் கூட்டத்தைப் பார்த்தால் தங்களுடைய கண்களுக்கு முன்னால் எத்தகைய பயங்கரமான மாற்றம் நிகழ்கிறது என்பதை அவர்கள் எந்தளவுக்கு புரிந்துகொண்டிருப்பார்கள் என்று தெரியவில்லை' என அவர் தன்னுடைய நாட்குறிப்பில் எழுதியிருக்கிறார்.[25] 'தலைமை சர்ஜெண்ட் அந்தக் கயிறு ரொம்ப நேரத்திற்கு தாங்காது என்று சொன்னதாலேயே அவை சற்று கீழே இறக்கப்பட்டன' - இதன் அர்த்தம் என்னவென்றால் குட்டையான கயிறு மெதுவான, அதிக நேரம் கழுத்தை இறுக்கி கொல்லக்கூடியதாக இருக்கும். நீளமான கயிறு என்றால் கழுத்தை நெரித்து உடனடியாக மரணத்தை விளைவிக்கும்.[26]

பலியாகிறவர் நீண்டநேரம் துடிதுடித்துச் சாவதற்காகவே குட்டையான கயிறுகள் திட்டமிட்டு பயன்படுத்தப்பட்டிருக்கின்றன என்பதை பார்வையாளர்கள் மகிழ்ச்சியுடன் பேசிக்கொண்டனர். அங்கு சுற்றிக் குழுமியபடி சுருட்டு புகைத்துக்கொண்டிருந்த கூட்டத்தினர் தங்களுடைய பலியாட்களை நீண்ட நேர மரண அவஸ்தைக்கு உட்படுத்துவதற்காக தூக்கிலிடுபவர்களுக்கு லஞ்சம்கூட கொடுத்தனர். '...அந்தக் காட்டுமிராண்டிகளின் மரணப் போராட்டத்தை "பண்டீக்களுடைய நடனம்" என்று குறிப்பிட்ட அவர்கள் அதனை மிகவும் விரும்பினர்.' ஒரு ராணுவக் காவல்துறை அதிகாரி மட்டுமே 'தன்னுடைய அலுவலகத்தை விட்டு புறப்படும்' முன்னர் 400 அல்லது 500 காட்டுமிராண்டிகளையாவது தூக்கிலிட்டிருப்பார்.[27] தூக்குதண்டனை நிறைவேற்றுகிறவர்களுள் சிலர் ஒரேமுறையில் 'எட்டுபேர்கள் என்ற எண்ணிக்கையில்' அவர்களை அனுப்பிவைத்து தங்களுடைய கலையைப் பரிசோதனையும் செய்துபார்த்தனர்.[28]

இந்தவகையான செய்திகள் கல்கத்தாவில் இருந்த கேனிங் பிரபுவை கவலைகொள்ள வைத்தன. செப்டம்பர் 25 ஆம் தேதியன்று விக்டோரியா மகாராணிக்கு எழுதிய அவர்,

> *எல்லா வர்க்கத்தினரையும் சேர்ந்த எல்லா பூர்வகுடி இந்தியர்களுக்கும் எதிராக ஆங்கில சமூகத்தினரிடையே மிகப்பெரிய அளவில் கடுமையான காழ்ப்புணர்ச்சி நிலவுகிறது. எங்கு பார்த்தாலும் வெறிபிடித்த, பாரபட்சமில்லாத பகையுணர்வே காணப்படுகிறது. இவர்களில் பலரும் சிறந்த உதாரணத்தை நிறுவ விரும்புகிறார்கள். தன்னுடைய சக நாட்டவர்களின் செயலினால் வெட்க உணர்வு கொள்ளாமல் இப்படி நினைத்துப்பார்ப்பதே சாத்தியமற்ற ஒன்று. பத்தில் ஒருவர்கூட 40,000 அல்லது 50,000 பேரை தூக்கிலிடுவது அல்லது சுட்டுக்கொல்வதைத் தவிர வேறு எதையும் சாத்தியமானது என்றோ, சரியானது என்றோ நினைக்கவில்லை.*[29]

டெல்லியில் இருந்த எல்லாக் கைதிகளுமே தூக்கில் தொங்கவிடப் படவில்லை. பலரும் சுட்டுக்கொல்லப்பட்டனர். 'கடந்த மூன்று நாட்களாக இந்தக் கயவர்களை சுட்டுக்கொல்வதைத் தவிர வேறு எதுவுமே செய்யப்படவில்லை. நேற்று மட்டும் 300 அல்லது 400 பேர் சுட்டுக் கொல்லப்பட்டனர்' என்று எழுதியுள்ள ஹ்யூ சைசெஸ்டர் நகர வாயில்களுக்கு வெளியே சென்றுவிடுவதற்கு அனுமதிக்கப்பட்ட இளைஞர்களில் பலரும்கூட 'சுட்டுக்கொல்லப்பட்டனர்' என்றும் குறிப்பிட்டார்.[30] மேஜர் வில்லியம் ஐலேண்டின் கூற்றுப்படி, 'கைதுசெய்யப்பட்ட குற்றவாளிகள் விசாரணைக்காக ராணுவ ஆணையரிடம் கொண்டுசெல்லப்பட்டனர். அந்த வேலை மிக வேகமாக நடந்தது. மரணம் மட்டுமே ஏறக்குறைய ஒரே தண்டனை. விசாரணையின்போது தண்டனை அளிப்பது மட்டுமே ஒரே விவகாரம். அவர்களுக்குத் தீர்ப்பளிக்க வேண்டியிருந்த கோமகன்களிடத்தில் தயவுதாட்சண்யம் என்பதே இல்லை.'[31] இந்த வெகுமக்கள் படுகொலைக்கான உந்துதலை கொடுத்தது ரத்தவெறியும், பழிவாங்கும் துடிப்பும் மட்டுமல்ல. அதில் பணமும் சம்பாதிக்கப்பட்டது. ஒவ்வொரு கைதுக்கும் தகவலாளிகளுக்கு 2 ரூபாய் கொடுக்கப்பட்டது. 'கைப்பற்றப்பட்ட கிளர்ச்சியாளர்களிடம் கிடைத்த பணத்தையும் தங்கத்தையும்' அவர்களைக் கைதுசெய்தவர்களே வைத்துக்கொள்ளவும் அனுமதி அளிக்கப்பட்டது.[32]

இவை எல்லாம் ஜியார்க் வேகன்டிரைபரால் டெல்லி கெஸட் எக்ஸ்ட்ரா பத்திரிகையில் வரவேற்கப்பட்டன. அந்த நகரம் வீழ்ச்சியுற்ற பின்னர் லாகூரிலிருந்து திரும்பி வந்து அவர் நீண்டகாலமாக எதிர்பார்த்திருந்த பழிவாங்கும் நடவடிக்கையை முழுமையாக பதிவு செய்தார். 'தூக்கில்

தொங்கவிடுவதே தினசரி வேலையாக இருந்தது என்பதை நான் மகிழ்ச்சியுடன் கூறிக்கொள்கிறேன்' என்று அவர் திரும்பி வந்தவுடனே எழுதினார்.

> சுற்றுப்புற கிராமங்களில் இருந்து கொண்டுவரப்பட்ட ஆறு அல்லது எட்டு கலகக்காரர்கள் தினமும் காலை நேரத்தில் தூக்கிலிடப்பட்டனர். அமைதியான காலகட்டங்களில், டெல்லியில் வசிக்கும் ஒருவர் அவர்களை குதிரையில் சுற்றித்திரிபவர்களாக, ஞாயிற்றுக்கிழமைகளில் தவறாமல் காட்சி தருகிறவர்களாக கண்டிருக்க முடியும். ஆனால், இப்போது எவ்வளவு மாறிவிட்டது! அவர்களுடைய அங்க அடையாளங்களை அடையாளம் காணலாம். ஆனால், அவமானத்தால் கூனிக்குறுகிய இந்த ஈனர்களை இதற்கு முன்னர் இப்படி இந்த நகரத்தில் பார்த்திருக்கவே முடியாது.[33]

அதற்கடுத்தடுத்து வெளிவந்த அந்தப் பத்திரிகை செய்திகள் நடந்து கொண்டிருந்த படுகொலை குறித்து வேகன்டிரைபரின் வாசகர்களுக்கு அப்போதைய நிலவரங்களை தெரிவித்தபடியே இருந்தன. 'நேற்று காலை கோட்வாலிக்கு எதிரே பதினான்கு கலகக்காரர்கள் வரிசையாக தொங்கவிடப்பட்டனர். இன்று காலை மேலும் சிலர் தூக்கிலிடப்படலாம்' என்று குறிப்பிட்டுள்ளார் இரண்டு வாரங்களுக்குப் பின்னர் அங்கு திரும்பி வந்த வேகன்டிரைபர். வேகன்டிரைபருக்கு இது போதுமானதாக இல்லை. தன்னுடைய பத்தி எழுத்துகளில் சாண்டர்ஸின் பலவீனத்தையும் இரக்கத்தையும் கடுமையாக சாடியிருந்தார்.

> டெல்லியின் அரசருக்கும், அவருடைய வாரிசுகளின் மனிதத் தன்மையற்ற குரூரங்கள் மற்றும் காட்டுமிராண்டித்தனங்களுக்கும் எதிரான பழிவாங்குதலுக்கு ஒட்டுமொத்தமாக எல்லோரும் கூப்பாடு போட்டுக்கொண்டிருக்கும் நேரத்தில் ஒருவரிடம் மட்டும் மனிதர்களின் மீதான இரக்கம் சுரக்கிறது. அவருடைய இரக்கம் அந்த அப்பாவி மகனுக்கும் வாரிசுக்கும் கருணை காட்டுகிறது. அந்தப் பதினெட்டு வயதுப் பையனிடம் [மிர்ஸா ஜாவன் பக்த்] அவர் காட்டும் முழுமையான அரவணைப்பால் அந்தக் குட்டிப்பிசாசிற்கு காட்டப்பட வேண்டிய இகழ்ச்சிகள் குறைக்கப்பட்டுவிட்டன. [அவர்] இந்த அரச கைதியை ஆழ்ந்த மரியாதை இல்லாமல் சந்திப்பதே இல்லை.

மேலும் இதுகுறித்து எழுதியுள்ள அவர், மெட்கால்ஃப் மட்டுமே தகுதிவாய்ந்த ஆற்றலுடன் இந்தப் பழிவாங்குதலையும் தூக்கிலிடுதலையும் மேற்கொள்கின்ற வேலையை செய்கிறார் என்றும் சர் தியோபிலஸின் உத்தரவுப்படி 'அந்த பத்மாஷாக்கள் [அயோக்கியர்கள்] நகரத்தில் காணப்பட்டாலும், சிறைபிடிக்கப்பட்டாலும் அல்லது - எல்லாவற்றிலும்

மேலாக - தூக்குமரத்தில் தொங்கவிடப்பட்டாலும் அல்லது இவை எல்லாவற்றிலும் காணப்படாவிட்டாலும் சிறந்த முறையில் வேரறுக்கப்பட்டனர்' என்று குறிப்பிட்டுள்ளார்.[34]

செப்டம்பர் 27 ஆம் தேதி ஞாயிற்றுக்கிழமை அன்று, திவான் இகாஸில் ஒரு சிறப்பு நன்றி செலுத்தும் பிரார்த்தனையைப் பாதிரி ராட்டன் நடத்தினார். ராட்டன் புத்தகத்தில் இருந்த ஓர் உரையைப் படித்தார், 'இறைவன் எனக்கு செய்த நன்மைகளுக்கு பிரதிபலிபலனாக நான் அவருக்கு எதைத்தான் திருப்பியளிப்பது?'

ராட்டனைப் பொறுத்தவரை, அந்தப் பிரார்த்தனையானது தீமையின் கைகளில் இருந்து நன்மையை விடுவித்ததைக் குறிப்பதற்கான நன்றி செலுத்தும் நிகழ்வேயாகும். 'இதைக் காட்டிலும் மிகுந்த மனக்கிளர்ச்சி ஏற்படுத்தக்கூடிய கூட்டத்தை நினைத்துப் பார்ப்பதே கடினம். ஒரு சிறிய வெற்றிபெற்ற பிரிட்டிஷ்படை ஹிந்துஸ்தானத்தின் புராதான முஸ்லிம் தலைநகரத்தினுடைய பேரரச அரண்மனைக்குள் கூடியிருந்தது. கொஞ்ச நாளைக்கு முன்னர் அரசரும் அவருடைய ஆலோசகர்களும் ஒன்றுகூடி, பிரிட்டிஷாருக்கு எதிராகச் சதித்திட்டம் தீட்டிய அந்தப் பளிங்கு கூடத்தின் நாலாபுறமும் அவர்களே வரிசையாக நின்றிருந்தனர்' என்று அவர் எழுதியுள்ளார்.

> *இப்போது அந்த தீயவர் கூட்டம் ஒன்றுமில்லாமல் போய்விட்டது. அவர்களுடைய எல்லாவித தீய நோக்கங்களும் முழுமையாக முறியடிக்கப்பட்டுவிட்டன. வெற்றிபெற்ற ராணுவம் - இந்த அருளாசிபெற்ற முடிவுகளைக் கொண்டு வருதற்கென்றே இறைவன் மகிழ்ச்சியுடன் நியமித்திருக்கிறார் என்ற வகையில் - தெய்வாம்சத்தின் முன்பாக பக்தியுடன் நின்று, அவருக்கு ஸ்தோத்திரம் கூறியபடி, புகழ், கௌரவம், அதிகாரம் மற்றும் ஆட்சி அனைத்தும் அவருக்கே என்றும் கூறிக் கொண்டிருக்கின்றனர்.*[35]

அங்கு வந்திருந்த பெண்களில் ஒருவரான திருமதி கூப்லேண்ட், இந்த நிகழ்வுகள் குறித்த ராட்டனின் கண்ணோட்டத்தை மிகவும் விபரீதமான ஒன்றாகவே பார்க்கிறார். 'தனக்கு கீழ்ப்பணிந்த லட்சக்கணக்கான அடிமைகளின் வாழ்வுக்கும் சாவுக்கும் முழுப்பொறுப்பேற்றுள்ள சர்வ வல்லமை கொண்ட ஒரு பேரரசரின் கட்டளைகளை எதிரொலித்துக் கொண்டிருந்த இந்தப் பிரமாண்டமான கூடம் இப்போது கிறிஸ்துவ மக்களின் அமைதியான பிரார்த்தனைகளை பிரதிபலித்துக் கொண்டிருக்கிறது.'[36]

அதைத்தொடர்ந்து வந்த காலை நேரத்தில், துருப்புகளின் ஒரு படையணி பக்த் கானையும் அவருடைய கலகக்கார சிப்பாய்களையும் காலம்கடந்து தேடிச்செல்லும் விதமாக ஆக்ரா நோக்கிப் புறப்பட்டது. அந்நிலையில் டெல்லி கொத்தளப் படையைச் சேர்ந்த 2,600 பேர் மட்டுமே ஆக்ராவிற்கான சண்டைக்கு புறப்பட்டார்கள் என்றாலும் அது 1857 இன் கடைசி போர் என்பதால் லக்னோவில் முற்றுகையிடப்பட்டிருந்த பிரிட்டிஷ் ஆளுநருக்கு நிம்மதியாக இருந்தது. அவர்களுடைய முதல் வேலை வெறிச்சோடிப்போன அந்த நகரத்தை கடந்து செல்வதே ஆகும்: ‘அந்த அணிவகுப்பு பயங்கரமானதாக இருந்தது’ என்று எழுதியுள்ளார் ரிச்சர்ட் பார்ட்டர்.

எங்களுடைய முன்வரிசை படையணியில் இருந்த காலாட் படையினரும் ஆயுதப்படையினரும் சாந்தினி செளக்கில் பெரிய அளவினதாக உப்பிப்போயிருந்த இறந்த உடல்களை மிதித்துக்கொண்டும், நசுக்கிக்கொண்டும் சென்றனர். அந்த நாற்றம் அச்சுறுத்தக்கூடிய ஒன்று. பல வரிசைகளையும் சேர்ந்த படைவீரர்களுக்கும் அதிகாரிகளுக்கும் குமட்டலெடுத்தது. நாங்கள் அந்த நகரத்தை தாண்டப் போவதில்லை என்றே நினைத்தேன். மறுமுறை செல்வது குறித்து ஒருபோதும் நினைத்துப்பார்க்க முடியாத சவாரி அது. என்னைப்போலவே என் குதிரையும் அதை உணர்ந்திருக்க வேண்டும். அது கனைத்தபடியே, அந்தத் தெருவில் நிரம்பியிருந்த அருவருக்கத்தக்கவற்றின் மீது நடந்துசெல்வதைத் தவிர்த்து நடுங்கியபடியே தாண்டித்தான் சென்றது.[37]

அதே அளவுக்கு ஃபிரெட் ராப்ர்ட்ஸுௗம் பயந்துபோயிருந்தார். ‘அதிகாலை ஒளியில் டெல்லியின் வழியாக அணிவகுப்பதென்பது பயங்கரமானதாக இருந்தது. சாந்தினி செளக் வழியாக லாகூர் வாயிலுக்குச் செல்லும் வழியில் எங்களுடைய காலடியோசைகளைத் தவிர வேறு சத்தமே கேட்கவில்லை. உயிருள்ள எதுவுமே காணப்படவில்லை.’

இறந்த உடல்களே எங்கு பார்த்தாலும் சிதறிக்கிடந்தன. அழுகிக் கொண்டிருந்த ஒவ்வொரு நிலையிலும் மரணப்போராட்டம் ஏற்படுத்திய விளைவை அனுமானிக்க முடிந்தது. பல்வேறு இடங்களிலும் உடல்கள் கிடந்த நிலையானது உயிருள்ளவற்றைப் போல் திகைப்பூட்டின. அவற்றில் சில கெஞ்சுவதைப் போல் கைகளை உயர்த்தியபடி கிடந்தன. உண்மையிலேயே அந்தக் காட்சி முழுமையாக விவரித்துவிட முடியாத அளவு விசித்திரமாகவும், பயங்கரமாகவும் தோன்றியது. அந்தச் சூழ்நிலை கற்பனை செய்ய முடியாத அளவுக்கு மிகவும் நச்சுத்தன்மையுள்ள, குமட்டலெடுக்க

வைக்கும் அளவுக்கான நாற்றத்தால் நிரம்பி அருவருப்பாக காட்சியளித்தது.[38]

புறப்பட்ட துருப்புகள் சண்டையிடத்தான் போகிறார்கள் என்றாலும், அவர்களில் பலர் லக்னோவில் காத்திருக்கும் போர்களில் தங்களுடைய உயிரை இழக்கவிருந்தாலும், அந்த மரண நகரத்திலேயே தங்கிவிட்ட போர்ப்பரிசுத் தலைவர்கள் அல்லது சிறு காவலரண் படையினரைக் கண்டு பொறாமைப்படவே செய்தனர்.

டெல்லியிலேயே தங்கியிருக்க வேண்டும் என்ற கெட்ட செய்தியைப் பெற்றவர்களுள் இளம் லெப்டினெண்டான எட்வர்ட் ஓம்மனேயும் ஒருவராவார். ஓர் உற்சாகமிகுந்த மொழியியலாளரான ஓம்மனே நிக்கல்ஸனின் நகரும் படையணியில் இருந்தவர் என்பதுடன், கிளர்ச்சியாளர்களிடம் மட்டுமல்லாது தன்னுடைய துரதிர்ஷ்டவசமான சமையல்கார பையன்களிடத்திலும் நிக்கல்ஸன் குரூரமாக நடந்துகொண்டதைக் கண்டு ஏற்பட்ட பீதியை தன்னுடைய நாட்குறிப்பில் எழுதியுள்ளார். இருப்பினும், அப்போதிலிருந்து தான் பார்த்த, தான் பங்கேற்ற வன்முறையால் அவரே பயந்துபோய் தன்னையும் கொடூரமானவனாகவே உணர்ந்தார். எட்வர்ட் வைபர்ட்டின் கடிதங்களைப் போன்றே அவருடைய நாட்குறிப்பானது உணர்ச்சிவசப்படவைக்கும் உணர்தல்களுக்கும், அச்சுறுத்தவைக்கும் குரூர தருணங்களுக்கும் இடையில் ஊசலாடுகிறது.

உண்மையில், தினசரி வன்முறைகள் பிரிட்டிஷ் ஆக்கிரமிப்பு ராணுவத்திடம் ஏற்படுத்தியிருந்த மாற்றங்களையும் அவர் உணர்ந்திருந்தார். ஜான் கிளிஃபோர்டின் மரணத்தைப்பற்றி கேள்விப்பட்ட பின்னர் நவம்பர் 1 ஆம் தேதியன்று தன்னுடைய நாட்குறிப்பில், 'ஒருவருடைய மரணம் மற்றவர்களை மிகக் கொஞ்சமாகவே பாதிக்கிறது' என்று எழுதியுள்ளார். ஆன்னி ஜென்னிங்ஸுடன் சேர்த்து கொலை செய்யப்பட்ட கிளிஃபோர்டின் சகோதரியும் கொலை செய்யப்பட்டிருந்தார். அந்த நகரத்தைக் கைப்பற்றியவுடன் கிளிஃபோர்டின் ரத்தக்கறையைப் பார்த்த சார்லஸ் கிரிஃபித் மிகவும் அதிர்ச்சிக்கு ஆளானார். '[கிளிஃபோர்ட்] மிகவும் இளமையானவர், சில நாட்களுக்கு முன்னர் நான் அவரை சந்தித்தபோது மிகவும் துடிப்புடன் காணப்பட்டார். நான் [கிளிஃபோர்டின் மரணத்தைப் பற்றி] சிலரிடம் கூறியபோது அவர்கள் "ஓ, அப்படியா! சிலர் சொல்லிக் கேள்விப்பட்டேன். பாவம் அவன்!" என்று மட்டுமே கூறினர். அவ்வளவுதான். ஒருவர் சாகிறார், நெருக்கமான நண்பர்கள் மட்டுமே

துக்கப்படுகிறார்கள் - அவர்களும்கூட சிலபேர்தான்.'[39] இருந்தாலும், இதே ஆள்தான் சில வாரங்களுக்குப் பின்னர், 'திரும்பி வந்துவிட்டோம், எங்களுக்கு வணக்கம் வைக்காத பூர்வீக மக்கள் எல்லோரையும் நசுக்கினோம்' என்றும் எழுதினார்.[40]

படையணிகள் புறப்படுவதற்கு இரண்டு நாட்களுக்கு முன்னர், ஜாஃபரின் சிறைக்காவலராக இருப்பதற்கு சாண்டர்ஸிடம் இருந்து உத்தரவுகளைப் பெற்றுக்கொண்டார் ஓம்மனே. செங்கோட்டையின் சுவர்களுக்குள் அந்த முன்னாள் மன்னருக்கு பாதுகாப்பான சிறையைக் கண்டுபிடிப்பதே அவருடைய முதல் வேலை. அவர் பஜாருக்குப் பின்பக்கத்தில் பொருத்தமானதாக தோன்றிய ஒரு வீட்டைக் கண்டுபிடித்தார் - அது முன்னதாக மிர்ஸா நிலி என்ற இளநிலை ஷஸாதாவின் இருப்பிடமாக இருந்தது - அத்துடன், ஜாஃபர் மற்றும் அவருடைய உதவியாளர்கள் தவிர்த்து அவர் எண்பத்தி இரண்டு பெண்கள், நாற்பத்தி ஏழு குழந்தைகள் மற்றும் அந்தப்புரத்தைச் சேர்ந்த இரண்டு திருநங்கைகளுக்கும் பொறுப்பாவார் என்று அவரிடம் சொல்லப்பட்டது. இவர்கள் பலத்த சுமையேற்றப்பட்ட பதினான்கு கேரிக்களில் (வண்டிகள்) ஹுமாயூன் கல்லறையில் இருந்து செங்கோட்டைக்கு ஊர்வலமாக அழைத்துவரப்பட்டு ஓம்மனேயின் பொறுப்பில் 'தீவிரக் கண்காணிப்பில்' அடைத்து வைக்கப்பட்டனர்.[41] அதற்கு அடுத்தநாள், இவ்வளவு பேருக்கும் எப்படி உணவளிப்பது? அல்லது சுகாதார விஷயங்களுக்கு ஏற்பாடு செய்வது என்று அவர் யோசித்துக் கொண்டிருக்கும்போதே அவருடைய அரச கைதிகளிடையே காலரா பரவியது. அதே நாள் இரவிலேயே பேகம்களில் முதலாமவரையும் அது பலிவாங்கியது.

ஜாஃபர் மற்றும் அவருடைய குடும்பத்தினரின் புதிய குடியிருப்புகள் மோசமானதாகவும், பெருமளவில் அடிப்படை அமைப்பு மட்டுமே கொண்டதாகவும் அமைந்திருந்தது. இதுகுறித்து, சிறைவாசிகளை பார்த்துக்கொள்ள தன்னுடைய முறைக்கு வந்த திருமதி கூப்லேண்ட் குறிப்பிட்டுள்ளபடி, 'நாங்கள் ஒரு சிறிய, அசுத்தமான, சுண்ணாம்பு அடிக்கப்பட்ட தாழ்வான அறைக்குள் நுழைந்தோம். அங்கே இருந்த ஒரு சிறிய கயிற்றுக்கட்டிலில் மெலிந்துபோன ஒரு கிழவர் அழுக்கான பருத்தி வெண்ணிற ஆடையில், படுக்கையுறையில் போர்வைகளால் சுற்றப்பட்டு சுருண்டு கிடந்தார். நாங்கள் உள்ளே நுழைந்தபோது தான் புகைத்துக்கொண்டிருந்த ஹுக்காவை அப்பால் நகர்த்தி வைத்தவரும், முன்பெல்லாம் தனக்கு எதிரில் யாரும் அமர்ந்திருப்பதையே அவமானமாக கருதியவருமான அவர் எங்களைப் பார்த்து வெட்ககரமான வகையில் வணக்கம் வைத்துவிட்டு, எங்களைப் பார்த்ததில் "பூரா குஷி" [மிக்க மகிழ்ச்சி] என்றார்.'[42]

'ஒரே ஒரு கயிற்றுக்கட்டில் மட்டுமே போடப்பட்டிருந்த சிறிய அறையில் அவர் அடைக்கப்பட்டிருந்தார். ஒரு நாளைக்கு அவருடைய

உணவுக்காக மூன்று அணாக்கள் மட்டுமே அனுமதிக்கப்பட்டன. திரு சாண்டர்ஸ் அவரிடம் தன்மையாக நடந்துகொண்டாலும், அதிகாரிகளும் படைவீரர்களும் அவரிடம் பெருத்த அவமரியாதையுடன் நடந்துகொண்டனர்' என்கிறார் மற்றொரு பார்வையாளர்.

> *பேகம்களும், அவர்களைச் சேர்ந்த இளவரசிகளும் அவருடன் சிறையைப் பகிர்ந்துகொண்டனர். எந்தக் குற்றமும் இழைத்திடாத இந்த துரதிர்ஷ்டவசமான பெண்கள், தாங்கள் விரும்பியபோதெல்லாம் அந்த அறைக்குள் செல்லும் அதிகாரிகள் மற்றும் படைவீரர்களின் குறுகுறுப்பான பார்வைகளுக்கு ஆளானார்கள். மிகவும் கீழ்சாதியில் பிறந்த ஒரு பூர்வீகப் பெண்ணுக்குகூட இது பொறுத்துக்கொள்ளவே முடியாத அவமானமாகும். [உள்ளே யார் நுழைந்தாலும்] அவர்கள் தங்களுடைய முகங்களை சுவற்றை நோக்கித் திருப்பிக் கொண்டனர்.*[43]

ஜாஃபரைப் பார்க்க வந்த பிரிட்டிஷார் பலரும், தங்களால் அந்தக் குடும்பத்தினரை அப்போது அவமானப்படுத்த முடியும் என்பதால், வெறுமனே பெண்களின் பர்தாவைக் விலக்கி அந்த அவமானப்படுத்தலால் மகிழ்ச்சியடைந்தனர். 'எந்த ஐரோப்பியரையும் தங்களுடைய அதிகாரத்தைப் பயன்படுத்தி அவர்கள் கண்ணியக்குறைவாக நடத்தவோ அல்லது அவமானப்படுத்தவோ செய்ததில்லை எனும்போது இவர்களுடைய இந்த அற்பத்தனமான அபிப்பிராயங்கள் முட்டாள்தனமான கேளிக்கையாகவே தோன்றியது' என எழுதியுள்ளார் திருமதி கூப்லேண்ட்.[44] மேலும், ஜாஃபர் தொடர்ச்சியாக கேட்டுக்கொண்டிருந்த அவருடைய ஹக்கீம், டோபி மற்றும் சவரக்காரர்களை பார்க்க அவருக்கு அனுமதி மறுக்கப்பட்டே வந்தது.[45] இந்த காலகட்டத்தில் பிரிட்டிஷாரின் மிதமிஞ்சிய போக்குகளை பெரும்பாலான விஷயங்களில் மேம்படுத்தச் செய்யும் வகையில் நடந்துகொண்ட ஜான் லாரன்ஸ்கூட, முன்னாள் அரசரிடம் அதிக அக்கறை காட்டவேண்டாம் என்று சாண்டர்ஸிடம் அறிவுறுத்தியிருந்தார். 'அரசரோ, அவருடைய குடும்பத்தினரோ நம்முடைய கரங்களால் எதையும் பெற தகுதியற்றவர்கள். தற்போதிருக்கும் நிலையில் அவரிடத்தில் எந்தவித அக்கறையும் காட்டுவது நாம் செய்யும் பெரும் தவறாக அமைந்துவிடும்' என்று அவர் டிசம்பர் மாதம் எழுதியுள்ளார்.'[46]

இது எத்தகைய அநீதியைக் குறிப்பிடுவதாக இருந்தாலும், பிரிட்டிஷாரின் பொது அபிப்பிராயத்தைப் பொறுத்தவரையில் லாரன்ஸ் சொன்னது முற்றிலும் சரியானதே. தன்னுடைய பெற்றோரிடம் இருந்து பிரித்து, இந்த எழுச்சியின் தோற்றுவாய் குறித்து மிர்ஸா ஜாவன் பக்திடமிருந்து தகவலைப் பெறும் நோக்கத்தில் அந்தப் பையனை

ஓம்மனே யானை சவாரிக்கு அழைத்துச் சென்றபோது, 'அரசரை சொகுசாக வைத்திருக்கிறார்கள்' என டெல்லி நிர்வாகத்தை விளாசித்தள்ளிய *லாகூர் கிரானிக்கிள்*, ஜாஃபரை தூக்கிலிட்டு அந்த நகரத்தை நேர்செய்ய வேண்டும் என அழைப்புவிடுக்கும் பிரச்சாரத்தையும் தொடங்கியது. 'அரசர் உயிருடன் அந்நிலையில் வைக்கப்பட்டிருப்பது' போதவே போதாது என்பதாக அந்த *கிரானிக்கிள்* கூக்குரலிட்டது.

> *[இப்போது] அவருடைய இளைய மகன் அந்த நகரத்தில் இளவரசனாகவே விளையாடுகிறான். ஆங்கில ரத்தத்திடம் முடைநாற்றத்தை வீசிக் கொண்டிருக்கிறான். ஓர் ஆங்கில அதிகாரி தனக்கு பின்னால் வர சாந்தினி சௌக்கில் மேலும் கீழுமாக குதியாட்டம் போட்டுக் கொண்டிருக்கிறான். அடக் கடவுளே! இப்படிப்பட்ட வேலையை செய்பவர் ஒரு கீழ்த்தரமான ஆங்கிலேயராகவும், நச்சுப்பாம்பின் குட்டிகளுக்கு சேவகம் செய்யும் ஆங்கில அதிகாரியாகவுமே அல்லவா இருப்பார்!*[47]

டெல்லியை நேர்செய்வதற்கான இந்தப் பிரச்சாரம் *கிரானிக்கிள்* வாசகர்களிடையே பிரபலமடைந்திருந்தது. 'உங்களுடைய 18 ஆவது வெளியீட்டைப் பார்த்தேன். டெல்லியை மொத்தமாக அழித்துவிட்டு, முஸ்லிம்கள் மீதுள்ள பயத்தினால் ஜமா மசூதி போன்றவற்றையும் விட்டுவைக்கக்கூடாது என்பதற்கான ஆதரவை தங்களுடைய முந்தைய இதழ்களைப் போன்றே முறையாக வெளிப்படுத்தியிருப்பதைப் பார்க்கையில், "ரத்தப் பழிக்கும்" "டெல்லி ஒழிக" என்பதற்குமான தங்களுடைய தேசிய அறைகூவலுக்கு ஆதரவளிப்பது எல்லா ஆங்கிலேயர்களையும்போல் நானும் என் நாட்டிற்கு செய்ய வேண்டிய கடமை என்றே நினைக்கிறேன்' என ஒரு வாசகர் எழுதியிருந்தார்.[48] இந்த பிரச்சாரம் டெல்லியில் இருந்த பிரிட்டிஷ் துருப்புகளையும் தூண்டிவிட்டது. ஹ்யூ சைசெஸ்டரும் அம்மாதிரியான ஒருவர்தான். 'இந்த நகரத்தில் பார்க்க அழகாக இருக்கும் நிறைய மசூதிகள் இருக்கின்றன. ஆனால், அவை அனைத்தும் அழிந்துபோயிருப்பதைப் பார்க்கவே நான் விரும்புகிறேன். பொறுக்கித்தனமான காட்டுமிராண்டிகள் நம்முடைய தேவாலயங்களுக்குள்ளும், கல்லறைகளுக்குள்ளும் அத்துமீறி நுழைந்தார்கள். நாமும் அவர்களுடைய நாற்றமெடுக்கும் மதத்தைப் பற்றி கவலைப்பட வேண்டியதில்லை என்றே நினைக்கிறேன்.'[49] ஜமா மசூதி பாதுகாக்கப்பட வேண்டும். ஆனால், அது தேவாலயமாக மாற்றப்பட வேண்டும் என்றும், 'அதன் ஒவ்வொரு கல்லிற்கும் கிறிஸ்துவ தியாகிகளின் பெயர் சூட்டப்பட வேண்டும்' எனவும் கூறியிருக்கிறார் சார்லஸ் ரெய்க்ஸ்.[50]

திருமதி கூப்லேண்ட் தன்னுடைய குணவியல்பின்படி மிக அதிகமாகவே வெளிப்படையாக பேசக்கூடியவர். 'இது இங்கிலாந்திற்கு அவமதிப்பை ஏற்படுத்தும் என்று என்னால் நினைக்காமல் இருக்க

முடியவில்லை. இந்த நகரம் தரையோடு தரையாக அழிக்கப்படுவதற்கு பதிலாக, அதன் சுவர்களிலும் தெருக்களிலும் படிந்த ரத்தக்கறையோடு அப்படியே விட்டுவைக்கப்பட வேண்டும் - அப்போதுதான் அது இங்கிலாந்தின் கௌரவத்திற்கு இழைக்கப்பட்ட அவமானத்தின் நினைவுச் சின்னமாக நீடித்திருக்கும்' என்று தன்னுடைய நினைவுக்குறிப்புகளில் எழுதியுள்ளார் அவர்.

> பலரும் இந்த அவமானத்தை மறந்துவிடலாம். ஆனால், இதை அப்படி மறந்துவிட முடியாது, இது மறக்கப்படவும் கூடாது. அவர்களுடைய புனிதமான நகரமாகவே இது அழிக்கப்பட்டால், அவற்றை தங்களுடைய வீழ்ச்சியுற்ற மேன்மைக்குரிய ஒன்றாகவே அவர்களின் நினைவில் நிறுத்தப்படும். நூற்றுக்கணக்கானவர்களைத் தூக்கிலிட்டதைக் காட்டிலும் அவர்களுடைய குற்றங்களை நாம் வெறுத்தோம் என்பதற்கும், அவர்களுக்கு எதிரான நம்முடைய கோபத்தை நாம் வெளிப்படுத்தினோம் என்பதற்கும் மேலானதாக அது இருக்க வேண்டும். டெல்லி நிமிர வேண்டும். அதன் சிதைவுகளின் மீது ஒரு தேவாலயம் அல்லது நினைவாலயம் அமைக்கப்பட வேண்டும். அதில் இந்தக் கலகங்களால் பலியானவர்களின் பெயர்கள் பொறிக்கப்பட வேண்டும் - படுகொலை செய்யப்பட்டவர்கள் அனைவருடைய பெயர்களையும் சேகரிப்பது சாத்தியமென்றால் - அதை அமைப்பதற்கான நிதியானது இந்தக் கலகங்களில் சம்பந்தப்பட்ட பூர்வகுடியினர் ஒவ்வொருவர் மீதும் விதிக்கப்படும் அபராதத்தில் இருந்து பெறப்பட வேண்டும்.[51]

இதுபோன்ற சுயநீதிநெறி ஹிஸ்டீரியாவுக்கு மத்தியில் ஒரே ஒருவர் மட்டும்தான் ஜாஃபர் நன்றாக நடத்தப்பட வேண்டும் என்று வெளிப்படையாக தெரிவிக்கும் துணிச்சல் பெற்றிருந்தார். ஜாஃபரை பார்க்க வந்த அய்ல்ஸ்பெரியின் முன்னாள் பாராளுமன்ற உறுப்பினரான ஹென்றி லயார்ட் தான் கண்ட காட்சியால் திகைப்புற்றுப் போனார். இதுகுறித்து லண்டனில் உள்ள பார்வையாளர்களிடம் பேசிய லயார்ட் 'தன்னுடைய குற்றத்திற்கான தண்டனையைக்கூட டெல்லியின் அரசர் பெறவில்லை என்பதற்காக பலரும் வருத்தப்படுகின்றனர். நான் டெல்லி அரசரைப் பார்த்தேன். அவர் தண்டிக்கப்பட வேண்டுமா என்பதை நான் இந்தக் கூட்டத்திடமே விட்டுவிடுகிறேன்.'

> அவரை நாம் நடத்துகின்ற விதம் ஒரு மகத்தான தேசத்திற்கு ஏற்புடையதுதானா என்பதற்கு நான் எந்த அபிப்பிராயத்தையும் தெரிவிக்கப் போவதில்லை. நான் அந்த நொறுங்கிப்போன கிழவர் - ஓர் அறையில் அல்லாமல், அவருடைய அரண்மனையின் ஒரு பாழ்பட்ட துளையில் அடைக்கப்பட்டிருக்கிறார் - ஒரு

கட்டிலில் கிடப்பதைப் பார்த்தேன். ஒரு கிழிந்துபோன கந்தலான போர்வையைத் தவிர அவருக்குப் போர்த்திக்கொள்ள எதுவுமில்லை. நான் அவரைப் பார்த்தபோது, அவருடைய முந்தைய மேதகைமையின் நினைவுகள் அவர் மனதில் தோன்றுவதைப் போல் தெரிந்தது. தன்னுடைய படுக்கையில் இருந்து அவர் சிரமப்பட்டு எழுந்தார். நோயாலும், பூச்சிகளாலும் அரித்து தின்னப்பட்ட தன்னுடைய கைகளை என்னிடம் காட்டினார் - அதற்கு பெரும்பாலும் தண்ணீர் இல்லாமையே காரணம். பின்னர் வருந்தத்தக்க குரலில் தான் சாப்பிடுவதற்கு போதுமான அளவு உணவு வழங்கப்படுவதில்லை என்றார். இப்படிப்பட்ட முறையில்தான் கிறிஸ்துவர்களாகிய நாம் ஓர் அரசரை நடத்த வேண்டுமா? நான் அவருடைய பெண்களையும் பார்த்தேன். அவர்கள் எல்லோருமே ஒரு மூலையில் தங்களுடைய குழந்தைகளுடன் குழுமியிருந்தனர். அவர்களுக்கு உதவியாக எல்லோருக்குமே சேர்த்து ஒரு நாளைக்கு 16 செண்ட் மட்டுமே அளிக்கப்படுவதாக என்னிடம் சொல்லப்பட்டது. மணிமகுடத்தை சுமந்திருந்த ஒருவருக்கு இதுவே போதுமான தண்டனை இல்லையா?[52]

பிரிட்டிஷார் டெல்லியிடம் மிகவும் மென்மையாக நடந்துகொள்கிறார்கள் என்றும், அவர்கள் இன்னும் அதிக வன்முறையான பழிவாங்கலை மேற்கொள்ள வேண்டும் என்றும் உறுதியாக நம்பிய ஓம்மனே சிறையின் நிலைமைகளை மேம்படுத்துவது குறித்து நினைத்துப் பார்க்கக்கூட தயாராக இல்லை. இருப்பினும் தானே ஆச்சரியப்படும் வகையில் அவர் மெதுவாக ஜாஃபரிடத்தில் பிணைப்பு கொண்டவரானார். அவரை 'சர் சி நேப்பியர் போன்றே காணப்படுவதாகவும்' நினைத்தார். உண்மையில், ஜாஃபர் மிகவும் வயதாகிப்போய் தளர்வுற்றவராகவும், எழுச்சியின்போது 'தன் செயல்களுக்கு முற்றிலும் விளக்கமளிக்க முடியாத ஒருவராகிவிட்டதால்' குழப்பமுற்றவராகவுமே காணப்படுகிறார் என்று அவர் சீக்கிரத்திலேயே முடிவுக்கு வந்தார்.[53] அதற்கு முன்பாகவே அந்த முதிய அரசர் அந்த சிறைக்காவலரின் எதிர்பாராத பாசத்தைத் திருப்பியளிக்கத் தொடங்கியிருந்தார். 'ஜாஃபர் என்னைத் தழுவிக்கொள்ளப்போவதைப் போல் காணப்பட்டார். [ஆனால் அதற்குப் பதிலாக] தன்னுடைய வலதுகரத்தால் என்னுடைய இடது தோள்பட்டையில் தட்டிக்கொடுத்தார்' என்று அக்டோபர் மத்தியப்பகுதியில் தன்னுடைய நாட்குறிப்பில் பதிவுசெய்திருக்கிறார் ஓம்மனே.[54]

ஜீனத் மஹலாலும் ஓம்மனே அதிகமாக கவரப்பட்டார் - அவர் தன்னுடைய உடல்நலம் குன்றிய, தளர்வுற்றுப்போன கணவருக்கு நெருக்கத்திலேயே இருந்தார் என்கிறார் அவர். ஆனால், அவருடைய பதினாறு அந்தப்புரப் பெண்களில் ஜீனத் மட்டுமே அந்தக் கிழவரை

கவனித்துக் கொண்டார்.[55] இதுகுறித்து தன்னுடைய நாட்குறிப்பில் எழுதியுள்ள ஓம்மனே, 'ஜாஃபர் தன்னுடைய விருப்பத்திற்குரிய மனைவி ஜீனத் மஹலின் உத்தரவுப்படி நல்லபடியாக கவனித்துக் கொள்ளப்பட்டார். ஜீனத் பேசிக் கொண்டிருக்கும்போது அவர் பேசினார் என்றால், தான் பேசும்போது அமைதியாக இருக்கும்படி அவரிடம் கூறினார். அவருக்கு சின்ன விஷயங்கள்கூட எப்போதுமே தேவையாக இருந்தன. அவை அவரை மகிழ்ச்சிப்படுத்தவில்லை என்றால் அவற்றை அப்பால் எறிந்துவிடுவார். அந்த நேரங்களில் பணப்பையை வைத்திருக்கும் இந்த முன்னாள் ராணியை அது கோபப்படுத்தும். அவருடைய பணியாளர்களும், மகன்களும் அவரை பெரும் மரியாதையுடனே நடத்தினர்.'*[56]

ஜீனத் மஹலை பொறுத்தவரை, 'அவர் அழகாகப் பேசுகிறார். ஆனால், பயிற்சி இல்லாதவருக்கு அது புரிந்துகொள்ள சிக்கலான மொழி. ஜீனத் மஹலை நான் பார்த்ததில்லை. [இருந்தாலும்] ஒருநாள் அவருக்கு பணம் தேவைப்பட்டபோது என்னிடம் பேசுகையில் அவருடைய கைகளை மட்டுமே நான் பார்த்திருக்கிறேன். அவர் மென்மையாக பேசினார். ஆனால், அவர் பார்ப்பதற்கு அவ்வளவு நன்றாக இருக்க மாட்டார் என்றே நான் நினைக்கிறேன். அவர் மிகவும் சாமர்த்தியசாலியான, கவரக்கூடிய பெண் என்பதாகவே எனக்குத் தோன்றியிருக்கிறார்.'[57]

அந்தக் குடும்பத்தில் ஒரே ஒருவரை மட்டும்தான் ஓம்மனே வெறுத்தார். அது ஜீனத் மஹலின் அன்புக்குரிய மகனாகிய மிர்ஸா ஜாவன் பக்த். குணக்கேடடைந்த, இரக்க குணமற்ற ஜாவன் பக்த் எழுச்சியின்போது தன்னுடைய குடும்பத்தினரின் எந்த ஒரு நடவடிக்கையைப்பற்றிய ஆதாரத்தையும் வழங்குவதற்கு மட்டுமீறிய விருப்பமுள்ளவர் என்பதை விரைவிலேயே நிரூபித்தார். அவர் பிடிபட்டிருந்த ஆரம்பகாலத்தில், அனுமதி இல்லாமல் அந்த சிறைக்குள் வந்துவிட்ட ஜாஃபரின் தையற்காரரை ஓம்மனே விளாசியபோது ஜாவன் பக்த் அதைக்கண்டு சிரித்தார். அதற்கு ஓம்மனே, 'தான் ஒருவரை தண்டிக்கும்போது இனியும் சிரித்தார் என்றால் அவருக்கும் அதே தண்டனைதான்' என்று அவரை எச்சரித்தார்.[58] குறுகிய காலத்திலேயே, வெறும் 100 சிகரெட்டுகளுக்காக தன்னுடைய அம்மாவின் மறைக்கப்பட்ட புதையல் எங்கே இருக்கிறது

* திருமதி கூப்லேண்டும் இதேபோன்ற விவரத்தையே தருகிறார். 'அரசரும் அரசியும் மிக நல்ல புரிதலோடு வாழ்ந்ததில்லை என்று தான் கேள்விப்பட்டதாக அவர் கூறுகிறார். தன்னை அப்போதும் அரசராகவே நினைத்துக் கொண்டிருந்த அவர், பஜாரில் இருந்து அவருக்காக பொருள்களை அனுப்பி வைக்கும்போது அவை நன்றாக இல்லை என்றும் கூறிவந்தார். புகையிலை வந்தால் அது நன்றாக இருப்பதில்லை என்பதற்காக அவர் அவற்றை புகைப்பதில்லை. ஜீனத் நிறைய பணத்தையும், நகைகளையும் மறைத்து வைத்திருக்கிறார் என்றும், அவருடைய வசதிக்காக அவற்றை கொடுக்க விரும்புவதில்லை என்றும் அவர் புகார் கூறினார். இதனால் திரு ஓம்மனே அவருக்கு, ஒரு நாளைக்கு 6 பென்ஸ் தரும் கட்டாயத்திற்கு ஆளானார்.' பார்க்க: *R.M. Coopland, A Lady's Escape from Gwalior and Life in the Fort of Agra during the Mutinies of 1857, London, 1859, p. 277.*

என்பதைக் காட்டுவதாகக் கூறினார். அப்போது மலைத்தொடரில் இருந்து துறைமுக பஜாருக்கு இடம் மாறிவிட்ட பார்ஸி வியாபாரிகளான கோவாஸ்ஜி & கோ-விடம் இருந்து ஓம்மனே அவற்றைக் கைப்பற்றினார்.[59] 'உற்சாகப்படுத்தினாலே அவர் [ஜாவன் பக்த்] நெருக்கமாகிவிடுவார். என்னுடைய அபிப்பிராயப்படி, மரியாதை மற்றும் பாசம் என்ற வகையில் அந்தப் பண்புகளுக்கு உண்டான ஆங்கிலேயே கருத்தாக்கங்களின்படி அவரிடம் அவற்றுக்கான சிறு பொறிகூட காணப்படவில்லை' என்று தன்னுடைய நாட்குறிப்பில் அவர் எழுதியுள்ளார்.

> *இந்தக் கலகத்தோடு தன்னுடைய தந்தை சம்பந்தப்பட்ட பல விஷயங்களைப்பற்றியும், தன்னிடம் எதுவுமே இல்லை என்றும் கூறிய தன்னுடைய அம்மாவின் நகைகள் மற்றும் சொத்துகளைப் பற்றியும் அவர் என்னிடம் கூறினார். அனைத்திலும் மேலாக தன்னுடைய தாயார் ஒரு பொய்யர் என்றும் கூறினார். தன்னுடைய சகோதரர்களின் செல்வங்களைக் காட்டிக்கொடுத்த பின்னர், பயத்தால் நடுங்கிய அவர் தன்னுடைய அப்பா அம்மாவிடம் சென்று, தான் எங்கு சென்றுவந்தேன் என்று பொய் சொன்னார். தன்னுடைய சகோதரர்களிடம் அவருக்கு எத்தகைய பாசமும் இல்லை. அவர் அவர்களை பத்மாஷாக்கள் என்றே அழைத்தார். ஒருகாலத்தில் பெருமிதத்துடனும், அதிகாரம்மிக்கவர்களாகவும் இருந்த தைமூரிய இனம் தரம்தாழ்ந்துவிட்டதை நிரூபிப்பதற்கு இந்த இளம் துரோக வாரிசைக் காட்டிலும் வேறு என்ன தேவைப்படப் போகிறது?*[60]

நவம்பர் மாத மத்தியப் பகுதியில், இளவரசர்கள் மற்றும் அரசர் உள்ளிட்ட டெல்லியின் மேதகையினர் அனைவரையும் விசாரிப்பதற்கான ராணுவ ஆணையத்தின் விவரங்கள் இறுதி செய்யப்பட்டுவிட்டதாக கல்கத்தாவில் இருந்து செய்தி வந்தது. அதன்பின்னர், துணைநிலை நீதிபதி தலைமை வழக்கறிஞராக டெல்லிக்கு வந்த மேஜர் ஜே.எஃப். ஹாரியட் பல்வேறு விசாரணைகள் குறித்த வேலையைத் தொடங்கவிருந்தார். அரண்மனையில் கண்டெடுக்கப்பட்ட ஆவணங்களை மொழிபெயர்த்து ஹாரியட்டிற்கு உதவுமாறு ஓம்மனேவிடம் கூறப்பட்டது. அந்த ஆவணங்கள் முகலாய குடும்பம் மற்றும் அவர்களுடைய அரசவை முழுவதற்கும் தண்டனை அளிப்பதற்கான ஆதாரத்தை வழங்கும் என்று அனுமானிக்கப்பட்டது.[61] இந்தக் கலகத்திற்குப் பின்னால் முக்கிய சதித்திட்டம் தீட்டியவராக பிரிட்டிஷாரில் பலராலும் கருதப்பட்ட ஜாஃபர் மீதான விசாரணையானது ஒருவகையில் இந்த விசாரணைக் கமிஷனை இந்த எழுச்சிக்கான காரணங்கள் குறித்து விசாரிக்கச் செய்யும் என்று நம்பப்பட்டது.

'ஹாரியட்டின் தோற்றத்தையும் நடந்துகொள்ளும் விதத்தையும் வைத்துப் பார்க்கையில் கைதிகள் யாரும் விட்டுவைக்கப்படுவதற்கு

வாய்ப்பே இல்லையென்று தோன்றுகிறது' என அவர்கள் இருவரும் முதல்முறையாக சந்தித்துக்கொண்ட நவம்பர் 27 ஆம் தேதிக்குப் பின்னர் எழுதியுள்ளார் ஓம்மனே.⁶²

அரச குடும்பத்தினர் எத்தகைய துன்பகரமான சூழ்நிலைக்கு ஆளாகியிருந்தபோதிலும், அவர்கள் டெல்லியின் சாமானிய மக்களுடைய சூழ்நிலையைக் காட்டிலும் மேம்பட்ட நிலையிலேயே வைத்து பார்த்துக்கொள்ளப்பட்டனர். டெல்லி மக்களில் பெரும்பாலானோர் சுற்றியிருந்த கிராமப்புறங்களில் சிதறிப்போயிருந்தனர். கல்லறைகளிலும் சிதைவுகளிலும் புகலிடம் தேடிக்கொண்டனர். காட்டுப்பழங்களை தேடிச் சென்றோ அல்லது பிச்சையெடுத்தோ தங்களுக்கான உணவை முடிந்தவரை சேகரித்துக் கொண்டனர். நகர சுவர்களுக்குள் அப்போதும்கூட ஒருசிலர் காணப்பட்டனர் என்றாலும் அவர்களில் பலரும் பட்டினி கிடந்தனர். சார்லஸ் கிரிஃபித்ஸின் கூற்றுப்படி,

> நகரம் முழுவதிலும் இருந்த தய்-கானாக்கள் அல்லது மாளிகைகளின் பாதாள அறைகள் மனித உயிர்களால் நிரம்பியிருந்தன - வயதாலோ அல்லது நோயுற்றதாலோ முற்றுகையின் கடைசி நாட்களின்போது நடந்த வெளியேற்றத்தில் அவர்களால் சேர்ந்துகொள்ள முடியவில்லை. நூற்றுக்கணக்கான கிழவர்கள், பெண்கள் மற்றும் குழந்தைகள் ஒன்றாக கூடிக்குழுமி இதுபோன்ற இடங்களில் அரைப்பட்டினி கிடந்தனர். இது நான் பார்த்ததிலேயே மிகவும் பரிதாபத்திற்குரிய காட்சி.

> அவர்களுக்கு உணவளிக்க அந்த நகரத்தில் எதுவுமே இல்லை. அவர்கள் இருக்குமிடம் கொள்ளைநோயை உருவாக்கிவிடலாம். அதனால் ஜெனரலின் உத்தரவுப்படி அவர்கள் டெல்லி வாயிலுக்கு வெளியே கொண்டுவிடப்பட்டனர். அவர்கள் கூட்டம் கூட்டமாக நகரத்திற்கு வெளியேயும், நூற்றுக்கணக்கானவர்கள் லாகூர் வாயில் வழியாகவும் கடந்து செல்கின்ற காட்சி சோகமயமானது. அவர்களுக்காக சில மைல்கள் தொலைவில் உணவுப்பொருள்கள் சேகரித்து வைக்கப்பட்டிருக்கின்றன என்று அவர்களிடம் கூறினோம். பாவப்பட்ட அவர்கள் பட்டினியில் இருந்தாவது தங்களைக் காப்பாற்றிக் கொள்வார்கள் என்று நம்பினோம். ஆனால், அந்த விஷயத்திலும் எங்களுக்குச் சந்தேகமிருந்தது. மனித துன்பங்கள் குறித்த விஷயத்தில் அதிகாரிகள் எந்தளவுக்கு அக்கறையற்றவர்களாக இருந்தார்கள் என்பதைத் தெரிந்துகொண்டபோது, அவர்களில்

பலரும் உணவின்மையாலும் கைவிடப்பட்டதாலும் இறந்து போயிருப்பார்கள் என்றே நான் அச்சமுறுகிறேன்.

நகரத்திற்குள், அவர்களுடைய மாளிகை முற்றங்களிலேயே இருக்க முடிவுசெய்த மிகவும் விசுவாசமான பிரிட்டிஷ் சேவகர்கள்கூட தாங்கள் இனியும் வாழ்வது சாத்தியமில்லை என்பதைத் தெரிந்துகொண்டார்கள். அதிகாரப்பூர்வமான மற்றும் அதிகாரப்பூர்வமற்ற கொள்ளைக் குழுக்கள் வீடு வீடாக சென்றன. தெரு முழுவதும் சிதைந்துகிடந்த உடைந்த மரச்சாமான்கள் மற்றும் நொறுக்கப்பட்ட கலைப்பொருள்களில் தங்களால் முடிந்தவரை கைப்பற்றிக்கொண்டனர். அப்போதும் எங்காவது மறைந்திருக்கின்ற குடியிருப்புவாசிகளைக் கண்டால் அவர்கள் தங்களுடைய விலைமதிப்புள்ள பொருள்களை மறைத்து வைத்திருக்கும் இடத்தைக் காட்டும்படி கட்டாயப்படுத்தப்பட்டனர்.[63] 'எங்கள் எல்லோருக்குமே [படைவீரர்கள்] அந்த நகரத்தைக் கொள்ளையடிப்பதென்பது நாங்கள் அனுபவித்த துன்பங்களுக்கும் பேரிழப்புகளுக்கும் ஈடுசெய்ய பொருத்தமானதாகத் தோன்றியது' என்று எழுதியுள்ளார் சார்லஸ் கிரிஃபித்ஸ். "தாக்குதல் நடத்தப்பட்டு கைப்பற்றப்பட்ட நகரம் வெற்றிகொண்டவர்களுக்கு கிடைத்த பரிசு" என்பதாக 'அங்கீகரிக்கப்பட்ட ராணுவ சட்டத்தின்படி எங்களுடைய கேள்விக்குரிய இந்த நடவடிக்கையின் இயல்பு பரிசீலனைக்கு உட்படுத்தப்பட்டதே இல்லை.'

எல்லாப் பக்கத்திலும் தங்களை சூழ்ந்திருப்பவற்றை கொள்ளையடிப்பதற்கான அனுகூலத்தை படைவீரர்கள் பயன்படுத்த தவறியிருந்தால்தான் அது மனித இயல்புக்கு முரணாகவோ, முற்றிலும் வேட்டையுணர்வுக்கு பொருந்திப்போகாமலோ இருந்திருக்கும். விலைமதிப்பானவற்றை சொந்தமாக்கிக்கொண்ட ஒருவன், தான் கொள்ளையடித்த எல்லாவற்றையுமே அதிகாரிகளிடம் தந்துவிடுவான் என்று எதிர்பார்க்க முடியாது... கொள்ளையடிப்பதற்காக நான் நகரத்தில் சுற்றிவந்தபோதெல்லாம் அதற்காகவே அதிகாரிகளும் கூடியிருப்பதைப் பார்த்திருக்கிறேன்.[64]

அதேநேரம் போர்ப்பரிசுத் தலைவரும் தன்னுடைய வேலையை பார்க்கச் சென்றார். இந்த விஷயத்தில் தன்னுடைய கணவர் பற்றி பின்வருமாறு குறிப்பிட்டிருக்கிறார் திருமதி மியூட்டர்,

காலை உணவுக்குப் பின்னர் மண்வெட்டிகள், கடப்பாறைகள் மற்றும் அளவீட்டுக் கருவிகளுடன் காணப்பட்ட கூலிகளை அவர் திரட்டுவார். புதையல் இருப்பதாக சொல்லப்பட்ட ஒரு மாளிகை அன்றைய தினத்திற்கான கொள்ளைக்கென்று ஒதுக்கப்படும். அந்த வீட்டைக் கவனமாக மதிப்பிட்டு வேலை தொடங்கும். மேலே

இருக்கும் கூரையையும், கீழே இருக்கும் அறையையும் கவனமாக ஆராய்ந்து மறைத்து வைக்கப்பட்ட இடம் கண்டுபிடிக்கப்படும். பின்னர் சுவர்கள் உடைக்கப்பட்டு அங்கே ரகசிய அறைகள் அல்லது மாடங்கள் அல்லது இடைவெளிகள் இருந்தால் அவையும் கண்டுபிடிக்கப்பட்டு அவர்களுடைய தேடலுக்கு பெரும் பரிசுகளும் கிடைத்தன. ஒருசமயம் அவர் பதிமூன்று சாரட்டுகளில் கொள்ளைப் பொருள்களைக் கொண்டுவந்தார். அவற்றில் மதிப்புவாய்ந்தவை போக ஆங்கில பணமதிப்பில் 8,000 பவுண்டுகளுக்கு இணையாக எண்பதாயிரம் ரூபாய் கிடைத்தது. மற்றொரு சமயம், வெள்ளிப் பாத்திரங்கள் மற்றும் தங்க ஆபரணங்களுடன் ஓர் ஆயிரம் ரூபாய் பணப்பையும் கிடைத்தது.[65]

சார்லஸ் கிரிஃபித்ஸ் எழுதியிருப்பதுபோல்,

சிறிது நேரத்திலேயே போர்ப்பரிசுத் தலைவர்களின் அறைகள் எல்லாவகையான நகைகள், விலைமதிப்பற்ற கற்கள், வைரங்கள், பச்சை மரகதக் கற்கள் மற்றும் எண்ணிலடங்கா முத்துகள், கோழி முட்டை அளவு முதல் சிறிய அளவு வரையுள்ள கழுத்தணிகள், தங்க ஆபரணங்கள், மிகவும் நேர்த்தியாக செய்யப்பட்ட சங்கிலிகள், கெட்டியான உலோகத்தில் செய்த கையணிகள் மற்றும் வளையல்கள் ஆகியவற்றால் நிரம்பின. நான் ஓர் அறைக்குச் சென்று பார்த்தபோது ஒரு நீளமான மேசை விலைமதிப்புமிக்க பொருட்களின் குவியலில் திணறிக்கொண்டிருந்தது - அது ஒரு கண்கொள்ளாக் காட்சி.[66]

பல்வேறு உளவாளிகளும் கூட்டாளிகளும் தாங்கள் பிரிட்டிஷாருக்கு உதவியதற்கான எழுத்துப்பூர்வ ஆதாரத்தை வைத்திருந்தனர். ஆனால், 'தான் கையெழுத்திடவில்லை என்றால் பாதுகாப்பு சீட்டுகள் எதுவும் செல்லுபடியாகாது என்று' ஜெனரல் வில்ஸன் உத்தரவிட்டிருந்தார். 'அதன் விளைவாக ஒருசிலருக்கு மட்டுமே தங்களுடைய சொத்துக்களை பாதுகாத்துக்கொள்ள வாய்ப்புக் கிடைத்தது' என்று கம்பெனியின் உளவுப்பிரிவு ஓர் அறிக்கையில் குறிப்பிட்டிருக்கிறது. 'இரண்டு, மூன்று நாட்களுக்குள் சூறையாடப்பட்டு கொள்ளையடிக்கப்படாத வீடுகளே இல்லை. அரசாங்கத்தின் நண்பர்களானாலும் எதிரிகளானாலும் அவர்கள் சரிசமமாகவே பாதிப்புக்கு உள்ளானார்கள்.'[67] முற்றுகை காலம் முழுவதிலும் பிரிட்டிஷாரின் முக்கிய உளவுத்துறை அதிகாரியாக இருந்த முன்ஷி ஜீவன் லால் மட்டுமே தன்னைப் பிடித்துக் கொல்வதற்கு முயற்சித்த கலகப்படையினரின் அடுத்தடுத்த முயற்சிகளில் இருந்து தப்பியிருந்தார். அவருடைய வீடுகூட செப்டம்பர் 21 ஆம் தேதியன்று சீக்கிய வீரர்களால் முற்றிலுமாக கொள்ளையடிக்கப்பட்டது.[68] தன்னுடைய ஒன்றுவிட்ட சகோதரரான ஜாஃபர் மற்றும் தன்னுடைய சொந்தப்

பேரனான மிர்ஸா அபு பக்கர் ஆகியோரை காட்டிக்கொடுத்திருந்த மிர்ஸா இலாஹி பக்ஷிற்கும் இதே நிலைதான். அவருடைய வீடும்கூட சூறையாடப்பட்டு, எல்லாப் பொருள்களும் போர்ப்பரிசுத் தலைவர்களால் கொண்டு செல்லப்பட்டன.[69]

பிரிட்டிஷ் ஆதரவு விசுவாசிகளில் டெல்லி கல்லூரியின் முன்னாள் கணிதவியல் விரிவுரையாளரும், கிறிஸ்துவத்திற்கு மதம் மாறியவருமான மாஸ்டர் ராமச்சந்திரா கசப்புணர்ச்சியுடன் எழுதிய கடிதமே துரோகமிழைக்கப்பட்டதற்கான உணர்வுகளை வெளிப்படுத்தக்கூடியதாக இருக்கிறது. மே மாதம் 11 ஆம் தேதியன்று ராமச்சந்திரா டெல்லியில் இருந்து தப்பிச்சென்றபோது அவருடன் சேர்ந்து மதம்மாறிய டாக்டர் சாமன் லால் அதே நாளில் எழுச்சி உருவான காலை நேரத்தில் கொல்லப்பட்டார். அந்த நகரம் வீழ்ச்சியுற்ற பின்னர் டெல்லிக்குத் திரும்பிய அவர் தன்னுடைய சக கிறிஸ்துவர்களால் வரவேற்கப்படுவோம் என்றே எதிர்பார்த்திருந்தார். ஆனால், அதற்குப் பதிலாக எழுச்சியின்போது இருந்ததுபோல் இனியும் பயத்துடனே வாழ வேண்டியிருக்கும் என்பதையே தெரிந்து கொண்டார் - ஆனால், முன்பு அவருடைய மதநம்பிக்கைக்காக குறிவைக்கப்பட்டார் என்றால், இப்போது தன்னுடைய தோலின் நிறம் காரணமாகவே துன்பத்திற்கு ஆளானார். அச்சமயத்தில் டெல்லியின் ராணுவ ஆளுநராக நியமிக்கப்பட்டிருந்த கர்னல் பர்ன் என்பவருக்கு ஒரு கடிதத்தில் தன்னுடைய அனுபவங்களை பதிவு செய்து அனுப்புவதென்று அவர் தீர்மானித்தார். போர்ப்பரிசுத் தலைவர்களுக்கு உதவியாக, கலகக்காரர்கள் குறித்த விசாரணைகளுக்கான ஆவணங்களை மொழிபெயர்த்தவராக மகிழ்ச்சியுடன் பணியாற்றியிருந்தாலும் தன்னுடைய உயிருக்கு தொடர்ந்து மிரட்டல் விடுக்கப்படுவதைப் பற்றி அதில் விவரித்திருந்தார். 'ஒரு மாதத்திற்கும் முன்பிருந்தே தேவாலயத்திற்கு அருகாமையில் இருந்த திரு மர்ஃபியின் வீட்டிற்கு சென்று அங்குள்ள ஆவணங்களை பாரசீக மொழியில் இருந்து ஆங்கிலத்திற்கு மொழிபெயர்த்ததாக' அவர் எழுதியுள்ளார்.

> *நான் அந்தச் சாலையைக் கடந்துசெல்லும்போது ஹமீத் அலி கான் மசூதிக்கு அருகாமையில் நின்றுகொண்டிருந்த ஆங்கிலேயே அதிகாரிகள் அங்கே கடந்துசெல்லும் பூர்வீக பாதசாரிகள் மீது அவர்கள் தலையைக் குனிந்துசெல்லும் வகையில் களிமண் கட்டிகளை வீசிக்கொண்டிருப்பதைப் பார்த்தேன். ஓர் அரசு ஊழியனாகவும், ஒரு கிறிஸ்துவனாகவும் எனக்கு ஏதேனும் பயன் இருக்கும் என்றே நான் நினைத்திருந்தேன். அதற்கு மாறாக அவர்கள் இதனால் எரிச்சலடையவே செய்தார்கள். என்னைத் துன்புறுத்திய அவர்கள் அந்தக் களிமண் கட்டிகளை இன்னும் அதிக வேகத்துடன் என்மீது வீசினர். [அதற்குப் பின்னரும்] போர்ப்பரிசுத் தலைவருக்காக அந்த மசூதியில் இருக்கும் சில புத்தகங்களை கொண்டுவருவதற்காக*

> நான் மறுபடியும் சென்றபோது, என்னுடன் அதிகாரப்பூர்வ சேவகர்கள் இரண்டுபேர் உடன்வந்த போதிலும், அனுமதிச்சீட்டு என்னிடம் இருக்கிறது என்று அந்த அதிகாரிகளை நோக்கி நான் கத்தியபோதிலும் அதேபோன்ற தாக்குதலுக்கு உள்ளானேன்.
>
> அதன் பின்னர், அந்த வெறிச்சோடிய தெருக்களில் நான் மட்டும் அல்லாமல் என்னுடைய வீடும்கூட ஆபத்தில் இருப்பதைக் கண்டு பெரும் வருத்தத்திற்கு ஆளானேன். ஏறக்குறைய 12 நாட்களுக்கு முன்னர், இரவு 9 மணி வாக்கில் நானும் என்னுடைய நண்பர்களும் பேசிக்கொண்டிருந்தபோது கதவுகளுக்கு மேல் இருந்த கற்கள் திடீரென்று விரிசல் விடுவதையும், ஒரு கல் என்னுடைய படுக்கையின் மீது பெரும் சத்தத்துடன் விழுவதையும் கண்டு குழம்பிப்போனோம்.

தன் வீட்டிற்கு எதிரில் இருந்த வீட்டை ஆக்கிரமித்திருந்த ஆங்கில அதிகாரிகள்தான் அதற்கு பொறுப்பு என்பதையும், அதைத் தொடர்ந்து வந்த நாட்களில் இரவும் பகலுமாக அவர்கள் தன்னையும் தன்னுடைய வீட்டையும் தொடர்ந்து தாக்கி வந்ததையும்பற்றி ராமச்சந்திரா விவரித்துள்ளார். ஒருநாள், கோட்டையில் இருக்கும் எட்வர்ட் கேம்ப்பலின் மாளிகையில் இருந்து திரும்பிக் கொண்டிருக்கையில்,

> மற்றொரு கோமகனுடன் குதிரையில் கடந்து சென்ற ஓர் ஆங்கில அதிகாரியிடமிருந்து என் தலையில் பலத்த அடி விழுந்தது. அப்படி அடித்ததற்குப் பின்னர் தன்னுடைய தடியுடன் திரும்பி நின்ற அந்த அதிகாரி என்னை சலாம் வைக்குமாறு கூறினார்.* ஒன்றுக்கு பலமுறை சலாம் வைத்த பின்னர் நான் ஒரு கிறிஸ்துவன் என்றும், போர்ப்பரிசுத் தலைவரால் வேலைக்கு அமர்த்தபட்டிருக்கிறேன் என்றும் கதறினேன். அதன் பிறகும் திவான் இகாஸ் நோக்கிச் சென்ற அவர் நான் கரியைப்போல் கருப்பானவன் என்று கூறிக்கொண்டே சென்றார். புண்படுத்தப்பட்டு, ஏறக்குறைய திகைத்துப்போய் வருத்தமுற்றிருந்த நான் அடிவாங்கிய இடத்தில் அப்படியே நின்றுவிட்டேன். என்னைத் தாக்கிய அதே கோமகன் திரும்பி வந்து குதிரையில் இருந்து இறங்கி என்னுடைய இடது கையிலும் முதுகிலும் பலமாக பலமுறை அடித்தார்.

* இந்த இடத்தில் குறிப்பிடப்படும் அதிகாரி எட்வர்ட் ஓம்மனேவாக இருக்க நிறையவே வாய்ப்பிருக்கிறது. அவர்தான் இந்தக் குறிப்பிட்ட நேரத்தில் தன்னுடைய நாட்குறிப்பில் 'சலாம் வைக்காத எல்லோரையும் அடித்து நொறுக்கினேன்' என்று குறிப்பிட்டுள்ளதுடன், செங்கோட்டையை நோக்கி சென்றுகொண்டிருந்த ஒருவராகவும் பொருந்திப்போகிறார். பார்க்க: *National Army Museum, 6301h143, Diaries of Col. E.L. Ommaney, vol. A, entry for 24 November.*

அந்த எழுச்சியின்போது தான் ஆளாக நேரிட்ட துன்பங்கள் குறித்தும் ராமச்சந்திரா விவரித்துள்ளார். அவருடைய உரையாடலின்படி, 'ஆனால், அதன் பின்னர், ஆங்கிலேய அதிகாரிகளும், பொதுமக்கள், ராணுவத்தினர் மற்றும் மிஷனரிகளும் துன்பத்திற்கு ஆளானதை ஒப்பிட்டுப் பார்த்தால் எனக்கு நடந்ததெல்லாம் ஒன்றுமேயில்லை என்று நினைத்து என்னுடைய பெரும் துன்பத்தை ஆற்றுப்படுத்திக்கொண்டேன்.'

> *கிளர்ச்சியாளர்கள் என்னைக் கண்டுபிடித்து கொன்றிருந்தால் என்னுடைய முன்னோர்களின் நம்பிக்கையைத் துறந்து கிறிஸ்துவத்தை ஏற்றுக்கொண்டதாலேயே அப்படிச் செய்திருப்பார்கள் என்று நினைத்ததற்கும் மேலாக அப்போஸ்தலர்கள் மற்றும் ஆரம்பகால கிறிஸ்துவர்களான பழைய தியாகிகளைப் போன்று ஆசீர்வதிக்கப்பட்ட ரட்சகர் மீது கொண்ட நம்பிக்கைக்காகவே இறந்திருப்பேன் என்றுதான் நினைத்திருந்தேன். அந்நிலையில் என்னுடைய எல்லாவித சோதனைகளாலும், ஆபத்துகளாலும் எனக்கு ஒருவிதமான பெரும் நிம்மதி கிடைத்தது. ஆனால், ஒரு பூர்வகுடி கிறிஸ்துவன் இங்கிலாந்தில் பிறக்காமலும், வெள்ளைத் தோல் இல்லாதவனாக போய்விட்டதாலும் மட்டுமே தன்னுடைய கிறிஸ்துவ அதிகாரிகளால் ஆபத்திற்கு ஆளாகியிருக்கிறான் என்பதில் எந்த நிம்மதியும் இருக்க முடியாது. ஆனால் பிற மதத்தை போதிக்கின்றவர்களுக்கு கலகக்காரர்கள் டெல்லியில் இருந்தபோது இப்படி எதுவும் நடந்துவிடவில்லை. அவர்கள் கிறிஸ்துவர்களையும், அவர்களுடன் நட்பு பாராட்டுகிறவர்களை மட்டுமே வெறுத்தார்கள்.*

'என்னுடைய இந்தக் கோரிக்கை டெல்லியில் இருக்கின்ற மிகச்சில பூர்வீக கிறிஸ்துவர்களுக்கானது மட்டுமல்ல; ஆனால், அந்த நகரத்தில் வாழ அனுமதிக்கப்பட்டுள்ள ஹிந்துக்களும் சில முஸ்லிம்களும் ஆங்கில படைவீரர்களால், குறிப்பாக ஆங்கில அதிகாரிகளால் ஆபத்திற்கு உள்ளாகி இருக்கிறார்கள் என்பதற்காகவும்தான்.'[70]

அந்த நகரத்திலேயே இருந்துவிட்ட வெகுசில முஸ்லிம்களில் காலிப்பும் ஒருவர். அவருடைய நண்பர்கள் மற்றும் ஆதரவாளர்களில் பலரும் கொல்லப்பட்டோ அல்லது வெளியேற்றப்பட்டோ சென்றுவிட்ட நிலையில் வெறும் அதிர்ஷ்டம் மட்டுமே இந்தக் கவிஞரை பாதுகாத்திருந்தது. அவருடைய பலிமாரன் முஹல்லாவில் ஹகீம் மற்றும் பாட்டியாலா மஹாராஜாவின் விசுவாசிகளான சில மூத்த

அரசவையினரும் இருந்தனர். மலைத்தொடரில் இருந்த பிரிட்டிஷாருக்கு துருப்புகளையும் உணவுப்பொருள்களையும் அனுப்பி உதவிய அந்த மஹாராஜாதான் இப்போது கொள்ளையர்கள் அந்தத் தெருவைத் தாக்காமல் இருக்கும் வகையில் பாதுகாப்பு ஏற்பாடுகளை செய்திருந்தார். மஹாராஜாவின் பாதுகாவலர்கள் இருந்த காரணத்தினால் தன்னுடைய வீட்டிலேயே வைத்து துன்புறுத்தலுக்கு ஆளாகாத ஒரே டெல்லி குடிமகன் காலிப்தான் என்பதுடன் டெல்லி வீழ்ச்சியுற்ற நிலையில் தன்னுடைய சொத்துகளை, அதாவது சேதமேதும் ஏற்படாமல் அவற்றை முழுமையாக தக்கவைத்திருந்த ஒரே அரசவை மேட்டுக்குடியினரும் அவர் மட்டும்தான்.

அப்போதும்கூட அது ஓர் ஆபத்தான நிலைதான். தானும் தன்னுடைய அயலாரும் முஹல்லாவின் வாயிலை மூடிவிட்டு, தன்னுடைய நண்பர்கள் 'பெருமளவில் கைது செய்யப்படுவதையோ, கொல்லப்படுவதையோ அல்லது சிறையில் அடைக்கப்படுவதையோ' தடுக்கும் வகையில் தங்களைச் சுற்றி அந்த வாயிலுக்கு நேராக கற்களைக் கொண்டு தடையரண் ஏற்படுத்தியதைப் பற்றி காலிப் தஸ்தான்பையில் எழுதியுள்ளார். அதேநேரம், அந்த தடையரண்களுக்கு உள்ளேயே பதற்றத்துடன் காத்திருந்த காலிப்பின் அயலார்கள் அமைதி திரும்ப வரும்வரை தங்களுடைய மிகச்சிறிதளவு உணவும் தண்ணீரும் போதுமானதாக இருக்கும் என்று நம்பிக்கை கொண்டிருந்தனர். தன்னைச் சுற்றிலும், தன்னுடைய நகரம் முற்றிலுமாக அழிந்துகொண்டிருக்கையில் தன்னால் எப்படி உயிர்பிழைத்திருக்க முடிந்தது என்பது பற்றி இந்தக் கவிஞர் தன்னுடைய நாட்குறிப்பில் எழுதியுள்ளார்.

> *வியாபாரிகளோ வாங்குபவர்களோ இல்லை. நாங்கள் கோதுமை மாவை வாங்குவதற்கு மாவு விற்பவர்கள் இல்லை. எங்களுடைய மண்படிந்த உடைகளைத் துவைத்துத் தருவதற்கு சலவைக்காரர்கள் இல்லை. முடிவெட்டிக்கொள்ள சிகையலங்காரம் செய்பவர்கள் இல்லை. எங்களுடைய வீட்டின் தரைகளை சுத்தம் செய்ய துப்புரவாளர்கள் இல்லை. தண்ணீருக்காகவோ அல்லது மாவுக்காகவோ அந்த சந்தில் இருந்து வெளியே செல்வது சாத்தியமே இல்லை. எங்களுடைய வீடுகளில் இருந்த மளிகைப்பொருள்கள் படிப்படியாக குறைந்து கொண்டிருந்தன. தண்ணீரைக்கூட நாங்கள் பெரும் கவனத்துடனே பயன்படுத்தினோம். கோப்பையிலோ ஜாடியிலோ ஒரு துளிகூட மிச்சம் வைக்கப்படவில்லை. இரவும் பகலும் பட்டினியாலும் தாகத்தாலும் வாடிக்கொண்டிருந்தோம். வெகுஜன படுகொலைகள் கட்டுக்கடங்காமலும், தெருக்கள் பீதியால் நிரம்பியதற்கும் மேலாக, நாங்கள் சிறைபட்டே கிடந்தோம். எங்களைப் பார்க்கவும் யாரும் வரவில்லை. எங்களுக்கும் எந்த செய்தியும் தெரியவில்லை. நாங்கள் அந்த சந்தினைவிட்டு வெளியே செல்ல முடியாததால் என்ன நடக்கிறது*

என்பதையும் எங்களால் பார்க்க முடியவில்லை. பின்பு ஒருநாள் மேகங்கள் கூடி மழை பெய்தது. எங்களுடைய முற்றத்தில் ஒரு தார்ப்பாயை கட்டி அதற்கு கீழே ஜாடிகளை வைத்து தண்ணீரை சேகரித்துக் கொண்டோம். என்னுடைய இரண்டு [வளர்ப்பு] மகன்களையும் நான் சொகுசாக வளர்த்திருந்தபடியால் அவர்கள் அந்த நிலையிலும் தங்களுக்கு பழம், இனிப்புகள் வேண்டும் எனக் கேட்டனர். என்னால் அவர்களுடைய ஆசைகளை நிறைவேற்ற முடியவில்லை.[71]

தன்னுடைய மனநிலை சரியில்லாத சகோதரனை நினைத்தும் காலிப் கவலை கொண்டிருந்தார். அவரை தொடர்புகொள்ள முடியாவிட்டாலும் அவருடைய வீடு கொள்ளையடிக்கப்பட்டதாக கேள்விப்பட்டார். அதைத்தொடர்ந்து நிகழ்ந்ததுதான் மோசமானது. அவருடைய சகோதரர் தெருவில் இறங்கி ஓடியிருக்கிறார். தயாராக இருந்த பிரிட்டிஷ் வீரர்கள் அவரைச் சுட்டுக்கொன்றனர். இதனினும் மோசமானது அவரைப் புதைப்பதற்குக்கூட அந்த நகரத்தைவிட்டு வெளியே செல்ல முடியாததுதான். அத்துடன் அவருடைய உடலைக் கழுவ அங்கு தண்ணீரைக் கண்டுபிடிப்பதோ, அவருடைய இறுதி ஓய்விடத்திற்காக கோடித்துணியை கொண்டுவருவதோ சாத்தியமற்றது. கடைசியாக, அக்டோபர் 5 ஆம் தேதி, மூன்று வாரங்களுக்குப் பின்னர் காஷ்மீரி வாயில் வழியாக பிரிட்டிஷார் உள்ளே நுழைந்தபோது, அவருடைய முஹல்லாவிற்கு மேலே ஏறிவந்து நுழைந்த பிரிட்டிஷ் துருப்புகள் விசாரணைக்காக கர்னல் பர்னிடம் காலிப்பை இழுத்துச்சென்றனர். எப்போதுமே நன்றாக தோற்றமளிக்கும் காலிப் அந்த நேர்காணலுக்காக தன்னுடைய சிறந்த துருக்கிய பாணி தலைப்பாகையை அணிந்து கொள்ளவும் தவறவில்லை.

இந்த விநோதமான அலங்காரத்தைப் பார்த்த கர்னல் உடைந்த உருது மொழியில் அவரிடம், 'சரிதான்! நீங்கள் முஸ்லிம்தானே?' என்றார். 'பாதி' என்றார் காலிப். 'அதற்கென்ன அர்த்தம்?' என்றார் கர்னல். 'நான் ஒயின் அருந்துவேன். ஆனால், பன்றிக்கறி சாப்பிட மாட்டேன்' என்றார் காலிப். இதற்கு கர்னல் சிரித்தார். பின்னர் மாட்சிமை பொருந்திய மகாராணியாருக்கு தான் அனுப்பிவைத்த சிந்துப்பாடலுக்கான சாட்சியமாக, இந்தியாவுக்கான பிரிட்டிஷ் அமைச்சரிடமிருந்து தான் பெற்ற கடிதத்தை காலிப் அவரிடம் காட்டினார். இதற்கு அந்த கர்னல், 'அரசப் படைகள் வெற்றிபெற்றதும் நீங்கள் ஏன் மலைத்தொடருக்கு வரவில்லை?' என்று கேட்டார். அதற்கு காலிப், 'என்னுடைய தகுதிக்கு என்னை அழைத்துச்செல்ல நான்கு பல்லக்குத் தூக்கிகள் வேண்டும்.

ஆனால், அவர்கள் நான்கு பேருமே என்னை விட்டுவிட்டு ஓடிப்போய்விட்டதால் என்னால் வரமுடியவில்லை' என்றார்.[72]

அந்த சந்திப்பு குறித்த காலிப்பின் சொந்தக் குறிப்புகளின்படி, இதுகுறித்து மேலும் குறிப்பிடுகையில், 'நான் ஒரு வயதாகி முடமாகிப்போன செவிடன். சண்டையிடுவது குறித்து ஆலோசித்தேன் என்று சொல்வது பொருத்தமற்றது. நானும் உங்களுடைய வெற்றிக்காகவே பிரார்த்தித்தேன். ஆனால், அதை இங்கிருந்தபடியே செய்தேன்' என்று கூறியிருக்கிறார்.[73] பின்பு கர்னல் அவரைப் போகவிட்டார்.

ஏறக்குறைய அவருடைய வர்க்கத்திலேயே ஒருவராக, அந்த நகரத்தை விட்டுச் செல்லாமலேயே டெல்லியை அழித்துப்போட்ட பேரழிவில் இருந்து தப்பித்தவர் காலிப் மட்டுமே. ஆனால், இப்போது உயிர்பிழைத்த ஒரே ஒருவராக கடுமையான தனிமையை அவர் எதிர்கொள்ள வேண்டியிருந்தது - தன்னுடைய ரசனைகளை, கலைகளை அல்லது நினைவுகளை பகிர்ந்துகொள்ள யாருமேயில்லாத ஒரு வாழ்க்கை அது. அவருடைய மதிப்பீட்டின்படி வெறும் ஆயிரம் முஸ்லிம்கள் மட்டுமே அந்த நகரத்தில் விட்டு வைக்கப்பட்டனர். அவருடைய சிறந்த நண்பர்களில் பலரும், போட்டியாளர்களும் கொல்லப்பட்டனர். மற்றவர்களோ சுற்றியிருந்த நகர்ப்புறங்களில் இருந்த 'அகழிகளிலும் மண்குடிசைகளிலும் சிதறிப்போயிருந்தனர்.' அதேநேரம், ஆக்கிரமிக்கப்பட்ட அந்த நகரத்தில் அதிகம் வெளிக்காட்டிக்கொள்ளாமல், 'ரத்தக் கடலில் நீந்திக் கொண்டிருப்பவராகவே' அவர் இருந்திருக்கிறார். ராம்பூரில் இருந்த தன்னுடைய நண்பர் ஒருவருக்கு எழுதிய கடிதத்தில் பின்வரும் அவருடைய கவிதை ஒன்றும் இடம்பெற்றிருந்தது.

ஆயுதம் தரித்த பிரிட்டிஷ் வீரர்களால்
தாங்கள் விரும்பியதை செய்ய முடிகிறது.
வீட்டில் இருந்து சந்தைக்கு சென்றாலே
ஒருவருடைய மனம் தண்ணீர் போல் கரையும்.
இந்த சௌக் கசாப்புத் திடலாகிவிட்டது
வீடுகள் சிறைச்சாலைகளாகிவிட்டன.
டெல்லி தூசுப்படலத்தின் ஒவ்வொரு துகளும்
முஸ்லிம்களின் இரத்தத்திற்கு ஏங்குகின்றன.
நாங்கள் ஒன்றாக இருந்தாலும்கூட
இந்த வாழ்வைக்கண்டு விசும்பத்தான் முடியும்.[74]

'இந்தியாவில் இருந்து ஒளி விலகிவிட்டது. இந்த நிலம் விளக்குகள் அற்றதாகிவிட்டது. லட்சக்கணக்கானவர்கள் இறந்துவிட்டனர். எஞ்சியிருப்பவர்களில் நூற்றுக்கணக்கானவர்கள் சிறையில் உள்ளனர்' என்று அவர் ஒரு கடிதத்தில் எழுதியுள்ளார்.[75] மற்றொரு கடிதத்தில்,

‘பெரும் துயரத்தினால் மக்களுக்கு பித்துப் பிடித்துவிட்டது. இந்த துயரத் தாக்குதலால் என்னுடைய மனமும் பேதலித்துப்போனால் அது ஆச்சரியமளிக்கப்போகிறதா என்ன?’

> *என்னை பாதிக்காத துன்பம் இன்னும் என்ன இருக்கிறது? மரணத்தில், பிரிவில், வருமானத்தில், கௌரவத்தில் ஏற்பட்டிராத துயரமா? செங்கோட்டையில் நடந்த சோகமான நிகழ்வுகள் ஒருபக்கம் இருக்க, என்னுடைய டெல்லி நண்பர்கள் பலரும் கொல்லப்பட்டுவிட்டனர். என்னால் அவர்களை எப்படி மறக்க முடியும்? இப்போது எல்லோருமே போய்விட்டார்கள். ஒரே ஓர் உறவினருக்காகவோ அல்லது நண்பருக்காகவோ துக்கம் அனுசரிப்பதென்பது மிகவும் பயங்கர சிக்கலானது. பலருக்காகவும் துக்கப்படுகின்ற என்னைப்பற்றி நினைத்துப் பாருங்கள். இறைவா! இறந்துபோன என்னுடைய நண்பர்கள் மற்றும் உறவினர்களைப் போல் நானும் இறந்துபோயிருந்தால் இப்போது எனக்காக துக்கப்பட ஓர் உயிர்கூட இருந்திருக்காது.*[76]

இதேபோன்ற அவநம்பிக்கையின் கதறலுடனே காலிப் தஸ்தான்பையில் முடிவுக்கு வருகிறார். ‘என்னுடைய துயரங்கள் ஆற்ற முடியாதவை. நான் என்னை ஏற்கனவே இறந்துவிட்ட ஒருவனாகவே உணர்கிறேன்.’[77]

பிரிட்டிஷாருக்கு அனுதாபம் காட்டியவர்களின் வாழ்க்கை கடினமாகிப் போனது என்றால், அவர்களுடைய வீழ்ச்சியால் மகிழ்ந்தவர்களின் வாழ்க்கை இன்னும் கடுமையாகிப்போனது. அவர்கள் இப்போது நகரத்திற்கு வெளியே பட்டினியால் அப்புறப்படுத்தப்பட்டிருந்தார்கள். ‘அப்பாவிகளும், மேதகைமையுள்ள இளம் பெண்களும், வயதான பெண்களும் தங்களுடைய சிறு பிள்ளைகளுடன் டெல்லிக்கு வெளியில் இருக்கும் காடுகளில் சுற்றித்திரிவது பற்றி பிரிட்டிஷ் அதிகாரிகளுக்குத் தெரியாதா என்ன?’ என்று ஒரு செய்தித்தொடர்பாளருக்கு எழுதிய காலிப், தன்னைச் சுற்றிலும் காணப்படும் ஆதாரங்களுக்கு முரணாக பிரிட்டிஷார் இன்னும்கூட தங்களுடைய மனிதத்தன்மை அனைத்தையும் இழந்துவிடவில்லை என்றே நம்பிக்கை கொண்டிருந்திருக்கிறார். ‘அவர்களுக்கு சாப்பிட உணவோ, உடுத்த உடையோ கிடைக்கவில்லை. இரவில் உறங்குவதற்கான இடமோ, சுட்டெரிக்கும் வெய்யிலில் இருந்து பாதுகாத்துக்கொள்ள புகலிடமோ கிடையாது. இந்த நகரத்தின் தலைவிதியைப் பார்த்து ஒருவரால் தேம்பியழத்தான் முடியும்.’[78]

எளிதில் மனமிரங்காத ஜியார்ஜ் வேகன்டிரைபர்கூட டெல்லியின் சுற்றுப்புறத்தில் கண்டவற்றால் அதிர்ச்சிக்கு ஆளாகியிருந்தார். நகரத்தை சுற்றிலும் ‘இறந்துபோன உடல்களே கிடந்தன - ஒட்டகங்கள், குதிரைகள் மற்றும் எருதுகளின் உடல்களில் இருந்த தோல்கள் வறண்டுபோய் எலும்புகளின் இணைப்புகளோடு ஒட்டிப்போய், சுற்றியிருந்த காற்றை மாசுபடுத்தியபடியே கிடந்தன.’

எங்களுடைய பீரங்கி குண்டுகளால் ஒவ்வொரு மரமும் தரையோடு தரையாக சரிந்துகிடந்தன. நவாபுகளின் தோட்ட மாளிகைகள் மற்றும் டெல்லியின் பிற வசதியான வீடுகள் பெரும் சிதைவுக்குவியலாக காணப்பட்டன. பெரும்பாலானவற்றில் நான்கு சுவர்கள் மட்டுமே எஞ்சியிருந்தன. முன்பக்கம் முழுவதும் ஓட்டைகள், அவற்றைச் சுற்றிலும் சாயம்போன மனித மற்றும் மிருக மீதங்கள் கிடந்தன. இடது பக்கம் இருந்த சாலைக்கு அருகாமையில் ஒரு மனிதனின் முழுமையான எலும்புக்கூட்டைக் கண்டேன். எல்லா எலும்புகளும் இணைக்கப்பட்டு பனிபோன்ற வெண்ணிறத்தில் கிடந்த அது மண்டையோட்டில் இருந்த துளையைத் தவிர வேறு எதனாலும் பாதிக்கப்படாததைப் போல் தோற்றமளித்தது.

ஒருகாலத்தில் சப்ஜி மண்டியில் [காய்கறி சந்தை] அடர்த்தியாக இருந்த இடத்திற்கு வந்தபோது ஆறுமாத குறுகிய காலகட்டத்தில் நடந்தேறியிருந்த மாற்றத்தினால் நான் அதிர்ச்சியுற்றேன். உயரமான அரசமரங்கள், மாமரங்கள் போன்றவற்றின் நீண்டவரிசைக்கு மாறாக அந்தக் காட்சி பல மைல்களுக்கு வெட்டவெளியாக காட்சியளித்தது. வெறுமையான அடிமரங்கள் மட்டுமே ஊடுருவ முடியாத காட்டின் மீதங்களாக எஞ்சியிருந்தன. இந்த மரங்களில் பலவும், சொல்லப்போனால் பெரும்பாலானவற்றின் இலை தழைகளும் கால்நடைகளுக்கு உணவாக வெட்டப்பட்டிருந்தன. ஆனால், அவற்றில் காணப்பட்ட சிராய்ப்புகளும், உரிப்புகளும் சரமாரியான தாக்குதல்களால் ஏற்பட்டவை என்பதில் சந்தேகமில்லை. இங்கிருக்கும் ஒரு வீடுகூட விட்டுவைக்கப்படவில்லை. மீதமிருந்த சுவர்கள்கூட மிகச்சிலவே இருந்தன. அவைகளும்கூட பீரங்கிச் சிதறல்களாலும், குண்டுகளாலும் துளைக்கப்பட்டிருந்தன.[79]

இந்த சிதைவுகளுக்கு மத்தியில்தான் பணக்கார, ஏழை டெல்லிவாசிகள் அனைவருமே தங்களுக்கான புகலிடத்தையும், உண்ண உணவையும் கண்டுபிடிக்கப் போராடினார்கள். காலிப் குறிப்பிடுவதுபோல், ‘ஏழு மைல்கள் சுற்றளவுள்ள இந்தப் பெரிய இடத்தில் வசித்தவர்கள்

பட்டினியாலும் புகலிடம் இல்லாமலும் தினமும் செத்துப் பிழைத்தார்கள்.'[80] சாலையோரங்களில் காணப்பட்ட பரிதாபமான கூடாரங்களில் 'அநேகமாக பணக்கார பனியாக்கள், வியாபாரிகள் மற்றும் கடைக்காரர்களே' வசித்திருப்பார்கள். நவம்பர் மாதம்வரை, இதுபோன்ற குடிசைகளை கட்டுவதற்கு தடைவிதித்து அரசாணை பிறப்பித்த பிரிட்டிஷ் அதிகாரிகள், அவற்றை உடனடியாக அப்புறப்படுத்தவும் உத்தரவிட்டனர். இதனால் அந்த அகதிகள் இயற்கை சக்திகளின் முழுமையான பாதிப்புக்கு ஆளானார்கள்.[81]

பலவீனமான அகதிகளிடையே நோய்க்கூறுகள் உருவாகத் தொடங்கின. குறிப்பாக மெஹ்ருலியில் உள்ள ஜாஃபரின் பழைய கோடைக்கால அரண்மனை மற்றும் நிஜாமுதீன் சூஃபி ஆலயத்தை சுற்றியுள்ள பகுதிகளில் அவை விரைவிலேயே பெருகிப்போயின.[82] 'நூற்றுக்கணக்கான பலவீனர்கள் பற்றாக்குறையாலும் வறுமையாலும் மடிந்தனர். ஹிந்து மக்கள் பிரிவினர் திரும்பி வருவதற்கு அனுமதிக்கப்பட்ட நவம்பர் மாத இறுதிவரை இது தொடர்ந்தது. அப்போதும்கூட சிறப்பு உத்தரவு இல்லாமல் எந்த ஒரு முகம்மதியராலும் அந்த வாயில்வரைகூட வரமுடியவில்லை. அவர்களுடைய வீடுகளில் குறியீடுகள் இடப்பட்டன. மீண்டும் திரும்பி வருவதற்கு முன்னர் அவர்கள் தங்களுடைய விசுவாசத்தை நிரூபிக்க வேண்டும் என்று கூறப்பட்டது' என்று எழுதியுள்ளார் மேஜர் ஐலேண்ட்.[83]

சர்வார் உல்முல்கின் மேட்டுக்குடி குடும்பம் அப்போதும் பணியாளர்களை வைத்திருந்தனர். ஆனால், கைதுசெய்யப்படுவதற்கு அஞ்சி கல்லறையில் மறைந்திருந்த அவர்கள் தூக்கியெறிப்பட்டவற்றை பொறுக்கி வாழும் நிலைக்கு ஆளாயினர். 'எங்களுடைய இரண்டு வேலைக்காரர்களும் தினமும் வெளியில் சென்று பிற கொள்ளையர்களுடன் சேர்ந்துகொண்டு அரிசி சாதம், ஆட்டுக்கறி, வெல்லம் மற்றும் கோதுமை மாவு போன்றவற்றை ஒன்றாக கலந்து கொண்டுவருவார்கள். இவை எல்லாம் மூன்று கற்களை அடுக்கி அதன்மேல் முழுவதும் தண்ணீர் நிரம்பிய ஒரு பானையில் பிரிக்கப்படாமல் அப்படியே கொட்டப்படும். பின்னர் யாருக்கெல்லாம் பசியெடுக்கிறதோ அவர்கள் அந்தப் பானையை ஜாக்கிரதையாக நெருங்கிச் சென்று, சாப்பிட்டு திருப்தியுற்ற பின்னர் பதுங்கியபடியே சுவராலான மறைவிடத்திற்குச் சென்று பதுங்கிக்கொள்ள வேண்டும்' என்று அவர் எழுதியுள்ளார்.[84] அந்த தள்ளாத வயதிலும் சர்வார் உல்முல்க் ஒரு புளியமரத்தில் ஏறி தன்னுடைய நண்பர்களுக்கு புளியம்பழம் பறித்துத் தந்ததையும், அவர் இருக்கும் பக்கமாக காக்கி உடையணிந்த துருப்புகள் வரும்போது பயந்து, பின்னர் அவர்கள் தங்களுடைய திசையை மாற்றிக்கொள்ளும்போது நிம்மதி அடைந்ததையும் அவர் நினைவில் வைத்திருக்கிறார்.[85]

அரசவையுடன் தொடர்புடைய எல்லோருடைய நிலைமையும் மிக மோசமானது. அரசவையினர் யாரேனும் பிடிபட்டால் அவர்கள் சாதாரணமாகவே மரணதண்டனையைத்தான் எதிர்கொள்ள வேண்டியிருந்தது. ஜாகிர் தேலவி இதைத் தெரிந்துகொண்டதால் பிடிபடுவதைத் தவிர்க்கும் வகையில் தன்னால் முடிந்தவரை வேகமாக சென்றுகொண்டே இருந்தார். அவருடைய கதையும் விதிவிலக்கானதல்ல. மெஹ்ருலியில் இருந்த தர்காவில் ஓர் இரவைக் கழித்த பின்னர் மற்ற பல அகதிகளுடன் அவரும் ஜஜ்ஜார் நோக்கிச் சென்று - இதே சாலையில்தான் மே மாதம் தியோவும் பயணித்தார் - நவாபின் பிரதம மந்திரியாக இருந்த தன்னுடைய ஒன்றுவிட்ட சகோதரரைக் கண்டடைந்தார். ஒருவாரம் அங்கே தங்கி தன்னுடைய கஷ்டத்தில் இருந்து மீண்டு வந்தார். ஆனால், எட்டாம் நாள் இரவு அவருடைய ஒன்றுவிட்ட சகோதரரால் தூக்கத்தில் இருந்து எழுப்பப்பட்ட அவரிடம் ஆங்கில வீரர்கள் வந்துவிட்டனர் என்று சொல்லப்பட்டது. அவர்கள் டெல்லி அகதிகளைப் பெருமளவில் கைதுசெய்து கொண்டிருந்தனர். தன்னுடைய உயிரைக் காப்பாற்றிக்கொள்ள வேண்டும் என்றால் உடனடியாக அங்கிருந்து போய்விட வேண்டும் என்று ஜாகிரிடம் சொல்லப்பட்டது.[86]

தன்னுடைய அத்தை வீட்டில் இருக்கும் மீதமுள்ள குடும்பத்தினருடன் சேர்ந்துகொள்ள அவர் ஜஜ்ஜாரில் இருந்து பானிபட் வரை நடந்தே சென்றார். ஆனால், சில நாட்களுக்குப் பின்னர் அந்த நகரத்தை எல்லாப் பக்கத்தில் இருந்தும் சுற்றிவளைத்த ஆங்கிலேயர்கள் கிளர்ச்சியாளர்கள், முகலாய மேதகையினர் மற்றும் அரசவையினரை வீடுவீடாகத் தேடத் தொடங்கினர். அவர் வீட்டைவிட்டு வெளியே வந்த சற்றைக்கெல்லாம் ஆங்கிலேயர்கள் உள்ளே நுழைந்ததால் அவர் நூலிழையில் உயிர் தப்பினார். ஆனால், அவருடைய மாமா, சகோதரர் மற்றும் ஒன்றுவிட்ட சகோதரர் என அனைவருமே இழுத்துச்செல்லப்பட்டு தூக்கிலிடப்பட்டனர்.[87] அன்றிரவு, செங்கோட்டையில் முன்னாள் உதவியாளராக இருந்த ஜங் பஸ் கானின் துணையுடன் ஜாகிர் தப்பிச்சென்றார். பிரிட்டிஷாரின் வலையில் இருந்து தப்பிய அவர்கள் எப்படியோ கங்கையைக் கடந்து பெரேலிக்கு சென்றுசேர்ந்தனர். அங்கே அவர்கள் இறுதியாக தப்பிச் சென்றுகொண்டிருந்த கலக ராணுவத்துடன் சேர்ந்துகொண்டனர். ஆனாலும், அவர்கள் இருவருமே பிரிட்டிஷ் உளவாளிகள் என்று உடனடியாக கைதுசெய்யப்பட்டனர். தன்னுடைய சொத்துகளை கலகக்காரர்களிடம் இழந்த டெல்லி மேதகையினரான மிர் ஃபதே அலி அவர்களை நெருங்கி வந்து அடையாளம் கண்டபோது அவர்கள் இழுத்துச் செல்லப்பட்டு சுட்டுக்கொல்லப்பட இருந்தனர்.

அவர் என்னைப் பார்த்தவுடன் குதிரையில் இருந்த கீழே குதித்தார். தன்னுடைய வாளால் நானும் ஜங் பாஸும் கட்டப்பட்டிருந்த கயிறுகளை அறுத்தார். எங்களுடைய கைகளைப் பிடித்துக்கொண்டு

ஜெனரல் சாகேப்பிடம் [பக்த் கான்] அழைத்துச்சென்று அவரை சத்தமாக வசைபாடினார். பின்னர் அவரிடம் 'துரோகிகளே, என்னுடைய அரசரின் மாளிகையை நாசமாக்கினீர்கள். டெல்லியை சீரழித்தீர்கள். அவருடைய மக்களை அழித்து அவர்களை வீடற்றவர்களாக்கிய பின்னரும் உங்களுடைய கீழ்மைத்தனத்தை தொடர்ந்து கொண்டிருக்கிறீர்கள். இவர்கள் அரசரின் ஊழியர்கள். இந்தப் பாவப்பட்டவர்கள் ஆங்கிலேயர்களிடமிருந்து தங்களைக் காப்பாற்றிக்கொள்ள ஓடிக்கொண்டிருக்கிறார்கள். நீங்களோ அவர்களை உளவாளிகளைப் போல் நடத்துகிறீர்கள். நான் இந்தப் பக்கமாக வரவில்லை என்றால் இந்நேரம் இந்த அப்பாவிகளை கொன்றிருப்பீர்கள்' என்று கூறினார்.[88]

ராம்பூரில் மூன்றாவது முறையாக பிரிட்டிஷாரால் கைது செய்யப்படுவதில் இருந்தும் நூலிழையில் தப்பித்த ஜாகிர், ஜெய்ப்பூர் மஹாராஜாவின் தர்பாரில் கவிஞராகவும், அரசவையினராகவும் எப்படியோ புகலிடம் தேடிக்கொண்டார். அங்கிருந்து ஹைதராபாத்திற்கு சென்ற அவர் இறுதியில் சர்வார் உல்முல்க்கைப் போன்றே நிஜாமின் சேவையில் ஒரு புதிய வாழ்க்கையைத் தொடங்கினார்.[89]

இங்கிருந்தபடிதான், இருபதாம் நூற்றாண்டின் முதலாவது வருடங்களில் 'ஸாக், காலிப் மற்றும் மோமின் மொழியில்' என்று முகலாய டெல்லியில் இருந்து தப்பித்து தன் உயிரைக் காப்பாற்றிக்கொண்ட வாழ்க்கை குறித்த குறிப்புகளை இறுதியாக எழுதி முடித்தார். 'இப்போது எனக்கு எழுபது வயதாகிவிட்டது. நான் உடலாலும் மனதாலும் பலவீனமாகிவிட்டேன். என்னுடைய நினைவுகள் தப்பிப்போகின்றன. எனக்கு சரியாக காது கேட்பதில்லை. சரியாக பார்க்கவும் முடிவதில்லை. நான் பார்த்த துயரங்களால் என் இதயம் நொறுங்கிப்போயிருக்கிறது' என்று தன்னுடைய கையெழுத்துப்படியின் முடிவில் அவர் எழுதியுள்ளார்.[90]

ஜாகிர் தேலவி மறுமுறை டெல்லியைப் பார்க்கவில்லை. 1911 இல் இறந்த அவர் ஹைதராபாத்தில் நாடுகடத்தப்பட்ட நிலையிலேயே புதைக்கப்பட்டார்.

தப்பியோடிக்கொண்டிருந்த ஜாகிரின் வாழ்க்கை, ஜாஃபரின் தர்பாரில் இருந்த பெரும்பாலான சலாதீன்கள் மற்றும் அரசவையினரின் விதிக்கு சற்றும் குறைவில்லாதது. சிலர் பிரிட்டிஷ் தேடுதல் வேட்டைகளில் இருந்து நீண்டகாலமாக தப்பித்துக் கொண்டிருந்தனர். செங்கோட்டையுடன் தொடர்புடைய ஒவ்வொருவரின் தலைக்கும் கைநிறைய பரிசு

அறிவிக்கப்பட்டிருந்ததால் தப்பிச்செல்வதும் அவ்வளவு சுலபமானதாக இல்லை.

அக்டோபர் மற்றும் நவம்பர் மாதம் முழுவதிலுமே அரச மாளிகையுடன் தொடர்புடைய உறுப்பினர்களை கண்டுபிடிப்பதற்கு தேடுதல் குழுக்கள் அனுப்பப்பட்டன. இதில் முதலாவதாக கொண்டுவரப்பட்டவர்கள் ஜாஃபரின் இரண்டு இளைய மகன்களான பதினெட்டு வயது மிர்ஸா பக்தவார் ஷா மற்றும் பதினேழு வயதான மிர்ஸா மியாந்து ஆகியோர் ஆவர். அவர்கள் இருவரும் முறையே மீரட் துருப்புகள் மற்றும் 'அலெக்ஸாண்டர் புல்தூன்' ஆகியவற்றிற்கு தலைமை ஏற்றிருந்தனர். அவர்கள் உடனடியாக விசாரிக்கப்பட்டு மேஜர் ஹாரியட்டால் தூக்குதண்டனை விதிக்கப்பட்டனர்.

'நாளை இரண்டு சிறைக்கைதிகளுக்கு மரணதண்டனை நிறைவேற்றப்பட இருப்பதாக சொல்வதற்கு வாட்டர்ஃபீல்ட் இங்கே வந்திருந்தார்' என்று தன்னுடைய நாட்குறிப்பில் அக்டோபர் 12 ஆம் தேதி குறிப்பிட்டிருக்கிறார் ஓம்மனே.

> *நான் அவருடனே இருந்தேன். இதைப்பற்றி அவர்கள் வருத்தப்பட்டது போன்றே தெரியவில்லை. தங்களுடைய மனைவி மற்றும் குழந்தைகளைப் பார்க்க வேண்டும் என்றே அவர்கள் ஆசைப்பட்டனர். நான் மிர்ஸா மியாந்துவின் இரண்டு மனைவிகளையும் அவருடைய குழந்தையையும் அவர் சில நிமிடங்களுக்கு பார்ப்பதற்காக அழைத்துவந்தேன். [அடுத்த நாள்] அவர்கள் ஒரு மாட்டு வண்டியில் திடலுக்கு அழைத்துச் செல்லப்பட்டனர். அதற்கு முன்பாக ஆயுதப்படைப்பிரிவு முன்னால் சென்றுகொண்டிருந்தது. தண்டனை நிறைவேற்றும் இடத்திற்கு [அரண்மனைக்கு முன்பிருந்த மணற்கரை] வந்தவுடன் அந்தப் படைப்பிரிவு வரிசையாக நின்றுகொள்ள, கைதிகள் வண்டியில் இருந்து கொண்டுவரப்பட்டு அவர்களுடைய கண்கள் கட்டப்பட்டன. பனிரெண்டு அடிகளுக்குள் நின்றிருந்த 12 துப்பாக்கி வீரர்களுக்கு உத்தரவிடப்பட்டது.*[91]

மெதுவான, வலிமிகுந்த சாவை உத்திரவாதப்படுத்தும் வகையில் துப்பாக்கிப் பிரிவைச் சேர்ந்த கூர்க்காக்கள் தாழ்வாக சுட்டாலும் இறுதியில் அதன் பொறுப்பு அதிகாரி தன்னுடைய பிஸ்டலால் அவர்கள் இருவரின் கதையையும் முடித்துவைத்தார். 'இந்த ஈனத்தனமான பலியுயிர்களைக் காட்டிலும் வேறு எதுவும் அசிங்கமானதோ, கீழ்த்தரமானதோ கிடையாது. ஆனால், அவர்கள் தங்களுடைய விதியை மௌனமாகவும், மிகவும் தீர்மானகரமான அமைதியுடனும் எதிர்கொண்டனர்' என்று எழுதியுள்ளார் சார்லஸ் கிரிஃபித்ஸ்.[92]

சீக்கிரத்திலேயோ அல்லது தாமதமாகவோ ஜாஃபரின் பெரும்பாலான மகன்களும் பேரன்களும் இதே முடிவை எதிர்கொண்டனர். மேஜர் வில்லியம் ஐலேண்ட் குறிப்பிடுவதுபோல், இளவரசர்கள் 'தப்பிப்பதற்கான எல்லா வாய்ப்புகளும் இருந்தன. ஆனாலும், சுற்றுவட்டாரத்தில் சுற்றிக்கொண்டிருந்த பிடிபட்டவர்களை நினைத்தால் ஆச்சரியமாக இருக்கிறது. [அதன் முடிவில்] அரச மாளிகையைச் சேர்ந்த இருபத்தி ஒன்பது மகன்கள் இழுத்துச் செல்லப்பட்டு கொல்லப்பட்டனர்.'[93] அரண்மனைக்கான பாரம்பரிய உருதுப் பெயரை - மங்களகரமான கோட்டை என்பதில் இருந்து - அமங்களகரமான கோட்டை என்று காலிப் மாற்றி எழுதும் அளவுக்கு அரச குடும்பத்தின் மிகப்பல உறுப்பினர்களும் பயங்கரமான முடிவுகளையே சந்தித்தனர்.[94]

ஜாஃபரின் இரண்டு மகன்களால் மட்டுமே தப்பிக்க முடிந்தது எனத் தெரிய வருகிறது. மிர்ஸா பக்தாவர் மற்றும் மிர்ஸா மியாந்து ஆகியோர் பிடிபட்ட அதே நேரத்தில்தான் மற்ற இரண்டு இளவரசர்களும் - மிர்ஸா அப்துல்லா மற்றும் மிர்ஸா குவாயிஷ் - பிடிபட்டு அவநம்பிக்கையுடன் ஹுமாயூன் கல்லறையிலேயே, ஒரு சீக்கிய காவலாளியின் பாதுகாப்பில் விடப்பட்டிருந்தனர். இருபதாம் நூற்றாண்டின் முற்பகுதியில் உருது எழுத்தாளரான ஆர்ஷ் தய்மூரியால் பதிவுசெய்யப்பட்ட வாய்வழி பாரம்பரிய டெல்லி கதையின்படி,

> *அந்த இளைஞர்கள் மீது அந்த சீக்கிய ரிஸால்தார் இரக்கம் கொண்டார். அவர்களிடம், 'அங்கேயே ஏன் நிற்கிறீர்கள்?' என்றார். அதற்கு அவர்கள், 'சாஹேப்தான் எங்களை அப்படியே நிற்கச் சொன்னார்' என்றார்கள். 'உங்களைப் பார்த்துப் பரிதாபப்படுகிறேன். அவர் திரும்பி வந்தால் உங்களைக் கொன்றுவிடுவார். உங்களால் எந்த திசையில் ஓடமுடியுமோ ஓடுங்கள். கவனமாகச் செல்லுங்கள். மூச்சுவிடக்கூட நிற்காதீர்கள்.' இதைச் சொல்லிவிட்டு அந்த ரிஸால்தார் திரும்பி நின்றுகொண்டார். இரண்டு இளவரசர்களும் வெவ்வேறு திசைகளில் ஓடினர். சற்று நேரம் கழித்து திரும்பி வந்த ஹட்ஸன் அந்த இரண்டு கைதிகளும் தப்பிச் சென்றுவிட்டதைக் கண்டார். அவர் ரிஸால்தாரிடம், 'அவர்கள் எங்கே போய்விட்டார்கள்?' என்று கேட்டார். அதற்கு ஒன்றுமறியாதவர் போல் 'யார்?' என்றார் ரிஸால்தார். 'இங்கே நின்றுகொண்டிருந்த இளவரசர்கள்' என்றார் ஹட்ஸன். அதற்கு, 'எனக்குத் தெரியாதே. எந்த இளவரசர்கள்?' என்றார் அந்த ரிஸால்தார்.*
>
> *மிர்ஸா குவாயிஷ் நேராக தன்னுடைய ஒன்றுவிட்ட சகோதரரிடம் சென்று ஹட்ஸனின் பிடியில் இருந்து தான் தப்பிவந்துவிட்டதாகக் கூறினார். அதற்கு அவருடைய சகோதரர், 'இங்கிருந்து ஓடிவிடு சகோதரா' என்றார். அதனால் தன்னுடைய தலையை மழித்துவிட்டு*

அதில் துணியை சுற்றிக்கொண்டு, இடுப்பைச் சுற்றி கோவணத்தைக் கட்டிக்கொண்டார். இவ்வகையில் தன்னுடைய தோற்றத்தை ஒரு ஃபக்கிரைப் போல் மாற்றிக்கொண்டு எப்படியோ ராஜஸ்தானில் உள்ள உதய்ப்பூரை அடைந்தார். அங்கே டெல்லியில் இருந்து வந்திருந்த மஹாராஜாவின் திருநங்கையர் ஒருவரை சந்தித்தார். மஹாராஜாவை அணுகிய அந்த திருநங்கையர் முஸ்லிம் துறவி ஒருவர் வந்திருப்பதாகவும், ஏதேனும் ஊதியம் வழங்கினால் அவர் இங்கேயே தங்கி அவருக்காகவும், அவருடைய செல்வச்செழிப்பிற்காகவும் பிரார்த்தனை செய்வார் என்றும் தெரிவித்தார். இதற்கு அனுமதி அளித்த மஹாராஜா அவருக்கு தினமும் இரண்டு ரூபாய் ஊதியமும் நிர்ணயித்தார். கலகத்திற்குப் பின்னர் அவர் 32 வருடங்கள் வரை வாழ்ந்தார். தன்னுடைய வாழ்க்கை முழுவதையும் உதய்ப்பூரிலேயே செலவிட்ட அவர் மியான் சாஹிப் என்று அழைக்கப்பட்டார்.

தொடர்ந்து மிர்ஸா குவாயிஷை தேடிக்கொண்டிருந்த ஹட்ஸன் எல்லா மூலை முடுக்கிலும் தேடிப்பார்த்தார். ஆனால், அவரை கண்டுபிடிக்க முடியவில்லை. அவரைக் கைதுசெய்வதற்கு அரசாங்கம் சுவரொட்டியை வெளியிட்டு பரிசுத்தொகைகூட அறிவித்தது. இதனால் கவரப்பட்ட சிலர் உதய்ப்பூருக்கு சென்று அந்த நகரத்தின் கோட்வால் உதவியுடன் மிர்ஸா குவாயிஷ் மறைந்து வாழ்ந்த வீட்டை அடைந்துவிட்டனர். ஆனால், அவர் அவர்களிடம் சிக்கவில்லை. ஒரு சுதந்திர மனிதனாகவே உதய்ப்பூரில் இறந்தார்.

அதேநேரம் மிர்ஸா அப்துல்லா இளவரச அதிகாரம் நிலவிய தாக்கத்தில் மிகவும் மோசமான சூழ்நிலையில் வாழ்ந்தார். பரிதாபமான நிலையில் கந்தலாகிப்போன பிச்சைக்காரராக அங்கு சுற்றித்திரிந்த அவர் இறுதியில் அதே நிலையிலேயே இறந்தும் போனார்.[95]

கைது செய்யப்பட்ட உடனேயே அந்த இளவரசர்களை என்ன செய்தாக வேண்டும் என்பது குறித்து தெளிவான கொள்கை எதுவும் வகுக்கப்படவில்லை. ஏதேனும் ஒரு வகையில் அவர்கள் இந்த எழுச்சியில் கலந்துகொண்டவர்கள் என்று தெரிய வந்தாலே அவர்கள் உடனடியாக தூக்கிலிடப்பட்டனர். ஆனாலும்கூட, முகலாய வம்சத்தில் பிறந்தவர்கள் என்பதைத் தவிர்த்து வேறு எந்தக் குற்றச் செயலிலும் ஈடுபட்டிராத இளவரசர்கள் பெரும் எண்ணிக்கையில் இருக்கவே செய்தனர். அந்த காலகட்டத்தில் டெல்லியில் இருந்த பிரிட்டிஷ் நிர்வாகத்தின் பதிவுகள் யாவும், அதாவது டெல்லி ஆணையர் அலுவலக ஆவணக்காப்பகத்தில் முழுமையாக பாதுகாக்கப்பட்டுள்ள அவற்றில்,

இந்தப் பிரச்சினைக்கு உண்டான பிரிட்டிஷாரின் விதிமுறைகளற்ற, அதிர்ச்சிகரமான வகையில் தாறுமாறான இயல்பைக் கொண்ட எதிர்வினைகளே சுட்டிக் காட்டப்பட்டிருக்கின்றன.[96] இந்த இளவரசர்களில் சிலர் தூக்கிலிடப்பட்டனர். வேறு சிலர் வெப்பமான, நினைத்துப்பார்க்க முடியாத அளவுக்கு நசநசப்பான அந்தமான் தீவுகளில் அமைக்கப்பட்ட புதிய பேரரச வதைமுகாமிற்கு கொண்டுசெல்லப்பட்டனர். மற்றவர்கள் உள்நாட்டிலேயே நாடுகடத்தப்பட்டனர். பெரும்பாலானோர் ஆக்ரா, கான்பூர் அல்லது அலகாபாத்தில் சிறைவைக்கப்பட்டனர். அவர்களில் பெரும்பாலானோர் சிறையின் கொடுமையான நிலைமைகளின் காரணமாக இரண்டு வருடங்களுக்குள்ளாகவே இறந்துபோயினர். இவர்களில் முடமாகிப்போன 12 வயது மகனும், மிகவும் கிழடுதட்டிப்போன ஒருவரும் அடங்குவர்.

ஜான் லாரன்ஸின் உத்தரவுகளை அடுத்து 1859 ஏப்ரல் மாதம் இவர்களில் சிலருடைய வழக்குகள் சாண்டர்ஸால் மறுசீராய்வு செய்யப்பட்டன. சிறைவைக்கப்பட்ட இளவரசர்கள் மற்றும் சலாதீன்களில் பெரும்பாலானோரிடம் 'நான் மேற்கொண்ட விசாரணைகளில் இவர்கள் எந்தக் குற்றச்சாட்டிற்கும் ஆளாகாதவர்கள் என்பது தெரிய வந்தது,' என்பதை டெல்லி ஆணையர் ஒப்புக்கொண்டுள்ளார். அத்துடன், 'கலகத்தில் இவர்கள் ஈடுபட்டார்கள் என்பதற்கான தெளிவான ஆதாரங்களை' நிரூபிக்க இயலவில்லை என்றும் குறிப்பிட்ட அவர் பின்வருமாறு தெரிவித்திருக்கிறார்.

> இந்தச் சிறைக்கைதிகள் மீது முன்னாள் அரசரின் குடும்பத்தைச் சேர்ந்தவர்கள் என்பதைத் தவிர வேறு எந்த கடுமையான குற்றச்சாட்டும் நிரூபிக்கப்படவில்லை. தைமூரிய மாளிகை முழுவதுமே தங்களுடைய வம்சம் மீண்டும் ஒருமுறை ஏற்றப்பாதையில் செல்வதால் மகிழ்ச்சியுற்று (அது மிக இயல்பாகவே எதிர்பார்க்கக்கூடியதுதான்), அந்த அரண்மனையில் நிகழ்ந்தேறிய பகையுணர்வும் பயங்கரமுமான காட்சிகளில் மிகுந்த மகிழ்ச்சியுடனும், சுறுசுறுப்புடனும் ஈடுபட்டது மிகவும் தீங்கானது என்பதற்காக அவர்களுக்குக் கடுமையான தண்டனை விதிக்கப்பட்டதே பலருடைய பார்வையிலும் போதுமானதாக இருக்கிறது.

> இந்த மாளிகையைச் சேர்ந்த உறுப்பினர்களின் மீதான பழிவாங்குதல் நடவடிக்கைகள் கடுமையானது என்றாலும் இந்த ஆணையத்திற்கு முன்பாக வந்திருக்கும் உயிரிழந்த சிறைக்கைதிகளின் வழக்குகளைப் பார்க்கையில் அவை மிகப்பெரியவையாக காணப்படுகின்றன [முந்தைய பதினெட்டு மாதங்களில் சிறையில் இறந்துபோன பதினைந்து இளவரசர்களின்

பட்டியல் இத்துடன் இணைக்கப்பட்டது. அதனால், எஞ்சியுள்ள சிறைக்கைதிகள் டெல்லியில் இருந்து தொலைவில் உள்ள, உள்ளூர் செல்வாக்கில்லாத ரங்கூனுக்கோ, அல்லது ஹிந்துக்களின் நகரமான பனாரஸிற்கோ அல்லது அவர்கள் பஞ்சாப் அரசாங்கத்தின் பொறுப்பிலேயே இருக்க வேண்டும் என்று கருதினால் முல்தானிற்கோ கொண்டுசெல்லப்பட வேண்டும் என்று நான் தாழ்மையுடன் பரிந்துரைக்கிறேன்.[97]

இந்தச் சமயத்தில்தான் குற்றவியல் சட்ட விதிமுறைகளில் நிலவிய குழப்பங்கள் முழுமையாக தெளிவடையத் தொடங்கின. ஏனென்றால் எழுச்சிக்குப் பின்னர் சிறையில் அடைக்கப்பட்ட பெரும் எண்ணிக்கையிலான சிறைக்கைதிகளின் விஷயங்களை சமாளிக்கவேண்டிய கட்டாயம் ஏற்பட்டிருந்தது. கைதிகள் குறித்த விவரங்களைப் பெற்ற சிறைகள் குறிப்பிட்ட சிறைக்கைதிகள் தங்களிடம் இல்லை என சாண்டர்ஸிற்கு அடுத்தடுத்து கடிதங்கள் அனுப்பின. பர்மாவிற்கு நாடுகடத்தப்பட்ட கைதிகள் அதற்குப் பதிலாக அந்தமான் தீவுகளுக்கோ அல்லது கராச்சிக்கோ அனுப்பி வைக்கப்பட்டிருந்தனர். இரண்டே வருடங்களில் முன்பு தெரியவந்ததைக் காட்டிலும் மரணமடைந்தவர்களின் எண்ணிக்கை மிக அதிகமாக இருந்தது. ஒரு துரதிர்ஷ்டவசமான சலாதீன் குழு ஆக்ராவில் சிறைவைக்கப்பட்டதாக கருதப்பட்டது. பின்னர் அவர்களை கான்பூரில் தேடினர். முடிவில் அவர்கள் அலகாபாத் சிறையில் இருப்பதாக கண்டுபிடிக்கப்பட்டது. ஆனால் சமீபத்தில்தான் அவர்கள் அந்தமான் தீவுகளுக்கு அனுப்பிவைக்கப்படும் விதமாக கல்கத்தாவிற்கு அழைத்துச் செல்லப்பட்டிருந்தனர். அந்த நிலையிலும் அவர்கள் நாடுகடத்தப்படும் விதமாக இந்தியாவின் மறுகோடியில் இருந்த கராச்சிக்கு அனுப்பி வைக்கப்பட இருந்தனர். முடிவில், உயிருடன் எஞ்சியிருந்தவர்கள் - இவர்களில் கைதுசெய்யப்படாமல், டெல்லியிலேயே அமைதியாக வாழ்ந்து கொண்டிருந்தவர்களும் அடக்கம் - சிறு எண்ணிக்கையில் பிரிக்கப்பட்டு கராச்சிக்கு அனுப்பி வைக்கப்பட்டனர். பெரும்பான்மை எண்ணிக்கையில் இருந்த சலாதீன் ஆண்கள் பர்மாவில் உள்ள மவுல்மின் நகரத்திற்கு நாடுகடத்தப்பட்டனர்.

தாங்கள் முற்றிலும் நிரபராதிகள் என்று நிரூபித்தவர்கள்கூட டெல்லியில் குடியிருக்க அனுமதிக்கப்படவில்லை. இருப்பினும் பின்னாளில் 'தலைமறைவான' ஐந்து கராச்சி இளவரசர்கள் முகலாய தலைநகரத்திற்கு திரும்பி வேறு பெயர்களில் வாழ்ந்ததாக நம்பப்பட்டது.[98]

பிரிட்டிஷார் கைது செய்து விசாரணைக்கு உடபடுத்த வேண்டும் என்று நினைத்திருந்தவர்கள் அரச குடும்பத்தோடு முடிந்துவிடவில்லை. இந்த எழுச்சி முழுவதிலுமே நிலக்கிழார்களில் பெரும்பாலானோர் எந்த முடிவையும் எடுக்காமல் இரு தரப்பினரையுமே திருப்திப்படுத்த முயற்சித்தார்கள். அவர்கள் எந்த தரப்பினரையும் ஆதரிக்கவில்லை. இருப்பினும், நடுநிலை என்பதையும் பிரிட்டிஷார் குற்றமாக எடுத்துக்கொண்டு, ஒருவர் பின் ஒருவராக ஜாஃபரின் அரசவையைச் சேர்ந்தவர்களான நவாபுகளும், ராஜாக்களும் கொண்டுவரப்பட்டு சிறைவைக்கப்பட்டு, விசாரணை செய்து தூக்கிலிடப்பட்டனர்.

காலிப்பின் நண்பரான நவாப் முஜாஃபர் உத்தௌலா டெல்லியின் இரண்டு மேததகையினருடன் ஆல்வாரில் கைதுசெய்யப்பட்டார். பின்னர் 'அவர்களை மீண்டும் டெல்லிக்கு அனுப்ப வேண்டிய தேவையில்லை. அதனால் அங்கேயே தூக்கிலிடுங்கள் என்று அந்த மாகாண கலெக்டர் கூறியதை அடுத்து, அவர்கள் குர்கானிலேயே தூக்கிலிடப்பட்டனர்.[99] ஜாகிர் தேலவியின் குடும்பத்துடன் டெல்லியில் இருந்து புறப்பட்ட ஷியா தலைவரான நவாப் ஹமீத் அலி கான் கர்னாலுக்கு அருகில் கண்டுபிடிக்கப்பட்டார். பலப்கார் ராஜாவின் பிரதிநிதியான ஹகீம் முகம்மது அப்துல் ஹாக் மற்றும் மிர்ஸா கிஸிர் சுல்தானின் முக்தாரும், ஹிண்டுன் பாலம் மற்றும் பட்லி கி செராய் ஆகிய இரண்டு சண்டைகளிலும் கலக ராணுவத்தின் ஒரு பிரிவிற்கு தலைமையேற்றவருமான நவாப் முகம்மது கான் ஆகிய இருவரும் 'ஜஜ்ஜார் நவாபின் பிராந்தியத்தில்' ஒன்றாகவே கண்டுபிடிக்கப்பட்டனர். பின்னர், விசாரணைக்காக டெல்லிக்கு அழைத்து வரப்பட்ட அவர்கள் நவம்பர் 25 அன்று 'குற்றவியல் சட்டத்தின் உச்சபட்ச தண்டனைக்கு ஆளாயினர்.'[100] தன்னுடைய அரண்மனையில் இருந்து கொண்டுவரப்பட்ட ஃபரூக்நகர் நவாப் ஓபியம் பழக்கத்திற்கு அடிமையாகியிருந்தார். அதனால், அவருக்கு கிடைத்துவந்த ஓபியம் மறுப்பிற்கு இடமில்லாத வகையில் ஓம்மனேயின் கட்டுப்பாட்டில் இருந்த சிறை விதிமுறைகளின் காரணமாக நிறுத்தப்பட்டதால் அவர் அந்தப் பழக்கத்தில் இருந்து மீண்டுவரும் அறிகுறிகளால் கடுமையாக பாதிக்கப்பட்டார். பின்னர் அவரும் தூக்கிலிடப்பட்டார்.[101]

எழுச்சியின் முதல்வாரத்தில் தனக்கு அடைக்கலம் தர மறுத்த ஜஜ்ஜார் நவாபை கைதுசெய்வதற்கு தியோ மெட்கால்ஃபே தனிப்பட்ட முறையில் சென்றார். ஜஜ்ஜார் நவாப் நடந்துகொள்ளும்விதம் மற்றும் துணிச்சல் காரணமாக ஓம்மனே குறிப்பிடத்தகுந்த வகையில் அவர் மீது அபிப்பிராயம் கொண்டிருந்தார். அவரை 'பார்ப்பதற்கு நன்றாக இருப்பார், உறுதியானவர், அழகானவர்' என்று அவர் விவரிக்கிறார்.[102] தனக்கு மரண தண்டனை விதிக்கப்பட்டதற்கான செய்தி அவரை வந்துசேர்ந்த உடன் அவரும் அழைத்துச் செல்லப்பட்டார். 'ஜஜ்ஜார் நவாபின் இரண்டு மகன்களும்

தங்களுடைய தந்தையை அந்த நிலையில் பார்த்தபோது அவருடைய இளையமகன் கதறி அழுதபடி அவர் பின்னாலேயே வந்தான். அது இப்போதும்கூட அதிர்ச்சியான, வலிமிகுந்த காட்சியாக இருக்கிறது. நான் நவாபிற்காக பரிதாபப்பட்டேன். அவர் பார்ப்பதற்கு நன்றாக இருப்பவர். தன்னுடைய தண்டனையையும் மரணத்தையும் சாதாரணமாக ஏற்றுக்கொண்டார். அவருக்கான தண்டனையை நிறைவேற்ற அழைத்துச் செல்லப்படுகையில் அவருடைய பணியாளர்கள் அவரை பலமுறை குனிந்து வணங்கினார்கள்.'[103]

இந்த மேதகையினர் அனைவரும் தூக்கிலிடப்பட்டதால் அதிர்ச்சிக்குள்ளானது ஓம்மனே மட்டும் அல்ல. மற்றொரு சாட்சியாளரான திருமதி மியூட்டரும்கூட இந்த 'திடுக்கிட வைக்கும் நீதியால்' பாதிப்புக்கு ஆளானதுடன், நீதிமன்றத்தில் ஜஜ்ஜார் நவாபின் எதிர்வாதம் குறித்த தர்க்கத்தையும் வாதிடுகிறார். அவரது கூற்றுப்படி 'இந்த நிலத்தில் பேரழிவை நிகழ்த்திய முரடர்களுக்கு ஆயுதங்களைக் கொடுத்தது பயிற்சி அளித்ததே இங்கிலாந்துதான். இந்த நாட்டை ஆள்பவர்களும், அதனுடைய நீதிபதிகளும் தங்களுக்குள்ளேயான விதிமுறைகளுக்கு கட்டுப்பட தவறிவிட்டபோது தங்களைப் பின்பற்றுகிறவர்கள் அதற்கு கீழ்ப்பணிய வேண்டும் என்று எதிர்பார்ப்பதில் எந்த நியாயமும் இல்லை.'

தூக்குமேடையில் அமைதியாகவும், துணிச்சலுடனும், மேன்மை பொருந்திய ஒழுகலாறுடனும் தன்னுடைய விதியை எதிர்கொண்ட அந்த இளவரசர், அவ்விடத்தில் பாதுகாப்பு ஏற்பாடுகளை கவனித்த என்னுடைய கணவரிடம் மரியாதைக்குரிய பெரும் தாக்கத்தை ஏற்படுத்தியிருந்தார். இப்போதும் மிகுந்த சோகத்திற்கு உள்ளாக்குவது [பலாப்கர்] ராஜாவின் மரணம்தான். ஒரு ஹிந்துவாக ஆங்கிலேயர்கள் மற்றும் முஸ்லிம் பேரரசரைக் காட்டிலும் அதுவே மிக அதிகப்படியான பரிதாபத்திற்குரியது. எல்லா வகையிலும் பேராபத்து நிரம்பிய ஒரு சூழ்நிலைக்கு உள்ளாகி, அதன் காரணமாகவே விசாரணைக்கு உட்படுத்தப்பட்ட, எங்களுடைய ஆட்சிக்கு ஆபத்து விளைவிக்கக்கூடிய வகையில் நடந்து கொண்டமைக்காக மரண தண்டனை விதிக்கப்பட்ட, இனிமையாக நடந்துகொள்கின்ற, இளமையான, அழகான ஒருவரின் கொடுமையான விதி இதுதான். தன்னுடைய நீதிபதிகள் முன்பு பேசியதிலேயே அவருடைய கடைசி வார்த்தைகள்தான் மிகவும் உணர்ச்சிகரமானவை. 'ஒரு செழிப்பான மரத்தின் மகிழ்ச்சி நிரம்பிய கிளையில் பாதுகாப்பாக அமர்ந்திருந்தேன். அந்த மரக்கிளையை நான் செய்த காரியமே முறித்துத் தள்ளிவிட்டது.'[104]

பரிசுப்பொருளுக்காக மிகவும் உற்சாகத்துடன் குற்றவாளிகளை வேட்டையாடி தூக்கிலிடுபவர்களில் தானும் ஒருவர் என்பதை சீக்கிரத்திலேயே நிரூபித்துக் காட்டினார் தியோ மெட்கால்ஃப். தன்னுடைய நாடோடி வாழ்க்கையின் முடிவில் பிரிட்டிஷ் முகாமிற்கு வந்து சேர்ந்ததில் இருந்தே பழிவாங்குதலுக்கான அவருடைய விருப்பம் தொடர்ந்து அதிகரித்துக்கொண்டே சென்றது. அக்டோபர் மாதம் மெட்கால்ஃப் மாளிகையிலேயே தூக்குமேடையை அமைக்கும் நிலை வரை அவர் சென்றுவிட்டார். அங்கே அவர் குற்றவாளியாக கண்ட எந்த ஓர் இந்தியரையும் தீய்க்கப்பட்ட தூண்களில் தொங்கவிட்டார் - தன்னுடைய குடும்பத்தினர் அழிக்கப்பட்டது மற்றும் தனக்கு தனிப்பட்ட முறையில் இழைக்கப்பட்டத் துரோகங்களுக்கான பழிவாங்குதலுக்கு ஒரு வெளிப்படையான அறிவிப்பாகவே அது அமைந்திருந்தது. டெல்லி கெஸட் பத்திரிகையில் தியோவின் வேலையாட்களுள் ஒருவரை கலகக்காரர்களிடம் காட்டிக்கொடுத்த ஒரு கிராமத்தைப்பற்றிய குறிப்பு இடம்பெற்றுள்ளது. இதற்கு பழிவாங்குவதற்காகவே, அந்தக் கிராமத்தின் முக்கியஸ்தர்கள் 21 பேரை தியோ அடுத்தடுத்து சுட்டுக்கொன்றதாக சொல்லப்பட்டது.[105]

ஜீனத் மஹலின் பிரமாண்டமான லால் குவான் மாளிகை முற்றத்தில் இருந்த தன்னுடைய புதிய வீட்டில் இருந்தபடி தியோ டெல்லியைச் சுற்றியிருந்த பிரதேசத்தை திகிலடையச் செய்தார். கல்லறைகளிலும், ஆலயங்களிலும் புகலிடம் அடைந்திருந்த அகதிகளைக் கூட்டம் கூட்டமாக இழுத்துவந்த அவர் இந்த எழுச்சியில் பங்கேற்றவர்வர்கள் என்று நினைத்த எல்லோரையுமே தூக்கிலிட்டார்.[106] 1858, ஜனவரி மாதம் தி டைம்ஸ் பத்திரிக்கையில் பதிப்பிக்கப்பட்ட ஒரு கடிதத்தின்படி, மெட்கால்ஃப் ‘தன்னிடம் பிடிபட்ட எல்லோரையுமே தூக்கிலிடுவதற்கு தினமும் முயற்சித்துக் கொண்டிருந்தார். பூர்வீக மக்களிடையே ஏற்பட்ட பெரும்பான்மையான அச்சுறுத்தலுக்கும் அவரே காரணமானார்.’ ‘மெட்கால்ஃப் பல இடங்களில் குறுகிய காலத்தில் கொலை செய்யக் கூடியவராக மாறிப்போனார். ஏதேனும் ஓர் இளைஞனை பார்த்துவிட்டால் சரியா தவறா என்ற எந்தக் கேள்வியும் இல்லாமல் தன்னுடைய துப்பாக்கியால் அதே இடத்தில் அவரைக் கொன்றுவிடுவார்’ என்று எழுதியுள்ளார் ஜாகிர் தேலவி.[107]

உண்மையில், தியோவின் புகழானது, அவருடைய பெயர் மட்டுமே திகிலை உருவாக்குவதற்கு போதுமானதாக இருந்தபடியால் அவர்

டெல்லியின் பூச்சாண்டியாக மாறிப்போனதுதான் மிகவும் திகைப்படைய வைக்கிறது. இதைக்கண்டு அச்சமுற்ற திருமதி கூப்லேண்டின் கூற்றுப்படி,

> *நான் டெல்லியில் இருந்தபோது அவர் கிளர்ச்சியாளர்களையும் கொலைகாரர்களையும் தேடிப்பிடித்து, விசாரித்து தூக்கிலிடுவதில் மும்முரமாக இருந்தார். குற்றவாளிகளை கண்டுபிடிப்பதில் அவருக்கு ஒரு காட்டுப்பூனையின் கண்கள் இருந்தன. ஒருநாள் ஜெனரல் பென்னியின் வீட்டை கடந்துகொண்டிருக்கும்போது சாவர் காவலாளிக் கூட்டத்தில் அவர் ஒரு கொலையாளியைக் கண்டுபிடித்தார். உடனடியாக அவரை இழுத்துவரச் செய்து, அவரை விசாரித்து மரண தண்டனை விதித்தார். பின்பு, திரு ஃபிரேஸரைக் கொன்றவரையும் கண்டுபிடித்து தூக்கில் போட்டார். திருமதி கார்ஸ்டினிடம் தன்னுடைய நகைகளுக்கு ஒரு நகை வியாபாரி மிக அதிகமாக விலை கூறினார். இதற்கு கார்ஸ்டின், 'நான் உங்களை மெட்கால்ஃப் சாஹிப்பிடம் அனுப்பிவிடுவேன்' என்று கூறியதும் தன்னுடையை நகைகளை அப்படியே போட்டுவிட்டு தப்பித்தோம் பிழைத்தோம் என்று தலைதெறிக்க ஓடிய அவர் அதன் பின்னர் திரும்பி வரவே இல்லை.*[108]

இந்த காலகட்டத்தில்தான் விதிவிலக்கே இல்லாமல் தூக்கிலிடுவதும், கொலைசெய்வதும் அன்றாட நடவடிக்கைகளாக இருந்தன. அதுவும்கூட பிரிட்டிஷாருக்கு ஒருகட்டத்தில் சலித்துப்போனது. இதுகுறித்த விவரங்கள் தெளிவற்று இருந்தாலும், சுடுவதற்கும் தூக்கிலிடுவதற்கும் தியோ மட்டுமே எப்போதும் தயாராக இருப்பவராக குறிப்பிடப்பட்டார். இதனால், கட்டுப்பாடே இல்லாமல் நிகழ்த்தப்பட்ட கொலைகளின் மதிப்பிட முடியாத எண்ணிக்கைக்கும் அவரே பொறுப்பு என எண்ண வைப்பதற்கு அதுவே காரணமாகிவிட்டது. அவருடைய கட்டுக்கடங்காத போக்கு குறித்த வதந்திகள் லாகூரில் இருந்த சர் ஜான் லாரன்ஸ்வரைகூட எட்டத் தொடங்கின. 'நிர்வாக அதிகாரிகள் தங்களுடைய விருப்பப்படியும், மகிழ்ச்சிக்காகவும் தூக்கிலிடுகிறார்கள்' என்ற செய்திகளில் அவர் உடனடியாக கவனம் செலுத்தினார். தியோ இதை நிறுத்திக்கொள்கிறாரா அல்லது தன்னுடைய சேவையில் இருந்து இடைநீக்கம் செய்யப்பட வேண்டுமா என்பது குறித்து நீண்ட நாட்களுக்கு முன்பிருந்தே லாரன்ஸ் விசாரிக்கத் தொடங்கியிருந்தார். 'நான் கேள்விப்பட்டதெல்லாம் உண்மை என்றால், நாம் அதில் குறுக்கிட்டு, வாழ்வா சாவா என்பதைத் தீர்மானிக்கும் உரிமையை மெட்கால்ஃபிடம் விட்டுவைத்துவிடக் கூடாது. அவருடைய மூர்க்கத்தனம் ஒரு சிறப்பு ஆணையருக்கு தேவையான நீதி வழங்குதலுக்கு எதிரானதாக இருக்கிறது என்று [என்னுடைய தகவலாளிகள்] உறுதியாக நம்புகிறார்கள். நேரடியாக மரண தண்டனைக்கு உத்தரவிடும் அதிகாரம் அவரிடம் இருந்து பறிக்கப்படுவதே மக்களுக்கும், நம்முடைய

நிர்வாகத்திற்கும் நல்லது' என்று சாண்டர்ஸுக்கு எழுதிய கடிதத்தில் லாரன்ஸ் குறிப்பிட்டிருக்கிறார்.[109]

லாரன்ஸ் எந்தளவுக்கு அதிகமாக கேள்விப்பட்டாரோ அதே அளவுக்கு கவலைப்பட்வும் செய்தார். 'அவரிடம் [தியோ] சிறந்த வீரருக்குரிய குணாதிசயங்கள் உண்டு. டெல்லியை முற்றுகையிட்டபோது அவர் தனித்து தெரிந்தார். ஆனால், இப்போது அவர் தவறாகவும், நீதிக்குப் புறம்பானவராகவும் நடந்துகொள்கிறார். முஸ்லிம்களுக்கு எதிராக அவர் கொண்டிருக்கும் சீற்றத்தின் காரணமாக இப்போதுவரை அவர் அப்படித்தான் நடந்து கொண்டிருக்கிறார். அவரை சமாளிப்பது மிகவும் கடினம். மெட்காஃபின் பெற்றோர் என்னுடைய சிறந்த முன்னாள் நண்பர்கள். தனிப்பட்ட முறையில் அவருக்கு உதவுவதில் நான் மகிழ்ச்சியடைவேன். ஆனால், இந்த விஷயத்தில் நிறையவே பரிசீலிக்க வேண்டியிருக்கிறது' என்று சாண்டர்ஸுக்கு எழுதினார் லாரன்ஸ்.[110]

போர்ப்பரிசுத் தலைவராக எட்வர்ட் கேம்ப்பலின் வேலையிலும்கூட பழிக்குப் பழியும் அடங்கியிருந்தது. ஆனால், தன்னுடைய மூர்க்கத்தனமான, இரத்த வெறிபிடித்த மைத்துனரைக் காட்டிலும் இந்த வேலையில் அவருக்கு சிறிதளவே உற்சாகம் இருந்தது. தன்னுடைய பல்வேறு வேலையிடங்களில் இருந்தும் அவர் ஜிஜிக்கு எழுதிய கடிதத்தில், 'நான் இந்த நகரத்தில் புதையல்களைத் தோண்டிக் கொண்டிருந்தேன். அப்போது ஒரு பழைய வெற்றுப்புத்தகத்தைக் கண்டுபிடித்தேன். அதிலிருந்து கிழித்த காகிதப் பக்கத்தில்தான் உனக்கு எழுதப்போகிறேன். பனியா [கடனாளர்கள்] யாரிடமாவது எழுதுவதற்கு மை கிடைக்குமா என்று பார்க்கிறேன். போர்ப்பரிசில் இருந்து சின்னப் பொருள்களை உனக்காக எடுத்து வைத்திருக்கிறேன். அவை உனக்குப் பிடிக்கலாம். வாய்ப்பு கிடைத்த உடனேயே உனக்கு அனுப்பி வைக்கிறேன்.'[111]

போர்ப்பரிசுத் தலைவராக இருப்பது அதிக ஊதியம் தருகின்ற, மிகுந்த லாபகரமான வேலைதான். ஆனால், கேம்ப்பலுக்கு அது கவரும்படியான ஒன்றாக இல்லை. 'பனியாக்களை அச்சுறுத்தி அவர்கள் மறைத்து வைத்திருக்கும் செல்வத்தை வெளிக்கொணரச் செய்யும் இந்த வேலை மிகவும் கீழ்த்தரமான ஒன்று' என அந்த வாரத்தில் ஜிஜி-க்கு எழுதிய கடிதத்தில் அவர் குறிப்பிட்டுள்ளார்.

உனக்குத்தான் தெரியுமே அன்பே, நான் எந்த வகையான சித்திரவதையும் செய்ய மாட்டேன் என்று! அவர்களுடைய சொத்துகளை கறப்பதில் ரைஃபோர்ட்தான் சிறந்து விளங்குகிறான். நான் கொடூரமானவனோ, கடுமையானவோ இல்லாதிருக்கலாம் - ஆனால் எப்போதும் அப்படியே இருந்துவிட முடியவில்லை

என்பதுதான் உண்மை. நடந்து கொண்டிருக்கும் விஷயங்களைப் பற்றிக் கேள்விப்பட்டவர்கள் தப்பித்து சென்றுவிட்டார்கள். பத்து வீட்டிற்கு ஒருவர் என்றாவது பிடித்து அவர்கள் பணத்தை எங்கே வைத்திருக்கிறார்கள் என்று காட்டச் சொல்லுமாறு செய்யாவிட்டால் இங்கே நிரந்தரமாக தோண்டிக்கொண்டிருக்க வேண்டியதுதான். ஆனாலும், இது ஒரு சோர்வுற வைக்கும் வேலை.[112]*

கேம்ப்பல் மேலும் குறிப்பிடுகையில், 'நாங்கள் மெட்கால்ஃப் மாளிகையைச் சேர்ந்த மிகப்பழைய செதுக்கப்பட்ட நாற்காலிகளையும் கண்டுபிடித்தோம். பாவப்பட்ட தியோ அவற்றை தன்னுடையது என்று நினைத்துக்கொள்ளலாம். ஆனால், அவையும்கூட [டெல்லியில் கண்டுபிடிக்கப்பட்ட மற்ற எல்லாவற்றையும் போலவே] போர்ப்பரிசு சொத்துகளாகவே கணக்கில் எடுத்துக்கொள்ளப்படும் என்பதால் அவற்றை தாமேகூட விலைகொடுத்துதான் வாங்கவேண்டியிருக்கிறதே என்று மிகவும் வருத்தப்படுவாரோ என்றுதான் நான் கவலைப்படுகிறேன். போர்ப்பரிசுத் தலைவர்களுள் ஒருவராக இது நிச்சயம் என்னை மகிழ்ச்சிப்படுத்தும் விஷயமல்ல.' ஜிஜி தன்னை தவறாக எடுத்துக்கொள்ள மாட்டார் என்ற நம்பிக்கையில் அவர் மேலும் சில விஷயங்களையும் சேர்த்திருக்கிறார். 'தியோ தான் வகித்திருக்க வேண்டிய நிலையை எடுத்துக் கொள்ளவில்லை. ஆனால், அவர் தன்னுடைய சுயலாபத்திற்காகவே இந்த நகரத்தைப்பற்றிய தன்னுடைய அறிவைப் பயன்படுத்தியிருக்கிறார் என்பதால் இது எனக்கு எவ்வளவு துன்பகரமானது என்பதையும் என்னால் சொல்ல இயலவில்லை.'

பின்னாளில் மிகவும் வெளிப்படையாக சுமத்தப்பட்ட குற்றச் சாட்டுகளைப்பற்றித்தான் அவர் குறிப்பிடுவதுபோல் தெரிகிறது. அதாவது மிக முக்கியஸ்தர்களான டெல்லிவாசிகள் தங்களுடைய செல்வங்களை தியோவிடம் கொடுக்க மறுத்ததால்தான் அவர்களை

* இதுகுறித்து லெப்டினெண்ட் ஏ.ஹெச். லிண்ட்ஸே எழுதியுள்ள குறிப்பில் 'ஜிஜி–யை கஷ்டப்படுத்த வேண்டாம் என்பதாலேயே 'மிகவும் சோர்வான வேலை' என்று எட்வர்ட் எழுதியிருப்பதாக' குறிப்பிட்டுள்ளார். 'பணக்காரர் என்று உறுதியாக நம்பிய ஒரு பருத்த உயரமான தோற்றமுள்ள ஹிந்துவை அவர்கள் பிடித்தார்கள். தன்னுடைய பணத்தை எங்கே மறைத்து வைத்திருக்கிறார் என்று சொல்ல ரொம்ப நேரமாகவே அவர் மறுத்து வந்தார். அதனால் அவரை ஓர் இருட்டு அறையில் வைத்துப் பூட்டிய அவர்கள் அவருடைய தலைக்கு மேல் துப்பாக்கியால் சுட்டார்கள். அவர் பீதியுற்று பணத்தை மறைத்து வைத்திருக்கும் இடத்தைக் காட்டினார். அங்கே அவருக்கு சொந்தமான 50,000 ரூபாய் மற்றும் அவருடைய நண்பர்களுக்கு சொந்தமான 40,000 ரூபாயை கண்டுபிடித்தனர். அடுத்தநாள், பருத்த உடல்கொண்ட கறுப்பன் ஒருவனை அவர்கள் பிடித்தனர். இருப்பினும் துப்பாக்கி முனைகளைக் கண்டோ அல்லது தன் மீது வீசப்பட்ட கத்திகளைக் கண்டோ அவன் கவலைப்படவில்லை. அதனால் அவர்கள் அவனுடைய கண்களுக்கு முன்பாகவே துப்பாக்கியில் தோட்டாவை நிரப்பி, அவனுடைய தலைப்பாகையின் ஊடாக தோட்டாவை செலுத்தினர். அதை வேடிக்கையாக எடுத்துக்கொள்ளாத அவன் தன்னுடைய 40,000 ரூபாய் பணம் எங்கே இருக்கிறது என்று காட்டினான்.' பார்க்க: *in Christopher Hibbert, The Great Mutiny: India 1852, London, 1978, p.321.*

அவர் தூக்கிலிட்டார் என்று சந்தேகம் எழுப்பப்பட்டது. அவர் தனிப்பட்ட முறையில் கொள்ளை அடித்தார் என்றும், சொத்துகளை தக்கவைத்துக்கொள்ளவும், உயிரைப் பாதுகாக்கவும் வங்கியர்களிடம் இருந்து பாதுகாப்புப் பணத்தைப் பெற்றுக்கொண்டார் என்றும் வதந்திகள் நிலவின. தியோ இப்படிப்பட்ட முறையில் நடந்துகொண்டிருக்க நிச்சயம் வாய்ப்பிருக்கிறது. கலகப்பரவலின்போது அவர் தன்னுடைய வீடு, அவருக்கு வம்சாவளியாக வந்துசேர்ந்த சொத்துகள் மற்றும் டெல்லி வங்கியில் முதலீடு செய்யப்பட்டிருந்த அவருடைய பணம் என எல்லாவற்றையும் இழந்துவிட்டார். மேலும், ராணுவத்திற்கு மட்டுமே சேரவேண்டிய போர்ப்பரிசுப் பணத்தில் ஒரு நிர்வாக அதிகாரியாக அவருக்கு எந்தப் பங்கும் கிடையாது.

இறுதியில் எட்வர்ட் கேம்ப்பல் குறிப்பிடுவதுபோல் இது நியாயமற்றது.'ஒரு ராணுவத்தினராக அவர் போர்ப்பரிசுப் பணத்திற்கு உண்டான பங்கினை பெற்றிருக்க வேண்டும் என்பேன். டெல்லிக்குப் பின்னர் ஜமா மசூதி வரைக்குமான படையெடுப்பில் அவர் முன்வரிசை படைவீரரைப் போல் செயல்பட்டிருக்கிறார். அதனால் இதற்கு ஏதேனும் ஏற்பாடு செய்யப்படும் என்றே நான் நம்புகிறேன். இல்லையென்றால் போர்ப்பரிசுத் தலைவர்களாக நாங்களே இதில் தலையிட வேண்டியிருக்கும்.'

'இந்தப் போர்ப்பரிசுத் தலைமையை விட்டுவிட வேண்டும் என்றே நினைக்கிறேன் ஜிஜி. ஆனால், இது நல்ல விஷயமாகவும் இருக்கலாம் அல்லது குறுகிய காலத்தில் பெரும் பணத்தை இழந்த தவறான முடிவாக இருக்கலாம். அவர்கள் எங்களை சீக்கிரத்திலேயே வீட்டிற்கு [இங்கிலாந்திற்கு] அனுப்பிவிடுவார்கள் என்று நினைக்கிறேன். இப்போது நாங்கள் சிறு எண்ணிக்கையில் இருப்பதால் முந்தைய பலத்திற்கு ஏற்றபடி ஆள்சேர்க்க நீண்ட நாட்கள் ஆகலாம். ஜுன் 30 ஆம் தேதியில் இருந்து [கேம்ப்பல் டெல்லிக்கு வந்தபோதில் இருந்து] எங்களில் கொல்லப்பட்டு காயப்படுத்தப்பட்டவர்கள் ஏறக்குறைய 400 பேர் இருக்கலாம். அது கிட்டத்தட்ட பாதி ரெஜிமெண்ட்.'[113]

1858 ஜனவரி மாத முடிவில் இருந்து, ஜாஃபரின் தர்பாரில் இருந்த மேதகையினர் அனைவரும் விசாரிக்கப்பட்டு தூக்கிலிடப்பட்டுவிட்டனர். இப்போது அவரே விசாரணையை சந்திக்க வேண்டிய நேரம் வந்துவிட்டது.

1857 ஆம் ஆண்டு இலையுதிர்க் காலம் மற்றும் மழைக்காலத்தின் ஆரம்பகட்டம் முழுவதிலும், லக்னோவிற்கான போர் கிழக்கத்திய ஹிந்துஸ்தானத்தின் பாதிப் பகுதியில் அப்போதும் நடந்துகொண்டிருந்த

நிலையில், இப்போது முகலாயர்களில் இறுதியானவராக இருக்கப்போகின்றவர் என்று தெளிவுபட்டுவிட்ட ஒருவர் மீதான வரலாற்று முக்கியத்துவமுள்ள விசாரணைக்கான தயாரிப்பு ஏற்பாடுகளை மேற்கொள்வதிலேயே டெல்லியில் இருந்த பிரிட்டிஷ் நிர்வாகம் பெரும் முனைப்புடன் செயல்பட்டுக்கொண்டிருந்தது. அரண்மனைக் கருவூலத்தில் இருந்தும், கலகக்காரர்களின் முகாமில் இருந்தும் கைப்பற்றப்பட்ட மிகப்பெரிய ஆவணத்தொகுப்பை ஆராய்ந்து பார்ப்பதற்கு உதவியாக லாகூரில் இருந்து மொழிபெயர்ப்பாளர்கள் அனுப்பி வைக்கப்பட்டனர். ஜாஃபரின் உயிருக்கு உத்திரவாதமளித்து அவருக்கு ஹட்ஸன் வழங்கிய உத்திரவாதத்தின் சட்டப்படியான இயல்பு குறித்து பெரிய அளவில் ஆராயப்பட்டது. பேரரசர் மீதான விசாரணையின் இயல்பு, சுமத்தப்பட இருக்கும் குற்றச்சாட்டுகள் ஆகியவையும் விவாதிக்கப்பட்டன. அதன் முடிவில் அந்த உத்திரவாதம் சட்டரீதியாக செல்லுபடியாகக்கூடியது என ஒப்புக்கொள்ளப்பட்டது. இருப்பினும் கேனிங் பிரபு திரும்பத்திரும்ப எழுதியிருந்த எழுத்துப்பூர்வமான அறிவுறுத்தல்களுடன் அது முரண்பட்டிருந்தது. மேலும், ஜாஃபர் மீது ‘கலகம் செய்தது, துரோகம் மற்றும் கொலை’ குற்றச்சாட்டுகள்தான் சுமத்தப்பட வேண்டுமே தவிர அவரை ‘பிரிட்டிஷாரின் கூட்டாளி’ என்று குறிப்பிடக்கூடாது எனவும் ராணுவ ஆணையத்தால் தீர்மானிக்கப்பட்டது. இந்த ஆணையம் 1858 ஜனவரி மாத இறுதியில் இந்தக் குற்றச்சாட்டுகள் குறித்து விசாரிக்க இருந்தது. ஜாஃபரின் அரசவையினர் மற்றும் குடும்பத்தினரை வெற்றிகரமாக குற்றம்சாட்டி தூக்கிலிடச் செய்த மேஜர் ஹாரியட்தான் ‘கலகக்காரர்களின் முதன்மைத் தலைவர்’ என்று தெள்ளத் தெளிவாக அடையாளம் காணப்பட்ட அந்த மனிதரையும் விசாரிக்கவிருந்தார்.

ஜாஃபரை விசாரிக்க கம்பெனிக்கு சட்டப்பூர்வமான அதிகாரம் இருக்கிறதா என்பது மட்டும் விவாதிக்கப்படவே இல்லை. ஜாஃபர் கம்பெனியிடம் இருந்து ஓய்வூதியம் பெறுவதால் அவர் கம்பெனியின் ஓய்வூதியதாரர் என்பதுடன் அவ்வகையில் அதற்கு கீழ்பணிந்தவர் என்ற நிலையையே அரசாங்கம் எடுத்திருந்தாலும்கூட உண்மையான சட்டப்பூர்வ நிலை என்பது கேள்விக்குரிய ஒன்றே ஆகும். அதேசமயம், கிழக்கில் வர்த்தகம் செய்வதற்கு பாராளுமன்றம் மற்றும் மணிமகுடத்திடம் இருந்து பெற்ற கம்பெனியின் 1599 ஆம் ஆண்டு தனியுரிமைச் சட்டத்தின்படி, இந்தியாவை ஆள்வதற்கான அதன் அதிகாரம் என்பது 1765 ஆம் ஆண்டு ஆகஸ்ட் 2 ஆம் தேதி பிளாசிப்போரைத் தொடர்ந்து பெங்காலில் தன்னுடைய வரி வசூலிப்பாளராக கம்பெனியை அதிகாரப்பூர்வமாக நியமித்துக்கொண்ட முகலாய பேரரசரிடம் இருந்து சட்டப்பூர்வமாக பெறப்பட்ட ஒன்றாகவே இருந்தது.

1832 இல், ஜாஃபருக்கு முழுமையாக ஐம்பத்தி எட்டு வருடங்கள் ஆகியிருந்த நிலையில் கம்பெனி தன்னுடைய நாணயங்களிலும்,

தன்னுடைய அதிகாரப்பூர்வ முத்திரைகளிலும் தன்னை முகலாயப் பேரரசரின் குத்தகைதாரர் என்றே குறிப்பிட்டிருந்தது. அவற்றின் மீது ‘ஃபித்வி ஷா ஆலம்’ (ஷா ஆலமின் அர்ப்பணிப்புள்ள சார்பாளர்) என்ற வாசகம் பொறிக்கப்பட்டிருந்தது. இது 1833 இல் சர் சார்லஸ் மெட்கால்ஃபின் செல்வாக்கினால்தான் நீக்கப்பட்டது. அதுமுதலாக இந்த இரு தரப்பினருக்கும் இடையிலான சட்டப்பூர்வ உறவை மாற்றியமைக்கும் வகையில் எதுவும் நடந்துவிடவில்லை. கம்பெனியானது நாஸிர்கள் வழங்குவதை ஒருமித்தமாக நிறுத்திக்கொண்டு, தங்களுடைய நாணயங்கள் மற்றும் முத்திரைகளில் தன்னுடைய குத்தகைதாரர் என்ற நிலையை அறிவித்துக்கொள்ளாமல் இருந்தாலும் ஷா ஆலமோ, அக்பர் ஷாவோ அல்லது ஜாஃபரோகூட கம்பெனியின் மீதான தங்களுடைய இறையாண்மையை துறந்துவிடவில்லை. இந்தக் கண்ணோட்டத்தில் இருந்து பார்த்தால், ஜாஃபரை நிச்சயமாக ஒரு தோற்கடிக்கப்பட்ட எதிரி அரசர் என்ற நிலையில் வைத்து விசாரிக்க முடியும். ஆனால், அவர் ஒருபோதும் கம்பெனிக்கு அடிபணிந்தவராக இருந்ததில்லை. அதனால், அவரைத் துரோகமிழைத்த கலகக் குற்றவாளி என்றும் அழைக்க முடியாது. பதிலாக, சட்டப்பூர்வமான கண்ணோட்டத்தின்படி, நிஜமான கலகக்காரர்கள் என்றும், ஏறக்குறைய ஒரு நூற்றாண்டு காலமாக கூட்டாளி என்று சத்தியப்பிரமாணம் செய்துகொண்ட தன்னுடைய ஆட்சியாளருக்கு எதிராக கிளர்ச்சி செய்தவர்கள் என்றும் கிழக்கிந்திய கம்பெனியைத்தான் குற்றம்சாட்ட முடியும்.[114]

ஜாஃபருக்கு எதிரான கம்பெனியின் குற்றச்சாட்டுகளில் இருந்த குதர்க்கமான வாதங்களை, டெல்லி சிதைவுற்றுப்போன இதே காலகட்டத்தில் அங்கு வந்திருந்த டைம்ஸ் செய்தித் தொடர்பாளரும், போர்க்கால செய்தியறிக்கையின் தந்தை என்று அழைக்கப்படுபவருமான ஹோவார்ட் ரஸ்ஸல் அற்புதமான முறையில் தெளிவுபடுத்தியிருக்கிறார். எலும்புக்கூடுகள் இன்னமும் தெருக்களில் சிதறிக்கிடக்கின்றன. நகரத்தின் கவிகைமாடங்களும், ஸ்தூபிக்களும் பீரங்கிச் சிதறலின் துளைகளால் நிறைந்திருக்கின்றன. ஆனால், செங்கோட்டையின் சுவர் இப்போதும் கம்பீரத்துடன் வீற்றிருக்கிறது. ‘இத்தகைய மகத்துவம் வாய்ந்த சுவரோவியத்தை நான் இப்போதுதான் பார்க்கிறேன். செங்கோட்டை சுவர்களின் பரந்தகன்ற பிரகாசமான காட்சியானது என்னுடைய மனதில் வின்ஸர் கோட்டையின் தோற்றத்தையே விதைத்தது’ என்று தன்னுடைய நினைவுக் குறிப்புகளில் எழுதியிருக்கிறார் ரஸ்ஸல். குடிமை ஆணையரான சாண்டர்ஸ் சமீபத்தில் சரிசெய்து புதுப்பித்திருந்த, சைமன் ஃபிரேஸரின் பழைய குடியிருப்பிடமான லட்லோ கோட்டையின் சொகுசான வாழ்க்கை மீது ரஸ்ஸல் பெரும் ஈடுபாடு கொண்டுவிட்டார். ‘தூண்கள் சூழ்ந்த புகுமுக மண்டபத்தில் வண்டி நுழைந்தது. சற்றைக்கெல்லாம் ஒரு சிவந்த கவர்ச்சியான ஆங்கிலக் கோமகன் அங்கு வந்தார். நான்

எங்கிருக்கிறேன் என்று தெரிந்துகொள்ளும் முன்னரே ஓர் அழகான ஆங்கிலப் பெண்மணிக்கு முன்பாக நான் அழைத்துச் செல்லப்பட்டேன். நன்கு வேலைப்பாடு செய்யப்பட்ட ஒரு பலகையில் அமர்ந்திருந்த அவர் தன்னைச் சுற்றிலும் அமர்ந்திருந்த விருந்தினர்களை மரியாதையுடன் உபசரித்துக் கொண்டிருந்தார்' என்று எழுதியுள்ளார் ரஸ்ஸல்.

> *கல்கத்தாவைவிட்டுப் புறப்பட்டதில் இருந்து நான் எந்த ஓர் ஆங்கிலப் பெண்ணின் முகத்தையும் பார்க்கவில்லை. நான் தூசிபடிந்துபோய் - அழுக்கானவனாகவும் இருக்கலாம் - ஒரு வெப்பமேறிய, பார்க்க சகிக்காத அந்நியனாக வந்து சேர்ந்திருந்தேன். நீண்டகாலமாகவே நான் அறிந்திராத ஆடம்பரங்களுக்கு மத்தியில் என்னை சட்டென்று நாகரிமான வாழ்க்கைக்கு திரும்பிவிட்டவனைப்போல் உணர்ந்தேன். அந்த வீட்டின் சௌகரியமும் ஆடம்பரமும் மட்டும் உணர்வுகளுக்கு சாதகமான கவர்ச்சியாக விளங்கக்கூடியவையாக இருந்தன. பெரிய விசாலமான அறைகள் - மென்மையான கம்பளங்கள், சோபாக்கள், சாய்வு நாற்காலிகள், புத்தகங்கள், படங்கள் என அதனிடையே ஓய்வும் நிம்மதியும் கிடைத்தது. வெளியே, குஸ்குஸ்-தட்டீஸ்* மற்றும் சாமரம் வீசுகிறவர்கள் நின்றிருந்தார்கள். நாங்கள் உள்ளே சென்றபோது அந்தக் குடும்பத்தினர் முதல் காலை சிற்றுண்டியை சாப்பிட்டுக் கொண்டிருந்தனர். அங்கே இரண்டு காலை சிற்றுண்டிகள் இருப்பதை தெரிந்துகொண்டேன். ஒன்று 8 மணிக்கும், மற்றொன்று 3 மணிக்கும்!*

இருப்பினும், ரஸ்ஸல் கடைசியாக வந்துசேர்ந்த இடம் அவ்வளவு வரவேற்பிற்குரியதாக இல்லை. செங்கோட்டையின் 'தூசுபடிந்து இருண்டிருந்த பின்பாதை' வழியாக, இந்த எழுச்சிக்கு மூளையாக விளங்கியவர் என்று குற்றம்சாட்டப்பட்ட மனிதர் இருந்த சிறைக்கு அவர் அழைத்துச் செல்லப்பட்டார். 'மங்கிப்போன, அலைபாயும் கண்களையுடைய, மயங்கிய நிலையில் காணப்பட்ட அந்தக் கிழவர் பலவீனப்பட்டு தொங்கிக்கொண்டிருக்கும் உதட்டுடனும், பற்களற்ற வாயுடனும் காணப்பட்டார் - ஒரு மாபெரும் பேரரசை மறுநிர்மாணம் செய்வதற்காக உலக வரலாற்றிலேயே மிகப் பிரமாண்டமான கலகத்தை தூண்டிவிட்டதும், தன்னுடைய புராதன அரண்மனைச் சுவர்களில் இருந்தபடி எதிர்ப்புணர்வைக் காட்டியதும், தங்களுடைய உள்ளங்கை பாதங்களில் இந்தியாவில் இருந்த எல்லாவித முடியாட்சியையும் பிடித்துவைத்திருந்த இனத்தை உசுப்பி விடுவதற்கும் மிகப்பெரிய அளவில் திட்டம் தீட்டியது உண்மையிலேயே இவர்தானா?' என்று ஆச்சர்யத்துடன்

* *புல் மற்றும் மூங்கில் குச்சிகள் ஈரமாகவே வைத்திருக்கப்படுவதால் வெப்பமான காலநிலையில் ஏற்படும் வாசம்.*

கேட்கிறார் ரஸ்ஸல். ஜாஃபர் நோயுற்றிருந்த நிலையில்தான் அவரைப் பார்க்க உள்ளே வந்தார் ரஸ்ஸல், 'அவருடைய வளைந்த உடல் ஒரு வெண்கல கிண்ணத்தில் விழுந்து கிடந்தது என்றே சொல்லலாம். அதில் அவர் கடும் சிரமத்துடன் வாந்தியெடுத்துக் கொண்டிருந்தார்.'

தன்னுடைய இடுப்பை வளைத்துக்கொண்டு சுருண்டுகிடந்த அந்தக் கிழவர் ஒரு சாதாரண, அழுக்கேறிப்போன மஸ்லின் டூனிக் துணியால் ஆன உடையை அணிந்திருந்தார். அவருடைய சிறிய மெலிதான கால் வெறுமையாக காணப்பட்டது. தலையில் ஒரு மெல்லிய பருத்தி தொப்பி இருந்தது. அவருடைய உதட்டில் இருந்து ஒரு வார்த்தையும் வரவில்லை. அவருடைய கண்கள் தரையைப் பார்த்தபடி இருக்க அவர் இரவும் பகலும் அமைதியாக அமர்ந்திருந்தார். தான் இருக்க வைக்கப்பட்டிருக்கின்ற நிலை பற்றி அவருக்கு எதுவுமே தெரியவில்லை. அவருடைய கண்கள் முழுவதும் சோர்வுற்றிருந்தன. வயதாகிப்போனதால் ஏற்பட்ட மங்கலான பார்வை. அவை ஏதோ ஒரு பெரும் இருளுக்குள் நம்மை அழைத்துச் செல்வதுபோல் காணப்பட்டன. தான் இயற்றிய கவிதையில் இருந்தே அவர் சில வரிகளை முணுமுணுப்பதாகவும், எரிந்த கரிக்குச்சிகளை வைத்து சுவற்றில் கவிதை எழுதுவதாகவும் சிலர் கேள்விப்பட்டிருக்கின்றனர்.[115]

அவருடைய வரலாற்றைப்பற்றித் தெரிந்த, முகலாயர்களின் மகத்தான அரண்மனையினுடைய சிதைவுற்ற பிரமாண்டத்தினால் தூண்டப்பட்ட ரஸ்ஸல், ஜாஃபருக்கு எதிரான கம்பெனியின் குற்றச்சாட்டுகளுக்கு உள்ள சட்டப்பூர்வ மதிப்பு குறித்து மிகச்சரியாகவே சந்தேகம் கொண்டிருந்தார்.

அச்சத்தால் நடுங்கிக்கொண்டிருந்த ஒருசில வியாபாரிகள் இந்தியாவில் நிலங்களைப் பெற்றுக்கொண்டு சேவையாற்றுதல் மற்றும் அடிபணிதலுக்கு உட்பட்ட காலகட்டத்தில் அதை வைத்துக் கொண்டிருக்கலாம் என இந்த இடத்தில் இருந்துதான் இறுமாப்புடன் உகாசஸ்கள் [அரச கட்டளைகள்] பிறப்பிக்கப்பட்டன. முற்றிலும் நிராதரவான காலகட்டத்தில்கூட இந்த அக்பரின் வம்சாவளியானவர், இந்தியாவின் கவர்னர் ஜெனரல் அவரைச் சரிசமமாக அணுக முடியாத அளவுக்கு தன்னைச் சுற்றிலும் கண்ணியங்களின் மீதங்களால் வேலியமைத்துக் கொண்டிருந்தார். அத்துடன் டெல்லியில் இருந்த பிரிட்டிஷ் அதிகாரிகள், தன்னுடைய சேவகர்களிடம் ஓர் இறையாண்மைக்கு உண்டான உரிமைகளின்படி அதற்கு காட்டவேண்டிய அத்தனை வெளிப்படையான மரியாதையுடனே அவருடனான உறவை தக்கவைப்பதற்கு கடமைப்பட்டிருந்தார்கள்.

தன்னுடைய நலன் விரும்பிகளுக்கு எதிராக கிளர்ந்தெழுந்த நன்றிகெட்டவர் என்றே அவர் அழைக்கப்பட்டார். அவர் ஒரு பலவீனமான, குரூர மனிதர் என்பதில் சந்தேகமில்லை. ஆனால், நன்றிகெட்டத்தனம் என்பதைப் பார்க்கும்போது, தன்னுடைய வெற்றுப் பட்டம், காலியான கஜானாவின் காவலர் என்பதைத் தவிர தன் முன்னோர்களிடம் இருந்து தனக்கு கிடைத்த எல்லாவிதமான கட்டுப்பாடுகளும் தன்னிடம் இருந்து படிப்படியாக பறிக்கப்பட்டு, கையில் பைசா காசு இல்லாத இளவரசிகளால் அந்த அரண்மனை நிரம்பியிருக்கும் நிலையில் வைத்து அவரைப் பார்த்தால் அது முழுக்க முழுக்க எந்தத் தர்க்கத்திலும் அடங்காத ஒன்றுதான். அவர் இருக்கின்ற நிலையில் வைத்துப் பார்த்தால் கம்பெனிக்கு அவர் நன்றிகெட்டவராகத்தான் நடந்துகொண்டாரா?

ஹிந்துஸ்தானத்தின் மீது இறையாண்மை உரிமை கொண்டாடிய [அதாவது, போரில் வெற்றிபெற்றதன் உரிமை] டெல்லி மாளிகையின் முகம்மதிய நிறுவனர்கள் போன்றே நாமும் அதே உரிமை மற்றும் பட்டயத்தைப் பெற்றிருக்கிறோம் என்பது உண்மைதான். ஆனால், நாம் அவர்களைப் போல் மாபெரும் ராணுவங்களை தலைமையேற்று, இந்த நாட்டை வெற்றிகொள்ள வேண்டும் என்று பிரமாணம் எடுத்துக்கொண்டு அதே நோக்கத்துடன் இந்தியாவிற்குள் வரவில்லை. நாம் பணிவான பண்டமாற்று வியாபாரிகளாக உள்ளே நுழைந்தோம். நம்முடைய இருப்பு டெல்லி அரசர்களுடைய தளபதிகளின் கருணை மற்றும் உதவியைப் பொறுத்தே அமைந்திருந்தது. நாம் இப்போது காட்டியிருக்கும் 'பெருந்தன்மை' என்பது அவருடைய முன்னோர்கள் நம்முடைய இனத்திற்கு வழங்கிய உதவிகளுக்கான ஒரு சிறிய நன்றி தெரிவித்தலைத் தவிர வேறு எதுவுமே இல்லை.[116]

அரசர் மட்டும் ராணுவ ஆணையத்தால் அல்லாமல் முறைப்படியான சட்டத்தால் அமைந்த நீதிமன்றத்தால் விசாரிக்கப்பட்டிருந்தால் ஜாஃபருக்கு எதிரான குற்றச்சாட்டுகளை ஏறக்குறைய நிரூபித்திருக்கவே முடியாது என்று ரஸ்ஸல் முடிவுக்கு வருகிறார். 'ஆங்கில நீதிமன்றத்தில் இருக்கும் ஓர் ஆங்கில வழக்குரைஞர் டெல்லி அரசரை ஈடிணையற்ற பிரபுக்களாகிய நமக்கு எதிராக போர் தொடுத்தார் என்ற ராஜதுரோக குற்றச்சாட்டுகளுக்குள் கொண்டுவருவது மிகவும் கடினமானது என்பதை நிரூபித்திருப்பார்.'

தன்னுடைய அடிமைத்தளையை துறக்க விரும்பியமைக்காக ஜாஃபரை குறைகூற முடியாது என்று தான் நம்புவதாகவும் ரஸல் எழுதியுள்ளார். 'அந்தக் கிழவரைப் பார்க்கும்போது அவர் மேற்கொண்ட குற்றச்செயல்களுக்காக நம்முடைய ஆட்சியாளர்களையும் ஏதோ

ஒருவகையில் குற்றம்சாட்டத்தான் வேண்டும் என என்னால் நினைக்காமல் இருக்க முடியவில்லை.'

என்னுடைய மனதிற்கு, அரசரின் நிலை என்பது கிளர்ச்சி வெடிப்பதற்கு வெகு முன்பிருந்தே மிகவும் பொறுத்துக்கொள்ள முடியாத பரிதாபத்திற்குரிய ஒன்றுதான். அவருடைய அரண்மனை யதார்த்தத்தில் ஓர் அடிமை மாளிகைதான். சில பரிதாபத்திற்குரிய உரிமைகள் மட்டுமே தனக்கு விட்டுத்தரப்பட்டிருப்பது அவருக்கும் தெரியும். அது அவை உண்மையில் கொண்டிருக்க வேண்டிய அதிகாரம் அதனிடம் இருந்து பிடுங்கப்பட்டுவிட்டதை கிண்டல் செய்வதைத் தவிர வேறு ஒன்றுமே இல்லை. அவையும்கூட தனக்கு அடுத்து வருபவர்களிடமிருந்து பிடுங்கிக்கொள்ளப்படும் என்பதும், தங்களுடைய சொந்த இடத்தில்கூட வாழமுடியாத அளவுக்கு அவர்கள் வறுமைக்கு ஆளாகி இந்தச் சுவர்களுக்கு வெளியே வேறு எங்கோ அகதிகளாவார்கள் என்பதும் அவருக்குத் தெரியும். நம்முடைய சேவையில் சேர்ந்துகொள்ள அவருடைய அரச உறவினர்களுக்கு நாம் மறுப்புத் தெரிவித்தோம். அவர்களுடைய அரண்மனைக்குள்ளேயான ஏழ்மையிலும் கடனிலும் வாழவேண்டிய அவர்களுடைய கீழ்மைப்பட்டுப்போன இருப்பை நாம் கண்டித்தோம். பின்னர் அவர்களுடைய சோம்பேறித்தனம், அற்பத்தனம் மற்றும் உடலின்பங்களை குறை கூறினோம். அவர்களுக்குண்டான ராணுவ முன்னுரிமைக்கு நாம் வாயில்களை சாத்தினோம் - அவர்களிடமிருந்து கௌரவத்திற்குரிய லட்சியத்தின் ஒவ்வொரு குறிக்கோளையும் எடுத்துக் கொண்டோம் - பின்னர் நம்முடைய ஆவணங்களும் உணவு அறைகளும் சோம்பேறித்தனமான, மந்தமான மற்றும் உடலின்ப ஆசைமிகுந்த இளவரசர்களைப்பற்றிய வசைகளால் நிரம்பின.

இத்தகைய ஏளனமான, இழிநிலையில் உழல்வதைவிட ஆயிரம் முறை இறந்துபோவதே நல்லது. அப்பாவிகள் ரத்தம் சிந்துவதில் இருந்து - தங்கள் முதுகுகளில் போர்க்கவசம் அணிந்து இறந்திருந்தால் - அந்தக் கிழவரும் அவருடைய மகன்களும் ஒதுங்கியிருந்தால் அவர்களுடைய தலைவிதியை நினைத்து பரிதாபப்பட்டிருப்பது நானாகத்தான் இருப்பேன்.[117]

இறுதியாக 1858, ஜனவரி 27 அன்று ஜாஃபர் மீதான விசாரணை தொடங்குவதாக இருந்த நாள்வரை அவர் உடல்நலமின்றியே

இருந்தார். அந்த நாள் குளிர்ச்சியான, ஈரப்பதமான, மேகமூட்டமுள்ள குளிர்கால நாளாக விடிந்தது. தன்னுடைய படுக்கையறையில் இருந்த கனப்படுப்பினால் தான் மிகவும் மகிழ்ச்சியுற்றிருந்ததாக எட்வர்ட் ஓம்மனே தன்னுடைய நாட்குறிப்பில் எழுதியுள்ளார்.[118] 'அந்தக் கிழவர் இன்று காலை மிகவும் நைந்துபோனவராக காணப்பட்டார். மிகவும் பலவீனமடைந்திருந்த அவரால் சரியாக பேசவும் முடியவில்லை. அவரால் இப்படியே நீண்டகாலம் இருந்துவிட முடியும் என்றும் எனக்குத் தோன்றவில்லை' என சாண்டர்ஸிடம் தெரிவித்துள்ளார் ஓம்மனே.[119] ஜாஃபரால் நடக்க முடியவில்லை என்பதால் தன்னுடைய பல்லக்கில் ஏறி வருவதற்கு ஓம்மனே உதவினார். அவருடைய ஒருபக்கத்தில் மிர்ஸா ஜாவன் பக்த் உதவினார். மறுபக்கம் அவருடைய பணியாளர் உதவினார். அவர்கள் ஜாஃபரை அவருடைய தனிப்பட்ட சொற்பொழிவு கூடமாகிய திவான் இகாஸிற்கு அழைத்துச் சென்றனர். அங்குதான் அவர் தன்னுடைய குத்தகைதாரர்கள் என்று குறிப்பிட்டுக்கொள்ள காரணம் கொண்டவர்களால் ராஜதுரோகக் குற்றத்திற்கான விசாரணை தொடங்கியது.

தங்களுக்கு கீழ்ப்பணிந்தவர் என்பதை அவருக்கு நினைவுபடுத்தும் வகையில் அவருடைய தூரிகைகளோ அல்லது அவருடைய ஹுக்காவோ ஜாஃபருக்கு அனுமதிக்கப்படவில்லை. ஏற்கனவே தங்களுடைய இருக்கைகளில் அமர்ந்திருந்த பார்வையாளர்களில் சார்லஸ் மற்றும் மெடில்டா சாண்டர்ஸ், எட்வர்ட் வைபர்ட், டெல்லி கெஸட்டின் பிரதிநிதியாக ஜியார்ஜ் வைபர்ட் மற்றும் ஹேரியட் டைட்லர் ஆகியோரும் அமர்ந்திருந்தனர். ஹேரியட் டைட்லரின் கணவரான ராபர்ட் ரெஜிமெண்டின் கருவூலத்தைக் கோட்டை கைப்பற்றப்பட்ட அன்று மாலையிலேயே அதற்குள் கொண்டுவந்துவிட்ட பின்னர் அவருக்கு செங்கோட்டையிலேயே அறைகள் ஒதுக்கப்பட்டிருந்தன.[120]

பெருங்குழப்பத்துடனே அந்த விசாரணை தொடங்கியது. அந்த விசாரணை பகுதியளவிற்கே ஹிந்துஸ்தானிய மொழியில் நடத்தப்படத் தொடங்கியது. ஐந்து நீதிபதிகளில் யாருக்குமே - ஒப்பீட்டுரீதியில் அவர்கள் இளநிலை பதவி வகித்தவர்கள் - அந்த மொழி சரளமாகத் தெரிந்திருக்கவில்லை. 'தலைவருக்கு மட்டுமே ஹிந்துஸ்தானி மொழி தெரிந்திருந்தது' என்று எழுதியுள்ளார் எட்வர்ட் வைபர்ட்.[121] காலை 11 மணிக்கு அந்த விசாரணை திட்டமிடப்பட்டிருந்தாலும் ராணுவ நீதிமன்றத்தின் தலைவரான பிரிகேடியர் ஷவர்ஸ் மதியம்வரை வந்துசேரவில்லை. அதற்குப் பிறகு வந்த ஒரு சுருக்கமான அறிவிப்பில் அவரை ஆக்ராவிற்கு சென்று தலைமையேற்கும்படி உத்தரவிட்டிருப்பதாக தெரிவிக்கப்பட்டது. அவ்வளவு நேரமும், 'பலத்தத் துப்பாக்கி படையினரின் காவலிலேயே' ஜாஃபர் வைக்கப்பட்டிருந்தார்.[122]

கர்னல் டாவ்ஸ் தலைமையில் மதியத்திற்குப் பின்னர் விசாரணைகள் நடக்கத் தொடங்கியபோது ஜாஃபர் மீதான குற்றச்சாட்டுகள்

வாசிக்கப்பட்டன. டாவ்ஸ் மற்றும் வாதியான மேஜர் ஹாரியட் ஆகியோருக்கு இடையில் வைக்கப்பட்டிருந்த குஷன் மெத்தையில் கிடந்த ஜாஃபரிடம் அவர் குற்றத்தை ஒப்புக்கொள்கிறாரா இல்லையா என்று கேட்கப்பட்டது. ஆனால், அங்கு என்ன நடக்கிறது என்பதே அந்தக் கிழவருக்குத் தெரியவில்லை என்பது விரைவிலேயே தெளிவானது. பின்னர் அவர் தன்னைக் குற்றமற்றவர் என்று கூறச்செய்யும் முன்னர் அங்கே மேற்கொண்டு ஒரு 'குறிப்பிடத்தகுந்த தாமதம்' ஏற்பட்டது.

அதைத்தொடர்ந்து வந்த நாட்களில், அழுத்தம் திருத்தமான ஆதாரங்கள் சமர்ப்பிக்கப்பட்டன. இந்த எழுச்சி மற்றும் அதன் பிரதான நிகழ்வுகளுக்கு நேரடி சாட்சியாக இருந்தவர்களிடம் இருந்து சாட்சியங்கள் பெறப்பட்டது. அதேநேரத்தில் அரண்மனைக் கருவூலம், மிர்ஸா முகலின் அலுவலகம், கோட்வால் மற்றும் ராணுவ முகாமில் இருந்து கைப்பற்றப்பட்ட கையெழுத்துப்படிகளின் முக்கியமான வாசகங்கள் முழுவதுமாக வாசித்துக் காட்டப்பட்டன. 'ஒவ்வொரு ஆவணமும் வாசிக்கப்படுகையில் அது சிறைக்கைதியின் வக்கீலிடம் [ஜாஃபரின் வழக்கறிஞரான குலாம் அப்பாஸ்] காட்டப்பட்டு அடையாளம் காணப்பட்டன' என்று எழுதியுள்ளார் பார்வையாளர்களுள் ஒருவரான சார்லஸ் பால். 'இருப்பினும் இதுபோன்ற ஆவணங்கள் இருந்திருக்கின்றன என்பதையே அரசர் மறுத்தார். தான் நிரபராதி என்பதை நீதிமன்றத்திற்கு புரியவைக்கும் வகையில் அதில் கைழுத்திட மறுத்தும், மறுப்பு தெரிவிக்கும் சைகைகளாலும் முயற்சித்துப் பார்த்தார்.' இருப்பினும், சீக்கிரத்திலேயே ஜாஃபரின் கவனம் அலைபாயத் தொடங்கிவிட்டது. 'அரச சிறைக்கைதி இந்த விசாரணைகளை முற்றிலும் முக்கியத்துவம் இல்லாததுபோல் கருதுவதாக தோன்றியது. சிறிதளவே சோர்வுற்றிருந்த அவர் குட்டித்தூக்கத்தால் அந்த சலிப்பில் இருந்து விடுபடுவதாக உணர்ந்தார்' என்று எழுதியுள்ளார் பால்.

> *இருப்பினும், அவ்வப்போது சில குறிப்பிட்ட பத்திகள் வாசிக்கப்படும்போது அவருடைய சோர்வான கண்கள் பிரகாசமடையும், தாழ்ந்திருக்கும் தலையானது அதில் கவனம் செலுத்துவதைக் குறிக்கும் வகையில் நிமிர்ந்திருக்கும்- ஆர்வமில்லாத விஷயங்களின்போது மட்டும் மறுபடி தாழ்ந்துவிடும். உற்சாகத்துடன் காணப்பட்ட அவருடையோ மகனோ எந்தவித வெட்கமும் இன்றி தன்னுடைய தந்தையின் பணியாளர்களுடன் சிரித்துப்பேசி, அரட்டையடித்துக் கொண்டிருந்தான்.*[123]

'மிகவும் திமிர்பிடித்த, இரக்கமில்லாத மற்றும் மரியாதை தெரியாதவராக' காணப்படுபவர் என்று ஓம்மனேவால் கருதப்பட்டிருந்த மிர்ஸா ஜாவன் பக்த் விரைவிலேயே அடுத்தடுத்த விசாரணை அமர்வுகளில் கலந்துகொள்ள அவருடைய சிறை அதிகாரியால் தடை விதிக்கப்பட்டார்.[124] தன்னுடைய அன்புக்குரிய மகன் அருகில் இல்லாமல் அந்த விசாரணைகளில் ஜாஃபர்

காட்டிய ஆர்வம் மிக மிக குறைந்துபோனது. அங்கு வர அவருக்கு தொடர்ச்சியாக உடல்நலமில்லாமல் போனபடியால், சிறைக்கைதியின் உடல்நலமின்மையை காரணமாக வைத்து நீதிமன்றம் அடுத்தடுத்து ஒத்திவைக்கப்பட்டது. பால் குறிப்பிட்டுள்ளதன்படி,

> *அரசர் விசித்திரமாக நடந்துகொண்டார். தான் இருக்கின்ற தீவிரமான நிலையை அவர் கவனத்தில் எடுத்துக்கொள்ளவில்லை. அவ்வப்போது, சாட்சியத்தின் மீதான விசாரணை நடந்து கொண்டிருக்கும்போது அவர் தன்னுடைய ஷால்களில் சுருண்டு கொள்வார். அவருடைய வசதிக்காக போடப்பட்டிருக்கும் மெத்தைகளில் சாய்ந்துகொள்வார். இதுவெல்லாம் அவரைச் சுற்றி நடந்துகொண்டிருக்கும் விசாரணைகளுக்கு அவர் முற்றிலும் சம்பந்தமற்றவரைப் போல் தோன்றச் செய்தது. மற்ற சமயங்களில் அவர் கனவிலிருந்து விழித்தவரைப் போல் சட்டென்று எழுந்து உட்கார்ந்து, விசாரணைக்கு உட்படுத்தப்பட்டிருக்கும் சாட்சியத்தின் ஏதோ ஓர் அறிக்கைக்கு சத்தமாக மறுப்பு தெரிவிப்பார். பிறகு மீண்டும் அவருடைய உண்மையான அல்லது அனுமானிக்கப்பட்ட நினைவிழந்த நிலைக்கே சென்றுவிடுவார். அவர் கவலையே படாமல் கேள்வி கேட்பார். அல்லது சாட்சியத்தில் குறிப்பிடப் பட்டுள்ள சில விஷயங்களுக்கு சிரித்தபடியே விளக்கமளிப்பார்.*
>
> *ஒரு சமயம் நீதிமன்றத்தில் பாரசீகத்துடனான சதித்திட்டங்கள் குறித்த குற்றச்சாட்டைப்பற்றிக் குறிப்பிடுகையில் கேட்கப்பட்ட கேள்வியைப்பற்றி முற்றிலும் அறிந்திராமல், 'பாரசீகர்களும் ரஷ்யர்களும் ஒரே மக்களா' என்று கேட்கும் அளவுக்கு பாதிக்கப்பட்டிருந்தார். சில சமயங்களில் அவர் தன் மீது சுமத்தப்பட்ட எல்லாக் குற்றச்சாட்டுகளுக்கும் தன்னை முழுவதும் நிரபராதி என்றார். வலுக்கட்டாயமாக அங்கே வரவழைக்கப்பட்டிருப்பதன் சோர்வைப் போக்கிக்கொள்வதற்கு ஒரு குழந்தைத்தனமான விளையாட்டைப் போல் தன்னுடைய கைக்குட்டையை மடிப்பதும் பிரிப்பதுமாக தனக்குத்தானே வேடிக்கைக் காட்டிக்கொண்டிருந்தார்.*[125]

பல்வேறு குற்றச்சாட்டுகளுக்கும் பதிலளிக்கையில் ஜாஃபர் ஒரே ஒரு ஒற்றைச் சுருக்கமான, ஆனால் ஆச்சரியப்படவைக்கும் வகையில் ஒரேவிதமான பதிலையே உருதுவில் எழுதிக்காட்டினார். அதாவது இந்த எழுச்சியுடன் தனக்கு எந்தச் சம்பந்தமும் இல்லை என்றதுடன் அப்போதெல்லாம் தான் சிப்பாய்களிடத்தில் நிராதரவான சிறைக்கைதியாக இருந்ததாகவே குறிப்பிட்டார். 'கலகம் பரவுவதற்கு முன்புவரை அந்த விஷயத்தைப்பற்றி தனக்கு எதுவும் தெரியாது' என்கிறது ஜாஃபரின் கூற்று.

நான் அவர்களைப் போய்விடுமாறு கெஞ்சினேன். என்னுடைய சாட்சியமாகிய இறைவன் சத்தியமாகக் கூறுகிறேன், நான் திரு ஃபிரேஸர் அல்லது வேறு எந்த ஐரோப்பியரையும் கொல்லும்படி உத்தரவிடவில்லை. என்னுடைய முத்திரை மற்றும் கையொப்பத்தைப் பெற்றுள்ள உத்தரவுகளைப் பொறுத்தவரை அங்கு வந்து ஐரோப்பிய அதிகாரிகளைக் கொலைசெய்த படைவீரர்கள் என்னைச் சிறைக் கைதியாக்கினார்கள். நான் அவர்களுடைய அதிகாரத்தில் இருந்தேன் என்பதுதான் உண்மையான நிலை. தேவையானது என்று நினைத்த ஆவணங்களை அவர்களே தயார்செய்து அவற்றை என்னிடம் தந்து என்னுடைய முத்திரையை அளிக்கும்படி கட்டாயப்படுத்தினார்கள். பலமுறை முகவரியிடப்படாத வெற்று உறைகளுக்கு மேலே முத்திரையைப் பெற்றுச் சென்றார்கள். அதில் என்னவிதமான ஆவணங்களை அவர்கள் அனுப்புகிறார்கள் என்றோ, யாருக்கு அனுப்புகிறார்கள் என்றோ நான் தெரிந்துகொள்ள வாய்ப்பே இல்லை.

அவர்கள் என்னுடைய பணியாளர்களை ஆங்கிலேயர்களுக்கு கடிதம் அனுப்புவதாகவும், அவர்களோடு கூட்டு வைத்திருப்பதாகவும் குற்றம்சாட்டி வந்தார்கள். என்னைப் பதவிநீக்கம் செய்துவிட்டு மிர்ஸா முகலை அரசராக்குவதாகவும்கூட அறிவித்தார்கள். இதைப் பொறுமையாக பரிசீலித்துப் பார்த்தால் என்னிடம் என்ன அதிகாரம் இருந்திருக்க முடியும்? ராணுவ அதிகாரிகள் இன்னும் சற்று மேலே சென்று ராணி ஜீனத் மஹல் ஆங்கிலேயர்களுடன் நட்புறவு வைத்திருக்கிறார் என்று கூறியதுடன் அவரை சிறைப்பிடித்து வைக்க வேண்டியிருப்பதால் அதற்கு ஏற்பாடு செய்யும்படியும் என்னிடம் கூறினர்.

இவை எல்லாமே கலகக்கார ராணுவத்தால் நடத்தப்பட்டவை. நான் அவர்களுடைய கட்டுப்பாட்டில் இருந்தேன். என்னால் என்ன செய்திருக்க முடியும்? நான் நிராதரவாகிப்போனேன். என்னுடைய பயத்தால் கட்டாயப்படுத்தப்பட்டேன். அவர்களுக்கு வேண்டியதை செய்துகொடுத்தேன். இல்லையென்றால் அப்போதே என்னைக் கொன்றிருப்பார்கள். இது எல்லோருக்குமே தெரியும். என் வாழ்வினால் சோர்வுற்று சிக்கலான சூழ்நிலையில் இருந்தேன். அந்த நிலையில் நான் ஏழ்மையை ஏற்றுக்கொண்டு, மண்பூசிய எளிய ஆடையணிந்து, ஒரு சமயப்பற்றாள பரதேசியாக முதலில் குதுப் சாஹிப் ஆலத்திற்கும், பின்னர் அஜ்மீருக்கும், பின்னர் அஜ்மீரில் இருந்து இறுதியில் மெக்காவிற்கும் செல்வதென்றுதான் தீர்மானித்திருந்தேன்.

நான் அவர்களுடன் கூட்டு சேர்ந்திருந்தேன் என்றால் இவையெல்லாம் எப்படித் தோன்றியிருக்கும்? கலகக்கார ராணுவத்தினர் நடந்துகொண்டதைப் பொறுத்தவரை அவர்கள் எனக்கு வணக்கமே வைத்ததில்லை என்றும், மரியாதை நிமித்தமான எந்தவித அறிகுறியையுமே காட்டவில்லை என்றுகூட கூறலாம். அவர்கள் சிறப்பு பார்வையாளர் கூடத்தில் நடந்துசென்றார்கள். பக்திக்குரிய கூடத்தில் செருப்புக்காலுடனே சென்றார்கள். தங்களுடைய சொந்த எஜமானர்களையே கொலைசெய்த இந்த துருப்புகள் மீது நான் எப்படிப்பட்ட நம்பிக்கையை வைக்க முடியும்? அவர்களைக் கொலைசெய்த அதே முறையில்தான் என்னையும் சிறைப்பிடித்தார்கள். என்மீது ஆதிக்கம் செலுத்தினார்கள். தங்களுடைய செயல்களுக்கான ஓர் அத்தாட்சியாக என்னுடைய பெயரைப் பயன்படுத்திக்கொள்ளவே என்னை வைத்துக்கொண்டார்கள். அந்த துருப்புகள் உயர் அதிகாரத்தில் இருக்கின்ற தங்களுடைய எஜமானர்களையே கொன்றதைப் பார்க்கும்போது ஒரு ராணுவமோ, கருவூலமோ இல்லாத நான் எப்படி அவர்களைத் தடுத்திருக்க முடியும்? என்னுடைய சாட்சியாகிய இறைவனுக்குத் தெரியும், நான் வெறும் உண்மையை மட்டும்தான் எழுதியிருக்கிறேன் என்று![126]

ஜாஃபர் மிகவும் தீவிரமான, திட்டமிட்ட சட்டப் பிரதிவாதங்களை அடுக்கவோ அல்லது எந்த ஒரு சாட்சியத்தையும் குறுக்கு விசாரணை செய்வதை தேர்ந்தெடுக்கவோ முயற்சிக்காததே அரசு தரப்பிற்கு சாதகமாகப் போய்விட்டது. விசாரணை நீண்டுகொண்டே சென்றதாலும், சமர்ப்பிக்கப்பட்ட சாட்சியங்கள் மற்றும் ஆதாரங்களின் அளவு அதிகப்படியாக இருந்ததாலும் ஏற்பட்ட சோர்வினால் அரசுத்தரப்பு வழக்கின் பிரதான சாராம்சம் கேலிக்கூத்தாக மாறியதென்பது மென்மேலும் தெளிவுபடத் தொடங்கியது. ஜாஃபரை விசாரிக்க அந்த நீதிமன்றத்திற்கு அதிகாரம் இருக்கிறதா என்ற மிகப்பெரிய கேள்விக்கும் அப்பால் அரசு வழக்குரைஞரான மேஜர் ஹாரியட் இப்படிப்பட்ட தெளிவுபடத்தக்க பலவீனங்களை வைத்து இதனை ஒரு யூகவாத வழக்காக உருவாக்கினார் என்பதுடன் அந்த எழுச்சி எதற்கானது என்ற புரிதலின்மையால் பிரிட்டிஷ் நோக்கர்கள் யாருமே அந்த விசாரணை விவரங்களை வைத்துக்கொள்ளாததும்கூட அவருடைய வாதத்தை நம்பத் தொடங்குவதற்கு தூண்டுதலாக இருந்திருக்கலாம்.

கான்ஸ்டான்டைன்நோபிள், மெக்கா மற்றும் ஈரானில் இருந்து செங்கோட்டையின் சுவர்கள்வரை நீண்டிருக்கும் சர்வதேச முஸ்லிம் சதித்திட்டத்திற்கு பின்னணியில் இருக்கும் தீய மேதையும், மைய அச்சும் ஜாஃபர்தான் என்பதை ஹாரியட் தொடர்ந்து வலியுறுத்தி வந்தார். அவருடைய நோக்கமே பிரிட்டிஷ் பேரரசை அகற்றிவிட்டு அந்த இடத்தில்

முகலாயர்களை அமர வைப்பதுதான் என்று ஹாரியட் அறிவித்தார். எழுச்சியானது அதிகப்படியான ஹிந்து சிப்பாய்களுக்கிடையில்தான் முதலில் உருவானது என்பதுடன் உயர் ஜாதி ஹிந்து சிப்பாய்களே சண்டையிடும் படையில் பெரும்பகுதியினராக இருந்தனர் என்ற எல்லா ஆதாரங்களுக்கு முரணாகவும், சிப்பாய்கள், ஜிஹாதிகள், பாரசீக ஷியா முஸ்லிம்கள் மற்றும் டெல்லியின் சன்னி முஸ்லிம்கள் ஆகியோருக்கு இடையில் தெள்ளத்தெளிவாக காணப்பட்ட வேறுபாடுகளை அறியாமலும், ஜாஃபரின் தீவிரவாத இஸ்லாமிய வம்சாவளி லட்சியங்களை சுற்றியுள்ள இந்த சதிகார சக்திகளின் கூட்டமைப்பினுடைய தயாரிப்புதான் இந்தக் கலகம் என்று மேஜர் ஹாரியட் வாதிட்டுக்கொண்டிருந்தார். '1857 ஆம் வருடத்திய பயங்கரமான பேரழிவுகளுக்கு முஸல்மான் சதித்திட்டங்களையும், முகம்மதிய சதியாலோசனையையுமே நாம் காரணம் கூறலாம். கிளர்ச்சியாளர்கள் உங்கள் வசம் உள்ள சிறைக்கைதியுடன் உடனடியாக தொடர்பு கொண்டார்கள்' என்று வாதிட்டார் ஹாரியட்.

மிகத் துவக்கத்தில் இருந்தே இந்த சதித்திட்டமானது சிப்பாய்களோடு நிறுத்திக்கொள்ளப்படவில்லை. அவர்களிடம் இருந்து தோன்றவும் இல்லை. ஆனால், அது தன்னுடைய எதிர்விளைவுகளை நகரத்திலும், அரண்மனை முழுவதிலும் கொண்டிருந்தது. [ஜாஃபர்தான்] டெல்லியில் இருந்த கலகக்காரர்களின் முன்னணித் தலைவர். மனித மனதில் கௌரவத்துடன் தொடங்கிய எல்லா உணர்வுகளும் மரணித்துப் போக, இந்த சருகாகிப்போன நச்சுத்தன்மையின் உருவகமானது அவரைச் சுற்றியிருந்த போக்கிரிகளின் குழுவுக்கு தகுதியில்லாத மையமாக இருந்திருக்கவே முடியாது. எவ்வளவு விரைவாகவும், எவ்வளவு ஆழமாகவும் இந்த [இஸ்லாமிய] பூசாரித்தனம் இந்த விஷயத்தில் ஆர்வம்காட்டி தன்னை ஈடுபடுத்திக்கொண்டது என்பதையும், இந்த சதித்திட்டமானது எந்தளவுக்கு முழுமையாகவும் நேரடியாகவும் முகம்மதிய குணவியல்பாக இருந்திருக்கிறது என்பதையும் நாம் பார்த்தோம்.

[ஜாஃபர்தான் அசலான தீர்மான முன்மொழிவாளர். இந்த நடவடிக்கையின் தலைமையும் முன்னிலையும் மட்டுமல்லாது ஒப்புதல் அளிக்கும் கருவியும் அவர்தான் எனும்போது. பழிபாவத்திற்கு அஞ்சாத, ஆனால் ஒரு வளைந்து கொடுக்கும் கைப்பாவையாக மதவெறியை மேம்படுத்துவதற்கான பூசாரித்தன சூழ்ச்சியால் பயிற்றுவிக்கப்பட்டவர்தானே அவர்? நிறையபேர் பிந்தைய விஷயத்துடன் உடன்படுவார்கள் என்று நம்புகிறேன். முகம்மதிய வெறித்தனத்தின் அறியப்பட்ட ஓய்வில்லாத ஆவியே முதலாவதாக தாக்கியது. பழிகுணமுள்ள அந்த குறிப்பிட்ட

நம்பிக்கையின் சகிப்பின்மையே ஆதிக்கம் செலுத்தப் போராடியது. கிளர்ச்சியைத் தூண்டும் சதியாலோசனைகளே அதன் வழிமுறைகள். இந்தக் கைதி அதனுடைய சுறுசுறுப்பான கூட்டாளி. சாத்தியமுள்ள எல்லாக் குற்றங்களும் மோசமான முடிவை எட்டுவதற்கு காரணமானவர். முகம்மதியவாதத்தின் வெறியார்வம் தன்னுடைய சாத்தானிய செயல்பாடுகளுடனே நம்மை எல்லாவிடத்திலும் எதிர்கொண்டது.[127]

இந்த எழுச்சியானது உண்மையில், தங்களுடைய நம்பிக்கை மற்றும் தர்மத்திற்கு அச்சுறுத்தலாக இருக்கும் என்று கருதப்பட்ட ராணுவம் சார்ந்த வருத்தங்களுக்கு எதிராக எதிர்வினையாற்றிய மேல்தட்டு ஹிந்து சிப்பாய்களால் தொடங்கப்பட்டது என்பதற்கான எல்லா அறிகுறியையும் காட்டியது. அதன் பின்னர் அது நாடு முழுவதும் வேகமாக பரவியது. மூர்க்கத்தனமான அலட்சியம் மற்றும் பகுத்தறிவற்ற பிரிட்டிஷ் கொள்கைகளால் அந்நியமாக்கப்பட்ட, மனதளவில் புண்பட்டு சிதறிப்போயிருந்த மற்ற குழுக்களையும் கவர்ந்தது. இவர்களில் முகலாய அரசவை மற்றும் டெல்லிக்கு வந்த பல முஸ்லிம் தனிநபர்களும் காஃபிர் எதிரிக்கு எதிராக ஒன்றிணைந்து குடிமக்கள் ஜிகாதிகளாக சண்டையிட்டனர். மாற்றுக்கருத்தை ஏற்காத மற்றும் இஸ்லாமிய பேரச்சமுள்ள ஹாரியட்டின் வாதமானது இந்த சிக்கலான விஷயத்தை மிகவும் எளிதாக்கி சுலபமாக புரிந்துகொள்ளக்கூடிய ஒன்றாக்கியிருக்கலாம். முற்றிலும் புனைவாக்கப்பட்டது என்று வைத்துக்கொண்டால், வெளிப்படையாகத் தெரியும், பிடிபட்டிருந்த வெறுப்புருவம் மையத்தில் இருக்க, உலகளாவிய முஸ்லிம் சதித்திட்டமானது தன்னுடைய பழிவாங்கும் நடவடிக்கையை மேற்கொண்டிருக்கிறது என்றே சொல்ல வேண்டும்.

இந்த எளிதாக்கப்பட்ட விஷயம் ஏதுமறியாத, பிரிட்டனில் உள்ள அடிப்படைவாத தேசபக்த வாசகர்களை நிச்சயமாக கவர்ந்திழுக்கவே செய்தது என்ற நிலையில், இந்த வாதம் முற்றிலும் பிழையானது என டெல்லியில் உள்ள எல்லோருக்குமே தெரியும். சொல்லப்போனால் வெறுக்கப்பட்ட 'பண்டீக்களில்' குறைந்தது 65 சதவிகிதம் உயர்-ஜாதி ஹிந்துக்கள் என்ற நிரூபிக்கப்படக்கூடிய உண்மையையும் குறைத்து மதிப்பிட்டுவிட முடியாது. பிப்ரவரி 3 ஆம் தேதியன்றைய விசாரணையின்போது, சிப்பாய்களுக்கும் ஜாஃபருக்கும் இடையில் முன்கூட்டியே நிலவிய தொடர்புகளை நிரூபிக்கும் வகையில் 1853 ஆம் ஆண்டில் ஜாஃபருக்கு முன்பாக வந்த ஒரு டஜன் சிப்பாய்கள் தாங்கள் அவருடைய ஆன்மீக மாணவராக இருக்கலாமா என்று கேட்டுள்ளனர் என்ற குறிப்பை நோக்கித் தாவுகிறார் ஹாரியட். இது யதார்த்தத்தில், மதப்பற்று கொண்ட சிலரால் ஜாஃபர் மாயதீதமான ஆன்மீக சக்திகளைப் பெற்றுள்ள ஒரு புனித சூஃபி பிர் என்றே நடத்தப்பட்டிருக்கிறார் என்பதைத் தவிர

வேறொன்றுமில்லை. ஆனால், இது ஹாரியட்டைப் பொறுத்தவரையில் கலகப்பரவலுக்கு குறைந்தது மூன்றரை வருடங்களுக்கு முன்பாகவே ராணுவத்தை நெறிபிறழச் செய்யும் வேலையில் ஜாஃபர் மும்முரமாக ஈடுபட்டிருந்தார் என்பதற்கான முக்கிய ஆதாரமாகும்.[128]

அரசுத்தரப்பின் குற்றச்சாட்டு முட்டாள்தனமானது என்பதிலும், இந்திய சமூகத்தின் சிக்கல்களையோ அல்லது இந்த எழுச்சிக்கு வழியமைத்த பல்வேறு மனவருத்தங்கள் குறித்தோ முற்றிலுமாக புரிந்துகொள்ளவே இல்லை என்பதிலும் தெள்ளத்தெளிவாக இருந்தவர்களில் ஓம்மனேயும் ஒருவராவார். 'என்னுடைய அபிப்பிராயப்படி இந்தக் கலகப்பரவலுக்கு முஸல்மான்கள் தோற்றுவாயாக இருந்தனர் என்பது ஒரு பொய். கம்பெனியின் பூர்வகுடி ராணுவத்தில் நிலவிய உணர்வுநிலை எந்த வகையிலும் ஹாரியட்டின் கோட்பாட்டுடன் பொருந்தாது. ராணுவத்தில் இருந்த சிப்பாய்கள் தங்களுக்கு அதிகாரம் இருப்பதைக் கண்டார்கள். இந்த நாட்டை வெற்றிகொள்ள முயற்சிப்பதற்கு தீர்மானித்தார்கள். முஸல்மான்கள் இந்த ராணுவத்துடன் சேர்ந்துகொண்டதால் இந்தக் கிளர்ச்சியின் தோற்றுவாய் முஸல்மான்தான் என்று எந்த வகையிலும் நிரூபணமாகாது.'[129]

உண்மையில், சாட்சியங்கள் அடுத்தடுத்து வந்துகொண்டிருக்க, ஒருங்கிணைந்த எழுச்சிக்கு இருந்திருக்கக்கூடிய எந்த ஒரு திட்டம் குறித்தும் ஜாஃபருக்கு எதுவுமே தெரியாது என்பதும், டெல்லியில் உள்ள தன்னுடைய குடிமக்களைக் காப்பாற்ற முயற்சி செய்ததைத் தவிர அவர் வேறு எதையுமே செய்யவில்லை என்பதும் மேலும் தெளிவானது. 'இது கான்பூரில் நானா நடத்திய படுகொலையை ஜாஃபர் கண்டித்தார் என்று நான் சேகரித்த விவரங்களைப் போன்றே இருக்கிறது. படைவீரர்களின் வன்முறை மற்றும் மேன்மக்களின் அராஜகங்களில் இருந்து டெல்லி மக்களைக் காப்பாற்றுவதற்கும், குஜார்களின் கொள்ளைகளில் இருந்து நாட்டு மக்களைக் காப்பாற்றுவதற்கும் அவர் மிகக் கடுமையாக முயற்சி மேற்கொண்டார் என்பதற்கு அபரிமிதமான ஆதாரங்கள் இருக்கின்றன' என்று எழுதியுள்ளார் இந்த விசாரணைப் பார்வையாளர்களுள் ஒருவரான திருமதி மியூட்டர்.

கிளர்ச்சியை கட்டுப்படுத்துவதற்கான ஆற்றல் இல்லாமலும், சுற்றி நடக்கின்ற குரூரங்களை அடக்கியாள்வதற்கான படை இல்லாமலும் அவற்றின் சுழலில் சிக்கிச் சிதறிய இந்தக் கிழவர் எவ்வளவு பரிதாபத்திற்குரியவர் என்பது தெளிவாகத் தெரிகிறது. பல்வேறு மனுக்களும் அரசரின் கவனத்திற்கு மொழியாக்கம் செய்யப்பட்டுள்ளன. அவைகுறித்து அவர் கூறிய பெரும்பாலானவை தெள்ளத்தெளிவாக இருக்கின்றன. அவருடைய புகார்கள் எல்லாம் சிப்பாய்களின் மூர்க்கத்தனங்கள் பற்றியதே ஆகும். அவருக்காக தயார்செய்யப்பட்ட படுக்கையில் இருந்த

முட்களை அவர் மிகத் துல்லியமாக அறிந்திருக்கிறார். அவர் வெறும் கைப்பாவை.

தைமூர் மாளிகையின் இறுதியானவரை நடத்திய விதத்தில் நமது நாடு அதன் இயல்பான பாரபட்சமற்ற தன்மையைத்தான் காட்டியிருக்கிறது என்று என்னால் நினைக்க முடியவில்லை. நமக்கு முன்பாக எப்போதும் இருந்துகொண்டிருக்கும் உண்மையைத்தான் நாம் பின்பற்றியாக வேண்டும். அதாவது நம்முடைய ராணுவம்தான் இந்த நாட்டைத் தீக்கிரையாக்கியது - நம்முடைய துணிவின்மைதான் இந்த அழிவுக்கு காரணமாகியது. இந்தக் கிளர்ச்சி ஒரு முன்னூகிக்க முடியாத நிகழ்வு என்று கூறி நாம் இதிலிருந்து விடுபட்டுவிட முடியாது.

அரசர் மீது எய்யப்பட்ட அற்பத்தனம் மற்றும் கண்டனங்களுக்கு மத்தியில், சாட்சியம் அளிப்பதற்கு அழைக்கப்பட்டபோது பல சாட்சிகளும் நடந்துகொண்ட விதமே எனக்கு மனத்திருப்தி அளிப்பதாக இருக்கிறது. படுக்கையில் கிடக்கும் ஒரு பாவபட்ட உருவத்திற்கு முன்பாக தங்கள் கைகளை கட்டிக்கொண்டு தரையைப் பார்த்தபடி அவரை 'இந்த உலகின் ஆட்சியாளர்' என்று அழைத்து, விசாரணைக் குழுவினருக்கு முன்பாக தம் காட்டி (கீழானவர்கள் மற்றும் வேலைக்காரர்களை அழைப்பதற்கு மட்டும் பயன்படுத்தும் முறை) நிற்கின்ற அவர்கள், கொலை தண்டனை நிறைவேற்றுவதற்கு தலையசைத்தாலே போதும் என்கிற நிலையில் இருக்கும் நீதிமன்றத்திற்கு அளிக்க மறுத்த மரியாதையை அந்த அதிகாரமற்ற கிழவரிடத்தில் அனுசரித்து நின்றார்கள்.[130]

இந்த விசாரணை இரண்டு மாதங்களுக்கு இழுத்தடிக்கப்பட்டது. ஜாஃபரின் உடல் நலக்குறைவினாலேயே அடுத்தடுத்து ஒத்திவைக்கப்பட்டது. ஒருசமயம் வேதனையால் முனகிக்கொண்டிருந்த நிலையிலேயே பேரரசர் நீதிமன்றத்திலிருந்து அழைத்துச் செல்லப்பட்டார். விசாரணையின் ஆரம்பகட்டத்தில் அவருடைய முகத்தில் கவலையும் அச்சமும் படர்ந்திருந்தது. ஆனால், சில வாரங்கள் சென்றபின்னர் 'அது பலமடங்கு வெறுமையானது. அவர் அக்கறையற்றுப் போனார். மயங்கிய நிலையிலேயே காணப்பட்டார். விசாரணையின் முக்கியத்துவம் வாய்ந்த பகுதிகளில் அவருடைய கண்கள் மூடியே இருந்தன.'[131]

நீதிமன்ற அறையில் கூடியிருந்த கூட்டத்திற்கு முன்பாக ராணுவ நீதிபதி கடைசியாக மார்ச் 9, காலை 11 மணிக்கு அமர்ந்தபோது ஹாரியட் தன்னுடைய பேச்சை பேசிமுடித்தார். இரண்டரை மணிநேரத்திற்கு அவர் மீண்டும் அந்த எழுச்சியானது ஒரு சர்வதேச இஸ்லாமிய சதித்திட்டம் என்ற கோட்பாட்டை விரிவாக விளக்கினார். 'நான் இங்கு

ஒரு விஷயத்தை சுட்டிக்காட்ட விரும்புவது என்னவென்றால்,' என ஆவேசமாக தொடங்கினார் அவர், 'இந்த சதித்திட்டத்தின் அமைப்புடன், அதன் தலைவராகவோ அல்லது அதனுடைய பழிபாவத்திற்கு அஞ்சாத கூட்டாளியாகவோ, இந்தியாவில் உள்ள முகம்மதிய நம்பிக்கையின் தலைவராக அதனுடன் எந்தளவுக்கு அவர் நெருக்கமான உறவு கொண்டிருக்கிறார் என்பதைத்தான்...'

முகம்மதிய ராஜதுரோகம் குறித்து நிரூபிக்கப்பட்டவற்றைத் தொடர்ந்து, பின்னர் என்னுடைய பேச்சைக் கேட்டிருக்கக்கூடிய யாரும் ஆழ்ந்து திட்டமிடப்பட்ட, சிறப்பாக ஏற்பாடு செய்யப்பட்ட சதித்திட்டத்துடன் அதற்கு ஏதும் சம்பந்தமில்லை என்று யாராவது நம்ப முடியுமா என்ன? நம்முடைய நீட்டிக்கப்பட்ட விசாரணைகளின்போது நம்மால் வெளிக்கொணர முடிந்த பல்வேறு சூழ்நிலைகளின் கடந்தகாலத்தையும் நாம் பார்த்தால் அதனுடன் சம்பந்தப்பட்ட எல்லாவித முக்கிய நிகழ்வுகளிலும் முகம்மதியர்கள் நேரடியாக சம்பந்தப்பட்டிருக்கிறார்கள் என்பதை நம்மால் பார்க்க முடியும்.

போலியான தொலைநோக்குப் பார்வையும், மாயாதீத சக்திகளும் கொண்ட ஒரு முகம்மதிய மதகுரு - அவருடைய முட்டாள்தனமான கூட்டாளியாகிய ஒரு முகம்மதிய அரசர் - பாரசீகம் மற்றும் துருக்கிய முகம்மதிய அதிகாரத்திற்கான ஒரு மறைமுக முகம்மதிய தூதரகம் - நம்முடைய அதிகாரம் வீழ்ச்சியுறும் என்ற முகம்மதிய தீர்க்கதரிசனங்கள் - முகம்மதிய கூலிக்கொலைகாரர்களால் நடத்தப்பட்ட ரத்தத்தை உறையவைக்கும் கொலைகள் - முகம்மதிய ஏறுமுகத்திற்காக நடத்தப்பட்ட ஒரு மதவாதப் போர் - சீர்கெட்டுப்போய் உற்சாகப்படுத்திய ஒரு முகம்மதிய பத்திரிக்கை - மற்றும் முகம்மதிய சிப்பாய்கள் என எல்லோரும் சேர்ந்துதான் இந்தக் கிளர்ச்சியைத் தொடங்கியிருக்கிறார்கள். நான் சொல்வேன், ஹிந்துயிஸம் இவை எங்கிலும் பிரதிபலிக்கவோ அல்லது பிரதிநிதித்துவம் செய்யவோ இல்லை.[132]

பின்பு ஒரு முடிவுரைப் பத்தியையும் இதனுடன் சேர்த்திருக்கும் ஹாரியட் இந்த எழுச்சியானது கிறிஸ்துவ மிஷனரிகளுடன் எந்தவகையிலும் சம்பந்தப்பட்டிருக்கிறது என்ற கருத்தாக்கத்தையே விமர்சித்தார். ஏற்கனவே சிலர் கூறியிருப்பதைப் போன்றே, 'கிறிஸ்துவைப் பின்பற்றுவர்களைப் பெறுவதற்காக ஒரு வெளிப்படையான மூடிமறைக்கப்படாத முயற்சியானது பூர்வகுடியினரின் எந்தப் பகுதியினராலும் கண்டனத்திற்குரிய வகையில் பார்க்கப்பட்டதே இல்லை என்பதை நான் அறிவேன். தனக்கே உரித்தான தூய்மையான ஒளியுடன் கிறிஸ்துவம்

பார்க்கப்படும்போது அது பூர்வகுடியினரிடத்தில் அச்சத்தை ஏற்படுத்தியதே இல்லை.'[133]

மதியம் 3 மணிக்கு சற்று முன்பாக தங்களுடைய தீர்ப்பை பரிசீலிப்பதற்காக நீதிபதிகள் அங்கிருந்து நீங்கினர். சில நிமிடங்களுக்குப் பின்னர் திரும்பி வந்த அவர்கள், ஜாஃபர் 'தனக்கெதிராக முன்வைக்கப்பட்ட எல்லா குற்றச்சாட்டுகளுக்கும்' பொறுப்பாவார் என்று ஒருமித்தமாக அறிவித்தனர்.

வழக்கமாக, இதுபோன்ற தீர்ப்பிற்கு 'துரோகம் மற்றும் கொடும் பாதகம்' என்ற அடிப்படையில் மரண தண்டனையே விதிக்கப்படும் என்று குறிப்பிட்டுள்ளார் அவர்களின் தலைவர். இருப்பினும், ஹட்ஸன் அவருடைய உயிருக்கு உத்திரவாதம் அளித்ததன் காரணமாக அத்தகைய தண்டனையளிப்பதற்கு சாத்தியமில்லை. பதிலாக, ஜாஃபருக்கு 'மீதமுள்ள தன் வாழ்நாளை அந்தமான் தீவுகளிலோ அல்லது அவையில் இருக்கும் கவர்னர் ஜெனரலால் தேர்ந்தெடுக்கப்படக்கூடிய எந்த இடத்திலுமோ கழிக்க வேண்டும்' என தண்டனை விதிக்கப்படுகிறது.[134]

இதைத்தொடர்ந்து ஏழு மாத காலதாமதம் ஏற்பட்டது. ஜாஃபரை நாடுகடத்துவதற்கான பொருத்தமான இடத்தை பிரிட்டிஷார் கண்டுபிடிக்க முயற்சித்த சமயத்தில் டெல்லி, கல்கத்தா, ரங்கூன், அந்தமான் தீவுகள் மற்றும் கேப் காலனிக்குகூட மாறி மாறி கடிதப்போக்குவரத்துகள் நடந்தபடியே இருந்தன. கிழக்கத்திய ஹிந்துஸ்தானத்தின் கிளர்ச்சி அதிகரித்து காணப்பட்ட சில பகுதிகளில் சண்டை முழுவதுமாக நிறுத்தப்படுவதற்கு முன்பே ஜாஃபரை நாட்டிலிருந்து அனுப்பிவிட்டால் அவரை மீட்பதற்கான முயற்சிகள் மேற்கொள்ளப்படலாம் என்ற கவலைகளும் உருவாகியிருந்தன.

இறுதியாக, 1858, செப்டம்பர் மாத முடிவில் ஜாஃபரை டெல்லியில் இருந்து அனுப்பிவைப்பதற்கு அதுதான் சரியான சமயம் என்று முடிவு செய்யப்பட்டது. அப்போதும்கூட அவர் இறுதியாக சென்று சேரவேண்டிய இடம் எது என்று முடிவுசெய்யப்படவில்லை. அவருடைய நாடுகடத்தலுக்கு ஓம்மனே உடன்செல்வார் என்பதுடன் அரச கைதியானவர் (ஜாஃபர் அப்போது அப்படித்தான் குறிப்பிடப்பட்டார்) செல்லும் வழியில் யாருடனும் தொடர்புகொள்ளவில்லை என்பதையும் உறுதிப்படுத்திக்கொள்வார்.[135]

அக்டோபர் மாதம் 7 ஆம் தேதி, காலை நான்கு மணிக்கு, பாபர் முதன்முதலாக அந்த நகரத்தை வெற்றிகொண்டதில் இருந்து 332 வருடங்களுக்குப் பின்னர், கடைசி முகலாயப் பேரரசர் டெல்லியில்

இருந்து ஒரு மாட்டு வண்டியில் புறப்பட்டார். அவருடன் அவருடைய மனைவிகள், அவருடைய மீதமுள்ள இரண்டு பிள்ளைகள்,* ஆசைநாயகிகள் மற்றும் சேவகர்கள் என இவர்கள் மொத்தம் முப்பத்தியோரு பேருடனும் பாதுகாவலாக 9 ஆவது ஈட்டிப் படைப்பிரிவு, ஒரு குதிரைப் படைப்பிரிவு ஆகியவற்றுடன் இரண்டு பல்லக்குகள் மற்றும் மூன்று பல்லக்கு வண்டிகள் உடன்சென்றன. அந்தப் பயணம் ஜாஃபரிடமிருந்துகூட, ரகசியமாக வைக்கப்பட்டது. ஒருநாள் அதிகாலை 3 மணிக்கு ஓம்மனேயால் படுக்கையில் இருந்து எழுப்பப்பட்ட அந்தக் கிழவரிடம் புறப்படத் தயாராகும்படி சொல்லும் முன்னர் அவருக்கு எதுவுமே தெரியாது.

'அவர் முடிந்தவரை சீக்கிரமாக அப்புறப்படுத்தப்பட்டார்' என்று அதற்கு அடுத்து வந்த வாரத்தில் தன்னுடைய மாமியாருக்கு எழுதியுள்ளார் மெதில்டா சாண்டர்ஸ். 'எல்லாம் ரகசியமாக வைக்கப்பட்டது. இருந்தாலும் சார்லஸ் சாண்டர்ஸிற்கு இது முன்னமே தெரியும். மூடு வண்டிகள், பல்லக்குகள், மாட்டு வண்டிகள் மற்றும் முகாம் துணிகளுக்கு ஆகும் செலவிற்கான பணத்தையும் அவர் முன்னமே பெற்றிருந்தார்.'

> *முன்திட்டமிடலிலும் ஏற்பாடுகளிலும் எதுவும் தவறவிடப்படாத நிலையில் அன்று காலை 3 மணிக்கு பிரியத்திற்குரிய தோழர் [சாண்டர்ஸ்] கோட்டையில் இருந்த தன்னுடைய படுக்கையில் இருந்து வெளியேறி தன்னுடைய உதவியாளர் திரு ஓம்மனே மூட்டை முடிச்சுகளை கட்டுவதற்கு உதவிசெய்தார். காலை 4 மணிக்கு ஈட்டிப்படைப் பிரிவை தயார் செய்துவிட்டு அந்த நாட்டை விட்டுச் செல்லும் அவர்கள் படகுப் பாலத்தில் பாதுகாப்பாக செல்வதைப் பார்த்தார். அரசர் டெல்லியைவிட்டு நீங்கினார். அவருடன் அவருடைய இரண்டு ராணிகள், அவருடைய இரண்டு இளம் மகன்கள், அதில் இங்கேயே இருந்துவிடுவதற்கான வாய்ப்பிருந்தும் அரச குடும்பத்தின் விதியை பங்கிட்டுக் கொள்வதென்று முடிவுசெய்த மூத்தவரின் [ஜாவன் பக்த்] மனைவி என அனைவரும் உடன்சென்றனர்.*

மேற்கொண்டு அவருடைய குறிப்பின்படி: 'அவர்கள் போவதைப் பார்க்க எந்தக் கூட்டமும் கூடவில்லை. அந்த அதிகாலைப் பொழுது முற்றிலும் சலனமற்று அமைதியாக காணப்பட்டது.'[136]

* மிர்ஸா ஜாவன் பக்திற்கும் மேலாக பிரிட்டிஷ் படுகொலையில் அந்தக் குடும்பத்தில் மற்றொருவரும் எஞ்சியிருந்தார். அவர் ஜாஃபரின் மிக இளைய மகன் மிர்ஸா ஷா அப்பாஸ். அவர் ஜாஃபரின் ஆசைநாயகியான முபாரக் உன்னிஸாவிற்கு 1845 இல் விதிமுறைக்கு புறம்பாக பிறந்தவராவார். இவ்வகையில் ஜாஃபருடனும் தன்னுடைய தாயாருடனும் அவர் டெல்லியை விட்டுப் புறப்படும்போது அவருடைய வயது பதிமூன்று.

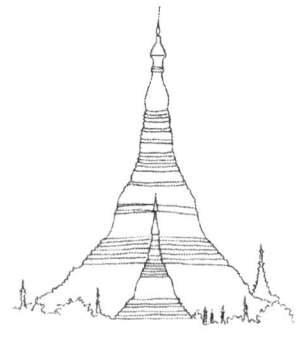

12
மகத்தான முகலாயர்களில் இறுதியானவர்

'முன்னாள் அரசரும், மற்ற கைதிகளும் பயணத்தில் மிக நன்றாகவே ஒத்துழைத்தனர். அவர்கள் எல்லோருமே மிக நல்ல மனநிலையில்தான் இருக்கிறார்கள். தினசரி காலை 8 மணிக்கெல்லாம் கைதிகளை அவர்களுடைய குடில்களில் சௌகரியமாக தங்க வைத்துவிடுகிறேன். தினமும் அதிகாலை 1 மணிக்கு [அன்றைய தின அணிவகுப்பிற்கு] அவர்களை எழுப்புவதுதான் சற்றே சிரமமாக இருக்கிறது' என்று அக்டோபர் 13 அன்று தெரிவித்துள்ளார் லெப்டினெண்ட் ஓம்மனே.¹

வெளியே செல்வது, ஊர்வலங்கள் மற்றும் பயணங்களில் ஜாஃபருக்கு எப்போதுமே மகிழ்ச்சியான ஆர்வம் இருந்தது. தன்னுடைய இளமைப்பருவத்தில் டெல்லியை சுற்றியுள்ள நாட்டுப்புறப் பகுதிகளில் வேட்டைக்குச் செல்வதே அவருடைய முதன்மையான கேளிக்கைகளுள் ஒன்று. தன்னுடைய முதிய வயதிலும்கூட மெஹ்ருலியில் உள்ள அவருடைய கோடைக்கால அரண்மனையில் இருக்கும்போது பருவமழை தொடங்கிவிட்டால் தெற்குப் பகுதியில் இருக்கும் காட்டில் அவருடைய வேட்டைப் பயணங்களை நீட்டிப்பதற்கான வாய்ப்பாக அது அமைந்துவிடும். ஆனால், அவருடைய வாழ்நாளில் தன்னுடைய அரண்மனையில் இருந்து அவர் ஒன்று அல்லது இரண்டு நாட்களுக்கும் அதிகமாக பயணம் செய்ததே இல்லை. எழுச்சியும் முற்றுகையும் கொடுத்த கடுமையான மன அழுத்தம், சிறைபிடிக்கப்பட்டு விசாரிக்கப்பட்டதனால் ஏற்பட்ட அவமானம் ஆகியவற்றால் இந்த நாடுகடத்தலுக்கான பயணம் அவருக்கு ஒரு முழுமையான விடுமுறைக்காலமாக இல்லாவிட்டாலும், அது கடந்த பதினெட்டு மாதங்களில் அவர் அனுபவித்த அதிர்ச்சிகளில் இருந்து மீள்வதற்கான, ஒப்பீட்டுரீதியில் ஒரு விடுதலையாகவாவது இருந்தது.

அந்தக் குழு பாதுகாப்புப் படையுடன் பயணித்தது. ஒரு முன்வரிசை ஈட்டி ஏந்திய காலாட்படை பிரிவு பாதுகாப்பிற்காக அவர்களுக்கு முன்னால் சுறுசுறுப்பாக சென்றுகொண்டிருந்தது. பின்னர் ஜாஃபரையும் அவருடைய இரண்டு மகன்களையும் சுமந்தபடி, நாலாபக்கமும் ஈட்டியேந்திய வீரர்கள் புடைசூழ விதானத்தால் மூடப்பட்ட பல்லக்கு வண்டி வந்துகொண்டிருந்தது. அதற்கும் பின்னால் பர்தாவால் மூடப்பட்டு வந்துகொண்டிருந்த வண்டியில் ஜீனத் மஹல், மிர்ஸா ஜாவன் பக்தின் இளம் மனைவியான நவாப் ஷா ஜமானி பேகம் மற்றும் அவருடைய அம்மா முபாரக் உன்னிஸா ஆகியோர் இருந்தனர். மூன்றாவதாக வந்த வண்டியில் அரசி தாஜ் மஹல், அவருடைய திருநங்கையான குவாஜா பாலிஷ் (அதாவது மென்மையான மெத்தை என்ற பொருள்படியான) என்று அழைக்கப்பட்ட 'ஓர் அமைதியான அப்பாவி' உட்பட தன்னுடைய உதவியாளர்களுடன் வந்துகொண்டிருந்தார்.[2] அதற்குப் பின்னால் வந்த 'சாய்த்து வைக்கப்படக்கூடிய, காளைகள் பூட்டிய ஐந்து வெடிப்பொருள் வண்டிகளில்' ஆண் பெண் பணியாளர்களும், ஜாஃபரின் அந்தப்புரப் பெண்களும், ஈட்டி வீரர்கள் பாதுகாவலுடன் ஒவ்வொரு வண்டியிலும் நான்குபேர் என்ற எண்ணிக்கையில் வந்துகொண்டிருந்தனர்.

படகுப்பாலத்தில், பண்டக வண்டிகளுள் ஒன்று, ஜாஃபரின் ஆசை நாயகிகள் இருந்த வண்டிகளுள் ஒன்றை யமுனை ஆற்றிற்குள் தள்ளிவிட இருந்த ஒரு நெருக்கமான விபத்தைத் தவிர வேறு எந்த மனக்குறைகளோ புகார்களோ எழவில்லை. அந்தக் குடும்பத்தினரே தங்களுடைய முகமாமிற்கு செல்வதற்கான ஓம்மனேயின் ஏற்பாடுகளை உடன்பாட்டுடன் ஏற்றுக்கொண்டிருந்தனர். 'ஜாஃபருக்கும் அவருடைய மகன்களுக்கும் ஒரு மலைமுகட்டு குடில்' பெண்களுக்காக 'குன்னத் [படுதாக்களின் திரையால் ஆன ஜெனானா] மூடுகைகளால் ஆன ஒரு படைவீரர் குடில்.'[3] காலநிலை அருமையாக இருந்தது - காலையும் இரவும் குளிர்ச்சியாக இருக்க, பகல்பொழுது பளிச்சென்று கதகதப்பாக இருந்தது - அத்துடன், கான்பூருக்கு வந்தவுடன் அந்தக் குழுவில் இருந்த முகலாயர்கள் முதல்முறையாக நீராவி ரயிலைப் பார்த்தபோது வியப்பில் ஆழ்ந்தார்கள். நடைமேடையில் இருந்த இசைக்குழு 'தி இங்கிலீஷ்மேன்' என்ற இசைக்கோவையை ஒலிக்க, 'தன்னுடைய பயணிகளை ஏற்றிக்கொண்ட பின்னர் அந்த ரயில் குபுகுபுவென்ற புகையுடனும் அதன் தனித்துவமான சீழ்க்கை ஒலியுடனும் புறப்பட்டுச் சென்றது.'[4] அரசரேகூட கடலைப் பார்க்கவும், கப்பலில் பயணம் செய்யவும் எதிர்பார்ப்புடன் காத்திருப்பதாக ஓம்மனேயிடம் ரகசியமாகக் கூறினார். தான் இதற்கு முன்னர் ஆற்றுப்படகைத் தவிர்த்து பெரிதாக எதிலும் பயணித்தது இல்லை என்றும் கூறியிருக்கிறார்.

சமீபத்திய சண்டையின் நிரந்தர ஆதாரமாகிப்போன அவர்களைச் சுற்றியிருந்தவை - சிதைக்கப்பட்டு, தீயால் கறுத்துப்போன பங்களாக்கள், தீவைத்து எரிக்கப்பட்ட காவல்நிலையங்கள் - மட்டுமே

இந்த மகிழ்ச்சியற்ற பயணத்திற்கான காரணத்தை நினைவுறுத்தின. உண்மையில் சண்டை நடந்த இடங்களை அவர்கள் எப்போதாவதுதான் கடந்து சென்றார்கள். ஒருசமயம், கலகக்காரர்களின் பிடியில் இருந்த சுனையா கோட்டையை தாக்குவதற்கு பிரிட்டிஷ் துருப்புகள் தயாராகிக் கொண்டிருப்பதை ஜாஃபர் பார்த்தார். மற்றொரு சமயம் அலகாபாத்திற்கான பயணத்தின் கடைசி நிலையின்போது கலகக்காரர்களின் பிடியில் இருந்த பிராந்தியத்தின் எல்லையை அவர்கள் தொட்டுச்சென்றனர்.[5] ஒரே ஒரு விபத்தில் மட்டுமே மரணம் நிகழ்ந்தது. 'ஈட்டி வீரர்களில் சிலர் குதிரைகளை தண்ணீர்காட்ட அழைத்துச் சென்றனர். ஆழமான நீருக்குள் சென்றுவிட்ட ஒருவனை குதிரையானது தனக்கு கீழே வைத்து அழுத்திவிட்டது. அவனுடைய உடல் முக்கால் மணி நேரமாக வெளியே தெரியவில்லை.'[6]

இந்தப் பயணத்தின் புதுமை ஜாஃபருடன் வந்தவர்களை மகிழ்ச்சிப்படுத்தியது. தாங்கள் அதிக உற்சாகத்துடன் இருப்பதாக அவர்கள் கூறினர். 'எல்லாவகையிலும் கைதிகள் உற்சாகத்துடனே இருந்தனர். டெல்லியை விட்டுப் புறப்படுவதினால் தங்களுக்குப் பெரிய வருத்தம் ஒன்றும் இல்லை என்பதைப் போல் திரைகளுக்குப் பின்னால் இருந்த பெண்கள் சிரித்துப் பேசிக்கொண்டிருப்பதை கேட்க முடிந்தது' என டெல்லி கெஸட்டில் பதிவு செய்திருக்கிறார் ஜியார்ஜ் வேகன்டிரைபர்.[7]

பிரிட்டிஷாரால் தங்களுக்கு ஏற்பட்ட அவமானங்களுக்கும் மேலாக தங்களுடைய துன்பநிலையோடு தங்களுக்குள்ளேயே உருவான பகையையும் அந்த அரச குடும்பம் சேர்த்துக்கொண்டபோது, தங்களுடைய டெல்லி சிறைவைப்பின் முடிவை நெருங்கிக்கொண்டிருந்த அவர்களுடைய மனநிலை முற்றிலும் முரண்பட்டே போயிருந்தது. ஓம்மனேயின் கூற்றுப்படி, புறப்படுவதற்கு முன்னர், ஜாவன் பக்த் தன்னுடைய தந்தையின் அந்தப்புரப் பெண்களுள் ஒருவருடன் காதல் செய்தமைக்காக ஜீனத் மஹல் அவருடன் சத்தமாக சச்சரவிட்டுக்கொண்டிருந்தார். அந்தக் குடும்பத்தினரிடம் இப்போது அரிதாகிப்போய்விட்ட குடும்ப நிதியைக் காவலாளிகளுக்கு லஞ்சமாக கொடுத்து மதுபாட்டில்களை கொண்டுவரவும் அவர் பயன்படுத்தத் தொடங்கியிருந்தார். 'இந்த முன்னாள் அரச வாழ்க்கையின் ஒழுக்க நிலைக்கும், குடும்பப் பொருளாதாரத்திற்கும் இதுவே உதாரணம். அம்மாவுக்கும் பிள்ளைக்கும் இடையில் பகை, மகன் தன்னுடைய தந்தையின் ஆசைநாயகியுடன் தொடர்பு வைத்துக்கொள்ள முயற்சித்து தன் மதத்தின் ஒழுங்கை கேலிக்கு ஆளாக்கிவிட்டார், மதநம்பிக்கையற்றவரிடம் இருந்து மதுவை வாங்கிக் குடிக்கிறார்' என்று சாண்டர்ஸிற்கு எழுதியுள்ளார் அதிருப்தியுற்ற ஓம்மனே.[8]

புறப்படுவதற்கு முன்னர், ஜாஃபரின் ஒன்றுவிட்ட சகோதரர் மிர்ஸா கம்ரானுடன் கள்ளத்தொடர்பு வைத்திருந்தார் என்ற அடிப்படையில், கிளர்ச்சிக்கு மூன்று வருடங்கள் முன்பாகவே சிறையில்

அடைக்கப்பட்டிருந்த தன்னுடைய பழைய போட்டியாளரும், எதிரியுமான தாஜ் மஹலுடன் தொடர்ச்சியாக சச்சரவிட்டுக் கொண்டிருந்தார் ஜீனத் மஹல். எழுச்சிப் பரவலின்போது டெல்லியில் தன்னுடைய சொத்துகளை மேம்படுத்திக்கொண்ட டெல்லிவாசிகளுள் தாஜ் மஹலும் ஒருவராவார். ஆனால், அந்த சச்சரவைத் தொடர்ந்து ஜீனத் மஹலுடனோ அல்லது ஜாஃபருடனோ தனக்கு எந்தத் தொடர்பும் இல்லை என்று கூறிய தாஜ் அவர்களிடமிருந்து அந்தக் கூடத்தின் மூலைக்கே சென்றுவிட்டார். 'அரசருக்கும் எனக்கும் எந்த தொடர்பும் இல்லை. அவரால் எனக்கு எந்த மகனுமில்லை. அதனால் நான் அவருடன் செல்லவும் தேவையில்லை' என்று ஓம்மனேயிடம் கூறினார் அவர். இதற்கு பதிலளித்த ஓம்மனே, 'ரொம்ப நல்லது திருமதி தாஜ் மஹல்! நீங்களாகவே முன்னாள் அரசரின் தங்குமிடத்திற்கு சென்றுவிடுங்கள். இல்லையென்றால் நான் கட்டாயப்படுத்தி அனுப்ப வேண்டியிருக்கும்' என்றார். அதற்கு, 'நீங்கள் கொன்றாலும் நான் போகமாட்டேன்' என்று பதிலளித்தார் தாஜ்.[9] இதுகுறித்து சாண்டர்ஸிற்கு எழுதிய கடிதத்தில், 'முன்னாள் அரசரைச் சேர்ந்தவர்களுக்கு அவரைப் பிடிக்கவில்லை. எல்லாம் சேர்ந்து அவர் பெரும் தொந்தரவாக இருக்கப்போகிறார்' என்று ஓம்மனே குறிப்பிட்டுள்ளார்.

பயணத்தின் முதல் சில வாரங்களில், பயணம் செய்வதில் கிடைத்த மகிழ்ச்சி மற்றும் தங்களுடைய சொந்த அரண்மனைக்குப் பின்னால் இருந்த தூசுபடிந்த கூடத்திலேயே சிறைவைக்கப்பட்டதில் இருந்து கிடைத்த விடுதலை ஆகியவை அரச குடும்பத்தினரிடம் இருந்த பல்வேறு பகைகளையும் ஆற்றுப்படுத்துவதைப் போல்தான் தெரிந்தது. ஆனால் அந்தக் குழு அலகாபாத்தை நெருங்கி, தற்போது பிரிட்டிஷார் வசமிருந்த பழைய முகலாய கோட்டைக்கு வந்த உடனேயே மீண்டும் பதற்றங்கள் தொற்றிக்கொண்டன.* தாஜ் பேகம் தலைமையில் ஜாஃபரின் ஆசைநாயகிகள் மற்றும் மிர்ஸா முகலின் மாமியார் மற்றும் ஒன்றுவிட்ட சகோதரி உள்ளிட்டோர் நாடு கடத்தப்படுவதைக் காட்டிலும் டெல்லிக்கே திரும்புவதென்று தீர்மானித்தனர். இருபத்தி ஒன்பதுபேர் அடங்கிய அசலான குழுவினரில் பதினைந்துபேர் மட்டுமே ஜாஃபருடன் செல்வதென்று தீர்மானித்தனர்.

இந்தப் பிரச்சினையை தீர்ப்பதற்கு காத்திருக்கையில் கேனிங் அந்த நேரத்தில் அலகாபாத்தில் இருந்ததால் அவர் ஓம்மனேயை சந்தித்து (ஆனாலும் அவர் ஜாஃபரை சந்திக்கவில்லை) இந்த முன்னாள் பேரரசர் பர்மாவிற்கு நாடுகடத்தப்பட வேண்டும் என்று தான் உறுதியாக தீர்மானித்துவிட்டதாக கூறினார். இருப்பினும், இந்தப் பதவிநீக்கப்பட்ட

* முன்னதாக, ஜாஃபரின் இளைய சகோதரரான மிர்ஸா ஜெஹாங்கீரை இந்தக் கோட்டையில்தான் பிரிட்டிஷார் நாடுகடத்தி வைத்திருந்தனர். இதே இடத்தில்தான் 1821 இல் விரக்தியுற்றிருந்த மிர்ஸா ஜெஹாங்கீர் 'மிதமிஞ்சிய அளவு ஹாஃப்மேன்ஸ் செர்ரி பிராந்தியைக்' குடித்துவிட்டு மரணமடைந்தார்.

மன்னர் ரங்கூனிலேயே இருக்க வேண்டுமா என்றோ, கேரன் மலைப்பிரதேசங்களில் இருக்கும் டோங்கூ நாட்டுப்புறப்பகுதிக்கு அனுப்பி வைக்கப்பட வேண்டுமா என்றோ அவர் இன்னும் முடிவு செய்யவில்லை. இந்தக் கேரன் மலைப்பகுதியில் 'தனிமைப்படுத்தி வைக்கும் வாய்ப்பு கிடைக்கும் என்பதுடன் வழக்கமான பயணிகள் மற்றும் போக்குவரத்தில் இருந்து அப்புறப்படுத்தி வைக்கப்படவும், ஹிந்துஸ்தானியர்கள் உள்ளிட்ட எந்த ஓர் அந்நியரும் அதிகாரிகளின் பார்வையில் படாமல் உள்ளே நுழைய முடியாதபடியும் பாதுகாத்துக்கொள்ள முடியும்.'[10]

அதேநேரத்தில் ஜாஃபருக்கு மருத்துவப் பரிசோதனை நடந்தது. மருத்துவர்களின் அறிக்கை, 'வயதான நிலையில் இருப்பதால் இயற்கையான நலிவுறுதல் என்பதை வைத்துப் பார்க்கும்போது அவருடைய உடல்நிலை பொதுவாக நாங்கள் எதிர்பார்த்ததைக் காட்டிலும் நன்றாகவே இருக்கிறது. அதாவது அவர் ஆரோக்கியமாகவும், சுறுசுறுப்பாகவும் நோய்நொடிகள் ஏதுமற்றும் இருக்கிறார்.'

தொழில்முறை அடிப்படையில் அவர் கடல்வழியாக ரங்கூன் அழைத்துச் செல்லப்படவோ அல்லது அவருடைய எதிர்கால இருப்பிடத்தை அங்கேயோ அல்லது பெகு பிராந்தியத்தில் [தெற்கு பர்மா] எங்கேனுமோ அமைத்துக்கொள்ள இந்த ஆய்வுக் குழுவினரிடம் எந்த ஆட்சேபணையும் இல்லை. இதற்கு முரணாக, [ஹிந்துஸ்தானத்தின்] மேற்புற பிராந்தியங்களுடன் ஒப்பிட்டால் பெகுவின் காலநிலை மிதமானதாகவும், மென்மையாகவும், வருடம் முழுவதிலும் ஒரேவிதமானதாக காணப்படும். அத்துடன், இந்தியாவின் வடமேற்கு பிராந்தியங்களில் தொடர்ந்து மாறிக்கொண்டே இருக்கும் வெப்பநிலையாகவும் இருக்காது. இதன் அடிப்படையில் பார்க்கப்போனால் இத்தகைய சூழ்நிலைகள் மூப்படைந்த நிலையில் உள்ளவர்களுக்கு பொதுவாகவே ஒரு சாதகமான அம்சமாகும்.[11]

ஜாஃபர் எந்த நாட்டிற்கு செல்லவேண்டும் என்பது குறித்த தன்னுடைய முடிவை எடுத்த பின்னர், ரங்கூன் கமிஷனரான மேஜர் பேயருக்கு எழுதிய கடிதத்தில் பேரரச குடும்பத்தை எதிர்காலத்தில் நடத்துவதற்கு மேற்கொள்ள வேண்டிய அடிப்படைக் கொள்கைகளை கேனிங் வகுத்திருந்தார். இதுகுறித்து பேயருக்கு தெரிவிக்கப்பட்ட விவரத்தில்,

கைதிகள் தீவிர பாதுகாப்பில் வைத்துக்கொள்ளப்பட வேண்டும். முன்பே திட்டவட்டமாக குறிப்பிட்டுள்ளவர்களைத் தவிர மற்றவர்கள் யாருடனும் அவர்கள் வாய்வழியான அல்லது எழுத்துப்பூர்வமான தகவல்தொடர்பு எதையும் வைத்துக்கொள்ள அனுமதியில்லை. கைதிகள் அக்கறையுடனும், உரிமையுடனும்

நடத்தப்படவும், அவர்களிடம் கண்ணியக்குறைவாக நடந்துகொள்ளாமலும், அவர்களின் பாதுகாப்புக்கு தவிர்த்து தேவையில்லாத மற்ற விஷயங்களால் அவர்கள் அசௌகரியத்திற்கு ஆளாகாமல் கவனமாக பார்த்துக்கொள்ள வேண்டும். எல்லாவகையிலும் வெளிப்படையான பராமரிப்பு மேற்கொள்ளப்பட வேண்டும் என்பனவற்றில் கவனம் எடுத்துக்கொள்ள வேண்டும். ஆனால், அவர்கள் பண வகையில் எந்த சலுகையும் பெறுவது ஏற்கத்தக்கதல்ல என்பதே மாண்புமிகு கவர்னர்-ஜெனரலின் விருப்பமாகும்.

மேலும், 'கைதிகள் மற்றும் அவர்களுடன் இருப்பவர்களுக்கு லெப்டினெண்ட் ஓம்மனேயே நேரடி பொறுப்பாளராக தொடர்வார். அவர் தினமும் கைதிகளை சந்தித்து அவர்களுக்குத் தேவையானவற்றைச் செய்து தருவார். அத்துடன் அவருக்கு முக்கியத்துவம் வாய்ந்ததாக தோன்றுகின்ற எந்த ஒரு சூழ்நிலையையும் தாமதமே இல்லாமல் உங்கள் கவனத்திற்கு கொண்டுவருவார்' என்று கேனிங் மேற்கொண்டு குறிப்பிட்டுள்ளார்.[12]

பதினைந்து பேராக குறைந்துபோய்விட்ட அந்தக் குழு நவம்பர் 16 அன்று அலகாபாத்தில் இருந்து கிளம்பியது. இரண்டு நாட்கள் கழித்து மிர்ஸாப்பூரை அடைந்த அவர்கள் தேம்ஸ் என்ற நீராவிக் கப்பலில் ஏற்றப்பட்டனர். 'அரச கைதிகளிடத்தில் எத்தகைய கவலையும் காணப்படவில்லை. மிகவும் மகிழ்ச்சியாக காணப்பட்ட அந்தக் கிழவர் "இப்போதுதான் நான் முதல்முறையாக ஒரு கப்பலில் ஏறியிருக்கிறேன்" என்று கூறினார்' என ஓம்மனே குறிப்பிட்டுள்ளார்.[13] கங்கையில் மெதுவாக பயணித்த அவர்கள் பிரமாண்டமான மலைவாயில்கள் மற்றும் பனாரஸ் கோயில்களை கடந்து சென்றனர். புக்ஸார் போர்க்களத்திற்கு அருகாமையில் உள்ள ஆற்றை கலகக்காரர்கள் கடந்துசெல்வதை கண்காணிப்பதற்காக ஒரு ஜோடி பிரிட்டிஷ் ஆயுதப் படகுகள் ரோந்து செல்வதை கண்டனர். இங்குதான் முகலாயர்களுக்கும் பிரிட்டிஷாருக்கும் இடையில், ஜாஃபரின் தாத்தா ஷா ஆலமின் ஆட்சிகாலத்தின்போது 1764 இல் முதலாவது சண்டை நடந்தது - அப்போது நடந்த சண்டையில் இருந்துதான் பெங்காலில் இருந்து டெல்லி நோக்கிய பிரிட்டிஷ் பிராந்திய முன்னேற்றம் தொடங்கியது.[14] தேம்ஸ் கப்பலில் இயந்திரக்கோளாறு ஏற்பட்டதால் ராம்பூரில் கொய்லே என்ற நீராவிப் படகுகளில் ஏற்றப்பட்ட அவர்கள்

டிசம்பர் 4 ஆம் தேதியன்று கல்கத்தாவிற்கு முன்பாக இருந்த டயமண்ட் துறைமுகத்தில் நங்கூரமிட்டனர்.*

இங்கு ஜாஃபரின் குழுவினர் ஹெச்எம்எஸ் மகரா என்ற கப்பலுக்கு விரைந்து மாற்றப்பட்டனர். அந்தக் கப்பல் நங்கூரத்தில் இருந்து விடுபட்டது. தன்னுடைய தாய்மண்ணில் இருந்து புறப்பட்ட கடைசி முகலாய பேரரசர் பின்பு திரும்பி வரவே இல்லை. ஆற்றங்கரையில் இருந்த ஒரு பார்வையாளரின் கூற்றுப்படி,

> *டிசம்பர் 4 ஆம் தேதியன்று காலை பத்து மணிக்கு, மாட்சிமை பொருந்திய மகாராணியின் சிறந்த போர்க்கப்பலான மகராவிற்கு அந்த முன்னாள் டெல்லி அரசர் கொண்டுசெல்லப்பட்டார். ராயல் நேவியின் அந்தக் கலம் அந்த நேரத்தில் சுவாரஸியமான தோற்றத்தை வழங்கியது. அதன் மைய அடுக்கில் மரச்சாமான்கள், அரச கைதி மற்றும் அவருடைய உதவியாளர்கள் தங்களுடைய வசதிக்காக கொண்டுவந்திருந்த உயிருடனும் உயிரற்றும் இருந்த கால்நடைகள், ஆடுகள், முயல்கள், கோழிகள், அரிசி, பட்டாணி மற்றும் இன்னபிற போன்றவற்றால் நிரம்பியிருந்தது. அவரைக் கைப்பற்றியதில் இருந்தே அவருக்குப் பொறுப்பாளராக விளங்கிய 59 ஆவது பிரிவின் லெப்டினெண்ட் ஓம்மனே இந்தப் பயணத்தில் அவரை வழிநடத்தினார். அநேகமாக அவருக்கு இது, இதன்பிறகு ஒருபோதும் அவருடன் சேர்ந்து பயணிக்கும் வாய்ப்பு கிடைக்காமல் போகக்கூடிய கடைசி பயணமாகவே அமைந்திருக்கும்.*
>
> *அவருடன் இருந்த இரண்டு மனைவியர்கள்** வழிகாட்டிகளால் கீழே அழைத்து வரப்படுகையில் ஊடுருவிப் பார்க்க முடியாத அளவுக்கு முகத்திரை அணிந்திருந்தனர். அவர் முற்றிலும் உடைந்துபோய், தளர்வுற்று காணப்பட்டார். ஆனால், அது மோசமான கிழக்கத்திய வகைப்பட்ட முகமோ நடத்தையோ அல்ல - ஆழ்ந்த அமைதியான முகச்சுருங்களிலும், அவர் அணிந்திருந்த இடுப்புக் கச்சைகள் மற்றும்*

* டயமண்ட் துறைமுகத்திற்கு எதிரில்தான் சமீபமாக ஆட்சியில் இருந்து அகற்றப்பட்ட வேறு இரண்டு முஸ்லிம் வம்சத்தினரின் நாடுகடத்தப்பட்ட மீதமுள்ளவர்கள் வாழ்ந்தனர். அவர்கள் அவத்தின் முன்னாள் நவாபான வஜ்த் அலி கான் குடும்பத்தினர் மற்றும் மைசூர் திப்பு சுல்தானின் மகன்கள். இரண்டு குடும்பங்களுமே ஏறக்குறைய ஒரேவிதமான வாழ்க்கையே வாழ்ந்தனர் – வஜ்த் அலி ஷாவுக்கு கார்டன் ரீச்சில் நேர்த்தியான மாளிகை வழங்கப்பட்டது. திப்புவின் மகன்களுக்கு இப்போது டோலிகன்ஞ் கிளப் என்று அழைக்கப்படுகின்ற மாளிகை வழங்கப்பட்டது. ஆனால் 1857 ஆம் ஆண்டு முழுவதிலும் எதிர்ப்பாளர்களாக மாறிவிடுவதில் இருந்து தடுக்கும் வகையில் அவர்கள் வில்லியம் கோட்டையில்தான் அடைத்து வைக்கப்பட்டனர்.

** முகத்திரை அணிந்திருந்த இரண்டாவது பெண் உண்மையில் அவருடைய மருமகளாகிய ஷா ஜமானி பேகம்.

கஷ்மீரிக்களிலும் அரசருக்கு உரித்தான ஏதோ ஒன்று இருக்கவே செய்தது. அவர் முற்றிலும் துணிச்சலானவர். கப்பலில் இருந்த அதிகாரிகளிடம் அவர்களுக்குரிய பதவி போன்றவற்றை கேட்டுத் தெரிந்து கொண்டார்.*

*ஒரு மகனும் பேரனும்** அவருடனே இருந்தனர். கப்பலின் தளத்தில் அடியெடுத்து வைத்தவுடனே அவர்கள் முதலில் கேட்டது சிகரெட்டுகள் கிடைக்குமா என்பதுதான் - இதனால் எல்லாமே சுலபமாகிப்போனது. அதேநேரத்தில் கீழே சென்ற முன்னாள் அரசர், அவருடைய பணியாளர்கள் கண்சிமிட்டும் நேரத்தில் அவருக்காக ஏற்பாடு செய்திருந்த தலையணைகள் மற்றும் மெத்தைகளால் ஆன கட்டிலில் கால்களை நீட்டிப் படுத்துக்கொண்டார் என்று சொல்லப்பட்டது. அவரையும் அவருடைய பணியாளர்களையும் இடமாற்றம் செய்கின்ற அந்த முழு செயல்திட்டமும் சட்டென்று நடைமுறைப்படுத்தப்பட்டது. பின்னர் 84 ஆவது ரெஜிமெண்டின் காவலாளிகள் கல்கத்தாவிற்கு திரும்பிய அதேநேரத்தில் மகரா தன்னுடைய சேருமிடத்தை நோக்கி ஹூக்ளி ஆற்றில் விரைந்து சென்றது.*

அந்தக் கப்பல்பயணம் ஐந்து நாட்கள் நீடித்தது. டிசம்பர் 8 ஆம் தேதி திறந்தவெளி கடற்பகுதியில் இருந்து விலகிய மகரா ஐராவதி டெல்டாவை ஒட்டியிருந்த ரங்கூன் ஆற்றிற்குள் சதுப்புநில காயலின் சேறுநிறைந்த பழுப்புநிற தண்ணீரில் பயணித்தது. அங்கிருந்தபடியே, ஆற்றங்கரையின் அடர்த்தியான வெப்பமண்டல பசுமைக்கு மேலே தெரிந்த ஷுடகான் மடாலயத்தின் மாபெரும் பொன்னிற ஸ்தூபியை அந்தப் பயணிகளால் பார்க்க முடிந்தது. 'அந்த மடாலயம் மிகவும் கம்பீரமானது. நாங்கள் நேராக ஆற்றில் நுழையும்போது 20 மைல்களுக்கு அப்பால் இருந்தபடியே என்னால் அதைப் பார்க்க முடிந்தது. செங்கற்களால் ஆன மூன்று மேல்தளங்கள் இருந்தன. நடுவில் இருந்து மேல்நோக்கி உயர்ந்திருக்கும் ஒன்று ஓர் ஒழுங்கற்ற கட்டுமானமாகவும், நேர்த்தியுடனும், பெரும் உயரத்துடனும் வீற்றிருந்தது. அவை எல்லாமே பொன்னிற ஏடுகளாக மின்னின' என்று எழுதியுள்ளார் ஓம்மனே.[15]

ரங்கூன் துறைமுகத்திற்கு வந்தவுடன், 'கைதிகள் தரைக்கு வந்து தங்களுடைய தங்குமிடங்களுக்கு செல்வதைப் பார்க்க உள்ளூர்காரர்களும் ஐரோப்பியர்களுமாக ஒரு மிகப்பெரிய கூட்டம் கூடிவிட்டது' என்று எரிச்சலுடன் குறிப்பிடுகிறார் ஓம்மனே.[16] மேற்கொண்டும் தொந்தரவுகள் ஏற்பட்டன. இந்தியாவைக் காட்டிலும் ரங்கூனில் உணவு விலை மிக அதிகமாக இருந்தது. தோற்கடிக்கப்பட்டு, அச்சத்தால் தாக்குண்டிருந்த

* அதாவது, காஷ்மீரி ஷால்கள்.

** உண்மையில் இரண்டு மகன்கள்.

டெல்லிவாசிகளைப் போல் உள்நாட்டு பணியாளர்கள் வணக்கம் வைக்காமல் போனதும் ஓம்மனேயை கோபப்படுத்தியது. 'சேவகர்களின் சுதந்திரமும் மரியாதையின்மையும் நம்பிக்கையை கடந்து சென்றுவிட்டது' என ஒருவாரம் கழித்து சாண்டர்ஸுக்கு எழுதியுள்ளார் அவர். 'உங்களுக்கு சேவை செய்வதன் மூலம் அவர்கள் ஏதோ சகாயம் செய்வதைப் போல் நடந்துகொள்கிறார்கள். அவர்களுடைய அவமரியாதையால் நான் வாயடைத்துப் போய்விட்டேன் என்றுதான் சொல்ல வேண்டும்.'

எல்லாவற்றிலும் மிகுந்த எரிச்சலூட்டியது ஆணையரான மேஜர் பேயர்தான்! ஜாஃபரின் வருகையை ஒட்டி அவர் சிறிதளவே ஏற்பாடு செய்திருந்தார். அவர்களை வரவேற்க முறைப்படியாக எந்த மாளிகையும் தயார் செய்யப்படவில்லை. இதுகுறித்து ஓம்மனே பின்வருமாறு எழுதியுள்ளார்.

> *கைதிகளை எங்கே நிரந்தரமாக அடைத்து வைப்பதென்பதே மேஜர் பேயருக்குத் தெரியவில்லை. தற்சமயம், டெல்லியில் உள்ள எந்த ஒரு வீட்டின் அளவையும்விட பெரிதாக அல்லாத இரண்டு சிறிய அறைகள் மட்டுமே [ஷுடகான் ஆலயத்திற்கு சற்று கீழே உள்ள புதிய ராணுவக்குடியிருப்பில் இருக்கும் முக்கிய வாயில் அருகில்] அவர்களுக்காக ஏற்பாடு செய்யப்பட்டிருக்கின்றன. உதவியாளர்களுக்கு அதன் அருகாமையில் நான்கு குடில்கள் அமைக்கப்பட்டுள்ளன. அவை கனாத் திரைகளால் [அல்லது கோனாத், கேன்வாஸ் ஜெனானா திரை] மூடப்பட்டுள்ளன. கைதிகள் இப்போது அவ்வளவு சௌகரியமாக இல்லை. இதைக்காட்டிலும் அவர்களை நன்றாக நடத்துவதற்கு அரசாங்கம் கடமைப்பட்டுள்ளது.*[17]

ரங்கூன் நகரம் ஓம்மனேயிடமும், ஜாஃபர் மற்றும் அவருடைய குழுவினரிடமும் வேண்டுமென்றே நட்புணர்வற்று நடந்துகொண்டது என்றால், அது முற்றிலும் அவர்களுக்கு பழக்கமே இல்லாத நகரமாகத்தான் இருந்தாக வேண்டும். ஓரப்பகுதியில் கள்ளுப்பானைகள் கட்டிய பனைமரங்கள் அமைந்திருக்க, துடுப்புப் படகோட்டிகளின் கூட்டத்தால் நிரம்பிய சூடான வெப்பமண்டல ஆற்றுத் துறைமுகத்தின் புதுமை, தேக்குமரங்களால் ஆன மரக்கலங்கள் மற்றும் காற்றில் அலைவீசும் பாய்மரங்களைக் கொண்ட, குப்பைக்கூளம் போல் காணப்பட்ட ஹனா மீன்பிடிப் படகுகளுக்கும் மேலாக நகரத்தின் பர்மிய கட்டிடக்கலையானது தன்னுடைய வரிசையாக அமைந்த ஸ்தூபங்கள் மற்றும் ஸ்தூபி முகடுகள் மற்றும் துருத்திக்கொண்டு நிற்கும் கூரையோரங்கள் என வேறுசில விஷயங்களையும் பெற்றிருந்தது.

பின்னர், பிரமாண்டமான மணிகள் மற்றும் சிறகுவிரித்த கிரைஃபோன்கள் *(பின்னுடல் சிங்கமாகவும், முன்னுடல் கழுகாகவும் உள்ள படைப்பு)*, பெரும் புத்த சிலைகள் மற்றும் போதிசத்துவர்கள்,

செதுக்கப்பட்ட மரத்தூண்கள் மற்றும் மூங்கில் தடுப்புகள் மற்றும் பின்னப்பட்ட பாய்கள், ஸ்தூபங்கள் மற்றும் புனித யாத்திரைத் தலங்கள், தங்களுடைய மரத்தாலான திருவோட்டுடன் சிவப்பும் மஞ்சளுமான நிறத்தில் மேலங்கி அணிந்திருந்த பிக்குகள் ஆகியவற்றுடன் வீற்றிருக்கும் பௌத்த மடாலயங்களே எங்குபார்த்தாலும் அமைந்திருந்தன. பெண்கள் பட்டு ஹெடமெய்ன் அணிந்தும், ஜிகினி குடைபிடித்தபடியும், அவர்களுடைய ஆண்கள் லுங்கி அணிந்தபடியும் காணப்பட்டார்கள். தங்கமுலாம் பூசப்பட்டு நுண்ணிய அலங்காரங்கள் செய்யப்பட்ட பானைகள்; தெரு இசைக்குழுவின் கச்சேரி; ஒருகாலத்தில் பர்மிய அரசர்களுக்குச் சொந்தமாக இருந்த அமைதியான நீலநிற ஏரிகள்; நேர்த்தியாக பின்னப்பட்ட கூரைகளும், பூவேலைப்பாடுகள் செய்த பக்கவாட்டுப் பகுதிகளுடனும் கூடிய ஹெய்லின் மாட்டுவண்டிகள்; மூக்கைத் துளைக்கும் பர்மிய சமையல் வாசனை - என அனைத்துமே முகலாயர்களுக்கு முற்றிலும் புதியவையாகும்.

எல்லாவற்றிற்கும் மேலாக, அந்த நகரத்தின் சிதைந்துபோன அரசியல் சூழ்நிலையானது, அவர்கள் இப்போதுதான் கைவிட்டு வந்திருக்கும் டெல்லியின் அரசியல் சூழ்நிலையை அப்படியே பிரதிபலிக்கக்கூடியதாக இருந்தது. 1852 ஆம் ஆண்டு ஏப்ரல் மாதம், ஜாவன் பக்த், ஷா ஜமானி பேகத்தை திருமணம் செய்துகொள்ளவிருந்த, டெல்லி தெருக்களில் வெற்றி ஊர்வலம் நடத்திக்கொண்டிருந்த அதே நாளில்தான் சீக்கியர்கள் உள்ளிட்ட கம்பெனி ராணுத் துருப்புகள் ரங்கூனில் ஊடுவின. இந்த ஊடுருவலானது தங்களுடைய குழுக்களில் இருந்த இந்தியர்களை கொன்றதாக இரண்டு பிரிட்டிஷ் கடற்படை அதிகாரிகளால் குற்றம்சாட்டப்பட்ட துறைமுகத்தின் ஷெவுபு வூன் (ஆளுநர்) அதைப் புறக்கணித்ததை தொடர்ந்து ஏற்பட்டதாகும். பிரிட்டிஷ் கப்பற்படை ஆயுதப்பிரிவினர் தடுப்பரண்களை மீறி உள்ளே நுழைந்தவுடன் பர்மிய துருப்புகள் மாண்டேலேயை நோக்கி விரட்டியடிக்கப்பட்டனர். அந்த ஆலயங்களைக் கொள்ளையடிக்க அனுமதிக்கப்பட்ட போர்ப்பரிசு தலைவர்கள் ரத்தினக் கற்களைத் தேடும் முனைப்பில் புனித சிற்பங்களை அடித்து நொறுக்கினர்.

டெல்லியில் நடந்ததைப் போன்றே, அதிகாரப்பூர்வமற்ற கொள்ளைகளும் அதிகமாக நடைபெற்றன. 'அந்த இடத்தில் நிறையவே காணப்பட்ட எல்லா ஓவியங்களும் குடைந்து தோண்டப்பட்டன. ஆனால், எல்லாமே போர்ப்பரிசு தலைவர்களுக்குத் தெரியும்படியாக நடக்கவில்லை. ஐரோப்பிய ஆயுதப்படையினர் வெள்ளியாலான நிறைய ஓவியங்களையும், உள்ளே கண்டெடுக்கப்பட்ட ரத்தினக் கற்களை பாட்டிலில் நிரப்பியும் எண்ணிலடங்கா அளவுக்கு விற்றனர்' என்று கல்கத்தா இங்கிலீஷ்மென் பத்திரிகை தெரிவித்துள்ளது.[18] அங்கு புதையல் புதைக்கப்பட்டிருப்பதாக சொல்லப்பட்டுவந்த கட்டுக்கதைகளை நம்பி அவற்றை மூடிமறைத்திருக்கும் கெட்டியான அடுக்குகளைக்

கண்டுபிடிக்கும் முடிவுடன் ஒரு கொள்ளைக் கும்பல் அந்த ஷாடகான் ஆலயத்தின் அடித்தளங்களையே ஆழமாக தோண்டத் தொடங்கிவிட்டது. இப்போது, ஒரு சீக்கிய ரெஜிமெண்ட் நிந்திக்கப்பட்ட ஷாடகானின் கூடங்களில் முகாமிட்டு, அவர்களுடைய சகோதரர்கள் டெல்லி ஜமா மசூதியின் தூண்களின் ஓரமாக அடுப்பைப் பற்றவைத்து சமைத்தது போன்றே அங்கேயும் சமைத்துக் கொண்டிருந்தனர்.

மேலும், அந்தக் கைதிகள் வந்துசேர்வதற்கு சற்று முன்னர்தான், ரங்கூன் கழிமுகத்தில் இருந்த புராதன மோன் மீனவ கிராமத்தை அதனுடைய நூற்றுக்கணக்கான பழைய பௌத்த நினைவிடங்கள் மற்றும் யாத்திரை ஆலயங்களுடன் சேர்த்து பிரிட்டிஷார் அப்புறப்படுத்தத் தொடங்கியிருந்தனர். அதன் குப்பைக்கூளங்களை சுத்தப்படுத்த தொடங்கியிருந்த பர்மிய தொழிலாளர்கள் அதன் சிதைவுகளின் மீது கட்டுமான திட்டத்தின்படி புதிய காலனிய நகரத்தை அமைத்துக் கொண்டிருந்தனர்.

ரங்கூன் கரையில் ஜாஃபர் காலடி எடுத்து வைத்தபோது, பேரழிவை நிகழ்த்தி காலனிய மறுசீரமைப்பை உருவாக்குவதற்கான இதே போன்றதொரு திட்டம்தான், அவர் தனக்குப் பின்னால் விட்டுவந்த முன்னாள் முகலாய தலைநகரத்தின் மிகவும் புகழ்வாய்ந்த, அழகிய நினைவுச்சின்னங்கள் பலவற்றையும் அழிப்பதற்காக தொடங்கப்பட்டிருந்தது.

இதே காலகட்டத்தில்தான், ‘இந்த நகரம் முழுவதுமே அழிக்கப்படுவதைப் போல் தோன்றுகிறது. சில பெரிய, புகழ்பெற்ற பஜார்கள் - காஸ் பஜார், உருது பஜார் மற்றும் கானம் கா பஜார் - என ஒவ்வொன்றும் இப்போது ஒரு சிறு நகரங்களாகிவிட்டன. அவை எல்லாமே இருந்த இடம் தெரியாமல் போய்விட்டன. அவையெல்லாம் எங்கே இருந்தன என்றுகூட இப்போது யாராலும் சொல்லமுடியாது. வீட்டு உரிமையாளர்களாலும், கடைக்காரர்களாலும் அவர்களுடைய வீடுகளும் கடைகளும் எங்கே இருந்தன என்று அடையாளம் காட்ட முடியாது. உணவு விலைமதிப்பானது. மரணம் மலிவானது. ஒவ்வொரு தானிய மணியும் ஒரு கனி என்பதைப்போல் தானியம் விற்பனை செய்யப்பட்டது’ என்று எழுதியுள்ளார் காலிப்.[19]

காலிப் இங்கே விவரித்திருப்பதெல்லாம், தோற்கடிக்கப்பட்ட கிளர்ச்சியின் மையமாக விளங்கியதற்கான தண்டனையாக டெல்லியை முற்றிலுமாக சமன் செய்வதற்கு உண்மையில் லாகூர் கிரானிக்கிளில் வாதிடப்பட்ட திட்டத்தின் மிகவும் குறைவான பகுதியே ஆகும்.

இந்தத் திட்டத்திற்கு இந்தியாவிலும் லண்டனிலும் பல அதிகாரம்மிக்க ஆதரவாளர்கள் இருந்தனர். அவர்களில் ஒருவரான பால்மர்ஸ்டன் பிரபு வரைபடத்தில் இருந்தே டெல்லி நீக்கப்பட வேண்டும் என்று எழுதினார். 'முகம்மதிய பாரம்பரியத்துடன் தொடர்பு கொண்டுள்ள ஒவ்வொரு பொது கட்டிடத்தையும் அவற்றின் புராதன மதிப்பு மற்றும் கலைநயத்தை கவனத்தில் கொள்ளாமல் பாரபட்சமின்றி தரைமட்டமாக்க வேண்டும்' என்றார் அவர்.[20] அந்த கிரானிக்கிளின் பரிந்துரைகளுக்கு முதலில் முற்றிலுமாக செவிசாய்த்தவர் கேனிங் பிரபுதான். ஆனால் இறுதியில், அந்த நகரத்தை தரைமட்டமாக்க உத்தரவிட வேண்டாம் என்று தயக்கத்துடன் வலியுறுத்தினார். இதற்காக அவரைத் தூண்டியவர் ஜான் லாரன்ஸ்.

தன்னுடைய தொழில்வாழ்க்கையின் ஆரம்பகட்டத்தில், சர் தாமஸ் மெட்கால்ஃபின் உதவியாளராக பல வருடங்களை டெல்லியில் செலவிட்டிருந்த லாரன்ஸிற்கு முகலாய தலைநகரத்தின் மீதான பிணைப்பு அதிகரித்திருந்தது. பஞ்சாபின் முதன்மை ஆணையராக 1857 ஆம் ஆண்டு பிரிட்டிஷார் பெற்ற வெற்றிக்கு மற்ற எவரையும்விட அவர் அதிகமாகவே பங்களித்திருக்கிறார். அதனாலேயே மாபெரும் அழித்தொழிப்பு மற்றும் சட்டபூர்வமான வெகுஜன படுகொலைக்கான தன்னுடைய சகாக்களின் திட்டங்கள் குறித்து எதிர்வாதம் புரிவதற்கான நல்ல நிலையில் இருந்தார். ஆனால், அவை இரண்டுமே பழிக்குப்பழி என்ற தோற்றத்தில் அப்போதும் நிகழ்ந்துகொண்டுதான் இருந்தன.

டெல்லியின் நிர்வாகமானது 1858 பிப்ரவரி மாதத்தில் பஞ்சாப் அரசாங்கத்திடம் மாற்றித் தரப்பட்டபோது தியோ மெட்கால்ஃபின் விடுமுறையை நீட்டித்து அவரை இங்கிலாந்திற்குத் திருப்பி அனுப்பிவிட வேண்டும் என்பதே லாரன்ஸின் முதல் நடவடிக்கைகளுள் ஒன்றாக இருந்தது. இதுகுறித்து கல்கத்தாவில் இருந்த கேனிங் பிரபுவுக்கு நேரடியாகவே எழுதிய அவர் 'மொத்தப் படுகொலைக்கும்' தியோவே பொறுப்பு என்று கூறி அதனை 1858 மார்ச் 2 ஆம் தேதி நிறைவேற்றிக் கொள்ளவும் செய்தார்.[21] ஏப்ரல் மாதத்தில் அவர், 'தங்களுடைய சொந்த விருப்பம் மற்றும் மகிழ்ச்சியின்படி செயல்பட்டுவந்த பல்வேறு பொதுத்துறை அதிகாரிகளை நான் தடுத்து நிறுத்தியிருக்கிறேன். இந்த விஷயங்கள் பூர்வகுடியினரிடத்தில் மேலும் தீவிரமடைந்து பெருமளவுக்கு அதிகரிக்கத் தொடங்கியதில் இருந்தே ஒரு விசாரணை ஆணையத்தையும் நியமித்துவிட்டேன். மெட்கால்ஃப் டெல்லியில் அதிகாரத்துடன் வலம்வருவது மிகவும் துரதிர்ஷ்டவசமானது' என்று மேலும் குறிப்பிட்டிருக்கிறார். 'அவர் பேரளவு துன்புறுத்தலை நிகழ்த்திவிட்டார்.

இப்போது அவர் தன்னுடைய தாய்நாட்டிற்கு எப்படியாவது திரும்பியே ஆக வேண்டும்.'*[22]

அதே கடிதத்தில், பிரிட்டிஷ் குடிமக்களை பழிவாங்கும் நோக்கத்துடன் தனிப்பட்ட முறையில் கொலை செய்திடாத எவருக்கும் பொதுமன்னிப்பு வழங்குவதற்கான வலியுறுத்தலையும் தான் தொடங்கியிருப்பது குறித்து லாரன்ஸ் விவரித்துள்ளார். இந்தக் கருத்தாக்கத்தை கேனிங் பிரபுவுடன் சேர்ந்தே அவர் உருவாக்கினார். பிரிட்டிஷாரில் சிலர் தாங்கள் இப்போது 'ஓர் அழித்தொழிப்பு போரில்' ஈடுபட்டிருக்கிறோம் என்பதைப் போன்றே நடந்துகொள்கிறார்கள் என்று அவர் வாதிட்டார். பதிலாக, அவர் ஒரு முழுமையான பொதுமன்னிப்பைப் பரிந்துரைத்தார். அது '[கிளர்ச்சியாளர்கள்] அனைவரும் ஒரேவிதமானவர்களாக பிரிக்கப்பட்டு, அதன்படி அவர்களை மரணத்தில் இருந்து தடுக்க வேண்டும்' என்பதாக இருந்தது. லாரன்ஸின் திட்டத்திற்கு கிடைத்த, அநேகமாக எதிர்பாராத ஓர் ஆதரவாளர் திஸ்ரேலி (இங்கிலாந்து பிரதம மந்திரி) ஆவார். எழுச்சியால் தூண்டப்பட்ட பிரிட்டிஷாரின் ரத்தக்களரியினால் அவர் ரொம்பவே அதிர்ச்சிக்கு ஆளாகியிருந்தார். 'அராஜத்தை அராஜகத்தால் எதிர்கொள்வதை நான் எதிர்க்கிறேன். சொல்லப்பட்ட விஷயங்களையும், அவை குறித்து எழுதப்பட்டவற்றையும் பார்க்கையில் நான் அப்படித்தான் செய்ய வேண்டியிருக்கிறது. கிறிஸ்துவுக்கு முன்பாக மண்டியிடுவதை விட்டுவிட்டு

* ஐந்து வருடங்கள் கழித்து 1863 இல் தியோ இந்தியாவிற்கு திரும்பி வந்தார். ஆனால் அச்சமயத்தில் வைஸ்ராயாக பதவி உயர்த்தப்பட்டிருந்த லாரன்ஸ் அவர் 'மதிப்புமிக்க பதவிகள்' எதையும் பெற்றுவிடுவதில் இருந்து தடுத்து நிறுத்தினார் என்பதுடன் அவரை இந்திய பொது சேவையில் இருந்து நிரந்தரமாக பணி ஓய்வு பெறச்செய்து இங்கிலாந்திற்கே திரும்பிச் சென்றுவிட கட்டாயப்படுத்தினார். தற்போது பிரிட்டிஷ் நூலகத்தில் இருக்கும் அவருடைய குடும்ப நினைவுக் குறிப்புகளின்படி, 'பல வருடங்களுக்குப் பின்னர், பெய்லி சீமாட்டி [தியோவின் சகோதரியான எமிலி] லாரன்ஸ் பிரபுவிடம் [முன்னதாக சர் ஜான்] தன்னுடைய சகோதரரிடம் அவர் ஏன் நட்புணர்வற்று நடந்துகொண்டார் என்று கேட்டபோது, குற்றவாளிகள் என்ற நிரூபணம் இல்லாமலேயே அவர் பலரையும் தூக்கிலிட்டார் என்பதே காரணம் என்று அவர் பதில் கூறினார். இதுகுறித்து தான் சர் தியோபிலஸிடம் கேட்டதாகவும், அதற்கு அவர், நான் ஒருபோதும் அப்படி செய்யவே இல்லை. அலிப்பூரை தீவைத்து எரித்தது மட்டும்தான் நான் செய்த ஒரே குற்றம். அதுவும்கூட அங்கே ஐரோப்பியர்கள் கொல்லப்பட்டார்கள் என்பதற்கான ஆதாரமாக அங்கே மூன்று சிறு குழந்தைகளின் வெள்ளைக் கால்களைப் பார்த்தபின்னரே நடத்தப்பட்டது என்று பதிலளித்தார் என்றும் பெய்லி தெரிவித்தார்.' 1863-க்குப் பின்னர் தியோ இந்தியாவிற்கு திரும்பி வரவே இல்லை. இருபது வருடங்களை ஓய்வுபெற்று லண்டனிலேயே கழித்தார். அங்கே அவருடைய சகோதர மகன்கள் அவரிடம் '1857 ஆம் ஆண்டு அவருடைய சாகசங்களைப் பற்றி அவரிடமிருந்து கேட்டுத் தெரிந்துகொண்டனர்' அவர்கள் அவரை 'சேட்டை மனோபாவமுள்ள வசீகரமான ஒருவர்' என்றே நினைவு கூர்கின்றனர். மிகவும் இறுக்கமானவராகவும், அந்த நகரத்தில் உற்சாகமாக தூக்கிலிடும் நீதிபதியாகவும் விளங்கிய 1857 இன் வீரம்செறிந்த ஆண்மகனாகிய அவரைப் பற்றி சிறிதளவு விவரங்களே கிடைத்துள்ளன. 1876 இல் மறுமணம் செய்துகொண்ட அவர் ஏழு வருடங்கள் கழித்து ஐம்பத்து ஐந்தாவது வயதிலேயே மரணமடைந்தார். பார்க்க: Oriental and India Office Collections, British Library, Hardcastle Papers, Photo Eur 31 1 A.

நாம் மோலோச்சை (நரபலி கேட்கும் கடவுள்) உயிர்த்தெழச் செய்ய தயாராகிவிட்டோம்' என்று அவர் பொதுமக்கள் சபையில் கூறினார்.[23]

பொதுமன்னிப்பு என்ற கருத்தாக்கம் இறுதியில் ஓர் அதிகாரப்பூர்வ கொள்கையானது. அத்துடன் 1858 ஆம் ஆண்டு நவம்பர் 1 ஆம் தேதி அது ராணி விக்டோரியா பெயராலே அறிவிக்கப்பட்டது. அதேநேரத்தில், இந்தியாவின் சிறந்த அரசாங்கத்திற்கான சட்டத்தின்படி கிழக்கிந்திய கம்பெனி பெற்றிருந்த எல்லாவிதமான அரசாங்க பொறுப்புகளையும் இறுதியாக பிரிட்டிஷ் மணிமகுடன் தன்வசம் எடுத்துக்கொண்டது. அத்துடன் அந்தக் கம்பெனியின் 24,000 ராணுவப் படைவீரர்களும் பிரிட்டிஷ் ராணுவத்துடன் இணைக்கப்பட்டனர். ஹிந்துஸ்தானம் முகலாயர்களையும், ஏறத்தாழ அதனுடைய முன்னூறு வருடகால ஆட்சியாளர்களையும் இழக்கவிருந்தது என்றால், அது இப்போது குறைந்தபட்சமேனும், தன்னுடைய பங்குதாரர்களின் நலன்களுக்கேற்ப செயல்பட்டுக்கொண்டிருந்த பேராசைக்கார பன்னாட்டு நிறுவனத்தால் அல்லாமல் ஒரு முறைப்படியான அரசமைப்பைக் கொண்ட காலனிய அரசாங்கத்தின் ஆளுகையின் கீழ் வந்துவிட்டது.*

டெல்லியை காப்பாற்றுவதற்கும், வீடுகள் சூறையாடப்படுவதன் அளவை வரம்பிற்குள் கொண்டுவருவதற்கும் நீண்டகால பிரச்சாரம் தேவைப்பட்டது. 1863 ஆம் ஆண்டின் பிற்பகுதியில் டெல்லிக்கான ஆணையராக சாண்டர்ஸ் நியமிக்கப்பட்டார். அந்த நியமனம், 'கலக நகரமான டெல்லியின் குடிமக்களும் அந்த எழுச்சியில் சேர்ந்து கொண்டதால் அவர்களுடைய உரிமைகளை ஒட்டுமொத்தமாக பறித்துக்கொள்ள' காரணமாயிற்று என வாதிடப்பட்டது. இதற்கு சாண்டர்ஸ், 'டெல்லி மக்கள் கிளர்ச்சியாளர்களுடன் கையோடு கைகோர்த்திருந்தார்கள் என்பதை மறந்துவிடக்கூடாது' என்று வாதிட்டுள்ளார்.[24] இருப்பினும், திட்டமிட்ட அழித்தொழிப்பை அதிரடியாக குறைப்பதற்கு தன்னுடைய செல்வாக்கைப் பயன்படுத்திய லாரன்ஸ், 'பெரும் முக்கியத்துவம் வாய்ந்த நிலையில் இருக்கும் டெல்லியை நாமே தக்கவைத்துக் கொள்ள வேண்டும்' என்று வாதிடுகிறார். 'நடந்த விஷயங்களுக்காக நம்மால் எவ்வளவு முடியுமோ அவ்வளவுக்கும் நாம் இந்த மக்களை குற்றம் சாட்டிக் கொண்டிருக்கிறோம். ராணுவத்திற்கு அப்பாற்பட்டு எந்த ஒரு சதித்திட்டமும் தீட்டப்பட்டது என நம்பக்கூடிய வகையில் எதையும் நான் இதுவரை பார்த்ததோ அல்லது கேள்விப்பட்டதோ இல்லை. அதிலும்கூட சதித்திட்டம் இருந்ததாகவே எனக்குத் தெரியவில்லை. ராணுவம் மிக நீண்ட காலமாகவே அதிருப்தியுற்ற நிலையில்தான் இருந்து வந்திருக்கிறது' என்று அந்தக்

* கம்பெனிக்கு மிச்சமிருந்தவையும்கூட 1874 ஜனவரி 1 ஆம் தேதி கிழக்கிந்திய பங்கு ஆதாயம் திரும்பப் பெறும் சட்டம் இயற்றப்பட்டதன் மூலம் கலைக்கப்பட்டன.

காலகட்டதில் வழக்கத்திலேயே இல்லாத முறையில் அவர் சுட்டிக் காட்டியிருக்கிறார்.[25]

டெல்லி சுவர்களையும், பாதுகாப்புகளையும் அழிப்பதற்கு கேனிங் முன்பே உத்தரவிட்டிருந்தார். ஆனால், இந்த உத்தரவுகளை எப்படியோ ரத்துசெய்துவிட்ட லாரன்ஸ், பல மைல்களுக்கு நீண்டுசெல்லும் சுவர்களை தகர்ப்பதற்கு டெல்லியில் போதுமான வெடிமருந்து இல்லை என்று வாதிட்டார்.[26] 1859 ஆம் ஆண்டின் முடிவில், கோட்டையையும், நகரத்தையும் சுலபமாக பாதுகாக்கக்கூடிய வகையில் தேவைப்படும் அளவுக்கு மட்டுமே அழிப்பதற்கான அவருடைய திட்டத்திற்கு கேனிங் ஒப்புக்கொண்டார். 1863 இல், தாரிபா வரை நீண்டுசெல்லும் சாந்தினி சௌக்கின் கிழக்குப் பகுதியில் பாதியை அழிப்பதற்கான திட்டமும் நிறுத்திவைக்கப்பட்டது.[27] அப்போதுகூட, நகரத்தின் - குறிப்பாக செங்கோட்டையை சுற்றி - மாபெரும் பாதுகாப்பரண்களை அப்புறப்படுத்தும் நடவடிக்கை நடந்துகொண்டுதான் இருந்தது. ஹிந்துஸ்தானம் முழுவதிலும் இருந்த தன்னுடைய செய்தித் தொடர்பாளர்களுக்கு காலிப் துயரார்ந்த தொடர் கடிதங்களில் இவற்றை பதிவு செய்திருக்கிறார். 'ராஜ்காட்டிற்கும் [நகரத்தின் கிழக்கு முனை, யமுனை நதியை பார்த்தபடி இருப்பது] மற்றும் ஜமா மசூதிக்கும் இடைப்பட்ட பகுதி மாபெரும் கற்குவியலாகவே காணப்பட்டது என்பதில் மிகைப்படுத்தல் ஏதுமில்லை.'

> *ராஜ்காட் நிரம்பிவிட்டது. தாக்குதல் நடத்தும் சுவர் மாடங்கள் மட்டுமே எஞ்சியிருந்தன. மற்றவையெல்லாம் குப்பைக் கூளங்களால் நிரம்பிவிட்டன. கற்சாலைகள் போடுவதற்காக, கல்கத்தா வாயில் மற்றும் காபூல் வாயில்களுக்கு இடையே அகலமான திறந்தவெளி நிலப்பகுதி உருவாக்கப்பட்டது. பஞ்சாபி கத்ரா, டோபிவாரா, ராம்ஜி கன்ஞ், சதத் கான் கா கத்ரா, முபாரக் பேகத்தின் [ஆச்டர்லோனியின் விதவை மனைவி] மாளிகை முற்றம், சாகிப் ராமின் மாளிகை முற்றம் மற்றும் அவருடைய தோட்டம் - ஆகிய அனைத்தும் அடையாளம் காணமுடியாத அளவுக்கு அழிக்கப்பட்டன.*[28]

காலிப்பின் மற்ற கடிதங்கள் நகரத்தின் மிக நேர்த்தியான சில மசூதிகள் அழிக்கப்பட்டது குறித்துத் துக்கப்படுகின்றன. அவை அக்பராபதி மசூதி மற்றும் காஷ்மீரி கத்ரா மசூதி. மாபெரும் சூஃபி ஆலயங்களான ஷேக் கலிமுல்லா ஜாஹனாபதி;* மௌலவி முகம்மது பக்கார் கட்டிய

* இருப்பினும், ஆரவாரமற்ற ஒரு துறவியின் கல்லறையான இது இப்போதும் பழைய டெல்லியில் புறா விற்பவர்கள் பஜாராக நிலைத்திருக்கிறது.

இமம்பரா;* புலாக்கி பேகத்தின் முஹல்லா; தாரிபாவின் முக்கிய நுழைவாயில்; ஜமா மசூதியைச் சுற்றி 70 கஜம் அளவுக்கிருந்த அகலமான திறந்தவெளிப் பகுதி; டெல்லியின் மிக வசீகரமான நான்கு அரண்மனைகள் ஆகியன முற்றிலுமாக அழிக்கப்பட்டன. சமீபத்தில் தூக்கிலிடப்பட்ட ஜஜ்ஜார், பகதூர்கார் மற்றும் ஃபரூக்நகர் ஆகிய நவாப்களின் மாளிகை முற்றங்கள் மற்றும் பலாப்கர் ராஜாவின் அரண்மனை ஆகியவையும் அழிக்கப்பட்டன.[30] ஷாஜகானுடைய மகளான ஜஹானராவின் மாபெரும் வண்டிக்கூடம் அழிக்கப்பட்டு புதிய நகர மையமாக மாற்றப்பட்டது. ஔரங்கசீப் முடிசூடிய ஷாலிமார் பாக் விவசாய பயன்பாட்டிற்காக விற்கப்பட்டது. பழைய முகலாய கட்டிடங்கள் தொடர்ந்திருக்கலாம் என்று அனுமதிக்கப்பட்ட இடங்களைக்கூட அவர்கள் பெயர்மாற்றம் செய்தனர். உதாரணத்திற்கு, பேகம் பாக், குயின்ஸ் கார்டன் ஆனது.

ஒட்டுமொத்தமாக அழிக்கப்படுவதில் லாரன்ஸ் மிகத் தாமதமாக குறுக்கிட்ட மற்றொரு பகுதி செங்கோட்டை என்பதுதான் சோகம். பிரிட்டிஷார் மற்றும் முகலாயர்கள் என இருவருக்குமே சேவையாற்றியிருக்கிறது என வாதிட்டு எப்படியோ அவர் ஜமா மசூதியையும், அரண்மனைச் சுவர்களையும் காப்பற்றிவிட்டார். ஆனால் கோட்டையின் 80 சதவிகிதப் பகுதிகள் தரைமட்டமாக்கப்பட்டன. அந்நேரத்தில் திவான் இயாமிற்கு மேலே இருந்த குடியிருப்பில் வசித்துவந்த ஹேரியட் டைட்லர் இந்த முடிவினால் திகைத்துப்போய் அந்த நகரம் காணாமல் போவதற்கு முன்பாக அதன் பரந்தகன்ற காட்சியை ஓவியமாகத்** தீட்டுவதென்று தீர்மானித்தார். செப்டம்பர் 14 அன்று தாக்குதல் தொடங்கியது முதல் டெல்லியில் பிரிட்டிஷார் நடந்துகொண்ட விதத்தினால் அவர் அருவருப்படைந்திருந்தார் என்பதையே இது காட்டுகிறது. 'டெல்லி உண்மையிலேயே இப்போது ஒரு மரண நகரம்தான். டெல்லியின் மரண அமைதி பயங்கரமான ஒன்று. காலியான வீடுகளை மட்டுமே பார்க்க முடிந்தது. அடியோடு சலனமற்ற நிலை, விவரிக்க

* முஹரம் மாதத்தின் போது துக்க அனுசரிப்புகளை நடத்துவதற்காக பயன்படுத்தப்பட்ட ஷியா மதக்கூடம்.

** இந்தப் பரந்தகன்ற காட்சியின் ஓவியம் முழுமைபெற்றதாக தெரிகிறது. ஆனால், அப்போதில் இருந்தே அதைக் காணவில்லை. இருப்பினும், 1857–க்கு முன்னர் சர் தாமஸ் மெட்கால்ஃப் நிதியுதவியில் வரையப்பெற்ற கோட்டையின் பரந்தகன்ற காட்சி ஓவியம் பிரிட்டிஷ் லைப்ரரியில் இருக்கிறது. அது அங்கே பாதி மறுபடைப்பு செய்யப்பட்டது. இதற்கு கொஞ்சகாலம் கழித்து 1862 இல், அந்தமான் தீவுகளில் உள்ள பயங்கரமான பிரிட்டிஷ் அரசியல் கைதிகளுக்கு மேற்பார்வையாளராக நியமிக்கப்பட்ட தன்னுடைய கணவர் ராபர்ட்டுடன் சேர்ந்து ஹேரியட் டைட்லர் அங்கு வந்துசேர்ந்தார். ஹேரியட் 'முதல் பார்வையிலேயே அந்த இடத்தை வெறுத்தார்.' இருப்பினும் அந்தத் தீவுக்கூட்டத்தில் இருப்பதிலேயே உயரமான மலை அவரை நினைவுறுத்தும் வகையில் இன்றளவும் ஹேரியட் சிகரம் என்றே அழைக்கப்படுகிறது. இங்கே வரும் அரசியல் கைதிகளில் வருடத்திற்கு எழுநூறு பேர் இறந்துபோவது என்ற அதிர்ச்சியடைய வைக்கும் மரண விகிதத்தை குறைப்பதற்கு முயற்சி செய்த டைட்லர்கள் அதில் சிறிதளவு வெற்றியும் பெற்றனர். [தொடர்ச்சி அடுத்த பக்கத்தில்]

முடியாத துயரம். அதைப் பார்க்கையில் நம்முடைய வாழ்வில் இருந்து ஏதோ ஒன்று காணாமல் போய்விட்டதைப் போன்றே தோன்றுகிறது' என தன்னுடைய நினைவுக்குறிப்புகளில் அவர் எழுதியுள்ளார்.[31]

1857, நவம்பரில் குயின்ஸ் பாத்தில் தொடங்கிய அழித்தொழிப்புகள் அரண்மனையின் பெரும்பாலான இடங்களிலும் தொடர்ந்தது. இதுகண்டு திகைத்துப்போன கட்டிடக்கலை வரலாற்றாசிரியரான ஜேம்ஸ் ஃபெர்குஸன் இருபது வருடங்கள் கழித்து 'எஸ்கோரியல் (ஸ்பெயின் அரச மாளிகை) அளவில் இரண்டு மடங்கு' பகுதி அழிக்கப்பட்டது என்று சுட்டிக்காட்டியுள்ளார். 'பஜாரில் இருந்து கட்டிடங்களின் மையப்பகுதியினுடைய தெற்கு மற்றும் கிழக்குப் பகுதிகளுக்கு இடையில் இருந்த, ஏறத்தாழ ஒவ்வொன்றும் 1000 அடிகள் என்ற அளவில் மொத்தப் பகுதியும் அந்த அரண்மனையின் அந்தப்புர குடியிருப்புகளால் ஆக்கிரமிக்கப்பட்டிருந்தன - இது ஐரோப்பாவில் உள்ள எந்த ஓர் அரண்மனைப் பகுதியைக் காட்டிலும் இருமடங்கு பெரியது.'

> என்னிடமுள்ள, எனக்கு சந்தேகத்திற்கு இடமில்லாத வகையில் இருந்த பூர்வகுடி திட்டப்படி அதில் மூன்று தோட்ட அரங்குகள் இருந்தன. அங்கிருந்த பதிமூன்று அல்லது பதினான்கு பிற கூடங்களில் சில அரசுக்காகவும், சில வசதிக்காகவும் ஏற்பாடு செய்யப்பட்டிருந்தன. ஆனால், அவை எப்படி இருந்தன

[முன்பக்க தொடர்ச்சி] அந்தமானின் நசநசப்பான, ஆரோக்கியமற்ற காடுகளுக்கு வந்த உடனேயே பலரும் நோயுற்றுப்போய் ஒரு மாதம் அல்லது சில வாரங்களில் இறந்துவிடுவர். ஒரு கட்டத்தில் 10,000 குற்றவாளிகளில் 45 பேர் மட்டுமே அந்த சிறைமுகாமின் மருத்துவர்களால் 'மருத்துவரீதியில் தகுதியானவர்கள்' என்று அறிவிக்கப்பட்டது. மற்றவர்கள் அந்த சிறைமுகாமின் மீது அந்த தீவின் பூர்வகுடிகள் நடத்திய தொடர் தாக்குதல்களில் உயிரிழந்தனர். அவர்களில் சிலர் நரமாமிசம் சாப்பிடுகிறவர்கள். இந்த திகைக்க வைக்கும் பிரதேசத்திற்கு அனுப்பிவைக்கப்பட்ட பெரும் எண்ணிக்கையிலான கைதிகள் டெல்லியைச் சேர்ந்தவர்களே ஆவர். எழுச்சியின்போது எந்த ஒரு விஷயத்தையும்பற்றி அரசருக்கு ஒரே ஒரு மனு அளித்திருந்தால்கூட அது அந்த மனுதாரர் இந்த அந்தமான் சிறைச்சாலைக்குள் தன் ஆயுளை கழிக்க போதுமானதாக இருந்தது. சிறைவைக்கப்பட்டவர்களில் காலிப்பின் மிகவும் திறமைவாய்ந்த நண்பர்களில் கவிஞரும் அறிவுஜீவியுமான ஃபைஸல் இய்–ஹாக்கும் ஒருவராவார். ஃபைஸல் உண்மையில் ஆச்டர்லோனியின் பாதுகாவலரும், காலிப் தினமும் சதுரங்கம் ஆடுகின்ற ஒருவரின் நண்பருமாவார். பிரிட்டிஷாருக்கு எதிராக ஜிகாத் நடத்துவதற்கு முஸ்லிம்களை ஊக்கப்படுத்தினார் என்று அவர் குற்றம்சாட்டப்பட்டார். இந்தக் குற்றச்சாட்டை அவர் நீதிமன்றத்தில் மறுத்தார் என்றாலும் அவர் மற்றபடி பொதுமன்னிப்புக்கு தகுதியானவர்தான் என்று சொல்லப்பட்டது. அதற்கான உத்தரவு வந்துசேருவதற்கு சற்று முன்பாகத்தான் அவர் மரணமடைந்தார். ராபர்ட் டைட்லர் அதற்கு பத்து வருடங்கள் கழித்து 1872 இல் இறந்தார். பிரிட்டிஷ் கொலம்பியாவிற்கு பயணித்த ஹேரியட் அங்கே சிலகாலம் தன்னுடைய மகளுடன் செலவிட்டார். ஆனால், பின்னர் இந்தியாவிற்கு திரும்பிவந்து சிம்லாவில் வாழ்ந்த அவர் 1907 இல் தன்னுடைய எழுபத்தி ஒன்பதாவது வயதில் இறக்கும் முன்னர் அவர் தன்னுடைய நினைவுக்குறிப்புகளை எழுதி முடித்தார்.

என்பதைப்பற்றித்தான் நாம் தெரிந்துகொள்ள வழியில்லை. அவற்றில் ஒரு தடயம்கூட மிச்சம் வைக்கப்படவில்லை. அரண்மனையின் அந்தப்புரக் கூடங்கள் முழுதும் தரையோடு தரையாக புதைக்கப்பட்டு அருவருப்பான பிரிட்டிஷ் பாசறைகளுக்கு வழியேற்படுத்தித் தரப்பட்டன. இத்தகைய அதிர்ச்சிகரமான அழிவை நடத்தியவர்கள் தாங்கள் எதை அழிக்கிறோம் என்பது பற்றிய அல்லது இந்த உலகிலேயே மிகவும் அற்புதமான அரண்மனையைப் பற்றிய பதிவையாவது தக்கவைத்திருக்க வேண்டும் என்பது குறித்து எந்த சிந்தனையும் இல்லாமலேயே செய்து முடித்திருக்கிறார்கள்.[32]

1859 இன் பிற்பகுதியில் 'தரைமட்டமாக்கும் சிறப்பான வேலை' அந்த அரண்மனையில் இன்னும் நடந்துகொண்டிருக்கிறது என டெல்லி கெஸட்டில் ஜியார்ஜ் வேகன்டிரைபர் மகிழ்ச்சியுடன் பதிவு செய்திருக்கிறார். சோட்டா ரங் மஹல் போன்ற சில நேர்த்தியான கட்டிடங்கள் முதல் இலக்காயின. கோட்டையின் புகழ்பெற்ற தோட்டங்கள்கூட - இதில் ஹயாத் பக்ஷ் பாக் மற்றும் மெஹ்தாப் பாக் குறிப்பிடத்தக்கவை - அழிக்கப்பட்டன. அந்த வருடத்தின் முடிவில் அசலான கட்டிடங்களில் ஐந்தில் ஒரு பகுதி மட்டுமே விட்டுவைக்கப்பட்டன - அவற்றில் பலவும் யமுனை ஆற்றங்கரையில் அமைந்திருந்த சிதைவுற்று, தனிமைப்படுத்தப்பட்ட பளிங்கு கட்டிடங்கள். அவையும்கூட பிரிட்டிஷ் ஆக்கிரமிப்பு துருப்புகளால் அலுவலகங்களாகவும், உணவகங்களாகவும் பயன்படுத்தப்பட்ட காரணத்தினாலேயே காப்பாற்றப்பட்டிருந்தன என்பதுதான் உண்மை. ஆனால், அவற்றின் அசலான பாகமாக இருந்த அரசவைக்கூடங்கள் நீக்கப்பட்ட பின்னர் அவை தங்களுடைய அர்த்தத்தையே இழந்திருந்தன.

தங்கமுலாம் பூசப்பட்ட, பிரித்தெடுக்கப்படக்கூடிய பெரும்பாலான மார்பிள்கள் பெயர்க்கப்பட்டு போர்ப்பரிசுத் தலைவர்களால் விற்கப் பட்டன. இதுகுறித்து ஃபெர்குஸன் பின்வருமாறு குறிப்பிட்டுள்ளார்,

நாங்கள் அரண்மனையை கையகப்படுத்தியபோது எல்லோருமே மிகவும் சுதந்திரமாக அங்கே கொள்ளையடிக்கவே விரும்பினர். அவர்களில் ஒருவரான கேப்டன் (பின்னாளில் சர்) ஜான் ஜோன்ஸ் [கோட்டையைக் கைப்பற்றுகையில் லாகூர் வாயிலை வெடிவைத்து தகர்த்தவர்] ஒரு பெரும் பகுதியை பிரித்தெடுத்தார். ஆனால் தான் கொள்ளையடித்த மார்பிளை மேசையின் மேல்விரிப்பாக பயன்படுத்துவது என்ற மகிழ்ச்சியான யோசனைக்கு வந்துசேர்ந்தார். அவற்றில் இரண்டை சொந்த நாட்டிற்கு எடுத்துவந்த அவர் அரசாங்கத்திடம் 500 பவுண்டுகளுக்கு விற்றார். அவை இந்தியா அருங்காட்சியகத்தில் வைக்கப்பட்டுள்ளன.[33]

இந்தத் துண்டுகளில், ஷாஜகான் தன்னுடைய மயிலாசனத்திற்குப் பின்னால் அமைத்துக்கொண்ட, புகழ்பெற்ற 'ஆர்ஃபியஸ் பேனல்' பொதிக்கப்பட்ட துண்டும் அடங்கும்.

அதேநேரம், முகலாய செங்கோட்டையில் எஞ்சியிருந்தவை சாம்பல்நிற பிரிட்டிஷ் பாசறைகள் ஆயின. ஒருகாலத்தில் ஹிஸ்பானா மற்றும் கான்ஸ்டாண்டிநோபிளில் இருந்து தூதுவர்கள் வந்திருப்பதை மேளங்களும், டிரெம்பெட்டுகளும் அறிவித்த இடமான நக்கார் கானா பிரிட்டிஷ் பணியாளர் சர்ஜெண்டின் செயலகம் ஆகிப்போனது. திவான் இய் ஆம் அதிகாரிகளுக்கான ஓய்வறையாகவும், பேரரசரின் தனி நுழைவாயில் உணவகமாகவும், ரங் மஹஸ் அதிகாரிகளின் உணவகமாகவும் ஆகிப்போனது. மும்தாஜ் மஹல் ராணுவ சிறையானது. கம்பீரமான லாகூர் தர்வாஸாவிற்கு விக்டோரியா வாயில் என்று பெயர் சூட்டப்பட்டதுடன் 'கோட்டையின் ஐரோப்பிய படைவீரர்களுடைய பயனுக்காக பஜாராகவும் மாற்றப்பட்டது.' அரண்மனைக் கட்டிடக்கலைக்கு ஜாஃபரின் பங்களிப்பானது - ஒரு பெரிய சிவப்புநிற செங்கல் தொட்டியில் இருந்த நுட்பமான மிதக்கும் கூடாரமான ஜாஃபர் மஹல் - அதிகாரிகளுடைய நீச்சல்குளத்தின் மையமண்டபம் ஆகிப்போனது என்றால், எஞ்சியிருந்த ஹயாத் பக்ஷ் பாக்கின் கூடாரங்கள் சிறுநீர் கழிப்பகமாயின.[34]

இவையெல்லாம் நடந்துகொண்டிருந்த 1858 ஆம் வருடம் முழுவதிலும் ஹிந்துக்கள் இந்த நகரத்தில் மறுபடியும் சேர்த்துக்கொள்ளப்பட்டனர். ஆனால், முஸ்லிம்கள் சுவர்களுக்குள் வரவே ஏறக்குறைய முற்றிலும் தடைசெய்யப்பட்டனர். இதனை காலிப் பின்வருமாறு தஸ்தான்பையில் எழுதியுள்ளார்:

> டெல்லி நகரம் முழுவதிலுமே ஆயிரம் முஸ்லிம்களையாவது கண்டுபிடிப்பதே கடினம். அவர்களில் நானும் ஒருவன். சிலர் தாங்கள் டெல்லியின் குடியிருப்புவாசிகளே இல்லை என்பதுபோல் நகரத்தில் இருந்து வெகு தொலைவிற்குச் சென்றுவிட்டனர். முக்கியஸ்தர்கள் பலரும் நகரத்திற்கு வெளியிலும், மலைத் தொடரிலும், வேயப்பட்ட கூரைகளிலும், பதுங்கு குழிகள் மற்றும் மண்குடிசைகளிலும் வாழ்ந்தனர். அந்தக் காட்டுப்பகுதியில் வசித்தவர்கள் யாவரும் டெல்லிக்கு திரும்புவது குறித்து அச்சப்பட்டவர்களும், சிறைவைக்கப்பட்டவர்களின் உறவினர்களும், பிச்சையெடுத்து வாழ்ந்தவர்களும் ஆவர்.[35]

1860 இல் அங்கு கடந்துசென்ற ஒரு பயணி 'வாடி வதங்கிய கிழ முஸல்மானிகள் மற்றும் குதுப்பில் [அப்போதும்] முகாமிட்டிருந்த நாடோடி போன்ற முகலாயர்களைக்' கண்டு திகைப்பிலாழ்ந்தார். இறுமாப்பார்ந்த மதில்டா சாண்டர்ஸ்கூட 'பட்டினியாலும், இருப்பிடம்

இன்றியும் நிறையபேர் தினமும் செத்துக்கொண்டிருக்கிறார்கள்' என்பதைத் தெரிந்துகொண்டார்.[36]

1859 இல் டெல்லியில் இருந்த முஸ்லிம்கள் தாங்கள் தங்களுடைய வீடுகளுக்கு திரும்ப அனுமதிக்கும்படி அரசாங்கத்திடம் மனு அளித்தனர். விக்டோரியா ராணிக்கு கடிதம் எழுதிய அவர்கள் பின்வருமாறு வேண்டினர் (சார்லஸ் சாண்டர்ஸ் உதவியுடன் மேற்கொள்ளப்பட்ட மொழிபெயர்ப்பின்படி)

> *அவர்கள் டெல்லி நகரத்திற்கு திரும்பிவர அனுமதி கேட்டனர். அவர்கள் பெரும் மன வேதனையுற்றிருந்தார்கள். நகரத்திலிருந்து கடுமையாக ஒதுக்கிவைக்கப்பட்டார்கள். அவர்களால் இருப்பிடத்தையோ, உயிர்வாழ்வதற்கான வழியையோ தேடிக்கொள்ள முடியவில்லை. அப்போது உறைபனிக்காலம் நெருங்கிக்கொண்டிருந்தது. தங்களுக்குத் தற்போதிருக்கும் வறுமையான, துயரார்ந்த நிலையில் அதன் தீவிரத்தன்மைக்கும் தாங்கள் ஆளாகிவிடக்கூடாதென்று அவர்கள் வேண்டிக்கொண்டனர். மற்ற மாண்புமிகு முடியாட்சிகளை உதாரணமாக எடுத்துக்கொண்டு மாட்சிமை பொருந்திய மகாராணியார், தங்களுடைய தவறான செயல்களை மன்னித்து, தங்களுடைய பழைய வீடுகளில் மீண்டும் குடியேறுவதற்கு அனுமதிப்பார் என்றும் அவர்கள் நம்பினர் - இல்லாவிடில் தாங்கள் வறுமையில் வாடுவதைத் தவிர வேறுவழியில்லை என்று கூறினர்.*[37]

அவர்களுடைய வேண்டுகோள் ஏற்றுக்கொள்ளப்பட்டு அவர்கள் *1860* இல் திரும்பி வரத்தொடங்கிவிட்டபோதிலும், விசுவாசத்தை நிரூபிக்க இயலாத பல முஸ்லிம்கள் தங்களுடைய வீடுகள் கைப்பற்றப்பட்டிருப்பதைக் கண்டனர். இந்தியாவில் இருந்த சில ஆங்கிலப் பத்திரிகைகள்கூட டெல்லி முஸ்லிம்கள் மீது இரக்கப்படத் தொடங்கியபோது நிலைமை இன்னும் மோசமானது. இதுகுறித்து மஃபுஸிலைட் பத்திரிகை *1860* ஜூன் மாதம் பின்வருமாறு எழுதியிருக்கிறது,

> *ஐரோப்பிய கொந்தளிப்பு எப்போதுதான் குறையப்போகிறது. இதில் நியாயமே இல்லை. பட்டினி கிடப்பதாலும், ஒதுக்கி வைக்கப்பட்டதாலும், கொள்ளையடிக்கப்பட்டதாலும் அவர்கள் பரிதாபத்திற்குரியவர்கள் ஆகிவிட்டார்கள். ஆயிரக்கணக்கான முஸ்லிம்கள் வீடற்றவர்களாக சுற்றித்திரிகிறார்கள். ஹிந்துக்கள் தங்களை விசுவாசமுள்ளவர்களாக ஒப்பனை செய்துகொண்டு, தெருக்களில் வீறுநடை போடுகிறார்கள். டெல்லி இன்னமும் தண்டிக்கப்படவில்லை என்று நினைக்க வைத்துவிடாதீர்கள். புற்கள் வளர்ந்த தெருக்கள் வழியாக நடந்துசெல்லுங்கள். அடியோடு*

வீழ்த்தப்பட்ட மாளிகைகளையும், துப்பாக்கி தோட்டாக்கள் துளைத்த அரண்மனைகளையும் குறித்துக்கொள்ளுங்கள்.[38]

பிரிட்டிஷாரால் கைப்பற்றப்பட்டு ஏலம் விடப்பட்ட முஸ்லிம் சொத்துகள் பெரும்பாலானவை சுன்னா லால் மற்றும் ராம்ஜி தாஸ் போன்ற ஹிந்து காத்ரி (மதச்சடங்கு செய்யும் சாதிப்பிரிவு) மற்றும் ஜெயின் வங்கியர்களால் மொத்தமாக வாங்கிக்கொள்ளப்பட்டன. கையில் பணமாக வைத்திருக்கக்கூடிய ஒரே டெல்லிவாசிகள் இவர்கள் மட்டுமே. அவர்களுடைய நில் கா காத்ராவின் முக்கிய மையமானது அந்த நகரம் வீழ்ச்சியுற்ற உடனேயே பெரிய தொகை வழங்கப்பட்டதை அடுத்து போர்ப்பரிசுத் தலைவர்களின் கொள்ளையிடலில் இருந்து தற்காப்பை பெற்றுக்கொண்டது.[39] ஹிந்து வணிகர்களும், வங்கியர்களும் அந்நகரத்தின் மிகவும் பிரபலமான இரண்டு மசூதிகளைக்கூட விலைகொடுத்து வாங்கினர். ஃபதேபூரி மசூதியை சுன்னா மால் வாங்கினார். எழுச்சிகாலம் முழுவதிலும் முக்கிய ஜிகாதி மையமாக விளங்கிய அழகான ஜீனத் உல் மசூதியை ஒரு ஹிந்து அடுமனைப்பொருள் தயாரிப்பவர் வாங்கினார்.*[40]

எழுச்சிக்கு முன்னர் அந்த நகரத்தை ஆக்கிரமித்திருந்த முஸ்லிம் மேட்டுக்குடியினரிடம் இருந்து, எழுச்சிக்கு பின்னர் அந்த நகரத்தில் இருப்பதிலேயே மிகப் பெரிய பணக்கார குடிமகன்கள் ஆகிவிட்ட ஹிந்து வங்கியர்களுக்கு அதிகாரத்தை சட்டென்று மாற்றித்தருவதை இவை எல்லாம் சேர்ந்துதான் துரிதப்படுத்தின. 'சுன்னா மால் மற்றும் மகேஷ் தாஸ் போன்ற ஒன்று அல்லது இரண்டுபேரின் கைகளில்தான் தலைநகரம் இருந்தது' என்று 1858 இல் எழுதியுள்ளார் எட்வர்ட் கேம்ப்பல்.[41] அரசவை வட்டாரம் மற்றும் முகலாய அதிகார வர்க்கத்திடம் எஞ்சியதெல்லாம் அவர்கள் பைசா காசில்லாமல் விடப்பட்டதுதான். ஒருசிலர் பள்ளிக்கூட ஆசிரியர்களாகவும், பயிற்சியாளர்களாகவும் சொற்ப வருமானத்தில் பிழைத்தனர். மௌலவி ஷகானுல்லா போன்ற பலருக்கும் தங்களுடைய உலகம் ஒட்டுமொத்தமாக நிர்மூலமாகிவிட்டதன் அதிர்ச்சி 'தாங்கிக்கொள்ள முடியாத ஒன்றாகவே' இருந்தது. ஏமாற்றத்திற்கு ஆளானதன் வெறுமையால் ஏற்பட்ட சோகத்தில் விழுங்கப்பட்ட தருணம் அது என்கிறார் ஷகானுல்லா.[42]

'அய்யோ, என் மகனே! நீ பிறந்த டெல்லி இதுவல்ல, நீ பள்ளிக்கு சென்ற டெல்லி இதுவல்ல, என்னிடம் பாடம் படிக்க நீ வந்துசென்ற டெல்லி இதுவல்ல, என்னுடைய 51 வருடங்களை நான் கடந்துவந்த

* பல வருடங்களுக்குப் பிறகும்கூட இவற்றில் எதுவும் டெல்லி முஸ்லிம்களிடம் திருப்பி அளிக்கப்படவில்லை – 1875 இல் ஃபதேபூரி மசூதியும், இருபதாம் நூற்றாண்டின் துவக்கத்தில் கர்ஸன் பிரபுவால் ஜீனத் உல் மசூதியும் திருப்பி அளிக்கப்பட்டன. 1862 இல் திருப்பி அளிக்கப்படும்வரை ஜமா மசூதியை சீக்கிய துருப்புகள் ஆக்கிரமித்திருந்தன. பார்க்க: S.M. Ikram, *Muslim Rule in India and Pakistan*, Lahore, 1966, p. 462.

டெல்லி இதுவல்ல' என்று 1862 இல் ஒரு நண்பருக்கு எழுதியுள்ளார் காலிப்.

> *இது ஒரு முகாம். இங்குள்ள முஸ்லிம்கள் பிரிட்டிஷ் அதிகாரிகளின் ஊழியர்களும் சேவகர்களுமே ஆவர். மற்ற எல்லோருமே ஹிந்துக்கள். பதவீநீக்கம் செய்யப்பட்ட அரசரின் ஆண் வாரிசுகள் - அதாவது கத்திமுனையில் இருந்து தப்பியவர்கள் - ஒரு மாதத்திற்கு ஐந்து ரூபாய் என்று பஞ்சப்படி வாங்குகிறார்கள். பெண் வாரிசுகள், வயதானவர்களாக இருந்தால் விபச்சாரத்தை நடத்துகிறவர்களாக, இளையவர்களாக இருந்தால் விபச்சாரம் செய்பவர்களாக ஆக்கப்பட்டுவிட்டனர்.*[43]

காலிப் சொல்லாத விஷயம் என்னவென்றால், நகரம் வீழ்ச்சியுற்றதைத் தொடர்ந்து நடந்த வெகுஜன பலாத்காரத்தினால் டெல்லி பேகம்கள் பாலியல் தொழிலின் பாதையில் தள்ளப்பட்டனர் என்பதைத்தான். டெல்லியில் இருந்த ஒரு பிரிட்டிஷ் பெண்மணி கலகப்பரவலின்போது பாலியல் துன்புறுத்தலுக்கு உள்ளானார் - இது தவறான வதந்தி என்று அடுத்தடுத்து நிரூபிக்கப்பட்டது. பின்னாளில் நடத்தப்பட்ட முழு அளவிலான சாண்டர்ஸின் விசாரணை ஆணையத்தாலும் இது தவறு என்று நிரூபிக்கப்பட்டது - என்று நம்பிய பிரிட்டிஷ் அதிகாரிகள் டெல்லி பெண்களை பலாத்காரம் செய்த தன்னுடைய ஆட்களைத் தடுப்பதற்கு பெரிதாக எதுவும் செய்துவிடவில்லை. அதேநேரத்தில், கலகக்காரர்களால் ஒரு பலாத்காரம்கூட நடத்தப்படவில்லை என்று சாண்டர்ஸின் விசாரணை அந்தக் குற்றச்சாட்டுகளில் இருந்து முற்றிலும் விடுவித்தது. மற்றொரு விசாரணையில் அரச குடும்பத்தைச் சேர்ந்த ஏறக்குறைய முன்னூறு பேகம்கள் - இவர்களில் அரண்மனை ஆசைநாயகிகள் கிடையாது - 'டெல்லி வீழ்ச்சியுற்ற பின்னர் நம்முடைய படையினரால் தூக்கிச் செல்லப்பட்டனர்' அவர்களில் அவ்வாறு தூக்கிச்செல்லப்படாத பெரும்பாலானோர் அரண்மனை ஆசைநாயகிகளாக இப்போது வாழ்க்கை நடத்திக்கொண்டிருக்கின்றனர் என்று தெரிய வந்தது.[44] அரச குடும்பத்துப் பெண்களின் விதி காலிப்பை ஆழமாக பாதித்திருப்பது தெளிவுபடுகிறது. மேலும் அவர் தன்னுடைய கடிதங்களில் மீண்டும் மீண்டும் அந்த இடத்திற்கே வருகிறார். 'நீ அங்கே இருந்திருந்தால் கோட்டையில் இருந்த அந்தப் பெண்கள் நகரத்திற்கு செல்வதைப் பார்த்திருக்கலாம். அவர்களுடைய முகங்கள் நிலவைப் போல் அழகாக இருந்தன. உடைகளோ அழுக்கடைந்து போயிருந்தன. அவர்களுடைய பைஜாமாக்களின் கால் பகுதி கிழிந்து போயிருந்தது. அவர்களுடைய செருப்புகள் துண்டு துண்டாகிப்போயிருந்தன. இது ஒன்றும் மிகைப்படுத்தல் அல்ல.' என்று தன்னுடைய நண்பர் மிர்ஸா தாஃப்தா என்பவரிடம் அவர் கூறியிருக்கிறார்.[45]

முகலாய அரசவையின் வீழ்ச்சியுடன் கலாசாரம் மற்றும் கற்றலுக்கான மையம் என்ற நகரத்தின் மரியாதையும் வீழ்ச்சியுற்றது. அதனுடைய நூலகங்கள் கொள்ளையடிக்கப்பட்டன. அதனுடைய விலைமதிப்பற்ற கையெழுத்துப்படிகள் காணாமல்போயின. மதரஸாக்கள் அனைத்துமே ஏறக்குறைய மூடப்பட்டன. அவற்றின் கட்டிடங்கள் ஹிந்து கடன்தாரர்களால் வாங்கப்பட்டன - வாங்கி இடிக்கப்பட்டன. இவை எல்லாவற்றிலும் மிகவும் கௌரவம் வாய்ந்த மதரஸாவான இல்-ரஹிமிய்யா முன்னணி பனியாக்களுள் ஒருவரான ராம்ஜி தாஸால் வாங்கப்பட்டு பண்டகசாலையாக பயன்படுத்தப்பட்டது.[46]

ஒருகாலத்தில் மிகவும் புத்தகப் பிரியர்களாக இருந்த நகரத்தில் ஒரே ஒரு புத்தக விற்பனையாளர், புத்தகம் செய்பவர் அல்லது சித்திர எழுத்துக்காரரைக்கூட பார்க்க முடியவில்லை என்று 1859 இல் காலிப் புகாராக கூறியிருக்கிறார்.[47] இன்னும் சொல்லப்போனால் ஒரே ஒரு கவிஞர்கூட இல்லை. ‘மாம்னுன் எங்கே? ஸாக் எங்கே? மோமின் கான் எங்கே? இரண்டு கவிஞர்கள் மட்டுமே எஞ்சியிருக்கிறார்கள். ஒருவர் அஸுர்தா - அவர் அமைதியாகிவிட்டார். மற்றொருவர் காலிப் - அவர் பிரக்ஞையற்றுப்போய் தன்னைத்தானே தொலைத்துக்கொண்டிருக்கிறார். கவிதை எழுதவோ, அதை மதிப்பிடவோ யாரும் இல்லை.’ இதை இன்னும் மோசமாக்கும் வகையில் காலிப்பின் பெரும்பாலான கவிதைகள் - அவருடைய வாழ்நாள் சாதனை - தொலைந்து போய்விட்டது. தன்னுடைய கஸல்களை அவர் பிரதியெடுத்து வைத்துக்கொள்ளவில்லை. அவருடைய கவிதைகளை வைத்திருந்த இரண்டு நண்பர்களின் தனி நூலகமும் பிரிட்டிஷாரால் சூறையாடப்பட்டு அழிக்கப்பட்டுவிட்டது. ‘சில நாட்களுக்கு முன்னர் நல்ல குரல்வளமும் நன்றாக பாடக்கூடிய திறமையும் பெற்றிருந்த ஒரு ஃபகிர் என்னுடைய கஸலை எங்கோ ஓரிடத்தில் இருந்து கண்டெடுத்து அதை எழுதி வைத்திருக்கிறார். அதை அவர் என்னிடம் காட்டியபோது, உண்மையைச் சொல்கிறேன், என் கண்களில் கண்ணீர் வழிந்தது’ என்று ஒரு நண்பருக்கு எழுதியிருக்கிறார் காலிப்.[48]

‘மொத்த நகரமும் பாலைவனமாகிவிட்டது’ என்று 1861 இல் தன்னுடைய நண்பருக்கு எழுதியிருக்கிறார் சோகவயப்பட்ட காலிப். ‘டெல்லி மக்கள் இன்னமும் தங்களுடைய மொழியால் பெருமை கொள்கிறார்கள்! என்ன ஓர் அவலமான நம்பிக்கை! கேள் அருமை நண்பா, உருது பஜார் இல்லையென்றால் உருது எங்கேயிருக்கிறது? இறைவா, டெல்லி இனியும் ஒரு நகரமல்ல. அது ஒரு முகாம். ராணுவ முகாம்! கோட்டை கிடையாது, பஜார் கிடையாது, தண்ணீர் இறைப்பவர்கள் கிடையாது’[49] ‘நான்கு விஷயங்கள்தான் டெல்லியை உயிர்ப்புடன் வைத்திருந்தன. கோட்டை, டெல்லி மசூதியில் தினமும் கூடும் கூட்டம், யமுனை நதியை நோக்கிய வாராந்திர நடைப்பயணம் மற்றும் பூக்காரர்களின் வருடாந்திர மலர்க் கண்காட்சி. இவற்றில் எதுவுமே

எஞ்சவில்லை. அப்படியென்றால் டெல்லி மட்டும் எப்படி எஞ்சியிருக்கும்? ஆம், இந்திய ராஜ்ஜியத்தில் ஒருகாலத்தில் அந்தப் பெயரில் ஒரு நகரம் இருந்தது.'[50]

இதுபோன்ற சூழ்நிலையில், தான் எதற்காக வாழ்ந்தோமோ அவை எல்லாம் முடிவுக்கு வந்துவிட்ட நிலையில் இனி வாழ்வதில் என்ன பயன் என்றுதான் காலிப் வியந்தார். 'ஒருவன் கண்ணீரைக் கொண்டு தன்னுடைய தாகத்தை தணித்துக்கொள்ள முடியாது. ஏமாற்றம் அதன் அடியாழத்தை எட்டிவிடும்போது ஒருவன் தன்னை கடவுளின் விருப்பத்திற்கு ஒப்புவிப்பதைத் தவிர வேறு வழியில்லை. இதைவிட வேறு என்ன அடியாழம் இருந்துவிடப்போகிறது? மரணத்தின் நம்பிக்கைதான் என்னை உயிருடன் வைத்திருக்கிறதோ?'[51] 'என் ஆன்மா இப்போதெல்லாம் கூண்டுக்குள் அடைபட்ட பறவையைப்போல் என்னுடைய உடலுக்குள் கிடந்து துடிக்கிறது' என்று 1862 ஜூன் மாதம் எழுதினார் அவர்.[52]

டெல்லி கல்லூரியும் மகத்தான மதரஸாக்களும் இல்லாமல், அச்சகங்களும் உருது பத்திரிகைகளும் இல்லாமல், முகலாய அரசவை இல்லாமல் - உண்மையில் தன்னுடைய அசலான புரவலர் அதிகாரங்கள் மீதான பலவகையிலான நெருக்குதல்களை அதன் வரம்பற்ற கலாசார கௌரவமே ஈடுசெய்தது - எல்லாவற்றிற்கும் மேலாக வினையூக்கியாக இருந்து செயல்பட வேண்டிய பேரரசர் இல்லாமல் டெல்லிக்கு பின்னணியாக விளங்கிய அதன் மறுமலர்ச்சி மற்றும் கலாசார செழுமை போயே போய்விட்டது. இந்தோ-இஸ்லாமிய நாகரிகத்தின் துடிப்பான இதயம் உருவி எறியப்பட்டது. அதனை பதிலீடு செய்ய முடியாது. காலிப் தன்னுடைய மரணப்படுக்கையில் இவ்வாறு எழுதினார்: 'அரசர் ஆட்சிசெய்தவரை மட்டுமே இவை எல்லாம் நீடித்திருந்தன.'[53]

1859, ஏப்ரல் 1 ஆம் தேதி எட்வர்ட் ஓம்மனே ஜாஃபருக்கும் அவருடைய குடும்பத்திற்கும் விடைகொடுத்துவிட்டு தன்னுடைய ரெஜிமெண்டுடன் இந்தியாவிற்குத் திரும்பினார். பர்மாவில் இருந்ததால் வீட்டிற்குச் செல்ல ஏங்கி, இந்தியாவில் இருக்கும் தங்களுடைய குடும்பத்தாருடன் சேர்ந்து கொள்ள விரும்பிய ஜாஃபரின் நான்கு உதவியாளர்களும் அவருடன் சேர்ந்து கொண்டனர்.

மூன்று வாரங்களுக்குப் பின்னர், ராணுவக் குடியிருப்புகளின் வழியாக சற்று தொலைவில் ஷ்வேடகான் ஆலயத்திற்கு அரைமைல் கீழே இருந்த தன்னுடைய புதிய குடியிருப்பிற்கு ஜாஃபர் மாற்றப்பட்டார்.[54] 'மையக் காவலின் சில கஜங்களுக்குள்ளாக அமைந்திருந்த அந்த வீடு, அந்த நாட்டுப்புறத்தில் தரையில் இருந்து சற்று உயர்த்திக்கட்டப்பட்டிருந்த மர

வீடுகளைப் போல் காட்சியளித்தது. 100 சதுர அடிக்கு மூடப்பட்டிருந்த அதைச்சுற்றி 10 அடி உயரத்திற்கு வேலியமைக்கப்பட்டிருந்தது' என்று தெரிவித்துள்ளார் ஜாஃபரின் புதிய சிறைக்காவலரான கேப்டன் நெல்ஸன் டேவிஸ்.

> *அந்த புதிய இருப்பிடம் ஒவ்வொன்றும் 16 சதுர அடிகள் என்ற அளவில் நான்கு அறைகளைக் கொண்டிருந்தது, ஒன்று முன்னாள் அரசருக்கும், மற்றொன்று ஜாவன் பக்த் மற்றும் அவருடைய இளைய பேகத்திற்கும், மூன்றாவது பேகம் ஜீனத் மஹலுக்கும் ஒதுக்கப்பட்டது. ஒவ்வொரு அறையிலும் குளியலறைகள் சேர்ந்தே இருந்தன. மிச்சமிருந்த அறையை ஷா அப்பாஸும் அவருடைய தாயாரும் எடுத்துக்கொண்டனர்.*
>
> *உதவியாளர்கள் வராந்தாக்களில் ஓய்வெடுப்பார்கள் அல்லது அந்த இடத்தை உலர்வாக வைத்திருக்கும் பட்டியடைக்கப்பட்ட வீட்டிற்கு கீழே இருப்பார்கள். வீட்டைச் சுற்றிலும் இருந்த கால்வாயும் இதற்கு பெருமளவு பங்காற்றியது. பணியாளர்களுக்கு தேவையான இரண்டு குளியலறைகளும், ஒரு சமையற்கூடமும் இருந்தன.*
>
> *வீட்டின் மேல்தளங்களில் இருந்த வராந்தாக்களை சுற்றிலும் தின்றுகொழுத்த கோழிகள் மேய்ந்துகொண்டிருந்தன. இங்குதான் வயதாகிப்போய் பலவீனமடைந்திருந்த முன்னாள் அரசரும் அவருடைய மகன்களும் உட்காருவார்கள். அந்தத் தளம் சுற்றிலும் அமைக்கப்பட்டிருந்த வேலியின் அளவுக்கு உயர்த்தப்பட்டிருந்ததால் அவர்களால் கடல்காற்றை உணர முடிந்ததுடன் மகிழ்ச்சி தரும் காட்சிகளையும் காண முடிந்தது. பாதசாரிகளைப் பார்த்துக்கொண்டும், கப்பல்களை உற்று நோக்கியபடியும் தங்களுடைய சிறைவாழ்க்கையின் சலிப்பில் இருந்து ஏதோவகையில் ஆசுவாசப்பட்டுக்கொண்டார்கள். ஏதோ ஒருவகையில் தங்களுடைய தற்போதைய இருப்பிடத்தையும் ஏற்றுக் கொண்டிருந்தார்கள்.*

அரச குடும்பத்தைப் பாதுகாப்பதற்கான பாதுகாப்பு ஏற்பாடுகள் குறித்து டேவிஸ் விவரித்துள்ளார். 'பகலில் இரண்டு காவலாளிகளும், இரவில் மூன்று காவலாளிகளும் காவலுக்கு இருப்பார்கள்.' ஒருநாளைக்கு இரண்டுமுறை சிறைவாசிகள் பார்வையிடப்பட்டு சோதனை செய்யப்படுவார்கள். பேரரசர் மற்றும் அவருடைய குடும்பத்தினருக்கு உணவளிக்கும் செலவைப் பொறுத்தவரையில் 'இந்தியாவைக் காட்டிலும் இங்கே விலைவாசி மிகவும் அதிகம். சராசரியாக ஒரு நாளைக்கு 11 ரூபாய் செலவாகும். மளிகைப்பொருள்களின் விலை உயர்வதைப் போன்றே தினசரி செலவினங்களும் அந்தத் தொகையைத் தாண்டிவிடும்.

நான் பொறுப்பு எடுத்துக்கொண்டது முதலே அவர்களுக்கு ஒவ்வொரு ஞாயிற்றுக்கிழமையும் கூடுதலாக 1 ரூபாய் வழங்கப்பட்டது' என்று குறிப்பிட்டுள்ள மேதகைமையுள்ள டேவிஸ் மேலும், 'ஒவ்வொரு மாதத்தின் முதல் நாளிலும் கூடுதலாக 2 ரூபாய் வழங்கப்பட்டது' என்றும் குறிப்பிட்டுள்ளார்.

அவர்களுக்குத் தேவையான சின்னச்சின்ன பொருள்களைக்கூட என்னிடம் கேட்டிக்கொண்டிருக்க வேண்டிய அவசியமில்லாமல் அவர்கள் விரும்பியபடி வாங்கிக்கொள்ள இது அவர்களுக்கு உதவியாக இருந்தது. பேனா, மை, காகிதம் போன்றவை முற்றிலும் தடைசெய்யப்பட்டன. நான் பொறுப்பேற்கும் முன்னர்வரை அவர்களுக்கு தேவைப்பட்ட சிறிய பொருள்கள்கூட வழங்கப்பட்டன. அவர்களுடைய உடைகள் முழுவதையும் அவர்களுடைய சொந்தப் பணத்தில் இருந்தே பெற்றுக்கொண்டனர். ஆனால், இப்போது தங்களுடைய பணமெல்லாம் செலவாகிவிட்டது என அவர்கள் குறிப்பிட்டது சில சந்தேகங்களுக்கு காரணமாகி யிருக்கலாம். அவர்களுக்கு அளிக்கப்படும் உணவு போதுமான தாகவும் நன்றாகவும் இருக்கிறதா என்று தினமும் நானே சென்று ஆய்வுசெய்தேன். சமீபத்தில்தான் புதிய உடைகள் வழங்கப்பட்டன. ஆனால், அவர்களுடைய பழைய உடைகள் மிகவும் கந்தலாகி விட்டன. நான் மேற்கொண்டு இன்னும் அவர்களுடைய தேவைகளை நிறைவேற்ற வேண்டியிருக்கிறது.

குறைந்தபட்ச சாத்தியமுள்ள நிலையிலேயே வைக்கப்பட்டிருந்த சிறைவாசிகளுக்கான அந்த இடத்தில் அவர்களுக்கு தேவையான தினசரி பொருள்களை கொண்டுவந்து தருவதையே வேலையாக கொண்டிருக்கும் ஓர் அரசு ஊழியரும் இருந்தார். அவர் ஒருவகையில் எனக்கும் அவர்களுக்கும் இடையிலான ரகசிய ஏஜெண்டும் ஆவார். நான் அங்கிருந்தபோது அந்த வேலையில் இருந்தவர் ஒரு பர்மியக்காரர். ஆனால், பஜாரில் தங்களுக்குத் தேவையானவை குறித்து சிறைவாசிகள் கூறும்போது அவற்றைப் புரிந்துகொள்ள போதுமான அளவு அவருக்கு ஹிந்துஸ்தானி தெரிந்திருந்தது. ஒரு ஹிந்துஸ்தானி ஆளை வேலைக்கு வைத்துக்கொள்வதைக் காட்டிலும் அவருடைய சம்பளம் அதிகப்படியானதுதான். ஆனால், எங்களுக்கு இடையில் தொடர்ச்சியாக பரஸ்பர தகவல்தொடர்பு தேவைப்பட்டதால் வேறுபட்ட இனத்தைச் சேர்ந்த ஒருவரை வேலைக்கு வைத்திருப்பதே சரியென்று நினைத்தேன்.

வேலைக்கு அமர்த்தப்பட்ட பிற பணியாளர்களில் ஒரு பீஸ்தி [தண்ணீர் கொண்டுவருபவர்], டோபி [சலவை செய்பவர்]

மற்றும் ஒரு துப்புரவாளர் மட்டுமே அடங்குவர். இவர்கள் எல்லோரும் ஹிந்துஸ்தானியர்களாகத்தான் இருந்தாக வேண்டும். ஆனால், எனக்கான சேவையும் அவர்களுக்கு இருந்தது என்பதால் என்னுடைய சுற்றுச்சுவர்களுக்குள், கைதிகளுக்கு அடுத்திருந்த இடத்தில் தங்கிக்கொள்ளுமாறு கூறினேன். இதனால் நான் அவர்களை தொடர்ந்து என் கைக்குள்ளேயே வைத்துக்கொள்வதுடன், அவர்களை நெருக்கமாக கண்காணிக்கவும் முடியும். கைதிகளுடன் தொடர்புகொள்வதற்கு பொதுமக்கள் அனுமதிக்கப்படவில்லை. பணியாளர்கள்கூட தினமும் என்னால் வழங்கப்படும் அனுமதிச்சீட்டை பெற்ற பிறகே அவர்களைப் பார்க்க முடியும். அந்த அனுமதிச்சீட்டும் முக்கிய காவலரின் தீவிர பரிசோதனைக்குப் பின்னரே அனுமதிக்கப்படும். சிறந்த பாதுகாப்பிற்காக இந்த அனுமதிச்சீட்டுகள் ஒவ்வொரு முறையும் கையெழுத்திடுவதற்கும் மேலாக எண்கள் இடும் முறையால் அச்சிடப்பட்டு சரிபார்க்கப்படும்.

ஜாஃபரின் ஆரோக்கியம் குறித்தும் டேவிஸ் விவரித்திருக்கிறார், ‘முன்பு சிறைவைக்கப்பட்டிருந்த குடியிருப்பிடங்களில் இருந்து வந்ததில் இருந்து அவர் நன்றாகவே இருக்கிறார். அவருடைய ஆரோக்கியம் குறிப்பிடத்தக்க அளவு மேம்பட்டிருக்கிறது. மிகவும் தளர்ந்துபோயிருந்தாலும் 86 வயதாகிவிட்ட, இந்தியாவைச் சேர்ந்த ஒருவரிடம் இருந்து இதற்கும் மேல் எதையும் எதிர்பார்க்க முடியாது.’

நேரம் கிடைத்தால் தன்னுடைய கருத்தாக்கங்களை சரிசெய்து கொள்ள முடியும் அளவுக்கு அவருடைய நினைவுத்திறன் இப்போதும் நன்றாகவே இருக்கிறது. ஆனால், பற்களை இழந்துவிட்டதால் அவருடைய உச்சரிப்புதான் புரிபடாமல் போயிருக்கிறது. தன்னிடம் இனியும் உள ஆற்றலை அல்லது திறனை நீட்டிக்க முடியும் என்பதற்கான எந்த அறிகுறியையும் அவர் வெளிக்காட்டவில்லை. ஆனால், மொத்தத்தில் பார்க்கப் போனால் அவர் பல வருடங்களின் சுமையை நன்றாகத் தாங்கிக் கொண்டிருப்பவரைப் போன்றே காணப்படுகிறார். தன்னுடைய நாட்களை அவர் ஆர்வமின்றியே கழித்தார். நிலைமாறாத விவகாரங்களைத் தவிர்த்து அவர் வேறு எதிலும் குறிப்பிடத்தகுந்த ஆர்வம் காட்டவில்லை. நீண்டகாலமாகவே இதுதான் அவருடைய இயல்பான நிலையாக இருந்து வந்திருக்கிறது என்பதில் சந்தேகமில்லை. அது இனி வரப்போகும் சிலகாலங்களுக்கும் அப்படியே தொடரப்போகிறது.

பர்தாவிலேயே இருந்துகொண்டிருந்த ஜீனத் மஹலை டேவிஸால் பார்க்க முடியவில்லை. ஆனால் தகவல் தெரிந்துவர அவர் தன்னுடைய மனைவியை உள்ளே அனுப்பினார். ஒரு நடுத்தர வயதுப் பெண்மணியாக இரண்டு பேகம்களையும் அவ்வப்போது சென்று பார்த்துவரும் திருமதி டேவிஸ் அவரைப் பற்றி பின்வருமாறு விவரித்திருக்கிறார்.

அவர் நல்ல ஆரோக்கியத்துடன் இருக்கிறார். திரைக்குப் பின்னால் இருந்தபடி நான் அவருடன் பலமுறை உரையாடியிருக்கிறேன். டெல்லியில் கலகப்பரவலின்போது வடமேற்கு பிராந்தியங்களுக்கான [ஆக்ராவில் இருந்த] துணைநிலை ஆளுநரான மறைந்த திரு கால்வினுக்கு தான் எடுத்த நடவடிக்கை குறித்து தொடர்ந்து தகவல் தெரிவித்த அவர் அந்நேரத்தில் அரச குடும்பமானது கலகக்காரர்களின் பிடியில் இருந்தது என்று தோன்றும் விதத்தில் தனக்கு உதவி செய்யுமாறு கெஞ்சியிருக்கிறார். மேலும், அதன் காரணமாகவே தன்னிடம் அடைக்கலம் தேடிவந்த ஒரு துரதிர்ஷ்டவசமான ஐரோப்பிய பெண்ணைக் காப்பாற்றும் அளவுக்குகூட நிர்க்கதியற்ற நிலையில் இருப்பதாகவும் தொடர்ந்து தெரிவித்திருக்கிறார்.

மேலும் அவர் தொடர்ச்சியாக தன்னுடைய தனிப்பட்ட சொத்து மற்றும் நகைகளை இழந்தது பற்றியும் குறிப்பிட்டு கூறியிருக்கிறார். மேஜர் ஹட்ஸன் தன்னுடைய வாக்குறுதியை வழங்கியிருக்கிறார் என்பதுடன் தன்னுடைய தனிப்பட்ட சொத்தின் பாதுகாப்பிற்காக எழுத்துப்பூர்வமான பாதுகாப்பு ஆவணத்தையும் தனக்கு வழங்கியிருப்பதாக குறிப்பிட்டுள்ளார். அதனுடைய துல்லியமான விவரங்கள் குறித்து எனக்குத் தெரியாது. ஆனால், நான் இதனை அந்தச் சூழ்நிலை குறித்த பேகத்தின் பார்வையுடனே தொடர்புபடுத்திக் கொள்கிறேன். மேஜர் ஹட்ஸனின் மரணம்வரை தன்னுடைய சொத்துகள் தொந்தரவு செய்யப்படவில்லை என்று அவர் குறிப்பிடுகிறார். தான் ஆவணத்தை தருமாறு கேட்டபோதே ஹட்ஸன் அவரிடம் ஒரு பாதுகாப்பு ஆவணமாக அதைக் கொடுத்திருக்கிறார். பின்னர் டெல்லி ஆணையரான திரு சாண்டர்ஸால் அவருடைய சொத்துகள் பறிமுதல் செய்யப்பட்டன. 20 லட்சம் ரூபாய் (2,00,000 பவுண்டுகள்) வரையிலான சொத்துகளை பறிமுதல் செய்த அவர் அந்த ஆவணத்தையும் ஜீனத்திடம் கொடுக்க மறுத்துவிட்டார்.

அவருடைய கணவர் கலகக் குற்றச்சாட்டிற்கு தண்டனை பெற்றிருப்பதால் குடும்பத்தின் சொத்துகள் அனைத்தும் அரசாங்கத்திடம் வழங்கப்பட்டுவிடும் என்றும், அவர் அரசரிடம்

இருந்து ஒதுங்கி இருந்ததினாலேயும், அவர் வேறு ஒரு மஹாலில் வாழ்ந்ததினாலும் என எதனாலுமே அதற்காக ஒன்றும் செய்ய முடியாது என்றும் நான் அவருக்கு விளக்கினேன். இருந்தாலும் பறிமுதல் செய்யப்பட்ட தன்னுடைய தனிப்பட்ட சொத்துகள் ஏதோ வகையில் இந்த நடைமுறைக்கு பொருந்தாத ஒன்று என்றே அவர் நினைப்பதுபோல் தோன்றியது. அவருடைய உரையாடல்கள் மற்றும் நடந்துகொள்ளும் விதத்தை வைத்துப் பார்க்கையில் அவர் ஓர் ஆணின் மனநிலை கொண்ட பெண் போல் தோன்றியதால், அவருடைய திறமைகளின் காரணமாக ஏற்படுவதற்கு வாய்ப்புள்ள குழப்பத்தை நினைத்து அவருக்கு அந்த சொத்தின் மீதான உரிமை வழங்கப்படலாம் என்ற எந்த நம்பிக்கையையும் நான் அவருக்குத் தரவில்லை. அவருக்கு தன்னுடைய மன உறுதியற்ற கணவரைக் காட்டிலும் கலகக்காரர்களின் சதித்திட்டங்களைப்பற்றிச் சொல்லவே நிறைய விஷயமிருந்தது.*

ஜாஃபரும் ஜீனத்தும் தங்களுடைய முன்னாள் ரகசிய காப்பாளரும், தனி மருத்துவரும், பிரதம மந்திரியுமான ஹகீம் அஷானுல்லா கான் மீது தங்களுடைய சூழ்நிலை குறித்து எந்த அளவுக்கு குற்றம் சுமத்தினார்கள் என்றும் டேவிஸ் விவரித்துள்ளார். எப்போதும்போல் முற்றிலும் நம்பகத்திற்குரிய ஜாகிர் தேலவி உள்ளிட்ட சில நேரடி சாட்சியங்களின்படி, கோட்டையில் இருந்த ஐரோப்பிய கைதிகளை கலகக்காரர்கள் கொலைசெய்ய முயல்வதை தடுக்க நினைத்த ஜாஃபரை தடுத்து நிறுத்தியவர் அந்த ஹகீமே ஆவார். ஆனால், அந்தப் படுகொலைக்கு தலைமையேற்றது என்று வருகையில் முதன்மை குற்றச்சாட்டுகள் ஜாஃபருக்கு எதிராகவே நேர்செய்யப்பட்டிருக்கின்றன. நீதிமன்றத்தில் நின்ற அந்த ஹகீம் தன்னுடைய முன்னாள் எஜமானருக்கு எதிராக சாட்சியம் அளித்ததற்கு பிரதிபலனாக தூக்கில் தொங்கவிடப்படாமல் அல்லது சிறையில்கூட அடைக்கப்படாமல் தப்பித்துவிட்டார். 'சிறைக் கைதிகளின் வாக்குமூலம் எப்போதுமே ஜாக்கிரதையுடன்தான் பெறப்பட வேண்டும்' என்று எழுதியுள்ளார் டேவிஸ்.

ஆனால் ராணியாரின் சொத்து அவரை விட்டுப்போனது தொடர்பில் அஸாம் ஊல்லா கான் என்ற பெயருள்ளவர் இதில் சம்பந்தப்பட்டிருப்பதுபோல் தோன்றுகிறது - சிறைக்கைதிகள் எல்லோருமே அவர் மீது கசப்புணர்வு கொண்டிருந்தனர். அத்துடன் அரசரின் ஹகீம் மற்றும் ஆலோசகரான இந்த நபர்தான்,

* இது உண்மைக்கு மாறானது. ஜீனத் மஹல் எப்போதுமே கலகக்காரர்களிடம் இருந்து தள்ளியும், அவர்களுக்கு எதிரானவர்களாகவுமே இருந்திருக்கிறார். குறிப்பாக, ஜாவன் பக்தின் அரியணைப் போட்டியாளர்கள் கலகக்காரர்களின் நோக்கத்தால் மிகவும் உற்சாகத்துடன் ஆகர்ஷிக்கப்பட்டிருந்தார்கள் என்ற நிலையில்.

ஐரோப்பிய கைதிகளின் அழிவுக்கு இட்டுச்சென்ற நயவஞ் சகமான ஆலோசனைக்கு முதன்மை காரணகர்த்தா என்றும் குறிப்பிடப்படுகிறது. இது உண்மைக்கு முரணானது என்றே நான் நினைக்கிறேன்.* ஆனால், இந்த ஆளிடம் ரகசியமாக மறைத்து வைக்கப்பட்ட சொத்து குறித்த சில விவரங்கள் அளிக்கப்பட்டிருக்கலாம் என்பதுடன், அதனாலேயே அவர் ராணியார் தரப்பினுடைய பகைமையை பெற்றிருக்கலாம் என்பதற்கும் சாத்தியம் இல்லாமல் இல்லை. இருந்தாலும் இது, இந்த ஹகீம் ஒரு நல்ல மற்றும் போதுமான காரணத்துடன் டெல்லியில் உள்ள பிரிட்டிஷ் அதிகாரிகளின் நம்பிக்கையைப் பெற்றிருப்பவரைப் போல் தோன்றுவது, பேகம் மற்றும் அவரைச் சார்ந்தவர்களிடம் வெளிப்பட்ட சீற்றம் ஆகியவை இந்த அபிப்பிராயத்தை உறுதிப்படுத்தவே செய்கின்றன.

டேவிஸ் பின்னர் தன்னுடைய கவனத்தை, அவருடைய மனைவி வழங்கியுள்ள விவரணைகளின் வழியாக, மீண்டும் ஒருமுறை முன்தீர்மானத்தின்படியே இரண்டாம் நபரின் கூற்று என குறிப்பிட்டு ஷா ஜமானி பேகத்தை நோக்கித் திருப்புகிறார்,

அவர் ஓர் இளமையான அழகிய பெண். அநேகமாக 15 வயதுக்குமேல் இருக்காது. இருந்தாலும் அவர் ஏற்கனவே இரண்டு குழந்தைகளுக்கு தாயாவார். மற்றவர்களைக் காட்டிலும் சிறைவாழ்க்கையின் கட்டுப்பாடுகளை அதிகமாக உணர்ந்தவர் அவர்தான் எனத் தோன்றுகிறது. அவர் வந்துசேர்ந்த சற்றைக்கெல்லாம் நடைபெற்றுவிட்ட அவருடைய பிரசவத்தினால் நேர்ந்த சிக்கலான உடல்நலப் பிரச்சினையும் இதற்கு காரணமாக இருக்கலாம். அந்தக் குழந்தை, இறந்தே பிறந்த ஆண்குழந்தை என்பதை லெப்டினெண்ட் ஓம்மனேயிடம் இருந்து தெரிந்துகொண்டேன். அந்தக் கிழ அரசரும் அவருடைய மருமகளுமே ஒவ்வொரு சின்ன விஷயத்திற்கும் மருத்துவரை அழைக்கக்கூடியவர்களாக இருந்தனர். அந்த இளம்பெண் மட்டும் வெளிப்புற காற்றிற்காக அவ்வப்போது வெளியே செல்ல வேண்டும் என்பதில் உறுதியாக இருந்தார்.

மிர்ஸா ஜாவன் பக்த் மற்றும் ஷா அப்பாஸை பொறுத்தவரை,

அந்த இரண்டு மகன்களும் ஆரோக்கியமான, உறுதியான இளைஞர்களாகவும், நடந்துகொள்ளும் முறையில் மட்டும்

---

* டேவிஸ் இதுகுறித்து தவறாக புரிந்துகொண்டிருக்கிறார். தடுத்து நிறுத்தாதவாறு அந்த ஹகீம் கெஞ்சியிருக்கவில்லை என்றாலும்கூட கைதிகளைக் காப்பாற்றும் தன்னுடைய முயற்சியில் ஜாஃபர் நிச்சயம் வெற்றி பெற்றிருக்கலாம்.

வேறுபடுகிறவர்களாகவும் இருக்கின்றனர். மூத்தவரான ஜாவன் பக்த் தோற்றத்திலும் நடத்தையிலும் தன்னை உயர்வானவராக காட்டிக்கொண்டார். இது அவருடைய குணாதிசயம் மற்றும் சாதனைகளில் இருந்து தீர்மானிக்கப்படாமல் அந்தக் குடும்பத்தில் தற்போது அங்கீகரிக்கப்பட்டுள்ள அவருடைய நிலையில் இருந்தே உருவாகியிருக்க வேண்டும். அவர் பிறக்கும்போதே இளவரசர் எனும் நிலையில் அவருடைய அதிர்ஷ்டம் குறைவான ஒன்றுவிட்ட சகோதரரோ ஒரு பணிப்பெண்ணின் மகனாவார். இரண்டுபேருமே அதிகப்படியான அளவுக்கு அப்பாவிகள், மூத்தவரின் சாதனைகள் என்பது பாரசீக மொழி எழுத்துகளை படிக்கவும் எழுதவும் செய்கின்ற அவருடைய சிறு அறிவு மட்டுமே. மிகப்பொதுவான விஷயங்களைப்பற்றிக் கேட்டால்கூட அவர்களுக்கு அதில் போதுமான அறிவில்லை என்பது தெளிவாகத் தெரிந்தது. அவர்களுடைய சொந்த நாட்டின் எல்லைகள்கூட அவர்களுக்கு முழுமையாகத் தெரிந்திருக்கவில்லை.

அவர்களுடைய ஆசைகளைக் கேட்பதற்கான ஒரே ஊடகமாகிய நான், இந்த இரண்டுப் பையன்களும் கற்றுக்கொள்வதற்கு வெளிப்படுத்தும் மிகவும் பாராட்டும்படியான ஆசையை அரசாங்கத் தகவலுக்காக பதிவுசெய்ய வேண்டியது என்னுடைய கடமை என்று நினைக்கிறேன். குறிப்பாக அவர்கள் ஆங்கில மொழியறிவைப் பெறுவதற்கான மிகவும் மனப்பூர்வமான ஆசையை தொடர்ந்து வெளிப்படுத்தியபடியே இருக்கிறார்கள். அவ்வாறு செய்வதன் மூலம் தங்களுடைய துரதிர்ஷ்டத்தை, சொல்லப்போனால் தாங்கள் தற்போதிருக்கும் நிலையில் பணியாளர்களால் அவமதிப்புக்கு ஆளாவதில் இருந்தாவது விடுவித்துக்கொள்ள முடியும் என்பதை நன்றாகவே தெரிந்து வைத்திருக்கிறார்கள். மேலும், வேறு ஏதேனும் இடத்திற்கு அனுப்பிவைப்பதாக இருந்தால் தங்களை இங்கிலாந்திற்கு அனுப்பிவைக்க வேண்டும் என்ற தங்களுடைய ஆசையை டெல்லி ஆணையரிடம் தெரிவித்திருக்கிறார்கள். இந்த விஷயம் குறித்து அவர்களுடைய இரண்டு பெற்றோருமே என்னிடம் பேசினார்கள். அவர்களுக்கான கல்வி தொடங்கப்பட வேண்டும் என்பதில் எல்லோருமே கவலைப்படுவதுபோல் தோன்றியது. வேகமாக முன்னேறுவதற்கு வேண்டிய போதுமான அறிவு இந்த இளைஞர்களுக்கு இருக்கிறது என்பதுடன் இந்தத் திட்டத்தை அரசாங்கம் மேற்கொள்ளுமானால் தாங்களே முன்வந்து அதற்கு விண்ணப்பிப்பதாக அவர்கள் என்னிடம் மிகுந்த ஆர்வத்துடன் வாக்குறுதி அளித்திருக்கின்றனர். அவர்களுடைய ஆசையை அரசாங்கத்தின் பரிசீலனைக்குக் கொண்டுசெல்வதாக நான் அவர்களிடம் கூறியிருக்கிறேன்.

ஒரு முழுமையான கடிதத்தில் இந்த இரண்டு பையன்கள் மீதும் தனக்குள்ள நம்பிக்கைகள் குறித்து டேவிஸ் விரிவாக கூறியிருக்கிறார். அத்துடன் அந்த இரண்டு இளவரசர்களையும் இங்கிலாந்திற்கு அனுப்புவதன் மூலம் அவர்கள் ஆங்கிலமயமான, ஆங்கில அபிமானமுள்ள ஒரு ஜோடி முகலாய இளவரசர்களாவார்கள் என்றும் அவர் பரிந்துரைக்கிறார். மேலும், ஜாஃபரும் ஜீனத் மஹலும் இந்தத் திட்டத்திற்கு தங்களுடைய ஆசிகளை வழங்கியிருப்பதாகவும் டேவிஸ் குறிப்பிட்டுள்ளார். 'அவர்கள் சார்பாக அரசாங்கம் குறுக்கிடும் என்று எதிர்பார்ப்பதற்கான எந்தவித ஊக்கத்தையும் அளிப்பதை நான் வேண்டுமென்றே தவிர்த்துவிட்டேன். ஆனால் அவர்களுடைய தந்தையின் வாழ்நாள் தனது முடிவை வேகமாக நெருங்கிக்கொண்டிருக்கும் சமயத்தில் இந்த இரண்டு இளைஞர்களின் சூழ்நிலைகளிலும், வாழ்நிலையிலும் ஏற்படக்கூடிய மாற்றங்கள் சாத்தியமாகக்கூடிய நிலை வெகுதொலைவில் இல்லை' என்று எழுதியுள்ளார் அவர்.

இதுபோன்ற நிலையில், ஐரோப்பிய கல்வியைப் பெறுவதற்கான அவர்களுடைய தற்போதைய ஆசையை வளர்த்தெடுப்பதென்பது அறம்சார்ந்த மற்றும் அரசியல் அனுகூலங்களைப் பெறுவதற்கு வாய்ப்பளிக்கும் என்பதை மறுக்க இயலாது. இது தயார்நிலையை திறந்துவைக்கிறது, அநேகமாக அவர்களை தேசியவாத நீக்கம் செய்யும் நடவடிக்கையின் ஒரே வழிமுறையாகவும் இது இருக்கலாம் என்பதுடன் அவ்வகையில் ஓர் அந்நிய சக்தியால் கீழ்ப்பணியச் செய்யப்பட்ட ஒரு வம்சாவளியின் வாரிசுகள் மற்றும் குடிமக்களுக்கு இடையில், பரஸ்பர நம்பிக்கையுடன், செயலற்ற நிலையை உயிர்ப்பிக்கும் வகையில் மிக முழுமையான அனுகூலத்தைக் கொண்டுவருவதற்கும் இது காரணமாக இருக்கும்.

இரண்டு பேரின் பெற்றோர்களுமே இந்த விஷயம் குறித்து என்னிடம் பேசினார்கள். இதற்கான வேலை உடனடியாக தொடங்கப்பட வேண்டும் என அவர்கள் கவலைப்படுவதுபோல் தோன்றியது.

அவர்கள் தரப்பிலான இதுபோன்றதொரு முடிவு ஒரு விரும்பத்தகுந்த விளைவாக குறிப்பிடப்படுவதற்கு முன்னர் அவர்களுக்கும் அவர்களுடைய நாட்டு மக்களுக்கும் இடையிலான பிளவை முழுமைப்படுத்துவதற்கு உரிய சாதகமான வாய்ப்பாகவே தோன்றுகிறது என்பதுடன் தன்னுடைய எல்லாவிதமான தவறான அபிப்பிராயங்கள் மற்றும் முட்டாள்தனங்களுடனும் விளங்குகின்ற இந்திய வாழ்க்கையின் குறுகிய உலகத்தில் இருந்து அவர்களை முழுமையாக நீக்குவதற்கான வசதியையும் ஏற்படுத்தித்

தரும் எனத் தெரிகிறது. ஒரு பயன்மிக்க மனதில் செயல்படும் இதுபோன்ற மாற்றத்தின் பலனானது மஹாராஜா துலீப் சிங் விஷயத்தில் திருப்திகரமான முன்னுதாரணமாக்கப்பட்டிருக்கிறது; தற்போதைக்கு இந்தப் பையன்கள் நல்ல விஷயங்கள் சுலபமாக மனதில் பதியக்கூடிய மற்றும் இயல்பான திறமைகள் வளர்த்தெடுக்கப்படக்கூடிய, சற்று சிரமத்துடன் சில விஷயங்களைப் புரிந்துகொள்ளக்கூடிய சரியான வயதில்தான் இருக்கிறார்கள். அத்துடன், உடன்பிறந்த துர்குணங்கள் அகற்றப்பட்டு, அறநெறியே உண்மையான மகிழ்ச்சிக்கு அவசியமானதென்பது அவர்களிடத்தில் நல்ல விதத்தில் செயல்படும்போது, அந்த அறநெறியை நடைமுறைப்படுத்தும்போது அது பழக்கமாகி பேணி வளர்க்கப்படும்.*

இந்த சிறைவைக்கப்பட்ட இளைஞர்கள் முதிர்ச்சியடையும்போது இது அப்படியே இருக்கும் என்று எதிர்பார்க்க முடியாது. அத்துடன் அவர்கள் மீது அதிகாரம் உள்ளவர்களே அவர்களுடைய எதிர்காலத்திற்கு உரிய நிச்சயமான வழிகாட்டுதலை வழங்க வேண்டும். அப்படிப்பட்ட பதவியில் இருப்பதற்கு இந்தப் பொறுப்பும் சேர்ந்துதானே இருக்கிறது?

ஆகவே, முதலாவது, மிகவும் அடிப்படையான கோரிக்கை என்னவென்றால், மூடபக்தியின் நாசகார சூழல், மூடநம்பிக்கைகளின் அறியாமை மற்றும் அவர்களைச் சூழ்ந்திருக்கும் தரம்கெட்டதன்மை ஆகியவற்றில் இருந்து இந்தப் பையன்கள் முற்றிலுமாக பிரிக்கப்பட்டு மூச்சுவிடுவதற்கான இடம் அளிக்கப்பட வேண்டும் என்பதே ஆகும். அவர்களுடைய ஒரே சகவாசிகள் பணியாளர்கள் மட்டுமே. அவர்களுக்கும் கல்வி மற்றும் அறநெறி பற்றி எதுவுமே தெரியாது - அவர்கள் மீதமிருக்கும் ஆசிய அந்தப்புரத்தின் குப்பைக்கூளங்கள்.

ஜாஃபருடன் அவருடைய நாடுகடத்தல் சிறைவாழ்க்கையில் உடனிருப்பது என்று தீர்மானித்த அவருடைய பணியாளர்கள் பற்றியும் சற்றே அதிகமாக

* பிரபலமான சீக்கிய ஆட்சியாளராகிய ஒற்றைக்கண் ரஞ்சித் சிங்கின் இளைய மகனாகிய மஹாராஜா துலீப் சிங், 1849 இல் நடந்த ஆங்கில–சீக்கியப் போருக்குப் பின்னர் பதவியில் இருந்து அகற்றப்படுவதற்கு முன்னதாக தன்னுடைய பத்து வயதிலேயே பஞ்சாப் ஆட்சியாளரானார். 1854 இல் பிரிட்டனுக்கு சென்ற அவர் ஒரு கிறிஸ்துவராக மதம்மாறி ராணி விக்டோரியாவின் விருப்பத்திற்குரிய ஒருவரானார். அவரை தன்னுடன் ஆஸ்போனில் தங்கியிருக்கும்படி விக்டோரியா அவருக்கு அடிக்கடி அழைப்பு விடுப்பார். கிழக்கு ஆங்லியாவில் ஒரு நாட்டுப்புற மாளிகையை வாங்கிக்கொண்ட அவரை பிரிட்டிஷார் 'ஆங்கிலமயமான பூர்வகுடி கோமகன்' என்பதற்கு முன்னுதாரணமாக குறிப்பிட்டனர். குறிப்பாக அவருடைய காட்டுக்கோழி சுடும் திறமைக்காக அவரைப் பாராட்டினர்.

எழுதி இந்தக் கடிதத்தை நிறைவுசெய்கிறார் டேவிஸ். முற்றிலும் குறிப்பிடத்தகுந்த அவர்களுடைய விசுவாசத்தின் வெளிப்பாடு டேவிஸின் மனதில் எந்த மாற்றத்தையும் ஏற்படுத்தவில்லை.

> *பணியாளர்களைப் பொறுத்தவரையில் அவர்கள் கீழானவர்கள், மோசமான பழக்கவழக்கம் கொண்டவர்கள், ஓர் அதிகாரியின் வீட்டில் இருக்கும் சாதாரண வீட்டு வேலைக்காரர்களுக்கும் தாழ்ந்தவர்கள் என்று மட்டுமே சொல்ல முடியும். இதில் அஹமது பேக் மட்டுமே விதிவிலக்கு. அவர் அந்தக் கிழவரிடம் மரியாதையுடன் நடந்துகொள்கிறார். இந்த முன்னாள் அரசரிடம் முழுமையான விசுவாசத்தைத் தவிர அவரிடம் வேறு எந்த நோக்கமும் இல்லை. பேகத்தின் பணியாளராகிய அப்துல் ரஹ்மானைப் பொறுத்தவரையில் விஷயமே வேறு. அவர் ஒரு தாழ்ந்த, சூழ்ச்சிக்கார மனிதர். ராணியிடத்தில் அவர் வேலைக்காரராகவோ அல்லது அதற்கும் மேலாகவோ எத்தகைய உறவுநிலையில் இருக்கிறார் என்பது குறித்து எனக்கு முழுமையான திருப்தி இல்லை.*[55]

இளவரசர்களை இங்கிலாந்திற்கு அனுப்பி வைக்கலாம் என்ற டேவிஸின் யோசனை உடனடியாகவும், உறுதியாகவும் கல்கத்தாவில் இருந்த அவருடைய மூத்த அதிகாரிகளால் நிராகரிக்கப்பட்டது என்பதுடன், ‘தன்னுடைய கடிதங்களிலும் நாட்குறிப்புகளிலும் அரசாங்கம் தெரிந்துகொள்ள வேண்டியிராத சின்ன விஷயங்களையெல்லாம் குறிப்பிட்டுள்ளமைக்காக’ எதிர்காலத்தில் அவரை தடையும் செய்தனர்.[56] அத்துடன், “முன்னாள் அரசர்” “முன்னாள் அரச குடும்பம்” “பேகம்” போன்ற சொற்பதங்களை பயன்படுத்தியமைக்காகவும் டேவிஸ் எரிச்சலூட்டப்பட்டார். கவர்னர் ஜெனரலின் அவை கேப்டன் டேவிஸ் எதிர்காலத்தில் இத்தகைய வார்த்தைகளைப் பயன்படுத்துவதைத் தவிர்க்குமாறும், அவர்களை ‘டெல்லி அரச கைதிகள்’ என்றே குறிப்பிடுமாறும் உத்தரவிடப்பட்டது.[57]

தங்களுடைய சிறைச்சாலையில் இருந்து வெளியேற தடைவிதிக்கப்பட்ட அவர்கள் மீது கல்கத்தாவில் இருந்த பிரிட்டிஷ் அரசாங்கத்திற்கு எந்த அக்கறையும் இல்லை. அந்த இரண்டு பையன்களுக்கும் தங்களுடைய கல்விக்காக டேவிஸை எதிர்நோக்குவதைத் தவிர வேறு வழியில்லை. ‘மிகவும் தொடர்ச்சியாக’ அவருடைய வீட்டிற்குச் சென்ற அவர்கள் ஆங்கிலத்தில் ‘நல்ல முன்னேற்றம்’ அடைந்துள்ளதாக கூறினார். இருப்பினும், ‘அவர்களுடைய வாழ்நிலையின் சலிப்பைப் போக்குவதற்குப் புதிதாக எதையும் செய்வது’ மிகவும் சிக்கலாக இருந்ததையும் டேவிஸ் ஒப்புக்கொள்கிறார்.

அவ்வப்போது வீட்டிற்கு வந்து திருமதி டேவிஸுடன் பேசும் அவர்கள் தங்களுடைய கசப்பான கவலைகளையும் தெரிவித்துள்ளனர். அதிக கவனம் செலுத்திய ஷா அப்பாஸ் அடுத்தடுத்து முன்னேறிக்கொண்டிருந்தார். நல்ல வாய்ப்புகள் அமையப்பெறாத அப்பாஸ் அவ்வப்போது காவலுக்கு நிற்கும் ஐரோப்பிய வீரர்களுடன் பேசிக்கொண்டிருப்பதைக் காட்டிலும் அவருடைய சகோதரர் ஜாவன் பக்தின் மனப்போக்கே ஐரோப்பியர்களுக்கு மிகவும் வெறுப்புக்குரிய ஒன்றாக இருந்திருப்பது போல் தெரிகிறது.[58]

ஜாவன் பக்திடம் அதிகரித்துவந்த அக்கறையின்மை குறித்தும் டேவிஸ் ஒரு கடிதத்தில் குறிப்பிட்டிருக்கிறார். 'விதிமுறைகளின் அவசியம் குறித்து ஷா அப்பாஸ் நன்றாக புரிந்துவைத்திருக்கிறார்.'

அதற்கு மகிழ்ச்சியுடன் சரணடையவும் செய்கிறார் என்பதுடன் காவலாளியுடன் ஒவ்வொரு நாள் காலையும் தோட்டங்களில் நடைப்பயிற்சி நேரத்தை அதிகரித்தபடியே இருக்கிறார். ஆனால் ஜாவன் பக்த், வெளியே செல்வதே ஒருவகையில் பின்னோக்கிப் போகின்ற ஏற்பாடுகள்தான் என்று நினைத்ததாலோ என்னவோ கடந்த இரண்டு மாதங்களாக எந்த உடற்பயிற்சியும் செய்வதில்லை. இந்த விடுப்பு நீடித்துக்கொண்டே சென்றால் அவருடைய ஆரோக்கியத்திற்கு நல்லதல்ல. ஆனால் அவர் நல்ல மனநிலைக்கு திரும்புவார் என்பதிலும் எனக்கு சந்தேகமிருக்கிறது.[59]

அதேநேரம் ஜாஃபர், தன்னுடைய ரங்கூன் பால்கனியில் அமர்ந்தபடி கடந்துசெல்லும் கப்பல்களை வேடிக்கைப் பார்த்துக்கொண்டிருப்பார். அவருக்குப் பேனாவோ காகிதமோ அனுமதிக்கப்படவில்லை என்பதால் அவருடைய தனிமை மற்றும் நாடுகடத்தல் குறித்த அவருடைய எதிர்வினைகளை அனுமானிக்க மட்டுமே முடிந்தது. அவருடைய சோகத்தையும் கசப்புணர்வையும் வெளிப்படுத்துகின்ற, அவர் நாடுகடத்தப்பட்ட நிலையில் இருக்கும்போது எழுதியதாக இப்போது பார்க்கப்படுகின்ற புகழ்பெற்ற வரிகள் நிச்சயம் அவருடைய கையால் எழுதப்பட்டதல்ல. இருப்பினும், அவர் தன்னுடைய சிறைச் சுவர்களில் கரித்துண்டுகளால் பாடல் வரிகளை எழுதியதாக வில்லியம் ஹோவார்ட் ரஸ்ஸல் வெளிப்படையாகவே விவரித்திருக்கிறார். அத்துடன் இவை எப்படியோ பதிவு செய்யப்பட்டு பாதுகாக்கப்பட்டிருக்கலாம் என்பதும் முற்றிலும் சாத்தியமற்றது அல்ல.*

* ஜாஃபருடையவை என்று நீண்டகாலமாகவே சொல்லப்பட்டு வரும் இரண்டு புகழ்பெற்ற கஸல்கள் – *'லக்தா நஹி ஹை தில் மேரா'* (என்னுடைய மனதை எதுவும் மகிழ்ச்சிப்படுத்தவில்லை) மற்றும் *'நா கிஸில் கீ ஆன்க் கா நூர் ஹூன்'* (என்ன மனதிற்கோ என் கண்களுக்கோ நான் ஆறுதல் தரவில்லை) துணைக்கண்டத்தில் [தொடர்ச்சி அடுத்த பக்கத்தில்]

1862 இல் ஜாஃபர் தன்னுடைய முதுபெரும் எண்பத்தி ஏழாவது வயதை அடைந்தார். அவர் பலவீனமாகவும், சோர்வுற்று காணப்பட்டாலும், மருத்துவர்கள் அவருடைய மரணத்தை இருபது வருடங்களாக எதிர்பார்த்து வந்திருக்கின்றனர் என்றாலும், 'நாக்கின் அடிப்புறத்தில் வாதம் ஏற்பட்டதைப் போன்ற உணர்வுக்கும்' அப்பால் அவர் அவர்களுடைய முன்னூகங்களில் விழுந்துவிடும்படியான எந்த அறிகுறியையும் அப்போது வரை காட்டவில்லை.[60]

ஆனாலும், 1862 அக்டோபர் மாத பிற்பகுதியில், பருவமழையின் முடிவின்போது ஜாஃபரின் உடல்நிலை திடீரென்று மோசமானது. அவரால் தன்னுடைய உணவை விழுங்கவோ அல்லது வாயில் வைத்திருக்கவோ முடியவில்லை. அவருடைய வாழ்நாளின் நீட்டிப்பு இப்போது 'மிகவும் நிச்சயமற்று' போய்விட்டதாக டேவிஸ் தன்னுடைய நாட்குறிப்பில் எழுதியிருக்கிறார். அந்தக் கிழவருக்கு கஞ்சி மட்டுமே தரப்படுகிறது, ஆனால், நவம்பர் 3 ஆம் தேதியன்று அதைத் தருவதும்கூட சிரமம் என்று தெரியவந்தது. 5 ஆம் தேதி, 'அபு ஜாஃபர் பல நாட்களுக்கு உயிருடன் இருக்க மாட்டார் என்று கருதுவதாக பொது மருத்துவர் நினைத்தார்' என்று டேவிஸ் எழுதியுள்ளார். அடுத்தநாள், அந்தக் கிழவர் 'முற்றிலும் தளர்வுற்ற நிலையில், தன்னுடைய தொண்டைப் பகுதியில் ஏற்பட்ட முடக்குவாதத்தினால் வீழ்ந்துகொண்டிருப்பது தெளிவாகிறது' என்று டேவிஸ் தெரிவித்துள்ளார். அந்த மரண ஏற்பாட்டிற்கான செங்கற்களும் சுண்ணாம்பும் தயார்செய்வதற்கு டேவிஸ் உத்தரவிட்டார். புதைப்பதற்காக

[முன்பக்க தொடர்ச்சி] பெரும் பெயர்பெற்றிருந்தன. இதற்கு பாம்பே திரைப்படமான லால் குய்லாவில் முகம்மது ரஃபி அவற்றைப் பாடியிருந்ததே பெருமளவுக்கு காரணமாகும். ஆனால், அதற்கும் முன்னதாகவே அந்தப் பாடல் சிலோன் ரேடியோவின் திறமைசார் நிகழ்ச்சியான ஓவல்டைன் அமெச்சூர் ஹவரில் ஹபீப் வாலி முகம்மது அந்தப் பாடல்களைப் பாடியதனால் ஐம்பதுகளின் பிற்பகுதியிலேயே அது பிரபலமாகியிருந்தது. உருது இலக்கியத்தில் பல்வேறு முன்னணி அறிஞர்களின் உதவியுடன் லாகூர் அறிஞர் இம்ரான் கானால் நடத்தப்பட்ட சமீபத்திய ஆராய்ச்சி இந்த இரண்டு பாடல்களையும் ஜாஃபர்தான் எழுதியிருப்பார் என்பதில் சந்தேகம் எழுப்பியுள்ளது. இந்த கஸல்கள் ஜாஃபரின் பதிப்பிக்கப்பட்ட நான்கு தொகுப்புகளிலுமே இடம்பெறவில்லை என்பதும், ஜாஃபர் தன்னுடைய கவிதைகளை பதிப்பித்து வந்த ஹஸுர்வாலா என்ற பத்திரிகையிலும் பதிப்பிக்கப்படவில்லை என்பதும் நிச்சயமாகத் தெரிகிறது. இத்தகைய முன்னேற்றங்களை என்னுடைய கவனத்திற்கு கொண்டுவந்த பேராசிரியர் ஃபிரான் பிரெச்செட் மற்றும் சந்தீப் தோகல் ஆகியோருக்கும், அதற்கு முன்னதாக உருது இலக்கியத்தில் தனித்துவமான அறிஞராக விளங்கியவரும், ஓவல்டைன் அமெச்சூர் ஹவர் நிகழ்ச்சியின் உற்சாகமான ரசிகருமாகிய சி.என். நைம் அவர்களுக்கும் நான் நன்றி தெரிவித்துக்கொள்கிறேன்.

ஜாஃபர் இருக்கும் இடத்தின் சுற்றுச்சுவர்களுக்குப் பின்னால் இருந்த ஓர் ஒதுக்குப்புறமான இடம் தயார்செய்யப்பட்டது.

இரவு நெடுநேரம் போராடிய பின்னர் 1862, நவம்பர் 7 ஆம் தேதி வெள்ளிக்கிழமை காலை 5 மணிக்கு ஜாஃபர் தனது இறுதிமூச்சை விட்டார். கடைசி முகலாயரின் இறப்பு ஜாக்கிரதையாகவும், முக்கியத்துவமற்றும் இருக்க வேண்டும் என்பதை உறுதிப்படுத்துவதற்காக உடனடியாக பேரரச இயந்திரம் செயலில் இறங்கியது. ஜாஃபரின் மரணம் 350 வருடங்கள் பழமைவாய்ந்த, மகத்தான ஆளும் வம்சத்தின் முடிவைக் குறிப்பதாக இருக்கலாம். ஆனால், இந்த வரலாற்று முக்கியத்துவம் வாய்ந்த தருணத்திற்கு சாட்சியமாக மிகச்சிலரே இருக்க வேண்டும் என டேவிஸ் தீர்மானித்தார். 'எல்லாம் தயார்நிலையில் இருந்தன. அதே நாளில், மையக் காவலின் பின்புறத்தில் இருந்த செங்கல் கல்லறையில் மாலை 4 மணிக்கு அவர் புதைக்கப்பட்டார். கல்லறை தரையோடு தரையாக வைத்து மூடப்பட்டது' என்று எழுதியுள்ளார் டேவிஸ். அவருடைய இரண்டு மகன்களும், அவருடைய பணியாளரும் சவ அடக்கத்தின்போது உடனிருந்தனர். ஆனால், இஸ்லாமிய பழக்கவழக்கப்படி பெண்கள் அனுமதிக்கப்படவில்லை.

'குறிப்பிட்ட தொலைவுவரை அந்த கல்லறையைச் சுற்றி மூங்கில் வேலி அமைக்கப்பட்டிருக்கிறது. அந்த வேலி தளர்ந்து விழும்போது புற்கள் அந்த இடத்தை முறைப்படி மூடியிருக்கும். மகத்தான முகலாயர்களில் இறுதியானவர் எங்கே ஓய்வெடுக்கிறார் என்பதைக் காட்டுவதற்கு எந்த அறிகுறியும் இருக்காது' என்று முடிவுக்கு வருகிறார் டேவிஸ்.

அடுத்தநாள், அவர் இறந்துபோனது குறித்த தன்னுடைய அதிகாரப்பூர்வ அறிக்கையை எழுதினார் டேவிஸ். 'இந்த நிகழ்வு நகரத்தில் இருக்கும் உறவினர்கள் அல்லது முகம்மதியர் மத்தியில் சிறிதளவு தாக்கத்தையே ஏற்படுத்தியது' என்று திருப்தியுடன் குறிப்பிட்டுள்ளார் டேவிஸ். 'அநேகமாக, சவ அடக்கத்தின்போது ஏறக்குறைய இருநூறு பார்வையாளர்கள் திரண்டிருக்கலாம். ஆனால், இதுவும்கூட கைதிகள் வசிப்பிடத்திற்கு அருகாமையில் மாலைநேரத்தில் நடைபெறவிருந்த பந்தயங்களைப் பார்ப்பதற்காக அந்த நகரத்திற்கு வந்திருக்கும் சத்தர் பஜாரைச் சேர்ந்த வெற்றுக்கூட்டத்தால்தான் நிரம்பியிருந்தது என்பதையும் ஒப்பிட்டுப் பார்க்கலாம்.'[61]

'முன்னாள் அரசரின் மரணம் ரங்கூனின் முகம்மதிய பகுதியில் எந்த விளைவையும் ஏற்படுத்தவில்லை என்றே சொல்லலாம். அநேகமாக இறுதிச்சடங்கைப் பார்த்த சில மத அடிப்படைவாதிகள் இஸ்லாத்தின் இறுதி வெற்றிக்காக பிரார்த்தனை செய்ததை மட்டும் விதிவிலக்காக கூறலாம்' என்கிறார் அவர்.

ஜாஃபர் இறந்த செய்தி அரைமாதம் கழித்து நவம்பர் 20 அன்று தாமதமாகத்தான் டெல்லிக்கு வந்துசேர்ந்தது. காலிப் இந்தச் செய்தியை அவத் அக்பர் பத்திரிகையில் படித்தார். அதே நாளில்தான் ஜமா மசூதி இறுதியாக டெல்லியில் இருக்கும் முஸ்லிம்களிடமே திருப்பி அளிக்கப்படுவதாகவும் அறிவிக்கப்பட்டது. பல்வேறுவிதமான மரணங்கள் மற்றும் துயரச் செய்திகளால் ஏற்கனவே மரத்துப்போயிருந்த காலிப்பின் எதிர்வினை இணங்கிப்போவதாகவும், சத்தமின்றியும் இருந்தது. 'நவம்பர் 7 ஆம் தேதி வெள்ளிக்கிழமை, ஜமாது உல் அவ்வால் 14 ஆம் தேதி, அபு ஜாஃபர் சிராஜ் உத் தீன் பகதூர் ஷா வெளிநாட்டினரின் கட்டுத்தளையில் இருந்தும், சதையின் பிணைப்பில் இருந்தும் விடுவிக்கப்பட்டார். "நாம் இறைவனுக்காகவே வாழ்ந்தோம், அவருக்காகவே நாம் திரும்பி வருவோம்."'[62]

காலிப்பின் எதிர்வினை தனிச்சிறப்பானது. பிரிட்டிஷோ அல்லது இந்தியாவோ, எந்த செய்தித்தாளும் ஜாஃபரின் மரணத்தை விவரமாக தெரிவிக்கவில்லை. நிறைய ரத்தம் சிந்தியாகிவிட்டது. நிறைய இறுதிச் சடங்குகளை நடத்தியாகிவிட்டது. ஒருவகையில் ஜாஃபருக்கும் ஏற்கனவே அஞ்சலி செலுத்தப்பட்டு பின்னர் மறக்கப்பட்டுவிட்டது. மேலும், அவர் இந்த நகரத்திற்கு தடைவிதிக்கப்பட்டு பர்மாவிற்கு நாடுகடத்தப்பட்டு ஐந்து வருடங்களாகிவிட்டது.

ஜாஃபரின் அரசவை அழிக்கப்பட்டு அப்புறப்படுத்தப்பட்டதன் மூலம் உருவான வெற்றிடத்தின் அளவு பிந்தைய நிகழ்வுகளின் புரிதலுடன் படிப்படியாகத்தான் தெள்ளத் தெளிவானது. எழுச்சிப் பரவலின்போது முகலாய அரசவையை நோக்கி அணிவகுத்த ஆச்சரியகரமான முறையை வைத்துப் பார்க்கையில், உண்மையான அரசியல், பொருளாதாரம் அல்லது ராணுவ பலம் மீதான முகலாயர்களின் அதிகாரம் பறிக்கப்பட்ட ஒரு நூற்றாண்டுக்குப் பின்னரும் இந்த வம்சம் குறித்தான கவர்ச்சி எந்தளவுக்கு உயிர்ப்புடன் இருந்திருக்கிறது என்பதையை அது நிரூபித்துக்காட்டியுள்ளது. எல்லாவித எதிர்பார்ப்புகளுக்கும் மாறாக, இறைவனின் அதிகாரத்தைப் பெற்ற உலகின் தூணாக, உலகின் இறையாண்மையாக, பாத்ஷாவாக, உலகின் பிரபு என்ற கருத்தாக்கத்தின்படியான முகலாயப் பேரரசு அந்த நேரத்திலும் ஹிந்துஸ்தானம் முழுவதும் எதிரொலித்துக்கொண்டுதான் இருந்திருக்கிறது. இன்னும் ஆச்சரியகரமான வகையிலும், பல நவீன அனுமானங்களுக்கு மாறாகவும் அது முஸ்லிம்களுக்கு எந்தளவுக்கு செய்ததோ அதே அளவுக்கு ஹிந்துக்களுக்கும் செய்திருக்கிறது என்பதையே அது உறுதியாக எதிரொலிக்கிறது. சிப்பாய்கள் மீரட்டில் இருந்து வந்த

சற்றைக்கெல்லாம் மதுராவில் அமர்ந்திருந்த மார்க் தார்ன்ஹில் தன்னுடைய அலுவலக ஊழியர்கள் முகலாய மணிமகுடத்தின் புத்துயிர்ப்புப்பற்றி பேசிக்கொண்டிருப்பதைக் கேட்டார்:

> *அவர்களுடைய பேச்செல்லாம் அரண்மனையின் விழாக்கோலம் பற்றியும், அதனை எவ்வாறு புதுப்பிப்பது என்பது பற்றியதுமாகவே இருந்தது. பிரதம அமைச்சர் யாராக இருப்பார் என்பது பற்றியும், பல்வேறு வாயில்களையும் பாதுகாக்கப்போகின்ற ராஜபுதன தலைவர்கள் யார் யார் என்பது பற்றியும், ஐம்பத்தி இரண்டு ராஜாக்களில் பேரரசரை அரியணையில் அமரச்செய்யப்போவது யாராக இருக்கும் என்பது பற்றியதாகவே இருந்தது. நான் அவற்றைக் கவனிக்கையில், இந்தப் புராதன அரசவையின் அற்புதப் பெருமையானது வெகுமக்களின் கற்பனையில் எந்த அளவுக்கு தாக்கமேற்படுத்தியிருக்கிறது என்பதையும், அந்தப் பாரம்பரியங்கள் அவர்களுக்கு எந்தளவுக்கு நெருக்கமாக இருந்திருக்கிறது, நாமெல்லாம் அறிந்திராத வகையில் எந்தளவுக்கு உண்மையுடன் அவர்கள் இதைப் பாதுகாத்து வந்திருக்கின்றனர் என்பதையும் நான் இதற்கு முன்னர் உணரவே இல்லை என்பதைத் தெரிந்து கொண்டேன்.*[63]

வட இந்தியா முழுவதிலுமே முகலாய அரசவையானது - சிலர், குறிப்பாக இன்றைய ஹிந்து வலதுசாரியினர் முகலாயர்களைப் பார்க்கும் கண்ணோட்டத்தின்படி - ஒருவகையான வெளிநாட்டு ஆக்கிரமிப்பாக அப்போதும்கூட குறிப்பிடப்படாமல், அரசியல் தலைமைபீடத்தின் முதன்மை ஆதாரம் என்பதாகவும், அதனாலேயே பிரிட்டிஷ் காலனிய ஆட்சிக்கு எதிரான எதிர்ப்பின் இயல்பான மையம் என்பதாகவும் அவர்கள் குறிப்பிடப்பட்டார்கள் என்பதை இந்தக் கலகப்பரவல் ஆச்சரியகரமான அளவில் வெளிப்படுத்தியது.*

இருப்பினும், கலகப்பரவலானது முகலாயர் பெயரினுடைய அதிகாரத்தை நிரூபித்துக் காட்டியிருந்தாலும், இந்த எழுச்சியின் அழிவுப்பூர்வமான செயல்பாடானது பழம் முகலாய ஒழுங்குமுறையில் இருந்த போதாமைகளையும் திறனின்மைகளையும் சட்டென்று வெளிச்சம்போட்டுக் காட்டிவிட்டது. சிப்பாய்கள் மற்றும் தம்முடைய

* எல்லோருமே – இந்தியாவில் இருந்த முஸ்லிம்களில் சிலர்கூட – முகலாயர்களை இப்படிப் பார்க்கவில்லை என்பதும் உண்மைதான்! உதாரணத்திற்கு, மைசூர் திப்பு சுல்தான் அட்டோமான் காலிப்பிடம் ஆசிபெற்று இதை வலியுறுத்தச் செய்கிறார். ஆனாலும், டெல்லியை விடுத்து கல்கத்தாவை நாடுமாறு பிரிட்டிஷாரால் ஊக்கமளிக்கப்பட்ட லக்னோ அரசவையானது தங்களுடைய அடுத்த வாரிசாகிய பிர்ஜிஸ் குவாதிருக்கு வாஸிர் பட்டத்தை உறுதிப்படுத்துமாறு 1857 இல் ஜாஃபரிடம்தான் தூதுவர்களை அனுப்பினார்கள் என்பதும், அவர்கள் ஏற்கனவே பேரரசரின் பெயரில் நாணயங்களை வெளியிடத் தொடங்கியிருந்தனர் என்பதும் குறிப்பிடத்தகுந்ததாகும்.

மக்களின் பெயரளவு விசுவாசம் மற்றும் கூட்டிணைப்பிற்கு வேண்டுமானால் ஜாஃபர் தலைமையேற்றிருக்கலாம். ஆனால், அந்த விசுவாசமானது, குறிப்பாக அவருடைய கஜானா காலியாக இருக்கிறது என்று தெரியவந்த பின்னரும், ஜாஃபரின் தனிப்பட்ட அதிகாரத்தில் உள்ள பலவீனம் தெளிவடைந்த பின்னரும் நேரடி கட்டுப்பாட்டிற்கோ அல்லது கீழ்ப்படிதலுக்கோ உட்பட்டதாக இருக்கவில்லை. டெல்லியின் புறநகர்பகுதிகளை ஜாஃபரின் கட்டுப்பாட்டிற்குள் கொண்டுவர இயலாத முக்கியமான தோல்வி அல்லது நகர சுவர்களுக்குள் கூடியிருக்கும் துருப்புகளுக்கு உணவளிக்க முறைப்படியான போக்குவரத்தின்மை ஆகியன டெல்லியில் வெகு விரைவாகவும், அதிரடியாகவும் கூடிவிட்ட பெரும் எண்ணிக்கையிலான - பெருமளவு ஹிந்துக்களைக் கொண்ட - ராணுவத்தினரை உணவின்றிப் போகச் செய்து, சீக்கிரத்திலேயே அவர்களை பட்டினியின் விளிம்பிலும் தள்ளிவிட்டது. இந்தக் காரணத்தினால்தான் பிரிட்டிஷார் காஷ்மீரி வாயிலின் வழியாக உள்ளே நுழைவதற்கு முன்னரே உள்நாட்டுக் கிளர்ச்சியாக அது சிதறிப்போனது.

செப்டம்பர் 1857 இல் டெல்லி வீழ்ந்தபோது அங்கு அடியோடு அழிக்கப்பட்டது அந்த நகரமும் ஜாஃபரின் அரசவையும் மட்டுமல்ல, இந்தியா முழுவதிலும் பரவியிருந்த முகலாய அரசியல் மற்றும் கலாசார உலகத்தின் தன்னம்பிக்கையும் அதிகாரமும்தான்! அழிவு மற்றும் தோல்வியினுடைய அளவும், வெற்றிகொள்ளப்பட்ட முகலாயர்கள் மீது சுமத்தப்பட்ட அவமானத்தின் ஆழங்களும் திண்ணமாக சிதைவுறச் செய்தது பழமையான அதிகாரவர்க்க வம்சத்தின் கௌரவம் மட்டுமல்ல, ஜாஃபரின் அரசவை தலைமையேற்றிருந்த ஹிந்து-முஸ்லிம் கலப்பு, இந்தோ-இஸ்லாமிய நாகரிகக் கலப்பும்தான்! அவருடைய நுண்புலம்வாய்ந்த, சகிப்புத்தன்மை மற்றும் திறந்த மனதிரான மனப்போக்குகள்தான் காலிப்பின் கவிதைகளில் உறுதியான சாட்சியமாக விளங்குகின்றன.

பிரிட்டிஷாரைப் பொறுத்தவரை 1857-க்குப் பின்னர் இந்திய முஸ்லிம்கள் ஏறக்குறைய மனிதர்களாகவே கருதப்படவில்லை. அவர்கள், ஐரிஷ் கத்தோலிக்குகள் அல்லது 'நாடோடி யூதர்களைப்' போன்று வெறுக்கத்தகுந்த, பாட மாதிரிகளாக இனவாத பேரரச எழுத்துகளில் கொஞ்சமும் வெட்கமின்றி வகைப்படுத்தப்பட்டார்கள். பிரிட்டிஷ் கண்களில் இந்திய முஸ்லிம்கள் எந்தளவுக்கு தொலைந்துபோனார்கள் என்பதன் அளவு 1868 ஆம் ஆண்டுத் தயாரிப்பான இந்திய மக்கள் (The People of India)-லில் கண்கூடாகத் தெரிந்தது. இந்த தயாரிப்பில் திபெத்தியர்கள், அபர்ஜினல்கள் முதல் பீகாரின் டோம்ஸ் வரையிலான தெற்காசியாவைச் சேர்ந்த பல்வேறு சாதிகளும் பழங்குடிகளும் அடங்கிய புகைப்படங்கள் இடம்பெற்றிருந்தன. அலிகார் தொழிலாளியாகிய ஒரு 'முகம்மதியரின்' பிம்பம் பின்வரும் மேற்கோளுடன் அதில் இடம்பெற்றிருந்தது: 'அவருடைய முகத்தோற்றத்தின்படி அவர் திட்டவட்டமாக முகம்மதியர்தான். [அத்துடன்]

அவருடைய வர்க்கத்திற்கே உரிய அடங்காமை, அநாகரிகம், அறியாமை மற்றும் சகிப்பின்மை ஆகியவற்றையே அவருடைய முகத்தோற்றம் தெளிவாக காட்டுகிறது. அநேகமாக, முகத்தோற்றத்தை வைத்து மிகவும் அடிப்படையிலேயே அடங்கமாட்டாதவர் என்று உணர்வதுகூட கடினமாக இருக்கலாம்.'[64]

இந்திய முஸ்லிம்கள் மற்றும் முகலாய கலாசாரத்திடம் பிரிட்டிஷார் மிக வெளிப்படையாக காட்டிய ஆழம்காண முடியாத வெறுப்புணர்ச்சி மற்றவரையும் தொற்றிக் கொள்ளக்கூடியது என நிரூபணமானது. குறிப்பாக ஏறுமுகத்தில் இருந்த ஹிந்துக்கள் இஸ்லாமியமயப்பட்ட எல்லா விஷயங்கள் குறித்தும் தங்களுடைய மனப்போக்குகளை இறுக்கமாக்கிக் கொண்டார்கள் என்பது மட்டுமல்ல, ஆனால், பல முஸ்லிம் இளைஞர்கள்கூட தங்களுடைய புராதனமான மற்றும் மிகவும் போற்றிப் பாதுகாக்கப்பட்ட நாகரிகம் மீட்க முடியாத அளவுக்கு சேதப்பட்டுவிட்டதாக நம்பினர். இந்திய முஸ்லிம்கள் இனி ஒருபோதும் செழித்தோங்கப் போவதில்லை அல்லது 'பெருமைபெறப் போவதில்லை' என்ற சர் சயீத் அகமது கானின் ஆரம்பகட்ட தீர்மானத்தைகூட சிலர் வழிமொழிந்தார்கள். 'கொஞ்ச காலத்திற்கு என்னுடைய மக்களின் பரிதாபத்திற்குரிய நிலையை என்னால் நினைத்துக்கூடப் பார்க்க முடியாது. நான் என்னுடைய வருத்தத்துடன் போராடிக்கொண்டிருக்கிறேன். என்னை நம்புங்கள்! இது என்னை கிழவனாகவே ஆக்கிவிட்டது.'[65]

முகலாயர் தலைமையேற்ற திறமையற்ற ராணுவங்கள் பிரிட்டிஷ் ஜெனரல்கள் மற்றும் பிரிட்டிஷ் என்ஃபீல்டு துப்பாக்கிகளுடன் போட்டிபோட முடியாததைப் போன்றும், மிர்ஸா முகலின் தடுமாற்றமான நிர்வாக முறையானது கம்பெனியின் ஆட்சியமைப்பு முறையோடு ஒப்பிட முடியாததைப் போன்றும், அதைத் தொடர்ந்து வந்த ஆண்டுகளில் அப்போதும் உயிர்ப்புடன் இருந்த, தழைத்தோங்கிய முகலாய ஓவியங்களும், கட்டிடக்கலை பாரம்பரியமும் வெப்பமண்ட காதிக் காலனிய கட்டிடக்கலை மற்றும் பிற விக்டோரிய கலை வடிவங்களுக்கு முன்பாக மெல்ல மெல்ல முடிவுக்கு வந்தன. முகலாய நன்னடத்தை கோட்பாடுகள் மற்றும் இந்தோ-இஸ்லாமிய பழக்கவழக்கங்களின் நுண்மையான மரியாதைப் பண்புகளும் காலத்திற்கு ஒவ்வாதவை என்று வெறுமனே குறிப்பிடப்பட்டன. ஜாஃபரின் முஷைராக்களால் வெளிப்படுத்தப்பட்ட கவிதை உலகமானது, அச்சமயத்தில் ஆங்கிலப் பள்ளிகளில் கற்றுத்தரப்பட்ட டென்னிஸன் அல்லது வேர்ட்ஸ்வொர்த் ஆகியோருடைய யதார்த்தவாத அபாயச் சங்கினால் நெறிபிழந்துபோய்விட்ட இளம் இந்திய அறிவுஜீவுகளை அவ்வளவாக கவரவில்லை.[66] மௌலவி முகம்மது பக்காரின் மகனும், கவிஞரும் விமர்சகருமாகிய ஆஸாத் இதுகுறித்து பின்வருமாறு எழுதியுள்ளார்! 'வெற்றியாளர்களுடைய புகழின் ஏறுமுகமான அதிர்ஷ்டம் அவர்களுக்கு

எல்லாவற்றையும் கொடுத்திருக்கிறது - அவர்களுடைய உடை, நடக்கும் தொனி, அவர்களுடைய உரையாடல் - என எல்லாமும் அவர்களுடைய விருப்பத்திற்குரிய மகிழ்ச்சியைத் தந்திருக்கின்றன என்பதுதான் முக்கியமான விஷயம். இதை அவர்கள் வெறுமனே ஏற்றுக்கொள்வதோடு மட்டும் நிறுத்திக்கொள்ளவில்லை. இப்படி ஏற்றுக்கொள்வதாலே தற்பெருமையும் கொண்டார்கள்.'[67]

நிச்சயமாக, எல்லா மாற்றங்களும் மோசமானவை கிடையாதுதான். முகலாய ஆட்சியின் தன்னிச்சையான அரசியல் கட்டமைப்புகளுக்கு மரண அடி விழுந்திருக்கிறது. இந்திய நுழைவாயிலின் வழியாக 1947 இல் தெற்காசியாவில் இருந்து பிரிட்டிஷார் வெளியேறுவதற்கும், 1857 இல் டெல்லி வாயில்களில் பிரிட்டிஷார் பெற்ற வெற்றிக்கும் தொண்ணூறு வருடங்கள் மட்டுமே இடைவெளி இருந்தது. ஆனால், 1857 இல் நடந்தேறிய பிரிட்டிஷ் அராஜகங்களின் நினைவுகள் இந்திய தேசியவாதத்தின் பிறப்பிற்கு உதவியிருக்கலாம் என்ற நிலையிலும், அதேபோல் அந்த எழுச்சியைத் தொடர்ந்து ஆட்சியாளர்களுக்கும் ஆளப்படுவர்களுக்கும் இடையில் நிலவிய பெரிதாகிச்சென்ற பிரிவுணர்வு மற்றும் பரஸ்பர சந்தேகங்களுக்கும் உதவிய நிலையிலும், முகலாயர்களின் எஞ்சியிருந்த வம்சாவளியினரோ, பழைய இளவரச மற்றும் பழமைவாத ஆட்சியாளர்களோ இந்தியா சுதந்திரத்தை நோக்கி அணிவகுத்ததற்கு காரணமானவர்கள் அல்ல. பதிலாக, 1857-க்குப் பின்னர் ஆங்கில-மொழிப் பள்ளிகளில் இருந்து உருவான புதிய ஆங்கிலமயமான மற்றும் கல்வியறிவுபெற்ற காலனிய சேவை வர்க்கத்தைச் சேர்ந்த, தங்களுடைய சுதந்திரத்தைப் பெறுவதற்காக நவீன மேற்கத்திய ஜனநாயக அமைப்புமுறைகள் மற்றும் வழிமுறைகளை - அரசியல் கட்சிகள், வேலைநிறுத்தங்கள் மற்றும் போராட்ட அணிவகுப்புகள் போன்றவற்றை - பயன்படுத்தியவர்கள் மூலம் வழிநடத்தப்பட்ட இந்திய சுதந்திர இயக்கமே பொறுப்பாகும்.

சுதந்திரத்திற்குப் பின்னரும்கூட, முகலாயர்களால் பேணிவளர்க்கப்பட்ட கலைகள் - மினியேச்சர் ஓவியப் பாரம்பரியம், கஸல், முகலாய கட்டிடக்கலையின் நுட்பமான வடிவங்கள் - உண்மையிலேயே தங்களுடைய முழுமையான ஜீவனையோ அல்லது கலைப்பூர்வமான கௌரவத்தையோ திரும்பப் பெற்றுவிடவில்லை என்பதுடன் அவை அவற்றைப் பேணிவளர்த்த பேரரசர்களின் பெயர்களாலும் - குறைந்தபட்சம் குறிப்பிட்ட அளவுக்காவது - நினைவுகூரப்படவில்லை.

இன்று, பழைய முகலாய நகரமான ஆக்ராவை சென்று பார்த்தீர்கள் என்றால், குறிப்பாக முகலாய ஆட்சியின் உயரிய கட்டிடக்கலை சாதனையாகிய தாஜ் மஹலை எடுத்துக்கொண்டீர்கள் என்றால், அதைச் சுற்றிலும் இப்போது ஜான்சி ராணி, சிவாஜி மற்றும் சுபாஸ் சந்திரபோஸின் சிலைகளே நிரம்பியிருப்பதைக் காணலாம். ஆனால், சுதந்திரம் பெற்றதில்

இருந்து ஒரே ஒரு முகலாயப் பேரரசரின் உருவம்கூட எங்குமே நிறுவப்படவில்லை. இப்போதும், டெல்லியில் பகதூர் ஷா ஜாஃபர் சாலை என ஒன்று இருந்துகொண்டிருந்தாலும், உண்மையில் வேறு பல மகத்தான முகலாயர்களின் பெயர்கள் சாலைகளுக்கு வைக்கப்பட்டிருக்கின்றன என்றாலும் இன்றுள்ள பல இந்தியர்களும், சரியோ தவறோ, 1857-க்குப் பிந்தைய இந்தியப் பள்ளிகளில் கற்பிக்கப்பட்ட, பிரிட்டிஷ் பேரரச பிரச்சாரத்திற்கு ஏற்றபடி சித்தரிக்கப்பட்ட முகலாய பிம்பங்களைத்தான் இன்றளவும் தெரிந்துவைத்திருக்கிறார்கள். புலனின்ப வேட்கை கொண்டவர்கள், கீழ்மையானவர்கள், கோயில்-அழிப்பாளர்கள் என்ற அவர்களைப் பற்றிய புரிதல்தான் 1992 இல் அயோத்தியில் பாபர் மசூதி இடிப்பின் முழு அத்தியாயத்திலும் வலுக்கட்டாயமாகவும், இருண்மையுடனும் வெளிப்பட்டிருக்கிறது. அக்பர், தாரா சுகோ அல்லது பின்னாளைய முகலாயப் பேரரசர்களால் வெற்றிகரமாக வழிநடத்தப்பட்ட, மிகவும் பக்குவமடைந்த, சுதந்திரமான மற்றும் பன்மைக் கலாசாரமானது நவீன இந்தியாவில் உள்ள நகர்ப்புற மத்தியதர வர்க்கத்திடம் இப்போது வரம்பிற்குட்பட்ட எதிரொலிப்பை மட்டுமே பெற்றிருக்கிறது. இவர்களில் பலரும் முகலாயர்களின் சாதனைகள் குறித்து மிகவும் இருமனம் கொண்டவர்களாகவே காணப்படுகிறார்கள். சொல்லப்போனால் இப்போதுகூட அவர்கள் முகலாய உணவை மகிழ்ச்சியுடன் உண்கிறார்கள் அல்லது பாலிவுட் முகலாய காவியத்தைப் பார்க்க சினிமா தியேட்டர்களில் கூடுகிறார்கள் அல்லது வருடாந்திர சுதந்திரதின நிகழ்ச்சியின்போது பிரதமர் நிகழ்த்தும் உரையைக் கேட்க லாகூர் வாயிலுக்கு முன்பாக இருக்கும் போர்க்கள மைதானங்களில் கூடுவதற்கு செங்கோட்டையை நோக்கி விரைகிறார்கள்.

ஜாஃபரைப் பொறுத்தவரை, குறிப்பாக - நேரடியாக அல்லாமல் - இந்திய முஸ்லிம்களிடையே அவர் மிகவும் பிரிவுத்துயருற்ற அனுதாபத்திற்குரியவராகவே கவனத்தில் இருத்தி வைக்கப்பட்டிருக்கிறார். ஆனால், அவர் உருவங்கொடுத்த முகலாய கலாசாரத்தை பாதுகாத்து பேணுவதற்கு தொலைந்துபோன பேரரசிற்கு உண்டான உணர்ச்சிப்பெருக்குள்ள ஏக்கம் மட்டுமே போதுமானதல்ல. எழுச்சியிடத்தில் அவரிடம் நிலவிய நிச்சயமற்ற மனோநிலை, அதன் ஏறுமுகத்தின்போது அதை ஓரளவுக்கு ஆதரித்தது மற்றும் அதன் தோல்வியின்போது அதை முற்றிலுமாக நிராகரித்தது ஆகியவற்றைப் பொறுத்தவரையில் இதுதான் யதார்த்தமான நிலை. அவருடைய ஆதரவாளர்கள் தக்கவைத்திருக்கும்படியான ஒத்திசைந்த அரசியல் கருத்தாக்கம்கூட அவர்களுக்கு விட்டுவைக்கப்படவில்லை. அவருடைய மரணத்துடனும், அதைத்தொடர்ந்து வந்த ஏழு வருடங்களுக்குப் பின்னர் காலிப் இறந்ததுடனும் சுயமதிப்பும், சுயபெருமிதமுமான ஒரு முழு

நாகரிகம் இறந்தேபோய்விட்டது. அது ஒருபோதும் புதுப்பிக்கப்பட்டுவிட முடியாதபடி மிகுந்த இகழ்ச்சிக்கு ஆளாக்கப்பட்டது.

1869 இல் காலிப் மரணித்த அதே ஆண்டில்தான் குஜராத்தில் உள்ள போர்பந்தரில் மோகன்தாஸ் கரம்சந்த் காந்தி என்ற பெயர்கொண்ட ஒரு பையன் பிறந்தான். ஜாஃபரோலோ அல்லது கேனிங் பிரபுவாலோ பிரதிநிதித்துவம் செய்யப்பட்டவற்றால் அல்லாமல் காந்தியால் வழிநடத்தப்பட்ட அரசியல் இயக்கங்களிலேயே இந்தியாவின் எதிர்காலம் இருந்தது.

ஜாஃபரின் மரணத்திற்குப் பின்னர், முகலாய அரச குடும்பத்தில் எஞ்சியிருந்தவை யாவும் சட்டென்று வீழ்ச்சியுற்றன. கேப்டன் டேவிஸ் கல்கத்தாவிற்கு அடுத்து எழுதிய கடிதத்தில், முகலாயர்கள் இப்போது அவர்களுடைய நாகரிகத்தைப் போன்றே,

> ஒரு பாகப்பிரிவினையுற்ற மாளிகையாகிவிட்டார்கள். பேகம் ஜீனத் மஹல் மட்டுமே ஒருதரப்பினராக ஆகிவிட்டார் என்பதுடன் சமீபத்தில்தான் அவரும் அவருடைய மகன் மற்றும் மருமகளும் ஒரு கடும் விரோத உணர்வு கொண்டவர்களாகியிருக்கிறார்கள். ஜாவன் பக்தும் அவருடைய மனைவியும் இரண்டாவது தரப்பினர், ஷா அப்பாஸும் அவருடைய தாயார் மற்றும் பாட்டியும் மூன்றாவது தரப்பினர். இந்த மூன்று பிரிவினரும் தாங்கள் இருக்கும் இடத்தை வேறுபடுத்தி வைத்திருக்கிறார்கள் என்பதுடன் தனித்தனியாகவே சமைத்து சாப்பிடவும் செய்கிறார்கள். ஒருவருடன் ஒருவர் சிறிதளவே பேசிக்கொள்கிறார்கள் அல்லது முற்றிலுமாக பேச்சுவார்த்தை இல்லை.[68]

வருடங்கள் கடந்தபோதும் நடக்கின்ற விஷயங்கள் மோசமாகிப்போயின. 1867 இல் அந்தக் குடும்பத்தினர் சிறை வளாகத்தில் இருந்து வெளியேறி ரங்கூன் ராணுவக்குடியிருப்பில் எங்கு வேண்டுமானாலும் தங்கிக் கொள்ளலாம் என அனுமதிக்கப்பட்டது.[69] ஆனால் ஜாஃபர் மரணித்து எட்டு வருடங்களுக்குப் பின்னர் 1870 இல் அவர்களுக்கு இரங்கத்தக்க வகையிலான பஞ்சப்படிகளே வழங்கப்பட்டன. ஜாவன் பக்த் தன்னுடைய அம்மாவுடனும், நவாப் ஷா ஜமானி பேகத்துடனும் பகிர்ந்துகொண்ட வீடு ‘பரிதாபத்திற்குரியதாக, பெரும் கூட்டம் நிரம்பிய ஒரு சிறு குடிசை’ என்றே விவரிக்கப்பட்டது. பத்து வயதிற்கும் மிகாத ஓர் இளம் பெண்ணாக ஷா ஜமானி பேகம் தன்னுடைய மிர்ஸா ஜாவன் பக்தை திருமணம் செய்வதற்கு யானையின் முதுகில் அமர்ந்து டெல்லித் தெருக்களின் ஊடாக

பெரும் புகழுடன் வலம் வந்திருந்தார். இப்போது தன்னுடைய வாழ்க்கை திசைமாறிப் போய்விட்டதன் ஏமாற்றத்தால் அதிர்ச்சியுற்ற அவர் 'உச்சகட்ட மன அழுத்தத்தால் பாதிக்கப்பட்டு கடும் உடல் நலக்கோளாறுக்கு' ஆளாகிவிட்டார். அத்துடன் அவரைக் கவனித்துக்கொள்ள வேண்டிய பிரிட்டிஷ் அதிகாரிகளே பயப்படும் வகையில் அவர் குருடாகிப்போகவும் தொடங்கிவிட்டார்.[70]

ஜாவன் பக்திற்கும் அவருடைய மனைவிக்குமான அத்தகைய விஷயங்களை மேம்படுத்தும் நம்பிக்கையில், ரங்கூன் சிறைச்சாலைக்கு சற்று தள்ளி வேறு ஒரு வீடு தரப்பட்டது. ஆனால், வறுமையில் வாடியபோதும் ஜாவன் பக்த் தன்னால் செலவிட முடிவதைக் காட்டிலும் அதிகப்படியாக குடிப்பதற்குச் செலவிட்டார். அவருடைய ஓய்வூதியம் 'குடும்பத்திற்குத் தேவையானவற்றை நிறைவேற்றிக்கொள்ள முடியாத அளவுக்கு குறைவானது' என ஓர் அரசு அதிகாரி கல்கத்தாவிற்குத் தெரிவித்தார்.

ஜாவன் பக்த் மிதமிஞ்சிய விஷயத்தில் ஈடுபடும்போதோ அல்லது தகுதிக்கு மீறிய ஆசைக்கு இணங்கிவிடும்போதோ அதனால் அவருடைய மனைவியும் குழந்தைகளும்தான் பாதிக்கப்படுகின்றனர். டெல்லி குடும்பத்தின் முற்றிலும் அப்பாவியான ஒரே உறுப்பினர் ஷா ஜமானி பேகமே ஆவார் என்பதுடன், இருப்பதிலேயே பெரும் பாதிப்புக்கு உள்ளாகிறவரும் அவர்தான். இந்தக் குருட்டுப் பெண்மணி தனக்கும் தன்னுடைய குழந்தைகளுக்கும் வேண்டிய உணவைப் பெறுவதற்கு தன்னுடைய உடைகளையும், தன்னிடம் எஞ்சியிருந்த ஒருசில ஆபரணங்களையும் பலமுறை அடகு வைக்கவேண்டிய நிலைக்கு ஆளாகியிருக்கிறார். அதேநேரம், ஜாவன் பக்த் பெரும் வருத்தத்தை உணர்ந்தார் என்றால் அது கடுமையான குடிக்கே அவரை இட்டுச்செல்கிறது. இதில் குறுக்கிட உண்மையிலேயே எனக்கு அதிகாரமில்லை. அப்படியே குறுக்கிட்டாலும் அது அவருடைய மனைவியை அவர் மிரட்டுவதற்கும், அவரை மிகவும் துன்புறுத்தும் வகையில் நடத்துவதற்குமே காரணமாகிவிடும்.[71]

1872 இல், ஷா ஜமானி பேகம் 'முழுமையாக பார்வையிழந்து நிராதரவாகிவிட்டார்' என்று தெரிவிக்கப்பட்டது. 'அந்தப் பெண்மணி நடந்துகொள்ளும் விதம் முன்னுதாரணமாகிப்போனது. தன்னுடைய தவறு ஏதும் இல்லாத ஒரு நிலையில் இருந்து உருவான அவருடைய துரதிருஷ்டங்கள் மிகவும் பெரியவை. பின்னாளில், ஜாவன் பக்தின் நடவடிக்கைகளில் பெரும் முன்னேற்றங்கள் இருந்தபோதிலும், அவரையே சார்ந்திருக்க வேண்டிய பேகத்தின் நிலை சிலநேரங்களில் மிகவும்

கஷ்டப்படக்கூடிய ஒன்றாகவே இருந்திருக்கிறது. அவரும் பெரும் பரிதாபத்திற்குரிய நிலைக்கு ஆளானார்.'[72]

மிர்ஸா ஷா அப்பாஸ் இறுதியில் ரங்கூனைச் சேர்ந்த ஒரு பெண்ணை - உள்ளூர் முஸ்லிம் வியாபாரியின் மகளை - திருமணம் செய்துகொண்டதால் மீதமிருந்த குடும்பத்தினர் சிக்கிக்கொண்டுவிட்ட பரிதாபகரமான நிலையில் இருந்து தப்பிவிட்டதைப் போன்று தெரிகிறது.* அதேநேரம், ஜீனத் மஹல் தனியாகவே வாழ்ந்தார். 'மிகவும் சிக்கனமாக, ஏறக்குறைய ஏழ்மையான நிலையில், அவரே வாங்கிக்கொண்ட ஒரு மரவீட்டில் இரண்டு அல்லது மூன்று பணிப்பெண்களுடன் வாழ்ந்தார். இந்த விதவையாகிப்போன பேகம் தன்னுடைய வீட்டை பழுதுபார்க்காமலேயே விட்டுவைத்திருந்தார். அமைதியான ஓய்வு வாழ்க்கை வாழ்ந்த அவர் தன்னகத்தே சில கண்ணியங்களையும் வைத்துக்கொண்டிருந்தார். [இருந்தாலும்] அவர் அப்போது வாழ்ந்த வீடு பாழடைந்துபோய், நம்பமுடியாத வகையில் உள்ளூர் மக்களால் அருவருப்பாக பார்க்கப்பட்ட இடத்தில் அமைந்திருந்தது.' தன்னுடைய வயதான காலத்தில் இந்தியாவிற்குத் திரும்ப அனுமதி கோரி விண்ணப்பித்த அவர், தான் தன்னுடைய மகன் ஜாவன் பக்தினால் 'துன்புறுத்தப்படுவதாக' கூறியிருந்தார். ஆனால், அந்த கோரிக்கை சீக்கிரத்திலேயே நிராகரிக்கப்பட்டது.[73] அவருடைய ஒரே ஆறுதலும் ஆசையும் ஓபியம் மட்டுமே! தன்னுடைய வாழ்வின் முடிவில் அவர் அதற்கு அதிகப்படியாக அடிமையாகியிருந்தார். தன்னுடைய கணவர் இறந்துபோன இருபது வருடங்களுக்குப் பின்னர் 1882 இல் அவர் மரணமடைந்தார். அவர் இறந்தபோது ஏற்கனவே மறக்கப்பட்டுவிட்ட ஜாஃபரின் கல்லறையைக் கண்டுபிடிக்க முடியாததால் அதேபோன்ற நிலைக்கு அருகாமையில் இருந்த ஒரு மரத்தினருகில் அவர் புதைக்கப்பட்டார். இரண்டு வருடங்களுக்குப் பின்னர் மிர்ஸா ஜாவன் பக்திற்கு ஏற்பட்ட கடுமையான பக்கவாதத்தினால் அவரும் தன் தாயாரின் கல்லறைக்குப் பின்தொடர்ந்தார். அவருக்கு அப்போது நாற்பத்தி இரண்டு வயதே ஆகியிருந்தது.

இந்தியாவில் இருந்து ஜாஃபர் புதைக்கப்பட்ட இடத்தில் மரியாதை செலுத்துவதற்காக ஒரு தூதுவர்கள் குழு வந்தபோது ஜீனத் மஹல் புதைக்கப்பட்ட இடம்கூட மறக்கப்பட்டுவிட்டது. சில உள்ளூர் வழிகாட்டிகள் 'பட்டுப்போன மகிழ மரத்தை' சுட்டிக்காட்டினார்கள்.[74] இருப்பினும், 1905 ஆம் ஆண்டில் ரங்கூன் முஸ்லிம்களால் நடத்தப்பட்ட ஒரு போராட்டத்தில் ஜாஃபரின் கல்லறை வெளிப்படையாக குறிப்பிடப்பட வேண்டும் என கோரிக்கை வைக்கப்பட்டது. ஏனென்றால், அந்த விண்ணப்பத்தில் குறிப்பிட்டுள்ளபடி, 'முகலாயர்களின் பெருமைமிகு வம்சாவளியினுடைய கடைசி அரசரின் ஓய்விடம் குறித்து ரங்கூனின் முகம்மதிய சமூகம் கொதித்துப் போயிருக்கிறது. ஒரு மனிதராகவோ

* அவருடைய வம்சாவளியினர் இன்றும்கூட ரங்கூனில் வாழ்கிறார்கள்.

அல்லது ஓர் அரசராகவோ பகதூர் ஷா பாராட்டப்பட வேண்டியதில்லை. ஆனால் அவர் நினைவில் வைத்திருக்கப்பட வேண்டியவர்.' மேலும் அவர்கள் 'கேள்விக்குரிய அந்த நிலத்தின் அருகில் பகதூர் ஷாவின் நினைவாலயத்தை எழுப்புதற்குத் தேவையான இடத்தை வாங்குவதற்கு அரசாங்கம் அனுமதி அளிக்க வேண்டும்' எனவும் கேட்டிருந்தனர்.[75]

ஆரம்பகட்ட பிரிட்டிஷாரின் பதில் சாதகமாக அமையவில்லை. அந்த விண்ணப்பம் கல்கத்தாவிற்கு அனுப்பி வைக்கப்பட்டது. அங்கிருந்து வந்த பதிலில் பின்வருமாறு குறிப்பிடப்பட்டிருந்தது 'உங்களுடைய கண்ணோட்டத்துடன் உடன்படும் வைஸ்ராய், பகதூர் ஷாவின் நினைவாக எதையும் பேணுவதோ அல்லது மரியாதை செலுத்துவதோ அரசாங்கத்திற்கு ஏற்புடையதே அல்ல என்று கருதுகிறார். அல்லது அவருடைய மீதங்களின் மீது நினைவாலயம் எழுப்புவது அது ஒரு புனித யாத்திரை ஸ்தலமாகிவிடுவதற்கான வாய்ப்பை ஏற்படுத்திவிடலாம்.'[76]

இருப்பினும், ஒரு போராட்டம் மற்றும் செய்தித்தாளில் வெளியான தொடர் கட்டுரைகளைத் தொடர்ந்து பிரிட்டிஷ் அதிகாரிகள் இறுதியாக 1907 இல் ஒரு 'எளிமையாக செதுக்கப்பட்ட கல்லில் பகதூர் ஷா, டெல்லியின் முன்னாள் அரசர். 1862 நவம்பர் 7 ஆம் தேதி மரணமடைந்த அவர் இந்த இடத்திற்கு அருகாமையில்தான் புதைக்கப்பட்டார்' என எழுதி நினைவுச்சின்னம் நிறுவுவதற்கு ஒப்புக்கொண்டார்கள். அந்த கல்லறை இருக்குமிடம் என்று யூகிக்கப்பட்ட இடத்தைச் சுற்றிலும் ஒரு சுற்றுப்பாதை வேலியமைக்கவும் அனுமதிக்கப்பட்டது. 1907 ஆம் ஆண்டு ஆகஸ்ட் 26 ஆம் தேதியிட்ட ரங்கூன் டைம்ஸ் பத்திரிகையின் கூற்றுப்படி, 'தற்போதைய நினைவாலயத்தை நிறுவியமைக்காக முகம்மதிய சமூகத்தினரிடையே நிலவிய திருப்தியுணர்வை பதிவு செய்யவும், இந்த விஷயத்தில் அரசாங்கத்தால் மேற்கொள்ளப்பட்ட அனுதாபமும், நலம் விரும்பியுமான நடவடிக்கை குறித்து பதிவு செய்யவும்' உரிய நேரத்தில் விக்டோரியா மாளிகையில் ஒரு கூட்டமும் நடைபெற்றது.[77] அந்த வருடத்தின் பிற்பகுதியில் ஜீனத் மஹலுக்காகவும் ஒரு நினைவுச்சின்னம் எழுப்பப்பட்டது.

அந்த சுற்றுவளைவுப் பாதை 1925 ஆம் ஆண்டில் ஒரு தற்காலிக ஆலயமாகிப்போனதுடன், தகரத்தைக் கொண்டு கூரையும் போடப்பட்டது.[78] பதினெட்டு வருடங்களுக்குப் பின்னர், இரண்டாம் உலகப்போரின்போது இந்த ஆலயத்திற்குப் பின்னால் இருந்த சாலையில்தான் ஜப்பானியர்கள் இந்திய தேசிய ராணுவத்திற்கு புகலிடம் அளித்திருந்தனர். வேண்டுமென்றே செய்யப்பட்டதா இல்லையா என்று தெளிவாகத் தெரியவில்லை. ஆனால், இவர்களுடைய குழுக்களில் ஒன்றிற்கு ஜான்சி ராணி பிரிகேட் என்று பெயர் சூட்டப்பட்டது. 1857 ஆம் ஆண்டு எழுச்சியின் தலைவர்களுள் ஒருவரான அவருடைய பெயரைத்தான், ஊடுருவிய ஜப்பானியர்களுடன் கரம்கோர்த்து பிரிட்டிஷ்

ஆட்சியில் இருந்து இந்தியாவை விடுவிக்கும் துரதிர்ஷ்டவசமான (நேரு மற்றும் காந்தியின் பார்வையில் தவறான தீர்மானத்திலான) முயற்சியில் ஈடுபட்டிருந்தவர்கள் உந்துதலாகப் பெற்றிருந்தார்கள்.[79]

பின்னர், 1991 பிப்ரவரி 16 அன்று அந்த ஆலயத்தின் பின்பகுதியில் குழிதோண்டிய தொழிலாளர்கள் செங்கல்லால் ஆன கல்லறையை வெளிக் கொணர்ந்தனர். அது தரையில் இருந்து மூன்று அடி ஆழத்திலும், ஆலயத்தில் இருந்து ஏறக்குறைய 25 அடி தொலைவிலும் இருந்தது. கடைசி முகலாயரின் எலும்புக்கூடு அதனுள் இருப்பது கண்டுபிடிக்கப்பட்டது.

இன்று அந்த ஆலயத்தின் ஒரு பகுதியில் உள்ள பாதாள அறை ஒன்றில் காணப்படும் பகதூர் ஷாவின் அந்த செங்கல் கல்லறை ரங்கூன் முஸ்லிம் மக்களுடைய புனித யாத்திரைக்கு ஒரு பிரபலமான இடமாக விளங்குகிறது. உள்ளூர் முஸ்லிம்கள் ஜாஃபரை ஒரு சக்திவாய்ந்த சூஃபி துறவியாக கருதுகிறார்கள். அவருடைய பராக்கத் (ஆன்மீக ஆசி) நாடி வரும் அவர்கள் அவரிடம் உதவிகளும் கேட்கின்றனர். இவை எல்லாமும் அவர் உயிருடன் இருந்தபோது மூரிதுகளை (சூஃபி மாணவர்கள்) ஏற்றுக்கொண்ட அவரை மகிழ்ச்சிப்படுத்தியிருக்கும் என்பதில் சந்தேகமில்லை. தெற்காசியாவில் இருந்து அவ்விடத்தை கடந்து செல்லும் அரசியல்வாதிகளும் ஜாஃபரின் கல்லறைக்கு தொடர்ந்து வருகைபுரிகின்றனர். இந்தியா, பாகிஸ்தான் மற்றும் பங்களாதேஷை சேர்ந்த முக்கியஸ்தர்கள் பரிசுப்பொருள்களால் அந்தக் கல்லறையை குளிப்பாட்டுவதற்கு போட்டியிடுகின்றனர். இவற்றில் எல்லாம் பெருந்தன்மைமிக்கது ராஜீவ் காந்தியால் வழங்கப்பட்ட ஒரு பெரிய கம்பளமாகும்.

இவையெல்லாம் இருந்தபோதிலும், நவீன வரலாற்றுப் புத்தகங்களில் ஜாஃபருக்கு சில ஆதரவாளர்களே இருக்கின்றனர். ஒருசில வகையில் இது உண்மைதான்! தோல்வி குறித்த ஆய்வாகவே அவருடைய வாழ்க்கை பார்க்கப்படுகிறது. எல்லாவற்றிற்கும் மேல் இந்தோ-இஸ்லாமிய நாகரிகத்தின் பெரும் குலைவிற்கு அவரே தலைமையேற்றவர் ஆகிவிட்டார். 1857 ஆம் ஆண்டின் எழுச்சிக்கு அவர் அளித்த பங்களிப்பு வீரம்செறிந்ததாகவும் இல்லை. சண்டையின்போது பிரிட்டிஷாருடன் தொடர்பு வைத்திருந்தமைக்காக சில தேசியவாத வரலாற்றாசிரியர்களால் அவர் குறைகூறப்பட்டார். மற்றவர்கள் வெற்றியை நோக்கி அவர் கலகக்காரர்களுக்கு தலைமையேற்காமைக்காக குறைகூறினர். இருப்பினும், அந்த எண்பத்தி இரண்டு வயதில் ஜாஃபரால் என்ன செய்திருக்க முடியும் என்பதை புரிந்துகொள்வதே கஷ்டம். அவர் உடல்ரீதியாக உறுதியற்றும்,

பாதியளவிற்கு நலிவுற்றவராகவும் இருந்ததுடன் தன்னுடைய தலைமையின்கீழ் கூடிய துருப்புகளுக்கு ஊதியம் அளிக்கும் அளவுகூட அவரிடம் பணம் இல்லை. எண்பது வயதுகளில் இருப்பவர்களால் காலாட்படைக்கு தலைமையேற்பதும் முடியாது. அவர் கடுமையாக முயற்சித்திருந்தாலும், தங்களுடைய எதிரிகளுக்கு செய்ததைப் போன்றே ஜாஃபரின் குடிமக்களுக்கும் ஏறக்குறைய அச்சுறுத்தலாகவே விளங்கிய கிளர்ச்சிக்கார ராணுவத்தால் டெல்லி கொள்ளையடிக்கப்படுவதைக்கூட அவரால் தடுத்து நிறுத்த முடியாத அளவுக்கு அதிகாரமற்றவராக இருந்தார். இருப்பினும், தன்னுடைய மக்களையும் நகரத்தையும் காப்பாற்றும் முயற்சியாக அவர் செலவிட்ட ஆற்றலுக்கு உண்டான பேச்சுத்திறன்மிக்கவர் என்ற சாட்சியத்தை கலக ஆவணங்களே சுமந்து கொண்டிருக்கின்றன.

ஆனால், வீரதீரமான அல்லது புரட்சிகரமான தலைவராக ஜாஃபரை நிச்சயம் பொருத்திக்கொள்ள முடியாத நிலையில், இஸ்லாமிய நாகரிகம் மிகவும் சகிப்புத்தன்மைமிக்க, பன்மைத்தன்மை கொண்ட தனது காலகட்டத்தின் வசீகரமான குறியீடாகத் திகழும் அவருடைய முன்னோரான பேரரசர் அக்பரைப் போன்றே அவரும் நினைவுகூரப்படத் தக்கவராகவே எஞ்சியிருக்கிறார். அவர் தனிப்பட்ட முறையில் ஒரு குறிப்பிடும்படியான கவிஞராகவும் சித்திர எழுத்துக்காரராகவும் இருந்திருக்கிறார். நவீன தெற்காசிய வரலாற்றில் காணப்படும் மிகவும் திறமையான கலைஞர்கள் மற்றும் இலக்கிய ஆளுமைகள் சிலர் அவருடைய அரசவையில் இருந்திருக்கின்றனர். அவர் தலைமையேற்றிருந்த டெல்லியானது கற்றல், சுயநம்பிக்கை, சமூக நல்லிணக்கம் மற்றும் செல்வச்செழிப்பு ஆகியவற்றின் மகத்தான காலகட்டங்களுள் ஒன்றில் திளைத்திருந்தது. அவர் நிச்சயம் ஒரு வசீகரமான லிபரல்தான் என்பதுடன், விக்டோரிய எவன்ஜிலிக்கல்களுடன் ஒப்பிடுகையில் அவர் விரும்பத்தகுந்த ஆளுமை கொண்டவர்தான். இந்த எவன்ஜிலிக்கல்களின் சகிப்பின்மையற்ற, திமிர்த்தனமான மற்றும் கண்மூடித்தனமான போக்குகளே 1857 ஆம் ஆண்டு எழுச்சிக்கு பெரும் காரணமாக இருந்தது என்பதுடன் அதிலேயே அவர்களுடைய தலையையும், டெல்லி அரசவையைச் சேர்ந்தவர்களின் தலையையும் வாங்கச்செய்து மதம்சார்ந்த போரின் பயங்கரமான வன்முறையில் வட இந்தியாவையே பற்றி எரியச்செய்தது.

எல்லாவற்றிற்கும் மேல், ஹிந்துக்களின் பாதுகாவலர் மற்றும் முஸ்லிம் தேவைகளை நிறைவேற்றுபவர் என்ற தன்னுடைய பாத்திரத்திற்கு ஜாஃபர் எப்போதுமே பெரும் முக்கியத்துவம் கொடுத்து வந்திருக்கிறார். தன்னுடைய தலைநகரத்தை தக்கவைத்திருக்கும் மையப் பிணைப்பு என்று அவர் எப்போதுமே அங்கீகரித்து வந்த ஹிந்து மற்றும் முஸ்லிம் குடிமக்களுக்கு இடையிலான பிணைப்பை பேணிக்காப்பதன் மைய

முக்கியத்துவத்தை அவர் ஒருபோதும் மறந்துவிடவில்லை. இந்த எழுச்சி முழுவதிலுமே, ஜிகாதிகளின் கோரிக்கைகளுக்கு செவிசாய்க்காமல் தன்னுடைய ஹிந்து குடிமக்களை அந்நியப்படுத்த மறுத்து வந்ததே அவருடைய மிகவும் ஒத்திசைந்த கொள்கைக்கு உண்டான ஒரே உதாரணம்.

டெல்லி அரசவையை நோக்கித் திடீரென்று அலையெனத் திரண்ட சிப்பாய்களைப் போன்று முகலாயர்களின் பதவிநீக்கம் மற்றும் அழிவை தவிர்க்க இயலாமல் செய்தது வேறு எதுவுமே இல்லை. ஆனால், அடுத்து வந்த வருடங்களில், முஸ்லிம் கௌரவமும் கல்வியும் வீழ்ச்சியுற்றுவிட, ஹிந்து நம்பிக்கை, செல்வ வளம், கல்வி மற்றும் அதிகாரம் அதிகரித்துவிட, ஹிந்துக்களும் முஸ்லிம்களும் மென்மேலும் அதிகப்படியாக விலகிப்போகத் தொடங்கினர். அதேசமயம் பிரித்தாளும் சூழ்ச்சி என்ற பிரிட்டிஷ் கொள்கைகள் இந்த இரண்டு நம்பிக்கையாளர்களின் தீவிரவாதிகளிடையிலும் இருந்த தங்களுக்கு உதவக்கூடிய கூட்டாளிகளை அடையாளம் கண்டுகொண்டது. நெருக்கமாக நெய்யப்பட்ட டெல்லியின் ஒருமித்த கலாசார துணியில் 1857 ஆம் ஆண்டில் ஏற்பட்ட ஒரு சிறு துளை மெதுவாக ஒரு பெரிய விரிசலாகி 1947 இல் இரண்டாகக் கிழிந்துபோனது. இந்திய முஸ்லிம் மேட்டுக்குடியினர் பெரும்திரளாக பாகிஸ்தானுக்கு இடம்பெயர்ந்தபோதுதான், ஹிந்து சிப்பாய்கள் செங்கோட்டை மற்றும் ஜாஃபரின் தலைமையின் கீழும் அணிவகுத்தும், தங்களுடைய முஸ்லிம் சகோதரர்களுடன் இணைந்தும் முகலாயப் பேரரசை மீட்டெடுக்கும் முயற்சியில் இறங்கினார்கள் என்பதை கற்பனை செய்து பார்ப்பது ஏறக்குறைய சாத்தியமே இல்லை எனும் வகையிலான தருணமும் விரைவிலேயே வந்துசேர்ந்தது.

எழுச்சி நசுக்கப்பட்டதைத் தொடர்ந்தும், டெல்லி அரசவை அடியோடு வீழ்த்தப்பட்டு படுகொலைக்கு ஆளான பின்னரும், இந்திய முஸ்லிம்கள்கூட தம்மளவில் இரண்டு எதிரெதிரான பாதைகளாக பிரிந்து போனார்கள். ஒருதரப்பினர், மாபெரும் ஆங்கிலேய அபிமானமுள்ள சர் சயீத் அகமது கானால் மேற்கை நோக்கி வழிநடத்தப்பட்டு, இந்திய முஸ்லிம்கள் மேற்கத்திய கல்வியறிவை ஆரத்தழுவிக்கொள்வதன் மூலமாகவே தங்களுடைய செல்வச் செழிப்பை மீட்டுக்கொள்ள முடியும் என்று நம்பினர். இதை மனதில் வைத்தே, சர் சயீத் தன்னுடைய அலிகார் முகம்மதிய ஆங்கிலோ-கிழக்கத்திய கல்லூரியை (பின்னாளில் அலிகார் முஸ்லிம் பல்கலைக்கழகம்) நிறுவினார் என்பதுடன் ஹிந்துஸ்தானிய நிலங்களில் ஆக்ஸ்பிரிட்ஜை மீளுருவாக்கம் செய்யவும் முயற்சித்தார்.[80]

பழைய மதரஸா இய்-ரஹீமிய்யாவில் எஞ்சியிருந்தவர்களால் மேற்கொள்ளப்பட்ட வேறொரு அணுகுமுறையானது மேற்குலகை முற்றிலுமாக நிராகரித்து, தூய்மையான இஸ்லாமிய வேர் என்று தங்களால் குறிப்பிடப்பட்டவற்றிற்குத் திரும்பும் முயற்சியில் ஈடுபட்டது. இந்தக் காரணத்திற்காகத்தான், மௌலான முகம்மது குவாஸிம் நானாதவி -

1857 இல் தோபில் உள்ள ஷம்லியில் மீரட்டிற்கு வடக்கே ஒரு சுதந்திர இஸ்லாமிய அரசவை குறுகிய காலத்தில் நிறுவியவர் - போன்ற ஷா வலியுல்லா பள்ளியைச் சேர்ந்த யதார்த்தவாத மாணாக்கர்கள், செல்வாக்குமிக்க, ஆனால் மனச்சோர்வுற்ற குறுகிய மனநிலை கொண்ட வஹாபி போன்ற மதரஸாவை முன்னாள் முகலாய தலைநகரத்திற்கு 100 மைல்களுக்கு வடக்கே உள்ள தியோபந்தில் நிறுவினார்கள். சுவற்றிற்கு முதுகைக் காட்டியபடி அவர்கள் பழம் முகலாய மேட்டிமைத்தனம் தரம்தாழ்ந்து, அழுகிப்போன வழிமுறைகள் என்று அதன் நிறுவனர்கள் கண்டவற்றிற்கு எதிராக எதிர்வினையாற்றினார்கள். ஆகவே, தியோபந்த் மதரஸா குரானிய அடிப்படைவாதங்களுக்கே திரும்பிச்சென்றது என்பதுடன் கல்வித்திட்டத்தில் இருந்து ஹிந்து அல்லது ஐரோப்பிய வகைப்பட்ட எதையும் கண்டிப்புடன் நீக்கியது.*[81]

நூற்றி நாற்பது வருடங்களுக்குப் பின்னர், நவீன வரலாற்றில் மிகவும் பழமைவாத இஸ்லாமிய ராஜ்ஜியத்தை உருவாக்குவதற்காக தோன்றிய தாலிபான்கள், பாகிஸ்தான் மற்றும் ஆப்கானிஸ்தானில் உள்ள தியோபந்தி மதராஸாக்களில் இருந்தே தோன்றினார்கள். இந்த ராஜ்ஜியம்தான் அல்-காயிதா உருவாவதற்கான சோதனைக் குடுவையையும் வழங்கியது. இதுவே நவீன மேற்குலகம் இதுவரை எதிர்கொண்டதிலேயே மிகவும் தீவிரமான மற்றும் அடிப்படைவாத இஸ்லாமிய எதிர்த் தாக்குதலாகும்.

இன்று, பலரும் மதவாதப் போர் என்று பார்க்கின்ற தடுப்பிற்கு இருபக்கத்திலும் இருந்தபடி மேற்கும் கிழக்கும் ஒன்றையொன்று அசௌகரியத்துடன் பார்த்துக் கொண்டிருக்கின்றன. தங்களுடைய கிறிஸ்துவ எதிரிகளுக்கு எதிரான பாதுகாப்பு நடவடிக்கை என்று குறிப்பிடுவனவற்றுக்காக ஜிகாதிகள் மறுபடியும் சண்டையிடுகிறார்கள். இப்போது மறுபடியும் அப்பாவிப் பெண்கள், குழந்தைகள் மற்றும் குடிமக்களே படுகொலை செய்யப்படுகிறார்கள். முன்பைப் போலவே, மேற்கத்திய எவன்ஜிலிக்கல் அரசியல்வாதிகள் ‘தீமையே உருவெடுத்தவர்கள்’ என்ற பாத்திரப் பங்கேற்பில் வைத்தே தங்களுக்கு எதிரானவர்களையும் எதிரிகளையும் பார்க்க விரும்புகிறார்கள் என்பதுடன் ஆயுத எதிர்ப்பை ‘தூய்மையான தீமை’ என்பதுடன் சேர்த்து ஊடுருவலாகவும், ஆக்கிரமிப்பாகவும் இணைத்தே பார்க்கிறார்கள். இந்தப் பரந்தகன்ற உலகில் தங்களுடைய வெளியுறவுக் கொள்கைகளால் ஏற்பட்ட விளைவுகளுக்கு பார்வை இல்லாதவர்களைப் போல் நடந்துகொள்ளும் மேற்கு நாடுகள் - அவர்களே விளக்கமளிப்பது போல் - அறிவற்ற வெறியர்களால் தாங்கள் தாக்கப்படும் துன்பத்தையும் ஒட்டுமொத்தமாக உணர்கிறார்கள்.

* இது எந்தவகையிலும் ஒட்டுமொத்தமாக பிரிந்துபோனார்கள் என்பதைக் குறிப்பிடவில்லை. உதாரணத்திற்கு, அலிகார் பல்கலைக்கழகத்தில் வழங்கப்பட்ட மதம்சார் கல்வியானது தியோபந்துகளின் கைகளிலேயே இருந்தது.

இந்த வறண்டுபோன இருமைவாதத்திற்கு எதிரே வைத்துப் பார்த்தால் வாழ்வு குறித்த ஜாஃபரின் அமைதியான மற்றும் சகிப்புத்தன்மையுள்ள மனப்போக்கிற்கு அதிக மதிப்பிருக்கிறது. அத்துடன், காலம்சென்ற முகலாயர்களின் பன்மைத்துவ மற்றும் தத்துவார்த்த கலப்பு நாகரிகத்தை துடைத்தெறிந்துவிட்டு, அதனை வேருடன் பிடுங்கிச் சென்ற பிரிட்டிஷாரின் வழிமுறைகளால் அதிகம் வருத்தப்படவும் வேண்டியிருக்கிறது.

நம்முடைய காலத்தில் நாம் பார்ப்பதைப் போன்றே, கிழக்கில் ஆக்கிரமிப்புரீதியிலான மேற்கின் ஊடுருவலும், குறுக்கீடும் தாராளமய மற்றும் மிதவாத இஸ்லாமிய நோக்கத்தை பெரும் அச்சுறுத்தலுக்கு ஆளாக்கியதைப் போல் வேறு எதுவும் அச்சுறுத்திவிடவில்லை. சாமானிய முஸ்லிமை சட்டென்று அடிப்படைவாதியாக்கி அவர்களுக்கு தீவிரவாத சக்தியை ஊட்டியதைப் போல் வேறு எதுவும் அப்படிச் செய்துவிடவில்லை. எல்லாவற்றிற்கும் மேல், இஸ்லாமிய அடிப்படைவாதம் மற்றும் மேற்கத்திய ஏகாதிபத்தியத்தின் வரலாறுகள் மிகவும் நெருக்கமாகவும், மிகவும் ஆபத்தாகவும் ஒன்றையொன்று பின்னிப் பிணைந்துள்ளன. இங்கே தெளிவான பாடம் சொல்லப்பட்டிருக்கிறது. இந்தியாவில் மேற்கத்திய ஆக்கிரமிப்பின் மிகக் கடுமையான விமர்சகராகிய எட்மண்ட் பர்க்கின்[82] பிரபலமான வார்த்தைகளில் கூறினால், வரலாற்றில் இருந்து கற்றுக்கொள்ளத் தவறியவர்கள் அதை மறுமுறை நிகழ்த்தவே விதிக்கப்பட்டிருக்கிறார்கள்.

குறிப்புகள்

அறிமுகம்

1. National Archives of India (hereafter NAI), Foreign Department, Political, November 1862, p. 204/62.
2. Frances W. Pritchett, Nets of Awareness: Urdu Poetry and Its Critics, University of California Press, Berkeley and Los Angeles, 1994, p. 10.
3. NAI, Foreign, Foreign Dept, Misc., vol. 361, Precis of Palace Intelligence. For oil rubbing see entry for Monday, 29 March 1852; for hunting, see entry for Thursday, 13 April 1852; for visiting gardens, see Friday, 16 April 1852; for enjoying moonlight, see entry for Saturday, 10 September; for infidelities of BSZ's concubines, see entry for Saturday, 17 April; for other pregnancies among the imperial concubines, see entry for Tuesday, 30 August 1853.
4. Oriental and India Office Collections, British Library (hereafter OIOC), Vibart Papers, Eur Mss 135h19, Vibart to his Uncle Gordon, 22 September 1857.
5. Major W. S. R. Hodson, Twelve Years of a Soldier's Life in India, London, 1859, p. 302.
6. Sir George Campbell, Memoirs of My Indian Career, 1893, vol. I.
7. W. H. Russell, My Diary in India, London, 1860, vol I, p. 60. 8. Ibid., vol. 2, p. 51.
9. Cited in Pritchett, Nets of Awareness, p. 29.
10. Cited in Ralph Russell and Khurshid Islam, Ghalib: Life and Letters, Delhi,1994, p. 269.
11. Ralph Russell, The Oxford Ghalib: Life, Letters and Ghazals, New Delhi, 2003, pp. 166, 188.
12. James Fergusson, History of Indian and Eastern Architecture, London, 1876, p. 594.
13. Lieutenant William Franklin in the 1795 edition of the new Asiatick Re- searches.
14. Lady Maria Nugent, Journal of a Residence in India 1811-15, 2 vols, John Murray, London, 1839; vol. 2, p. 9.
15. Irfan Habib, 'The Coming of 1857', Social Scientist, vol. 26, no. 1, January- April 1998, p. 6.
16. The collection was catalogued in 1921. See Press List of Mutiny Papers 1857 Being a Collection of the Correspondence of the Mutineers at Delhi, Reports of Spies to English Officials and Other Miscellaneous Papers, Imperial Records Dept, Calcutta, 1921.
17. Vincent Smith, Oxford History of India, Oxford, 1923, p. 731.
18. NAI, Mutiny Papers: bird catcher - collection 67,no. 50, 14 July; horse trader - collection 67, no. 76, 27 July; gamblers - collection 62, no. 80, 3 August; confectioners - collection 61, no. 296, 4 August.

19. NAI, Mutiny Papers: Hasni the dancer - collection 62, no. 84 (no date); kebab seller - collection 103, no. 132, 10 July; Manglu the courtesan - collection 60, no. 605, 29 August.
20. It is true that several scholars - notably Aslam Parvez and Mahdi Hussain - have already drawn glancingly on some of the material in the Mutiny Papers, and Margrit Pernau has used it extensively for her forthcoming study of the Muslims of nineteenth-century Delhi, but I believe this book is the first time a properly systematic use has been made of the material for the study of Delhi in 1857.
21. Margrit Pernau is currently embarking on a project to translate and publish these riches as well as the court Akhbarat, which preceded the printed newspapers. Up to now scholars have used only the brief passages which are translated in Nadar Ali Khan's A History of Urdu Journalism 1822-1857 (New Delhi, 1991).
22. The only historian of Delhi who seems to have used the Punjab Archive seems to be Sylvia Shorto, who drew on the material for her fascinating thesis, Public Lives, Private Places, British Houses in Delhi 1803-57; unpub- lished dissertation, NYU, 2004.
23. Eric Stokes, The Peasant and the Raj - Studies in Agrarian Society and Peasant Rebellion in Colonial India, London, 1978; Stokes, The Peasant Armed: The Indian Revolt of 1857, ed. C. A. Bayly, Oxford, 1986; Rudrangshu Mukherjee, Avadh in Revolt 1857-8 - A Study of Popular Resistance, New Delhi, 1984; Tapti Roy, The Politics of a Popular Uprising: Bundelkhand in 1857, Oxford, 1994.
24. See Mukherjee, Avadh in Revolt.
25. Dihli Urdu Akbhar, 17 May 1857. 26. Ibid., 24 May 1857.
27. Ibid., 23 August 1857.
28. Ghalib routinely referred to the mutineers as 'blacks' in both his public works - such as Dastanbuy - and his private correspondence. See, for example, Russell, The Oxford Ghalib, p. 167.
29. This is well argued by Rudrangshu Mukherjee in his excellent short mono- graph, Mangal Pandey: Brave Martyr or Accidental Hero?, New Delhi, 2005, p. 63.
30. Though of course there were those who resisted the Mughal claim, such as the Nawabs of Avadh and, farther away, Tipu Sultan.
31. Rudrangshu Mukherjee, '"Satan Let Loose upon Earth": The Kanpur Massacres in India in the Revolt of 1857, Past and Present, no. 128, pp. 110-11.
32. Akhtar Qamber, The Last Mushaiirah of Delhi: A Translation of Farhatullah Baig's Modern Urdu Classic Dehli ki Akhri Shama, New Delhi, 1979, p. 62.
33. Emily Eden, Up the Country, Letters from India, London, 1930, p. 97.
34. This important point was well argued by F. W. Buckler (1891-1960) in his rigly celebrated essay 'The Political Theory of the Indian Mutiny', Trans. of the Royal Historical Soc., 4 series, 5, 1922, pp. 71-100 (also reprinted in Legitimacy and Symbols: The South Asian writings of F. W. Buckler, ed. M.N. Pearson, Center for South and Southeast Asian Studies, University of Michigan, Ann Arbor, MI, c. 1985.
35. Mark Thornhill, Personal Adventures and Experiences of a Magistrate, during the Rise, Progress and Suppression of the Indian Mutiny, London, 1884, p. 7.
36. NAI, Mutiny Papers, collection 60, no. 830.
37. OIOC, Eur Mss B 138, The City of Delhi during 1857, translation of the account of Said Mobarak Shah.
38. Quoted by the prosecution in the concluding speech at the trial of Zafar, Proceedings on the Trial of Muhammad Bahadur Shah, Titular King of Delhi, Before a Military

Commission, upon a charge of Rebellion, Treason and Murder, held at Delhi, on the 27th Day of January 1858, and following days, London, 1859, p. 142.
39. OIOC, Montgomery Papers, no. 198, 7 September 1857.
40. Fazl ul-Haq, 'The Story of the War of Independence, 1857-8', Journal Pak. Hist. Soc., vol. V, pt 1, January 1957.
41. See footnote on p. 473.

1. சதுரங்க ராஜா

1. National Archives of India (hereafter NAI), Foreign, Foreign Dept Misc, vol. 361, Precis of Palace Intelligence, entry for Friday, 2 April 1852. Also Delhi Gazette (OIOC microfilms), hereafter DG, issue of 31 March 1852; Munshi Faizuddin, Bazm i-Akhir, Yani sehr e-Delhi ke do akhiri badshahon ka tareeq i-maashrat (The Last Convivial Gathering - the Mode of Life of the Last Two Kings of Delhi), Lahore, 1965, ch. 7; Zahir Dehlavi, Dastan i- Ghadr: An eyewitness account of the 1857 Uprising, Lahore, 1955 pp. 17-18; Aslam Parvez, Bahadur Shah Zafar, pp. 78-9. Additional details about Mughal processions have been taken from the description given by Captain Robert Smith in his journals, cited by Sylvia Shorto, Public Lives, Private Places, British Houses in Delhi 1803-57, unpublished dissertation, NYU, 2004, p. 136, and from the many images that survive of such processions, such as that shown in Niall Hobhouse, Indian Painting for the British 1780-1880, London, 2001, item 26, or Emily Bayley (ed. M. M. Kaye), T e Golden Calm: An English Lady's Life in Moghul Delhi, London, 1980, pp. 41-3, and especially pp. 150-59. For an intriguing indication of how the Mughals lit such night-time wedding processions, albeit two hundred years earlier, see the images of the night-time barats of Shah Shuja and Dara Shukoh in Milo Cleveland Beach and Ebba Koch, King of the World: The Padshahnama, an Imperial Mughal Manuscript from the Royal Library, Windsor Castle, London, 1997, pp. 61 and 71.
2. Schoefft was actually in Delhi in 1842 but seems to have painted all his Mughal portraits from more recent sketches, miniatures or photographs than those he made on his visit, as the ages of all three of his sitters - Zafar, Mirza Jawan Bakht and Mirza Mughal - all correspond to their ages in the mid-1850s - perhaps 1854-55 - rather than ten years earlier. There are precedents for this in Schoefft's work: for example, his portrait of Ranjit Singh, who died shortly before his arrival in Lahore, and must presumably therefore have been painted from pre-existing miniatures. The pictures were exhibited for the first time in 1857. I would like to thank Jean-Marie Lafont and F. S. Aijazuddin for their help in solving this conundrum.
3. The two portraits, along with one of Mirza Mughal, hang today in the Mughal room of the Lahore Fort in Pakistan.
4. Zahir Dehlavi, Dastan i-Ghadr, Lahore, 1955, p. 19. 5. DG, 31 March 1852.
6. For mehndi procession see NAI, Precis of Palace Intelligence, entry for 31 March, and DG, 31 March 1852. For other celebrations and the sehra, see also Dehlavi, Dastan i-Ghadr, p. 19. A wedding chaplet is referred to in the entry for the wedding in the Precis of Palace Intelligence, Friday, 2 April 1852, and its pearls referred to in the celebratory poems of Ghalib and Zauq; see Muhammad Husain Azad (trans. and ed. Frances Pritchett and Shamsur Rahim Faruqi), Ab-e Hayat: Shaping the Canon of Urdu Poetry, New Delhi, 2001, pp. 410-13. From the references to strings of pearls in the poem, this chaplet would seem

to be the same object that is being placed over the face of Dara Shukoh by his father Shah JahaninBeach and Koch, King of the World, p. 68, item 25.
7. See, for example, the complaints against him in the Punjab Archive, Lahore (hereafter PAL), Case 1D, item 8, November 1847, where one of the princes describes himself as being 'put to extreme distress by the conduct of Mehboob, the servant of his Majesty'.
8. DG, 31 March 1852.
9. See, for example, NAI, Precis of Palace Intelligence, entries for 1 and 4 March.
10. Bishop Reginald Heber, Narrative of a Journey through the Upper Provinces of India, London, 1828; vol. 1, p. 563
11. NAI, Precis of Palace Intelligence, entry for Friday, 2 April 1852.
12. Mir Taqi Mir, quoted inM. Sadiq, History of Urdu Literature, Oxford, 1964, p. 100.
13. Muhammad Saleh Kanbu, quoted by Narayani Gupta, 'From Architecture to Archaeology: The ''Monumentalising'' of Delhi's History in the Nine- teenth Century', in Jamal Malik (ed.), Perspectives of Mutual Encounters in South Asian History, 1760-1860, Leiden, 2000.
14. Azad (ed.), Divan-e-Zauq, p. 145, cited in in Frances W. Pritchett, Nets of Awareness: Urdu Poetry and its Critics, University of California Press, Berkeley and Los Angeles, 1994, p. 6.
15. Muhammad Khalid Masud, 'The World of Shah Abdul Aziz, 1746-1824', p. 304, in Jamal Malik (ed.), Perspectives of Mutual Encounters in South Asian History, 1760-1860, Leiden 2000. For apes and hogs, see Farhan Ahmad Nizami, Madrasahs, Scholars and Saints: Muslim Response to the British Presence in Delhi and the Upper Doab 1803-1857, unpublished PhD, Oxford, 1983, p. 175.
16. Sir Sayyid Ahmad Khan, Asar us Sanadid, Delhi, 1990, vol. 2, pp. 11-13.
17. Azad, Ab-e Hayat, p. 53.
18. Cited in Pritchett, Nets of Awareness, p. 10. The introduction to the English translation of My Life by Nawab Sarvar ul-Mulk remarks, 'the original autobiography is in Urdu and is written in the choice language and in a style which would only be attained by a Delhi man, and one who had intimate associations with the Red Fort, where the best and most elegant Urdu was spoken'. Sarvar ul-Mulk, My Life, Being the Autobiography of Nawab Server ul Mulk Bahadur, trans. from the Urdu by his son, Nawab Jiwan Yar Jung Bahadur, London, 1903.
19. Pritchett, Nets of Awareness, p. 10.
20. NAI, Precis of Palace Intelligence, entry for Friday, 2 April 1852.
21. Franc.ois Bernier, Travels in the Mogul Empire, 1656-68, ed. Archibald Constable, trans. Irving Brock, Oxford, 1934, p. 373.
22. British Library, Warren Hastings papers, William Palmer to Warren Hast- ings, Add. Mss 29, 172, vol XLI, 1790, p. 184; 21st NOVEMBER 1790 AGRA: 'I applied to the Shah [Alam] in your name for permission to transcribe his copy of the Mahbharrut, and was assured that it would have been most cheerfully granted if the book had been in his possession, but his library had been totally plundered & destroyed by that villain Ghullam Khauder Khan, and he added, not without some degree of indignation, that part of the books had been purchased at Lucknow, that is by the Vizier; & upon enquiry find this to be the case, for his Excellency produced some of them to the English Gentlemen, boasting that they were the "King's".'
23. Quoted in Pritchett, Nets of Awareness, p. 3.
24. NAI, Precis of Palace Intelligence, entry for Thursday, 23 January 1851: 'A petitionwas received from Mirza Shoojat Shah stating that a chief had arrived from the District at

Dehlee and was desirous of visiting the Palace. HM replied that without the Agent's permission no chief of a foreign territory could be allowed entrance.'

25. For example, NAI, Precis of Palace Intelligence, entry for 5 December 1851.
26. For example, NAI, Precis of Palace Intelligence, entry for 14 March 1851.
27. Ibid., entries for 3 and 8 April 1852. A khilat was a symbolic acceptance of the fealty offered in the nazr.
28. Parvez, Bahadur Shah Zafar, pp. 351-6. Parvez is undoubtedly right to point to the degree to which these themes dominate Zafar's verse, but it is also true that the cage, the bulbul and the garden are common tropes in eighteenth- and nineteenth-century ghazal writing. The unusual degree of pain and frustration expressed in Zafar's poetry has however also been commented on by Arsh Taimuri.
29. Naim Ahmad, Shahr ashob, Maktabah Jami'ah, Delhi, 1968, p. 196. Cited in Pritchett, Nets of Awareness, p. 5.
30. Quoted in J. K. Majumdar, Raja Rammohun Roy and the Last Moghuls: A Selection from Official Records (1803-1859), Art Press, Calcutta, 1939, pp. 319-20.
31. Ibid. p. 4.
32. For Metcalfe renouncing his allegiance, see Bentinck Papers, Nottingham University, Charles Metcalfe to Lord W. Bentinck, Pw Jf 1637, Calcutta, 18 April 1832; for ceasing to give nazrs, see Charles Metcalfe to Lord W.Bentinck, Pw Jf 1620, Calcutta, 18 December 1831; also, Charles Metcalfe to Lord W. Bentinck, Pw Jf 1607, Calcutta, 13 November: talking of giving nazrs, Metcalfe remarks: 'It is what in some degree what will be probably be done by the King of Dihlee & was done to Lord Amherst & there it is not amiss, because the superiority of the King is acknowledged and the nature of the acknowledgement cannot be mistaken.'
33. Shorto, Public Lives, p. 134.
34. Quoted by C. M. Naim in his forthcoming essay on Sahbai in Margrit Pernau (ed.), Delhi College, New Delhi, 2006.
35. This wonderful translation is by Ralph Russell. See Russell, The Oxford Ghalib: Life, Letters and Ghazals, New Delhi, 2003, p. 18.
36. The name of the poem is a reference to the wedding veil of pearls that the Mughals used to fix over the face of princes who were getting married. See note 4 above.
37. NAI, Precis of Palace Intelligence, entry for 17 April 1852.
38. Azad, Ab-e Hayat, pp. 410-13.
39. Ishtiaq Husain Qureshi, 'A Year in Pre Mutiny Delhi - 1837 A.C.', Islamic Culture, 17, pt 3, 1943, pp. 282-97.
40. For Zafar's wives, see Parvez, Bahadur Shah Zafar, pp. 81-5; for concubines, see NAI, Precis of Palace Intelligence, entry for Friday, 29 July 1853.
41. NAI, Precis of Palace Intelligence, entry for Saturday, 17 April 1852.
42. Delhi Commissioner's Office (hereafter DCO) Archive, Delhi, File 65A, 7 December 1858, Report on the Character and Conduct of the Attendants of the ex royal King, remarks: 'This lady was once a reputed beauty and attracted the admiration of the ex-king who contracted marriage with her notwithstanding that she was of low caste, a mere dommee. Their matri- monial life was not without its troubles. The Begum Zeenat Mahal, the King's favourite wife and the mother of MJB incited a great aversion to her and for two or three years before the outbreak Taj Mahal was in disgrace and imprisoned in consequence of

her reputed intrigue with Mirza Kamran, a nephew of the ex-King, but as she alleges on account of Zeenat Mahal's jealousy and distaste.'
43. For example, NAI, Precis of Palace Intelligence, entries for 21 February 1851, 25 September 1852 and 4 October 1852.
44. NAI, Precis of Palace Intelligence, entries for 27 January and 6 February 1852. Other references to scandals, and accusations of impropriety, in the imperial harem can be found in the entries for 13 January 1851, 6 August 1852 and 30 August 1853.
45. Russell, The Oxford Ghalib, p. 274. Not all the salatin were poor. The court diary contains the bequests of several of them and it was not unusual for them to leave estates of up to Rs5 lakh. See, e.g., NAI, Precis of Palace Intelligence, entry for 29 December 1851.
46. Major George Cunningham, quoted in T. G. P. Spear, 'The Mogul Family and the Court in 19th Century Delhi', Journal of Indian History, vol. XX, 1941, p. 40.
47. NAI, Precis of Palace Intelligence, entries for 29 January 1851, 19 February 1851 and 11 April 1852.
48. Ibid., entry for Monday, 8 July 1853.
49. PAL, Case 1D, item 8, November 1847.
50. PAL, Case 94 (wrongly indexed as Case 84), Delhi, 5 February 1848.
51. Mirza Fakhru's full name was Mirza Ghulam Fakhruddin.
52. PAL, Case 1, 45, BSZ to James Thomason, 19 January 1849.
53. PAL, Case 1, pt VII, 67, letter from Sir Thomas Metcalfe (TTM) to Thornton, 24 January 1852.
54. NAI, Precis of Palace Intelligence, entry for 9 March 1852.
55. Ibid., entries for 14 February, 27 February and 3 March 1852.
56. PAL, Case 1, 63, 4 December 1851. Sending disgraced courtiers to Mecca was an old Mughal custom.
57. PAL, Case 1, 63, 4 December 1851, letter from TTM to Thornton.
58. For the link between the scale of the wedding and Zinat Mahal's ambitions for Jawan Bakht, see Dehlavi, Dastan i-Ghadr, p. 19. For MJB referred to as heir apparent, see DG (OIOC microfilms), 31 March 1852.
59. Sadly this much-repeated and thoroughly delightful story may well be apocryphal: certainly I have been unable to trace it back farther than Edward Thompson's The Life of Charles Lord Metcalfe (Faber, London, 1937, p. 101), where it is described as 'local tradition ... this sounds like folklore'. It may well have been inspired by the famous miniature of Ochterlony in the India Office Library. In his will, OIOC LhAGh34h29h37, Ochterlony mentions only one bibi, 'Mahruttun, entitled Moobaruck ul-Nissa Begum and often called Begum Ochterlony', who was the mother of his two daughters, although his son Roderick Peregrine Ochterlony was clearly born of a different bibi. Nevertheless, it is quite possible that the story could be true: I frequently found Old Delhi traditions about such matters confirmed by research, and several Company servants of the period kept harems of this size. Judging by Bishop Heber's description of him, Ochterlony was clearly Indianised enough to have done so.
60. Emily Bayley quoted in Kaye, The Golden Calm, pp. 124-8. 61. Ibid., pp. 125-6.
62. For example, PAL, Case 1, item 45, January 1849, letter from TTM to BSZ, dated 27 May 1849.
63. Emily Bayley quoted in Kaye, The Golden Calm, p. 35.
64. Ibid., Sir Thomas Metcalfe's reflection on Humayun's Tomb.

65. Both are now in OIOC.
66. See, for example, South Asian Studies Library, Cambridge, Campbell Metcalfe Papers, Box VIII, From TTM to Daughters, datelined Camp Sudder Sarai, 27th (no month, no year).
67. South Asian Studies Library, Cambridge, Campbell Metcalfe Papers, Box VIII, From TTM to Georgina, datelined Kootub, 22nd (no month, no year given but clearly April 1851).
68. The nature of this illegal act is sadly not specified here, but there is reference elsewhere in TTM's correspondence to Theo wrongly imprisoning an influential moneylender, which may be the misdemeanour referred to here.
69. South Asian Studies Library, Cambridge, Campbell Metcalfe Papers, Box 1, GG to EC, Saturday, 23 October 1852.
70. Ibid.
71. South Asian Studies Library, Cambridge, Campbell Metcalfe Papers, Box VIII, TTM to GG datelined Kootub, 15th (no month, no year given but clearly October 1852).

2. மத நம்பிக்கையாளர்களும் அவநம்பிக்கையாளர்களும்

1. Bodleian Library of Commonwealth & African Studies at Rhodes House Missionary Collections, Oxford, Jennings Papers, Proposed Mission at Delhi.
2. Jennings Papers, Copies of Letters by the Revd Midgeley Jennings, Chaplain of Delhi 1851-57, JMJ to Hawkins, 4 May 1852.
3. Jennings Papers, Proposed Mission at Delhi.
4. Bodleian Library of Commonwealth & African Studies at Rhodes House Missionary Collections, Oxford, A Memoir of my Father - the Revd M.J. Jennings, M.A., p. 24.
5. Ibid., pp. 13, pp. 21. For Douglas, see also SPG (Society for the Propagation of the Gospels) Annual Report for 1857, pxciii.
6. South Asian Studies Library, Cambridge, Campbell Metcalfe Papers, Box VIII, TTM to his children, Letter from Camp before Hissar, 7 February (no year); TTM to his daughters, Delhi, 6 April (no year); Theo to Lady Campbell in Ferozepur, undated but probably 1854.
7. Dihli Urdu Akbhar, 12 July 1857.
8. Delhi Gazette, 8 April 1855.
9. Campbell Metcalfe Papers, Box VIII, TTM to his daughters, Delhi, 6 April (no year).
10. Derrick Hughes, The Mutiny Chaplains, Salisbury, 1991, p. 28.
11. Fanny Parkes, Wanderings of a Pilgrim in Search of the Picturesque, London, 1850, reprinted London, 1992, as Begums, Thugs and White Mughals, ed. William Dalrymple, p. xvi.
12. Hughes, The Mutiny Chaplains, p. 20.
13. Quoted by Charles Allen, Soldier Sahibs: The Men Who Made the North-West Frontier, London, 2000, p. 340.
14. Quoted in Christopher Hibbert, The Great Mutiny: India 1857, London, 1978, p. 52.
15. Ibid., p. 52.
16. Olive Anderson, 'The Growth of Christian Militarism in Mid Victorian Britain', English Historical Review, vol. 86, 1971, pp. 46-72. For quote see p. 52.
17. Hibbert, The Great Mutiny, pp. 51-2. Also Saul David, The Indian Mutiny 1857, London, 2002, pp. 72-3.
18. P. J. Marshall (ed.), The British Discovery of Hinduism, Cambridge, 1970, p.42.

19. Quoted by A. N. Wilson, The Victorians, London, 2002, p. 202, and Niall Ferguson, Empire: How Britain Made the Modern World, London, 2003, pp. 136, 137.
20. Jennings Papers, Copies of Letters by the Revd Midgeley Jennings, Chaplain of Delhi 1851-57, JMJ to Hawkins, 22 November 1855.
21. FarhanAhmad Nizami, Madrasahs, Scholars and Saints: Muslim Response to the British Presence in Delhi and the Upper Doab 1803-1857, unpublished PhD, Oxford, 1983, pp. 166-92.
22. Farhan Nizami discusses the case of Maulawi Abdul Ali and Muhammad Ismail Londoni, both of whom married British women. See Farhan Nizami., 'Islamization and Social Adjustment: the Muslim Religious Elite in British North India 1803-57', in Ninth European Conference on Modern South Asian Studies, 9-12 July 1986, South Asian Institute of Heidelberg University, p. 5.
23. Nizami, Madrasahs, Scholars and Saints, p. 196.
24. Averil Ann Powell, Muslims and Missionaries in Pre Mutiny India, Curzon Press, London, 1993, pp. 52-3.
25. Victor Jacquemont, Letters from India (1829-32), 2 vols, trans. Catherine Phillips, Macmillan, London, 1936, p. 354.
26. Khalid Masud, The World of Shah Abdul Aziz, 1746-1824, p. 304, in Jamal Malik (ed.), Perspectives of Mutual Encounters in South Asian History, 1760- 1860, Leiden, 2000. The ultimate source for Shah Abdul Aziz's relationship with Fraser is the Malfazat of Aziz where the information is given in the context of showing how the British were overcome with Aziz's learning and miraculous powers.
27. Fraser Papers, vol. 29 (private collection, Inverness, as listed by the National Register of Archives, Scotland). Letter from WF to his father, 8 February 1806.
28. Ralph Russell and Khurshid Islam, Ghalib: Life and Letters, OUP, Delhi, 1994, p. 53.
29. Jacquemont, Letters from India, VJ to his father, Delhi, 10 January 1831, pp.344-5.
30. Ibid., pp. 150-1, 354.
31. Fraser Papers, vol. 29, letter from WF to his father, 8 February 1806.
32. Reginald Heber, A Narrative of a Journey through the Upper Provinces of India from Calcutta to Bombay, 1824-1825, 3 vols, London, 1827, vol. 2, pp. 362, 392.
33. Bengal Wills 1825, OIOC, LhAGh34h29h37, pp. 185-205.
34. For Mubarak Begum's background see the Mubarak Bagh papers in the archives of the Delhi Commisoner's Office: DCO F5h1861. Here it is recorded that 'Mubarik ul Nissa was originally a girl of Brahmin parentage, who was brought from Poona in the Deckan by one Mosst. Chumpa, and presented or sold by the said Chumpa to Genl. Ochterlony when 12 years of age. Mosst. Mubarik ul Nissa from that time resided in Genl. Ochterlony's house, and Mosst. Chumpa resided with her there, being known by the name of Banbahi'.
35. National Army Museum, London, Gardner Papers, Letter 90, 16 August 1821.
36. Gardner Papers, Letter 16, p. 42.
37. For Ochterlony wondering whether to bring up his children as Muslims, see Sutherland Papers, Oriental and India Office Collections, British Library (hereafter OIOC), Eur Mss. D. 547, pp. 133-4. The letter is written to Major Hugh Sutherland, a Scottish mercenary commanding a regiment of Mah- ratta's troops, who, like Ochterlony, had married a Muslim begum - and who had opted to bring up his children as Muslims. Ochterlony writes that he doesn't know what to do with his two daughters by Mubarak Begum, and asks for advice. If they are brought up as Christians, he fears they will suffer from the racism of the

British: 'My childrendear Major,' writes Ochterlony, 'are uncommonly fair, but if educated in the European manner they will in spite of complexion labour under all the disadvantages of being known as the NATURAL DAUGHTERS OF OCHTERLONY BY A NATIVE WOMAN - In that one sentence is compressed all that ill nature inaction and illiberality can convey of which you must have seen numerous instances during your Residence in this country.' Yet for all this, Ochterlony says he still hesitates to bring them up as Muslims, with a view to them marrying into the Mughal aristocracy, as 'I own I could not bear that my child should be one of a numerous haram even were I certain that no other Disadvantages attended this mode of disposal & were I proof against the observations of the world who tho' unjust to the children, would not fail to comment on the Conduct of a father who educated his offspring in Tenets of the Prophet'. The letter ends rather movingly, 'In short my dear M[ajor] I have spent all the time since we were parted in revolving this matter in my mind but I have not yet been able to come to a positive Decision.' The letter is undated but is probably c. 1801-02, and it must immediately pre-date the Anglo-Mahratta war of 1803.

38. Private family papers in the haveli of the late Mirza Farid Beg, Old Delhi.
39. Ram Babu Saksena, European & Indo-European Poets of Urdu & Persian, Lucknow, 1941, pp. 100-17.
40. Gardner Papers, NAM 6305-56, Letter 14, Delhi, 6 June 1820.
41. Ibid., Letter 16, p. 41.
42. Nicholas Shreeve, The Indian Heir, Bookwright, Arundel, 2001, p. 7.
43. Missionary Collections, A Memoir of my Father - the Revd M.J. Jennings, M.A., typescript mss by 'Miss Jennings, Chenolton, Wimbourne, Dorset'.
44. Hibbert, The Great Mutiny, p. 52. The Superintendent of Jails in Agra was C. Thornlute.
45. For Shah Abdul Aziz, see Nizami, Madrasahs, p. 157.
46. Ibid., pp. 43-54. Nizami provides evidence that nearly 2 million acres of ma'afi land was confiscated by the British between 1828 and 1840. For missionaries living in mosques see Jacquemont, Letters from India, VJ to his father, Panipat, 17 March 1830, p. 80.
47. See the proclamation of Begum Hazrat Mahal; the translation of the original is in the NAI, Foreign Department, Political Consultation 17 December 1858, from J. D. Forstythe Sec. to Chief Commr Oudh, to G. J. Edmonstone, Sec. GOI, For. Dept, Dt Lucknow, 4 December 1858.
48. Nizami, Madrasahs, pp. 203-4; Powell, Muslims and Missionaries, ch. 7, esp. pp. 193-3, 202 and 222.
49. Delhi Committee to the General Committee of Public Instruction, in J. F. Hilliker, 'Charles Edward Trevelyanas anEducational Reformer', Canadian Journal of History, 9, 1974, pp. 275-91. Also Michael H. Fisher, 'An Initial Student of Delhi English College: Mohan Lal Kashmiri (1812-77)', inMargrit Pernau, Delhi College, New Delhi, 2006.
50. OIOC, Home Miscellaneous 725, pp. 389-422, Letter Written by Munshi Mohun Lal to Brigadier Chamberlain dated November 8th 1857 at Dehlie.
51. Gardner Papers, Letter 100, Babel, 27 September 1821.
52. Fraser Papers, Bundle 350, letter from DO to WF, Delhi, 31 July 1820.
53. Parkes, Begums, p. 313.
54. Christopher Hawes, Poor Relations: The Making of the Eurasian Commu- nity in British India 1773-1833, London, 1996, pp. 4-5.
55. Delhi Gazette, 5 January 1856.

56. Jennings Papers, Copies of Letters by the Revd Midgeley Jennings, Chaplain of Delhi 1851-57, JMJ to Hawkins, 26 December 1856. Also inthe same archive, Calcutta Letters Received, vol. 3 (CLR 14), JMJ to Hawkins, Hissar, 17 March 1854: 'Nor have we been disappointed of our hope of forming a class from the Government College. I have seven boys who read the Bible in English and Bacon's essays on alternate evenings. These lads are with one exception Hindoo. The Musalmans are too bigoted to allow their boys to read English. They have read some of the Christianbooks inthe Govt College library and seem well disposed towards Christianity. They propose some of the most obvious infidels to our own Holy Religion, but apparently without attaching much weight to them: they generally admit the force of my answers. I am very favourably impressed by the intelligence of these young men. I foresee that in their station they will be valuable allies to us.'
57. Jennings Papers, Copies of Letters by the Revd Midgeley Jennings, Chaplain of Delhi 1851-57, JMJ to Hawkins, 15 July 1852.
58. General Report on Public Instruction 1852-3, quoted in Powell, Muslims and Missionaries.
59. See the essay on Azurda by Swapna Liddle Sahbai in Pernau, Delhi College.
60. Nizami, Madrasahs, p. 173.
61. Leupolt, Recollections, p. 33, cited in Nizami, Madrasahs, p. 207.
62. Aziz Ahmed, Studies in Islamic Culture in the Indian Environment, Oxford, 1964, pp. 201, 210.
63. Nizami, Islamization and Social Adjustment, p. 11.
64. Barbara Daly Metcalf, Islamic Revival in British India, 1860-1900, Princeton, NJ, 1982, p. 48.
65. Nizami, Madrasahs, pp. 144-5.
66. Shah Waliullah was in fact a Sufi himself, but of the hard-line Naqshbandiya silsilah (lit. chain - line of sheiks leading a Sufi Brotherhood) which opposed most of the devotional practices of the Chishtias, such as the veneration of saints and the playing of devotional music or qawwalis at Sufi shrines. Just to add to the complexity, it seems Shah Abdul Aziz was actually rather fond of music.
67. NAI, Foreign, Foreign Dept Misc., Precis of Palace Intelligence, entry for 17 April 1852.
68. Percival Spear, The Twilight of the Moghuls, Cambridge, 1951 p. 74. Also Aslam Parvez, Bahadur Shah Zafar, p. 242.
69. Dihli Urdu Akbhar, 14 June 1857.
70. Major Archer, Tours in Upper India, London, 1833, vol. 1, p. 113.
71. NAI, Precis of Palace Intelligence, entry for Sunday, 1 August 1852.
72. Parvez, Bahadur Shah Zafar, p. 242.
73. NAI, Precis of Palace Intelligence, entry for Tuesday, 16 August 1853.
74. Ibid., entries for 12 January 1851, 29 July 1853 and 1 August 1853.
75. Ibid., entries for 24 April 1851, 4 September 1852, 23 August 1853 and 31December 1853.
76. Harbans Mukhia, 'Celebration of Failure as Dissent in Urdu Ghazal', Modern Asian Studies, vol. 33, no. 4, 1999, pp. 861-81.
77. Ibid., p. 879.
78. Ralph Russell, Hidden in the Lute: An Anthology of Two Centuries of Urdu Literature, New Delhi, 1995, p. 150.
79. Ralph Russell (ed.), Ghalib: The Poet and His Age, London, 1975, p. 81.
80. Ralph Russell, The Oxford Ghalib: Life, Letters and Ghazals, New Delhi, 2003, p. 202.
81. Pavan K. Varma, Ghalib: The Man, the Times, New Delhi, 1989, p. 51.

82. This is well argued in Nizami, Madrasahs, p. 163.
83. C. F. Andrews, Zakaullah of Delhi, Cambridge, 1929, pp. 13-18; David Lelyveld, Aligarh's First Generation: Muslim Solidarity in British India, Princeton, NJ, 1978, p. 51. See also Yoginder Sikand, Bastions of the Believers: Madrasas and Islamic Education in India, New Delhi, 2005.
84. Parvez, Bahadur Shah Zafar, p. 50.
85. NAI, Precis of Palace Intelligence. For astrologers, see, for example, entry for Tuesday, 23 August 1853 when BSZ gives a cow to the poor on the advice of his astrologers.
86. NAI, Precis of Palace Intelligence, entry for Saturday, 6 March 1852.
87. Ibid., entries for 9, 11, 17, 18 October 1853. Onthe 18th 'HM sat himself onthe silver chair in the DIK and inspected the Royal Stud which had been coloured for the Dusserah festival. The darogah of the King's falconry placed a hawk on HM's hand and the hunters let loose some birds over HM's head. The King bestowed on them the usual khilluts and accepted the nuzzers presented by his Hindu officers - in all Rs 43.'
88. Narayani Gupta, Delhi between Two Empires 1803-1931, New Delhi, 1981, p. 10.
89. NAI, Precis of Palace Intelligence, entry for Tuesday, 1 November 1853.
90. Ibid., entry for Friday, 28 October 1853.
91. Farhatullah Baig, Phulwalon ki Sair. I would like to thank Azra Kidwai for bringing this text to my attention and providing me with her translation of it.
92. NAI, Precis of Palace Intelligence, entry for 20 September 1852.
93. Ibid., entry for 21 September 1852.
94. Sir Sayyid Ahmad Khan, The Causes of the Indian Revolt, reprint edition introduced by Francis Robinson, Karachi, 2000, p. 9.
95. Zafar personally helped carry the taziyas in procession; he also sent dona- tions and alam standards to Shia imambaras across India. For Zafar attending marsiyas, see NAI, Precis of Palace Intelligence, entry for Wednesday, 5 October 1853. For sending of offering to imambaras elsewhere, see entry for Friday, 7 October 1853: 'HM sent for Mirza Nooroodeen and having fastened up in a case several standards of silver and copper, entrusted them to him with orders for his immediate departure for Lucknow by dak to place the said standards as offerings from HM at the shrine of Shah Abbas.' There is a long description of Muharram celebrations in the Red Fort in Munshi Faizuddin, Bazm i-Akhir, Yani sehr e-Delhi ke do akhiri badshahon ka tareeq i-maashrat (The Last Convivial Gathering - the Mode of Life of the Last Two Kings of Delhi), Lahore, 1965, ch. 7. Zafar asked Ghalib to defend him from this charge. For irate 'ulama see Ralph Russell, Ghalib - Life and Letters, Oxford, 1964, p. 99.
96. See the brilliant essay by Margrit Pernau on class and the radicals, 'Multiple Identities and Communities: Re-contextualizing Religion', in Jamal Malik and Helmut Reifeld, Religious Pluralism in South Asia and Europe, New Delhi, 2005, pp. 147-69, especially pp. 160-1. Pernau estimates that a full 10 per cent of Shah Abdul Aziz's fatwas concern economic matters. The British authorities also noted that it was not the ashraf but 'the lower orders of the Mahommedans and particularly among the Punjabies' who subscribed to radical Islam. 'Hoosain Buksh' is, however, described as 'the great Punjabee merchant of this city . . . generally considered favourable to the Wahabee sect'. PAL Case 70,no. 152, From: A. A. Roberts Esq., Magistrate Dehlee To: T. Metcalfe, Agent Lieut Governor of the government of NWP Dehlee Dated: Dehlee, 1st Sept 1852 Subject: Fanatics.

97. Nizami, Madrasahs, pp. 224-9; Nizami, Islamization and Social Adjustment, p. 7; Metcalf, Islamic Revival in British India, p. 62.
98. PAL, Case 70, no. 152.
99. Missionary Collections, 'A Memoir of my Father - the Revd M.J. Jennings, M.A.,' p. 20.

3. அசௌகரியமான சமநிலை

1. Dihli Urdu Akbhar (hereafter DUA), 7 August 1853. See also Margit Pernau, 'The Dihli Urdu Akbhar: Between Persian Akhbarat and English News- papers', Annual of Urdu Studies, 2003, vol. 18, p. 121.
2. Subae Shamalio Maghribi ke Akhbara aur Matbuat, p. 101., cited in Aslam Parvez, Bahadur Shah Zafar, p. 316.
3. Pernau, 'Dihli Urdu Akbhar', p. 126; DUA, 10 May 1840.
4. DUA, 12 May 1841.
5. Frances W. Pritchett, Nets of Awareness: Urdu Poetry and Its Critics, University of California Press, Berkeley and Los Angeles, 1994, p. 19.
6. Pernau, 'Dihli Urdu Akbhar', p. 128; Nadir Ali Khan, A History of Urdu Journalism, Delhi 1991, pp. 72-86. Also DUA, 22 and 29 August 1852; for Ramchandra's conversion see DUA, 25 July 1852; for 'sexual vice', 2 May 1841; for the arrest of Ghalib, 15 August 1841.
7. Pernau, 'Dihli Urdu Akbhar', pp. 123-6.
8. Delhi Gazette (hereafter DG), 19 March 1842 (Moti Masjid) and 2 March 1853 (canal).
9. DG, 19 February 1853 (locomotive race); 12 January 1855 (cricket); 27 January 1855 (Hansi dacoitee).
10. Nicholas Shreeve (ed.), From Nawab to Nabob: The Diary of David Ochterlony Dyce Sombre, Bookwright, Arundel, 2000, pp. 71 and 75, entries for 5, 6 and 23 December 1834.
11. See Michael Fisher's essay on Mohan Lal Kashmiri in Margrit Pernau's forthcoming volume on Delhi College, New Delhi, 2006.
12. DG, 10 February 1847.
13. Ibid., 19 January 1853.
14. Ibid., 8 January 1855.
15. Ibid., 9 January 1855.
16. Ibid., 8 January 1855.
17. Ibid., 12 February 1843. See also Pernau, 'Dihli Urdu Akbhar', p. 118.
18. James Baillie Fraser, Military Memoirs of James Skinner, 2 vols, Smith, Elder & Co., London, 1851, p. 105.
19. Ibid., pp. 159, 162.
20. Fanny Eden, Journals, reprinted as Tigers, Durbars and Kings, JohnMurray, London, 1988, p. 135.
21. Ram Babu Saksena, European & Indo-European Poets of Urdu & Persian, Newul Kishore, Lucknow, 1941, pp. 96-7.
22. Tigers, p. 135.
23. In a letter to Lord Bentinck in the Nottingham University Library, Pw Jf 2047h1-2, Hansee 12 October 1835, Skinner writes as if he is thinking in Urdu and translating it as best he can into English: 'Regarding my narrative,' he writes, 'if your Lordship thinks it is worth your Lordship's trouble, I am proude to lay it at your feet; do my Lord what you like. I am only sorry that my abilities in the English language was not sufficient as to have given you

a better account than what it contains. So my gracious and kind benefactor, consider me as a piece of clay in a potters hand, and you may make me what you like.'

24. Seema Alavi, The Sepoys and the Company, OUP, New Delhi, 1995, pp. 254-5. In a letter to Lord Bentinck in the Nottingham University Library, Pw Jf 2047h1-2, Hansee 12 October 1835, Skinner refers to a 'wife' in the singular who sends her best to the Governor General and Lady Bentinck.
25. National Army Museum, London, Gardner Papers, Letter 16, p. 41.
26. South Asian Studies Library, Cambridge, Campbell Metcalfe Papers, Box VIII, Theo to Lady Campbell in Ferozepur, undated but probably 1854.
27. Christopher Hibbert, The Great Mutiny: India 1857, London, 1978, p. 34.
28. For Gambier, see National Army Musuem 6211h67, Letters of Lieutenant Charles Henry (Harry) F. Gambier, 38th Native Infantry. For Harriet, see Harriet Tytler, An Englishwoman in India: The Memoirs of Harriet Tytler 1828-1858, ed. Anthony Sattin, Oxford, 1986.
29. David Burton, The Raj at Table: A Culinary History of the British in India, London, 1993, p. 83.
30. Cited in Farhan Ahmad Nizami, Madrasahs, Scholars and Saints: Muslim Response to the British Presence in Delhi and the Upper Doab 1803-1857, unpublished PhD, Oxford, 1983, p. 18.
31. Major General Sir W. H. Sleeman, Rambles and Recollections of an Indian Official, Oxford, 1915, pp. 523-4.
32. Hali, Kulliyat-e Nasir, vol. 1, p. 344, cited inPritchett, Nets of Awareness, p. 14.
33. Margrit Pernau, 'Middle Class and Secularisation: The Muslims of Delhi in the 19th Century', in Intiz Ahmad, Helmut Reifeld (ed.), Middle Class Values in India and Western Europe, New Delhi, 2003, pp. 21-42.
34. Nizami, Madrasahs, p. 170, on the surprising openness of the 'ulama at this period to taking on and absorbing the new innovations and discoveries of Western science.
35. Cited inRalph Russell, The Oxford Ghalib: Life, Letters and Ghazals, New Delhi, 2003, p. 40.
36. Cited in Pritchett, Nets of Awareness, p. 14.
37. Sir Sayyid Ahmad Khan, Asar us-Sanadid, Delhi, 1990, vol. 2, p. 45.
38. Ibid., vol. 2, p. 45.
39. Narayani Gupta, Delhi between Two Empires 1803-1931, New Delhi, 1981, p. 4; Pavan K. Verma, Mansions at Dusk: The Havelis of Old Delhi, New Delhi, 1992, pp. 55-63.
40. Charles John Griffiths, The Siege of Delhi, London, 1910, p. 4.
41. Johnson diaries, OIOC, Mss Eur A101, entry for 18 July 1850.
42. Munshi Faizuddin, Bazm i-Akhir, Yani sehr e-Delhi ke do akhiri badshahon ka tareeq i-maashrat (The Last Convivial Gathering - the Mode of Life of the Last Two Kings of Delhi), Lahore, 1965.
43. National Archives of India (hereafter NAI) Foreign, Foreign Dept Misc., Precis of Palace Intelligence, entry for Sunday, 4 April 1852.
44. Percival Spear, The Twilight of the Moghuls, Cambridge, 1951, p. 74.
45. Faizuddin, Bazm i-Akhir.
46. NAI, Precis of Palace Intelligence, entry for 13 March 1851.
47. Muhammad Husain Azad (trans. and ed. Frances Pritchett and Shamsur Rahim Faruqi), Ab-e Hayat: Shaping the Canon of Urdu Poetry, New Delhi, 2001, p. 343.

48. Antoine Polier, Shah Alam II and his Court, Calcutta, 1947, p. 72. For Mirza Fakhru's calligraphy, see the impressive specimens in the OIOC: 3577 and especially 2972h42, a calligraphic lion. See also NAI, Precis of Palace Intelli- gence, entry for 21 February 1851. For Mirza Fakhru's History, see NAI, Precis of Palace Intelligence, entry for 10 January 1851. For Mirza Fakhru living in the Shah Burj, see NAI, Precis of Palace Intelligence, entry for 23 September 1852.
49. Reginald Heber, A Narrative of a Journey through the Upper Provinces of India from Calcutta to Bombay, 1824-1825, 3 vols, London, 1827, vol. 1, pp. 568-9.
50. Pritchett, Nets of Awareness, p. 4. For his more earthy verse in Punjabi and Braj Basha he used a different pen-name; rather than Zafar ('Victorious') he chose to write under Shuaq Rang ('Passionate').
51. S. M. Burke and Salim al-Din Quraishi, Bahadur Shah: Last Mogul Emperor of India, Lahore, 1995, pp. 218-19.
52. Arsh Taimuri, Qila-i Mua'lla ki Jhalkiyan, ed. Aslam Parvez, Urdu Acad- emy, Delhi, 1986. See sections on gunmanship and archery.
53. Spear, Twilight, p. 73.
54. NAI, Precis of Palace Intelligence, entry for Tuesday, 13 January 1852.
55. Emily Bayley, quoted in M. M. Kaye (ed.), The Golden Calm: An English Lady's Life in Moghul Delhi, London, 1980, p. 128.
56. Major Archer, Tours in Upper India, London, 1833, vol. 1, pp. 108-9.
57. NAI, Precis of Palace Intelligence, e.g. entries for Monday, 28 July 1852, Sunday, 1 August 1852, Tuesday, 18 October 1853 and Wednesday, 21 December 1853. Akhtar Qamber, The Last Mushai'rah of Delhi: A Translation of Farhatullah Baig's Modern Urdu Classic Dehli ki Akhri Shama, New Delhi, 1979, p. 68.
58. NAI, Precis of Palace Intelligence, entry for 12 May 1851; for his marriage, see entry for 23 April.
59. Ibid., entry for Monday, 5 September 1853.
60. Ibid., entry for Tuesday, 26 July 1853.
61. Ibid., entries for 16 January 1852 and 22 September 1853.
62. For fishing, see Ibid., entry for 2 February 1852.
63. Russell, The Oxford Ghalib, p. 99.
64. DG, 10 April 1855.
65. E.g. DG, 15 March 1855.
66. Faizuddin, Bazm i-Akhir.
67. Quoted in Pritchett, Nets of Awareness, p. 14.
68. Burton, The Raj at Table, p. 18.
69. Fraser Papers, Inverness, Bundle 366, VJ to Wm Fraser, p. 62, undated but probably February 1831.
70. Emily Bayley, quoted in M. M. Kaye (ed.), The Golden Calm, pp. 105, 161.
71. Ibid., p. 213.
72. Fraser Papers, vol. 33, p. 279, Alec Fraser to his mother, Delhi, 3 August 1811.
73. Campbell Metcalfe Papers, Box VIII, Theo to Lady Campbell inFerozepur, undated but probably 1854.
74. Ibid., Box 1, GG to EC, Saturday, 23 October 1852.
75. DG, 24 March 1857.
76. Emily Bayley, quoted in M. M. Kaye (ed.), The Golden Calm, p. 127.

77. Azad, Ab-e Hayat, p. 385. Although the story is actually told by a dog, it does seem to reflect the culinary practice of a well-known Delhi figure.
78. Faizuddin, Bazm i-Akhir, goes into lengthy detail on all this, and is one of the most startlingly detailed sources for the doings of the Red Fort kitchens. Some of the dishes mentioned can still be sampled at Karims Hotel next to the Jama Masjid, which was founded by cooks from the former royal kitchens after 1857.
79. NAI, Precis of Palace Intelligence, entry for Wednesday, 10 August 1852. For kebabs and stew and oranges, see Taimuri, Qila-i mualla ki Jhalkiyan.
80. NAI, Precis of Palace Intelligence, entry for 26 September 1853.
81. Russell, The Oxford Ghalib, p. 50.
82. Ibid., p. 183.
83. Ibid., p. 190.
84. Khan, Asar us Sanadid, vol.2, p. 230.
85. NAI, Precis of Palace Intelligence, entries for 10 September 1853 and 4 October 1853.
86. Faizuddin, Bazm i-Akhir.
87. NAI, Precis of Palace Intelligence, entry for Tuesday, 9 August 1852.
88. Dargah Quli Khan, The Muraqqa' e-Dehli, trans. Chander Shekhar, New Delhi, 1989, p. 50.
89. For Ad Begum, ibid., p. 107; for Nur Bai, ibid., p. 110. Both these courtesans were at the height of their fame in 1739, at the time of the invasion of Nadir Shah.
90. Saksena, European & Indo-European Poets, pp. 73-4.
91. Qamber, The Last Mushai'rah of Delhi, p. 60.

4. நெருங்கிவந்த புயல்

1. Oriental and India Office Collections, British Library (hereafter OIOC), Photo Eur 31 1B, Hardcastle Papers, pp. 247-62.
2. Ibid.
3. Ibid.
4. Ibid.
5. Ibid.
6. National Archives of India (hereafter NAI) Foreign, Foreign Dept, Precis of Palace Intelligence, entry for Thursday, 3 November 1853.
7. James Thomason, the Lieutenant Governor of the North West Provinces, died in Bareilly on 29 September, while Sir Henry Elliot, the Foreign Secretary, died at the Cape, on his way back to England, on 20 December.
8. Harriet Tytler, An Englishwoman in India: The Memoirs of Harriet Tytler 1828-1858, ed. Anthony Sattin, Oxford, 1986, p. 143.
9. OIOC, Fraser Collection, Eur Mss E258, Bundle 8, SF to SJGF, 25 March 1857.
10. For Annie's choir, see Bodleian Library of Commonwealth & African Studies at Rhodes House, Oxford, Missionary Collections, A Memoir of my Father - the Revd M.J. Jennings, M.A., pp. 13, 38. For Annie's engage- ment, see Tytler, An Englishwoman in India. For Fraser joining the choir, see Fraser Collection, Mss Eur E258, Bundle 8, SF to SJGF, Delhi, 25 March 1857.
11. Fraser Collection, Mss Eur E258, Bundle 8, SF to SJGF, 21 April (?) 1854.
12. Ibid., SF to SJGF, Mynpoorie, 14 August (no year but possibly 1843).

13. Ibid., SF to SJGF, 21 April 1854, 25 March 1857.
14. NAI, Precis of Palace Intelligence. Fraser's arrival inDelhi is reported inthe entry for Friday, 24 November 1853; a reception at Raushanara Bagh is planned for 1 December, but the Agent does not turn up, although he does pay a sightseeing visit to the Red Fort in the company of some friends when BSZ is away on Thursday the 8th. He waits for another couple of weeks before bothering to come and introduce himself on Thursday, 22 December 1853. BSZ prepares for his reception by organising a frantic bout of spring-cleaning and repairs.
15. NAI, Foreign Consultations, Item 180-193, 29 August 1856, From S Fraser Esq Agent Lt Gov NWP, Dehlie Dated Dehlie 14th July 1856. For Fraser's retirement see the Delhi Gazette (DG), 12 July 1856.
16. NAI, Foreign Consultations, Item 180-193, 29 August 1856, 'Translation of a Shooqua from His Majesty the King of Dehlie to Simon Fraser Esquire Agent of Honble the Lt Gov,' dated 12 July 1856. This of course was exactly the humiliating treatment suffered by Zafar himself at the hands of his father Akbar Shah.
17. Ibid., pp. 319ff.
18. Michael Maclagan, 'Clemency' Canning, London, 1962, pp. 38-44. See also Christopher Hibbert, The Great Mutiny: India 1857, London, 1978, pp. 25-7. Saul David, The Indian Mutiny, London, 2002, pp. 14-15.
19. NAI, Foreign Consultations, Item 180-193, 29 August 1856, Minute by Canning, the Governor General, 12 August 1856.
20. Ibid.
21. Proceedings on the Trial of Muhammad Bahadur Shah, Titular King of Delhi, before a Military Commission, upon a charge of Rebellion, Treason and Murder, held at Delhi, on the 27th Day of January 1858, and following days, London, 1859 (hereafter Trial), p. 80.
22. NAI, Siraj ul-Akbhar, 19 March 1857.
23. See Salim al-Din Quraishi, Cry for Freedom: Proclamations of Muslim Revolutonaries of 1857, Lahore, 1997, for reports in the Delhi press of the different manifestations of unrest in early 1857. The puris were reported inthe Nur-i Maghrebi inthe issue of 25 February 1857, while news of the mutiny in the Bengal Army appeared in the same paper's issue of 20 April 1857. See also the evidence of Metcalfe, Trial, pp. 80-81.
24. Anon. (probably Robert Bird), Dacoitee in Excelsis, or the Spoilation of Oude by the East India Company, London, 1857.
25. Ibid., iv-v, pp. 202-4.
26. Ibid., vi.
27. Quoted in S. M. Burke and Salim al-Din Quraishi, Bahadur Shah: Last Mogul Emperor of India, Lahore, 1995, p. 78.
28. Punjab Archives, Lahore, Case 1, 71, dated 24 February 1856.
29. Ralph Russell, The Oxford Ghalib: Life, Letters and Ghazals, New Delhi, 2003, p. 135.
30. Ibid., p. 113.
31. Hali, Yadgar-e-Ghalib, pp. 28-9, cited inRalph Russell and Khurshid Islam, Ghalib: Life and Letters, Oxford, 1969, p. 63.
32. Ibid., pp. 73-4.
33. Russell, The Oxford Ghalib, p. 89.
34. Ibid., p. 112

35. Ibid., p. 112, and Gopi Chand Narang, 'Ghalib and the Rebellion of 1857', in Narang, Urdu Language and Literature: Critical Perspectives, New Delhi, 1991, p. 16, note 45.
36. Pavan K. Verma, Ghalib: The Man, the Times, New Delhi, 1989, p. 61.
37. Ghalib, Dastanbuy p. 48, cited in Pritchett, Nets of Awareness: Urdu Poetry and Its Critics, University of California Press, Berkeley and Los Angeles, 1994, p. 9; also Varma, Ghalib, pp. 142-3.
38. South Asian Studies Library, Cambridge, Campbell Metcalfe Papers, Box 8 (no date but clearly 1856).
39. Ibid., Box 8, Theo to GG, 12 August 1856.
40. Ibid., Box 8, Theo to EC (undated but April 1857).
41. Ibid., Box 6, EC to GG, datelined Camp Near Mooltan, 27 November 1856.
42. Ibid., Box 6, EC to GG (undated but probably late 1856hearly 1857).
43. The best and fullest description of that old Indian historical chestnut, the greased cartridges, can be found in Chapter 6 of David, The Indian Mutiny. There is also a very good chapter in Rudrangshu Mukherjee's brief but brilliant Mangal Pandey: Brave Martyr or Accidental Hero?, New Delhi, 2005.
44. The fouling and clogging of the Enfields is also recorded by Richard Barter, The Siege of Delhi, London, 1984, p. 6.
45. Mukherjee, Mangal Pandey, p. 35. According to a letter of 7 February 1857, Canning stated that the fears regarding the grease 'were well founded'.
46. J. W. Kaye, A History of the Sepoy, War in India 1857-8, London 1877, vol 1, pp. 316-18.
47. Irfan Habib, 'The Coming of 1857', Social Scientist, vol. 26, no. 1, January- April 1998, p. 6.
48. Sitaram Pandey, From Sepoy to Subedar, London, 1873, pp. 24-5. Some scholars have questioned the authenticity of this book; it may have been written by a Briton under a pseudonym or as the ghostwriter of a sepoy. My personal suspicion is that it is the latter, for the tone reads true to my ears, and it is difficult to believe it is an outright forgery, especially when compared with the sepoy's letter from the DG, 8 May 1855 (see note below), which is clearly a fake.
49. DG, 8 May 1855. The article is full of British assumptions, usages and stereotypes about Indians and cannot actually have been written by a sepoy as it purported to be.
50. Tytler, An Englishwoman in India, p. 81.
51. Ibid., pp. 110-11.
52. Ibid., p. 111.
53. Hibbert, The Great Mutiny, p. 72.
54. K. C. Yadav, The Revolt of 1857 in Haryana, New Delhi, 1977, p. 41.
55. OIOC, Home Misc. 725, Kaye Mutiny Papers, Item 35.
56. H. H. Greathed, Letters Written during the Siege of Delhi, London, 1858, p.xiv.
57. Tytler, An Englishwoman in India, p. 114.
58. 'How the Electric Telegraph Saved India', reprinted in Col. Edward Vibart, The Sepoy Mutiny as Seen by a Subaltern from Delhi to Lucknow, London, 1858, pp. 253-7.
59. Julia Haldane, The Story of Our Escape from Delhi in 1857, Agra, 1888, p. 2.
60. Tytler, An Englishwoman in India, p. 114; see also Charles Theophilus Metcalfe, Two Native Narratives of the Mutiny in Delhi, London, 1898, 'Narrative of Mainodin', p. 42.

5. சீற்றப் பெருமகனின் வாள்

1. Zahir Dehlavi, Dastan i-Ghadr: An eyewitness account of the 1857 Uprising, Lahore, 1955, p. 38.
2. Ibid., p. 44. For the King's stick, see Proceedings on the Trial of Muhammad Bahadur Shah, Titular King of Delhi, before a Military Commission, upon a charge of Rebellion, Treason and Murder, held at Delhi, on the 27th Day of January 1858, and following days, London, 1859 (hereafter Trial), p. 26, Evidence of Ghulam Abbas. There are several accounts of the King's movements that morning which mutually contradict each other, especially as to when Zafar became aware of the sepoys' presence, and at what point Douglas and the hakim appeared. I have gone with Zahir Dehlavi's version of events as it is the most detailed and seems particularly credible and well informed, even though the account was written - or reached its final form - many years after the events it describes.
3. Dehlavi, Dastan i-Ghadr, p. 44. On the death of the toll keeper and the servants, see The City of Delhi during 1857, translation of the account of Said Mobarak Shah, Oriental and India Office Collections, British Library (here- after OIOC), Eur Mss, B 138.
4. Trial, Evidence of Jat Mall, p. 72. According to Jat Mall's evidence at Zafar's trial: 'I heard a few days before the outbreak from some sepoys of the gate of the palace, that it had been arranged in case greased cartridges were pressed uponthem, that the Meerut troops were to come here, where they were to be joined by the Delhi troops, and it was said that this compact had been arranged through some native officers, who went over on court martial duty to Meerut.' If this is right, then Tytler's subahdar-major and close friend, Mansur Ali, may actually have been one of the mutineers.
5. Trial, p. 78, Evidence of Makhan, mace bearer of Captain Douglas, and p. 88, evidence of Hakim Ahsanullah Khan
6. Ibid., pp. 26-7, Evidence of Ghulam Abbas.
7. OIOC Eur Mss B 138, Account of Said Mobarak Shah.
8. National Archives of India (hereafter NAI), Mutiny Papers, Collection 56, no. 7, Defence of the King.
9. Ibid.
10. Trial, pp. 26-7, Evidence of Ghulam Abbas.
11. NAI, Mutiny Papers, Collection 56, no. 7, Defence of the King.
12. Ibid.
13. South Asian Studies Library, Cambridge, Campbell Metcalfe Papers, Box 8, Theo to EC (undated but ?April 1857). Also, from the same box, typescript mss by Emily Bayley, Account of the escape of Sir Theophilus Metcalfe from Delhi after the Outbreak of the Mutiny. Also OIOC, Eur Mss D610, Theophilus Metcalfe file. For his prophecy, see Wilkinson, Johnson and Osborn, The Memoirs of the Gemini Generals, London, 1896, p. 30.
14. Charles Theophilus Metcalfe, Two Native Narratives of the Mutiny in Delhi, London, 1898, 'Narrative of Mainodin', p. 44.
15. For the building of the magazine on the site of Dara Shukoh's palace, see Sylvia Shorto, Public Lives, Private Places, British Houses in Delhi 1803-57, unpublished dissertation, NYU, 2004, p. 112. The Delhi College moved from the Ghaziuddin Medresse to the old British Residency building in the early 1850s after the Residency moved outside the walls to Ludlow Castle in the Civil Lines.

16. Edward Vibart, The Sepoy Mutiny as Seen by a Subaltern from Delhi to Lucknow, London, 1858, pp. 40-41.
17. Bayley, Account of the escape. For the mob, see Metcalfe, Two Native Narratives, 'Narrative of Mainodin', p. 240.
18. Bayley, Account of the escape.
19. Metcalfe, Two Native Narratives, 'Narrative of Mainodin', p. 45.
20. Bayley, Account of the escape. Emily says the brick was thrown from the Jama Masjid, but as this is in the opposite direction to the route Theo must have taken from the Kotwali in Chandni Chowk to the Kashmiri Gate, it must be an error.
21. Trial, Evidence of Chunni, News-writer for the Public, p. 84.
22. Ibid., Evidence of Jat Mall, News-writer to the Lt Gov. of Agra, p. 73.
23. Ibid., Evidence of Makhan, Mace bearer of Captain Douglas, p. 78. For Jennings with his glass, see ibid., Diary of Chunni Lal, News-writer, p. 102, and NAI, Mutiny Papers, Collection 39. For the problem of Fraser's girth, see Dehlavi, Dastan i-Ghadr, p. 58.
24. Trial, Evidence of Makhan, Mace bearer of Captain Douglas, p. 79.
25. Metcalfe, Two Native Narratives, 'Narrative of Mainodin', pp. 80-81.
26. Trial, Evidence of Jat Mall, News-writer to the Lt Gov. of Agra, p. 73.
27. Ibid., Evidence of Makhan, Mace bearer of Captain Douglas, p. 79.
28. Dehlavi, Dastan i-Ghadr, p. 57. See also OIOC, Eur Mss, B 138, Account of Said Mobarak Shah; Metcalfe, Two Native Narratives, 'Narrative of Munshi Jiwan Lal', pp. 80-81.
29. Trial, Evidence of Mrs Aldwell, p. 92.
30. For Abdullah Beg, see Metcalfe, Two Native Narratives, 'Narrative of Mainodin', pp. 60-61; also OIOC, Eur Mss B 138, Account of Said Mobarak Shah. For Gordon, see General Sir Hugh Gough, Old Memories, London, 1897, pp. 108-9 Also National Army Musuem, 6309-26, Lt Gen. F.C. Maisey, The Capture of the Delhi Palace. Gordongave himself up to the British at the fall of Delhi but was never brought to trial. According to General Fred Maisey, who was in charge of prosecutions, Gordon had converted to save his life, and there was 'no proof' that he was guilty of firing on the British. At the end of his letter home Maisey writes, 'so I got the poor fellow off trial. He was, however, not released and the matter has been reported to the Com- mander in Chief. What the final result will be I do not know'.
31. Abdul Latif, 1857 Ka Tarikhi Roznamacha, ed. K. A. Nizami, Naqwatul Musannifin, Delhi, 1958, entry for 11 May.
32. Mirza Asadullah Khan Ghalib, Dastanbuy, trans. Khwaja Ahmad Faruqi, Delhi, 1970, pp. 30-33. Dastanbuy purports to be Ghalib's diary of the Uprising. Although it was clearly rewritten after the British victory and was written partially with a view to proving his loyalty to the victorious British, there can be little real doubt that it reflects the aristocratic Ghalib's genuine dislike of the sepoy rabble. Frances Pritchett argues this case very well in Nets of Awareness: Urdu Poetry and Its Critics, University of California Press, Berkeley and Los Angeles, 1990, p. 19, as does Ralph Russell in The Oxford Ghalib: Life, Letters and Ghazals, New Delhi, 2003, p. 12.
33. Ghalib, Dastanbuy, pp. 30-33. Where Faruqi's translation seems clumsy I have used instead the more colloquial version of Ralph Russell in The Oxford Ghalib, p. 118-19.
34. Sarvar ul-Mulk, My Life, Being the Autobiography of Nawab Sarvar ul- Mulk Bahadur, trans. from the Urdu by his son, Nawab Jawan Yar Jung Bahadur, London, 1903, p. 16.
35. Zahir Dehlavi, Dastan i-Ghadr, pp. 28-9

36. Metcalfe Two Native Narratives, 'Narrative of Munshi Jiwan Lal', p. 77. I have added some material from an alternative rendering and slightly different selection of material of the same original Urdu text published as A Short Account of the Life and Family of Rai Jiwan Lal Bahadur, Late Honorary Magistrate of Delhi with extracts from his diary relating to the time of the Mutiny 1857 compiled by his son, Delhi, 1902.
37. Account of an anonymous news-writer, NAI, Mutiny Papers, Collection 39.
38. Trial, Petition of Mathura Das and Saligram, p. 43.
39. OIOC, Eur Mss B 138, Account of Said Mobarak Shah.
40. Dehli Urdu Akbhar (hereafter DUA), 17 May 1857.
41. Ibid., 17 May 1857. The final paragraph is from the DUA of 31 May 1857.
42. This translation is my own colloquial reworking of the more literal transla- tion given by Frances Pritchett in Nets of Awareness, p. 24.
43. Harriet Tytler, An Englishwoman in India: The Memoirs of Harriet Tytler 1828-1858, ed. Anthony Sattin, Oxford, 1986, p. 115.
44. Ibid., p. 116.
45. Vibart, The Sepoy Mutiny, pp. 14-19.
46. Ibid., p. 18.
47. N. A. Chick, Annals of the Indian Rebellion 1857-8, Calcutta, 1859 (reprinted London, 1972), pp. 86-7.
48. Ibid., p. 89.
49. Metcalfe, Two Native Narratives, 'Narrative of Mainodin', p. 41.
50. Ibid., pp. 47-8.
51. NAI, Mutiny Papers, Collection 39.
52. Metcalfe, Two Native Narratives, 'Narrative of Mainodin', pp. 47-8.
53. According to the account by a news-writer contained in the NAI, Mutiny Papers, Collection 39: 'The city's Muslims along with some Hindus accom- panied the rebels attacked all the twelve thanas of the city and the Kotwali Chabutra and destroyed them. Sharful Haq the city Kotwal disappeared while the deputy Kotwal Baldeo Singh ran away after being injured.'
54. Metcalfe, Two Native Narratives, 'Narrative of Mainodin', p. 49.
55. Ibid. pp. 50-51.
56. Dehlavi, Dastan i-Ghadr, pp. 30-31.
57. NAI, Foreign Department, Political Proceedings, 8 January 1830, part 2, Con- sultationNo. 42, pp. 332-5, from HM the King of Delhi, received 1 January 1830.
58. Hakim Ahsanullah Khan, 'Memoirs', trans. Dr S. Muinul Haq, Journal of the Pakistan Historical Society, Karachi, vol. 6, pt 1, 1958, pp. 1-33.
59. Metcalfe, Two Native Narratives, 'Narrative of Munshi Jiwan Lal', p. 83.
60. Latif, 1857, entry for 11 May.
61. Metcalfe, Two Native Narratives, 'Narrative of Munshi Jiwan Lal', p. 83.
62. Khan, 'Memoirs', p. 4.
63. Emily Eden, Up the Country: Letters from India, London, 1930, p. 100.
64. NAI, foreign, Foreign Dept and Misc., Precis of Palace Intelligence, see, for example, entries for Tuesday, 9 March 1852, and Sunday, 1 August 1852.
65. Trial, Evidence of Ghulam Abbas, pp. 26-7. Another shorter account of the same crucial scene, apparently written on or immediately after 11 May, is contained in the NAI, Mutiny Papers, Collection 39, where an anonymous news-writer recorded that: 'Later the cavalry

division and two platoons of Tilangas from the Meerutt camp and three platoons from Delhi appeared before his majesty and asked him to lead them saying we will ensure your sway over the whole country. The King assured them of his benediction and asked them to set up camp at Salimgarh.'

66. Chick, Annals, pp. 45-8.
67. Ibid., pp. 81-2.
68. Miss Wagentrieber, The Story of Our Escape from Delhi in May 1857, from personal narrations by the late George Wagentrieber and Miss Haldane, Delhi, 1894.
69. Tytler, An Englishwoman in India, p. 124. 70. Ibid., p. 125.
71. Vibart, The Sepoy Mutiny, p. 28.
72. Ibid., pp. 46-8.
73. OIOC, Vibart Papers, Eur Mss F135h19, letter datelined Meerut, 9 June.
74. Vibart, The Sepoy Mutiny, p. 53.
75. Ibid., p. 56.
76. Dehlavi, Dastan i-Ghadr, p. 81.
77. Chick, Annals, p. 90.
78. Tytler, An Englishwoman in India, pp. 129-30.
79. Ibid., p. 131.
80. Ibid., p. 131.
81. Four accounts survive of the Wagentriebers' movements that night. The earliest, and most reliable, is that of George, printed initially in the Delhi Gazette Extra, published out of Lahore a month later, and reprinted in Chick's Annals, pp. 78-86. Both the Misses Wagentrieber also produced accounts, which while more detailed seem in some parts to be less reliable: see Miss Wagentrieber, The Story of Our Escape, and Julia Haldane, The Story of Our Escape from Delhi in 1857, Agra, 1888. I also have a photocopy of a typescript of another unpublished mss of Miss Wagentrieber's adventures which is still in the possession of the Skinner family in their summer house at Sikandar Hall, Mussoorie.
82. Miss Wagentrieber, The Story of Our Escape, pp. 13-14.
83. Chick, Annals, p. 82.
84. Tytler, An Englishwoman in India, p. 133.
85. Ibid., pp. 134-7.
86. Chick, Annals, pp. 82-4.
87. Haldane, The Story of Our Escape, p. 20.
88. Chick, Annals, p. 83.
89. Haldane, The Story of Our Escape, pp. 24-5.
90. Ibid., p. 40.
91. NAI, Mutiny Papers, Collection 39.
92. OIOC, Home Miscellanous 725, pp. 389-422, Letter Written by Munshi Mohun Lal to Brigadier Chamberlain dated November 8th 1857 at DEHLIE.

6. அழிவும் அமளியுமான நாள்

1. Punjab Archives, Lahore (hereafter PAL). On open display.
2. K. C. Yadav, The Revolt of 1857 in Haryana, New Delhi, 1977, p. 41.
3. Sir Henry W. Norman and Mrs Keith Young, Delhi 1857, London, 1902, pp. 11, 19.
4. Richard Barter, The Siege of Delhi, London, 1984, p. 3.

5. Fred Roberts, Letters Written during the Indian Mutiny, London, 1924, p. 8. Fred Roberts later grew up to be the celebrated Lord Roberts of Kandahar.
6. National Army Museum (hereafter NAM), Wilson Letters, AW to his wife, Meerut, 12 May 1857.
7. Ibid., AW to his wife, Camp Ghazee Oo Deen Nuggur, 3 June.
8. Barter, The Siege of Delhi, p. 9.
9. For the significance of this, see the excellent passage in Rudrangshu Mu- kherjee, Avadh in Revolt 1857-8 - A Study of Popular Resistance, New Delhi, 1984, pp. 65-6.
10. Charles John Griffiths, The Siege of Delhi, London, 1910, p. 23.
11. Roberts, Letters, p. 38.
12. Quoted by Saul David, The Indian Mutiny 1857, London, 2002, p.xxii.
13. J. W. Kaye, A History of the Sepoy War in India 1857-8, London, 1877, vol. II, p. 342.
14. Major W. S. R. Hodson, Twelve Years of a Soldier's Life in India, London, 1859, p. 186.
15. Charles Allen, Soldier Sahibs: The Men Who Made the North-West Frontier, London, 2000, p. 280. Allen's wonderful book contains much the best account yet written of Nicholson.
16. David Gilmour, The Ruling Caste: Imperial Lives in the Victorian Raj, London, 2005, p. 162.
17. John Beames, Memoirs of a Bengal Civilian, London, 1961, p. 103.
18. Ibid., p. 102.
19. Ensign Wilberforce, of the 52nd Light Infantry, quoted in James Hewitt, Eyewitnesses to the Indian Mutiny, Reading, 1972, p. 33.
20. Allen, Soldier Sahibs, p. 217.
21. Though the story of the Nikal Seyn cult sounds suspiciously like Victorian myth, it is attested by too many contemporary accounts to be a complete invention. See, for example, the eyewitness account of Ensign Wilberforce given in Hewitt, Eyewitnesses, p. 34, or Griffiths, The Siege of Delhi, p. 119.
22. Allen, Soldier Sahibs, pp. 55, 62.
23. Captain Lionel J. Trotter, The Life of John Nicholson, Soldier and Admin- istrator, London, 1898, p. 195.
24. Oriental and India Office Collections, British Library (hereafter OIOC), Eur Mss E211, Edwardes Collection, letter from Nicholson to Edwardes, datelined Peshawar, 23 April 1857.
25. R. G. Wilberforce, An Unrecorded Chapter of the Indian Mutiny, London, 1894, p. 43.
26. Allen, Soldier Sahibs, p. 293.
27. Wilberforce, An Unrecorded Chapter, pp. 40-41.
28. Ibid., p. 91.
29. Hodson, Twelve Years, p. xiv. According to his brother, 'though he lived among the heathen, he never forgot he was a Christian and an Englishman'.
30. Christopher Hibbert, The Great Mutiny: India 1857, London, 1978, p. 289.
31. Allen, Soldier Sahibs, pp. 236-7.
32. Hewitt, Eyewitnesses, p. 38. There is a good account of his life in David, Indian Mutiny, pp. 149-51.
33. Allen, Soldier Sahibs, p. 236.
34. NAM, 6404-74-179, letter from Henry Lawrence to Hodson, Lucknow, 21 March 1857. For the Hare quote, see Hibbert, The Great Mutiny, p. 289.

35. Hodson, Twelve Years, pp. 185-7; David, Indian Mutiny, p. 151; Allen, Soldier Sahibs, pp. 261-2.
36. Hodson, Twelve Years, pp. 188-9.
37. Ibid., p. 184; Allen, Soldier Sahibs, p. 335.
38. Hodson, Twelve Years, p. 319.
39. Ibid., p. 319.
40. H. H., Greathed, Letters Written during the Siege of Delhi, London, 1858, pp. 28-9; Hodson, Twelve Years, p. 191.
41. A Short Account of the Life and Family of Rai Jiwan Lal Bahadur, Late Honorary Magistrate of Delhi with extracts from his diary relating to the time of the Mutiny 1857 compiled by his son, Delhi, 1902, p. 27.
42. Ibid., pp. 29-32.
43. National Archives of India (hereafter NAI), Mutiny Papers. See, for ex- ample, Collections 15, 16, 51, 61, 67 and 71. An excellent digest of the more important of these reports can be found in OIOC in the papers of the NW Provinces' intelligence chief, Sir Robert Montgomery, Montgomery Papers, Mss Eur D 1019. Kedarnath's journal has been published as Appendix No. 2, Memoirs of Hakim Ahsanullah Khan, ed. S. Muinul Haq, Pakistan Historial Society, Karachi, 1958. For runners disguised as religious mendicants passing messages, see A Short Account, p. 29.
44. OIOC, Eur Mss B 138, Account of Said Mobarak Shah.
45. Quoted in Allen, Soldier Sahibs, p. 270.
46. Hodson, Twelve Years, p. 196. Also Greathed, Letters, p. 25.
47. Zahir Dehlavi, Dastan i-Ghadr: An eyewitness account of the 1857 Uprising, Lahore, 1955, pp. 82-3.
48. Salim Qureshi and Ashur Kazmi (trans. and ed.) 1857 ke Ghaddaron ke Khutut, Delhi, 2001, p.112.
49. Dihli Urdu Akbhar (hereafter DUA), 17 May 1857.
50. Abdul Latif, 1857 Ka Tarikhi Roznamacha, ed. K. A. Nizami, Naqwatul Musannifin, Delhi, 1958, p. 123. For the confectioners see Proceedings on the Trial of Muhammad Bahadur Shah, Titular King of Delhi, before a Military Comission, upon a charge of Rebellion, Treason and Murder, held at Delhi, on the 27th Day of January 1858, and following days, London, 1859 (hereafter Trial), Narrative of Chunni Lal, news-writer, p. 103. See also Kedarnath's journal, entry for 16 May. DUA, 17 May.
51. NAI, Mutiny Papers, Collection 111a, no. 10, May 1857.
52. Ibid., Collection 60, no. 605; also Collection 62, no. 71.
53. Trial, Narrative of Chunni Lal, news-writer, p. 103.
54. NAI, Mutiny Papers, Collection 110, no. 270.
55. Trial, Narrative of Chunni Lal, news-writer, p. 103.
56. DUA, 31 May 1857.
57. Abdul Latif, Roznamacha, p. 123. Ayesha Jalal argues this case very well in her Self and Sovereignty, New Delhi, 2001, pp. 34-5.
58. NAI, Mutiny Papers, Collection 146, no. 3, May 1857.
59. Ibid., Collection 125, no. 12, May 1857.
60. Ibid., Collection 60, no. 72, 11 June 1857.
61. Ibid., Collection 67, no. 14, undated.
62. Ibid., Collection 128, no. 43, 13 June 1857.

63. Trial, Narrative of Chunni Lal, news-writer, pp. 105-6; also Eric Stokes, The Peasant Armed: The Indian Revolt of 1857, ed. C. A. Bayly, Oxford, 1986, p. 126.
64. Trial, Evidence of Mukund Lala, secretary, and Chunni Lal, news-writer, pp.86-7.
65. Charles Theophilus Metcalfe, Two Native Narratives of The Mutiny in Delhi, 'Narrative of Munshi Jiwan Lal', p. 87.
66. Ibid., p. 87.
67. Ibid., p. 87.
68. For the garden, see NAI, Mutiny Papers, Collection 60, no. 290, 10 July 1857; for the sepoys peering into the zenana, see ibid., Collection 100,no. 6, 22 May 1857.
69. Dehlavi, Dastan i-Ghadr, pp. 82-3, 88.
70. Sadiq ul-Akabhar, 10 August 1857.
71. PAL, Case 1, 45, letter from Sir Thomas Metcalfe, Delhi, to C. Allen, Sec. to Govt of NWP, Agra, dated 11 January 1849.
72. For Ghalib's remark, see Ralph Russell, The Oxford Ghalib: Life, Letters and Ghazals, New Delhi, 2003, p. 90. For MKS's applicationfor the house in Mehrauli, see NAI, Foreign, Foreign Dept Misc., Precis of Palace Intelli- gence, entry for Sunday, 8 August 1852; for his wife's friendship with the wife of Mirza Fakhru, see entry for Sunday, 1 August 1852.
73. For wife-beating, see NAI, Precis of Palace Intelligence, entry for Friday, 27 August 1852.
74. For gun accident see ibid., entry for Monday, 7 November 1853, which records how, 'loading his gun, it went off, and shattered one of his fingers which had been attended to by Subassistant surgeon Chimun Lal'. For complaints against MAB, see, for example, NAI, Mutiny Papers, Collection 71, nos 95 and 96; also Kedarnath's journal, entry for 6 July 1857.
75. NAI, Precis of Palace Intelligence, entry for 28 September 1852, and PAL, Case 1, 45, letter from Sir Thomas Metcalfe, Delhi to C. Allen, Sec. to Govt of NWP, Agra, dated 11 January 1849.
76. NAI, Precis of Palace Intelligence, entry for Sunday, 1 January 1854.
77. PAL, Case 1, 45, letter from Sir Thomas Metcalfe, Delhi, to C. Allen, Sec. to Govt of NWP, Agra, dated 11 January 1849.
78. NAI, Precis of Palace Intelligence, entries for 14 and 27 February 1852.
79. Ibid., entry for 20 February 1852.
80. For the coronation portrait see Stuart Cary Welch, Room for Wonder: Indian Painting during the British Period 1760-1880, New York, 1978, pp. 118-19.
81. See Chapter 1, note 2.
82. Trial, Evidence of Hakim Ahsanullah Khan, p. 89; also, Narrative of Chunni Lal, news-writer, p. 103; Memoirs of Hakim Ahsanullah Khan, pp. 6-7.
83. The letter was first printed in English in N. A. Chick, Annals of the Indian Rebellion 1857-8, Calcutta, 1859 (reprinted London 1972), pp. 101-3. It has recently been reprinted in Salim al-Din Quraishi, Cry for Freedom: Procla- mations of Muslim Revolutionaries of 1857, Lahore, 1997. The language is much more aggressive and intolerant than anything written by Zafar, and must presumably be the work of Mirza Mughal.
84. The entire text was published in English for the first time in the Delhi Gazette of 29 September 1857. It can be read in full in Quraishi, Cry for Freedom, or S. A. Rizvi, and M. L. Bhargava (eds), Freedom Struggle in Uttar Pradesh, Lucknow, 1957, vol. 1, pp. 453-6. Rudrangshu Mukherjee, Avadh in Revolt 1857-8 - A Study of Popular Resistance, New Delhi, 1984, has argued convincingly that the document has no connection with Delhi. See also Rudrangshu Mukherjee, 'The Azamgarh Proclamation and some questions onthe

Revolt of 1857 inthe North WesternProvinces', in Essays in Honour of S.C. Sarkar, Delhi, 1976.
85. Memoirs of Hakim Ahsanullah Khan, p. 8.
86. Ibid., p. 5.
87. Ibid., p. 8.
88. On 11 May Mirza Ilahe Bakhsh had initially 'had the whole of his property in the Fort confiscated and his person was sought by his enemy Khwaja Mehboob [Ali Khan]'. He survived the outbreak, however, and played a prominent role in the pro-British faction within the court throughout the Uprising - as a list of his services drawn up by Hodson in December 1857 makes clear. In contrast Mahbub Ali Khan was poisoned soon after the outbreak; by whom is not clear. Delhi Commissioner's Office Archive, Mutiny Papers, File no. 1, Services performed by Mirza Elahee Bahksh for WLR Hodson, 1 December 1857.
89. Trial, Narrative of Chunni Lal, news-writer, pp. 105-6.
90. Ibid., p. 106.
91. Ibid., p. 106.
92. Metcalfe, Two Native Narratives, 'Narrative of Munshi Jiwan Lal', p. 94.
93. Memoirs of Hakim Ahsanullah Khan, p. 10.
94. OIOC, Eur Mss B 138, Account of Said Mobarak Shah.
95. Dehlavi, Dastan i-Ghadr, p. 84.
96. Trial, Narrative of Chunni Lal, news-writer, p. 106.
97. DUA, 24 May 1857.
98. Ibid.
99. Stokes, The Peasant Armed, p. 70.
100. See, for example, the entry for 24 June in Kedarnath's journal; also DUA, 17 May 1857.
101. Russell, The Oxford Ghalib, p. 118.
102. NAI, Mutiny Papers, Collection 19, no. 10.
103. DUA, 31 May 1857.
104. NAI, Mutiny Papers, Collection 103, no. 24.
105. Ibid., Collection 110, no. 293.
106. DUA, 24 May 1857.
107. Metcalfe, Two Native Narratives, 'Narrative of Munshi Jiwan Lal', p. 98. There is another account of the same incident in Trial, Narrative of Chunni Lal, News-writer, p. 108.

7. ஆபத்தான நிலை

1. Oriental and India Office Collections, British Library (hereafter OIOC), Photo Eur 31 1B, Hardcastle Papers, pp. 287ff. Also South Asian Studies Library, Cambridge, Campbell Metcalfe Papers, Box 8, typescript mss by Emily Bayley, Account of the escape of Sir Theophilus Metcalfe from Delhi after the Outbreak of the Mutiny.
2. Charles Theophilus Metcalfe, Two Native Narratives of the Mutiny in Delhi, London, 1898, 'Narrative of Mainodin', p. 57.
3. The Dehlie Book and Metcalfe's panoramic scroll are both now in the OIOC of the British Library, as are the two images of the Nawab of Jhajjar's durbar; the Nawab of Jhajjar's hunting image is in the V&A; while the image of Nawab Jhajjar riding his tiger is part of the private collection of Cynthia Polski inNew York. See Andrew Topsfield (ed.), In the

Realm of Gods and Kings: Arts of India, New York, 2004, Catalogue no. 108, Nawab 'Abd al- Rahman Khan of Jhajjar rides a tiger in his palace garden, pp. 254-5.
4. OIOC, Photo Eur 31 1B, Hardcastle Papers, pp. 287ff.
5. OIOC, Saunders Correspondence, Eur Mss E 185,no. 24 Agra, 12 December 1857, to J. Lawrence.
6. OIOC, Metcalfe Papers, Eur Mss D 610.
7. Frances W. Pritchett, Nets of Awareness: Urdu Poetry and Its Critics, Berkeley and Los Angeles, 1994, pp. 15, 26-7.
8. Edward Vibart, The Sepoy Mutiny as Seen by a Subaltern from Delhi to Lucknow, London, 1858, pp. 63-4.
9. Ibid., pp. 65-70.
10. Ibid., pp. 90-92.
11. Ibid., p. 93.
12. See John Lall, Begam Samru: Fading Portrait in a Gilded Frame, Roli Books, Delhi, 1997, pp. 126-7.
13. Ram Babu Saksena, European & Indo-European Poets of Urdu & Persian, Lucknow, 1941, p. 288.
14. See Linda York Leach, Mughal and Other Paintings from the Chester Beatty Library, Scorpion Cavendish, London, 1995, vol. II, p. 794. Two Europeans shown in the painting 7.121 are referred to by their Muslim names Khwajah Ismail Khan and Salu Khan.
15. There is a photograph and good discussion of the Sardhana monuments in Gauvin Alexander Bailey, 'Architectural Relics of the Catholic Missionary Era in Mughal India', in Rosemary Crill, Susan Stronge and Andrew Topsfield (eds), Arts of Mughal India: Studies in Honour of Robert Skelton, Mapin, Ahmedabad, 2004, pp. 146-50.
16. For Sardhana and the Begum Samru see Lall, Begam Samru, especially pp. 126-7 for the Christmas festivities. See also: Michael Fisher, 'Becoming and Making Family in Hindustan', in Indrani Chatterjee, Unfamiliar Relations, Permanent Black, New Delhi, 2004; Nicholas Shreeve, Dark Legacy, Book- wright, Arundel, 1996, Nicholas Shreeve (ed.), From Nawab to Nabob: The Diary of David Ochterlony Dyce Sombre, Bookwright, Arundel, 2000. For the Sardhana poets see Saksena, European & Indo-European Poets.
17. David Dyce Ochterlony Sombre's diaries: see, for example, entries for Diwali (Thursday, 30 October 1833, p. 66), Holi (Easter Sunday, 29 March 1834, p. 21), Dussera (Thursday, 1 October 1835), witchcraft (3 January 1835, p. 78) and exorcism (Tuesday, 2 September 1834).
18. Saksena, European & Indo-European Poets, p. 288.
19. Vibart, The Sepoy Mutiny, pp. 106-11.
20. National Army Museum (hereafter NAM), Wilson Letters, AW to his wife, Meerut, 25 May 1857.
21. National Archives of India (hereafter NAI), Mutiny Papers, Collection 39, entry for 14 May 1857.
22. OIOC, Eur Mss B 138, Account of Said Mobarak Shah.
23. Memoirs of Hakim Ahsanullah Khan, ed. S. Muinul Haq, Pakistan Historical Society, Karachi, 1958, p. 14.
24. NAI, Mutiny Papers, Collection 39, entry for 15 May 1857.
25. Ibid., Collection 8, no. 1, entry for 20 May 1857.
26. Dihli Urdu Akbhar, 31 May 1857.

27. OIOC, Eur Mss B 138, Account of Said Mobarak Shah.
28. Metcalfe, Two Native Narratives, 'Narrative of Mainodin', p. 61.
29. NAM, Wilson Letters, AW to his wife, Meerut, 26 May 1857.
30. Ibid., AW to his wife, Mehoodeenpore, 28 May 1857.
31. OIOC, Eur Mss B 138, Account of Said Mobarak Shah.
32. NAM, WilsonLetters, AW to his wife, Camp Ghazee DeenNuggur, 30 May 1857.
33. Metcalfe, Two Native Narratives, 'Narrative of Mainodin', pp. 61-2.
34. NAM, WilsonLetters, AW to his wife, Camp Ghazee DeenNuggur, 1 June 1857.
35. Ibid.
36. Ibid.
37. Ibid., AW to his wife, Camp Ghazee Deen Nuggur, 2 June 1857.
38. Major Charles Reid, Defence of the Main Piquet at Hindoo Rao's House as recorded by Major Reid Commanding the Sirmoor Battalion, London, 1957, p. 12.
39. Metcalfe, Two Native Narratives, 'Narrative of Mainodin', p. 62.
40. Quoted by Christopher Hibbert, The Great Mutiny: India 1857, London, 1978, p. 124.
41. Richard Barter, The Siege of Delhi, London, 1984, p. 9.
42. Ibid., p. 9.
43. Robert H. W. Dunlop, Service and Adventure with the Khakee Ressalah, London, 1858, pp. 156-7.
44. Harriet Tytler, An Englishwoman in India: The Memoirs of Harriet Tytler 1828-1858, ed. Anthony Sattin, Oxford, 1986, p. 144.
45. Ibid., p. 146.
46. H. H., Greathed, Letters Written during the Siege of Delhi, London, 1858, pp. 24, 27, 128.
47. Campbell Metcalfe Papers, Box 10, EC to his mother, datelined Constantia, Simla.
48. Major W. S. R. Hodson, Twelve Years of a Soldier's Life in India, London, 1859, p. 198.
49. NAI, Mutiny Papers, Collection 126, no. 18, entry for 1 June 1857.
50. Ibid., Collection 126, nos 14 and 17, entries for 28 and 31 May 1857.
51. Abdul Latif, 1857 Ka Tarikhi Roznamacha, ed. K. A. Nizami, Naqwatul Musannifin, Delhi, 1958, entry for 9 June 1857.
52. Zahir Dehlavi, Dastan i-Ghadr: An eyewitness account of the 1857 Uprising, Lahore, 1955, p. 89.
53. NAI, Mutiny Papers, Collection 152, no. 43, entry for 7 June 1857.
54. Barter, The Siege of Delhi, pp. 12-17.
55. Eric Stokes, The Peasant Armed: The Indian Revolt of 1857, ed. C. A. Bayly, Oxford, 1986, p. 75.
56. OIOC, Eur Mss B 138, Account of Said Mobarak Shah.
57. Metcalfe, Two Native Narratives, 'Narrative of Mainodin', p. 63.
58. OIOC, Eur Mss B 138, Account of Said Mobarak Shah.
59. Stokes, The Peasant Armed, p. 75.
60. Tytler, An Englishwoman in India, pp. 130, 145.
61. Delhi Gazette Extra, issue of 20 June 1857, datelined Lahore.
62. Dehlavi, Dastan i-Ghadr, p. 95.
63. OIOC, Eur Mss B 138, Account of Said Mobarak Shah.
64. Reid, Defence, p. 14.
65. Vibart, The Sepoy Mutiny, pp. 30-31.
66. Dehlavi, Dastan i-Ghadr, p. 92.

67. Metcalfe, Two Native Narratives, 'Narrative of Munshi Jiwan Lal', p. 118. 68. Ibid., pp. 117-18.
69. John Edward Rotton, The Chaplain's Narrative of the Siege of Delhi, London, 1858, pp. 61-2.

8. ரத்தத்திற்கு ரத்தம்

1. Major W.S.R. Hodson, Twelve Years of a Soldier's Life in India, London, 1859, p. 201.
2. For the King watching, see Richard Barter, The Siege of Delhi, London, 1984, p. 32; for city walls and rooftops, see H. H., Greathed, Letters Written during the Siege of Delhi, London, 1858, p. 141.
3. Sarvar ul-Mulk, My Life, Being the Autobiography of Nawab Server ul- Mulk Bahadur, trans. from the Urdu by his son, Nawab Jiwan Yar Jung Bahadur, London, 1903, p. 16:
4. Ibid., p. 16.
5. Greathed, Letters, p. 45.
6. Zahir Dehlavi, Dastan i-Ghadr: An eyewitness account of the 1857 Uprising, Lahore, 1955, p. 95.
7. National Archives of India (hereafter NAI), Mutiny Papers. Collection 60, no. 253; for the stable boy, see Abdul Latif, 1857 Ka Tarikhi Roznamacha, ed. K. A. Nizami, Naqwatul Musannifin, Delhi, 1958; for Zinat moving to her house, see NAI, Mutiny Papers, Collection 15, no. 19.
8. Oriental and India Office Collections, British Library (herafter OIOC), Eur Mss B 138, Account of Said Mobarak Shah.
9. Memoirs of Hakim Ahsanullah Khan, Appendix no. 2, ed. S. Moinul Haq, Pakistan Historical Society. Karachi, 1958, entry for 14 June 1857.
10. OIOC, Eur Mss B 138, Account of Said Mobarak Shah.
11. Ralph Russell, The Oxford Ghalib: Life, Letters, and Ghazals, New Delhi, 2003, p. 119.
12. Mirza Asadullah Khan Ghalib, Dastanbuy, trans. Khwaja Ahmad Faruqi, Delhi, 1970, pp. 33-4.
13. Ibid., p. 34.
14. NAI, Mutiny Papers, Collection 111b, no. 14, entry for 3 July 1857.
15. Ibid. Collection 146, nos 13 and 14, 16 July 1857.
16. Ibid. Collection 146, nos 9 and 10, 1 July 1857.
17. Ibid. Collection 61, no. 76, 20 June 1857.
18. Ibid., Collection 67, no. 76, 27 July 1857. The previous item in the collection, no. 75, is Mehrab Khan's friend Rafiullah, who says he came into town with the ghazis from Faridabad, sold his horse at the same time as Mehrab Khansold his, was also robbed by the Gujars and was arrested along with his friend.
19. Dihli Urdu Akbhar (hereafter DUA), 14 June 1857.
20. Ibid.
21. See, for example, NAI, Mutiny Papers, Collection 67, no. 12, 24 June 1857.
22. Irfan Habib, 'The Coming of 1857', Social Scientist, Vol. 26, no. 1, January- April 1998, p. 8.
23. Ibid., p. 12.
24. See, for example, NAI, Mutiny Papers, Collection 67, no. 77, 27 July 1857 for Zinat ul-Masajid; and Collection 15, File 1 for Jama Masjid.
25. See, for example, ibid., Collection 73, no. 171.

26. See the report of the spy Gauri Shankar Sukul in ibid., Collection 18, no. 1, entry for 6 July 1857.
27. Sarvar ul-Mulk, My Life, pp. 16-17.
28. OIOC, Eur Mss B 138, Account of Said Mobarak Shah
29. NAI, Mutiny Papers, Collection 65,no. 36, Petitionof Maulvi Sarfaraz Ali, 10 September 1857.
30. Proceedings on the Trial of Muhammad Bahadur Shah, Titular King of Delhi, before a Military Commission, upon a charge of Rebellion, Treason and Murder, held at Delhi, on the 27th Day of January 1858, and following days, London, 1859 (hereafter Trial), p. 57, Petition of Ghulam Mu'in ud-Din Khan, Principal Risaldar (no date, but final note is dated 2 August, so petition must be ?late July).
31. Charles Theophilus Metcalfe, Two Native Narratives of the Mutiny in Delhi, London, 1898, 'Narrative of Munshi Jiwan Lal', p. 172.
32. Zakaullah, Tarikh-I Uruj-e Saltanat-e Englishya, New Delhi, 1904, p. 676.
33. NAI, Mutiny Papers, Collection 15, no. 19, undated.
34. Memoirs of Hakim Ahsanullah Khan, p. 31. For Zafar paying Brahmins to pray for victory, see NAI, Mutiny Papers, Collection 102, no. 113, undated.
35. Cited in Rudrangshu Mukherjee, Avadh in Revolt 1857-8 - A Study of Popular Resistance, New Delhi, 1984, p. 153.
36. See Habib, 'The Coming of 1857', p. 8.
37. NAI, Mutiny Papers, Collection 57,no. 483, Petition of Generals Sudhari and Hira Singh to Mirza Mughal, 12 September 1857.
38. Allamah Fazl-I Haqq Khairabadi, 'The Story of the War of Independence, 1857-8', Journal of the Pakistan Historical Society, pt 1, January 1857, pp. 33, 36. Some scholars have questioned the authenticity of this document, and believe it may contain significant later interpolations.
39. NAI, Mutiny Papers, Collection 100, no. 179 (undated).
40. DUA, 14 June 1857.
41. OIOC, Eur Mss B 138, Account of Said Mobarak Shah.
42. Greathed, Letters, p. 71.
43. Major Charles Reid, Defence of the Main Piquet at Hindoo Rao's House as recorded by Major Reid Commanding the Sirmoor Battalion, London, 1957, p. 17, entry for 13 June 1857.
44. Dehlavi, Dastan i-Ghadr, p. 96.
45. Hodson, Twelve Years, p. 214.
46. W. H. Russell, My Diary in India, London, 1860, vol. 2, p. 14.
47. NAI, Mutiny Papers, Collection 67, no. 50, entry for 14 July 1857.
48. Ibid., Collection 60, nos 213-14, 23 June 1857.
49. John Edward Rotton, The Chaplain's Narrative of the Siege of Delhi, London, 1858, pp. 91-2.
50. South Asian Studies Library, Cambridge, Campbell Metcalfe Papers, Box 4, GG to EC (undated but ?late June 1857).
51. Ibid., Box 6, EC to GG (undated but clearly 20 June 1857).
52. Ibid., Box 8, which contains a long exchange of letters between Theo and his sister and brother-in-law about the long-delayed auction of the contents of Metcalfe House, some of which was finally sold off at the end of 1856 and invested in the Delhi Bank.

53. Ibid., Box 6, EC to GG (undated but ?20 June 1857). I have added the touching final paragraph from a subsequent letter, Box 6, EC to GG, datelined Camp before Delhie, Main Picquet, Hindu Raos, 13 July 1857.
54. National Army Museum (hereafter NAM), Wilson Letters, AW to his wife, Camp Delhi cantonments, 10 and 11 June 1857.
55. Fred Roberts, Letters Written during the Indian Mutiny, London, 1924, p. 29.
56. Charles John Griffiths, The Siege of Delhi, London, 1910, p. 81.
57. Ewart letter, cited inHibbert, The Great Mutiny: India 1857, London, 1978, p. 288.
58. Colonel George Bourchier, CB, Eight Months Campaign against the Bengal Sepoy Army during the Mutiny of 1857, London, 1858, p. 35.
59. Rotton, The Chaplain's Narrative, p. 154.
60. Griffiths, The Siege of Delhi, pp. 69-70.
61. Quoted, without reference, in Hibbert, The Great Mutiny, 1857, p. 287.
62. Delhi Gazette Extra, 8 July 1857.
63. Rotton, The Chaplain's Narrative, pp. 106-7.
64. Ibid., pp. 81-2.
65. Harriet Tytler, An Englishwoman in India: The Memoirs of Harriet Tytler 1828-1858, ed. Anthony Sattin, Oxford, 1986, p. 145.
66. Ibid., p. 147.
67. Ibid., pp. 148, 151.
68. Rotton, The Chaplain's Narrative, p. 136.
69. NAM, Wilson Letters, AW to his wife, Camp Delhi cantonments, 6 and 13 July 1857.
70. Cadell mss, quoted in Hibbert, The Great Mutiny, p. 281.
71. Greathed, Letters, p. 33.
72. Ibid., p. 45.
73. NAM, Wilson Letters, AW to his wife, Camp Delhi cantonments, 17 July 1857.
74. Eric Stokes, The Peasant Armed: The Indian Revolt of 1857, ed. C. A. Bayly, Oxford, 1986, p. 80.
75. OIOC, JohnLawrence Papers, Mss Eur F 90, Folio 19b, copy of a letter from Brigadier Gen. A. Wilson to Sir John Lawrence, Camp before Delhy, 18 July 1857.
76. Durgodas Bandyopadhyay, Amar Jivan-Charit, cited in Rajat Kanta Ray, The Felt Community: Commonality and Mentality before the Emergence of Indian Nationalism, New Delhi, 2003, p. 441.
77. Griffiths, The Siege of Delhi, p. 63. For fruit and sweetmeats, see Richard Barter, The Siege of Delhi, London, 1984, p. 32.
78. OIOC, Eur Mss B 138, Account of Said Mobarak Shah.
79. Bouchier, Eight Months, p. 44n.
80. Quoted in Farhan Ahmad Nizami, Madrasahs, Scholars and Saints: Muslim Response to the British Presence in Delhi and the Upper Doab 1803-1857, unpublished PhD, Oxford, 1983, pp. 212, 217.
81. See Swapna Liddle's excellent essay on Azurda in Margrit Pernau (ed.) Delhi College, New Delhi, 2006. Sir Sayyid Ahmad Khan mentions Maulvi Sarfaraz Ali in his list of Delhi's leading citizens and talks of him as 'a very able scholar. He teaches the traditional and rational sciences and Geometry and Algebra with great skill. He studied Hadis and Tafsir under Maulvi Sa- druddin Khan [Azurda] and now serves as a teacher on behalf of the

esteemed one at Dar ul-Baqa Madrasa'. Sir Sayyid Ahmad Khan, Asar us Sanadid, Delhi, 1990, vol. 2.
82. OIOC, Eur Mss B 138, Account of Said Mobarak Shah.
83. Memoirs of Hakim Ahsanullah Khan, p. 18.
84. Metcalfe, Two Native Narratives, 'Narrative of Munshi Jiwan Lal', pp. 134, 167.
85. Ibid. pp. 135-7, 141-3, 169.
86. NAI, Mutiny Papers, Collection 15, no. 19 (no date, but early July 1857).
87. Barter, The Siege of Delhi, p. 36.
88. Griffiths, The Siege of Delhi, pp. 90-91.
89. William W. Ireland, A History of the Siege of Delhi by an Officer who Served There, Edinburgh, 1861, pp. 159-61.
90. Niall Fergusson, Empire: How Britain Made the Modern World, London, 2003, pp. 149-50.
91. See Edward Thompson, The Life of Charles Lord Metcalfe, London, 1937, p.101.
92. Campbell Metcalfe Papers, Box 8, CM inClapham Commonto GG, 30 July 1853.
93. For the Lucknow Rottons, see Rosie Llewellyn-Jones, A Fatal Friendship: The Nawabs, the British and the City of Lucknow, New Delhi, 1992, p. 32.
94. Ram Babu Saksena, European & Indo-European Poets of Urdu & Persian, Lucknow, 1941, pp. 128-33.
95. Metcalfe, Two Native Narratives, 'Narrative of Munshi Jiwan Lal', p. 171.
96. Ibid., pp. 177, 179.
97. Ibid., p. 180.
98. Habib, 'The Coming of 1857', p. 13; see also, in the same volume, Iqbal Husain, 'The Rebel Admininstration of Delhi', p. 30. Also Stokes, The Peasant Armed, p. 89. The original constitution of the court is illustrated in Surendranath Sen's 1857, New Delhi, 1957, opposite p. 80.
99. NAI, Mutiny Papers, Collection 63, no. 36, entry for 13 August 1857.
100. Barter, The Siege of Delhi, p. 36.
101. Metcalfe, Two Native Narratives, 'Narrative of Munshi Jiwan Lal', p. 142.
102. Trial, Supplement: Evidence of Hakim Ahsanullah Khan, p. 169; see also Memoirs of Hakim Ahsanullah Khan, p. 22.
103. Delhi Commissioner's Office (hereafter DCO) Archive, New Delhi, Mutiny Papers, File no. 5028, July 1857, Translation of a letter from Munshee Mahomed Bakar, 28 July, editor of the Delhi Oordoo Akhbar.
104. NAI, Mutiny Papers, Collection 103, no. 132, entry for 14 July 1857.
105. Ibid., Collection 45, entry for 26 July 1857.
106. Ibid., Collection 111c, no. 64, entry for 30 July 1857.
107. Ibid., Collection 111c, no. 44, entry for 29 July 1857.
108. Ibid., Collection 111c, no. 64, entry for 30 July 1857.
109. See Margrit Pernau's brilliant essay, 'Multiple Identities and Communities: Re-contextualizing Religion', in Jamal Malik and Helmut Reifeld, Religious Pluralism in South Asia and Europe, New Delhi, 2005, p. 167.
110. Greathed, Letters, p. 166.
111. Sarvar ul-Mulk, My Life, p. 16.
112. Siraj ul-Akbhar, 27 July 1857.
113. OIOC, Montgomery Papers, Eur Mss D 1019, no. 236, Montgomery to the Secr. to the Chief Commissioner of the Punjab, 17 August 1857.

114. DCO Archives, New Delhi, Mutiny Papers, File 63, 7 August 1857.
115. For the return of the soldiers to Zafar's garden, see Trial, p. 17.
116. Ibid. pp. 25-26.
117. NAI, Mutiny Papers, Collection 19, no. 10, entry for 19 July 1857, letter from the spy Gauri Shankar.
118. Dehlavi, Dastan i-Ghadr, pp. 98-9.
119. DCO Archive, New Delhi, Mutiny Papers, File no. 5028, July 1857, Transla- tion of a letter from Munshee Mahomed Bakar
120. Ibid., Box 4, File 17; also File 3, letters from Sec. to Gov. Gen. to H. H. Greathed, passim.
121. Greathed, Letters, pp. 153-4.
122. Delhi Gazette Extra, 22 July 1857.
123. Ibid.

9. திசைமாறிய பேரலை

1. John Edward Rotton, The Chaplain's Narrative of the Siege of Delhi, London, 1858, pp. 190-91.
2. Charles John Griffiths, The Siege of Delhi, London, 1910, pp. 119-20.
3. R. G. Wilberforce, An Unrecorded Chapter of the Indian Mutiny, London, 1894, p. 75.
4. Cited by Charles Allen, Soldier Sahibs: The Men Who Made the North-West Frontier, London, 2000, p. 293.
5. National Army Museum (hereafter NAM), 6301h143, Diaries of Col. E. L. Ommaney, vol. A, pt 6, entry for 21 July 1857, Umritsur.
6. Ibid.
7. Major Charles Reid, Defence of the Main Piquet at Hindoo Rao's House as recorded by Major Reid Commanding the Sirmoor Battalion, London, 1957, p. 44.
8. Wilberforce, An Unrecorded Chapter, pp. 28-9.
9. H. H. Greathed, Letters Written during the Siege of Delhi, London, 1858, p.179.
10. Cited by Allen, Soldier Sahibs, p. 304.
11. Lionel J. Trotter, The Life of John Nicholson, Soldier and Administrator, London, 1898, pp. 275, 277, 281.
12. Cited by Eric Stokes, The Peasant Armed: The Indian Revolt of 1857, ed. C.A. Bayly, Oxford, 1986, pp. 81-2.
13. Griffiths, The Siege of Delhi, p. 108.
14. Greathed, Letters, p. 169.
15. Ibid., p. 171.
16. Robert H. W. Dunlop, Service and Adventure with the Khakee Ressalah, London, 1858, pp. 64-5, 69.
17. Sir Henry W. Norman and Mrs Keith Young, Delhi 1857, London, 1902, p. 217.
18. Greathed, Letters, p. 174, 6 August to his wife; Oriental and India Office Collections, British Library (hereafter OIOC), Fraser Collection, Eur Mss E 258, Bundles 11 and 12, from the same to Mr Pidcock, 5 August 1857, Camp before Delhi. For details of Peake & Allen's shop, see Christopher Hibbert, The Great Mutiny, London, 1978, p. 289.
19. OIOC, Eur Mss C 190, A. C. Warner to Dick, 31 May 1857, cited in Narayani Gupta, Delhi between Empires, New Delhi, 1991, p. 21.
20. Griffiths, The Siege of Delhi, p. 64.

21. NAM, 6211h67, Letters of Lieutenant Charles Henry (Harry) F. Gambier, 38th Native Infantry, HG to Annie Forrest, Camp Delhi, 20 August 1857.
22. Ibid., HG to Annie Forrest, Camp Delhi, 1 September 1857.
23. OIOC, Vibart Papers, Eur Mss F 135h19, Camp before Delhi, 12 September 1857.
24. Ibid., Camp before Delhi, 27 August 1857 to Uncle Gordon.
25. For Neill's treatment of Kanpur, see Hibbert, The Great Mutiny, pp. 209-11, and Andrew Ward, Our Bones Are Scattered, London, 1996, pp. 454-7, 477. For Sikhs grilling their captives, see Lt Vivien Dering Majendie, Up Among the Pandies or A Year's Service in India, London, 1859, pp. 186-7.
26. Col. A. R. D. Mackenzie, Mutiny Memoirs - being personal reminiscences of the Great Sepoy Revolt of 1857, Allahabad, 1891, pp. 107-8.
27. Cited by Hibbert, The Great Mutiny, p. 354.
28. Delhi Gazette Extra, 20 June 1857.
29. Cited by Hibbert, The Great Mutiny, pp. 201, 340.
30. Rotton, The Chaplain's Narrative, p. 123.
31. Greathed, Letters, pp. 161, 205-6.
32. Cited by Allen, Soldier Sahibs, p. 305.
33. Dihli Urdu Akbhar, 23 August 1857.
34. Delhi Gazette Extra, 21 June and 8 July 1857.
35. National Archives of India (hereafter NAI), Mutiny Papers, Collection 61, no. 426; 21 August 1857 refers to a search for fishing rods in the city.
36. Abdul Latif, 1857 Ka Tarikhi Roznamacha, ed. K. A. Nizami, Naqwatul Musannifin, Delhi, 1958, entry for 7 June 1857.
37. NAI, Mutiny Papers, Collection 128, no. 39, 12 June 1857.
38. Memoirs of Hakim Ahsanullah Khan, ed. S. Moinul Haq, Pakistan Historial Society, Karachi, 1958, p. 16.
39. NAI, Mutiny Papers, Collection 57, no. 185h186, 28 July 1857.
40. Ibid., Collection 61, no. 296, 4 August 1857.
41. Ibid., Collection 57, no. 328, 14 August 1857.
42. Delhi Commissioner's Office (hereafter DCO) Archive, Mutiny Papers, File no. 3, letter from the spy Turab Ali, 5 August 1857.
43. NAI, Mutiny Papers, Collection 61,no. 547 (undated but probably late Julyh early August 1857).
44. Ibid., Collection 61, no. 396, 17 August 1857.
45. Memoirs of Hakim Ahsanullah Khan, p. 21.
46. Ibid., pp. 28-9.
47. A Short Account of the Life and Family of Rai Jiwan Lal Bahadur, Late Honorary Magistrate of Delhi with extracts from his diary relating to the time of the Mutiny 1857 compiled by his son, Delhi, 1902, pp. 43-4.
48. Ibid. p. 45.
49. NAI, Mutiny Papers, Collection 20, no. 14 (undated but late August 1857); also Memoirs of Hakim Ahsanullah Khan, p. 29.
50. DCO Archive, Mutiny Papers, File no. 3, letter from the spy Turab Ali, 5 August 1857.
51. Charles Theophilus Metcalfe, Two Native Narratives of the Mutiny in Delhi, London, 1898, 'Narrative of Munshi Jiwan Lal', pp. 199-200.
52. Memoirs of Hakim Ahsanullah Khan, pp. 28-9.

53. For the nobles, see Metcalfe, Two Native Narratives, 'Narrative of Munshi Jiwan Lal', p. 197; for tax collecting in Gurgaon, see NAI, Mutiny Papers, Collection 20, no. 14 (undated but late August 1857); also Memoirs of Hakim Ahsanullah Khan, p. 29.
54. NAI, Mutiny Papers, Collection 20, no. 14 (undated but late August 1857).
55. Metcalfe, Two Native Narratives, 'Narrative of Munshi Jiwan Lal', p. 206.
56. Dihli Urdu Akbhar, 23 August 1857.
57. OIOC, Eur Mss, B 138, Account of Said Mobarak Shah.
58. Ibid.
59. For the lack of sulphur, see NAI, Mutiny Papers, Collection 15, no. 11, 21 August. For the use of captured English spirits in gunpowder manufacture, see Collection 60, nos 627-638. For problems in gunpowder manufacture see also DCO Archive, New Delhi, Mutiny Papers, File no. 5028, July 1857, Translation of a letter from Munshee Mahomed Bakar, 28 July, editor of the Delhi Oordoo Akhbar. For absence of percussion caps see Greathed, Letters, p. 45, and for failing shells see p. 67. For Gujars looting gunpowder in the early days of the Uprising see Dihli Urdu Akbhar, 31 May 1857.
60. Mirza Asadullah Khan Ghalib, Dastanbuy, trans. Khwaja Ahmad Faruqi, Delhi, 1970, p. 37.
61. NAI, Mutiny Papers, Collection 15, nos 5 and 6, 16 August 1857.
62. Dihli Urdu Akbhar, 23 August 1857.
63. NAI, Mutiny Papers, Collection 70, no. 243, 30 August 1857.
64. Ibid., Collection 62, no. 80, entry for 3 August 1857.
65. OIOC, Montgomery Papers, Eur Mss D1019, no. 174, Delhee News, 2 July 1857.
66. NAI, Mutiny Papers, Collection 62, no. 167, 5 September 1857.
67. Ibid., Collection 67, no. 143 (undated but late August 1857).
68. Ibid., Collection 62, no. 54, 24 June 1857.
69. Ibid., Collection 63, no. 42, 16 August 1857.
70. Ibid., Collection 62, no. 165 (undated).
71. Ibid., Collection 62, no. 84, 4 August 1857.
72. Ibid., Collection 62, no. 71, 22 July 1857.
73. Ibid., Collection 60, no. 687, 7 September 1857, and no. 688, 11 September 1857.
74. Ibid., Collection 62, no. 71, entry for 22 July 1857.
75. Ibid., Collection 60, no. 605, entry for 29 August 1857.
76. Ibid., Collection 71, no. 96, entry for 5 July 1857.
77. Ibid., Collection 71, no. 95, entry for 5 July 1857, a second witness statement of the same incident. There is also an account of this incident in Memoirs of Hakim Ahsanullah Khan, p. 21.
78. Dihli Urdu Akbhar, 23 August 1857.
79. Metcalfe, Two Native Narratives, 'Narrative of Munshi Jiwan Lal', pp. 204-5.
80. Ibid. p. 204. See also Stokes, The Peasant Armed, p. 85.
81. Metcalfe, Two Native Narratives, 'Narrative of Munshi Jiwan Lal', p. 206.
82. OIOC, Eur Mss B 138, Account of Said Mobarak Shah.
83. Ibid.
84. Griffiths, The Siege of Delhi, p. 123.
85. Greathed, Letters, pp. 225-6.
86. Richard Barter, The Siege of Delhi, London, 1984, p. 44.
87. Greathed, Letters, p. 227.

88. Metcalfe, Two Native Narratives, 'Narrative of Munshi Jiwan Lal', pp. 207-8.
89. Griffiths, The Siege of Delhi, p. 124.
90. Ibid., p. 125.
91. Ibid., pp. 125-6.
92. OIOC, Vibart Papers, Eur Mss F 135h19, Camp before Delhi, 27 August 1857.
93. OIOC, Eur Mss B 138, Account of Said Mobarak Shah.
94. Ibid.
95. Colonel George Bourchier, CB, Eight Months Campaign against the Bengal Sepoy Army during the Mutiny of 1857, London, 1858, p. 47.
96. Griffiths, The Siege of Delhi, p. 135.
97. Greathed, Letters, p. 251.
98. Lord Roberts of Kandahar, Forty One Years in India: From Subaltern to Commander in Chief, London, 1897, vol. 1, p. 219.
99. Metcalfe, Two Native Narratives, 'Narrative of Munshi Jiwan Lal', p. 209.
100. Ibid., p. 218.
101. Ibid. pp. 215-19. For replacing Zafar with Jawan Bakht, see OIOC, Mon-tgomery Papers, Eur Mss D1019, no. 197, Delhee News, 31 August 1857.
102. NAI, Mutiny Papers, Collection 16, no. 20, 6 September 1857. See also Trial, p. 142.
103. Griffiths, The Siege of Delhi, p. 147.
104. Zahir Dehlavi, Dastan i-Ghadr: An eyewitness account of the 1857 Uprising, Lahore, 1955, p. 111.
105. OIOC, Eur Mss B 138, Account of Said Mobarak Shah for details of the damdama.
106. NAI, Mutiny Papers, Collection 73, No. 158, 8 September 1857.
107. Metcalfe, Two Native Narratives, 'Narrative of Munshi Jiwan Lal', p. 226. For the prominent role of the jihadis in attacking the construction parties, see Memoirs of Hakim Ahsanullah Khan, p. 31.
108. OIOC, Montgomery Papers, no. 198, 7 September 1857 (for the suicide ghazis) and NAI, Mutiny Papers, Collection 16, no. 27.
109. OIOC, Eur Mss B 138, Account of Said Mobarak Shah.
110. NAI, Mutiny Papers, Collection 65, no. 36, petition of Maulvi Sarfaraz Ali, 10 September 1857.
111. Greathed, Letters, p. 206.
112. OIOC, Eur Mss B 138, Account of Said Mobarak Shah.
113. NAI, Mutiny Papers, Collection 57, no. 461, 10 September 1857.
114. Barter, The Siege of Delhi, p. 45.
115. Griffiths, The Siege of Delhi, p. 147.
116. Barter, The Siege of Delhi, p. 45.
117. OIOC, Vibart Papers, Eur Mss F 135h19, Camp before Delhi, 12 September 1857.
118. Charles Ewart to his mother, cited in Hibbert, The Great Mutiny, p. 297.
119. Rotton, The Chaplain's Narrative, p. 260; also Hibbert, The Great Mutiny, p. 302.
120. NAI, Mutiny Papers, Collection 73, no. 167, 13 September 1857.
121. Metcalfe, Two Native Narratives, 'Narrative of Munshi Jiwan Lal', p. 229.
122. OIOC, Eur Mss B 138, Account of Said Mobarak Shah.
123. OIOC, Montgomery Papers, Eur Mss D1019, no. 184, 4 August 1857; no. 192, 24 August; no. 194, 23 August 1857; no. 196, 30 August. For the offer to blow up of the Bridge of Boats,

see DCO Archive, Mutiny Papers, File No. 1, Services performed by Mirza Elahee Bahksh by W. L. R. Hodson, 1 December 1857.
124. Greathed, Letters, p. 217.
125. DCO Archive, Mutiny Papers, File no. 14, letter from Lt W. Hodsonto C. B. Saunders on the terms of BSZ's surrender, 29 November 1857.
126. Dihli Urdu Akbhar, 13 September 1857.
127. Harriet Tytler, An Englishwoman in India: The Memoirs of Harriet Tytler 1828-1858, ed. Anthony Sattin, Oxford, 1986, p. 163.
128. Barter, The Siege of Delhi, p. 48.
129. South Asian Studies Library, Cambridge, Campbell Metcalfe Papers, Box 6, EC to GG (undated, but clearly the night of 13-14 September 1857).
130. Barter, The Siege of Delhi, p. 52.
131. Ibid., p. 52.

10. எல்லா உயிரும் சுட்டுக்கொல்லவே

1. Charles John Griffiths, The Siege of Delhi, London, 1910, pp. 156-7.
2. Letter signed 'Felix, to the Editor of the Lahore Chronicle', 30 September 1857.
3. Fred Roberts, Letters Written during the Indian Mutiny, London, 1924, p. 62.
4. Richard Barter, The Siege of Delhi, London, 1984, pp. 52-4.
5. Roberts, Letters, p. 62.
6. Letter signed 'Felix'. Also Roger Perkins, The Kashmir Gate: Lieutenant Home and the Delhi VCs, Chippenham, 1983, pp. 23-8.
7. National Army Museum (hereafter NAM), Coghill Letters, 6609-139, letter from Lt Coghill to his brother, datelined Delhi, 22 September 1857.
8. NAM, 6301h143, diaries of Col. E L. Ommaney, vol. A, pt 6, entry for 14 September.
9. Barter, The Siege of Delhi, London, 1984, p. 55.
10. Oriental and India Office Collections, British Library (hereafter OIOC), Eur Mss B 138, Account of Said Mobarak Shah.
11. John Edward Rotton, The Chaplain's Narrative of the Siege of Delhi, London, 1858, p. 275.
12. Roberts, Letters, p. 62.
13. OIOC, Photo Eur 31 1B, Hardcastle Papers, pp. 306, 333-5. See also the descriptionof Zahir Dehlavi in Dastan i-Ghadr: An eyewitness account of the 1857 Uprising, Lahore, 1955, p. 113.
14. Charles Theophilus Metcalfe, Two Native Narratives of the Mutiny in Delhi, London, 1898, 'Narrative of Mainodin', p. 70.
15. OIOC, Eur Mss B 138, Account of Said Mobarak Shah.
16. Barter, The Siege of Delhi, p. 55.
17. Arthur Moffat Lang, Lahore to Lucknow: The Indian Mutiny Journal of Arthur Moffat Lang, London, 1992, pp. 90-92.
18. Ibid., p. 92; also Charles Allen, Soldier Sahibs: The Men Who Made the North-West Frontier, London, 2000, pp. 322-3.
19. Lord Roberts of Kandahar, Forty One Years in India: From Subaltern to Commander in Chief, London, 1897, vol. 1, p. 236.
20. Colonel George Bourchier, CB, Eight Months Campaign against the Bengal Sepoy Army during the Mutiny of 1857, London, 1858, p. 69.

21. Rotton, The Chaplain's Narrative, p. 295.
22. OIOC, Vibart Papers, Eur Mss F 135h19, Camp Delhi, 15 September 1857.
23. Roberts, Letters, pp. 63-5.
24. Major W. S. R. Hodson, Twelve Years of a Soldier's Life in India, London, 1859, p. 296.
25. Ibid., p. 294.
26. OIOC, Eur Mss B 138, Account of Said Mobarak Shah.
27. Barter, The Siege of Delhi, p. 58.
28. NAM, Coghill Letters, 6609-139, letter from Lt Coghill to his brother, datelined Delhi, 22 September 1857.
29. Lord Roberts of Kandahar, Forty One Years in India, vol. 1, p. 238.
30. OIOC, John Lawrence Collection, Eur Mss F 90, Folio 19b, NC to JL, datelined Skinner's House.
31. Lord Roberts of Kandahar, Forty One Years in India, vol. 1, pp. 238-9.
32. OIOC, John Lawrence Collection, Eur Mss F 90, Folio 19b, letter datelined Camp before Delhi, 17 December 1857.
33. Dehlavi, Dastan i-Ghad, pp. 111-12.
34. Ibid., p. 112.
35. Ibid., pp. 113-15.
36. Sarvar ul-Mulk, My Life, Being the Autobiography of Nawab Server ul- Mulk Bahadur trans. from the Urdu by his son, Nawab Jiwan Yar Jung Bahadur, London, 1903, p. 20.
37. Aslam Farrukhi, Muhammad Husain Azad, 2 vols, Karachi, 1965, vol. 1, p.104.
38. Mirza Asadullah Khan Ghalib, Dastanbuy, trans. Khwaja Ahmad Faruqi, Delhi, 1970, p. 40.
39. Griffiths, The Siege of Delhi, pp. 97-9.
40. Rotton, The Chaplain's Narrative, p. 238.
41. South Asian Studies Library, Cambridge, Campbell Metcalfe Papers, Box 6, EC to GG, 25 September 1857.
42. Griffiths, The Siege of Delhi, p. 174.
43. Quoted in R. Montgomery Martin, Indian Empire, London, 1860, vol. II, p.449.
44. Griffiths, The Siege of Delhi, p. 164.
45. William W. Ireland, A History of the Siege of Delhi by an Officer who served there, Edinburgh, 1861, p. 254.
46. NAM, Wilson Letters, AW to his wife, Delhi, 15 September 1857.
47. Griffiths, The Siege of Delhi, p. 178.
48. OIOC, Eur Mss B 138, Account of Said Mobarak Shah.
49. Ibid.
50. Memoirs of Hakim Ahsanullah Khan, ed. S. Moinul Haq, Pakistan Historial Society, Karachi, 1958, p. 32.
51. National Archives of India (hereafter NAI), Political Consultations, no. 12-27, 5 November, copies of telegrams arriving from Delhi at the Lahore telegraph office, received from Brig. General Neville Chamberlain, 17 September 1857.
52. Memoirs of Hakim Ahsanullah Khan, pp. 30-31.
53. OIOC, Eur Mss B 138, Account of Said Mobarak Shah.
54. NAM, Wilson Letters, AW to his wife, Delhi, 18 September 1857.
55. NAI, Political Consultations, no. 12-27, 5 November, copies of telegrams arriving from Delhi at the Lahore telegraph office, received from Brig. General Neville Chamberlain, 17 September 1857.

56. Ibid.
57. From interviews with Kulsum Zamani Begum's daughter, Zainab Zamani Begum, in Khwaja Hasan Nizami, Begmat ke Aansu (Tears of the Begums), Delhi, 1952.
58. Delhi Commissioner's office (hereafter DCO) Archive, Mutiny Papers, File no. 1, Services performed by Mirza Elahee Bahksh for W. L. R. Hodson, 1 December 1857.
59. Memoirs of Hakim Ahsanullah Khan, p. 32.
60. Munshi Faizuddin, Bazm i-Akhir, Yani sehre e-Delhi ke do akhiri badsha- hon ka tareeq i-maashrat (The Last Convivial Gathering - the Mode of Life of the Last Two Kings of Delhi), Lahore, 1965, p. 27.
61. Mehdi Hasan, 'Bahadur Shah, his relations with the British and the Mutiny: an objective study', Islamic Culture, Hyderabad, vol. 33, no. 2, 1959, pp. 95- 111.
62. DCO Archive, Mutiny Papers, File no. 1, Services performed by Mirza Elahee Bahksh.
63. Ibid., File no. 14, letter from Lt W. Hodsonto C. B. Saunders onthe terms of BSZ's surrender, 29 November 1857. This crucial letter from Hodson is the earliest and most authentic account of the intrigues than preceded Zafar's surrender. It has never before been used by any historian.
64. Ibid.
65. Ibid.
66. Memoirs of Hakim Ahsanullah Khan, pp. 32-3.
67. Griffiths, The Siege of Delhi, p. 196.
68. Harriet Tytler, An Englishwoman in India: The Memoirs of Harriet Tytler 1828-1888, ed. Anthony Saltin, Oxford, 1986, pp. 163-4.
69. Dehlavi, Dastan i-Ghadr, pp. 117-18.
70. Farrukhi, Muhammad Husain Azad, vol. 1, p. 105.
71. Ibid., vol. 1, pp. 106-7.
72. Frances W. Pritchett, Nets of Awareness: Urdu Poetry and Its Critics, Berkeley and Los Angeles, 1994, pp. 25-6. Also Farrukhi, Muhammad Husain Azad, vol. 1, pp. 109-10.
73. NAI, Foreign, Foreign Dept Misc., Precis of Palace Intelligence, contains an entry that shows how much Zafar feared eclipses: in the entry for Thursday, 9 January 1851 it is written that 'Sookhamund Astrologer intimated that there would be aneclipse of the moononThursday night the 13th of Rubbee Ool Ouwal, and that HM should not appoint that day for his departure to the Kootub. Instructions were accordingly issued for HM's departure on the following day, Friday.'
74. Griffiths, The Siege of Delhi, pp. 183-4.
75. OIOC, Eur Mss B 138, Account of Said Mobarak Shah.
76. Khwaja Hasan Nizami, Begmat ke Aansu, Delhi, 1952.
77. Ireland, A History of the Siege of Delhi, p. 257.
78. NAM, 6309-26, Lt Gen. F. C. Maisey, 'The Capture of the Delhi Palace', pp. 4-7.
79. Ibid. pp. 7-11.
80. Ibid., p. 12.
81. NAI, Foreign Dept, Secret Consultations, 30 October 1857, pt 1, no. 83, to Chief Commr of the Punjab, 20 September 1857.
82. Allen, Soldier Sahibs, pp. 326-7.
83. Ibid., pp. 326-7.
84. NAI, Foreign Dept, Secret Consultations, 30 October 1857, pt 1, no. 86, from Mil. Secr. to Chief Commr of the Punjab, 23 September 1857.

85. OIOC, Vibart Papers, Eur Mss 135h19, Vibart to his Uncle Gordon, 22 September 1857.
86. Dehlavi, Dastan i-Ghadr, p. 128.
87. Rashid ul-Khairi, Dilli Ki Akhiri Bahar, ed. S. Zamir Hasan, Delhi, 1991, cited by C. M. Naim inhis essay on Sahbai inMargrit Pernau (ed.), Delhi College, New Delhi, 2006.
88. Dehlavi, Dastan i-Ghadr, p. 127.
89. Ireland, A History of the Siege of Delhi, pp. 255-6.
90. Dehlavi, Dastan i-Ghadr, p. 128.
91. OIOC, Eur Mss B 138, Account of Said Mobarak Shah.
92. DCO Archive, Mutiny Papers, File no. 1, Services performed by Mirza Elahee Bahksh.
93. NAM, 6309-26, Lt Gen. F. C. Maisey, 'The Capture of the Delhi Palace', p. 13.
94. DCO Archive, Mutiny Papers, File no. 1, Services performed by Mirza Elahee Bahksh.
95. Hodson, Twelve Years, p. 300; for Mirza Ilahe Bakhsh, see DCO Archive, Mutiny Papers, File no. 14, letter from Lt W. Hodson to C. B. Saunders, 29 November 1857, para. 5.
96. Rotton, The Chaplain's Narrative, p. 318.
97. Ireland, A History of the Siege of Delhi, p. 274.
98. NAM, 6301-143, Col. E. L. Ommaney's diaries, entry for 21 September 1857.
99. DCO Archive, Mutiny Papers, File no. 14, letter from Lt W. Hodsonto C. B. Saunders on the terms of BSZ's surrender, 29 November 1857.

11. மரண நகரம்

1. Delhi Commissioner's Office (hereafter DCO) Archive, Mutiny Papers, File no. 14, letter from Lt W. Hodson to C. B. Saunders, 29 November 1857.
2. Ibid.
3. Ibid., File no. 10, letter no. 3, from Lt W. Hodson to C. B. Saunders, 28 November 1857, 'GUARANTEE THE LIFE OF THE KING FROM BE IZZAT AT THE HANDS OF THE GORA LOGUE'.
4. Ibid., File no. 14, letter from Lt W. Hodsonto C. B. Saunders, 29 November 1857.
5. William W. Ireland, A History of the Siege of Delhi by an Officer who served there, Edinburgh, 1861, p. 263. Ireland explicitly has the party entering the townthrough the Lahore Gate, though the Delhi Gate might be expected to be the obvious point of entry for a party coming from Humayun's Tomb.
6. James Wise, The Diary of a Medical Officer during the Great Indian Mutiny of 1857, Cork, 1894, pp. 114-15.
7. Major W. S. R. Hodson, Twelve Years of a Soldier's Life in India, London, 1859, p. 307.
8. National Army Museum (hereafter NAM), 6309-26, Lt Gen. F. C. Maisey, 'The Capture of the Delhi Palace', p. 13.
9. NAM, Coghill Letters, 6609-139, letter from Lt Coghill to his brother, datelined Delhi, 22 September 1857.
10. DCO Archive, Mutiny Papers, File no. 1, Services performed by Mirza Elahee Bahksh for W. L. R. Hodson, 1 December 1857.
11. Hodson, Twelve Years, pp. 310-12.
12. Ibid., p. 302.
13. NAM, 6309-26, Lt Gen. F. C. Maisey, 'The Capture of the Delhi Palace', p.16.
14. Charles John Griffiths, The Siege of Delhi, London, 1910, pp. 204-5.
15. Sir George Campbell, Memoirs of My Indian Career, London, 1893, vol 1.

16. Oriental and India Office Collections, British Library (hereafter OIOC), Eur Mss Photo Eur 271, Letters of Hugh Chichester, letters to his father, Delhi, 24 September 1857.
17. Ireland, A History of the Siege of Delhi, pp. 307-8.
18. Griffiths, The Siege of Delhi, p. 202.
19. OIOC, Saunders Papers, Eur Mss E 187, correspondence pt IV, private letters 1857-60, K&J 716, 1-79, no. 44, Matilda Saunders to Eliza Saunders, Delhi Palace.
20. Ibid.
21. Cited by Christopher Hibbert, The Great Mutiny: India 1857, London, 1978, p. 317.
22. Frances W. Pritchett, Nets of Awareness: Urdu Poetry and Its Critics, Berkeley and Los Angeles, 1994, p. 27, quoting Hali's biographer Salihah Abid Hussain.
23. Mrs Muter, My Recollections of the Sepoy Revolt, London, 1911, p. 132.
24. NAM, 6301h143, Diaries of Col. E. L. Ommaney, vol. A, entry for 30 October 1857.
25. Ibid., entry for 23 December 1857.
26. Ibid., entry for 30 October 1857.
27. R. M. Coopland, A Lady's Escape from Gwalior and Life in the Fort of Agra during the Mutinies of 1857, London, 1859 pp. 268-9.
28. Michael Maclagan, 'Clemency' Canning, London, 1962, p. 98.
29. Ibid., p. 140.
30. OIOC, Eur Mss Photo Eur 271, Letters of Hugh Chichester, letters to his father, Camp Delhi, 24 September 1857.
31. Ireland, A History of the Siege of Delhi, pp. 280-81.
32. DCO Archive, Mutiny Papers, Box 1, File no. 5, 2 October 1857, no. 279, C. B. Thornhill to G. I. Hansey.
33. Delhi Gazette Extra, 10 December 1857.
34. Ibid., 2 January 1858.
35. John Edward Rotton, The Chaplain's Narrative of the Siege of Delhi, London 1858, pp. 325-6.
36. Coopland, A Lady's Escape, p. 259.
37. Richard Barter, The Siege of Delhi, London, 1984, p. 76.
38. Lord Roberts of Kandahar, Forty One Years in India: From Subaltern to Commander in Chief, London, 1897, vol. 1, pp. 258-9.
39. NAM, 6301h143, Diaries of Col. E. L. Ommaney, vol. A, pt 6, entry for 1 November 1857. Ommaney's diary is the most important single source for the imprisonment of Zafar. As far as I am aware it has never been used before by any historian.
40. Ibid., entry for 24 November 1857.
41. Ibid., entry for 28 September 1857.
42. Coopland, A Lady's Escape, pp. 274-7.
43. Ireland, A History of the Siege of Delhi, pp. 280-81.
44. Coopland, A Lady's Escape, p. 276.
45. OIOC, Saunders Papers, Eur Mss E 186, correspondence pt III, official and demi-official letters, 1857-60, no. 128, Ommanney to Saunders, 1 October 1857 says that Zafar is asking for his barber 'to shave his once royal face'.
46. Ibid., no. 26, Lawrence to Saunders, 29 December 1857.
47. A cutting survives in Ommaney's diaries, entry for 6 November 1857: NAM, 6301h143, Diaries of Col. E. L. Ommaney, vol. A.
48. Ibid.

49. OIOC, Eur Mss Photo Eur 271, Letters of Hugh Chichester, letters to his father, Delhi, 24 September 1857.
50. Cited in Farhan Ahmad Nizami, Madrasahs, Scholars and Saints: Muslim Response to the British Presence in Delhi and the Upper Doab 1803-1857, unpublished PhD, Oxford, 1983, p. 219.
51. Coopland, A Lady's Escape, pp. 278-9.
52. Quoted in Charles Ball, The History of the Indian Mutiny, 1858-9, vol. 2, p. 179
53. NAM, 6301h143, Diaries of Col. E. L. Ommaney, vol. A, entries for 20 and 23 September 1857.
54. Ibid., entry for 15 October 1857.
55. Ibid., entry for 23 September 1857.
56. Ibid., entry for 19 November 1857.
57. Ibid., entry for 19 November 1857.
58. Ibid., entry for 13 November 1857.
59. Ibid., entry for 21 October 1857.
60. Ibid., entry for 19 November 1857.
61. These documents are now in the NAI and form the core of the Mutiny Papers collection.
62. NAM, 6301h143, Diaries of Col. E. L. Ommaney, vol. A, entry for 27 November 1857.
63. Griffiths, The Siege of Delhi, pp. 199-200.
64. Ibid., p. 234.
65. Mrs Muter, My Recollections of the Sepoy Revolt, London, 1911, pp. 137-8.
66. Griffiths, The Siege of Delhi, pp. 235-7.
67. Records of the Intelligence Department of the Government of the North West Provinces of India during the Mutiny of 1857, Edinburgh, 1902, vol. 2, pp. 298-9.
68. A Short Account of the Life and Family of Rai Jawan Lal Bahadur, Late Honorary Magistrate of Delhi with extracts from his diary relating to the time of the Mutiny 1857 compiled by his son, Delhi, 1902, p. 48.
69. DCO Archive, Mutiny Papers, File no. 1, Services performed by Mirza Elahee Bahksh.
70. NAI, Foreign Secret Consultations, no. 524, 29 January 1858, Ramchandra to Burn, 27 November 1857.
71. Mirza Asadullah Khan Ghalib, Dastanbuy, trans. Khwaja Ahmad Faruqi, Delhi, 1970, pp. 43-6.
72. Hali's account, from Ralph Russell, The Oxford Ghalib: Life, Letters and Ghazals, New Delhi, 2003, pp. 129-30.
73. Ghalib's own account, from ibid., p. 130.
74. Pritchett, Nets of Awareness, p. 20.
75. Cited inPavanVarma, Ghalib: The Man, The Times, New Delhi, 1989, p. 153.
76. Cited in Gopi Chand Narang, 'Ghalib and the Rebellion of 1857', in Narang, Urdu Language and Literature: Critical Perspectives, New Delhi, 1991, pp. 2-3.
77. Ibid., p. 3.
78. Cited in'The Sack of Delhi as Witnessed by Ghalib', Bengal Past & Present, no. 12, January-December 1955, p. 111n.
79. Delhi Gazette, 21 December.
80. Russell, The Oxford Ghalib, p. 132.
81. Cited inNarayani Gupta, Delhi between Empires, New Delhi, 1991, p. 23. For the destruction of shanties, see 'The Sack of Delhi,' p. 112.
82. Records of the Intelligence Department, vol. 2, pp. 298-300.
83. Ireland, A History of the Siege of Delhi, pp. 279-80.

84. Sarvar ul-Mulk, My Life, Being the Autobiography of Nawab Sarvar ul- Mulk Bahadur, trans. from the Urdu by his son, Nawab Jiwan Yar Jung Bahadur, London, 1903, p. 21.
85. Ibid., p. 20.
86. Zahir Dehlavi, Dastan i-Ghadr: An eyewitness account of the 1857 Uprising, Lahore, 1955, p. 132.
87. Ibid., p. 135.
88. Ibid., pp. 140-42.
89. Ibid., pp. 163-7.
90. Ibid., p. 252.
91. NAM, 6301h143, Diaries of Col. E. L. Ommaney, vol. A, entries for 12 and 13 October 1857.
92. Ibid., entry for 13 October 1857. For the firing squad and their poor aim see Griffiths, The Siege of Delhi, p. 214.
93. Ireland, A History of the Siege of Delhi, p. 280.
94. Pritchett, Nets of Awareness, p. 18.
95. Arsh Taimuri, Qila-i Mua 'lla ki Jhalkiyan, ed. Aslam Parvez, Urdu Academy, Delhi, 1986.
96. The Mutiny Papers in the DCO seem to be almost completely unused by historians. As far as I can ascertain, only two historians - Narayani Gupta and Anisha Shekhar Mukherji - have to date published material from this astonishingly rich collection.
97. DCO, Mutiny Papers, Box no. 2, File no. 49, letter no. 110, Saunders to Sec. to the Gov. of the Punjab, 21 April 1859.
98. Ibid. See, for example, Box 2, File no. 73, Davies to Saunders, 13 June 1859, Davies to Beadon, 26 April 1859, and Davies to Beadon, 27 May 1859. For the lost prisoners and their eventual exile in Karachi, see Box 2, File no. 83, 29 June 1859; File 85, 1 July 1859; File 86, 2 July 1859; and File 87, 5 July 1859. For the absconding salatin from Karachi, see File no. 127, Order passed by the Govt regarding the settlement of the Sulateens, 10 October 1860.
99. Dehlavi, Dastan i-Ghadr, p. 151. There is a fine portrait of the Nawab in Stuart Cary Welch, Room for Wonder: Indian Paintings during the British Period 1760-1880, New York, 1978, pp. 120-21.
100. DCO, Mutiny Papers, File no. 10, letter no. 54, Saunders to Lawrence, 1 December 1857.
101. NAM, 6301h143, Diaries of Col. E. L. Ommaney, vol. A, entry for 9 November 1857.
102. Ibid., entry for 20 October 1857.
103. Ibid., entry for 23 December 1857.
104. Muter, My Recollections, pp. 145-6.
105. Delhi Gazetteer, 1883-4, p. 30.
106. NAM, 6301h143, Diaries of Col. E. L. Ommaney, vol. A, pt 6, entry for 5 November 1857.
107. Dehlavi, Dastan i-Ghadr, p. 151.
108. Coopland, A Lady's Escape, p. 212.
109. OIOC, Lawrence Papers, Eur Mss F 90, Camp near Goordaspur, 25 April 1858. Also C. B. Saunders Papers, Eur Mss E 187, correspondence pt IV, private letters 1857-60, K&J 716, 1-79, no. 24, Lawrence to Saunders (extract), Lahore, 15 December 1857; see also no. 24, Enclosure - William Muir to Lawrence, Agra, 12 December 1857.
110. OIOC, Lawrence Papers, Eur Mss F 90, JL to Saunders, Lahore, 6 October 1857; also JL to Saunders, letter datelined Camp Delhi, 2 March 1858.
111. South Asian Studies Library, Cambridge, Campbell Metcalfe Papers, Box 6, EC to GG, Delhie (undated but obviously September 1857).
112. Ibid., Box 10, EC to GG, Delhie, 30 September 1857.
113. Ibid.

114. This important point was well argued by F. W. Buckler (1891-1960) in his rightly celebrated essay 'The Political Theory of the Indian Mutiny', Trans. of the Royal Historical Soc., 4(5), 1922, pp. 71-100 (also reprinted in Legitimacy and Symbols: The South Asian writings of F. W. Buckler, ed. M. N. Pearson, Center for South and Southeast Asian Studies, University of Michigan, Ann Arbor, c. 1985.
115. W. H. Russell, My Diary in India, London, 1860, vol. 2, pp. 58, 60-61.
116. Ibid., vol. 2, pp. 48-9.
117. Ibid., vol. 2, pp. 50-51.
118. NAM, 6301h143, Diaries of Col. E. L. Ommaney, vol. A, entry for 27 January 1858.
119. OIOC, Eur Mss E 186, Saunders Papers, Letters of Lt Edward Ommaney to Charles Saunders, no. 212, EO to CS, 27 January 1858.
120. NAM, 6301h143, Diaries of Col. E. L. Ommaney, vol. A, entry for 27 January. Also Harriet Tytler, An Englishwoman in India: The Memoirs of Harriet Tytler 1828-1858, ed. Anthony Sattin, Oxford, 1986, p. 167.
121. Edward Vibart, The Sepoy Mutiny as Seen by a Subaltern from Delhi to Lucknow, London, 1858, p. 148.
122. Charles Ball, The History of the Indian Mutiny, 2 vols, 1858-9, vol. 2, p. 171.
123. Ibid., p. 172.
124. NAM, 6301h143, Diaries of Col. E. L. Ommaney, vol. A, entry for 27 January. See also Ball, History, vol. 2, p. 172.
125. Ball, History, p. 177.
126. Proceedings on the Trial of Muhammad Bahadur Shah, Titular King of Delhi, before a Military Commission, upon a charge of Rebellion, Treason and Murder, held at Delhi, on the 27th Day of January 1858, and following days London, 1859 (hereafter Trial), pp. 131-3.
127. Ibid., pp. 151-3.
128. Ibid., pp. 72, 151-2.
129. NAM, 6301h143, Diaries of Col. E. L. Ommaney, vol. A. entry for 27 March 1858.
130. Muter, My Recollections, pp. 149-151.
131. Ibid., p. 149.
132. Trial, p. 153.
133. Ibid., p. 153.
134. Ball, History, p. 178.
135. OIOC, Political Consultations, Range 203, 67, vol. 14, Ph203h67, Fort William, 10 December 1858, no. 535A, Saunders to Ommaney, 4 October 1858.
136. OIOC, Saunders Papers, Eur Mss E 187, correspondence pt IV, private letters 1857-60, 1-79,no. 66, Matilda Saunders to her mother-in-law, Ludlow Castle, Dehlie, 13 October 1858.

12. மகத்தான முகலாயர்களில் இறுதியானவர்

1. Oriental and India Office Collections, British Library (hereafter OIOC), Eur Mss E 186, Saunders Papers, Letters of Lt Edward Ommaney to Charles Saunders, no. 278, EO to CS, 13 October 1858, Camp Soomha.
2. Delhi Commissioner's Office (hereafter DCO) Archive, Delhi, File 65A, 7 December 1858, Report on the Character and Conduct of the Attendants of the ex royal King.
3. Delhi Gazette (hereafter DG), 13 October 1858.

4. OIOC, Eur Mss E 186, Saunders Papers, Letters of Lt Edward Ommaney to Charles Saunders, no. 282, EO to CS, 5 November 1858.
5. Ibid., no. 280, EO to CS, 23 October 1858.
6. Ibid., no. 279, EO to CS, 19 October 1858 from Camp Etah.
7. DG, 13 October 1858.
8. OIOC, Eur Mss E 186, Saunders Papers, Letters of Lt Edward Ommaney to Charles Saunders, no. 230, EO to CS, 30 March 1858.
9. Ibid., no. 272, EO to CS, 1 October 1858.
10. OIOC, India Proceedings, Political Consultations, Range 203, vol. 14, Fort William, 10 December 1858, no. 77, From G. F. Edmonstone, Secr. to Govt of India, to C. Beadon, Off. Secr., Foreign Dept Calcutta, Allahabad, 16 November 1858. For Ommaney's meeting with Canning see OIOC, Eur Mss E 186, Saunders Papers, Letters of Lt Edward Ommaney to Charles Saunders, no. 283, EO to CS, 17 November 1858, Camp Wuhda Nugger.
11. OIOC, India Proceedings, Political Consultations, Range 203, vol. 14, Fort William, 10 December 1858, no. 66, Proceedings of a committee of Medical Officers, assembled by the order of the Rt. Hon, the Governor General of India for the purpose of examining and reporting upon the physical condition of Mahomed Bahadoor Shah, lately King of Delhie. President, G. M. Had- away, Dy. Inspector General of Queens Hospitals. Members: Superintending Surgeon Cawnpore Circle, Surgeon J. Leckie M.D., surgeon to the Governor- General.
12. OIOC, India Proceedings, Political Consultations, Range 203, vol. 14, Fort William, 10 December 1858, no. 4546, from Sec. to Gov. Gen. to Commis- sioner of Pegu, 13 November 1858.
13. OIOC, Eur Mss E 186, Saunders Papers, Letters of Lt Edward Ommaney to Charles Saunders, no. 284, EO to CS, 23 November 1858.
14. Ibid.
15. OIOC, Eur Mss E 186, Saunders Papers, Letters of Lt Edward Ommaney to Charles Saunders, no. 285, EO to CS, 14 December 1858.
16. Ibid.
17. Ibid.
18. The Calcutta Englishman, 1852, cited in Noel F. Singer, Old Rangoon, Gartmore, 1995, p. 69.
19. Ralph Russell, The Oxford Ghalib: Life, Letters and Ghazals, New Delhi, 2003, p. 182.
20. Cited by Eric Stokes, The Peasant Armed: The Indian Revolt of 1857, ed. C.A. Bayly, Oxford, 1986, p. 92, note 42.
21. OIOC, Lawrence Papers, Eur Mss F 90, Folio 12, Muree, June 1858.
22. Ibid., John Lawrence to Charles Trevelyan, Camp near Baree Doab Canal, 23 April 1858.
23. Cited in Gautam Chakravarty, The Indian Mutiny and the British Imagina- tion, Cambridge, 2005, p. 41.
24. DCO Archive, Delhi, ForeignhGeneral, January 1864, no. 16, Copy of a Letter from the Commr Delhi Division, to the Sec, Govt of Punjab (no. 185 dated the 2nd Sept. 1863), points 3 and 10.
25. OIOC, Lawrence Papers, Eur Mss F 90, Folio 12, JohnLawrence to Charles Trevelyan, Camp Multan Road, 16 December 1857.
26. NAI, ForeignSecret, 25 January 1858, 11-15, p. 51, Chief of Staff to Command- ing Officer Meerut Division, 27 January 1858.

27. DCO Archive, Delhi, ForeignhGeneral, January 1864, Copy of a letter from the Offcg Commr, to the Commissioner Delhi Div. no. 256-209 dated 21st Aug. 1863. Here the Dariba was said to have been saved 'by the strong representations of the Dep. Commr (Mr Philip Egerton) and Commr (Mr Brandreth)'.
28. Cited in in 'The Sack of Delhi as Witnessed by Ghalib', Bengal Past & Present, no. 12, January-December 1955, p. 110.
29. Ibid., p. 111.
30. Narayani Gupta, Delhi between Empires, New Delhi, 1991, p. 27.
31. Harriet Tytler, An Englishwoman in India: The Memoirs of Harriet Tytler 1828-1858, ed. Anthony Sattin, Oxford, 1986 p. 165.
32. James Fergusson, History of Indian & Eastern Architecture, London, 1876, p.594.
33. Ibid., p. 311n.
34. Anisha Shekhar Mukherji, The Red Fort of Shahjahanabad, New Delhi, 2003, has much the best account of the destruction and Anglicisation of the Mughal palace - see pp. 203-7.
35. Mirza Asadullah Khan Ghalib, Dastanbuy, trans. Khwaja Ahmad Faruqi, Delhi, 1970, pp. 60-61.
36. Cited in Gupta, Delhi between Empires, p. 23. Gupta's remarkable book is much the best souce for Delhi's transition from Mughal to colonial city.
37. NAI, Foreign Political Dept, Consultation 31, 31 December 1959, no. 2269, Abstract Translation of a Petition from the Musulmans of Delhi trans. by I. B. Outram, asst sec. to Govt.
38. Mofussilite, June 1860, cited in Gupta, Delhi between Empires, p. 25.
39. Gupta, Delhi between Empires, p. 24.
40. Ibid., p. 27.
41. Cited in ibid., p. 41.
42. C. F. Andrews, Zakaullah of Delhi, Cambridge, 1929, pp. 67, 75.
43. Russell, The Oxford Ghalib, p. 200.
44. For the Saunders inquiry into the rape of British women at the outbreak, see OIOC, Eur Mss E 185, Saunders Papers, no. 104, Muir to Saunders, Agra, 2 December 1857, and no. 111, Muir to Saunders, Agra, 14 December 1857. See also Muir's letter reproduced in S. M. Burke and Salim al- Din Quraishi, Bahadur Shah: Last Mogul Emperor of India, Lahore, 1995, pp. 178-9. For the mass rape of women of the royal house, see DCO Archive, Mutiny Papers, Box 2, File no. 109, 31 October 1859, Report on the Surviving Members of the Taimur House who are assigned a main- tenance, no. 303 from Brandreth, Commr of Delhi to the Secr., Gov. of Punjab, dated 31 October 1859.
45. Russell, The Oxford Ghalib, p. 188.
46. FarhanAhmad Nizami, Madrasahs, Scholars and Saints: Muslim Response to the British Presence in Delhi and the Upper Doab 1803-1857, unpublished PhD, Oxford, 1983, p. 19.
47. Cited in Gupta, Delhi between Empires, p. 41.
48. Cited in Frances W. Pritchett, Nets of Awareness: Urdu Poetry and Its Critics, Berkeley and Los Angeles, 1994, p. 22. The great Urdu scholar S. R. Farooqi believes Ghalib may well have exaggerated the amount of poetry he lost in 1857.
49. Russell, The Oxford Ghalib, p. 187. 50. Ibid., p. 165.
51. Ibid., pp. 154, 157.
52. Ibid., p. 214.

53. Cited in Pritchett, Nets of Awareness, p. 29. There is a school of thought, championed by C. M. Naim, which argues that Zafar and the court had only a nominal influence on the Delhi renaissance, and that it flourished most successfully in centres of intellectual endeavour removed from the court, such as Delhi College and the madrasas. Yet the same elite - men like Sahbai, Fazl-i Haq and Azurda - moved between mushairas, madrasas, lecture halls and Zafar's durbar, and it seems - at least in the eyes of this writer - difficult to separate one from the other. Certainly with the fall of the city, all disappeared at the same time in the same cataclysm.
54. Myanmar National Archives (hereafter MNA), Series 1h1 (A), Acc. No. 983, File no. 85, 1859, Confinement of Delhi state prisoners in Rangoon; also OIOC, ForeignPolitical Proceedings, ZhPh203h50, Phayre to Beadon, 2 May 1859.
55. NAI, Foreign Consultations, 11 November 1859, pp. 124-5, from Capt. H. N. Davies in Charge of the State Prisoners, to C. Beadon, Secr. to Gov. of India, Foreign Dept, Fort William, dated Rangoon, 3 August 1859.
56. MNA, no. 5922, from Sec. to GG to Lt Col. Phayre, 27 September 1859.
57. Ibid., no. 5470 from Sec. to GG to Lt Col. Phayre, 6 September 1859.
58. Ibid., Series 1h1A, Acc. no. 555, 1860, File no. 58, 1860, Confinement of Delhi State Prisoners at Rangoon.
59. Ibid.
60. Ibid.
61. Ibid., Acc. no. 702, 1863, File no. 151, 1863.
62. Russell, The Oxford Ghalib, p. 207.
63. Mark Thornhill, Personal Adventures and Experiences of a Magistrate, during the Rise, Progress and Suppression of the Indian Mutiny, London, 1884, p. 7.
64. Cited in David Lelyveld, Aligarh's First Generation: Muslim Solidarity in British India, Princeton, NJ, 1978, p. 6.
65. Cited in Pritchett, Nets of Awareness, p. 30.
66. Ibid. This wonderful book is a beautifully written account of 'how the ghazal, for centuries the pride and joy of Indo-Muslim culture, was abruptly dethroned and devalued within its own milieu and by its own theorists'. It contains the best account yet written of the loss of Indo-Muslim cultural confidence following 1857, and has been a central influence on me in the course of writing this book.
67. Cited in ibid., p.xvi.
68. MNA, Series 1h1A, Acc. no.702, 1863, File no. 151, p. 59.
69. Ibid., Acc. no. 832, 1867, File no. 41, Delhi State Prisoners.
70. Ibid., Acc. no. 1434, 1872, File no.63, dated Rangoon, 29 August 1872.
71. Ibid.
72. Ibid.
73. Ibid., p. 33, letter from Secr. to Gov. of India, Foreign Dept, to CC British Burma, no. 28 C.P., dated on board Outram, 28 October 1872.
74. Burke and Quraishi, Bahadur Shah, p. 205.
75. MNA, Series 1h1A, Acc. no. 3656, 1905, File no. C, 4, Bahadur Shah (ex-King of Delhi) Preservation of Grave.
76. Ibid., Acc no. 3657, 1906-7, File no. 55h56, Bahadur Shah (ex-King of Delhi) Preservation of Grave.
77. Ibid.

78. Burke and Quraishi, Bahadur Shah, p. 205.
79. This information is contained in a map - Third Edition, 1944, HINDhSEAh 1036, overprinted by Survey Dte Main HQ ALFSEA, April 1945 - apparently produced by British military intelligence during the Second World War, and showing Japanese positions in the town, including INA billets and 'The Jap officers' dance hall and brothel'. As the area was the former British canton- ment it is unclear whether the placement was accidental or deliberate: it could have been either. I would like to thank the British ambassador, Vicky Bowman, for showing the map to me.
80. See, for example, Lelyveld, Aligarh's First Generation.
81. The Deobandis have received an excellent study in Barbara Metcalfe's magnum opus, Islamic Revival in British India: Deoband 1860-1900, Prin- ceton, NJ, 1982. For more modern developments, see also Jamal Malik, Colonisation of Islam: Dissolution of Traditional Institutions in Pakistan, Manohar, 1988.
82. The provenance of this quotation is disputed: some attribute it to George Santayana.

புத்தகப் பட்டியல்

1. MANUSCRIPT SOURCES IN EUROPEAN LANGUAGES
Oriental and India Office Collections,
British Library (formerly India Office Library) 1 London (OIOC)
Edwardes Papers, Mss Eur E 211
Chichester Letters, Mss Eur Photo Eur 271
Hardcastle Papers, Mss Eur Photo Eur 31 1B
Johnson Diaries, Mss Eur A 101
John Lawrence Papers, Mss Eur F 90
Metcalfe Papers, Mss Eur D 610
Montgomery Papers, Mss Eur D 1019
Saunders Papers, Mss Eur E 185-187
Vibart Papers, Mss Eur F 135h19
The City of Delhi during 1857, translation of the account of Said Mobarak Shah, Eur Mss B 138
Home Miscellaneous, vol. 725, Kaye Mutiny Papers
Delhi Gazette
Delhi Gazette Extra
Lahore Chronicle
Bengal Wills 1780-1804 LhAGh34h29h4-16
Madras Inventories LhAGh34h29 185-210
Bengal Regimental Orders IORhPhBENhSEC
Bengal Political Consultations IORhPh117h18

British Library
Wellesley Papers, Add Mss 13,582

South Asian Studies Centre Library1 Cambridge
Campbell Metcalfe Papers

Bodleian Library1 Oxford
Jennings Papers
Archives of the Society for the Propagation of the Gospel (SPG)

National Army Museum Library, London
Ewart Papers, 7310-48
Gambier Letters, 6211-67
Gardner Papers, 6305-56
Coghill Letters, 6609-139
Lt Gen. F. C. Maisey, 'The Capture of the Delhi Palace', 6309-26
Spy Letters, 6807-138
Col. E. L. Ommaney's Letters and Diaries, 6301-143
Wilson Correspondence, 5710-38, NAM

Nottingham University Library
Bentinck Papers, PW JF 1537-1556

National Archives of India, New Delhi
Precis of Palace Intelligence, Foreign, Foreign Dept Misc., vol. 361
Mutiny Papers
Dehli Urdu Akhbar
Siraj ul Akhbar
Ahsan ul Akhbar
Lahore Chronicle
Secret Consultations
Political Consultations
Foreign Consultations
Foreign Miscellaneous
Secret Letters to Court
Secret Letters from Court
Political Letters to Court
Political Letters from Court

Delhi Commissioners, Office Archive, New Delhi
Mutiny Papers
Mubarak Bagh Papers

Myanmar National Archives, Yangon
Records of the Delhi State Prisoners
Files on the Grave of the King of Delhi

Punjab Archives, Lahore
Delhi Residency Papers Punjab Mutiny Papers

Private Archives
Fraser Papers, Inverness

2. UNPUBLISHED MANUSCRIPTS AND DISSERTATIONS

- Ghosh, Durba, 'Colonial Companions: Bibis, Begums, and Concubines of the British in North India 1760-1830;' (unpublished PhD, Berkeley, 2000)

- Hashmi, Shakila Tabassum Hashmi, 'The Trial of Bahadur Shah Zafar: Representation and Reality in Mughal-British Relations' (unpublished
- B.A. Honours thesis, Department of History, National University of Singapore 1, 1998h99)
- Nizami, Farhan Ahmad, 'Madrasahs, Scholars and Saints: Muslim Responses to the British Presence in Delhi and the Upper Doab 1803-1857' (unpub- lished PhD, Oxford, 1983)
- Shorto, Sylvia, 'Public Lives, Private Places, British Houses in Delhi 1803-57' (unpublished dissertation, New York University, 2004)

3. PERSIAN AND URDU SOURCES

A. Manuscripts
Oriental and India Office Collections, British Library (formerly India Office Library), London (OIOC)
The calligraphy of Zafar and Mirza Fakhru, OIOC: 3577 and 2972h42
Private family papers in the haveli of the late Mirza Farid Beg, Old Delhi Bankipore Oriental Library, Patna
Farasu, Zafar-uz Zafar (also known as the Fath Nama-I Angrezi), Ms 129, Oriental Library, Bankipur

B. Published Texts
Ahmad, Naim, Shahr ashob, New Delhi, 1968
Ali, Ahmed, The Golden Tradition: An Anthology of Urdu Poetry, New York, 1973
Azad, Muhammed Husain (trans. and ed. Frances Pritchett and Shamsur Rahman Faruqi), Ab-e Hayat: Shaping the Canon of Urdu Poetry, New Delhi, 2001
Dehlavi, Zahir, Dastan i-Ghadr: Ya Taraze Zaheeri, Lahore, 1955
Faizuddin, Munshi, Bazm i-Akhir, Yani sehr e-Delhi ke do akhiri badshahon ka tareeq i-maashrat (The Last Convivial Gathering - The Mode of Life of the Last Two Kings of Delhi), Lahore, 1965
Farrukhi, Aslam, Muhammad Husain Azad, 2 vols, Karachi, 1965
Ghalib, Mirza Asadullah Khan, Dastanbuy (trans. Khwaja Ahmad Faruqi), New Delhi, 1970
Khairabadi, Allamah Fazl ul-Haqq, 'The Story of the War of Independence, 1857-8', in Journal of the Pakistan Historical Society, vol. 5, January 1957, part 1
Khan, Hakim Ahsanullah, 'Memoirs', in Journal of the Pakistan Historical Society, vol. 6, 1958
Khan, Dargah Quli, The Muraqqa' e-Dehli (trans. Chander Shekhar), New Delhi, 1989
Khan, Sir Sayyid Ahmad, Asar us Sanadid, New Delhi, 1990
Khan, Sir Sayyid Ahmad, The Causes of the Indian Revolt, Translated into English by his Two English Friends, Benares, 1873 (reprint edition intro- duced by Francis Robinson, Karachi, 2000)
Lal, Jeewan, A Short Account of the Life and Family of Rai Jeewan Lal Bahadur, Late Honorary Magistrate of Delhi, with extracts from his diary relating to the time of the Mutiny 1857 compiled his son, New Delhi, 1902 Latif, Abdul, 1857 Ka Tarikhi Roznamacha (ed. Khaliq Ahmed Nizami),
Nadwatul Musannifin Series (68), New Delhi, 1958
Nizami, Khwaja Hasan, Begmat ke Aansu (Tears of the Begums), New Delhi, 1952
Parvez, Aslam, Bahadur Shah Zafar: Anjuman Taraqqi-e Urdu Hind, New Delhi, 1986

Qamber, Akhtar, The Last Musha'irah of Delhi: A Translation of Farha- tullah Baig's Modern Urdu Classic Dehli ki Akhri Shama, New Delhi, 1979
Quraishi, Salim al-Din, Cry for Freedom: Proclamations of Muslim Revolu- tionaries of 1857, Lahore, 1997
Qureshi, Salim and Ashur Kazmi (trans. and ed.), 1857 ke Ghaddaron ke Khutut, New Delhi, 2001
Rizvi, S. A. and M. L. Bhargava (eds.), Freedom Struggle in Uttar Pradesh, 6 vols, Lucknow, 1957
Russell, Ralph, The Oxford Ghalib: Life, Letters and Ghazals, New Delhi, 2003
Server ul-Mulk, My Life, Being the Autobiography of Nawab Server ul Mulk Bahadur (translated from the Urdu by his son, Nawab Jiwan Yar Jung Bahadur), London, 1903
Taimuri, Arsh, Qila-i Mua'lla ki Jhalkiyan (ed. Dr Aslam Parvez), New Delhi, 1986
Zafar, Bahadur Shah II, Emperor of Hindustan, Kulliyat-I Zafar, or the complete poetical works of Abu Zafar Siraj al-Din Muhammad Bahadur Shah, Lucknow, 1869-70
Zakaullah, Tarikh-I-Uruj-e'Ahd -I Sultanat-I-Inglishiya, New Delhi, 1904

4. CONTEMPORARY WORKS AND PERIODICAL ARTICLES IN EUROPEAN LANGUAGES

Andrews, C. F., Zakaullah of Delhi, Cambridge, 1929
Anon. [probably Robert Bird], Dacoitee in Excelsis, or the Spoilation of Oude by the East India Company, London, 1857; Archer, Major, Tours in Upper India, London, 1833
Ball, Charles, History of the Indian Mutiny, 2 vols, London, 1858-9
Barter, Richard, The Siege of Delhi, London, 1984
Bas, C. T. Le, 'How we escaped from Delhi', Fraser's magazine, February 1858
Bayley, Emily, The Golden Calm: An English Lady's Life in Moghul Delhi, London, 1980
Beames, John, Memoirs of a Bengal Civilian, London, 1961
Bernier, Franc.ois, Travels in the Mogul Empire, 1656-68 (ed. Archibald Constable, trans. Irving Brock), Oxford, 1934
Blomfield, David (ed.), Lucknow - The Indian Mutiny Journal of Arthur Moffat Laing, London, 1992
Bourchier, Colonel George, CB, Eight Months Campaign against the Bengal Sepoy Army During the Mutiny of 1857, London, 1858
Campbell, Sir George, Memoirs of My Indian Career, London, 1893
Chick, N. A., Annals of the Indian Rebellion 1857-8 and Life in the Fort of Agra During the Mutinies of 1857, Calcutta, 1859 (reprinted London, 1972) Coopland, Mrs R. M., A Lady's Escape from Gwalior in 1857, London, 1859 Dunlop, Robert Henry Wallace, Service and Adventure with the Khakee Ressalah or Meerut Volunteer Horse During the Mutinees of 1857-8,
London, 1858
Eden, Eden, Journals, reprinted as Tigers, Durbars and Kings, London, 1988 Eden, Emily, Up the Country: Letters from India, London, 1930 Fergusson, James, History of Indian & Eastern Architecture, London, 1876 Greathed, H. H., Letters Written During the Siege of Delhi, London, 1858 Griffiths, Charles John, The Siege of Delhi, London, 1910
Haldane, Julia, The Story of Our Escape from Delhi in 1857, Agra, 1888
Heber, Reginald, A Narrative of a Journey Through the Upper Provinces of India from Calcutta to Bombay, 1824-1825, 3 vols, London, 1827

Hodson, Major W. S. R., Twelve Years of a Soldier's Life in India, London, 1859

Holmes, T. Rice, A History of the Indian Mutiny and of the Disturbances which Accompanied it among the Civil Population, London, 1898

Huxley, Aldous, Jesting Pilate, London, 1926

Imperial Records Department, Press List of Mutiny Papers 1857, Being a Collection of the Correspondence of the Mutineers at Delhi, Reports of Spies to English Officials and other Miscellaneous Papers, Calcutta, 1921

Ireland, William W., A History of the Siege of Delhi by an Officer who served there, Edinburgh, 1861

Jacob, E., A Memoir of Professor Yesudas Ramchandra of Delhi, vol. 1, Cawnpore, 1902

Jacquemont, Victor, Letters From India (1829-32), 2 vols (trans. Catherine Phillips), London, 1936

Kaye, J. W., A History of the Sepoy War in India 1857-8, London, 1877

Khan, Sir Sayyid Ahmad, The Causes of the Indian Revolt (reprint edition introduced by Francis Robinson), Karachi, 2000

Lang, Arthur Moffat, Lahore to Lucknow: The Indian Mutiny Journal of Arthur Moffat Lang, London, 1992

Mackenzie, Col. A. R. D., Mutiny Memoirs - being personal reminiscences of the Great Sepoy Revolt of 1857, Allahabad, 1891

Maisey, Lt Gen. F. C., 'An Account by an eyewitness of the taking of the Delhi Palace', in Royal United Services Institution Journal, 1930

Majendie, Vivien Dering, UpAmong the Pandies or A Year's Service in India, London, 1859

Maunsell, F. R., The Siege of Delhi, London, 1912

Metcalfe, Charles Theophilus, Two Native Narratives of the Mutiny in Delhi, London, 1898

Montgomery, Martin R., The Indian Empire, 6 vols, London, 1860 Muter, Mrs, My Recollections of the Sepoy Revolt, London, 1911 Norman, Sir Henry W. and Mrs Keith Young, Delhi 1857, London, 1902

Nugent, Lady Maria, Journal of a Residence in India 1811-15, 2 vols, London, 1839

Panday, Sitaram, From Sepoy to Subedar: being the life and Adventures of Subedar Sita Ram, A Native Officer of the Bengal Army, Written and Related by Himself (trans. Lt Col. J.T. Norgate), London, 1873

Parkes, Fanny, Wanderings of a Pilgrim in Search of the Picturesque, London, 1850

Peile, Mrs Fanny, The Delhi Massacre: A Narrative by a Lady, Calcutta, 1870

Polier, Antoine, Shah Alam II and his Court, Calcutta, 1947

Proceedings on the Trial of Muhammad Bahadur Shah, Titular King of Delhi, Before a Military Commission, upon a charge of Rebellion, Treason and Murder, held at Delhi, on the 27th Day of January 1858, and following days London 1859.

Records of the Intelligence Department of the Government of the North West Provinces of India During the Mutiny of 1857, Edinburgh, 1902

Reid, Major Charles, Defence of the Main Piquet at Hindoo Rao's House as recorded by Major Reid Commanding the Sirmoor Battalion, London, 1957

Lord Roberts of Kandahar (Fred Roberts), Forty One Years in India, London, 1897

Lord Roberts of Kandahar, Letters Written During the Indian Mutiny, London, 1924

Rotton, John Edward, The Chaplain's Narrative of the Siege of Delhi, London, 1858

Russell, W. H., My Diary in India, London, 1860

Sleeman, Major General Sir W.H., Rambles and Recollections of an Indian Official, Oxford, 1915
Thornhill, Mark, Personal Adventures and Experiences of a Magistrate, during the Rise, Progress and Suppression of the Indian Mutiny, London, 1884
Trotter Lionel J., A Leader of Light Horse: A Life of Hodson's Horse, Edinburgh, 1901
Trotter, Lionel J., The Life of John Nicholson, Soldier and Administrator, London, 1898
Turnbull, Lt Col, John, Letters Written During the Siege of Delhi, London, 1886
Tytler, Harriet, An Englishwoman in India: The Memoirs of Harriet Tytler 1828-1858 (ed. Anthony Sattin), Oxford, 1986
Vibart, Edward, The Sepoy Mutiny As Seen by a Subaltern from Delhi to Lucknow, London, 1858
Wagentrieber, Florence, The Story of Our Escape from Delhi in May 1857, from personal narrations by the late George Wagentrieber and Miss Haldane, Delhi, 1894
White, Col. S. Dewe, Indian Reminiscences, London, 1880
Wilberforce, R. G., An Unrecorded Chapter of the Indian Mutiny, London, 1894
Wilkinson, Johnson and Osborn, The Memoirs of the Gemini Generals, London, 1896
Wise, James, The Diary of a Medical Officer During the Great Indian Mutiny of 1857, Cork, 1894
Young Mrs Keith, and Sir Henry Norman, Delhi 1857, London, 1902

5. SECONDARY WORKS AND PERIODICAL ARTICLES

Ahmed Aziz, Studies in Islamic Culture in the Indian Environment, Oxford, 1964
Alam, Muzaffar and Seema Alavi, A European Experience of the Mughal Orient: The I'jaz-I Arslani (Persian Letters, 1773-1779) of Antoine-Louis Henri Polier, New Delhi, 2001
Alavi, Seema, The Sepoys and the Company: Tradition and Transition in Northern India 1770-1820, New Delhi, 1995
Allen, Charles, God's Terrorists: The Wahhabi Cult and the Hidden Roots of Modern Jihad, London, 2006
Allen, Charles, Soldier Sahibs: The Men Who Made the North-West Frontier, London, 2000
Anderson, Olive, 'The Growth of Christian Militarism in Mid-Victorian Britain', in English Historical Review, Vol. 86, 1971
Archer, Mildred, Company Drawings in the India Office Library, London, 1972
Archer, Mildred and Toby Falk, India Revealed: The Art and Adventures of James and William Fraser 1801-35, London, 1989
Ashraf, K. M., 'Muslim Revivalists and the Revolt of 1857', in P. C. Joshi, Rebellion 1857: A Symposium, New Delhi, 1957
Bailey, Gauvin Alexander, 'Architectural Relics of the Catholic Missionary Era in Mughal India', in Rosemary Crill, Susan Stronge and Andrew Topsfield (eds.), Arts of Mughal India: Studies in Honour of Robert Skelton, Ahmedabad, 2004
Bailey, T. G., History of Urdu Literature, London, 1932
Banerji S. K., 'Bahadur Shah of Delhi and the Admin Ct of the Mutineers', in Proceedings of the Indian Historical Records Commission, vol 24, February 1948
Bayly, C. A., Imperial Meridian: The British Empire and the World 1780-1830, London, 1989
Bayly, C. A., Empire & Information: Intelligence Gathering and Social Communication in India 1780-1870, Cambridge, 1996

Beach, Milo Cleveland, and Ebba Koch, King of the World: The Padshah-nama, An Imperial Mughal Manuscript from the Royal Library, Windsor Castle, London, 1997

Bhadra, Gautam, 'Four Rebels of 1857', in Subaltern Studies, IV (ed. R. Guha), New Delhi, 1985

Buckler F. W., 'The Political Theory of the Indian Mutiny', in Transactions of the Royal Historical Society, IV, series 5, 1922, 71-100 (also reprinted in Legitimacy and Symbols: The South Asian Writings of F. W. Buckler, ed. M.N. Pearson, Michigan, 1985)

Burke, S. M. and Salim al-Din Quraishi, Bahadur Shah: Last Mogul Emperor of India, Lahore, 1995

Burton, David, The Raj at Table: A Culinary History of the British in India, London, 1993

Butler, Iris, The Elder Brother: The Marquess Wellesley 1760-1842, London, 1973

Cadell, Sir Patrick, 'The Outbreak of the Indian Mutiny', in Journal of the Society of Army Historical Research, vol. 33, 1955

Chakravarty, Gautam, The Indian Mutiny and the British Imagination, Cambridge, 2005

Collingham, Imperial Bodies: The Physical Experience of the Raj c.1800-1947, London, 2001

Compton, Herbert (ed.), The European Military Adventurers of Hindustan, London, 1943

Crill, Rosemary, Susan Stronge and Andrew Topsfield (eds.), Arts of Mughal India: Studies in Honour of Robert Skelton, Ahmedabad, 2004

Dalrymple, William, City of Djinns, London, 1993

David, Saul, The Indian Mutiny 1857, London, 2002

David Saul, Victoria's Wars: The Rise of Empire, London, 2006

Davies, Philip, Splendours of the Raj: British Architecture in India 1660-1947, London, 1985

Ehlers, E. and Thomas Krafft, 'The Imperial Islamic City: 19th Century Shahejahanbad', in Environmental Design - Proceedings of the 7th Inter- national Convention of the Islamic Environmental Design Research Centre in Rome, July 1991

Ferguson, Niall, Empire: How Britain Made the Modern World, London, 2003

Fisher, Michael, Counterflows to Colonialism, New Delhi, 2005

Fisher, Michael H., 'An Initial Student of Delhi English College: Mohan Lal Kashmiri (1812-77)', in Margrit Pernau, Delhi College (forthcoming), New Delhi, 2006

Fisher, Michael H., 'Becoming and Making Family in Hindustan', in Indrani Chatterjee, Unfamiliar Relations, New Delhi, 2004

Forrest, G. W., A History of the Indian Mutiny (3 vols), London, 1904

Gilmour, David, The Ruling Caste: Imperial Lives in the Victorian Raj, London, 2005

Grey, C., and H.L.O. Garrett, European Adventurers of Northern India 1785-1849, Lahore, 1929

Guha, Ranajit, Elementary Aspects of Peasant Insurgency in Colonial India, New Delhi, 1983

Gupta, Narayani, Delhi between Two Empires 1803-1931, New Delhi, 1981

Gupta, Narayani, 'From Architecture to Archaeology: The "Monumentalising" of Delhi's History in the Nineteenth Century', in Jamal Malik (ed.), Perspec- tives of Mutual Encounters in South Asian History, 1760-1860, Leiden, 2000

Habib, Irfan, 'The Coming of 1857', in Social Scientist, vol. 26, no. 1, January- April 1998

Hardy, Peter, The Muslims of British India, Cambridge, 1972

Hasan, Mehdi, 'Bahadur Shah, his relations with the British and the Mutiny: An objective study', in Islamic Culture, 33 (2), 1959

Hawes, Christopher, Poor Relations: The Making of the Eurasian Commu- nity in British India 1773-1833, London, 1996

Hewitt, James, Eyewitness to the Indian Mutiny, Reading, 1972

Hibbert, Christopher, The Great Mutiny: India 1857, London, 1978
Hilliker, J. F., 'Charles Edward Treveleyan as an Educational Reformer', in Canadian Journal of History, 9, 1974
Hobhouse, Niall, Indian Painting for the British 1780-1880, London, 2001
Hughes, Derrick, The Mutiny Chaplains, Salisbury, 1991
Husain, Mahdi, Bahdur Shah II and the War of 1857 in Delhi with its Unforgettable Scenes, New Delhi, 1958
Hutchinson, Lester, European Freebooters in Moghul India, London, 1964
Ikram, S. M., Muslim Rule in India and Pakistan, Lahore, 1966
Jalal, Ayesha, Self and Sovereignty: Individual and Community in South Asian Islam since 1850, New Delhi, 2001
Kanda, K. C., Masterpieces of Urdu Ghazal, New Delhi, 1994
Khan, Nadar Ali, A History of Urdu Journalism 1822-1857, New Delhi, 1991 Lal, John, Begam Samru: Fading Portrait in a Gilded Frame, New Delhi, 1997 Lal, Krishan, 'The Sack of Delhi 1857-8', in Bengal Past and Present, July-December 1955
Leach, Linda York, Mughal and other Paintings from the Chester Beatty Library, 2 vols, London, 1995
Lee, Harold, Brothers in the Raj: The Lives of John and Henry Lawrence, Oxford, 2002
Lelyveld, David, Aligarh's First Generation: Muslim Solidarity in British India, Princeton, 1978
Liddle, Swapna, 'Mufti Sadruddin Azurda', in Margrit Pernau, Delhi College (forthcoming), New Delhi, 2006
Llewellyn-Jones, Rosie, A Fatal Friendship: The Nawabs, the British and the City of Lucknow, New Delhi, 1992
Majumdar J.K., Rajah Rammohum Roy and the Last Moghals: A Selection of Official Records 1803-1859, Calcutta, 1939
Majumdar, R.C., Penal Settlements in Andamans, New Delhi, 1975
Majumdar, R.C., The Sepoy Mutiny, Calcutta, 1957
Marshall, P.J. (ed.), The British Discovery of Hinduism, Cambridge, 1970
Masud, Muhammad Khalid, 'The World of Shah Abdul Aziz, 1746-1824', in Jamal Malik (ed.), Perspectives of Mutual Encounters in South Asian History, 1760-1860, Leiden, 2000
Metcalf, Barbara Daly, Islamic Revival in British India, 1860-1900, Princeton, 1982 Mukherjee, Rudrangshu, 'The Azimgarh Proclamation and some questions onthe Revolt of 1857 inthe North WesternProvinces', in Essays in Honour of S. C. Sarkar, Delhi, 1976
Mukherjee, Rudrangshu, ' "Satan Let Loose upon Earth": The Kanpur massacres in India in the Revolt of 1857', in Past and Present, 128
Mukherjee, Rudrangshu, Avadh in Revolt 1857-8: A Study of Popular Re- sistance, New Delhi, 1984
Mukherjee, Rudrangshu, Mangal Pandey: Brave Martyr or Accidental Hero?, New Delhi, 2005
Mukherji, Anisha Shekhar, The Red Fort of Shahjahanabad, New Delhi, 2003 Mukhia, Harbans, 'The Celebration of Failure as Dissent in Urdu Ghazals', in Modern Asian Studies, 33, (4), 1999
Naim, C. M., Urdu Texts and Contexts: The Collected Essays of C. M. Naim, New Delhi, 2004
Narang, Gopi Chand, 'Ghalib and the Rebellion of 1857', in Narang, Urdu Language and Literature: Critical Perspectives, New Delhi, 1991

Nizami, Farhan, 'Islamization and Social Adjustment: The Muslim Religious Elite in British North India 1803-57', in Ninth European Conference on Modern South Asian Studies, 9-12 July 1986, South Asian Institute of Heidelberg University

Panikkar, K.N., 'The Appointment of Abu Zafar as Heir Apparent', in Journal of Indian History, 44, (2), 1966

Parel, A., 'A Letter from Bahadur Shah to Queen Victoria', in Journal of Indian History, 47, (2), 1969

Perkins, Roger, The Kashmir Gate: Lieutenant Home and the Delhi VCs, Chippenham, 1983

Peers, Douglas M., 'Imperial Vices: Sex, Drink and Health of British Troops', in David Killingray and David Omissi (eds.), Guardians of the Empire, Manchester, 1999

Pernau, Margrit, "Middle Class and Secularisation: The Muslims of Delhi in the 19th century', in Imtiaz Ahmad and Helmut Reifeld (ed.), Middle Class Values in India and Western Europe, New Delhi, 2003

Margrit Pernau, 'The Dihli Urdu Akbhar: Between Persian Akhbarat and English newspapers', in Annual of Urdu Studies, vol. 8, 2003

Pernau, Margrit, 'Multiple Identities and Communities: Re-contextualizing Religion', in Jamal Malik and Helmut Reifeld, Religious Pluralism in South Asia and Europe, New Delhi, 2005

Powell, Avril Ann, Muslims and Missionaries in Pre-Mutiny India, London, 1993

Pritchett, Frances W. P, Nets of Awareness: Urdu Poetry and its Critics, Berkeley and Los Angeles, 1994

Quraishi, Salim al-Din, Cry for Freedom: Proclamations of Muslim Revolu- tionaries of 1857, Lahore, 1997

Qureshi, I. H., 'A Year in Pre-Mutiny Delhi', in Islamic Culture, 17, 1943, part 3

Ray, Rajat Kanta, The Felt Community: Commonality and Mentality before the Emergence of Indian Nationalism, New Delhi, 2003

Ray, Rajat Kanta, 'Race, Religion and Realm', in M. Hasan and N. Gupta, India's Colonial Encounter, New Delhi, 1993

Rizvi S. A. A. and M. L. Bhargava, Freedom Struggle in Uttar Pradesh, vols 1 and 2, Lucknow, 1957-60

Robinson, Francis, 'Religious Change and the Self in Muslim South Asia since 1800', in South Asia, vol. 22, 199

Robinson, Francis, 'Technology and Religious Change: Islam and the Impact of Print', in Modern Asian Studies, 27, (1), 1993

Roy, Dr Kaushik, 'Company Bahadur against the Pandies', in Jadavpur University Journal of History, vols 19-20, 2001

Roy, Tapti, The Politics of a Popular Uprising: Bundelkhand in 1857, Oxford, 1994)

Russell, Ralph (ed.), Ghalib: The Poet and his Age, London, 1975

Russell, Ralph, Hidden in the Lute: An Anthology of Two Centuries of Urdu Literature, New Delhi, 1995

Russell, Ralph and Khurshid Islam, Ghalib: Life and Letters, Oxford, 1969

Sachdeva, K. L., 'Delhi Diary of 1828', in Proceedings of the Indian Historical Records Commission, vol. 30, 1954, part 2

Sadiq, Muhammad, A History of Urdu Literature, Karachi, 1964

Sajunlal, K, 'Sadiq ul-Akhbar of Delhi', in Proceedings of the Indian History Congress, Seventeenth Session, 1954

Saksena, Ram Babu, European & Indo-European Poets of Urdu & Persian, Lucknow, 1941

Saroop, Narindar, A Squire of Hindoostan, New Delhi, 1983
Schimmel, Annemarie, Islam in the Indian Subcontinent, Leiden-Koln, 1980
Sen, S. N., 'A new account of the siege of Delhi', in Bengal Past and Present, 1957
Sen, Surendranath, 1857, New Delhi, 1957
Shackleton, Robert, 'A soldier of Delhi', in Harper's magazine, October 1909
Shreeve, Nicholas, Dark Legacy, Arundel, 1996
Shreeve, Nicholas (ed.), From Nawab to Nabob: The Diary of David Ochterlony Dyce Sombre, Arundel, 2000
Shreeve, Nicholas, The Indian Heir, Arundel, 2001
Sikand, Yoginder, Bastions of the Believers: Madrasas and Islamic Education in India, New Delhi, 2005
Singer, Noel F., Old Rangoon, Gartmore, 1995
Smith, Vincent, Oxford History of India, Oxford, 1923
Spear, Percival, The Twilight of the Moghuls, Cambridge, 1951
Spear, Percival, The Nabobs, Cambridge, 1963
Spear, T. G. P., 'The Mogul Family and the Court in 19th Century Delhi', in Journal of Indian History, vol. 20, 1941
Stokes, Eric, The Peasant and the Raj - Studies in Agrarian Society and Peasant Rebellion in Colonial India, London, 1978
Thompson, Edward, The Life of Charles Lord Metcalfe, London, 1937
Topsfield, Andrew (ed.), In the Realm of Gods and Kings: Arts of India, New York, 2004
Varma, Pavan K., Ghalib: The Man, the Times, New Delhi, 1989
Varma, PavanK., Mansions at Dusk: The Havelis of Old Delhi, New Delhi, 1992
Ward, Andrew, Our Bones are Scattered: The Cawnpore Massacres and the Indian Mutiny of 1857, London, 1996
Welch, Stuart Cary, Room for Wonder: Indian Painting during the British Period 1760-1880, New York, 1978
Wilson, A. N., The Victorians, London, 2002